सकाळ

YEARBOOK 2020

AF740849

सकाळ प्रकाशन

सकाळ प्रकाशन

सकाळ
इयर बुक - २०२०

प्रथम आवृत्ती : जानेवारी २०२०

प्रकाशक
सकाळ मीडिया प्रा. लि.
५९५, बुधवार पेठ, पुणे - ४११००२

संदर्भ व संशोधन साहाय्य
सकाळ वृत्तपत्र व सकाळ संदर्भ ग्रंथालय

मुखपृष्ठ रेखाटन
आलोक

विषय मार्गदर्शन
माधव गोखले

समन्वय आणि संपादन साहाय्य
भूषण राक्षे

मांडणी
प्रदीप खेतमर, आर्ट ॲडव्हर्टायझिंग, पुणे

अधिक माहितीकरिता :
०२०-२४४० ५६७८/८८८८८ ४९०५०
sakalprakashan@esakal.com

अ नु क्र म णि का

सकाळ इयर बुक २०२० मधील प्रमुख विश्लेषक लेखक

वैंकय्या नायडू, शरद पवार, प्रकाश जावडेकर, किरण रीजिजू, शशि थरूर, शेखर गुप्ता, जयराम रमेश , सुधींद्र कुलकर्णी, सुनीता नारायण, योगेंद्र यादव, स्वाती सिंग साम्बयाल, दिनेश राज बादेल, पोपटराव पवार, श्रीराम पवार, विजय नाईक, निळू दामले, अतुल भातखळकर, विजया रहाटकर, प्रकाश पवार, अॅड. गोविंद पटवर्धन, डॉ. प्रकाश तुपे, डॉ. दि. मा. मोरे, डॉ. शैलेंद्र देवळाणकर, अॅड. अभय नेवगी, प्रा. उल्हास बापट, परिमल माया सुधाकर, डॉ. राजेश खरात, भरत फाटक, भूषण देशमुख, अभय टिळक, संतोष शिंत्रे, निरंजन आगाशे, मुकुंद लेले, डॉ. जे. एफ. पाटील, धनंजय जोगळेकर, कौस्तुभ केळकर, विजय देशमुख, धनंजय जोगळेकर, डॉ. नितीन देशपांडे, जयंत गाडगीळ, प्रा. एच. एम. देसरडा, डॉ. अनिल लचके, ज्ञानेश भुरे, नरेश शेळके, संजय घारपुरे, डॉ. शमसुद्दीन तांबोळी, गणेश हिंगमिरे, डॉ. नितीन बाबर, अॅड. रोहित एरंडे, सतीश कुलकर्णी, सारंग खानापूरकर, किरणकुमार जोहरे, दीपक चव्हाण, प्रा. सुभाष बागल, प्रभाकर कुकडोलकर आदी.

■ राजकीय घडामोडी

केंद्र शासन निर्णय

■ राज्य शासन निर्णय

■ न्यायालयीन निर्णय

■ भारत आणि जग

■ इतर आंतरराष्ट्रीय घडामोडी

■ आर्थिक घडामोडी

■ कृषी विभाग

विज्ञान आणि तंत्रज्ञान

■ पर्यावरण

■ क्रीडा

■ इतर घडामोडी

■ राष्ट्रीय पुरस्कार

आंतरराष्ट्रीय पुरस्कार

महत्त्वाच्या व्यक्तींची निवड – नियुक्ती

■ निधन

■ डिसेंबर २०१९ मधील महत्त्वाच्या बातम्या

सकाळ राजकीय घडामोडी

या वर्षभरात देशाच्या राजकीय पटलावरील सत्ता संघर्षाच्या महत्त्वपूर्ण घडामोडींनी आपले लक्ष वेधले. जगातील मोठी लोकशाही असलेल्या भारत देशातील १७ व्या लोकसभा निवडणुकीत पंतप्रधान नरेंद्र मोदी यांच्या नेतृत्वाखालील भारतीय जनता पक्षाने ३०३ जागांवर विजय मिळवत लोकसभेमध्ये निर्विवाद बहुमत मिळवत सलग दुसऱ्यांदा सत्ता स्थापन केली, याच वेळी आंध्र प्रदेश, सिक्कीम, अरुणाचल प्रदेश व ओरिसा या चार राज्यांच्या विधानसभा निवडणुकांमध्ये विजय मिळवत भाजपने आपली घोडदौड सुरू ठेवली. हरियाणा राज्य विधानसभा निवडणूक निकालानंतर भारतीय जनता पक्षाने जननायक जनता पक्षासोबत निवडणूकपश्चात आघाडी करत सरकार स्थापन केले. मात्र महाराष्ट्र राज्य विधानसभा निवडणूक निकालानंतर झालेल्या राजकीय घडामोडींनी भाजपच्या घोडदौडीला लगाम घातला. शिवसेनेने निवडणुकीपूर्वीची भाजपसोबतची युती मोडत काँग्रेस व राष्ट्रवादी काँग्रेससोबत 'महाविकास आघाडी' स्थापन करत राज्यात सत्ता स्थापन सर्वांनाच आश्चर्याचा धक्का दिला. या व यांसह देशात घडलेल्या इतरही अनेक महत्त्वाच्या राजकीय घटनांचा सविस्तरपणे घेतलेला हा वेध...

सकाळ माजी सनदी अधिकारी शाह फैसल यांची 'जम्मू-काश्मीर पीपल्स मुव्हमेंट' या नव्या राजकीय पक्षाची घोषणा

दि. १७ मार्च २०१९ रोजी माजी सनदी अधिकारी शाह फैसल यांच्याकडून 'जम्मू-काश्मीर पीपल्स मुव्हमेंट (JKPM: The Jammu and Kashmir People's Movement)' या नव्या राजकीय पक्षाची घोषणा केली.

- श्रीनगरमधील गिंदन पार्क, राजबाग येथे ही घोषणा
- जेएनयूमधील विद्यार्थी संघटनेच्या माजी उपाध्यक्षा शेहला रशीद या पक्षात सामील
- शाह फैसल २००९ मध्ये केंद्रीय लोकसेवा आयोगाच्या परीक्षेत संपूर्ण भारतात प्रथम. ही कामगिरी करणारे असे ते पहिलेच काश्मिरी.
- ९ जानेवारी २०१९ रोजी त्यांनी सनदी सेवेचा राजीनामा देत राजकारणात येण्याची घोषणा

पक्षाची उद्दिष्टे :

- काश्मीर प्रश्नाची शांततापूर्ण मार्गाने सोडवणूक.
- काश्मिरी जनतेची राजकीय, आर्थिक व सामाजिक सक्षमता व संपन्नता
- 'हवा बदलेगी' हे पक्षाचे घोषवाक्य आहे.
- जम्मू-काश्मीर राज्याला देण्यात आलेल्या विशेष दर्जाचे (अनुच्छेद ३७०) संरक्षण.
- बौद्ध, शीख, ख्रिश्चन, काश्मिरी पंडित या अल्पसंख्याक समुदायांना पुरेसे राजकीय प्रतिनिधित्व.
- लोककला, बौद्ध कला, डोग्रा समुदाय कला यांचे पुनरुज्जीवन.
- जम्मू-काश्मीर राज्यातील सर्व विभागांचा समान पद्धतीने विकास.
- युवकांना कौशल्य प्रदान करून रोजगारनिर्मितीवर भर.

जम्मू-काश्मीरमधील प्रमुख राजकीय पक्ष व त्यांची निशाणी

१.	जम्मू-काश्मीर नॅशनल कॉन्फरन्स	१९३२	पक्षी
२.	पीपल्स डेमोक्रॅटिक पार्टी	१९९९	दौत व पेन
३.	जम्मू-काश्मीर पीपल्स कॉन्फरन्स	१९७८	सफरचंद

राजकीय पक्षांची नोंदणी :

- भारतामध्ये 'निवडणूक आयोगाकडे' राजकीय पक्षांची नोंदणी व त्याची मान्यता आवश्यक
- लोकप्रतिनिधित्व अधिनियम-१९५१ च्या कलम २९अ अंतर्गत राजकीय पक्षांची नोंदणी
- पक्ष स्थापन केल्यानंतर ३० दिवसांच्या आत निवडणूक आयोगाकडे नोंदणीसाठी अर्ज करणे बंधनकारक
- याचबरोबर पक्षाचे नाव, पत्ता व पक्षप्रमुखांची नावे किमान दोन राष्ट्रीय वर्तमानपत्रे व स्थानिक वर्तमानपत्रात
- मतदारयादीत नाव असलेल्या किमान १०० अनुमोदकांच्या स्वाक्षरीचे असलेले प्रमाणपत्र
- प्रोसेसिंग फी म्हणून १०,००० रुपये निवडणूक आयोगाकडे जमा करणे गरजेचे
- नवीन राजकीय पक्षांना जुन्या राजकीय पक्षांचे अनुवादित नाव (इंग्रजी-हिंदी, इंग्रजी-स्थानिक भाषा) वापरण्यास मनाई

(संदर्भ : eci.nic.in)

मोदी सरकारच्या कामगिरीचा लेखाजोखा २०१४ ते २०१९ : भारतीय जनता पक्षाचा जाहीरनामा : आश्वासने - पूर्तता

'एक भारत-श्रेष्ठ भारत' हे लक्ष्य ठरवत, 'सबका साथ-सबका विकास' हा मार्ग अनुसरून भारतीय जनता पक्षाने २०१४ मध्ये जाहीरनामा सादर करीत निवडणुकांमध्ये स्पष्ट बहुमत मिळवले. २०१४-१९ या पाच वर्षांमध्ये जाहीरनाम्यातील किती आश्वासनांची पूर्तता झाली, याचा आढावा खालीलप्रमाणे :

महागाई (Price Rise) :

जाहीरनामा :

- साठेबाजी रोखण्यासाठी विशेष न्यायालये
- किंमत स्थिरता निधी
- भारतीय अन्न महामंडळाच्या कार्यपद्धतीत सुधारणा

पूर्तता :

- डॉ. प्रणय सेन समितीच्या शिफारशीनुसार २०१५ मध्ये 'सुधारित किंमत स्थिरता निधी' (५०० कोटी)ची उभारणी. परंतु यामध्ये केवळ कांदा व बटाटा याच पिकांचा समावेश.
- भारतीय अन्न महामंडळाच्या कार्यपद्धतीत सुधारणा सुचविण्यासाठी २०१४ मध्ये 'शांता कुमार' समिती स्थापन.
- विशेष न्यायालये स्थापन करण्याची योजना जाहीरनाम्यापुरतीच.

वंचित घटक : दारिद्र्यरेषेखालील व्यक्ती :

जाहीरनामा :

- दारिद्र्य राष्ट्रीय प्राधान्यक्रम ठरविण्यात येणार
- देशातील १०० सर्वाधिक मागास जिल्हे निवडून त्यांना 'एकात्मिक विकास नीतीअंतर्गत' देशाच्या इतर जिल्ह्यांबरोबर आणण्यात येणार

पूर्तता :

- ५ जानेवारी २०१८ रोजी 'महत्त्वाकांक्षी जिल्हे रूपांतरण कार्यक्रम' (Aspirational District Transformation) सुरू
- देशातील ११५ जिल्ह्यांकडे 'विशेष लक्ष' पुरविण्यात येऊन इतर जिल्ह्यांच्या बरोबरीने आणण्यासाठी प्रयत्न.

अल्पसंख्याक :

जाहीरनामा :

- समान संधी
- अल्पसंख्याकांच्या पारंपरिक कलांचे कौशल्य पुरवून पुनरुज्जीवन.
- वक्फ मंडळांचे सशक्तीकरण
- संपूर्ण देशात शांततापूर्ण व सामाजिक सलोख्याचे वातावरण तयार करण्यावर भर

पूर्तता :

- अल्पसंख्याकांसाठी सप्टेंबर २०१५ मध्ये 'उस्ताद' (Upgrading Skills and Training in traditional Arts/Craft for development) ही पारंपरिक कौशल्य विकास करणारी योजना सुरू
- २०१५ मध्ये अल्पसंख्याक समाजातील १७ ते ३५ वयोगटातील मुलांना व्यावसायिक शिक्षण देण्यासाठी 'नई मंझिल' योजना सुरू

महिला :

जाहीरनामा :

- 'बेटी बचाओ-बेटी पढाओ' योजनेतील बालिकांची संख्या वाढविण्यासाठी राष्ट्रीय अभियान
- महिलांसाठी समर्पित औद्योगिक प्रशिक्षण केंद्र (ITI)
- बलात्कारविरोधी व ॲसिड हल्ल्यांविरोधातील कायद्यांची कठोरपणे अंमलबजावणी
- स्व-संरक्षण शालेय अभ्यासक्रमाचा भाग

पूर्तता :

- २२ जानेवारी, २०१५ रोजी हरियाणातील 'पानिपत' येथून 'बेटी बचाओ-बेटी पढाओ' या अभियानाची सुरुवात
- २०१६ च्या 'नागरी नोंदणी प्रणाली' अहवालानुसार २०१६ मध्ये भारताचे बाल लिंग गुणोत्तर ८७७ एवढे झाले आहे (२०११ - ९१८).
- आंध्र प्रदेश, कर्नाटक, मध्य प्रदेश, ओडिशा, राजस्थान, तमिळनाडू, उत्तराखंड, उत्तर प्रदेश, पश्चिम बंगालमध्ये बाल लिंगगुणोत्तरात सर्वाधिक घट. आंध्र प्रदेश (१६५).
- स्त्रियांसाठी संपूर्ण देशात १८ राष्ट्रीय कौशल्य प्रशिक्षण संस्थाची उभारणी

सामाजिक क्षेत्र : जाहीरनामा

शिक्षण :

- शिक्षणात सर्वांना समान संधी
- शिक्षणावर अर्थव्यवस्थेतील ६% रक्कम खर्च करणार
- प्राथमिक शिक्षणाचे मूल्यमापन, माध्यमिक शिक्षणाचे सार्वत्रिकीकरण

आरोग्य :

- प्रत्येक भारतीयाला आरोग्याची खात्री

- प्रत्येक राज्यात एम्सच्या धर्तीवर आरोग्य संस्था
- कुपोषण कमी करण्यासाठी वेगवर्धित अभियान
- २०१९ पर्यंत स्वच्छ व उघड्यावरील शौचमुक्त भारत

पूर्तता :

- २०१८ मध्ये शिक्षणक्षेत्रावर अर्थव्यवस्थेच्या २.७% रक्कम खर्च (२०१३ मध्ये ३.१%)
- २०१७-१८ मध्ये ढोबळ पटनोंदणी दर (Gross Enrolment Ratio) ९९.२%
- माध्यमिक शिक्षण पटनोंदणी - १.०१
- २३ सप्टेंबर २०१८ रोजी भारतीयांना वैश्विक आरोग्य पुरविण्यासाठी 'प्रधानमंत्री जन-आरोग्य योजना' (आयुष्यमान भारत) सुरू
- ८ मार्च २०१८ रोजी पोषण अभियान सुरू.
- २०२२ पर्यंत बालकांमधील कुपोषणाचे प्रमाण २५% पर्यंत कमी करण्याचे लक्ष्य

अर्थव्यवस्थेत शिक्षणक्षेत्रावर खर्च करण्याची घोषणा आणि पूर्तता

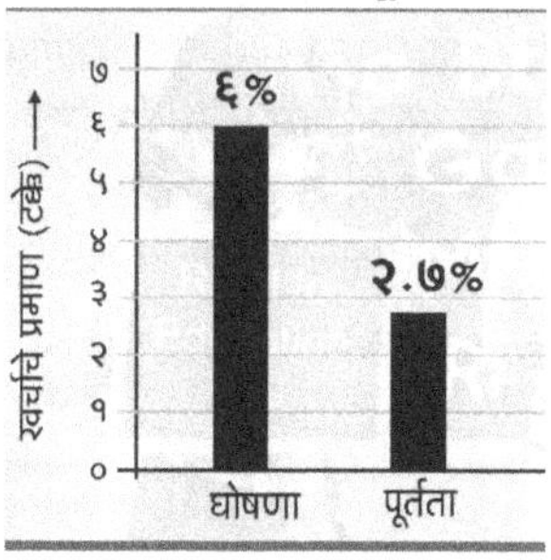

- २०१७-१८ च्या अर्थसंकल्पानुसार झारखंड व गुजरातमध्ये प्रत्येकी एक एम्ससारखी संस्थेची उभारणी होणार

कृषी : जाहीरनामा :

- लघु व सीमांत शेतकऱ्यांसाठी कल्याणकारी योजना.
- कमी पाण्याचा वापर करणारी सिंचन व्यवस्था.
- अन्नप्रक्रिया उद्योग उभारणी व सेंद्रिय शेतीस प्रोत्साहन.
- कृषिविमा योजना.
- कृषिविपणनात सुधारणा, समर्पित 'किसान वाहिनी'.

पूर्तता :

- २०१४-१५ च्या अर्थसंकल्पात 'हर खेत को पाणी' हे उद्दिष्ट समोर ठेवून 'प्रधानमंत्री कृषी सिंचाई योजना' सुरू
- १४ एप्रिल २०१६ रोजी 'एक राष्ट्रीय कृषी बाजार' तयार करण्यासाठी e-NAM (electronic-National Agriculture Market) सुरू
- १८ फेब्रुवारी २०१६ रोजी किमान ५०% शेतीक्षेत्राचा विमा उतरविण्याच्या उद्देशाने 'प्रधानमंत्री फसल विमा योजना' सुरू
- अन्नप्रक्रिया क्षेत्रासाठी 'प्रधानमंत्री किसान संपदा योजना' जाहीर

गृहनिर्माण : जाहीरनामा :

- २०२२ पर्यंत सर्वांना पक्के घर उपलब्ध करून देणार
- परवडणाऱ्या घरांची निर्मिती
- पतआधारित अनुदान व कर्जपुरवठ्याद्वारे गृहनिर्माण क्षेत्रास प्रोत्साहन
- २५ जून, २०१५ रोजी 'सर्वांसाठी घर' या उद्देशाने 'प्रधानमंत्री आवास योजना' सुरू करण्यात आली. या अंतर्गत २०२२ पर्यंत ४ कोटी घरे बांधण्याचे उद्दिष्ट
- या योजनेंतर्गत २०१७-१८ मध्ये ग्रामीण भागात ४४.५४ लाख, तर शहरी भागात ४ लाख घरांची बांधणी

भौतिक पायाभूत सुविधा : जाहीरनामा :

- मालवाहतूक आणि औद्योगिक मार्गिका
- ईशान्य भारत व जम्मू-काश्मीर राज्यास रेल्वे व रस्ते मार्गाने संपूर्ण भारतास जोडणार, सीमावर्ती व किनारी भागात महामार्गांचे जाळे
- सागरमाला प्रकल्प
- कृषी रेल्वेचे जाळे
- हीरक चतुष्कोन प्रकल्प (उच्च वेग रेल्वे जाळे)
- राष्ट्रीय ऑप्टिकल फायबर जाळे

पूर्तता :

- ईशान्य भारतात भारतमाला प्रकल्पांतर्गत महामार्गांचे जाळे उभारण्यावर भर. २०२० पर्यंत ईशान्य भारतातील सर्व राज्यांच्या राजधान्या रेल्वे जाळ्याने जोडणार.
- ३१ जुलै २०१५ रोजी सागरमाला प्रकल्पाची सुरुवात
- २०१६ रोजी रेल्वेद्वारे गतिमान एक्सप्रेसची सुरुवात, जपानच्या सहकार्याने मुंबई-अहमदाबाद बुलेट ट्रेन मार्गाचे सर्वेक्षण
- ३१ मार्च २०१९ पर्यंत देशातील २,५०,००० ग्रामपंचायती 'नॅशनल ऑप्टिकल फायबर नेटवर्क'ने जोडण्यात येणार
- कृषी रेल्वे योजना जाहीरनाम्यापुरतीच
- सध्या भारतात दररोज २७ किलोमीटर रस्ते मार्गाची बांधणी

३१ मार्च २०१९पर्यंत देशातील **२,५०,०००** **ग्रामपंचायती** 'नॅशनल ऑप्टिकल फायबर नेटवर्क'ने जोडण्यात येणार आहेत.

ऊर्जाक्षेत्र :

- ऊर्जासुरक्षा
- अपारंपरिक ऊर्जास्रोतांवर जास्तीत जास्त गुंतवणूक.
- ऊर्जा कार्यक्षमतेत वाढ करणे.

पूर्तता :

- अपारंपरिक ऊर्जास्रोतांचे १,७५,००० मेगावॉटचे महत्त्वाकांक्षी लक्ष्य (२०२२) पर्यंत, ३१ मार्च २०१८ पर्यंत अपारंपरिक ऊर्जाक्षेत्राची स्थापित क्षमता ६९,०२२ मेगावॉट

जमेच्या बाजू :

- अंतर्गत सुरक्षा व परकीय देशांशी संबंध या मोदी सरकारच्या जमेच्या बाजू
- उरी व पुलवामा दहशतवादी हल्ल्यानंतर करण्यात आलेले सर्जिकल स्ट्राईक (२० सप्टेंबर २०१६) व एअर स्ट्राईक (२६ फेब्रुवारी २०१९) यातून भारताच्या वाढलेल्या सामर्थ्याची चुणूक दर्शवितात.
- आंतरराष्ट्रीय राजकारणात पाकिस्तानला एकटे पाडण्यात मिळालेले यश भारताच्या आंतरराष्ट्रीय पातळीवर वाढलेल्या प्रतिमेचे निदर्शक

भारतातील परकीय गुंतवणूक	
वर्षे	रक्कम (अब्ज डॉलर्स)
२०१४-१५	४१.१५
२०१५-१६	५५.५६
२०१६-१७	६०.२२
२०१७-१८	६०.९७

उद्योगस्नेही निर्देशांकात भारताची कामगिरी	
वर्ष	क्रमांक
२०१६	१३०
२०१७	१००
२०१८	७७

- वरील दोन्ही गोष्टींमधून परकीय गुंतवणूकदारांचा भारतावर वाढलेला विश्वास
- २०१७ मध्ये मूडीज् (Moody's) या पतमानांकन संस्थेने भारताचे पतमानांकन Baa3 वरून Baa2 असे वाढविले.

निराशाजनक बाबी :

कृषी क्षेत्र :

- कृषी क्षेत्र नरेंद्र मोदी शासनाची सर्वांत मोठी डोकेदुखी
- अन्नधान्याचे उत्पन्न विक्रमी वाढत आहे तर दुसरीकडे शेतकऱ्यांचे मोर्चे राष्ट्रीय राजधानी, राज्यांच्या राजधानीत धडकत आहेत, असे विरोधी चित्र

सामाजिक क्षेत्र :

- जागतिक मानव विकास निर्देशांक व जागतिक भूकबळी निर्देशांकात भारताचे स्थान अजूनही अनुक्रमे १३० व १०३ असे तळाशी आहे.
- शिक्षणावर खर्च केली जाणारी रक्कम (अर्थव्यवस्थेच्या ६%) या प्रस्थापित लक्ष्यापासून दूर (२०१८ मध्ये २.१%)

रोजगार :

- रोजगार अहवालाची आकडेवारी प्रसिद्ध करण्याचे शासनाने जाणीवपूर्वक टाळले
- सीएमआयई (Center for Monitoring Indian Economy) या संस्थेने प्रकाशित केलेल्या आकडेवारीनुसार २०११-१२ ते २०१७-१८ या कालावधीत भारताच्या कार्यबलात (Work Force) ४२ कोटीवरून ३७.३ कोटी इतकी घट
- भारताचा बेरोजगारी दर फेब्रुवारी २०१९ मध्ये ७.२३%

> ■ सीएमआयई (Center for Monitoring Indian Economy) या संस्थेने प्रकाशित केलेल्या आकडेवारीनुसार २०११-१२ ते २०१७-१८ या कालावधीत भारताचे कार्यबल (Work Force) **४२ कोटीवरून ३७.३ कोटी इतके घटले** आहे.

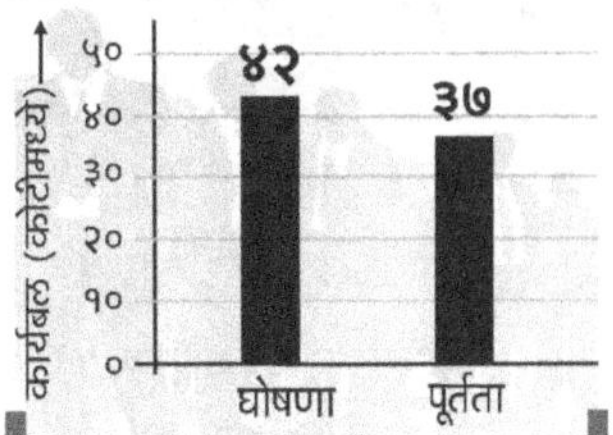

- महिलांना संसदेत आरक्षण देण्याचे आश्वासन केवळ कागदावरच
- काळ्या पैशांसंदर्भात 'विशेष चौकशी गटाची' (एसआयटी) स्थापना

इतर :

- राम मंदिरासंदर्भात कायदेशीर व न्यायालयीन मार्गाचाच अवलंब
- स्मार्ट सिटी अभियानांतर्गत वाटप करण्यात आलेल्या निधीपैकी मार्च २०१८ पर्यंत केवळ १.८% निधी खर्च

(संदर्भ : bjp.org / , pib.nic.in)

सकाळ

१७ व्या लोकसभा निवडणुकीचा (२०१९) निकाल : पंतप्रधान नरेंद्र मोदी यांच्या नेतृत्वाखालील भारतीय जनता पक्षाला ३०३ जागांवर विजय मिळवत लोकसभेमध्ये निर्विवाद बहुमत, तर राहुल गांधी यांच्या नेतृत्वाखालील भारतीय राष्ट्रीय काँग्रेसला केवळ ५२ जागांवर विजय

दि. २४ मे, २०१९ रोजी भारताच्या सतराव्या लोकसभा निवडणुकीची मतमोजणी २३ मे, २०१९ रोजी पार पडली.

- पंतप्रधान नरेंद्र मोदी यांच्या नेतृत्वाखालील भारतीय जनता पक्षाला ३०३ जागांवर विजय व लोकसभेमध्ये निर्विवाद बहुमत
- राहुल गांधी यांच्या नेतृत्वाखालील भारतीय राष्ट्रीय काँग्रेसला केवळ ५२ जागा
- अमेठीमधून भाजपच्या स्मृती इराणी यांनी राहुल गांधी यांचा पराभव केला.

- भाजपाप्रणीत राष्ट्रीय लोकशाही आघाडीला ३५३ जागा, तर काँग्रेसप्रणीत संयुक्त पुरोगामी आघाडीला ९१ जागा

विविध पक्षांना लोकसभेत मिळालेल्या जागा :

- १७ व्या लोकसभेसाठी एकूण ५४२ जागांवर मतदान घेण्यात आले. तमिळनाडूमधील वेल्लोर लोकसभा मतदारसंघातील निवडणूक आर्थिक अपहारामुळे रद्द
- १७ व्या लोकसभेमध्ये एकूण ३२ राजकीय पक्षांना प्रतिनिधित्व मिळाले असून आठ सदस्यांची अपक्ष म्हणून निवड

क्र.	पक्ष	मिळालेल्या जागा
१.	भारतीय जनता पक्ष	३०३
२.	भारतीय राष्ट्रीय काँग्रेस	५२
३.	द्रविड मुनेत्र कळघम (द्रमुक)	२४
४.	अखिल भारतीय तृणमूल काँग्रेस	२२
५.	वायएसआर काँग्रेस	२२
६.	शिवसेना	१८
७.	जनता दल	१६
८.	बहुजन समाज पक्ष	१०
९.	तेलंगणा राष्ट्र समिती	९
१०.	बिजू जनता दल	१२
११.	लोकजनशक्ती पक्ष	६
१३.	समाजवादी पक्ष, राष्ट्रवादी काँग्रेस	प्रत्येकी ५
१४.	तेलगु देसम, नॅशनल कॉन्फरन्स, इंडियन युनियन मुस्लीम लीग, माकप	प्रत्येकी ३
१५.	शिरोमणी अकाली दल, भाकप, एआयएम	प्रत्येकी २

- इतर पक्षांना प्रत्येकी एक जागा.
- भारतीय जनता पक्ष व काँग्रेसला अनुक्रमे ३७.४३% व १९.५% इतकी मते.
- भारतीय जनता पक्षाला २०१४ मध्ये ३१.३४% इतकी मते.
- भारतीय जनता पक्षाचे सी. आर. पाटील नवसारी (गुजरात) लोकसभा मतदारसंघातून ६.८९ लाख मतांनी (सर्वाधिक) विजयी झाले.
- देशामध्ये सर्वाधिक मतांनी विजयी होण्याचा विक्रम डॉ. प्रीतम मुंडे यांच्या नावावर (६.९६ लाख - बीड लोकसभा मतदारसंघ-२०१४).
- सर्वाधिक कमी मतांनी विजयी होण्याचा विक्रम

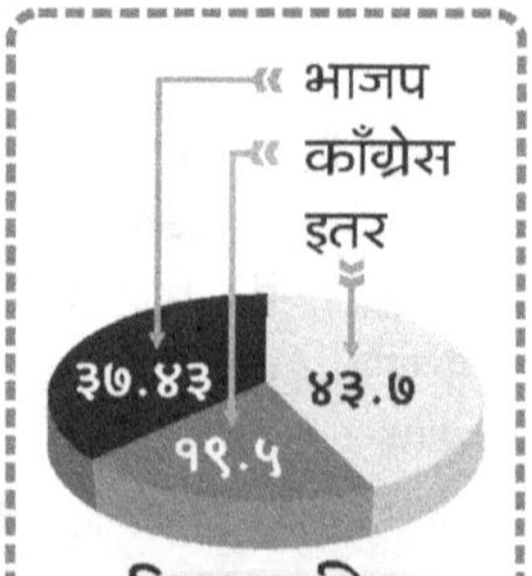

निवडणुकीत मिळालेली मते

■ भारतीय जनता पक्षाने या राज्यांमध्ये सर्वच्या सर्व जागा जिंकल्या

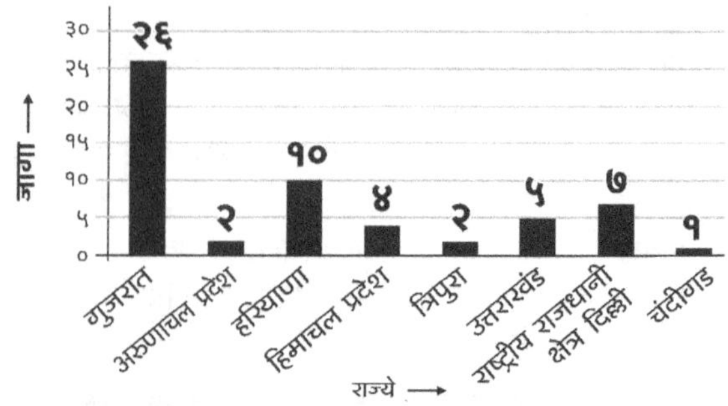

■ भारतीय जनता पक्षाला पुढील राज्यांमधून सर्वाधिक जागा मिळाल्या आहेत.

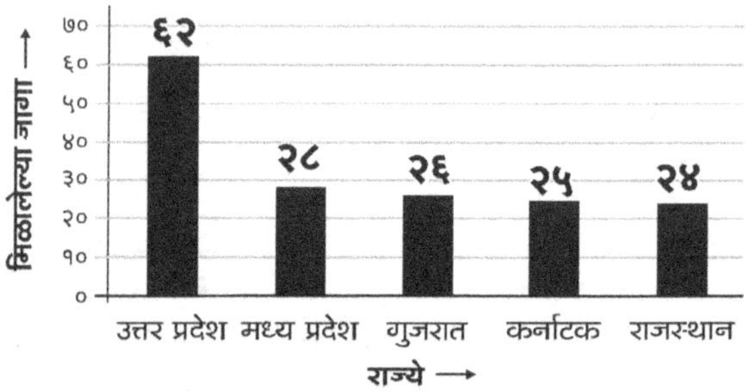

भारतीय जनता पक्षाच्या भोलानाथ (मच्छीलशर, उत्तर प्रदेश) यांच्या नावावर, केवळ १८१ मतांनी विजय

- भारतीय जनता पक्षाला २२ राज्यांमधून जागा मिळाल्या
- तमिळनाडू, सिक्किम, मिझोराम, मेघालय, केरळ, आंध्र प्रदेश या राज्यांमधून भाजपला एकही जागा मिळाली नाही.

निवडणुकीतील मतदान :

- निवडणूक आयोगानुसार देशातील सुमारे ९० कोटी व्यक्ती मतदानास पात्र, यापैकी ४६.८ कोटी पुरुष, तर ४३.२ कोटी स्त्रिया.
- ३८,३५२ व्यक्तींची तृतीयपंथी मतदार म्हणून नोंदणी.
- संपूर्ण देशभरात ६७.११% एवढे मतदान. आत्तापर्यंत झालेल्या लोकसभा निवडणुकांतील सर्वोच्च मतदान.
- २०१४ च्या लोकसभा निवडणुकांमध्ये मतदानाची टक्केवारी ६५.३५%.
- निवडणुकीच्या पहिल्या (११ एप्रिल) व दुसऱ्या (१८ एप्रिल) अनुक्रमे सर्वाधिक ६९.५८% व ६९.४५% इतके मतदान.
- महाराष्ट्रात चार टप्प्यांमध्ये

■ मतदानाचे प्रमाण सर्वाधिक असलेली राज्ये

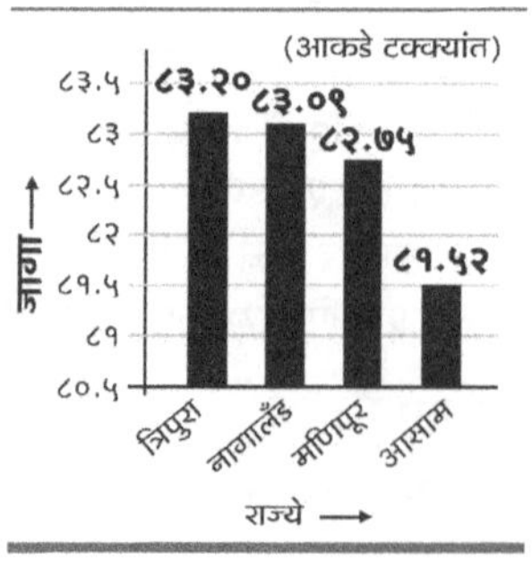

एकत्रित ६०.७९% इतके मतदान.

- जम्मू-काश्मीर राज्यामध्ये सर्वांत कमी म्हणजे २३.३९% इतके मतदान.
- मध्य प्रदेश राज्यामध्ये मतदानाच्या टक्केवारीत (२०१४ च्या तुलनेत) सर्वाधिक ९.५९% इतकी वाढ. (६१.६१% पासून ७१.२% पर्यंत)

नोटा (NOTA) पर्यायाचा वापर :

- २०१९ च्या लोकसभा निवडणुकांमध्ये १.०४% मतदारांची 'नोटा'ला पसंती.
- २०१४ मध्ये हे प्रमाण १.०८%
- आसाम राज्यामध्ये नोटाला सर्वाधिक २.०८% तर सिक्कीम राज्यामध्ये सर्वांत कमी म्हणजे ०.६६% मते.
- देशामध्ये नोटाला सर्वाधिक मतदान पालघर (महाराष्ट्र) या लोकसभा मतदारसंघातून.

१७ व्या लोकसभेत महिला खासदारांची संख्या :

- सतराव्या लोकसभेत ५४३ जागांपैकी ७८ जागांवर महिला खासदार. आतापर्यंतचे सर्वोच्च प्रमाण.
- संपूर्ण देशभरातून ७१६ महिला उमेदवार निवडणुकीच्या रिंगणात, त्यापैकी ५४ भारतीय राष्ट्रीय काँग्रेसकडून तर ५३ भारतीय जनता पक्षाकडून.
- सतराव्या लोकसभेत महिला खासदारांचे प्रमाण १४% एवढे. तरीही ते रवांडा (६१%), दक्षिण आफ्रिका (४३%), युनायटेड किंग्डम (३२%), अमेरिका (२४%), बांगला देश यापेक्षा कमी.
- यातील सर्वाधिक (२०१९) खासदार (४१) भारतीय जनता पक्षाकडून, तर तृणमूल काँग्रेसकडून ९ महिला खासदार. सर्वाधिक महिला खासदार पश्चिम बंगाल (११) राज्यामधून उत्तर प्रदेश (११), महाराष्ट्र (८) राज्यांमधून.
- ओडिशा राज्यातील लोकसभेच्या एकूण जागांपैकी एकतृतीयांश जागांवर (२१ पैकी ७) महिला

सतराव्या लोकसभेची रचना :

- निवड झालेल्या ५४३ पैकी ३९७ उमेदवार राष्ट्रीय पक्षांकडून
- ३०० उमेदवार खासदार म्हणून प्रथमच
- १९७ खासदारांची पुन्हा निवड

■ लोकसभेत महिला खासदारांचे प्रमाण

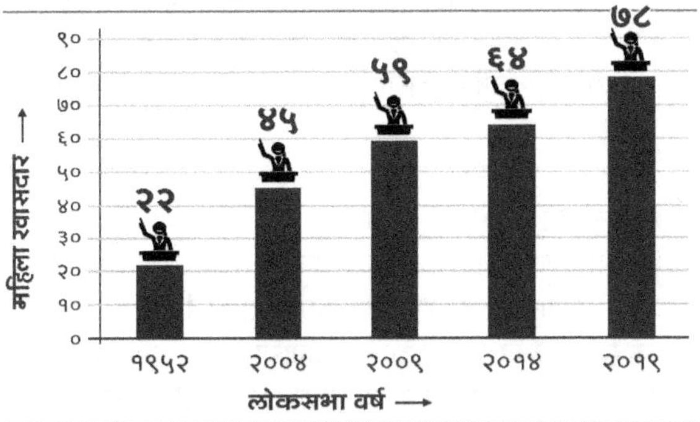

- लोकसभेत निवडून आलेल्या उमेदवारांचे सरासरी वय ५४ वर्षे
- महिला खासदारांचे सरासरी वय पुरुष खासदारांच्या सरासरी वयापेक्षा सहा वर्षे कमी
- ५४३ पैकी ३९४ खासदारांची किमान पदवी ही शैक्षणिक अर्हता
- १७ व्या लोकसभेतील ४% खासदार वकील
- ३९% खासदारांची राजकीय व सामाजिक कार्य अशी व्यावसायिक नोंद.
- बिजू जनता दलाच्या चंद्रानी मुर्मू (ओडिशा) या सर्वांत तरुण खासदार (२५ वर्षे ११ महिने).

लोकसभा निवडणूक-२०१९ (महाराष्ट्र) :

- महाराष्ट्रात उत्तर प्रदेशच्या खालोखाल सर्वाधिक ४८ जागा.
- यातील पाच जागा अनुसूचित जातींसाठी, तर चार जागा अनुसूचित जमातींसाठी राखीव.

■ महाराष्ट्र राज्यात लोकसभा निवडणुकीत विविध पक्षांना मिळालेल्या जागा

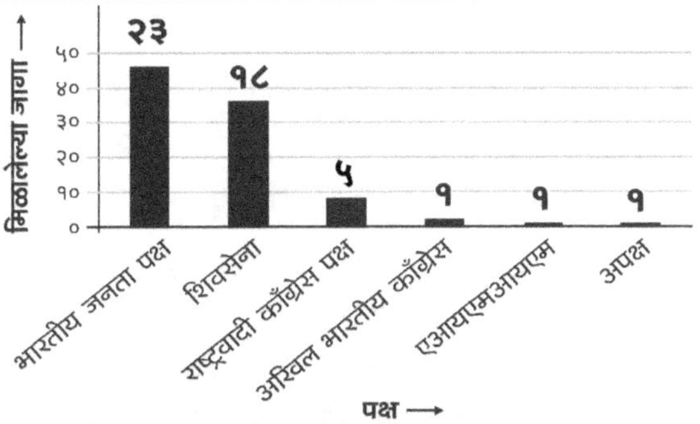

प्रमुख मतदारसंघातील विजयी उमेदवार		
उमेदवाराचे नाव	पक्ष	मतदारसंघ
डॉ. हीना गावित	भाजप	नंदुरबार
सुप्रिया सुळे	राष्ट्रवादी काँग्रेस	बारामती
उन्मेष पाटील	भाजप	जळगाव
प्रतापराव जाधव	शिवसेना	बुलढाणा
संजय धोत्रे	भाजप	अकोला
रामदास तडस	भाजप	वर्धा
कृपाल तुमाणे	शिवसेना	रामटेक
सुनील मेंढे	भाजप	भंडारा-गोंदिया
हेमंत पाटील	शिवसेना	हिंगोली
संजय जाधव	शिवसेना	परभणी
भारती पवार	भाजप	दिंडोरी
राजेंद्र गावित	शिवसेना	पालघर

राजन विचारे	शिवसेना	ठाणे
पूनम महाजन	भाजप	मुंबई उत्तर-मध्य
राहुल शेवाळे	शिवसेना	मुंबई दक्षिण-मध्य
अरविंद सावंत	शिवसेना	मुंबई दक्षिण
सदाशिव लोखंडे	शिवसेना	शिर्डी

- महाराष्ट्रामध्ये सर्वाधिक मतदान चिमूर-गडचिरोली या मतदारसंघात ७१.९८% तर सर्वांत कमी मतदान कल्याण मतदारसंघात ४५.२८%
- महाराष्ट्रातून सतराव्या लोकसभेसाठी आठ महिला खासदारांची निवड.

अ. क्र.	महिला खासदार	मतदारसंघ	पक्ष
१.	डॉ. हीना गावित	नंदुरबार	भाजप
२.	रक्षा खडसे	रावेर	भाजप
३.	नवनीत राणा	अमरावती	अपक्ष
४.	भावना गवळी	यवतमाळ-वाशिम	शिवसेना
५.	भारती पवार	दिंडोरी	भाजप
६.	पूनम महाजन	उत्तर-मध्य मुंबई	भाजप
७.	सुप्रिया सुळे	बारामती	राष्ट्रवादी काँग्रेस
८.	डॉ. प्रीतम मुंडे	बीड	भाजप

- राज्यामध्ये भाजपचे गोपाळ शेट्टी उत्तर मुंबई मतदारसंघातून ४,६५,२४७ मताधिक्याने निवडून. त्यानंतर अनुक्रमे उन्मेष पाटील (भाजप, जळगाव) व राजन विचारे (शिवसेना, ठाणे).
- सर्वाधिक कमी मताधिक्याने औरंगाबाद लोकसभा मतदारसंघातून एआयएमआयएमचे इम्तियाज जलील (४४९२) निवडून.

उमेदवारांच्या संख्येत घट :

- २०१४ च्या तुलनेत २०१९ च्या लोकसभा निवडणुकांमध्ये निवडणुकीसाठी उभ्या असलेल्या उमेदवारांच्या संख्येत घट झाली.
- उमेदवारांमध्ये सर्वाधिक घट उत्तर प्रदेशमध्ये तर सर्वाधिक वाढ तेलंगणा राज्यामध्ये
- २०१९ मध्ये ८०२८ उमेदवार निवडणुकीच्या रिंगणात. २०१४ मध्ये हेच प्रमाण ८२५१
- यापैकी ३४४३ उमेदवार अपक्ष म्हणून (२०१४ - ३२३४).
- तेलंगणामधील निजामाबाद लोकसभा मतदारसंघातून सर्वाधिक १८५ उमेदवार निवडणुकीच्या रिंगणात. यापैकी १७८ व्यक्ती शेतकरी. जे शेतमालाच्या पडलेल्या किमतीमुळे विरोध दर्शविण्यासाठी निवडणुकीच्या रिंगणात.
- निवडणूक आयोगाने 'एम-३' प्रकारच्या १२ मतदान युनिटची सोय केली होती. जे 'एल' आकारात मांडण्यात आले.

लोकसभा निवडणुकीच्या रिंगणात सर्वाधिक उमेदवार असलेली राज्ये

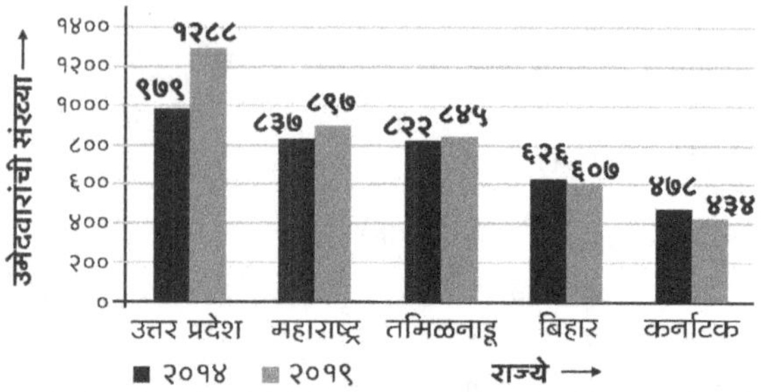

- 'एम-२' प्रकारच्या मतदार युनिटमध्ये एका वेळेस ६४ उमेदवारांचा समावेश शक्य. 'एम-३' प्रकारच्या ईव्हीएम यंत्रात एकाच वेळेस ३८४ उमेदवारांसाठी निवडणूक शक्य.
- १९९६ च्या लोकसभा निवडणुकांदरम्यान तेलंगणामधील नालगोंडा (तत्कालीन आंध्र प्रदेश) लोकसभा मतदारसंघातून ४८० उमेदवार निवडणुकीच्या रिंगणात.
- १७ व्या लोकसभा निवडणुकांमध्ये सर्वांत अगोदर मतदान आयटीबीपीच्या जवानांनी. या जवानांचे पोस्टल बॅलेटच्या माध्यमातून सहा एप्रिल रोजीच मतदान.
- सर्वोच्च न्यायालयाच्या निर्देशानुसार लोकसभा मतदारसंघातील प्रत्येक विधानसभा मतदारसंघातील निवडलेल्या पाच केंद्रांतील ईव्हीएम निकालाची पडताळणी 'व्हीव्हीपॅट मशीनच्या स्लिप्स'सोबत.
- २०१९ च्या लोकसभा निवडणुकांमध्ये हिमाचल प्रदेशमधील 'टशीगंग' हे सर्वांत उंचीवरील मतदान केंद्र.
- १७ व्या लोकसभेसाठी देशातून चार तृतीयपंथी उमेदवारांचे अर्ज दाखल, यातील केवळ एकाला आम आदमी पक्षाची (तृतीयपंथीय) उमेदवारी.
- लोकसभा निवडणुकांमध्ये मतदारांच्या उपयुक्ततेसाठी निवडणूक आयोगाद्वारे '१९५०' ही हेल्पलाईन सुरू.
- निवडणूक आयोगातर्फे पश्चिम बंगालमध्ये झालेल्या हिंसाचाराची दखल घेत निवडणूक प्रचार एक दिवस आधीच बंद करण्याचे आदेश.

महाराष्ट्रातील लोकसभा निवडणूक :

- १७ व्या लोकसभेसाठी महाराष्ट्रातील ८ कोटी ७३ लाख मतदार पात्र. एक हजार लोकसंख्येमागे ७१० नोंदणीकृत मतदार.
- रत्नागिरी-सिंधुदुर्ग मतदारसंघामध्ये पुरुषांपेक्षा महिला मतदारांची संख्या.
- २०१९ मध्ये महाराष्ट्रात १ हजार पुरुष मतदारांमागे ९११ महिला मतदार असे गुणोत्तर.
- राज्यात सर्वाधिक मतदानकेंद्रे मावळ मतदारसंघात तर सर्वांत कमी मतदानकेंद्रे दक्षिण-मध्य मुंबई मतदारसंघात.
- लोकसभा निवडणुकांमध्ये मतदानाचा टक्का वाढविण्यासाठी निवडणूक आयोगातर्फे राज्यातून बारा सदिच्छादूतांची निवड.

- १. डॉ. अनिल काकोडकर - अणुशास्त्रज्ञ
- २. मधु मंगेश कर्णिक - साहित्यिक
- ३. मृणाल कुलकर्णी - अभिनेत्री
- ४. निशिगंधा वाड - अभिनेत्री
- ५. उषा जाधव - अभिनेत्री
- ६. स्मृती मंधना - क्रिकेटपटू
- ७. ललिता बाबर - धावपटू
- ८. वीरधवल खाडे - जलतरणपटू
- ९. राही सरनोबत - नेमबाज
- १०. नीलेश सिंगीत - दिव्यांग कार्यकर्ते
- ११. गौरी सावंत - तृतीयपंथीय कार्यकर्त्या

सखी मतदान केंद्र :

- महिला मतदारांचे मतदानाचे प्रमाण वाढविण्यासाठी निवडणूक आयोगद्वारे विशेष 'सखी मतदान केंद्र' हा उपक्रम.
- प्रत्येक लोकसभा मतदारसंघातील एका मतदान केंद्राची यासाठी निवड.
- या मतदान केंद्रावरील कर्मचारी, सुरक्षारक्षक सर्व महिला
- या मतदानकेंद्रांत आकर्षक पद्धतीची सजावट.

भारतातील निवडणूक प्रक्रिया :

- भारतामध्ये निवडणुकांचे संचलन करण्याची संपूर्ण जबाबदारी केवळ निवडणूक आयोगाकडे.
- सार्वत्रिक निवडणुकांचे आयोजन करायचे असते तेव्हा राष्ट्रपतींचा निवडणूक आयोगाशी संवाद व आयोगाकडून राज्य व केंद्र शासनाशी सल्लामसलत होऊन निवडणुकांचे वेळापत्रक जाहीर.
- लोकसभेच्या ५४३ जागांपैकी ८४ जागा अनुसूचित जातींसाठी, तर अनुसूचित जमातींसाठी ४७ जागा राखीव.

राज्य	लोकसभेतील जागा	अनु. जाती	अनु. जमाती
उत्तर प्रदेश	८०	१७	-
बिहार	४०	६	-
केरळ	२०	२	-
हरियाणा	१०	२	
उत्तराखंड	५	१	
नागालँड, मिझोराम, सिक्कीम	प्रत्येकी १		

(संदर्भ - eci.nic.in)

आंध्र प्रदेश, सिक्कीम, अरुणाचल प्रदेश व ओडिशा या चार राज्यांच्या विधानसभा निवडणुकांचा निकाल

दि. २४ मे २०१९ रोजी - लोकसभा निवडणुकांसोबतच आंध्र प्रदेश, सिक्कीम, अरुणाचल प्रदेश व ओडिशा या चार राज्यांच्या विधानसभा निवडणुका पार पडल्या.

- या विधानसभांच्या निवडणुकांची मतमोजणी २३ मे २०१९ रोजी.

अरुणाचल प्रदेश विधानसभा निवडणूक :

अरुणाचल प्रदेशमध्ये विधानसभेच्या साठ जागांसाठी १७ एप्रिल २०१९ रोजी मतदान.

- पेमा खांडू यांच्या नेतृत्वाखालील भारतीय जनता पक्षाचे ४१ जागांवर विजय मिळवत निर्विवाद बहुमत
- अरुणाचल प्रदेशमध्ये विधानसभेच्या ६० पैकी ५९ जागा अनुसूचित जमातीसाठी राखीव.

पेमा खंडू यांची मुख्यमंत्रिपदी निवड :

- भाजपचे पेमा खंडू यांची अरुणाचल प्रदेशच्या नवव्या मुख्यमंत्रिपदी निवड.
- पेमा खंडू यांचे शिक्षण दिल्लीतील हिंदू कॉलेजमधून.
- अरुणाचल प्रदेशमधील तवांग जिल्ह्याचे रहिवासी.
- अरुणाचल प्रदेशचे दिवंगत मुख्यमंत्री दोरजी खंडू यांचे चिरंजीव.
- डिसेंबर २०१६ मध्ये भारतीय जनता पक्षामध्ये प्रवेश.
- भारताचे २४ वे राज्य म्हणून अरुणाचल प्रदेश राज्याची २० फेब्रुवारी १९८७ रोजी निर्मिती.

■ अरुणाचल प्रदेश विधानसभा निवडणुकीत विविध पक्षांना मिळालेल्या जागा

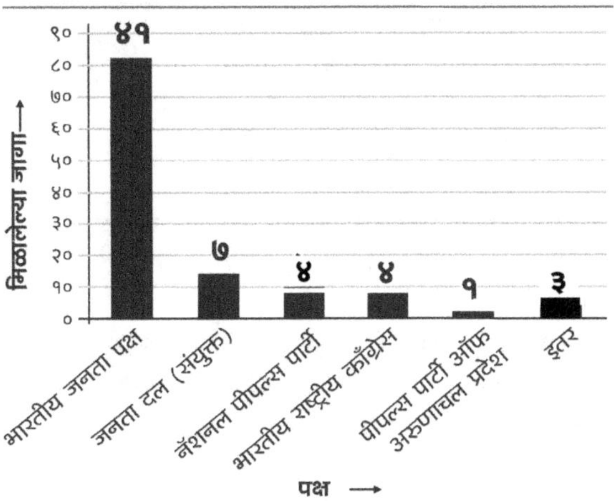

सिक्कीम विधानसभा निवडणूक :

- सिक्कीम राज्याच्या आठव्या विधानसभा निवडणुका १७ एप्रिल २०१९ रोजी
- २३ मे रोजी मतमोजणी
- १९९४ पासून मुख्यमंत्रिपदावर विराजमान असलेल्या पवन कुमार चामलिंग यांच्या सिक्कीम डेमोक्रॅटिक फ्रन्ट पक्षाला पराभवाचा धक्का.
- प्रेम सिंग तमांग यांच्या नेतृत्वाखालील सिक्कीम क्रांतिकारी मोर्चाला काठावरचे बहुमत.
- सिक्किम पोटनिवडणुकीत दोन जागांवर सिक्किम क्रांतिकारी पक्षाचे दोन सदस्य निवडणू आल्याने त्यांची सदस्य संख्या १९ झाली आहे. सिक्किम डेमोक्रॅटिक फ्रंटच्या १२ सदस्यांनी भाजपमध्ये प्रवेश केला.

सिक्कीम विधानसभा

- सिक्कीमविधानसभेची सदस्यसंख्या ३२ असून बहुमतासाठी १७ सदस्यांची गरज.
- सिक्किम विधानसभेत ३२ पैकी २ जागा अनुसूचित जातीसाठी तर १२ जागा अनुसूचित जमातीसाठी राखीव.
- एक जागा संघासाठी तर १२ जागा भूतिया-लेपाचा समुदायासाठी राखीव.

■ सिक्कीम विधानसभा निवडणुकीत पक्षांना मिळालेल्या जागा

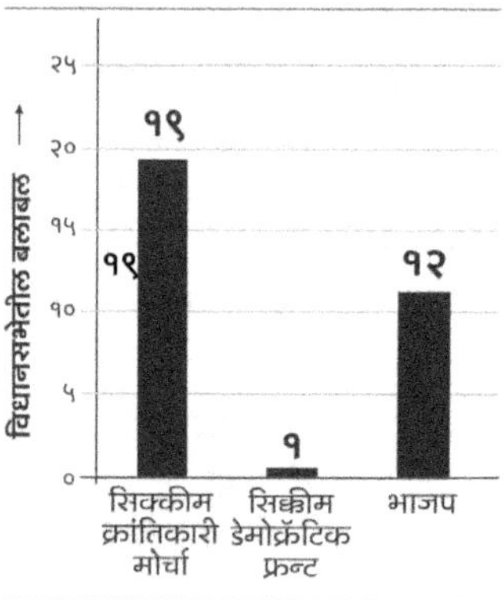

सिक्कीमच्या मुख्यमंत्रिपदी प्रेमसिंग तमांग :

- प्रेमसिंग तमांग (पी. एस. गोले) सिक्कीमचे सहावे मुख्यमंत्री.
- १९९४ पासून सिक्कीमच्या मुख्यमंत्रिपदी असलेल्या पवन चामलिंग यांची सत्ता संपुष्टात.
- दार्जिलिंगच्या शासकीय महाविद्यालयातून कला शाखेची पदवी.
- १९९४ मध्ये प्रथमच सिक्कीम विधानसभेचे सदस्य.
- सिक्कीमच्या मंत्रिमंडळात पशुविकास, उद्योग, गृहनिर्माण ही मंत्रिपदे.
- ४ फेब्रुवारी २०१८ रोजी त्यांनी सिक्कीम डेमोक्रॅटिक फ्रंट या पक्षाचा राजीनामा देत सिक्कीम क्रांतिकारी मोर्चा या पक्षाची स्थापना.

आंध्र प्रदेश विधानसभा निवडणूक-२०१९ :

- आंध्र प्रदेश राज्याच्या १५ व्या विधानसभा निवडणुकांचा निकाल २३ मे रोजी जाहीर.
- वाय. एस. जगनमोहन रेड्डी यांच्या वाय. एस. आर. काँग्रेसचा १५१ जागांवर विजय व निर्विवाद बहुमत.
- चंद्राबाबू नायडू यांच्या तेलगुदेसम पार्टीला केवळ २२ जागांवर समाधान.
- आंध्र प्रदेश विधानसभेची सदस्यसंख्या १७५ असून बहुमतासाठी ८३ सदस्यांची गरज.
- अभिनेते पवन कल्याण यांच्या जनसेना पक्षाला केवळ एक जागा.

■ **आंध्रप्रदेश विधानसभा निवडणुकीत पक्षांना मिळालेल्या जागा**

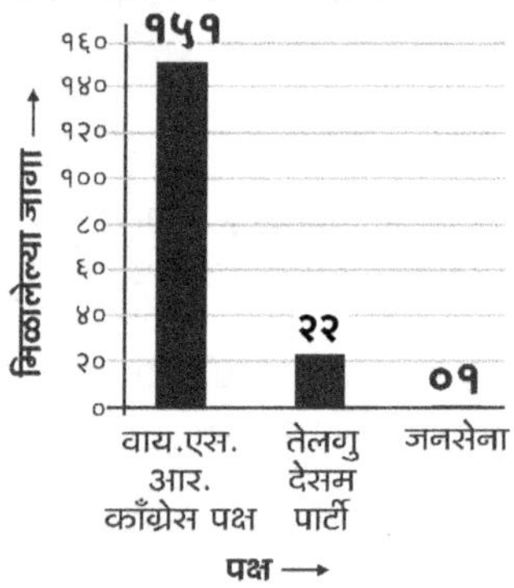

आंध्र प्रदेशच्या मुख्यमंत्रिपदी वाय. एस. जगनमोहन रेड्डी

- आंध्र प्रदेशचे नव-निर्वाचित मुख्यमंत्री वाय. एस. आर. काँग्रेस पक्षाचे प्रमुख वाय. एस. जगनमोहन रेड्डी यांची निवड झाली आहे.
- वाय. एस. जगनमोहन रेड्डी (येडुगुरी सांदीनी जगनमोहन रेड्डी) हे काँग्रेसचे नेते व दिवंगत वाय. एस. राजशेखर रेड्डी यांचे चिरंजीव.
- जगनमोहन रेड्डी २००९ मध्ये कडप्पा लोकसभा मतदारसंघातून काँग्रेसतर्फे संसदसदस्य म्हणून निवड.
- २०१४-१९ या कालावधीदरम्यान त्यांनी आंध्र प्रदेश विधानसभेमध्ये विरोधी पक्षनेता म्हणून कार्य.
- २०१२ मध्ये बेहिशेबी मालमत्ता प्रकरणात (Disproportionate Asset) अटक.

वाय. एस. आर. काँग्रेस पक्ष :

- वाय. एस. आर. काँग्रेस (युवाजन, श्रमिक, रयतु काँग्रेस पक्ष) पक्षाची स्थापना वाय. एस. जगनमोहन रेड्डी यांनी १२ मार्च, २०११ रोजी.
- या पक्षाचा २०१४ मधील आंध्र प्रदेशच्या विभाजनाला विरोध.
- २०१४ च्या आंध्र प्रदेश विधानसभा निवडणुकांमध्ये ६७ जागांवर विजय मिळवत हा पक्ष दुसऱ्या क्रमांकावर.
- २०१९ च्या निवडणुकांमध्ये १५१ जागांवर विजय मिळवत राज्यात सत्ता हस्तगत.

- सध्या या पक्षाचे लोकसभेत २२ व राज्यसभेत २ खासदार.
- या पक्षाचे निवडणूक चिन्ह पंखा आहे.

- २०१४ मध्ये आंध्र प्रदेश विधानसभेची पुनर्रचना
- आंध्र प्रदेश विधानसभेची सदस्यसंख्या १७५ असून यापैकी २९ जागा अनुसूचित जातीसाठी, तर सात जागा अनुसूचित जमातींसाठी राखीव

ओडिशा विधानसभा निवडणूक :

- ओडिशा विधानसभेच्या निवडणुकांचे निकाल २३ मे, २०१९ रोजी जाहीर करण्यात आले.
- १४७ पैकी ११३ जागांवर विजय मिळवत बिजू जनता दलाचा सलग पाचव्यांदा विधानसभा निवडणुकीत विजय.
- बिजू जनता दल २००० पासून राज्यात सत्तेवर.
- ओडिशा विधानसभेसाठी चार टप्प्यांत मतदान (१७, १८, २३, २९ एप्रिल, २०१९).
- पतकुरा विधानसभेची निवडणूक पुढे ढकलण्यात आली, यामुळे १४६ जागांसाठीच मतदान.

ओडिशा विधानसभा निवडणुकीत विविध पक्षांना मिळालेल्या जागा

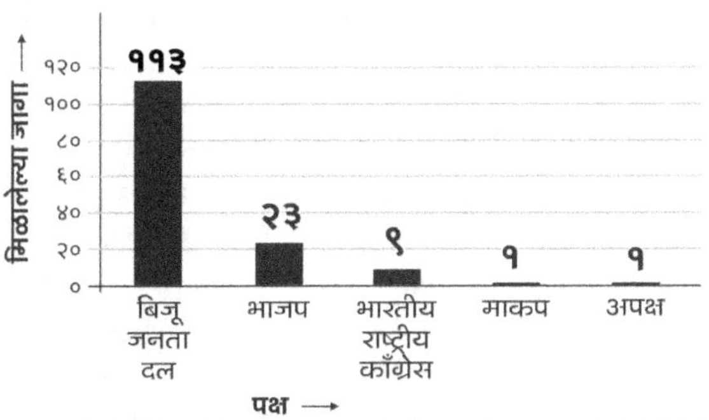

मुख्यमंत्रिपदी नवीन पटनाईक :

- ओडिशाच्या मुख्यमंत्रिपदी नवीन पटनाईक यांची निवड
- नवीन पटनाईक सलग पाचव्यांदा मुख्यमंत्रिपदी विराजमान
- २००० पासून ओडिशा राज्याचे मुख्यमंत्री आहेत.
- पवन चामलिंग (२४ वर्षे १६५ दिवस), ज्योती बसू (२३ वर्षे १३७ दिवस) यांच्यानंतर मुख्यमंत्रिपदावर सलग जास्त काळ (१९ वर्षे ८४ दिवस) राहणारे तिसरे मुख्यमंत्री.
- या कार्यकाळाच्या शेवटी ज्योती बसू यांना मागे टाकणार.
- सलग पाचव्यांदा मुख्यमंत्रिपदी विराजमान होणारे तिसरे नेते.
- दिवंगत नेते बिजू पटनाईक यांचे पुत्र.
- स्वतःच्या राज्याची भाषा व्यवस्थितपणे बोलता न येणारे देशातील एकमेव मुख्यमंत्री.

बिजू जनता दल :

- बिजू जनता दलाची स्थापना २६ डिसेंबर, १९९७ मध्ये नवीन पटनाईक यांनी.
- २००० पासून हा पक्ष ओडिशा राज्यात सत्तेवर.
- सध्या या पक्षाचे लोकसभेत १२ तर राज्यसभेत ९ सदस्य.
- १९९८-२००९ या दरम्यान हा पक्ष राष्ट्रीय लोकशाही आघाडीचा भाग होता.
- बिजू जनता दलाचे निवडणूक चिन्ह शंख.

(संदर्भ : eci.nic.in)

पंतप्रधान नरेंद्र मोदी यांच्या मंत्रिमंडळाचा शपथविधी : शपथविधी समारंभात २४ मंत्र्यांना कॅबिनेट, २४ मंत्र्यांना राज्यमंत्रिपद तर ९ जणांना राज्यमंत्रिपद (स्वतंत्र प्रभार)

दि. ३० मे, २०१९ रोजी पंतप्रधान नरेंद्र मोदी यांच्या नेतृत्वाखाली ५८ जणांच्या मंत्रिमंडळाला राष्ट्रपती श्री. रामनाथ कोविंद यांनी पद व गोपनीयतेची शपथ दिली.

- राष्ट्रपती भवनाच्या प्रांगणात झालेल्या या शपथविधी समारंभात २४ मंत्र्यांना कॅबिनेट, २४ मंत्र्यांना राज्यमंत्रिपद तर ९ जणांना राज्यमंत्रिपद (स्वतंत्र प्रभार).
- माजी परराष्ट्र सचिव एस. जयशंकर, उत्तराखंडचे माजी मुख्यमंत्री रमेश पोखरियाल निशंक, प्रल्हाद जोशी, अरविंद सावंत, प्रतापचंद्र सारंगी हे मंत्रिमंडळातील नवीन चेहरे आहेत.

केंद्रीय मंत्रिमंडळ

क्र.	नाव	खाते
	कॅबिनेट मंत्री	
१.	नरेंद्र दामोदरदास मोदी	पंतप्रधान, कार्मिक, अणुऊर्जा, अंतराळ व शेषविभाग
२.	अमित शहा	गृह मंत्रालय
३.	एस. जयशंकर	परराष्ट्र मंत्रालय
४.	राजनाथ सिंह	संरक्षण मंत्रालय
५.	निर्मला सीतारामन	अर्थ मंत्रालय, कॉर्पोरेट मंत्रालय
६.	नितीन गडकरी	भूपृष्ठ वाहतूक व महामार्ग मंत्रालय, लघु-मध्यम उद्योग मंत्रालय

७.	स्मृती इराणी	वस्त्रोद्योग मंत्रालय, महिला व बालकल्याण मंत्रालय
८.	पीयूष गोयल	रेल्वे मंत्रालय, व्यापार व उद्योग मंत्रालय
९.	डी. वी. सदानंद गौडा	रसायने व खते मंत्रालय
१०.	अर्जुन मुंडा	आदिवासी विकास मंत्रालय
११.	हरसिमरन कौर बादल	अन्न-प्रक्रिया मंत्रालय
१२.	रामविलास पासवान	ग्राहक संरक्षण, अन्न व वितरण मंत्रालय
१३.	रविशंकर प्रसाद	कायदा मंत्रालय, दूरसंचार, इलेक्ट्रॉनिक व माहिती तंत्रज्ञान मंत्रालय
१४.	धर्मेंद्र सीं. प्रधान	पेट्रोलियम व नैसर्गिक वायू, पोलाद मंत्रालय
१५.	नरेंद्रसिंह तोमर	कृषी व शेतकरी कल्याण, ग्रामीण विकास, पंचायतराज मंत्रालय
१६.	रमेश पोखरियाल	मनुष्यबळ विकास मंत्रालय
१७.	हर्ष वर्धन	आरोग्य व कुटुंब कल्याण मंत्रालय
१८.	प्रकाश जावडेकर	पर्यावरण, वने व वातावरण बदल, माहिती व प्रसारण मंत्रालय, अवजड व उद्योग
१९.	मुख्तार अब्बास नक्वी	अल्पसंख्याक मंत्रालय
२०.	प्रल्हाद जोशी	संसदीय कार्य, कोळसा व खाण मंत्रालय
२१.	गजेंद्र सिंह शेखावत	जलशक्ती मंत्रालय
२२.	गिरिराज सिंह	पशुविकास, दुग्धविकास व मत्स्यपालन मंत्रालय
२४.	थावरचंद गेहलोत	सामाजिक न्याय व सबलीकरण मंत्रालय
२५.	महेंद्र नाथ पांडे	कौशल्य विकास व उद्योजकता मंत्रालय
राज्यमंत्रिपद (स्वतंत्र प्रभार)		
१.	संतोषकुमार गंगवार	कामगार व रोजगार मंत्रालय
२.	राव इंद्रजित सिंह	योजना व सांख्यिकी मंत्रालय
३.	श्रीपाद मेसो नाईक	आयुष मंत्रालय
४.	डॉ. जितेंद्र सिंह	उत्तर-पूर्व भारत विकास मंत्रालय
५.	किरण रिजिजू	युवक व क्रीडा मंत्रालय
६.	प्रल्हादसिंह पटेल	सांस्कृतिक कार्य मंत्रालय
७.	राज कुमारसिंह	ऊर्जा व अपारंपरिक ऊर्जा मंत्रालय
८.	हरदीपसिंह पुरी	गृहनिर्माण व शहर विकास, नागरी विमान वाहतूक मंत्रालय
९.	मनसुख मांडविय	जहाज वाहतूक मंत्रालय

- याचसोबत २४ जणांनी राज्यमंत्रिपदाची शपथ घेतली.
- ३० मे रोजी झालेल्या शपथविधी समारंभात बिमस्टेक (भूतान, म्यानमार, थायलंड, श्रीलंका, बांगला देश) गटांचे राष्ट्रप्रमुख व प्रतिनिधी उपस्थित होते.
- २०१४ मध्ये शपथविधी सोहळ्याला सार्क देशांचे प्रमुख हजर.
- पंतप्रधान नरेंद्र मोदी यांच्या मंत्रिमंडळात सहा महिलांचा समावेश. यामध्ये निर्मला सीतारामन, स्मृती इराणी, हरसिमरन कौर बादल (कॅबिनेट), साध्वी निरंजना ज्योती, रेणुका सिंग, देबर्षी चौधरी (राज्यमंत्रिपद) यांचा समावेश.
- पंतप्रधान नरेंद्र मोदी यांच्या मत्रीमंडळात १९ मंत्र्यांची प्रथमच शपथ.
- सुषमा स्वराज, अरुण जेटली, मनेका गांधी, सुरेश प्रभू यांना मंत्रिमंडळात स्थान नाही.

केंद्रीय मंत्रिमंडळ व घटनात्मक तरतुदी :

- कलम ७४ - राष्ट्रपतीस सल्ला व साहाय्य करण्यासाठी पंतप्रधानांच्या नेतृत्वाखाली एक मंत्रिमंडळ असेल.
- कलम ७५ - पंतप्रधान राष्ट्रपतींकडून नियुक्त केले जातील व इतर मंत्री पंतप्रधानांच्या सल्ल्याने राष्ट्रपतींकडून नियुक्त केले जातील.
- मंत्रिमंडळ सामुदायिकपणे लोकसभेस जबाबदार असेल.
- ९१ वी घटनादुरुस्ती (२००३) नुसार मंत्रिमंडळात पंतप्रधानांसह एकूण लोकसभेच्या १५% पेक्षा अधिक सदस्य नाहीत.
- पदग्रहण करण्यापूर्वी राष्ट्रपतींकडून मंत्र्यांना घटनेच्या तिसऱ्या अनुसूचीतील नमुन्यानुसार पद व गोपनीयतेची शपथ.

जलशक्ती मंत्रालय :

- पूर्वीच्या पेयजल व स्वच्छता, जलसंवर्धन व गंगा स्वच्छता मंत्रालयाच्या एकत्रिकरणातून ३१ मे २०१९ रोजी जलशक्ती मंत्रालयाची निर्मिती.
- गजेंद्रसिंह शेखावत हे या मंत्रालयाचे प्रमुख.

(संदर्भ : pib.nic.in)

सकाळ मोदीपर्व २.०

लोकसभा निवडणुकीच्या निकालांनी या देशात नरेंद्र मोदींच्या नेतृत्वावर निर्विवाद शिक्कामोर्तब झालं आहे. मोदींची कार्यशैली, त्यांचे निर्णय याबद्दल कुणाचे कितीही मतभेद असले तरी लोकांवर प्रभाव टाकण्याची त्यांची हातोटी, ते घेतील ते निर्णय लोकहिताचे आहेत हे पटवून देण्याचं त्यांचं अफलातून कौशल्य या बळावर सलग दुसऱ्यांदा स्पष्ट बहुमतानिशी मोदी पंतप्रधान होत आहेत. इंदिरा गांधींनंतर असं लखलखीत यश मिळवणारे ते पहिलेच नेते. अनेक अर्थांनी मोदींचा हा विजय ऐतिहासिक आहे. भारतीय राजकारणावर त्याचे परिणाम दीर्घ काळासाठी असतील. मोदी यांची लाट होती की सुनामी याची आता माध्यमांतून चर्चा सुरू झाली असली तरी मोदी ज्या आत्मविश्वासानं 'अब की बार तीन सौ पार' म्हणत होते तो अर्थ कुणाला समजून घेता आला नव्हता. मोदींच्या वादळात भल्याभल्यांचा पालापाचोळा झाला आहे. काँग्रेसचं दुसऱ्यांदा 'पानिपत' होणं हे पक्षनेतृत्व करणारे राहुल गांधी यांच्यासमोर आणि पक्षाच्या वाटचालीसमोर मोठं प्रश्नचिन्ह लावणारं आहे. विरोधकांना नेस्तनाबूत करण्याची मोदींची जिगर, त्यासाठी अपार मेहनतीची तयारी, केवळ व्यक्तिगत मेहनतच नव्हे, तर सत्ता मिळवणं आणि टिकवण्यासाठी आवश्यक ते सारं करण्याची, करवून घेण्याची तयारी हे मोदींचं बलस्थान आहे. सन २०१४ च्या निवडणुकीसोबत 'मोदी ब्रँड'च्या राजकारणानं, कार्यपद्धतीनं देशाच्या राजकारणात आणलेले बदल आता पक्के होतील. मोदींची अतिभव्य प्रतिमा, अमित शहांनी उभी केलेली अजस्त्र प्रचारयंत्रणा आणि मुख्य प्रवाहात स्थिर होत असलेल्या बहुसंख्याकवादाला उत्तर कसं द्यायचं यावरचं गोंधळलेपण यातून विरोधकांचं चाचपडणं सुरूच राहण्याची चिन्हं आहेत.

नरेंद्र मोदींच्या प्रचंड विजयानं देश राजकीयदृष्ट्या किती बदलला हे अधोरेखित केलं आहे. भारतीय जनता पक्षानं बहुमतानं पुन्हा सत्ता मिळवणं हा या बदलाचा एक दृश्यभाग आहे. या विजयातून दीर्घ काळासाठी काही बदल देशाच्या राजकारणात, समाजकारणात स्थिर होण्याची चिन्हं आहेत. राजकारणाचा पट मांडण्याचे आणि समजून घेण्याचे पारंपरिक आधार नरेंद्र मोदी-अमित शहा यांच्या राजकारणानं मोडीत काढले आहेत. केंद्रात सत्ता घेणारा एकच पक्ष आणि त्याचं एकमुखी नेतृत्व मोदी हे असतील. त्यांच्या आणि शहा यांच्या प्रचंड मेहनतीचं फळ म्हणजे मोदी दुसऱ्यांदा पंतप्रधानपदी येणं. मागच्या निवडणुकीतील प्रचंड यशानंतर मोदी यांच्या जवळपासही कुणी लोकप्रियतेच्या बाबतीत नव्हतं, हे खरं असलं तरी मोदी यांची लोकप्रियता, करिष्मा आणि शहा यांचं निवडणूक जिंकण्याचं व्यवस्थापन यात खोडा घालता येतो, ते अखंडपणे चालू शकत नाही, हेही मागच्या पाच वर्षांत दिल्ली, बिहार, कर्नाटक ते राजस्थान, मध्य प्रदेश आणि छत्तीसगडपर्यंत अनुभवाला आलं होतं. खासकरून उत्तर भारतातील तीन राज्यांत काँग्रेसनं भाजपकडून सत्ता हिसकावून घेतल्यानंतर विरोधकांच्या आकांक्षांना धुमारे फुटायला सुरुवात झाली होती. काँग्रेसचे अध्यक्ष राहुल गांधी यांची प्रतिमाही बदलू लागली होती. मोदी यांचं आसन डळमळीत होऊ शकतं या शक्यतेनं विरोधकांमध्ये उत्साहाचं वारं संचारलं होतं, तसंच भाजप किंवा मोदी यांची उघडपणे उजवीकडं झुकलेली, बहुसंख्याकवादाला बळ देणारी राजवट खुपणाऱ्या समस्त उदारमतवादी मंडळींनाही आशेचा किरण दिसायला लागला होता. यात भर पडली ती आर्थिक आघाडीवरच्या वातावरणाची. 'अच्छे दिन'चा वायदा करून सत्ता मिळवलेल्या मोदी सरकारला अर्थव्यवस्था चालवताना धक्के बसत होते. देशातली वाढती बेरोजगारी आणि शेतकऱ्यांमधली अस्वस्थता हे घटक स्पष्टपणे मोदी सरकारच्या विरोधात जातील असं मानलं जात होतं. यातच मागच्या पाच वर्षांत जाहीर केलेल्या बहुतेक योजनांचा मनासारखा परिणाम झाला नव्हता. या साऱ्या नकारात्मक बाबींवर मात करून मोदींनी खणखणीत यश मिळवलं हे त्यांच्या लोकांचं आकलन तयार करण्यातल्या अफलातून कौशल्याचं यश आहे. पाच वर्षे हा काळ आकांक्षापूर्तीसाठी पुरेसा नाही, आणखी एक टर्म मोदींना द्यायला हवी हा युक्तिवाद लोकांनी स्वीकारला. '६० वर्षांत बिघडलं ते पाच वर्षांत कसं दुरुस्त होईल?' या युक्तिवादानं 'साठ महिने द्या, सारं सरळ करतो,' या वायद्याचं विस्मरण करायला लावलं. काँग्रेसच्या इतिहासातील गैरकारभार आणि गैरप्रकारांची उदाहरणं सांगत 'तेच पुन्हा हवेत की आम्ही?' असा अपेक्षित उत्तर असलेला सवाल टाकता येत होता. हे हवं तसं आकलन तयार करण्याच्या स्पर्धेत मोदी इतरांहून खूपच पुढं होते.

प्रतीकं-प्रतिमांचा वैशिष्ट्यपूर्ण वापर

लोकसभेची निवडणूक देशभर एकाच सूत्रानं व्हावी, ती अध्यक्षीय शैलीची व्हावी हा भाजपचा प्रयत्न होता. यात मोदी यांच्यासमोर, विरोधकांत नेतृत्व कुणाचं, असं विचारण्याची सोय होती. याचं कारण, विरोधकांना मोदींना सत्तेवरून घालवायचं असलं तरी पुढं नेतृत्व कुणी करावं, यावर एकमत नव्हतं. देशात अनेकांना पंतप्रधानपदाच्या आकांक्षा आहेत आणि प्रत्येक निवडणुकीत त्यांना धुमारे फुटत असतात. विरोधकांचं निवडणुकीआधी नेतृत्वासाठी एकमत होणं शक्य नाही याची जाणीव असलेल्या इतर साऱ्या पक्षांना निवडणूक राज्या-राज्यांत स्वतंत्रपणे व्हावी आणि त्या त्या राज्यात मोदींना रोखणारं समीकरण तयार करावं; किंबहुना प्रत्येक मतदारसंघात स्वतंत्र निवडणुकीचं वातावरण तयार करावं असं वाटत होतं. यात मोदींनी हवी तशी निवडणूक वळवण्यात यश मिळवलं. मोदींनी

निवडणूक 'ते स्वतः विरुद्ध सारे विरोधक' अशी करून टाकली. हे करताना त्यांनी लोकांना सहजपणे भावणाऱ्या एका पक्षाचं, एका नेत्याकडं स्पष्ट नेतृत्व असलेलं सरकार हवं की अनेक पक्षांची खिचडी, असा मुद्दा ठेवला. आघाडी म्हणजे खिचडी, तडजोडी हा प्रचार ते करू शकले. खरं तर पुलवामापूर्व हवेचा अंदाज घेत भाजपनं राज्याराज्यांत अनेक तडजोडी करत ३०पेक्षा अधिक पक्षांची आघाडी जोडली होती. मात्र, मोदीविरोधकांच्या कोणत्याही एकत्र येण्याला ते 'महामिलावट' म्हणत राहिले. स्थिर सरकार द्यायचं तर एका पक्षाचं शासन हवं, ते फक्त भाजपच देऊ शकतो, हे लोकांच्या गळी उतरवण्यात त्यांना यश आलं. बाकी, यापूर्वी सर्वाधिक प्रगती आघाड्यांच्या काळातच झाली, यासारखी ससंदर्भ चर्चा मोदी ज्या मतदारांना आकर्षित करू पाहत होते, त्यांच्यापर्यंत पोचतच नव्हती. मोदी यांनी कमावलेलं आणखी एक वैशिष्ट्य म्हणजे, ते अशा संदर्भांसह चर्चा करू पाहणाऱ्यांकडं, चुका दाखवणाऱ्यांकडं, त्रुटी शोधणाऱ्यांकडं चक्क दुर्लक्ष करत राहिले. आपला फॅन क्लब आणि ज्यांच्यावर प्रभाव टाकायचा आहे ते मतदार यांच्यावर अशा चर्चांचा परिणाम होणार नाही याचीही काळजी ते घेत राहिले. माध्यमांचा अत्यंत चतुराईने वापर हेही त्यांचं वैशिष्ट्य. उमेदवारी अर्ज भरण्यासाठीच्या रोड शोचा प्रचंड इव्हेंट असो, प्रचार संपल्यानंतर केदारनाथच्या गुहेतील ध्यानाचा मुलखावेगळा प्रयोग असो की अराजकीय मुलाखतीतून साधलेलं राजकारण असो... मोदी हे माध्यमांतील स्पेस हवी तेव्हा हवी तशी वापरत होते. राहुल यांचा मुलाखतींमधून सुधारलेला परफॉर्मन्स हे या रणनीतीला पुरेसं उत्तर नव्हतं. मोदींचा प्रचारव्यूह सातत्यानं विरोधकांना भारी ठरतो आहे. यासोबतच आर्थिक आघाडीवर फार सांगण्यासारखं काही नाही, याची जाणीव असल्यानं लोकांमध्ये 'उज्ज्वला योजने'तील गॅस, ग्रामीण भागातील विजेची सोय, प्रत्येक गरिबाला घराची योजना यांसारख्या बाबींचं कल्याणकारी राजकारण भाजप करत होता. ग्रामीण भागातील रस्त्यांपासून शौचालयांपर्यंत साऱ्याचा 'बदलत्या भारता'ची प्रतीकं म्हणून वापर होत होता. दुसरीकडं काँग्रेसला 'न्याय योजना' तळापर्यंत पोचवता आली नाही. संरक्षण, अंतर्गत सुरक्षा आदींवरील भूमिका ठोसपणे पोचवता आल्या नाहीत. मोदी सरकारनं मात्र शेतकऱ्यांना अर्थसंकल्पात जाहीर केलेल्या अनुदानाचा हप्ता थेट खात्यावर जमा केला. संवादकौशल्यातील तफावत महत्त्वाची ठरत गेली. या साऱ्याचा परिणाम निवडणुकीवर झाला.

विरोधकांमध्ये समन्वयाचा अभाव

भाजपची कसोटी प्रामुख्यानं उत्तर भारतात होती. त्यातही उत्तर प्रदेशात जागा मोठ्या प्रमाणात कमी होतील या गृहीतकावर विरोधकांची समीकरणं अवलंबून होती. यात 'बुवा-बबुआ'ची आघाडी म्हणून गाजवल्या गेलेल्या समाजवादी पक्षाची आणि बहुजन समाज पक्षाची आघाडी चमत्कार घडवेल ही यातली आशा होती. उत्तर भारतात भाजपच्या ८० ते १०० जागा कमी होतील, या गृहीतकावर मोदींची सत्ता घालवण्याची सारी मनोरथं उभी होती. त्यांचा पायाच भुसभुशीत असल्याचं निकालांनी दाखवून दिलं आहे. निवडणुका एकमेकांविरोधात लढणार आणि निकालानंतर मोदीविरोधात एकत्र यायच्या हालचाली करणार हे लोकांना पटलं नाही, असंच निकाल सांगतो.

उत्तर भारतात सर्वंकष वर्चस्व

तीन राज्यांत काँग्रेसनं सत्ता काढून घेतल्यानंतर आणि कर्नाटक-गुजरातेतही विरोध दिसायला लागल्यानंतर दुरुस्तीची गरज शहा यांच्या ध्यानात आली होती. भाजपच्या जागा उत्तरेत कमी होणारच, या समजात मशगूल राहिलेल्या विरोधकांना आणि कागदावरच्या या गणितांवर अवलंबून असलेल्या विश्लेषकांना मोदी-शहांनी पुन्हा एकदा चकवा दिला. उत्तरेत नुकसान कमीत कमी राहावं आणि होईल ते पश्चिम बंगाल, ईशान्येकडील राज्यांमधून आणि ओडिशा-आसाममधून भरून काढावं अशी नुसती कल्पना न करता त्यासाठीची रणनीती भाजपनं आखली. या रणनीतीची भरभरून फळं 'तीनसौ पार' होताना पक्षाला मिळाली. उत्तर प्रदेशात भाजपनं मिळवलेलं यश फारसं कुणी गृहीत धरलं नव्हतं. ६०पेक्षा अधिक जागा तिथं त्यांना मिळाल्या आणि काँग्रेसला संपूर्ण देशातही तितक्या जागा मिळवता आल्या नाहीत. मध्य प्रदेश, राजस्थान, छत्तीसगड या राज्यांत सत्ता मिळाल्यानंतर तेथील काँग्रेसची स्थिती सुधारेल ही अपेक्षाही मोदींच्या करिष्म्यानं फोल ठरली. या तिन्ही राज्यांत भाजपनं दणदणीत यश मिळवलं आहे. उत्तरेत असं सर्वंकष वर्चस्व दाखवतानाच पश्चिम बंगाल, आसामसह ईशान्य भारत, ओडिशातही भाजपनं मुसंडी मारली. ती भाजपचा विस्तार दाखवणारी आहे. एकेकाळी उच्च जातगटांचं प्रतिनिधित्व करणारा आणि उत्तरेतच प्रभाव असलेला भाजप पश्चिम उत्तरेतील वर्चस्व कायम ठेवत पूर्वेकडं आणि कर्नाटकसारख्या दक्षिणेतही यशस्वी मुलूखगिरी करतो आहे, हे राजकीय भूगोल बदलत असल्याचं निदर्शक आहे. एकेकाळी देशातील प्रमुख विरोधी पक्ष असलेले डावे या निवडणुकीत त्रिपुरा, केरळ आणि पश्चिम बंगाल हे सारे गड गमावून बसले आहेत. डाव्यांचं पुढचं नेतृत्व म्हणून पाहिलं जात असलेल्या कन्हैयाकुमारला बिहारमध्ये मोठा पराभव स्वीकारावा लागला. डाव्यांची पिछेहाट आणि काँग्रेसचं लडखडणं यातून भाजप 'मध्यापासून उजवीकडं' हा देशातील प्रमुख प्रवाह असेल अशी नवी सर्वसाधारण स्थिती तयार करतो आहे. निकालानं या प्रक्रियेला बळ मिळेल. विजयानंतरचं मोदी यांचं भाषण हेच संकेत देणारं होतं. काँग्रेससाठी पंजाबात मिळालेलं यश हा संपूर्ण उत्तरेतील अपवाद. विजयी भाषणात 'एकेकाळी फक्त दोन खासदार असलेल्या पक्षानं 'दो से दोबारा' म्हणजे सलग दुसऱ्यांदा बहुमतासह सत्ता मिळवणारा पक्ष असं रूपांतर केलं आहे,' असं मोदी यांनी अभिमानानं सांगितलं. या यशानं ते अधिक ताकदीनं पक्षात आणि सरकारमध्येही सत्ता राबवतील. निकालानं गलितगात्र झालेले विरोधक त्याला कसं तोंड देतात यावर राजकारणाची दिशा ठरेल. मोदीपर्वाच्या दुसऱ्या भागाची ही नांदी अनेक आघाड्यांवर फेरमांडणीचं सूतोवाच करणारी आहे.

● श्रीराम पवार

संपादक -संचालक सकाळ माध्यम समूह

पूर्वप्रसिद्धी- सप्तरंग , दैनिक सकाळ

सकाळ भाजपचे खासदार ओम बिर्ला यांची १७ व्या लोकसभेच्या अध्यक्षपदी बिनविरोध निवड

दि. १९ जून, २०१९ रोजी भाजपचे खासदार श्री. ओम बिर्ला यांची १७ व्या लोकसभेच्या अध्यक्षपदी निवड करण्यात आली आहे.

- काँग्रेससहित इतर सर्व विरोधी पक्षांनी पाठिंबा दिल्याने ओम बिर्ला यांची निवड बिनविरोध झाली.
- ओम बिर्ला राजस्थानमधील कोटा लोकसभा मतदारसंघातून भारतीय जनता पक्षाच्या तिकिटावर खासदार म्हणून निवडून आले आहेत.
- १७ व्या लोकसभेचे प्रोटेम स्पीकर वीरेंद्र कुमार यांनी ओम बिर्ला यांना अध्यक्षपदाचा पदभार सोपविला.

ओम बिर्ला :

- ओम बिर्ला हे भारतीय जनता पक्षाचे राजस्थानमधील नेते आहेत.
- ओम बिर्लांचे पदवी शिक्षण वाणिज्य शाखेत शासकीय वाणिज्य महाविद्यालय कोटा येथून झाले.
- २००३ मध्ये प्रथम त्यांची राजस्थान विधानसभेच्या सदस्यपदी नियुक्ती झाली.
- २००९-१३ या कालावधीदरम्यान ते राजस्थान विधानसभेचे सदस्य होते.
- २०१४ मध्ये ते कोटा लोकसभा मतदारसंघातून निवडून आले.
- १७ व्या लोकसभेत त्यांची पुनर्निवड झाली.
- १९९७-२००८ दरम्यान ते भारतीय जनता युवा मोर्चाचे राष्ट्रीय उपाध्यक्ष होते.

लोकसभा अध्यक्ष (Speaker of Loksabha) :

- लोकसभेच्या कामकाजाचे संचलन, नियंत्रण करणे व त्यास मार्गदर्शन करणारे महत्त्वाचे पद म्हणजे लोकसभा अध्यक्ष.
- घटनेच्या कलम ९३ नुसार लोकसभेच्या सभापतींची निवड केली जाते.
- लोकसभेच्या सभापतीपदाचा कार्यकाळ सर्वसाधारण लोकसभेच्या कार्यकाळा इतकाच असतो.
- सार्वत्रिक निवडणुका घेऊन पहिल्या बैठकीत नवा सभापती निवडला जाईपर्यंत सभापती कामकाज पाहतात.
- घटनेच्या कलम ९४ नुसार सभापती आपल्या पदाचा राजीनामा उपाध्यक्षांना स्वाक्षरीसह लेखी स्वरूपात सादर करतात.
- लोकसभा सभागृहाच्या बहुमताने सभापतीस पदावरून दूर करू शकते. परंतु त्यासाठी १४ दिवसांची पूर्वसूचना द्यावी लागते.

सभापतींचे विशेष अधिकार

- एखादे विधेयक धनविधेयक आहे की नाही हे ठरविणे.
- दोन्ही सभागृहांच्या संयुक्त बैठकीचे अध्यक्षस्थान भूषविणे.
- निर्णायक मत देणे.
- सभागृहाची बैठक तहकूब करणे.
- संसदीय समित्यांच्या कार्यवाहीचे नियंत्रण करणे.
- भारतामध्ये 'भारतीय शासन अधिनियम-१९१९'नुसार अध्यक्ष व उपाध्यक्ष पदाची रचना करण्यात आली.
- १९२१ मध्ये सर्वप्रथम फ्रेडरिक व्हाईट व सच्चिदानंद सिन्हा यांची अनुक्रमे अध्यक्ष व उपाध्यक्षपदी निवड करण्यात आली.
- १९२५ मध्ये विठ्ठलभाई पटेल हे प्रथम भारतीय अध्यक्ष म्हणून निवडून आले.
- गणेश वासुदेव मावळणकर लोकसभेचे (स्वतंत्र भारत) प्रथम अध्यक्ष होते.

	लोकसभा सभापती	कार्यकाळ
१.	गणेश वासुदेव मावळणकर	१९४६-५६
२.	एम. ए. अय्यंगार	१९५६-६२
३.	हुकूमसिंह	१९६२-६७
४.	नीलम संजीव रेड्डी	१९६७-६९
१४.	सोमनाथ चॅटर्जी	२००४-०९
१५.	मीरा कुमार	२००९-१४
१६.	सुमित्रा महाजन	२०१४-१९

- स्वातंत्र्योत्तर भारतात बलराम जाखड (१९८०-८९) यांनी सर्वाधिक काळ सभापतीपद भूषविले.
- ओम बिर्ला हे बलराम जाखड यांच्यानंतर राजस्थानमधून निवडले गेलेले दुसरे सभापती आहेत.

(संदर्भ : pib.nic.in)

सकाळ विधानपरिषद उपसभापतीपदी नीलम गोऱ्हे

दि. २५ जुलै, २०१९ रोजी शिवसेनेच्या उपनेत्या नीलम गोऱ्हे यांची महाराष्ट्र विधानपरिषदेच्या उपसभापतीपदी बिनविरोध निवड करण्यात आली आहे.

- काँग्रेस आघाडीतर्फे जोगेंद्र कवाडे यांचा अर्ज माघारी घेण्यात आल्याने नीलम गोऱ्हे यांची निवड बिनविरोध झाली.
- विधानपरिषदेच्या इतिहासात ५१ वर्षांनंतर प्रथमच महिलेची

उपसभापतीपदी निवड झाली आहे.

- तत्कालीन मुंबई प्रांताच्या विधानपरिषदेवर १९ ऑगस्ट, १९५५ रोजी जेठी. टी. सिपाहीमलानी यांची उपसभापतीपदावर बिनविरोध निवड झाली होती.
- नीलम गोऱ्हे विधानपरिषदेत तीन वेळा आमदार म्हणून निवडून आल्या आहेत. २००२ मध्ये पहिल्यांदा नीलम गोऱ्हे यांची विधानपरिषद सदस्य म्हणून निवड झाली होती.
- २०११ मध्ये त्या शिवसेनेच्या उपनेत्या झाल्या.
- यासोबतच तत्कालीन विधानसभा अध्यक्ष हरिभाऊ बागडे यांनी काँग्रेसचे गटनेते विजय वडेट्टीवार यांची विधानसभेच्या विरोधी पक्षनेतेपदी निवड केली होती.
- राधाकृष्ण विखे-पाटील यांनी राजीनामा देऊन भाजपमध्ये प्रवेश केल्याने विरोधी पक्षनेतेपद रिक्त झाले होते.
- शिवसेना-राष्ट्रवादी काँग्रेस व काँग्रेस या महाविकास आघाडीचे सरकार स्थापन करण्यात आल्यानंतर देवेंद्र फडणवीस यांची एकमताने विधानसभेच्या विरोधीपक्षनेतेपदी निवड करण्यात आली.
- मुंबई प्रांताचे सर्वप्रथम विरोधी पक्षनेते म्हणून सर अली मोहमंद खान हेलवी (१९३१-३९) तर द्वैभाषिक राज्याचे प्रथम विरोधी पक्षनेता म्हणून एस. एम. जोशी (१९५७-५८) यांनी कार्य पाहिले.
- रामचंद्र भंडारे (१९६०-६२) हे संयुक्त महाराष्ट्राचे पहिले विरोधी पक्षनेते होते.

महाराष्ट्र विधानपरिषद :

- भारत सरकार कायदा-१९३५ नुसार जुलै १९३७ रोजी तत्कालीन मुंबई प्रांतासाठी विधानपरिषदेची स्थापना करण्यात आली.
- २० जुलै, १९३७ रोजी विधानपरिषदेची पहिली बैठक पुण्याला कौन्सिल हॉलमध्ये भरली.
- विधानपरिषद विधानमंडळाचे स्थायी सभागृह असल्याने ते बरखास्त होत नाही. दर दोन वर्षांनी एकतृतीयांश सदस्य निवृत्त होतात.
- १९३७ मध्ये महाराष्ट्र विधानपरिषदेची सदस्यसंख्या २९ होती १९६० मध्ये ती ७८ करण्यात आली.
- यामधील ३० सदस्य विधानसभा सदस्यांद्वारे, २२ विविध स्थानिक शासनसंस्थांद्वारे, प्रत्येकी ७ शिक्षक व पदवीधर मतदारसंघातून तर १२ सदस्य राज्यपालांद्वारे वाङ्मय, शास्त्र, कला, सहकार, समाजसेवा क्षेत्रातील ज्ञान किंवा अनुभव असलेले नियुक्त केले जातात.
- सन २००० सालापासून २० जुलै विधानपरिषदेचा वर्धापन दिन म्हणून साजरा केला जातो.

- सध्या रामराजे निंबाळकर विधानपरिषदेचे अध्यक्ष तर प्रवीण दरेकर विरोधी पक्षनेता आहेत. श्री. बी. एम. गायकवाड हे विधानपरिषदेचे प्रथम विरोधी पक्षनेते होते.

विधानपरिषदेचे सभापती

नाव	कार्यकाळ
श्री. मंगलदास मच्छराम पक्वाला	१९३७-४७
श्री. रामचंद्र रमेश सोमण	१९४७-५२
श्री. रामराव हुक्केरीकर	१९५२-५६
श्री. भोगीलाल लाला	१९५६-६०
श्री. विठ्ठल सखाराम पागे	१९६०-७८
श्री. रामकृष्ण गवई	१९७८-८२
श्री. जयंत टिळक	१९८२-९८
प्रा. ना. स. फरांदे	१९९८-२००४
श्री. शिवाजीराव देशमुख	२००४-१५
श्री. रामराजे निंबाळकर	२०१५-

(संदर्भ : mls.org.in)

सकाळ

ईशान्य भारतातील नॅशनल पीपल्स पार्टीला निवडणूक आयोगाकडून 'राष्ट्रीय पक्षाचा' दर्जा

दि. ९ सप्टेंबर, २०१९ रोजी ईशान्य भारतातील 'नॅशनल पीपल्स पार्टीला (NPP)' निवडणूक आयोगाकडून राष्ट्रीय पक्षाचा दर्जा देण्यात आला आहे.

NATIONAL PEOPLE'S PARTY

- मेघालयाचे मुख्यमंत्री कॉनराड संगमा या पक्षाचे नेतृत्व करतात. यामुळे भारतात राष्ट्रीय पक्षांची संख्या आठ झाली आहे.
- राष्ट्रीय पक्षाचा दर्जा मिळवणारा 'एनपीपी' हा ईशान्य भारतातील पहिलाच पक्ष आहे.
- २०१९ च्या लोकसभा निवडणुकांमध्ये चार राज्यांमध्ये सहा टक्क्यांपेक्षा अधिक मते मिळाल्यामुळे तसेच चार राज्यांमध्ये प्रादेशिक पक्षाचा दर्जा असल्यामुळे 'एनपीपी'ला राष्ट्रीय पक्षाचा दर्जा प्रदान करण्यात आला.
- नॅशनल पीपल्स पार्टीला अरुणाचल प्रदेश, मणिपूर, मेघालय आणि नागालँड या चार राज्यांमध्ये राज्य पक्षाचा दर्जा आहे.
- नॅशनल पीपल्स पार्टी राष्ट्रीय स्तरावर 'राष्ट्रीय लोकशाही

आघाडीचा (NDA)' भाग आहे.

- यापूर्वी सप्टेंबर २०१६ मध्ये ममता बॅनर्जीच्या 'तृणमूल काँग्रेस' पक्षाला राष्ट्रीय पक्षाचा दर्जा प्रदान करण्यात आला होता.
- नॅशनल पीपल्स पार्टीची स्थापना लोकसभेचे माजी अध्यक्ष पी. ए. संगमा यांनी ६ जानेवारी, २०१३ रोजी केली.
- कोनराड संगमा या पक्षाचे अध्यक्ष असून पक्षाचे निवडणूक चिन्ह पुस्तक हे आहे.

देशातील राष्ट्रीय पक्ष

क्र.	पक्ष	स्थापना	चिन्ह
१.	भारतीय राष्ट्रीय काँग्रेस	१८८५	हाताचा पंजा
२.	भारतीय कम्युनिस्ट पक्ष	१९२५	विळा-कणीस
३.	मार्क्सवादी कम्युनिस्ट पक्ष	१९६४	विळा-हातोडा
४.	भारतीय जनता पक्ष	१९८०	कमळ
५.	बहुजन समाज पक्ष	१९८४	हत्ती
६.	अखिल भारतीय तृणमूल काँग्रेस	१९९८	तृणमूल
७.	राष्ट्रवादी काँग्रेस पक्ष	१९९९	घड्याळ
८.	नॅशनल पीपल्स पार्टी	२०१९	पुस्तक

राष्ट्रीय पक्षासाठी पात्रता निकष :

लोकसभेच्या सार्वत्रिक निवडणुकांमध्ये चार किंवा अधिक घटकराज्यांमध्ये एकूण वैध मतदानापैकी सहा टक्के मते व एका किंवा अनेक घटकराज्यांमधून लोकसभेतील चार जागा जिंकलेल्या असाव्यात.

लोकसभेच्या सार्वत्रिक निवडणुकीत दोन टक्के जागा किमान तीन राज्यांमधून निवडून याव्यात.

त्या पक्षाला चार राज्यांमध्ये 'राज्य पक्ष' म्हणून मान्यता मिळालेली असावी.

निवडणूक आयोगाकडून दर दहा वर्षांनी यासंबंधी आढावा घेतला जातो.

'राष्ट्रीय पक्ष' असण्याचे फायदे :

१. पक्षाच्या चिन्हाचा संपूर्ण देशपातळीवर इतर राजकीय पक्षांना वापर करता येत नाही (अपवाद : आसाम गण परिषद - आसाम)
२. निवडणुकांचे नामांकन भरण्यासाठी केवळ एका अनुमोदकाची (Proposer) गरज भासते.
३. राष्ट्रीय किंवा राज्य पक्षाला मतदार यादीचे दोन संच तसेच उमेदवारास एक संच निवडणूक आयोगाकडून मोफत दिला जातो.
४. राष्ट्रीय पक्ष चाळीस स्टार प्रचारकांची नियुक्ती करू शकतो, ज्यांचा खर्च उमेदवाराच्या निवडणूक खर्चात पकडला जात नाही.
५. राष्ट्रीय पक्षाला कार्यालय उघडण्यासाठी (राष्ट्रीय पातळीवर) शासनातर्फे जमीन किंवा इमारत उपलब्ध करून दिली जाते.
६. राष्ट्रीय पक्षांना राष्ट्रीय वाहिनीवर / रेडिओवर प्रचारासाठी वेळ दिला जातो.

(संदर्भ : eci.nic.in)

सकाळ

महाराष्ट्र राज्य विधानसभा निवडणूक, २०१९ : शिवसेनेची निवडणुकीपूर्वीची भाजपसोबतची युती मोडत काँग्रेस व राष्ट्रवादी काँग्रेससोबत 'महाविकास आघाडी' स्थापन करत राज्यात सत्ता स्थापन

दि. २४ ऑक्टोबर, २०१९ रोजी महाराष्ट्र विधानसभेच्या निवडणुकांचा निकाल जाहीर झाला.

- या निवडणुकीत भारतीय जनता पक्षाने सर्वाधिक १०५ जागा मिळवल्या, त्याखालोखाल शिवसेना ५६, राष्ट्रवादी व राष्ट्रीय काँग्रेसने अनुक्रमे ५४ व ४४ जागा मिळवल्या.
- शिवसेनेने निवडणुकीपूर्वीची भाजपसोबतची युती मोडत काँग्रेस व राष्ट्रवादी काँग्रेससोबत 'महाविकास आघाडी' स्थापन करत सत्ता स्थापन केली.
- महाराष्ट्रात विधानसभेसाठी २१ ऑक्टोबर, २०१९ रोजी संपूर्ण राज्यात एकाच टप्प्यात निवडणूक पार पडली.

निवडणूक निकाल

क्र.	पक्ष	जिंकलेल्या जागा		मते (२०१९) %
		२०१९	२०१४	
१.	भारतीय जनता पक्ष	१०५	१२२	२५.७५%
२.	शिवसेना	५६	६३	१६.४१%
३.	राष्ट्रवादी काँग्रेस	५४	४४	१६.७१%
४.	काँग्रेस	४४	४२	१५.८७%
५.	बहुजन विकास आघाडी	०३	०३	-
६.	महाराष्ट्र निवनिर्माण सेना	०१	०१	२.२५%
७.	शेकाप	०१	-	-
८.	मार्क्सवादी कम्युनिस्ट पक्ष	०१	-	०.३७%
९.	एमआयएम	०२	०२	१.३४%
१०.	जनसुराज्य पक्ष	०१	-	-

११.	क्रांतिकारी शेतकरी पक्ष	०१	-	-
१२.	प्रहार जनशक्ती पक्ष	०२	-	-
१३.	समाजवादी पक्ष	०२	-	०.२२%
१४.	स्वाभिमानी पक्ष	०१	-	-
१५.	अपक्ष	१३	-	१८.६२%
		२८८	२८८	

२०१९ सालच्या निवडणुकीची वैशिष्ट्ये :

- २०१४ मधील निवडणुकीत काँग्रेस आणि राष्ट्रवादी काँग्रेस आघाडीला एकत्रित ८३ जागा मिळाल्या, तर २०१९ च्या निवडणुकांत त्यामध्ये १५ जागांची भर पडून त्या ९८ झाल्या.
- भाजप-शिवसेना युतीला २०१४ मध्ये १८५ जागा मिळाल्या, २०१९ मध्ये यामध्ये २४ जागांची घट होऊन त्या १६१ झाल्या.
- निवडणुकीत राज्याच्या मंत्रिमंडळातील एकूण ९ मंत्री पराभूत झाले. पंकजा मुंडे, राम शिंदे, अनिल बोंडे, बाळा भेगडे, विजय शिवतारे, जयदत्त क्षीरसागर, अर्जुन खोतकर हे मंत्री पराभूत झाले.
- २०१९ च्या निवडणुकांमध्ये एकूण २३५ महिला उमेदवारांना तिकीट देण्यात आले, त्यापैकी २४ महिला उमेदवार निवडून आल्या. २०१४ मध्ये २० महिला उमेदवार निवडून आल्या होत्या.
- निवडून आलेल्या एकूण सदस्यांपैकी ८५% सदस्य हे ४० वर्षांपेक्षा कमी वयाचे आहेत, तर ५७% सदस्य हे किमान पदवीधर आहेत.
- काँग्रेसचे वांद्रे पूर्वचे आमदार झिशान सिद्दीकी (वय २७) विधानसभेतील सर्वांत तरुण आमदार आहेत.
- राज्यामध्ये सर्वाधिक मताधिक्याने बारामती विधानसभा मतदारसंघातून अजित पवार (१,६५,२६५) तर चांदिवली मतदारसंघात दिलीप लांडे (४०९) सर्वांत कमी मताधिक्याने निवडून आले.
- २०१९ च्या निवडणुकीत 'नोटा' पर्यायाला एकूण ७,४२,१३४ मते पडली. एकूण मताच्या तुलनेत नोटा पर्यायाला १.३५% मते मिळाली. २०१४ मध्ये नोटाला ०.९१% मते मिळाली.
- २०१९ मधील निवडणुकीत लातूर ग्रामीण (धीरज देशमुख) या मतदारसंघात 'नोटा' या पर्यायाला २७,५०० (१३.८७%) मते मिळाली, तर पलूस-कडेगाव (विश्वजित कदम) मतदारसंघात 'नोटा'ला २०,६३१ मते मिळाली. या दोन्ही ठिकाणी नोटा पर्यायाला मिळालेली मते ही दुसऱ्या क्रमांकाची आहेत.

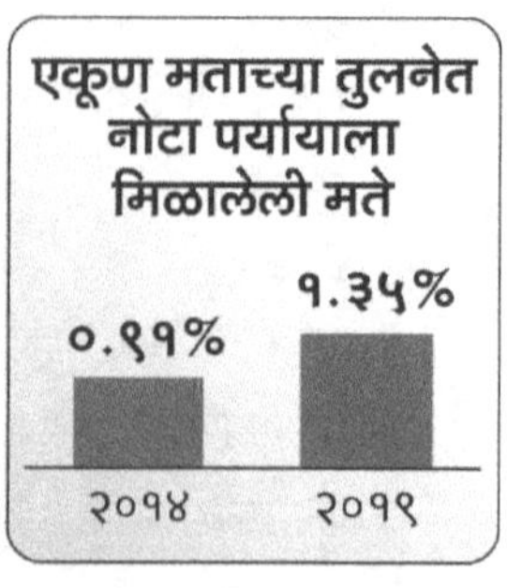

- राज्यातील नवनिर्वाचित आमदारांमध्ये १७६ आमदारांवर विविध प्रकारचे गुन्हे दाखल आहेत.

लोकसंख्येनुसार मतदारसंघ लोकसंख्या

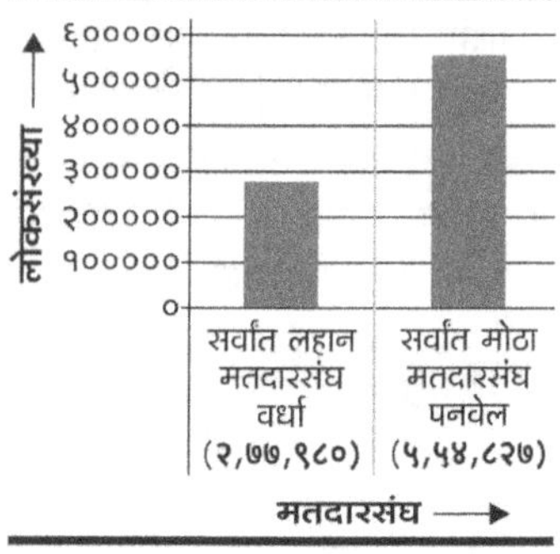

- राज्यामध्ये भाजपचे पराग शहा (घाटकोपर पूर्व) हे राज्यातील सर्वाधिक श्रीमंत आमदार आहेत, तर माकपचे विनोद निकोले (डहाणू) सर्वांत कमी मालमत्ता असणारे उमेदवार आहेत.
- विधानसभा निवडणुकांसाठी अभिनेत्री माधुरी दीक्षित यांची सदिच्छादूतपदी नियुक्ती

महाराष्ट्र विधानसभा निवडणूक, २०१९ :

- २७ सप्टेंबर रोजी निवडणूक आयोगाने महाराष्ट्र राज्याच्या निवडणुकांचा एका टप्प्यातील कार्यक्रम जाहीर केला.
- भाजप, शिवसेना व इतर पक्षांनी राष्ट्रीय लोकशाही आघाडी अंतर्गत निवडणूक लढवली, यामध्ये भाजपने १६४ व शिवसेनेने १२४ जागा लढवल्या.
- काँग्रेस व राष्ट्रवादी काँग्रेसने अनुक्रमे १४७ व १२१ जागा लढविल्या.
- निवडणुकीत एकूण ३२३९ उमेदवारांनी निवडणूक लढविली. यामध्ये २६६३ व्यक्ती अपक्ष म्हणून लढल्या. यामध्ये ३००१ पुरुष, २३५ महिला व अन्य एक उमेदवार निवडणुकीच्या रिंगणात होते.

क्षेत्रफळानुसार मतदारसंघ

मतदारसंघ	क्षेत्रफळ
धारावी	१ चौ. किमी.
अहेरी	२२८२.७ चौ. किमी.

- सर्वाधिक उमेदवार नांदेड उत्तर (३८) या मतदारसंघातून उभे होते, तर सर्वांत कमी उमेदवार चिपळूण (३) मतदारसंघातून उभे होते.
- राज्यामध्ये एकूण ६१.२९% मतदान झाले, २०१४ च्या तुलनेत मतदानामध्ये २.०९% घट झाली.
- राज्यामध्ये सर्वाधिक मतदान करवीर (जि. कोल्हापूर) मतदारसंघात ८३.२०% तर सर्वांत कमी कुलाबा मतदारसंघात ४०.२०% इतके झाले.
- २०१९ च्या निवडणुकीमध्ये पुणे जिल्ह्यातील कसबा पेठ मतदारसंघामध्ये प्रथमच 'बूथ ॲप्स'चा वापर करण्यात आला.
- राज्यामध्ये सर्वाधिक मतदान कोल्हापूर जिल्ह्यात ७३.६२%

तर सर्वाधिक कमी मतदान मुंबई शहरामध्ये ४८.६३% झाले.

- महाराष्ट्रातील चिंचवड मतदारसंघामधून जनहित लोकशाही पक्षामार्फत नीतीश दगडू लोखंडे या तृतीयपंथीय उमेदवाराने निवडणूक लढवली.

महाराष्ट्र राज्य विधानसभा :

- द्वैभाषिक मुंबई राज्याची निर्मिती १९५६ मध्ये झाली. त्यानंतर १९५७ मध्ये राज्यात पहिल्यांदा विधानसभा निवडणुका झाल्या. १९५७ च्या निवडणुका जमेस धरल्या तर २०१९ च्या निवडणुका चौदाव्या ठरतात.
- स्वतंत्र महाराष्ट्र राज्याची निर्मिती झाल्यानंतर १९६२ मध्ये प्रथमच निवडणूक झाली, त्यानुसार २०१९ ची विधानसभा निवडणूक ही तेरावी निवडणूक आहे.
- महाराष्ट्र विधानसभेची सदस्यसंख्या २८८ आहे. यामध्ये अनुसूचित जातींसाठी २९ जागा, तर अनुसूचित जमातींसाठी २५ राखीव आहेत.
- महाराष्ट्र विधानसभेचे तीन अधिवेशन होतात. यामध्ये अर्थसंकल्पीय व पावसाळी अधिवेशन मुंबईमध्ये, तर हिवाळी अधिवेशन नागपूरमध्ये होते.
- वडील मुख्यमंत्री (उद्धव ठाकरे) व पुत्र आमदार (आदित्य ठाकरे अशी जोडी विधानसभेत प्रथमच पाहायला मिळाली.

महाराष्ट्र राज्यातील इतर महत्त्वाचे पक्ष :

१. शिवसेना

- शिवसेनेची स्थापना १९ जून १९६६ रोजी बाळासाहेब ठाकरे यांनी केली. पक्षाने १९८९ मध्ये भारतीय जनता पक्षासमवेत हिंदुत्वाच्या मुद्द्यावर युती केली.
- १९९५ मध्ये शिवसेनेने भाजपसमवेत युती सरकार स्थापन केले व मनोहर जोशी मुख्यमंत्री झाले.
- २३ जानेवारी, २०१३ पासून उद्धव ठाकरे शिवसेनाप्रमुख आहेत. शिवसेनेचे निवडणूक चिन्ह धनुष्यबाण आहे.

२. मनसे (महाराष्ट्र नवनिर्माण सेना)

- स्थापना - ९ मार्च, २००६   अध्यक्ष - राज ठाकरे
- चिन्ह - रेल्वे इंजिन

३. प्रहार जनशक्ती पक्ष

- अध्यक्ष - ओमप्रकाश उर्फ बच्चू कडू

४. जनसुराज्य पक्ष

- अध्यक्ष - विनायक कोरे

सकाळ

महाराष्ट्राच्या मुख्यमंत्रिपदी उद्धव ठाकरे यांची निवड

दि. २८ नोव्हेंबर, २०१९ रोजी महाराष्ट्राच्या मुख्यमंत्रिपदी शिवसेनाप्रमुख उद्धव ठाकरे यांनी शपथ घेतली.

- राज्याचे २९ वे मुख्यमंत्री म्हणून त्यांनी शपथ घेतली.

सातारा लोकसभा पोटनिवडणुकीत उदयनराजे भोसले यांचा पराभव

- महाराष्ट्र विधानसभा निवडणुकीबरोबरच झालेल्या सातारा लोकसभा पोटनिवडणुकीत राष्ट्रवादी काँग्रेसचे उमेदवार श्रीनिवास पाटील यांनी भाजपचे उमेदवार उदयनराजे भोसले यांचा पराभव केला.
- उदयनराजे भोसले यांनी खासदारकीचा राजीनामा दिल्याने (पक्षबदल) ही जागा रिकामी झाली होती.
- श्रीनिवास पाटील हे माजी सनदी अधिकारी असून सिक्कीम राज्याचे राज्यपाल राहिले आहेत.
- श्रीनिवास पाटील यांनी १९९९-२००९ या कालावधीत दोनवेळा कराड लोकसभा मतदारसंघाचे प्रतिनिधित्व केले आहे.

ज्येष्ठ नागरिकांना पोस्टल मतदानाची सुविधा

- ८० वर्षांवरील ज्येष्ठ नागरिक व दिव्यांग व्यक्तींना यापुढे पोस्टल बॅलेटद्वारे मतदान करता येणार आहे.
- यासाठी निवडणूक नियम, १९६१ मध्ये सुधारणा करण्यात येणार आहे.
- यापूर्वी ही सुविधा लष्कर, अर्धलष्कर दलातील जवान, परदेशात भारतीय दूतावासात कार्यरत अधिकारी-कर्मचारी व निवडणूक कामावरील अधिकारी-कर्मचाऱ्यांना उपलब्ध होती.

- उद्धव ठाकरे यांच्या रूपाने ठाकरे घराण्यातील एखादी व्यक्ती प्रथमच मुख्यमंत्री पदावर विराजमान झाली.
- महाराष्ट्राच्या इतिहासात शिवसेनेकडून मुख्यमंत्री पदावर विराजमान होणारे तिसरे मुख्यमंत्री आहे.
- दादरच्या शिवाजी पार्कवर झालेल्या शपथविधी सोहळ्यामध्ये राज्यपाल भगतसिंह कोश्यारी यांनी उद्धव ठाकरे यांना शपथ दिली.
- शपथविधी सोहळ्यादरम्यान उद्धव ठाकरे यांच्यासमवेत महाविकास आघाडीच्या, एकनाथ शिंदे - कोपरी-पाचपाखडी (शिवसेना), सुभाष देसाई - विधानपरिषद, छगन भुजबळ - येवला (राष्ट्रवादी काँग्रेस), जयंत पाटील - इस्लामपूर (राष्ट्रवादी काँग्रेस), बाळासाहेब थोरात - संगमनेर (काँग्रेस), नितीन राऊत - नागपूर उत्तर (काँग्रेस) या इतर सहा सदस्यांनी कॅबिनेट मंत्रीपदाची शपथ घेतली.

उद्धव ठाकरे :

- उद्धव ठाकरे हे महाराष्ट्र राज्याचे २९ वे व व्यक्ती म्हणून १९ वे मुख्यमंत्री आहेत.
- उद्धव ठाकरे यांचा जन्म २७ जुलै, १९६० रोजी मुंबईमध्ये झाला.
- २००२ च्या मुंबई महानगरपालिकेच्या निवडणुकीत त्यांनी शिवसेनेच्या प्रचाराची धुरा सांभाळली.
- २००३ मध्ये शिवसेनेच्या महाबळेश्वर अधिवेशनात उद्धव ठाकरे यांची शिवसेनेच्या कार्याध्यक्षपदी निवड झाली.
- २३ जानेवारी, २०१३ मध्ये त्यांची शिवसेना पक्षप्रमुख म्हणून निवड झाली.
- २००६ मध्ये शिवसेनेचे मुखपत्र 'सामना'च्या संपादकपदी त्यांची निवड झाली.
- शिक्षण : बालमोहन विद्यामंदिर दादर, जे. जे. कला महाविद्यालय
- उद्धव ठाकरे यांना छायाचित्रणाचा छंद असून 'महाराष्ट्र देश (२०१०)' आणि 'पहावा विठ्ठल (२०११)' हे त्यांच्या हवाई छायाचित्रणाचे दोन संग्रह प्रकाशित आहेत.
- कोणत्याही सभागृहाचा सदस्य नसताना मुख्यमंत्री झालेले ७ वे व्यक्ती

मुख्यमंत्री, महाराष्ट्र राज्य :

- भारताच्या राज्यघटनेच्या अनुच्छेद १६३ नुसार राज्यपाल मुख्यमंत्र्याची नेमणूक करतात.
- महाराष्ट्र राज्यातील एकोणीस मुख्यमंत्र्यापैकी तीन शिवसेनेचे, एक भाजपचे, एक इतर (पुलोद) व चौदा मुख्यमंत्री भारतीय राष्ट्रीय काँग्रेसचे होते.

क्र.	मुख्यमंत्री	पक्ष	कार्यकाळ	मतदारसंघ
१.	यशवंतराव चव्हाण	भारतीय राष्ट्रीय काँग्रेस	१९६०-६२	कराड उत्तर
२.	मारोतराव कन्नमवार	भारतीय राष्ट्रीय काँग्रेस	१९६२-६३	सावली (चंद्रपूर)
३.	पी. के. सावंत	काँग्रेस	२५ नोव्हेंबर-४ डिसेंबर १९६३	चिपळूण
४.	वसंतराव नाईक	काँग्रेस	१९६३-६७	पुसद
			१९६७-७२	
			१९७२-७५	
५.	शंकरराव चव्हाण	काँग्रेस	१९७५-७७	भोकर
			१९८६-८८	
६.	वसंतदादा पाटील	काँग्रेस	१९७७-७८	सांगली
			१९८३-८५	
७.	शरद पवार	(पुलोद)	१९७८-८०	बारामती
		काँग्रेस	१९८८-९०	
		काँग्रेस	१९९०-९१	
		काँग्रेस	१९९३-९५	
८.	अब्दुल रहमान अंतुले	काँग्रेस	१९८०-८२	श्रीवर्धन
९.	बाबासाहेब भोसले	काँग्रेस	१९८२-८३	नेहरूनगर
१०.	शिवाजीराव पाटील	काँग्रेस	१९८५-८६	निलंगा
११.	सुधाकरराव नाईक	काँग्रेस	१९९१-९३	पुसद
१२.	मनोहर जोशी	शिवसेना	१९९५-९९	दादर
१३.	नारायण राणे	शिवसेना	फेब्रुवारी-ऑक्टोबर १९९९	मालवण
१४.	विलासराव देशमुख	काँग्रेस	१९९९-२००३	लातूर शहर
			२००४-०८	

१५.	सुशीलकुमार शिंदे	काँग्रेस	२००३-०४	सोलापूर दक्षिण
१६.	अशोक चव्हाण	काँग्रेस	२००८-०९	भोकर
			२००९-१०	
१७.	पृथ्वीराज चव्हाण	काँग्रेस	२०१०-१४	विधान परिषद
१८.	देवेंद्र फडणवीस	भाजप	२०१४-१९	नागपूर दक्षिण-पश्चिम
			२३-२६ नोव्हेंबर २०१९	

हंगामी विधानसभा अध्यक्षपदी कालिदास कोळंबकर

- १४ व्या महाराष्ट्र विधानसभेच्या हंगामी अध्यक्षपदी (Protem Speaker) भारतीय जनता पक्षाचे ज्येष्ठ सदस्य कालिदास कोळंबकर यांची निवड करण्यात आली होती.
- विधानसभेतील सर्वांत ज्येष्ठ सदस्याची हंगामी अध्यक्ष म्हणून नियुक्ती केली जाते. कालिदास कोळंबकर मुंबईच्या वडाळा मतदारसंघातून सलग आठव्यांदा निवडून आले आहेत.
- नवनिर्वाचित सदस्यांना सदस्यत्वाची शपथ देणे हे हंगामी विधानसभा अध्यक्षांचे कार्य आहे.
- महाविकास आघाडीचे सरकार स्थापन झाल्यावर काँग्रेसचे आमदार नाना पटोले यांची विधानसभा अध्यक्षपदी बिनविरोध निवड करण्यात आली.

राज्यात तिसऱ्यांदा राष्ट्रपती राजवट :

- महाराष्ट्रात कोणताही पक्ष सत्ता स्थापन न करू शकल्याने राज्यपाल भगतसिंह कोश्यारी यांनी राष्ट्रपती राजवट जाहीर केली. २३ नोव्हेंबर रोजी राष्ट्रपती राजवट उठविण्यात आली.
- राज्यात राष्ट्रपती राजवट लागू होण्याची ही तिसरी वेळ आहे. यापूर्वी १९८० (११२ दिवस), २०१४ (३२) दिवस राष्ट्रपती राजवट लादण्यात आली होती.
- भारतीय राज्य घटनेच्या कलम ३५६ नुसार राज्यात राष्ट्रपती राजवट लागू केली जाते.
- भारतीय राज्यघटनेच्या कलम ३५५ नुसार 'राज्यातील शासन घटनेनुसार चालते आहे की नाही हे पाहणे केंद्राची जबाबदारी आहे.' राष्ट्रपतींची 'राज्यातील शासन घटनेनुसार चालविणे अशक्य आहे', अशी खात्री झाल्यास राष्ट्रपती राजवट लागू केली जाते.
- राष्ट्रपती राजवटीला दोन महिन्यांच्या आत संसदेच्या दोन्ही सभागृहांनी साध्या बहुमताने मंजुरी देणे आवश्यक आहे.
- एकदा मंजुरी मिळाल्यानंतर राष्ट्रपती राजवट सहा महिन्यांसाठी लागू राहते. यानंतर प्रत्येक वेळी सहा महिन्यांसाठी मंजुरी घ्यावी लागते (कमाल मर्यादा तीन वर्षे).
- राष्ट्रपती कुठल्याही क्षणी राष्ट्रपती राजवट मागे घेऊ शकतात.
- कलम ३५६ चा बऱ्याच वेळा 'राजकीय कारणा'साठी वापर करण्यात आला, परंतु एस. आर. बोम्मई विरुद्ध केंद्र सरकार या खटल्याच्या निवाड्यानंतर या कलमाच्या गैरवापरावर निर्बंध आले.
- राष्ट्रपती राजवटीदरम्यान 'राज्य सूचीतील' विषयांवर अधिकार करण्याचा अधिकार संसदेला प्राप्त होतो.
- घटनेचे शिल्पकार डॉ. बाबासाहेब आंबेडकर यांनी या कलमाचा उल्लेख मृत पत्र (Dead letter) असा केला.
- देशात प्रथम तत्कालीन पंजाब राज्यात १९५१ मध्ये राष्ट्रपती राजवट लागू करण्यात आली. मणिपूर या राज्यात सर्वाधिक दहा वेळा राष्ट्रपती राजवट लागू करण्यात आली.
- याखालोखाल उत्तर प्रदेश (९), बिहार, पंजाब (८) राज्यांमध्ये राष्ट्रपती राजवट लागू करण्यात आली.
- - तेलंगणा व छत्तीसगड राज्यांमध्ये आतापर्यंत एकदाही राष्ट्रपती राजवट लागू करण्यात आली नाही.

व्हिप (Whip) :

- व्हिप या शब्दाचा अर्थच पक्षशिस्तीचे पालन करणे असा होतो. संसदीय कार्यप्रणालीत प्रतोद (व्हिप) याची भूमिका महत्त्वाची असते.
- आपल्या पक्षाच्या सर्व संसद/विधीमंडळ सदस्यांवर नियंत्रण ठेवणे हे प्रतोदाचे प्रमुख कार्य असते.
- विधिमंडळात महत्त्वाच्या विषयावर मतदान करण्यासाठी व्हिप जारी करण्यात येतो व हा आदेश सर्व पक्षसदस्यांवर बंधनकारक असतो.
- राष्ट्रपतीच्या निवडणुकीसाठी व्हिप बजावता येत नाही.

ता. क . - दिनांक १ डिसेंबर २०१९ रोजी विधानसभा अध्यक्ष निवडणुकीत भाजपाचे उमेदवार किसन कथोरे यांनी आपला अर्ज मागे घेतला त्यामुळे सत्ताधारी महाविकास आघाडीचे उमेदवार व काँग्रेस नेते नाना पटोले यांची या पदी बिनविरोध निवड झाली

***(संदर्भ** - mahagov.nic.in, lawmin.gov.in, eci.nic.in)*

हरियाणा राज्य विधानसभा निवडणूक, २०१९ : भारतीय जनता पक्षाचे जननायक जनता पक्षासोबत निवडणूकपश्चात आघाडी करत सरकार स्थापन

दि. २४ ऑक्टोबर २०१९ रोजी हरियाणा राज्य विधानसभा निवडणुकांचे निकाल जाहीर झाले.

- भारतीय जनता पक्षाने सर्वाधिक ४० जागा जिंकल्या, तर भारतीय राष्ट्रीय काँग्रेसने ३१ जागा मिळवल्या.
- भारतीय जनता पक्षाने जननायक जनता पक्षासोबत

निवडणूकपश्चात आघाडी करत सरकार स्थापन केले.

- मनोहरलाल खट्टर यांनी दुसऱ्यांदा मुख्यमंत्रिपदाची शपथ घेतली.

पक्षनिहाय प्राप्त जागा			
क्र.	पक्ष	जागा	मते (%)
१.	भारतीय जनता पक्ष	४०	३६.४९%
२.	भारतीय राष्ट्रीय काँग्रेस	३१	२८.६८%
३.	जननायक जनता पक्ष	१०	१४.८०%
४.	भारतीय राष्ट्रीय लोकदल	१	२.४४%
५.	हरियाणा लोकहित पक्ष	१	-
६.	अपक्ष	७	-

हरियाणाच्या मुख्यमंत्रिपदी मनोहरलाल खट्टर :

- भाजपने जननायक जनता पक्षासमवेत आघाडी करत सरकार स्थापन केले. मनोहरलाल खट्टर यांनी दुसऱ्यांदा हरियाणाच्या मुख्यमंत्रिपदाची शपथ घेतली.
- जननायक जनता पक्षाचे प्रमुख दुष्यंत चौटाला यांनी उपमुख्यमंत्रिपदाची शपथ घेतली.
- मनोहरलाल खट्टर हे हरियाणाचे दहावे मुख्यमंत्री होते, ते हरियाणाच्या कर्नाल विधानसभा मतदारसंघातून निवडून आले आहेत.

जननायक जनता पक्ष :

- जननायक जनता पक्ष हा हरियाणामधील राज्य पक्ष असून या पक्षाची स्थापना ९ डिसेंबर २०१८ रोजी झाली.
- जननायक जनता पक्षाचे प्रमुख दुष्यंत चौटाला हे आहेत. दुष्यंत चौटाला हे हरियाणाचे माजी मुख्यमंत्री ओमप्रकाश चौटाला यांचे नातू आहेत.
- या पक्षाचे निवडणूक चिन्ह चावी आहे.

हरियाणा विधानसभा निवडणुका, २०१९ :

- हरियाणा विधानसभेचा निवडणूक कार्यक्रम २७ सप्टेंबर रोजी जाहीर करण्यात आला. २१ ऑक्टोबर रोजी मतदान होऊन २४ ऑक्टोबर रोजी मतमोजणी करण्यात आली.
- विधानसभेसाठी ६८.४७% मतदान झाले. फतेहाबाद विधानसभा मतदारसंघामध्ये सर्वाधिक ७३.७% मतदान झाले.

हरियाणा विधानसभा :

- हरियाणा विधानसभेची स्थापना १९६६ मध्ये करण्यात आली. हरियाणा विधानसभेची सदस्यसंख्या ९० एवढी आहे. यामध्ये १७ जागा राखीव आहेत.
- ग्यानचंद गुप्ता हे हरियाणा विधानसभेचे अध्यक्ष आहेत.

*(**संदर्भ** : eci.nic.in)*

सकाळ महाराष्ट्र राज्य विधानसभेच्या अध्यक्षपदी नाना पटोले व विरोधी पक्षनेतेपदी देवेंद्र फडणवीस यांची बिनविरोध निवड

दि. १ डिसेंबर २०१९ रोजी महाराष्ट्र राज्य विधानसभेच्या अध्यक्षपदी नाना फाल्गुनराव पटोले यांची बिनविरोध निवड करण्यात आली. सर्वपक्षीय बैठकीनंतर भाजपने आपला उमेदवार मागे घेतल्याने ही निवडणूक बिनविरोध झाली.

- विधानसभेच्या विरोधी पक्षनेतेपदी भाजपचे गटनेते देवेंद्र फडणवीस यांची बिनविरोध निवड करण्यात आली.

नाना फाल्गुनराव पटोले :

- नाना फाल्गुनराव पटोले हे भंडारा जिल्ह्यातील साकोली विधानसभा मतदारसंघातून निवडून आले आहेत.
- नाना पटोले यांनी आपल्या राजकीय कारकिर्दीची सुरुवात भंडारा जिल्हा परिषदेचे सदस्य म्हणून केली.
- १९९९ ते २०१४ दरम्यान तीन वेळा त्यांनी साकोली विधानसभा मतदारसंघाचे नेतृत्व केले.
- २०१४ मध्ये त्यांनी भारतीय जनता पक्षात प्रवेश केला. १६ लोकसभेमध्ये त्यांनी भंडार-गोंदिया लोकसभा मतदारसंघाचे प्रतिनिधित्व केले.
- २०१७ मध्ये त्यांनी खासदारकीचा राजीनाम देऊन ११ जानेवारी, २०१८ मध्ये काँग्रेस पक्षात प्रवेश केला.
- १ डिसेंबर, २०१९ रोजी त्यांची १४ व्या विधानसभेच्या अध्यक्षपदी बिनविरोध निवड करण्यात आली.

महाराष्ट्र विधानसभा अध्यक्ष :

- भारतीय राज्यघटनेच्या अनुच्छेद १७८ नुसार सभागृहातील सदस्यांमधूनच एकाची विधानसभेचा अध्यक्ष म्हणून निवड केली जाते.
- सर्वसाधारणपणे सभागृहाच्या कार्यकाळ असेपर्यंत अध्यक्ष पदावर कार्यरत असतात तथापि तत्पूर्वी ते आपले पद रिक्त करू शकतात.
- सभागृहाने विशेष बहुमताने केलेल्या ठरावाच्या आधारेच अध्यक्षांना पदावरून दूर करता येते.

सकाळ महाराष्ट्र विधानसभा निवडणूक कौल -२०१९

विधानसभा निवडणूक निकालातून बहुपक्षीय व सत्तास्पर्धा पुन्हा पुढे आली. परंतु गेल्या निवडणुकीप्रमाणे भाजप हा एक मोठा पक्ष म्हणून उदयास आला. कारण भाजपला १६४ पैकी १०५ जागा मिळाल्या. तसेच पक्षाला २५.७ टक्के मते मिळाली. भाजपचा स्ट्राईक रेट साठ टक्क्यांपेक्षा जास्त होता. ही वस्तुस्थिती असूनही कोणत्याही एका पक्षाला बहुमत मिळालेले नाही. परंतु भाजप-शिवसेना युती म्हणून बहुमत मिळाले (२८८ पैकी १६१). काँग्रेस-राष्ट्रवादी काँग्रेस पक्षांच्या महाआघाडीस बहुमत मिळाले नाही (९८ जागा). बहुमताच्या अर्थाने महाआघाडीचा पराभव झाला. पण निवडणुकीनंतर मात्र शिवसेना-राष्ट्रवादी काँग्रेस व काँग्रेस यांच्या 'महाराष्ट्र विकास आघाडी'ने सत्ता स्थापन केली. भाजप हा सर्वांत मोठा पक्ष म्हणून पुढे आला; पण तो आता विरोधी बाकांवर आहे.

सत्ताधारी विरोध (अँटी इनक्मबंन्सी) महाआघाडीला सर्व विभागात तीव्र करता आला नाही. या निवडणुकीतील सर्वांत महत्त्वाचा मुद्दा म्हणजे भाजपची कामगिरी विदर्भ वगळता जवळपास सर्व विभागात इतर पक्षांच्या तुलनेत चांगली झाली आहे. कारण भाजपला प्रत्येक विभागात जवळपास गेल्या निवडणुकीइतक्या जागा मिळाल्या आहेत. तरीही विदर्भ आणि पश्चिम महाराष्ट्रातील भाजपची कामगिरी विशेष दखल घेण्यासारखी झाली. कारण भाजपला विदर्भात सत्तावीस आणि पश्चिम महाराष्ट्रात सतरा जागा मिळाल्या आहेत.

पक्षांतरीत नेतृत्वाचा फार उपयोग झाला नाही. परंतु भाजपने गेल्या निवडणुकीतील त्यांच्या कामगिरीतील सातत्य राखण्यासाठी उपयोग झाला. तसेच भाजपला या भागात शरद पवार लाटेला तोंड देता आले. मुंबई-ठाणे-पालघर या शहरी भागातील भाजपची कामगिरी दोन्ही काँग्रेस आघाडीच्या तुलनेत खूपच प्रगतिशील झाली. किंबहुना काँग्रेसच्या महाआघाडीचा निर्णायक पराभव या शहरी भागात भाजपने केला.

दोन्ही काँग्रेस व मनसेची कामगिरी या शहरी भागात दुबळी झाल्यामुळेच मराठी मतदारांचा कल शिवसेना पक्षाकडे वळला. किंबहुना अप्रत्यक्षपणे दोन्ही काँग्रेसने भाजप विरोधात शिवसेना पक्षाला या शहरी भागात मदत केली. मुंबई, ठाणे पालघर या विभागात भाजप शिवसेना आघाडीचे वर्चस्व सुस्पष्टपणे दिसते. परंतु या शहरी भागात तरीही शिवसेना, भाजप अशीच अंतर्गत स्पर्धा झाली. या स्पर्धेत भाजप व शिवसेना हे दोन्ही पक्ष तुल्यबळ ठरले. कोकण विभागात भाजपच्या तुलनेत शिवसेना वरचढ ठरली. कोकण विभागात राष्ट्रवादी काँग्रेसची कामगिरी फार सुधारली नाही. काँग्रेस पक्षाकडून जवळपास कोकण विभाग निसटून गेला आहे.

उत्तर महाराष्ट्रात भाजपची कामगिरी शिवसेनेच्या तुलनेत खूपच उजवी झाली. शिवसेना पक्षाची कामगिरी येथे या निवडणुकीतदेखील सुधारली नाही. परंतु दोन्ही काँग्रेसचे एकत्रित बळ मात्र भाजप, शिवसेना इतके आहे. म्हणजेच दोन्ही आघाड्यांना उत्तर महाराष्ट्रात समसमान प्रतिसाद मिळालेला दिसतो. थोडक्यात या विभागात दोन्ही काँग्रेसची कामगिरी सुधारली असे चित्र पुढे येते.

मराठवाडा विभागात भाजपची कामगिरी गेल्या निवडणुकीपेक्षा चांगली झाली. तरीही एकट्या भाजप इतक्या जागा दोन्ही काँग्रेसला मिळाल्या आहेत. गेल्या निवडणुकीतील पक्षीय स्पर्धा या निवडणुकीतही टिकून राहिली. थोडक्यात मराठवाडा विभागात चारही पक्षांना आधार मिळालेला दिसतो. परंतु हा विभाग ठामपणे भाजप, शिवसेनेच्या बाजूने उभा राहिला.

विदर्भ विभागात काँग्रेस विरोधी भाजप अशी सत्तास्पर्धा होती. विदर्भ विभागात भाजपच्या सतरा जागा महाआघाडीकडे वळल्या. तथापि या स्पर्धेत भाजपने काँग्रेसला मागे टाकले. या विभागात शिवसेना आणि राष्ट्रवादी काँग्रेस या दोन्ही पक्षांना चांगला प्रतिसाद मिळाला नाही. विदर्भ विभागात द्विपक्षीय स्पर्धा होती. द्विपक्षीय स्पर्धेमध्ये इतरांचे स्थान दुय्यम ठरले. विधानसभा निवडणुकांच्या निकालात प्रत्येक विभागात वेगवेगळ्या प्रकारची स्पर्धा दिसून आली.

अपूर्ण निकाल देणारी निवडणूक :

महाराष्ट्र विधानसभा निवडणूक निकालाचे खास वैशिष्ट्य म्हणजे बहुपक्षीय सत्तास्पर्धा होय. भाजपने गेल्या निवडणुकीप्रमाणे सर्वांत मोठा पक्ष हे स्थान कायम ठेवले. सत्ता विरोधी आणि सत्ता समर्थक अशा दोन्ही गोष्टींचे मिश्रण या निवडणूक निकालात दिसते. सत्ताधारी पक्षाला राष्ट्रवादी काँग्रेसने ठामपणे विरोध केला; तसेच राष्ट्रवाद विरोधी स्थानिक मुद्दे अशी ही स्पर्धा झाली. या स्पर्धेत स्थानिक मुद्दे निर्णायकपणे चितपट झाले नाहीत; तसेच राष्ट्रवाददेखील पूर्णपणे यशस्वी झाला नाही, अशी एक अपूर्ण निकाल देणारी निवडणूक झाली. या निवडणुकीने सत्ताधारी व सत्ता विरोधक या दोघांमध्ये सत्तास्पर्धा तीव्र असल्याची मोहर उमटवली. यामुळे ही निवडणूक विरोधकांसाठी आशावादी ठरली, तशीच ती सत्ताधारी पक्षांसाठी काँग्रेस व्यवस्थेचा ऱ्हास करणारा आशावादही ठरली. या निवडणुकीमध्ये डिजिटल समाजाचे महत्त्व जास्त होते. स्थानिक पातळीवर व्यवस्थापन भाजपप्रमाणे राष्ट्रवादी काँग्रेसनेही केले. या निवडणुकीमध्ये नरेंद्र मोदी, अमित शहा विरोधी शरद पवार असा थेट संघर्ष झाला. शरद पवारांनी संघर्षशील राजकारण या निवडणुकीत उभे केले. यामुळे या निवडणुकीचे नेतृत्व राष्ट्रीय नेतृत्वाने केले. राष्ट्रीय नेतृत्वाच्या तुलनेत राज्यातील नेतृत्व मात्र दुय्यम स्थानावर होते. तरीही शरद पवार, देवेंद्र फडणवीस, उद्धव ठाकरे, अजित पवार यांच्या नेतृत्वाची प्रारूपे उदयास आली. त्याची रणनीती, डावपेच, विचारसरणी विशिष्ट प्रदेशावर सुस्पष्टपणे प्रभाव टाकणारी या निवडणुकीत होती. निवडणुकीमध्ये तीन वेगवेगळी प्रारूपे उदयास आली. शरद पवारांच्या जुन्या प्रारूपाची पुनर्रचना झाली. शरद पवारांचे नेतृत्व पुन्हा महाराष्ट्राला मान्य आहे, असा निकाल दिला गेला. शरद पवार आणि तरुण वर्ग यांच्यामध्ये एक नवीन पूल बांधला गेला. गेल्या दहा वर्षांच्या तुलनेत या निवडणुकीने शरद पवारांचे नेतृत्व आम सहमतीने स्वीकारले. विशेषतः या निवडणुकीत प्रसार माध्यमांनी शरद पवारांचे समर्थन केले. सोशल मीडियाने शरद पवारांच्या नेतृत्वाला पाठिंबा दिला होता. शहरी मतदारांच्या तुलनेत ग्रामीण मतदारांमधून शरद

पवार प्रारूप पुढे आले. राष्ट्रवादी काँग्रेस व काँग्रेस यांच्यामध्ये ऐक्य आणि एकोपा झाला. त्यांच्यातील मतभिन्नता कमी झाली. सत्तरीच्या दशकापासून काँग्रेसमध्ये तीव्र शरद पवार विरोध होता. तो विरोध या निवडणुकीमध्ये विरघळला. या निवडणुकीमध्ये देवेंद्र फडणवीस प्रारूपाचा उदय झाला. त्यांनी दिल्ली आणि महाराष्ट्र यांच्यामध्ये देवाणघेवाणीचे सूत्र राबविले. त्यामुळे नरेंद्र मोदी-अमित शहांनी प्रचारामध्ये महत्त्वाची भूमिका पार पाडली. हा संवादाचा पूल तयार झाला नसता तर भाजपची पडझड झाली असती. फडणवीसांनी सहकार चळवळीच्या मर्यादा लक्षात घेऊन काही नेत्यांना भाजपचा आधार म्हणून उभे केले (विखे, पाटील, भोसले). यामुळे जुनी भाजप मागे पडली, नवीन भाजप पुढे आली. नवीन भाजपमध्ये फडणवीसांनी राष्ट्रवादी काँग्रेसशी संघर्ष केला, भाजपअंतर्गत जुन्या गटाशी संघर्ष केला, तसेच त्यांनी शिवसेनेशी संघर्ष केला. त्यांनी या नवीन तीन गोष्टी घडवल्या आहेत. तिसरे प्रारूप म्हणजे शिवसेनेचे पुढे आले. शिवसेना पक्षाने भाजपशी संघर्ष केला; परंतु गरज म्हणून जुळवून घेतले. शिवसेनेने राष्ट्रवादी काँग्रेस व काँग्रेसकडील शहरी भागातील मतदारवर्ग शिवसेनेकडे वळवला. यामुळे शिवसेना ही आक्रमक न राहताही जुन्या शिवसेनेच्या जवळ जाणाऱ्या जागा मिळवित राहिली.

●

प्रकाश पवार
राजकीय घडामोडींचे तज्ज्ञ अभ्यासक

- सयाजी सिलम हे महाराष्ट्र विधानसभेचे प्रथम अध्यक्ष होते, तर त्र्यंबक भारदे हे सर्वाधिक काळ अध्यक्ष राहिले आहेत.

महाराष्ट्र विधानसभेचे अध्यक्ष		
	नाव	कार्यकाळ
१.	सयाजी सिलम	१९६०-६२
२.	त्र्यंबक भारदे	१९६२-७२
३.	शेषराव वानखेडे	१९७२-७८
४.	शिवराज पाटील	१९७८-८०
५.	शरद दिघे	१९८०-८५
६.	शंकरराव जगताप	१९८५-९०
७.	मधुकरराव चौधरी	१९९०-९५
८.	दत्ताजी नलावडे	१९९५-१९९९
९.	अरुणलाल गुजराथी	१९९९-२००४
१०.	बाळासाहेब कुपेकर	२००४-०९
११.	दिलीप वळसे पाटील	२००९-१४
१२.	हरिभाऊ बागडे	२०१४-१९
१३.	नाना पटोले	२०१९-

- यापैकी शेषराव वानखेडे यांनी मुंबई क्रिकेट संघटना व भारतीय क्रिकेट नियामक मंडळाचे (BCCI) अध्यक्षपद भूषविले.
- शिवराज पाटील यांनी केंद्र सरकारमध्ये गृहमंत्रीपद भूषविले.

देवेंद्र गंगाधरराव फडणवीस :

- महाराष्ट्राचे माजी मुख्यमंत्री देवेंद्र फडणवीस नागपूर दक्षिण-पश्चिम मतदारसंघातून निवडून आले आहेत.
- १९९७ मध्ये ते नागपूर शहराचे सर्वांत तरुण महापौर झाले.
- १९९९ पासून सलग पाच वेळा ते महाराष्ट्र विधानसभेवर निवडून आले आहेत.

महाराष्ट्र विधानसभेचे विरोधी पक्षनेते :

- रामचंद्र भंडारे महाराष्ट्र विधानसभेचे प्रथम विरोधी पक्षनेते होते. एस. एम. जोशी (१९५०-५८) यांनी द्वैभाषिक मुंबई राज्य विधानसभेत विरोधी पक्षनेतेपद भूषविले.
- कृष्णराव धुळप यांनी सर्वाधिक (१९६२-७२) काळ महाराष्ट्र विधानसभेचे विरोधी पक्षनेतेपद भूषविले आहे.
- गणपतराव देशमुख, प्रभा राव, शरद पवार, मृणाल गोरे, मनोहर जोशी, गोपीनाथ मुंडे, नारायण राणे, एकनाथ शिंदे इत्यादी व्यक्तींनी महाराष्ट्र राज्य विधानसभेचे विरोधी पक्षनेतेपद भूषविले आहे.

(संदर्भ : mis.org.in)

सकाळ हरियाणा विधानसभा निवडणूक, २०१९

महाराष्ट्र आणि हरियाणा ही दोन भाजपची नवीन प्रारूपे होती. कारण येथे भाजपने २०१४ साली वर्चस्वशाली जातीच्या खेरीज इतर मागास जातींना राजकीय भागीदारीची संधी दिली होती. हरियाणात जाट विरोधी ओबीसी असा तणाव होता. परंतु भाजपने ओबीसीचे समर्थन केले. ओबीसी आणि दिल्ली यांच्यामध्ये एकात्मकदृष्ट्या एक नवीन पूल बांधला गेला. परंतु त्या वेळी जाट आणि दिल्ली यांच्या दरम्यान संघर्षांची परंपरा सुरू झाली. परंपरागत जाट वर्चस्वाच्या विरोधातील हे राजकारण होते.

हा मुद्दा आरक्षणाच्या चौकटीत राजकीय वाद म्हणून पुढे आला होता. या गोष्टींचा संदर्भ हरियाणा विधानसभा निवडणुकीला होता. हरियाणा विधानसभा निवडणूक निकालातून बहुपक्ष आणि बहुध्रुवीय राजकारण पुढे आले. कारण बहुमत कोणत्याही एका पक्षाला मिळाले नाही. भाजप हा सर्वांत मोठा पक्ष म्हणून पुढे आला. भाजपला चाळीस जागा मिळाल्या. परंतु बहुमत मात्र मिळाले नाही. तरीही भाजपची ही कामगिरी जास्त महत्त्वाची ठरते. कारण भाजपने ओबीसी राजकारणाचे नवीन प्रारूप राज्यात राबवले होते. त्या प्रारूपाला पूर्णपणे नाकारले गेले नाही.

काँग्रेस पक्ष हा हरियाणाच्या राजकारणात फारच दुबळा पक्ष होता. परंतु काँग्रेस पक्षाला भाजपपेक्षा केवळ नऊ जागा कमी मिळाल्या. मात्र काँग्रेस आणि भाजप यांच्यातील मतांमध्ये जवळपास ९ टक्के मतांचे अंतर राहिले (भाजप ३६.५ टक्के व काँग्रेस २८.८ टक्के). काँग्रेस पक्षाच्या तुलनेत भाजपचा सामाजिक आधार पक्का दिसतो. काँग्रेसच्या सामाजिक आधारांची जुळणी नीटनेटकी झाली नाही. भाजप आणि काँग्रेसच्याबाहेर २७.३१ टक्के मते राहिली.

बहुपक्षीय राजकारण

राज्यात द्विपक्षीय चौकटीत राजकारण घडत नाही. दोन्ही राष्ट्रीय पक्षांच्या बाहेर प्रादेशिक पक्षांमध्ये राजकारणाचा तिसरा वाटा विभागलेला दिसतो. यामुळे हरियाणाच्या राजकारणात त्रिकोणी पक्ष स्पर्धा झाली. त्रिकोणी पक्षस्पर्धेत हरियाणा विधानसभा मात्र त्रिशंकू उदयास आली. जननायक जनता पक्ष हा नव्याने उदयास आलेला पक्ष होता. या पक्षाला ९० पैकी १० जागा मिळाल्या. यामुळे हा पक्ष हरियाणाच्या राजकारणातील महत्त्वाची ताकद ठरला. या पक्षाने भाजप विरोधी राजकारण केले. परंतु निवडणूक निकालानंतर जननायक पक्षाने पुन्हा भाजपशी जुळवून घेतले. हरियाणा लोकहित पक्ष आणि इंडियन नॅशनल लोकदल पक्ष यांच्या केवळ एक-एक जागा निवडून आल्या. अपक्षांना सात जागा मिळाल्या. यामुळे हरियाणा विधानसभा ही त्रिशंकू ठरली.

राज्याच्या राजकारणात दोन राष्ट्रीय पक्ष आणि तीन-चार राज्य पक्ष यांच्यामध्ये सत्तास्पर्धा आहे. राष्ट्रीय पक्षांना प्रादेशिक पक्षांशी जुळवून घ्यावे लागते. या सर्व वादळी घडामोडीमधून मात्र भाजपचे ओबीसी राजकारणाचे प्रारूप येथे मूळ धरत आहे. हे हरियाणाच्या विधानसभा राजकारणाचे खास वैशिष्ट्य ठरते. भाजपने महाराष्ट्राप्रमाणे हरियाणामध्ये नवीन नेतृत्व पुढे आणले. राज्यातील स्थानिक नेतृत्व आणि दिल्लीतील नेतृत्व यांच्यामध्ये ऐक्य व एकोपा होता. परंतु भाजपच्या या प्रारूपास विस्कळीत स्वरूपात विरोध झाला. त्यामुळे जवळपास पन्नास जागा भाजपच्या विरोधात गेलेल्या दिसतात. राष्ट्रीय निवडणूक आणि राज्यातील निवडणूक वेगळी असते. यावर या निवडणुकीने शिक्का मारला. त्यामुळे राष्ट्रीय निवडणुका आणि राज्यांच्या निवडणुकांचा नमुना वेगवेगळा राहील अशी घडामोड घडली आहे.

२०१९ हरियाणा विधानसभा निवडणुकीतील पक्षाची कामगिरी

पक्ष	जिंकलेल्या जागा	मतांची टक्केवारी
भारतीय जनता पक्ष	४०	३६.५
काँग्रेस	३१	२८.८
इतर	१९	२७.३१

● **प्रकाश पवार**
राजकीय घडामोडींचे तज्ज्ञ अभ्यासक

सकाळ संवैधानिक अधिकारशाही - जिच्या आधारे मोदी शासनाने कलम ३७० हटवले!

'एक देश, दोन घटना, दोन ध्वज' हे समीकरण मोडीत काढण्याच्या उद्देशाने मोदी सरकारने कायद्याच्या नियमांशी मनमानी पद्धतीने स्वैर छेडछाड केली आहे. जम्मू-काश्मीरमध्ये आजवर लागू असलेल्या कलम ३७० या घटनात्मक तरतुदीभोवतीचा आणि तत्संबंधी नरेंद्र मोदी सरकारने उचललेल्या पावलांभोवतीचा धुरळा अजूनही शमलेला नाही. या संदर्भात संसदेत झालेल्या चर्चेत जम्मू आणि काश्मीर पुनर्संघटन विधेयक २०१९ (जम्मू ॲन्ड काश्मीर रीऑर्गनायझेशन बिल २०१९) आणि कलम ३७० रद्द करणे या निर्णयाच्या घटनात्मक वैधतेबाबत इतर सदस्यांनी भाष्य केले. मोदी सरकारनेही या बाबत अपेक्षित प्रतिवाद केला. मी वकील नाही, त्यामुळे मी ही चर्चा न्यायालयांवर सोपवण्याचे ठरवले असून माझ्याकडे उपलब्ध मर्यादित वेळेत पर्यटन, अर्थव्यवस्था, राष्ट्रीय सुरक्षा आणि भारताचे आंतरराष्ट्रीय स्थान यांवर या निर्णयामुळे होणाऱ्या धोकादायक परिणामांविषयी बोलण्याचे ठरवले आहे.

पण आता आठवडाभरानंतर स्पष्ट झाले आहे की, ज्या जनतेने सरकारच्या या कृतीची प्रशंसा केली, त्यांची या प्रक्रियेबद्दल जाणीवपूर्वक दिशाभूल करण्यात आली आहे. मोदी सरकारने आपल्या निर्धारित उद्दिष्टांच्या पूर्तीसाठी कायदा पुढे करून हुशारीने जनतेला आपल्या बाजूने वळवले. 'एक देश, दोन घटना, दोन ध्वज' हे धोरण

मोडीत काढण्यासाठी (ज्याकरिता त्यांना एवढा मोठा जनादेश प्राप्त झाला) कायदेशीर युक्त्या-प्रयुक्त्या केल्या गेल्या, खोटा युक्तिवाद करून घटनेशी आणि कायद्याचे राज्य या संकल्पनेशी खेळ केला गेला.

कलम ३७० बाबत मूळ वस्तुस्थिती

काही वस्तुस्थितीदर्शके : जम्मू आणि काश्मीरमध्ये विधिमंडळाची स्थापना होईपर्यंतची तात्पुरती उपाययोजना म्हणून कलम ३७० तयार करण्यात आले होते, त्यानुसार भारत आणि या राज्याचे संबंध कसे असावेत, याबाबतचा निर्णय जम्मू आणि काश्मीरच्या विधिमंडळावरच सोपवण्यात आला होता. कारण अशा गोष्टी प्राधान्याने जम्मू आणि काश्मीरमधील जनतेशी निगडित असून तो त्यांचा अधिकार आहे. कलम ३७० (३) द्वारे असेही नमूद करण्यात आले, की कलम ३७० जम्मू आणि काश्मीरच्या विधिमंडळाने शिफारस केल्यास राष्ट्रपतींच्या आदेशाद्वारे रद्द होऊ शकते.

जम्मू आणि काश्मीरच्या विधिमंडळाने राज्याची घटना अमलात आणली. या घटनेतील कलम १४७ (सी) अन्वये जम्मू-काश्मीरच्या किधानसभेला भारतीय घटनेन्वये भारताबरोबरच्या संबंधामध्ये बाधा निर्माण करण्यास प्रतिबंध करण्यात आला आहे. त्यानुसार भारतीय संघराज्य आणि जम्मू-काश्मीर यांच्यातील कायमस्वरूपी सुसंबंधांचे प्रतीक म्हणून येथील जनतेने कलम ३७० चा स्वीकार केला असल्याची भूमिका सर्वोच्च न्यायालयाने पाठोपाठ दिलेल्या निकालांनी ग्राह्य धरली. कलम ३७० नुसार निवडून आलेल्या समितीने जम्मू काश्मीर राज्याला असलेल्या विशेष दर्जामध्ये जम्मू काश्मीरच्या लोकांच्या परवानगीशिवाय हस्तक्षेप करू नये, अशी अट आहे. कलम ३७० अंतर्गत तिसऱ्या उपकलमान्वये असे स्पष्ट करण्यात आले आहे, की (राज्याच्या) किधिमंडळाच्या शिफारसीशिवाय या कलमात दुरुस्ती करता येणार नाही.

मोदी सरकारने कायदेशीर बाबी कशा टाळल्या

मोदी सरकारने अत्यंत चलाखीने कलम ३७० मध्ये थेट बदल करण्याचे टाळून कलम ३६७ मध्ये दुरुस्ती केली. त्याद्वारे अप्रत्यक्षरित्या विधिमंडळाचा अर्थ विधानसभा असा होईल, असे दर्शवले. या दुरुस्तीचा हेतू काय? तर या दुरुस्तीमुळे आता ते असे म्हणू शकतील की, जम्मू काश्मीर राज्यात राष्ट्रपती राजवट असल्याने विधिमंडळाची जबाबदारी आता दिल्लीतील संसदेकडे स्थानांतरित झाली आहे. परिणामस्वरूप संसदच आता जम्मू काश्मीरचे विधिमंडळ बरखास्त झाल्याने शिफारस करू शकेल.

असे असले तरी, 'तुम्ही जे प्रत्यक्षरित्या करू शकत नाही, ते तुम्हाला अप्रत्यक्षपणे देखील साध्य करता येणार नाही', या कायद्यातील प्रस्थापित नियमाकडे मोदी सरकारने साफ दुर्लक्ष केले. तुम्हाला घटनेच्या कलम ३७० मध्ये तेथील जनतेच्या मान्यतेखेरीज कोणतीही दुरुस्ती करण्याचा अधिकार नाही, तसेच जनतेच्या सहमतीखेरीज तुम्ही अप्रत्यक्षरीत्याही त्यात दुरुस्त करू शकणार नाही.

सर्वोच्च न्यायालयाने हे मान्य केले आहे की, जेव्हा एखादी बाब औपचारिकपणे कायदेशीर मानली जाते, तेव्हा तिचा गाभा घटनेची फसवणूक करणारा असू शकतो. या वस्तुस्थितीच्या आधारावर असे प्रतिपादन करणे शक्य आहे की, हा सारा खटाटोप म्हणजे भारतीय घटनेची फसवणूक असून संस्थात्मक पायाभरणी करणाऱ्या नेत्यांनी जम्मू आणि काश्मीरच्या जनतेला दिलेल्या आश्वासनाचा विश्वासघात आहे.

येथे आणखी एका महत्त्वाच्या मुद्द्याची नोंद करायला हवी. मोदी सरकारचा असाही दावा आहे की, या निर्णयाला जम्मू आणि काश्मीर राज्य सरकारची मान्यता मिळालेली आहे. प्रत्यक्षात मात्र जम्मू आणि काश्मीर राज्यात आता अनेक महिने राष्ट्रपती राजव ट असल्याने तिथे राज्याची सहमती म्हणजे राज्यपालांची सहमती आहे, ज्यांची नियुक्ती केंद्र सरकार करते आणि जे केंद्राचेच प्रतिनिधित्व करतात. वेगळ्या शब्दांत सांगायचे तर, केंद्र सरकारने स्वत:च्या विषयपत्रिकेसाठी स्व तःचीच मान्यता घेतली आहे. काश्मिरी जनतेची मान्यता घेणे या सरकारला अनावश्यक वाटते.

हे तर सर्वज्ञात आहे, की राष्ट्रपती राजवट ही तात्पुरती व्यवस्था असून घटनात्मक यंत्रणा मोडकळीस आल्यास निवडणुका होण्यापूर्वी नवी विधानसभा अस्तित्वात येण्याच्या मध्यंतरीच्या काळात आत्यंतिक गरज म्हणून ती लागू केली जाते. तरीही आता राष्ट्रपती राजवटीच्या कवचाखाली राज्य सरकार आणि विधिमंडळ अस्तित्वात नसताना केंद्र सरकार आपले अधिकार वापरून राज्याचे विभाजन करून त्याला केंद्रशासित प्रदेशाचा दर्जा देत आहे आणि त्याचे महत्त्व कमी करत आहे. हे करताना त्यांनी 'असा निर्णय घेताना राज्य सरकारशी विचारविनिमय करावा', या घटनेच्या कलम ३ मधील तरतुदीकडे पूर्णपणे दुर्लक्ष केले आहे. या बाबत असे म्हणण्यात आले आहे की, आता संसद हीच (जम्मू आणि काश्मीर या राज्याची) विधानसभा असल्याने तिची सहमती घेण्यात आली आहे. परंतु कलम ३ मध्ये नमूद केल्यानुसार मात्र निवडून आलेल्या व स्थानिक जनतेचे प्रतिनिधित्व करणाऱ्या जम्मू काश्मीरमधील विधानसभा सदस्यांशी विचारविनिमय करणे अपेक्षित होते. अजूनही सरकार आपण कायद्याशी प्रामाणिक आहोत, असे सर्वोच्च न्यायालयाला दर्शवण्याचा प्रयत्न करील. परंतु, वस्तुतः त्यांच्या कृतीने घटनेच्या मथितार्थाशी प्रतारणा केली आहे.

अतिशय वाईट खेळी

थोडक्यात, मोदी सरकारने जम्मू आणि काश्मीरची जनता आणि भारतीय प्रजासत्ताकामधील घटनेच्या अधीन असलेले मूलभूत नातेच बदलून टाकले, आणि तेही तेथील जनतेच्या किंवा निवडून आलेल्या प्रतिनिधींच्या सहमतीचा विचार न घेता. घटनेतील कलम ३७० (३) आणि उपकलम ३ यांची उपेक्षा करण्याची ही वृत्ती म्हणजे आपल्या लोकशाहीचा विश्वासघात असून ही पद्धती वै धानिक अधिकारशाहीपेक्षा काही वेगळी नाही. जम्मू आणि काश्मीर राज्यात राष्ट्रपती राजवट असतानाही राज्य सरकारची सहमती मिळाल्याचा दावा करून 'राज्य' म्हणजेच त्यांनीच म्हणजे केंद्र सरकारने नियुक्त केलेले राज्यपाल आणि 'विधानमंडळ' म्हणजे नवी दिल्लीतील संसद असा अर्थ लावणाऱ्या या सरकारने आपल्या कृतीने राज्यातील जनतेचा अनादर केला असून राजकीय संस्कृती जागृत ठेवण्याची जबाबदारी जिच्यावर आहे, त्या लोकशाही सभ्यतेलाही त्यांनी पायदळी तुडवले आहे. सर्वसामान्य जनतेनेदेखील या साऱ्याकडे पूर्णपणे दुर्लक्ष करून, आपल्या 'धाडसी' आणि 'निश्चयी' पंतप्रधान मोदींची या कारवाईबद्दल स्तुती केली आहे. हा नवा पायंडा आपल्या लोकशाहीसाठी धोक्याचा आणि काळजीचा इशारा आहे. आता कोणीही म्हणू नये की, आम्हाला सावध केले नाही.

● **शशि थरूर** (९ ऑगस्ट २०१९)
लोकसभेतील (तिरुवनंतपुरमचे) खासदार; आणि परराष्ट्र व्यवहार आणि मनुष्यबळ खात्याचे माजी राज्यमंत्री व प्रसिद्ध आंतरराष्ट्रीय लेखक
पूर्वप्रसिद्धी : theprint.in
अनुवाद : **आ. श्री. केतकर**

सकाळ तथ्य, कल्पनाविलास आणि काश्मीरचे नवे वास्तव

काश्मीरच्या संदर्भात शिमला करारानंतरच्या जैसे थे स्थितीमध्ये बदल करण्याचा धाडसी निर्णय मोदींनी घेतला आहे. काश्मीर प्रश्नाला लाभलेला गुंतागुंतीचा आणि जटिल भूतकाळ मागे टाकून पुढे जाणे हेच सध्याचे वास्तव आहे. काश्मीरच्या प्रश्नावर उत्तर शोधण्यापूर्वी, हा प्रश्न नेमका काय आहे, हे आपण आधी व्यवस्थित समजून घेणे महत्त्वाचे आणि आवश्यक आहे. वास्तव आणि तथ्य समजून न घेताच काश्मीर प्रश्नावर उत्तर शोधण्याची घाई करणारे मोठ्या संख्येने भेटतील. या दुर्धर आजाराचे रूप आणि स्वरूप व्यवस्थित समजून घेण्याआधीच त्यावर औषध सुचविण्याची घाई करणे धोक्याचे ठरू शकते. तीन वेगवेगळ्या प्रकारचे गट असून, त्यांनी तीन वेगवेगळी उत्तरे सुचविलेली आहेत. त्यातील पहिला आणि भारतात प्रस्थापित असलेला आणि मोठ्या प्रमाणात समर्थन लाभलेला पर्याय म्हणजे काश्मीर प्रश्नाला पूर्णपणे पाकिस्तान जबाबदार आहे. पाकिस्तानच काश्मीरमध्ये कट्टर इस्लामिक दहशतवादी, रायफली आणि रॉकेट लॉन्चर्स आणि आरडीएक्सचा पुरवठा करतो, त्यामुळे पाकिस्तानलाच धडा शिकवावा, परिणामी ही समस्याही संपून जाईल. याच्या बरोबर विरुद्ध विचार पाकिस्तानातील प्रस्थापित व्यवस्था करते आणि त्याला तेथे मोठे समर्थनही मिळते. आपण सोव्हिएत युनियन आणि अमेरिकेलाही पाणी पाजलेले आहे, मग त्या पुढे भारत काय चिज आहे? भारताला मात द्या आणि संपूर्ण काश्मीर पाकिस्तानला जोडून टाका, असा मतप्रवाह पाकिस्तानात मोठ्या प्रमाणात आहे. तिसरा गट आहे तो तुलनेने लहान असलेला, मात्र बोलण्यात वाकबगार असलेल्या भारतीय उदारमतवाद्यांचा. काश्मिरी जनतेच्या इच्छेला ते सर्वाधिक महत्त्व देतात. प्रशासन आणि लष्करी ताकदीच्या बळावर काश्मिरी जनतेला आपण आपल्या सोबत ठेवू शकत नाही, असे यांचे मत आहे.

भारत हे स्व-इच्छेने एकत्र आलेल्या राज्यांचे संघराज्य आहे, त्यामुळे लोकांची इच्छा नसताना तुम्ही त्यांना तुमच्यासोबत राहण्यास भाग पाडू शकत नाही. तात्त्विकदृष्ट्या या म्हणण्याला विरोध करणे अवघड आहे. तरुण, उच्चभ्रू आणि उदारमतवादी वर्गाचा याला पाठिंबा असतो. अशा प्रकारच्या उदारमतवाद्यांच्या बरोबर युक्तिवाद करणे अवघड असते, असे माझे मत आहे. कारण नैतिकदृष्ट्या ते स्वतःला बरोबर समजत असतात. मात्र, वास्तव त्यापेक्षा खूप दूर जाणारे असते.

उदारमतवाद्यांची भूमिका ज्या पाच मूलभूत खांबांवर आधारित आहे, त्याचा विचार करू यात.

१) लोकमताचा आदर करण्याचे आश्वासन भारताने संयुक्त राष्ट्रांच्या सुरक्षा परिषदेच्या १९४७-४८च्या ठरावामध्ये दिले आहे, त्यामुळे हे आश्वासन कसे मोडणार?
वस्तुस्थिती अशी आहे, की भारत आणि पाकिस्तान या दोन्ही देशांनी हे आश्वासन दिलेले आहे. दोन्ही देशांनी ते मोडले असल्याचे आपल्याला दिसून येते.

२) काश्मीरमधील मोठ्या लोकसंख्येला भारतही नको आहे आणि पाकिस्तानही नको आहे, त्यांना स्वातंत्र्य (आझादी) हवे आहे. हा त्यांचा हक्क आपण डावलू शकतो का? उदा. स्कॉटलंड किंवा ब्रेक्झिट.
तुम्ही जर मूळ ठराव वाचला आणि त्यासाठी फक्त तीन मिनिटे लागतील, तर त्यात स्वातंत्र्य किंवा आझादीचा पर्याय दिलेला नाही. फक्त भारत किंवा पाकिस्तान अशा निवडीचा पर्याय दिलेला आहे. काश्मिरींच्या स्वातंत्र्याला पाकिस्तानी नागरिकांचा असलेला पाठिंबा हा फसवा आहे. काश्मिरींच्या आझादीला आपला पाठिंबा असल्याचे वातावरण मागील ७० वर्षांत पाकिस्तानने जाणीवपूर्वक निर्माण केले आहे. पाकव्याप्त काश्मीरला त्यामुळेच ते आझाद काश्मीर असे संबोधतात. आझादीच्या नावाखाली ते संपूर्ण काश्मीरवरच आपला दावा सांगतात. हा पाकिस्तानचा दांभिकपणा आहे.

३) लष्करी बळाचा वापर करून आपण एखादा भूभाग किंवा लोकांना आपल्या ताब्यात ठेवू शकतो का? याला उत्तर म्हणून प्रतिप्रश्न विचारावा लागेल. एखादा भूभाग किंवा लोकांना लष्करी ताकदीच्या बळावर तुम्ही आपल्याकडे घेऊ शकता का? पाकिस्तानकडून असे अनेक प्रयत्न झालेले आहेत. १९४७-४८ आणि १९६५ असे दोन वेळा पाकिस्तानने थेट लष्कर वापरून घुसखोरीचे प्रयत्न केले आहेत. त्याचबरोबर १९८९ नंतर छुप्या युद्धाचा मार्ग पाकिस्तानने अवलंबिला आहे. १९९९मध्ये कारगिलमध्येही त्याचीच पुनरावृत्ती पाकिस्तानने केली आहे. ही सर्व वास्तवातील तथ्यं आहेत. १९५३ नंतर संयुक्त राष्ट्रांच्या ठरावाबाबत नेहरूंच्या मतांमध्ये झालेला बदल तुम्ही ध्यानात घ्यायला हवा. या वेळच्या घडामोडींना शीतयुद्धाची पार्श्वभूमी होती. लष्करी बळावर काश्मीर ताब्यात घेण्याचे पाकिस्तानचे मनसुबे नेहरूंमुळेच धुळीला मिळाले होते, हे येथे ध्यानात घ्यावे लागेल.
१९६२ च्या युद्धातून भारत सावरत असताना आणि नेहरूंचे निधन झालेले असताना, अन्नाचा तुटवडा निर्माण झालेला असताना, पाकिस्तानने अमेरिकी प्रशिक्षणाच्या बळावर काश्मीर हस्तगत करण्याचा प्रयत्न केला होता. मात्र, तो अपयशी ठरला. पाकिस्तानने हे सर्व काश्मिरी जनतेच्या आझादीसाठी केले होते काय?

४) शिमला कराराप्रमाणे काश्मीरचा प्रश्न सोडविण्यास मोदींचे सरकार का तयार नाही?
याचे उत्तरही शिमला करारामध्येच आढळेल. हा मुद्दा भारत आणि पाकिस्तान यांच्यातील द्विपक्षीय मुद्दा असून, तेथे यूएनच्या ठरावाचा प्रश्न येतोच कुठे? अनेक प्रयत्न अपयशी ठरल्यानंतर १९८९ मध्ये पाकिस्तानने काश्मीर ताब्यात घेण्यासाठी आणखी एक प्रयत्न केला होता. त्या वेळीही पाकिस्तानने शिमला कराराचा भंग केला होता.

५) काश्मिरी जनता तुमच्याबरोबर राहू इच्छित नाही? मग तुम्ही काय करणार?

काश्मिरी जनता म्हणजे नेमके कोण? काश्मीर खोऱ्यातील फक्त दहा जिल्हे म्हणजे संपूर्ण काश्मीर नव्हे. या दहा जिल्ह्यांमध्ये मुस्लिम बहुसंख्येने आहेत. तुम्हाला नरेंद्र मोदी आवडोत किंवा न आवडोत, शिमला करारानंतरची जैसे थे परिस्थिती आता त्यांनी मोडीत काढली आहे. कलम ३७० हटविण्याच्या निर्णयाला कुठल्याही राजकीय पक्षाने विरोध दर्शविलेला नाही. त्यांचा विरोध आहे तो केवळ त्याच्या अंमलबजावणीच्या पद्धतीला.

आता काश्मीरमध्ये नवी जैसे थे परिस्थिती निर्माण झालेली आहे. काश्मीरमध्ये अनेक समस्या आहेत, राग आहे, हिंसा आहे. मात्र, हे सर्व समजून घेण्याची आवश्यकता आहे. सध्याच्या सीमा याच दोन्ही देशांतील कायमस्वरूपी सीमा आहेत, हे आता मान्य करावे लागणार आहे. या सीमा ठरविण्यासाठी आता बिल क्लिंटन यांना येथे येण्याची गरज नाही. हे वास्तव आपण ज्या वेळी समजून घेऊ, त्या वेळी आपण काश्मीरच्या भविष्याबाबत चर्चा करू शकतो.

● शेखर गुप्ता

ज्येष्ठ पत्रकार, प्रसिद्ध राजकीय विश्लेषक व लेखक, theprint.in चे संपादकीय प्रमुख

(अनुवाद : **अशोक जावळे**)

सकाळ संसदीय लोकशाहीचा भारतातील प्रवास व पुढील वाटचाल

भारताचा संसदीय लोकशाहीचा सात दशकांचा प्रवास, त्यातील उणिवा आणि संसदीय संस्था या परिणामकारक कार्यशैलीकरिता पुढील मार्ग या संबंधात मी माझी मते मांडणार आहे.

तीन वर्षांच्या विचारमंथनानंतर, घटनाकारांनी, स्वातंत्र्याच्या पहाटेस एका झटक्यात सर्व प्रौढांना मतदानाचा हक्क देऊन घटना स्वीकारली, तेव्हा अनेक ठिकाणी असे प्रश्न उपस्थित केले गेले की, भारतात लोकशाही टिकेल का आणि अधिक कार्यसाधक असलेली हुकूमशाही अधिक लाभदायी ठरणार नाही का? हे प्रश्न कमी-अधिक प्रमाणात आजही रेंगाळत आहेत.

अनेक मान्यवर सैद्धान्तिक राजकारणी भारतीयांची राजकीय क्षमता कमी आहे अशी शंका घेण्याइतपत अनुदार होते तर काळाच्या ओघात काहींनी आपल्या संसदीय लोकशाही स्वीकारण्याच्या धाडसी प्रयत्नांचे समर्थन केले. वसाहतवादी आणि वांशिक मानसिकतेच्या ए. एफ. पोलार्ड यांनी सांगितले की, 'जर हिंदू आणि हॉटेनटॉट (Hottentot), सेमेटिक (Semtik) आणि निग्रो जमातींना संसदीय संस्था चालविणे शक्य नसेल, तर ते त्यांच्या राजकीय अक्षमतेमुळेच होय.' अत्यंत सक्षम संसदपटूंपैकी एक असणाऱ्या एच. एन. मुखर्जी यांनी पोलार्ड यांच्या विधानाला तीव्र आक्षेप घेत असे मत नोंदविले की, पुढील वाटचाल, निवडणूक तत्त्व, प्रातिनिधिक संस्था आणि निवडणुकीचे तत्त्व बरखास्त करणे नसून या संस्थांचे रूपांतर बोलत्या दुकानातून कार्य करणाऱ्या संघटनांमध्ये करण्यात आहे.

भारताच्या समर्थनाची जबाबदारी ख्यातनाम राजकीय विचारवंत डब्ल्यू. एच. मॉरिस-जोन्स आणि ग्रॅनव्हिले ऑस्टिन यांच्यावर आली. भारताच्या पहिल्या लोकसभेच्या कार्यशैलीवर आधारित त्यांच्या परिणामकारक लेखात त्यांनी भारताविरुद्धच्या उपहासाचा प्रतिवाद केला आहे. त्यांनी असे ठासून सांगितले की, संसद ही अ-भारतीय आहे व त्यामुळे टिकणार नाही, भारतातील संसद हा फक्त मुखवटा आहे आणि संसद असत्य आहे; तसेच भारतातील गरजू असणाऱ्या राजकीय वर्गांसाठी भारतीय संसद कार्य करू शकणार नाही, हे आक्षेप भारतातील संसदीय परंपरांच्या वस्तुनिष्ठ विचारांवर आधारित नाहीत.

ऑस्टिनने नमूद केले की, 'भारतीय घटनेवरील बहुतेक टीका ही ठिसूळ पायावर आधारित होती असे काळाने दाखवून दिले आहे. भारतीय घटना सक्षमपणे निर्माण केलेला दस्तऐवज असून, त्याची न्यायपूर्ण चर्चा आपण करू शकत नाही. हे अन्य कोणत्याही प्रकारे नव्हे तर भारतातील लोकशाही आणि संसदीय शासनाच्या यशाने सिद्ध झाले आहे. चांगल्या घटनेनुसार वाईटपणे राज्य चालविणे शक्य होऊ शकेल; पण अपुऱ्या घटनेसह चांगल्या प्रकारे राज्य चालविणे अशक्यप्राय आहे.'

वर्ष १९५२ मधील पहिल्या निवडणुकीपासून तथाकथित गरीब व निरक्षर भारतीय, ज्यांनी श्रेणीबद्ध राजकीय आणि सामाजिक नैतिकतेचा स्वीकार केला आहे असा आरोप केला जातो. त्यांनी त्यांच्या व्यावहारिक ज्ञानाचे प्रात्याक्षिकच वेळोवेळी होणाऱ्या स्थित्यंतरांना अनुसरून निवडणूक निकाल देऊन केले आहे. मतदानाचे प्रमाण १९५२ पासून सातत्याने वाढत आहे. १९७७ च्या सार्वत्रिक निवडणुकांपासून धक्कादायक निकाल मतदारांनी दिलेले आहेत व त्यातून राजकीय वर्गाला घरचा आहेर दिला आहे. जात, समुदाय, प्रादेशिकता आणि धर्म हे मतदारांचे प्राधान्यक्रम ठरवितात, असे आपल्या देशात सांगितले जाते. काही समाजशास्त्रीय अभ्यास असे दर्शवितात की, लोकशाहीमुळे जाती आणि इतर ओळखी अधिक दृढ होतात, तर इतर काही अभ्यासातून असे प्रमाण घटू लागले आहे असे दाखवतात. भारतात लोकशाही खोलवर रुजलेली आहे, तरीसुद्धा आपल्या संसदीय संस्थांच्या कार्यशैलीत लक्षणीय सुधारणा करण्यासाठी वाव आहे. सर्वनाश होणार अशी भविष्यवाणी करणाऱ्यांपासून अनेक अडचणींना तोंड देत, भारतीय लोकशाही टिकली आहे, हे आता जगन्मान्य झाले आहे. आपल्या संसदीय संस्थांच्या प्रेमाला आदर दर्शवित स्व. अरुण जेटली एका ठिकाणी म्हणतात, 'गेल्या ६०-६५ वर्षांत आम्ही केवळ टिकलोच नाही तर, एक शक्ती म्हणून जगात उदयास आलो असे आपण दाखवून दिले आहे. आपली राष्ट्रभावना, आपला वारसा, आपले सांस्कृतिक व्यक्तिमत्त्व आणि भारतवासीयांमधील खोलवर रुजलेली देशभक्ती याचा परिपाक म्हणूनच येथे लोकशाही टिकली आहे.' आपल्या संसदीय प्रणालीचा हा परिणाम आहे की, अनेकविध मतप्रवाह, सैद्धान्तिक मतभिन्नता असूनही, जेव्हा जेव्हा राष्ट्रासंबंधी प्रश्न निर्माण झाला, तेव्हा तेव्हा आपण एकजुटीने उभे राहून एका आवाजात त्याला उत्तर दिले.

लोकशाही आणि जनतेचे मत :

संसदीय सरकारे, निवडून दिलेल्या प्रतिनिधींच्या मार्फत दिलेल्या जनमान्यतेच्या आधारावर चालतात. संसद हे लोकांच्या इच्छा प्रकट करण्याचे व त्यांच्या अडचणी मांडण्याचे साधन आहे; तसेच कार्यपालिकेवर नियंत्रण ठेवणे, राष्ट्रीय भावना व इच्छा याप्रति जबाबदार व उत्तरदायी असणे, संसदेमार्फत सुनिश्चित केले जाते. संसदेच्या मूळ कार्यामध्ये घटनात्मक, वैधानिक, विचारविमर्शात्मक आणि कार्यपालिकेवरील देखरेख या कामांचा समावेश होतो. व्यक्तिगत पातळीपासून देशविकासापर्यंत अनेकानेक मुद्द्यांवर संसदेत कसे पडसाद उमटतात, यावरच संसदेची परिणामकारकता अवलंबून असते व त्यासाठी संसद नेहमीच डोळे आणि कान उघडे ठेवून लोकमत अजमावते. संसदीय प्रणालीची मुळे लोकशाही तत्त्वात आहेत आणि त्यांचे संवर्धन संसदेबाहेरील असंख्य जनसामान्यात करणे आवश्यक आहे. जोपर्यंत मुळे सशक्त होऊन स्वविकासाच्या संभाव्यता आत्मसात करीत नाहीत तोपर्यंत संसदीय प्रणालीच्या शाखा म्हणजे संसद व विधिमंडळे आवश्यक ऊर्जा घेऊ शकत

नाहीत.

बेनेथन जेरेमी, टॅकव्हिले, जॉन स्टुअर्ट मिल यासारख्या राजकीय विचारवंतांनी असे आग्रहपूर्वक सांगितले आहे की, सरतेशेवटी जनमतच लोकशाहीला कार्यप्रवण करते. त्यांच्या मते ज्ञानयुक्त जनमतच बहरत्या लोकशाहीचा पाया आहे. जनमत ज्ञानयुक्त करण्याची जबाबदारी राजकीय पक्ष आणि माध्यमांवर सोपविलेली आहे. परंतु खेदाने असे म्हणावेसे वाटते की, दोघांनीही याबाबत पुरेसे कार्य केलेले नाही. नव्या आणि अधिक सजगतेकरिता राजकीय वर्गाने जनतेबरोबर संवाद साधला पाहिजे. ज्यायोगे लोकांचे प्रश्न, त्यांच्या आकांक्षा यांना मुख्य प्रवाहात आणून त्यानुसार परिणामकारक कायदे केले जातील.

जेव्हा मतदार परिपक्व, माहीतगार, बुद्धिवान आणि सतर्क असतील तेव्हाच संसदीय लोकशाही बहरते व मतदार जागृती करता नेटाने आणि सातत्याने जनतेला त्यांच्या लोकशाही प्रजासत्ताकाचे नागरिक असण्याप्रति असलेल्या कर्तव्य व हक्कांचे शिक्षण देणे आवश्यक आहे. या संदर्भात माध्यमांनीही महत्त्वपूर्ण भूमिका निभावणे आवश्यक आहे.

१९५२ मधील पहिल्या सार्वत्रिक निवडणुकीपासून भारतीय जनतेने सातत्याने मतदानाचा वाढत्या टक्केवारीच्या माध्यमातून लोकशाहीला प्रतिसाद दिला आहे. आता ओळख आधारित मतदान प्राधान्याऐवजी विकास आधारित मतदान प्राधान्यक्रम देण्यासाठी मतदारांना सक्षम करण्यासाठी नवीन सजगतेची गरज आहे. संसद आणि इतर विधिमंडळे उपलब्ध माहिती, तंत्रज्ञानाच्या आधारे लोकांबरोबरचा संवाद वाढविण्याचा प्रयत्न करतील व त्यामुळे संसदीय संस्था व त्यांचे आश्रयदाते (भारतीय जनता) यांच्यात दोहो बाजूंनी संवाद साधला जाऊ शकेल अशी आशा आहे.

संसदेची सर्वोच्चता :

घटनेच्या ३६८ व्या कलमाखाली घटनादुरुस्ती करण्याच्या संसदेच्या अधिकाराबाबत तावातावाने चर्चा चालू असते. आपल्या घटनेत इतर देशांच्या घटनांतील काही तरतुदी समाविष्ट करण्यात आल्या आहेत, तरीही प्रामुख्याने आपली घटना ब्रिटनच्या वेस्ट मिन्स्टर प्रारूपावरच आधारित आहे. राजकीय टीकाकार ए. व्ही. डायसी याने असे नमूद केले आहे की, युनायटेड किंगडम (ब्रिटन) मध्ये संसद सर्वोच्च आहे. द लोम याने पुढे जाऊन दाखला देत असे सांगितले आहे की, ब्रिटिश संसद, पुरुषाची स्त्री वा स्त्रीचा पुरुष करण्याशिवाय इतर काहीही करू शकते. परंतु भारतात मात्र अशी परिस्थिती नाही, कारण भारतीय घटनेने राज्याच्या तीन अंगांच्या, म्हणजेच विधानमंडळ, कार्यपालिका आणि न्यायपालिका यांच्या भूमिका आणि जबाबदाऱ्या या संबंधात स्पष्ट चौकट आखून दिली आहे. एम. एन. कौल व एस. एल. शाकधर यांच्यानुसार संसदेचे वैधानिक अधिकार, केंद्र व राज्य यांच्या अधिकार विभागणीच्या माध्यमातून परिमंडलीत (सीमित) केले आहेत व मूलभूत हक्कांच्या माध्यमातून लक्षणीयरीत्या न्यायिक आढावा घेणेही शक्य केले आहे.

संसद आणि न्यायपालिकेतील अस्वस्थ अशा तहानंतर, घटनादुरुस्ती करण्याच्या संसदेच्या अधिकाराबाबत आता परिस्थिती पुरेशा प्रमाणात स्पष्ट झाली आहे. १९६५ मध्ये सर्वोच्च न्यायालयाने संसदेला घटना दुरुस्तीचे सर्व अधिकार आहेत असा निकाल दिला. परंतु १९६७ मध्ये गोलकनाथ प्रकरणात, संसदेला नागरिकांच्या मूलभूत हक्कात दुरुस्ती करण्याचा अधिकार नाही असा निकाल देऊन आपल्या पूर्वीच्या निकालात सुधारणा केली. त्यामुळे १९७१ मध्ये २४ व्या घटना दुरुस्तीच्या माध्यमातून घटना दुरुस्तीने सर्वाधिकार संसदेला बहाल करण्यात आले. त्यानंतर १९७३ मध्ये, सर्वोच्च न्यायालयाच्या पूर्णपीठाने केशवानंदर भारती खटल्याचा निकाल देताना, 'घटनेच्या मूळ सांगाड्याचे' (Basic Structure) तत्त्व उद्धृत केले व या मूळ सांगाड्यात बदल करण्याचा अधिकार संसदेला नाही असा निकाल दिला. परंतु यावेळी या मूळ सांगाड्याची लक्षणे कोणती आहेत याची यादी केली नाही. सर्वोच्च न्यायालयाने, मूळ सांगाड्याचे तत्त्व, प्रत्येक प्रकरणानुसार लावण्यात येईल, असे नमूद केले. सर्वोच्च न्यायालयाने वेळोवेळी नोंदलेल्या निरीक्षणांची सूची तयार केली व त्यात संसदीय प्रणालीच्या सरकारचा समावेश आहे. या परिस्थितीनुसार आता संसद व न्यायपालिका यापुढे सौहार्दाने वाटचाल करतील.

या संदर्भात काही गटांच्या काही चर्चांत भारतामध्ये अध्यक्षीय पद्धतीच्या सरकारचा उल्लेख होतो. मी असे सुचवितो की, ही चर्चा तेथेच सोडून द्यावी, कारण प्रधानमंत्री प्रमुख असलेली कार्यपालिका व संसदीय सरकार हे घटनेच्या मूळ सांगाड्याचे भाग बनले आहेत. सर्व हितभागधारकांनी संसदीय संस्थांच्या कार्यशैलीतून सर्व आघाड्यांवर अधिक चांगल्या प्रकारची सेवा देण्यासाठी कसोशीने प्रयत्न केले पाहिजेत.

विधानमंडळांची कार्यशैली :

कुठलीही लोकशाही चार मूलतत्त्वांवर बहरते. बहुमताची सत्ता, अल्पसंख्याकांच्या हक्कांना मान्यता, घटनात्मक सरकार आणि चर्चेवर आधारित राज्यकारभार. आपल्या देशात लोकशाहीने जरी दृढपणे मुळे धरली असली तरी अनेक चिंतनीय विषयांवर अजून उपाय शोधणे बाकी आहे. लोकांचा संसदेवरील व इतर विधान मंडळांवरील विश्वास, हा त्या संस्थांच्या लोकांच्या अडचणी सोडविण्यासाठीच्या सदर संस्थांच्या प्रतिसादावर आधारित असतो व असा विश्वास सदस्यांच्या वागणुकीकरिता व लोकशाहीकरिता अत्यंत कळीचा (महत्त्वाचा) असतो. या अतिशय आवश्यक विश्वासासंबंधी मात्र काही प्रश्न नक्कीच निर्माण झाले आहेत.

अल्प, अपुरे ज्ञान, आम जनतेची युक्तिवाद करण्याची क्षीण शक्ती, गरिबी आणि आर्थिक विषमतेचा नकारात्मक प्रभाव, सदोष अशी 'सर्वाधिक मते मिळविणारा विजयी' (सममिवि) अशी निवडणूक पद्धती आणि वैयक्तिक व सार्वजनिक

जीवनात सरकारी स्वैर हस्तक्षेपास सदैव मान्यता देण्याची समाजाची धारणा, ही लोकशाहीच्या परिणामकारकतेमधील काही समस्यांची उगमस्थाने आहेत. सममिवि (फर्स्ट पास्ट पोस्ट सिस्टिम) पद्धतीमुळे, ५० टक्क्यांपेक्षाही कमी मते मिळविणारा लोकप्रतिनिधी म्हणून निवडून येऊ शकतो. त्यामुळेच आपल्या संसदीय शासनात बहुमताची इच्छा किंवा मतदारांची मान्यता प्रतिबिंबित होते अथवा नाही याबाबत काही प्रश्न निर्माण झाले आहेत. परंतु सद्य परिस्थितीत अन्य पर्याय दिसत नाही कारण समप्रमाणात प्रतिनिधित्व या तत्त्वामुळे मतदारांची अधिक प्रमाणात विभागणी, राजकीय पक्षांचा सुळसुळाट, शिवाय अंमलबजावणीतील व्यवहार्य अडचणी निर्माण होतील. नुकत्याच झालेल्या १७ व्या लोकसभेत, ५० टक्क्यांपेक्षा अधिक मतदारांच्या पसंतीने निवडून आलेले उमेदवार लक्षणीय संख्येने निवडून आले, याचा मला आनंद होतो आहे. मला असा विश्वास वाटतो की जसजसे मतदार 'ओळख अपूर्णांक (Identity Quotient)' यापेक्षा 'विकास अपूर्णांक (Development Quotient)' यास महत्त्व देतील, तस तसे अधिकाधिक मतदार हे बहुमताच्या आधारे (५० टक्क्यांपेक्षा जास्त) निवडून येतील.

सध्याच्या संसदीय लोकशाहीतील उणिवा अधिक विशद न करण्याएवढ्या सर्वज्ञात आहेत. संक्षेपाने, यात पुढील मुद्द्यांचा समावेश होतो- घटत जाणाऱ्या विधीमंडळाच्या बैठका, सातत्याने येणारे व्यत्यय, चर्चांचा घसरता दर्जा, गुन्हेगारी नोंद असणाऱ्या लोकप्रतिनिधींची वाढती संख्या, वाढती अनुपस्थिती, महिलांचे अपुरे प्रतिनिधित्व, धन व बलशक्तीचा निवडणुकीतील वाढता प्रभाव, राजकीय पक्षांच्या कार्यपद्धतीतील अंतर्गत लोकशाहीचा अभाव.

सोळाव्या लोकसभेच्या पाच वर्षांत ३३१ बैठका झाल्या, तर त्याच कालावधीत राज्यसभेच्या ३२९ बैठका झाल्या. ५० व ६० च्या दशकातील वार्षिक १०० बैठकांच्या तुलनेत सध्याच्या ७० बैठकांच्या घसरत्या संख्येवर, खातेनिहाय स्थायी समित्यांच्या माध्यमातून उपाय शोधण्याचा प्रयत्न १९९३ पासून झाला. या समित्या दरवर्षी साधारणपणे ३० दिवस बैठका घेतात व त्यात वैधानिक प्रस्ताव, अनुदान मंजुरी, निवडक विषयांसंबंधी साधकबाधक चर्चा होते. राज्यसभेच्या आठ समित्यांनी आतापर्यंत विविध मुद्द्यांवर १८०० अहवाल सादर केले आहेत. परंतु, संसदेतील काही दोष हळूहळू खातेनिहाय स्थायी समित्यांच्या कार्यशैलीतही शिरू लागले आहेत, ज्यात कमी उपस्थिती, विशेष प्रावीण्याचा अभाव, वारंवार समिती सदस्यांची अदलाबदल यांचा समावेश होतो व त्यावर उपाय शोधण्याची गरज आहे. संसदीय कारभार हा जटिल असतो आणि कायदे करण्याकरिता विशेष क्षमतांची आवश्यकता असते. संसद सदस्यांनी त्यांच्या जबाबदाऱ्या अदबीने, शिस्तीने व सदसदविवेक बुद्धीला स्मरून पार पाडावयाच्या असतात. वारंवार निर्माण केलेले अडथळे, तथ्य नसलेले हरकतीचे मुद्दे, स्थगन प्रस्ताव आणि कामकाजातील व्यत्यय, राजकीय अपरिपक्वता, प्रदर्शनीयता, प्रकाशझोतात राहण्याची अतिरिक्त लालसा यामुळे लोकहित साधण्याची संधी वाया जाते.

कामकाजातील व्यत्ययांमुळे राज्यसभेचा ४० टक्के वेळ, २०१४-२०१९ या पाच वर्षांचा कालावधी वाया गेला, तर लोकसभेत हे प्रमाण १६ टक्के एवढे होते.

संसदेची भूमिका आणि राजकारणाचा दर्जा आणि राज्यकारभार सुधारण्यातील लोकप्रतिनिधींची जबाबदारी यावर भर देताना, संसदेच्या पहिल्या बैठकीच्या ६० व्या वर्धापन दिन कार्यक्रमात २०१३ मध्ये केलेल्या भाषणात स्व. अरुण जेटली म्हणाले, 'जनता संसदेच्या दोन्ही सभागृहांकडे राजकारण आणि राज्यकारभाराचा दर्जा सुधारण्यासाठी पाहते. राजकारणाची ताकद प्रचंड आहे. राजकारणाचा राष्ट्राच्या जीवनावर प्रभाव पडतो आणि म्हणून या पद्धतीवर लोकांनी राष्ट्र नेत्यांच्यावर ठेवलेला विश्वास सार्थ करण्यासाठी परिश्रम घेतले पाहिजेत. राजकारणाच्या सुधारित दर्जाची परिणिती चांगल्या दर्जाच्या राज्यकारभारात झाली पाहिजे.'

संसदीय चर्चांच्या घसरत्या दर्जाबाबत आणि संसद सदस्यांनी घेतलेल्या परिश्रमांबाबत, मॉरिस-जोन्स यांनी पहिल्या लोकसभेच्या कामकाजाच्या अभ्यासानंतर मांडलेले हे मत असे, 'काही संसद सदस्यांनी पूर्वीच्या मध्यवर्ती विधानसभेचे दिवस आठवून असा दावा केला की, तेव्हाचे सदस्य भरपूर कष्ट घेऊन त्यांचा युक्तिवाद तयारीने अधिक काळजीपूर्वक पद्धतीने मांडत. अशी वस्तुस्थिती असेलही, पण सध्याच्या सदस्यांपैकी अनेकांकडे अनुभव, शैक्षणिक पात्रता आणि बौद्धिक क्षमतांची, अपेक्षित जोर लावून अभ्यास करण्याची वानवा आहे आणि भाषणात सफाई आणि भारदस्तपणा येण्यासाठी ते क्वचितच आग्रही असतात.'

घटना स्वीकारल्यानंतरच्या पाच-सहा वर्षांतच संसदीय चर्चांचा दर्जा लक्षात येण्याइतका घसरला. आता तर अशी विपरीत परिस्थिती निर्माण झाली आहे की, पहिल्या लोकसभेच्या तुलनेत साक्षर आणि उच्च शैक्षणिक पात्रता असणाऱ्या सदस्यांच्या संख्येत लक्षणीय वाढ होऊनही, सदस्यांची वर्तणूक व योगदान अधिकच कमी दर्जाचे झाले आहे. अशा प्रकारची घसरण आणि त्या बरोबरच दोन्ही सभागृहांतील, कामकाजाचे नियम सररास मोडण्याची वृत्ती आणि लागू असलेली संसदीय आचारसंहिता यांचा भंग, यामुळे संसद संस्थांना अत्यंत कमीपणा येत आहे व त्यामुळे कायदे बनविणाऱ्या या आदरणीय संस्थांवरील लोकांचा विश्वास कमी होत आहे. याला तातडीने आळा घालणे आवश्यक आहे.

संसदेची भूमिका :

लोक, स्वतः संसद सदस्य, तसेच विधानसभा व विधान परिषद सदस्यांमध्ये, संसद सदस्यांची भूमिका व कार्ये यासंबंधी अतिशय गोंधळ आहे. विधानमंडळांना, सदस्यांच्या मतदारसंघातील विकासकामांच्या सूक्ष्म नियोजनासंबंधात, वाढत्या प्रमाणात ओढले जात आहे, ज्यामुळे कार्यपालिकेच्या

कार्यक्षेत्रावर आक्रमण होत आहे. ज्या संबंधी संसदेला अधिक जबाबदारी आहे अशा मुद्द्यांबाबतच संसद सदस्यांना स्वारस्य असले पाहिजे. त्यांनी ते प्रतिनिधित्व करणाऱ्या लोकांच्या एकत्रितपणे जाणवणाऱ्या गरजांवर लक्ष केंद्रित केले पाहिजे, व त्या गरजा पुऱ्या करण्यासाठी संसदीय उपायांचा विचार केला पाहिजे. प्रकल्प मान्य करून घेणे व राबवणे हेच केवळ संसद सदस्यांचे काम नाही. वैयक्तिक अडचणींचे निराकरण करण्यापेक्षा, व्यापक समाज गरजांवर लक्ष केंद्रित केले पाहिजे.

ख्यातनाम राजकीय विचारवंत एडमंड बर्क, एकदा ब्रिटनमधील राष्ट्रीय कायदेमंडळाबाबत म्हणाले, 'संसद म्हणजे विविध परस्परविरोधी हितसंबंधियांच्या राजदूतांचे संमेलन नाही, ज्यात एक प्रतिनिधी व वकील म्हणून इतर प्रतिनिधी व वकिलांविरोधात प्रत्येकाने आपापले हितसंबंध जपले पाहिजेत, तर संसद म्हणजे एका राष्ट्राची विचारविमर्श करणाऱ्यांची सभा, एकच स्वारस्य - पूर्ण राष्ट्राचे, जेथे स्थानिक हेतू वा स्थानिक पूर्वग्रह नव्हे तर सर्वसामान्यांचे हित, सर्वांच्याकरिता रास्त कारणाने, मार्गदर्शक असते. तुम्ही अर्थातच एक प्रतिनिधी निवडता, पण एकदा निवड केल्यानंतर, तो ब्रिस्टलचा सदस्य न राहता, तो संसदेचा सदस्य होतो.'

संसद सदस्यांना त्यांच्या भूमिका आणि कार्याविषयी स्पष्टता असणे गरजेचे आहे. त्यांच्या मतदारसंघातील मतदारांच्या जाणवणाऱ्या गरजांच्या प्रचंड दबावाखाली झुकण्यापेक्षा, जो विषय प्रथमतः कार्यपालिकेच्या (शासनाच्या) कक्षेत येतो, संसद सदस्यांनी त्यांच्या स्थानाचा उपयोग शासनाला लोकांच्या गरजा व समस्या निस्तरण्यासाठी केला पाहिजे, स्वतः शासनाचा भाग न होता! संसदीय संस्थांमध्ये लोकांचा विश्वास पुनस्थार्पित करण्यासाठी संसद सदस्यांच्या पुनर्भिमुखिकरणाची (Re-orientationa) गरज आहे व त्याहीपेक्षा संसदीय सुधारणांची तातडीची गरज आहे. संसदीय कार्यप्रणालीचे एक बुजुर्ग टीकाकार डॉ. ए. सूर्यप्रकाश यांनी १९९५ मध्ये 'भारतीय संसदेचे दुखणे काय आहे?' या शीर्षकाचे एक सर्वसमावेशक प्रकाशन केले आहे. त्यात त्यांनी असे निरीक्षण नोंदविले आहे की इतर कुठल्याही संस्थांपेक्षा, संसदीय संस्थांमध्ये आत्मपरीक्षण, आत्मशोध व बदल यांना विरोध दिसून येतो, यात बदल होणे गरजेचे आहे.

पुढील वाटचाल :

आतापर्यंत मांडलेल्या मुद्द्यांना अनुसरून, लोकांचा आपल्या संसदीय संस्थांमधील विश्वास अधिक दृढ करण्यासाठी स्थूलमानाने मी एक सुधारणांची चौकट सुचवू इच्छितो.

- कायदे सर्व हितभागधारकांचा सहभाग आणि कायद्यापूर्वी व कायद्यानंतरची परिणाम पाहणी सुनिश्चित करणे, जेणे करून दर्जेदार व माहितीपूर्ण कायदे बनविण्यासाठी तसेच लक्ष्याधारित परिणाम साध्य करण्यासाठी सामाजिक, आर्थिक, पर्यावरणीय व प्रशासकीय फलनिष्पत्तीचा अभ्यास करून, विस्तृत जाणीव जागृती निर्माण होईल.
- खातेनिहाय स्थायी समित्यांचे परिणामकारक कार्य सुनिश्चित करण्यासाठी, सदर समित्यांची (समिती सदस्यांची) दरवर्षी पुनर्रचना करण्याऐवजी, दीर्घ मुदतीने नियुक्त्या कराव्यात, शिवाय सदस्यांची शैक्षणिक पार्श्वभूमी लक्षात घेऊन, विशेष प्रावीण्याला प्रोत्साहन देण्यात यावे, या संबंधात मी लोकसभेच्या सभापतींशी पुढील कार्यवाहीसाठी चर्चा करणार आहे.
- महिलांच्या आरक्षणासंबंधात संसदेत असलेले विधेयक मार्गी लावणे. सध्या महिलांचे प्रमाण फक्त १३ टक्के आहे.
- सभागृहाच्या नियमांचे कायदेमंडळाच्या सदस्यांनी पालन करावे व राजकीय पक्षांनी यासंबंधी आचारसंहिता तयार करून त्याची अंमलबजावणी करण्याची जबाबदारी घ्यावी.
- सभागृहाच्या कामात अडथळा अथवा व्यत्यय आणणाऱ्या दोषी सभासदांविरोधात आपोआप लागू होणारे शिस्त पालनाचे नियम तयार करणे.
- किमान गणसंख्येच्या नियमांची पूर्तता करण्यासाठी राजकीय पक्षांनी, पाळीपाळीने सदस्यांना सक्तीने उपस्थित राहण्यास भाग पाडावे व आपल्या पक्षाच्या सदस्य संख्येच्या ५० टक्के सदस्यांची उपस्थिती सुनिश्चित करावी.
- विधानभवनाच्या सचिवालयांनी सदस्यांच्या उपस्थितीविषयी तसेच कामकाजातील सहभागाविषयी उपस्थित केलेल्या प्रश्नांसंबंधी नियमितपणे अहवाल प्रसिद्ध करावेत.
- विधिमंडळ पक्षांनी काही मोजक्या व प्रस्थापित सभासदांऐवजी नव्या वा मागील बाकांवर बसणाऱ्या सभासदांना कामकाजात सहभागी होण्यासाठी पुरेशी संधी देणे सुनिश्चित करावे.
- अपराधिक पार्श्वभूमीच्या कायदेमंडळाच्या सदस्यसंख्येच्या प्रश्नावर उतारा शोधण्यासाठी केवळ 'निवडून येण्याची क्षमता' या निकषावरच तिकीट वाटप न करण्यासाठी राजकीय सजगता निर्माण करणे.
- विधानमंडळांच्या अध्यक्षांना पक्षांतर प्रकरणांसंबंधात ठरावीक मुदतीत निर्णय घेणे बंधनकारक करणे; तसेच पक्षातून हकालपट्टी होण्यासाठी कारणीभूत होणाऱ्या कृती करण्यासाठी प्रोत्साहन देणाऱ्या संदिग्ध तरतुदींचा आढावा घेण्यासाठी, पक्षांतर विरोधी कायद्याच्या कार्यप्रणालीचा पुनर्विचार करणे.
- 'प्रतोद' पद्धतीचा (पक्षाच्या भूमिकेबरहुकूम मतदान करण्याची सक्ती करणाऱ्या पद्धतीचा) आढावा घेणे, जेणेकरून गंभीर पर्यवसान नसणाऱ्या पक्षभूमिकेसंबंधी रास्त असहमती व्यक्त करण्याच्या अधिकाराचा संकोच होत असल्याचे जाणवते; तसेच प्रतोद जारी करण्यासाठी, सरकारच्या स्थैर्याला बाधा न येता काही प्रमाणात मतस्वातंत्र्य देणारे, दिशादर्शक तयार करणे.
- कायदेमंडळ सदस्यांविरोधातील अपराधिक तसेच निवडणूकविषयक दावे ठरावीक मुदतीत निकाली काढण्यासाठी विशेष न्यायालये/न्यायाधिकरणांची स्थापना करणे.

- विधिमंडळ सदस्यांच्या अनैतिक वागणुकीसंदर्भात ठराविक मुदतीत व परिणामकारक कार्यवाही करणे.
- विरोधकांच्या मुद्दे आणि दृष्टिकोनाविषयी सरकारने प्रतिसाद दिला पाहिजे; तसेच उपलब्ध संसदीय पर्यायांच्या वापरासंबंधी, जसे की स्थगन प्रस्ताव, सहभाग याबाबत विरोधकांनी रचनात्मक आणि जबाबदार असले पाहिजे. केवळ विरोधाकरिता विरोध अशी भूमिका दोन्ही बाजूंनी टाळली पाहिजे.
- संपूर्ण देशात एकाच वेळी मतदान घेण्यासाठी सहमती तयार केली पाहिजे, ज्यायोगे वेळोवेळी व सातत्याने देशभर होणाऱ्या निवडणुकांमुळे राज्यकारभार दुष्प्रभावित होणार नाही; तसेच निवडणुकीतील वाढत्या धनशक्तीच्या समस्येवर आळा घालता येईल.

मित्रांनो, १९५२ पासून भारतीय संसदेने अनेक दूरगामी कायदे करून, आर्थिक-सामाजिक स्थित्यंतरासाठी महत्त्वाची भूमिका बजावली आहे. काळाच्या ओघात, विविध देशांचे एकमेकांचे संबंध गुंतागुंतीचे झाले आहेत, तंत्रज्ञानाच्या प्रगतीमुळे, अनेक नवी व जटिल आव्हाने, तरुण व महत्त्वाकांक्षी भारतासमोर उभी ठाकली आहेत. आपल्या संसदीय संस्थांतील त्रुटींवर मात करण्याची गरज या आव्हानांमुळे अधोरेखित होत आहे. गेल्या ६७ वर्षांच्या अनुभवाच्या आधारे, आपण आपल्या संसदीय संस्थांकरिता नवे पायाभूत नियम विकसित केले पाहिजेत, ज्यामुळे आपण वाया गेलेल्या काळाची व संधीची काही प्रमाणात भरपाई करू शकू.

माझे दीर्घकालीन सन्मित्र श्री. अरुण जेटली यांनी अशा नव्या पायाभूत नियमांचे स्वप्न पाहिले होते, ज्यामुळे भारताला आपल्या क्षमता पूर्णपणे वापरता येतील. आपल्या संसदीय संस्था चांगल्या प्रकारे चालविणे हे सर्व हितभागधारकांचे भारतीय जनतेप्रति कर्तव्य आहे.

या प्रसंगी डॉ. बी. आर. आंबेडकर यांनी २५ नोव्हेंबर, १९४९ रोजी, संविधान सभेने संविधान मान्य करण्याच्या आदल्या दिवशी काय सांगितले याची मी आपणाला आठवण करून देऊ इच्छितो. ते म्हणाले, 'घटनेचे कार्य पूर्णपणे घटनेच्या स्वरूपावर अवलंबून नसते. घटना फक्त राज्याची अंगे देऊ शकते, जसे की विधिमंडळ (विधायिका), कार्यपालिका आणि न्यायपालिका. लोक आणि राजकीय वर्ग या घटकांवरच राज्य संस्थांचे कार्य अवलंबून असते. भारतातील लोक व त्यांचे पक्ष कसे वागतील याबद्दल कोण सांगू शकेल?'

डॉ. आंबेडकरांनी विचारलेल्या प्रश्नाचे उत्तर अजूनही द्यावयाचे आहे. याचे एकच उत्तर म्हणजे, लोक व राजकीय पक्ष, सजगतेच्या नव्या उच्च पातळीवर जातील, जो आपल्या संसदीय संस्थांच्या परिणामकारक कार्याचा मजबूत पाया आहे. याबाबत आपल्याला वेळेची चैन परवडणारी नाही. तेव्हा या नव्या पायाभूत नियमांच्या निर्मितीकडे आपण त्वरित पावले टाकू यात.

●

मा. वैंकय्या नायडू,
उपराष्ट्रपती, भारत सरकार
दिल्ली विद्यापीठ आयोजित कै. अरुण जेटली स्मृती व्याख्यानाचा मराठी अनुवाद
मराठी अनुवाद - धनंजय जोगळेकर
(संदर्भ : vicepresidentofindia.nic.in, pib.nic.in)

सकाळ केंद्र शासन निर्णय

भारतीय जनतेने मोदी सरकारला दुसऱ्यांदा सत्तेचा कौल दिला. २०१९ या वर्षभरात देखील केंद्र शासनाकडून अनेक महत्त्वाचे निर्णय घेण्यात आले; तसेच अनेक नव्या योजनांची घोषणा करण्यात आली. लैंगिक अत्याचारांपासून बालकांचे संरक्षण अधिनियम २०१२ सुधारणेस देण्यात आलेली मान्यता, खुल्या गटातील आर्थिकदृष्ट्या दुर्बल घटकांना शिक्षण आणि नोकऱ्यांमध्ये १० टक्के आरक्षण देण्याची घोषणा, तिहेरी तलाकची रद्द करण्याचा निर्णय,नीती आयोग अधिक सक्षम करण्यासाठी या आयोगाच्या पुनर्रचनेला; तसेच मोटार वाहन विधेयक दुरुस्तीला देण्यात आलेली मंजुरी, जम्मू-काश्मीर राज्याचा स्वतंत्र दर्जा काढून घटनेचे कलम ३७० रद्द करण्याचा ऐतिहासिक निर्णय, तृतीयपंथीय व्यक्तींचे हक्करक्षण व कल्याण या महत्त्वाच्या विधेयकाला संसदेची मिळालेली मंजुरी, पंतप्रधान वगळता देशातील इतर व्यक्तींची एसपीजी सुरक्षा काढून घेण्याचा केंद्रीय गृहमंत्रालयाचा निर्णय या व वर्षभरातील केंद्रशासनाच्या महत्त्वाच्या निर्णयांवर आणि योजनांवर टाकलेला हा प्रकाशझोत...

सकाळ राष्ट्रीय सुरक्षेच्या कारणास्तव १० राष्ट्रीय तपास संस्थांना देशातील प्रत्येक संगणकावर पाळत ठेवून त्यातील माहितीची सरसकट चौकशी करण्याच्या अधिकाराची केंद्रशासनाकडून अधिसूचना

२० डिसेंबर २०१८ रोजी राष्ट्रीय सुरक्षेचे कारण सांगत देशातील १० राष्ट्रीय तपास संस्थांना देशातील प्रत्येक संगणकावर पाळत ठेवून त्यातील माहितीची सरसकट चौकशी करण्याच्या अधिकाराची अधिसूचना केंद्रशासनाकडून करण्यात आली.

- या अंतर्गत घराघरांमधील वैयक्तिक संगणकांवर नजर ठेवणे केंद्रीय संस्थांना शक्य
- यामुळे नागरिकांच्या खासगीपणाच्या अधिकारावर घाला घातल्याची तज्ज्ञांची टीका
- या अधिसूचनेला मनोहर लाल शर्मा व अमित साहनी या दोन वकिलांकडून सर्वोच्च न्यायालयात आव्हान
- ही अधिसूचना बेकायदेशीर, घटनात्मकदृष्ट्या अवैध असल्याचे याचिकाकर्त्यांचा आरोप
- आतापर्यंत केंद्रीय गृह सचिवांच्या आदेशाने केवळ गुन्ह्यांचे आरोप असलेल्या व्यक्तींच्या संगणकावरील माहितीवर पाळत ठेवण्याची मुभा
- आता सरसकट सर्वच नागरिकांच्या वैयक्तिक संगणकावर नजर ठेवण्यात येणार

पाळत ठेवण्याचे अधिकार मिळालेल्या केंद्रीय संस्था	
१.	गुप्तचर विभाग (Intelligence Bureau)
२.	केंद्रीय गुन्हे अन्वेषण विभाग (CBI : The Central Bureau of Investigation)
३.	राष्ट्रीय तपास संस्था (NIA : National Investigation Agency)
४.	रॉ (RAW : The Research and Analysis Wing (R&AW or RAW)
५.	अमलीपदार्थ नियंत्रण विभाग (NCB: Narcotics Control Bureau)
६.	सक्त वसुली संचालनालय (ED: Enforcement Directorate)
७.	केंद्रीय प्रत्यक्ष कर मंडळ (CBDT: Central Board of Direct Taxes)
८.	महसूल गुप्तचर संचालनालय (DRI : The Directorate of Revenue Intelligence)
९.	संदेश गुप्तचर संचालनालय (जम्मू-काश्मीर व ईशान्य भारत) (Directorate of Signal Intelligence (Only for Jammu and Kashmir, Northeast and Assam)
१०.	दिल्ली पोलीस (Delhi Police Commissioner)

त्रिस्तरीय व्यवस्था :

१. वैयक्तिक माहितीवर (डेटा) देखरेख

२. संचित व पाठवलेल्या माहितीची तपासणी

३. आवश्यक माहिती हस्तगत करणे.

- वरील संस्थांना माहिती तंत्रज्ञान अधिनियम २००० (IT Act-2000) मधील कलम ६९ नुसार सायबर गुन्ह्यांत तपासाच्या माहितीमध्ये हस्तक्षेप, देखरेख करण्याचे अधिकार प्रदान
- कोणत्याही संगणकावर पाळत ठेवण्याआधी संबंधित तपास यंत्रणेला केंद्रीय गृह सचिव किंवा राज्याच्या गृहसचिवांची परवानगी घ्यावी लागणार

माहिती तंत्रज्ञान कायदा-२०००

- सायबर गुन्हे व इलेक्ट्रॉनिक व्यापारांचे नियमन करण्यासाठी २००० मध्ये भारतीय संसदेत माहिती तंत्रज्ञान कायदा-२००० संमत

- १७ ऑक्टोबर २००० पासून या कायद्याची अंमलबजावणी सुरू
- २००८ मध्ये या कायद्यात सुधारणा
- संयुक्त राष्ट्रसंघाच्या इलेक्ट्रॉनिक व्यापार प्रारूप विधिनियम १९९६ (Model Law on Electronic Commerce 1996) वर आधारलेला
- या कायद्याने बाललैंगिक शोषण, सायबर दहशतवाद, सायबर खंडणी इत्यादी गुन्ह्यांची व्याख्या करून शिक्षेची तरतूद

लक्षात ठेवा

राष्ट्रीय तपास संस्था
(National Investigation Agency) :

- मुंबई २१/११च्या दहशतवादी हल्ल्यानंतर, दहशतवादी घटनांचे अन्वेषण करण्यासाठी २००८ च्या कायद्यान्वये ३१ डिसेंबर २००८ रोजी राष्ट्रीय तपास संस्थेची स्थापना
- राष्ट्रीय तपास संस्था अधिनियम २००८ अंतर्गत विशेष न्यायालयांची स्थापना
- राष्ट्रीय तपास संस्था केंद्रीय गृहमंत्रालयांतर्गत कार्य
- वाय. सी. मोदी हे राष्ट्रीय तपास संस्थेचे प्रमुख

अंमलबजावणी संचालनालय
(Enforcement Directorate):

- १९५६ मध्ये आर्थिक गुन्ह्यांची तपासणी करण्यासाठी अंमलबजावणी संचालनालयाची स्थापना
- केंद्रीय अर्थमंत्रालयातील 'आर्थिक व्यवहार विभागांतर्गत' काम
- फेमा-१९९९ (Foreign Exchange Management Act) व पीएमएलए-२००२ (Prevention of Money Laundering Act-2002) या कायद्याची अंमलबजावणी करण्याचे कार्य

(संदर्भ : pib.nic.in, nia.gov.in, enforcementdirectorate.gov.in)

लैंगिक अत्याचारांपासून बालकांचे संरक्षण अधिनियम-२०१२ (पोक्सो कायद्यातील) सुधारणेस मंत्रिमंडळाची मान्यता

२८ डिसेंबर २०१८ रोजी केंद्रीय मंत्रिमंडळाने लैंगिक अत्याचारांपासून बालकांचे संरक्षण अधिनियम-२०१२ (Prevention of Children from Sexual Offence Act-2012) मध्ये सुधारणा करण्यास मंजुरी दिली.

- यानुसार बाललैंगिक अत्याचार प्रतिबंधक दुरुस्ती विधेयक-२०१९ लोकसभेत ८ जानेवारी २०१९ रोजी सादर
- संसदेतर्फे भारतीय दंडविधानात (IPC) सुधारणा करत बारा वर्षांखालील मुलींवर लैंगिक अत्याचार करणाऱ्यास कमाल मृत्युदंडाची शिक्षा नमूद केल्याने पोक्सो कायद्यात सुधारणा करणे अनिवार्य

बाल लैंगिक अत्याचार प्रतिबंधक (दुरुस्ती) विधेयक – २०१९

- बालकांवर तीव्र भेदक लैंगिक अत्याचार (Aggravated Penetrative Sexual Assault) करणाऱ्या व्यक्तीस कमाल मृत्युदंडाची तरतूद
- लैंगिक अत्याचार या संकल्पनेची व्याप्ती वाढवून त्यामध्ये 'बालकाचे लैंगिक शोषण करण्याच्या उद्देशाने बालक लवकर वयात येण्यासाठी संप्रेरके किंवा रसायने देणे' या बाबीचा समावेश
- बालकांचे अश्लील छायाचित्रण करणाऱ्यास शिक्षेची तरतूद
- नैसर्गिक संकटे व आपत्तीकाळात बालकांवर केले जाणारे अत्याचार यांचा तीव्र भेदक लैंगिक अत्याचारात समावेश
- या दुरुस्ती विधेयकाद्वारे पॉक्सो कायद्याच्या कलम ४, ५, ६, ९, १४, १५ व कलम ४२ मध्ये सुधारणा अपेक्षित

पॉक्सो कायदा : (Prevention of Children from Sexual Offence : POCSO)

- संयुक्त राष्ट्रसंघटनेचे 'बालअधिकारांचे घोषणापत्र' (Declaration of Rights of a Child) २ सप्टेंबर १९९० रोजी अस्तित्वात
- त्याला अनुसरून बालकांचे लैंगिक अत्याचारांपासून संरक्षण करण्यासाठी भारतीय संसदेने बालकांचे लैंगिक अत्याचारांपासून संरक्षण अधिनियम-२०१२ (Prevention of Children from Sexual Offence : POCSO) संमत
- या अधिनियमानुसार बालकांना लैंगिक अत्याचार, लैंगिक शोषण व पोर्नोग्राफीपासून संरक्षण
- १८ वर्षांपेक्षा कमी वयाची व्यक्ती (बालक) या कायद्यांतर्गत
- हा कायदा लिंग-तटस्थ (Gender Neutral)
- या अधिनियमांतर्गत चालविण्यात येणारे खटल्यांची कार्यवाही विशेष न्यायालयात व विशेष कार्यपद्धतीचा अवलंब करून
- केंद्रीय कायद्यापूर्वी केवळ 'गोवा बाल अधिनियम-२००९' हा गोवा राज्याने केवळ बालकांसाठी बनवलेला विशेष कायदा गोवा राज्यापुरता अस्तित्वात

सकाळ लैंगिक अत्याचारापासून बालकांचे संरक्षण

२००७ मध्ये महिला व बालविकास मंत्रालयानं १३ राज्यांमधल्या साडेबारा हजार बालकांचे सर्वेक्षण केले होते. भयावह बाब ही, की यांतल्या अर्ध्यापेक्षा जास्त म्हणजे ५३% बालकांनी ते एकदा किंवा अनेकदा लैंगिक अत्याचारांना बळी पडले असल्याचे सांगितले. म्हणजेच, दर दोनपैकी एका बालकाचं लैंगिक शोषण झाले आहे. यांत २०% बालकांनी गंभीर स्वरूपाच्या लैंगिक अत्याचारांना तोंड द्यावं लागलं असल्याची कबुली दिली. लैंगिक अत्याचार सोसलेल्या या बालकांमध्ये ५७ टक्के मुले आणि उरलेल्या मुली होत्या. २०१४च्या राष्ट्रीय गुन्हे नोंद ब्यूरोच्या (एनसीआरबी) आकडेवारीनुसार वय वर्षे अठरापर्यंतच्या एक लाख लोकसंख्येपैकी २०.१ जणांवर लैंगिक अत्याचार झालेले आहेत. बालकांवरील बलात्कारांची २०१५ मधली देशातली नोंद एकूण १० हजार ८५४ होती. पॉक्सो (Prevention of Child from Sexual Offence - [POCSO], Act 2012) कायद्याच्या अंतर्गत येणाऱ्या बाललैंगिक अत्याचारांच्या संख्येतही लक्षणीय वाढ झाली आहे.

● ५३% बालके ते एकदा किंवा अनेकदा लैंगिक अत्याचारांना बळी पडले

● सर्वेक्षणातील २०% बालकांनी गंभीर स्वरूपाच्या लैंगिक अत्याचारांना तोंड द्यावं लागलं असल्याची कबुली दिली.

● लैंगिक अत्याचार सोसलेल्या बालकांमध्ये ५७ टक्के मुले आणि उरलेल्या मुली होत्या.

तंत्रज्ञानाचा म्हणजेच टीव्ही, इंटरनेट, मोबाईल यांचा गैरवापर करण्याची प्रवृत्ती वाढीस लागलेली आहे. लैंगिक अत्याचाराच्या अनेक घटनांमध्ये गुन्हेगार बालकांचे आक्षेपार्ह फोटो किंवा व्हीडिओ काढतो. हे सगळं चित्रण जगजाहीर करण्याची धमकी देत पीडित बालकाला गप्प केलं जातं आणि परत परत त्याच्या-तिच्यावर अत्याचार केला जातो. बालकांबद्दल लैंगिक वासना असणारी विकृती समाजात वाढते आहे. तंत्रज्ञानाच्या साह्यानं बालकांचा वापर पोर्नोग्राफीसाठी करण्याची संतापजनक प्रवृत्ती यातून पुढं येत आहे. हे सगळं रोखण्यासाठी कडक पाऊल उचलण्याची नितांत गरज होती. महिला आयोगाच्या माध्यमातून आम्ही हा विषय सातत्यानं राज्यातल्या आणि केंद्रातल्या सरकारपुढं मांडत आलो आहोत. बाललैंगिक अत्याचारांना आळा घालण्यासाठी कालसुसंगत कायद्यांची निर्मिती, अस्तित्वातल्या कायद्यांमध्ये सुधारणा ही काळाची गरज आहे. मात्र त्यासाठी आधी 'चाईल्ड पोर्नोग्राफी' म्हणायचं कशाला, याची नेमकी स्पष्ट व्याख्या करणे फार गरजेचं होतं. आजवर देशात ती कोणी केली नव्हती.

केंद्रातल्या नरेंद्र मोदी सरकारने पहिल्यांदा या दृष्टीनं विचार केला आहे. केंद्रीय महिला आणि बालकल्याण मंत्री स्मृती इराणी या बाबतीत खूप संवेदनशील आहेत. आम्ही जेव्हा त्यांच्याकडे हा विषय मांडला, तेव्हा त्यांना चटकन त्याचे गांभीर्य लक्षात आले, वेगाने चक्रे हलली. पंतप्रधान नरेंद्र मोदी यांच्या कॅबिनेटने निर्णय घेतला आणि आता नव्या सरकारच्या पहिल्याच पावसाळी अधिवेशनात 'चाईल्ड पोर्नोग्राफी'ची व्याख्या निश्चित करणाऱ्या सुधारणेचा समावेश असणारे विधेयक पटलावर येत आहे. लैंगिक अत्याचारांविरोधात बालकांचे संरक्षण सुधारणा विधेयक' (प्रोटेक्शन ऑफ चिल्ड्रेन अगेन्स्ट सेक्शुअल ऑफेन्सेस अमेंडमेंट बिल) लवकरच मंजूर होईल, अशी आशा आहे. नुकतेच ते राज्यसभेत सादर झाले आहे. लैंगिक क्रियांसाठी बालकाला प्रत्यक्ष स्पर्श न करताही त्याच्यावर अत्याचार केले जाऊ शकतात. गुन्हेगार बालकांना अश्लील चित्रीकरण किंवा छायाचित्र दाखवतो. बालकांचा उपयोग या प्रकारच्या चित्रीकरणासाठी केला जाऊ शकतो. या चित्रीकरणाचा व्यावसायिक वापर होऊ शकतो. तंत्रज्ञानाच्या माध्यमातून बालकांचं लैंगिक शोषण होऊ शकते. यांसारख्या अनेक बारीकसारीक मुद्द्यांचा समावेश 'चाईल्ड पोर्नोग्राफी'च्या विस्तृत आणि सर्वसमावेशक व्याख्येत करण्यात आला आहे. त्यामुळे बालकांवर लैंगिक अत्याचार करणाऱ्या विकृत मनोवृत्तीला कडक शिक्षा करणं शक्य होईल. साध्या, सोप्या भाषेत सांगायचे, तर लैंगिक गैरहेतूने बालकांची काढलेली छायाचित्रं, चित्रीकरण, डिजिटल किंवा संगणकीकृत चित्रं आदी कोणत्याही प्रकारचे साहित्य यापुढे 'चाईल्ड पोर्नोग्राफी' ठरणार आहेत. कोणाचाही मोबाईल, संगणक आदींमध्ये 'चाईल्ड पोर्नोग्राफी' आढळून आली, तर संबंधित गुन्ह्यासाठी कडक शिक्षेची तरतूद या नव्या विधेयकात करण्यात आली आहे. बालकांवरील लैंगिक अत्याचारांना आळा घालण्यासाठी 'पोक्सो' कायद्याची व्याप्ती वाढवण्याचाही प्रस्ताव आहे. लक्षात घ्या, यापूर्वी देशातला कोणत्याच 'आयटी ॲक्ट' किंवा 'आयपीसी'मध्ये चाईल्ड पोर्नोग्राफीची स्पष्ट व्याख्या केली गेली नव्हती. केंद्रीय मंत्री स्मृती इराणी यांनी ही अडचण दूर केली. त्यांचे अभिनंदन. बालकांचं आयुष्य कुस्करणाऱ्या वासनांधांच्या मुसक्या आवळण्यास यामुळं मदत होणार आहे.

● विजया रहाटकर

(महाराष्ट्र राज्य महिला आयोगाच्या माजी अध्यक्ष)

पूर्वप्रसिद्धी : दैनिक सकाळ

लक्षात ठेवा

राष्ट्रीय बालअधिकार संरक्षण आयोग (National Commission for Protection of Child Rights) :

NCPCR

- बालकांच्या अधिकारांचे संरक्षण करण्यासाठी समर्पित राष्ट्रीय आयोगांच्या धर्तीवरच राष्ट्रीय बालअधिकार संरक्षण आयोग अधिनियम-२००५ संमत
- मार्च २००७ मध्ये आयोगाची प्रत्यक्ष कार्यास सुरुवात
- शिक्षणाचा अधिकार, पॉक्सो अधिनियम, बालगुन्हेगार अधिनियम इत्यादी बालकांशी संबंधित कायद्यांच्या अंमलबजावणीवर लक्ष ठेवण्याचे कार्य आयोगातर्फे
- २०१६ मध्ये आयोगातर्फे 'पोक्सो-इ-बॉक्स' (Pocso-e-box) या प्रकल्पाचा शुभारंभ, याद्वारे लैंगिक अत्याचाराची ऑनलाईन तक्रारीची नोंदणी शक्य
- सध्या प्रियांक कानुंगो हे राष्ट्रीय बालअधिकार संरक्षण आयोगाचे अध्यक्ष
- प्रियांक कानुंगो यापूर्वी आयोगाचे सदस्य म्हणून कार्य
- त्यांची नियुक्ती तीन वर्षांसाठी ऑक्टोबर २०२१ पर्यंत
- राष्ट्रीय बालअधिकार संरक्षण आयोग एक अध्यक्ष व सहा सदस्यांचा असून यातील दोन सदस्य महिला

आयोगाचे आतापर्यंतचे अध्यक्ष

१)	शांता सिन्हा	बालहक्क कार्यकर्ती	२००७-१३
२)	कुशल सिंग	निवृत्त सनदी अधिकारी	२०१३-१४
३)	स्तुती नारायण कक्कर	निवृत्त सनदी अधिकारी	२०१५-१८
४)	प्रियांक कानुंगो	शिक्षण हक्क कार्यकर्ते	२०१८-

पॉक्सो (सुधारणा) अधिनियम, २०१९ (POCSO)

- संसदेने पॉक्सो (सुधारणा) अधिनियम, २०१९ ला मंजुरी दिली.
- लोकसभेत २ ऑगस्ट, तर राज्यसभेने २४ जुलै रोजी पॉक्सो (सुधारणा) विधेयकास मंजुरी दिली.
- केंद्रशासनाने 'निर्भया निधींतर्गत' संपूर्ण देशभरात १०२३ फास्ट ट्रॅक न्यायालयांना मान्यता दिली आहे, याअंतर्गत प्रत्येक न्यायालयासाठी ७५ लाखांचा निधी मंजूर करण्यात येईल.

(संदर्भ : pib.nic.in, ncpcr.gov.in/)

सकाळ

आंध्र प्रदेश, गुजरात, मिझोराम, छत्तीसगड, कर्नाटक व मध्य प्रदेश या सहा राज्यांमध्ये महिला पोलिस स्वयंसेवक योजनेच्या अंमलबजावणीला केंद्रशासनाची मंजुरी

दि. २८ डिसेंबर २०१८ रोजी केंद्रशासनाची आंध्र प्रदेश, गुजरात, मिझोराम, छत्तीसगड, कर्नाटक व मध्य प्रदेश या सहा राज्यांमध्ये 'महिला पोलिस स्वयंसेवक' (Mahila Police Volunteer) योजना राबविण्यास मंजुरी देण्यात आली.

- आंध्र प्रदेश, गुजरात, मिझोराम, छत्तीसगड, कर्नाटक व मध्य प्रदेश या सहा राज्यांकडून प्रस्ताव सादर
- याबरोबरच महिला व बालविकास मंत्रालयाकडून सर्व राज्यांना या योजनेची अंमलबजावणी करण्याची विनंती
- महिला पोलिस स्वयंसेवक हा केंद्रीय गृहमंत्रालय व केंद्रीय महिला व बालकल्याण मंत्रालयाचा संयुक्त उपक्रम
- १४ डिसेंबर २०१६ रोजी ही योजना सुरू करणारे हरियाणा हे देशातील पहिले राज्य
- हरियाणा सरकारतर्फे कर्नाल आणि मोहिंदरगड जिल्ह्यांमध्ये प्रायोगिक तत्त्वांवर महिला पोलिस स्वयंसेवक उपक्रम

महिला पोलिस स्वयंसेवक योजना :

- केंद्रीय गृहमंत्रालयाकडून महिला बालविकास मंत्रालयाच्या साहाय्याने २०१६ मध्ये 'निर्भया निधी' अंतर्गत या योजनेची स्थापना
- या योजनेंतर्गत देशभरातील आठ राज्यांतून एकूण ९५३१ महिला पोलीस स्वयंसेवकांची नोंदणी करण्यात आली.
- छत्तीसगड राज्यामध्ये सर्वाधिक ४५६८, तर आंध्र प्रदेश राज्यामध्ये ३००० महिला पोलीस स्वयंसेवकांची नोंदणी करण्यात आली.
- ऑगस्ट २०१९ पर्यंत झारखंड, कर्नाटक, मध्य प्रदेश या राज्यांमध्ये एकाही महिला पोलीस स्वयंसेविकेची नियुक्ती करण्यात आली नाही.

वैशिष्ट्ये :

- महिला व मुलींच्या सक्षमीकरणासाठी वचनबद्ध
- लिंग आधारित हिंसाचाराविरोधात आवाज उठवणारी
- लिंगाधारित समानता व हिंसाचार मुक्त समाजाच्या निर्मितीसाठी

महिला पोलिस स्वयंसेवक अर्हता

- पोलिसांना साहाय्य करणारी सर्वसामान्य महिलाही 'महिला पोलिस स्वयंसेवक'
- 'महिला पोलिस स्वयंसेविके'चे किमान वय २१ वर्षे व शैक्षणिक अर्हता किमान बारावी उत्तीर्ण
- 'महिला पोलिस स्वयंसेविका' स्थानिक प्रदेशातील व स्थानिक भाषेचे योग्य ज्ञान असणारी

सकाळ नेताजी सुभाषचंद्र बोस यांच्या स्मरणार्थ अंदमान-निकोबारमधील रॉस, नील व हॅवलॉक या बेटांचे अनुक्रमे 'नेताजी सुभाषचंद्र बोस', 'शहीद' आणि 'स्वराज बेट' असे नामकरण

दिनांक ३० डिसेंबर २०१८ रोजी पंतप्रधान नरेंद्र मोदी यांनी अंदमान-निकोबारमधील रॉस, नील व हॅवलॉक या बेटांचे अनुक्रमे नेताजी सुभाषचंद्र बोस, शहीद आणि स्वराज बेट असे नामकरण केले.

- ही तीनही बेटे दक्षिण अंदमान जिल्ह्यात
- नेताजी सुभाषचंद्र बोस यांनी अंदमान बेटांवर तिरंगा फडकविण्याच्या प्रसंगास ३० डिसेंबर २०१८ रोजी ७५ वर्षे पूर्ण
- दुसऱ्या महायुद्धात जपानने अंदमान व निकोबार बेटे जिंकून ती आझाद हिंद सेनेच्या स्वाधीन
- २९ डिसेंबर १९४३ रोजी नेताजी सुभाषचंद्र बोस यांचे पोर्टब्लेअर येथे आगमन
- ३० डिसेंबर १९४३ रोजी पोर्टब्लेअर येथे सर्वप्रथम तिरंगा झेंडा फडकविला.
- नेताजी सुभाषचंद्र बोस यांची अंदमान व निकोबार बेटाचे शहीद व स्वराज असे नामकरण करण्याची सूचना

अंदमान व निकोबार :

- अंदमान-निकोबार बंगालच्या उपसागरातील ५१२ बेटांचा समूह आहे.
- यातील ३७ बेटांवर मानवी वस्ती आहे.
- १ नोव्हेंबर, १९५६ रोजी अंदमान-निकोबारला केंद्रशासित प्रदेशाचा दर्जा
- अंदमान-निकोबार प्रामुख्याने अंदमान निकोबार बेटसमूहापासून बनलेले आहेत जे एकमेकांपेक्षा दहा अक्षांश रेषेने वेगळे (10 degree channel) झाले आहेत.
- पोर्टब्लेअर हे या केंद्रशासित प्रदेशाच्या राजधानीचे शहर
- चोल राजा राजेंद्र चोलच्या काळात या बेटांना 'मा-नक्कवरम' असे नाव
- १८५८ मध्ये ब्रिटिशांकडून या बेटांचा संपूर्ण ताबा, १८७२ पासून चीफ-कमिशनरचा प्रांत
- दुसऱ्या महायुद्धात जपानने अंदमान-निकोबार बेटे जिंकल्यावर नेताजी सुभाषचंद्र बोस यांच्याकडून जनरल ए. डी. लोगानाथन यांची या बेटांच्या गव्हर्नरपदी नियुक्ती, वास्तविक नियंत्रण जपानी सैन्याचे
- अंदमान-निकोबार समूहाचे क्षेत्रफळ ८,२४९ चौ. किमी. असून केंद्रशासित प्रदेशांमध्ये सर्वांत जास्त
- २०११ मध्ये अंदमान-निकोबारची लोकसंख्या ३,८०,०००.
- १९८२ पासून अंदमान-निकोबारचा प्रशासकीय कारभार गव्हर्नर मार्फत
- सध्या ॲडमिरल (नि.) देवेंद्रकुमार जोशी अंदमान-निकोबारचे नायब राज्यपाल आहेत. अंदमान-निकोबारमधून लोकसभेत एका सदस्याची निवड
- भारतातील एकमेव जिवंत ज्वालामुखी बॅरन बेट उत्तर अंदमान जिल्ह्यामध्ये असून २३ जानेवारी २०१७ रोजी तो पहिल्यांदा जागृत

(संदर्भ : pib.nic.in)

- 'महिला पोलिस स्वयंसेविके'वर कुठलाही गुन्हा नोंदलेला नसावा किंवा तिला कुठल्याही गुन्हेगारी कायद्यांतर्गत शिक्षा झालेली नसावी.
- 'महिला पोलिस स्वयंसेविके'ला कुठल्याही राजकीय पक्षाचे सदस्यत्व नसावे.
- प्रति ग्रामपंचायत एक याप्रमाणे 'महिला पोलिस स्वयंसेविकां'ची नेमणूक

महिला पोलिस स्वयंसेविकांच्या कामाचे स्वरूप

- 'महिला पोलिस स्वयंसेविका' पोलिस प्रशासन व समुदायातील दुवा
- महिला पोलिस स्वयंसेविकांचे रिपोर्टिंग स्थानिक पोलिस ठाण्यातील 'सर्कल इन्स्पेक्टर'ला
- समुदाय देखरेख गट म्हणून 'महिला व शिशू रक्षक दले' स्थापन करण्याचे काम महिला पोलिस स्वयंसेविकोचे
- 'महिला पोलिस स्वयंसेविका' हे मानद पद असून त्यांना रु. १००० प्रति महिना इतके मानधन
- महिलांवर होणाऱ्या अत्याचारांची (घरगुती हिंसा, बालविवाह, हुंड्यासाठी छळ) माहिती पोलिसांना देणे हे यांचे प्रमुख कार्य

निर्भया निधी (Nibhaya Fund)

निर्भया निधीसाठीची तरतूद

- तत्कालीन निर्भया निधीची सुरुवात २०१३ च्या अर्थसंकल्पात (२०१३-१४) अर्थमंत्री पी. चिदंबरम यांनी केली.
- या निधीसाठी १००० कोटी रुपयांची तरतूद
- महिला अत्याचार विरोधात कार्य करणाऱ्या संस्था, योजना, पुढाकार यासाठी या निधीचा वापर
- अर्थमंत्रालयातील अर्थविभागातर्फे (Department of Economic Affairs) व्यवस्थापन
- महिला व बालकल्याण मंत्रालयाच्या सचिवांच्या अध्यक्षतेखालील समितीद्वारे 'विविध विभागां'च्या प्रस्तावांचे परीक्षण करणार.

(संदर्भ : dea.gov.in, wcd.nic.in)

सकाळ नवीन भारत बनवण्यासाठी एकत्र येऊ या!

मोदी सरकारने दुसऱ्या पर्वातील ५० दिवसांचा कालावधी पूर्ण केला. त्यानिमित्ताने केलेल्या कामाचा अहवाल देण्याची आणि भविष्यातील नियोजन सर्वांसमोर मांडण्याची ही वेळ आहे. सलग दुसऱ्यांदा हे सरकार सत्तेत आले असल्यामुळे काहींना या अहवालाची गरज वाटणार नाही. तर काहींना ५० दिवसांचा कालावधी अहवाल सादरीकरणासाठी फारच अल्प वाटेल. २०१९ च्या लोकसभा निवडणुकीत लोकांनी मोदी सरकारचे काम तपासले व या लोकशाहीच्या परीक्षेत शंभर टक्क्यांहून अधिक गुण प्रदान केले. अशा पद्धतीने मोदी सरकार वेगळे ठरते. पंतप्रधान नरेंद्र मोदी हे मजबूत कार्यकर्ता आहेत व शासनाचे भारतीय नागरिकांप्रति असलेले उत्तरदायित्व मानणारे आहेत. या सरकारसाठी, देशाच्या प्रगतीमधील पाया रचणारे हे पहिले पन्नास दिवस आहेत. त्यामुळे हे जाणून घ्यायचा अधिकार आहे की, हे सरकार कोणत्या दिशेने मार्गक्रमण करत आहे.

'सबका साथ, सबका विकास' या आपल्या ब्रीदवाक्यामध्ये 'मोदी सरकार २.०' ने 'सबका विश्वास' समाविष्ट करून आपल्या प्रवासाचे उद्दिष्ट स्पष्ट केले आहे. हे प्रत्यक्षात आणण्यासाठी पुढील पाच वर्षांत भारताला ५ (लाख कोटी) ट्रिलियन डॉलर्स अर्थव्यवस्था बनविण्याचे लक्ष्य निश्चित केले आहे. जितकी मोठी अर्थव्यवस्था तितकी मोठी प्रत्येक भारतीयाची अर्थशक्ती, प्रगती व समृद्धता. २०१९-२० च्या अर्थसंकल्पाने जी उद्दिष्टे निश्चित केली आहेत ती मोदी सरकार साध्य करेल, याबद्दल विरोधकांनादेखील शंका नाही. मोदी सरकार २.० ने ठरवलेल्या उद्दिष्टांच्या प्रकाराचा अंदाज यावरून काढता येईल.

रस्ते, रेल्वे, विमानतळ, बंदरे इत्यादीमधील पायाभूत सुविधांमध्ये १०० लाख कोटी रुपयांच्या गुंतवणुकीची योजना आखली गेली. भ्रष्टाचार विरोधी कारवाई व बँकिंग प्रणालीची स्वच्छता, आर्थिक फरारींच्या भोवतालचे जाळे घट्ट करणे, दिवाळखोरी व बँकिंग संहितामध्ये सुधारणा, कामगार कायदे (ज्यात ५० कोटी कामगारांना फायदा होणार आहे), देशाला भेडसावणारा जलसंकटाचा सामना करण्यासाठी जलशक्ती मंत्रालयाची निर्मिती आणि पुढील तीन वर्षांत खेड्यांमधील प्रत्येक घरात वीज आणि एलपीजी कनेक्शन सुनिश्चित करण्याची योजना यांचा समावेश आहे.

पहिल्या ५० दिवसांत, सरकारने ९५ टक्क्यांहून अधिक देशांतर्गत व्यवसायांना कॉर्पोरेट करात सवलत दिली, व्यापाऱ्यांसाठी पेन्शन योजना आणली आणि शेतकऱ्यांसाठी एमएसपी (किमान आधारभूत किंमत) वाढविला आहे. मोदी सरकार २.० च्या कार्यकाळाचे ५० दिवस पूर्ण होत असतानाच योगायोगाने 'चांद्रयान-२' देखील मार्गस्थ झाले. प्रत्येक राजकीय पक्षाला मुख्य सुधारणांमध्ये घेऊन जाण्याच्या आपल्या बांधीलकीकडे सरकारने सर्वतोपरी प्रयत्न केले आहेत, हे संसदेच्या अर्थसंकल्पीय अधिवेशनाच्या कामकाजावरून स्पष्ट होते. या अधिवेशनात संसदेत विक्रमी अनेक विधेयके मंजूर झाली आहेत. खरं तर, अलीकडच्या काळात लोकसभा निवडणुकीनंतर संसदेच्या पहिल्याच सत्राची ही सर्वोच्च उत्पादकता आहे.

या सगळ्यांमुळे व मुत्सद्दीपणामध्ये मोदी सरकारचे पहिले ५० दिवस अपवादात्मक ठरले आहेत. दोन शक्तिशाली शेजारी देश श्रीलंका आणि मालदीव अशा कालखंडात भारताच्या जवळ आले आहेत, जेव्हा इतर शक्ती हिंद महासागर प्रदेशात स्वतःला प्रस्थापित करण्याचा प्रयत्न करीत आहेत. पंतप्रधान नरेंद्र मोदी यांनी जनतेच्या मतानुसार विजय मिळवल्यानंतर काही दिवसांतच या दोन देशांचा दौरा केला, यावरून या आपल्या शेजाऱ्यांचे महत्त्व अधोरेखित केले गेले. किर्गिस्तानमधील शांघाय सहकार संघटना (एससीओ) आणि जपानमधील 'जी-२०' शिखर परिषदेतील बैठकीत चीनशी संबंध दृढ झाला आहे.

दहशतवादाविरुद्ध लढा देण्याच्या मोर्चावर आंतरराष्ट्रीय स्तरावर पाकिस्तानला वेगळे पाडण्यात आले. यासाठी पंतप्रधानांनी दहशतवादाविषयी जागतिक परिषद बोलाविण्याबाबत व दहशतवादाचा पुरस्कार, मदत व वित्तपुरवठा करणाऱ्या देशांना जबाबदार ठरविण्याबाबत आवाहन केले.

कुलभूषण जाधव प्रकरणातील आंतरराष्ट्रीय न्यायालयाचा (आयसीजे) निर्णय हा जगात कोठेही असणाऱ्या भारतीय नागरिकांची सुरक्षा सुनिश्चित करण्यासाठी सर्वतोपरी प्रयत्न करण्याच्या सरकारच्या हेतूची आणखी एक साक्ष आहे. आयसीजेचा निर्णय आहे की पाकिस्तान निवृत्त नौदल अधिकाऱ्याला फाशीची शिक्षा ठोठावू शकत नाही, यावरून हे सिद्ध होते की, कुलभूषण जाधव यांच्या हक्कांसाठी आपल्या सरकारने किती कठोरपणे लढा दिला.

पंतप्रधान नरेंद्र मोदी यांनी मला क्रीडा व युवा व्यवहार मंत्रालयावर जबाबदारी सोपविली आहे, त्याबद्दल सांगायचे तर, २०२० मध्ये टोकियो येथे ऑलिम्पिक क्रीडा स्पर्धा असून आमचे खेळाडू अथक परिश्रम व खेळ, देशाप्रति बांधीलकी लक्षात घेऊन देशासाठी चांगली कामगिरी करतील, अशी अपेक्षा आम्ही करतो आहोत. आमच्या सरकारने खेळाडूंना त्यांच्या प्रशिक्षण कार्यक्रमात आणि आंतरराष्ट्रीय स्पर्धांमध्ये भाग घेण्यासाठी सतत पाठिंबा दिला आहे. 'खेलो इंडिया' मार्फत नवीन प्रतिभेची ओळख करून त्यांचे पालनपोषण करत आहोत व लक्ष्य ऑलिम्पिक पोडियम योजनेच्या माध्यमातून अभिजात प्रतिभेला पाठिंबा देत आहोत. तळागाळातील स्तरापासून एलिट ॲथलिट्सपर्यंत खेळाची एक इकोसिस्टम तयार करण्याचा प्रयत्न आहे. 'खेलो इंडिया' उपक्रमांतर्गत क्रीडा विकासासाठी राष्ट्रीय क्रीडा शिक्षण मंडळाची (एनएसईबी) स्थापना केली जात आहे. आमचे प्रयत्न केवळ खेळाडूंपुरते मर्यादित नाहीत तर, प्रत्येकाच्या जीवनात खेळ व स्वास्थ्य यांचे महत्त्व वाढवण्याच्या उद्देशाने भारतातील प्रत्येक नागरिकापर्यंत ते विस्तारित आहेत. मोदी सरकारने आणलेला परिवर्तनकारी बदल सहभागात्मक शासनासाठी आहे, जिथे नागरिक व सरकार मिळून स्वाभिमानी भारतीय होण्याचा अर्थ काय, ते परिभाषित करतात.

आदर्श नागरिक कसे विचार करतो आणि कसे जगतो, हे दाखविण्यात आमचे पंतप्रधान पुढाकार घेत आहेत. भारत परिवर्तनासाठी आपल्यातील प्रत्येकाने सक्रिय आणि वचनबद्ध सहभाग देणे आवश्यक आहे. चला, एक नवीन भारत बनवण्यासाठी एकत्र येऊ यात.

•

किरण रीजिजू

(क्रीडा आणि युवा व्यवहार, राज्यमंत्री (स्वतंत्र प्रभार) व अल्पसंख्याक राज्यमंत्री)

(पूर्वप्रसिद्धी : दैनिक सकाळ)

सकाळ

डीएनए तंत्रज्ञान नियमन विधेयकाला लोकसभेची मंजुरी : गुन्हेगार, संशयित कच्चे कैदी व पीडित व्यक्तींची ओळख पटविण्यासाठी करण्यात येणाऱ्या डीएनए चाचणीच्या वापरावर नियंत्रण ठेवणे हा या विधेयकाचा उद्देश

दिनांक ८ जानेवारी २०१९ रोजी लोकसभेने डीएनए तंत्रज्ञान अधिनियम-२०१८ (The DNA Technology Regulation Bill-2018) ला मंजुरी दिली

- गुन्हेगार, संशयित कच्चे कैदी व पीडित व्यक्तींची ओळख पटविण्यासाठी करण्यात येणाऱ्या डीएनए चाचणीच्या वापरावर नियंत्रण ठेवणे हा या विधेयकाचा उद्देश
- देशातील गुन्हेगारी शोध व फौजदारी न्यायप्रक्रियेला बळकटी देण्याकरिता तसेच न्यायवैद्यक तंत्रज्ञानाचे आधुनिकीकरण करण्याकरिता हे विधेयक महत्त्वाचे
- या विधेयकाद्वारे व्यक्तीच्या खासगीपणावर बंधने येऊ शकतात अशी भीती व्यक्त

विधेयकातील तरतुदी :

- कायद्याची अंमलबजावणी करणाऱ्या संस्थांना डीएनए गोळा करणे, डीएनए प्रोफाईल बनवणे आणि गुन्हेगार तपासासाठी डीएनए डेटा बँक बनविण्याची परवानगी देणारे विधेयक
- या विधेयकांतर्गत 'डीएनए प्रोफायलिंग मंडळा'ची स्थापना होणार
- राज्यस्तरीय डीएनए डेटा बँक स्थापण्यास परवानगी देणे, डीएनए तंत्रज्ञानाचे संकलन आणि विश्लेषणाच्या पद्धतींना मान्यता देणे यासाठी या मंडळाला अंतिम अधिकार प्रदान
- या विधेयकांतर्गत गोळा करण्यात आलेली सर्व माहिती केवळ व्यक्तींची ओळख निश्चित करण्यासाठी
- या विधेयकांतर्गत डीएनए प्रयोगशाळांचे प्रमाण आणि नियमन बंधनकारक
- या विधेयकांतर्गत केंद्रशासनाला देशभरात डीएनए प्रोफाइल्स साठविणाऱ्या डीएनए डेटा बँकांची स्थापना करण्याची मुभा
- आरोपी, संशयित, पीडित, हरवलेल्या व अज्ञात मानवी अवशेषांची ओळख पटविण्यासाठी राष्ट्रीय डेटा बेस साठविण्याचे काम या डेटा बँकेकडे
- या विधेयकांतर्गत माहितीची चोरी किंवा गळतीस जबाबदार असणाऱ्या व्यक्तीला ३ वर्षांपर्यंतचा कारावास व १ लाख रुपयांपर्यंतच्या दंडाची तरतूद
- व्यक्तीची माहिती गोळा करण्यासाठी (डीएनए प्रोफाईल) लेखी संमती आवश्यक असेल तर, सात वर्षांहून अधिक व कमाल फाशीच्या शिक्षा झालेल्या व्यक्तींसाठी अशी संमतीची गरज नाही.
- गुन्हेगारांची ओळख पटविण्यासाठी 'डीएनए प्रोफाइलिंग' तंत्रज्ञानाचा वापर करणारे आंध्र प्रदेश देशातील पहिले राज्य

डीएनए प्रोफायलिंग तंत्रज्ञान :

- डीएनए प्रोफायलिंग तंत्रज्ञानाचा विकास अमेरिकन शास्त्रज्ञ डॉ. जेफ्री ग्लासबर्ग व ब्रिटनचे सर अ‍ॅलेक जेफ्री यांनी
- डीएनए प्रोफायलिंग तंत्रज्ञान व्यक्तीची ओळख पटविण्यासाठी उपयुक्त
- आपल्या डीएनए पैकी ९९.९% डीएनए समान असतो, फक्त ०.१%चा नगण्य फरक, ज्यामुळे व्यक्तींना विशिष्ट ओळख बहाल
- डीएनए प्रोफायलिंगचे मूलभूत अंग म्हणजे डीएनएचे रेणू (DNA molecules) ज्यामध्ये व्यक्तीची संपूर्ण जनुकीय माहिती
- आपल्या जेनेटिक कोड ३ बिलियन बेस पेयर इतका लांब असतो.
- प्रत्येक व्यक्तीमध्ये इतरांपेक्षा काही वेगळे सिक्वेन्स (वरील चार घटकांचे) असतात, ज्यांना 'जेनेटिक मार्कर' म्हणतात, हे जेनेटिक मार्कर शोधून व्यक्तीची ओळख शोधतात.
- दोन व्यक्तींच्या जेनेटिक मार्करमध्ये जितके साम्य तितके जवळचे नातेसंबंध.
- भारतामध्ये 'डीएनए प्रोफायलिंग'ची सुरुवात दिवंगत संशोधक 'लालजी सिंग' यांनी केली. ज्यांनी १९९० मध्ये हैद्राबाद येथे सेंटर फॉर डीएनए फिंगरप्रिंटिंग व डायग्नोसिस (Center for DNA Fingerprinting and Diagnostics-CDFD) या संशोधन केंद्राची स्थापना

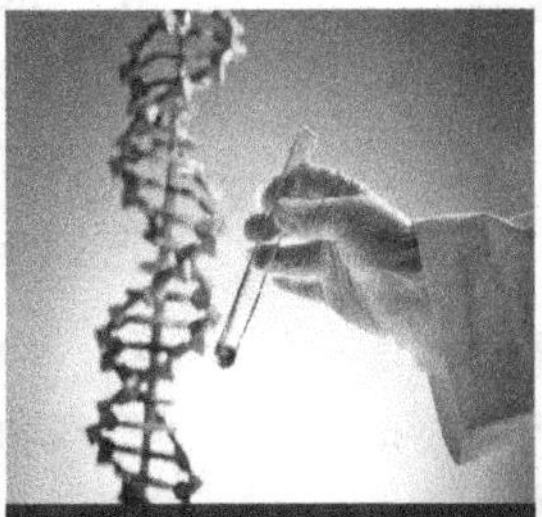

डीएनए प्रोफायलिंग तंत्रज्ञानाविषयी...

तंत्रज्ञानाचा विकास करणारे संशोधक :

डॉ. जेफ्री ग्लासबर्ग (अमेरिका) व सर अ‍ॅलेक जेफ्री (ब्रिटन)

उपयोग :

व्यक्तीची ओळख पटविण्यासाठी

वैशिष्ट्य :

आपल्या डीएनए पैकी केवळ ०.१% च्या नगण्य फरकामुळे व्यक्तींना विशिष्ट ओळख

भारतामध्ये सुरुवात कुणाकडून व कशी?

दिवंगत संशोधक 'लालजी सिंग' यांच्याकडून १९९० मध्ये हैद्राबाद येथे सेंटर फॉर डीएनए फिंगरप्रिंटिंग व डायग्नोसिस या संशोधन केंद्राची स्थापना

(संदर्भ : pib.nic.in, cdfd.org.in)

१०३ व्या घटनादुरुस्ती अधिनियमावर राष्ट्रपतींची स्वाक्षरी : या घटनादुरुस्तीद्वारे खुल्या गटातील आर्थिकदृष्ट्या दुर्बल घटकांना शिक्षण आणि नोकऱ्यांमध्ये १० टक्के आरक्षण देण्यात येणार

दिनांक १२ जानेवारी, २०१९ रोजी भारताचे राष्ट्रपती रामनाथ कोविंद यांनी १२४ व्या घटना दुरुस्ती विधेयकावर स्वाक्षरी केली.

- हे विधेयक म्हणजे १०३ वी घटनादुरुस्ती अधिनियम म्हणून ओळखले जाते.
- या घटनादुरुस्तीद्वारे खुल्या गटातील आर्थिकदृष्ट्या दुर्बल घटकांना शिक्षण आणि नोकऱ्यांमध्ये १० टक्के आरक्षण
- केंद्रीय सामाजिक न्याय व सबलीकरण मंत्री भवरचंद गेहलोत यांच्याकडून विधेयकाची ८ जानेवारी २०१९ रोजी लोकसभेत मांडणी
- लोकसभेत ३२६ विरुद्ध ३ अशा मत फरकाने ९ जानेवारी रोजी हे विधेयक संमत
- राज्यसभेत १६५ विरुद्ध ७ अशा मत फरकाने हे विधेयक संमत
- राष्ट्रपतींनी स्वाक्षरी केल्यानंतर १४ जानेवारी २०१९ पासून १०३ व्या घटनादुरुस्तीचा अंमल सुरू
- सध्या केंद्रीय शिक्षण संस्था व नोकऱ्यांमध्ये ४९.५% आरक्षण आहे (अनुसूचित जाती - १५%, अनुसूचित जमाती ७.५% व इतर मागासवर्गीय - २७%).
- १०३ व्या घटनादुरुस्तीमुळे आरक्षण मर्यादा वाढून ५९.५% होणार

१०३ वी घटनादुरुस्ती अधिनियम :

- १०३ व्या घटनादुरुस्ती कायद्याद्वारे राज्यघटनेच्या अनुच्छेद १५ व १६ मध्ये दुरुस्ती
- या अनुच्छेदांमध्ये उपकलम १५(६) व १६ (६)चा समावेश
- अनुच्छेद १५(६) नुसार आर्थिकदृष्ट्या दुर्बल घटकांना (खुल्या गटातील) शैक्षणिक संस्थांमध्ये आरक्षण
- अनुच्छेद १६(६) नुसार आर्थिकदृष्ट्या दुर्बल घटकांना नोकऱ्यांमध्ये आरक्षण
- अनुच्छेद १५(६) मधील आरक्षण (शैक्षणिक) अनुच्छेद ३०(१) मधील तरतुदीनुसार स्थापन झालेल्या शैक्षणिक संस्था वगळता इतर सर्व शिक्षणसंस्थांमध्ये असेल.
- आर्थिकदृष्ट्या दुर्बलांना दिले गेलेले १०% आरक्षण हे अनुसूचित जाती, अनुसूचित जमाती व अन्य मागासवर्गीय समूहांना दिल्या जाणाऱ्या आरक्षणाहून वेगळे
- आर्थिकदृष्ट्या दुर्बलांना १०% आरक्षणाचा लाभ देण्यासाठीचे आर्थिक निकष ठरवण्याचे अधिकार राज्यांना प्रदान
- या घटनादुरुस्ती अधिनियमामुळे राज्यघटनेच्या राज्यधोरणासाठी मार्गदर्शक तत्त्वे या भागातील अनुच्छेद ४६ ला मूर्त स्वरूप

■ भारतात लागू असलेल्या आरक्षणाची टक्केवारी

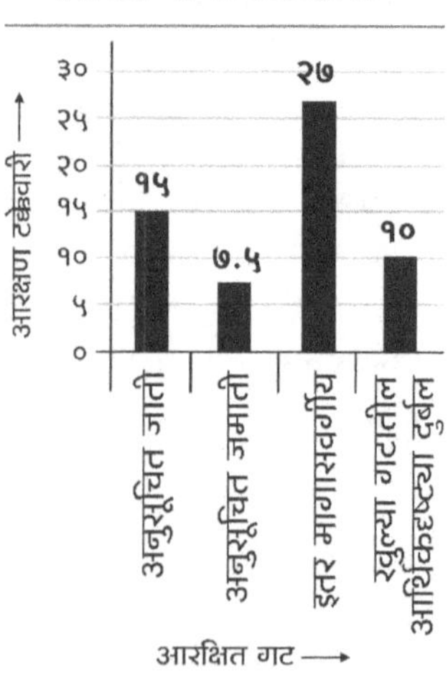

१०३ व्या घटनादुरुस्तीला आव्हान :

- यूथ फॉर इक्वलिटी आणि कौशलकांत मिश्रा यांच्याकडून १०३ व्या घटनादुरुस्ती विरोधात सर्वोच्च न्यायालयात याचिका दाखल
- आर्थिक निकषावर आरक्षण देणे, केवळ खुल्या गटाचाच आरक्षणासाठी विचार करणे घटनाबाह्य असल्याचे याचिकाकर्त्यांचे म्हणणे
- इंदिरा साहनी विरुद्ध भारतीय संघराज्य या खटल्यात आरक्षणाची घालून दिलेली ५०% ची मर्यादा या घटनादुरुस्तीने भंग होते असा याचिकाकर्त्यांचा दावा

भारतीय राज्यघटनेतील घटनादुरुस्तीच्या तरतुदी :

- घटनेच्या कलम ३६८ मध्ये घटनादुरुस्तीची पद्धती नमूद
- घटनादुरुस्ती विधेयकाची मांडणी संसदेच्या कुठल्याही सभागृहामध्ये शक्य
- शासकीय किंवा खासगी सदस्याकडून या विधेयकाची मांडणी शक्य
- २४ व्या घटनादुरुस्तीनुसार राष्ट्रपतींना घटनादुरुस्ती विधेयकास मंजुरी देणे बंधनकारक

घटनादुरुस्ती विधेयक तीन पद्धतीने संमत केले जाते.

१) साध्या बहुमताने
२) विशेष बहुमताने (सभागृहाच्या सदस्यसंख्येच्या निम्म्या किंवा उपस्थित आणि मतदान करणाऱ्या सदस्यांच्या दोन तृतीयांश बहुमताने यापैकी जे अधिक असेल)
३) विशेष बहुमत व अर्ध्या राज्यांच्या विधानसभांच्या संमतीने (साध्या बहुमताने संमत केलेला ठराव)

- घटनादुरुस्ती विधेयकासाठी 'संयुक्त बैठकी'ची तरतूद राज्यघटनेत नाही;
- घटनादुरुस्तीसाठी अध्यादेश नाही.
- केशवानंद भारती विरुद्ध केरळ राज्य या खटल्यात सर्वोच्च न्यायालयाने पायाभूत संरचनेचे (Basic Structure) तत्त्व उपयोजित करून संसदेच्या घटनादुरुस्तीच्या अधिकारास नियमन

१०३ वी घटनादुरुस्ती – राज्यांची अंमलबजावणी :

- १०३ व्या घटनादुरुस्तीची अंमलबजावणी करणारे गुजरात हे देशातील पहिले राज्य
- गुजरातमध्ये १४ जानेवारी २०१९ रोजी या घटनादुरुस्तीची अंमलबजावणी

सकाळ मोदी सरकारच्या ५० दिवसांतील कामगिरीचा झपाटा

'मोदी सरकार २.०'

पहिल्या ५० दिवसांमध्ये 'मोदी २.०' सरकारने विविध कामे पूर्णत्वास नेली असून, अनेक पातळ्यांवर सरकार पुढाकार घेत आहे. यातून सरकारच्या कामगिरीचा 'रोड मॅप' दिसतो. त्याचप्रमाणे जगात भारताचे स्थान उंचावण्याची दूरदृष्टीही दिसते. केंद्रीय मंत्रिमंडळाने निर्णयक्षमता आणि कामांच्या अंमलबजावणीतही अतुलनीय गती दाखविली आहे. 'आटोपशीर सरकार, सक्षम प्रशासन' या तत्त्वानुसार काम केले जात आहे. सरकारची २०२२ आणि २०२४ साठी पूर्वनिर्धारित लक्ष्ये गाठण्याच्या दिशेने कार्यरत राहण्याची दृष्टी यातून दिसते. खरंतर, ही दोन्ही वर्षे मैलाचा दगड असतील. स्वातंत्र्याचा अमृतमहोत्सव २०२२ मध्ये साजरा होणार आहे, तर २०२४ हे 'मोदी २.०'चे शेवटचे वर्ष असेल.

भाजपच्या विकास यात्रेत समाजातील प्रत्येक घटकाला सहभागी करून घेतले जात आहे. केंद्र सरकारचे निर्णय आणि पुढाकार या कल्पनेशी सुसंगत आहेत. ५० दिवसांतील कामगिरीतून गरीब, शेतकरी, कामगारांचे सशक्तीकरण, सामाजिक सुरक्षेबरोबरच युवकांना रोजगारांच्या विविध संधी उपलब्ध करणे, हा सरकारचा मुख्य हेतू आहे. उत्कृष्ट कायदा व सुव्यवस्था, मध्यमवर्गीय तसेच व्यापारी वर्गाचे जीवन सुसह्य करणे व गुंतवणुकीवर अधिक भर देण्याच्या दृष्टीनेही सरकार कार्यरत आहे. देशाची अर्थव्यवस्था ५ ट्रिलियनची करण्याचे महत्त्वाकांक्षी उद्दिष्टही गाठण्याकडेही सरकार वाटचाल करतेय. या सर्वांत जागतिक राजकारणावर आपला अधिक ठसा उमटविणेही ओघाने आलेच.

'पंतप्रधान किसान सन्मान निधी' योजनेमध्ये सर्व १४ कोटी शेतकऱ्यांना सामावून घेण्यात आलेय. या योजनेंतर्गत प्रत्येक शेतकऱ्याला शेती उपयोगी विविध सामग्रीसाठी दरवर्षी सहा हजार रुपये दिले जातील. त्याचप्रमाणे सर्व शेतकरी निवृत्तिवेतनासाठीही पात्र असतील. गेल्या ४० वर्षांपासून शेतकरीवर्ग धान्याला हमीभाव देण्याची मागणी करत आहे. त्यांना आपल्या उत्पादनासाठी हमीभाव मिळायलाच हवा. स्वामिनाथन आयोगाने हमीभावाची व्याख्या निर्मितीमूल्यापेक्षा ५० टक्के अधिक अशी ठरविली आहे. मोदी सरकारने गेल्या दोन वर्षांमध्ये शेतकऱ्यांना हमीभावाबद्दल आश्वस्त केलेय. सध्या सरकारकडून २४ पिकांना सध्या निर्मितीमूल्याच्या ५० टक्के अधिक किमान आधारभूत किंमत दिली जात आहे. सध्या सरकार बाजरीच्या निर्मितीमूल्याच्या ८५ टक्के अधिक किंमत शेतकऱ्याला देत आहे. उडीद आणि तुरीसाठी हीच टक्केवारी अनुक्रमे ६४ आणि ६० अशी आहे. येत्या पाच वर्षांमध्ये शेतकऱ्यांची आर्थिक स्थिती सुधारण्यासाठी नवीन शेतीमाल उत्पादक संस्थांची उभारणी केली जाईल. त्याशिवाय सरकार मत्स्य क्षेत्राकडेही विशेष लक्ष देतेय. या सर्व उपाययोजनांमुळे शेतकऱ्यांचे उत्पन्न सध्याच्या दुप्पट होण्यास मदत होईल. येत्या पाच वर्षांमध्ये जलशक्तीमध्ये जोरदार मुसंडी मारण्याचेही सरकारचे नियोजन आहे. प्रत्येक घराला पिण्यायोग्य पाणी पुरविण्याचा 'जलशक्ती'चा हेतू आहे. खरंतर हे एक मोठे आव्हान असून, त्यासाठी प्रचंड गुंतवणुकीची गरज आहे. यासाठी 'आंतरराज्य जलविवाद निराकरण' यंत्रणेचेही पुनरुज्जीवन करण्यात आले आहे. राज्यांमधील जलतंटे सोडविण्यासाठी एका नवीन प्राधिकरणाची स्थापना करण्यात येत आहे. 'जलशक्ती' ही लोकांची, सामाजिक चळवळ व्हावी, अशी पंतप्रधान मोदींची इच्छा आहे. देशातील असंघटित क्षेत्रातील ४० कोटी कामगारांसाठी चार कोड बनविले जात आहेत. यामध्ये इतर संबंधित कामगार कायद्यांचा अंतर्भाव केला आहे. कामगारवर्गाला वेतनहमी आणि सामाजिक सुरक्षा पुरविण्याचा यामागील हेतू आहे. यामध्ये कामगारांना नियुक्ती पत्रे तसेच असंघटित क्षेत्रातील प्रत्येक कामगाराला नियमित वेतन देण्याचीही तरतूद आहे. कर्मचारी राज्य विमा (ईसीएस) योजनेतील कामगार, तसेच मालकांचे योगदानही कमी करण्यात आले असून, यामुळे त्यांना दिलासा मिळेल. मोदी सरकारने छोटे दुकानदार आणि व्यापाऱ्यांना निवृत्तिवेतन देणाऱ्या योजनेलाही मंजुरी दिली आहे. विशेष म्हणजे, अंतरिम अर्थसंकल्पात वार्षिक पाच लाख रुपयांपर्यंत उत्पन्न असणाऱ्या करदात्यांना कोणताही कर न भरण्याची सवलत देण्यात आली आहे. त्यामुळे मध्यमवर्गाला दिलासा मिळालाय. घराच्या बांधकामावरील वस्तू व सेवाकरात (जीएसटी) सवलत देण्यात आलीय.

अशा प्रकारे, गेल्या ५० दिवसांच्या या कालावधीत 'मोदी सरकार २.०'ने २०२२ साठीच्या 'नवा भारत' घडवण्याच्या वाटचालीस सुरुवात केली आहे.

● प्रकाश जावडेकर

केंद्रीय पर्यावरण, वन आणि हवामान बदल, माहिती प्रसारण, अवजड व सार्वजनिक उपक्रम मंत्री, राज्यसभा सदस्य

(पूर्वप्रसिद्धी : दैनिक सकाळ)

- पंतप्रधान किसान सन्मान निधी' योजनेमध्ये सर्व **१४ कोटी** शेतकरी.
- योजनेंतर्गत शेतकऱ्याला शेतोपयोगी सामग्रीसाठी दरवर्षी **६ हजार रुपये**
- सर्व शेतकरी निवृत्तिवेतनासाठीही पात्र असतील.
- सध्या सरकारकडून **२४ पिकांना निर्मितीमूल्याच्या ५० टक्के** अधिक किमान आधारभूत किंमत
- सध्या सरकार **बाजरीच्या निर्मितीमूल्याच्या ८५ टक्के** अधिक किंमत शेतकऱ्याला देते.

- महाराष्ट्र शासनाकडून ४ फेब्रुवारी २०१९ रोजी १०३ वी घटनादुरुस्तीची अंमलबजावणी
- यानुसार राज्यातील आर्थिकदृष्ट्या दुर्बल घटकांसाठी अल्पसंख्याक शैक्षणिक संस्था वगळता सर्व अनुदानित-विनाअनुदानित संस्थांमध्ये, तसेच शासकीय, निमशासकीय आस्थापने, महामंडळे, नागरी-ग्रामीण स्वराज्य संस्थांतील नोकऱ्यांमध्ये १०% आरक्षण
- हे आरक्षण सध्या असलेल्या ५२% व सामाजिक-शैक्षणिक मागास गटाच्या १६% आरक्षणाव्यतिरिक्त

भारतातील आरक्षणाचा इतिहास :

- ब्रिटिशांकडून भारतीय समाजात फूट पाडण्याच्या हेतूने विविध समूहांना विधीमंडळात स्वतंत्र जागा
- १९०२ मध्ये कोल्हापूरच्या राजर्षी शाहू महाराजांकडून संस्थानामधील ब्राह्मणेतरांना शिक्षण व नोकऱ्यांमध्ये ५०% आरक्षण
- १९०९ च्या मॉर्ले-मिंटो सुधारणा (भारतीय परिषद कायदा १९०९) नुसार मुस्लीम धर्मीयांना विधिमंडळात स्वतंत्र जागा
- १९३२ मध्ये गोलमेज परिषदेनंतर ब्रिटनचे तत्कालीन पंतप्रधान रॅम्से मॅक्डोनाल्ड तर्फे 'जातवार मतदारसंघ' जाहीर, अनुसूचित जातींना स्वतंत्र मतदारसंघ
- महात्मा गांधींचे जातवार मतदारसंघोविरोधात उपोषण. २४ सप्टेंबर १९३२ मध्ये 'पुणे करार' होऊन अनुसूचित जातीच्या व्यक्तींसाठी स्वतंत्र मतदारसंघ न देता विधिमंडळात जागा राखीव
- १९१८ मध्ये तत्कालीन म्हैसूर संस्थानतर्फे शिक्षण व नोकऱ्यांमध्ये आरक्षण
- स्वातंत्र्योतर भारताच्या राज्यघटनेत अनुच्छेद १५ व १६ मध्ये शिक्षण व नोकऱ्यांमध्ये वंचित घटकांची संख्या वळविण्यासाठीच्या तरतुदींचे अधिकार राज्यास
- भारतामध्ये सकारात्मक कृती (Affirmative Action) कार्यक्रम १९५० नुसार सुरू, यानुसार अनुसूचित जाती व जमातींना आरक्षण
- १९८२ मध्ये आरक्षणाचे प्रमाण अनुसूचित जाती व जमातीसाठी अनुक्रमे १५% व ७.५%
- राज्यघटनेच्या अनुच्छेद ३४० प्रमाणे राष्ट्रपतींना मागासवर्गाची स्थिती जाणून आयोग स्थापन करण्याचा अधिकार
- १९५४ मध्ये काकासाहेब कालेलकर आयोग तर १९७९ मध्ये जनता सरकारने बी. पी. मंडल आयोग स्थापन
- विश्वनाथ प्रतापसिंह सरकारतर्फे १९९० मध्ये मंडल आयोगाचा अहवाल स्वीकारून इतर मागासवर्गीय समूहांना केंद्रात २७% आरक्षण जाहीर
- १९९२ मध्ये इंदिरा साहनी विरुद्ध भारतीय संघराज्य खटल्यात या निर्णयाच्या घटनात्मक वैधतेला आव्हान
- नऊ न्यायाधीशांच्या खंडपीठातर्फे बहुमताने निर्णय देत निर्णयाची वैधता मान्य करत काही मर्यादांची आखणी
- याच निर्णयात सर्वोच्च न्यायालयाकडून पी. व्ही. नरसिंहराव सरकारतर्फे आर्थिक निकषावर दिलेले आरक्षण अवैध, तसेच आरक्षणासाठी ५०% मर्यादा
- तमिळनाडूमधील ६९% आरक्षणास न्यायालयात आव्हान, निर्णय प्रलंबित.

(संदर्भ : maharashtra.gov.in,pib.nic.in)

सकाळ

मोफत व सक्तीच्या शिक्षणाचा अधिकार (सुधारणा) विधेयकावर राष्ट्रपतींची स्वाक्षरी : या सुधारणा अधिनियमामुळे पहिली ते आठवीच्या विद्यार्थ्यांना नापास न करण्याचे धोरण रद्द

दिनांक १० जानेवारी २०१९ रोजी राष्ट्रपती श्री. रामनाथ कोविंद यांनी मोफत व सक्तीच्या शिक्षणांचा मुलांचा हक्क (सुधारणा)-२०१९ या विधेयकावर स्वाक्षरी केल्याने त्याचे कायद्यात रूपांतर झाले आहे.

- यापूर्वी जुलै २०१८ मध्ये लोकसभेकडून तर ३ जानेवारी २०१९ रोजी राज्यसभेकडून या विधेयकास मंजुरी
- या सुधारणा अधिनियमामुळे पहिली ते आठवीच्या विद्यार्थ्यांना नापास न करण्याचे धोरण रद्द

सुधारणा कायद्यातील तरतुदी

१) शिक्षणाचा हक्क कायद्यांतर्गत आठवीपर्यंत विद्यार्थ्यांना नापास न करण्याचे धोरण (No-detention policy) रद्द
२) नवीन शिक्षण धोरणाच्या मसुद्यामध्ये ही शिफारस
३) विद्यार्थ्यांना नापास करायचे की नाही ठरविण्याचे अधिकार राज्य सरकारांकडे वर्ग
४) आता पाचवी आणि आठवी अशा दोन टप्प्यांवर विद्यार्थ्यांची परीक्षा
५) या परीक्षेत अनुत्तीर्ण झालेल्या विद्यार्थ्यांना दोन महिन्यांच्या आत परीक्षेची दुसरी संधी

मोफत व सक्तीच्या शिक्षणाचा अधिकार कायद्यातील ठळक तरतुदी

- प्राथमिक शिक्षण हा मूलभूत अधिकार बनविण्यासाठी **८६ व्या घटनादुरुस्ती** कायद्याद्वारे राज्यघटनेत **कलम २१ (अ)** हा नवीन अनुच्छेद टाकण्यात आला.
- या कलमानुसार राज्यसंस्था **६ ते १४ वर्षांपर्यंतच्या मुलांना मोफत व अनिवार्य शिक्षण** उपलब्ध करून देईल.
- विद्यार्थ्यांवर कुठलेही **डोनेशन किंवा जादाची रक्कम आकारली जाणार नाही.**
- शिक्षकांना जनगणना, निवडणुका व आकस्मिक प्रसंगांमधील कामांव्यतिरिक्त कुठलेही जास्तीचे काम दिले जाणार नाही.
- शिक्षण हक्क कायद्यातील तरतुदी **मदरसा किंवा इतर धार्मिक शिक्षण संस्थांना लागू राहणार नाहीत.**

६) दुसऱ्यांदा घेण्यात आलेल्या परीक्षेतही विद्यार्थी अनुत्तीर्ण झाल्यास राज्य सरकारकडून पुढील निर्णय

७) जर राज्यांनी विद्यार्थ्यांना आठवीपर्यंत नापास न करण्याचे धोरण कायम ठेवल्यास त्यांना विद्यार्थ्यांचे आठवीपर्यंतचे शिक्षण होईपर्यंत शाळेतून काढून टाकता येणार नाही.

शिक्षणाचा अधिकार (Right to Education) :

- ८६ व्या घटनादुरुस्ती कायद्याद्वारे राज्यघटनेत कलम २१ (अ) हा नवीन अनुच्छेद
- या कलमानुसार राज्यसंख्या ६ ते १४ वर्षांपर्यंतच्या मुलांना मोफत व अनिवार्य शिक्षण उपलब्ध
- या कलमानुसार प्राथमिक शिक्षण हा मूलभूत अधिकार
- या कलमाच्या आधारे भारतीय संसदेने बालकांना मोफत व अनिवार्य शिक्षणाच्या अधिकाराचा कायदा, २००९ संमत
- या कायद्यानुसार शासकीय तसेच पालिका शाळांमध्ये ६ ते १४ वयोगटातील मुलांना मोफत, सक्तीच्या व गुणवत्तापूर्ण शिक्षणाचा लाभ
- भारतात सर्वप्रथम मोफत शिक्षण १८९३ मध्ये बडोदा संस्थानकडून
- १४ वर्षापर्यंतचे शिक्षण घराच्या जवळच्या शाळेत घेण्याचा अधिकार
- विद्यार्थ्यांना देणगी किंवा जादाची रक्कम भरावी लागणार नाही.
- प्रवेश देतेवेळी पाल्याची किंवा पालकाची मुलाखत घेऊन छाननी, विद्यार्थ्यांना मानसिक अथवा शारीरिक शिक्षा देणे, खासगी क्लासेस किंवा मान्यता नसलेल्या शाळा चालवण्यास मनाई
- शिक्षकांना जनगणना, निवडणुका व आकस्मिक प्रसंगांमधील कामांव्यतिरिक्त कुठलेही जास्तीचे काम नाही.
- शिक्षण हक्क कायद्यातील तरतुदी मात्र मदरसा किंवा इतर धार्मिक शिक्षण देणाऱ्या संस्थांना लागू नाही.
- शिक्षण हक्क कायद्यातील कलम १२ (१) (ल) अंतर्गत सर्व खासगी विनाअनुदानित शाळांवर बंधन, त्यांनी किमान २५% जागा आर्थिकदृष्ट्या दुर्बल घटकांसाठी आरक्षित ठेवण्याची सक्ती
- त्यांच्या शिक्षणासाठी राज्यांना येणाऱ्या सर्व खर्चाची भरपाई भारत सरकारमार्फत
- शिक्षणाच्या मूलभूत हक्काच्या कायद्याचा संदेश लोकांमध्ये पसरविण्याच्या उद्देशाने ऑगस्ट २०१३ मध्ये 'टण, टण टण, सुनो घंटी बजी स्कूल की, स्कूल तुमको पुकारे' हे आरटीई गीत जाहीर
- हे गीत जावेद अख्तर यांनी लिहिले असून सोनू निगम व सुनिधी चौहान यांनी गायले
- ११ नोव्हेंबर हा दिवस २००८ पासून मौलाना अबुल कलाम आझाद यांच्या जयंतीनिमित्त 'राष्ट्रीय शिक्षण दिवस' म्हणून साजरा

(संदर्भ : pib.nic.in,ncpcr.gov.in)

दिल्ली-वाराणसी मार्गावर वंदेमातरम एक्सप्रेसची सुरुवात : ट्रेन-१८ हे मूळ नाव असलेली ही एक्सप्रेस शताब्दी एक्सप्रेसची जागा घेणार

१५ फेब्रुवारी, २०१९ रोजी दिल्ली-वाराणसी मार्गावर 'वंदेमातरम एक्सप्रेस'चे उद्घाटन करण्यात आले.

- ट्रेन-१८ हे मूळ नाव असलेली ही एक्सप्रेस शताब्दी एक्सप्रेसची जागा घेणार
- चेन्नईतील इंटिग्रल कोच फॅक्टरी (ICF) मध्ये 'मेक इन इंडिया' उपक्रमांतर्गत १०० कोटी रुपये इतक्या खर्चात या 'सेमी हायस्पीड' गाडीची निर्मिती
- आयात करण्यात येणाऱ्या ट्रेनपेक्षा या गाडीची किंमत ४०% कमी
- या गाडीचा ताशी १८० किमी प्रतितास इतका सर्वोच्च वेग
- देशातील महत्त्वाच्या शहरांना वेगवानरीत्या जोडणाऱ्या 'शताब्दी सेवेची' वंदेमातरम एक्सप्रेस जागा
- रेल्वेची प्रथम चाचणी सवाई माधोपूर-कोटा या मार्गावर
- वंदेमातरम एक्सप्रेसनंतर 'ट्रेन-२०' या राजधानी एक्सप्रेसची (राज्यांच्या राजधान्या व राष्ट्रीय राजधानी जोडणारी) जागा घेणाऱ्या गाड्यांची निर्मिती होणार

दिल्ली-कटरा वंदेमातरम एक्सप्रेस

- दिल्ली-वाराणसी नंतर दिल्ली-कटरा (वैष्णोदेवी) या मार्गावर 'दुसरी वंदेमातरम एक्सप्रेस' सुरू करण्यात आली.
- या रेल्वेचा कमाल वेग १६० किमी/तास असून, ही गाडी आठ तासांमध्ये दिल्लीहून कटराला पोहचेल.

रेल्वे	सेवेचे प्रकार	सुरुवात
१.वंदेमातरम एक्सप्रेस	सेमी हायस्पीड, दिवसा प्रवास करणारी रेल्वेसेवा	२०१९
२. तेजस एक्सप्रेस	सेमी हायस्पीड, वातानुकूलित सेवा	२०१७
३. गतिमान एक्सप्रेस	पहिली सेमी हायस्पीड सर्व्हिस (दिल्ली-झांशी मार्गावर)	२०१६
४. शताब्दी एक्सप्रेस	देशातील दोन मेट्रो शहरांना जोडणारी वेगवान सेवा (जवाहरलाल नेहरू यांच्या जन्मशताब्दीनिमित्त)	१९८८
५. राजधानी एक्सप्रेस	राष्ट्रीय राजधानी व राज्यांची राजधानी जोडणारी सेवा	१९६९
६. हमसफर एक्सप्रेस	3-Tier, शयनयान वातानुकूलित सेवा	२०१६
७. उदय एक्सप्रेस	डबलडेकर वातानुकूलित सेवा	२०१८

८. अंत्योदय एक्सप्रेस	विनाआरक्षित वेगवान सेवा	२०१६

- भारतातील दार्जिलिंग हिमालयीन रेल्वे, कालका-सिमला रेल्वे, निलगिरी पर्वतीय रेल्वे व छत्रपती शिवाजी महाराज टर्मिनस, मुंबई यांना 'युनेस्कोचा वर्ल्ड हेरिटेज' दर्जा प्राप्त

भारतातील रेल्वेनिर्मिती कारखाने			
१.	इंटिग्रल कोच फॅक्टरी	१९५२	चेन्नई
२.	रेल कोच फॅक्टरी	१९८६	कपूरथला (पंजाब)
३.	मॉडर्न रेल कोच फॅक्टरी	२०१२	रायबरेली
४.	चित्तरंजन लोकोमोटिव्ह वर्क्स	१९५०	आसनसोल (प. बंगाल)
५.	डिझेल लोकोमोटिव्ह वर्क्स	१९६१	वाराणसी
६.	डिजल लोको मॉडर्नायझेशन वर्क्स	१९८१	पटियाला

(संदर्भ : pib.nic.in, indianrailways.gov.in)

सकाळ केंद्रीय गृह मंत्रालयाकडून बहु-विभागीय दहशतवाद सनियंत्रण गट या ८ सदस्यीय गटाची निर्मिती

दि. ३० मार्च, २०१९ रोजी केंद्रीय गृह मंत्रालयाने बहु-विभागीय दहशतवाद सनियंत्रण गट (TMG - Terror Monitoring Group) तयार केला.

- जम्मू-काश्मीर पोलिस विभागाच्या सीआयडी (CID) शाखेचे अतिरिक्त पोलिस महासंचालक (ADGP - Additional General of Police) हे या गटाचे अध्यक्ष.
- **दहशतवाद नियंत्रण गट या ८ सदस्यीय गट रचना**
- अध्यक्ष - अतिरिक्त पोलिस महासंचालक (ADGP) (सीआयडी शाखा जम्मू आणि काश्मीर पोलिस)
- सदस्य - पोलीस महानिरीक्षक (IGP) जम्मू आणि काश्मीर पोलिस
- जम्मू आणि काश्मीर पोलिस, इंटेलिजन्स ब्युरो (Intelligence Bureau)चे अतिरिक्त संचालक.
- सीबीआयचा प्रतिनिधी (Representative of CBI)
- एनआयएचा प्रतिनिधी (NIA - National Investigation Agency)
- ईडीचा प्रतिनिधी (ED - Enforcement Directorate)
- सीबीडीटीचा प्रतिनिधी (CBDT - Central Board of Directorate) आणि
- सीबीआयसीचा प्रतिनिधी (CBIC - Central Board of Indirect Taxes)
- टीएमजी (TMG - Terror Monitoring Group) ही प्रत्येक आठवड्याला बैठक घेईल आणि बैठकीचा तपशील तसेच कारवाईचा तपशील देईल.

दहशतवाद सनियंत्रण गट नेमण्याचे कारण :

- जम्मू-काश्मीरसह देशात दहशतवादाला होणारा वित्त पुरवठा रोखण्यासाठी तसेच दहशतवादी कारवायांना आळा घालण्यासाठी.
- हा गट दहशतवादाला विविध माध्यमातून आर्थिक मदत, समर्थन, सहानुभूती, सहभागी संघटनांचे नेते आणि प्रमुख व्यक्ती यांची चौकशी आणि ठोस कारवाई करणार.
- हा गट दहशतवाद्यांच्या अंतर्गत जाळ्यांना आळा घालण्याचे काम करणार
- हा गट दहशतवादी कारवायांचे समर्थन व पाठिंबा देणाऱ्या जम्मू-काश्मीरमधील सरकारी कर्मचाऱ्यांच्याविरुद्ध कारवाई करणार.
- हा गट प्रत्येक आठवड्याला कारवाई संबंधित तपशील केंद्रीय गृहमंत्रालयाला सादर करेल.

(संदर्भ : mha.gov.in, pib.gov.in)

सकाळ भारतीय लष्कराकडून लडाख येथील लेहजवळ सिंधू नदीवर सर्वांत लांब 'मैत्री पूल' नावाने झुलत्या पुलाचे बांधकाम

दि. १ एप्रिल २०१९ रोजी भारतीय लष्कराने लडाख येथील लेहजवळ सिंधू नदीवर सर्वांत लांब 'मैत्री' नावाच्या झुलत्या पूलाची उभारणी केली.

- १ एप्रिल रोजी या पुलाचे उद्घाटन झाले.
- हा पूल लष्करातील लढाऊ अभियांत्रिकी दलाच्या 'साहस आणि योग्यता' रेजिमेंटने बांधला.
- हा पूल अवघ्या ४० दिवसांमध्ये बांधण्यात आला आहे
- एवढ्या कमी वेळेत एवढ्या २६० फूट लांबीचा पूल बांधणे हा विक्रम.
- या पुलामुळे चोगलामसर, स्टोक आणि चूचोर गावे लडाखच्या मुख्य भागांना जोडली गेली.
- मैत्री पूल हा २० व्या कारगिल वर्षाच्या स्मरणार्थ बांधला आहे.
- भारतीय लष्कराचे सीमेवर देशाच्या सुरक्षेबरच देशात अनेक ठिकाणी मदतकार्य.
- नैसर्गिक आपत्ती, मोठे अपघात, मदतकार्यासाठी अनेक वेळा लष्कराला पाचारण.

- हा पूल अवघ्या **४० दिवसांमध्ये** बांधण्यात आला.
- एवढ्या कमी वेळेत **२६० फूट लांबीचा पूल** बांधणे हा विक्रम झाला आहे.

- भारतीय लष्कराचा ११७ दिवसांत परळ ते एल्फिन्स्टन रोड पूल बांधणे असा पराक्रम.

मैत्री पूल (The Maitri Bridge - Longest Suspension Bridge):

- कुठे - लडाख
- नदी - सिंधू नदीवर
- लांबी - २६० फूट
- दिवस - ४० दिवसांत पूर्ण
- उद्घाटन - १ एप्रिल, २०१९ रोजी ८९ वर्षीय सेवानिवृत्त सैनिक नायक फुंचोक आंगदास आणि १९४७ पासून ते कारगिल युद्धात सहभागी असणाऱ्या माजी सैनिकांच्या हस्ते.
- निर्मिती - लष्करातील लढाऊ अभियांत्रिकी दलाच्या 'साहस आणि योग्यता' रेजिमेंटकडून
- साहित्य - ५०० टन साहित्य लागले.

(संदर्भ : pib.gov.in)

सकाळ

भारतीय वैद्यकीय संशोधन परिषदेकडून 'मेरा इंडिया' उपक्रम सुरू

दि. १ मे २०१९ - भारतीय वैद्यकीय संशोधन परिषदेने (ICMR : Indian Council of Medical Research) जागतिक मलेरिया दिनानिमित्त 'मेरा इंडिया' हा उपक्रम सुरू केला.

- मेरा इंडिया म्हणजे (MERA India : Malaria Elimination Research Alliance, India)
- भारत मलेरिया निर्मूलनासाठी संशोधन सहकार्य आघाडी हा याचा अर्थ होय.

मेरा इंडिया (MERA India) :

- मलेरिया निर्मूलनासाठी कार्य करणाऱ्या भागीदारांचा एक सामूहिक गट.
- मलेरियाचा धोका कमी करण्यासाठी व २०३० पर्यंत भारतातून मलेरिया निर्मूलन करण्यासाठी संशोधनाला प्राधान्य देणे हा या उपक्रमाचा उद्देश आहे.
- या उपक्रमाद्वारे भारत मलेरिया जागतिक निर्मूलनामध्ये योगदान.

जागतिक मलेरिया दिन :

- दरवर्षी २५ एप्रिल रोजी जगभरात 'जागतिक मलेरिया दिन' साजरा.
- २०१९ संकल्पना : मलेरियामुक्तीचा प्रारंभ माझ्यापासून (Zero Maleria Starts with me.)
- २०१७ मध्ये जागतिक मलेरिया दिनाची सुरुवात.
- जागतिक आरोग्य संघटनेने निश्चित केलेल्या आठ अधिकृत जागतिक सार्वजनिक आरोग्य मोहिमांपैकी एक.

हिवताप (मलेरिया) :

- मलेरिया आजार प्लाझमोडियम (Plasmodium) या परजीवीमुळे.
- ॲनाफिलास डासाची (Anopheles mosquito) मादी या परजीवीची वाहक म्हणून कार्य करते.
- फेब्रुवारी २०१६ मध्ये मलेरिया निर्मूलनाचा आराखडा जाहीर.
- २०२४ पर्यंत सर्व राज्यांमधून हिवतापाचे निर्मूलन करणे व २०३० पर्यंत 'हिवतापमुक्त पातळी अबाधित ठेवणे', हे कार्य.

लक्षात ठेवा

भारतीय वैद्यकीय संशोधन परिषद (Indian Council of Medical Research : ICMR):

- भारतीय वैद्यकीय संशोधन परिषद वैद्यकीय संशोधन क्षेत्रात धोरणे, नियमन ठरविणारी सर्वोच्च संस्था आहे.
- परिषदेची स्थापना १९११ मध्ये इंडियन रिसर्च फंड असोसिएशन या नावाने.
- १९४९ मध्ये तिचे नामकरण 'भारतीय वैद्यकीय संशोधन परिषद'.
- केंद्रीय आरोग्यमंत्र्यांच्या अध्यक्षतेखालील गव्हर्निंग परिषदेकडून (Governing Council) परिषदेचा कारभार.
- परिषदेतर्फे क्षयरोग, हिवताप, कॉलरा, कुष्ठरोग, रोटाव्हायरस, डेंग्यू, एड्स, कर्करोगांवर प्रामुख्याने संशोधन.

परिषदेअंतर्गत येणाऱ्या महत्त्वाच्या संस्था :

- राष्ट्रीय पोषण संस्था (१९१८), हैदराबाद
- राष्ट्रीय क्षयरोग संशोधन संस्था (१९५६), चेन्नई
- राष्ट्रीय हिवताप संशोधन संस्था (१९७७), दिल्ली
- राष्ट्रीय प्रजनन आरोग्य संशोधन संस्था, मुंबई
- राष्ट्रीय विषाणू संस्था, पुणे
- परिषदेला आरोग्य मंत्रालयाच्या 'आरोग्य संशोधन' विभागाकडून संशोधन निधी.

(संदर्भ : icmr.nic.in)

सकाळ

कॅबिनेट समित्यांची पुनर्रचना : गुंतवणूक आणि वृद्धी कॅबिनेट समिती व रोजगार आणि कौशल्य विकास कॅबिनेट समिती या दोन नवीन समित्यांची स्थापना

दि. ६ जून, २०१९ रोजी केंद्र सरकारने कॅबिनेट समित्यांची पुनर्रचना केली आहे. दि. ५ जून, २०१९ रोजी केंद्र सरकारने गुंतवणूक आणि वृद्धी कॅबिनेट समिती (Cabinet Committee on Investment and Growth) आणि रोजगार आणि कौशल्य विकास कॅबिनेट समिती (Cabinet Committee on Employment and Skill Development) या दोन नवीन समित्यांची स्थापना केली होती.

कॅबिनेट समित्या व त्यांचे सदस्य पुढीलप्रमाणे :

(१) नियुक्त्यांविषयक कॅबिनेट समिती (Appointments Committee of Cabinet)

- रचना - १) पंतप्रधान - नरेंद्र मोदी २) अमित शहा (गृहमंत्री)

(२) निवासविषयक कॅबिनेट समिती (Cabinet Committee on Accommodation)

- रचना - अमित शहा - अध्यक्ष
- सदस्य -
  १) नितीन गडकरी २) निर्मला सीतारामन
  ३) पीयूष गोयल
- विशेष निमंत्रित -
  १) जितेंद्र सिंह २) हरदीप सिंह पुरी

(३) आर्थिक व्यवहार समिती (Cabinet Committee on Economic Affairs)

- रचना - पंतप्रधान नरेंद्र मोदी - अध्यक्ष
- सदस्य -
  १) राजनाथ सिंह २) अमित शहा
  ३) नितीन गडकरी ४) डी. व्ही. सदानंद गौडा
  ५) निर्मला सीतारामन ६) नरेंद्रसिंह तोमर
  ७) रविशंकर प्रसाद ८) हरसिमरत कौर बादल
  ९) सुब्रह्मण्यम जयशंकर १०) पीयूष गोयल
  ११) धर्मेंद्र प्रधान

(४) संरक्षणविषयक कॅबिनेट समिती (Cabinet Committee on Security)

- रचना - पंतप्रधान नरेंद्र मोदी - अध्यक्ष
- सदस्य - १) राजनाथ सिंह २) अमित शहा ३) निर्मला सीतारामन ४) सुब्रह्मण्यम जयशंकर

(५) संसदीय व्यवहार कॅबिनेट समिती (Cabinet Committee on Parliamentary Affairs)

- रचना - अमित शहा - अध्यक्ष
- सदस्य -
  १) राजनाथ सिंह ५) रविशंकर प्रसाद
  २) निर्मला सीतारामन ६) थावरचंद गेहलोत
  ३) रामविलास पासवान ७) प्रकाश जावडेकर
  ४) नरेंद्र सिंह तोमर ८) प्रल्हाद जोशी
- विशेष निमंत्रित -
  १) अर्जुन राम मेघवाल २) व्ही. मुरलीधरन
  ३) परराष्ट्र व्यवहार मंत्रालयातील राज्याचा मंत्री

(६) राजकीय व्यवहार कॅबिनेट समिती (Cabinet Committee on Political Affairs)

- रचना - पंतप्रधान नरेंद्र मोदी - अध्यक्ष
- सदस्य -
  १) राजनाथ सिंह ७) रविशंकर प्रसाद
  २) अमित शहा ८) हरसिमरत कौर बादल
  ३) नितीन गडकरी ९) डॉ. हर्षवर्धन
  ४) निर्मला सीतारामन १०) पीयूष गोयल
  ५) रामविलास पासवान ११) प्रल्हाद जोशी
  ६) नरेंद्र सिंह तोमर

(७) गुंतवणूक व वृद्धी कॅबिनेट समिती (Cabinet Committee on Investment and Growth)

- रचना - पंतप्रधान नरेंद्र मोदी - अध्यक्ष
- सदस्य -
  १) राजनाथ सिंह २) अमित शहा
  ३) नितीन गडकरी ४) निर्मला सीतारामन
  ५) पीयूष गोयल

(८) रोजगार व कौशल्य विकास कॅबिनेट समिती (Cabinet Committee on Employment and Skill Development)

- रचना - पंतप्रधान नरेंद्र मोदी - अध्यक्ष
- सदस्य -
  १) राजनाथ सिंह ६) रमेश पोखरियाल
  २) अमित शहा ७) धर्मेंद्र प्रधान
  ३) निर्मला सीतारामन ८) महेंद्रनाथ पांडे
  ४) नरेंद्र सिंह तोमर ९) संतोष कुमार गंगावर
  ५) पीयूष गोयल १०) हरदीप सिंग पुरी
- विशेष निमंत्रित -
  १) नितीन गडकरी २) हरसिमरत कौर बादल
  ३) स्मृती इराणी ४) प्रल्हाद सिंग पटेल
- ट्रान्झॅक्शन ऑफ बिझनेस नियम १९६१ (Transaction on Business Rules, 1961) अंतर्गत केंद्र सरकारमार्फत या समित्यांची पुनर्रचना केली जाते.

(संदर्भ : pib.nic.in)

सकाळ नीती आयोग अधिक सक्षम करण्यासाठी या आयोगाच्या पुनर्रचनेला पंतप्रधानांची मंजुरी

दि. ६ जून, २०१९ रोजी केंद्र सरकारसाठी एक थिंक टँक (Think Tank) म्हणून कार्य करणाऱ्या नीती आयोगाच्या (National Institution for Transforming India - NITI Aayog) पुनर्रचनेला पंतप्रधान नरेंद्र मोदी यांनी मंजुरी दिली.

- या आयोगाला अधिक सक्षम करण्यासाठी ही पुनर्रचना करण्यात आली आहे.
- पुनर्रचित आयोगाच्या अध्यक्षपदी पंतप्रधान नरेंद्र मोदी तर उपाध्यक्षपदी राजीव कुमार हे आहेत.

नीती आयोग (पुनर्रचित):

- अध्यक्ष : नरेंद्र मोदी (पंतप्रधान)
- उपाध्यक्ष :डॉ. राजीव कुमार (ज्येष्ठ अर्थतज्ज्ञ)
- पूर्णवेळ सदस्य :
  १) श्री. व्ही. के. सारस्वत (ज्येष्ठ शास्त्रज्ञ)
  २) रमेश चंद (ज्येष्ठ कृषी अर्थतज्ज्ञ)
  ३) डॉ. व्ही. के. पॉल (बालरोग तज्ज्ञ व सार्वजनिक आरोग्य विषयाचे अभ्यासक)
- पदसिद्ध सदस्य :
  १) श्री. राजनाथ सिंह (संरक्षण मंत्री)
  २) श्री. अमित शहा (गृहमंत्री)
  ३) श्रीमती निर्मला सीतारामन (अर्थमंत्री)
  ४) श्री. नरेंद्र सिंह तोमर (कृषिमंत्री)
- विशेष निमंत्रित सदस्य :
  १) नितीन गडकरी (रस्ते, वाहतूक व महामार्ग मंत्री)
  २) थावरचंद गेहलोत (सामाजिक न्याय व सबलीकरण मंत्री)
  ३) पीयूष गोयल (रेल्वे मंत्री)
  ४) राव इंद्रजित सिंह (राज्यमंत्री, योजना व सांख्यिकी मंत्रालय)
- मुख्य कार्यकारी अधिकारी (CEO) : श्री. अमिताभ कांत

(संदर्भ : pib.nic.in, niti.gov.in)

सकाळ एक देश-एक रेशनकार्ड ही यंत्रणा लागू करण्यासाठी केंद्र सरकारची राज्ये व केंद्रशासित प्रदेश यांना ३० जून २०२० पर्यंत मुदत

दि. २९ जून, २०१९ रोजी एक देश-एक रेशनकार्ड (शिधापत्रिका) ही यंत्रणा लागू करण्यासाठी केंद्र सरकारने राज्ये व केंद्रशासित प्रदेश यांना ३० जून २०२० मुदत दिली आहे.

- या पद्धतीनुसार लाभार्थींना देशाच्या कुठल्याही भागातून रेशन दुकानातून अनुदानित दरात धान्य मिळू शकेल.
- यानुसार १ जुलै २०२० पासून अन्नसुरक्षा लाभ पोर्टेबिलिटी तत्त्वावर असणार आहेत.

एक देश - एक रेशनकार्ड :

- या योजनेनुसार लाभार्थ्याला कोणत्याही रास्त भाव धान्य दुकानांमधून धान्य खरेदी करता येणार आहे.
- योजनेच्या अंमलबजावणीसाठी केंद्रीय अन्नपुरवठा मंत्रालयाच्या वतीने शिधापत्रिकांचे केंद्रीय भांडारगृह करण्यात येईल. यामुळे शिधापत्रिकांची द्विरुक्ती टळणार आहे.
- या योजनेचा सर्वाधिक लाभ एका राज्यातून दुसऱ्या राज्यात कामानिमित्त स्थलांतर करणाऱ्या हंगामी कामगारांना होणार आहे.
- स्थलांतरित व्यक्तींना या योजनेचा लाभ घेण्यासाठी शिधापत्रिका आधारकार्डशी संलग्न असणे आवश्यक आहे.
- रास्त भाव धान्य दुकानाच्या परिसरात राहणाऱ्या लाभधारकांना अनुदानित धान्यासाठी आधारकार्डची आवश्यकता भासणार नाही.
- शिधापत्रिकांसाठी ऑनलाईन डेटाबेस तयार करण्यात येऊन त्यास 'इंटिग्रेटेड मॅनेजमेंट ऑफ पीडीएस (IMPDS)' असे नाव देण्यात आले आहे.
- या योजनेसाठी सर्व रास्त भाव धान्य दुकानांमध्ये पीओएस (Point of Sale) मशिन्स उपलब्ध करून देण्याचे निर्देश देण्यात आले आहे.
- तसेच पैसे नसल्यास दोन किंवा तीन हप्त्यातही रास्त भाव धान्य दुकानांमधून धान्य खरेदी करता येईल.
- याव्यतिरिक्त केंद्रीय अन्न व नागरी पुरवठा मंत्रालयाकडून बालकांचे कुपोषण रोखण्यासाठी 'पोषक घटकयुक्त तांदूळ' देण्याची घोषणा करण्यात आली आहे.
- महाराष्ट्रासह नऊ राज्यांमध्ये फॉलिक ॲसिड, 'अ' जीवनसत्त्व व जीवनसत्त्व 'ब'-१२ हे पोषक घटक मिसळलेल्या तांदळाच्या वाटपाचा कार्यक्रम सुरू करण्यात येणार आहे.
- पहिल्या टप्प्यात महाराष्ट्र, आंध्र प्रदेश, गुजरात, कर्नाटक, केरळ, उत्तर प्रदेश, ओडिशा, तमिळनाडू व आसाम या

राज्यांचा समावेश आहे.

- या राज्यांमधील प्रत्येकी एका जिल्ह्यात हा कार्यक्रम राबविला जाणार आहे. जिल्ह्यांची निवड राज्यांनी करायची आहे.
- एक देश- एक रेशनकार्ड योजनेसाठी प्रायोगिक तत्त्वावर महाराष्ट्रातील गडचिरोली जिल्ह्याची निवड करण्यात आली आहे.
- अंगणवाडी केंद्र, मध्यान्ह भोजनातून हा तांदूळ देण्यात येईल. हा पथदर्शी प्रकल्प तीन वर्षे राबविण्यात येईल.
- महाराष्ट्रात १ मे, १९९९ पासून तीन रंगाच्या शिधापत्रिकांचे वाटप करण्यात आले.

- पिवळे रेशनकार्ड (उत्पन्न - १५,००० पेक्षा कमी)
- केशरी रेशनकार्ड (उत्पन्न - १५,०००-१,००,०००)
- पांढरे रेशनकार्ड (उत्पन्न - एक लाखाहून अधिक)

- १२ सप्टेंबर, २०१९ रोजी 'राष्ट्रीय अन्नसुरक्षा कायदा, २०१९' संमत करण्यात आला. परंतु याची अंमलबजावणी ५ जुलै, २०१३ पासूनच करण्यात आली.
- १ नोव्हेंबर, २०१६ रोजी तमिळनाडू व केरळ राज्याने या कायद्याची अंमलबजावणी सुरू केल्याने हा कायदा संपूर्ण देशभर लागू झाला.

(संदर्भ : pib.nic.in, dfpd.gov.in)

सकाळ केंद्रशासनाकडून 'जलसंवर्धन व जलसुरक्षेसाठी' जलशक्ती अभियानाची घोषणा

दि. १ जुलै, २०१९ रोजी केंद्रीय जलशक्ती मंत्री गजेंद्रसिंह शेखावत यांनी 'जलसंवर्धन व जलसुरक्षेसाठी' जलशक्ती अभियानाची घोषणा केली.

अभियान दोन टप्प्यांमध्ये लोकसहभागातून राबविले जाणार आहे.

१. ज्या राज्यांमध्ये नैर्ऋत्य मोसमी वाऱ्यांपासून पाऊस पडतो त्या राज्यांमध्ये हे अभियान १ जुलै ते १५ सप्टेंबर २०१९ दरम्यान राबविण्यात आले.

२. ज्या राज्यांमध्ये ईशान्य मोसमी वाऱ्यांपासून पाऊस पडतो त्या राज्यांमध्ये १ ऑक्टोबर ते ३० नोव्हेंबर २०१९ दरम्यान हे अभियान राबविले गेले.

- भूजलासंबंधीच्या विविध चालू योजनांचा निधी या अभियानासाठी वापरण्यात येणार असून स्वतंत्र निधीची तरतूद करण्यात आलेली नाही.
- जलशक्ती अभियान केंद्रशासनाच्या व राज्यशासनाच्या विविध मंत्रालयाच्या एकत्रित प्रयत्नांद्वारे राबविले गेले.
- जलशक्ती अभियान हे कालमर्यादा व मोहीम पद्धतीचे अभियान आहे.

अभियानाचे उद्देश व स्वरूप :

- जलसंधारण व संवर्धन यामध्ये गतिशीलता आणणे.
- विविध मंत्रालये व योजनांतर्गत होणारे जलसंधारणाचे कार्य, जलसंवर्धन, भूजल पुनर्भरण, पाणलोट क्षेत्र व्यवस्थापन उपक्रमांमध्ये एकसूत्रता आणून अंमलबजावणीला गतिमानता देणे.

■ पाणीटंचाई असलेले तालुके

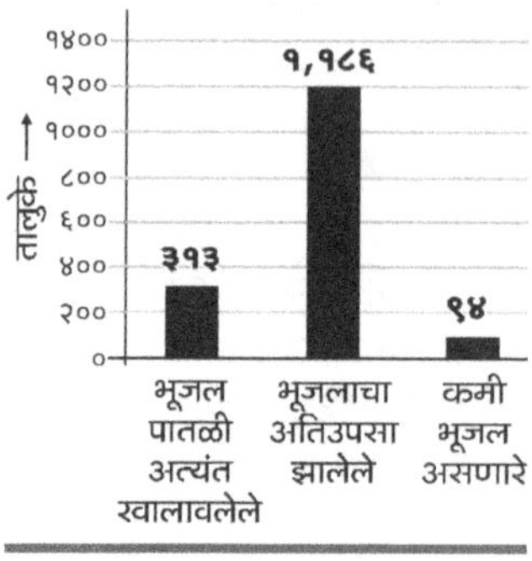

- देशभरातील २५५ जिल्ह्यातील पाणीटंचाई असलेल्या १५९३ तालुक्यांमध्ये जलशक्ती अभियान राबविण्यात येणार आहे.
- या अभियानांतर्गत खालील घटकांवर भर देण्यात येणार आहे.
- जलसंवर्धन व पर्जन्यजल पुनर्भरण, पाणलोट क्षेत्र विकास, सखोल वनीकरण, जलसाठ्यांची सुधारणा, कूपनलिकांचे पुनर्भरण, शहरी सांडपाण्याचा पुनर्वापर, तालुका व जिल्हा जलसंवर्धन मसुदा.

अभियानाची अंमलबजावणी :

- केंद्रशासनाने अभियानाची जबाबदारी केंद्रीय सहसचिव दर्जाच्या अधिकाऱ्यांवर सोपविली आहे.
- अभियानांतर्गत समाविष्ट तालुका आणि जिल्हा या दोन्ही स्तरांवर जलसंवर्धन मसुदा तयार करण्यात येईल, यासाठी केंद्रीय भूजल मंडळ साहाय्य करेल.
- जलशक्ती अभियानात ग्रामीण आणि शहरी अशा दोन्ही भागांचा समावेश आहे.
- नीती आयोगाच्या अहवालानुसार २०२० पर्यंत देशातील २१ मोठ्या शहरांमध्ये भूजल शिल्लक राहणार नाही. यामध्ये दिल्ली, चेन्नई, बेंगळुरू, हैदराबाद या शहरांचा समावेश होतो.

(संदर्भ : pib.nic.in)

सकाळ कृषी क्षेत्रासाठी धोरणे, गुंतवणूक व अन्न-प्रक्रिया उद्योग याबाबत शिफारशी करण्यासाठी 'उच्चाधिकार समिती'ची स्थापना

दि. २ जुलै २०१९ रोजी पंतप्रधान नरेंद्र मोदी यांनी कृषी क्षेत्राच्या रूपांतरणासाठी मुख्यमंत्र्यांची उच्चाधिकार समिती (High Powered Committee for Transformation of Agriculture) ची स्थापना केली आहे.

- ही समिती कृषी क्षेत्रासाठी धोरणे, गुंतवणूक व अन्न-प्रक्रिया उद्योग याबाबत शिफारशी सादर करेल.

सकाळ भारतीय जलधोरण स्थिती व गती

भूगर्भातील जल आणि भूजल स्त्रोतांचे जतन व संवर्धन करण्याच्या भूमिकेतून केंद्र सरकारने तीन राष्ट्रीय जल धोरणे घोषित करून विविध समित्या व आयोग नेमले. त्यामुळे जलसंपत्तीच्या सुरक्षेला काही प्रमाणात हातभार लागला आहे. असे असले तरी देशाच्या, राज्याच्या जलक्षेत्रात भेडसावणाऱ्या काही समस्या व आव्हाने अद्यापही कायम आहेत.सर्वच क्षेत्रांतून पाण्याची मागणी वाढते आहे. विशेषत: वाढती लोकसंख्या, वाढते शेती क्षेत्र, औद्योगिकीकरण, बेसुमार वाढणारे नागरीकरण, बदलती जीवनशैली यातून शेती, उद्योग, घरगुती वापर अशा क्षेत्रांतून पाण्याची मागणी वाढत आहे तर उपलब्ध स्त्रोत मात्र अपुरे होत आहेत.

असमान उपलब्धता आणि वितरण

आपल्या देशाचा जगातील लोकसंख्येत १८ टक्के वाटा असून जगातील एकूण जलसंपत्तीपैकी केवळ ४ टक्के जलसंपत्ती भारताजवळ आहे. देशातील एकूण वार्षिक वापरयोग्य जल संसाधनाच्या माध्यमातून ११२३ अब्ज घनमीटर (बीसीएम) पाणी (६९० बीसीएम पृष्ठभाग पाणी आणि उर्वरित ४३३ बीसीएम भूजल) उपलब्ध होते. आपल्याकडील भूजल साठा दरवर्षी बहुतेक पावसाच्या पाण्याने भरतो. भूजल हाच एकमेव घरगुती, ग्रामीण, शहरी पिण्याच्या पाण्याचा; तसेच शेती सिंचनासाठी आणि त्याचबरोबर औद्योगिक वापरासाठी एक महत्त्वपूर्ण स्त्रोत ठरतो. कृषिक्षेत्राचे प्राबल्य अधिक असल्याने जवळपास ८९ टक्के भूजलाचा वापर कृषी सिंचनासाठी केला जातो. राष्ट्रीय एकात्मिकजलसंपदाविकासआयोगाच्या(एनसीआयडब्ल्यूआरडी) अंदाजानुसार एकट्या सिंचन क्षेत्राला २०१० च्या मागणीच्या तुलनेत २०२५ पर्यंत अतिरिक्त ७१ बीसीएम आणि २०५० पर्यंत २५० बीसीसीएम पाण्याची आवश्यकता भासणार आहे. त्याचप्रमाणे इतर क्षेत्रांमध्येही पाण्याची मागणी वाढण्याची शक्यता आहे. अर्थात, पाणी वापराची अल्प कार्यक्षमता; तसेच निर्मित सिंचनक्षमता व प्रत्यक्ष क्षमता यामध्ये असलेली मोठी तफावत ही कृषी जल व्यवस्थापनातील प्रमुख चिंतेची बाब आहे. नीती आयोगाच्या समग्र जल व्यवस्थापन निर्देशांकानुसार, ७५ टक्के कुटुंबांना प्राधान्यक्रमात पिण्याचे पाणी नाही आणि जवळजवळ ८४ टक्के ग्रामीण कुटुंबांना अद्यापही नळाद्वारे पाणी उपलब्ध नाही. अर्थात पाणी वितरणात असमानता दिसते.

घटती दरडोई उपलब्धता

१९५१ मध्ये पाण्याची दरडोई उपलब्धता ५१७७ घनमीटर वरून २०११ मध्ये १५४६ घनमीटर इतकी घटली असून २०२५ मध्ये ती १४४६ घनमीटर इतकी असेल असा अंदाज आहे. म्हणजे दरडोई पाणी उपलब्धता कमी होत आहे, अशी आकडेवारी असूनही पाण्याचा दरडोई वापर २००० मध्ये ९९ लीटर होता. तो २०५० पर्यंत १६७ लिटरपर्यंत वाढण्याचा अंदाज आहे. तसेच, सरासरी घरगुती दरडोई पाण्याची मागणी २००० मध्ये (एलपीसीडी) ८५ लिटर होती. ती देखील अनुक्रमे २०२५ पर्यंत १२५ लिटर व २०५० मध्ये १७० लिटरपर्यंत (एलपीसीडी) वाढेल, असे केंद्रीय सांख्यिकी व कार्यक्रम अंमलबजावणी २०११ च्या अहवालाचे निरीक्षण आहे. केंद्रीय भूजल मंडळाच्या (सीजीडब्ल्यूबी) अहवालानुसार, पाण्याच्या बेजबाबदार वापरामुळे देशातील भूजल पातळी २००७ ते २०१७ च्या दरम्यान सुमारे ६१ टक्क्यांनी कमी झाली आहे. ही बाब कृषी क्षेत्रासाठी चिंतेची ठरते.

सरकारचे जलधोरण

भारत सरकारने १९७८ मध्ये पहिले जलधोरण जाहीर केले. त्यानंतर भूगर्भातील जल आणि भूजल स्त्रोतांचा एकात्मिक व समन्वित विकास या भूमिकेतून २००२ मध्ये पुनर्विलोकन केले गेले. नंतर २०१२ मध्ये जलसंपत्तीचे नियोजन, विकास आणि व्यवस्थापन यावर परिणाम देण्याच्या दृष्टीने अद्ययावत केले गेले. राष्ट्रीय जलधोरणाच्या पाठोपाठ महाराष्ट्र राज्याने देखील २००३ मध्ये स्वत:चे राज्य जलधोरण घोषित केले. जलप्रकल्पांची उभारणी, मालकी, परिचालन, भाडेतत्त्वावर तात्पुरते किंवा कायमचे हस्तांतरण, या सर्व गोष्टी खासगी उद्योजकांच्या हाती दिल्या जाव्यात, असे ही दोन्ही जलधोरणे सांगतात. महाराष्ट्राने पहिला कायदा 'महाराष्ट्र शेतकऱ्यांमार्फत सिंचन व्यवस्थापन अधिनियम, २००५', तर 'महाराष्ट्र जलसंपत्ती नियमन प्राधिकरण अधिनियम, २००५' हा दुसरा अधिनियम पारित करून जलक्षेत्र सुधारणांना सुरुवात केली. तरीही राज्यातील केवळ १८ टक्केच क्षेत्राला संरक्षित स्वरूपाची सिंचन व्यवस्था असल्याचे दिसून येते. देशात ६४.७ टक्के सिंचित क्षेत्रासह आतापर्यंत सुमारे २५३ अब्ज घनमीटर (बीसीएम) पाणी साठवण क्षमता निर्माण झाली आहे. मोठ्या प्रमाणावर आर्थिक गुंतवणूक करूनही देशात, राज्यात कार्यक्षम अशी जलसिंचन व्यवस्था निर्माण होऊ शकली नाही.

गुणवत्तापूर्ण पाणीपुरवठ्याचे आव्हान

मानवी आरोग्यासाठी तसेच परिसंस्थेसाठी चांगल्या पाण्याची गुणवत्ता आवश्यक आहे. तथापि, प्रत्येकाला पुरेसे चांगले पाणी मिळविणे हे आता एक मोठे आव्हान आहे. २००२ च्या राष्ट्रीय जलधोरणामध्ये जल गुणवत्तेसाठी पृष्ठभाग आणि भूजल या दोन्हीचे नियमितपणे परीक्षण करून पाण्याची गुणवत्ता सुधारण्यासाठी ठोस कार्यक्रम हाती घ्यावा असे स्पष्ट केले. मात्र, अपेक्षित अंमलबजावणी झाली नाही. भारतातील सुमारे ७० टक्के भूजल स्त्रोत प्रदूषित आहेत. वेगवेगळ्या स्त्रोतांमधील सांडपाणी, सघन शेती, औद्योगिक उत्पादन, पायाभूत सुविधा विकास, प्रक्रिया न केलेले शहरी सांडपाणी हे पाणी प्रदूषणास कारणीभूत ठरणारे प्रमुख घटक आहेत. घरगुती सांडपाण्यावर प्रक्रिया आणि पुनर्वापर करण्याच्या बाबतीत आपल्याकडे कमालीची धोरणात्मक हेळसांड आहे. जागतिक आरोग्य मंडळाच्या (डब्ल्यूएचओ) मते भारताची निम्मी विकृती पाण्याशी संबंधित आहे. इस्त्राईलसारख्या देशात ९४ टक्केहून अधिक पाण्यावर प्रक्रिया करून त्याचा शेतीसाठी पुनर्वापर केला जातो. दुर्दैवाने आपल्याकडे मात्र हे होताना दिसत नाही.

•

डॉ. नितीन बाबर

(लेखक शेती प्रश्नांचे अभ्यासक आहेत.)

रचना :

- समितीमध्ये एकूण नऊ सदस्यांचा समावेश करण्यात आला आहे.

१. देवेंद्र फडणवीस (तत्कालीन मुख्यमंत्री, महाराष्ट्र) - अध्यक्ष

२. नरेंद्रसिंह तोमर (केंद्रीय कृषिमंत्री) - सदस्य

३. रमेश चंद (नीती आयोग)

- महाराष्ट्रातील सत्ताबदलामुळे देवेंद्र फडणवीस यांची जागा सध्या रिक्त असून याबाबत अजून अधिकृत घोषणा करण्यात आलेली नाही.
- या व्यतिरिक्त खालील सहा राज्यांच्या मुख्यमंत्र्यांचा समावेश सदस्य म्हणून करण्यात आला आहे.
- ४. गुजरात ५. मध्य प्रदेश ६. कर्नाटक ७. उत्तर प्रदेश ८. हरियाणा ९. अरुणाचल प्रदेश
- समिती आपल्या अहवाल दोन महिन्यात सादर करेल.

समितीसमोरील संदर्भ :

- कृषी क्षेत्राच्या रूपांतरणासाठी व शेतकऱ्यांच्या उत्पन्नात वाढ करण्यासाठी शिफारशी करणे.
- अत्यावश्यक वस्तू अधिनियमात (Essential Commodities Act) मध्ये अत्यावश्यक बदल सुचवून कृषी क्षेत्र व पायाभूत क्षेत्रामध्ये खासगी गुंतवणूक आकर्षित करणे.
- इ-नाम (e-NAM), ग्राम (GrAM) व विविध केंद्रीय योजनांमधील समन्वयासाठी उपाययोजन सुचविणे.
- कृषी क्षेत्रातील सुधारणांसाठी कालबद्ध आराखडा सुचविणे.
- कृषी प्रक्रिया उद्योगाच्या वाढीसाठी, कृषिनिर्यात वृद्धीसाठी व मूल्यवर्धन साखळी व वाहतूक क्षेत्रांच्या सुधारणेसाठी उपाययोजना सुचविणे.

(संदर्भ : niti.gov.in)

सकाळ

राज्यसभेतील ९९ विरुद्ध ८४ मतांच्या संमतीने तिहेरी तलाकची प्रथा रद्द

दि. ३० जुलै, २०१९ रोजी राज्यसभेतील ९९ विरुद्ध ८४ मतांच्या संमतीने तिहेरी तलाकची प्रथा रद्द करण्यात आली.

- राष्ट्रपती रामनाथ कोविंद यांनी ३ ऑगस्ट रोजी या तिहेरी तलाक विधेयकावर स्वाक्षरी केली. लोकसभेने यापूर्वीच हे विधेयक संमत केले आहे.
- तब्बल ३३ वर्षांनी शहाबानो ते शहयाराबानो असे वर्तुळ पूर्ण होत मुस्लीम महिलांना न्याय मिळाला आहे.
- लोकसभेने २५ जुलै रोजी ३०३ विरुद्ध ८२ मतांनी हे विधेयक संमत केले होते.

मुस्लीम महिला (विवाह अधिकार संरक्षण)–२०१९ अधिनियमातील तरतुदी :

- तोंडी तिहेरी तलाकवर (तलाक-ए-बिद्दत (Talaq-E-Biddat)) बंदी.
- तोंडी त्रिवार तलाक देणाऱ्या पतीवर गुन्हा, अशा पतीला तीन वर्षे कारावासाची शिक्षा.
- गुन्हा अजामीनपात्र, मात्र दंडाधिकाऱ्याकडे जामीन अर्ज करण्याची मुभा.
- आरोपी पतीला तातडीने पोलीस ठाण्यात जामीन मिळण्याचा मार्ग बंद.
- पीडितेच्या जवळच्या नातेवाइकांनाच गुन्हा दाखल करण्याचा अधिकार.
- पती-पत्नीमध्ये समन्वय झाल्यास न्यायालयाच्या आदेशाने पतीविरोधातील गुन्हा मागे घेण्यास वाव
- पत्नीचे म्हणणे ऐकल्यानंतरच न्यायदंडाधिकाऱ्यांना जामीनावर निर्णय घेता येईल.

तिहेरी तलाकावर बंदीचा इतिहास :

- तत्कालीन ब्रिटिश शासनाने 'मुस्लीम वैयक्तिक कायदा' १९३७ मध्ये संमत केला, ज्यानुसार मुस्लिमांचे दिवाणी (लग्न, घटस्फोट, वारसा) खटले निकालात काढले जात.
- १९८५ मध्ये मोहम्मद अहमद खान विरुद्ध शहाबानो खटल्यात सर्वोच्च न्यायालयाने मुस्लीम महिलेला देखील (फौजदारी प्रक्रिया संहिता, कलम १२५) नुसार पोटगीचा अधिकार असल्याचा निर्णय दिला होता.
- या निर्णयाविरोधात तत्कालीन राजीव गांधी सरकारने मुस्लीम महिला विधेयक-१९८६ संमत करून स्थिती जैसे थे केले होते.
- २०१७ मध्ये शहयाराबानो विरुद्ध भारतीय संघराज्य या खटल्यात तिहेरी तलाकच्या वैधतेला आव्हान देण्यात आले.
- तत्कालीन सरन्यायाधीश जे. एस. केहर यांच्या नेतृत्वाखालील पाच न्यायाधीशांच्या खंडपीठाने तिहेरी तलाकची पद्धत बेकायदेशीर ठरविली.
- ऑगस्ट २०१९ मध्ये संसदेने कायदा करत यावर कायदेशीर मोहोर उमटवली.

(संदर्भ : pib.nic. in)

सकाळ

मोटर वाहन विधेयक (दुरुस्ती) - २०१९ ला संसदेची मंजुरी : रस्त्यावरील अपघात रोखणे हे या विधेयकाचे प्रमुख ध्येय

दि. ३१ जुलै, २०१९ रोजी संसदेने मोटर वाहन विधेयक (दुरुस्ती) अधिनियमास मंजुरी दिली आहे. राज्यसभेने ३१ जुलै तर लोकसभेने २३ जुलै रोजी हे विधेयक मंजूर केले आहे.

- रस्त्यावरील अपघात रोखणे हे या विधेयकाचे प्रमुख ध्येय आहे.

- या विधेयकाद्वारे आंतरराज्य प्रवासी आणि वस्तू वाहतूकही अधिक सुरळित केली जाणार आहे. याशिवाय सार्वजनिक वाहतुकीला चालना देण्यासाठी केंद्र सरकारतर्फे साहाय्य करण्यात येणार आहे.
- परिवहन हा विषय राज्यघटनेच्या समवर्ती सूचीतील आहे, या विधेयकानुसार राष्ट्रीय परिवहन धोरण स्वीकारायचे की नाही याचा निर्णय राज्य घेणार आहेत.
- तसेच विधेयकानुसार वाहन नोंदणीचे अधिकार राज्यांचे आहेत, त्यासाठी किती पैसे घ्यायचे याचा निर्णय राज्य घेऊ शकतात.

विधेयकातील तरतुदी :

- वाहन चालवण्याचा परवाना मिळविण्यासाठी कठीण परीक्षा. परवान्यासाठी आठवी पास असण्याची सक्ती रद्द.
- ओला-उबेर सारख्या टॅक्सी सेवांचे नियमन करण्याचे अधिकार राज्यांना.
- केंद्रीय स्तरावर मोटर वाहन अपघातनिधी उभारण्यात येणार.
- या विधेयकानुसार मोटर वाहन अधिनियम-१९८८ मध्ये ९२ सुधारणा
- हिट ॲन्ड रन केसमध्ये मृत्यू झाल्यास नुकसानभरपाई दोन लाख रुपये.
- विधेयकातील तरतुदींनुसार टोलची रक्कम मोबाईलद्वारे भरावी लागणार, त्यासाठी टोलवर थांबण्याची गरज नाही.
- अल्पवयीन मुलांनी वाहन चालविण्यास पालकांना अथवा गाडी मालकाला शिक्षा ठोठावण्यात येणार. पालकांना तीन वर्षे तुरुंगवास व २५ हजार रूपये दंड
- रुग्णवाहिकांना जाण्यासाठी प्राधान्य देणे बंधनकारक, रस्ता अडविल्यास १०,००० रु. दंडाची तरतूद.

दंडाच्या रकमेत वाढ

	गुन्ह्याचे स्वरूप	दंड (जुना)	दंड (नवीन)
१.	दारू पिऊन वाहन चालविणे	२०००/-	१०,०००/-
२.	वाहन चालविताना फोनवर बोलणे	१,०००/-	५,०००/-
३.	विनापरवाना वाहन चालविणे	५००/-	५,०००/-
४.	हेल्मेट न वापरणे	१००/-	१,०००/-
५.	सीट बेल्ट न लावणे	१००/-	१,०००/-
६.	बसमधून विनातिकीट प्रवास	२००/-	५००/-

बहुतांश राज्य परिवहन मंडळे तोट्यात आहेत, यावर उपाय म्हणून लंडन शहरातील परिवहन व्यवस्थेवरील आधारित प्रारूप तयार करण्यात आले आहे.

- घडणाऱ्या अपघातांपैकी ४०% अपघात महामार्गावर घडत असल्याने सरकारने महामार्गावरील 'ब्लॅक स्पॉट' शोधण्याचा निर्णय घेतला आहे, त्यासाठी १४००० कोटी रुपयांचा खर्च येणार आहे.

(संदर्भ : pib.nic. in)

सकाळ

बेकायदेशीर कृत्ये (प्रतिबंधक) अधिनियम - २०१९ संसदेत संमतः दहशतवादी कृत्यांचा प्रसार, प्रचार, कारवाई करणाऱ्या एका व्यक्तीलादेखील यामुळे दहशतवादी घोषित करता येणे शक्य

दि. ३ ऑगस्ट, २०१९ रोजी संसदेने बेकायदेशीर कृत्ये प्रतिबंधक अधिनियम (सुधारणा)-२०१९ (Unlawful Activities Prevention Bill (Amendment) - 2019) या विधेयकास मंजुरी दिली आहे.

- लोकसभेने २४ जुलै रोजी, तर राज्यसभेने २ ऑगस्ट २०१९ रोजी या विधेयकास संमती दिली.

सुधारणा विधेयकातील तरतुदी :

१. केंद्रशासनाच्या अधिकारात वाढ :

- सुधारणा अधिनियमामुळे केंद्रशासनाला एका व्यक्तीलादेखील दहशतवादी घोषित करता येणार आहे, जर ती व्यक्ती दहशतवादी कृत्यांचा प्रसार, प्रचार, कारवाई करताना आढळली.
- यापूर्वी केंद्रशासनाला केवळ एखाद्या संघटनेलाच दहशतवादी घोषित करता येत असे.
- कायद्यातील नवीन तरतुदींच्या आधारे केंद्र शासनाने मसूद अजहर, हाफीज सईद, दाऊद इब्राहिम व झकीर-उर-रहमान लखवी यांना दहशतवादी घोषित केले आहे.

२. राष्ट्रीय अन्वेषण संस्थेस अधिकार :

- सुधारणा अधिनियमानुसार राष्ट्रीय तपास संस्थेस (NIA) अन्वेषणचे अधिकार देण्यात आले आहे. राष्ट्रीय तपास संस्थेमधील पोलीस निरीक्षक दर्जाचा अधिकारी तपास करू शकतो.
- यापूर्वी पोलीस उपअधीक्षकापेक्षा कमी दर्जा नसलेला अधिकारी तपास करू शकत असे.
- तपास अधिकारी राष्ट्रीय तपास संस्थेच्या महासंचालकांच्या पूर्वपरवानगीने दहशतवादी कृत्यांमध्ये वापरण्यात आलेली मालमत्ता जप्त करू शकतो.
- केंद्रीय गृहमंत्री अमित शहा यांनी ८ जुलै रोजी हे विधेयक लोकसभेत सादर केले होते.
- राष्ट्रपती श्री रामनाथ कोविंद यांनी ९ ऑगस्ट रोजी या विधेयकावर स्वाक्षरी केली.

बेकायदेशीर कृत्ये प्रतिबंधक अधिनियम-१९६७
(Unlawful Activities Prevention Act - 1967)

- भारताच्या सार्वभौमत्व व एकतेविरोधात कृत्ये करणाऱ्या संघटनांना व व्यक्तींना आळा बसावा म्हणून भारतीय संसदेने १९६७ मध्ये हा कायदा संमत केला.
- कायद्यात १९६९, १९७२, १९८६, २००४, २००८ व २०१९ मध्ये सुधारणा करण्यात आली.
- कोबाद गांधी, विनायक सेन, कवी वारावार राव, पत्रकार गौतम नवलखा यासारख्या व्यक्तींना या कायद्यांतर्गत अटक करण्यात आली आहे.

(संदर्भ : pib.nic. in)

सकाळ

राष्ट्रीय वैद्यकीय आयोग विधेयक-२०१९ संसदेत मंजूर

दि. ३ ऑगस्ट, २०१९ रोजी मेडिकल कौन्सिल ऑफ इंडियाची जागा घेणारे 'राष्ट्रीय वैद्यकीय आयोग विधेयक २०१९' ला संसदेने मंजुरी दिली आहे. या विधेयकाविरोधात देशभरातील डॉक्टरांनी संप केला होता.

- राज्यसभेने एक ऑगस्ट रोजी तर लोकसभेने ३० जुलै रोजीच या विधेयकाला मान्यता दिली.
- या विधेयकामुळे देशभरातील डॉक्टरांची सर्वोच्च संख्या असलेल्या 'मेडिकल कौन्सिल ऑफ इंडिया'ची जागा राष्ट्रीय वैद्यकीय आयोग घेईल.

विधेयकाचा उद्देश :

- देशातील आरोग्य व्यवस्थेमध्ये व वैद्यकीय शिक्षणामध्ये बदल घडवून आणणे.
- वैद्यकीय शिक्षणाची गुणवत्ता वाढविणे व वैद्यकीय शिक्षण सर्वसामान्यांच्या आवाक्यात आणणे.
- मेडिकल कौन्सिल ऑफ इंडियाच्या जागी 'राष्ट्रीय वैद्यकीय आयोगा'ची स्थापना करणे.

विधेयकातील तरतुदी :

- वैद्यकीय क्षेत्रासाठी राष्ट्रीय वैद्यकीय आयोगाची स्थापना, वैद्यकीय प्रवेशासाठी नीट परीक्षा स्वरूप राहणार.
- वैद्यकीय अभ्यासक्रमाच्या शेवटच्या वर्षाला नॅशनल एक्झिट टेस्ट घेण्यास येणार व त्यानंतर वैद्यकीय सेवेचा परवाना देण्यात येणार.
- अमेरिका, ब्रिटन, कॅनडा, ऑस्ट्रेलिया किंवा न्यूझीलंडमध्ये एमबीबीएस करणाऱ्या विद्यार्थ्यांसाठी ही परीक्षा द्यावी लागणार.
- खासगी वैद्यकीय महाविद्यालयातील ५०% जागांचे शुल्क निश्चित करण्यासाठी राष्ट्रीय वैद्यकीय आयोग मार्गदर्शक तत्त्वे जारी करणार.
- वैद्यकीय महाविद्यालयांना जागा वाढीसाठी प्रत्येक वेळेस परवानगीची गरज नाही. तसेच वार्षिक तपासणीदेखील रद्द.
- वैद्यकीय महाविद्यालयांची तपासणी त्रयस्थ व्यक्ती किंवा संस्थेमार्फत करण्यात येणार. यापूर्वी सरकारी महाविद्यालयातील अध्यापक अशी तपासणी करत.
- या कायद्यानुसार पदवीस्तर, पदवीव्युत्तर, मूल्यांकन व कौन्सिल वैद्यकीय नोंदणी यासाठी चार स्वायत्त मंडळाची निर्मिती करण्यात येणार आहे. यापूर्वी ही कार्ये एमसीआय (MCI) मार्फत पार पाडली जात.

१. पदवी स्तर वैद्यकीय शिक्षण मंडळ
२. पदवीव्युत्तर वैद्यकीय शिक्षण मंडळ
३. वैद्यकीय मूल्यांकन व मानांकन मंडळ
४. नैतिकता व वैद्यकीय नोंदणी मंडळ

- विधेयकामध्ये सामाजिक आरोग्य सेवक (Community Health Provider - CHP) तरतूद. या सेवकांना प्राथमिक व प्रतिबंधात्मक औषधे देण्याचा अधिकार देण्यात येणार.
- डॉक्टरांना विशिष्ट कालावधीनंतर सर्व राज्य वैद्यकीय परिषदांकडे त्यांची नोंदणी आणि अधिस्वीकृत करणे बंधनकारक.

राष्ट्रीय वैद्यकीय आयोगाची रचना :

- विधेयकास राष्ट्रपतींची मंजुरी मिळाल्यानंतर तीन वर्षामध्ये राष्ट्रीय वैद्यकीय आयोगाची स्थापना करण्यात येईल. यासोबतच राज्य वैद्यकीय आयोगदेखील स्थापन करण्यात येतील.
- राष्ट्रीय वैद्यकीय आयोगात एकूण २५ सदस्य असतील ज्यांची नियुक्ती केंद्र सरकारमार्फत केली जाईल.
- या सदस्यांची निवड सात सदस्यीय (केंद्रीय मंत्रिमंडळ सचिव अध्यक्ष) समितीला शिफारशी करून करण्यात येईल.

सदस्य	▪ आयोगाचे अध्यक्ष (वैद्यक असणे बंधनकारक)
	▪ पदवी व पदव्युत्तर वैद्यकीय शिक्षण मंडळाचे अध्यक्ष
	▪ महासंचालक, वैद्यकीय सेवा संचनालय
	▪ महासंचालक, भारतीय वैद्यकीय संशोधन परिषद
	▪ पाच अस्थायी सदस्य (निवड-नोंदणीधारक डॉक्टरांकडून)

- विधेयकानुसार 'वैद्यकीय सल्लागार परिषदेची' निर्मिती करण्यात येणार. या परिषदेत सर्व राज्ये व केंद्रशासित प्रदेशांना प्रतिनिधित्व देण्यात येणार.
- ही परिषद 'राष्ट्रीय वैद्यकीय आयोगाला' वैद्यकीय शिक्षणाची किमान गुणवत्ता निर्धारित करण्यास साहाय्य करेल.

डॉक्टरांचा विरोध कशासाठी?

- राष्ट्रीय वैद्यकीय आयोग निर्वाचित संस्था न राहता, केंद्रशासन नियुक्त संस्था बनणार, यामुळे आयोगाची स्वायत्तता

धोक्यात.

- राष्ट्रीय वैद्यकीय आयोगामध्ये सर्व राज्यांना प्रतिनिधित्व नाही, निर्वाचित सदस्यांची संख्या कमी.
- डॉक्टरांना पुनर्नोंदणी करावी लागणार.
- एमबीबीएस डॉक्टरांना वैद्यकीय शिक्षणानंतर एक्झिट टेस्ट द्यावी लागणार.
- समुदाय आरोग्य सेवकामुळे वैद्यकीय क्षेत्राची गुणवत्ता धोक्यात येण्याची शक्यता. यामुळे सार्वजनिक आरोग्यासदेखील धोका.

लक्षात ठेवा

भारतीय वैद्यकीय परिषद (Medical Council of India: MCI):

- भारतातील वैद्यकीय शिक्षण व वैद्यकीय सेवा क्षेत्राचे नियमन करणारी सर्वोच्च संस्था.
- परिषदेची स्थापना १९३३ मध्ये झाली. १९५६ मध्ये भारतीय वैद्यकीय परिषद अधिनियम संमत करून परिषदेस वैधानिक दर्जा देण्यात आला.
- परिषदेमार्फत भारतातील वैद्यकीय शिक्षणाचे नियंत्रण, मूल्यांकन, डॉक्टरांची नोंदणी, नैतिकता, शिस्तभंगाची कारवाई इत्यादी कार्ये केली जातात.
- राष्ट्रीय वैद्यकीय आयोगाने या परिषदेची जागा घेतली आहे.

(संदर्भ : mciindia.org, pib.nic.in)

सकाळ

जम्मू-काश्मीर राज्याचा स्वतंत्र दर्जा नष्ट; घटनेचे कलम ३७० रद्द : कलम ३७० रद्द करणारी शिफारस ५ ऑगस्टला राज्यसभेत १२५ विरुद्ध ६१ व लोकसभेत ३७० विरुद्ध ७० मतांनी संमत

दि. ७ ऑगस्ट, २०१९ रोजी भारतीय राज्यघटनेतील कलम ३७० रद्द करणारी शिफारस ५ ऑगस्टला राज्यसभेत १२५ विरुद्ध ६१ व लोकसभेत ३७० विरुद्ध ७० मतांनी संमत करण्यात आली.

- ७ ऑगस्ट रोजी राष्ट्रपतींनी या अधिसूचनेवर स्वाक्षरी केल्याने याचे कायद्यात रूपांतर झाले आहे.
- यामुळे भारतीय राज्यघटनेतील कलम ३७० रद्द झाले आहे.
- राष्ट्रपती श्री. रामनाथ कोविंद यांनी ५ ऑगस्ट २०१९ रोजी काढलेल्या अधिसूचना क्रमांक २७२ अनुसार कलम ३७० (१) वगळता ३७० मधील इतर तरतुदी रद्द झाल्या.
- कलम ३७० (१) नुसार राष्ट्रपतींनी वरील अधिसूचना काढली आहे. यानुसार १९५४ नंतर जम्मू-काश्मीर संदर्भात काढण्यात आलेले आदेश बरखास्त होतील.
- या आदेशानुसार राज्यघटनेतील कलम ३५ (अ) रद्द झाले आहे.
- या आदेशानुसार कलम ३६७ मध्ये ३४७ (४) हे उपकलम जोडण्यात आले आहे, त्यानुसार जम्मू-काश्मीर संदर्भातील घटनेतील तरतुदीसंदर्भात बदल करता येऊ शकतो.
- या आदेशानुसार कलम ३७० (३) मधील घटनासभेऐवजी विधीमंडळ मानले जाईल.

कलम ३७० रद्द करणाऱ्या शिफारशीच्या बाजूने व विरुद्ध पडलेली मते

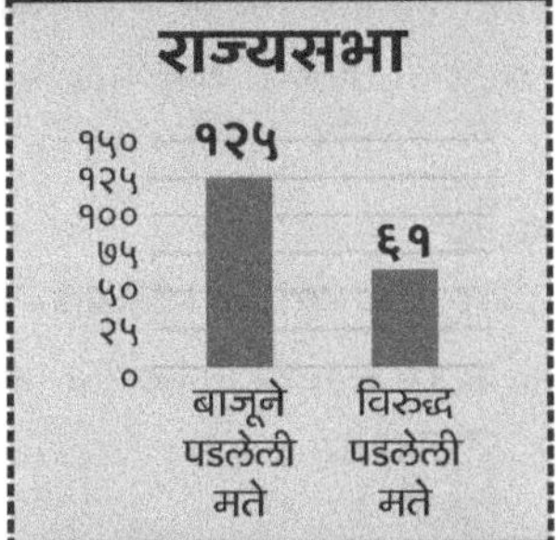

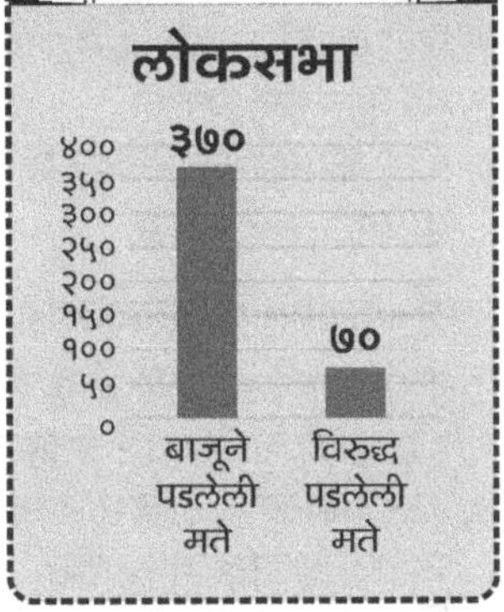

युरोपियन युनियनच्या संसदेचे शिष्टमंडळ काश्मीर भेटीला

- युरोपियन संसदेच्या २७ सदस्यांच्या शिष्टमंडळाने काश्मीरचा दौरा केला. 'वुमेन्स इकॉनॉमिक अ‍ॅन्ड सोशल थिंक टँक या स्वयंसेवी संस्थेच्या प्रमुख मधु शर्मा यांनी या दौऱ्यासाठी पुढाकार घेतला', २७ पैकी २२ सदस्यांनी काश्मीरला भेट दिली.
- यापैकी बहुतांश सदस्य उजव्या विचारसरणीचे स्थलांतरितांविरोधी मानले जातात.
- या शिष्टमंडळाने नवी दिल्लीत पंतप्रधान नरेंद्र मोदी व राष्ट्रीय सुरक्षा सल्लागार अजित डोवाल यांची भेट घेतली.

कलम ३७० वरील सुनावणीसाठी सर्वोच्च न्यायालयाचे घटनापीठ :

- जम्मू व काश्मीरला वेगळ्या राज्याचा दर्जा देणारे संविधानातील कलम ३७० रद्द करण्याच्या निर्णयाला आव्हान देणाऱ्या अनेक याचिका सर्वोच्च न्यायालयात दाखल झाल्या.
- यामुळे २८ सप्टेंबर रोजी सर्वोच्च न्यायालयाने या याचिकांची सुनावणी करण्यासाठी पाच सदस्यीय घटनापीठ स्थापन केले आहे.
- या घटनापीठासमोर या याचिकांची सुनावणी १ ऑक्टोबर पासून
- न्या. एन. व्ही. रामण्णा यांच्या अध्यक्षतेखाली घटनापीठ स्थापन करण्यात आले असून न्या. एस. के. कौल, न्या. आर.

सुभाष रेड्डी, न्या. बी. आर. गवई, न्या. सूर्यकांत यांचा समावेश आहे.

- हे घटनापीठ केंद्र सरकारच्या ३७० कलम रद्द करण्याच्या निर्णयाची घटनात्मक वैधता आणि त्यानंतर राष्ट्रपतींनी दिलेला आदेश याची पडताळणी करणार आहे.
- या संदर्भात पहिली याचिका एम. एल. शर्मा यांनी दाखल केली.

जम्मू-काश्मीरमध्ये पंचायत निवडणुका :

- कलम ३७० रद्द केल्यानंतर जम्मू-काश्मीरमध्ये प्रथम तालुका पंचायती (Block Development Council) साठी निवडणुका घेण्यात आल्या.
- या निवडणुकांमध्ये एकूण ९८.३% मतदान झाले. ३१० ब्लॉक पैकी २१७ ठिकाणी अपक्ष तर ८१ ठिकाणी भाजपचे उमेदवार अध्यक्ष म्हणून निवडून आले.
- पीडीपी, नॅशनल कॉन्फरन्स, काँग्रेस या पक्षांनी या निवडणुकांवर बहिष्कार टाकला होता.
- जम्मू-काश्मीरमध्ये पंचायत समितीसाठी ग्रामपंचायतींचे सदस्य व सरपंच मतदान करतात.

जम्मू-काश्मीर व लडाखमध्ये प्रशासक नियुक्त :

- नव्याने तयार झालेल्या जम्मू-काश्मीर व लडाख या केंद्रशासित प्रदेशांसाठी केंद्रशासनाने प्रशासक नियुक्त केले.
- जम्म-काश्मीरचे नायब राज्यपाल म्हणून १९८५ च्या बॅचचे भारतीय प्रशासकीय सेवेतील अधिकारी गिरीशचंद्र मुर्मू यांची नियुक्ती करण्यात आली.
- यापूर्वी गिरीशचंद्र मुर्मू केंद्रीय अर्थ विभागात (Department of Expenditure) मध्ये सचिव होते.
- जम्म-काश्मीर केंद्रशासित प्रदेश ३१ ऑक्टोबर २०१९ रोजी अस्तित्वात आला, ज्यामध्ये २० जिल्ह्यांचा समावेश आहे.
- जम्मू-काश्मीर दिल्लीनंतर दुसराच केंद्रशासित प्रदेश आहे ज्याला स्वतःचे उच्च न्यायालय आहे.
- लडाखच्या नायब राज्यपालपदी राधाकृष्ण माथूर यांची नियुक्ती झाली आहे. ते माजी केंद्रीय संरक्षण सचिव आहेत.

जम्मू-काश्मीरची स्थिती :

- घटनेचे कलम ३७० रद्द झाल्याने जम्मू-काश्मीरचा विशेष राज्य दर्जा जाण्याबरोबरच राज्याचा दर्जा काढून घेण्यात आला आहे.
- नवीन कायद्याने जम्म-काश्मीर व लडाख हे नवीन दोन केंद्रशासित प्रदेश तयार करण्यात आले आहेत.
- यापैकी जम्मू-काश्मीरला लोकनिर्वाचित विधीमंडळ असेल व तेथील कारभार नायब राज्यपालामार्फत पार पाडला जाईल.
- लडाखचा कारभार प्रशासकामार्फत पार पाडला जाईल.
- या निर्णयामुळे देशातील राज्यांची संख्या २८ झाली असून केंद्रशासित प्रदेशांची संख्या ८ झाली आहे.
- या नऊ केंद्रशासित प्रदेशांपैकी दिल्ली, पदुच्चेरी व जम्मू-काश्मीरमध्ये विधानसभा असणार आहे.

कलम ३७० रद्द झाल्याने होणारे परिणाम :

- जम्मू-काश्मीर राज्याला स्वतंत्र राज्यघटना व ध्वज असणार नाही.
- जम्मू-काश्मीर राज्यासाठी कायदा करण्यासाठी केंद्र सरकारला राज्य विधीमंडळाची परवानगी घ्यावी लागणार नाही.
- देशाच्या कोणत्याही भागातील व्यक्ती जम्मू-काश्मीरमध्ये संपत्ती, जमीन खरेदी करू शकेल आणि गुंतवणूकही करू शकेल.
- केंद्र सरकारचे त्या राज्यावर नायब राज्यपालामार्फत प्रत्यक्ष नियंत्रण राहील.
- जम्मू-काश्मीरमधील नागरिकांचे दुहेरी नागरिकत्व रद्द. ते केवळ भारताचे नागरिक असतील.
- जम्मू-काश्मीरमधील विधानसभेच्या जागा निश्चित करण्याची जबाबदारी फेररचना समितीवर.
- जम्मू-काश्मीरला दिल्ली व पदुच्चेरी प्रमाणे नायब राज्यपाल असेल, जम्मू-काश्मीरचा घटनात्मक प्रमुख स्वतंत्र असणार नाही.
- मुख्यमंत्र्यांना मर्यादित अधिकार, मुख्यमंत्री व मंत्रिमंडळाचा निर्णय नायब राज्यपालावर बंधनकारक नाही.

कलम ३७० चा इतिहास :

- भारताचे स्वातंत्र्य दृष्टिक्षेपात असताना जम्मू-काश्मीरचा तत्कालीन संस्थानिक राजा हरिसिंह यांनी स्वतंत्र राहणे पसंत केले. त्यांनी पाकिस्तान व भारताशी जैसे-थे करार केले.
- यावेळी पाकिस्तानातील आदिवासी गटांनी व सैनिकांनी जम्मू-काश्मीरवर हल्ला केला. राजा हरिसिंह यांनी भारताकडे मदत मागितली, भारताने सामिलीकरण करारावर स्वाक्षरी करण्याची अट घातली.
- २६ ऑक्टोबर १९४७ रोजी हरिसिंह यांनी सामिलीकरणावर स्वाक्षरी केली. २७ ऑक्टोबर रोजी गव्हर्नर लॉर्ड माऊंटबॅटन यांनी या सामीलीकरणास (Instrument of Acession) मान्यता दिली.
- या सामीलनाम्यानुसार जम्मू-काश्मीरने केवळ, संरक्षण, परराष्ट्र, दळणवळण व आनुषंगिक विषय केंद्राकडे हस्तांतरित केले.
- या सामीलनाम्यानुसार जम्मू-काश्मीरसाठी स्वतंत्र घटना बनविण्यात येईल व ही घटना अस्तित्वात येईपर्यंत जम्मू-काश्मीर व केंद्रशासन यांच्यातील संबंधाबाबत घटनासभा तात्पुरती तरतूद करेल असे ठरविले गेले. ही तात्पुरती तरतूद म्हणजे कलम ३७०.
- भारतीय राज्यघटनेत १७ ऑक्टोबर १९४९ रोजी कलम ३७० चा समावेश करण्यात आला.
- मसुदा समितीचे अध्यक्ष डॉ. बाबासाहेब आंबेडकर यांनी कलम ३७० चा मसुदा बनविण्यास विरोध केला, यामुळे जम्मू-काश्मीर राज्याचे दिवाण व घटना समिती सदस्य एन. गोपालस्वामी अय्यंगार यांनी कलम ३७० चा मसुदा तयार केला. यानुसार जम्मू-काश्मीरला स्वतंत्र राज्यघटना बनविण्याची अनुमती देण्यात आली.

- जम्मू-काश्मीरचे पंतप्रधान शेख अब्दुल्ला यांना १७ मे १९४९ रोजी पाठवलेल्या पत्रात देशाचे पंतप्रधान जवाहरलाल नेहरू यांनी जम्मू-काश्मीरची राज्यघटना लोकनिर्वाचित घटनासभेने तयार करावी असे आपले व सरदार पटेलांचे म्हणणे असल्याचे कळवले होते.
- यानुसार घटनासमितीसाठी निवडणुका घेण्यात आल्या, सर्व जागा नॅशनल कॉन्फरसने जिंकल्या. २६ जानेवारी १९५७ रोजी जम्मू-काश्मीरची राज्यघटना स्वीकारण्यात आली.
- १९५४ सालच्या राष्ट्रपतींच्या अधिसूचनेनुसार भारताची राज्यघटना (अपवाद वगळता) जम्मू-काश्मीर राज्यास लागू करण्यात आली. राज्यघटनेतील ३९५ पैकी २६० कलमे व ७ परिशिष्टे जम्मू-काश्मीर राज्यास लागू करण्यात आली.
- केंद्रीय सूचीतील ९७ पैकी ९४ विषयांवरील कायदे जम्मू-काश्मीर राज्याला लागू करण्यात आले.

कलम ३५ (अ) :

- भारताचे पहिले राष्ट्रपती डॉ. राजेंद्र प्रसाद यांनी १४ मे, १९५४ रोजी काढलेल्या अधिसूचनेनुसार कलम ३५ (अ) लागू करण्यात आले. कलम ३५ (अ) कलम ३७० चाच भाग आहे.
- कलम ३५ (अ) नुसार १९११ पूर्वी राज्यात जन्मलेले किंवा स्थायिक झालेले सर्व नागरिक किंवा संबंधित तारखेपूर्वी दहा वर्षांहून अधिक काळ कायदेशीर मार्गाने स्थावर मालमत्ता धारण केलेल नागरिक यांचा कायमस्वरूपी नागरिकांमध्ये समावेश होतो.
- जम्मू-काश्मीरमध्ये स्थलांतर केलेले सर्व नागरिक, यामध्ये पाकिस्तानी नागरिकांचा देखील समावेश होतो, हा राज्याचा विषय असेल.
- जम्मू-काश्मीरमधील रहिवाशांना भारतातल्या कुठल्याही राज्यामध्ये संविधानाने दिलेले सर्व अधिकार मिळतात, परंतु अन्य राज्यांतील भारतीयांना असे अधिकार मिळत नाहीत.
- कलम ३५ (अ) नुसार देशातील कोणतीही व्यक्ती जम्मू-काश्मीरमध्ये संपत्ती खरेदी करू शकत नाही, राज्याची विधानसभा कायमस्वरूपी नागरिक कोण हे ठरवू शकते. त्यांना विशेष वागणूक देऊ शकते.
- हे कलम राज्यघटनेच्या कलम ३६८ मधील तरतुदींचा भंग करते या आधारावर त्यास सर्वोच्च न्यायालयात आव्हान देण्यात आले होते.
- कलम ३७० रद्द झाल्यामुळे कलम ३५ (अ) संपुष्टात आले आहे.

भारतातील केंद्रशासित प्रदेश व प्रमुख :

१.	दिल्ली	नायब राज्यपाल
२.	चंदीगढ	मुख्य प्रशासक
३.	अंदमान-निकोबार	नायब राज्यपाल
४.	पदुच्चेरी	नायब राज्यपाल
५.	लक्षद्वीप	मुख्य प्रशासक
६.	दीव-दमण-दादरा-नगर हवेली	मुख्य प्रशासक
७.	जम्मू-काश्मीर	नायब राज्यपाल
८.	लडाख	मुख्य प्रशासक

कलम ३७० रद्द झाल्यानंतर घडलेल्या महत्त्वपूर्ण घडामोडी

- कलम ३७० वरील निर्णयानंतर पाकिस्तानच्या संसदेची संयुक्त बैठक, सेनाधिकाऱ्यांची बैठक.
- जम्मू-काश्मीरमध्ये केंद्रशासनाने निमलष्करी दलाचे आठ हजार अतिरिक्त जवान पाठविले.
- कलम ३७० वरील निर्णयानंतर पीडीपीचे खासदार मीर मोहम्मद फयाझ यांनी निषेध म्हणून स्वतःचा कुर्ता फाडला.
- गोरखा जनमुक्ती मोर्चाची 'स्वतंत्र गोरखालँड'ची मागणी व दार्जिलिंगला केंद्रशासित प्रदेशाचा दर्जा देण्याची मागणी.
- पाकिस्तानने भारतीय उच्चायुक्तांची परत पाठवणी केली, तसेच भारताशी व्यापार व राजनैतिक संबंध स्थगित केले.
- पाकिस्तानतर्फे लाहोर-दिल्ली समझौता एक्सप्रेस तर भारतातर्फे जोधपूर-कराची थर एक्सप्रेस रद्द.
- संयुक्त राष्ट्राच्या 'सुरक्षा परिषदे'तर्फे कुठलीही एकांगी कारवाई करण्यास नकार. चीनने पाकिस्तानची बाजू घेतली, तर रशियाचे भारताच्या भूमिकेला समर्थन.
- पाकिस्तानने दहशतवादास सहकार्य थांबवावे व चर्चा केवळ पाकव्याप्त काश्मीर मुद्द्यावरच केली जाईल अशी भारताची भूमिका.
- जम्मू- काश्मीरला विशेष दर्जा देणारे कलम ३७० रद्द करण्याच्या केंद्र सरकारच्या निर्णयाला आव्हान देण्याच्या याचिकांवर ऑक्टोबरच्या पहिल्या आठवड्यात पाच न्यायाधीशांच्या घटनापीठाकडे सुनावणी होणार आहे.

(संदर्भ : pib.nic. in, jk.ladhakaffairs.nic.in)

भारतीय रेल्वेकडून एकल वापरातील प्लॅस्टिकच्या वापरावर निर्बंध

दि. २१ ऑगस्ट २०१९ रोजी भारतीय रेल्वेने एकदाच वापरात येणाऱ्या प्लॅस्टिकच्या वापरावर (Single-use plastic) बंदी आणण्याचा निर्णय घेतला.

- या निर्णयानंतर सर्व विभागांना २ ऑक्टोबर २०१९ पासून ५० मायक्रॉनपेक्षा कमी जाडीच्या प्लॅस्टिकच्या वापरावर बंदी आणण्याचे आदेश देण्यात आले.
- प्लॅस्टिक कचरा कमी करण्यासाठी आणि प्लॅस्टिक कचऱ्याची पर्यावरणपूरक विल्हेवाट लावण्यासाठी आवश्यक ती व्यवस्था करण्यावर भर.

या निर्णयासंदर्भात मंत्रालयाकडून दिलेल्या सूचना :

- एकल वापरातील प्लॅस्टिकवर बंदी.
- प्लॅस्टिक कॅरी बॅगचा वापर करण्यास सर्व रेल्वे विक्रेत्यांवर बंदी.
- रेल्वे कर्मचाऱ्यांनी प्लॅस्टिकची उत्पादने कमी वापरावीत, नाकारावीत किंवा पुनर्वापर करण्यायोग्य सामग्री वापरावी.
- उत्पादकाची जबाबदारी म्हणून आयआरसीटीसी प्लॅस्टिकच्या पिण्याच्या बाटल्यांचा परतावा करेल.
- प्लॅस्टिक बाटली क्रशिंग मशिन्स पुरविली जातील.
- रेल्वे वापरकर्त्यांमध्ये यासंबंधी जागरूकता निर्माण करण्यासाठी माहिती, शिक्षण व संवाद या उपाययोजना मंत्रालयाकडून आखण्यात येणार.

(संदर्भ : pib.gov.in)

सकाळ सप्टेंबर महिना हा 'पोषण महिना' म्हणून साजरा

दि. २५ ऑगस्ट २०१९ रोजी पंतप्रधान नरेंद्र मोदींनी गांधी जयंती, पोषण अभियान यासारख्या विषयांवर देशवासियांशी संवाद साधला.

- यावेळी सप्टेंबर महिना हा 'पोषण महिना' म्हणून साजरा करण्याचं आवाहन करण्यात आले.
- गांधीजींच्या १५० व्या जयंतीनिमित्ताने यावर्षी २ ऑक्टोबरला 'शौचमुक्त भारत' बरोबरच प्लॅस्टिकविरुद्धच्या जनआंदोलनाचीही सुरुवात करण्यात आली .
- लहान मुलांच्या कुपोषणाचा प्रश्न नष्ट करण्यासाठी गुजरात सरकारच्या २०१३ मधील 'पोषण अभियाना'च्या धर्तीवर सप्टेंबर महिन्यात 'पोषण अभियान' राबवले गेले.
- राष्ट्रीय क्रीडा दिन २९ ऑगस्टपासून देशभरात 'फिट इंडिया' चळवळीला प्रारंभ करण्यात आला.

(संदर्भ : pib.gov.in)

सकाळ केंद्रीय मनुष्यबळ विकास मंत्रालयातर्फे देशातील पाच शैक्षणिक संस्थांना 'इन्स्टिट्यूट ऑफ इमिनन्स' हा श्रेष्ठता दर्जा प्रदान

दि. ५ सप्टेंबर २०१९ रोजी देशातील आणखीन पाच सरकारी शैक्षणिक संस्थांना प्रतिष्ठित शैक्षणिक संस्था (Institute of Eminence [IOE]) दर्जा देण्यात आला.

- केंद्रीय मनुष्यबळ विकास मंत्रालयातर्फे घोषणा करण्यात आली.

दर्जा देण्यात असलेल्या संस्था					
१.	आयआयटी मद्रास	२.	आयआयटी खरगपूर	३.	दिल्ली विद्यापीठ
४.	बनारस हिंदू विद्यापीठ	५.	हैद्राबाद विद्यापीठ		

- यासोबतच अण्णा विद्यापीठ (तमिळनाडू), जाधवपूर विद्यापीठ (पश्चिम बंगाल), शिव नाडर विद्यापीठ (उत्तर प्रदेश), ओ. पी. जिंदाल विद्यापीठ या संस्थांनाही 'इन्स्टिट्यूट ऑफ इमिनन्स' दर्जा देण्याची शिफारस करण्यात आली होती.
- वेल्लोर तंत्रज्ञान संस्था (तमिळनाडू), अमृता विश्व विद्यापीठ (तमिळनाडू), जामिया हमदर्द विद्यापीठ (नवी दिल्ली), कलिंगा औद्योगिक तंत्रज्ञान संस्था या खासगी क्षेत्रातील संस्थांना उद्देशपत्र (Letter of Intent) देण्यात आले.
- एखाद्या शैक्षणिक संस्थेला 'इन्स्टिट्यूट ऑफ इमिनन्स' दर्जा प्रदान करण्याबाबत त्या संबंधित संस्थेच्या तयारीचा आढावा घेण्यासाठी लेटर ऑफ इंटेन्ट पाठविण्यात येते.

प्रतिष्ठित शैक्षणिक संस्था (Institute of Eminence):

- भारतात जागतिक दर्जाच्या उच्चशिक्षण संस्था निर्माण करण्यासाठी केंद्र सरकारने हा उपक्रम सुरू केला आहे.
- भारतामधील वीस उच्चशिक्षण संस्थांना हा दर्जा देण्यात येणार आहे, यामध्ये दहा शासकीय व दहा खासगी शैक्षणिक संस्थांचा समावेश करण्यात येणार आहे.
- माजी निवडणूक आयुक्त 'एन. गोपालस्वामी' यांच्या अध्यक्षतेखाली समिती नेमण्यात आली होती.
- पहिल्या टप्प्यात सहा शैक्षणिक संस्थांची यादी जाहीर करण्यात आली. यामध्ये तीन शासकीय व तीन खासगी संस्थांचा समावेश केला गेला.
- आयआयटी, मुंबई, आयआयटी, दिल्ली, आयआयएसस्सी बंगळुरू, बिट्स पिलानी, मणिपाल विद्यापीठ, जिओ इन्स्टिट्यूट

मिळणारे लाभ :

- हा श्रेष्ठता दर्जा प्राप्त करणाऱ्या सरकारी संस्थांना जागतिक दर्जाच्या शैक्षणिक संस्था होण्यासाठी पुढील पाच वर्षांच्या कालावधीत एक हजार कोटी रुपये देण्यात येतील.
- या संस्थांना अभ्यासक्रम निश्चिती; तसेच परदेशातील प्राध्यापकांना संस्थेत नेमण्याची स्वायत्तता लाभेल.
- या संस्थांना जागतिक क्रमवारीत सुरुवातीच्या पाचशे संस्थांमध्ये असणाऱ्या विद्यापीठांसोबत सहकार्य (Collabration) करता येणार आहे, यासाठी शासकीय परवानगीची गरज भासणार नाही.
- या संस्थांना परदेशातील विद्यार्थ्यांना प्रवेश देण्याचे स्वातंत्र्य असेल (एकूण प्रवेशक्षमतेच्या ३०%) या विद्यार्थ्यांसाठी शैक्षणिक शुल्क ठरविण्याचे स्वातंत्र्य.

सकाळ सिंगल यूज प्लॅस्टिकपासून मुक्ती : स्वप्न की गाठण्यायोग्य ध्येय

पंतप्रधान मोदींनी १५ ऑगस्टच्या भाषणातून सिंगल यूज प्लॅस्टिकपासून भारत मुक्त करण्याचे आवाहन केले. तंत्रज्ञांनी पुनर्वापर आणि रिसायकलिंग यावर चांगले तांत्रिक उपाय सांगावेत तर दुकानदारांनी बंदी घातलेल्या पिशव्या देऊ नयेत तर सामान्य माणसांनी त्याबद्दल जागरूकता दाखवावी असे त्यांनी आवाहन केले.

पर्यावरण वन व हवामान मंत्र्यांनीसुद्धा सर्व संबंधित घटकांना बरोबर घेऊन एक व्यापक मोहीम राबवण्याबद्दल घोषणा केली आहे. या सगळ्याचे स्वागत करतानाच अशा प्लॅस्टिकचे निर्मूलन करण्यासाठी योग्य ते पण ठाम असे धोरण आखणे गरजेचे आहे.

एक वापर प्लॅस्टिकची व्याख्या करणे गरजेचे आहे. गैरसमजुतीने फक्त पॉलिथिन कॅरिबॅग म्हणजे एसयुपी असे मानतात. युनायटेड नेशनने सिंगल यूज प्लॅस्टिक म्हणजे फक्त एकदाच वापरण्याच्या उद्देशाने वापरलेली वेष्टने व पॅकिंगसाठीचे प्लॅस्टिक. त्यात वाण सामानाच्या पिशव्या, अन्न पदार्थाच्या विक्रीसाठी वापरलेले पॅकिंगचे पदार्थ, बाटल्या, पेय पिण्याच्या नळ्या (स्ट्रॉ), डबे, कप, काटे-चमचे-सुऱ्या या सगळ्यांचा समावेश होतो. त्यामुळे त्याची चपखल व्याख्या करण्यासाठी रसायन व खत मंत्रालयाने एक समिती नेमून त्याच्या काही बैठकाही झाल्या आहेत. पण ठोस काही हाताशी आलेले नाही. आणखी एक म्हणजे आकडेवारी.

अंदाजे पॅकेजिंगसाठी वापरलेल्या प्लॅस्टिक पदार्थांपैकी ७० टक्के पदार्थ खूप कमी वेळातच कचऱ्यात जमा होतात, असे केंद्रीय प्रदूषण नियंत्रण बोर्डाचे निरीक्षण सांगते. तसेच ६६ टक्के पदार्थ यात हाय परफॉर्मन्स पॉलिएथिलिन-लो डेन्सिटी पॉलिएथिलिन किंवा पॉलिप्रॉपिलिनचे असतात. गेल्या दशकात आपल्या कचऱ्यातील घटकांमध्ये खूप स्थित्यंतर झालेले आहे अधिक प्रमाणात प्लॅस्टिक वापरात येत आहे. त्यामुळे त्याची नव्याने आकडेवारी गोळा करायला हवी. कचऱ्याचे आव्हान नीट लक्षात घेण्यासाठी व त्याप्रमाणे त्यावरील प्रक्रिया ठरवण्यासाठी हा अभ्यास होणे गरजेचे आहे.

गेल्या काही वर्षांत अनेक राज्यांनी प्लॅस्टिकवर बंदी घातलेली आहे. पण मुख्य भर कॅरिबॅगवर बंदी घालण्यावरच असतो. प्लॅस्टिकवर बंदी ही कल्पना ऐकायला चांगली वाटत असली तरी त्याचा अर्थव्यवस्थेवरचा परिणाम, इतर पर्यायांची उपलब्धता आणि योग्य उपयोग याबद्दलच्या समस्यांना उत्तरे सापडलेलीच नसतात. प्लॅस्टिक बॅग वापरणाऱ्यांनी सरळ कागद, कापड किंवा ज्यूटच्या पिशव्या वापरल्या तर ही बंदी प्रभावी ठरेल. पण एवढेच पुरेसे नाही. एकूण प्लॅस्टिक कचऱ्यापैकी ४७ टक्के प्लॅस्टिक हे अनेक थर असणाऱ्या पॅकिंगमधून आलेले असते त्यातील निम्मे आशियातून येते, असे संयुक्त राष्ट्रसंघाच्या पाहणीत दिसून आलेले आहे. त्यांना काही पर्याय उपलब्ध नाही, म्हणून त्यांना बंदीतून वगळणे योग्य नाही. त्यामुळे सहज उपलब्ध, टिकाऊ आणि स्वस्त पर्यायांचा पुन्हा विचार केला पाहिजे.

उद्योगधंद्यांनी वेस्टनांची नवी डिझाईन्स आणि उपलब्ध पर्यायांचा वापर हळूहळू वाढवत जाण्याला पाठबळ दिले पाहिजे. काही पर्यावरणस्नेही पदार्थांचा वापर वाढण्यासाठी तशा पदार्थांवरचे कर कमी केले पाहिजेत. स्थानिक संस्था या बंदी अमलात आणायला किती सक्षम आहेत हे पुरेसे स्पष्ट नाही. रिसायकलिंगची आपण वापरत असलेली तंत्रे किती पर्यावरणस्नेही आहेत हाही एक असाच अनुत्तरित प्रश्न आहे. आणि आपण पूर्वीपेक्षा याचाही जास्त सखोल विचार केला पाहिजे.

जगभरात सरासरी ९ टक्के प्लॅस्टिकचा पुनर्वापर होतो. १२ टक्के जाळून टाकतात, तर ७९ टक्के हे कुठेतरी खड्ड्यात वगैरे गाडून टाकतात. पण भारतात मात्र ६० टक्के प्लॅस्टिकचा पुनर्वापर होतो. पण तो कमी दर्जाचे पदार्थ म्हणून वापर होतो.

नव्या परिस्थितीत निव्वळ पुनर्चक्रीकरण करणे एवढेच पुरेसे नाही.

चक्राकार अर्थव्यवस्थेत पुनर्चक्रीकरण, दुरुस्ती आणि नव्याने डागडुजी करून वापरणे या तीनही मार्गांना त्यांचे स्वतःचे महत्त्व आहे. मात्र आपला कचरा घेऊन त्यातून जास्त किमती पदार्थ तयार करणे ही कल्पना वास्तवापासून खूप दूर आहे. पुनर्वापर चक्रीकरणाचे तंत्रज्ञान अधिकाधिक पर्यावरणस्नेही करणे, अनौपचारिक गटांचा सहभाग वाढवणे, तसेच निरंतर वापरता येऊ शकणारे तंत्र पुरेसे पाठबळ मिळणे, अधिकार मिळणेही गरजेचे आहे. राज्य व केंद्रसरकार यांनी उत्पादकांची वाढीव जबाबदारी यांची प्रभावी अंमलबजावणी करण्यावर लक्ष केंद्रित केले पाहिजे. म्हणजेच वेगवेगळ्या मार्गांची सरमिसळ करून उदा. प्लॅस्टिक वस्तू वापरापूर्वी काही पैसे जमा करणे व ती वस्तू परत केल्यावर पैसे परत मिळणे, किंवा पुनर्चक्रीकरणाचा खर्च भागवणारी रक्कम आधीच वसूल करणे यामुळे बाजारात या वस्तूंचे रिसायकलिंग जास्तीत जास्त प्रमाणात आणायला उपयोगी पडतील.

या सर्व मार्गाने लक्षपूर्वक प्रसार मोहीम काढणे, तसेच माध्यमातील साधने हाताशी धरून लोकांमध्ये प्लॅस्टिकबद्दलची जाणीवजागृती व उपलब्ध पर्यायाची माहिती पोहोचवणे शक्य होईल. प्लॅस्टिकच्या प्रश्नाला साधे व सोपे असे एकच एक उत्तर नाही. निदान काटेकोर व्याख्या करून त्याची विश्वसनीय आकडेवारी गोळा करणे, त्या समस्यांच्या उपायाची शास्त्रीय तपासणी करून त्या उपायांची पाठराखण करणे आणि त्याची शास्त्रीय कारणमीमांसा यांची व्यूहरचना ही तात्पुरती सोपी व चटपटीत उत्तरे शोधण्यापेक्षा जास्त रास्त अशी काळाची गरज आहे.

आणि अखेर हा सारा बदल घडवून आणण्याचे दायित्व तुम्हा-आम्हा सर्वांवर आहे. एखादी गोष्ट-वस्तू पुनर्वापर करता येण्याजोगी नसेल, तर त्याला नकार देणे, ते गळी उतरवू पाहणाऱ्या व्यवस्थेला नकार देणे व टाकून द्यायला लागणाऱ्या वस्तूंना नकार व चांगली उत्पादने व चांगल्या सेवांचा आग्रह धरणे हे तर आपल्या सगळ्यांच्याच हातात आहे. ●

स्वाती सिंग साम्बयाल, दिनेश राज बादेल

मराठी अनुवाद : **जयंत गाडगीळ**

पूर्वप्रसिद्धी : downtoearth.org.in

- ऑनलाइन शैक्षणिक अभ्यासक्रम उपलब्ध करून देण्याचे स्वातंत्र्य.

(संदर्भ : pib.nic.inc)

सकाळ केंद्र सरकारकडून पाच वर्षांत देशातील प्रत्येक घरात पिण्यासाठी पाणीपुरवठा करण्याकरिता जलजीवन मिशन योजनेची अंमलबजावणी करण्यात येणार

दि. ८ सप्टेंबर २०१९ रोजी पंतप्रधान नरेंद्र मोदी यांनी जाहीर केले की, केंद्र सरकार येत्या पाच वर्षांत देशातील प्रत्येक घरात पिण्यासाठी पाणीपुरवठा करण्याकरिता 'जलजीवन मिशन'वर ३.५ लाख कोटी रुपये खर्च करेल.

- औरंगाबाद येथे महाराष्ट्र राज्य ग्रामीण आजीविका मिशन (Maharashtra State Rural Livelihood Mission) आयोजित राज्यस्तरीय महिला सक्षम मेळावा किंवा सक्षमित महिला बचत गटाला संबोधित करताना ते म्हणाले की, महिलांना त्रासातून मुक्त करण्यासाठी जलजीवन मिशन सुरू करण्यात आले आहे. पाणी आणण्यासाठी कठोर परिश्रम करावे लागतात.
- जलजीवन अभियानात पाणी वाचवणे आणि प्रत्येकाच्या दारात पाणी पोहोचविणे यांचा समावेश आहे.

जलजीवन मिशन विषयी :

- या मिशनद्वारे २०२४ पर्यंत सर्व ग्रामीण कुटुंबांना वैयक्तिक घरगुती नळजोडणीद्वारे (हर घर जल) सुरक्षित आणि पुरेसे पिण्याचे पाणी उपलब्ध करून देण्याचा प्रयत्न आहे.
- जलशक्ती मंत्रालयामार्फत या मिशनची अंमलबजावणी करण्यात येईल.
- हे मिशन स्थानिक पातळीवर एकात्मिक मागणी आणि पाण्याचा पुरवठा बाजूच्या व्यवस्थापनावर लक्ष केंद्रित करेल.
- तसेच, राखाडी पाणी व्यवस्थापन, जलसंधारण, पावसाच्या पाण्याची साठवण या माध्यमातून स्रोत संरक्षण उपाय पुनर्भरण आणि पुनर्वापर कार्यान्वित करेल.
- मिशन संपूर्ण भारतभर शाश्वत पाणीपुरवठा व्यवस्थापनाची उद्दिष्टे साध्य करण्यासाठी इतर केंद्र आणि राज्य सरकारच्या योजनांमध्ये रूपांतर करण्याचा प्रयत्न करते.
- जलशक्ती मंत्रालयाच्या मते, भारतातील ग्रामीण भागातील केवळ १८% कुटुंबांना नळांद्वारे पाणी मिळण्याची सुविधा आहे.

(संदर्भ : pmindia.gov.in, newsonair.nic.in)

केंद्र सरकार येत्या **५ वर्षांत** देशातील प्रत्येक घरात पिण्यासाठी पाणीपुरवठा करण्याकरिता 'जलजीवन मिशन'वर **३.५ लाख कोटी रुपये** खर्च करेल.

सकाळ भारतीय कौशल्य संस्थेच्या उभारणीस मुंबईत प्रारंभ

दि. १२ सप्टेंबर २०१९ रोजी केंद्रीय कौशल्यविकास मंत्री महेंद्रनाथ पांडे यांनी मुंबईमध्ये भारतीय कौशल्य संस्थेच्या उभारणीच्या (Indian Institute of Skills) कामाचा शुभारंभ केला.

- सिंगापूरच्या 'कौशल्य विकास संस्थे'च्या धर्तीवर पंतप्रधान नरेंद्र मोदी यांनी ही संकल्पना सुचविली होती.
- केंद्रीय मंत्रिमंडळाने देशभरात मुंबई (महाराष्ट्र), अहमदाबाद (गुजरात), कानपूर (उत्तर प्रदेश) या तीन ठिकाणी भारतीय कौशल्य संस्था उभारणीस मंजुरी दिली आहे.
- भारतीय कौशल्य संस्था विना-नफा (Not for Profit) व सार्वजनिक-खासगी सहकार्य (Public Private Partnership : PPP) या तत्त्वावर चालवली जाणार आहे.
- दहावी, बारावी उत्तीर्ण झालेल्या विद्यार्थ्यांना विशेषीकृत (Highly Specialised) क्षेत्रांमध्ये उच्च दर्जाचे प्रशिक्षण पुरविणे, हे भारतीय कौशल्य संस्थेचे उद्दिष्ट आहे.
- या संस्थेमधून दरवर्षी ५००० विद्यार्थ्यांना प्रशिक्षण देऊन त्यातील किमान सत्तर टक्के विद्यार्थ्यांना रोजगार मिळवून देण्याचा केंद्र सरकारचा संकल्प आहे.
- या संस्था तृतीयक दर्जाच्या (Tertiary) असणार असून येथे विमानबांधणी, संरक्षण, तेल उत्खनन यासारख्या विशेष क्षेत्रांसाठीचे आवश्यक कौशल्य प्रशिक्षण दिले जाईल.
- भारतीय कौशल्य संस्थांचा विकास आयआयटी व आयआयएमच्या धर्तीवरच करण्यात येणार आहे.
- शासन खासगी संस्थांना जमीन पुरवेल, त्यावर खासगी संस्थांनी संस्था उभारायची आहे. खासगी संस्थांची निवड स्पर्धात्मक पद्धतीने पाच वर्षांसाठी करण्यात येणार आहे.
- मुंबईच्या भारतीय कौशल्य संस्थेस 'टाटा एज्युकेशन डेव्हलपमेंट ट्रस्ट (TEDT)' साहाय्य करणार आहे.
- टाटा ग्रुप या संस्थेमध्ये ३०० कोटी रुपयांची गुंतवणूक करणार आहे.

या संस्थेमधून दरवर्षी **५००० विद्यार्थ्यांना प्रशिक्षण**

त्यातील किमान **७० टक्के विद्यार्थ्यांना रोजगार** मिळवून देण्याचा केंद्र सरकारचा संकल्प आहे.

लक्षात ठेवा

केंद्रीय कौशल्य विकास व उद्योजकता मंत्रालय :

- कौशल्य पुरविणाऱ्या विविध अभियानांचा, योजनांचा, धोरणांचा समन्वय व्हावा यासाठी या मंत्रालयाची स्थापना नोव्हेंबर २०१४ मध्ये करण्यात आली.
- रोजगार व प्रशिक्षण महासंचनालय, राष्ट्रीय कौशल्य विकास महामंडळ व राष्ट्रीय कौशल्य विकास संस्था तसेच राष्ट्रीय कौशल्यविकास निधी या मंत्रालयांतर्गत येतात.
- डॉ. महेंद्रनाथ पांडे या मंत्रालयाचे प्रमुख आहेत.

(संदर्भ : skilldevelopment.gov.in)

सकाळ केंद्रीय वस्त्रोद्योग मंत्रालयाची वस्त्रोद्योग क्षेत्रामधील क्षमतावाढीसाठी समर्थ योजना

दि. १४ सप्टेंबर २०१९ रोजी वस्त्रोद्योग क्षेत्रामधील क्षमतावाढीसाठी (Capacity Building) केंद्रशासनाच्या 'वस्त्रोद्योग मंत्रालया'ने 'समर्थ (Scheme for Capacity Building in Textile Sector [SAMARTH])' ही योजना सुरू केली.

- यामध्ये १८ राज्यांपैकी १६ राज्यांनी केंद्रीय वस्त्रोद्योग मंत्रालयासोबत सामंजस्य करार (Memorandum of Understanding) केला आहे. यामुळे या राज्यातील ४ लाख कामगारांना प्रशिक्षित केले जाणार आहे.

सामंजस्य करार करणारी राज्ये		
अरुणाचल प्रदेश	केरळ	मिझोराम
तमिळनाडू	तेलंगना	उत्तर प्रदेश
आंध्र प्रदेश	आसाम	मध्य प्रदेश
त्रिपुरा	कर्नाटक	मणिपूर
हरियाणा	मेघालय	झारखंड
उत्तराखंड		

समर्थ योजना :

- समर्थ योजना वस्त्रोद्योग क्षेत्रातील कामगारांसाठीची कौशल्य विकास योजना आहे.
- केंद्रीय मंत्रिमंडळाच्या 'अर्थव्यवहार समितीने (CCEA)' डिसेंबर २०१७ रोजी या योजनेला मान्यता दिली.
- यामध्ये संघटित क्षेत्रातील सूतकताई व विणकाम उद्योग वगळता सर्व वस्त्रोद्योग साखळीचा समावेश आहे.
- या योजनेद्वारे मागणीनुसार (Demand Driven) रोजगाराधिरात कौशल्य विकास प्रशिक्षण दिले जाणार.
- हातमाग, हस्तकला, रेशीम उद्योग आणि ज्यूट उद्योग यासारख्या पारंपरिक उद्योगातील कामगारांच्या कौशल्यात वाढ होण्यासाठी प्रयत्न केले जाणार.
- तीन वर्षांमध्ये दहा लाख व्यक्तींना प्रशिक्षित करणे. यामध्ये नऊ लाख संघटित उद्योग व एक लाख पारंपरिक उद्योग क्षेत्रातील व्यक्तींचा समावेश होतो. सक्षम प्रशिक्षणानंतर किमान सत्तर टक्के प्रशिक्षणार्थींना रोजगार उपलब्ध करून दिला जाणार आहे.
- संघटित क्षेत्रातील अनुदानप्राप्त वस्त्रोद्योगांना (सूतकताई व विणकाम वगळता) राष्ट्रीय कौशल्य पात्रता प्रारूप (National Skill Qualification Framework) शी सुसंगत उपक्रमाद्वारे प्रशिक्षित केले जाणार आहे.
- याद्वारे कामगारांचे जीवनमान सुधारून त्यांना शाश्वत उपजीविका उपलब्ध होणार आहे.

(संदर्भ : texmin.nic.in)

सकाळ ई (इलेक्ट्रॉनिक) सिगारेट बंदी (निर्मिती, उत्पादन, आयात, निर्यात, वाहतूक, विक्री, वितरण, साठवणूक आणि जाहिरात) अध्यादेश, २०१९ ला केंद्रीय मंत्रिमंडळाची मंजुरी

दि. १८ सप्टेंबर २०१९ रोजी पंतप्रधानांच्या अध्यक्षतेखालील केंद्रीय मंत्रिमंडळाने 'ई (इलेक्ट्रॉनिक) सिगारेट बंदी (निर्मिती, उत्पादन, आयात, निर्यात, वाहतूक, विक्री, वितरण, साठवणूक आणि जाहिरात) अध्यादेश, २०१९' ला मंजुरी दिली.

- लोकसभेने २७ नोव्हेंबर तर राज्यसभेने २ डिसेंबर २०१९ रोजी या अध्यादेशाला मंजुरी दिली.
- ई-सिगारेट व ई-हुक्का यांच्यावरील बंदीच्या या निर्णयामुळे लोकांना व विशेषतः युवकांना ई-सिगारेटच्या व्यसनापासून दूर ठेवण्यास मदत मिळेल.
- सोबतच, अध्यादेश लागू झाल्याने शासनाच्या तंबाखू नियंत्रणाच्या प्रयत्नांना बळ मिळेल व तंबाखूचा वापर कमी होईल व आजारांमध्येही घट होईल.
- भारतीय वैद्यकीय संशोधन परिषदेने (ICMR) एका श्वेतपत्रिकेद्वारे वैज्ञानिक पुराव्यांच्या आधार ई-सिगारेटवर बंदी घालण्याची शिफारस केली होती.
- जागतिक आरोग्य संघटनेद्वारे सदस्य देशांना अशा उत्पादनांवर बंदी घालण्याची विनंती केली होती.
- केंद्रशासनाच्या बंदीच्या निर्णयाआधीच देशातील १६ राज्ये व १ केंद्रशासित

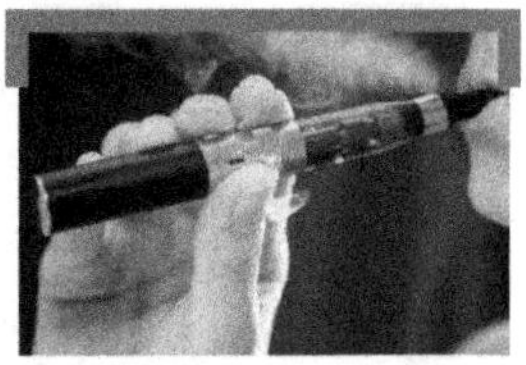

देशातील **१६ राज्ये** व **१ केंद्रशासित प्रदेशांनी** त्यांच्या अधिकारक्षेत्रात **ई-सिगारेटवर बंदी** घातली आहे.

प्रदेशांनी त्यांच्या अधिकार क्षेत्रात ई-सिगारेटवर घातली आहे.

ई-सिगारेट बंदीवरील अध्यादेशातील तरतुदी

- ई-सिगारेटची निर्मिती, उत्पादन, आयात, निर्यात, वाहतूक, वितरण, साठवणूक, विक्री (ऑनलाइन विक्रीसह) आणि जाहिरात (ऑनलाइनसह) करणे दखलपात्र गुन्हा आहे.
- नियमांचे पालन न केल्यास पहिल्या गुन्ह्यासाठी १ वर्षापर्यंत तुरुंगवास किंवा १ लाख रुपयांपर्यंत दंड किंवा दोन्ही शिक्षा होऊ शकते.
- पुन्हा गुन्हा केल्यास गुन्हेगाराला ३ वर्षांचा तुरुंगवास आणि ५ लाख रुपयांपर्यंत दंडाची शिक्षा होऊ शकते.
- तसेच, ई-सिगारेट साठवल्यास ६ महिन्यांपर्यंत कारावास किंवा ५० हजार रुपये दंड किंवा दोन्हीही शिक्षा होऊ शकतात.
- या अध्यादेशाअंतर्गत पोलीस उपनिरीक्षकांना अधिकृत अधिकारी म्हणून कारवाईचे अधिकार देण्यात आले आहेत.
- तसेच, अध्यादेशाच्या प्रभावी अंमलबजावणीसाठी केंद्र व राज्य शासन इतर समकक्ष अधिकाऱ्यांची अधिकृत अधिकारी म्हणून नियुक्त करू शकतात.

ई- सिगारेट म्हणजे काय?

- हा सिगारेटचे आधुनिक प्रकार आहे. हे एक बॅटरीचलीत उपकरण असून, त्यातील निकोटीनचे द्रावण गरम झाल्यावर त्याची वाफ (एरोसोल) बाहेर पडते.
- निकोटीन हा सिगारेटमध्ये वापरण्यात येणारा ज्वलनशील व व्यसन जडवणारा पदार्थ आहे.
- हे उत्पादन आधुनिक, दिसायला आकर्षक व विविध प्रकारच्या सुगंधात उपलब्ध असतात. मात्र, विकसित व विकसनशील देशांतील तरुण-तरुणी व मुलांमध्ये ई-सिगारेटच्या व्यसनाचे प्रमाण वाढले आहे.
- इलेक्ट्रॉनिक निकोटीन डिलिव्हरी सिस्टीम (ENDS), हिट नॉट बर्न उत्पादने, ई-हुक्का अशा विविध उपकरणांच्या समावेश ई-सिगारेटमध्ये होतो.
- सध्या बाजारात ई-सिगारेटचे ४०० पेक्षा अधिक ब्रँड आहेत व यामध्ये १५० फ्लेवर्स आहेत. मात्र, यांपैकी एकही ई-सिगारेटचे उत्पादन भारतात होत नाही.

(संदर्भ : https://mohfw.gov.in, https://who.int)

सकाळ देशाची लोकसंख्या आणि जनगणेची व्यापक प्रक्रिया लक्षात घेता २०२१ ची जनगणना मोबाईल अनुप्रयोगाद्वारे (ॲप्लिकेशन) डिजिटल स्वरूपात करण्यात येणार

दि. २३ सप्टेंबर २०१९ रोजी केंद्रीय गृहमंत्री अमित शहा यांनी आगामी '२०२१ ची जनगणना' मोबाईल अनुप्रयोगाद्वारे (ॲप्लिकेशन) डिजिटल स्वरूपात करण्यात येणार असल्याची माहिती दिली.

- देशाची लोकसंख्या आणि जनगणेची व्यापक प्रक्रिया लक्षात घेता, या प्रक्रियेस जलद आणि अधिक कार्यक्षम करण्याच्या हेतूने हा निर्णय घेण्यात आला.

भारतीय जनगणना २०२१:

- भारतात दर दहा वर्षांनी लोकसंख्येची मोजणी होते. सन २०२१ मध्ये होणारी जनगणना ही १६ वी जनगणना असणार.
- देशातील १३० कोटी पेक्षा जास्त लोकांच्या जनगणनेसाठी पहिल्यांदाच देशात मोबाइल ॲपचा वापर केला जाणार.
- या जनगणनेच्या वेळी मोबाईलद्वारे गोळा केलेली माहिती लोकसंख्या निर्धारणासोबतच कल्याणकारी योजनांसाठी व मतदारसंघांच्या सीमा ठरवण्यासाठीही उपयोगी पडेल.
- मोबाईल ॲपच्या मदतीने प्रत्येक नागरिकाला १६ भाषांमध्ये स्वतःची, कुटुंबाची आणि इतर व्यक्तिगत माहिती भरता येणार.
- यासाठी शासनाकडून भारतातील सर्व नागरिकांना बहुउद्देशीय ओळख पत्र (मल्टिपर्पज आयडेंटिटी कार्ड) देण्यात येणार.
- या एकाच कार्डमध्ये नागरिकांचे आधार कार्ड, पॅन कार्ड, मतदान ओळखपत्र, बँक खाते, पासपोर्ट आणि ड्रायव्हिंग लायसन्स (वाहनचालक परवाना) यांचा समावेश असणार.
- या जनगणनेसाठी संदर्भ दिनांक १ मार्च २०२१ असेल, तर जम्मू-काश्मीर, हिमाचल प्रदेश आणि उत्तराखंडमध्ये हिमवृष्टीची लक्षात घेऊन तिथे १ ऑक्टोबर २०२० हा संदर्भ दिनांक असेल.
- राष्ट्रीय लोकसंख्या नोंदणी आणि पहिल्याच डिजिटल जनगणनेसाठी यावेळी तब्बल १२ हजार कोटी रुपयांचा खर्च केला जाईल.
- लोकसंख्येच्या बाबतीत भारत जगात दुसऱ्या क्रमांकावर असून, भारताची लोकसंख्या जागतिक लोकसंख्येच्या १७.५ टक्के आहे.

■ राष्ट्रीय लोकसंख्या नोंदणी आणि पहिल्याच डिजिटल जनगणनेसाठी यावेळी तब्बल **१२ हजार कोटी** रु.चा खर्च

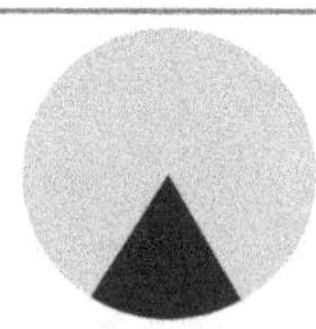

■ भारताची लोकसंख्या जागतिक लोकसंख्येच्या **१७.५ टक्के**

- याआधी झालेल्या २०११ च्या जनगणनेद्वारे गोळा झालेल्या माहितीच्या आधारे वीजपुरवठा, गॅस कनेक्शन, रस्तेबांधणी, गरिबांसाठी घरं, बँक खाती अशा योजना सुरू करण्यात आल्या होत्या.

(संदर्भ : censusindia.gov.in , newsonair.nic.in)

केंद्रीय गृहमंत्रालयाकडून ग्रेटर नोएडामध्ये राष्ट्रीय पोलिस विद्यापीठ उभारण्यात उभारण्याचा निर्णय

दि. २० सप्टेंबर २०१९ रोजी केंद्रीय गृहमंत्रालयाने ग्रेटर नोएडा (उत्तर प्रदेश) येथे राष्ट्रीय पोलिस विद्यापीठ (National Police University) उभारण्याचा निर्णय घेतला आहे.

- हे विद्यापीठ बहुशाखीय असणार असून येथे कायदा व सुव्यवस्थासंबंधी विविध विषयांचे मार्गदर्शन उपलब्ध असणार आहे.
- राष्ट्रीय राजधानी क्षेत्रातील ग्रेटर नोएडामधील मोक्याच्या ठिकाणी १०० एकर परिसरात हे विद्यापीठ वसणार आहे.
- यासाठी ग्रेटर नोएडा औद्योगिक प्राधिकरणाने ९० वर्षे भाडेतत्त्वावर जमीन उपलब्ध करून दिली आहे.
- या विद्यापीठामध्ये कायदा व सुव्यवस्था शास्त्र (Policing Science), न्यायवैद्यकशास्त्र (Forensic Science) सायबर न्यायवैद्यकशास्त्र (Cyber Forensic Science), गुन्हेगारीशास्त्र (Criminology), गुन्हेगारी न्याय (Criminal Justice), आपत्ती व्यवस्थापन (Disaster Management) यासंबंधी अभ्यासक्रम उपलब्ध करून देण्यात येणार आहे.
- विद्यापीठाद्वारे पदवी, पदव्युत्तर, डॉक्टरेट व पदविका अभ्यासक्रमाचे शिक्षण देण्यात येणार आहे.
- विद्यापीठाद्वारे दूरस्थ शिक्षण (Distance Learning) देखील उपलब्ध करून देण्यात येणार आहे.
- राजस्थानमधील जोधपूर येथे स्वतंत्र सरदार पटेल पोलिस, सुरक्षा व गुन्हेगारी न्याय विद्यापीठ आहे. हे विद्यापीठ राज्यस्तरीय आहे.
- सध्या गुजरात, राजस्थान व झारखंड या राज्यांमध्ये या विषयासाठी स्वतंत्र विद्यापीठे आहेत.

(संदर्भ : pib.nic.in)

राष्ट्रीय सुरक्षेच्या दृष्टीने महत्त्वाचे असणारे राष्ट्रीय गुप्तवार्ता जाळे (नॅटग्रीड) जानेवारीपर्यंत पूर्ण होणार : दहशतवादी कारवायांवर लक्ष ठेवणे व अशा कृत्यांना प्रतिबंध करणे हे उद्दिष्ट

दि. २० सप्टेंबर २०१९ रोजी राष्ट्रीय सुरक्षेच्या दृष्टीने महत्त्वाचे असणारे राष्ट्रीय गुप्तवार्ता जाळे (National Intelligence Grid - NATGRID) जानेवारी २०२० पर्यंत तयार होणार असल्याची माहिती गृहमंत्री अमित शहा यांनी दिली.

- दहशतवादी कारवायांवर लक्ष ठेवणे व अशा कृत्यांना प्रतिबंध करणे हे नॅटग्रीडचे उद्दिष्ट आहे.
- नॅटग्रीडद्वारे बँकिंग, विमानतळ, चलन-वलन, करदाते, प्रवासी यांची माहिती एकत्रित केली जाणार आहे.
- २६/११ च्या मुंबई दहशतवादी हल्ल्यानंतर अशा गुप्तवार्ता जाळ्याची गरज भासू लागली. या प्रकल्पाचा खर्च ३४०० कोटी रुपये इतका आहे.
- राष्ट्रीय गुप्तवार्ता जाळे (NATGRID) केंद्रीय गृहमंत्रालयांतर्गत कार्यान्वित राहणार आहे.
- नॅटग्रीडमध्ये बँकिंग, इमिग्रेशन, आर्थिक सेवा, रेल्वे-विमान वाहतूक यातून मिळणारी माहिती एकत्रित केली जाणार आहे.
- राष्ट्रीय गुप्तवार्ता जाळ्याचे डेटा रिकव्हरी सेंटर बेंगळुरू येथे असणार आहे, तर मुख्यालय नवी दिल्ली येथे असणार आहे.
- पोलिस महासंचालक दर्जाचा भारतीय पोलिस सेवेतील अधिकारी राष्ट्रीय गुप्तवार्ता जाळ्याचे (NATGRID) नेतृत्व करणार आहे.
- ८ एप्रिल २०१० रोजी केंद्रीय मंत्रिमंडळाच्या सुरक्षा समितीने या प्रकल्पाला परवानगी दिली होती.
- राष्ट्रीय गुप्तवार्ता जाळ्याच्या पहिल्या टप्प्याअंतर्गत १० संस्थांना या माहितीचा वापर करण्यात येणार आहे.

१. गुप्तवार्ता विभाग (IB)
२. रॉ (RAW)
३. केंद्रीय अन्वेषण विभाग (CBI)
४. अंमलबजावणी संचनालय (ED)
५. महसूल गुप्तवार्ता संचनालय (DRI)
६. आर्थिक गुप्तवार्ता युनिट (FIU)
७. केंद्रीय प्रत्यक्ष कर मंडळ (CBOT)
८. केंद्रीय अप्रत्यक्ष कर मंडळ (CBEC)
९. केंद्रीय अप्रत्यक्ष कर व सीमा शुल्क मंडळ (DGCEI)
१०. अमली पदार्थविरोधी विभाग (NCB)

- या दहा संघटनांना राष्ट्रीय गुप्तवार्ता जाळ्यातील माहितीचा वापर करता येणार आहे.
- राज्य शासनाच्या कुठल्याही कायदा अंमलबजावणी संस्थेला ही माहिती थेट हस्तगत करता येणार नाही. त्यांना वरील दहापैकी एका संस्थेकडे विनंती करून माहिती मिळवता येईल.
- २०१६ मध्ये अशोक पटनाईक यांची नॅटग्रीडच्या मुख्य कार्यकारी अधिकारीपदी नियुक्ती करण्यात आली आहे.
- राष्ट्रीय गुप्तचर जाळे माहितीच्या अधिकाराच्या कक्षेबाहेर ठेवण्यात आले आहे.

(संदर्भ : pib.nic.in)

सकाळ केंद्रीय आरोग्य आणि कुटुंब कल्याण मंत्रालयातर्फे 'टीबी हारेगा देश जीतेगा' मोहिमेचा शुभारंभ

दि. २५ सप्टेंबर २०१९ रोजी केंद्रीय आरोग्य आणि कुटुंब कल्याण मंत्री डॉ. हर्षवर्धन यांनी 'टीबी हारेगा देश जीतेगा' या अभियानाची सुरुवात केली.

- याचवेळेस 'राष्ट्रीय क्षयरोग प्रसार सर्वेक्षण' (National TB Prevalance Survey) चीही सुरुवात करण्यात आली. २५ व्हॅनद्वारे हे सर्व्हेक्षण सहा महिने संपूर्ण देशभर करण्यात येणार आहे.
- या अभियानांतर्गत क्षयरोगाचे निर्मूलनासाठी पहिल्या शंभर दिवसांत सर्व जिल्ह्यांत रुग्ण मंच (Patient Forum) स्थापन करण्यात येणार.
- भारताने २०२५ पर्यंत क्षयरोगाचे संपूर्ण देशातून उच्चाटन करण्याचे; तर संयुक्त राष्ट्रांनी २०३० पर्यंत जागतिक स्तरावर या रोगाचे उच्चाटन करण्याचे ठरविले आहे.

मोहिमेचे आधारस्तंभ :	
१.	वैद्यकीय दृष्टिकोन (Clinical Approach)
२.	सार्वजनिक आरोग्याचा घटक (Public Health Component)
३.	सक्रिय सामुदायिक सहभाग (Active Community Participation)

मोहिमेची उद्दिष्टे :

- २०२२ पर्यंत देशभरात क्षयरोगासाठी आरोग्यसेवांची उपलब्धता सुधारणे आणि विस्तार करणे.
- यात प्रतिबंधात्मक आणि रुग्णांना प्रोत्साहन देण्याच्या पद्धतींचा समावेश आहे.
- इतर साहाय्यक घटकांमध्ये खासगी क्षेत्रातील गुंतवणूक रुग्णांना आधार देणे आणि सर्व स्तरावरील राजकीय आणि प्रशासकीय बांधीलकी वाढवणे यांचा समावेश.
- अभियानांतर्गत विनामूल्य, उच्च-प्रतीची सेवा देण्यात येणार.
- या अभियानाद्वारे क्षयरोगाचे निदान, उपचार आणि प्रतिबंध करून २०२५ पर्यंत क्षयरोगमुक्त भारताचे साध्य मिळविण्याचा प्रयत्न केला जाणार.
- या वेळी 'मल्टीड्रग रेसिस्टंट' (MDR-TB) रुग्णांसाठी तोंडाद्वारे औषध घेतले जाणारे किट (Oral Regimen Kit) सुरू करण्यात आले.
- या किटमध्ये वेदनादायी आणि दुष्परिणाम करणाऱ्या इंजेक्शनचा समावेश नाही.

क्षयरोगावरील नवीन औषधाला मान्यता :

- अमेरिकेच्या अन्न आणि औषध प्रशासनाने 'प्रीटोमॅनिड (Pretomanid)' या नव्या औषधाला मान्यता दिली.
- औषध प्रतिरोधक क्षयरोगावर (Drug Resistant TB) उपचार करण्यासाठी हे औषध वापरले जाईल.
- बहुऔषधी-प्रतिरोधक क्षयरोग (MDR-TB) व अत्यंत प्रतिरोधक क्षयरोग (XDR-TB) या दोन्ही प्रकारच्या क्षयरोगावर हे औषध वापरण्यात येईल.

क्षयरोग (Tuberculosis):

- क्षयरोग हा आजार मायकोबॅक्टेरियम ट्युबरक्युलॉसिस (Mycobacterium Tuberculosis) या जीवाणूमुळे होतो.
- १९६२ मध्ये क्षयरोगावर नियंत्रण मिळविण्यासाठी 'राष्ट्रीय क्षयरोग नियंत्रण कार्यक्रम' सुरू करण्यात आला.
- १९९७ मध्ये 'Directly Observed Treatment Short Course [DOTS]' सह 'सुधारित क्षयरोग नियंत्रण कार्यक्रम (RNTCP)' सुरू करण्यात आला.

(संदर्भ : pib.nic.in/pib.gov.in)

सकाळ केंद्रीय वाणिज्य आणि उद्योग मंत्रालयाकडून निर्यात पत हमी मंडळाच्या माध्यमातून 'निर्विक' ही निर्यात पत विमा योजना सुरू

दि. १ ऑक्टोबर २०१९ रोजी केंद्रीय वाणिज्य आणि उद्योग मंत्रालयाने निर्यात पत हमी मंडळाच्या (Export Credit Guarantee Corporation [ECGC]) माध्यमातून 'निर्विक' नामक निर्यात पत विमा योजना (Export Credit Insurance Scheme [ECSI]) सुरू केली.

- निर्यातदारांना होणाऱ्या कर्ज पुरवठ्यात वाढ करणे आणि कर्ज मिळण्याच्या प्रक्रियेत सुलभता आणण्यासाठी ही योजना सुरू करण्यात आली आहे.
- अर्थमंत्री निर्मला सीतारामन यांनी या योजनेची घोषणा केली.

निर्विक योजनेची वैशिष्ट्ये :

- बँकांद्वारे निर्यातदारांना (Exporters) देण्यात येणाऱ्या कर्जाला निर्यात पतहमी मंडळाद्वारे या योजनेंतर्गत ९०% हमी मिळेल.
- निर्यातदारांद्वारे जहाजावर माल पाठविण्यापूर्वी आणि त्यानंतरच्या कार्यवाहीसाठी विमा संरक्षण मिळेल.
- या योजनेंतर्गत निर्यातदारांसाठी परकीय आणि भारतीय रुपयातील मूल्याचे व्याजदर अनुक्रमे चार टक्के आणि आठ टक्क्यांच्या आसपास असेल.
- ८० कोटी किंवा त्यापेक्षा कमी कर्ज घेणाऱ्या निर्यातदारांना वार्षिक ०.६% इतका प्रिमियम दर ८० कोटी रुपयांपेक्षा

अधिक कर्ज घेणाऱ्या निर्यातदारांसाठी प्रिमियम ०.७२% इतका असेल.

- रत्ने, सोने, हिरे या उद्योगक्षेत्रातील व्यापारी जे ८० कोटी रुपयांपेक्षा अधिक रकमेचे कर्ज घेतात त्यांना इतर क्षेत्रातील निर्यातदारांच्या तुलनेत जास्तीचा विमा हप्ता भरावा लागेल.
- १० कोटींपेक्षा अधिक रकमेचा तोटा झालेल्या व्यवहारात बँकेची कागदपत्रे आणि दस्ताऐवज यांची तपासणी करण्याचा अधिकार निर्यात पतहमी मंडळाच्या अधिकाऱ्यांना देण्यात आला आहे.
- निर्यातदारांद्वारे थकित मुद्दल आणि व्याजाची रक्कम बँकांना निर्यात पतहमी मंडळाद्वारे मासिक हप्त्यांद्वारे देण्यात येईल.

योजनेचे फायदे :

- भारतीय निर्यातदारांना सुलभ व स्वस्त दरामध्ये कर्ज उपलब्ध होईल.
- यामुळे भारतीय निर्यातदार जागतिक स्पर्धेला यशस्वीपणे सामोरे जाऊ शकतात.
- निर्यातदारांना स्वस्त कर्ज उपलब्ध झाल्याने निर्यातदारांना खेळते भांडवल (Working Capital) उपलब्ध होईल.

लक्षात ठेवा

निर्यात पतहमी मंडळ (Export Credit Guarantee Corporation):

- भारतीय निर्यात पतहमी मंडळाची (ECGC) स्थापना १९५७ मध्ये झाली. मंडळाचे मुख्यालय मुंबई येथे आहे.
- निर्यातदारांना पतधोका विमा आणि विविध सेवांचा पुरवठा करून निर्यातीचे प्रवर्तन करणे, हे या योजनेचे उद्दिष्ट आहे.
- निर्यात पतहमी मंडळ केंद्रशासनाच्या वाणिज्य व उद्योग मंत्रालयांतर्गत कार्य करते.

(संदर्भ : commerce.gov.in)

पंतप्रधान वगळता देशातील इतर व्यक्तींची एसपीजी (विशेष सुरक्षा समूह) सुरक्षा काढून घेण्याचा केंद्रीय गृहमंत्रालयाचा निर्णय

दि. ४ ऑक्टोबर २०१९ रोजी पंतप्रधान नरेंद्र मोदी वगळता देशातील इतर व्यक्तींची एसपीजी (Special Protection Group) (विशेष सुरक्षा समूह) सुरक्षा काढून घेण्यात आली.

- यापूर्वी ही सुविधा माजी पंतप्रधान मनमोहन सिंग, काँग्रेस अध्यक्षा सोनिया गांधी, राहुल गांधी, प्रियंका गांधी यांनाही देण्यात आली होती.
- केंद्रीय गृहमंत्रालयाने गुप्तवार्ता विभाग, रॉ यांच्याकडून प्राप्त झालेल्या माहितीच्या आधारे हा निर्णय घेतला.
- आता या व्यक्तींना केंद्रीय राखीव पोलीस दलातर्फे झेड+ (Z+) सुरक्षा प्रदान करण्यात येणार.

महत्त्वाच्या व्यक्तींना पुरविण्यात येणारे सुरक्षेचे विविध स्तर :

१) **एक्स सुरक्षा** – या प्रकारात एका बंदूकधारी व्यक्तीची सुरक्षा सुविधा प्राप्त होते.

२) **वाय सुरक्षा** – या व्यवस्थेत एक बंदूकधारी व्यक्ती सतत (Mobile Security) सुरक्षा पुरविण्यात आलेल्या व्यक्तीसमवेत तर एक व्यक्ती स्थिर सुरक्षा पुरविते.

३) **वाय प्लस सुरक्षा** – यामध्ये दोन बंदूकधारी सुरक्षा पुरवितात आणि एक (अधिक चार) व्यक्ती संबंधित व्यक्तीच्या निवासाच्या ठिकाणी सुरक्षा पुरवितात.

४) **झेड सुरक्षा** – यामध्ये सहा बंदूकधारी रक्षक व्यक्तीसमवेत तर दोन निवासाच्या ठिकाणी सुरक्षा पुरवितात.

५) **झेड प्लस सुरक्षा** – यामध्ये दहा बंदूकधारी सुरक्षा पुरविण्यात आलेल्या व्यक्तीसमवेत तर दोन रक्षक व्यक्तीच्या निवासस्थानी सुरक्षा पुरवितात.

६) **एसपीजी सुरक्षा व्यवस्था** – सुरक्षेचा सर्वोच्च स्तर

एसपीजी (Special Protection Group-SPG):

- पंतप्रधान, त्यांचे कुटुंबीय व माजी पंतप्रधानांना सुरक्षा पुरविणारे विशेष सुरक्षा दल.
- एसपीजी केंद्रीय मंत्रिमंडळ सचिवालयांतर्गत कार्य करते.
- एसपीजीमधील सुरक्षारक्षण केंद्रीय सशस्त्र पोलीस दल व रेल्वे सुरक्षा दलामधून घेण्यात येतात.
- घोषवाक्य - शौर्यम् - समर्पणम् - सुरक्षणम्

एसपीजी कायदा, १९८८:

- तत्कालीन पंतप्रधान इंदिरा गांधी यांच्या हत्येनंतर पंतप्रधानांच्या सुरक्षेसाठी विशेष दलाची गरज भासू लागली.
- १९८५ मध्ये नेमण्यात आलेल्या बिरबलनाथ समितीच्या शिफारशीनुसार 'स्पेशल प्रोटेक्शन युनिट (SPU)'ची स्थापना करण्यात आली.
- कालांतराने SPU चे नामकरण SPG (Special Protection Group) असे करण्यात आले व पोलीस महासंचालक दर्जाचा अधिकारी प्रमुखपदी नेमला जाऊ लागला.
- १९८८ मध्ये संसदेने SPG अधिनियम, १९८८ पारित केला व SPG ला वैधानिक दर्जा प्राप्त झाला.
- राजीव गांधींच्या हत्येच्या पार्श्वभूमीवर १९९१ मध्ये एसपीजी कायद्यात दुरुस्ती करण्यात येऊन सर्व माजी पंतप्रधान व त्यांच्या कुटुंबीयांना किमान दहा वर्षे सुरक्षा पुरविण्याची तरतूद करण्यात आली.
- २००३ मध्ये कायद्यात पुन्हा सुधारणा करण्यात येऊन हा

कार्यकाळ एक वर्ष इतका कमी करण्यात आला.

- माजी पंतप्रधानांना एका वर्षापेक्षा अधिक काळ एसपीजी सुरक्षा पुरविण्याचा निर्णय त्यांच्या जीविताला असलेल्या धोक्यानुसार केंद्र सरकारद्वारे घेण्यात येतो.
- कार्यरत पंतप्रधान किंवा माजी पंतप्रधानांच्या कुटुंबातील सदस्य स्वेच्छेने एसपीजी सुरक्षा नाकारू शकतात.
- संसदेने एसपीजी (सुधारणा) विधेयक २०१९ दि. ३ डिसेंबर २०१९ रोजी संमत केले.
- या नुसार माजी पंतप्रधान व त्यांच्या समवेत राहणाऱ्या कुटुंबातील सदस्यांनाच ५ वर्षे (पद सोडल्यानंतर) एसपीजी सुरक्षा देण्यात येईल.

(संदर्भ : pib.gov.in)

सकाळ

केंद्रीय आरोग्य मंत्रालयातर्फे 'सुरक्षित मातृत्व आश्वासन योजना' सुरू : देशातील रोखता येणारे मातामृत्यू व नवजात बालमृत्यू शून्यावर आणणे हे या योजनेचे प्रमुख उद्दिष्ट

दि. १० ऑक्टोबर २०१९ रोजी केंद्रीय आरोग्य आणि कुटुंब कल्याण मंत्रालयाने 'सुमन' (सुरक्षित मातृत्व आश्वासन योजना, Surakshit Matrutva Aashwasan Scheme) योजनेचा शुभारंभ केला.

- केंद्रीय आरोग्य व कुटुंब कल्याण मंत्रालयाच्या १३ व्या परिषदेमध्ये केंद्रीय आरोग्यमंत्री डॉ. हर्षवर्धन यांनी या योजनेस सुरुवात केली.
- या योजनेमुळे माता आणि नवजात बालकांच्या सुरक्षेशी संबंधित असणाऱ्या सर्व योजना 'सुमन' योजनेंतर्गत येणार आहे.
- देशातील रोखता येणारे मातामृत्यू व नवजात बालमृत्यू शून्यावर आणणे हे या योजनेचे प्रमुख उद्दिष्ट आहे.

सुमन योजना :

- या योजनेंतर्गत गरोदर महिला, सर्व आजारी नवजात बालके मोफत आरोग्य सेवांचा लाभ घेऊ शकतात.
- सार्वजनिक आरोग्य सुविधांना भेट देणारे लाभार्थी विविध प्रकारच्या मोफत सेवांसाठी पात्र असतील.
- यानुसार किमान चार जन्मपूर्व तपासण्या.
- पहिल्या तिमाहीत एक तपासणी
- प्रधानमंत्री सुरक्षित मातृत्व अभियानांतर्गत एक तपासणी
- लोह, फॉलिक ॲसिड सप्लिमेंटेशन
- धनुर्वात, घटसर्प लसीकरण
- सर्वसमावेशक जन्मपूर्वक सेवा पॅकेजमधील इतर घटक आणि नवजात बालकाच्या सेवेसाठी सहा वेळा घरी भेट.
- गर्भधारणेदरम्यान आणि नंतरची गुंतागुंती जाणणे आणि व्यवस्थापन या योजनेंतर्गत शून्य खर्चात उपलब्ध असेल.
- केंद्रशासनामार्फत घर ते आरोग्यसंस्था व आरोग्यसंस्था ते घर मोफत वाहतूक सेवा पुरविली जाईल.
- कोणत्याही गंभीर आपत्कालीन परिस्थितीमध्ये एका तासाच्या आत आरोग्य सुविधेपर्यंत पोहोचवण्याची सेवा तसेच आरोग्य संस्थेतून डिस्चार्ज मिळाल्यानंतर घरी सोडण्याच्या सेवेसह आश्वासक संदर्भ सेवा (Referral Service) दिली जाईल.
- सार्वजनिक आरोग्य सुविधांमध्ये गर्भवती महिलांना मोफत प्रसूती आणि गुंतागुंत झाल्यास सी-सेक्शन सुविधा मिळेल.

- **गरोदर महिला व नवजात बालकांसाठी असलेल्या योजना :**

योजना स्वरूप	
१. जननी-शिशु सुरक्षा कार्यक्रम	
सुरुवात- १ जून २०११	गर्भवती महिला व नवजात बालकांच्या आरोग्याची काळजी घेण्यासाठी. यामध्ये महिलांना प्रसूतीदरम्यान व प्रसूतीपश्चात सेवा व आजारी नवजात बालकांना ३० दिवसांपर्यंत सेवा देण्यात येतात.
२. प्रधानमंत्री मातृत्व वंदना योजना	
सुरुवात - २०१७	गर्भवती महिलांना संस्थात्मक प्रसूतीसाठी प्रोत्साहन देण्याकरिता तीन टप्प्यांमध्ये ५००० रुपये प्रोत्साहनपर रक्कम दिली जाते.
३. प्रधानमंत्री सुरक्षित मातृत्व अभियान	
सुरुवात- ४ नोव्हेंबर २०१६	गर्भवती महिलांना प्रसूतीच्या दुसऱ्या व तिसऱ्या तिमाहीदरम्यान मोफत तपासण्या पुरविण्यात येतात.

(संदर्भ : mohfw.gov.in)

सकाळ

लेहमध्ये 'राष्ट्रीय सोवा-रिग्पा' ही इंडो-तिबेटियन चिकित्सा पद्धती संस्था उभारण्यास मंजुरी

दि. २१ नोव्हेंबर २०१९ रोजी केंद्रीय मंत्रिमंडळाने लेह येथे 'राष्ट्रीय सोवा-रिग्पा संस्था' (National Institute of Sowa-Rigpa) उभारण्यास मंजुरी दिली आहे.

- सोवा-रिग्पा ही एक पारंपरिक इंडो-तिबेटियन चिकित्सा पद्धती आहे. तिबेटसह सिक्कीम, अरुणाचल प्रदेश, दार्जिलिंग, हिमाचल प्रदेश आणि लडाख या प्रदेशांत ही चिकित्सा पद्धती प्रचलित आहे.

- राष्ट्रीय सोवा-रिग्पा संस्था स्वायत्त संस्था बनणार असून केंद्रीय आयुष मंत्रालयाच्या अंतर्गत कार्य करेल.
- ही संस्था 'सोवा-रिग्पा' पद्धतीमध्ये संशोधन करून त्याला आधुनिक वैद्यक शास्त्राशी जोडण्याचा प्रयत्न करेल.
- सोवा-रिग्पा पद्धतीत कार्य करणाऱ्या सर्व संस्थां (वाराणसी, लडाख) साठी ही संस्था शिखर संस्था म्हणून कार्य करेल.
- सध्या केंद्रीय सांस्कृतिक मंत्रालयाच्या अंतर्गत असलेल्या केंद्रीय तिबेटियन विद्यापीठ; तसेच केंद्रीय बौद्धविद्या अभ्यास केंद्र लेह येथे सोवा-रिग्पाबाबत संशोधन केले जाते.
- या संस्थेमुळे सोवा-रिग्पा चिकित्सा पद्धतीचे प्रमाणीकरण (Standardization) करणे शक्य होणार आहे.
- सोवा-रिग्पा चिकित्सापद्धतीचे प्रमाणित शिक्षण, गुणवत्तेचे प्रमाणीकरण व औषधांची सुरक्षितता यामुळे साध्य होणार आहे.
- केंद्र शासनाने या संस्थेसाठी ४७.२५ कोटी रुपयांची तरतूद केली आहे; तसेच संस्थेसाठी संचालक पदाची निर्मिती करण्यात आली आहे.
- या संस्थेमध्ये केवळ भारतातीलच नव्हे तर इतर देशांमधील (विशेषतः हिमालयाच्या पट्ट्यातील) विद्यार्थ्यांनाही शिकण्याची संधी मिळणार आहे.

सोवा-रिग्पा (Sowa-Rigpa) चिकित्सा पद्धतीबाबत :

- सोवा-रिग्पा ही तिबेट व हिमालयीन प्रदेशांमध्ये प्रचलित असणारी एक प्राचीन उपचार पद्धत आहे. भारतातील हिमालय क्षेत्रामध्ये यास 'तिब्बटी' किंवा 'आमचि' या नावाने ओळखले जाते.
- भारतामध्ये लेह-लडाख, लाहौल-स्पिती (हिमाचल प्रदेश), सिक्कीम, अरुणाचल प्रदेश, दार्जिलिंग येथे या पद्धतीचा वापर केला जातो.
- सोवा-रिग्पा पद्धत आयुर्वेदाशी थोडीफार मिळतीजुळती आहे; तसेच यामध्ये चिनी-चिकित्सा शास्त्राच्या काही सिद्धान्ताचा समावेश होतो.
- ही चिकित्सा पद्धती चीन, मंगोलिया, नेपाळ, भुतान या देशांमध्येदेखील वापरली जाते.
- मानवी शरीर पंचमहाभुतांपासून बनलेले असून यामध्ये असंतुलन निर्माण झाल्यास विकार होतात, या सिद्धान्तावर ही पद्धत आधारलेली आहे.

आयुष मंत्रालयांतर्गत कार्य करणाऱ्या इतर संस्था :

- १. मोरारजी देसाई राष्ट्रीय योग संस्थान, नवी दिल्ली; २. राष्ट्रीय आयुर्वेद संस्थान, जयपूर; ३. राष्ट्रीय होमिओपॅथी संस्थान, कोलकाता; ४. राष्ट्रीय नॅचरोपॅथी संस्था, पुणे; ५. राष्ट्रीय सिद्धा संस्था, चेन्नई; ६. राष्ट्रीय युनानी संस्थान, बेंगळुरू; ७. राष्ट्रीय आयुर्वेद विद्यापीठ, नवी दिल्ली; ८. अखिल भारतीय आयुर्वेद संस्थान, नवी दिल्ली; ९. पदव्युत्तर प्रशिक्षण आणि संशोधन आयुर्वेद संस्था, जामनगर; नॉर्थ-इस्टर्न इन्स्टिट्यूट ऑफ फोक मेडिसिन, अरुणाचल प्रदेश; १०. नॉर्थ-इस्टर्न इन्स्टिट्यूट ऑफ आयुर्वेद अँड होमिओपॅथी, मेघालय.

(संदर्भ : ayush.gov.in, nhp.gov.in)

सकाळ दादरा-नगर हवेली व दमण-दीव या केंद्रशासित प्रदेशांच्या विलीनीकरणाच्या विधेयकाला मंत्रिमंडळाची मंजुरी

दि. २५ नोव्हेंबर २०१९ रोजी केंद्रशासनाने दादरा-नगर हवेली व दमण-दीव या दोन केंद्रशासित प्रदेशांचे विलीनीकरण करून एकच केंद्रशासित प्रदेश निर्माण करण्याचे ठरविले आहे.

- यासाठी दादरा-नगर हवेली आणि दमण-दीव (एकत्रीकरण) विधेयक, २०१९ हे २९ नोव्हेंबर २०१९ रोजी लोकसभेत सादर करण्यात आले.
- या दोन केंद्रशासित प्रदेशांच्या प्रशासनाच्या सोयीसाठी हे विलीनीकरण करण्यात येणार आहे.
- या दोन केंद्रशासित प्रदेशांमधील अंतर हे केवळ ३५ किलोमीटरचे असले तरीही त्यांना स्वतंत्र अर्थसंकल्प व सचिवालय आहे.
- लोकसभेने २७ नोव्हेंबर व राज्यसभेने ३ डिसेंबर २०१९ रोजी या विधेयकास मान्यता दिली.
- नव्याने तयार होणाऱ्या प्रदेशाचे नाव 'दादरा-नगर हवेली आणि दमण-दीव केंद्रशासित प्रदेश' असे असणार असून या केंद्रशासित प्रदेशाचे मुख्यालय दमण-दीव येथे असणार आहे.
- केंद्रशासनाच्या या निर्णयामुळे देशातील केंद्रशासित प्रदेशांची संख्या आठ होणार आहे.
- भारतीय राज्यघटनेच्या अनुच्छेद ३ नुसार संसदेला नवीन राज्य किंवा केंद्रशासित प्रदेश निर्माण करता येतो.
- या अनुच्छेदानुसार राज्यांच्या सीमांमध्ये फेरफार, राज्यांची नावे बदलणे, क्षेत्रफळ वाढविणे/कमी करणे या गोष्टींचा समावेश होतो.
- या अनुच्छेदानुसार केंद्रशासित प्रदेशाचे राज्यात किंवा राज्याचे केंद्रशासित प्रदेशांमध्ये रूपांतर करता येते.
- असे विधेयक केवळ राष्ट्रपतींच्या पूर्वसंमतीनुसार संसदेच्या कोणत्याही सभागृहात सादर करता येते.
- असे विधेयक संसदेत साध्या बहुमताने संमत केले जाते व घटनेच्या अनुच्छेद चारनुसार त्याचा समावेश घटनादुरुस्तीमध्ये होत नाही.
- केंद्रशासीत प्रदेशासाठी पूर्वसंमतीची गरज लागत नाही.

दादरा-नगर हवेली :

- दादरा-नगर हवेली गुजरात व महाराष्ट्र राज्याच्या सीमेवर असलेला केंद्रशासित प्रदेश आहे. नगर-हवेली व दादरा अशा दोन भागांचा यामध्ये समावेश होता.
- सिल्व्हासा (Silvassa) ही या केंद्रशासित प्रदेशाची राजधानी आहे.

- १७८३ ते १९५४ दरम्यान हा भाग पोर्तुगीजांच्या ताब्यात होता.
- मराठा नौदलाकडून पोर्तुगीज जहाजाच्या झालेल्या नुकसानीबदल्यात (१७७२) हा प्रदेश पोर्तुगीजांना आंदण म्हणून देण्यात आला होता.
- २ ऑगस्ट १९५४ मध्ये दादरा-नगर हवेली पोर्तुगीजांच्या ताब्यातून मुक्त करण्यात आले. ११ ऑगस्ट १९६१ रोजी दहाव्या घटनादुरुस्ती कायद्यानुसार दादरा-नगर हवेलीला केंद्रशासित प्रदेशाचा दर्जा देण्यात आला.
- १९७४ मध्ये पोर्तुगीजांनी गोवा, दमण-दीव, दादरा-नगर हवेलीवर भारताच्या सार्वभौमत्वाचा स्वीकार केला.
- प्रशासकातर्फे दादरा-नगर हवेलीचे प्रशासन पाहिले जाते.

दमण-दीव :

- - दमण-दीव १९ डिसेंबर १९६१ रोजी लष्करी कारवाईद्वारे पोर्तुगीजांकडून घेण्यात आले.
- - दमण व दीव हे दोन भाग खंबातच्या आखाताद्वारे विलग झालेले असून या केंद्रशासित प्रदेशाची राजधानी दमण आहे.
- - दादरा-नगर हवेली व दमण-दीव हे केंद्रशासित प्रदेश मुंबई उच्च न्यायालयाच्या अखत्यारित येतात.

(संदर्भ : pib.nic.in)

सकाळ तृतीयपंथीय व्यक्तींचे हक्करक्षण व कल्याण, २०१९ विधेयक संसदेत मंजूर

दि. २६ नोव्हेंबर २०१९ रोजी राज्यसभेने तृतीयपंथीय व्यक्ती हक्क रक्षण विधेयक, २०१९ (Transgender Person Protection of Rights, 2019) संमत केले. लोकसभेने हे विधेयक ५ ऑगस्ट २०१९ रोजीच संमत केले होते.

- यामुळे वर्षानुवर्षे समाजाची अवहेलना स्वीकारत आलेल्या तृतीयपंथीय व्यक्तींना कायदेशीर हक्क प्राप्त होणार.
- १९ जुलै, २०१९ रोजी केंद्रीय सामाजिक न्यायमंत्री भवरचंद गेहलोत यांनी हे विधेयक लोकसभेत मांडले होते.

अधिनियमातील ठळक तरतुदी :

१. या अधिनियमानुसार तृतीयपंथीय व्यक्तींची व्याख्या करण्यात आली आहे. 'ज्यांची ओळख त्यांच्या जन्माच्या वेळीच्या लिंगापेक्षा भिन्न आहे.'

२. या अधिनियमानुसार शिक्षण, रोजगार, आरोग्य, सार्वजनिक सेवा, वस्तू मिळवण्याचा अधिकार, संपत्ती खरेदी करणे-राहणे यासारख्या गोष्टींमध्ये तृतीयपंथीय व्यक्तीस भेदभावाची वागणूक देणे या कायद्यानुसार प्रतिबंधित आहे.

३. प्रत्येक तृतीयपंथीय व्यक्तीला स्वतःच्या घरात राहण्याचा अधिकार असून जर कुटुंब असे करण्यास असमर्थ असेल तर न्यायालयाच्या आदेशानुसार त्यास पुनर्वसन केंद्रात ठेवता येऊ शकेन.

४. शासकीय व खासगी क्षेत्रामध्ये तृतीयपंथीय व्यक्तीच्या शिक्षण व रोजगारासंबंधित भेदभाव करता येणार नाही.

५. तृतीयपंथीय व्यक्ती ओळखपत्र मिळविण्यास जिल्हा दंडाधिकाऱ्याकडे (District Magistrate) अर्ज करू शकते.

कल्याणकारी तरतुदी (Welfare measures by Government) :

- या कायद्यानुसार सक्षम शासन (Relevant Government) तृतीयपंथीय व्यक्तींसाठी कल्याणकारी तरतुदी करेल. यामध्ये पुनर्वसन, स्वयंरोजगारिता, शिक्षण यांचा समावेश असेल.
- या कायद्यानुसार तृतीयपंथीयास भेदभावपूर्वक वागणूक देणे, त्यांचे शारीरिक, मानसिक, मौखिक, लैंगिक, आर्थिक शोषण करणे हा गुन्हा असून यासाठी सहा महिने ते दोन वर्षे तुरुंगवास व दंडाच्या शिक्षेची तरतूद करण्यात आली आहे.

राष्ट्रीय तृतीयपंथीय परिषद (National Council for Transgender Person)

- या कायद्यानुसार राष्ट्रीय स्तरावर 'राष्ट्रीय तृतीयपंथीय परिषद' निर्माण करण्यात येईल. या परिषदेमध्ये

(i) केंद्रीय सामाजिक न्यायमंत्री - अध्यक्ष

(ii) केंद्रीय सामाजिक न्याय राज्यमंत्री - उपाध्यक्ष

(iii) सामाजिक न्याय विभागाचे सचिव

(iv) केंद्रीय आरोग्य, गृह, मनुष्यबळ विकास मंत्रालयाचे प्रत्येकी एक प्रतिनिधी

(v) नीती आयोग, राष्ट्रीय मानवाधिकार आयोग, राज्य सरकार यांचे प्रतिनिधी

(vi) तृतीयपंथीय समाजातून पाच सदस्य

(vii) स्वयंसेवी संस्थांचे पाच तज्ज्ञ सदस्य

यांचा समावेश असेल.

- परिषद केंद्र शासनाला सल्ला देण्याचे कार्य करेल व परिषदेची बैठक तीन महिन्यांतून एकदा होईल.
- २०१४ मध्ये सर्वोच्च न्यायालयाने राष्ट्रीय विधी सेवा प्राधिकरण विरुद्ध केंद्र सरकार या खटल्यात तृतीयपंथीयांचे 'सन्मानाने जगण्याचे अधिकार' मान्य केले.
- या निर्णयानंतर २०१४ मध्ये द्रमुक पक्षाच्या खासदार 'थिरूची सिवा' यांनी तृतीयपंथीय व्यक्तींना अधिकार बहाल करणारे खासगी विधेयक राज्यसभेत सादर केले.
- सप्टेंबर २०१८ मध्ये सर्वोच्च न्यायालयाने 'नवतेजसिंह जोहर विरुद्ध केंद्रशासन' या खटल्यात भारतीय दंडविधानातील कलम ३७७ (समलैंगिकतेचे

- २८ नोव्हेंबर २०१७ मध्ये तत्कालीन **आंध्र प्रदेश शासनाकडून तृतीयपंथीय व्यक्तींसाठी मासिक वेतनाची** घोषणा

गुन्हेगारीकरण) अवैध ठरवत तृतीयपंथीयांना कायद्याच्या जोखडातून मुक्त केले.

- भारतामध्ये तमिळनाडू व केरळ राज्याने प्रथम तृतीयपंथीय व्यक्तींसाठी कल्याणकारी तरतुदी केल्या.
- कर्नाटक शासनाने २०१७ मध्ये 'तृतीयपंथीय व्यक्तींसाठी धोरण' जाहीर केले.
- फेब्रुवारी २०१९ मध्ये महाराष्ट्र शासनाने 'तृतीयपंथीय कल्याण मंडळ' (Transgender Welfare Board) स्थापन केले.

(संदर्भ : lawmin.gov.in)

सकाळ तलाकबंदी विधेयक : मुस्लिम महिला विवाह संरक्षण अधिकार विधेयक २०१९

अनेक व्यक्ती, महिला संघटना, पुरोगामी संघटना यांच्या विविधांगी अथक प्रयत्नातून साकारलेले 'मुस्लिम महिला विवाह संरक्षण अधिकार विधेयक' ३० जुलै २०१९ रोजी राज्यसभेत पारित झाले. हे ऐतिहासिक विधेयक मुस्लिम महिलांचे मनोबल वाढवून त्यांच्या इतर अनेक समस्यांचे निराकरण करण्याच्या दृष्टीने महत्त्वपूर्ण आहे, तथापि या विधेयकाच्या काही मर्यादाही आहेत. या विधेयकातून काही नवे प्रश्नही निर्माण होणार आहेत. या दृष्टिकोनातून विधायकाचे मूल्यमापन केले पाहिजे.

शरीयत ही मानव निर्मित आहे. ते अन्यायकारक ठरत असेल तर मानवांनीच तो रद्द केला पाहिजे. धर्मनिरपेक्ष भारतात धर्मनिरपेक्ष कायदे असावेत. या भूमिकेवर ठाम राहून हमीद दलवाई, मुस्लिम सत्यशोधक चळवळ कार्य करीत होती- आहे. नंतरच्या काळात ताहेराबी, शहाबानो, हमीदनबी, शबानाबानो, सायराबानो; तसेच अतिया साबरी, आफरीन रेहमान, इशरत जहाँ, गुलशन परवीन आणि अनेक महिलांनी तोंडी/लेखी एकतर्फी त्रिवार तलाक आणि अन्य अन्यायी तरतुदीविरुद्ध सर्वोच्च न्यायालयात याचिका दाखल केल्या. या व इतर विविध प्रकरणात उच्च व सर्वोच्च न्यायालयाने सकारात्मक आणि महत्त्वपूर्ण निर्णय दिलेले आहेत.

भाजप प्रणीत केंद्र शासनाने घेतलेल्या जे कुराणात नाही ते कायदेशीर असू शकत नाही, या खंबीर भूमिकेतून तलाकबंदी विधेयक तीन वेळा लोकसभेत मांडण्यात आले, शेवटी ३० जुलै रोजी राज्यसभेत बहुमताने पास झाले आणि राष्ट्रपतींनी त्यावर सही केली. या विधेयकाचे स्वागत करतानाच विधेयकाचे महत्त्व, मर्यादा यासंदर्भात मूल्यमापन होणे आवश्यक वाटते. या विधेयकामुळे मुस्लिम व्यक्तिगत कायद्यातून होत असलेला मुस्लिम महिलांच्या वेदनेचा दाह खरोखरच कमी होणार आहे का? हा मुद्दा केंद्रस्थानी ठेवूनच विधेयकाकडे पाहावे लागेल.

'सडक से संसद तक' झालेला लढा कशासाठी होता?

२२ ऑगस्ट, २०१७ च्या सर्वोच्च न्यायालयाच्या निवाड्याने तलाक-ए-बिद्दत म्हणजे एकादमात त्रिवार तलाक उच्चारून दिलेला मनमानी तलाक असंविधानिक ठरवून बंदी घातली आणि या कालबाह्य कुप्रथेला लगाम लावण्यासाठी लवकरात लवकर म्हणजे सहा महिन्यांत कायदा करावा असे संसदेला सुचवले होते.

कालबाह्य अशा लेखी-तोंडी, मनमानी, एका दमातील त्रिवार तलाकबंदी विधेयकाला विविध राजकीय पक्षांनी मुस्लिम मतपेटी समजून केलेला विरोध, मुस्लिम जमातवादी संघटनांनी केलेले धर्मवादी राजकारण व तथाकथित अस्मितेसाठी घेतलेली अनाठायी भूमिका, हजारोंच्या संख्येने निघालेले बुरखाधारी महिलांचे मोर्चे, तसेच पुरोगामी म्हणवणाऱ्या संघटना व कार्यकर्त्यांनी विधेयकाकडे संशयाने पाहून त्याविरोधात बागुलबुवा उभा करताना कोणते मुद्दे मांडले? ही पार्श्वभूमी समोर ठेवूनच विचार केला पाहिजे. तलाकबंदी विधेयकाचा विरोध करताना पहिला मुद्दा होता तो या कायद्याला फौजदारी गुन्ह्याचे स्वरूप देण्यासंदर्भात. दिवाणी कायद्याला गुन्हेगारी स्वरूप देणे हेच चुकीचे आहे, अशी एक भूमिका आजही मांडण्यात येते. पण कौटुंबिक कायद्यात मोडणारे पोटगीचे कलम १२५, बहुभार्या प्रतिबंध कायदा, बालविवाह प्रतिबंध कायदा, हुंडा विरोधी कायदा हे फौजदारी कायद्यात येत नाही का? पैगंबर यांच्या काळात असा तलाक दिल्यानंतर त्या पुरुषाला शंभर जोडे मारण्यात येत. ही शिक्षा गुन्हेगारी कायद्यात येत नाही का? दुसरा भाग हा आहे की, ज्या तलाक-ए-बिद्दतला म्हणजे ताबडतोब एका वेळी त्रिवार तलाकला न्यायालयाने असंविधानिक ठरवून बंदी घातलेली आहे आणि बंदी असतानाही जे या प्रकारच्या अन्यायी तलाक पद्धतीचा गैरवापर करतात आणि महिलांच्या आयुष्याशी खेळतात त्या महिलांसाठी कायद्याचे संरक्षण नको का? न्यायालयाने बंदी घातल्यानंतरही अशा प्रकारे तलाक देणाऱ्यांची नोंदवलेली संख्या ४७३ हून आधिक आहे. न नोंदवलेले तलाक तर अनेक असतील... त्यांच्यावर कोणत्या कायद्यांतर्गत कारवाई करायची? सर्वोच्च न्यायालयाने तलाक-ए-बिद्दत वर बंदी घालताना शासनाला अशी सूचना केली होती की, सरकारने याबाबतीत लवकरात लवकर कायदा करावा. न्यायालयाचा निर्णय मोडणाऱ्याला काय शिक्षा असावी? हे न्यायालय ठरवू शकत नाही. शिक्षेचे स्वरूप कायदा ठरवतो. कायदा करण्यासाठी संसद असते, हे कर्तव्य सरकारने बजावले आहे.

आमची शरीयत दैवी, अपरिवर्तनीय आहे. आमच्या धार्मिक व अंतर्गत प्रश्नात बाह्यशक्तीला हस्तक्षेप (म्हणजे न्यायालय व संसद) करता येणार नाही. या मानसिकतेला त्यांची योग्य जागा दाखवण्याची गरज होती. संसदेचे सार्वभौमत्व सिद्ध करण्याची ही वेळ आणि गरज होती. ती गरज भागवण्यासाठी हे विधेयक महत्त्वाचे आहे.

या विधेयकाची दुसरी बाजू

शासनाकडे काय मागितले गेले होते आणि काय देण्यात आले? या कायद्यातून महिलांना खऱ्या अर्थाने संविधानात्मक न्याय मिळणार का? मुस्लिम महिलांची ससेहोलपट थांबणार का?

या तलाकबंदी विधेयकामुळे पुरुषाला रागात, नशेत किंवा छोट्या-मोठ्या कारणाने एका दमात - लहरीत फोन, एसएमएस, व्हॉटस्अप किंवा तोंडी मनमानी तलाक देता येणार नसले तरी पुरुषाच्या हातातील तलाकची तलवार काढून घेतली नाही. पुरुषप्रधान मानसिकता ही चलाख असते. ते आता तीन मिनिटात तलाक न देता, तीन महिन्यांत तीन वेळा तलाकची तलवार उचलतील आणि एका दमात तलाक देण्याऐवजी दमादमाने तलाक देतील आणि अशी उदाहरणे समोर येत आहेत.

या विधेयकात तलाक देण्या न देण्याचा अधिकार हा पुरुषाच्याच हातात आहे. तलाक देण्याघेण्यासाठी त्याला न्यायालयात जाण्याची सक्ती विधेयकात करण्यात आली नाही. एखाद्याला जर न्यायालयात जाऊन तलाक द्यायचा असेल, त्यांच्यासाठी तशी सोय सुद्धा केलेली नाही.

एखाद्या पुरुषाला जर न्यायालयात जाऊन तलाकचा अर्ज सादर करायचा असल्यास त्याने कोणत्या कलमाचा व कायद्याचा आधार घ्यायचा? न्यायालय म्हणेल की मुस्लिम व्यक्तिगत कायद्यानुसार तलाक द्यायचा असेल तर पुरुषाने तो न्यायालयाबाहेरच द्यायची तरतूद आहे. प्रश्न हा आहे का न्यायालयाचे दरवाजे खुले करणारी तरतूद पुरुषांसाठी का करण्यात आली नाही या महत्त्वाच्या प्रश्नाकडे गांभीर्याने पाहण्यात आले नाही.

१९३७ च्या शरीयत ॲक्टमध्ये महिलेला नवऱ्याकडून तलाक मागण्याची विनंती करता येते (तलाक ए खुलाह) मात्र तलाक द्यायचा की नाही हे शेवटी नवराच ठरवतो, मग पत्नीने काय करावे? हा प्रश्न अनुत्तरीत राहिल्याने १९३९ मध्ये मुस्लिम विवाह विच्छेद कायदा तयार करण्यात आला होता. (डिझोलुशन ऑफ मुस्लिम मॅरेज ॲक्ट) त्यानुसार पत्नीला पतीची क्रूरता, नपुंसकता, वेडेपणा, फरार असणे, तुरुंगवासाची शिक्षा, असाध्य आजार यांपैकी एखादे कारण दाखवून व ते सिद्ध करून महिला तलाक मिळवू शकते. ही तरतूद करण्यात आली त्या वेळीसुद्धा सनातनी मुस्लिमांनी या विधेयकाला विरोध केला होता.

सध्याच्या तलाकबंदी विधेयकात हे स्पष्ट करायला हवे होते की, सर्व तलाकचे प्रकरण न्यायालयातूनच सोडवले पाहिजे. डिझोलुशन ऑफ मुस्लिम मॅरेज ॲक्ट, १९३९ हा जसा महिलांसाठी अनिवार्य आहे तसा पुरुषांसाठी अनिवार्य करायला हवा होता. अशी तरतूद आता नसली तरी येत्या काळात असे होणे आवश्यक आहे.

या विधेयकात त्रिवार तलाकबंदी केली आहे. पुरुषाला तुरुंगवासाची भीती निर्माण झाली आहे. याचा फटका पुन्हा मुस्लिम महिलेला बसणार आहेच. कारण मुस्लिम नवरा तलाक न देता दुसरे लग्न करून बायकोला सवत आणू शकतो. बहुपत्नीत्वावर अद्याप बंदी आलेली नाही. मुस्लिम पुरुष आता पहिल्या बायकोला सोडणारही नाही आणि तसेच नांदवणारही नाही...

काही कर्मठ मुस्लिम इतर वेगळे प्रश्न निर्माण करतील. तलाक उच्चारतील न्यायालयात किंवा न्यायालयाबाहेर तडजोड करण्याची वेळ आल्यास, तथाकथित धर्मपालनाच्या निमित्ताने हलालासारख्या अमानुष अशा कालबाह्यपरंपरेच्या तरतुदीचा वापर करतील. हलाला या तरतुदीवर अद्याप बंदी घालण्यात आलेली नाही. याचा अर्थ असा की मनमानी तलाक, बहुपत्नीत्व, हलाला या अमानवी प्रथांचे उच्चाटन वेगवेगळ्या वेळी किंवा क्रमाक्रमाने न करता ते एकाच वेळी करणे अत्यावश्यक आहे. अन्यथा एक औषध दुसरे आजार वाढवणारे ठरेल.

तलाक-ए-खुलाह-नुसार पत्नी आपल्या पतीला तलाक मागण्यासाठी विनंती करते. अशा प्रसंगी नवऱ्याने परिस्थितीचा विचार करून बंदी घातलेला त्रिवार तलाक देऊन महिलेची इच्छा पूर्ण केल्यास नवरा शिक्षेस पात्र ठरणार का? हा प्रश्नही प्रस्तुत विधेयकात अनुत्तरीत राहिला आहे.

यासाठीच कळीचा मुद्दा असा की, तलाकची प्रकरणे न्यायालयीन मार्गाने सोडवली पाहिजेत ज्यामुळे पत्नीला आपले म्हणणे मांडता येईल. तसेच न्यायालयाचा निवाडा लागेपर्यंत पतीला दुसरा विवाह करण्यास प्रतिबंध करावा. हे एवढे केले तरी त्यात निरपेक्ष न्याय मिळू शकेल आणि सर्वांत महत्त्वाचे म्हणजे ही धर्मनिरपेक्षतेकडे जाणारी दिशा ठरेल.

मुस्लिम महिलांना न्याय देण्यासाठी सुद्धा आता भारत सरकारने न्यायालयाच्या पुढील निवाड्यांची वाट न पाहता स्वतः पुढाकार घेऊन मुस्लिम व्यक्तिगत कायद्यातील अन्य अन्यायी तरतुदी रद्द केल्या पाहिजेत.

●

डॉ. शमसुद्दीन तांबोळी

अध्यक्ष - मुस्लिम सत्यशोधक मंडळ

सकाळ नीती आयोगाची पुनर्रचना व धोरणात्मक बदल

नीती आयोगाची पुनर्रचना व धोरणात्मक बदल

पंतप्रधान नरेंद्र मोदी यांनी आपल्या पहिल्या टर्ममध्येच नियोजन आयोगाची फेररचना करून त्या जागी नव्या नीती (NITI: National Institution for Transforming India) आयोगाची स्थापना केली होती. केंद्र सरकारचा 'थिंक टँक' म्हणून ओळखल्या जाणाऱ्या नीती आयोगास अधिक सक्षम करण्याच्या दृष्टीने सरकारने त्याची पुनर्रचना केली आहे. पुनर्रचनेच्या या निर्णयाच्या मंजुरीसाठी १५ जून, २०१९ रोजी नीती आयोगाची एक प्रशासकीय बैठक घेण्यात आली.

पाणी हा मुद्दा केंद्रस्थानी

कृषी क्षेत्रातील आमूलाग्र सुधारणेसाठी उच्चस्तरीय कृतिगट नेमणे, दुष्काळ निवारणार्थ राष्ट्रीय आपत्ती प्रतिसाद यंत्रणेचे निकष बदलणे, या महत्त्वाच्या मुद्द्यांवर सर्व राज्यांचे नीती आयोगाच्या प्रशासकीय परिषदेच्या बैठकीत एकमत झाले. राज्यांनीही आपापले निर्यातवृद्धीचे उद्दिष्ट निश्चित करावे, अशा सूचना केंद्र सरकारने या बैठकीत केल्या. गेल्या पाच वर्षांत पावसाचे प्रमाण कमी असून, यंदाही ते कमी राहू शकते, या अंदाजाच्या पार्श्वभूमीवर पाण्याची विषम उपलब्धता लक्षात घेऊन राज्यांनी काम करावे, पिण्याचे पाणी साठविण्यावर, तसेच सांडपाण्यावर प्रक्रिया करून त्याचा सिंचनासाठी वापर करण्यावर चर्चेत भर देण्यात आला. कृषी क्षेत्रातील बदलांचा आढावा घेण्यासाठी उच्चस्तरीय कृतिगट नेमण्याची घोषणा पंतप्रधान नरेंद्र मोदी यांनी केली. लवकरच या कृतिगटावर तज्ज्ञांच्या नेमणुका होतील आणि अहवाल येऊन कार्यवाही सुरू होईल, अशी आशा आहे. यात बाजार समित्यांशी निगडित 'एपीएमसी' कायद्याऐवजी कृषी उत्पन्न आणि पाळीव पशू विपणन (एपीएमएल) कायदा आणणे, जीवनावश्यक कायद्यात दुरुस्तीची आवश्यकता; यासोबतच नैसर्गिक आपत्तींच्या निकषांचा फेरआढावा घेण्याची आग्रही मागणी राज्यांनी केलेली आहे. ईशान्य भारतातील राज्यांसाठी ब्रह्मपुत्रा-बराक योजना आखण्यात आली आहे. त्यासाठीच्या जलव्यवस्थापन समितीला सर्व राज्यांनी सहमती दर्शविली आहे. राज्यांनी विकासासाठी आपल्या पातळीवर उद्दिष्ट ठरवावे आणि जनतेलाही प्रोत्साहन द्यावे, कृषी क्षेत्रातील आधारभूत सुधारणा ही राज्यांची जबाबदारी आहे, त्यात कृषी प्रक्रिया, वाहतूक, साठवण यासारख्या सुविधांचा समावेश येतो, त्याचप्रमाणे निर्यातीवर भर द्यावा, अशा अपेक्षावजा स्पष्ट सूचना राज्यांना करण्यात आल्या आहेत. राष्ट्रीय सुरक्षेच्या मुद्द्यावरही परिषदेत चर्चा झाली.

अर्थव्यवस्थेचे शिवधनुष्य

भारताला २०२४ पर्यंत पाच लाख कोटी रुपयांची (५ ट्रिलियन डॉलर्स) अर्थव्यवस्था बनविण्याचे शिवधनुष्य पेलण्यासाठी पंतप्रधान मोदींनी राज्यांना मदतीची साद घातली आहे. गरिबी, बेरोजगारी, दुष्काळ, पूर, प्रदूषण, भ्रष्टाचार; तसेच हिंसाचार यांसारख्या सामाजिक समस्यांशी सर्वांनी एकजुटीने मुकाबला करण्याच्या आवश्यकतेवर भर दिला. हे उद्दिष्ट गाठणे आव्हानात्मक असले, तरी साध्य करता येईल. यामध्ये राज्यांचा सहभाग महत्त्वाचा असून, राज्यांनी एकूण देशांतर्गत उत्पादन (जीडीपी) वाढीसाठी जिल्हा पातळीवर लक्ष्य ठरवावे. त्याचप्रमाणे दुष्काळासारख्या समस्येवर कायमस्वरूपी उपाययोजनेसाठी जलशक्ती मंत्रालय आराखडा तयार करणार असून, राज्यांनीही आपापल्या पातळीवर जलव्यवस्थापनाचे नियोजन करावे, अशीही सूचना मोदींनी केली.

कॅबिनेट समित्यांची पुनर्रचना

केंद्र सरकारने नीती आयोगाबरोबरच कॅबिनेट समित्यांचीही पुनर्रचना केली असून, पूर्वीच्या सहा समित्यांमध्ये रोजगार व कौशल्य विकास आणि गुंतवणूक व वृद्धी अशा दोन नव्या समित्यांची भर घातली आहे. पुनर्रचित आठ समित्यांपैकी सहा समित्यांमध्ये प्रधानमंत्री नरेंद्र मोदी यांचा समावेश असून, केंद्रीय गृहमंत्री अमित शहा हे सर्वच समित्यांमध्ये सदस्य आहेत. पुनर्रचित समित्या : १) नियुक्ती समिती, २) निवास समिती, ३) आर्थिक व्यवहार समिती, ४) संसदीय कामकाज समिती, ५) राजकीय व्यवहार समिती, ६) सुरक्षा समिती, ७) गुंतवणूक व वृद्धी समिती, ८) रोजगार व कौशल्य विकास समिती इ.

सरकारचा भर रोजगारनिर्मितीवर

आर्थिक विकासदराचे चक्र मंदीच्या गाळात रुतल्याने सरकारच्या चिंता वाढल्या आहेत. गेल्या मार्चअखेरीस संपलेल्या तिमाहीमध्ये एकूण देशांतर्गत उत्पादन (जीडीपी) हे ५.८ टक्क्यांपर्यंत घसरले होते. उत्पादन क्षेत्राची वाढ मंदावल्याने रोजगारनिर्मितीही ठप्प झाली असून, याचा परिणाम एकूण आर्थिक विकासावर होत आहे. त्यामुळे सरकारचा भर आता रोजगारनिर्मितीवर असेल, असे दिसते. मोदी सरकारने दुसऱ्या टर्मच्या कारभाराच्या सुरुवातीलाच विकास दरवाढ व गुंतवणूक आणि रोजगारनिर्मिती या आर्थिक समस्यांच्या संदर्भात दोन विशेष केंद्रीय मंत्रिगट स्थापन केले. याखेरीज केंद्रीय मंत्रिमंडळाच्या आणखी सहा समित्यांचीही घोषणा करण्यात आली. यातील मंत्रिमंडळाच्या राजकीय व्यवहार समितीला सर्वाधिक महत्त्व असते, कारण त्यात राजकीय निर्णय घेतले जातात. याखेरीज आर्थिक व्यवहार समिती, सुरक्षाविषयक समिती, संसदीय कामकाजविषयक समिती, नोकरशहांच्या नेम णुकांसाठीची समिती अशा अन्य समित्या असतात.

नव्या सरकारपुढील आर्थिक आव्हाने

नव्या सरकारपुढे आर्थिक आव्हाने मोठी आहेत व त्यांच्या सोडवणुकीला प्राधान्य देण्याची अपेक्षा आर्थिक वर्तुळातून व्यक्त होत आहे. ती बाब लक्षात घेता सरकारने तूर्तास अन्य राजकीय आघाड्या न उघडता आर्थिक आव्हानांवर लक्ष केंद्रित करावे, अशी अपेक्षा आहे. त्यानुसार सरकारने पावले टाकण्यासही सुरुवात केली आहे आणि विकास दरवाढ आणि रोजगारनिर्मिती या विषयांवर दोन मंत्रिगट स्थापन केले आहेत. यामध्ये गुंतवणूक क्षेत्राचाही समावेश करण्यात आला आहे. खालावणारा विकास दर आणि ४५ वर्षांतील नीचांकी बेरोजगारी या संदर्भातील सांख्यिकी विभागांचे अहवाल निवडणुकीपूर्वी दडपले गेले होते. ते नंतर प्रसिद्ध करण्यात आले आहेत.

अर्थव्यवस्थेचा मंदावलेला वेग ही सरकारपुढील मुख्य चिंता असून, २०१८-१९ च्या चौथ्या तिमाहीत तो ५.८ टक्क्यांवर आला होता. त्यामुळे भारताचा क्रमांक चीनच्या खाली गेला आहे. याच काळात एकूण देशांतर्गत उत्पादनात (जीडीपी) ६.८ टक्के इतका झाला आहे. गेल्या पाच वर्षांतील ती नीचांकी असल्याचे मध्यवर्ती सांख्यिकी कार्यालयाची आकडेवारी सांगते. २०१७-१८ मध्ये हाच वेग ७.२ टक्के होता.

अर्थव्यवस्थेपुढे उभ्या असलेल्या आव्हानांसंदर्भात पंतप्रधान नरेंद्र मोदी यांनी अर्थतज्ज्ञांबरोबरही चर्चा केली आहे, तसेच त्यांची मते जाणून घेतली आहेत. नीती आयोगाने आयोजित केलेल्या बैठकीत अर्थ आणि अन्य क्षेत्रांतील ४० तज्ज्ञ उपस्थित होते. तज्ज्ञांचे पाच गट करून ही चर्चा झाली. स्थूल अर्थव्यवस्था आणि रोजगार, कृषी आणि जलस्त्रोत, निर्यात, शिक्षण आणि आरोग्य असे हे गट होते. भविष्यकालीन आर्थिक धोरणावर चर्चा करण्यासाठी नीती आयोगाने इकॉनॉमिक पॉलिसी- 'द रोड अहेड' या कार्यक्रमांतर्गत बोलाविलेल्या अर्थतज्ज्ञांच्या बैठकीत वेगवेगळ्या सूचना आणि अभिप्रायांचे आदान-प्रदान झाले.

'नव्या भारताच्या निर्माणासाठी धोरणे'

आरोग्य क्षेत्रातील व्यक्तींची पुरेशा प्रमाणात उपलब्धता निर्माण करण्यात आणि त्यांचा दर्जा टिकविण्यात 'मेडिकल कौन्सिल ऑफ इंडिया' आणि 'नर्सिंग कौन्सिल ऑफ इंडिया'ला अपयश आल्याने 'राष्ट्रीय वैद्यक आयोग' (नॅशनल मेडिकल कमिशन) विधेयक मंजूर करणे आवश्यक आहे, असे मत 'नीती' आयोगाने व्यक्त केले आहे. नीती आयोगाने 'नव्या भारताच्या निर्माणासाठी धोरणे' अशी पुस्तिका प्रसिद्ध केली असून, नर्सिंगविषयक शिक्षणावरील नियंत्रण मंडळाची फेरमांडणी करण्याची आवश्यकता असल्याची भूमिका मांडली आहे. नर्सिंग स्कूलमध्ये दर्जेदार शिक्षण मिळण्यासाठी, नर्सिंगची उत्कृष्ट केंद्रे निर्माण करण्यासाठी, हे आवश्यक असल्याचे नीती आयोगाचे म्हणणे आहे. खासगी क्षेत्रासह आरोग्य क्षेत्रातील प्रशिक्षणाचा दर्जा फारसा चांगला नसल्याचे पुस्तिकेत म्हटले आहे. देशातील डॉक्टरांची कमतरता भरून काढण्यासाठी परदेशांत काम करणाऱ्या भारतीय वंशाच्या डॉक्टरांना भारतात आणण्याची यंत्रणा निर्माण करणे, जगातील प्रसिद्ध विद्यापीठांमधील शिक्षकांना 'एम्स'सारख्या संस्थांमध्ये मार्गदर्शनाला बोलाविणे, जिल्ह्यातील किमान चाळीस टक्के रुग्णालये वैद्यकीय महाविद्यालयांना जोडणे, असे उपाय नीती आयोगाने सुचविले आहेत. खासगी रुग्णालयांमधील डॉक्टरांना सरकारी रुग्णालयांमध्ये मानद तज्ज्ञ म्हणून बोलाविण्याचा उपायही सुचविण्यात आला आहे. वैद्यकीय तज्ज्ञांची कमतरता ही या क्षेत्राला लागलेली कीड असल्याचे मत आयोगाने मांडले आहे. शहरी भागात ग्रामीण भागापेक्षा तीन ते चार पट अधिक डॉक्टर आणि नर्स असून, हे असमान वितरण हानिकारक असल्याचेही आयोगाने म्हटले आहे.

संकल्पनांचा पाऊस

गेल्या पाच वर्षांत संकल्पनांचा मुसळधार पाऊस पडला. त्यापैकी सहकारी संघराज्य, वित्तीय संघराज्य आणि स्पर्धात्मक संघराज्य या तीन संकल्पना आहेत. या संकल्पना नीती आयोगाने घडविल्या आहेत. आर्थिक सुधारणा कार्यक्रमांच्या दुसऱ्या टप्प्यात नीती आयोगाची स्थापना झाली. त्यामुळे नीती आयोगाच्या कामकाजाची चौकट नवउदारमतवादी आहे. या आयोगाचा व्यवहार केंद्र-राज्य यांच्यामध्ये सहकार्याचा राहिला आहे का, हा प्रश्न उभा केला जातो. गेल्या पाच वर्षांत केंद्र-राज्य संबंधांत संघर्ष दिसतो. त्यामुळे पश्चिम बंगाल, दिल्ली राज्य, बिहार, आंध्र प्रदेश, जम्मू-काश्मीर, अरुणाचल प्रदेश, उत्तराखंड, तेलंगणा, कर्नाटक, उत्तर प्रदेश या राज्यांमध्ये केंद्र आणि राज्य यांच्यामध्ये संसाधनांचे व निधीचे वाटप यावरून मतभेद निर्माण झाले आहेत. थोडक्यात, राजकारण नव्या संकल्पना आणि सामूहिक हित यांच्यातील संबंधांची चर्चा घडवते. हे सहकारी संघराज्य, वित्तीय संघराज्य आणि स्पर्धात्मक संघराज्य या तीन संकल्पनांच्या आधारे दिसते. या तीन संकल्पनांनी आर्थिक, शैक्षणिक आणि वंचित समूहांशी जुळवून घेतले. यातून 'नवा भारत' या संकल्पनेचे राजकारण उभे राहिले.

'नवा भारत' संकल्पना

नवा भारत या संकल्पनेची 'वित्तीय संघराज्य' ही अव्वल दर्जाची नवउदारमतवादी कामगिरी आहे. वित्तीय संघराज्याची यंत्रणा नीती आयोगाच्या सल्ल्याने काम करते. या आयोगाने केंद्र-राज्य यांच्यातील वित्तीय हस्तांतराच्या तीन पद्धती स्पष्ट केल्या. या तीन पद्धतींमधून आर्थिक राजकारण घडते. एक नवी करपद्धती (जीएसटी) सुचविली. संसाधने आणि गरजांच्या मूल्यमापनाच्या आधारे केंद्र-राज्यांना निधीचे वाटप करेल, अशी पद्धत सुचविली. नीती आयोगाने अनुदानाची शिफारस केल्यानंतर वित्त आयोग, राज्यांना वित्तीय हस्तांतर आणि निधीचे वाटप करतो. नीती आयोगाच्या शिफारशींनंतर संसाधने केंद्राकडून राज्यांना दिली जातात. नीती आयोगाने या तीन पद्धती

नवी भूमिका म्हणून विकसित केल्या.

केंद्र-राज्य संबंधांची नवीन वित्तीय विषयपत्रिका चौदावा वित्त आयोग आणि नीती आयोग याने निश्चित केली. या विषयपत्रिकेत सहकारी संघराज्याची नवी संकल्पना आहे. नव्या कल्पनेत राज्यांनी केंद्राचे चांगले मित्र असावे, नियोजन विकेंद्रित करावे या गोष्टींचा समावेश केला. नीती आयोग सर्वसमावेशक, गंभीर धोरणे आणि डावपेच पुरवितो. या पार्श्वभूमीवर बरेच राजकारण झाल्याचेही पाहावयास मिळते. 'नवा भारत' संकल्पनेचे सार्वजनिक धोरण नीती आयोग हे आहे. नीती आयोगाचे स्वरूप एक 'थिंक टँक' म्हणून विकसित केले. शिवाय 'थिंक टँक'ची संकल्पना अमेरिकेच्या सार्वजनिक धोरणाशी मिळतीजुळती आहे. भारतीय राजकारण अमेरिकी धोरणाशी जुळवून घेते; तसेच ज्ञानाचे आणि संकल्पनांचे राजकारण 'थिंक टँक'शी संबंधित आहे. म्हणजेच नीती आयोगाशी संबंधित आहे. नेहरूंनी योजना आयोगात धोरणे 'वरून खाली' या पद्धतीने विकसित केली. त्यास १९९० नंतर स्पष्टपणे विरोध झाला. म्हणून नीती आयोगाने धोरण निश्चितीसाठी 'तळागाळातून वर' असा दृष्टिकोन ठेवला आहे. या चौकटीची सुरुवात नेहरूंच्या राजकारणाला नकार देत झाली. सार्वजनिक धोरणनिर्मितीसाठी नव्या काळाशी सुसंगत अशी संस्था उभारली, असा भाजपचा दावा आहे. हा दावा भाजपेतर पक्षांना अमान्य दिसतो. हा तत्त्ववैचारिक मतभिन्नतेचा मुख्य मुद्दा राजकीय आहे. नीती आयोगाने विविध योजनांची सांगड नवउदारमतवादी धोरणाशी घातली. योजना कल्याणकारी आणि धोरण नवउदारमतवादी असा अंतर्विरोध यामध्ये दिसतो. यामुळे योजना आणि विविध वर्ग यांच्यात एकमत राहिले नाही. शहरी गरीब, ग्रामीण गरीब, शेतकरी, मध्यमवर्ग यांची योजनांबद्दलची मते वेगवेगळी आहेत. जनधन योजना, आधार आणि मोबाईल या योजना वित्तीय आणि सामाजिक क्षेत्रांची जुळवाजुळव करतात, असा 'एनडीए'चा दावा आहे. या दाव्याला मर्यादा आहे. कारण ३१ कोटी बँक खाती उघडली गेली. परंतु, त्यापैकी ३८ टक्के खाती निष्क्रिय आहेत, असे रिझर्व्ह बँकेचे मत आहे; तसेच 'स्टँड अप इंडिया' अंतर्गत समाजाच्या दलित आणि आदिवासींसह शोषित घटकांना नवउद्योजकतेशी जोडले गेले. पेट्रोलियम आणि नैसर्गिक वायू मंत्रालयाने 'एनडीए'च्या काळात 'पहल', 'गिव्ह इट अप' आणि 'उज्ज्वला' या योजना समाजहिताशी जोडल्या. जन धन योजनेंतर्गत 'पहल' योजना सुरू केली. ग्राहकांना बाजारभावाने सबसिडी देणे सुरू केले. 'गिव्ह इट अप' म्हणजे चांगले उत्पन्न असणाऱ्या समाजातील नागरिकांना एलपीजी सबसिडी स्वतः हून नाकारण्याचे आवाहन करण्यात आले. 'पहल' व 'गिव्ह इट अप' या योजनांमधून बचत झाली. तो पैसा 'उज्ज्वला' योजनेसाठी वापरला गेला. समाजातील काही व्यक्ती आणि गटांना या योजनांचा लाभ झाला. या योजनांच्या माध्यमातून भाजपने मध्यमवर्गाचे, भांडवलदारांचे हितसंबंध जपले, अशी टीका केली जाते. या अर्थाने नीती आयोग ही संरचना भाजप व भाजपेतर यांच्यातील कळीचा राजकीय मुद्दा ठरते; तसेच नवउदारमतवादावरील टीकादेखील ठरत आहे.

शिक्षणाचा प्रश्न ऐरणीवर

सरकारने निवडणुकीपूर्वी जाहीर केल्याप्रमाणे शिक्षणावर जीडीपीच्या सहा टक्के खर्च केला नाही. हंगामी अर्थसंकल्पात शिक्षणासाठी एकूण तरतूद ९३,८४७ कोटी रुपये करण्यात आली. एकूण तरतूद वाढली, तरी दरडोई उत्पन्नाच्या सहा टक्के तरतूद झाली नाही. गेल्या वर्षाच्या तुलनेत ही तरतूद १० टक्क्यांनी वाढविली गेली. 'रिव्हिटायजिंग इन्फ्रास्ट्रक्चर अँड सिस्टिम इन एज्युकेशन २०२२' या योजनेची घोषणा केली. याशिवाय 'आयआयटी', 'एनआयटी'मध्ये नियोजन आणि वास्तुकला संस्था स्थापन करणे, यांचा थेट संबंध नवउदारमतवादी धोरणांशी जुळवला गेला. 'युपीए'च्या काळातील योजना एकाच छताखाली आणून समग्र शिक्षा अभियान अशी नवीन योजना 'एनडीए'ने जाहीर केली. प्रशिक्षणाबाबतचे नवीन धोरण जाहीर केले; मात्र अंमलबजावणी सुरू झाली नाही.

'स्किल इंडिया मिशन' चांगल्या मनुष्यबळाचा शोध घेण्यासाठी सुरू झाले (कौशल्य विकास व उद्योजक). प्रारंभीच्या दोन वर्षांत कौशल्य विकास शिक्षण नेमके काय आणि कसे द्यायचे, याबाबत चित्र स्पष्ट झालेले नव्हते. उच्च आणि तंत्रज्ञानाच्या क्षेत्रात सरकारने झटपट निर्णय घेतले. आंतरराष्ट्रीय क्रमवारीत स्थान मिळविण्याची क्षमता असलेल्या वीस विद्यापीठांना बळ देण्यासाठी 'इन्स्टिट्यूशन्स ऑफ एमिनन्स' ही योजना जाहीर करण्यात आली. उच्च शिक्षण संस्थांना स्वायत्तता देण्यात आली. नव्याने सात 'आयआयएम', सहा 'आयआयटी', दोन 'आयसर' या राष्ट्रीय शैक्षणिक संस्थांची स्थापना करण्यात आली. हा तपशील म्हणजे खासगीकरण, उदारीकरण, जागतिकीकरण धोरणाचा विस्तार दिसतो. तंत्रज्ञान क्षेत्रातील शिक्षण आणि बाजारपेठेची मागणी यांचा मात्र समतोल साधता आला नाही. सार्वजनिक, खासगी व व्यक्तिगत अशी शिक्षणाची त्रिसूत्री या काळात होती. या तपशिलाचा अर्थ म्हणजे शिक्षणाच्या क्षेत्रात खासगी व व्यक्तिगत चौकट प्रभावी ठरली. राष्ट्रीय शिक्षण धोरण अनेक समित्यांमधून जात आहे; परंतु प्रत्यक्षात आले नाही. शिक्षण हा सामाईक सूचीतील विषय असल्यामुळे बहुतेक राज्यांमध्ये शैक्षणिक धोरण केवळ चर्चेच्या पातळीवर आहे. या क्षेत्रात सहकारी संघराज्य कमकुवत दिसते.

●

मुकुंद लेले
ज्येष्ठ पत्रकार व आर्थिक घडामोडींचे तज्ज्ञ विश्लेषक

सकाळ राज्य शासन निर्णय

राज्य विधानसभा निवडणुकांच्या पार्श्वभूमीवर भाजप-शिवसेना युती शासनाच्या दृष्टीने २०१९ हे वर्ष अतिशय महत्त्वपूर्ण होते. आचारसंहिता पूर्व काळापर्यंत विविध महत्त्वाच्या राज्यशासन निर्णयांची आणि योजनांची घोषणा करण्यात आल्या. तर काही योजना राबवण्यात राज्य शासनाला या वर्षात यशही मिळाले. केंद्र शासनाच्या राष्ट्रीय ग्राम स्वराज अभियानाची संपूर्ण राज्यात करण्यात आलेली सुरुवात, राज्याच्या लोक आयुक्तांच्या चौकशीच्या कार्यकक्षेत मुख्यमंत्री या पदाचा समावेश करण्याचा तसेच सरपंचांच्या मानधनात वाढ करण्याचा निर्णय, जाहीर करण्यात आलेले महाराष्ट्र राज्य दिव्यांग कल्याण धोरण, विमुक्त जाती, भटक्या जमाती, इतर मागासवर्ग आणि विशेष मागास प्रवर्गातील युवक-युवती व इतर उमेदवारांसाठी विविध उपक्रम राबविण्याच्या उद्देशाने महात्मा जोतिबा फुले संशोधन व प्रशिक्षण संस्था (महाज्योती) या स्वायत्त संघटनेची तर 'आर्थिकदृष्ट्या दुर्बल घटकांसाठी 'अमृत' संस्था' संस्था स्थापन करण्यास मंत्रिमंडळाने दिलेली मंजुरी; या व अशा विविध महत्त्वाच्या राज्यशासन निर्णयांची आणि योजनांची माहिती या प्रकरणात देत आहोत...

सन २०१४ ते सन २०१९ या कालावधीत भाजप सेना युतीचे सरकार असताना तत्कालीन मुख्यमंत्री देवेंद्र फडणवीस यांच्या नेतृत्वाखालील तत्कालीन मंत्रिमंडळाने २०१९ या वर्षातील ९ सप्टेंबर २०१९ पर्यंतच्या कालावधीत मंजुरी दिलेल्या प्रमुख राज्य शासन निर्णय व योजनांची माहिती खालील प्रमाणे :

सकाळ राज्यातील महिला सबलीकरणाच्या उपक्रमांना गतिशीलता प्रदान करण्यासाठी बचतगटांना नवतेजस्विनी प्रकल्प राबविण्यास मंजुरी

दि. १ जानेवारी २०१९ रोजी राज्यातील महिला सबलीकरणाच्या उपक्रमांना गतिशीलता प्रदान करण्यासाठी महाराष्ट्रात नवतेजस्विनी - महाराष्ट्र ग्रामीण महिला उद्यम विकास प्रकल्प राबविण्यास राज्यमंत्रिमंडळाची मान्यता मिळाली.

- २०१८-१९ ते २०२३-२४ या सहा वर्षांच्या कालावधीदरम्यान हा प्रकल्प महिला व बालविकास विभागाच्या अंतर्गत असणाऱ्या महिला आर्थिक विकास महामंडळातर्फे (माविम) राबविण्यात येणार.
- हा प्रकल्प आंतरराष्ट्रीय कृषी विकास निधी (IFAD) अर्थसाहाय्यित असून, त्यांच्या अंमलबजावणीसाठी आंतरराष्ट्रीय कृषी विकास निधीकडून ३३५.४० कोटी रुपये निधी मिळणार.
- सदर प्रकल्पाच्या प्रशासकीय खर्चासाठी शासनाचा हिस्सा १९३.१५ कोटी रुपये देण्यास राज्य मंत्रिमंडळाची मान्यता

तेजस्विनी प्रकल्पाची कामगिरी

१ लाख ८ हजार महिला स्वयंसहाय्यता बचतगटांची स्थापना	राज्यातील **१३ लाख ५ हजार महिला** सहभागी	**४८९.६१ कोटी** रुपयांच्या बचतगटांच्या ठेवी	**३५१ कोटी** रुपये कर्जवाटप, बचतगटांकडून परतफेडीचा **दर ९९%.**

नवतेजस्विनी - महाराष्ट्र ग्रामीण महिला उद्यम विकास प्रकल्प - उद्दिष्टे :

- स्वयंसाहाय्यता बचत गटांची मालकी लोकांकडे हस्तांतरित
- स्थायी विकासासाठी लोकांची उभारणी, त्यांचा विकास व बळकटीकरण
- महिलांची क्षमता, कौशल्ये विकसित करून, उपजीविकेच्या साधनांवर मालकी
- राजसत्तेत, निर्णय प्रक्रियेत महिलांचा कृतिशील सहभाग
- व्यवस्थापन माहिती पद्धती विकसित करणे व गटांना बँकांशी जोडून देणे.
- महाराष्ट्रात २००७ ते २०१८ या कालावधीदरम्यान तेजस्विनी ग्रामीण महिला सबलीकरण कार्यक्रम
- या कार्यक्रमाची मुदत मार्च २०१८ मध्ये संपुष्टात

लक्षात ठेवा

महिला आर्थिक विकास महामंडळ :

Mahila Arthik Vikas Mahamandal (MAVIM)
महिला आर्थिक विकास महामंडळ (माविम)

- आंतरराष्ट्रीय महिला वर्षानिमित्त २४ फेब्रुवारी १९७५ रोजी महाराष्ट्र शासनाकडून महिला आर्थिक विकास महामंडळाची स्थापना
- २० जानेवारी २००३ रोजी महाराष्ट्र शासनाकडून

'माविम'ला बचत गटांच्या (Self Help Groups) माध्यमातून विविध महिला सबलीकरणाच्या योजना राबविण्यासाठी शीर्ष (नोडल) संस्था म्हणून जाहीर

- मानवी भांडवलात गुंतवणूक आणि महिलांचे क्षमतावर्धन
- महिलांचे आर्थिक आणि सामाजिकदृष्ट्या सबलीकरण
- महिलांना उपजीविकेचे शाश्वत साधन उपलब्ध करून देऊन लिंगभेद नष्ट करण्यास प्राधान्य
- महिलांना समान न्याय मिळवून देणे हे माविमचे मिशन
- माविमचे मुख्यालय मुंबई येथे असून महाराष्ट्रातील ३४ ग्रामीण जिल्ह्यांमध्ये माविमचे कार्य
- 'एकजुटीतून अवतरेल समृद्धीची नवप्रभा' हे माविमचे ब्रीदवाक्य.
- महिला व बालकल्याण विभागाचे मंत्री अध्यक्षपदी तर भारतीय प्रशासकीय सेवेतील अधिकारी उपाध्यक्ष व व्यवस्थापकीय संचालक

लक्षात ठेवा

आंतरराष्ट्रीय कृषी विकास निधी

(International Fund for Agriculture Development) :

- आयफॅड (IFAD) ही संयुक्त राष्ट्रांची विशेषीकृत संघटना (Specialized Agency) आहे.
- अविकसित व विकसनशील राष्ट्रांमधील दारिद्र्य व भूक यांचे निर्मूलन हे आयफॅडचे प्रमुख कार्य
- आयफॅडची स्थापना १५ डिसेंबर १९७७ मध्ये
- १९७४ मध्ये रोम (इटली) येथे झालेल्या 'जागतिक अन्न परिषद' (Global Food Conference)ची आयफॅड ही फलनिष्पत्ती
- आयफॅडचे संयुक्त राष्ट्रांच्या सामाजिक व आर्थिक परिषदेंतर्गत कार्य
- तिचे मुख्यालय रोम (इटली) येथे
- आयफॅड १९९७ मध्ये स्थापन झालेल्या संयुक्त राष्ट्र विकासगट (United Nation Development Group) ची सदस्य संस्था
- आयफॅडचे १७६ राष्ट्रे सदस्य असून, गिलबर्ट ह्युंबों हे महासचिव

(संदर्भ : maharashtra.gov.in)

सकाळ

राज्यातील जास्तीत जास्त नागरिकांना आरोग्य सेवांचा लाभ मिळावा यासाठी प्रधानमंत्री जन आरोग्य आणि महात्मा फुले जन आरोग्य योजना राज्यात संयुक्तपणे राबविण्यास मान्यता

दि. १५ जानेवारी २०१९ रोजी राज्यातील जास्तीत जास्त नागरिकांना आरोग्य सेवांचा लाभ मिळावा, यासाठी प्रधानमंत्री जन आरोग्य योजना व महात्मा जोतिबा फुले जन आरोग्य योजना संयुक्त पद्धतीने राबविण्यास झालेल्या मंत्रिमंडळ बैठकीत मान्यता देण्यात आली.

- ही योजना विमा (Insurance) आणि हमी (Assurance mode) तत्त्वावर राबविणार
- प्रधानमंत्री जन आरोग्य आणि महात्मा जोतीबा फुले जन आरोग्य योजना संयुक्तपणे राबविल्यामुळे लाभार्थींना एकूण १२०९ वैद्यकीय उपचारांचा; तसेच १८३ सेवांचा लाभ मिळणार
- शासकीय व खासगी अशा रुग्णालयांतून या दोन्ही योजना राबविणार
- लाभार्थींच्या उपचारांचे दीड लाखांपर्यंतचे दावे विमा कंपनीमार्फत तर त्यावरील पाच लाखापर्यंतचे दावे राज्य आरोग्य हमी सोसायटीतर्फे संबंधित रुग्णालयांना देण्यात येणार.
- प्रधानमंत्री जन-आरोग्य योजनेंतर्गत पाच लाख रुपयांचे विमा संरक्षण
- योजनेचा लाभ राज्यातील सुमारे ८३ लाख ७२ हजार कुटुंबांना (ग्रामीण - ५८.९१ लाख, शहरी - २४.८१ लाख) मिळणार
- महात्मा जोतीबा फुले जन-आरोग्य योजनेंतर्गत साधारणतः २ लाख रुपये आणि मूत्रपिंड उपचारांसाठी ३ लाखापर्यंत विमा संरक्षण
- या योजनेत अंत्योदय, अन्नपूर्णा, पिवळी, केशरी शिधापत्रिका असलेल्या लाभार्थी

संयुक्तपणे राबविण्यात येणारी प्रधानमंत्री जन आरोग्य आणि महात्मा जोतीबा फुले जन आरोग्य योजना

- लाभार्थ्यांना मिळणारे एकूण वैद्यकीय उपचार : **१२०९**
- एकूण सेवांचा मिळणारा लाभ : **१८३ सेवा**
- लाभार्थ्यांच्या उपचारांचे **१.५ लाखांपर्यंतचे दावे** विमा कंपनीमार्फत
- **५ लाखापर्यंतचे दावे** राज्य आरोग्य हमी सोसायटीतर्फे संबंधित रुग्णालयांना देण्यात येणार.
- प्रधानमंत्री जन-आरोग्य योजनेंतर्गत **५ लाख रुपयांचे विमा संरक्षण**

कुटुंबांव्यतिरिक्त अवर्षणग्रस्त १४ जिल्ह्यांतील शुभ्र शिधापत्रिकाधारक शेतकरी कुटुंबे, शासकीय आश्रमशाळेचे विद्यार्थी, शासकीय महिला आश्रमातील महिला, शासकीय वृद्धाश्रमातील ज्येष्ठ नागरिक, माहिती व जनसंपर्क महासंचालनालयाकडील निकषांनुसार पत्रकारांचा व त्यांच्या कुटुंबाचा आणि महाराष्ट्र इमारत व इतर बांधकाम कल्याण मंडळात नोंदणी असलेल्या बांधकाम कामगारांचा समावेश

■ **प्रधानमंत्री जन आरोग्य आणि महात्मा जोतिबा फुले जन आरोग्य योजनेतून लाभ मिळणाऱ्या राज्यातील कुटुंबांची संख्या**

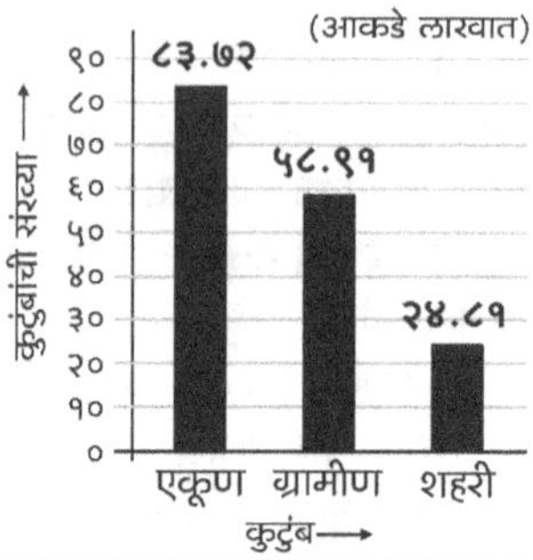

- या योजनेचा फायदा सुमारे १ कोटी ३९ लाख कुटुंबांना
- या योजनांसाठी निविदा प्रक्रियेत सार्वजनिक कंपन्यांना प्राधान्य
- योजनेच्या अंमलबजावणीसाठी महसूल विभागनिहाय रुग्णालयांची संख्या निश्चित करून एकसमान पद्धतीने रुग्णालयांचे जाळे तयार करण्याबाबतचे निर्णय घेण्याचे अधिकार सार्वजनिक आरोग्य विभागाच्या प्रधान सचिवांना
- उपचारांची संख्या, वर्णनात व दरांत बदल करण्याचे व काही उपचार शासकीय रुग्णालयासाठी राखीव ठेवण्याचेही अधिकार प्रदान
- या योजना एकत्रितपणे राबविण्यासाठी विमा कंपनीची निवड करण्याचे अधिकार वित्त विभागाच्या मुख्य सचिवांच्या अध्यक्षतेखाली नेमण्यात आलेल्या समितीला
- या योजनांच्या प्रभावी अंमलबजावणीसाठी सार्वजनिक आरोग्य विभागाच्या सचिवांच्या अध्यक्षतेखाली राज्य सनियंत्रण व कार्यकारी समिती निर्माण करण्यात येणार
- महाराष्ट्रात ग्रामीण भागात जळगाव जिल्ह्यामध्ये सर्वाधिक कुटुंबांची (३,६९,८०९) तर शहरी भागात मुंबई उपनगर जिल्ह्यातील सर्वाधिक कुटुंबांची (३,३१,१२६) निवड
- राष्ट्रीय नमुना पाहणी संघटनेच्या ७१ व्या फेरीनुसार भारतातील ८५.९०% ग्रामीण कुटुंबे व ८२% नागरी कुटुंबांचा आरोग्य विमा छताखाली समावेश नाही

प्रधानमंत्री जन आरोग्य योजना :

- देशातील निम्न आर्थिक स्तरातील व्यक्तींना उत्तम दर्जाच्या आरोग्य सेवा पुरविण्यासाठी २३ सप्टेंबर २०१८ रोजी प्रधानमंत्री जन आरोग्य योजनेची रांची (झारखंड) येथून सुरुवात

- या योजनेचे दोन भाग

अ) आयुष्यमान भारत - राष्ट्रीय आरोग्य संरक्षण योजना

- या अंतर्गत देशातील १० कोटी कुटुंबांना वार्षिक पाच लाख रुपयांचा आरोग्य विमा प्रदान केला जाणार
- या अंतर्गत बहुतांश द्वितीयक व तृतीयक आरोग्य सेवा प्रदान करण्यात येतील.
- या योजनेसाठी लाभार्थ्यांची निवड सामाजिक व आर्थिक जनगणनेच्या आधारे करण्यात येईल.
- या योजनेचा प्रसार व यशस्वी अंमलबजावणी करण्यासाठी प्रधानमंत्री आरोग्यमित्रांची नेमणूक करण्यात आली आहे.

ब) आरोग्य व कल्याण केंद्रे :

- देशातील १.५ लाख आरोग्य केंद्राचे आरोग्य व कल्याण केंद्रामध्ये रूपांतरण
- दिल्ली, ओडिशा व तेलंगणा या राज्यांचा या योजनेत सहभाग नाही
- योजनेतून पश्चिम बंगाल बाहेर

(संदर्भ : maharashtra.gov.in)

सकाळ

राज्याच्या लोक आयुक्तांच्या चौकशीच्या कार्यकक्षेत मुख्यमंत्री या पदाचा समावेश करण्याचा राज्य मंत्रिमंडळाचा निर्णय

दिनांक ४ फेब्रुवारी २०१९ रोजी राज्याच्या लोक आयुक्तांच्या चौकशीच्या कार्यकक्षेत मुख्यमंत्री या पदाचा समावेश करण्याचा निर्णय राज्य मंत्रिमंडळाने घेतला

- याचबरोबर लोकायुक्त आणि उप-लोकायुक्त यांच्या नेमणुकीत सर्वसमावेशकता व पारदर्शकता आणण्यासाठी सुधारणा
- ज्येष्ठ समाजसेवक अण्णा हजारे यांचे लोकायुक्त कायद्यात सुधारणा करण्यात यावी यासाठी आमरण उपोषण
- महाराष्ट्र राज्यात लोकायुक्त आणि उप-लोकायुक्त अधिनियम - १९७१ नुसार लोकायुक्त आणि उपलोकायुक्त पदांची निर्मिती
- अशी पदे निर्माण करणारे महाराष्ट्र हे देशातील पहिले राज्य
- २५ ऑक्टोबर १९७२ पासून लोकआयुक्त व उपलोकायुक्त यांचे कार्य सुरू

लोकायुक्त व उपलोकायुक्त यांना कोणाची चौकशी करता येते?

- महानगरपालिका, नगरपरिषद, जिल्हा परिषद, पंचायत समिती;
- शासनाच्या मालकीची किंवा नियंत्रणाखालील महामंडळे, कंपन्या,
- प्राधिकारी संस्थांतर्फे करण्यात आलेल्या प्रशासकीय कार्यवाही

संबंधीच्या जनतेच्या गाऱ्हाण्यांची आणि लाचलुचपत अभिकथनाच्या तक्रारींची चौकशी अधिनियमाच्या तरतुदीनुसार

- आतापर्यंत लोकायुक्तांच्या कार्यकक्षेत मुख्यमंत्री पदाचा समावेश नव्हता.
- केंद्र शासनाचा लोकपाल आणि लोकायुक्त अधिनियम - २०१३ संमत
- त्याला अनुसरून महाराष्ट्राच्या लोकायुक्त व उपलोकायुक्त अधिनियम - १९७१ मध्ये सुधारणा
- त्यानुसार लोकायुक्तांच्या कार्यकक्षेत मुख्यमंत्री पदाचा देखील समावेश

लोकनियुक्तांची निवड प्रक्रिया :

- लोकायुक्त नेमणुकीची शिफारस करण्यासाठी मुख्यमंत्र्यांच्या अध्यक्षतेखालील विधानसभा अध्यक्ष, विधानसभेतील विरोधी पक्षनेता, उच्च न्यायालयाचे मुख्य न्यायमूर्ती व राज्यपाल नियुक्त विधिज्ञ अशी पाच जणांची समिती
- नियुक्ती करण्याच्या दृष्टीने साहाय्य करण्यासाठी विविध क्षेत्रातील नामांकित सात सदस्यांची एक सर्च कमिटी (शोध समिती)ची स्थापना

महाराष्ट्र लोकायुक्त :

- पहिल्या प्रशासकीय सुधार आयोगाकडून (मोरारजी देसाई) प्रशासन व शासन व्यवस्थेतील भ्रष्टाचार निपटण्यासाठी लोकायुक्त पदाची शिफारस
- त्यास अनुसरून महाराष्ट्र राज्याकडून १९७१ मध्ये लोकायुक्त व उपलोकायुक्त अधिनियम संमत
- लोकायुक्त व उपलोकायुक्त यांना चौकशी व शिक्षेसंबंधी शिफारस करण्याचे अधिकार
- लोकायुक्तांच्या शिफारशींच्या अंमलबजावणीचा कार्यवाही अहवाल संबंधित विभागाला सादर करावा लागणार
- सध्या न्या. मदनलाल ताहलियानी (Madanlal Tahaliyani) हे महाराष्ट्राचे लोकायुक्त तर डॉ. शैलेश कुमार शर्मा हे उप-लोकायुक्त

श्री. एम. एल. नाडकर्णी हे महाराष्ट्राचे प्रथम उप-लोकायुक्त

लोकायुक्तांना एखाद्या घटनेची स्वतःहून दखल (Sub Moto Cognizance) घेण्याचा अधिकार

लोकपाल आणि लोकायुक्त अधिनियम – २०१३ :

- ज्येष्ठ समाजसेवक अण्णा हजारे यांच्या 'रामलीला मैदान' आंदोलनानंतर केंद्रसरकारकडून २०१३ मध्ये हा अधिनियम संमत
- १६ जानेवारी २०१४ पासून अंमलबजावणी सुरू
- लोकपाल या संस्थेचे मूळ स्कँडेनिव्हियन देशांमध्ये आढळणाऱ्या 'ओम्बुडसमन' (Ombudsman) या संकल्पनेत
- सर्वप्रथम स्वीडनमध्ये १८०९ मध्ये या संस्थेची सुरुवात

महाराष्ट्राचे आतापर्यंतचे लोकायुक्त

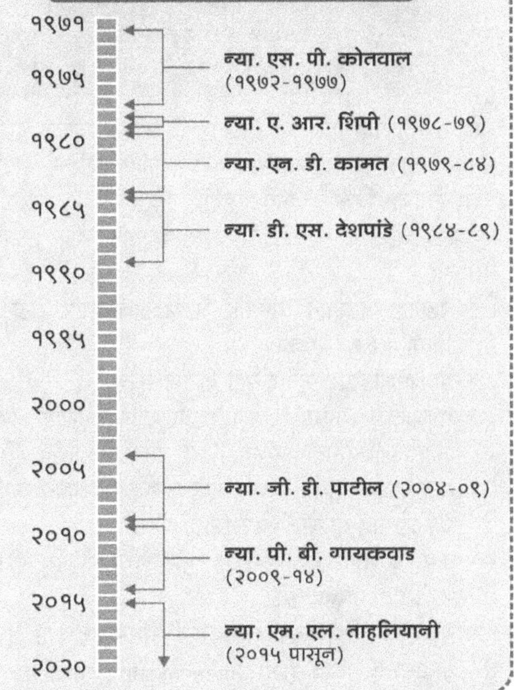

- त्यानंतर फिनलंड (१९१९), डेन्मार्क (१९५५), नॉर्वे व न्यूझीलंड (१९६२) व युनायटेड किंग्डम (१९६७) या देशांमध्ये अशा प्रकारची संस्थात्मक उभारणी
- भारतामध्ये 'लोकपाल' या संस्थेचा उल्लेख सर्वप्रथम 'एल. एम. सिंघवी' यांनी संसदीय चर्चेदरम्यान १९६३ मध्ये, प्रथम लोकपाल विधेयक इंदिरा गांधी शासन काळात १९६८ मध्ये सादर
- २०११ मध्ये 'भ्रष्टाचारविरोधी चळवळीनंतर' लोकपाल विधेयक संसदेत, ज्याला २०१३ रोजी मान्यता

रचना :

- लोकपाल संस्था एक अध्यक्ष व अधिकतम आठ सदस्यांची
- यापैकी अर्धे सदस्य न्यायव्यवस्थेतील
- सदस्यांपैकी अर्ध्या सदस्यांची निवड अनुसूचित जाती-जमाती, इतर मागास वर्ग, अल्पसंख्याक, महिला यामधून
- लोकपाल संस्थेचा अध्यक्ष सर्वोच्च न्यायालयाचा सरन्यायाधीश (निवृत्त), सर्वोच्च न्यायालयाचा न्यायाधीश किंवा भ्रष्टाचारविरोधी कार्य, लोकप्रशासन कायदा-व्यवस्थापन, अर्थ क्षेत्रातील किमान २५ वर्षे अनुभव असलेली व्यक्ती,
- त्यासाठी किमान ४५ वर्षे वयाची अट
- लोकपाल संस्थेतील न्यायिक सदस्यांमध्ये सर्वोच्च न्यायालयाचे निवृत्त न्यायाधीश, उच्च न्यायालयाचे निवृत्त मुख्य न्यायमूर्ती यांचा समावेश

महिला बचत गटांच्या नावीन्यपूर्ण उद्योग संकल्पनांना प्रोत्साहित करून स्टार्टअप संस्कृतीचा विकास करण्यासाठी 'हिरकणी-नवउद्योजक महाराष्ट्राची' योजना राज्यशासनाकडून मंजूर

दि. २१ फेब्रुवारी २०१९ रोजी महिला बचत गटांच्या नावीन्यपूर्ण उद्योग संकल्पनांना प्रोत्साहित करून स्टार्टअप संस्कृतीचा विकास करण्यासाठी 'हिरकणी - नवउद्योजक महाराष्ट्राची' ही योजना राज्यशासनाकडून मंजूर करण्यात आली.

- महाराष्ट्र शासनाने 'महाराष्ट्र राज्य नावीन्यपूर्ण स्टार्ट-अप धोरण-२०१९' मंजूर
- या धोरणाच्या अनुषंगाने ही योजना सुरू
- राज्यातील 'राष्ट्रीय ग्रामीण जीवनोन्नती अभियान', 'राष्ट्रीय शहरी जीवनोन्नती अभियान' व महिला आर्थिक विकास महामंडळ अंतर्गत किमान एक वर्षापूर्वी स्थापन करण्यात आलेले गट या योजनेचे लाभार्थी
- इतर बचतगटांचा समावेश करण्याचा निर्णय 'जिल्हा नावीन्यता परिषदे'कडे
- या योजनेची जिल्हा स्तरावरील अंमलबजावणी 'जिल्हा नावीन्यता परिषदे' (District Innovation Council) तर्फे

योजनेची कार्यपद्धती :

- सदर योजनेंतर्गत महिला बचत गटांना त्यांच्या नावीन्यपूर्ण संकल्पना प्रदर्शित करण्यासाठी तालुका स्तरावर मंच उपलब्ध करून देणार
- यातील निवडक १०० संकल्पनांची तालुका मंचावर सादरीकरणासाठी निवड होणार
- तालुका स्तरावर दहा उत्कृष्ट नावीन्यपूर्ण संकल्पनांची निवड होणार.
- या उत्कृष्ट संकल्पनांना प्रत्यक्ष साकारण्यासाठी पायाभूत सुविधा निर्माण करण्यासाठी कमाल ५०,००० रुपये अर्थसाहाय्य
- तालुका स्तरावर निवड झालेल्या संकल्पना जिल्हा स्तरीय मंचावर सादरीकरणास पात्र व त्यांना जिल्हा स्तरावर सादरीकरणाची संधी
- जिल्हा स्तरीय मंचावर यशस्वी उद्योजक, व्यावसायिक, गुंतवणूकदार इत्यादींना आमंत्रण
- परीक्षणांतर्गत दहा उत्कृष्ट संकल्पनांची निवड होणार
- जिल्हा स्तरावर निवड केलेल्या उत्कृष्ट संकल्पना प्रदर्शित करण्याकरिता प्रत्येक प्रकल्पास कमाल २ लाख रुपयांचे अर्थसाहाय्य
- जिल्हा स्तरावर निवड झालेल्या प्रकल्पाकरिता 'जिल्हा नावीन्यता परिषदे'मार्फत मार्गदर्शन
- ही योजना 'जिल्हा नावीन्यता परिषदे'तर्फे (Distict Innovation Council) राबविण्यात येणार

जिल्हा नावीन्यता परिषद

- महाराष्ट्र राज्य नावीन्यता संस्था (MAINS: Maharashtra State Innovation Society) अंतर्गत प्रत्येक जिल्ह्यामध्ये 'जिल्हा नावीन्यता परिषद' स्थापन
- महाराष्ट्र राज्य नावीन्यता संस्थेची स्थापना १८ ऑगस्ट, २०१७.
- राज्याचे कौशल्य विकास मंत्री या संस्थेचे पदसिद्ध अध्यक्ष तर ज्येष्ठ शास्त्रज्ञ रघुनाथ माशेलकर सहअध्यक्ष
- प्रत्येक क्षेत्रातील नावीन्यपूर्ण कामगिरी व कार्यक्षमतेस गती देण्यासाठी संस्था शीर्ष संस्था (नोडल एजन्सी) म्हणून कार्य
- जिल्हाधिकारी 'जिल्हा नावीन्यता परिषदे'चे अध्यक्ष
- जिल्ह्याच्या एकूण आर्थिक तरतुदीपैकी ०.५% तरतूद जिल्हा नावीन्यता परिषदेवर

महिला उद्योजिका धोरण :

- एक महिला शिकली की सारे कुटुंब शिकते त्याच धर्तीवर एक महिला उद्योजक इतर महिलांना रोजगार दाती, या तत्त्वानुसार महाराष्ट्र राज्याकडून २०१७ मध्ये महिला उद्योजिका धोरण जाहीर
- महिला परिचालित उद्योगांचे प्रमाण ९% वरून २०% वाढवणे हा या धोरणाचा मुख्य उद्देश
- किमान ५०% महिला कामगार असलेल्या उद्योगांना या धोरणांतर्गत साहाय्य मिळणार.

(संदर्भ : maharashtra.gov.in, msins.in)

नियुक्ती :

- लोकपाल संस्थेतील अध्यक्ष व सदस्यांची नेमणुकीची शिफारस पंतप्रधानांच्या अध्यक्षतेखालील लोकसभा अध्यक्ष, विरोधी पक्षनेता लोकसभा, भारताचे सरन्यायाधीश व एक ज्येष्ठ विधिज्ञ (Eminent jurist) यांची समिती करणार
- अध्यक्ष व सदस्य पाच वर्षे कालावधी किंवा वयाच्या ७० वर्षांपर्यंत पदावर
- लोकपाल अध्यक्ष व सदस्यांचे वेतन भारताच्या संचित निधीतून

अधिकार क्षेत्र :

- लोकपालाच्या अधिकार क्षेत्रात पंतप्रधान, मंत्रिमंडळ, संसद सदस्य, केंद्रशासनाचे वर्ग अ, ब, क व ड कर्मचारी
- केंद्रीय गुन्हे अन्वेषण विभागाचे (CBI) लोकपालास चौकशीमध्ये साहाय्य

- लोकपालावर प्राथमिक चौकशी सहा महिन्यांच्या आत पूर्ण करण्याचे बंधन

(संदर्भ : maharashtra.gov.in/lokayukt.maharashtra.gov.in)

सकाळ

केंद्र शासनाच्या राष्ट्रीय ग्राम स्वराज्य अभियानाची संपूर्ण राज्यात अंमलबजावणी करण्याचा राज्यमंत्रिमंडळाचा निर्णय

दि. १२ फेब्रुवारी २०१९ रोजी केंद्रशासनाची राष्ट्रीय ग्राम स्वराज्य अभियान योजना २०१८-१९ पासून संपूर्ण राज्यात राबविण्याचा निर्णय

- योजनेच्या माध्यमातून जिल्हा परिषद, पंचायत समिती आणि ग्रामपंचायतीतील सदस्यांना प्रशिक्षण देण्यासह लोकप्रतिनिधी म्हणून त्यांच्या क्षमता वाढीसाठी विशेष प्रयत्न करण्यात येणार
- या योजनेसाठी केंद्र : राज्य शासनाकडून ६०:४० या प्रमाणात निधी उपलब्ध होणार
- राज्यात या अभियानांतर्गत प्रशिक्षण व क्षमता बांधणीचा प्रमुख कार्यक्रम हाती घेण्यात येणार
- या सर्व कार्यक्रमांचे संनियंत्रण करण्यासाठी राज्यस्तरावर राज्य व्यवस्थापन कक्ष-पंचायतराज आणि जिल्हा स्तरावर जिल्हा प्रकल्प व्यवस्थापन कक्ष स्थापन करण्यात येणार
- या कार्यक्रमांतर्गत जिल्हा परिषद, पंचायत समिती व ग्रामपंचायतींचे निवडून आलेले सदस्य आणि थेट निवडून आलेले सरपंच यांच्यासाठी निवडणुकीनंतरच्या ६ महिन्यांत प्रशिक्षण व क्षमता बांधणी कार्यक्रम घेतला जाणार
- जिल्हा आणि तालुका स्तरावरील अधिकारी, कर्मचारी आणि ग्रामसेवक यांचे प्रशिक्षण व क्षमता बांधणीचे कार्यक्रमही नियमितपणे घेण्यात येणार
- क्षमता बांधणी व प्रशिक्षण कार्यक्रम सुरळीतपणे आणि गुणवत्तापूर्ण होण्यासाठी राज्यस्तरावर पुणे येथील यशदा संस्थेत राज्य पंचायत संसाधन केंद्र (SPRC) स्थापन करण्यात येणार
- जिल्हा पंचायत संसाधन केंद्राच्या इमारत बांधकामासाठी प्रत्येकी २ कोटींपर्यंतचा निधी उपलब्ध करून देण्यात येणार
- ग्रामपंचायतींना तांत्रिक सल्ला देण्यासाठी तालुका स्तरावर प्रत्येकी दोन तांत्रिक व्यक्ती नियुक्त करण्यात येणार

निधीचे वाटप

- या अभियानांतर्गत कार्यालय इमारत नसलेल्या ग्रामपंचायतींना इमारत बांधकामासाठी
- पेसा क्षेत्रामध्ये समावेश असलेल्या १३ जिल्ह्यांतील ५९ तालुके व २८९० ग्रामपंचायतींच्या क्षमता बांधणी व इतर उपक्रमांसाठी
- जिल्हा परिषद, पंचायत समिती आणि ग्रामपंचायत सदस्यांचे प्रशिक्षण, गावस्तरीय कर्मचाऱ्यांचे प्रशिक्षण, ग्रामसभा बळकटीकरणाच्या उपक्रमांसाठी
- पेसा क्षेत्रातील जिल्हे व तालुक्यांसाठी प्रत्येकी एक पेसा समन्वयक व प्रत्येक ग्रामपंचायतीसाठी पेसा मोबिलायझर असे मनुष्यबळ उपलब्ध होणार
- याशिवाय योजनेंतर्गत माहिती, शिक्षण, संवाद आणि नावीन्यपूर्ण उपक्रमांसाठी निधी उपलब्ध होणार आहे.

राष्ट्रीय ग्राम स्वराज अभियान :

- देशातील पंचायतराज व्यवस्थेचे बळकटीकरण करण्याच्या हेतूने २४ एप्रिल २०१८ रोजी मध्य प्रदेशमधील आदिवासी बहुल जिल्हा रामनगर येथून 'राष्ट्रीय ग्रामस्वराज्य अभियाना'चा शुभारंभ
- २४ एप्रिल हा दिवस देशात 'राष्ट्रीय पंचायतराज दिवस' म्हणून साजरा
- अभियान २०१८ ते २०२२ या कालावधीदरम्यान राबविण्यात येणार
- त्यासाठी ७२५५ कोटी रुपयांचा खर्च अपेक्षित
- हा खर्च केंद्र व राज्यात ६०:४० (४५०० कोटी : २७५५ कोटी) प्रमाणात विभागण्यात येणार आहे
- विशेष राज्यांसाठी ९०:१० या प्रमाणात

Gram Swaraj

राष्ट्रीय ग्राम स्वराज अभियान

१. **शुभारंभ :** २४ एप्रिल २०१८
२. **शुभारंभ ठिकाण :** मध्य प्रदेशमधील आदिवासी बहुल जिल्हा **रामनगर**
३. **'राष्ट्रीय पंचायतराज दिवस' :** २४ एप्रिल
४. **अभियानाचा कालावधी :** २०१८ ते २०२२
५. **अपेक्षित खर्च :** ७२५५ कोटी रुपय

यशदा (YASHDA : Yashwantrao Chavan Academy of Development Administration) :

- यशदा ही महाराष्ट्रातील प्रमुख मनुष्यबळ विकास संस्था
- प्रशासकीय अधिकारी, पंचायतराज संस्थेचे निर्वाचित सदस्य, शहर विकास, ग्रामीण विकास, आपत्ती विकास, सामाजिक न्याय या क्षेत्रांमध्ये प्रशिक्षित मनुष्यबळ घडविणे

यशदाच्या स्थापनेचा क्रम :

- १९६३ : ॲडमिनिस्ट्रेटिव्ह स्टाफ कॉलेज (मुंबई)
- १९८४ : महाराष्ट्र विकास प्रशासन संस्था (मिडा), पुणे
- १९९० : यशवंतराव चव्हाण विकास प्रशासन प्रबोधिनी, पुणे (यशदा)
- यशदातर्फे यशोमंथन (मराठी) व Aswattha (English) ही त्रैमासिके प्रकाशित

(संदर्भ : maharashtra.gov.in, yashada.org)

महाराष्ट्र राज्य दिव्यांग कल्याण धोरण जाहीर : लहान वयातच अपंगत्वावर प्रभावी उपचार, दिव्यांग मुलांसाठी जलचिकित्सा, पोषण आहाराबरोबरच त्यांच्या शारीरिक विकासासाठी राज्य सरकार आर्थिक मदत करणार

दिनांक २३ फेब्रुवारी २०१९ रोजी महाराष्ट्र राज्याने तब्बल दीड वर्षांत 'दिव्यांग कल्याण धोरण' जाहीर केले.

- हे धोरण 'दिव्यांग अधिकार कायदा-२०१६' वर आधारित
- मे २०१७ मध्ये 'दिव्यांग कल्याण धोरणा'चा मसुदा जाहीर
- त्यानंतर एक वर्ष आठ महिन्यांनी या धोरणास मान्यता
- या धोरणांतर्गत लहान वयातच अपंगत्वावर प्रभावी उपचाराची योजना
- दिव्यांग मुलांसाठी जलचिकित्सा, पोषण आहाराबरोबरच त्यांच्या शारीरिक विकासासाठी राज्य सरकारकडून आर्थिक मदत

शिक्षण क्षेत्रासाठी दिव्यांग कल्याण धोरण :

- शासकीय व अनुदानित उच्च शिक्षण संस्थांमध्ये दिव्यांगांना पाच टक्के जागा राखीव ठेवण्यात येणार आहेत.
- उच्च शिक्षणासाठी दिव्यांगांना सामान्यांपेक्षा पाच वर्षे अधिक वयोमर्यादा.
- राज्याच्या सर्व विद्यापीठांत दिव्यांगत्व अध्ययन केंद्र स्थापन करून, संशोधनावर आधारित शिक्षणासाठी प्रोत्साहन देणार.
- उच्च शिक्षणासाटी दिव्यांगांना शुल्कात सवलत.
- शाळेमध्ये दिव्यांग मुलांसोबत भेदभाव करण्यास प्रतिबंध
- दिव्यांग मुलांसाठी शाळेत विशेष प्रशिक्षित शिक्षकही नेमणे बंधनकारक, शिक्षकांच्या अभ्यासक्रमातही दिव्यांग शिक्षणाचा समावेश

रोजगार क्षेत्रासाठी दिव्यांग कल्याण धोरण:

- शासकीय व निमशासकीय सेवेत दिव्यांगांना समान संधी.
- दिव्यांग व्यक्तींसाठी उपलब्ध योजना व आरक्षणांतर्गत उपलब्ध जागांची माहिती वेळोवेळी वेबसाईटवर टाकणार.
- स्वयंरोजगारास प्रोत्साहनासाठी कर्ज सुविधा व व्याजाच्या परतफेडीत अनुदान.
- कारखाने उभारणीसाठी सवलतीच्या दरात जागा.
- नवजात बालकांच्या विकासात झालेल्या विलंबाचा प्रतिबंध करण्यासाठी प्राथमिक आरोग्य केंद्र, ग्रामीण रुग्णालये, उपजिल्हा रुग्णालये, जिल्हा रुग्णालयांच्या दर्जात वाढ
- राज्याच्या अपंग कल्याण आयुक्तालयाचे 'दिव्यांग कल्याण आयुक्तालय' असे नामकरण
- अपंग कल्याण आयुक्तालयाची निर्मिती २००० मध्ये झाली असून मुख्य कार्यालय पुणे येथे

दिव्यांग अधिकार अधिनियम-२०१६ (Right of Person with Disability-2016):

- दिव्यांग अधिकार अधिनियम-२०१६ भारतीय संसदेकडून डिसेंबर २०१६ मध्ये संमत
- १५ जून २०१७ पासून दिव्यांग अधिकार अधिनियम -२०१६ चा अंमल सुरू
- हा कायदा अपंग अधिकार अधिनियम-१९९५ ची जागा घेणार

अधिनियमाची वैशिष्ट्ये :

१. अपंगत्वाची व्याख्या :

- जुन्या कायद्यात सात प्रकारच्या अपंगत्वास मान्यता, सुधारित कायद्यात ही संख्या एकवीस करण्यात आली
- रक्ताशी निगडित आजार (थॅलेसॅमिया, हिमोफिलिया, सिफलसेल) ॲसिड हल्लाग्रस्त, वाचा व भाषा दोष यांचा अपंगत्वात समावेश

२. शिक्षण :

- ६-१८ वर्षे वयोगटातील दिव्यांग बालकांना मोफत शिक्षणाचा अधिकार
- उच्च शिक्षण संस्थेत राखीव जागा
- या जागा ५% पेक्षा कमी नसतील

३. रोजगार :

- शासकीय नोकऱ्यांमध्ये आरक्षण.
- हे प्रमाण ४% पेक्षा कमी नाही
- शासकीय योजना (जमीन पुनर्वाटप, दारिद्र्य निर्मूलन) मध्ये वाटपाच्या/लाभार्थ्यांचे किमान ५% आरक्षण.

४. प्रशासकीय रचना :

- केंद्रात व राज्यांमध्ये मुख्य आयुक्त दिव्यांग कल्याण आयुक्त
- सल्लागार समिती : केंद्रात ११ सदस्य व राज्यात ५ सदस्य

५. कायद्याचे उल्लंघन :

- कायद्यातील तरतुदींचे उल्लंघन करणाऱ्या व्यक्तींना सहा महिने तुरुंगवास किंवा १०,००० रु. दंड
- वारंवार गुन्हा करणाऱ्यास दोन वर्षे तुरुंगवास व पन्नास हजार रुपये दंडाची शिक्षा.
- या कायद्यांतर्गत खटले चालविण्यासाठी विशेष न्यायालयांची स्थापना करण्यात येणार.
- हा कायदा संयुक्त राष्ट्र 'अपंग अधिकार संहिता-२००७ (United Nation Convention on Rights of Persons with Disabilities-2007)' शी सुसंगत
- ३ डिसेंबर २०१५ रोजी 'सुगम्य भारत अभियान' दिव्यांगांचा वावर सार्वजनिक क्षेत्रात सहज करण्यासाठी सुरू

सकाळ कोरड्या आश्वासनांचा अर्थहीन संकल्प

राज्याचे तत्कालीन अर्थमंत्री सुधीर मुनगंटीवार यांनी २०१९-२० या वर्षासाठी ३ लाख ३४ हजार २७३ कोटी महसुली खर्चाचा अर्थसंकल्प सादर केला. हे अंदाजपत्रक म्हणजे मागील चार वर्षांच्या अर्थसंकल्पांचा 'पुढचा पाढा' आहे. सर्व प्रथम हे लक्षात घेणे गरजेचे आहे, की 'अर्थसंकल्प' हा एखाद्या पेढीप्रमाणे जमाखर्चाचा ताळेबंद नसून, तो सरकारचा धोरणविषयक दस्तावेज असतो. राज्याच्या अर्थव्यवस्थेचा दिशादर्शक असतो, असावयास हवा! एकतर आजीमाजी सरकारांच्या दिवाळखोर व जनविरोधी खर्च योजनांमुळे उण्यापुऱ्या साडेतीन लाख कोटी रुपये खर्चातील तब्बल ६० टक्के खर्च वेतन, निवृत्तिवेतन व व्याज चुकते करण्यासाठी अदा केला जातो. त्यातच सातव्या वेतन आयोगाच्या बोजामुळे तर हा खर्च वर्षभरात आणखीच वाढणार आहे. तात्पर्य, महाराष्ट्राच्या १३ कोटी लोकसंख्येपैकी जास्तीत जास्त दीड-दोन कोटी लोकांना अर्थसंकल्पाचा लाभ होतो. ग्रामीण भाग, डोंगरदऱ्या व शहरी झोपडपट्ट्यांमध्ये राहणारे शेतकरी-शेतमजूर, कोळी, हातावर पोट असलेले आदिवासी-दलित-श्रमिकांना याचा कवडीचा फायदा होत नाही. निम्मी-अधिक लोकसंख्या रोजगारासाठी अवलंबून असलेल्या शेती क्षेत्राला अडचणींतून बाहेर काढल्याशिवाय आणि ग्रामीण क्रयशक्ती वाढविल्याशिवाय अर्थव्यवस्था रूळावर येणार नाही, याकडे कानाडोळा करण्याची परंपरा यंदाच्या अर्थसंकल्पात कायम आहे.

सरकारच्या प्रसिद्धिपत्रकाची सुरुवात होते : शेतकरी, युवक, समाजातील वंचित घटक, महिला अशा समाजातील सर्व घटकांना स्पर्श करणारा सर्व समावेशक 'अंतरिम अर्थसंकल्प' या वाक्याने, बुलेट पॉइंटने! यात मग एक एक बुलेट' अशी : दुष्काळग्रस्तांसाठी आकस्मिकता निधी २ हजार कोटी रुपये; सिंचनासाठी ८,७३३ कोटी; जलयुक्त शिवारसाठी दीड हजार कोटी; सूक्ष्मसिंचन, विहिरी, शेततळे यासह रोजगार हमीसाठी ५,१८७ कोटी; कृषी ३,४९८ कोटी; राज्यातील रस्ते ८,५०० कोटी इत्यादीसह सर्व गळती, अपहार, सायफन योजना! फडणवीस सरकारने सलग दोन वर्षे तुटीचा अर्थसंकल्प सादर केला. गेल्या वर्षी जवळपास चार हजार ५१३ कोटी रुपये महसुली तुटीचा अर्थसंकल्प सादर करण्यात आला होता, परंतु प्रत्यक्षात सुधारित अंदाजपत्रकानुसार ही महसुली तूट १४ हजार कोटींवर गेली. २०१९-२० या वर्षाची अंदाजित महसुली तूट १९ हजार ७८४ कोटी रुपये असल्याचे अर्थमंत्र्यांनी स्पष्ट केले. इतकी मोठी तूट हे आर्थिक बेशिस्तीचा पुरावा आहे. राज्याची आर्थिक स्थिती मजबूत असल्याचा अर्थमंत्र्यांचा दावा आहे, परंतु पंधराव्या वित्त आयोगाने राज्याची आर्थिक स्थिती ढासळल्याचे नमूद केले आहे. राज्याच्या महसुली उत्पन्नवाढीच्या दरात मोठी घट झाल्याचे निदर्शनास आले आहे. राज्याच्या एकूण जमेत महसुली उत्पन्नाचा वाटा २००९-२०१३ या काळात सरासरी १७.७० टक्के होता, ते प्रमाण २०१४ ते २०१८ या काळामध्ये ११.५२ टक्क्यांवर घसरले. तसेच प्रत्यक्ष करांच्या माध्यमातून मिळणारेही उत्पन्न २० टक्क्यांवरून नऊ टक्क्यांवर आले. सारांश, अर्थसंकल्पातील लाखो कोटी खर्चाचे अगडबंब आकडे प्रत्यक्षात निरर्थक आहेत.

• प्रा. एच. एम. देसरडा

प्रख्यात अर्थतज्ज्ञ व राज्य नियोजन मंडळाचे माजी सदस्य

(पूर्वप्रसिद्धी - दैनिक ॲग्रोवन)

सकाळ 'दलित' शब्दाऐवजी आता 'अनुसूचित जाती व नवबौद्ध'

सरकारी व्यवहार, प्रकरणे, प्रमाणपत्रे आदींमध्ये 'दलित' शब्द यापुढे वापरता येणार नाही. त्याऐवजी अनुसूचित जाती व नवबौद्ध या शब्दांचा वापर करण्यात यावा, असा शासन निर्णय जारी करण्यात आला. मराठीप्रमाणेच अन्य भाषांतही हा शब्द वापरण्यात बंदी करण्यात आली असून शेड्यूल्ड कास्ट या शब्दाला भाषांतरासाठी योग्य शब्द वापरावा, असेही यात म्हटले आहे.

'दलित' शब्दप्रयोग वापरला जाऊ नये यासाठी आणि त्याला पर्यायी अनुसूचित जाती-जमाती शब्द वापरला जावा, यासाठी मध्य प्रदेश उच्च न्यायालयाने आदेश दिले आहेत. याबाबतची अजून एक याचिका मुंबई उच्च न्यायालयाच्या नागपूर खंडपीठात दाखल करण्यात आलेली आहे. केंद्र सरकारनेदेखील हा आदेश मान्य केला असून भारतीय संविधानाच्या अनुच्छेद ३४१ नुसार निर्गमित केलेल्या राष्ट्रपतींच्या आदेशानुसार नमूद अनुसूचित जातीच्या संबोधनाकरिता सर्व व्यवहार, प्रकरणे, प्रमाणपत्र आदी कागदपत्रांमध्ये इंग्रजी भाषेत 'शेड्यूल्ड कास्ट' व अन्य राष्ट्रीय भाषांमध्ये नामाभिधानाचा योग्य अनुवादित शब्दप्रयोग करावा, अशा सूचना उच्च न्यायालयाने दिल्या आहेत. त्या अनुषंगाने राज्य सरकारने 'दलित' शब्दाऐवजी इंग्रजीत 'शेड्यूल्ड कास्ट', 'न्यू बौद्ध' तर मराठी भाषेत 'अनुसूचित जाती व नवबौद्ध' अशा संबोधनाचा वापर करावा, असे सहसचिव दिनेश डिंगळे यांनी शासनादेशाद्वारे स्पष्ट केले आहे.

•

दिव्यांग व्यक्ती (Disabled Population) :

- भारतामध्ये २०११ च्या जनगणनेनुसार दिव्यांग व्यक्तींची संख्या २.६८ कोटी एवढी असून एकूण लोकसंख्येच्या तुलनेत हे प्रमाण २.२१%
- दिव्यांग व्यक्तींमध्ये १.५ कोटी (५६%) पुरुष, तर १.१८ कोटी (४४%) स्त्रिया
- पंतप्रधान नरेंद्र मोदींकडून २८ डिसेंबर २०१५ रोजी 'मन की बात'मध्ये अपंगांसाठी दिव्यांग हा शब्द
- महाराष्ट्रामध्ये दिव्यांगांची लोकसंख्या २९,३६,३९२ (२०११) च्या जनगणनेनुसार
- देशामध्ये दिव्यांगांचे सर्वाधिक प्रमाण हे हालचाल करण्यास असमर्थ (Movement), कर्णबधिर (Hearing) व दृष्टिदोष (Seeing) असणारांचे
- ३ जानेवारी २०१२ रोजी सामाजिक न्याय व सक्षमीकरण मंत्रालयांतर्गत 'दिव्यांगजन विभागा'ची निर्मिती

या विभागांतर्गत सात प्रमुख राष्ट्रीय संस्था			
१.	अली यावर जंग राष्ट्रीय श्रवणदोष संस्था	१९८३	मुंबई
२.	राष्ट्रीय बहु विकलांग सक्षमीकरण संस्था	२००५	चेन्नई
३.	स्वामी विवेकानंद राष्ट्रीय पुनर्वसन संस्था	१९८४	कटक
४.	राष्ट्रीय अस्थिव्यंग संस्था	१९७८	कोलकाता
५.	राष्ट्रीय दृष्टिदोष संस्था	१९७९	डेहराडून
६.	राष्ट्रीय मानसिक व्यंग संस्था	१९८४	सिकंदराबाद
७.	पंडित दीनदयाळ उपाध्याय भौतिक दिव्यांग संस्था	१९७६	दिल्ली

(संदर्भ : pib.nic.in, maharashtra.gov.in)

महाराष्ट्राचे सहावे औद्योगिक धोरण - २०१९ जाहीर

दि. ७ मे २०१९ रोजी एका वर्षापासून प्रतीक्षेत असलेले 'उद्योग धोरण' महाराष्ट्र शासनाकडून प्रकाशित करण्यात आले.

- 'महाराष्ट्र औद्योगिक धोरण-२०१९' हे आत्तापर्यंतचे सहावे औद्योगिक धोरण.
- यापूर्वीचे औद्योगिक धोरण २०१४ मध्ये प्रकाशित, ज्याची मुदत ३१ मार्च २०१८ रोजी संपुष्टात.
- महाराष्ट्राने सर्वप्रथम १९९३ मध्ये 'औद्योगिक धोरण' जाहीर केले.

औद्योगिक धोरणाचा दृष्टिकोन :

- महाराष्ट्र शाश्वत विकासास चालना देणारे एक जागतिक गुंतवणूक, उत्पादन व तांत्रिक केंद्राचा विकास.
- २०२५ पर्यंत राज्याची अर्थव्यवस्था एक ट्रिलियन अमेरिकन डॉलर्सपर्यंत (1,000,000,000,000 United States Dollar ($)) वाढविण्याकरिता उत्पादन निर्मिती वातावरणात वृद्धी करण्यासाठी जागतिक गुंतवणूकदारांसाठी पसंतीचे ठिकाण म्हणून विकसित करणे.

२०२५ पर्यंत महाराष्ट्राची अर्थव्यवस्था **१ ट्रिलियन अमेरिकन डॉलर्स**पर्यंत वाढविण्याकरिता उत्पादन निर्मिती वातावरणात वृद्धीसाठी प्रयत्न होणार.

महाराष्ट्र औद्योगिक धोरण-२०१९ उद्दिष्टे :

- व्यवसायास पोषक वातावरण निर्माण करून औद्योगिक गुंतवणुकीतील आघाडीचे स्थान अबाधित ठेवणे.
- सूक्ष्म व लघु-उद्योगांना प्रोत्साहन देऊन रोजगार निर्मितीची पातळी उच्च ठेवणे.
- सन २०२३-२४ पर्यंत राज्याच्या सकल उत्पन्नात 'उत्पादन क्षेत्राचा हिस्सा' २५% करणे.
- उत्पादन क्षेत्रातल्या वाढीचा दर १२ ते १३% राखणे.
- १० लाख कोटी इतक्या मूल्याची गुंतवणूक आकर्षित करणे.
- २०२३-२४ पर्यंत ४० लाख लोकांसाठी रोजगाराच्या संधी निर्माण करणे.
- सुविकसित औद्योगिक पायाभूत सुविधा निर्माण करणे.
- राज्यातील गोदाम व वाहतूक पुरवठा सुविधांच्या विकासासाठी एमआयडीसी किमान ५०० एकर औद्योगिक क्षेत्र आरक्षित करणार.
- सूक्ष्म, लघु व मध्यम उपक्रमांसाठी महाराष्ट्र औद्योगिक विकास महामंडळाकडून फ्लॅटेड गाळ्याची निर्मिती.
- निर्णायक औद्योगिक पायाभूत सुविधा निधी (Critical Industrial Infrastructure Fund - CIIF) मध्ये वाढ करून १००० कोटी.
- खासगी औद्योगिक वसाहतीच्या विकासासाठी खासगी गुंतवणूक आकर्षित करणे.
- महाराष्ट्र औद्योगिक विकास महामंडळ हे या खासगी औद्योगिक वसाहतीसाठी नियोजन प्राधिकरण असेल.
- उदयोन्मुख उच्च तंत्रज्ञानाच्या क्षेत्रांकडे औद्योगिक विकास वळवण्यासाठी व रोजगार निर्माण करण्यासाठी खाली क्षेत्रांना प्राधान्य देण्यात आले आहे.

१)	विद्युत वाहने (उत्पादन, पायाभूत सुविधा, देखभाल
२)	हवाई व संरक्षण उत्पादन उद्योग
३)	उद्योग ४.० (कृत्रिम बुद्धिमत्ता, त्रिमिती छपाई, महाजाल, यंत्रमानव विज्ञान, अतिसूक्ष्म तंत्रज्ञान)
४)	एकात्मिक डेटा सेंटर्स पार्क
५)	वस्त्रोद्योग यंत्रसामग्रीचे उत्पादन
६)	जैवतंत्रज्ञान, वैद्यकीय निदान उपकरणे
७)	कृषी व अन्नप्रक्रिया उद्योग
८)	माहिती तंत्रज्ञान व माहिती तंत्रज्ञान साहाय्यभूत सेवा
९)	इलेक्ट्रॉनिक प्रणाली संरचना व उत्पादन व सेमी कंडक्टर फॅब्रिकेशन
१०)	गोदाम व वाहतूक पुरवठा
११)	हरित ऊर्जा व जैवइंधनाचे उत्पादन
१२)	क्रीडा व व्यायामशाळा उपकरण उत्पादन
१३)	अणुऊर्जा प्रकल्पांच्या उपकरणांचे उत्पादन
१४)	खनिज व वनआधारित उत्पादन

मुख्यमंत्री रोजगारनिर्मिती योजना :

- बेरोजगार युवकांना स्वयंरोजगाराकडे प्रेरित करण्यासाठी ही योजना सुरू.
- सदर योजनेत १८ ते ४५ वयातील पात्र व्यक्तींना प्रशिक्षित करून स्वयंरोजगारासाठी प्रोत्साहन देणार.
- या योजनेंतर्गत किमान १० लाख रोजगार निर्माण होणार
- या योजनेद्वारे मंजूर प्रकल्पाच्या १५-३५% इतके अनुदान योजनेद्वारे आर्थिक साहाय्य
- या योजनेमध्ये उत्पादन आणि व्यवसाय, सेवा क्षेत्र समाविष्ट
- या योजनेंतर्गत प्रकल्प खर्च उत्पादन क्षेत्रासाठी ५० लाख रुपये व व्यवसाय क्षेत्रासाठी १० लाख एवढा मर्यादित

औद्योगिक समूह प्रवर्तन (Cluster Promotion)

- समूह विकासासाठी वित्तीय साहाय्याच्या मर्यादेत ५ कोटीवरून १० कोटी रुपयांपर्यंत वाढ
- महाराष्ट्र औद्योगिक विकास महामंडळाच्या नवीन औद्योगिक वसाहतींमध्ये २०% क्षेत्रफळ सूक्ष्म, लघु व मध्यम उपक्रमांसाठी आरक्षित ठेवण्यात येईल. त्यापैकी,

	राखीव जागा
अनुसूचित जाती/जमाती उद्योजक	२०%
महिला उद्योजिका व बचतगट	५%
माजी सैनिक	२%

- सूक्ष्म व लघु-मध्यम उपक्रम आता स्टॉक एक्सचेंजवर लिस्टिंगद्वारे सार्वजनिक निधी प्राप्त करू शकतात.
- सूक्ष्म व लघु-मध्यम उद्योगांना स्थिर भांडवली गुंतवणुकीच्या (कमाल ५० कोटी) ३०-१००% रक्कम ७-१० वर्षे कालावधीदरम्यान आर्थिक प्रोत्साहन म्हणून देण्यात येईल.
- विशाल व अतिविशाल प्रकल्पांना प्रोत्साहन.
- विशाल प्रकल्पांमुळे मिळणारे बहुविध फायदे लक्षात घेऊन अशा प्रकारची गुंतवणूक आकर्षित करण्यासाठी या प्रकल्पांना प्रोत्साहन देण्यात येईल.

विशाल व अतिविशाल प्रकल्पांसाठी पात्रतेचे निकष

उद्योगाचा प्रकार	तालुका/वर्गवारी	भांडवल मर्यादा (कोटी)	रोजगार निर्मिती
विशाल प्रकल्प	अ व ब	१५००	२०००
	क	१०००	१५००
	ड	७५०	१०००
	ड+	५००	७५०
	विदर्भ, मराठवाडा, धुळे, रत्नागिरी, सिंधुदुर्ग, विनाउद्योग जिल्हे, नक्षल प्रभावित, आकांक्षी जिल्हे	३५०	५००
		२००	३५०
अतिविशाल प्रकल्प	संपूर्ण राज्य	४०००	४०००

- राज्यातील ५०० कोटींपेक्षा जास्त स्थिर भांडवली गुंतवणूक असलेल्या मोठ्या विशाल प्रकल्पांमध्ये महाराष्ट्र विक्रीकर रोखे प्राधिकरणामार्फत ९% समभाग भागीदारी
- वॉक टू वर्क संकल्पनेला चालना देऊन शहरातील गर्दी कमी करण्यासाठी कामाच्या ठिकाणापासून ५ किमी परिसरामध्ये कर्मचाऱ्यांसाठी निवासी सुविधा विकसित करण्यासाठी प्रोत्साहन.
- राज्यात मुख्यमंत्र्यांच्या अध्यक्षतेखाली 'जागतिक गुंतवणूक प्रोत्साहन परिषदे'ची स्थापना होणार.
- कृषी व अन्न प्रक्रिया, हरित ऊर्जा, जैव इंधन व उद्योग ४.० मधील उद्योगांसाठी २०% अतिरिक्त आर्थिक प्रोत्साहन.
- महाराष्ट्रात जागतिक स्तरावरील 'शिखर उद्योजकता विकास संस्थे'ची स्थापना मुंबई महानगर

- वीजनिर्मिती : **४३००० मेगावॉट**
- महामार्ग : **२२००० किमीचे**
- मेट्रो : देशातील सर्वाधिक **२३३ किमी मेट्रो** रेल्वेचे जाळे महाराष्ट्रात निर्माणाधीन
- विमानतळे : **७ देशांतर्गत व ४ आंतरराष्ट्रीय**
- शैक्षणिक : **२० विद्यापीठे व २१ अभिमत विद्यापीठे**
- उत्पादन क्षेत्राच्या वाढीचा दर : **सन २०१७-१८मध्ये ७.६%**

क्षेत्रात कळंबोली (जि. रायगड) येथे
- हे धोरण १ एप्रिल, २०१९ पासून पुढील पाच वर्षांसाठी लागू
- भारताच्या पश्चिम भागात स्थित महाराष्ट्र सर्वांत जास्त औद्योगिकीकरण झालेले राज्य.
- भारताच्या सकल राष्ट्रीय उत्पन्नात महाराष्ट्राचा १९.०१% वाटा
- एप्रिल २००० ते डिसेंबर २०१७ या कालावधीत महाराष्ट्रात ११३.८२ अब्ज डॉलर्स इतकी थेट परकीय गुंतवणूक. देशाच्या एकूण परकीय गुंतवणुकीच्या सुमारे एक तृतीयांश
- ४३००० मेगॅवॉट वीजनिर्मिती क्षमता असल्यामुळे महाराष्ट्रात उद्योगांना अखंड वीजपुरवठा.
- राज्यांमध्ये विविध उद्योगांसाठी अनुकूल विभाग.
- वाहन उद्योग - पुणे-औरंगाबाद
- इलेक्ट्रॉनिक प्रणाली संरेखन - पुणे
- औषध व रासायनिक उद्योग - मुंबई, ठाणे, औरंगाबाद, पुणे
- अभियांत्रिकी उद्योग - अहमदनगर, नाशिक, पुणे
- अन्नप्रक्रिया - सोलापूर, अहमदनगर, नाशिक, अमरावती
- सिमेंट व स्टील - विदर्भ, मराठवाडा
- २०१४ ते २०१८ या कालावधीत राज्यातील ११९ खासगी माहिती तंत्रज्ञान उद्योगातून सुमारे १९२.६० कोटी गुंतवणूक
- राज्यात ५,५०,००० इतकी रोजगारनिर्मिती.

(संदर्भ : maharashtra.gov.in)

महाराष्ट्र राज्य क्षयरोगमुक्त करण्यासाठी जीत प्रकल्प राज्यातील १३ जिल्ह्यांमध्ये राबविण्याचा राज्य शासनाचा निर्णय

दि. १५ डिसेंबर २०१८ रोजी टाटा समाजविज्ञान संस्थेत आयोजित कार्यक्रमात आरोग्यमंत्री डॉ. दीपक सावंत यांच्या हस्ते 'राष्ट्रीय क्षयरोग नियंत्रण कार्यक्रम अंतर्गत' जीत प्रकल्पाचे उद्घाटन
- 'जीत' (Joint Effort for Elimination of Tuberculosis) प्रकल्पाच्या माध्यमातून क्षयरोगमुक्त महाराष्ट्राचे उद्दिष्ट साध्य करण्यासाठी जास्तीत जास्त क्षयरुग्णांना वेळेवर व संपूर्ण उपचार घेण्यास प्रवृत्त करणे, हा या उपक्रमाचा प्रमुख उद्देश
- केंद्र शासनाच्या मध्यवर्ती क्षयरोग विभागाने केलेल्या सर्वेक्षणात ६०% क्षयरुग्णांचे खासगी क्षेत्रात उपचार.
- 'जीत प्रकल्पांतर्गत' खासगी वैद्यकीय व्यावसायिकांकडे उपचार होणाऱ्या क्षयरुग्णांची माहिती जमा करून त्यांना उपचाराच्या कक्षेत येणार.
- महाराष्ट्रातील पुढील प्रमुख १३ शहरांमध्ये हा उपक्रम राबवणार.

क्षयरोग (Tuberculosis) :
- क्षयरोग हा जीवाणूजन्य रोग आहे.
- मायक्रोबॅक्टेरिअम ट्युबरकुली (Mycobacterium tuberculosis) या जीवाणूद्वारे रोगप्रसार होतो.
- क्षयरोगाच्या जीवाणू थुंकीद्वारे, हवेद्वारे प्रसार.
- क्षयरोगाचा जीवाणू मुख्यत्वे फुफ्फुसांवर हल्ला.
- दोन आठवड्यांपेक्षा जास्त खोकला, छातीत दुखणे, वजन कमी होणे ही क्षयरोगाची लक्षणे
- क्षयरोगाच्या निदानासाठी (X-RAY) किंवा ट्युबरिक्युलिन टेस्ट (Tuberculin Test).
- क्षयरोगासाठी प्रतिबंधक म्हणून बी.सी.जी. (Bacillus Calmette–Guérin (BCG) vaccine) ही लस
- क्षयाचा जीवाणूचा रॉबर्ट कॉक या शास्त्रज्ञाकडून शोध.
- १९६२ मध्ये भारतात सर्वप्रथम 'राष्ट्रीय क्षयरोग नियंत्रण कार्यक्रम' सुरू.
- जागतिक आरोग्य संघटनेच्या प्रेरणेने १९९७ मध्ये सुधारित राष्ट्रीय क्षयरोग नियंत्रण कार्यक्रम (RNTCP : Revised National Tuberculosis Control Programme) सुरू
- या कार्यक्रमात DOTS (Directly Observeel Treatment Short Course) पद्धतीचा अवलंब
- DOTS अंतर्गत उपचार घेत असलेल्या रुग्णांना औषधे मिळत असल्याची खात्री करणारे आणि रुग्णांना मोबाईल मेसेजद्वारे गोळ्या घेण्याची आठवण करून देणारे 'निक्षय' (NIKSHAY) सॉफ्टवेअर विकसित
- शाश्वत विकास ध्येयानुसार २०३० पर्यंत क्षयरोगाचा प्रसार थांबविण्याचे ध्येय
- २०१७-१८ च्या केंद्रीय अर्थसंकल्पात '२०२५ पर्यंत क्षयरोगाचे निर्मूलन' हे ध्येय

(संदर्भ : maharashtra.gov.in, tiss.edu)

देशात सर्वप्रथम स्वतंत्र महिला धोरण अमलात आणलेल्या महाराष्ट्र राज्याच्या महिला धोरणाला २५ वर्षे पूर्ण

दि. २१ जून १९९४ रोजी महाराष्ट्राने देशात सर्वप्रथम स्वतंत्र महिला धोरण अमलात आणले. २१ जून २०१९ रोजी या धोरणाला २५ वर्षे पूर्ण झाली.
- गेल्या पाव शतकात या धोरणामुळे अनेक महत्त्वपूर्ण बदल घडले.

धोरणाचा आढावा :

- संयुक्त राष्ट्र संघाच्या जागतिक महिला आयोगाने १९७५ हे जागतिक महिला वर्ष आणि १९७६ ते १९८५ हे जागतिक महिला दशक म्हणून घोषित केले होते.
- १९७९ मध्ये संयुक्त राष्ट्रांच्या आमसभेत महिलांबाबत होणारा भेदभाव दूर करण्यासाठी ठराव झाला होता.
- त्यानंतर साऱ्या जगभरात स्त्रियांच्या मानवी हक्कांविषयी नव्याने चर्चा सुरू झाली.
- मथुरा बलात्कार प्रकरण, हुंडाविरोधी चळवळ, महिला अत्याचार विरोधी चळवळ, भूमिहीन शेतमजूर स्त्रियांची जमिनींच्या अधिकारासाठी आंदोलने, मुंबई व महाराष्ट्रातील महागाई विरोधात आंदोलन इत्यादींतून स्त्रियांचे नवे प्रश्न दृश्य झाले होते.
- महाराष्ट्रात १९८९, १९९०, १९९१ या तीन वर्षांत महात्मा फुले व डॉ. बाबासाहेब आंबेडकर यांच्या स्मृतीवर्षाच्या निमित्ताने 'स्त्री आधार केंद्र' व अनेक संघटनांनी सत्यशोधक महिला परिषद आयोजित करण्यात आल्या.
- स्त्री-मुक्ती आंदोलन संपर्क समितीने 'महिलांच्या हक्कांची सदन' तयार केली.
- तत्कालीन मुख्यमंत्री शरद पवार यांच्या कारकिर्दीत १९९३ मध्ये पहिल्यांदाच राज्यात महिला व बालविकास हे स्वतंत्र खाते सुरू झाले.
- १९९४ मध्ये महिला धोरण अमलात आणणारे महाराष्ट्र हे देशातील पहिले राज्य ठरले.
- राष्ट्रीय महिला आयोगाची स्थापना झाल्यानंतर राज्य महिला आयोग तयार करणारे महाराष्ट्र पहिले राज्य ठरले.
- १९९३ मध्ये राज्यात महिलांना स्थानिक स्वराज्य संस्था निवडणुकीत ३० टक्के आरक्षण देण्याचा निर्णय घेण्यात आला.
- २०११ मध्ये हे प्रमाण ५० टक्के करण्यात आले.

महिला धोरणविषयक काही ठळक बाबी

१९९४ मध्ये महिला धोरण अमलात आणणारे **महाराष्ट्र हे देशातील पहिले राज्य**

१९९३ मध्ये राज्यात महिलांना स्थानिक स्वराज्य संस्था निवडणुकीत **३० टक्के** आरक्षण; २०११ मध्ये हे प्रमाण **५० टक्के**

ग्रामसभेमध्ये गावातील **७५ टक्के** महिलांनी मागणी केल्यास गावातील दारूचे दुकान बंद करण्याचा कायदा

- ग्रामसभेमध्ये गावातील ७५ टक्के महिलांनी मागणी केल्यास गावातील दारूचे दुकान बंद होईल, असा कायदा करण्यात आला.
- महिलांना सक्षम करण्यासाठी बचत गट चळवळ उभी करून राज्यातील महिला बचत गटांना केवळ ४ टक्के व्याजदराने कर्ज देण्याचा निर्णय घेण्यात आला.
- १९९५ मध्ये बीजिंग येथे संयुक्त राष्ट्रसंघाची चौथी विश्व महिला परिषद झाली. तेथे वैश्विक स्तरावर 'प्लॅटफॉर्म फॉर ॲक्शन' हा दस्तऐवज तयार करून तो जगातील १८९ देशांनी स्वीकारला.
- १९९४ च्या धोरणानंतर मुलींना संपत्तीत वाट्याचा कायदा मंजूर झाला.
- २००१ मध्ये अटलबिहारी वाजपेयी पंतप्रधान असताना, महिला सक्षमीकरण धोरण तयार करण्यात आले.
- २००२ मध्ये विलासराव देशमुख मुख्यमंत्री असताना महाराष्ट्र राज्याचे दुसरे महिला धोरण तयार करण्यात आले.
- स्त्री केंद्री आर्थिक नियोजन, ग्रामीण पातळीवर महिला लोकप्रतिनिधींना अधिक अधिकार, स्थानिक स्वराज्य संस्थांतर्फे समुपदेशन केंद्रे, गावपातळीवर नियोजनात महिलांचा सहभाग असे महत्त्वाचे निर्णय झाले.
- २०१३ मध्ये पृथ्वीराज चव्हाण मुख्यमंत्री असताना महाराष्ट्र राज्याचे तिसरे महिला धोरण आले.

महिला धोरणांपुढे उभ्या ठाकलेल्या समस्या :

- महिलांसाठीचे कायदे कागदावरच सक्षम दिसतात. अंमलबजावणीमध्ये अनेक प्रकारच्या समस्या.
- पारंपरिक हिंसेबरोबर ऑनलाईन छळ, सोशल मीडियावरील ट्रोलिंगसारखे हिंसेचे नवे प्रश्न उभे राहिले आहेत.
- कमावत्या महिलांच्या संख्येत वृद्धी झाली आहे. मात्र, त्यांच्या कामाच्या ठिकाणी होणारा लैंगिक छळही वाढला आहे.
- राज्यात ऑनरकिलिंगच्या घटना वारंवार घडताना दिसतात.
- गर्भलिंगनिदान चाचण्या आणि मुली जन्माला येऊच नयेत म्हणून होणारे गर्भपात हा राज्यातील गेल्या २५ वर्षांतील मोठा प्रश्न ठरला.
- संघटित क्षेत्रातले रोजगार कमी होत आहेत. त्यामध्ये महिलांचे प्रमाण आधीच कमी असल्यामुळे महिला वेगाने असंघटित क्षेत्राकडे ढकलल्या जात आहेत.
- शिक्षणाच्या प्रवाहामध्ये मुलींची संख्या वाढली असली तरी, महाग झालेल्या शिक्षणाने मुलींच्या पुढील शिक्षणाचा प्रश्न बिकट झाला आहे.

(संदर्भ: dgipr.maharashtra.gov.in/DisplayELokRajya, womenchild.maharashtra.gov.in)

शेतकऱ्यांचे उत्पन्न दुप्पट करण्यासाठी व शाश्वत व संरक्षित सिंचन सुविधा उपलब्ध करून देण्यासाठी मुख्यमंत्री शाश्वत कृषी सिंचन योजनेस मान्यता

दि. ९ जुलै २०१९ रोजी शेतकऱ्यांचे उत्पन्न दुप्पट करण्यासाठी, त्यांना शाश्वत व संरक्षित सिंचन सुविधा उपलब्ध करून देण्यासाठी मुख्यमंत्री शाश्वत कृषी सिंचन योजना राबविण्यास मान्यता देण्यात आली.

योजनेची व्याप्ती :

- अवर्षणप्रवण १४९ तालुके.
- अमरावती व औरंगाबाद महसूल विभागातील सर्व जिल्हे.
- नागपूर विभागातील वर्धा, गोंदिया, गडचिरोली, चंद्रपूर या जिल्ह्यांमधील एकूण २५१ तालुक्यांमध्ये ही योजना राबविण्यात येणार आहे.
- या योजनेची अंमलबजावणी २०१९-२० पासून करण्यात येणार असून यावर्षी योजनेसाठी ४५० कोटी रुपयांची तरतूद करण्यात आली आहे.
- राज्यातील एकूण पिकाखाली असणाऱ्या २२५ लाख हेक्टर क्षेत्रांपैकी ८०% क्षेत्र कोरडवाहू आहे.
- पावसाच्या अनियमिततेमुळे या क्षेत्रातील पिकांच्या उत्पादकतेत सातत्याने चढ-उतार होत असतो.
- या योजनेंतर्गत मनुष्यबळ विकास, संरक्षित सिंचन सुविधा, यांत्रिकीकरण, कोरडवाहू पिकांच्या सुधारित वाणांची प्रात्याक्षिके, मृदा परीक्षण, संरक्षित किंवा नियंत्रित शेती यांचा अंतर्भाव करण्यात आला आहे.
- या योजनेमुळे १२ मार्च २०१४ पासून सुरू असलेली 'कोरडवाहू शेती अभियान' ही योजना रद्द करण्यात आली आहे.

योजना कुठे राबवली जाणार ?

१ अवर्षणप्रवण **१४९ तालुके.**

२ अमरावती व औरंगाबाद महसूल विभागातील सर्व जिल्हे.

३ **नागपूर** विभागातील **वर्धा, गोंदिया, गडचिरोली, चंद्रपूर** या जिल्ह्यांमधील एकूण **२५१ तालुक्यांमध्ये** ही योजना राबविण्यात येणार आहे.

योजनेची अंमलबजावणी २०१९-२० पासून होणार

- कोरडवाहू शेती अभियानाची पुनर्रचना करून अधिक लाभ देणारी आणि केंद्र शासनाच्या योजनांशी सुसंगत असणाऱ्या मुख्यमंत्री शाश्वत कृषी सिंचन योजनेस मान्यता देण्यात आली.
- मुख्यमंत्री शाश्वत कृषी सिंचन योजनेंतर्गत शेतकऱ्यांना वैयक्तिक शेततळ्यांच्या प्लॅस्टिक अस्तरिकरणासाठी प्रत्यक्ष खर्चाच्या ५०% किंवा ७५ हजार रुपये यापैकी कमी असणारी रक्कम अनुदान स्वरूपात मिळणार आहे.
- केंद्रपुरस्कृत प्रधानमंत्री कृषी सिंचन योजनेंतर्गत प्रति थेंब अधिक पीक घटकांतर्गत देण्यात येणाऱ्या अनुदानास राज्यामार्फत पूरक अनुदान दिले जाणार आहे.
- याअंतर्गत ठिबक सिंचन आणि तुषार सिंचनासाठी अल्प व अत्यल्प भू-धारक शेतकऱ्यांना प्रोत्साहन मिळणार आहे. हरितगृह किंवा शेडनेट उभारण्याकरिता एक लाख अनुदान (१००० चौ.मी.) मिळणार आहे.
- शेतकऱ्यांना याअंतर्गत असणाऱ्या सर्व घटकांचा किंवा त्यास आवश्यक असेल तेवढ्या घटकांचा लाभ घेता येणार आहे.
- अर्जदारांची निवड करताना आत्महत्याग्रस्त कुटुंबातील शेतकऱ्यांना प्रथम प्राधान्य, त्यानंतर दारिद्र्यरेषेखालील आणि विधवा-परितक्त्या शेतकरी महिलांना प्राधान्य राहील.

(संदर्भ : maharashtra.gov.in)

विमुक्त जाती, भटक्या जमाती, इतर मागासवर्ग आणि विशेष मागास प्रवर्गातील युवक-युवती व इतर उमेदवारांसाठी विविध उपक्रम राबविण्याच्या उद्देशाने महात्मा जोतिबा फुले संशोधन व प्रशिक्षण संस्था (महाज्योती) या स्वायत्त संघटनेची स्थापना करण्यास राज्य मंत्रिमंडळाच्या बैठकीत मान्यता

दि. ३० जुलै २०१९ रोजी विमुक्त जाती, भटक्या जमाती, इतर मागासवर्ग आणि विशेष मागास प्रवर्गातील युवक-युवती व इतर उमेदवारांसाठी विविध उपक्रम राबविण्याच्या उद्देशाने महात्मा जोतिबा फुले संशोधन व प्रशिक्षण संस्था (महाज्योती) स्थापन करण्यास राज्य मंत्रिमंडळाच्या बैठकीत मान्यता देण्यात आली.

- महाराष्ट्र शासनाने सारथी, बार्टी व महाज्योतीच्या धर्तीवरच आर्थिकदृष्ट्या मागासवर्गासाठी अमृत (Academy of Maharashtra, Research, upliftment & training) संस्था स्थापन करण्याचा निर्णय घेतला.
- महाज्योती संस्थेच्या माध्यमातून या समाजसमूहांच्या विकासासाठी अधिक नियोजनपूर्वक प्रयत्न करण्यात येणार आहेत.
- पुणे येथे स्थापन करण्यात येणारी महाज्योती ही राज्य शासनाची स्वायत्त संस्था असणार आहे.

सकाळ महाराष्ट्रातील ग्रामविकास चळवळी..

जागतिक बँकेने बँकॉक येथे दुष्काळाच्या प्रश्नावर आशियाई देशांच्या परिषदेचे आयोजन केले होते. यात हिवरेबाजारचे सरपंच आणि आदर्श गाव संकल्प व प्रकल्प समितीचे कार्याध्यक्ष पोपटराव पवार यांनी महाराष्ट्रातील ग्रामविकास चळवळीबद्दल मांडणी केली. यासंदर्भात मनोज कापडे यांनी त्यांच्याशी केलेली ही बातचीत.

बँकॉक परिषदेसाठी जागतिक बँकेने भारतातून एकमेव प्रतिनिधी म्हणून तुमची निवड केली...

होय. खरे तर तो माझाच नव्हे आमच्या गावात तीन दशकांपासून सुरू असलेल्या ग्रामविकासाच्या चळवळीचा सन्मान आहे. मात्र, ही चळवळ आमच्या एकट्याचीदेखील नाही. त्यात सरकारचे सर्व विभाग, राजकीय नेत्यांचे पाठबळ, गावकऱ्यांची एकजूट याचा हा एकत्रित परिणाम आहे. हिवरेबाजारने देशात ग्रामविकासाचं जे मॉडेल विकसित केले त्याची बारीकसारीक माहिती जागतिक बँकेला आहे. सरासरी २००-३०० मिलिमीटर पाऊस पडणाऱ्या हिवरेबाजारचे भूजल नियोजन, पाण्याचा ताळेबंद आणि पीकनियोजनातून झालेले नंदनवन हा आता जगभर कुतूहलाचा विषय बनला आहे. राज्याच्या जलयुक्त शिवार अभियानाची पायाभरणी याच गावात करण्यात आली. अभिनेते अमीर खान यांच्या पाणी फाउंडेशनकडून सात हजार गावांत सुरू असलेल्या ग्रामविकासाच्या अभियानाचे प्रशिक्षण वर्ग हिवरेबाजारात चालतात. एक हजार गावांमध्ये साकारत असलेल्या राज्य ग्रामपरिवर्तन अभियानाचे प्रशिक्षण वर्ग यशदा आणि नंतर थेट हिवरेबाजारात होतात. भारतातील पहिले राज्य जलसाक्षरता केंद्र यशदा येथे सुरू होण्यामागे प्रेरणा व सहभाग हा हिवरेबाजारचाच आहे. जागतिक बँकेकडून अर्थसाहाय्य मिळत असलेल्या नानाजी देशमुख कृषी विकास प्रकल्पातदेखील हेच गाव मॉडेल म्हणून गृहीत धरले आहे. सचिन तेंडुलकर यांनी खासदार म्हणून दत्तक घेतलेल्या गावातसुद्धा आम्ही मार्गदर्शन करीत आहोत. इतक्या महनिय व्यक्तींचे सान्निध्य आणि ग्रामविकास चळवळीची मोठी पार्श्वभूमी हिवरेबाजारला मिळाल्याने आम्हाला बँकॉक परिषदेत स्थान मिळाले.

या परिषदेचे आयोजन करण्यामागचा हेतू काय होता?

निसर्ग, पर्यावरणाचे संतुलन बिघडल्याने भविष्यात दुष्काळ, पुराचे नियंत्रण कसे करावे, या चिंतेने विविध देशांना ग्रासले आहे. त्यासाठीच चीन, पाकिस्तान, जपान, इराण, इराक, नेपाळ, ऑस्ट्रेलिया, इराक, अफगाणिस्तान व इतर आशियाई देशांनी जागतिक बँकेच्या माध्यमातून बँकॉक परिषद भरवली. दुष्काळ, पूरनियंत्रण, पिण्याचे पाणी आणि पर्यावरण क्षेत्रात कार्यरत असलेले आंतरराष्ट्रीय अभ्यासक त्यात सहभागी झाले होते. परिषदेत सर्व देशांनी गटचर्चा केली. मात्र, सादरीकरण व भाषणाची संधी फक्त ऑस्ट्रेलियाच्या प्रतिनिधी मारियन आणि मला देण्यात आली.

या परिषदेत तुम्ही नेमकी काय मांडणी केली?

लोकसहभागाशिवाय पर्यावरण व शहरी-ग्रामीण विकासाचे संतुलन तुम्ही ठेवूच शकणार नाही, असे मी या परिषदेत सांगितले. पर्यावरण व ग्रामविकासाबाबत आजपर्यंत जगभर धोरणात्मक मुद्दे मांडले गेले आहेत आणि आजही मांडले जात आहेत. या धोरणासाठी प्रशिक्षणही धुमधडाक्यात मिळते. मात्र, प्रत्यक्ष लोकांमध्ये, गावांमध्ये गेल्यावर सर्व काही कोलमडून पडते. त्याला एकमेव कारण म्हणजे स्थानिक समुदायाला विश्वासात घेऊन धोरणात्मक कामे केली जात नाहीत. या कामांची गुणवत्तादेखील एक मोठी समस्या असते. पाणीटंचाई व त्यातून तयार होणाऱ्या संघर्षाचे मूळ खरे तर पाणी व पिकाच्या चुकलेल्या नियोजनात आहे. तसेच, माथा ते पायथा जलसंधारण करतानाही वनसंवर्धन, मृद्संवर्धन, जलसंवर्धन व पशुसंवर्धन या क्रमाने जाण्याची आवश्यकता आहे. काही ठिकाणी पाणी माथ्यावर तर काही ठिकाणी पायथ्यावर अडविले जाते. त्यामुळे माथा विरुद्ध पायथा असा संघर्ष दिसतो आहे. भविष्यात गाव विरुद्ध शहरे याबरोबरच माथा विरुद्ध पायथा असे संघर्षदेखील वाढत जातील, असे मी परिषदेत सांगितले.

शेतीविषयक कोणती निरीक्षणे तुम्ही मांडलीत?

गावे ही कृषिकेंद्रित असतात. धरणेदेखील कृषिविकासासाठीच बांधली गेली. मात्र, आता उलटे चक्र फिरते आहे. शहरे विकासाची केंद्रे बनली असून शेतीचे पाणी जातेय उद्योग, नागरिकरणाला. त्यामुळे शेती उजाड होतेय. गावांमध्ये रोजगार नसल्याने शहरांकडे स्थलांतर वाढले आहे. शेतीवर अवलंबून असलेल्या कोणत्याही भूभागातील मानवी समुदायाला सध्या आहे तेथेच म्हणजेच गावांमध्ये विकासाची साधने द्यावी लागतील. पुरेसे पाणी, प्रक्रिया उद्योग आणि बाजारपेठा गावांपर्यंत न्याव्या लागतील. दुसरा मूलभूत एक बदल असा करावा लागेल, की बाजारात जे पिकतं तेच विकण्याची पद्धत बदलावी लागेल. पर्यावरण व भौगोलिक स्थितीनुसार पिकते तेच तेथे पिकविण्याची गरज आहे. कोणतेही पीक कोणत्याही भागात नको. शाश्वत पाण्याच्या भागात शेती बारमाहीच झाली पाहिजे. मात्र, दुष्काळी भागात पाणी उपसा करणारी पिके थांबविली पाहिजे. तेथे आठमाही हंगामाचे नियोजन केले पाहिजे. कारण, पूर्वी अवर्षणग्रस्तच दुष्काळ दिसत होता. आता स्थिती बदलली आहे. मोठ्या धरणाच्या पाणलोट क्षेत्रात आता छोटे प्रकल्प आले आहेत. त्यामुळे मोठे प्रकल्प भरत नाहीत. धरणे असूनही पाणीटंचाई तयार होते. त्यामुळे दुष्काळाच्या निकषांचा आढावा घ्यावा लागेल. पाऊस किती पडतो, पाणी किती उपलब्ध होते

त्यानुसारच जलसंधारणाचे उपचार (स्ट्रक्चर) करावे लागतील. पाणी, पाऊस नसताना होणारे उपचार तसेच गुणवत्ता नसलेली कामे यामुळे हेतू साध्य होणार नाही. भूपृष्ठावरील तसेच भूगर्भातील पाण्याचे नियोजन बिघडल्याने शेतीवर ताण पडला आहे. कारण खोलवर गेलेल्या विंधनविहिरी ही मोठी समस्या तयार झाली आहे. त्यामुळे आता ४०० मिलिमीटरपेक्षा कमी पावसाच्या भागात आठमाही पिकांनाच प्राधान्य द्यावे लागेल. जमिनीखालचे पाणी जमिनीवर आणून कागदात साठविण्याची जी स्पर्धा लागली आहे तीदेखील थांबवावी लागेल. कारण, जमिनीखालचे पाणी ही समूहाची मालमत्ता असते तर जमिनीवरचे पाणी खासगी मालमत्ता बनते. जमिनीखालचे पाणीसाठे वाढविल्याशिवाय पर्यावरणाचे संतुलन होणार नाही. मी परिषदेत हेच विस्ताराने स्पष्ट केले.

गुणवत्तापूर्ण कामांचा अभाव ही चिंतेची बाब नेहमीच असते... त्याबद्दल तुम्ही काय सांगाल?

गुणवत्तापूर्ण कामे केल्याशिवाय पर्यावरण आणि विकासाच्या कामात लोकसहभाग वाढणार नाही हे मी माझ्या सादरीकरणात स्पष्ट केले. कारण, जलसंधारणात कुठेही काहीही बांधत सुटलो तसेच गुणवत्ताही नसेल तर काहीही हाती येणार नाही. त्यामुळे कामाचे आयुष्य किमान २५ वर्षे असावे. असे दरवर्षी कामांवर पैसा खर्च करणे सरकारलाही परवडणार नाही. त्यासाठी पीकसाक्षरता व जलसाक्षरतेवर गांभिर्याने काम करावे लागेल. पाण्याचा ताळेबंद मांडावाच लागेल. 'केजी टू पीजी' म्हणजे अंगणवाडीपासून पदव्युत्तर अभ्यासक्रमांपर्यंत पाण्याचा ताळेबंद आणि पीकसाक्षरता हे विषय सक्तीने आणावे लागतील.

पाण्याच्या शुद्धतेचा मुद्दाही तुम्हाला खूपच गंभीर वाटतो. त्याविषयी काय सांगाल?

पाणी प्रश्न हा दोन अंगांनी भीषण स्वरूपाचा बनतो आहे. मुळात पावसाचा कालखंड कमी होतो आहे आणि थेंबाचे आकारमान वाढते आहे. त्यामुळे ढगफुटी व पूर येतात. जमिनीवरील आणि खालील दोन्ही पाण्याची उपलब्धता झपाट्याने घटते आहे. तर दुसऱ्या बाजूला, आहे ते पाणी दूषित होते आहे. नद्यांमध्ये जाणारे कारखान्यांचे व शहरांचे सांडपाणी आणि रासायनिक खते, कीटकनाशकांचा अतिरेकी वापर त्याला कारणीभूत आहे. राज्यात २५ वर्षांपूर्वी बहुतेक ठिकाणी जमिनीवरील सर्व पाणी पिण्यायोग्य होते. आता बाटलीबंद पाणी वापरण्याकडे कल आहे. पाणी दूषित आणि मातीही विषारी होत आहे. त्यामुळे सेंद्रिय कर्बदेखील घटतो आहे. सध्या बाटलीबंद पाण्याचा वापर करून तयार केलेली पिके, तसेच मातीचा संबंध नसलेली हायड्रोपोनिक पिके अशी नवी संकल्पना उदयाला येत आहे. त्यासाठी नव्याने मार्केट तयार होत आहे. पण, हा वर्ग उच्चशिक्षित आणि श्रीमंत आहे. गरीब, मध्यमवर्गीयांना ते शक्य नाही. त्यामुळे जमिनीचा सेंद्रिय कर्ब वाढवा लागेल, पिकांची फेरपालट करावी लागेल. रासायनिक कीटकनाशके, तणनाशके, खते यांना पर्याय शोधण्यासाठी जगभर संशोधन वाढवावे लागेल. घातक बाबींपासून मातीला, पाण्याला वाचविले नाही तर भविष्यात माती मेलेली असेल. पण जिवंत माणसेदेखील कॅन्सर, मधुमेह, हृदयविकाराची शिकार झालेली दिसतील.

हिवरेबाजारविषयी तुम्ही काय विचार मांडले?

हिवरेबाजाराचा स्थानिक समुदाय, शासनाच्या विविध यंत्रणांमधून झालेले बदल यांचे सादरीकरण मी परिषदेत केले. लोकसहभाग व विकासाचे सर्व घटक एकत्रित आल्याने घडलेला चमत्कार म्हणजे आमचे गाव असे मी तेथे सांगितले. मी आपले संत व राष्ट्रपुरुषांचीही माहिति परिषदेत दिली. त्यांनी सांगितलेले विचार मांडले; पण आमचे गाव आता संत व राष्ट्रपुरुषांच्या जयंती, पुण्यतिथीमध्ये गुंतून न पडता त्यांचे विचार कृतीत आणणारे गाव झाले आहे असेही सांगितले. 'घर तेथे शौचालय' हा उपक्रम गावाने १९९१ मध्ये सुरू केला. पाणी जिरवण्याअगोदर पाण्याचा वापर कसा करावा हे ठरविले. शालेय स्तरापासूनच पाण्याचा ताळेबंद आम्ही शिकवला. हिवरेबाजारचे यश पाहूनच शासनाने मला आदर्श गाव संकल्प व प्रकल्प समितीचे प्रमुख केले. त्यामाध्यमातून १०० गावे बदलली. आता तर ३६ जिल्ह्यांमध्ये ग्रामविकास व जलसंधारणाची मोठी चळवळ सुरू झाली आहे. त्यात स्वयंसेवी संघटना, सरकार, अभिनेते, ग्रामपंचायती, कॉर्पोरेट मंडळीदेखील सहभागी झालेले आहेत. भारतातील १४ राज्ये व ३४० दुष्काळी जिल्ह्यांमधील सहली सातत्याने गावात येतात. पाणी व पीक नियोजनातील लोकसहभाग कसा असावा याचे धडे घेऊन जातात. शंभरपेक्षा अधिक देशांतील तज्ज्ञांनी गावाला भेटी दिल्या आहेत. त्यामुळे देश-विदेशातून येणाऱ्या अभ्यासूंसाठी 'यशवंतराव चव्हाण एकात्मिक ग्रामविकास प्रशिक्षण केंद्र' गावात सुरू केले आहे. हिवरेबाजार आता ग्रामविकासाचे 'ग्लोबल व्हिलेज' झाले आहे. गावाची ही गाथा ऐकून परिषदेतील सर्वच देशांचे प्रतिनिधी आश्चर्यचकीत झाले. माझ्या भाषणानंतर अवघी परिषद उभे राहून टाळ्या वाजवत होती. ऑस्ट्रेलियाच्या शिष्टमंडळाने पुन्हा माझ्याशी खास संवाद साधला. मी त्यांना महाराष्ट्र भेटीचे देखील निमंत्रण दिले आहे. लोकसहभाग असलेल्या चळवळीला जग सलाम करते हे मी या परिषदेत पाहिले आणि अनुभवलेसुद्धा..!

●

पोपटराव पवार

मुलाखत व शब्दांकन : **मनोज कापडे**

हिवरेबाजारचे सरपंच आणि आदर्श गाव संकल्प व प्रकल्प समितीचे कार्याध्यक्ष

पूर्वप्रसिद्धी - दैनिक ॲग्रोवन

- महाज्योती संस्थेची नोंदणी कंपनी कायद्यानुसार करण्यात येणार आहे.
- महाज्योती संस्थेची स्थापना करण्यासह तिच्या कामकाजा-संदर्भात आवश्यक निर्णय घेण्याचे अधिकार विमुक्त जाती-भटक्या जमाती, इतर मागासवर्ग व विशेष मागास प्रवर्ग कल्याण विभागाच्या मंत्र्यांना दिले गेले आहेत.
- राज्यामध्ये अनुसूचित जाती व नवबौद्ध घटकांसाठी १९७८ मध्ये डॉ. बाबासाहेब आंबेडकर यांच्या नावाने डॉ. बाबासाहेब आंबेडकर संशोधन व प्रशिक्षण संस्था (बार्टी) पुणे येथे स्थापन झाली. संस्थेस २००९ मध्ये स्वायत्त दर्जा देण्यात आला आहे.
- तसेच कुणबी व मराठा समाजाच्या सामाजिक-आर्थिक-शैक्षणिक उन्नतीसाठी जून २०१८ मध्ये छत्रपती शाहू महाराज यांच्या नावाने छत्रपती शाहू महाराज संशोधन, प्रशिक्षण व मानव विकास संस्था (सारथी) या नावाची स्वायत्त संस्था स्थापन करण्यात आली आहे.
- याचप्रमाणे बहुजन, वंचित घटकांसाठी महात्मा जोतिबा फुले यांच्या नावाने महात्मा जोतिबा फुले संशोधन व प्रशिक्षण संस्था (महाज्योती) ही एक स्वायत्त संस्था स्थापन करण्याचा निर्णय घेण्यात आला.
- या संस्थेचे मुख्यालय पुणे येथे असणार असून नागपूर आणि बुलढाणा येथे क्षेत्रीय कार्यालये असणार आहेत.
- महाज्योती संस्थेसाठी दोन वर्षासाठी ३८० कोटी रुपयांचे अनुदान मंजूर करण्यात आले आहे.
- महाज्योती संस्था बहुजन व वंचित समूहांच्या सामाजिक-आर्थिक-शैक्षणिक उन्नतीसाठी कार्य करेल.
- भटक्या-विमुक्त जाती, इतर मागासवर्ग, विशेष मागास प्रवर्ग यांचे सर्वेक्षण करून विकासासाठी उपाययोजना सुचवेल.
- महाज्योती संस्था एम. फिल. व पीएच.डी.च्या विद्यार्थ्यांना शिष्यवृत्ती प्रदान करेल.
- स्पर्धा परीक्षांचा अभ्यास करणाऱ्या विद्यार्थ्यांना या संस्थेमार्फत साहाय्य करण्यात येणार.

● महाज्योती संस्थेविषयी ठळक :

- संस्थेचे मुख्यालय : **पुणे**
- क्षेत्रीय कार्यालय : **नागपूर आणि बुलढाणा**
- संस्थेसाठी दोन वर्षासाठी मंजूर अनुदान : **३८० कोटी** रुपये
- संस्थेचे उद्दिष्ट : **बहुजन व वंचित समूहांच्या सामाजिक-आर्थिक-शैक्षणिक उन्नती**साठी कार्य

संस्थेमार्फत तीन अभियान सुरू करण्यात येणार आहेत.

१. ज्योतिदूत : हुंडा व जातिभेदाच्या प्रथांचे निर्मूलन करणे.

२. सावित्रीदूत : स्त्री-पुरुष समान, लैंगिक पूर्वाग्रह याबाबत जागरूकता निर्माण करणे.

३. जलदूत : जलसाक्षरता, जलसंवर्धन, पाणी व्यवस्थापन

(संदर्भ : maharashtra.gov.in)

सकाळ 'आर्थिकदृष्ट्या दुर्बल घटकांसाठी 'अमृत' संस्था' स्थापन करण्यास मंत्रिमंडळाची मंजुरी.

दि. २० ऑगस्ट २०१९ रोजी राज्यातील खुल्या प्रवर्गातील आर्थिकदृष्ट्या दुर्बळ घटकांच्या शैक्षणिक व आर्थिक विकासासाठी 'अमृत' संस्था स्थापन करण्यास मंत्रिमंडळाची मंजुरी देण्यात आली.

- अमृत म्हणजे (AMRUT) : Academy of Maharashtra Research, Upliftment and Training) होय
- राज्यातील बार्टी, सारथी आणि महाज्योतीच्या धर्तीवर या स्वायत्त संस्थेची निर्मिती होणार. खुल्या प्रवर्गातील आर्थिकदृष्ट्या दुर्बळ तरुणांच्या विकासासाठी ही संस्था कार्य करणार.
- खुल्या प्रवर्गातील ८ लाख रुपयांपर्यंत वार्षिक उत्पन्न असणारे कुटुंब या योजनेस पात्र असतील.

खुल्या प्रवर्गातील **८ लाख रुपयांपर्यंत वार्षिक उत्पन्न असणारे कुटुंब** या योजनेस पात्र असतील.

'अमृत' (AMRUT) संस्थेचे कार्यक्षेत्र :

- खुल्या प्रवर्गातील आर्थिकदृष्ट्या मागास लोकांच्या सर्वांगीण विकासासाठी विविध सर्वेक्षण करणे.
- स्वयंरोजगार व रोजगारासाठी प्रशिक्षण तसेच अन्य मदत करणे.
- उद्योग, व्यवसाय स्थापनेसाठी कौशल्य विकास प्रशिक्षण कार्यक्रमांचे आयोजन.
- समुपदेशन, हेल्पलाईन तसेच स्पर्धा परीक्षा व व्यक्तिमत्त्व विकासासाठी प्रशिक्षित करणे.
- महिला सक्षमीकरण व विदेशात शिक्षणाकरता शिष्यवृत्ती.

राज्यातील इतर महत्त्वपूर्ण संस्था :

१) **बार्टी (BARTI)** – राज्यातील अनुसूचित जाती व नवबौद्ध घटकांतील लोकांसाठी कार्य करणारी स्वायत्त संस्था.

२) **सारथी (SARATHI)** – सामाजिक व शैक्षणिकदृष्ट्या

मागास प्रवर्गातील मराठा समाजासाठी कार्य करणारी स्वायत्त संस्था.

३) **महाज्योती (MAHA-JYOTI)** – राज्यातील बहुजन, दुर्लक्षित आणि वंचित घटकांसाठी कार्य करणारी स्वायत्त संस्था.

(संदर्भ : maharashtra.gov.in)

सकाळ

केंद्र सरकारच्या मोटार वाहन दुरुस्ती कायद्याच्या अनुषंगाने राज्याच्या गृह विभागाकडून 'एक राज्य-एक ई-चलन' प्रकल्प राज्यभरात सुरू

दि. ५ सप्टेंबर २०१९ पासून केंद्र सरकारच्या मोटार वाहन दुरुस्ती कायद्याच्या अनुषंगाने राज्याच्या गृह विभागाने राज्यातील ३२ जिल्ह्यांत 'एक राज्य-एक ई-चलान' प्रकल्प सुरू केला.

- या प्रकल्पांतर्गत वाहतूक नियमभंग करणाऱ्या वाहनचालकांना आकारण्यात येणाऱ्या दंडाची रक्कम व इतर माहिती बघण्यासाठी 'महाट्रॅफिक' ॲपची निर्मिती करण्यात आली आहे.
- यामध्ये मुंबई पोलीस दलासाठी स्वतंत्र आणि इतर पोलीस दलांसाठी एक असे स्वतंत्र ॲप आहेत.
- 'मुंबई ट्रॅफिक ॲप' 'महाट्रॅफिक' ॲप या ॲपच्या माध्यमातून ई-चलानची माहिती एका क्लिकवर उपलब्ध होणार आहे.
- ॲपमधील 'माय व्हेईकल' या विभागात दंड आकारण्यात आलेल्या वाहनाची माहिती देण्यात येईल. वाहनाचा क्रमांक टाकल्यास ही माहिती एका क्लिकसरशी दिसणार आहे.
- 'माय ई-चलान' या विभागात वाहनाच्या चलनाबद्दलची माहिती दिसेल.
- चलनाच्या दंडाची रक्कम ऑनलाईन भरण्याची सुविधादेखील उपलब्ध करून देण्यात आली आहे.

(संदर्भ : mahanews.gov.in)

सकाळ

नानाजी देशमुख कृषी संजीवनी प्रकल्पाच्या व्याप्तीत वाढ करण्याचा निर्णय : यामुळे अत्यल्प व अल्प भूधारक शेतकऱ्यांना मिळणारा प्रकल्पाचा लाभ आता २ ते ५ हेक्टरपर्यंत जमीन असलेल्या शेतकऱ्यांनाही मिळणार

दि. १८ सप्टेंबर २०१९ रोजी 'नानाजी देशमुख कृषी संजीवनी प्रकल्पा'च्या व्याप्तीत वाढ करण्याच्या प्रस्तावाला राज्य शासनाने मंजुरी दिली.

- या निर्णयामुळे आजपर्यंत केवळ अत्यल्प व अल्प भूधारक शेतकऱ्यांनाच मिळणारा प्रकल्पाचा लाभ आता २ ते ५ हेक्टपर्यंत जमीन असलेल्या शेतकऱ्यांनाही मिळेल.
- जागतिक बँकेच्या अर्थसाहाय्याने हा प्रकल्प राज्यातील १५ जिल्ह्यांमध्ये राबविण्यात येत आहे.

प्रकल्पातील नवे बदल

- त्याबरोबरच, प्रकल्प गावातील अत्यल्प व अल्प भूधारक शेतकरी आणि भूमिहीन कुटुंबे यांना दिल्या जाणाऱ्या अर्थसाहाय्याचे प्रमाण ५० टक्क्यांवरून ७५ टक्क्यांपर्यंत करण्यात आले.
- नव्या बदलांनुसार प्रकल्पात समाविष्ट करण्यात येणाऱ्या २ ते ५ हेक्टरपर्यंत शेतजमीन असलेल्यांना ६५ टक्के अर्थसाहाय्य दिले जाईल.
- सोबतच, कृषी यांत्रिकीकरणासाठी शेतकरी गटांना ६० टक्क्यांच्या मर्यादेत अनुदान दिले जाईल.

- प्रकल्प गावातील अत्यल्प व अल्प भूधारक शेतकरी आणि भूमिहीन कुटुंबे यांना दिल्या जाणाऱ्या अर्थसाहाय्यात केलेला बदल

नानाजी देशमुख कृषी संजीवनी प्रकल्प

- प्रकल्पाचे नाव : नानाजी देशमुख कृषी संजीवनी प्रकल्प (हवामान अनुकूल कृषी प्रकल्प)
- हवामान बदलांना अनुकूल असा कृषी विकास करून शेतकरी व एकंदर कृषिक्षेत्रास सक्षम करण्यासाठी निरनिराळ्या उपाययोजनांची अंमलबजावणी करण्याच्या उद्देशाने या प्रकल्पाची सुरुवात झाली.
- जागतिक बँकेच्या अर्थसाहाय्याने सुमारे ४ हजार कोटी रुपये खर्चाचा हा प्रकल्प राज्यातील १५ जिल्ह्यांमध्ये राबविला जात आहे.
- विदर्भ व मराठवाड्यातील दुष्काळग्रस्त आणि हवामान बदलास अतिसंवेदनशील असणारी ४ हजार २१० गावे तसेच विदर्भातील पूर्णा नदी खोऱ्यातील खारपाण पट्ट्यातील ९३२ गावे, अशा एकूण ५ हजार १४२ गावांमध्ये हा प्रकल्प राबविण्यात येत आहे.

नानाजी देशमुख कृषी संजीवनी प्रकल्प राबविण्यात येत असलेली गावे

विदर्भ व मराठवाड्यातील : **४२१० गावे**

विदर्भातील पूर्णा नदी खोऱ्यातील : **९३२ गावे**

एकूण : **५१४२ गावे**

- विदर्भातील पूर्णा नदीच्या खोऱ्यातील गावांमधील मृदा व भूजलाच्या क्षारतेची समस्या सौम्य करण्याचे कार्यही या प्रकल्पात प्रस्तावित आहे.
- या प्रकल्पाच्या प्रभावी अंमलबजावणीसाठी प्रभावीपणे सुकाणू समिती स्थापना करण्यात आली आहे.

(स्रोत : https://mahapocra.gov.in/, http://krishi.maharashtra.gov.in/)

सकाळ राज्यातील कुष्ठरोग पीडितांना घरे उपलब्ध होण्यासाठी प्रधानमंत्री आवास योजनेशिवाय जास्तीचा निधी उपलब्ध करून देण्यासाठी मुख्यमंत्री आवास योजना

दि. १९ सप्टेंबर २०१९ रोजी राज्यातील कुष्ठरोग पीडितांना घरे उपलब्ध होण्यासाठी प्रधानमंत्री आवास योजनेशिवाय जास्तीचा निधी उपलब्ध करून देण्यासाठी 'मुख्यमंत्री आवास योजना' राबविण्यास राज्य मंत्रिमंडळाच्या बैठकीत मंजुरी देण्यात आली.

- राज्यात २०११ च्या जनगणनेनुसार एकूण लोकसंख्येपैकी सुमारे २.६४% दिव्यांग लोकसंख्या आहे.
- यापैकी सुमारे आठ टक्के लोकसंख्या कुष्ठरोग पीडित आहे.
- या कुष्ठरोग पीडित नागरिकांनी प्रधानमंत्री आवास योजनेंतर्गत घरकुल मागणी अथवा बांधण्याचा अर्ज केला असल्यास अशा व्यक्तींना प्रधानमंत्री आवास योजनेंतर्गत मिळणाऱ्या अडीच लाख रुपये अनुदानाव्यतिरिक्त अतिरिक्त दीड लाख रुपये अनुदान उपलब्ध करून देण्यासाठी 'मुख्यमंत्री आवास' राबविण्यात येणार आहे.

राज्यात २०११ च्या जनगणनेनुसार **एकूण लोकसंख्येपैकी सुमारे २.६४% दिव्यांग** लोकसंख्या

- प्रधानमंत्री आवास योजनेतील पात्रतेचे निकष पूर्ण करणाऱ्या कुष्ठरोग पीडित नागरिकांना मुख्यमंत्री आवास योजनेचे लाभ देण्यात येतील.
- या योजनेच्या अटींची पूर्तता करणारा लाभार्थी प्रधानमंत्री आवास योजनेंतर्गत २.५० लाख अनुदान आणि मुख्यमंत्री आवास योजनेचे १.५० लाख रुपये अतिरिक्त अनुदान अशा एकूण चार लाखांच्या अनुदानास पात्र असेल.
- प्रधानमंत्री आवास योजना (नागरी) अंतर्गत सर्व सवलती या योजनेस लागू राहतील.
- अनुसूचित जातीच्या कुष्ठरोग पीडित व्यक्तींसाठी सामाजिक न्याय व विशेष साहाय्य विभागामार्फत, अनुसूचित जमातीच्या कुष्ठरोग पीडित व्यक्तींसाठी आदिवासी विकास विभागामार्फत अतिरिक्त अनुदान देण्यात येईल.
- उर्वरित गटातील कुष्ठपीडित व्यक्तींसाठी गृहनिर्माण विभागामार्फत महाराष्ट्र निवारा निधीमधून दीड लाख रुपयांचे अतिरिक्त अनुदान देण्यात येईल.

भारतामधील विविध आवास योजना :

१. **इंदिरा आवास योजना** – ग्रामीण भागातील दारिद्र्यरेषेखालील कुटुंबांना घरे बांधून देण्यासाठी ही योजना १९८५ मध्ये सुरू करण्यात आली.

२. **समग्र आवास योजना** – ग्रामीण भागात गृहबांधणी, स्वच्छतागृहे, पिण्याचे पाणी यांचा एकत्रित विचार करून १९९०-२००० मध्ये ही योजना सुरू करण्यात आली.

३. **प्रधानमंत्री आवास योजना (ग्रामीण)** – वरील योजनांच्या एकत्रीकरणातून १ एप्रिल, २०१६ पासून ही योजना आग्रा येथून सुरू करण्यात आली.

- या योजनेंतर्गत लाभार्थ्यांच्या ओळखीसाठी आर्थिक, सामाजिक जातीय जनगणना, २०११ चा आधार घेतला जात आहे.
- या योजनेंतर्गत घरबांधणीसाठी सपाट प्रदेशात १,२०,००० रुपये तर डोंगराळ प्रदेशात १,३०,००० रुपये दिले जातात.
- योजनेंतर्गत २०२२ पर्यंत चार कोटी ग्रामीण घरे बांधण्याचे लक्ष्य ठेवण्यात आले आहे.

महाराष्ट्रातील आवास योजना :

१. **राजीव गांधी घरकुल योजना** – दारिद्र्यरेषेखालील व अल्प उत्पन्न गटातील कुटुंबांना घरे बांधण्यासाठी ही योजना कार्यरत आहे.

२. **रमाई आवास योजना** – ग्रामीण तसेच शहरी अनुसूचित जाती व नवबौद्ध समाजातील कुटुंबासाठी ही योजना नोव्हेंबर २००८ मध्ये सुरू करण्यात आली.

३. **शबरी आवास योजना** – ग्रामीण तसेच शहरी अनुसूचित जमातीतील कुटुंबासाठी मार्च २०१३ मध्ये ही योजना सुरू करण्यात आली.

(संदर्भ : maharashtra.gov.in, pib.nic.in)

सकाळ कृष्णेचा महापूर

येत्या काळात अतिवृष्टी व महापुराची वारंवारता वाढणार असेल तर कोल्हापूर, सांगली परिसरातील लोकांसाठी कृष्णेचे भय कधीही संपणार नाही का? महापुरापासून सुरक्षितता कशी मिळवायची, हा सकृत्दर्शनी अवघड वाटत असलेला प्रश्न सोप्या पद्धतीने सुटावा, अशी अपेक्षा करू यात! गेल्या अनेक वर्षांपासून आणि विशेषतः २००५ च्या महापुरानंतर कृष्णेच्या पुराबद्दल दोन्ही राज्यांनी या क्षेत्रातील राष्ट्रीय स्तरावर मान्यता पावलेल्या संस्थांच्या मदतीने बराचसा अभ्यास केलेला आहे. पाण्याच्या क्षेत्रात काम करणाऱ्या काही अशासकीय संस्थांनी पण उपलब्ध झालेल्या तुटपुंज्या माहितीच्या आधारे कृष्णेच्या पुराच्या कारणांचा शोध घेण्याचा प्रयत्न केलेला आहे. कृष्णेच्या पाणीवाटपाचा लवादाचा निकाल डिसेंबर २०१० मध्ये बाहेर आलेला आहे. २०१३ मध्ये लवादाकडून पाणीवाटपाचा निकाल अंतिम झालेला आहे. सर्वोच्च न्यायालयात प्रलंबित असलेल्या या प्रकरणासंबंधातील काही बाबींमुळे सरकारने लवादाच्या निर्णयास अद्यापि अधिसूचित केलेले नाही. लवादाच्या अंतिम नियमाप्रमाणे अलमट्टी जलाशयाची पूर्ण संचय पातळी जवळपास सध्याच्या पातळीपेक्षा पाच मीटरने वाढणार आहे. लवादाशी संबंधित असलेल्या काही तज्ज्ञांच्या लेखनातून असे स्पष्ट झाले आहे की, अलमट्टी जलाशयामुळे महाराष्ट्रातील भूभाग पूरग्रस्त होऊन धोका निर्माण होतो, ही बाब कागदावर सिद्ध करता आलेली नाही. २००५ आणि २०१९ च्या महापुरास समाजातील कळत्या लोकांकडून जी प्रमुख कारणे पुढे केली जातात, ती अशी आहेत.

१. विस्तृत क्षेत्रावर प्रदीर्घ कालावधीसाठी झालेली अतिवृष्टी.
२. धोम, कण्हेर, उरमोडी, कोयना, वारणा, राधानगरी, दुधगंगा इत्यादी वरच्या भागातील धरणांतून मोठ्या प्रमाणात सोडलेला विसर्ग.
३. नदीपात्रात पूररेषेत अधिकृत आणि अनधिकृतरीत्या झालेले अतिक्रमण व बांधकामे.
४. नदीपात्रात अपुऱ्या शास्त्रीय आधारावर निर्माण करण्यात आलेले लहान मोठे बंधारे, पूल यांचे अडथळे.

याव्यतिरिक्त पाणलोट क्षेत्रात झालेली वृक्षतोड, गाळामुळे उथळ झालेले नदीपात्र, इत्यादी अनेक पर्यावरणीय कारणांचाही उल्लेख केला जातो. दुसऱ्या लवाद निर्णयामध्ये कायद्यामध्ये रूपांतरण झाले नसल्यामुळे अद्यापि कर्नाटक शासनास अलमट्टी जलाशयाच्या पातळीत पाच मीटरने वाढ करण्यास अनुमती मिळालेली नाही. कर्नाटक सरकार जलाशय पातळीत वाढ करण्यासाठी २००५ च्या पूर्वीपासूनच सज्ज आहे. अनुमती मिळाल्यानंतर पूर हाताळणीतील कौशल्य पणाला लागणार आहे. तत्पूर्वीसुद्धा अशा प्रकारची अतिसंवेदनशील स्थिती हाताळण्यासाठी महाराष्ट्र आणि कर्नाटक या दोन राज्यांमध्ये माहितीची देवाणघेवाण आणि पूरस्थितीवर लक्ष ठेवून दोन्ही राज्यांत होणारी हानी टाळण्याच्या दृष्टीने उच्च पातळीवर एक स्थायी मंडळ स्थापन होऊन संवाद करण्यासाठी सुविधा निर्माण करणे आवश्यक वाटते; पण तशी काही कारवाई झालेली दिसत नाही. महाराष्ट्र सरकारने दक्षिण महाराष्ट्रात आलेल्या पूरपरिस्थितीनंतर स्थापन केलेल्या समितीपुढे हा गुंता सोडविण्याचे मोठे आव्हान आहे. समितीच्या अभ्यासातून अलमट्टी जलाशयाच्या आणि वरच्या भागातील जलाशयातून सोडल्या जाणाऱ्या विसर्गाच्या व्यवस्थापनाचा तिढा कायमचा सुटावयास हवा. निष्कर्ष काहीही निघाला तरी त्याची अंमलबजावणी करणे तितकेच महत्त्वाचे आणि अवघड आहे. कारण या प्रश्नाला नैसर्गिक, जलवैज्ञानिक, प्रादेशिक, राजकीय असे अनेक कंगोरे आहेत. पारदर्शक, स्वच्छ व मानवी हिताचा विचार कसा रुजवावा हा कळीचा मुद्दा राहणार आहे. पुण्याजवळील खडकवासला स्थित केंद्र शासनाच्या संशोधन संस्थेत हैड्रालिक प्रतिकृतीद्वारे या अवघड प्रश्नाचा अभ्यास करणे शक्य व्हावे. येत्या काळात अतिवृष्टी व महापुराची वारंवारता वाढणार असेल तर कोल्हापूर, सांगली परिसरातील लोकांसाठी कृष्णेचे भय कधीही संपणार नाही का, महापुरापासून सुरक्षितता कशी मिळवायची, हा सकृत्दर्शनी अवघड वाटत असलेला प्रश्न सोप्या पद्धतीने सुटावा, अशी अपेक्षा करू यात.

●

डॉ. दि. मा. मोरे
महाराष्ट्र सिंचन सहयोगचे अध्यक्ष

सकाळ न्यायालयीन निर्णय

तेलंगणा व आंध्र प्रदेशसाठी स्वतंत्र न्यायालये कार्यान्वित करण्याचे राष्ट्रपती रामनाथ कोविंद यांचे आदेश : तेलंगणाच्या उच्च न्यायालयाच्या स्थापनेमुळे देशातील उच्च न्यायालयांची संख्या २५

दि. १ जानेवारी २०१९ रोजी आंध्र प्रदेश व तेलंगणा राज्यासाठी स्वतंत्र उच्च न्यायालये कार्यान्वित करण्याचे राष्ट्रपती रामनाथ कोविंद यांच्याकडून आदेश देण्यात आले.

- तेलंगणाच्या उच्च न्यायालयाच्या स्थापनेमुळे देशातील उच्च न्यायालयांची संख्या २५ इतकी
- २०१४ मध्ये आंध्र प्रदेश मधून वेगळे काढत स्वतंत्र तेलंगणा राज्याची स्थापना झाली, तेव्हापासून दोन्ही राज्यांसाठी सामाईक उच्च न्यायालय हैद्राबाद येथे कार्यरत
- तेलंगणा उच्च न्यायालय हैद्राबाद येथून तर आंध्र प्रदेश उच्च न्यायालय अमरावती येथून कार्य करणार
- न्या. टीबीएन राधाकृष्णन हे तेलंगणा उच्च न्यायालयाचे मुख्य न्यायाधीश म्हणून शपथ घेतील
- न्या. सी. पी. कुमार आंध्र प्रदेश उच्च न्यायालयाचे कार्यरत मुख्य न्यायाधीश म्हणून कार्यरत
- आंध्र प्रदेश व तेलंगणा उच्च न्यायालयीन न्यायाधीशांची संख्या अनुक्रमे ३७ व २४ एवढी

भारतातील उच्च न्यायालये :

- भारतीय राज्यघटनेच्या कलम २१४ (अ) नुसार प्रत्येक राज्यात एक उच्च न्यायालय असेल असे नमूद
- ७ व्या घटनादुरुस्तीद्वारे दोन किंवा अधिक राज्यांसाठी एक उच्च न्यायालय स्थापन करता येते.
- उच्च न्यायालयात न्यायाधीशांची संख्या राष्ट्रपतींकडून वेळोवेळी निर्धारित
- उच्च न्यायालयातील न्यायाधीशांच्या नेमणुका कोलेजियमच्या शिफारशींनुसार राष्ट्रपतींकडून

■ सर्वाधिक न्यायाधीश :

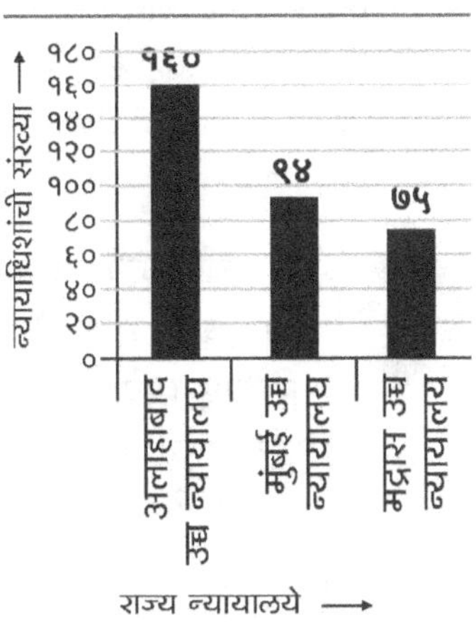

- भारतात भारतीय उच्च न्यायालये अधिनियम-१८६१ (Indian High Courts Act - 1861) नुसार सर्वप्रथम चार उच्च न्यायालयांची स्थापना

उच्च न्यायालय	स्थापना
कलकत्ता उच्च न्यायालय	२ जुलै १८६२
मुंबई उच्च न्यायालय	१४ ऑगस्ट १८६२
मद्रास उच्च न्यायालय	१५ ऑगस्ट १८६२
अलाहाबाद उच्च न्यायालय	११ जून १८६६

एकापेक्षा अधिक राज्यांसाठी उच्च न्यायालये

- मुंबई उच्च न्यायालय (महाराष्ट्र व गोवा)
- गुवाहटी उच्च न्यायालय (अरुणाचल प्रदेश, आसाम, मिझोराम, नागालँड)
- पंजाब व हरियाणा उच्च न्यायालय (पंजाब व हरियाणा)
- केंद्रशासित प्रदेशांमध्ये व दिल्ली, जम्मू-काश्मीर स्वतंत्र उच्च न्यायालय (३१ ऑक्टोबर १९६६) आहे.

केंद्रशासित प्रदेश	उच्च न्यायालय
■ दादरा-नगर हवेली, दमण-दीव	मुंबई उच्च न्यायालय
■ अंदमान-निकोबार	कलकत्ता उच्च न्यायालय
■ चंदीगढ	पंजाब-हरियाणा उच्च न्यायालय
■ लक्षद्वीप	केरळ उच्च न्यायालय
■ पदुच्चेरी	मद्रास उच्च न्यायालय

- राष्ट्रपती भारताच्या सरन्यायाधीशांशी सल्लामसलत करून उच्च न्यायालय स्थापन करण्याची परवानगी देतात.

राजधानी व्यतिरिक्त इतर शहरांमध्ये उच्च न्यायालयांची मुख्यपीठे

- अलाहाबाद उच्च न्यायालय (प्रयागराज), छत्तीसगड उच्च न्यायालय (बिलासपूर), गुवाहाटी उच्च न्यायालय (गुवाहाटी), गुजरात उच्च न्यायालय (अहमदाबाद), केरळ उच्च न्यायालय (कोचीन), मध्य प्रदेश उच्च न्यायालय (जबलपूर), ओडिशा उच्च न्यायालय (कटक), उत्तराखंड उच्च न्यायालय (नैनिताल) या उच्च न्यायालयांची मुख्यपीठे ही राजधानी व्यतिरिक्त इतर शहरांमध्ये आहेत.

सर्वाधिक तीन खंडपीठे :

- मुंबई उच्च न्यायालय (औरंगाबाद, नागपूर, पणजी)
- गुवाहाटी उच्च न्यायालय (ऐजवाल, इटानगर, कोहिमा)

(संदर्भ : pib.nic.in,doj.gov.in)

सर्वोच्च न्यायालयातर्फे अयोध्या जमीन वाद प्रकरणी तीन सदस्यीय मध्यस्थी समितीची नियुक्ती

दि. ८ मार्च २०१९ रोजी भारताच्या सर्वोच्च न्यायालयाकडून अयोध्या जमीन वाद तीन सदस्यीय मध्यस्थी समितीकडे सोपविण्याचा निर्णय घेण्यात आला.

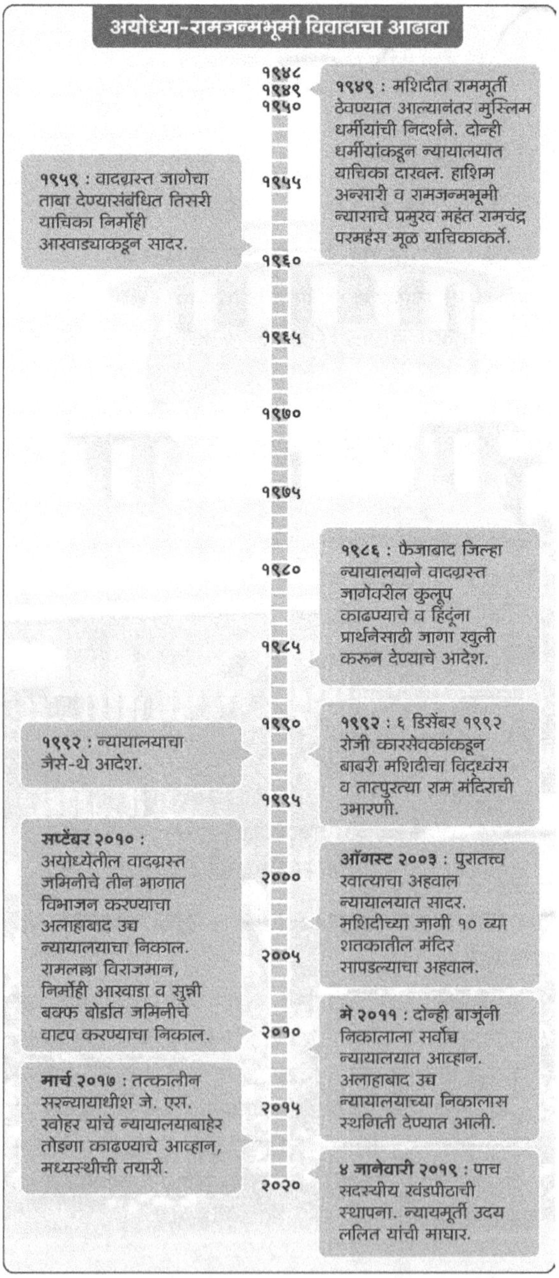

- सरन्यायाधीश रंजन गोगोई, न्या. शरद धोबडे, न्या. धनंजय चंद्रचूड, न्या. अशोक भूषण व न्या. अब्दुल नझीर या पाच सदस्यीय खंडपीठाचा हा निर्णय
- या समितीस एका आठवड्यात काम सुरू करायचे असून आठ आठवड्यांमध्ये अहवाल सादर करायचा आहे.

समितीची रचना
१. न्या. एफ. एम. आय. खलिफुल्ला - अध्यक्ष
२. श्री श्री रविशंकर - सदस्य
३. ॲडव्होकेट श्रीराम पंचू- सदस्य

- आवश्यक प्रसंगी अधिक सदस्यांचा समावेश करण्याची, तसेच कायदेशीर सल्ला घेण्याची सवलत समितीस देण्यात आली
- ही समिती उत्तर प्रदेशमधील फैजाबाद येथील न्यायालयाच्या प्रांगणात काम करणार
- हे कार्य इन-कॅमेरा करण्यात येणार
- न्यायालयात अहवाल सादर करेपर्यंत समितीच्या कामाचा वृत्तांत प्रकाशित करण्यास बंदी
- समितीशी संबंधित तिन्ही सदस्य उत्तर प्रदेश राज्याबाहेरील

मध्यस्थ मंडळाचे सदस्य :

(१) न्या. एफ. एम. खलिफुल्ला

- न्या. एफ. एम. खलिफुल्ला हे सर्वोच्च न्यायालयाचे माजी न्यायमूर्ती आहेत.
- ते तमिळनाडूमधील शिवगंगा येथील रहिवासी आहेत.
- २०१६ मध्ये ते सर्वोच्च न्यायालयातून निवृत्त झाले.

(२) श्री श्री रविशंकर

- श्री श्री रविशंकर हे 'आर्ट ऑफ लिव्हिंग फाउंडेशन'चे संस्थापक आहेत.
- ते मूळचे तमिळनाडू राज्यातील आहेत.

(३) श्रीराम पंचू

- श्रीराम पंचू हे व्यवसायाने वकील असून ते मद्रास उच्च न्यायालयात वकिली करतात
- ते तमिळनाडूचे रहिवासी आहेत.
- श्रीराम पंचू हे आंतरराष्ट्रीय मध्यस्थता संस्थेचे (International Mediation Institute) संचालक आहेत.

(संदर्भ : sci.gov.in)

व्हीव्हीपीएटी पावत्यांचे यादृच्छिकरण वाढविण्याचे सर्वोच्च न्यायालयाचे निर्देश; मात्र ५०% मतांची व्हीव्हीपीएटी पावत्यांशी पुनर्पडताळणी करण्याची मागणी फेटाळली

दि. ९ एप्रिल २०१९ रोजी सर्वोच्च न्यायालयाने भारतीय निवडणूक आयोगाच्या व्हीव्हीपीएटी (Voter verifiable paper audit trail:

VVPAT) यंत्रामधून बाहेर पडणाऱ्या पावत्यांचे यादृच्छिकरण (Randomization) वाढविण्याचे निर्देश दिले आहेत.

- यापूर्वी निवडणूक आयोग मतदारसंघातील एका निवडणूक केंद्रातील मतांचे व व्हीव्हीपीएटी पावत्यांची जुळणी करत असे.
- सर्वोच्च न्यायालयाच्या नवीन निर्देशानुसार आता प्रत्येक विधानसभा मतदारसंघातील पाच निवडणूक केंद्रावरील मतांची व पावत्यांची जुळणी करावी लागणार आहे.
- सरन्यायाधीश रंजन गोगोई यांच्या अध्यक्षतेखालील न्या. दीपक गुप्ता व न्या. संजीव खन्ना यांच्या खंडपीठाने हा निर्णय दिला.
- यामुळे निवडणूक प्रक्रियेवरील जनतेचा विश्वास वृद्धिंगत होण्यास मदत मिळेल, असे निरीक्षण सर्वोच्च न्यायालयाने नोंदविले.
- २१ विरोधीपक्षांनी यासाठी सर्वोच्च न्यायालयामध्ये याचिका दाखल केली होती.
- परंतु सर्वोच्च न्यायालयाने ५०% मतांची व्हीव्हीपीएटी पावत्यांशी पुनर्पडताळणी करण्याची मागणी मात्र फेटाळून लावली.
- किमान ५०% ईव्हीएम निकालाची पडताळणी केल्यास निवडणूक निकाल जाहीर करण्यास सहा दिवसांचा विलंब लागू शकतो, असे निवडणूक आयोगाने प्रतिज्ञापत्र सादर केले.
- यासंबंधी दाखल केलेली पुनर्विचार याचिका (Review Petition) न्यायालयाने फेटाळून लावली आहे.

व्हीव्हीपीएटी (Voter Verified Paper Audit Trial : VVPAT) :

- व्हीव्हीपीएटी यंत्राची संकल्पना सर्वप्रथम ऑक्टोबर २०१० मध्ये झालेल्या सर्वपक्षीय बैठकीत सुचविण्यात आली.
- ऑगस्ट २०१३मध्ये केंद्रशासनाने निवडणूक नियम - १९६१ मध्ये सुधारणा करत व्हीव्हीपीएटी यंत्राचा वापर करण्याचे निर्देश दिले.
- मतदारांना व्हीव्हीपीएटी स्लीप सात सेकंदासाठी दिसू शकते त्यानंतर ती ड्रॉप बॉक्समध्ये पडते.
- मतदार व्हीव्हीपीएटी स्लिप स्वतःसोबत घेऊन जाऊ शकत नाही.
- व्हीव्हीपीएटीचा सर्वप्रथम वापर २०१३ मध्ये नागालँडमधील नोकसेन (Noksen) विधानसभा मतदारसंघात करण्यात आला.
- २०१४च्या लोकसभा निवडणुकांमध्ये देशातील आठ मतदारसंघामध्ये व्हीव्हीपीएटी यंत्राचा वापर करण्यात आला.
- २०१९ च्या लोकसभा निवडणुकांपासून व्हीव्हीपीएटी यंत्राचा वापर सार्वत्रिक करण्यात आला.
- ईव्हीएम मतमोजणी व व्हीव्हीपीएटी स्लीप यांच्या मतांमध्ये तफावत आढळल्यास व्हीव्हीपीएटीद्वारे मोजलेली मते ग्राह्य धरण्यात येतील.

(संदर्भ : sci.gov.in)

सकाळ

मराठा समाजाला सरकारी नोकऱ्या व शिक्षण प्रवेशांत आरक्षण देणारा कायदा मुंबई उच्च न्यायालयाकडून वैध : आरक्षणाची मर्यादा १२ ते १३ टक्के ठेवावी असे निर्देश

दि. २७ जून, २०१९ रोजी मराठा समाजाला सरकारी नोकऱ्या व शिक्षण प्रवेशांत आरक्षण देणारा कायदा मुंबई उच्च न्यायालयाने वैध ठरविला आहे.

- राज्य सरकारने ३० नोव्हेंबर २०१८ रोजी मराठा समाजाला 'सामाजिक व शैक्षणिक मागासवर्ग' या प्रवर्गातून १६ टक्के आरक्षण दिले होते.
- उच्च न्यायालयाने आरक्षण कायदा वैध ठरवित आरक्षणाची मर्यादा १२ ते १३ टक्के ठेवावी असे निर्देश दिले.
- हा कोटा गायकवाड समितीच्या शिफारशीनुसार शिक्षण क्षेत्रात १२ टक्के व सरकारी नोकऱ्यांत १३ टक्के इतका असण्याबाबतचा निर्णय राज्य सरकारने घ्यावा, असा न्यायालयाचा आदेश.
- असाधारण परिस्थितीत समाजाचे मागासलेपण सिद्ध झाल्यास आरक्षण देण्याचा अधिकार शासनास आहे असा निर्णय उच्च न्यायालयाने दिला.
- मुंबई उच्च न्यायालयाच्या न्या. रणजित मोरे व न्या. भारती डांगरे यांच्या खंडपीठाने हा निर्णय दिला.
- उच्च न्यायालयाने राज्य मागासवर्ग आयोगाचा अहवाल ग्राह्य धरत आयोगाच्या शिफारशीप्रमाणे शिक्षणामध्ये १२% व सरकारी नोकऱ्यांमध्ये १३% आरक्षण द्यावे असे निर्देश दिले.
- अपवादात्मक परिस्थितीत प्रमाणित संकलित माहितीच्या आधारे आरक्षणाची ५०% मर्यादा वाढवली जाऊ शकते असे न्यायालयाने नमूद केले.
- घटनेच्या १०२ व्या घटनादुरुस्तीमुळे अनुच्छेद ३४२ (अ) नुसार राष्ट्रपतींकडे आरक्षणासाठी उपलब्ध यादीनुसारच आरक्षण दिले जाऊ शकते.
- याचा परिणाम राज्य सरकारच्या अधिकारांवर होत नाही असे न्यायालयाने नमूद केले.

मराठा आरक्षणाचा इतिहास :

- इंदिरा साहनी विरुद्ध भारतीय संघराज्य या खटल्यात सर्वोच्च न्यायालयाने आरक्षणावर ५०% ची मर्यादा घालून दिली तसेच मागासवर्ग आयोगाची निर्मिती करण्याचे निर्देश दिले.
- १९९२ मध्ये मागासवर्ग आयोगाने मराठा समाजाला आरक्षण देऊ नये अशी शिफारस केली.
- २००८ मध्ये नेमलेला न्या. आर. एस. बापट आयोग व २०१० मध्ये नियुक्त केलेल्या सराफ समितीने मराठा आरक्षणास विरोध केला.
- मराठा आरक्षणासाठी २०११ मध्ये महाराष्ट्राचे तत्कालीन उद्योगमंत्री नारायण राणे यांच्या अध्यक्षतेखाली समिती स्थापन केली गेली.

सकाळ आर्थिक आरक्षण, ५० टक्क्यांपेक्षा जास्त आरक्षण आणि १२४ व्या घटनादुरुस्तीचा बिकट मार्ग

संसदेत १२४ वं घटनादुरुस्ती विधेयक ज्या रीतीनं संमत झालं, त्यात अनेक वैशिष्ट्यं आहेत. आजपर्यंतच्या घटनादुरुस्तींपैकी सर्वांत वेगात समंत झालेली घटनादुरुस्ती हे पहिलं वैशिष्ट्य! यापूर्वी इंदिरा गांधींनी ३९ वी घटनादुरुस्ती चार दिवसांत केली होती. अलाहाबाद उच्च न्यायालयाचा निर्णय त्यांच्या विरोधात गेल्यावर त्यांचं पंतप्रधानपद धोक्यात आलं होतं. तेव्हा पंतप्रधानांच्या निवडणुकीला भारतातील कोणत्याच न्यायालयात प्रश्नास्पद करता येणार नाही, अशी अत्यंत लोकशाहीविरोधी ही घटनादुरुस्ती होती. अर्थात ३२९ (अ) हे कलम पुढे जनता सरकारनं ४४ वी घटनादुरुस्ती करून काढून टाकलं. सर्वोच्च न्यायालयानंसुद्धा इंदिरा गांधींची ३९ वी घटनादुरुस्ती घटनाबाह्य ठरविली. तेव्हा राजकीय संकटांत अशा वेगवान घटनादुरुस्त्या होतात हा इतिहास आहे.

राज्यघटना हा देशाचा सर्वोच्च कायदा असतो. पंतप्रधान नरेंद्र मोदी यांनी त्यांच्या पहिल्याच भाषणात 'भारताचा धर्मग्रंथ म्हणजे भारतीय राज्यघटना' असं विधान केले होते. त्यामुळं या धर्मग्रंथात काही बदल करायचे असतील, तर ते फार विचारपूर्वक आणि प्रदीर्घ चर्चेनंतर होणं आवश्यक आहे. अमेरिकेच्या २३० वर्षांच्या इतिहासात फक्त २७ घटनादुरुस्त्या झाल्या आहेत. सामान्यपणे (पहिल्या १० घटनादुरुस्त्या सोडून) एका घटनादुरुस्तीला दीड ते दोन वर्षं लागतात. त्याची चर्चा सिनेट आणि प्रतिनिधीगृहात होते, सर्व राज्यांच्या विधिमंडळात होते, विद्यापीठांमध्ये आणि माध्यमांमध्ये होते, सभांमध्ये होते आणि त्यानंतर घटनादुरुस्ती होते. त्यामुळे मोदी सरकारनं १२४ वं घटनादुरुस्ती विधेयक दोन दिवसांत संमत करून घेऊन भारताचं नाव 'गिनेस बुक ऑफ वर्ल्ड रेकॉर्डस्'मध्ये नोंदवलं आहे.

घटनादुरुस्ती घटनाबाह्य ठरेल का?

१२४ वं घटनादुरुस्ती विधेयक हे प्रामुख्यानं मूलभूत अधिकारांशी संबंधित असल्यानं त्यासाठी निम्म्या घटकराज्यांची संमती आवश्यक नाही, याची नोंद घ्यावी लागेल. आता ही घटनादुरुस्ती सर्वोच्च न्यायालयात प्रश्नास्पद करण्यात आली तर घटनाबाह्य ठरेल का, याचा सविस्तर विचार करू. राज्यघटनेच्या १३ व्या कलमात असं म्हटलं आहे, की संसद असा कोणताही कायदा करणार नाही, की ज्याद्वारे मूलभूत अधिकारांवर परिणाम होईल. घटनादुरुस्ती हाही कायदाच असल्यानं घटनादुरुस्ती करून मूलभूत अधिकारांवर अतिक्रमण करता येणार नाही, असा निर्णय 'गोलखनाथ' खटल्यात सर्वोच्च न्यायालयानं दिला. अर्थात हा निर्णय चुकीचा होता. सामान्य कायदा विधेयक आणि घटनादुरुस्ती विधेयक यांतला फरक न्यायालयानं लक्षात घेतला नव्हता. परंतु, केशवानंद' खटल्यात १३ न्यायमूर्तींच्या घटनापीठानं जाहीर केलं, की संसदेला राज्यघटनेच्या कोणत्याही भागाची घटनादुरुस्ती करता येईल. परंतु, राज्यघटनेची पायाभूत संरचना (Basic Structure) बदलता येणार नाही. उदाहरणार्थ, लोकशाही, संघराज्यव्यवस्था, सर्वधर्मसमभाव, घटनेचं सार्वभौमत्व, न्यायालयीन पुनर्विलोकन आणि स्वातंत्र्य, राज्याची एकता आणि एकात्मता, समानतेचं तत्त्व, मूलभूत अधिकारांचं सार, संसदीय लोकशाही, निवडणुका, केंद्र आणि राज्यांमधील सत्ताविभाजन इत्यादी. त्यामुळे १२४ वं घटनादुरुस्ती विधेयक राज्यघटनेच्या पायाभूत चौकटीत बसतं का हे तपासावं लागेल.

समानतेचा मूलभूत अधिकार आणि आरक्षण :

महत्त्वाची गोष्ट अशी, की १४ व्या कलमात समानतेचा अधिकार दिलेला आहे. हा मूलभूत अधिकार आहे आणि कलम १५ आणि १६ मध्ये दुर्बल घटकांसाठी आरक्षणाची तरतूद आहे. आरक्षण हा मूलभूत अधिकार नसून दुर्बल घटकांना समाजात उन्नत करण्यासाठी केलेली सुविधा आहे. त्याला संरक्षणात्मक भेदभाव' म्हटलं जातं. या आरक्षणाला काही मर्यादा आहे का, हा महत्त्वाचा प्रश्न आहे. महाराष्ट्राचं उदाहरण घेतल्यास अस्तित्वात असलेल्या ५२ टक्के आरक्षणात मराठा आरक्षणाची १६ टक्के भर घालण्यात आली आहे. मुस्लिम आरक्षण ५ टक्के आणि धनगर आरक्षण ५ टक्के वाढवल्यास ७८ टक्के आरक्षण होते. त्यात १० टक्के आर्थिक दुर्बलगट वाढविल्यास ८८ टक्के आरक्षण होईल. अशा तऱ्हेचे आरक्षण ५० टक्क्यांपेक्षा जास्त देता येतं, याच्या सम र्थनार्थ तमिळनाडूमधल्या ६९ टक्के आरक्षणाचा दाखला दिला जातो. राज्यघटनेतल्या ३१ (ब) खाली एखादा कायदा नवव्या परिशिष्टात टाकल्यास त्याला तो मूलभूत अधिकारांचा संकोच करतो या कारणास्तव न्यायालयात प्रश्नास्पद करता येत नाही. परंतु, नववे परिशिष्ट हा घटनेचा भाग असल्यानं एखादा कायदा त्यात टाकायचा असल्यास घटनादुरुस्ती करावी लागते. याचा अर्थ वर सांगितल्याप्रमाणं संसदेच्या दोन्ही गृहांत तो दोन तृतीयांश बहुमतानं मंजूर करून घ्यावा लागतो. तमिळनाडूचा कायदा हा ७६ वी घटनादुरुस्ती करून १९९४ मध्ये नवव्या परिशिष्टात टाकण्यात आला आहे. अशा तऱ्हेचा लाभ मिळवणारं तमिळनाडू हे एकच राज्य आहे.

थोडक्यात १२४ वं घटनादुरुस्ती विधेयक संसदेत संमत झालं असलं, तरी त्याचा न्यायालयीन मार्ग सोपा नाही. आर्थिक आरक्षण आणि ५० टक्क्यांपेक्षा जास्त आरक्षण हे दोन्ही मुद्दे सर्वोच्च न्यायालयानं इंद्र सहानी केसच्या नऊ न्यायाधीशांच्या घटनापीठानं अमान्य केले आहेत. त्यामुळे ११ न्यायमूर्तींचं घटनापीठ निर्माण करून हा निर्णय बदलून घ्याला लागेल. अन्यथा या घटनादुरुस्तीला सर्वोच्च न्यायालयाकडून स्थगिती मिळण्याची शक्यता नाकारता येत नाही.

अंतिम लढाई सर्वोच्च न्यायालयात :

वर नमूद केल्याप्रमाणं मथितार्थ इतकाच, की आर्थिकदृष्ट्या दुर्बल गटाला १० टक्के आरक्षण देणाऱ्या १२४ व्या घटनादुरुस्ती विधेयकाची अंतिम लढाई भारताच्या सर्वोच्च न्यायालयात होणार आहे.

● प्रा. उल्हास बापट
भारतीय राज्यघटनेचे तज्ज्ञ अभ्यासक

(पूर्वप्रसिद्धी - दैनिक सकाळ)

■ आरक्षणाबाबत उच्च न्यायालयाचे निर्देश

- शिक्षणामध्ये १२% आरक्षण द्यावे
- सरकारी नोकऱ्यांमध्ये १३% आरक्षण द्यावे
- आरक्षणाची ५०% मर्यादा वाढवली जाऊ शकते.

- ■ या समितीने २०१३ मध्ये अहवाल सादर केला.
- ■ महाराष्ट्र शासनाने २५ जून, २०१४ रोजी मराठा समाजास १६% आरक्षण देण्याचा निर्णय घेतला.
- ■ या निर्णयास उच्च न्यायालयाची स्थगिती.
- ■ कोपर्डीच्या दुर्दैवी घटनेनंतर 'मराठी क्रांती मूक मोर्चास' सुरुवात. आरक्षणाच्या मागणीने पुन्हा जोर धरला.
- ■ ऑगस्ट २०१८ मध्ये न्या. एम. जी. गायकवाड यांच्या अध्यक्षतेखाली मागासवर्ग आयोगाचे कार्य सुरू.
- ■ मराठा समाज सामाजिक व शैक्षणिकदृष्ट्या मागास असल्याची माहिती संकलित करण्याचे काम गोखले इन्स्टिट्यूट, रामभाऊ म्हाळगी प्रबोधिनी, छत्रपती शिवाजी अकादमी, शारदा अकादमी व गुरुकृपा संस्था यांनी केले.
- ■ राज्य मागासवर्ग आयोगाने मराठा समाज शैक्षणिक व सामाजिकदृष्ट्या मागास असल्याचा अहवाल देत, मराठा समाजाचा समावेश इतर मागास वर्गात करावा अशी शिफारस केली.
- ■ महाराष्ट्र शासनाने 'सामाजिक व शैक्षणिक मागासवर्ग' हा स्वतंत्र प्रवर्ग करत मराठा समाजास नोव्हेंबर २०१८ मध्ये आरक्षण जाहीर केले.

५०% ची मर्यादा वाढ :

- ■ अपवादात्मक स्थितीत, प्रमाणित संकलित माहितीच्या आधारे आरक्षणाची ५० टक्क्यांची मर्यादा वाढवली जाऊ शकते. न्या. गायकवाड समितीने अशी अपवादात्मक स्थिती निदर्शनास आणली असल्याचे खंडपीठाने आपल्या निकालात म्हटले.
- ■ घटनेची १०२ वी दुरुस्ती करताना अनुच्छेद ३४२ (अ) मध्ये दुरुस्ती करण्यात आली.
- ■ त्यानुसार, राष्ट्रपतींकडे आरक्षणासंदर्भात उपलब्ध असलेल्या यादीतील समाजालाच आरक्षण दिले जाऊ शकते.

इतर राज्यांतील आरक्षण

- ■ महाराष्ट्राप्रमाणे तमिळनाडू, हरियाणा आणि तेलंगणा या राज्यांनीही आरक्षणाबाबतची ५०% ची मर्यादा ओलांडली आहे.
- ■ तमिळनाडूमध्ये ६९% आरक्षण असून देशात सर्वांत जास्त आरक्षण देण्यात तमिळनाडू राज्य आघाडीवर आहे.
- ■ आर आर कोहली विरुद्ध तमीळनाडू राज्य या खटल्यात सर्वोच्च न्यायालयाने ९वे परिशिष्ठ न्यायालयीन पुनर्विलोकनाच्या कक्षेत आणले.
- ■ महाराष्ट्रामध्ये ६८%, हरियाणामध्ये ६७% आणि तेलंगणामध्ये ६२% असे आरक्षणाचे प्रमाण वाढविण्यात आले आहे.

(संदर्भ : bombayhighcourt.nic.in)

सकाळ सर्वोच्च न्यायालयाचे निकाल प्रादेशिक भाषांमध्ये : सर्वोच्च न्यायालयाचे निकाल इंग्रजीसह इतर प्रादेशिक भाषांमध्ये उपलब्ध करून देण्यात यावेत या प्रस्तावाला सर्वोच्च न्यायालयाची मान्यता

दि. ३ जुलै २०१९ रोजी सर्वोच्च न्यायालयाचे निकाल इंग्रजीसह इतर प्रादेशिक भाषांमध्ये उपलब्ध करून देण्यात यावेत या प्रस्तावाला सर्वोच्च न्यायालयाने ३ जुलै रोजी मान्यता दिली आहे.

- ■ सर्वोच्च न्यायालयाच्या संकेतस्थळावर इंग्रजी भाषेव्यतिरिक्त इतर नऊ प्रादेशिक भाषांमध्ये निकाल उपलब्ध करून देण्यात येणार आहेत.
- ■ सर्वोच्च न्यायालयाचा निकाल अगोदर इंग्रजीत प्रकाशित करण्यात येईल त्यानंतर काही दिवसांमध्ये त्याचे नऊ प्रादेशिक भाषांमध्ये भाषांतर करण्यात येईल.
- ■ सर्वोच्च न्यायालयाचे निकाल इतर भाषांमध्ये भाषांतरित करण्यासाठी 'गुगल ट्रान्सलेटर'च्या धर्तीवरच सॉफ्टवेअर विकसित करण्यात आले आहे.
- ■ सर्वोच्च न्यायालयाच्या 'इलेक्ट्रॉनिक सॉफ्टवेअर विभागा'ने हे सॉफ्टवेअर विकसित केले आहे.
- ■ सरन्यायाधीश रंजन गोगाई यांनी ही संकल्पना मांडली होती.
- ■ कामगार विवाद, भाडे करार, जमीन संपादन, फौजदारी खटले, कौटुंबिक खटले, वैयक्तिक कायदे, धार्मिक व्यवहार, ग्राहक संरक्षण इत्यादी खटल्यांच्या निवाड्यांचे प्रादेशिक भाषांमध्ये भाषांतर करण्यात येणार आहे.

या भाषांमध्ये निकाल भाषांतरित होणार :			
१	आसामी	२	बंगाली
३	हिंदी	४	कन्नड
५	मराठी	६	ओरिया
७	तमिळ	८	तेलगु
९	उर्दू		

सर्वोच्च न्यायालयात वापरायच्या भाषेसंदर्भात तरतूद :

- घटनेच्या कलम ३४८ नुसार संसद जोपर्यंत कायदा करत नाही तोपर्यंत सर्वोच्च न्यायालयाचे कामकाज इंग्रजी भाषेतून चालेल.
- एखाद्या राज्याचा राज्यपाल राष्ट्रपतींच्या पूर्वसंमतीने संबंधित उच्च न्यायलय हिंदी किंवा प्रादेशिक भाषेच्या वापरास परवानगी देऊ शकतो, परंतु खटल्यांचे निकाल इंग्रजीतूनच प्रकाशित केले जातील.
- १९६३ च्या 'कार्यालयीन भाषा अधिनियम (Official Language Act)' नुसार राज्यपाल राष्ट्रपतींच्या पूर्वसंमतीने उच्च न्यायालयाचे निकाल हिंदी अथवा प्रादेशिक भाषांमध्ये प्रकाशित करण्यास परवानगी देऊ शकतो.
- परंतु खटल्यांचे निकाल प्रादेशिक भाषांसोबत इंग्रजीमध्येही प्रकाशित केले जातील.

(संदर्भ : sci.gov.in)

आंतरराष्ट्रीय न्यायालयाचा कुलभूषण जाधव यांच्या फाशीचा पुनर्विचार करण्याचा आदेश

दि. १७ जुलै, २०१९ रोजी हेग येथील आंतरराष्ट्रीय न्यायालयाने (Internation Court of Justice) कुलभूषण जाधव यांच्या फाशीच्या शिक्षेचा पुनर्विचार करावा असा आदेश पाकिस्तानला दिला.

- आंतरराष्ट्रीय न्यायालयाने १५ विरुद्ध १ अशा बहुमताने हा निकाल दिला. पाकिस्तानतर्फे नेमण्यात आलेले हंगामी न्यायाधीश तसद्युक हुसैन जिलानी यांनी केवळ असहमतीचा निकाल दिला.
- मात्र कुलभूषण जाधव यांना भारताकडे सुपुर्द करण्यात यावे ही भारताची मागणी मात्र आंतरराष्ट्रीय न्यायालयाने अमान्य केली.
- याचबरोबर न्यायालयाने कुलभूषण जाधव यांना वकिलातीशी संपर्क (Consulor Access) उपलब्ध करून देण्यात यावा असे आदेश दिले.
- जिनिव्हा करारानुसार जेव्हा एखाद्या परकीय नागरिकावर दुसऱ्या देशात खटला चालविला जातो तेव्हा त्या आरोपीस त्याच्या देशाच्या राजनैतिक अधिकाऱ्यांशी संपर्क करून देणे बंधनकारक आहे.
- भारत सरकारतर्फे ज्येष्ठ विधिज्ञ हरिश साळवे यांनी युक्तिवाद केला. हरिश साळवे यांनी केवळ एक रुपया मानधनावर काम केले.
- पाकिस्तानने घेतलेल्या निर्णयाचा फेरविचार करण्यासाठी आंतरराष्ट्रीय न्यायालयाने कोठलीही कालमर्यादा घातली नाही.
- निर्णयाचा फेरविचार कसा करावा याचे स्वातंत्र्य पाकिस्तानला आहे असेही पाकिस्तानने नमूद केले.

कुलभूषण जाधव प्रकरणाचा घटनाक्रम	
३ मार्च, २०१६	भारतीय नौदलाचे माजी अधिकारी कुलभूषण जाधव रॉ (Research and Analysi Wing) चे गुप्तहेर असून त्यांना बलुचिस्तानमधून अटक केल्याचा पाकिस्तानचा दावा.
९ मार्च, २०१६	कुलभूषण जाधव यांना भारताच्या इस्लामाबाद येथील दूतावासाशी संपर्क करून देण्याची भारताची मागणी.
१० एप्रिल, २०१७	पाकिस्तानच्या लष्करी न्यायालयाने घातपाती कारवायांचा कट केल्याप्रकरणी कुलभूषण जाधव यांना फाशीची शिक्षा ठोठावली.
८ मे, २०१७	कुलभूषण जाधव यांच्या फाशीच्या शिक्षेला भारताने आंतरराष्ट्रीय न्यायालयात आव्हान दिले.
९ मे, २०१७	कुलभूषण जाधव यांना सुनावलेल्या फाशीच्या शिक्षेला आंतरराष्ट्रीय न्यायालयाची स्थगिती.
१८ मे, २०१७	खटल्याचा निकाल लागेपर्यंत कुलभूषण जाधव यांना फाशीची शिक्षा देण्यात येऊ नये, असा आंतरराष्ट्रीय न्यायालयाचा पाकिस्तानला आदेश.
२६ डिसेंबर, २०१७	कुलभूषण जाधव यांची त्यांच्या पत्नी व आईने पाकिस्तानातील तुरुंगात भेट घेतली.
१७ जुलै, २०१९	आंतरराष्ट्रीय न्यायालयाचा कुलभूषण जाधव यांच्या फाशीचा पुनर्विचार करण्याचा आदेश

आंतरराष्ट्रीय न्यायालय (Internationa Court of Justice)

- आंतरराष्ट्रीय न्यायालय संयुक्त राष्ट्रसंघाचे महत्त्वाचे अंग आहे (Principal judicial organ).
- राज्यांमधील कायदेशीर विवादामध्ये निर्णय देणे व संयुक्त राष्ट्रसंघास कायदेशीर सल्ला देणे हे न्यायालयाचे प्रमुख कार्य आहे.
- आंतरराष्ट्रीय न्यायालयाची स्थापना १९४५ मध्ये झाली, आंतरराष्ट्रीय न्यायालयाचे मुख्यालय हेग (नेदरलँड) येथे आहे.
- आंतरराष्ट्रीय न्यायालयात एकूण पंधरा न्यायाधीश असतात, जे नऊ वर्षांच्या कार्यकाळासाठी निवडले जातात व त्यांची पुनर्नियुक्ती होऊ शकते.
- आंतरराष्ट्रीय न्यायालयात पंधरा न्यायाधीशांमधून एक अध्यक्ष व उपाध्यक्ष निवडला जातो.

आंतरराष्ट्रीय न्यायालयातील भारतीय न्यायाधीश :

- १. सर. बी. एन. राव (१९५२-५३)
- २. नागेंद्र सिंह (१९७९-१९८८) अध्यक्ष (१९८५-८८)

सकाळ जम्मू- काश्मीर प्रश्न आता मा.सुप्रीम कोर्टात टिकणार का नाही?

कलम ३७० आणि ३५अ रद्द करता येईल का? ह्या विरुद्ध लगेचच मा. सर्वोच्च न्यायालयात याचिका देखील दाखल करण्यात आली. 'ह्या प्रश्नावर संयुक्त राष्ट्रसंघात जाता येईल तेव्हा ह्या घटना दुरुस्तीला स्थगिती द्यावी आणि याचिकेवर तातडीने सुनावणी घ्यावी' अशी मागणी याचिकाकर्त्यांने केली. तेव्हा संयुक्त राष्ट्रसंघाला भारतीय राज्यघटनेच्या दुरुस्तीला स्थगिती देण्याचा अधिकार आहे का? असा प्रतिप्रश्न विचारून सर्वोच्च न्यायालयाने याचिकार्त्यांना क्रमवारीप्रमाणे याचिकेवर सुनावणी होईल असे सांगितले. अर्थात सरकारने अवलंबलेली निर्णय प्रक्रिया बरोबर का चुकीची ह्या प्रश्नांवर मा. सर्वोच्च न्यायालयातच ऊहापोह होईल आणि एक महत्त्वाचा आणि ऐतिहासिक निकाल दिला जाईल. ह्या याचिका कुठल्या प्रमुख मुद्द्यांभोवती फिरतील, त्याचा धांडोळा घेण्याचा आपण प्रयत्न करू.

१. कलम - ३७० हे १९५० साली तत्कालीन राष्ट्रपतींच्या अध्यादेशामुळे तात्पुरते म्हणून अस्तित्वात आणले गेले आणि १९५४ साली त्याचाच पुढचा भाग म्हणून कलम ३५ अ दाखल केले गेले. कलम ३७० मध्येच ते रद्द करण्याचा किंवा त्यात बदल (Modifications) करण्याचा अधिकार मा. राष्ट्रपती ह्यांना आहेत. आता जो देतो त्याला ते परत घेण्याचाही अधिकार असतो, ह्या नात्याने मा. राष्ट्रपतींनी नवीन अध्यादेश काढून १९५० चा अध्यादेश रद्दबातल ठरविला.

२. संपत प्रकाश विरुद्ध जम्मू-काश्मीर राज्य ह्या याचिकेवर निकाल देताना मा. सर्वोच्च न्यायालयाने १९६१ साली असे नमूद केले होते की ३७० कलम रद्द करण्यासाठी तेथील संविधान सभेची पूर्व परवानगी असणे क्रमप्राप्त आहे. आता तेथील कॉन्स्टिट्यूएंट असेम्ब्ली ही १९५४ सालीच विसर्जित झाली. त्यामुळे सरकारने काय केले तर त्यांनी आधी कलम ३६७ मध्ये दुरुस्ती केली आणि तेथील कॉन्स्टिट्यूएंट असेम्ब्लीचा ह्या पुढे त्याचा उल्लेख जम्मू-काश्मीर विधानसभा असे करण्यात येईल. यापुढे जम्मू-काश्मीर विधानसभा म्हणजे तेथील मा. राज्यपाल असे संबोधले जाईल आणि मा. राज्यपाल योग्य ते निर्णय घेतील अशा आशयाची घटना दुरुस्ती केली. सध्या काही महिन्यांपासून जम्मू-काश्मीरमध्ये विधानसभाच विसर्जित झाली होती आणि तेथे राष्ट्रपती राजवट लागू होती; त्यामुळे नवीन दुरुस्ती प्रमाणे राज्यपालांची संमती हीच तेथील विधानसभेची संमती असे गृहीत धरून मा. राष्ट्रपतींनी नवीन अध्यादेश काढला. आता अशी दुरुस्ती करता येणार नाही, अशी काही तरतूद घटनेमध्ये नाही. त्यामुळे जे प्रत्यक्षपणे करता येणार नव्हते, ते अप्रत्यक्षपणे सरकारने, अर्थात कायदेशीर मार्गाने करून दाखवले. आता असा अप्रत्यक्षपणे करण्याचा मार्ग म्हणजेच ह्या कृत्याला Colorable Exercise of Power म्हणता येईल का? हा विरोधकांचा आरोप मा. सर्वोच्च न्यायालयात पुढे येईल.

दुसरा पैलू :

ज्येष्ठ विधिज्ञ हरीश साळवे, सोली सोराबजी ह्यांच्या मते तर कलम ३७० पूर्णपणे रद्द झालेच नाही, तर त्यात बदल करण्यात आले आहेत. असे योग्य ते बदल करण्याचा अधिकार मा. राष्ट्रपतींना आहेच. असे थोडे-थोडके बदल नाही, तर 'मूलभूत बदल' (Radical transformation) करण्याचा अधिकार देखील मा. राष्ट्रपतींना आहेच आणि ह्या अधिकारांवर मा. सर्वोच्च न्यायालयाच्या घटनापीठाने १९६१ साली 'पुरनलाल लखनपाल विरुद्ध मा. राष्ट्रपती' ह्या केसमध्ये शिक्कामोर्तब केले आहे. आता हा ७ न्यायाधीशांचा निर्णय चूक की बरोबर हे ठरविण्यासाठी मा. सर्वोच्च न्यायालयाला ९ न्यायाधीशांचे खंडपीठ स्थापन करणे गरजेचे आहे आणि हे काही इतक्यात होईल असे वाटत नाही.

३. स्टेट बँक विरुद्ध संतोष गुप्ता ह्या केसमध्ये २०१६ साली मा. सर्वोच्च न्यायालयाने कलम ३७० हे आता खूप वर्षे वापरात असल्यामुळे कायद्याप्रमाणेच रद्द करता येईल असे म्हटले आहे असा काहीसा अर्थ विरोधक काढताना दिसतात. मात्र माझ्या मते ह्या निर्णयाचे नीट अवलोकन करता मा. न्यायालयाने असे नमूद केले की कलम ३७० हे आता अनेक वर्ष घटनेमध्ये आहे आणि ते काढण्यासाठी तेथील नमूद केलेल्या प्रक्रियेचाच वापर करावा लागेल. त्यामुळे हे कलम कधीच रद्द करता येणार नाही असे काही मा. न्यायालयाने म्हटलेले नाही.

४. दुसरा मुद्दा येतो घटनादुरुस्तीचा. आता ३७० हे तात्पुरते कलम असल्यामुळे त्यात बदल करण्याचा अधिकार फक्त राष्ट्रपतींना असल्याने घटना दुरुस्तीच्या तरतुदी लागू होणार नाहीत असे काही तज्ज्ञांचे मत आहे. पण समजा घटना दुरुस्तीच्या तरतुदी लागू होतील असे म्हटले तर दोन्ही सभागृहातील २/३ सभासदांचे बहुमत असणे गरजेचे आहे आणि हे बहुमत गाठणे सरकारसाठी अजिबात अवघड नाही.

५. काही विरोधकांच्या मते, ह्या बदलामुळे घटनेच्या मूलभूत चौकटीला धक्का बसेल आणि अशी घटना दुरुस्ती करता येणार नाही. उलट एकतर ह्या 'तात्पुरत्या' तरतुदी होत्या आणि आता तर भारतीय राज्यघटनाच लागू झाल्यामुळे सर्व मूलभूत अधिकार जम्मू-काश्मीर मध्ये आपोआपच लागू होतील.

६. या आधी मा. सर्वोच्च न्यायालयाने कलम ३७० आणि ३५ अ रद्द करण्याचा अधिकार 'कोर्टाला' नसल्याचे निकाल दिले आहेत. ह्याचा अर्थ सरकारला ते नाहीत असा होत नाही. उदा. इंद्रा सहानीच्या केसमध्ये आरक्षण ५०% पेक्षा जास्त देता येणार नाही (अपवादात्मक अपवाद वगळता) असा निर्णय देताना घटनेमध्ये आर्थिक आरक्षण देण्याची तरतूद नसल्यामुळे तसे आरक्षण देता येणार नाही असा निकाल मा. सर्वोच्च न्यायालयाने दिला होता. मात्र मागील वर्षी घटनादुरुस्ती करून मोदी सरकारने सवर्णांना १०% आर्थिक आरक्षण देण्याचा मार्ग मोकळा केला.

७. त्यामुळे मा. सर्वोच्च न्यायालयात सरकारचे निर्णय फिरवले जातीलच असे काही छातीठोकपणे सांगता येणार नाही. मागील काही निकालांचा उदा. IPC-377, व्यभिचार, शबरीमाला याबद्दलचे निकाल बघितले तर मा. सर्वोच्च न्यायालयाचा कल हा काळाप्रमाणे बदलल्याचा दिसून येईल. आपल्याकडे न्यायालय आणि संसद हे एकमेकांवर अवलंबून आहेत. न्यायालयाचा निर्णय संसदेला बदलता येतो, तर संसदेचा कायदा घटनाबाह्य असल्यास न्यायालयाला तो रद्दबातल ठरवता येतो. अर्थात हे सहजासहजी होत नाही. कलम ३७० आणि ३५ अ या बद्दलचा निर्णय घेण्याचे धाडस मोदी सरकारने दाखवले हे मान्य करायलाच हवे, त्याचे चांगले-वाईट परिणाम काळच ठरवेल. ह्या निर्णयामुळे राजकीय विरोधक देखील सैरभैर झाले आहेत. ह्यावरील राजकारण चालूच राहील मात्र आता कायद्याच्या कसोटीवर काय होते ह्याच्याकडे सगळ्यांचे लक्ष असेल.

● ॲड. रोहित एरंडे

प्रसिद्ध वकील, कायदा अभ्यासक व लेखक

- ३. न्या. रघुनंदनस्वरूप पाठक (१९८९-९१)
- ४. न्या. दलविर भंडारी (२०१२)

(संदर्भ : icj-cij.org)

सकाळ सर्वोच्च न्यायालयाने ॲट्रॉसिटी कायद्यासंदर्भात दिलेल्या निर्णयाचा पुनर्विचार : या निर्णयामुळे 'ॲट्रॉसिटी कायद्यांतर्गत' तात्काळ अटकेची मूळ तरतूद पुन्हा प्रस्थापित होणार

दि. १ ऑक्टोबर २०१९ रोजी सर्वोच्च न्यायालयाने 'अनुसूचित जाती-जमाती प्रतिबंधक अधिनियम, १९८८'तील 'तात्काळ अटकेच्या' तरतुदी जैसे थे ठेवल्या आहेत.

- या निर्णयामुळे सर्वोच्च न्यायालयाने २० मार्च २०१८ रोजी सर्वोच्च न्यायालयाच्याच दोन सदस्यीय खंडपीठाने दिलेल्या निर्णयात सुधारणा केली आहे.
- २० मार्च २०१८ रोजी सर्वोच्च न्यायालयाचे डॉ. सुभाष महाजन विरुद्ध महाराष्ट्र सरकार या खटल्यात 'अनुसूचित जाती-जमाती अत्याचार प्रतिबंधक अधिनियमातील' 'तात्काळ अटकेच्या' तरतुदींना रद्द करून अटक करण्यासाठी काही निर्बंध घालून दिले होते.
- या निर्णयाविरोधात केंद्र शासनाने अधिनियमात सुधारणा केली होती. या सुधारणेला सर्वोच्च न्यायालयात आव्हान देण्यात आले होते.
- सर्वोच्च न्यायालयाच्या न्या. अरुण मिश्रा, न्या. एम. आर. शहा, न्या. बी. आर. गवई यांच्या तीन सदस्यीय खंडपीठाने पुनर्विचार याचिकेवर (Review Petition) निर्णय देताना कायद्यातील मूळ तरतुदी प्रस्थापित केल्या.
- या निर्णयामुळे 'ॲट्रासिटी कायद्यांतर्गत' तात्काळ अटकेची मूळ तरतूद पुन्हा प्रस्थापित होणार आहे.
- या वेळी सर्वोच्च न्यायालयाने 'समानतेसाठी असलेला संघर्ष (Struggle for Equality)' अजूनही संपलेला नसल्याचे नमूद करून कायद्याची आवश्यकता प्रतिपादित केली.
- २० मार्च २०१८ रोजी न्या. ए. के. गोयल व न्या. यू. यू. ललित यांनी या कायद्यांतर्गत अटकेपूर्वी चौकशी करण्याचे आदेश दिले होते.
- या निर्णयामुळे कायदा 'दंतविहिन सिंहासारखा' असल्याची टीका करत देशभरातील दलित संघटनांनी आंदोलन केले होते.
- राज्य घटनेने अनुसूचित जाती व जमातींना कलम १५ अंतर्गत दिलेल्या संरक्षणाकडे लक्ष वेधत कायद्यातील तरतुदी शिथिल करणे घटनाविरोधी आहे, असे न्यायालयाने नमूद केले.
- स्वातंत्र्याच्या सत्तर वर्षांनंतरही सरकार उपेक्षित घटकांचे संरक्षण करण्यात अपयशी ठरल्याचे सर्वोच्च न्यायालयाने सुनावले.

अनुसूचित जाती-जमाती (अत्याचार प्रतिबंधक) अधिनियम :

- अनुसूचित जाती-जमाती अधिनियमास संसदेने १९८९ मध्ये मान्यता दिली. कायद्याची अंमलबजावणी करण्यासाठी १९९५ मध्ये नियम अधिसूचित करण्यात आले.
- या कायद्यांतर्गत अनुसूचित जाती-जमातींविरोधात होणाऱ्या २२ गुन्ह्यांची सूची दिली आहे.
- कायद्यांतर्गत संभाव्य गुन्हेगारांना हद्दपार करण्याचे अधिकार शासनाला देण्यात आले आहेत.
- कायद्याच्या अनुच्छेद १४ नुसार अशा गुन्ह्यांची त्वरित सुनावणी करण्यासाठी विशेष न्यायालयांची तरतूद करण्यात आली आहे.
- या कायद्यांतर्गत अत्याचारपीडित व्यक्तीला नुकसानभरपाई देण्याची तरतूददेखील करण्यात आली आहे.

सर्वोच्च न्यायालयातील न्यायाधीशांची संख्या ३४ :

- संसदेने कायद्याद्वारे सर्वोच्च न्यायालयातील न्यायाधीशांची संख्या ३४ मंजूर केल्याने, सर्वोच्च न्यायालयात तीन रिक्त जागा निर्माण झाल्या होत्या.
- या रिक्त जागांवर न्या. कृष्ण मुरारी, न्या. रवींद्र भट, न्या. व्ही. रामसुब्रमण्यम व न्या. हृषिकेश रॉय यांची नेमणूक केली.
- सरन्यायाधीश रंजन गोगोई यांनी त्यांना पदाची शपथ दिली, यामुळे सर्वोच्च न्यायालयातील न्यायाधीशांची संख्या चौतीस झाली आहे.

	न्यायमूर्ती	पूर्वीचे पद
१.	न्या. कृष्ण मुरारी	मुख्य न्यायाधीश, पंजाब-हरियाणा उच्च न्यायालय
२.	न्या. रामसुब्रमण्यम	मुख्य न्यायाधीश, हिमाचल उच्च न्यायालय
३.	न्या. एस. रवींद्र भट	मुख्य न्यायाधीश, राजस्थान उच्च न्यायालय
४.	न्या. हृषिकेश रॉय	मुख्य न्यायाधीश, केरळ उच्च न्यायालय

घटनेच्या कलम १३७ अन्वये सर्वोच्च न्यायालयाला स्वतःचे निर्णयांचा पुनर्विचार (Review) करण्याचा अधिकार आहे.

(संदर्भ : sci.gov.in)

सकाळ इंटरनेट मिळवणे हा मूलभूत अधिकार : केरळ उच्च न्यायालयाचा निर्णय

दि. १ ऑक्टोबर २०१९ रोजी 'इंटरनेट मिळवणे हा भारतीय राज्यघटनेच्या कलम २१ (अ) (शिक्षणाचा अधिकार व कलम २१ (जीविताचा अधिकार)' अंतर्गत मूलभूत अधिकार असल्याचा निर्णय केरळ उच्च न्यायालयाने दिला आहे.

- केरळ उच्च न्यायालयाच्या न्या. पी. व्ही. आशा यांच्या एकसदस्यीय खंडपीठाने हा निर्णय दिला.
- या वेळी उच्च न्यायालयाने 'संयुक्त राष्ट्र मानवाधिकार परिषदे'ने 'इंटरनेटची उपलब्धता (Access to Internet)' हा मूलभूत मानवी अधिकार घोषित केल्याचा निर्वाळा दिला.
- कोझीकोडे येथील श्री. नारायण गुरू महाविद्यालयाने वसतिगृहासाठी ठरवलेल्या निश्चित तासाबाहेर मोबाईल फोन वापरल्यामुळे वसतिगृहामधील फातिमा शिरिन ह्या विद्यार्थिनीला बाहेर काढले होते.
- याला याचिकाकर्त्याने वसतिगृहाच्या नियमांना आव्हान देत महिला विद्यार्थी वयस्क असल्याने मोबाईल फोन वापरण्याच्या तिच्या स्वातंत्र्यात अडथळा आणण्याचा अधिकार कोणालाही नसल्याचा युक्तिवाद केला होता.
- यावर विद्यार्थिनींकडून होत असलेल्या मोबाईल फोनच्या गैरवापराविषयी पालकांच्या विनंतीनंतर ही बंदी आणल्याचे महाविद्यालयाकडून सांगण्यात आले.
- उच्च न्यायालयाने महाविद्यालयीन विद्यार्थी प्रौढ असल्याने पालकांच्या विनंतीवरून अशा प्रकारचे निर्बंध लादता येणार नाहीत.
- तसेच महाविद्यालयीन वसतिगृहांमध्ये अभ्यासाच्या वेळी मुलींना मोबाईल फोनवर इंटरनेट मिळविण्यापासून रोखले जाऊ शकत नाही असा निर्णय दिला.
- या निर्णयामुळे 'इंटरनेट हा मूलभूत अधिकार' असणारे केरळ देशातील पहिले राज्य बनणार आहे.

कलम २१ (Right to Life) :

- कायद्याने प्रस्थापित केलेल्या कार्यपद्धतीखेरीज कोणत्याही व्यक्तीचे जीवित किंवा व्यक्तिस्वातंत्र्य हिरावून घेतले जाणार नाही.
- १९७८ च्या मनेका गांधी खटल्यात सर्वोच्च न्यायालयाने 'कायद्याची न्याय पद्धत (Due Process of Law)' या तत्त्वाचा स्वीकार करत कलम २१ चा आशय व्यापक केला.
- यामुळे कार्यकारी मंडळासोबतच कायदेमंडळाच्या कृतीविरोधातही न्यायालयीन पुनर्विलोकनाचे संरक्षण प्राप्त झाले.
- कलम २१ अंतर्गत काही महत्त्वाचे खटले.

अ. क्र.	खटला	अधिकार (कलम २१ अंतर्गत)
१.	मनेका गांधी वि. भारतीय संघराज्य	प्रतिष्ठापूर्वक जीवन जगण्याचा अधिकार
२.	सुभाष कुमार वि. बिहार सरकार	शुद्ध पाणी, हवा व पर्यावरणाचा अधिकार
३.	उण्णीकृष्णन खटला	शिक्षणाचा हक्क
४.	विशाखा वि. राजस्थान राज्य	कामाच्या ठिकाणी लैंगिक शोषणाविरुद्धचा हक्क
५.	सुरजित कुमार वि. उत्तर प्रदेश राज्य	ऑनरकिलिंग विरोधातील हक्क
६.	ॲटर्नी जनरल वि. लछमादेवी	सार्वजनिकरित्या फाशी देण्याविरोधात हक्क

केरळ उच्च न्यायालय :

- केरळ उच्च न्यायालयाची स्थापना १ नोव्हेंबर १९५६ रोजी झाली. उच्च न्यायालयाच्या न्यायाधिकार क्षेत्रात संपूर्ण केरळ राज्य व लक्षद्वीप केंद्रशासित प्रदेशाचा समावेश होतो.
- केरळ उच्च न्यायालयाचे मुख्य पीठ कोचीन येथे आहे.

(संदर्भ : highcourtofkerala.nic.in)

सकाळ सर्वोच्च न्यायालयाची मेट्रो कारशेडसाठी आरेतील वृक्षतोडीस स्थगिती

दि. १७ ऑक्टोबर २०१९ रोजी मेट्रो कारशेडसाठी आरेतील वृक्षतोडीला सर्वोच्च न्यायालयाच्या खंडपीठाने ७ ऑक्टोबर २०१९ रोजी तात्पुरती स्थगिती दिली.

- या प्रकरणावर पर्यावरणविषयक खटले चालविणाऱ्या खंडपीठापुढे पुढील सुनावणी होणार आहे.
- ग्रेटर नोएडामधील विधी शाखेचा विद्यार्थी रिषभ रंजन याने तत्कालीन सरन्यायाधीश रंजन गोगोई यांना वृक्षतोडीस स्थगिती देण्याची विनंती करणारे पत्र लिहिले होते.
- सर्वोच्च न्यायालयात या पत्राची दखल घेत पत्राचे जनहित याचिकेत रूपांतर केले. सर्वोच्च न्यायालयाने सुट्टीकालीन विशेष खंडपीठ स्थापन करून तातडीने सुनावणी घेतली.
- आरे हे जंगल आहे की नाही याबाबतचा खटला सर्वोच्च न्यायालयात प्रलंबित आहे, याशिवाय आरे 'पर्यावरणीय संवेदनशील क्षेत्रामध्ये (ESZ)' आहे की नाही याबाबतचा खटला राष्ट्रीय हरित न्यायाधिकरणात प्रलंबित आहे.
- यामुळे आरेतील वृक्षतोडीला स्थगिती द्यावी, अशी मागणी

पंतप्रधान जवाहरलाल नेहरू यांच्याकडून आरे कॉलनीचे उद्घाटन

यावेळी **३१६६ एकर** जमिनीवर वृक्षारोपण

मेट्रोच्या पार्किंग कारशेडसाठी आरे जंगलातील **२२३८ झाडांवर कुऱ्हाड** कोसळणार होती.

याचिकाकर्त्यांनी केली.

- मुंबई उच्च न्यायालयाने पर्यावरणवाद्यांची याचिका फेटाळल्यानंतर आरे कॉलनीतील मेट्रो कारशेडच्या बांधकामात अडथळा ठरणारी झाडे प्रशासनाने एका रात्रीत कापली होती.

आरे कॉलनी :

- भारताचे प्रथम पंतप्रधान जवाहरलाल नेहरू यांनी डेअरी उद्योगाचा पाया रचण्यासाठी आरे कॉलनीचे उद्‌घाटन केले होते.
- यावेळी पंडित नेहरूंनी वृक्षारोपण केले होते, यानंतर ३१६६ एकर जमिनीवर झाडे लावण्यात आली होती.
- २०१४ मध्ये मुंबई मेट्रोचा मार्ग वर्सोवापासून घाटकोपरपर्यंत विस्तारण्याचा निर्णय घेतला.
- यासाठी मेट्रोला पार्किंग शेडची गरज भासली. मुंबई मेट्रोने फिल्म सिटी गोरेगाव परिसरातील आरे कॉलनीची जागा मेट्रोच्या पार्किंग शेडसाठी निवडली.
- कारशेड बनविण्यासाठी आरे जंगलातील २२३८ झाडांवर कुऱ्हाड कोसळणार होती.
- यामुळे पर्यावरणप्रेमींनी मुंबई उच्च न्यायालयात याचिका दाखल केली परंतु उच्च न्यायालयाने वृक्षतोडीस स्थगिती देण्यास नकार दिला.

जनहितार्थ याचिका (Public Interest Litigation [PTL])

- जनहितार्थ याचिका ही १९८० च्या दशकात उदयास आलेली संकल्पना आहे. लोकस स्टॅन्डी (Locus Standi) या न्यायालयीन प्रक्रियेत नियमानुसार ज्या व्यक्ती व गटावर अन्याय झाला असेल त्या व्यक्ती व गटानेच न्यायालयात जाणे बंधनकारक होते.
- परंतु जनहित याचिकेमुळे हा नियम लवचीक करण्यात आला.
- १९८० च्या दशकात हुस्नरा खातून विरुद्ध बिहार राज्य या खटल्यात प्रथमच 'लोकस स्टँडी' या संकल्पनेला फाटा देण्यात आला.
- न्या. पी. एन. भगवती व न्या. व्ही. आर. कृष्ण अय्यर हे 'जनहितार्थ याचिकां'चे निर्माणकर्ते मानले जातात.
- सर्वोच्च न्यायालयाने साध्या पत्रांद्वारे केलेल्या तक्रारी याचिका म्हणून दाखल करून घेतल्याची उदाहरणे आहेत.

(संदर्भ : sci.gov.in)

अनेक वर्षांपासून प्रलंबित रामजन्मभूमी-बाबरी मशीद खटल्यावर सर्वोच्च न्यायालयाचा ऐतिहासिक निर्णय : वादग्रस्त जमीन रामलल्लाचीच

दि. ९ नोव्हेंबर २०१९ रोजी सर्वोच्च न्यायालयाने ऐतिहासिक व अनेक वर्षांपासून प्रलंबित रामजन्मभूमी-बाबरी मशीद खटल्याचा अंतिम निर्णय दिला.

- पाच सदस्यीय घटनापीठाने एकमताने वादग्रस्त २.७७ एकर जमीन रामलल्लाची असल्याचे सांगत जमिनीचा ताबा केंद्र सरकारकडे सोपवला.
- या जमिनीवर मंदिर उभारण्यासाठी ट्रस्ट स्थापित करण्याचा आदेश सर्वोच्च न्यायालयाने केंद्र सरकारला दिले.
- तसेच मुस्लीम पक्षकारांना मशीद उभारण्यासाठी पाच एकर जमीन देण्याचे आदेश दिले.
- ही पाच एकर जागा वादग्रस्त जागेभोवतालच्या ६७ एकर जमिनीतून किंवा अयोध्येतील महत्त्वाच्या स्थळी देण्यात येईल.

रामजन्मभूमी-बाबरी मशीद खटला काही ठळक

- **५ सदस्यीय** घटनापीठाचा एकमताने निर्णय
- वादग्रस्त **२.७७ एकर जमीन** रामलल्लाची
- **मंदिर उभारण्यासाठी ट्रस्ट** स्थापित करण्याचा केंद्राला आदेश
- मुस्लीम पक्षकारांना **मशीद उभारण्यासाठी ५ एकर जमीन** देण्याचे आदेश
- **१०४५ पानी** निकालपत्र

- सर्वोच्च न्यायालयाचे मावळते सरन्यायाधीश न्या. रंजन गोगोई यांच्या अध्यक्षतेखालील न्या. शरद बोबडे, न्या. धनंजय चंद्रचूड, न्या. अशोक भूषण व न्या. अब्दुल नजीर या पाच न्यायाधीशांच्या खंडपीठाने हा निर्णय दिला.
- सर्वोच्च न्यायालयाने १०४५ पानी निकालपत्र पाचही न्यायाधीशांच्या सहमतीने दिले.
- तसेच सर्वोच्च न्यायालयाने १९९२ मध्ये बाबरी मशीद जमीनदोस्त करणे ही कृती कायद्याचे उल्लंघन करणारी होती असेही नमूद केले.
- सर्वोच्च न्यायालयाने यावेळी वादग्रस्त जागेवरील निर्मोही आखाड्याचा दावा फेटाळून लावला. परंतु निर्मोही आखाड्याच्या प्रतिनिधींना ट्रस्टमध्ये प्रतिनिधित्व देण्याचे निर्देश दिले.
- २०१० च्या अलाहाबाद उच्च न्यायालयाच्या निकालाला एकूण १४ पक्षकारांनी सर्वोच्च न्यायालयात आव्हान दिले होते.
- भगवान रामलल्ला विराजमान, निर्मोही आखाडा, उत्तर प्रदेश सुन्नी वक्फ बोर्ड, शिया वक्फ बोर्ड, गोपालसिंह विशारद, महंमद हशीम अन्श्नसारी, एम. सिद्दिकी याशिवाय महंत परमहंस रामचंद्रदास, अखिल भारतीय श्रीराम जन्मभूमी पुनरुद्धार समिती, देवकीनंदन अगरवाल, अखिल भारतीय हिंदू महासभा, फारूक अहमद यांच्याही याचिका फेटाळल्या गेल्या.

सकाळ दूरगामी परिणाम करणारा अयोध्या निवाडा

देव आहे की नाही हा वाद अनादिकाळापासून जगभर चालू आहे. देवाचं अस्तित्व मानणाऱ्यांकडे त्याची पूरक कारणं आहेत आणि नाकारणाऱ्यांकडे नाकारण्याची पूरक कारणं आहेत. देवावरून, धर्मावरून झालेल्या लढायांचे संदर्भ इतिहासात अनेक ठिकाणी उपलब्ध आहेत. या पार्श्वभूमीवर अयोध्येत शेकडो वर्षं अस्तित्वात असलेल्या मशिदीमध्ये राम मंदिर होतं की नाही हा वाद मिटवण्याचा प्रयत्न सन १८५७ च्या सुमारास झाला. दंग्यानंतर तत्कालीन ब्रिटिश प्रशासनानं जागेचे दोन भाग करून हिंदू आणि मुस्लिम भाविकांना विभागून दिले. हिंदूंच्या भागात राम चबुतरा, सीता की रसोई या जागा होत्या, तिथं पूजा होऊ लागली. दुसऱ्या भागात नमाज होऊ लागली. अशा प्रकारे शांतता आणण्याचा प्रयत्न झाला. मात्र, हा प्रयत्न अयशस्वी झाला. त्यानंतर जानेवारी १८८५ मध्ये राम जन्मस्थानाचे आपण महंत असल्याचा दावा करून राम चबुतऱ्यावर मंदिर बांधण्यासाठी केलेला महंतांचा दावा दोन समाजांमध्ये दंगल होईल म्हणून फेटाळला गेला. मात्र, न्यायमूर्तींनी ही जागा हिंदूंच्या ताब्यात असल्याचा निकाल दिला. याविरुद्ध २४ डिसेंबर १८८६ रोजी जिल्हा न्यायालयात केलेलं अपील फेटाळलं गेलं आणि हिंदूंच्या मालकीची जागा असल्याचा निकालही फेटाळला गेला. त्यानंतर ज्युडीशिअल कमिशनर अवध यांनीसुद्धा हा निकाल कायम केला. यानंतर सन १९३४ मध्ये दोन समाजामध्ये तंटे तयार झाले. त्यात मशिदीचं झालेलं नुकसान तत्कालीन सरकारनं भरून दिलं. १९४६ पासून अखिल भारतीय रामायण महासभा यांनी जागा ताब्यात मिळण्यासाठी आंदोलन सुरू केलं. ता. २२ व २३ डिसेंबर, १९४९ रोजी मशिदीची मोडतोड करून आतमधल्या मुख्य घुमटाखाली श्रीरामाच्या मूर्ती ठेवण्यात आल्या.

या पार्श्वभूमीवर १६ जानेवारी १९५० रोजी फैजाबाद कोर्टमध्ये गोपाळ विशारद यांनी दावा दाखल केला. मंदिराच्या गाभ्यामध्ये पूजा करू दिली जात नाही, असा दावा त्यांनी केला आणि पूजा करण्यापासून परावृत्त करू नये म्हणून मनाई मागितली. ही मनाई न्यायालयानं दिली. जानेवारी १९५० मध्ये मूर्ती हलवण्यासदेखील न्यायालयानं मनाई केली आणि पूजेमध्येसुद्धा हरकत घेऊ नये, असा निकाल दिला. या अंतरिम आदेशाविरुद्ध केलेलं अपील अलाहाबाद उच्च न्यायालयानं फेटाळलं. दि. १ एप्रिल १९५० रोजी कोर्ट कमिशनर नेमून दाव्यामध्ये नकाशा काढून अहवाल सादर करण्यास सांगितलं गेलं. ही प्रक्रिया चालू असताना दि. ५ डिसेंबर १९५० रोजी दुसरा दावा दाखल झाला, तर १७ डिसेंबर १९५९ रोजी निर्मोही आखाड्यानं दावा दाखल केला. दि. १८ डिसेंबर १९६१ रोजी सुन्नी सेंट्रल वक्फ बोर्ड आणि इतर नऊ मुस्लिम रहिवाशांनी संपूर्ण जागा ही बाबरी मशीद असून मूर्ती हलवून आपल्याकडं ताबा मागितला. हे सर्व दावे एकत्र तयार झाले. हिंदू धर्मीयांच्या वतीनं सन १९८९ मध्ये रामाच्या आणि रामजन्मस्थानाच्या वतीनं, जागेचा ताबा मिळावा आणि तिथं मंदिर बांधण्यावर कोणीही हरकत घेऊ नये यासाठी खटला दाखल झाला. राम किंवा कुठलीही देवता ही कायदेशीरदृष्ट्या 'व्यक्ती' गणली जाते - कारण लोक त्याच्या नावानं आपली मालमत्ता दान- अर्पण करतात. तशाच प्रकारे देवतेचं जन्मस्थान ही कायदेशीरदृष्ट्या अस्तित्व असलेली गोष्ट आहे, असं त्यामागचं गृहीतक होतं. हे सर्व खटले एकत्र करून ते अलाहाबाद उच्च न्यायालयाकडे वर्ग केले गेले. ही न्यायालयीन प्रक्रिया सुरू असताना ६ डिसेंबर १९९२ ची घटना घडली.

यानंतर प्रचंड टीका झाल्यानं तत्कालीन केंद्र सरकारनं अयोध्या जमीन संपादन कायदा (१९९३) असा खास कायदा मंजूर करून वादग्रस्त जागा सन १९९३ मध्ये ताब्यात घेतली आणि सर्व संबंधित खटले रद्दबातल ठरवले. या कायद्याला आव्हानं देणाऱ्या रिट याचिकांची एकत्रित सुनावणी सर्वोच्च न्यायालयाच्या घटनापीठापुढं झाली. सर्वोच्च न्यायालयानं १९९४ मध्ये असा निर्णय दिला, की वादग्रस्त जागा या कायद्यान्वये ताब्यात घेण्याचा केंद्र सरकारचा निर्णय योग्य आहे; परंतु त्या कायद्यान्वये न्यायालयांतले संबंधित खटले रद्दबादल करणं मात्र घटनाबाह्य आहे. सरकारला असं करण्याचा अधिकार नाही. यानंतर अलाहाबाद उच्च न्यायालयात प्रलंबित असलेले हे जुने खटले पुन्हा पूर्ववत सुरू झाले. साक्षीपुरावे न्यायालयाला सादर करण्याची प्रक्रिया सन १९९६ पासून सुरू झाली. दरम्यान, सन २००२ मध्ये अलाहाबाद उच्च न्यायालयानं या गोष्टीचा वस्तुनिष्ठ पद्धतीनं छडा लावण्यासाठी भारतीय पुरातत्त्व सर्वेक्षण खात्याला आदेश दिले. सन २००३ मध्ये पुरातत्त्व खात्यानं आपला अहवाल सादर केला. सर्व पक्षांच्या साक्षीपुराव्यांनंतर अलाहाबाद उच्च न्यायालयाच्या तीन न्यायमूर्तींच्या खंडपीठानं आठ हजार पानांचं निकालपत्र दिलं. निकालपत्र देताना न्यायालयानं पुराव्याची छाननी करून घेतलेल्या सुनावणीत ५३३ पुराव्यादाखल सादर केलेल्या वस्तू आणि ८७ साक्षीदारांच्या साक्षींच्या चौदा हजार पानांचा समावेश होता. यानंतर मशिदीच्या जमिनीचे तीन समान भाग करावेत - जेणेकरून समाजात तंटा राहणार नाही, असा निकाल या खंडपीठानं दोन विरुद्ध एक असा दिला. सर्वोच्च न्यायालयामध्ये सर्वच पक्षकारांनी अलाहाबाद उच्च न्यायालयाच्या निर्णयाला आव्हान दिलं. सरन्यायाधीशांनी सर्वोच्च न्यायालयाच्या नियमांतर्गत पाच न्यायाधीशांच्या खंडपीठाकडे या सर्व याचिका सुनावणीसाठी सोपवल्या.

रामजन्मभूमीच्या या याचिकांची सुनावणी पाच न्यायाधीशांच्या खंडपीठासमोर ६ ऑगस्ट, २०१९ रोजी सुरू झाली आणि ४१ दिवस ही सुनावणी झाली. सर्वोच्च न्यायालयानं सर्व पक्षांच्या म्हणण्याचा संपूर्ण आढावा घेतला. प्रत्येक दाव्यामध्ये प्रत्येक पक्षानं मांडलेली भूमिका आणि त्याचा तपशीलवार परामर्श घेतला. सर्वोच्च न्यायालयानं निकाल देताना अनेक पुस्तकांचा, ग्रंथांचा संदर्भ दिला. सर्व पक्षांचा प्रत्येक कायदेशीर मुद्दा विचारात घेऊन त्याबाबत निर्णय देताना यापूर्वीच्या विविध न्यायालयीन निकालांचा आधार घेतला. सर्वोच्च न्यायालयानं अयोध्या प्रश्नी निकाल देताना विचारात घेतलेल्या पूर्वीच्या निकालांची संख्या खूप मोठी आहे. सर्वोच्च न्यायालयानं हा निकाल देत असताना प्रत्येक धर्मातल्या अनेक प्रथांचाही विचार केला. देवाच्या नावानं दावा करता येतो का, याचाही विचार केला आणि असा दावा करता येतो आणि का करता येतो याबाबतची सयुक्तिक कारणमीमांसाही निकालामध्ये दिली. देव ही संकल्पना असल्यानं देवाच्या नावानं इष्टमित्र म्हणून दावा दाखल करता येतो का, याचाही परामर्श घेतला. याबाबत पूर्वीच्या सर्वोच्च न्यायालयाच्याच नव्हे, तर उच्च न्यायालयांच्या निकालाचादेखील

विचार केला आहे. सर्वोच्च न्यायालयाने उत्खननामध्ये आढळून आलेल्या अनेक बाबींचा विचार केला. सर्वोच्च न्यायालय हा निकाल देत असताना जोसेफ टीएफएनथलर हे ख्रिस्ती पुजारी, रॉबर्ट मार्टिन हे आयरिश लेखक आणि तत्कालीन सरकारी अधिकारी यांच्या पुस्तकांतल्या मजकुराचा ऊहापोह केला आहे.

सर्वोच्च न्यायालयानं हा निवाडा देताना वक्फ म्हणजे काय, त्याचं अस्तित्व कधी येतं याचाही तपशीलवार ऊहापोह केला आहे. सर्वोच्च न्यायालयानं आपल्या निकालामध्ये हेही नमूद केलं आहे, की मशिदीचा पाया हा पूर्वीच्या अस्तित्वात असलेल्या भिंतीवर उभा आहे आणि हा पाया बाराव्या शतकापूर्वीचा आहे. ज्या पायावर मशीद उभी होती, त्या पायाचा अभ्यास केला असता, त्यावरून त्या ठिकाणी हिंदू देऊळ असल्याचं दिसतं. सर्वोच्च न्यायालयानं अयोध्या ॲक्ट, १९९३ मधल्या तरतुदींचा विचार करून ही संपूर्ण जागा केंद्र सरकारकडे गेल्याचं नमूद केलं आहे आणि त्याच्या आधारावर या निवाड्यामध्ये जागा मंदिरासाठी द्यायचा निर्णय घेतला.

सर्वोच्च न्यायालयानं हा निर्णय देत असताना मंदिराचा मार्ग मोकळा केला असला, तरी हा निर्णय पूर्ण विचाराअंती कायद्यांतला तरतुदींचा पूर्णपणे अभ्यास करून केलेला आहे. त्यामुळे काही टीकाकारांनी या निकालावर टीका केली असली, तरी संपूर्ण निर्णय काळजीपूर्वक तपासला असता असं दिसून येतं, की हा निकाल राजकीय कारणांस्तव दिला गेला आहे अशी किंवा या स्वरूपाची टीका पूर्णपणे चुकीची आहे. निकालातल्या पानांची संख्या हजाराच्या जवळपास आहे. प्रत्येक बाबीचा ऊहापोह झालेला आहे.

सर्वोच्च न्यायालयानं निकालामध्ये स्पष्ट नमूद केलं आहे, की ६ डिसेंबर १९९२ रोजी मशीद उद्ध्वस्त केल्याचं कृत्य कायद्याचा भंग आहे आणि त्यापूर्वीही अशा प्रकारे केलेली कृत्यं बेकायदा आहेत. त्यामुळे सर्वोच्च न्यायालयानं दिलेल्या निकालावरची टीका पूर्णपणे अनाठायी आहे. यापूर्वीही न्यायालयीन निर्णयावर अशा प्रकारची टीका केली गेली होती. न्यायालयीन निकालावर अशा प्रकारे आरोप करणं हा एक पायंडा पडला आहे. त्यामुळे जी काही टीका करण्यात आली आहे, ती एक हजार पानी निकालपत्राचं अवलोकन न करता केली गेलेली आहे, असंच दिसून येतं. या निकालावर टीका करण्यापूर्वी एक हजार पानी निकालपत्र संदर्भासह वाचणं आवश्यक आहे. निकालपत्रातले आधारित निवाडे पाहणंही आवश्यक आहे. निकालपत्रामध्ये असलेल्या संदर्भाचा अभ्यास करणंही आवश्यक आहे. अशा प्रकारचा अभ्यास हा सोपा नाही. त्यामुळे बऱ्याचशा प्रमाणात टीका ही निकालपत्राचं पूर्ण वाचन न करता केलेली दिसते.

भविष्यात या विषयावरून वाद होणार नाहीत, असं दिसतं- कारण हा सर्वोच्च न्यायालयाचा निर्णय आहे. त्यामुळं या विषयावर सामाजिक शांतता राहील. या निवाड्याचा दुरुपयोग फक्त सामाजिक दुही वाढवण्यासाठी कोणीही करून नये हीच अपेक्षा.

●

ॲड. अभय नेवगी

उच्च न्यायालयातील प्रसिद्ध वकील व कायदेतज्ज्ञ

(पूर्वप्रसिद्धी : सप्तरंग, दैनिक सकाळ)

सकाळ डास चावल्यामुळे मृत्यू झाल्यास तो काही अपघाती मृत्यू होत नाही : मा. सर्वोच्च न्यायालय

डास चावल्यामुळे मलेरिया होऊन एखाद्या व्यक्तीचा मृत्यू झाल्यास असा मृत्यू अपघाती मृत्यू संबोधायचा का नाही, असा प्रश्न राष्ट्रीय ग्राहक आयोगापुढे नॅशनल इन्शुरन्स कं. विरुद्ध श्रीमती मौसमी भट्टाचार्जी (रिव्ही. पेटि. क्र. १२७०/२०१६) या खटल्यात उपस्थित झाला होता त्या प्रश्नाचे होकारार्थी उत्तर देऊन आयोगाने इन्शुरन्स कंपनीला चांगलेच फटकारले होते. मात्र ह्या निकालाविरोधात इन्शुरन्स कंपनीने मा. सर्वोच्च न्यायालयात अपील दाखल केले होते (सिव्हिल अपील क्र. २६१४/२०१९) आणि मा. सर्वोच्च न्यायालयाच्या मा. न्या. धनंजय चंद्रचूड आणि मा. न्या. हेमंत गुप्ता ह्यांच्या खंडपीठाने ग्राहक आयोगाचा निर्णय रद्द करून इन्शुरन्स कंपनीला दिलासा दिला.

सर्वोच्च न्यायालयाची भूमिका :

मा. सर्वोच्च न्यायालयाने अपघात म्हणजे काय ह्याचा विस्तृत ऊहापोह करताना आपल्याच पूर्वीच्या काही निकालांचा आधार घेतला, पण त्याचप्रमाणे अपघाताच्या व्याख्येमध्ये आजाराचा/रोगाचा अंतर्भाव होऊ शकत नाही, असे नमूद केलेल्या बेकर-वेलफोर्डसारख्या पाश्चात्य शब्दकोशांचा तसेच न्यायनिर्णयांचादेखील आधार घेतला. अपघात आणि आजार ह्या दोन वेगळ्या गोष्टी आहेत. अपघातामध्ये हिंसा किंवा एखादी अघटित घटना किंवा मानवी शक्तीच्या आकलनापलीकडील काही घटकांचा समावेश बहुतांश वेळा असतो. एखाद्या कृतीमुळे/कारणामुळे जेव्हा माहिती असते की, काही आजार होणार, तेव्हा त्यांना अपघात म्हणता येणार नाही. त्यामुळे बोटीवर काम करीत असलेल्या खलाशाला उष्माघात होणे हा काही अपघात म्हटला जाऊ शकत नाही.तसेच अतिश्रमामुळे शरीरातील मांसपेशी तुटणे म्हणजे अपघात नाही, ह्या ब्रिटिश निकालांचा कोर्टाने आधार घेतला. एखाद्या व्यक्तीला फ्लू झाला तर ती व्यक्ती मला अपघात झाला असे म्हणत नाही. जीवाणू-विषाणूंमुळे होणारे आजार म्हणजे काही अपघात नाही, सबब असुरक्षित शारीरिक संबंधांतून जोडीदाराला नागीण होऊन पुढे पक्षाघाताचा आजार झाला, ही घटना अपघात होऊ शकत नाही, ह्या २००९ सालच्या कॅनेडिअन सर्वोच्च न्यायालयाच्या निकालाचादेखील कोर्टाने आधार घेतला.सर्वोच्च न्यायालयाने नमूद केले की, मयत व्यक्ती ही मोझॅम्बई ह्या आफ्रिकन देशामध्ये राहत होती. ह्या देशामध्ये मलेरियाचे प्रमाण इतके प्रचंड आहे की, दर ३ व्यक्तींमागे एका व्यक्तीला मलेरिया झालेला असतो, त्यामुळे एवढ्या मोठ्या प्रमाणात होणाऱ्या आजाराला अपघात कसे म्हणता येईल? असा कुठलाही आजार पॉलिसीमध्ये कव्हर केलेला नव्हता आणि त्यामुळे ग्राहक आयोगाचा निकाल चुकीचा आहे. मात्र इन्शुरन्स क्लेमचे पैसे आधीच दिलेले आहेत हे कळल्यावर मात्र असे पैसे परत इन्शुरन्स कंपनीने वसूल करू नयेत असा आदेशही सर्वोच्च न्यायालयाने शेवटी दिला.

● **ॲड. रोहित एरंडे**

प्रसिद्ध वकील, कायदा अभ्यासक व लेखक

अयोध्या विवादाचा घटनाक्रम :

- **१८५३** – इंग्रजांच्या काळात पहिल्यांदा अयोध्येमध्ये जातीय दंगली झाल्या.
- **१८५९** – इंग्रजांनी वादग्रस्त परिसरात आतील भागात मुस्लीम तर, बाहेरील भागात हिंदूंना प्रार्थना करण्याची परवानगी दिली.
- **१९४७** – वाद झाल्यानंतर शासनाने मुस्लिमांना या स्थळावर जाण्यासाठी बंदी घातली.
- **१९६१** – सुन्नी वक्फ बोर्डाने खटला दाखल करून सर्व भाग दफनभूमी असल्याचा दावा केला.
- **६ डिसेंबर १९९२** – कारसेवकांनी वादग्रस्त वास्तू पाडली व तात्पुरते मंदिर बनविले. देशभरात दंगली. केंद्रशासनाने उत्तर प्रदेशमधील तत्कालीन कल्याणसिंह सरकार बरखास्त केले. केंद्र सरकारने उच्च न्यायालयात 'बांधकाम जैसे थे' ठेवण्याची मागणी केली.
- **१५ डिसेंबर १९९२** – केंद्रशासनाने कायदा करत वादग्रस्त वास्तूभोवतालची ६७ एकर जमीन ताब्यात घेतली.
- **२००३** – अलाहाबाद उच्च न्यायालयाने वादग्रस्त स्थळाची खोदाई करून मंदिराचे अस्तित्व होते की नाही हे शोधण्याचे निर्देश दिले. भारतीय पुरातत्त्व विभागाने 'बी. आर. मणी' यांच्या नेतृत्वाखाली उत्खनन केले. या टीममध्ये हिंदू-मुस्लीम दोन्ही समुदायाच्या अधिकारी-कर्मचाऱ्यांचा समावेश होता. पुरातत्त्व विभागाने अहवालात दहाव्या शतकातील मंदिरांचे अवशेष मिळाल्याचे सांगितले.
- **३० सप्टेंबर २०१०** – अलाहाबाद उच्च न्यायालयाने वादग्रस्त भूमीचे रामलल्ला, निर्मोही आखाडा व सुन्नी वक्फ बोर्ड अशा तीन भागात विभागणी करण्याचा निर्णय दिला.
- **८ मार्च २०१९** – वाद सोडविण्यासाठी मध्यस्थांकडे सोपविण्याचा निर्णय, तोडगा काढण्यात अपयश.
- **१६ ऑक्टोबर** – अंतिम सुनावणी. दोन्ही पक्षकारांचा युक्तिवाद पूर्ण, न्यायालयाने निकाल राखून ठेवला. खटल्याची सुनावणी सलग चाळीस दिवसांसाठी घेण्यात आली.
- ९ नोव्हेंबर - खटल्याचा निकाल.

बाबरी मशीद :

- ब्रिटिश इतिहासकारांच्या मतानुसार मुघल बादशहा बाबर याचा सेनापती मीर बाकी याने १५२८ मध्ये ही मशीद बांधली.
- १८५५ पर्यंत हिंदू आणि मुस्लीम दोन्ही धर्माचे भाविक येथे प्रार्थना करत असत. मात्र १८५५ पासून जागेच्या मालकीबाबत दावे-प्रतिदावे केले जाऊ लागले.

लिबरहान आयोग :

- बाबरी मशिदीच्या विध्वंसाची चौकशी करण्यासाठी १६ डिसेंबर १९९२ रोजी पंजाब-हरियाणा उच्च न्यायालयाचे न्यायमूर्ती मनमोहनसिंह लिबरहान यांच्या अध्यक्षतेखाली एकसदस्यीय लिबरहान आयोगाची नेमणूक.
- आयोगाला तीन महिन्यांच्या आत अहवाल सादर करण्याचे आदेश देण्यात आले होते. परंतु ४८ वेळा मुदतवाढ घेतल्यानंतर सतरा वर्षांनंतर आयोगाने ३० जून २००९ रोजी अहवाल सोपविला.
- आयोगाने भारतीय जनता पक्षाच्या नेत्यांसह ६८ व्यक्तींना घटनेमध्ये दोषी ठरविले आहे.

(संदर्भ : sci.gov.in)

सकाळ

सरन्यायाधीशही माहिती अधिकार कायद्याच्या कक्षेत : भारताच्या सरन्यायाधीशांचे पद माहिती अधिकार कायद्यातील 'सार्वजनिक प्राधिकारी' या व्याख्येत बसते, असा निकाल

दि. १४ नोव्हेंबर २०१९ रोजी भारताच्या सरन्यायाधीशांचे पद माहिती अधिकार कायद्यातील 'सार्वजनिक प्राधिकारी' या व्याख्येत बसते, असा निकाल सर्वोच्च न्यायालयाच्या खंडपीठाने दिला.

- न्या. रंजन गोगोई, न्या. एन. व्ही. रमण्णा, न्या. धनंजय चंद्रचूड, न्या. दीपक गुप्ता, न्या. संजीव खन्ना यांच्या खंडपीठाने हा निकाल दिला.
- न्यायसंस्थेचे स्वातंत्र्य व उत्तरदायित्व या परस्परावलंबी गोष्टी असल्याचे यावेळी खंडपीठाने नमूद केले.
- न्यायवृंदाने नेमणुकीसाठी कोणत्या न्यायाधीशांच्या नावांची शिफारस केली हे या तरतुदीनुसार जाहीर करता येईल, मात्र त्यामागची कारणे जाहीर करता येणार नाही, असेही न्यायालयाने स्पष्ट केले.

काय आहे प्रकरण?

- २००६ मध्ये माहिती अधिकार कार्यकर्ते 'सुभाषचंद्र अगरवाल' यांनी न्यायाधीशांच्या नेमणुकीसंदर्भात सर्वोच्च न्यायालयाच्या जनमाहिती अधिकाऱ्याकडे माहिती मागितली असता ती देण्यास नकार देण्यात आला.
- या विरुद्ध अगरवाल यांनी केंद्रीय माहिती आयोगाकडे दाद मागितली, केंद्रीय माहिती आयोगाने माहिती देण्याचा आदेश दिला.
- या आदेशाविरोधात सर्वोच्च न्यायालयाच्या प्रशासनाने दिल्ली उच्च न्यायालयात अपील केले.
- दिल्ली उच्च न्यायालयाने जानेवारी २०१० मध्ये 'न्यायिक स्वातंत्र्य हा विशेषाधिकार नसून जबाबदारी आहे' असे सांगत केंद्रीय माहिती आयोगाचा निर्णय वैध ठरविला होता.
- या प्रकरणी दिल्ली उच्च न्यायालयाच्या विरोधात सर्वोच्च न्यायालयात याचिका दाखल करण्यात आली.

सकाळ पीयुसी प्रमाणपत्र असल्याशिवाय वाहन इन्शुरन्स नाही

वाहनांच्या धुरामुळे होणारे वायू प्रदूषण हे सर्वांत जास्त आहे आणि ते कमी व्हावेत ह्यासाठी वाहन तंत्रज्ञ ते मा. सर्वोच्च न्यायालय हे सर्वच जण प्रयत्नशील आहेत. मा. सर्वोच्च न्यायालय सुमारे १९८५ पासून प्रदूषण रोखण्यासाठी वेळोवेळी निर्णय देत आहेत आणि त्याचाच परिपाक म्हणजे दि. ४ फेब्रुवारी रोजी मा. सर्वोच्च न्यायालयाने पीयुसी प्रमाणपत्र असल्याशिवाय वाहन विमा काढता येणार नाही/नूतनीकरण करता येणार नाही असा महत्त्वपूर्ण अंतरिम निकाल एम. सी. मेहता विरुद्ध भारत सरकार ह्या याचिकेच्या निमित्ताने दिला आहे आणि ह्याचा मोठा परिणाम इन्शुरन्स व्यवहारांवर होणार आहे. त्याचप्रमाणे देशभरातील पीयूसी सेंटर्स ऑनलाइन पद्धतीने केंद्र सरकारच्या 'वाहन' प्रणालीशी जोडणे, इन्शुरन्स कंपन्यांनी त्यांच्याकडील ज्या वाहनांची पीयूसी तपासणी केली आहे त्यांच्याबद्दलची माहिती वाहन मंत्रालयाला द्यावी जेणेकरून पीयूसी नसलेल्या वाहन मालकांना नोटीस बजावत येतील आणि भारतभर 'नो पीयूसी नो पॉलिसी' ह्याचा प्रसार आणि प्रचार सरकारने करावा अशा सूचनाही मा. सर्वोच्च न्यायालयाने केल्या आहेत. वस्तुतः २०१७ सालीच मा. सर्वोच्च न्यायालयाने ह्याच मुद्द्यांवर निकाल देऊन वेगवेगळ्या सूचना केंद्र सरकारला केल्या होत्या आणि त्या केंद्र सरकारने मान्य देखील केल्या. उदा., पीयूसी चाचणी होण्याच्या आधीच सर्व पैसे देणे, पीयूसी सेंटर्सची वेळोवेळी काटेकोर पद्धतीने तपासणी होणे आणि गैरमार्ग अवलंबणाऱ्या पीयूसी केंद्रांवर कडक कारवाई करणे, जागोजागी प्रदूषण करणाऱ्या वाहनांना ओळखणारी यंत्रणा उभी करणे, नवीन वाहने भारत-४ स्टँडर्ड प्रमाणे असावीत जेणे करून प्रदूषण कमीतकमी होईल आणि प्रदूषण करणाऱ्या वाहन उत्पादकांनाच दोषी धरून त्यांच्यावर कारवाई करणे, अशा अनेक सूचना आहेत. मात्र ज्याची अंमलबजावणी अद्याप झाल्याचे आढळून येत नाही.

एकंदरीत आता पीयूसी प्रमाणपत्र वेळोवेळी काढणे अनिवार्य आहे हे लक्षात ठेवावे अन्यथा पॉलिसीला मुकावे लागेल. तसेच पीयूसी प्रमाणपत्र नसल्यास तो मोटर वाहन कायद्याने गुन्हा समजला जातो आणि पहिल्या गुन्ह्यासाठी रु. १०००/- तर नंतरच्या प्रत्येक गुन्ह्यासाठी रु. २०००/- इतका दंड आहे. मात्र त्याच बरोबर सरकारने देखील ह्या सक्तीमुळे लोकांची पिळवणूक आणि फसवणूक होऊ नये ह्याची काळजी घ्यावी किंवा सरकारी पीयूसी सेंटर्स सुरू करणे आवश्यक आहे.

• अॅड. रोहित एरंडे

प्रसिद्ध वकील ,कायदा अभ्यासक व लेखक

सकाळ 'अभिव्यक्ती'ची जपणूक

अभिव्यक्तीला अटकाव करण्यासाठी वापरल्या जाणाऱ्या दमन तंत्राला सर्वोच्च न्यायालयाने चपराक लगावली. अभिव्यक्ती स्वातंत्र्याच्या तत्त्वाचे महत्त्व विशद केले. स्वातंत्र्याबरोबर जबाबदारीही येते, याचीही जाणीव न्यायालयाने करून दिली. अभिव्यक्ती स्वातंत्र्यासंदर्भात राज्यघटनेने नागरिकांना दिलेल्या मूलभूत हक्कांबाबत कोणतीही तडजोड करता येणार नाही, असा स्पष्ट निर्वाळा सर्वोच्च न्यायालयाने दिला. त्यामुळे देशातील लेखक, कलावंत, पत्रकार यांनाच नव्हे, तर देशातील सर्वसामान्य नागरिकांनाही दिलासा मिळाला आहे. अलीकडच्या काळात वर्दीतील मुजोरी वाढत चालल्याची काही उदाहरणे समोर आली आहेत. उत्तर प्रदेशचे मुख्यमंत्री योगी आदित्यनाथ यांच्याविषयी सोशल मीडियावर आक्षेपार्ह टिप्पणी केल्याने राज्य पोलिसांनी मनमानी पद्धतीने पत्रकार प्रशांत कनोजिया यांना ताब्यात घेऊन गजाआड केले. त्यानंतर कनोजिया यांच्या पत्नीने तातडीने 'हेबिअस कॉर्पस' म्हणजेच राज्यघटनेतील ३२ व्या कलमाचा आधार घेत सर्वोच्च न्यायालयाचे दरवाजे ठोठावले, तेव्हा न्या. इंदिरा बॅनर्जी आणि न्या. अजय रोहतगी यांच्या सुटीतील खंडपीठाने कनोजिया यांना दिलासा देत, त्यांची त्वरित सुटका करण्याचे आदेश उत्तर प्रदेश सरकारला दिले. मात्र, केवळ त्यांच्या सुटकेचे आदेश देऊन या प्रकरणास पूर्णविराम न देता खंडपीठाने नागरिकांच्या मूलभूत हक्कांबाबत महत्त्वाचे भाष्य केले आहे. ते सर्वच पक्षांच्या नेत्यांनी ध्यानात घ्यायला हवे. 'स्वातंत्र्याची गळचेपी कोणत्याही परिस्थितीत सहन केली जाणार नाही,' अशा परखड शब्दांत न्यायालयाने उत्तर प्रदेश पोलिसांची कानउघाडणी केली आहे. त्याचबरोबर न्यायालयाचा हा आदेश म्हणजे राज्य सरकारच्या कृत्याला दिलेली अमान्यता आहे, असे परखड बोलही खंडपीठाने सुनावले आहेत. सर्वोच्च न्यायालयाचे हे भाष्य मूलभूत हक्कांच्या संदर्भात यापुढे मैलाचा दगड ठरेल. संसदीय लोकशाहीतील राज्यकारभाराची संधी मिळणे म्हणजे आपल्याला जहागिरीच मिळाली आहे आणि आपण म्हणू ती पूर्वदिशा, असा काहींचा भ्रम असतो. व्यंग्यचित्र काढले म्हणून पश्चिम बंगालमध्येही अशाच प्रकारे अटक झाल्याचे उदाहरण फार जुने नाही.

स्वातंत्र्याला अर्थातच जबाबदारीचे कोंदण असते आणि त्याचे भान कधीही विसरता कामा नये. हेही हल्लीच्या काळात पुन्हा-पुन्हा सांगावे लागते. या पार्श्वभूमीवर कनोजिया यांच्या प्रकरणात सर्वोच्च न्यायालयाने केलेली टिप्पणीही तेवढीच महत्त्वाची आहे. कनोजिया यांनी आदित्यनाथ यांच्या संदर्भातील एक आक्षेपार्ह व्हीडिओ सोशल मीडियावर व्हायरल केल्यानंतर पोलिसांनी त्यांना ताब्यात घेतले होते. सोशल मीडियावर कोणत्याही स्वरूपाचे भाष्य करताना काळजी घ्यायला हवी, असे सांगत न्यायालयाने त्यांची जामिनावर सुटका केली. हा जामीन म्हणजे त्यांच्या कृत्याचे समर्थन बिलकूलच नाही, असेही खंडपीठाने सुनावले आहे. आता कनोजिया यांनी जे काही केले, त्याची कायद्याच्या कक्षेत रीतसर सुनावणी होईल. तसे आदेश न्यायालयाने दिले आहेत. मात्र, कोणत्याही सुनावणीविना कनोजिया यांना तुरुंगात डांबणे चुकीचेच होते. 'कनोजिया यांचे कृत्य काहीही असले, तरी लगेच अटक कशासाठी?' असा सवाल न्यायालयाने केल्यामुळे त्यापासून सर्वांनीच काय तो बोध घ्यायला हवा.

या दाव्याचा घटनाक्रम असा

२००७

- **११ नोव्हेंबर** : न्यायाधीशांच्या मालमत्तेची माहिती मागणारा अर्ज माहिती अधिकार कार्यकर्ते सुभाष अग्रवाल यांच्याकडून दाखल.
- **३० नोव्हेंबर** : अग्रवाल यांना त्यावरच्या उत्तरात माहिती नाकारण्यात आली.
- **८ डिसेंबर** : मात्र, अग्रवाल यांना माहिती देण्याचे नाकारल्याच्या विरोधात पहिले अपील सर्वोच्च न्यायालयाच्या रजिस्ट्रीकडे दाखल.

२००८

- **१२ जानेवारी** : सर्वोच्च न्यायालयाच्या रजिस्ट्रीने अपील फेटाळले.
- **५ मार्च** : सर्वोच्च न्यायालयाने रजिस्ट्री फेटाळल्याने अग्रवाल यांची केंद्रीय माहिती आयुक्तांकडे धाव.

२००९

- **६ जानेवारी** : माहिती अधिकार कायद्याच्या कक्षेत सरन्यायाधीशांचे कार्यालय येत असल्याने, अग्रवाल यांनी मागितलेली माहिती प्रदान करावी, असे केंद्रीय माहिती आयुक्तांनी सर्वोच्च न्यायालयाला सांगितले.
- **१७ जानेवारी** : सर्वोच्च न्यायालयाकडून दिल्ली उच्च न्यायालयात धाव घेत आदेशाला आव्हान.
- **१९ जानेवारी** : केंद्रीय माहिती आयुक्तांच्या आदेशाला उच्च न्यायालयाची स्थगिती. या कायदेशीर पेचाबाबत सल्ला देण्याची विनंती न्यायालयाने घटनातज्ज्ञ फली एस. नरिमन यांना केली. न्यायाधीशांनी आपल्या मालमत्तेची माहिती द्यावी, असे आपले व्यक्तिगत मत आहे. याबाबतीत आपण निःपक्ष राहू शकत नाही, असे सांगत त्यांनी सहकार्य देणे नाकारले.
- **२६ फेब्रुवारी** : न्यायाधीशांनी सरन्यायाधीशांना मालमत्तेबाबत दिलेली माहिती व्यक्तिगत स्वरूपाची असल्याने ती माहिती अधिकार कायद्यांतर्गत जाहीर करता येत नाही, असे सर्वोच्च न्यायालयाने म्हटले.
- **१७ मार्च** : न्यायाधीश आपल्या मालमत्तेचे विवरण देणे नाकारत नाहीत, संसदेने त्याबाबतची कायदेशीर तरतूद करावी. तथापि, अशा माहितीचा गैरवापर होणार नाही, याचीही दक्षता घेतली पाहिजे, असे सर्वोच्च न्यायालयाने नमूद केले.
- **२४ मार्च** : मालमत्तेची माहिती जाहीर करताना न्यायाधीशांना राजकारण्यांसारखी वागणूक देऊ नये, असे उच्च न्यायालयाकडून नमूद.
- **१ मे** : न्यायाधीशांनी स्वतःहून आपल्या मालमत्तेचे विवरण द्यावे, अशी मागणी करत दिल्ली हायकोर्ट बार असोशिएशनची वादात उडी.
- **४ मे** : अधिकाधिक पारदर्शकतेने न्याययंत्रणेच्या स्वातंत्र्यावर घाला येऊ शकतो, असे मत सर्वोच्च न्यायालयातर्फे नोंदवण्यात आले. त्यावर उच्च न्यायालयाने निकाल राखून ठेवला.
- **२ सप्टेंबर** : दिल्ली उच्च न्यायालयाच्या एका न्यायाधीशांच्या पीठाने केंद्रीय माहिती आयुक्तांचा आदेश उचलून धरला आणि पारदर्शकतेच्या कायद्यान्वये न्यायाधीशांच्या मालमत्तेची माहिती सार्वजनिक करावी, असे सांगितले.
- **५ ऑक्टोबर** : उच्च न्यायालयाच्या खंडपीठापुढे सर्वोच्च न्यायालयातर्फे निर्णयाला आव्हान.
- **६ ऑक्टोबर** : सर्वोच्च न्यायालयाच्या आव्हानावर तातडीने सुनावणीस उच्च न्यायालयाची सहमती.
- **७ ऑक्टोबर** : उच्च न्यायालयाने सर्वोच्च न्यायालयाची आव्हान याचिका दाखल करून घेत, तीन न्यायाधीशांच्या खंडपीठासमोर सुनावणीचे निश्चित केले.
- **१२ नोव्हेंबर** : सर्वोच्च न्यायालयाच्या न्यायाधीशांनी त्यांच्या मालमत्तेची माहिती सरन्यायाधीशांना सादर करण्यासाठी केलेला ठराव त्यांच्यावर बंधनकारक आहे, असे निरीक्षण उच्च न्यायालयाने नोंदवले.
- **१३ नोव्हेंबर** : अपिलावर उच्च न्यायालयाने निकाल राखून ठेवला.

२०१०

- **१२ जानेवारी** : माहिती अधिकार कायद्याच्या कक्षेत सरन्यायाधीशांचे कार्यालय येते, असा उच्च न्यायालयाचा निकाल.
- **२६ नोव्हेंबर** : सर्वोच्च न्यायालयाचे सेक्रेटरी जनरल आणि सीपीआयओ' यांनी उच्च न्यायालय आणि केंद्रीय माहिती आयुक्त यांच्या आदेशाविरुद्ध तीन अपील दाखल केली.

२०१६

- **१७ ऑगस्ट** : सर्वोच्च न्यायालयाने हा दावा घटनापीठाकडे सोपवला.

२०१९

- **४ एप्रिल** : सरन्यायाधीशांचे कार्यालय माहिती अधिकार कायद्यानुसार, सार्वजनिक सेवक या सदरात येते की नाही, यावर सर्वोच्च न्यायालयाने निकाल राखून ठेवला.
- **१३ नोव्हेंबर** : दिल्ली उच्च न्यायालयाचा २०१० मधील निकाल उचलून धरत सर्वोच्च न्यायालयाने सरन्यायाधीशांचे कार्यालय माहिती अधिकार कायद्याच्या कक्षेत येते, असा महत्त्वपूर्ण निकाल दिला.

माहितीचा अधिकार अधिनियम, २००५ :

- १५ जून २००५ रोजी 'माहिती अधिकार अधिनियम, २००५' (माहितीचा अधिकार कायदा) संसदेत संमत करण्यात आला व १२ ऑक्टोबर २००५ पासून या कायद्याची अंमलबजावणी सुरू झाली.
- या अधिनियमात एकूण सहा भाग असून ३१ कलमे समाविष्ट आहेत.
- माहिती अधिकार अधिनियमान्वये केंद्रात व राज्यात

अनुक्रमे केंद्रीय माहिती आयोग व राज्य माहिती आयोग स्थापन करण्यात आले.
- एक मुख्य माहिती आयुक्त व दहापेक्षा कमी माहिती आयुक्त या आयोगात नियुक्त करण्यात येतात.

माहिती अधिकार अधिनियमांतर्गत येणाऱ्या संस्था :

- कायदेमंडळ, कार्यपालिका, न्यायपालिका ही घटनात्मक आस्थापने.
- संसद किंवा राज्य विधिमंडळाने कायदा करून स्थापन केलेली कोणतीही संघटना.
- केंद्र वा राज्य सरकारी आर्थिक मदतीवर आणि नियंत्रणावर चालणाऱ्या संस्था.
- प्रत्यक्ष किंवा अप्रत्यक्ष सरकारी मदतीवर चालणाऱ्या स्वयंसेवी संघटना.
- जुलै २०१९ मध्ये 'माहिती अधिकार कायदा, २००५'च्या 'कलम १३' व 'कलम १६' मध्ये सुधारणा करण्यात आली.
- नवीन सुधारणेनुसार केंद्रीय माहिती आयुक्त व राज्य माहिती आयुक्तांच्या पदाचा कार्यकाल व सेवाशर्ती केंद्रशासन ठरवेल त्याप्रमाणे असेल (यापूर्वी पाच वर्षे किंवा वयाची ६५ वर्षे)
- माहिती आयुक्तांचा दर्जा व वेतन ठरविण्याचा अधिकारही केंद्र शासनाने स्वतःकडे ठेवला आहे.
- सध्या सुधीर भार्गव मुख्य केंद्रीय माहिती आयुक्त, तर सुमित मलिक हे महाराष्ट्राचे मुख्य माहिती आयुक्त आहेत.

(संदर्भ : sci.gov.in)

सकाळ बीटी कापूस पेटंटवर मोन्सेन्टोचाच अधिकार : सर्वोच्च न्यायालयाचा महत्त्वपूर्ण निकाल; कंपनीला मोठा दिलासा

दिनांक ८ जानेवारी २०१९ रोजी मोन्सॅन्टो या बहुराष्ट्रीय बियाणे उत्पादक कंपनीने बीटी कापूस बियाण्यावरील पेटंटची कायदेशीर लढाई जिंकली.

- मोन्सॅन्टोकडे बीटी कापूस बियाण्यांचे पेटंट असल्याचा दावा सर्वोच्च न्यायालयाने मान्य केला
- दिल्ली उच्च न्यायालयाने काही दिवसांपूर्वी बियाणे, वनस्पती, प्राणी यासारख्या बाबींचे पेटंट घेता येऊ शकत नाही, असा निकाल दिला होता. त्यामुळे मोन्सॅन्टो कंपनी अडचणीत आली होती.
- सर्वोच्च न्यायालयाने दिल्ली उच्च न्यायालयाचा निकाल रद्दबातल करून मोन्सॅन्टोचा पेटंटविषयीचा दावा योग्य असल्याचा निकाल दिला.
- मोन्सॅन्टो ही मूळ अमेरिकन कंपनी असून, काही महिन्यांपूर्वी बायर एजी या जर्मनीतील बलाढ्य कंपनीमध्ये तिचे विलीनीकरण झाले आहे.

काय आहे प्रकरण ?

भारतात बीटी कापूस या जनुकीय बदल केलेल्या (जीएम) कापसाच्या लागवडीखालील क्षेत्र

- भारत हा जगातील सगळ्यात मोठा कापूस उत्पादक देश आहे. भारतात ९० टक्क्यांहून अधिक क्षेत्र बीटी कापूस या जनुकीय बदल केलेल्या (जीएम) कापसाच्या लागवडीखाली आहे. मोन्सॅन्टो कंपनी गेल्या काही दिवसांत भारतात आणि आंतरराष्ट्रीय पातळीवर वेगवेगळ्या कारणांमुळे चर्चेत आहे. दिल्ली उच्च न्यायालयाच्या निकालामुळे मोन्सॅन्टोचा बीटी कापूस बियाण्यांवरील एकाधिकार संपून त्यांना मोठ्या महसुलावर पाणी सोडावे लागण्याची शक्यता निर्माण झाली होती. तसेच अमेरिकेतील एका न्यायालयाने मोन्सॅन्टोचे उत्पादन असलेल्या राउंडअप या तणनाशकामुळे कॅन्सर होत असल्याचा आरोप ग्राह्य धरत कंपनीला जबर दंड ठोठावला. तसेच, कंपनीला जनुकीय बदल केलेल्या वाणांच्या मुद्द्यावरून युरोपातही मोठ्या विरोधास सामोरे जावे लागत आहे. या पार्श्वभूमीवर सर्वोच्च न्यायालयाच्या ताज्या निकालामुळे मोन्सॅटोला मोठा दिलासा मिळाला आहे.

बौद्धिक संपदा हक्क उल्लंघन तपासणी

- नुजिविडू सीड्स लि. या कंपनीने मोन्सॅन्टोच्या विरोधात दिल्ली उच्च न्यायालयात धाव घेतली होती. भारताच्या पेटंट कायद्यानुसार मोन्सॅन्टोला बीटी कापूस बियाण्यांच्या पेटंटवर हक्क सांगता येत नाही, असा युक्तिवाद 'नुजिविडू'ने केला होता. रॉयल्टीच्या मुद्द्यावर वाद झाल्यामुळे महिको मोन्सॅन्टो बायोटेक कंपनीने 'नुजिविडू'शी असलेला करार २०१५ मध्ये रद्द केला होता. त्यानंतर या दोन कंपन्यांमधील वाद विकोपाला गेला. 'नुजिविडू'ने बीटी कापूस बियाण्यांशी संबंधित बौद्धिक संपदा हक्काचे उल्लंघन केले असल्याचा दावा मोन्सॅन्टोने केला होता. या दाव्याची दिल्ली उच्च न्यायालयाने तपासणी करावी, असेही सर्वोच्च न्यायालयाने निकालपत्रात नमूद केले आहे. दरम्यान, जैवतंत्रज्ञान क्षेत्रातील कंपन्यांनी आपल्या विस्तारीकरणाचे स्थगित केलेले प्रकल्प या निकालामुळे पुन्हा मार्गी लागण्याची शक्यता निर्माण झाली आहे.

(संदर्भ : sci.gov.in)

सकाळ देशद्रोहाचा गुन्हा आणि व्यक्तिस्वातंत्र्य ह्या अधिकारांचे द्वंद्व

सर्वोच्च न्यायालयाचे न्यायाधीश मा. दीपक गुप्ता यांनी एका व्याख्यानमालेत सदरचे कलम रद्द होणे गरजेचे असल्याचे मत नुकतेच व्यक्त केले. तर हे कलम रद्द होणार नाही असे सरकारतर्फे मागील वर्षीच संसदेमध्ये सांगण्यात आले.याआधी काँग्रेस पक्षाच्या २०१९ च्या लोकसभा निवडणुकीच्या जाहीरनाम्यामुळे परत एकदा देशद्रोहाचा गुन्हा आणि त्याबद्दलच्या कायदेशीर तरतुदी परत एकदा ऐरणीवर आल्या होत्या.

कायद्याची पार्श्वभूमी : लोकमान्य टिळकांचा बाणेदारपणा

ब्रिटिशांनी १८६० मध्ये भारतीय दंडविधान संहिता म्हणजेच आयपीसी अमलात आणला आणि त्यामध्ये १८७४ मध्ये दुरुस्ती करून 'देशद्रोह' म्हणजेच 'सिडीशन' ह्या गुन्ह्याचा अंतर्भाव केला. जी व्यक्ती लिखित अथवा तोंडी शब्दांद्वारे किंवा अन्य प्रकारे सरकारविषयी चीड, अवमान किंवा अप्रीती निर्माण करेल किंवा तसा प्रयत्न करेल, तर अशा व्यक्तीला ३ वर्षे कैद आणि दंड अशी शिक्षा देशद्रोहाचा गुन्हा सिद्ध झाल्यास होऊ शकते! अशी कलम १२४-अ मध्ये तरतूद आहे. ही तरतूद सुरुवातीपासूनच विवादास्पद राहिली आहे. ह्या कलमाची चर्चा लोकमान्य बाळ गंगाधर टिळकांशिवाय अपूर्णच आहे. हे कलम सर्वांत पहिले ऐरणीवर आले ते १८९७ मध्ये. १८९७ मध्ये फेब्रुवारी महिन्यात पुण्यामध्ये प्लेगने थैमान घातले होते. दरम्यान, चाफेकर बंधूंनी २३ जून १८९७ रोजी जनरल रँड आणि त्याचा साथीदार आयरेस्ट ह्यांची गोळ्या घालून हत्या केली. त्या विरुद्ध इरेला पेटलेल्या ब्रिटिश सरकारने जोरदार दडपशाही सुरू केली आणि 'सबब 'सरकारचे डोके ठिकाणावर आहे काय' हा प्रसिद्ध अग्रलेख लिहून टिळकांनी सरकारवर जोरदार टीका केली. टिळकांवर खटला दाखल झाला. लोकमान्य टिळकांवरील पहिला देशद्रोहाचा खटला म्हणून हा ओळखला जातो. टिळकांच्या ह्या अग्रलेखामुळे लोकांच्या भावना भडकल्या आणि सरकारविरुद्ध लोकांच्या मनात अप्रीती निर्माण झाली, हा आरोप ६ इंग्रज ज्युरींनी मान्य करून टिळकांना १८ महिन्यांची सक्तमजुरीची शिक्षा ठोठावली. मात्र ३ भारतीय ज्युरींचा विरोध तोकडा पडला. मात्र न्या. स्ट्रॅची यांनी केलेल्या डिसअफेक्शन (सरकारबद्दलची अप्रीती) म्हणजेच वॉन्ट ऑफ अफेक्शन (प्रीतीचा अभाव) या व्याख्येमुळे त्यांच्यावर जगभर टीका झाली. १९०९ च्या सुमारास खुदिराम बोस यांनी सेशन जज किंग्जफोर्ड ह्यांना मारण्यासाठी बॉम्ब टाकला, मात्र त्यात २ ब्रिटिश महिला मृत्युमुखी पडल्या. त्या विरुद्ध परत एकदा ब्रिटिश सरकारने दडपशाही सुरू केली आणि टिळकांनी परत एकदा 'देशाचे दुर्दैव' ह्या अग्रलेखाद्वारे बॉम्बस्फोटाचा निषेध केला. लोकांनी असे करण्यामागे सरकारची दडपशाही कारणीभूत आहे आणि त्यामुळे सरकारने लोकांच्या भावनांची कदर करावी असा टोला लगावला. ह्यानंतर 'हे उपाय टाकाऊ नाहीत' हा दुसरा अग्रलेख लिहून टिळकांनी बॉम्बगोळ्यांचे वर्णन जादू, मंत्र, ताईत असे केले. त्यातच टिळकांच्या गायकवाड वाड्यामधील झडतीमध्ये स्फोटक पदार्थांबद्दलची पुस्तके सरकारला सापडली आणि टिळकांविरुद्ध दुसरा खटला दाखल झाला.

आधीच्या खटल्यातील टिळकांचे वकील असलेले डावर हे आता न्या. डावर झाले होते. एका बाजूला बलवान सरकार आणि दुसऱ्या बाजूला सामान्य लोक, ह्यांच्या झगड्यात मी लोकांच्या भावना पोचविण्याचे काम करत आहे हा लोकमान्य टिळकांचा युक्तिवाद न्या. डावर ह्यांनी अमान्य करताना नमूद केले की, संपादकाने सरकारवर जरूर टीका करावी, मात्र हेतू अनैतिक आणि अप्रामाणिक नसावा. अखेर ७ विरुद्ध २ अशा मतांनी ज्युरींनी टिळकांना दोषी ठरविले. मात्र ज्युरींनी निर्णय दिला तरी मी निर्दोषच आहे. न्यायालयांहून सर्वोच्च शक्ती असलेल्या परमेश्वराचीच ही इच्छा दिसते की मी निर्दोष सुटण्याऐवजी तुरुंगात राहिल्यानेच माझ्या कार्यास ऊर्जितावस्था येईल हे लोकमान्य टिळकांचे शब्द आजही मा. मुंबई उच्च न्यायालयात कोरलेले आहेत.नंतर मात्र हळूहळू देशद्रोहाच्या कलमाबद्दल कोर्टाचा दृष्टिकोन बदलायला लागला. सरकारबद्दलची अप्रीती दर्शविणे म्हणजे देशद्रोह नव्हे, तर अशा अप्रीतीमुळे जर समाजात हिंसाचाराचा आगडोंब उसळला तरच देशद्रोहाचा गुन्हा होऊ शकतो, असे फेडरल कोर्टाने १९४२ मध्ये नमूद केले, मात्र प्रिव्ही कौन्सिल ह्या तत्कालीन सर्वोच्च न्यायालयाने १९४७ मध्ये हा निकाल फिरवला.

मा. सर्वोच्च न्यायालयाचे निकाल तरतुदींच्या बाजूनेच

देशद्रोहाचे कलम हे घटनाबाह्य आहे काय, हा प्रश्न स्वतंत्र भारतामध्ये पहिल्यांदा १९६२ मध्ये केदारनाथ विरुद्ध बिहार सरकार ह्या खटल्याच्या निमित्ताने सर्वोच्च न्यायालयाच्या ५ सदस्यीय खंडपीठापुढे उपस्थित झाला. 'प्रत्येक प्रक्षोभक भाषण म्हणजे देशद्रोह नव्हे. जर का अशा भाषणांमुळे सामाजिक शांतता ढवळून हिंसाचाराच्या घटना घडल्या, तरच तो देशद्रोहाचा गुन्हा होतो' असा निकाल मा. सर्वोच्च न्यायालयाने दिला. आजपर्यंत ह्याच निकालाचा आधार वेळोवेळी दुसऱ्या निकालांमध्येही घेतल्याचे आपल्याला दिसून येईल. कलम-१२४-अ रद्द करावे अशी याचिका 'कॉमन कॉज' ह्या संस्थेमार्फत २०१६ मध्ये ॲड. प्रशांत भूषण ह्यांनी दाखल केली होती. मात्र ही याचिका फेटाळताना देखील केदारनाथ खटल्यातील निकाल व प्रमाण राहील असा निर्णय मा. सर्वोच्च न्यायालयाने दिला.

देशद्रोहाचा गुन्हा आणि व्यक्तिस्वातंत्र्य/उच्चार स्वातंत्र्य ह्या अधिकारांचे कायम द्वंद्व होत आल्याचे आपल्याला दिसून येईल. राजकीय पक्ष आपण सत्तेत आहोत की विरोधी बाकावर ह्याप्रमाणे ह्या द्वंद्वातील आपली बाजू ठरवीत असतो. घटनेतील कलम १९ अन्वये दिले गेलेले विचार स्वातंत्र्य/उच्चार स्वातंत्र्य, व्यवसाय स्वातंत्र्य हे मूलभूत हक्क असले तरी ते अनियंत्रित नाहीत, त्यांना बंधने नक्कीच आहेत. स्वातंत्र्य म्हणजे स्वैराचार नव्हे, हे पंडित नेहरूंचे लोकप्रिय विधान ह्याच बाजूचे आहे. परंतु आपल्या घटनाकारांनी देखील देशद्रोह हा गुन्हा कलम १९ मधील नियंत्रण सूचीमध्ये ठेवलेला नाही कारण लोकशाहीमध्ये विरोधाचा हक्क हा मूलभूत हक्क आहे, हे त्यांनी जाणले होते. सध्याचा काळ हा सोशल मीडियाचा आहे. त्याच्यावर कोणाचेही नियंत्रण नाही. सत्तेतील नेते ते विरोधी पक्षांचे नेते ह्यांच्यावर टीका टिप्पणी सोशल मीडियावर होत असते. बरीचशी टीका टिप्पणी बघितली तर रोजच हजारो लोकांवर खटले दाखल होतील असा मामला असतो. मात्र असे होत नाही आणि होणार नाही. कारण प्रत्येक विरोध, प्रत्येक प्रक्षोभक भाषण अथवा लेख जे सरकारला त्याच्या विरोधी वाटतात ते देशद्रोह ठरत नाहीत.

जर का आपल्या लिहिण्या, वागण्या किंवा बोलण्यामुळे लोकांमध्ये प्रचंड द्वेष अथवा अप्रीती वाढू लोक हिंसेवर उतरली तरच देशद्रोहाचा गुन्हा दाखल होऊ शकतो. टीका करणे आणि अवमान करणे यात सीमारेषा धूसर आहे, हे लक्षात घ्यावे. विचार स्वातंत्र्याचा वारू रोखण्याचा किंवा मुक्त सोडण्याचा लगाम मा. सर्वोच्च न्यायालयाने वेळोवेळी वापरला आहे. ह्या पूर्वी माहिती तंत्रज्ञान कायद्याच्या कलम ६६-अ प्रमाणे फोनवरून कोणीही जर द्वेष पसरविणारी, सामाजिक तेढ निर्माण करणारी किंवा जाणून बुजून खोटी माहिती प्रसारित केली किंवा तसा प्रयत्न केला तर तो गुन्हा होत होता. मात्र मा. सर्वोच्च न्यायालयाने श्रेया सिंघल विरुद्ध भारत सरकार, ह्या निकालामध्ये वरील कलमच हे घटनेतील उच्चार स्वातंत्र्याच्या विरुद्ध असल्यामुळे, रद्दबातल ठरविले. ह्या मुळे आता पोलिसांना देखील व्हॉट्सअॅप किंवा इतर सोशल मीडियावरून तेढ निर्माण करणारे मेसेज पाठविले म्हणून कोणालाही अटक करणे अवघड झाले आहे.विचार स्वातंत्र्यापेक्षा विचार व्यक्त केल्यानंतरच स्वातंत्र्य जास्त महत्त्वाचे हे मलेशिया-मधील एका निवृत्त न्यायाधीशाचे मत खूप महत्त्वाचे आहे. ●

अॅड. रोहित एरंडे

प्रसिद्ध वकील, कायदा अभ्यासक व लेखक

सकाळ डेंग्यू पेशंटच्या मृत्यूस कारणीभूत ठरल्याप्रकरणी हॉस्पिटलला १५ लाखांचा सर्वोच्च दंड आणि डॉक्टरांना कानपिचक्या

डेंग्यू आजाराने घरटी एक तरी व्यक्ती कधीना कधीतरी आढळून येते. मात्र हा आजार कधी कधी जीवावरदेखील बेतू शकतो. 'अरुण कुमार मांगलिक विरुद्ध चिरायू हेल्थ आणि मेडिकेअर प्रा. लि. या केस मध्ये राष्ट्रीय ग्राहक आयोगाचा निर्णय फिरवताना मा. सर्वोच्च न्यायालयाच्या न्या. धनंजय चंद्रचूड आणि न्या. हेमंत गुप्ता ह्यांच्या खंडपीठाने डेंग्यू पेशंटच्या मृत्यूस कारणीभूत ठरल्यामुळे नुकताच तब्बल १५ लाख रुपयांचा दंड भोपाळ मधील एका हॉस्पिटलला ठोठावला, मात्र संचालक डॉक्टरांची निष्काळजीपणाच्या आरोपातून मुक्तता केली.'

प्रचलित जागतिक मानकांप्रमाणे उपचार करणे अनिवार्य

मा. सर्वोच्च न्यायालयाने सर्व कागदपत्रांचा, वैद्यकीय पुस्तकांचा विचार करून आणि दोन्ही बाजूंचा युक्तिवाद ऐकून याचिकाकर्त्याच्या बाजूने निकाल दिला. दरम्यान भारतीय वैद्यकीय परिषदेनेदेखील डॉक्टरांनी निष्काळजीपणा केला का हे तपासण्यासाठी स्वतंत्र 'नैतिकता समिती' नेमली होती. ह्या समितीने देखील, डॉक्टरांनी जरी प्रचलित मानकांप्रमाणे उपचार केले असले तरी त्यांनी ते योग्य वेळेत केले नाही हे कागदपत्रांवरून दिसून येते, असा अहवाल दिला आणि पुन्हा असे घडू नये अशी तंबीदेखील डॉक्टरांना दिली. मा. सर्वोच्च न्यायालयाने नमूद केले की, जागतिक आरोग्य परिषदेने, डेंग्यू आणि त्याचे प्रकार, त्याच्या वेग वेगळ्या पायऱ्या आणि त्या प्रमाणे द्यायला पाहिजे ते उपचार ह्याची जंत्रीच दिलेली आहे. भारतामध्ये देखील ही उपचार सूत्री मान्य झाली आहे. त्यामध्ये डेंग्यू झालेल्या पेशंटचा वेळोवेळी प्लेटलेट्स काऊंट तपासणे, वेळोवेळी रक्त तपासणी करणे, त्यांच्या शरीरातील फ्लुईडचे संतुलन राखणे ह्या गोष्टींचा प्रामुख्याने अंतर्भाव होतो. मात्र ह्या केसमध्ये वरील कुठल्याच गोष्टींचे पालन डॉक्टरांनी केलेले दिसून येत नाही आणि ह्यामुळे पेशंटला आपला जीव गमवावा लागला असे कोर्टाने पुढे नमूद केले.

डॉक्टरांना दिलासा, पण...

सर्वोच्च न्यायालयाच्याच पूर्वीच्या अनेक निर्णयांचा ऊहापोह करून पुढे न्यायालयाने नमूद केले की रुग्णाच्या मृत्यूला डॉक्टरांचाच निष्काळजीपणा कारणीभूत असतो असे कुठलेही गृहीतक नाही. डॉक्टरांनी त्यांच्या ज्ञानाचा आणि कौशल्याचा वापर प्रत्येक केस मध्ये करणे गरजेचे आहे, येथे अत्युच्च दर्जाचे कौशल्य अभिप्रेत नाही, तर दिलेल्या केसचा विचार करता सर्वसाधारणपणे मान्य असलेल्या मानकांप्रमाणे उपचार करणे अपेक्षित आहे. एखाद्या रोगासाठी दोन पेक्षा जास्त उपचार पद्धती असू शकतात आणि ह्या बाबतीत डॉक्टरांमध्ये मतभेद देखील असू शकतात. प्रत्येक डॉक्टरला त्याच्या अनुभवा-प्रमाणे आणि ज्ञानाप्रमाणे उपचार पद्धती ठरविण्याचा अधिकार आहे आणि ही पद्धत 'स्टँडर्ड प्रॅक्टिस' म्हणून मान्यता पावली असेल, तर केवळ पेशंट बरा नाही झाला म्हणून डॉक्टरांना दोषी धरता येणार नाही, मात्र अशी उपचार पद्धत ही अवाजवी (अनरिझनेबल) आहे हे जर का सिद्ध झाले, तर डॉक्टरला दोषी धरता येईल असे ही पूर्वीच्या निकालात नमूद केले आहे. प्रत्येक डॉक्टरला पेशंटप्रती काही कर्तव्ये असतात. योग्य ती उपचार पद्धती निवडणे आणि त्या पद्धतीप्रमाणे नीट उपचार करणे, ह्यातील कुठल्याही कर्तव्याबाबत जर कसूर झाला, तर डॉक्टरांना दोषी ठरवले जाऊ शकते असे कोर्टाने नमूद केले.ह्या केसम ध्ये देखील कागदपत्र पाहता सकाळी ७ ते संध्याकाळी ७.३० ह्या वेळेत पेशंटची डब्ल्यू. एच. ओ. ने निर्धारित केल्याप्रमणे वेळोवेळी रक्त आणि इतर तपासणी केल्याचे दिसून येत नाही आणि त्यामुळे डॉक्टरांनी त्यांच्या कर्तव्यात कसूर केल्याचे सिद्ध होते. भारतीय वैद्यकीय परिषदेने देखील हेच नमूद केले होते असे कोर्टाने पुढे नमूद केले. पेशंटच्या नातेवाइकांनी रक्त तपासणीस विरोध केला असता, हा हॉस्पिटलचा युक्तिवाद म्हणजे मनाचे खेळ आहेत असे कोर्टाने सखेद नमूद केले.

गृहिणी असली तरी तिच्या कामाचेही मोल असते :

प्रश्न राहिला नुकसान भरपाई देण्याचा. राज्य आयोगाने नुकसान भरपाई देताना नमूद केले की, मयत स्त्री ही एक गृहिणी होती आणि त्यामुळे रु. ६ लाख एवढी रक्कम पुरेशी होईल. मात्र सर्वोच्च न्यायालयाने नमूद केले आपल्या अर्धांगिनीला असे अचानक गमावणे ह्या सारखे दुःख कोणत्याही नवऱ्याला नसेल. जर का कामधंदा करणारी स्त्री असेल तर तिचे उत्पन्न सहज की घरकाम करणाऱ्या गृहिणीचे काम हे कुटुंबाच्या कल्याणाकरिता खूप महत्त्वाचे? आणि तिच्या कामाचे मोल पैशात मोजणे काही गैर नाही आणि त्यास कमी लेखता येणार नाही. तसेच सबब कोर्टाने सर्व परिस्थितीचा विचार करून याचिकार्त्यास १५ लाख रुपयांची भरपाई ९% व्याजासह देण्याचा हुकूम केला. परमेश्वराचे दुसरे रूप असा डॉक्टर सोडून इतर कोणत्याही व्यवसायाला दर्जा नाही. उपचार कोणते हे ठरविण्याचे डॉक्टरांचे स्वातंत्र्य अबाधित आहे, मात्र 'योग्य उपचार योग्य वेळी करणे महत्त्वाचे हे ह्या निकालाचे सार आहे.

● **अॅड. रोहित एरंडे**

प्रसिद्ध वकील, कायदा अभ्यासक व लेखक

सकाळ भारत आणि जग

२०१९ हे वर्ष आंतरराष्ट्रीय पातळीवर भारतासाठी संमिश्र अनुभूती देणारे ठरले. अमेरिकेने भारताचा व्यापारविषयक प्राधान्य दर्जा काढून घेणे; तसेच भारताने आरसेप करारातून माघार घेत आपण घेतलेल्या आक्षेपांचा गांभीर्याने विचार न झाल्याने करारावर स्वाक्षरी करण्यास नकार देणे, या घटनांचे पडसाद आंतरराष्ट्रीय व्यापारविश्वात उमटले. मात्र असे असले तरीही देशाचे पंतप्रधान नरेंद्र मोदी यांनी वर्षभरात विविध विदेश दौरे करत 'हाऊडी मोदी' या प्रश्नाला उत्तर देण्याचा व या दौऱ्यांनी देशाच्या संरक्षण, दळणवळण, माहिती तंत्रज्ञान या क्षेत्रातील जागतिक पातळीवरील अद्ययावत तंत्रज्ञान उपलब्ध होण्याचे नवनवीन मार्ग खुले करण्याचा प्रयत्न केला. तसेच विदेशी नेत्यांच्या भारत भेटीदरम्यान कृषी, दळणवळण, संरक्षण आणि तंत्रज्ञान हस्तांतरणासंबंधी महत्त्वाचे करार करण्यात आले. नवी दिल्लीत साजरी झालेली रायसिना संवाद परिषद, जपानमध्ये पार पडलेली जी-२० शिखर परिषद, अझरबैझानमधील अलिप्त राष्ट्रांची 'नाम' संघटनेची शिखर परिषद, ब्राझीलमधील ११वी ब्रिक्स परिषद, अशाच भारतीय संदर्भाने वर्षभरामध्ये जागतिक राजकारणात घडलेल्या विविध महत्त्वपूर्ण घटना आणि घडामोडींची सविस्तर चर्चा या प्रकरणात..

सकाळ भारत आणि भूतान

भूतानचे पंतप्रधान लोत्ये शेरिंग यांचा भारत दौरा

दि. २९ डिसेंबर २०१८ रोजी भूतानचे पंतप्रधान लोत्ये शेरिंग (lote shering) यांनी तीन दिवसीय भारत दौरा केला.

- पंतप्रधानपदी निवडून आल्यानंतर लोत्ये शेरिंग यांच्याकडून पहिल्या परदेशवारीसाठी भारताची निवड
- भारत आणि भूतानच्या राजनैतिक संबंधाचे हे ५० वे (सुवर्ण महोत्सवी) वर्ष
- नोव्हेंबर २०१८ मध्ये लोत्ये शेरिंग भूतानच्या पंतप्रधानपदी विराजमान
- २७ ते २९ डिसेंबर २०१८ दरम्यान शेरिंग यांनी भारताला भेट
- भूतानच्या १२ व्या पंचवार्षिक योजनेत भारतातर्फे ४५०० कोटी रुपयांची साहाय्यता करण्याचे पंतप्रधान नरेंद्र मोदी यांचे आश्वासन
- दोन्ही देशांमधील व्यापारी संबंध वृद्धिंगत करण्यासाठी ४०० कोटी व्यापार सुविधा (Trade Support Facility) पाच वर्षांकरिता पुरविण्याचे भारताकडून मान्य
- दोन्ही देशांदरम्यान भूतानमध्ये १०,००० मेगावॅट (MW) जलविद्युत निर्मिती क्षमता बांधणी; तसेच संकोश (Sankosh) जलविद्युत प्रकल्पाबाबत चर्चा
- भूतानमधील ७२० मेगावॅट क्षमतेचा मांगदेस्चू (Mangdechhu) जलविद्युत प्रकल्प लवकरात लवकर पूर्ण करण्याचे भारताचे आश्वासन

भारत-भूतान राजनैतिक संबंध :

- १९१० मध्ये भूतान हे ब्रिटिश इंडियाचे संरक्षित राज्य (Protectorate) घोषित
- ८ ऑगस्ट १९४९ रोजी भारत-भूतानची 'मैत्री करारा'वर स्वाक्षरी
- यानुसार भारत भूतानला परराष्ट्र व्यवहारात सहकार्य
- या काळात भारताचे भूतानसोबत राजनैतिक संबंध सिक्कीममधील राजनैतिक अधिकाऱ्यांमार्फत सांभाळले जात.
- १९६८ मध्ये दोन्ही देशांदरम्यान औपचारिकरीत्या राजनैतिक संबंधांना सुरुवात
- पुढे भारताकडून भूतानची राजधानी थिंफू (Thimphu) येथे विशेष कार्यालय स्थापन
- २००७ मध्ये भारताने 'मैत्री करारा'त सुधारणा करत भूतानला परराष्ट्रसंबंध व शस्त्रास्त्र आयातीत स्वायत्तता बहाल
- भारतातर्फे भूतानला सर्वाधिक परकीय मदत

भारत-भूतान सहकार्यातील ठळक बाबी

- भूतानच्या १२ व्या पंचवार्षिक योजनेत भारतातर्फे **४५०० कोटी** रुपयांची सहाय्यता करण्याचे आश्वासन
- दोन्ही देशांमधील व्यापारी संबंध वृद्धिंगत करण्यासाठी **४०० कोटी** व्यापार सुविधा ५ वर्षांकरिता पुरविण्याचे भारताकडून मान्य
- दोन्ही देशांदरम्यान भूतानमध्ये **१०,००० मेगावॅट** जलविद्युत निर्मिती क्षमता बांधणी; तसेच संकोश जलविद्युत प्रकल्पाबाबत चर्चा
- भूतानमधील **७२० मेगावॅट** क्षमतेच्या मांगदेस्चू जलविद्युत प्रकल्प लवकरात लवकर पूर्ण करण्याचे भारताचे आश्वासन

भूतान देशाबाबत :

- भूतान हा चहूबाजूंनी जमिनींनी वेढलेला हिमाचल पर्वत रांगांमधील देश
- उत्तरेस चीन, दक्षिणेस भारत, पूर्व

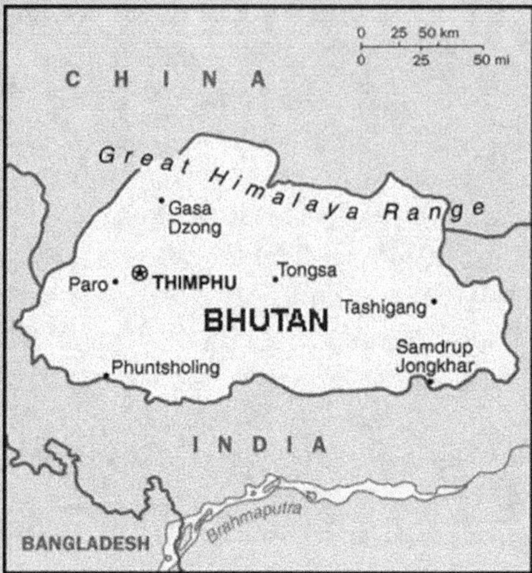

व पश्चिमेस अनुक्रमे अरुणाचल प्रदेश व सिक्कीम राज्य

- भूतानमध्ये घटनात्मक राजेशाही
- राज्य प्रमुख वंशपरंपरागत राजा तर शासन प्रमुख लोकनिर्वाचित पंतप्रधान
- २००७-०८ मध्ये भूतानमध्ये प्रथमच संसदीय निवडणुका पार पडल्या.
- थिंफू हे भूतानच्या राजधानीचे शहर आहे.

(संदर्भ : mea.gov.in)

भारत आणि रायसिना संवाद परिषद

सकाळ

रायसिना संवाद परिषद नवी दिल्लीत साजरी

दि. ८ ते १० जानेवारी २०१९ दरम्यान नवी दिल्ली येथे चौथी 'रायसिना संवाद परिषद'(The Raisina Dialogue Conference) साजरी झाली.

- नॉर्वेच्या पंतप्रधान एर्ना सोलबर्ग (Erna Solberg) यांच्या उद्घाटनपर भाषणाने संवादाची सुरुवात
- भारताचे परराष्ट्र व्यवहार मंत्रालय व 'ऑबझर्व्हर रिसर्च फाउंडेशन (ORF)' यांच्याकडून संयुक्तपणे या परिषदेचे आयोजन

- 'रायसिना संवादा'ची संकल्पना : 'A World Reorder : New Geometries, Fluid Partnerships and Uncertain Outcome'
- भारताचे पंतप्रधान नरेंद्र मोदी व तत्कालीन परराष्ट्रमंत्री सुषमा स्वराज यांच्यासह ९३ देशांमधील ६०० हून अधिक राजकीय नेते, विचारवंत, तंत्रज्ञ, तज्ज्ञ या संवादास उपस्थित
- ही परिषद भौगोलिक व धोरणात्मक बाबींचा वार्षिक कार्यक्रम आहे.

लक्षात ठेवा

रायसिना संवाद (Raisina Dialogue) :

- सिंगापूर येथे आयोजित होणाऱ्या 'शांग्रीला संवादाच्या' (Shangri-La-dialogue) धर्तीवर भारतामध्ये २०१६ पासून दरवर्षी 'रायसिना संवादा'चे आयोजन करतात
- भारताचे राष्ट्रपती भवन नवी दिल्लीतील 'रायसिना' टेकडीवर आहे, यावरून या संवादाला 'रायसिना संवाद' असे नाव.

वर्ष आणि संकल्पना :

- २०१६ : Asia : Regional and Global Connectivity
- २०१७ : The New Normal : Multilateralism with Multipolarity
- २०१८ : Managing disruptive transitions : Ideas, Institutions and Idioms
- २०१९ : A World Reorder : New Geometries Fluid Partnerships and Uncertain Outcomes

थिंक टँक (Think tank) :

- थिंक टँक म्हणजे एखाद्या विशिष्ट विषयाच्या संशोधनाला व प्रसाराला समर्पित असलेली संस्था.
- यामध्ये सामाजिक धोरणे, राजकीय धोरणे, आर्थिक, लष्करी-सामरिक, तंत्रज्ञान व संस्कृती इत्यादी विषयांचा समावेश होतो.
- थिंक टँक शासन, औद्योगिक यांच्यामार्फत अर्थसहाय्यित असतात. अमेरिका व कॅनडामध्ये थिंक टँकना करसवलत दिली जाते.

भारतातील थिंक टँक :

- भारतातील बहुतांश थिंक टँक नवी दिल्लीस्थित व परराष्ट्रधोरण-संरक्षण या क्षेत्रात संशोधन करणारे आहेत.

(१) इन्स्टिट्यूट फॉर डिफेन्स स्टडिज अ‍ॅन्ड अ‍ॅनालिसिस (Institute for Difence Studies and Analyles)

- आंतरराष्ट्रीय संबंध, संरक्षण व सामाजिक बाबींमध्ये संशोधन

करणारा नवी दिल्लीस्थित थिंक टँक.

- आयडीएसएची स्थापना ११ नोव्हेंबर १९६५ मध्ये
- आयडीएसएला भारतीय संरक्षण मंत्रालयाकडून अर्थसाहाय्य
- भारताचे संरक्षणमंत्री आयडीएसएचे पदसिद्ध अध्यक्ष
- सध्या राजनाथ सिंह अध्यक्ष
- पहिले अध्यक्ष यशवंतराव चव्हाण

(२) ऑबझर्व्हर रिसर्च फाउंडेशन :
(Observer Research Foundation : ORF)

- ऑबझर्व्हर रिसर्च फाउंडेशनची स्थापना १९९० मध्ये दिल्लीत झाली.
- या संस्थेचे कार्य मुंबई, चेन्नई, कोलकतामधून चालते.
- रिलायन्स उद्योगाचे संस्थापक धीरुभाई अंबानी यांच्याकडून थिंक टँक उभारण्यास मदत
- या थिंक टँकला रिलायन्स उद्योग, भारत सरकार यांच्याकडून अर्थसाहाय्य
- ओआरएफतर्फे रायसिना संवादाचे आयोजन

(३) स्ट्रॅटेजिक फोरसाइट ग्रुप (Strategic Foresight Group) :

- स्ट्रॅटेजिक फोरसाइट ग्रुप हा मुंबईस्थित थिंक टँक असून याची स्थापना २००२ मध्ये संदीप वासलेकर यांनी केली.
- स्ट्रॅटेजिक फोरसाइट ग्रुप शांतता-सुरक्षा, जलसुरक्षा, जागतिक सुरक्षा इत्यादी क्षेत्रात कार्य करतो.

(४) सेंटर फॉर पॉलिसी रिसर्च (CPR)

- समाजविज्ञानात संशोधन करणाऱ्या या थिंक टँकची स्थापना १९७९ मध्ये दिल्लीत
- शहरीकरण, जागतिक राजकारण, सुरक्षा, समाज, पर्यावरण, आर्थिक विकास हे या थिंक टँकचे संशोधनाचे विषय

(संदर्भ : mea.gov.in)

भारत आणि स्टॉकहोम इंटरनॅशनल पीस रिसर्च इन्स्टिट्यूट

सकाळ

स्टॉकहोम इंटरनॅशनल पीस रिसर्च इन्स्टिट्यूट २०१८ चा जागतिक शस्त्रास्त्र व्यापार अहवाल प्रकाशित

दि. ११ मार्च २०१९ रोजी स्टॉकहोम इंटरनॅशनल पीस रिसर्च इन्स्टिट्यूटने (SIPRI) २०१८ चा जागतिक शस्त्रास्त्र व्यापार अहवाल (Trends in International Arms Transfer Report-2018) प्रकाशित केला.

- या अहवालानुसार २०१४-१८ या कालावधीदरम्यान सौदी अरेबिया जगातील सर्वांत मोठा शस्त्र आयातदार देश आहे.

जगातील पहिले पाच शस्त्र आयातदार देश		
१. सौदी अरेबिया	२. भारत	३. इजिप्त
४. ऑस्ट्रेलिया	५. अल्जेरिया	

- अमेरिका जगातील सर्वांत मोठा शस्त्रास्त्र निर्यातदार देश
- जागतिक शस्त्रास्त्र निर्यातीत अमेरिकेचा वाटा ३६% (२०१४-१८)
- २००९-१३ च्या तुलनेत (३०%) हे प्रमाण २९% टक्क्यांनी वाढले

जगातील पहिले पाच शस्त्रास्त्र निर्यातदार देश		
१. अमेरिका	२. रशिया	३. फ्रान्स
४. जर्मनी	५. चीन	

- २०१४-१८ या दरम्यान अमेरिकेची शस्त्रास्त्र निर्यात रशियाच्या निर्यातीपेक्षा ७५% जास्त

भारताची शस्त्रास्त्र आयात :

- भारताची शस्त्रास्त्र आयात २०१४-१८ मध्ये (२००९-१३) च्या तुलनेत २४% ने कमी झाली.
- जागतिक शस्त्रास्त्र आयातीत भारताचा ९.५% वाटा
- भारताच्या शस्त्रास्त्र आयातीत रशियाचा वाटा घटला.
- इस्राईल, अमेरिका, फ्रान्स यांचा भारतीय शस्त्र आयातीत वाटा वाढला.

भारताच्या एकूण शस्त्रास्त्र आयातीत रशियाचा वाटा

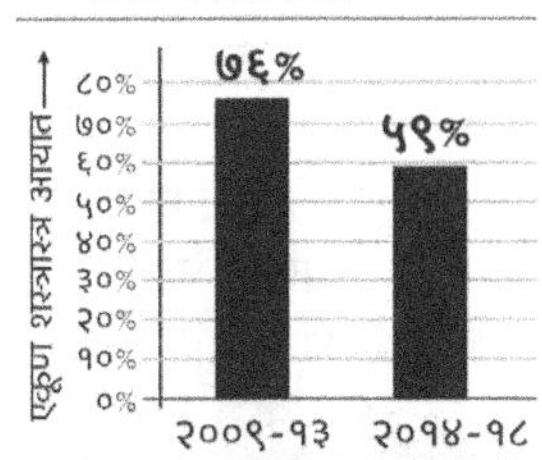

लक्षात ठेवा

स्टॉकहोम इंटरनॅशनल पीस रिसर्च इन्स्टिट्यूट
(Stockholm International Peace Research Institute - SIPRI)

sipri

- सिप्री या संस्थेची स्थापना १९६६ मध्ये करण्यात आली.
- या संस्थेचे मुख्यालय स्वीडनमधील स्टॉकहोम (Stockholm-Sweden) येथे आहे.
- ही संस्था संघर्ष, शस्त्रनियंत्रण, निःशस्त्रीकरण यामध्ये

संशोधन करून धोरणकर्त्यांना मौल्यवान माहिती पुरविते.

भारत पाकिस्तान

काश्मीर खोऱ्यातील पुलवामा येथे जैश-ए-मोहम्मदच्या दहशतवाद्यांचा हल्ला आणि भारताचे पाकव्याप्त काश्मीरमधील बालाकोटवरील सर्जिकल एअर स्ट्राईक

दि. १४ फेब्रुवारी २०१९ रोजी काश्मीर खोऱ्यात जैश-ए-मोहम्मदच्या' (Jaish-E-Mohammad) अतिरेक्यांनी तब्बल १०० किलो स्फोटकांनी भरलेल्या वाहनाद्वारे पुलवामा जिल्ह्यात केंद्रीय राखीव पोलीस दलाच्या (CRPF - Central Reserve Police Force) भारतीय जवानांना वाहनांतून नेत असताना भीषण आत्मघातकी हल्ला केला.

- या हल्ल्यात केंद्रीय राखीव पोलीस दलाच्या ४० जवानांचा घटनास्थळी मृत्यू झाला
- शहीद जवान हे ७६ बटालियनचे होते.
- या हल्ल्याची जबाबदारी पाकिस्तान स्थित इस्लामिक गट जैश-ए-मोहम्मदने स्वीकारली
- आदिल अहमद दार ऊर्फ आदिल अहमद मादी टेकरनवाला ऊर्फ वकास कमांडो असे या हल्लेखोराचे नाव
- हा ताफा जम्मू-काश्मीरमधील राष्ट्रीय महामार्ग क्र. ४४ वरून जम्मूहून श्रीनगरला जात होता.
- या हल्ल्यात एका महिंद्र स्कॉर्पिओ वाहनाचा वापर करण्यात आला.
- हल्ला झालेले ठिकाण श्रीनगरहून २० किमीवर आहे.
- या हल्ल्यानंतर संयुक्त राष्ट्रसंघ, अमेरिका, रशिया, जपान, इंग्लंड, फ्रान्स यांच्याकडून निषेध
- २००१ मध्ये जम्मू आणि काश्मीर विधानसभेवरील कारबॉम्बच्या हल्ल्यात ४१ जण मृत्युमुखी पडले. त्यानंतरचा हा दुसरा सर्वांत मोठा हल्ला
- उरी लष्करी तळावर सप्टेंबर २०१६ मध्ये जैशच्या अतिरेक्यांनी हल्ला केला होता, यात लष्कराचे १८ जवान शहीद झाले होते.

पुलवामा हल्ल्याचा तपास :

- राष्ट्रीय तपास संस्था (NIA - National Investigation Agency) आणि जम्मू आणि काश्मीर पोलीसांनी एकत्रितपणे या हल्ल्याचा तपास केला.
- त्यासाठी १२ सदस्यांची टीम तपासासाठी जम्मू आणि काश्मीर पोलिसांसोबत पाठवली.
- या हल्ल्यानंतर भारताने पाकिस्तानची वेगवेगळ्या पातळीवर कोंडी करण्यासाठी प्रत्युत्तर दिले.

पाकिस्तानवर हवाई हल्ले :

- दि. २६ फेब्रुवारी २०१९ रोजी भारताच्या हवाई दलाने पुलवामा हल्ल्याच्या १२ व्या दिवशी पाकिस्तान येथील बालाकोट येथे हवाई हल्ल्यामध्ये अतिरेक्यांचा मुख्य तळ उद्ध्वस्त करण्यात आला.
- बालाकोट हे पाकिस्तानव्याप्त काश्मीरपासून ८० किमीच्या अंतरावर आहे.
- या हल्ल्याची माहिती देताना परराष्ट्र सचिव विजय गोखले यांनी मात्र ही लष्करी कारवाई नसून 'प्रतिबंधात्मक' होती, त्यामध्ये पाकिस्तानची सुरक्षा दले, नागरी वस्त्यांची कोणतीही हानी झालेली नाही, असे स्पष्ट केले.
- भारतीय हवाई दलाने (IAF - Indian Air Force) आंतरराष्ट्रीय नियमांचे काटेकोर पालन करीत ही कारवाई पार पाडली.
- हवाई दलाच्या मिराज विमानांनी अवघ्या दीड मिनिटात ही कारवाई पार पाडली.

• पाकिस्तानवर हवाई हल्ले

- **दिनांक :** **२६ फेब्रुवारी २०१९**
- **ठिकाण :** **बालाकोट,** पाकिस्तानव्याप्त काश्मीरपासून ८० **किमीच्या** अंतरावर
- **कारवाई :** भारतीय हवाई हल्ल्यात अतिरेक्यांचा मुख्य तळ उद्ध्वस्त
- **कारवाईत सहभागी विमाने :** **मिराज २०००** जातीची **१२ विमाने** आणि त्यांना **४** सुखोई विमानांचे संरक्षण

- मिराज २००० बनावटीच्या १२ विमानांनी ही कारवाई पार पाडली आणि त्यांना चार सुखोई विमानांचे संरक्षण होते.
- 'मिराज' विमाने ही फ्रान्सच्या द सॉल्ट एव्हिएशन कंपनीची अचूक मारा करणारी विमाने आहेत.
- राजीव गांधी पंतप्रधान असताना (१९८५) ती हवाई दलात दाखल झाली आहेत.
- भारताच्या एअर स्ट्राईकला प्रत्युत्तर म्हणून २७ फेब्रुवारी २०१९ रोजी पाकिस्तानने हवाई हल्ला करण्याचा प्रयत्न केला.
- त्याला प्रत्युत्तर म्हणून भारतीय हवाई दलाच्या मिग-२१ बायसन (Mig-21 Bison), मिराज-२००० (Mirage-2000), एसयू ३० एमकेआय (SU-30 MKI) या विमानांनी त्यांचा हल्ला परतवून लावत असताना मिग-२१ बायसन या विमानाने पाकिस्तानचे एक विमान पाडले.
- या चकमकीत भारताचे मिग-२१ बायसन हे विमान पडले. त्यातील वैमानिक विंग कमांडर अभिनंदन वर्धमान (Abinandan Vardhaman) पॅराशूटच्या साहाय्याने सुखरूप उतरले मात्र पाकव्याप्त काश्मिरात ते कैद झाले
- आंतरराष्ट्रीय दबाव आणि भारताची मुत्सद्देगिरी यामुळे

पाकिस्तानने १ मार्च २०१९ रोजी अभिनंदन यांची सुटका केली.

भारताने पाकिस्तानचा मोस्ट फेवर्ड नेशन (MFN - Most Favoured Nation) दर्जा काढला.

- पुलवामा हल्ल्याच्या निषेधार्थ पाकिस्तानला देण्यात आलेला मोस्ट फेवर्ड नेशनचा दर्जा काढण्यात आल्याची घोषणा तत्कालीन अर्थमंत्री अरुण जेटली यांनी केली.
- भारताने हा दर्जा पाकिस्तान, व्हिएतनाम आणि बांगला देश या तीन राष्ट्रांना दिला आहे.
- या दर्जामुळे पाकिस्तान, व्हिएतनाम आणि बांगला देश हे देश भारतासाठी व्यापारामध्ये अत्यंत महत्त्वाचे ठरतात.
- 'मोस्ट फेवर्ड नेशन' दर्जामुळे दोन देशांदरम्यान व्यापाराला चालना मिळते आणि विविध करांमध्ये सूट मिळते.
- देशाच्या संरक्षणाला धक्का पोहचत असेल तर मात्र प्रत्येक देशाला मोस्ट फेवर्ड नेशन (MFN) बाबतचा करार मोडता येतो.
- जागतिक व्यापार संघटनेच्या (World Trade Organization) गॅट करारांतर्गत भारताने १ जानेवारी १९९६ रोजी तत्कालीन पंतप्रधान पी. व्ही. नरसिंहराव यांच्या काळात पाकिस्तानला 'मोस्ट फेवर्ड नेशन'चा दर्जा दिला होता.
- भारताने पाकिस्तानशी असलेल्या इतर आर्थिक व्यवहारांवर निर्बंध लादले; तसेच व्यापारी संबंध तोडले.
- पाकमधून आयात होणाऱ्या सर्व वस्तूंवर भारताने २०० टक्के सीमा शुल्क (Custom Duty) आकारण्याचा निर्णय १६ फेब्रुवारी २०१९ रोजी घेतला.

पाणी प्रश्नावर पाकिस्तानची कोंडी

- पुलवामा हल्ल्यानंतर पाकिस्तानची कोंडी करण्यासाठी 'सिंधू जलवाटप करारा'नुसार बियास, रावी आणि सतलज नद्यांचे भारताच्या वाट्याचे पाणी पूर्णपणे पंजाब व जम्मू-काश्मीरमधील लोकांसाठी वापरले जाणार आहे.
- या अगोदर हे पाणी भारतात गरजेपुरतेच वापरून शिल्लक पाणी पाकिस्तानात जाऊ देत होते.
- कथुआ (Kathua) जिल्ह्यातील CP (Ujh) या रावी नदीच्या प्रमुख उपनदीवर (Ujh) प्रकल्प बांधण्यात येणार आहे ज्यातून जम्मू-काश्मीरसाठी पाण्याची साठवणूक केली जाणार आहे.
- दहशतवादी आर्थिक कृती दलाकडून पाकिस्तान 'ग्रे यादी'त
- दहशतवादी आर्थिक कोंडी करण्यासाठी स्थापन केलेल्या 'दहशतवादी आर्थिक कृती दला'ने (Financial Action Task Force) पुलवामा हल्ल्याचा निषेध केला.

रावी नदीवर बांधण्यात येणाऱ्या धरणामुळे जम्मू-काश्मीर व पंजाब राज्यातील **अंदाजे ३७००० हेक्टर जमीन सिंचनाखाली** येऊ शकते

- दहशतवादी आर्थिक कृती दलाने दहशतवादी संघटनांना होणारे आर्थिक साहाय्य रोखण्यात पाकिस्तान ठोस कारवाई करत नसल्याने पाकिस्तानचा 'ग्रे यादी'त (Grey List) समावेश कायम ठेवण्याचा निर्णय घेतला.
- जून २०१८ मध्ये पाकिस्तानचा ग्रे यादीत समावेश करण्यात आला होता.
- यापूर्वी २०१२ ते २०१५ या कालावधीत पाकिस्तानचा या यादीत समावेश होता.
- याचा धक्का पाकिस्तानच्या अर्थव्यवस्थेला मोठ्या प्रमाणात सहन करावा लागणार
- 'दहशतवादी आर्थिक कृती दला'च्या ग्रे यादीत किंवा काळ्या यादीत समावेश केल्यानंतर संबंधित देशाला आंतरराष्ट्रीय संस्थांकडून कर्ज मिळवण्यासाठी मोठ्या अडचणींचा सामना करावा लागतो.

लक्षात ठेवा

दहशतवादी आर्थिक कृती दल (FATF : Financial Action Task Force) विषयी :

Financial Action Task Force

- अवैध सावकारी (Money Laundering) आणि दहशतवादास आर्थिक साहाय्य या समस्येविरोधात लढण्यासाठी आंतरराष्ट्रीय आंतर-सरकारी धोरण निर्मिती संस्था म्हणून कार्यरत
- या संस्थेची स्थापना १९८९ मध्ये पॅरिस येथे जी-७ (G-7) देशांच्या शिखर परिषदेवेळी झाली.
- या संस्थेचे मुख्यालय पॅरिसमध्ये असून ३८ देश या संस्थेचे सदस्य
- २००१ पूर्वी ही संस्था फक्त अवैध सावकारी विरोधात काम करणारी संस्था होती.
- २००१ नंतर दहशतवादी संघटनांचा आर्थिक पुरवठा तोडणे हे देखील दहशतवादी आर्थिक कृती दलाचे एक महत्त्वाचे कार्य झाले.

मसूद अझहर याला जागतिक दहशतवादी ठरवण्यासाठी चीनचा अडथळा :

- जैश-ए-मोहम्मद या दहशतवादी संघटनेचा प्रमुख मसूद अझहर याला जागतिक दहशतवादी ठरवण्यासाठी फ्रान्स, अमेरिका व ब्रिटन यांनी २७ फेब्रुवारी २०१९ रोजी संयुक्त राष्ट्रे सुरक्षा परिषदेच्या '१२६७ समिती' पुढे प्रस्ताव मांडला होता.
- मात्र सुरक्षा परिषदेच्या स्थायी सदस्य चीनने तांत्रिक अडचणींचा मुद्दा उपस्थित करत या प्रस्तावाला विरोध केला आणि हा प्रस्ताव फेटाळण्यात आला.
- चीनने चौथ्यांदा आपल्या नकाराधिकाराचा वापर दहशतवादी

मसूद अझहरसाठी केला. याअगोदर २००९, २०१६, २०१७ मध्ये चीनने नकाराधिकार वापरला होता.

- '१२६७ समिती' (1267 committee) ही एक दहशतवाद्यांविरोधात निर्बंध लागू करण्यासाठी १९९९ मध्ये स्थापन करण्यात आलेली एक समिती आहे.
- या समितीच्या निर्बंध यादीमध्ये दहशतवाद्याचा समावेश झाल्यास त्याची मालमत्ता जप्त केली जाते, त्याच्या प्रवासावर तसेच त्याला शस्त्रे पुरवण्यावर बंदी येते.
- या समितीमध्ये संयुक्त राष्ट्रांच्या सुरक्षा परिषदेचे सदस्य असतात.

*(**संदर्भ** - pib.nic.in, fatf-gafi.org)*

भारत आणि अमेरिका
अमेरिकेने भारताचा व्यापारविषयक प्राधान्य दर्जा (जीएसपी) काढला

दि. १ जून, २०१९ रोजी अमेरिकेचे राष्ट्राध्यक्ष डोनाल्ड ट्रम्प यांनी अमेरिकेने भारताला दिलेला व्यापारविषयक प्राधान्य दर्जा म्हणजेच 'जीएसपी दर्जा (Generalized System of Preferences)' काढून घेत असल्याचे जाहीर केले.

- यापूर्वी ४ मार्च २०१९ रोजी ट्रम्प यांनी भारताचा 'जीएसपी' दर्जा काढण्याबाबत घोषणा केली होती. मात्र त्या वेळी त्यांनी ६० दिवसांचा नोटीस कालावधी दिला होता.
- भारतीय बाजारपेठेत अमेरिकेला न्याय्य आणि वाजवी प्रवेश देण्याची खात्री न दिल्यामुळे हा निर्णय घेण्यात आल्याचे ट्रम्प यांनी म्हटले आहे.
- या निर्णयाची अंमलबजावणी ४ जूनपासून करण्यात आली. भारताबरोबरच टर्कीचाही (Turkey) जीएसपी दर्जा काढण्याची घोषणा करण्यात आली आहे.

भारताला जीएसपीअंतर्गत मिळणारी करसवलत

वाहन आणि वस्त्रोद्योगातील सुमारे

२ ००० उत्पादनं

भारताताकडून २८ अमेरिकन वस्तूंवर लागू केलेले अतिरिक्त आयातशुल्क

- अक्रोड
- सफरचंद
- काही कडधान्ये (हरभरा, मसुर डाळ, चणे)
- बोरिक ॲसिड
- बाइंडर्स
- घरगुती रिएजंट्स इत्यादी

जीएसपीविषयी (GSP - Generalized System of Preferences):

- विकसनशील देशांच्या आर्थिक वाढीत सहभाग म्हणून अमेरिकेने 'व्यापार कायदा १९७४ (Trade Act 1974)' अंतर्गत जीएसपीची सुरुवात केली होती.
- या अंतर्गत विकसनशील देशांना व्यापारविषयक प्राधान्य देण्यात येते.
- विकसनशील देशांतील काही वस्तू अमेरिकेत निःशुल्क आयात केल्या जातात.
- जगातील जवळपास १२९ देशांना ही सूट मिळाली आहे.
- जीएसपीचा सर्वाधिक फायदा भारताला २०१७ मध्ये झाला होता.
- जीएसपीअंतर्गत आयात करण्यात आलेल्या वाहन आणि वस्त्रोद्योगातील सुमारे २ हजार उत्पादनांवर अमेरिकेत कर आकारला जात नाही.
- जीएसपीमुळे करसवलतही मिळते.
- दि. १५ जून, २०१९ रोजी अमेरिकेमधून भारतात निर्यात होणाऱ्या २८ वस्तूंवर अतिरिक्त आयातशुल्क लागू करण्याचा निर्णय केंद्र सरकारकडून घेण्यात आला.
- या निर्णयाची अंमलबजावणी १६ जून, २०१९ पासून करण्यात येणार आहे.
- अमेरिकेच्या या २८ वस्तूंमध्ये प्रामुख्याने अक्रोड, सफरचंद, काही कडधान्ये (हरभरा, मसुर डाळ, चणे), बोरिक ॲसिड, बाइंडर्स, घरगुती रिएजंट्स इत्यादींचा समावेश होतो.
- अमेरिकेने भारताचा जीएसपी दर्जा काढून घेतल्याने प्रत्युत्तर म्हणून भारताने अमेरिकेच्या २८ वस्तूंवर १६ जूनपासून आयात शुल्क आकारण्याचे जाहीर केले.

*(**संदर्भ** : pib.nic.in, usa.gov)*

भारत आणि मालदीव व श्रीलंका
पंतप्रधान नरेंद्र मोदींचा मालदीव व श्रीलंका दौरा

दि. ८ जून २०१९ रोजी पंतप्रधान म्हणून दुसऱ्यांदा सूत्रे स्वीकारल्यानंतर मोदी यांनी 'शेजारी प्रथम' या धोरणानुसार पहिल्या परदेश दौऱ्यासाठी मालदीव व श्रीलंका या शेजारील देशांची निवड केली.

सकाळ हाऊडी मोदी

'हाॅऊडी मोदी'चे महत्त्व

अमेरिकेतील टेक्सास राज्यातील महत्त्वपूर्ण शहर असणाऱ्या ह्युस्टनमध्ये पंतप्रधान नरेंद्र मोदी यांच्या २२ सप्टेंबर रोजी पार पडलेल्या 'हाऊडी मोदी' या ऐतिहासिक कार्यक्रमाविषयी भारतासह जगभरातच खूप मोठी उत्सुकता होती. 'हाऊ डी मोदी' याचा अर्थ 'हाऊ डू यू डू मोदी?'. ही एक प्रकारची स्लॅग आहे. अमेरिकेतील पश्चिमेकडील राज्यांमध्ये अनेकदा 'हाऊ डू यू डू'ला 'हाऊ डी' असे म्हणतात. अमेरिकन भाषेची ही पद्धत आहे. त्यामुळे 'मोदींचे आम्ही स्वागत करतो आहोत आणि मोदींना विचारतो आहोत की ते कसे आहेत' असा या स्लॅंगचा अर्थ होता. हा कार्यक्रम जेथे पार पडला त्या टेक्सासला जगाचे ऑईल कॅपिटल म्हणजेच तेलराजधानी असे म्हटले जाते. कारण टेक्सासमध्ये खनिज तेल आणि भूगर्भ वायूंचे प्रचंड साठे आहेत. विशेष म्हणजे टेक्सास हा भारताचा चौथ्या क्रमांकाचा व्यापार भागीदार आहे. अमेरिकेचे 'उद्योग राज्य' म्हणून टेक्सासची ओळख आहे. अमेरिकेचा पूर्वेचा आणि पश्चिमेचा भाग हा अत्यंत प्रगत आहे. तथापि, पंतप्रधान मोदींच्या या कार्यक्रमाचे आयोजन जाणीवपूर्वक तेथे न करता टेक्सासमध्ये करण्यात आले. यातून टेक्सासचे भारताशी असणारे नाते लक्षात येते. हा कार्यक्रम ऐतिहासिक अशासाठी होता; कारण अमेरिकेचे राष्ट्राध्यक्ष डोनाल्ड ट्रम्प हे यामध्ये सहभागी झाले होते. विशेष म्हणजे ते जवळपास तासभर त्या कार्यक्रमामध्ये होते. ट्रम्प यांनी या समारंभामध्ये स्वतः भाषणही केले आणि मोदींचेही संपूर्ण भाषण ऐकले. इतकेच नव्हे तर अमेरिकन काँग्रेसचे शिष्टमंडळ या कार्यक्रमाला उपस्थित होते आणि या शिष्टमंडळामध्ये अमेरिकेतील प्रत्येक राज्याचे प्रतिनिधीत्व होते. त्याचप्रमाणे हाउस ऑफ प्रेझेंटेटिव्ह या अमेरिकेतील कनिष्ठ सभागृहाचे अनेक नेतेही या कार्यक्रमाला उपस्थित होते. त्यामुळेच 'हाऊडी मोदी' हा भारत-अमेरिका संबंधांच्या दृष्टिकोनातून आणि अमेरिकेत होऊ घातलेल्या राष्ट्राध्यक्षपदाच्या निवडणुकांच्या दृष्टिकोनातून त्याचे एक आगळेवेगळे महत्त्व होते.

मोदींची छाप

या कार्यक्रमाच्या निमित्ताने भारताचे पंतप्रधान नरेंद्र मोदी यांनी त्यांच्या दुसऱ्या कार्यकाळातील - ज्याचा उल्लेख 'मोदी २.०' असा केला जातो- पहिला अमेरिका दौरा केला. या कार्यक्रमाचे पूर्ण नाव 'हाऊडी मोदी : शेअर्ड ड्रीम्स ब्राईट फ्युचर' असे होते. यातील शेअर्ड ड्रीम्स बरेच काही सांगून जाणारे आहेत. भारत-अमेरिका संबंधांचे नवे पर्व यानिमित्ताने सुरू झाले आहे. एक गोष्ट लक्षात घेतली पाहिजे की, भारत अमेरिका यांच्यात ऐतिहासिक स्वरूपाचे संबंध आहेत. दोन्ही देशांना ब्रिटिश वसाहतवादाचा जाच आणि त्रास सहन करावा लागला आहे. दोन्ही देशांची राज्यघटना 'वुई द पीपल' या तीन शब्दांनी सुरू होते. दोन्हीही राज्यघटना धर्मनिरपेक्ष असून त्यामध्ये स्वातंत्र्य, समता, बंधुतेला अत्यंत महत्त्व देण्यात आलेले आहे. आजही दोन्ही देशांना दहशतवादाचा सामना करावा लागत आहे. दोन्हीही देशांपुढे चीनचे मोठे आव्हान आहे. या पार्श्वभूमीवर आम्ही परस्पर सहकार्य करून आम्ही आमचे भविष्य अधिक उज्ज्वल बनवू शकतो, असा संदेश जगाला देणारा हा कार्यक्रम होता.

पार्श्वभूमीही महत्त्वाची

'हाऊडी मोदी' कार्यक्रमाच्या निमित्ताने झालेल्या पंतप्रधान मोदींच्या सात दिवसांच्या अमेरिकन दौऱ्याला काही गोष्टींची पार्श्वभूमी होती. जम्मू-काश्मीरच्या पुनर्रचनेसंदर्भात निर्णय घेत मोदी सरकारने ३७० व ३५ अ कलम रद्द केल्यानंतर बिथरून जाऊन काश्मीर प्रश्नाचे आंतरराष्ट्रीयीकरण करण्यासाठी पाकिस्तान युद्धपातळीवर प्रयत्न करत होता. अशा परिस्थितीत आंतरराष्ट्रीय समुदाय भारताच्या पाठीशी आहे, असा कडक संदेश ह्युस्टन-मधील कार्यक्रमाच्या माध्यमातून पाकिस्तानला गेला. अमेरिकेला मेल्टिंग बाऊल असे म्हटले जाते. कारण अमेरिकेचा विकास आणि प्रगती विविध देशांमधून आलेल्या लोकांच्या प्रयत्नातून झालेली आहे. त्यामध्ये भारतीयांचे योगदान अत्यंत महत्त्वाचे आहे. आजमितीला १७ लाख भारतीय अमेरिकेत आहेत. त्यांना अमेरिकेचे नागरिकत्व मिळाले आहे, तसेच त्यांचे दरडोई उत्पन्न हे साधारणतः ८३ हजार डॉलर एवढे प्रचंड मोठे आहे. अमेरिकेत पक्षनिधी देण्यात भारतीय प्रथम क्रमांकावर आहेत, हे याठिकाणी लक्षात घ्यायला हवे. तसेच अमेरिकेतील हॉटेल उद्योग, माहिती तंत्रज्ञान, उद्योग यावर भारतीयांचा दबदबा आहे; तसेच तिथे संशोधनाच्या क्षेत्रासह सगळीकडेच भारतीयांचा दबदबा आहे. भारतीयांचा समुदाय हा अमेरिकेतील तिसऱ्या क्रमांकाचा मोठा वांशिक गट आहे. त्यामुळे या ५० हजार लोकांना टाळणे ट्रम्प यांना शक्यच नव्हते.

अनिवासी भारतीयांच्या संघटनाची सुरुवात

मॅडीसीन स्क्वेअर, सिलिकॉन व्हॅली आणि हाऊडी मोदी या कार्यक्रमांच्या निमित्ताने पहिल्यांदा अमेरिकेतील अनिवासी भारतीय संघटित व्हायला सुरुवात झाली आहे. त्यांचा एक गट बनलेला असून ते संघटित होऊन एक समूहशक्ती म्हणून पुढे येत आहेत. हा गट भविष्यामध्ये भारत-अमेरिका संबंधांमध्ये सकारात्मक भूमिका बजावू शकणार आहे.

भारताचे वाढते महत्त्व

'हाऊडी मोदी' या कार्यक्रमापूर्वी काही दिवस आधी डोनाल्ड ट्रम्प यांनी एक स्फोटक वक्तव्य केले होते. 'जपानमधील भेटीदरम्यान मोदी यांनी सांगितले काश्मीरप्रश्नी ट्रम्प यांनी मध्यस्थी करावी', अशी आपल्याला विनंती केली

असे ट्रम्प म्हणाले होते. अर्थात त्यानंतर लगेचच ट्रम्प त्यांनी ते वक्तव्य मागे घेतले आणि सारवासारव केली. अमेरिकेच्या परराष्ट्र व्यवहार मंत्रालयानेही या प्रश्नी आम्हाला कोणताही हस्तक्षेप करायचा नाही, असे स्पष्टीकरण दिले. अमेरिकेसारख्या महासत्तेला अशी सारवासारव करावी लागली याचा अर्थ अमेरिका एक पाऊल मागे गेली. यातून भारत ही दक्षिण आशियापुरती मर्यादित राहाणारी सत्ता राहिलेली नसून, आंतरराष्ट्रीय राजकारणातही आपला दबदबा वाढतो आहे. आंतरराष्ट्रीय परिषदांचे, संस्था, संघटनांचे विषयही आता भारत ठरवतो आहे. भारत हा जवळपास सर्वच प्रमुख आंतरराष्ट्रीय संघटनांचा सदस्य झाला आहे. येत्या काळामध्ये लवकरच अमेरिका आणि भारत यांच्यातील संबंध प्रगतिपथावर जाणार आहेत. 'हाऊडी मोदी' मधून भारत- अमेरिका संबंधांचे वाढते महत्त्व प्रतिबिंबित झाले आहे. गेल्या २० वर्षांत राष्ट्राध्यक्ष हा डेमोक्रॅटिक पक्षाचा असो किंवा रिपब्लिक पक्षाचा असो, भारत-अमेरिका संबंध वृद्धिंगत होत आहेत. नरेंद्र मोदींच्या पहिल्या कालखंडात गेल्या पाच वर्षांत भारताला स्ट्रॅटेजिक ट्रेड ऑथोरायझेशन-२ मधून एकमध्ये स्थान मिळाले; तसेच भारताला 'मोस्ट फेवर्ड डिफेन्स' पार्टनर म्हणून दर्जा देण्यात आला; तसेच 'नॉननॅटो अलाय'चा दर्जा देण्यात आला. भारताबरोबर संवेदनशील संरक्षण साधन सामग्रीच्या उत्पादन तंत्रज्ञानाचे हस्तांतरण करण्यासंबंधीचा निर्णय घेण्यात आला. हे सर्व भारताचे वाढते महत्त्व अधोरेखित करणारे आहे. गेल्या काही महिन्यांपासून अमेरिका-चीन यांच्यादरम्यान व्यापार युद्ध सुरू आहे. चीन ज्या पद्धतीने प्रत्येक क्षेत्रात अमेरिकेला आव्हान देतो आहे ते पाहता भविष्यात दोन्ही देशांतील संघर्ष वाढत जाण्याची शक्यता नाकारता येत नाही. अशा वेळी चीनचा काऊंटर वेट म्हणून अमेरिकेला भारताचा वापर करायचा आहे. यासाठी भारताला चुचकारण्याचा अमेरिकेचा प्रयत्न आहे. सध्या अमेरिका पाकिस्तानला महत्त्व देत आहे, तरी ते तात्कालिक आहे. अफगाणिस्तानविषयीची उद्दिष्टे पूर्ण होण्यासाठी पाकिस्तानला चुचकारणे अमेरिकेला क्रमप्राप्त आहे. अफगाणिस्तानातून अमेरिकेचे सैन्य माघारी घेतल्यानंतर पाकिस्तानचे महत्त्व राहाणार नाही; परंतु भारताशी संबंध हे दीर्घकालीन स्वरूपाचे आहेत.

● **डॉ. शैलेंद्र देवळाणकर**
परराष्ट्र धोरण विश्लेषक व लेखक
शब्दांकन : आदित्य फिचर्स

सकाळ पंतप्रधान मोदींची श्रीलंका व मालदिव भेट

नरेंद्र मोदी यांनी सलग दुसऱ्यांदा भारताच्या पंतप्रधानपदाची सूत्रे स्वीकारल्यानंतर सर्वप्रथम श्रीलंका व मालदीव या हिंद महासागरातील शेजारी देशांना भेट दिली. नरेंद्र मोदींच्या पहिल्या कारकिर्दीत शेजारी देशांना परराष्ट्र धोरणांत प्राधान्य देण्यासाठी 'नेबरहुड फर्स्ट'चा उद्‌घोष करण्यात आला होता. भारताचे जागतिक स्थान उंचावत असले तरी शेजारी देशांशी मित्रत्वाचे संबंध सातत्याने बळकट करण्याला नेहमीच प्राधान्य दिले जाईल हे पंतप्रधान मोदींच्या श्रीलंका व मालदीवला भेट देण्याच्या निर्णयातून अधोरेखित झाले. ८ जून २०१९ रोजी पंतप्रधान नरेंद्र मोदींनी श्रीलंकेला भेट दिली. श्रीलंकेत झालेल्या भीषण बॉम्बहल्ल्यातील मृतांना श्रद्धांजली वाहणे आणि दहशतवादाविरुद्धच्या लढाईत भारतातर्फे पूर्ण सहकार्य प्रदान करणे, हा पंतप्रधान मोदींच्या श्रीलंका भेटीचा मुख्य हेतू होता.

यापूर्वी, नोव्हेंबर २०१८ मध्ये मालदीवच्या विद्यमान राष्ट्राध्यक्षांच्या शपथविधीसाठी पंतप्रधान मोदी यांनी मालदीवला भेट दिली होती, तर मालदिवचे राष्ट्राध्यक्ष इब्राहिम मोहमद सोलीह हे डिसेंबर २०१८ मध्ये भारताच्या दौऱ्यावर आले होते. त्यावेळी मालदीवच्या राष्ट्राध्यक्षांनी दिलेल्या निमंत्रणावरून पंतप्रधान मोदी यांनी दि. ८ व ९ जून २०१९ ला मालदीवला भेट दिली. या भेटीदरम्यान पंतप्रधान मोदी यांनी राष्ट्राध्यक्ष सोलीह यांच्याशी द्विपक्षीय चर्चा केली. चर्चेदरम्यान पंतप्रधान मोदींनी भारतासाठी असलेले मालदीवचे महत्त्व अधोरेखित करत मालदिवच्या सर्वांगीण विकासासाठी भारत कटिबद्ध असल्याची ग्वाही दिली. मालदीवच्या विकासाशिवाय भारत सरकारचा 'सबका साथ, सबका विकास, सबका विश्वास' हा संकल्प अपूर्ण असेल, असे प्रतिपादन पंतप्रधान मोदी यांनी केले. राष्ट्राध्यक्ष सोलीह यांनी मालदीवच्या भारत-प्रथम (इंडिया फर्स्ट) धोरणाचा पुनरुच्चार करत सर्व क्षेत्रांमध्ये द्विपक्षीय संबंध सुदृढ करण्याची इच्छा प्रदर्शित केली. यासाठी द्विपक्षीय संबंधात आधीपासून अस्तित्वात असलेल्या विश्वास-पारदर्शिकता-परस्पर सामंजस्य-सहसंवेदना या चतु:सूत्रीला बळकट करण्याचा निर्धार राष्ट्राध्यक्ष सोलीह यांनी व्यक्त केला. पंतप्रधान मोदींनी मालदीवच्या नव्याने गठित झालेल्या संसदेला, म्हणजे पीपल्समजलीसला संबोधित केले. पंतप्रधान मोदींच्या पहिल्या कारकिर्दीत मालदीवमध्ये सत्तासंघर्ष सुरू होता आणि हुकूमशाही-सदृश परिस्थिती होती. मात्र, सन २०१८ च्या अखेरीस मालदीवमध्ये निवडणुकांच्या माध्यमातून पीपल्समजलीसचे सदस्य निवडून आले आणि लोकशाही मार्गाने नवे सरकार स्थापन झाले. या संदर्भात पंतप्रधान मोदींनी मालदीवच्या लोकशाहीचे प्रतीक असलेल्या पीपल्स-मजलीसला संबोधित करणे महत्त्वाचे होते. पीपल्समजलीसच्या ८६ वर्षांच्या इतिहासात जनप्रतिनिधींना संबोधित करणारे पंतप्रधान मोदी हे दुसरे परकीय पाहुणे होते. पीपल्समजलीसचे सभापती आणि भारताचे मित्र म्हणून ओळखले जाणारे माजी राष्ट्राध्यक्ष मोहम्मद नशीद यांचीसुद्धा पंतप्रधान मोदी यांनी भेट घेतली व चर्चा केली. पंतप्रधान मोदी आणि राष्ट्राध्यक्ष सोलीह यांनी माफिलफुशी इथल्या मालदीवच्या राष्ट्रीय सुरक्षादलांच्या संपूर्ण प्रशिक्षण केंद्राचे उद्‌घाटन केले.

● **परिमल माया सुधाकर**
परराष्ट्र धोरण विश्लेषक व लेखक

मालदीव दौरा

- दि. ८ जून २०१९ रोजी मोदींनी प्रथम मालदीव देशाचा दौरा केला.
- मालदीवमध्ये झालेल्या निवडणुकांत भारताला अनुकूल असलेल्या इब्राहिम मोहमद सोलीह (Ibrahim Mohamed Solih) यांच्या 'मालदिव्हियन डेमोक्रेटिक पार्टी (Maldivian Democratic Party)' ला दोन तृतीयांश बहुमत मिळाले आहे.
- त्यामुळे भारताला हिंदी महासागरातील आपल्या राष्ट्रहितांचे संरक्षण करण्यात मदत होणार आहे.
- नरेंद्र मोदी व सोलीह यांच्या हस्ते मालदीव संरक्षण दलांच्या संयुक्त प्रशिक्षण केंद्राचे तसेच किनारी टेहळणीच्या रडार प्रणालीचे उद्‌घाटन करण्यात आले.
- पंतप्रधान नरेंद्र मोदी यांना मालदीवच्या 'रूल ऑफ निशान इझ्झुद्दिन (Rule of Nishan Izzuddeen)' या सर्वोच्च पुरस्काराने सन्मानित करण्यात आले.
- मालदीवमध्ये क्रिकेटचा प्रसार व्हावा हे सोलीह यांचे स्वप्न आहे. ते पूर्ण करण्यासाठी भारत मदत करणार असून यावेळी सोलीह यांना मोदींनी भारतीय संघातील खेळाडूंच्या सह्या असलेली बॅट भेट म्हणून दिली.
- मालदीव आणि कोची दरम्यान प्रवासी बोट वाहतूक सुरू करण्यासाठी यावेळी मंजुरी देण्यात आली.

पंतप्रधानांच्या मालदीव दौऱ्यात स्वाक्षऱ्या करण्यात आलेल्या सामंजस्य करारांची यादी :

१) भारतीय नौदल आणि मालदीव राष्ट्रीय सुरक्षा दलादरम्यान जल आरेखन क्षेत्रात सहकार्यासाठी सामंजस्य करार

२) भारत सरकार व मालदीव सरकार दरम्यान आरोग्य क्षेत्रात सहकार्याबाबत सामंजस्य करार

३) भारत सरकारच्या नौवहन मंत्रालय (Ministry of Shipping) आणि मालदीव सरकारच्या परिवहन आणि नागरी विमान वाहतूक मंत्रालयादरम्यान समुद्रमार्गे प्रवासी आणि मालवाहतूक सेवा स्थापन करण्यासाठीचा सामंजस्य करार

४) भारताच्या केंद्रीय अप्रत्यक्ष कर आणि सीमा शुल्क मंडळ आणि मालदीव सीमा शुल्क सेवा दरम्यान सीमा शुल्क क्षमता निर्मितीमधील सहकार्याबाबत सामंजस्य करार.

५) राष्ट्रीय सुशासन केंद्र, प्रशासकीय सुधारणा आणि सार्वजनिक तक्रारी विभाग आणि मालदीव नागरी सेवा आयोग दरम्यान मालदीवच्या नागरी सेवकांसाठी प्रशिक्षण आणि क्षमता निर्मिती कार्यक्रमासंबंधी सामंजस्य करार

६) भारतीय नौदल आणि मालदीव राष्ट्रीय संरक्षण दलादरम्यान नौवहनाबाबत अद्ययावत माहितीचे आदान-प्रदान करण्याबाबत तांत्रिक करार

- मालदीवमध्ये आपत्ती निवारण आणि टेहळणीसाठी भारताने भारतीय नौदलाची दोन हेलिकॉप्टर्स तैनात केलेली आहेत.
- तसेच एक लिसनिंग पोस्टही उभारले आहे.
- हिंदी महासागरातील आपले नाविक वर्चस्व कायम ठेवण्यासाठी आणि सुरक्षित सागरी वाहतुकीसाठी भारताच्या दृष्टिकोनातून मालदीवलाही विशेष महत्त्व प्राप्त होते.

श्रीलंका दौरा

- दि. ९ जून, २०१९ रोजी पंतप्रधान नरेंद्र मोदी यांनी श्रीलंका दौरा केला.
- या दौऱ्यावेळी मोदींनी राष्ट्रपती मैत्रीपाल सिरीसेना आणि पंतप्रधान रानील विक्रमसिंघे (Ranil Wickremesinghe) यांच्याशी द्विपक्षीय संबंध अधिक मजबूत करण्याविषयी चर्चा झाली.
- दौऱ्यावेळी कोणतेही करार करण्यात आले नाहीत.

(संदर्भ : pib.nic.in)

भारत आणि किरगिझस्तान
भारत-किरगिझस्तानदरम्यान आरोग्य, हवामान, जैव आणि औषध क्षेत्रात सामंजस्य करार

दि. १२ जून २०१९ रोजी पंतप्रधान नरेंद्र मोदी यांनी किरगिझस्तान दौऱ्यात किरगिझस्तानचे अध्यक्ष सुरोन्बे जीनबेकोव्ह (Sooronbay Jeenbekov) भारत-किरगिझस्तान (Kyrgyzstan Republic) दरम्यान आरोग्य, हवामान, जैव आणि औषध क्षेत्रात विविध सामंजस्य करार केले.

विविध क्षेत्रातील सामंजस्य करार :

अ) आरोग्य क्षेत्रातील सहकार्यासाठी सामंजस्य करार

- हा सामंजस्य करार खालील क्षेत्रातील सहकार्यासाठी असेल.
- आरोग्य सेवा यंत्रणा बळकट करणे
- असंसर्गजन्य रोग (Non-Communicable Diseases), संसर्गजन्य रोग (Communicable Diseases), अँटिमायक्रोबियल रेझिस्टन (Antimicrobialresistunce) इ. बाबत सहकार्य करणे.
- रुग्णालय व्यवस्थापन प्रणाली आणि रुग्णालय माहिती प्रणालीचा विकास करणे.

ब) हवामान क्षेत्रातील सामंजस्य करार

- हवामान संदर्भातील माहिती आणि उपलब्ध दस्ताऐवजांची देवाणघेवाण

क) अति उंचीवरील जैव आणि औषध क्षेत्रातील संशोधन कार्यातील सामंजस्य करार

- भारत आणि किरगिझस्तान (Kyrgyzstan Republic) दरम्यान अति उंचीवरील जैव (High Altitude Biology) आणि औषध क्षेत्रातील परस्परसंबंध अधिक दृढ आणि अधिक विकसित करणे हा यामागचा प्रमुख उद्देश.

ड) गुंतवणूक करार

- यामुळे दोन्ही देशांतील गुंतवणूकदारांना परस्परांच्या देशांमध्ये गुंतवणुकीपासून संरक्षण मिळेल.

किरगिझस्तान (Kyrgyzstan Republic) देशाविषयी

- स्वातंत्र्य - ३१ ऑगस्ट १९९१
- क्षेत्रफळ - १,९९,९०० चौ. किमी.
- एकूण लोकसंख्या - ६० लाख (६ दशलक्ष)
- धर्म - इस्लाम आणि ख्रिश्चन धर्मीय रहिवासी
- भाषा - किरगिझ (Kyrgyz) आणि रशियन (Russian)
- अध्यक्ष - सुरोन्बे जीनबेकोव्ह (Soornbay Jeenbekov)
- पंतप्रधान - मुखाम्मेडकली अबीलगाझी (Mukhammedkalyi Abylguzieu)
- राजधानी - बिश्केक (Bishkek - Formerly Pispek and Frunze)

(संदर्भ : pib.nic.in)

भारत आणि जी-२० शिखर परिषद : जी-२० शिखर परिषद - जपान (ओसाका)

दि. ३० जून, २०१९ रोजी जपानच्या ओसाका (osaka) शहरात जी-२० (G-20) राष्ट्रांची १४ वी बैठक पार पडली. यानिमित्ताने जपानमध्ये प्रथमच जी-२० (G-20) गटाची परिषद झाली.

- चीन आणि अमेरिकेतील धुमसणाऱ्या व्यापारयुद्धाच्या पार्श्वभूमीवर ही परिषद आयोजित करण्यात आली.
- २८ ते २९ जून, २०१९ दरम्यान ही परिषद पार पडली.
- भारतातर्फे पंतप्रधान नरेंद्र मोदी या परिषदेस उपस्थित होते. यावेळी १९ देशांचे राष्ट्रप्रमुख व युरोपियन युनियनचे अध्यक्ष (युरोपियन युनियन) उपस्थित होते.
- चिली, इजिप्त, नेदरलँड, सेनेगल, सिंगापूर, स्पेन, थायलंड व व्हिएतनाम या देशांचे प्रमुख विशेष अतिथी म्हणून उपस्थित होते.

लक्षात ठेवा

ओसाका जी-२० (G-20) परिषदेविषयी :

- २०१९ च्या जी-२० (G-20) परिषदेमध्ये आठ मध्यवर्ती संकल्पना ज्या जागतिक शाश्वत विकासाशी संबंधित आहेत चर्चिल्या गेल्या.

१. जागतिक अर्थव्यवस्था (Global Economy)
२. व्यापार व गुंतवणूक (Trade and Investment)
३. नवोन्मेष (Innovation)
४. पर्यावरण व ऊर्जा (Environment and Energy)
५. रोजगार (Employment)
६. महिला सक्षमीकरण (Women Empowerment)
७. विकास (Development)
८. आरोग्य (Health)

पंतप्रधान नरेंद्र मोदी यांनी परिषदेत अभिभाषण करताना 5-I दृष्टिपत्र (Vision) मांडले. यामध्ये

- समावेशन (Inclusiveness)
- स्वदेशीकरण (Indigenisation)
- नवीन उपक्रम (Innovation)
- पायाभूत सुविधांमध्ये गुंतवणूक (Investment in Infrastructure)
- आंतरराष्ट्रीय सहकार्य (International Cooperation) यांचा समावेश होतो.

- जागतिक स्तरावर भ्रष्टाचाराला प्रतिबंधित करण्यासाठी 'G-20 भ्रष्टाचारविरोधी कृती योजना : २०१९-२१' राबविण्याचे ठरविले गेले.
- आर्थिक गुन्हेगारांना आश्रय नाकारणे, जागतिक पातळीवर भ्रष्टाचार टाळणे, तापमान वाढ रोखण्यासाठी संशोधन करणे. या गोष्टींवर परिषदेत सहमती झाली.
- चीन व अमेरिकेदरम्यान 'व्यापारी मुद्दे' निकालात निघेपर्यंत आयात शुल्कात वृद्धी न करण्याबाबत एकमत झाले.
- यावेळी डेटा साठवणुकीच्या (स्थानिकीकरण) मुद्द्यावर मात्र राष्ट्रांमध्ये सहमती होऊ शकली नाही.

लक्षात ठेवा

जी-२० (G-20)

- जी-२० (G-20) समूहाची स्थापना २६ सप्टेंबर, १९९९ रोजी झाली.
- सदस्य - २० (१९ राष्ट्र व युरोपियन युनियन)
- जी-२० (G-20) समूहास स्वतंत्र कार्यालय किंवा कर्मचारी वर्ग नाही. समूहाचे यजमानपद ज्या देशाकडे असते त्याच राष्ट्रप्रमुखाकडे प्रमुखपदाचा अस्थायी कार्यभार असतो.
- जागतिक अर्थव्यवस्थेतील महत्त्वांच्या मुद्द्यांवर चर्चा घडवून आणण्यासाठी विकसित आणि विकसनशील राष्ट्रांना एकत्र आणणे हा जी-२० (G-20) चा प्रमुख उद्देश आहे.
- जगातील दोन तृतीयांश लोकसंख्या जी-२० (G-20) राष्ट्रात राहते तर जागतिक अर्थव्यवस्थेमध्ये या देशांचा वाटा ८५% इतका आहे.
- जी-२० (G-20) राष्ट्रांच्या परिषदा २००८ पासून दरवर्षी होतात.

जी-२० (G-20) परिषदा

परिषद	वर्षे	स्थळ
१	२००८	वॉशिंग्टन (अमेरिका)
२	२००९	लंडन (इंग्लंड)
३	२००९	पीट्सबर्ग (अमेरिका)
५	२०१०	सेऊल (द. कोरिया)
११	२०१६	हँगजोऊ (चीन)
१३	२०१८	ब्युनोस आर्यस (अर्जेंटिना)
१४	२०१९	ओसाका (जपान)
१५	२०२०	रियाध (सौदी-अरेबिया)
१७	२०२२	नवी दिल्ली (भारत)

(संदर्भ : G-20.org)

सकाळ

भारत आणि मालदीव

भारत आणि मालदीव दरम्यान नौदल व आरोग्य क्षेत्रातील सामंजस्य कराराला केंद्रीय मंत्रिमंडळाची मंजुरी

दि. ३ जुलै २०१९ रोजी केंद्रीय मंत्रिमंडळाने भारत आणि मालदीव (Maldives) दरम्यान प्रवासी आणि मालवाहतूक सेवा प्रस्थापित करण्यासाठी सामंजस्य कराराला कार्योत्तर मंजुरी दिली.

- मालदीवची राजधानी आणि सर्वाधिक लोकसंख्या असलेले शहर माले (Male) आणि मालदीवच्या तिसऱ्या क्रमांकाची लोकसंख्या असलेल्या कुलहुधुफुशी व धीवेही (Kulhudhuffushi (Dhivehi)) या दोन्ही शहरांना कोचीपासून प्रवासी आणि मालवाहू जहाजांसाठी फेरी सेवा देण्याची चांगली संधी मिळणार आहे.
- कुलहुधुफुशी आणि आसपासची बेटे मालदीवच्या उत्तरेकडील एक महत्त्वाच्या लोकसंख्येचे केंद्र आहे आणि तिथे मोठ्या प्रमाणावर रिसॉर्टस् आहेत जे भारतीयांसाठी संभाव्य पर्यटन स्थळे ठरू शकतात.
- सध्याच्या संपर्क व्यवस्थेत मालेपर्यंत विमानसेवा आणि समुद्र विमानांचा समावेश आहे. मात्र हे महाग पर्याय आहेत.
- मोठ्या संख्येने मालदीवचे नागरिकदेखील केरळ आणि इतर दक्षिण भारतीय शहरात शैक्षणिक हेतूने प्रवास करतात.
- प्रवास आणि मालवाहतुकीच्या या संभाव्य संधींचा लाभ उठवण्यासाठी मालदीवबरोबर सामंजस्य करार करण्यात आला.

आरोग्य क्षेत्रातील सामंजस्य करार

- दि. ३ जुलै, २०१९ रोजी पंतप्रधान नरेंद्र मोदी यांच्या मंत्रिमंडळाने भारत आणि मालदीव दरम्यान आरोग्य क्षेत्रातील सामंजस्य कराराला कार्योत्तर मंजुरी दिली आहे.

या करारात पुढील क्षेत्रातील सहकार्याचा समावेश आहे.

- डॉक्टर्स, अधिकारी आणि अन्य आरोग्य व्यावसायिक आणि तज्ज्ञांचे प्रशिक्षण आणि आदान-प्रदान
- वैद्यकीय आणि आरोग्य संशोधन विकास
- औषधे आणि वैद्यकीय उत्पादनांचे नियमन आणि त्यावरील माहितीचे आदान-प्रदान
- संसर्गजन्य आणि असंसर्गजन्य आजार ई-आरोग्य आणि टेलिमेडिसीन
- परस्पर मंजुरीच्या अन्य क्षेत्रात सहकार्य

(संदर्भ : pib.nic.in)

सकाळ

भारत आणि युनेस्को

जयपूर शहराचा युनेस्कोच्या जागतिक वारसास्थळांमध्ये समावेश

दि. ६ जुलै, २०१९ रोजी युनेस्को (The United Nations Educational, Scientific and Cultural Organization (UNESCO)च्या ४९ व्या 'जागतिक वारसा समिती'च्या बैठकीमध्ये 'गुलाबी शहर' जयपूरला वारसास्थळांच्या यादीत स्थान देण्यात आले आहे.

- अझरबैझान देशातील बाकु शहरात ही बैठक झाली.
- जयपूर शहराची स्थापना कच्छवाह येथील राजपूत राजा सवाई जयसिंग दुसरा याने १७२७ मध्ये केली.
- शहरनियोजन व वास्तुकला या दोन निकषांवर जागतिक

वारसास्थळ यादीत जयपूरचा समावेश करण्यात आला.

- जयपूर शहरनियोजनात हिंदू, मुघल व पाश्चात्त्य संस्कृतीचा संगम दिसून येतो.
- राजा सवाई जयसिंग दुसराच्या राजवटीतील विद्याधर भट्टाचार्य यांनी जयपूर शहराची रचना केली होती.
- जयपूरमधील जंतरमंतर व आमेर किल्ला या दोन स्थळांचा यापूर्वीच जागतिक वारसास्थळांमध्ये समावेश करण्यात आला आहे.
- अहमदाबाद नंतर जागतिक वारसास्थळांमध्ये समाविष्ट होणारे जयपूर हे भारतातील दुसरे शहर आहे.
- जयपूरच्या समावेशामुळे भारतातील जागतिक वारसास्थळांची संख्या ३८ झाली आहे.

जयपूरच्या समावेशामुळे भारतातील जागतिक वारसास्थळांची
संख्या ३८

युनेस्को व जागतिक वारसास्थळे :

- १६ नोव्हेंबर, १९७२ रोजी युनेस्को सदस्यांनी 'जागतिक सांस्कृतिक व नैसर्गिक वारसा - स्थळांच्या संरक्षणाचा' करार केला. हा करार १९७५ मध्ये अस्तित्वात आला.
- निवडण्यात आलेल्या स्थळांना 'विशेष वैश्विक मूल्य (Outstanding Universal Value)' असावी अशी अट आहे.
- जुलै २०१९ पर्यंत ११२१ जागतिक वारसास्थळे घोषित करण्यात आली आहेत.
- भारतामध्ये एकूण ३८ जागतिक वारसास्थळे असून यामध्ये ३० सांस्कृतिक स्थळे, ७ नैसर्गिक स्थळे, एका संमिश्र स्थळाचा समावेश होतो.

■ सर्वाधिक जागतिक वारसास्थळे असलेले देश

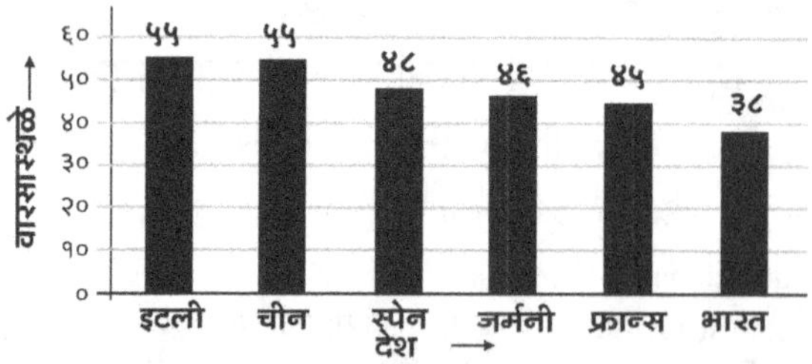

देशामध्ये सर्वाधिक पाच जागतिक वारसास्थळे महाराष्ट्रामध्ये आहेत.

- १. अंजिठा लेण्या
- २. वेरूळ लेण्या
- ३. एलिफंटा लेण्या
- ४. छत्रपती शिवाजी महाराज रेल्वेस्थानक
- ५. पश्चिम घाट (कास पठार, भीमाशंकर अभयारण्य, कोयना-चांदोली, राधानगरी अभयारण्य)

(संदर्भ : whc.unesco.org)

सकाळ भारत आणि भूतान
पंतप्रधान नरेंद्र मोदी यांचा भूतान दौरा

भारताचे पंतप्रधान नरेंद्र मोदी यांनी १७ व १८ ऑगस्ट २०१९ रोजी दोन दिवसीय भूतान दौरा केला. भूतानचे पंतप्रधान डॉ. ल्योते त्शेरिंग यांच्या आमंत्रणावरून हा दौरा करण्यात आला.

- पंतप्रधान नरेंद्र मोदी यांचा कारकिर्दीतील हा दुसरा भूतान दौरा आहे; तसेच पुनर्निवडीनंतर पहिला.
- या दौऱ्यावेळी भूतान-भारत जलविद्युत सहकार्याला पन्नास वर्षे पूर्ण झाल्याबद्दल तिकिटांचे अनावरण करण्यात आले.
- या दौऱ्यापैकी भारत व भूतानदरम्यान दहा द्विपक्षीय करारांवर स्वाक्षऱ्या करण्यात आल्या.
- पंतप्रधान नरेंद्र मोदींच्या हस्ते भूतानमध्ये 'रूपे कार्ड'ची सेवा सुरू करण्यात आली. या कार्डमुळे दोन्ही देशांतील व्यापारास चालना मिळेल.
- याप्रसंगी जलविद्युत प्रकल्प, नॉलेज नेटवर्क, अद्ययावत हॉस्पिटल, अवकाश संशोधन व उपग्रह, शैक्षणिक सहकार्य इत्यादी करारांवर स्वाक्षऱ्या करण्यात आल्या.

भारताचे भूतानमध्ये **१४१६ मेगावॅट** क्षमतेचे तीन जलविद्युत प्रकल्प उभारले आहेत ज्यातील तीन-चतुर्थांश ऊर्जा भारताला निर्यात केली जाते.

भारताकडून भूतानच्या अकराव्या पंचवार्षिक योजनेसाठी **४६०० कोटी** रुपयाच्या मदतीचे आश्वासन

भारत-भूतान मधील व्यापार २०१६ मध्ये **८२७३ कोटी** रुपयांवर पोहोचला. भूतान भारताला प्रामुख्याने जलविद्युत ऊर्जा निर्यात करतो.

- नरेंद्र मोदी यांनी यावेळेस ताशीछोड झोंग (Tashichho Dzong) राजवाड्यात भूतान नरेश जिग्मे खेसर नामग्याल वांगचुक (Jigme Khesar Namgyel Wangchuck) यांची भेट घेतली. पंतप्रधानांनी प्रतिष्ठित रॉयल विद्यापीठातील विद्यार्थ्यांशी संवाद साधला.

भारत-भूतान द्विपक्षीय संबंध :

- भारत आणि भूतानमध्ये अधिकृतपणे द्विपक्षीय संबंधांना सुरुवात १९६८ मध्ये झाली, जेव्हा भारताने भूतानची राजधानी थिम्फू (Thimphu)मध्ये विशेष कार्यालय सुरू केले.
- १९४९ मध्ये भारत-भूतानमध्ये मैत्री व सहकार्य करार करण्यात आला व २००७ मध्ये त्याचे नूतनीकरण करण्यात आले.
- संरक्षण, सीमा व्यवस्थापन, व्यापार, अर्थव्यवस्था, जलविद्युत इत्यादी क्षेत्रांमध्ये भारत-भूतान सहकार्य आहे.
- भारतातर्फे भूतानमधील विद्यार्थ्यांना नेहरू-वांगचुक शिष्यवृत्ती प्रदान केली जाते.

भूतान :

- भारताच्या उत्तरेस हिमालयाच्या पर्वतरांगांमध्ये वसलेले राष्ट्र. उत्तरेस चीन तर इतर बाजूंनी सिक्कीम, आसाम, अरुणाचल प्रदेश या राज्यांना वेढलेले.
- भूतान संवैधानिक राजेशाही असलेले राज्य असून लोकनिर्वाचित पंतप्रधान शासनप्रमुख तर राजा राष्ट्रप्रमुख असतो.
- भूतानमध्ये २००८ पासून संसदीय लोकशाही सुरू झाली.
- थिम्फू हे भूतानच्या राजधानीचे शहर आहे.

*(**संदर्भ** : pib.nic. in)*

भारत आणि युनेस्को

सकाळ

'दयाळूपणासाठीची पहिली जागतिक युवा परिषद' दिल्ली येथे साजरी

दि. २० ते २३ ऑगस्ट २०१९ दरम्यान 'दयाळूपणासाठीची पहिली जागतिक युवा परिषद (1st World Youth Conference on Kindness)' दिल्ली येथे पार पडली.

- ही परिषद युनेस्को (UNESCO) च्या 'महात्मा गांधी शांती शिक्षण व शाश्वत विकास [Mahatma Gandhi Institute of Education for Peace and Sustainable Development] आणि मनुष्यबळ विकास मंत्रालय यांच्या वतीने आयोजित करण्यात आली.
- उद्घाटक : श्री. रामनाथ कोविंद, भारताचे राष्ट्रपती
- संकल्पना : 'वसुधैव कुटुंबकम्'
- समकालीन जगासाठी गांधी : महात्मा गांधींची १५० वी जयंती समारोह
- या परिषदेस आंतरराष्ट्रीय प्रतिनिधी, कलाकार, नोबेल विजेते आणि २७ देशांतील जवळपास १००० हून अधिक तरुण उपस्थित होते.
- सहानुभूती, प्रेम, सावधानता अशा गुणांनी जगातील तरुणांनी स्वतःला प्रेरित, प्रोत्साहित करावे आणि त्यांच्या समाजात शांततेचे बंध प्रस्थापित करावे हे या परिषदेचे उद्दिष्ट होते.

*(**संदर्भ** : mgiep.unesco.org, pib.gov.in)*

भारत आणि पाकिस्तान

सकाळ

आशिया प्रशांत समूहाच्या (एशिया पॅसिफिक ग्रुप)च्या फायनान्शियल ॲक्शन टास्क फोर्स (एफएटीएफ) कडून पाकिस्तानला काळ्या यादीत समावेशाची चेतावणी

दि. २३ ऑगस्ट २०१९ रोजी आशिया प्रशांत समूहाच्या (Asia-pacific group) फायनान्शियल टास्क फोर्सने (Financial Action Task Force (एफएटीएफ) पाकिस्तानला अंतरिम काळ्या यादीत समावेश करण्याबाबत चेतावणी दिली.

- कॅनबेरा, ऑस्ट्रेलिया येथे पार पडलेल्या ४१ सदस्यांच्या प्लेनरी बैठकीमध्ये चेतावणीचा निर्णय घेण्यात आला.
- दहशतवादी व त्यांच्या संघटनांचा अर्थ पुरवठा रोखण्यात पाकिस्तानला अपयश आल्याने हा निर्णय घेण्यात आला.
- या वेळी एफएटीएफच्या ४० पैकी ३२ निकषांचे अनुपालन करण्यास पाकिस्तान असमर्थ असल्याचे निदर्शनास आले.
- या निर्णयामुळे पाकिस्तानला जागतिक संस्थांकडून अर्थसाहाय्य मिळणे सहज शक्य नाही.
- पाकिस्तानला तूर्त ग्रे यादीत टाकले असून, त्यास कायमस्वरूपी काळ्या यादीत टाकण्यासंबंधी निर्णय फेब्रुवारी २०२०पर्यंत स्थगित ठेवला आहे.
- एफएटीएफने जून २०१९ मध्ये पाकिस्तानला 'ग्रे लिस्ट' मध्ये समाविष्ट केले होते.

लक्षात ठेवा

एशिया पॅसिफिक ग्रुप (आशिया प्रशांत समूह):

- आशिया प्रशांत गट हा फायनान्शियल ॲक्शन टास्क फोर्सचा एक प्रादेशिक संबद्ध आहे.
- कार्य - पैशांची अफरातफरी, दहशतवादी वित्तपुरवठा आणि संहारक विनाश शस्त्रे संबंधित प्रसाराला विरोध.
- स्थापना - १९९७, बँकॉक, थायलंड.
- सदस्य - ४१ देश (११ प्रमुख देश)
- भारत एपीनीच्या ११ प्रमुख सदस्यांपैकी एक आहे.

APG Asia/Pacific Group on Money Laundering

सकाळ सर्वाधिक नापसंतीचा देश!

जागतिक व्यापार सुरळीत व्हावा आणि त्यात अडथळे आणले जाऊ नयेत, या उद्दिष्टासाठी 'विशेष अनुकूल राष्ट्रा'चा दर्जा देण्याची तरतूद करण्यात आली. भारताने तो दर्जा पाकिस्तानला दिला होता; पण तो आता काढून घेतला आहे. याचे आर्थिक परिणाम पाकिस्तानला नक्कीच जाणवतील. काश्मीरमधील पुलवामाजवळ केंद्रीय राखीव पोलीस दलाच्या जवानांवर पाकिस्तानने केलेल्या दहशतवादी हल्ल्यानंतर भारत सरकारने जी पावले उचलली, त्यातील सर्वांत महत्त्वाचे म्हणजे पाकिस्तानला व्यापाराच्या संदर्भात दिलेला 'मोस्ट फेव्हर्ड नेशन'चा ('विशेष अनुकूल राष्ट्र') दर्जा काढून घेणे. भारत सरकारची ही कृती केवळ प्रतीकात्मक आहे, की त्याला मोठा अर्थ आहे, असा प्रश्न अनेकांच्या मनात निर्माण होणे स्वाभाविक आहे. त्यामुळेच या दर्जाचे नेमके महत्त्व काय, त्यातून काय साध्य होऊ शकते, दहशतवादाला पायबंद घालण्याच्या उद्दिष्टासाठी त्याचा कितपत उपयोग होईल, हे नीट जाणून घ्यायला हवे. 'विशेष अनुकूल राष्ट्रा'चा दर्जा ही संकल्पना किंवा तरतूद 'जागतिक व्यापार संघटने' (वर्ल्ड ट्रेड ऑर्गनायझेशन) मधून आली आहे. या संघटनेचा जन्म झाला तो 'गॅट' (जनरल ॲग्रीमेंट ऑन टॅरिफ अँड ट्रेड) करारातून. जागतिक व्यापार सुरळीत व्हावा, त्यात अनावश्यक अडथळे असतील तर ते दूर केले जावेत, या व्यापक उद्दिष्टासाठी संघटना काम करते. करारातील क्रमांक एकचे कलम हे 'विशेष अनुकूल राष्ट्रा'चा दर्जा देण्याशी संबंधित आहे. जगातील सर्व राष्ट्रांची एकमेकांशी जवळीक अधिक वाढावी. वस्तूंचा व्यापार किंवा व्यापारसेवा याबाबत कुठलेही सदस्यराष्ट्र हे इतर राष्ट्राशी दूरचे नसावे, हा संदेश या कलमातून सूचित केला जातो. सोप्या भाषेत या तरतुदीचा व्यावहारिक अर्थ सांगायचा झाल्यास एका सदस्य राष्ट्राने दुसऱ्या सदस्यराष्ट्राच्या वस्तूंसाठी आपली बाजारपेठ खुली करून द्यायची. त्या वस्तूंवर कुठल्याही प्रकारचा आयातकर लावला जायचा नाही. जागतिकीकरणाच्या धोरणाचा मूळ पाया या 'विशेष अनुकूल राष्ट्रा'च्या तरतुदीमध्येच आहे, असे मानले गेले आहे. भारत सरकारने हा दर्जा पाकिस्तानला फार पूर्वीच दिला होता. त्यानुसार भारत सरकारने पाकिस्तानमधून येणाऱ्या वस्तूंवरील आयातकर कमी केले होते. म्हणजेच भारताने आपली बाजारपेठ पाकिस्तानच्या पदार्थांसाठी खऱ्या अर्थाने खुली केली होती. भारत आणि पाकिस्तान हे दोघेही 'जागतिक व्यापार संघटने'चे सदस्यराष्ट्र आहेत. भारताच्या या भूमिकेचे जगातून कौतुक झाले होते. भारताने पाकिस्तानला जरी हा दर्जा खूप आधीच बहाल केलेला होता, तरीही पाकिस्तानने मात्र भारताला हा दर्जा दिला नव्हता. भारत आणि पाकिस्तानविषयीचा आपला मोठेपणा अनेक वेळेला 'जागतिक व्यापार संघटने'त दाखविला होता. तरीदेखील पाकिस्तानची शेपूट काही सरळ झाली नव्हती. त्या देशाने कधीच आपला हेका सोडला नाही. 'जागतिक व्यापार संघटने'च्या बाली येथे झालेल्या मंत्रिपरिषदेत भारताच्या प्रतिनिधींनी त्या मंत्रिपरिषदेच्या आधी पाकिस्तानात झालेल्या एका शाळेवरील दहशतवाद्यांच्या हल्ल्याचा दुर्घटनेसाठी श्रद्धांजली व शोकसभा घेतली होती. निरपराध मुलांचा बळी त्या दहशतवाद्यांच्या हल्ल्यात गेला होता आणि म्हणून पाकिस्तानच्या काही प्रतिनिधींबरोबर भारतानेही इंडोनेशियातील बाली येथे झालेल्या मंत्रिपरिषदेत दुःख व्यक्त केले. ही मानवतावादाची भूमिका होती. भारताने त्यात सातत्य राखल्याचे दिसते. वेगवेगळ्या व्यासपीठांवर भारताने ही भूमिका वेळोवेळी मांडली; परंतु या वर्तणुकीला दुर्दैवाने पाकिस्तानकडून कधीच सकारात्मक प्रतिसाद मिळाला नाही. जेव्हा 'जागतिक व्यापार संघटने'त प्रगत राष्ट्रांच्या शेतीअनुदानाच्या विरोधात भारताच्या नेतृत्वाखाली इतर सदस्यराष्ट्रांनी आवाज उठविला, तेव्हा वास्तविक पाकिस्तानलाही त्याचा फायदाच होणार होता; पण त्याचाही विचार केला गेला नाही. आर्थिक हितसंबंधांवरही पाकिस्तानच्या भारतद्वेषाने कुरघोडी केल्याचे दिसले. ज्या बाबतीत भारताने पुढाकार घेतला आहे, त्यालाच विरोध करायचा एवढेच त्या देशाला ठाऊक. त्यामुळेच या प्रश्नावर पाकिस्तानने अन्य राष्ट्रांचीच पाठराखण केली. जागतिक व्यापार संघटनेत भारत अनेक वर्षांपासून विकसनशील देशांचे प्रतिनिधित्व करीत आहे. नुकत्याच झालेल्या अर्जेंटिना मंत्री परिषदेत चीनसह अनेक राष्ट्रे भारताच्या बरोबरीने ई-कॉमर्स आणि इतर मुद्यांना धरून वाटाघाटी करीत होते; पण भारत आहे तिथे आपण सहजासहजी जायचे नाही, ही भूमिका पाकिस्तानच्या प्रतिनिधींची पहिल्यापासूनच आहे. असे असूनही भारताने पाकिस्तानला 'विशेष अनुकूल राष्ट्रा'चा दर्जा दिला होता. आता तो गेल्याने पाकिस्तानचे आर्थिक नुकसान आणि आंतरराष्ट्रीय स्तरावर नाचक्की नक्की होणार आहे. 'विशेष अनुकूल राष्ट्र' दर्जामुळे पाकिस्तानचे अनेक पदार्थ भारतात हक्काने येऊ लागले होते. त्यामध्ये शेतीजन्य पदार्थांचा विशेष समावेश होता. 'हिमालयीन मीट' हा 'पाकिस्तानी मीट' या नावाने मोठ्या प्रमाणात आयात होऊ लागला होता. आता त्या निर्यातीला फटका बसेल. याशिवाय बासमती तांदळाची भारतात होणारी निर्यातही थंडावेल. पाकिस्तानला झोंबणारी ही चपराक असेल. अन्य वस्तूंच्या भारतात होणाऱ्या निर्यातीलाही खीळ बसणार आहे. यात पाकिस्तानचे नुकसान आहेच. याचे कारण भारताने लगेचच सर्व वस्तूंवर दोनशे टक्के आयातकर लागू केला आहे. यापूर्वी ज्या वस्तूवर शून्य आयातकर होता, तो आता २०० झाला आहे. याचा अर्थ त्या वस्तूंची भारतातील किंमत भारतात कमीत कमीत कमी २०० टक्क्यांनी वाढेल आणि त्यांचा पदार्थ खूप महाग होईल आणि तो भारताची बाजारपेठ गमवून बसेल. याचा दुसरा अर्थ पाकिस्तानला परकी चलनाची गंगाजळी मिळणार नाही आणि याचाच प्रत्यक्ष परिणाम देशाची आर्थिक स्थिती कमकुवत होण्यामध्ये होईल. अशा रीतीने पाकिस्तानची नाकेबंदी करणे गरजेचे आहे. युरोपियन समुदायाने पाकिस्तानला 'ब्लॅक लिस्ट'मध्ये टाकण्यासाठी निवेदन तयार केले आहे. त्याचबरोबर संयुक्त राष्ट्रांनीही पाकिस्तानबाबत कठोर भूमिका घेण्यास सुरुवात केली आहे. एकंदर चित्र पाहता 'विशेष अनुकूल राष्ट्राचा दर्जा' काढून घेणे ही भारताची राजनैतिक कृती आंतरराष्ट्रीय स्तरावर परिणामकारक ठरेल, असे वाटते.

● गणेश हिंगमिरे
जीआय व शेतीमाल व्यवस्थापन तज्ज्ञ

पूर्वप्रसिद्धी -दैनिक सकाळ

लक्षात ठेवा

फायनान्शियल ॲक्शन टास्क फोर्स

(FATF : Financial Action Task Force)

- या गटाची स्थापना १९८९ मध्ये पॅरिसमधील जी-७ (G-7) शिखर परिषदेच्या कार्यक्षेत्रातील मंत्र्यांनी आंतर-सरकारी संस्था म्हणून केली.
- हे आंतरराष्ट्रीय अवैध सावकारी (Money Laundring) नियामक आहे. जे अवैध सावकारी आणि दहशतवादाचा सामना करण्यासाठी आंतरराष्ट्रीय मानके स्थापित करते.
- सचिवालयाचे मुख्यालय : 'आर्थिक सहकार आणि विकास संस्था (OECD)' चे मुख्यालय पॅरिस.
- यामध्ये भारतासह एकूण ३९ सदस्य देशांचा समावेश आहे.
- चीन हा देश एफएटीएफचा विद्यमान अध्यक्ष.

(संदर्भ : fatf-gafi.org, apgml.org)

सकाळ पंतप्रधान मोदी यांचा फ्रान्स, संयुक्त अरब अमिराती आणि बहरीन या देशांचा परदेश दौरा

दि. २२ ते २६ ऑगस्ट २०१९ दरम्यान पंतप्रधान नरेंद्र मोदी यांनी फ्रान्स, संयुक्त अरब अमिराती आणि बहरीन या देशांचा दौरा केला.

फ्रान्स दौरा :

- २२ आणि २३ ऑगस्ट रोजी फ्रान्स देशाचा दौरा केला.
- फ्रान्स भेटीदरम्यान पंतप्रधानांनी फ्रान्सचे अध्यक्ष मॅक्रॉन तसेच पंतप्रधान फिलिप यांच्याबरोबर द्विपक्षीय चर्चा केली. संरक्षण, सामुद्री सुरक्षा, दहशतवादविरोध, नागरी अणुऊर्जा तसेच व्यापार आणि गुंतवणूक या विषयांवर ही चर्चा झाली.
- १९५० आणि १९६० मध्ये फ्रान्स येथे एअर इंडियाच्या दोन विमान अपघातात मृत्युमुखी पडलेल्या भारतीयांसाठीचे एक स्मारक पंतप्रधान मोदी यांनी यावेळी समर्पित केले.
- या दौऱ्यादरम्यानच बिएरिट्ज फ्रान्स येथे संपन्न झालेल्या G-7 शिखर परिषदेतही पंतप्रधानांनी सहभाग घेतला.
- या भेटीदरम्यान भारत-फ्रान्स दरम्यान खालील करार झाले :

१. कौशल्य विकास आणि उद्योजकता मंत्रालय (भारत) आणि राष्ट्रीय शिक्षण व युवा मंत्रालय (फ्रेंच) यांच्यात कौशल्य विकास आणि व्यावसायिक प्रशिक्षणासंबंधी करार.

२. राष्ट्रीय सौर ऊर्जा संस्था (भारत) आणि पर्यायी ऊर्जा आणि अणु ऊर्जा आयोग (फ्रान्स) यांच्या दरम्यान समझोता करार.

संयुक्त अरब अमिराती दौरा :

- २३ आणि २४ ऑगस्ट रोजी पंतप्रधानांनी संयुक्त अरब अमिरातीला भेट दिली.
- या भेटीदरम्यान अबुधाबीचे राजपुत्र शेख मोहम्मद बिन झाएद अल नाहयान यांची भेट घेतली आणि महात्मा गांधींच्या १५०व्या जयंतीनिमित्त अबुधाबीच्या राजपुत्रासह संयुक्तपणे एका टपाल तिकिटाचे प्रकाशन केले.
- युएई सरकारने भारताचे पंतप्रधान नरेंद्र मोदी यांना 'ऑर्डर ऑफ झाएद' (The Order of Zayed) या सर्वोच्च नागरी सन्मानाने सन्मानित केले.
- पंतप्रधानांनी या भेटीदरम्यान 'रूपे' कार्डचे अनावरण केले. 'रूपे' कार्डचे अनावरण होणारा संयुक्त अरब अमिराती हा पहिला मध्यपूर्वेचा (Middle-East) देश आहे.

बहरीनचा दौरा :

- २४ आणि २५ ऑगस्ट रोजी पंतप्रधानांनी बहरीनचा दौरा केला.
- बहरीनला भेट देणारे मोदी हे पहिलेच भारतीय पंतप्रधान आहेत.
- या भेटीत बहरीनचे पंतप्रधान राजपुत्र शेख खलिफा बिन सलमान अल; तसेच बहरीनचे राजे शेख हमाद बिन ईसा अल खलिफा यांची मोदींनी भेट घेतली.
- बहरीन सरकारने पंतप्रधान नरेंद्र मोदी यांना 'किंग हमाद ऑर्डर ऑफ द रिनेसन्स (King Hamad Order of the Renaissance)' या पुरस्काराने सन्मानित केले.

(संदर्भ : pmindia.gov.in)

भारत आणि पाकिस्तान

सकाळ पाकिस्तानच्या 'गझनवी' या बॅलिस्टिक क्षेपणास्त्राची चाचणी

दि. २९ ऑगस्ट २०१९ रोजी पाकिस्तानने 'गझनवी' या बॅलिस्टिक क्षेपणास्त्राची चाचणी केली आहे.

गझनवीची वैशिष्ट्ये

- २९० किलोमीटरपर्यंत या क्षेपणास्त्राची मारक क्षमता.
- जमिनीवरून जमिनीवर मारा करणारे क्षेपणास्त्र.
- गझनवी आकाराने मोठे असल्याने मोठे बॉम्ब वाहून नेण्याची क्षमता.
- स्वत:साठी लागणारे इंधन व ऑक्सिजन ठेवण्याची व्यवस्था.
- अणू युद्धासाठी याचा वापर केला जाऊ शकतो.
- गझनवीचे वजन ५ हजार २५६ किलो.
- क्षेपणास्त्राची उंची ९.६४ मीटर

- भारताने जम्मू आणि काश्मीरमधून कलम ३७० हटविल्यानंतर पाकिस्तानने गझनवी बॅलिस्टिक क्षेपणास्त्राची चाचणी करत भारताला इशारा देण्याचा प्रयत्न केला आहे.
- गझनवी क्षेपणास्त्राच्या मागे भारतावर दबाव टाकण्याचा; तसेच आंतरराष्ट्रीय समुदायाचे लक्ष वेधून घेण्याचा पाकिस्तानचा यामागे हेतू असल्याचे मानले जाते.

(संदर्भ : twitter.com/OfficialDGISPR, ispr.gov.pk/dg-ispr.php, aninews.in)

मसूद अजहर, दाऊद इब्राहिम, हाफीज सईद दहशतवादी घोषित

दि. ४ सप्टेंबर २०१९ रोजी जैश-ए-मुहम्मद अतिरेकी संघटनेचा प्रमुख मसूद अजहर, लष्कर-ए-तैयबाचा प्रमुख हाफीज सईद, कुख्यात डॉन दाऊद इब्राहिम आणि मुंबई हल्ल्यातील आरोपी झकी-ऊर-रहमान लखवी यांना भारताकडून दहशतवादी म्हणून घोषित करण्यात आले.

- बेकायदा कृत्ये प्रतिबंधक कायदा (सुधारित) संसदेने मंजूर केल्यानंतर याच कायद्यान्वये भारताकडून कुख्यात दहशतवाद्यांची यादी जाहीर.
- या यादीत पहिल्या क्रमांकावर पुलवामा हल्ल्याचा मास्टरमाईंड मसूद अजहरला ठेवण्यात आले तर जमात-उद-दवाचा म्होरक्या आणि मुंबई हल्ल्याचा सूत्रधार हाफीज सईद दुसऱ्या क्रमांकावर
- तिसऱ्या क्रमांकावर माफिया डॉन दाऊद इब्राहिम.
- भारतातील पाच मोठ्या दहशतवादी कारवायांमध्ये मसूद अजहरचा हात असल्याचे स्पष्ट.
- त्यात १४ फेब्रुवारी २०१९ रोजी पुलवामात सीआरपीएफच्या ताफ्यावर झालेला हल्ला आणि २०१६ मध्ये पठाणकोटच्या हवाई तळावरील हल्ल्याचाही समावेश.
- दहशतवादी हल्ल्यांसह इतरही दहशतवादी कृत्यांमध्ये सहभागी असल्याचे अनेक पुरावे भारताकडे उपलब्ध.
- अजहर व सईद हे दोघे संयुक्त राष्ट्रांकडूनदेखील दहशतवादी म्हणून घोषित. १९९३ मधील साखळी बॉम्बस्फोटांमधील दाऊद इब्राहिम हा प्रमुख आरोपी तर २००८ मध्ये मुंबईवर झालेल्या हल्ल्यात लखवीचा हात असल्याचे स्पष्ट.
- मुंबईवरील दहशतवादी हल्ल्याचा मास्टरमाईंड व लष्कर-ए-तोयबाचा म्होरक्या हाफीज सईद याला दहशतवाद्यांना आर्थिक मदत केल्याप्रकरणी लाहोरमधील दहशतवाद विरोधी न्यायालयाने दिनांक १२ डिसेंबर २०१९ रोजी दोषी ठरविले आहे.

बेकायदा कृत्ये प्रतिबंधक कायदा (सुधारित) :

- भारतीय संसदेने १७ व्या लोकसभेच्या पहिल्याच सत्रात ८ जुलै रोजी 'यूएपीए - अनलॉफुल ॲक्टिव्हिटीज प्रिव्हेंशन ॲक्ट (Unlawful Activities Prevention Act)' सुधारित विधेयक मंजूर केले.
- या कायद्यांतर्गत केंद्र सरकारला एखाद्या व्यक्तीला दहशतवादी घोषित करणे, त्याची संपत्ती जप्त करण्याचे अधिकार मिळाले.
- ज्यांचा दहशतवादी कारवायांमध्ये समावेश आहे किंवा जे दहशतवादाला प्रोत्साहन देत आहेत, अशा व्यक्तींना या विधेयकानुसार केंद्र सरकार दहशतवादी घोषित करू शकते.
- दहशतवादाच्या विरोधात सर्वप्रथम १९६७ मध्ये हा कायदा करण्यात आला. त्यावेळच्या कायद्यानुसार एखादी संस्था अथवा संघटनेला तर दहशतवादी घोषित करता येत होते, परंतु एखाद्या व्यक्तीला दहशतवादी घोषित करण्याची परवानगी हा कायदा देत नव्हता.
- मात्र सुधारित विधेयकात तशी तरतूद करण्यात आल्याने सरकारला हे अधिकार प्राप्त झाले.
- यापूर्वी केंद्रात युपीए सरकार असताना २००८ आणि २०१३ मध्ये देखील या विधेयकात सुधारणा करण्यात आली होती.

(संदर्भ : pib.nic.in, ddnews.gov.in)

भारत आणि वर्ल्ड इकॉनॉमिक फोरम

वर्ल्ड इकॉनॉमिक फोरमच्या प्रवास व पर्यटन स्पर्धात्मक निर्देशांकात भारत ३४व्या स्थानावर

दि. ४ सप्टेंबर २०१९ रोजी वर्ल्ड इकॉनॉमिक फोरमने (WEF- The World Economic Forum) 'जागतिक प्रवास व पर्यटन स्पर्धात्मक निर्देशांक अहवाल-२०१९' प्रकाशित केला.

- या अहवालात भारताने १४० देशांच्या क्रमवारीमध्ये चौतिसावा क्रमांक मिळविला आहे.
- गेल्या वर्षीच्या तुलनेत (४०) भारताने सहा स्थानांची प्रगती केली आहे; तसेच भारताच्या गुणांमध्ये २५% एवढी वाढ झाली आहे.
- १४० देशांच्या यादीत स्पेनने प्रथम क्रमांक मिळविला आहे.
- या निर्देशांकाद्वारे पर्यटनासाठीच्या अनुकूल परिस्थितीचे मापन केले जाते.

- अहवालानुसार पर्यटनासाठी अनुकूल प्रथम पाच देश

क्रमांक	देश
१	स्पेन
२	फ्रान्स
३	जर्मनी
४	जपान
५	अमेरिका

प्रवास व पर्यटन स्पर्धात्मक निर्देशांक भारताची कामगिरी

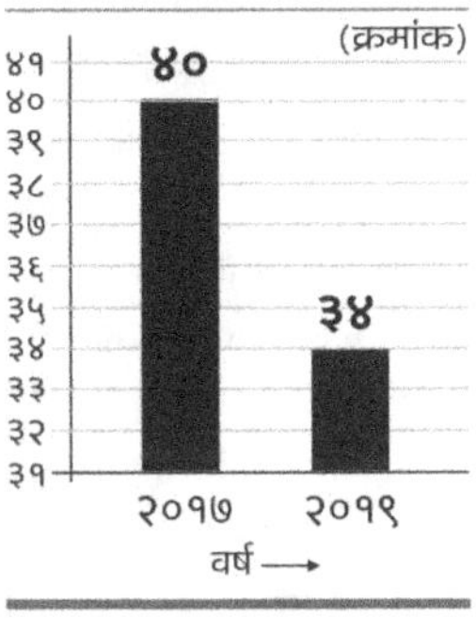

प्रवास व पर्यटन स्पर्धात्मक निर्देशांक :

- या निर्देशांकाची सुरुवात २००७ मध्ये करण्यात आली.

दर दोन वर्षांनी हा निर्देशांक प्रकाशित करण्यात येतो.

चार निकषांच्या आधारे क्रमवारी ठरवली जाते.
१. नियामक रचना
२. पायाभूत सुविधा
३. नैसर्गिक, सांस्कृतिक, मानवी समृद्ध विविधता
४. अनुकूल वातावरण

राष्ट्रांना १ ते ६ गुण दिले जातात.

- भारतातील समृद्ध सांस्कृतिक, नैसर्गिक व मानवी वारसा व त्यास शासकीय स्तरावरून मिळालेले प्रोत्साहन यामुळे भारताची क्रमवारीत सुधारणा झाली आहे.

वर्ल्ड इकॉनॉमिक फोरमतर्फे प्रकाशित केले जाणारे निर्देशांक :
१. सर्वसमावेशक वाढ व विकास अहवाल
२. पर्यावरण कामगिरी अहवाल
३. जागतिक स्पर्धात्मकता अहवाल
४. जागतिक लिंग अंतर अहवाल
५. मानवी भांडवल अहवाल
६. जागतिक माहिती तंत्रज्ञान अहवाल

पर्यटनवाढीसाठी केंद्रीय पर्यटन मंत्रालयाचे विविध उपक्रम :

- पर्यटनवाढीसाठी केंद्रीय पर्यटन मंत्रालयाने 'स्वदेश दर्शन' कार्यक्रमांतर्गत विविध संकल्पना असलेल्या विविध १५ क्षेत्रांना (Cicuit) मान्यता दिली आहे. ती पुढीलप्रमाणे...
- नॉर्थ-ईस्ट सर्किट, बुद्धिस्ट सर्किट, हिमालय सर्किट, कोस्टल सर्किट, कृष्णा सर्किट, डेझर्ट सर्किट, ट्रायबल सर्किट, इको सर्किट, वाइल्डलाइफ सर्किट, रुरल सर्किट, स्पिरिच्युअल सर्किट, रामायण सर्किट, हेरिटेज सर्किट, तीर्थंकर सर्किट, सूफी सर्किट.

(संदर्भ : pib.nic.in)

भारत आणि चौथी 'हिंद महासागर परिषद'

हिंद महासागर प्रदेश सुरक्षित करणे : पारंपरिक आणि अपारंपरिक आव्हाने' या विषयावर चौथी 'हिंद महासागर परिषद' मालदीवमध्ये साजरी

दि. ४ सप्टेंबर २०१९ रोजी माले या मालदीवच्या राजधानीमध्ये 'हिंद महासागर परिषद, २०१९' पार पडली.

- 'हिंद महासागर प्रदेश सुरक्षित करणे : 'पारंपरिक आणि अपारंपरिक आव्हाने' या विषयाखाली ही परिषद भरविण्यात आली होती.
- मालदीव सरकार आणि सिंगापूरचे एस. राजरत्नम स्कूल ऑफ इंटरनॅशनल स्टडिज यांच्या संयुक्त विद्यमाने इंडिया फाउंडेशनतर्फे या कार्यक्रमाचे आयोजन करण्यात आले होते. या परिषदेत भारताच्या वतीने परराष्ट्रमंत्री एस. जयशंकर उपस्थित होते.

हिंद महासागर परिषदेविषयी :

- या परिषदेची सुरुवात सिंगापूर, श्रीलंका आणि बांगला देशमधील भागीदारांसह इंडिया फाउंडेशनने केली.
- या परिषदेमुळे सर्व घटक देशांतील राज्ये/सरकार प्रमुख, मंत्री, विचारवंत, अभ्यासक, मुत्सद्दी, नोकरशहा आणि अभ्यासक यांना एकत्र आणण्याचा प्रयत्न यशस्वी होत असल्यामुळे ही परिषद आणखी महत्त्वपूर्ण ठरते.

हिंद महासागर :

- भारतीय महासागर किंवा हिंद महासागर हा पृथ्वीवर असलेला तिसरा सर्वांत मोठा महासागर आहे. हिंद महासागर भारताच्या दक्षिणेला आहे.
- हिंद महासागर आशियाच्या दक्षिण भागामध्ये आफ्रिका आणि ऑस्ट्रेलिया यांच्या दरम्यान पसरलेला आहे. हिंद महासागराचा बहुतेक भाग पृथ्वीच्या दक्षिण गोलार्धात येतो. त्याच्या उत्तरेला भारतीय उपमहाद्वीप, दक्षिणेला अंटार्टिका, पश्चिमेला आफ्रिका आणि पूर्वेकडे इंडोनेशिया आणि ऑस्ट्रेलिया आहे.
- हिंद महासागर नैसर्गिक संसाधनांनीदेखील समृद्ध आहे. जगाच्या किनारपट्टीवरील तेलाचे ४०% उत्पादन हिंद महासागर खोऱ्यात होते.

(संदर्भ : pib.nic.in)

भारतीय नौदल आणि थायलँड शाही थाई नौदल यांच्यात २८ वा इंडो-थाई कॉरपॅट २०१९ समन्वय गस्ती सराव

दि. ५ ते १५ सप्टेंबर २०१९ दरम्यान भारतीय नौदल आणि थायलँड शाही थाई नौदल यांच्यात 'इंडो-थाई कॉरपॅट २०१९' समन्वय गस्ती सराव पार पडला.

- या समन्वयीत गस्तीची ही २८ वी आवृत्ती होती.
- **उद्देश :** संयुक्त राष्ट्रसंघाच्या सागरी परिवहनासंबंधी कायद्यांच्या कराराची यशस्वी अंमलबजावणी करणे.

'भारत-थायलँड समन्वय गस्ती २०१९' ची वैशिष्ट्ये :

- या संयुक्त गस्तीमध्ये भारताच्या वतीने भारतीय नौदलाचे 'केसरी' जहाज, तर थायलंडचे 'एचटीएमएस क्राबुरी' जहाज व तसेच सागरी टेहळणी विमानांनी सहभाग घेतला.
- या गस्तीमुळे दोन्ही देशांमधील द्विपक्षीय संबंध अधिक दृढ होतील आणि सागरी सहकार्य आणखी वाढणार.
- अंदमान-निकोबार कमांडमधील भारतीय नौका (जहाजे) आणि टेहळणी विमाने सन २००३ पासून या द्विवार्षिक समन्वयीत गस्तीमध्ये सहभागी होतात.
- दि. ५ सप्टेंबर २०१९ रोजी भारतीय नौदल आणि थायलंडच्या रॉयल नेव्ही (Royal Navy) यांच्यात ५ ते १५ सप्टेंबर २०१९ दरम्यान २८ वे भारत-थायलंड समन्वय पेट्रोल (इंडो-थाई कॉरपॅट) (Indo-Thai Corpat) आयोजित केले गेले होते.
- या कॉरपॅटमध्ये भारतीय नौसेनेकडून केसरी तर थायलंड नौसेनेकडून काब्रुरी या जहाजांनी भाग घेतला होता.
- या व्यतिरिक्त, दोन्ही नौदलाचे सागरी गस्त घालणारे हवाई दलदेखील सामील झाले.
- २००३ पासून थायलंडच्या रॉयल नेव्हीसोबत दोन वर्षांतून एकदा अंदमान निकोबार कमांडची भारतीय नौदल जहाजे आणि विमाने या सरावामध्ये सहभागी होत आली आहेत.
- संयुक्त राष्ट्र समुद्री कायदे कराराची प्रभावी अंमलबजावणी करणे हे इंडो-थाई कॉरपॅट (Indo-Thai Corpat)चे उद्दिष्ट आहे.
- या कायद्यांतर्गत नैसर्गिक स्रोतांचे संरक्षण आणि सागरी वातावरणाचे संरक्षण, मासेमारीची अवैध कामे/मादक पदार्थांची तस्करी/चोरीची कामे, तस्करी रोखणे, बेकायदेशीर कायमचे वास्तव्य करण्यासाठी परदेशातून येणे आणि समुद्री शोध आणि बचाव उपक्रम राबविणे यांचा समावेश आहे.
- २८ व्या इंडो-थाई कॉरपॅट (Indo-Thai Corpat) मुळे भारत आणि थायलंडमधील संबंध मजबूत होऊन सागरी सहकार्य वाढेल.
- प्रदेशातील शांतता राखून हिंद महासागरात शांतता राखण्याच्या दृष्टीने प्रगती होईल.

भारत-थायलंड यांच्या सैन्यात संयुक्त अभ्यास 'मैत्री'

- भारत आणि थायलंड यांच्यात 'मैत्री २०१९' नावाचा संयुक्त लष्करी सराव १६ सप्टेंबर ते २९ सप्टेंबर २०१९ दरम्यान मेघालयातील उमरोई येथील परदेशी प्रशिक्षण केंद्र येथे झाला.
- या सरावात भारत आणि थायलंडच्या सैन्यातील प्रत्येकी ५०-५० सैनिकांनी भाग घेतला.
- दहशतवादविरोधी कारवाईदरम्यान मिळालेले अनुभव आपापल्या देशांमध्ये सामायिक करणे, हे या सरावाचे उद्दिष्ट होते.
- अभ्यास 'मैत्री' हा एक वार्षिक प्रशिक्षण कार्यक्रम आहे, जो भारत आणि थायलंड यांच्या सैन्यात दरवर्षी आयोजित केला जातो. २००६ पासून हा सराव भारत-थायलंडमध्ये होतो.
- महत्त्वाची बाब ही आहे की भारत अनेक देशांसमवेत लष्करी प्रशिक्षण सराव करतो. तेव्हा जागतिक दहशतवादाच्या बदलत्या परिस्थितीत दोन्ही देशांच्या सुरक्षा आव्हानांना पाहता थायलंडशी 'मैत्री' सराव करणे अत्यंत महत्त्वाचे आहे.
- या अभ्यासामध्ये वन्य व शहरी भूप्रदेशामध्ये दहशतवादविरोधी कारवाईवर आधारित कंपनीस्तरीय संयुक्त प्रशिक्षण आहे.
- संयुक्त सैन्य सराव भारतीय सैन्य आणि रॉयल थायलंड सैन्यामधील संरक्षण सहकार्य वाढवेल. यामुळे द्विपक्षीय संबंध दृढ होण्यास; तसेच दोन्ही देशांमधील संरक्षण सहकार्य वाढविण्यास मदत होईल.

(संदर्भ : pib.gov.in)

भारत आणि अमेरिका

सामरिक भागीदारी मजबूत करण्यासाठी भारत आणि अमेरिका दरम्यान युद्ध अभ्यास सराव

दि. ५ सप्टेंबर २०१९ रोजी अमेरिकेसोबत आपली सामरिक भागीदारी आणखी मजबूत करण्यासाठी भारतीय सेनेचे एक पथक वॉशिंग्टन डीसी (Washington DC) ला पोहोचले.

- तेथे भारतीय सेनेने दोन्ही देशांमध्ये आयोजित होणाऱ्या युद्ध अभ्यास २०१९ (Yudh Abhyas 2019)च्या १५ व्या संस्करणामध्ये भाग घेतला.
- भारत-अमेरिका संरक्षण सहकार्यांतर्गत ५ ते १८ सप्टेंबर २०१९ पर्यंत जॉईंट बेस लुईस मैककॉर्ड, वॉशिंग्टन (Joint Base Lewis-Mcchord, Washington) येथे भारत आणि अमेरिका यांचा संयुक्त सैन्य अभ्यास २०१९ आयोजित केला गेला.

सकाळ भारत आणि चीनमधील सांस्कृतिक वारसा उजळवणारा 'चेन्नई कनेक्ट'

तमिळनाडूतील प्राचीन महाबलिपूरममधील चेन्नई कनेक्ट' दोन्ही देशांच्या संबंधांना नवा आयाम मिळवून देऊ शकते. मोदी-शी जिनपिंग चर्चेला असलेला सांस्कृतिक राजनयाचा (डिप्लोमसी) पैलू महत्त्वाचा असून, त्या दिशेने द्विपक्षीय संबंध आणखी दृढ होऊ शकतात. चीनचे अध्यक्ष शी जिनपिंग भारतात येण्याच्या काहीच दिवस आधी त्यांनी पाकिस्तानच्या पंतप्रधानांशी जी चर्चा केली, त्यामुळे त्यांच्या भारतभेटीवर मळभ आल्याची प्रतिक्रिया लगेचच व्यक्त होऊ लागली होती. केवळ इम्रानच नव्हे, तर पाकिस्तानचे लष्करप्रमुख जनरल बाजवा व आयएसआयचे प्रमुखही चीनच्या दौऱ्यावर होते व एकंदरीतच त्यांच्याबाबतीत चीनने जी भूमिका घेतली, ती भारताला दुखावणारी असल्याचा 'राग' धोरणतज्ज्ञ, सामरिक विश्लेषक, प्रसारमाध्यमांचे प्रतिनिधी यांनी आळवायला सुरुवात केली. शी जिनपिंग यांचे हे वर्तन 'वुहान स्पिरिट' नष्ट करणारे आहे, त्यामुळेच 'चेन्नई कनेक्ट'ही फोल ठरणार, असे सांगितले जाऊ लागले. भारताच्या धोरणात्मक समुदायातील बहुतेक तज्ज्ञ आणि देशाच्या प्रसारमाध्यमांतील टीका करणाऱ्या घटकाने अगदी सर्वोत्तम काळातही चीनशी मित्रत्व दाखविलेले नाही. त्यामुळेच या वेळीही त्यांनी एकमुखाने चीनच्या इराद्यांविषयी झोड उठविली असली तर आश्चर्य वाटायला नको. शी जिनपिंग यांच्याशी झालेल्या चर्चेच्या या दोनदिवसीय परिषदेच्या शेवटी मोदी यांचे स्वत:चे मत मात्र नाट्यमयरीत्या अगदी उलट टोकाचे होते. चेन्नई समिट'मुळे भारत चीनमध्ये परस्पर विश्वासावर आधारलेले सहकार्याचे नवयुग सुरू झाले आहे,' असे मत मोदींनी व्यक्त केले. भारत आणि पाकिस्तान या दोघांसाठीही हा सर्वांत असंभवनीय राजनैतिक विजय साकारला तरी कुणी? तो साकारला चीनचे अध्यक्ष शी जिनपिंग यांनी. माओ त्से तुंगनंतरचे ते सर्वांत शक्तिशाली चिनी नेते आहेत. चिनी अध्यक्षांसमोर सर्वांत गुंतागुंतीच्या परकी धोरणांमध्ये भारताबरोबरचे नातेसंबंध सुधारण्याच्या धोरणाचाही समावेश आहे. परस्परांमधील विश्वासाच्या लक्षणीय अभावामुळे ते धोक्यात आलेले आहेत. तरीही, चीनला पाकिस्तानशी आपले पारंपरिक मैत्रीपूर्ण संबंध कमकुवत न करता भारताबरोबरचे नाते दृढ करायचे आहे. पाकिस्तानचा मित्र असणाऱ्या कोणत्याही देशावर भारताचा मित्रदेश म्हणून विश्वास ठेवता येत नाही, असा बहुसंख्य भारतीयांचा दृढ विश्वास आहे. त्याचप्रमाणे, पाकिस्तानलाही ही गोष्ट लागू होते. आपला पोलादी भाऊ असलेला चीन आपल्या शत्रूशी म्हणजे भारताशी जवळचे संबंध प्रस्थापित करू पाहतो, तेव्हा बहुसंख्य पाकिस्तानी नागरिकांमध्ये संशय, धास्ती निर्माण होते. या सर्व पार्श्वभूमीवर जिनपिंग यांनी अवघ्या दोन दिवसांच्या कालावधीत इम्रान खान आणि नरेंद्र मोदी या दोन्ही पंतप्रधानांची भेट घेतली. दोघांनाही मित्रत्वाची ग्वाही दिली. ही खरोखरच धाडसी कामगिरी आहे. त्याचप्रमाणे, इम्रान खान यांच्या तुलनेत मोदी यांच्याबरोबरच्या अनौपचारिक संवाद प्रक्रियेदरम्यान जिनपिंग अधिक आरामशीर, मैत्रीपूर्ण आणि अधिक मोकळेपणाने व्यक्त होत होते. जिनपिंग यांच्या देहबोलीचे निरीक्षण करणाऱ्यांच्या लक्षात हे स्पष्टपणे आले असेल.

चेन्नई कनेक्ट :

'चेन्नई कनेक्ट' ही केवळ ऐकायला छान वाटणारी राजनैतिक कल्पना नाही, तो तर जिनपिंग आणि मोदी यांच्यात नव्याने विकसित होणाऱ्या नात्याचा विश्वसनीय उच्चार आहे. मोदींनी या आपल्या सर्वांत मोठ्या शेजाऱ्याबरोबरचे संबंध वृद्धिंगत करण्यात कौतुकास्पद परिपक्वता आणि कौशल्य दाखविले आहे, हे मोदींच्या टीकाकारांनाही मान्य करावेच लागेल. त्याचप्रमाणे, मोदी संथ गतीने; पण स्थिरपणे द्विराष्ट्रीय नातेसंबंधात महत्त्वाचा धोरणात्मक आशय भरत आहेत. या कठीण कामामध्ये मोदींना काही समस्यांचा सामना करावा लागतोय. आपल्या गेल्या साडेपाच वर्षांच्या पंतप्रधानपदाच्या कारकिर्दीत त्यांनी पाकिस्तानबरोबरच्या धोरणात सातत्य ठेवले नाही. मोदींचा स्वत:चा राजकीय पायाही पाकिस्तानशी शत्रुत्वाचा आहे. या शत्रुत्वाने त्यांना पुन्हा सत्तेवर येण्यातही मोलाची मदत केली. त्यामुळे, पाकिस्तानला न सोडणाऱ्या चीनबरोबरचे आपले नाते अशा प्रकारे सुरू ठेवणे मोदींना सोपे नाही. तरीही, ते तो प्रयत्न करीत आहेत. अलीकडच्या काळात जिनपिंगप्रमाणे इतर कोणत्या परदेशी नेत्याच्या भेटीने देशातील जनतेत रस निर्माण केला नाही, ही मात्र वस्तुस्थिती. चिनी महाशक्तीचे आजचे स्वरूप लक्षात घेतले, तर मोदी यांनी चीनच्या अध्यक्षांशी समान पातळीवर चर्चा करण्याचे महत्त्व लक्षात येते. मोदी यांनी मित्रत्वाच्या समान भूमिकेतून जिनपिंग यांच्याशी चर्चा केली. त्यातून आंतरराष्ट्रीय समुदायालाही संदेश दिला. काश्मीरचा संदर्भ न निघाल्यामुळेही भारतीयांसाठी 'चेन्नई कनेक्ट' महत्त्वाची ठरली. मात्र, भारत आणि चीन यांच्यात दहशतवाद, धार्मिक कट्टरतावादावर एकमत झालेले नाही. जिनपिंग यांनी इम्रान खान, बाजवांशी या विषयावर चर्चा केली असण्याची शक्यता असून, त्यांनी मोदींनाही याविषयी कल्पना दिली असेल. चीनलाही दहशतवादाचा धोका असल्याने त्याबद्दल 'सॉफ्ट कॉर्नर' नसेल. पाकिस्तानही दहशतवादाचा मोठा बळी ठरला आहे. त्यामुळे तिन्ही देशांमध्ये विधायक चर्चेचे व्यासपीठ तयार झाले आहे. मी तिन्ही देशांच्या नेत्यांना परस्परसंवाद साधण्याची सूचना केली आहे. या तीन देशांनी ट्रॅक-दोन आणि ट्रॅक १.५ या पातळीवरील चर्चा सुरूच ठेवावी. त्याची परिणती ट्रॅक वनमध्ये व्हायला हवी. ट्रॅक वन याचा अर्थ या तीनही देशांतील शिखर परिषद.

प्राचीन वारशाचा आधार...

मोदींनी जिनपिंग यांना प्राचीन महाबलिपूरममध्ये बोलावल्याचाही भारतीय जनतेवर मोठा प्रभाव पडला. भारतीय समुद्रकिनाऱ्यावरील या प्राचीन मंदिराचे दृश्य अनोखे आणि सुंदर होते. हे आकर्षक नेपथ्य लाभलेल्या या भेटीकडे भारतीय जनता औत्सुक्याने पाहत होती. अनेक पत्रकार याकडे एक दिखाऊ प्रयत्न या दृष्टिकोनातून पाहत होते. मात्र, सर्वसामान्य जनता आणि खुद्द चीनचे अध्यक्ष या ठिकाणच्या हिंदू मंदिरांची भव्यता, भारतीय संस्कृतीचे आणि महाकाव्याचे दर्शन, यामुळे भारावून गेले. अशा प्रकारचे नेपथ्य लाभलेली भेट खरोखरच अविस्मरणीय होती. याशिवाय, भारत आणि चीनमधील प्राचीन काळातील सांस्कृतिक आणि आध्यात्मिक सेतूवरही प्रकाशझोत पडला. जिनपिंग यांना त्याची बऱ्यापैकी जाणीव असल्याचेही लक्षात आले. भारत व चीन यांच्यातील सांस्कृतिक साधर्म्य यानिमित्ताने अधोरेखित झाले. सांस्कृतिक जवळीक यानिमित्ताने प्रतीत झाली. फुजिआन या चीनमधील प्रांताचे तमिळनाडूशी ऐतिहासिक-सांस्कृतिक बंध आहेत. चीनमधील क्वांग्झू प्रांतातील सर्वांत मोठ्या क्युआन मंदिरात शिव, कृष्ण आणि नरसिंहाच्या प्रतिमाही आहेत. मोदींनी महाबलिपूरममधील मंदिराची वास्तुशैली जिनपिंग यांना दाखवली.

जिनपिंग यांनी क्वांझ्रू प्रांतातील मंदिराचा उल्लेखही केला. क्वांझू सागरी संग्रहालय भारत आणि चीनमधील प्राचीन इस्लामिक संबंधांचा ठोस पुरावा आहे. भारत आणि चीनमधील संबंधांना २०२० मध्ये ७० वर्षे पूर्ण होत असल्यानिमित्त दोन्ही पंतप्रधानांनी जहाजावर जलप्रवासादरम्यान बैठकीचे आयोजन करण्याचा निर्णय घेतला आहे. त्यातून आशियातील या दोन महान संस्कृतीतील ऐतिहासिक सलोख्याचाही पाठपुरावा होईल. अशा प्रकारे दोन्ही देशांच्या या प्राचीन संस्कृतीच्या विस्मृतीत गेलेल्या ज्ञानाचे पुनरुज्जीवन हा चेन्नई कनेक्ट'चा अविभाज्य भाग बनला. भारत आणि चीनमधील घनिष्ठ ऋणानुबंधासाठी जिनपिंग यांचा आगामी शंभर वर्षांच्या नियोजनाचा प्रस्ताव, दोन्ही देशांनी महान संस्कृतीच्या पुनरुज्जीवनासाठी एकत्रित काम करणे, ही 'चेन्नई कनेक्ट'ची ठळक वैशिष्ट्ये होत. दोन्ही देशांमध्ये व्यापारतूट, सीमावाद आदी अनेक मुद्द्यांवर मतभेद आहेत. चीनचे पाकिस्तानबरोबरचे संबंध हा दोन्ही देशांमधील मतभेदांचा एक ठळक मुद्दा आहे. मात्र, आपण आपल्या सांस्कृतिक इतिहासातून आपल्यापर्यंत आलेले शहाणपण आत्मसात केले, तर यातून नक्की मार्ग काढू शकू. तसे झाल्यास त्यात सर्वांचाच लाभ आहे. तसे झाल्यास हे जग सुंदर करण्याच्या प्रयत्नांत भारत व चीनने टाकलेली ती मोलाची भर असेल. ●

सुधींद्र कुलकर्णी

(अनुवाद : **मयूर जितकर**)

(प्रसिद्ध लेखक व भारत-चीन-पाकिस्तान संबंध दृढ करू पाहणाऱ्या 'फोरम फॉर अ न्यू साउथ एशिया'चे संस्थापक आहेत.)

पूर्वप्रसिद्धी : दैनिक सकाळ

सकाळ नरेंद्र मोदींचा भूतान दौरा

पंतप्रधान नरेंद्र मोदींनी १७-१८ ऑगस्ट २०१९ रोजी भूतानला दोन दिवसांची अधिकृत भेट दिली. दुसऱ्यांदा पंतप्रधानपदावर आरूढ झाल्यानंतर नरेंद्र मोदींनी सुरुवातीच्या काही महिन्यातच भूतानला भेट द्यावी हे भारताच्या 'नेबरहुड फर्स्ट' धोरणाशी सुसंगतच होते. त्याचप्रमाणे ही बाब भारत व भूतान दरम्यानच्या विशेष संबंधांना अधोरेखित करणारी होती. दोन्ही देशांच्या नवनियुक्त सरकारांच्या प्रमुखांनी एकमेकांच्या देशांना प्राथमिकतेने भेट द्यावी हा भारत व भूतानच्या परराष्ट्र धोरणांतील पायंडा आहे. यापूर्वी डिसेंबर २०१८ मध्ये भूतानच्या पंतप्रधानांनी भारताला भेट दिली होती. पंतप्रधान मोदींच्या दोन दिवसीय दौऱ्यात भारत व भूतानने एकूण १० द्विपक्षीय सामंजस्य करार केले. अंतराळ संशोधन, शिक्षण, ऊर्जा, माहिती तंत्रज्ञान आणि नागरी विमान वाहतूक या ५ क्षेत्रांमधील द्विपक्षीय सहकार्य या १० सामंजस्य कराराच्या माध्यमातून वाढीस लागणार आहे. पंतप्रधान मोदी यांच्या भूतानला भेट देण्यामागचा महत्त्वाचा उद्देश मंगदेच्छू जलविद्युत ऊर्जा प्रकल्पाचे उद्घाटन करणे हा होता. त्यांनी या प्रकल्प उद्घाटनासह भारत व भूतानदरम्यान जलविद्युत ऊर्जा सहकार्याला ५० वर्षे पूर्ण झाल्याप्रीत्यर्थ डाक तिकिटाचे अनावरण केले. भूतानमध्ये भारताच्या रूपे कार्ड वापराची सुरुवात पंतप्रधान मोदी यांनी केली. यामुळे दोन्ही देशांदरम्यानचा व्यापार आणि पर्यटन अधिक सुकर होण्यास मदत होईल. सार्क सदस्य देशांसाठी चलन बदलीच्या चौकटीत बदल करत भुतानसाठी चलन बदलीची मर्यादा वाढवण्यासंदर्भात भारताची भूमिका सकारात्मक असल्याची ग्वाही पंतप्रधान मोदी यांनी दिली. भूतानची परकीय चलनाची गरज भागवण्यासाठी विशेष चलन बदली व्यवस्थेअंतर्गत अतिरिक्त १०० मिलियन उपलब्ध करण्यात येतील. पंतप्रधान मोदी आणि भूतानचे पंतप्रधान लोतंय त्सेरिंग यांनी संयुक्तपणे भारताचे नॅशनल नॉलेज नेटवर्क आणि भूतानचे द्रुक रिसर्च व एज्युकेशन नेटवर्क यांच्यात शैक्षणिक व शोध कार्यासाठी संबंध प्रस्थापित होत असल्याच्या शिलालेखाचे अनावरण केले. भारताने भूतानच्या सर्वांगीण विकासांत दीर्घदृष्टीने योगदान करण्याची प्रक्रिया बळकट होणार आहे. रॉयल भूतान विद्यापीठ आणि भारतातल्या आयआयटी व इतर उच्च शिक्षण संस्थांदरम्यान शैक्षणिक सहकार्य व आदानप्रदान प्रक्रिया लवकरात लवकर सुरू करण्याबाबत दोन्ही देशांमध्ये एकवाक्यता झाली आहे. भूतानच्या पंचवार्षिक योजनेच्या अंमलबजावणीत भारताचे योगदान सुरूच राहील, असे आश्वासन पंतप्रधान मोदी यांनी याप्रसंगी दिले.

अंतराळ सहकार्य :

दोन्ही देशांच्या पंतप्रधानांनी अंतराळ तंत्रज्ञानातील सहकार्य वृद्धिंगत करत भूतानमध्ये SATCOM नेटवर्क आणि ग्राउंड अर्थ स्टेशनचे उद्घाटन केले. भारतीय अंतराळ शोध संघटना (ISRO) च्या सहकार्याने दक्षिण आशिया उपग्रह प्रणालीच्या वापरासाठी भूतानमध्ये SATCOच नेटवर्क आणि ग्राउंड अर्थ स्टेशन उभारण्यात आले आहे. भूतानच्या विकासासाठी अंतराळ तंत्रज्ञानाचा पुरेपूर उपयोग करण्याबाबत भारत कटिबद्ध असल्याचे वचन भारताचे पंतप्रधान मोदी यांनी भूतानचे पंतप्रधान त्सेरिंग यांना दिले. दक्षिण आशिया उपग्रह प्रणालीच्या माध्यमातून भूतानमध्ये दूरसंचार, सार्वजनिक प्रसारण आणि नैसर्गिक आपत्ती व्यवस्थापन मजबूत करण्यात येणार आहे. या भेटीदरम्यान पंतप्रधान नरेंद्र मोदी यांनी भूतान रॉयल विद्यापीठातील विद्यार्थ्यांनादेखील संबोधित केले. भारत व भूतान द्विपक्षीय संबंध हा जागतिक राजकारणातील वेगळाच प्रयोग आहे आणि तो केवळ प्रासंगिक नसून सार्वकालिक आहे, अशी भावना दोन्ही देशांनी व्यक्त केली. भारत आणि भूतान आकाराने एकमेकांपेक्षा पूर्णपणे भिन्न असले तरी त्यांचे विश्वास, मूल्ये आणि प्रेरणा सारख्या असल्याचे प्रतिपादन भूतानचे पंतप्रधान त्सेरिंग यांनी पंतप्रधान मोदी यांच्या उपस्थितीत केले. नरेंद्र मोदी यांनी आपल्या पंतप्रधानपदाच्या पहिल्या कारकिर्दीत भूतानच्या अधिकृत दौऱ्यावर गेले असता त्यांनी दोन्ही देशांतील घनिष्ट संबंधांवर केलेल्या भाष्याची उजळणी पंतप्रधान त्सेरिंग यांनी केली. त्यावेळी पंतप्रधान मोदी यांनी दोन्ही देशांतील घनिष्ठ संबंध फक्त बंधनमुक्त सीमा रेषांमुळे नसून दोन्ही देशांनी एकमेकांच्या प्रती मोकळे हृदय व विचार ठेवल्याचा परिणाम असल्याचे म्हटले होते. याची आठवण करत भूतानचे पंतप्रधान त्सेरिंग यांनी सांगितले की पंतप्रधान मोदी यांच्या नेतृत्वात भारताने भूतानप्रतीच्या व्यवहारातून क्षणोक्षणी विशाल व मोकळ्या हृदयाची व विचारांची प्रचिती दिली आहे.

● **परिमय माया सुधाकर**

परराष्ट्र धोरण विश्लेषक व लेखक

- हा भारत आणि अमेरिका यांतील सर्वांत मोठा सैन्य प्रशिक्षण आणि संरक्षण सहकार्य अभ्यास होता.
- हा युद्ध सराव दोन्ही देशांच्या सशस्त्र दलांना ब्रिगेड (Brigade) स्तरावर एकत्रित प्रशिक्षण देण्याची संधी प्रदान करेल.
- संयुक्त सरावादरम्यान एकमेकांच्या संघटनात्मक रचना आणि लढाऊ प्रक्रिया समजण्यासाठी विविध कृती केल्या जातात.
- संयुक्त राष्ट्र संघटनेअंतर्गत दोन्ही देशांकडून संयुक्त सराव पार पडतो.
- त्यानंतर परस्पर स्वारस्याच्या विविध विषयांवर एकमेकांचे अनुभव सांगण्यासाठी दोन्ही देशांचे शैक्षणिक आणि सैन्य यांतील तज्ज्ञ चर्चा केली जाते.
- यामुळे दोन्ही देशांच्या सशस्त्र दलांमधील परस्पर व्यवहारात मदत होईल आणि अनपेक्षित परिस्थितींचा सामना करण्यास सक्षम असेल.
- एकमेकांचे कौशल्य, नियोजन आणि कार्यवाही अंमलबजावणीचा अनुभव जाणून घेण्यासाठी हा युद्ध सराव एक आदर्श व्यासपीठ आहे.
- दोन्ही देशांचे सैन्य एकत्रितपणे प्रशिक्षण नियोजन आणि अंमलबजावणी हाती घेतील, जेणेकरून विविध प्रकारच्या धोक्यांचा सामना करता येईल.

*(**संदर्भ :** pib.gov.in)*

भारत आणि रशिया

सकाळ

पंतप्रधान नरेंद्र मोदी यांचा रशिया दौरा : लष्करी, अर्थ , अंतराळ, व्यापार आदींसह विविध बाबींवर परस्परांना सहकार्य करण्यास मान्यता

दि. ४ ते ५ सप्टेंबर २०१९ दरम्यान भारताचे पंतप्रधान नरेंद्र मोदी यांनी दोन दिवसीय रशिया दौरा केला.

- यावेळी ते पाचव्या ईस्टर्न इकॉनॉमिक फोरम व २० व्या भारत-रशिया वार्षिक परिषदेला उपस्थित होते. यावेळी पंतप्रधानांनी रशियाच्या अतिपूर्वेकडील भागास भेट दिली.

दौऱ्यातील घडामोडी :

लष्करी सहकार्य :

- भारत व रशिया २०२० पर्यंतच्या द्विपक्षीय लष्करी आणि तांत्रिक कार्यक्रमाची यशस्वीपणे अंमलबजावणी करीत असून हा कार्यक्रम पुढील दहा वर्षांसाठी वाढवण्यावर काम सुरू आहे.
- अमेरिकेने लादलेल्या निर्बंधाचा ऊर्जा व सामरिक क्षेत्रातल्या सहकार्यावर कुठलाही परिणाम होणार नसल्याचे भारताने स्पष्ट केले.

आर्थिक सहकार्य :

- सध्याचा अकरा अब्ज असलेला द्विपक्षीय व्यापार २०२५ पर्यंत ३० अब्ज डॉलर्सपर्यंत नेण्याचे दोन्ही देशांनी ठरविले.
- व्यापारातील अडथळे दूर करण्यासाठी काम अधिक तीव्र करण्याचे पंतप्रधान मोदी व राष्ट्राध्यक्ष पुतिन यांनी मान्य केले.
- दोन्ही देशांनी 'मेक इन इंडिया' कार्यक्रमात रशियन व्यवसायाचा सहभाग वाढविण्यास आणि रशियामधील गुंतवणूक प्रकल्पामध्ये भारतीय कंपन्यांचा सहभाग वाढविण्याचा निर्धार केला.
- राष्ट्रीय चलनात देयकाच्या परस्पर तोडग्यांना प्रोत्साहन देण्याचे चालू ठेवले जाईल.
- नवीन तांत्रिक आणि गुंतवणूक भागीदारी तयार करण्यात येईल आणि सहकार्याचे नवीन मार्ग शोधण्यात येतील.
- गुंतवणुकीला प्रोत्साहन आणि परस्पर संरक्षणावरील भारत-रशिया आंतर-सरकारी करारावर स्वाक्षरी करण्याच्या तयारीला वेग देण्याचे दोन्ही देशांकडून मान्य करण्यात आले.

अंतराळ सहकार्य :

- भारताच्या महत्त्वाकांक्षी 'गगनयान' प्रकल्पातील आंतराळवीरांना रशियाकडून प्रशिक्षण देण्यात येईल.
- दोन्ही देशांनी अंतराळात (Outer Space) शस्त्रस्पर्धा वाढल्याबद्दल चिंता व्यक्त केली.

जागतिक मुद्दे :

- भारत-रशियाने संयुक्तपणे संयुक्त राष्ट्राच्या सुरक्षा परिषदेने सुधारणा करण्याची गरज व्यक्त केली. रशियाने भारताच्या कायमस्वरूपी सदस्यत्वाला पाठिंबा दर्शविला.
- आशिया आणि पॅसिफिक क्षेत्रात समान आणि अविभाज्य सुरक्षा वास्तु बांधण्याच्या भूमिकेचा पुनरुच्चार करण्यात आला.
- यावेळी दहशतवादाच्या सर्व प्रकारचे निषेध करून दहशतवादाविरोधात संयुक्त मोर्चा स्थापन करण्याचे आवाहन करण्यात आले.
- पंतप्रधान नरेंद्र मोदी यांनी यावेळी रशियाला एक अब्ज डॉलर्सचे कर्ज मंजूर केले. रशियाच्या अतिपूर्वेकडील भागात गुंतवणुकीसाठी ही मदत करण्यात आली आहे.
- रशियाच्या अतिपूर्वेकडील क्षेत्रात भारताच्या कोळसा, हिरे आणि ऊर्जा क्षेत्रातील कंपन्या कार्यरत आहेत.
- भारताने बांगला देशनंतर (दोन अब्ज डॉलर्स) सर्वाधिक परकीय कर्ज रशियाला दिले आहे.
- आतापर्यंत चीनने सर्वाधिक बत्तीस अब्ज डॉलर्स कर्ज रशियाला दिले आहे.
- यावेळी कलम ३७० रद्द करण्याच्या भारताच्या भूमिकेला रशियाने पाठिंबा जाहीर केला.

*(**संदर्भ :** mea.gov.in)*

भारत आणि संयुक्त राष्ट्रसंघ मानवाधिकार परिषद

सकाळ

संयुक्त राष्ट्रसंघ मानवाधिकार परिषदेच्या जम्मू-काश्मीर व आसामबद्दल भारताला सूचना

दि. ९ सप्टेंबर २०१९ रोजी संयुक्त राष्ट्रसंघ मानवाधिकार आयोगाच्या उच्चायुक्त (UNHCHR) मिशेल बेसलेट जेरिया यांनी जम्मू-काश्मीर आणि आसाममधील स्थितीवर गंभीर चिंता व्यक्त करत भारताला विशेष सूचना केल्या. जिनिव्हा येथे आयोजित मानवाधिकार परिषदेच्या ४२व्या सत्रात विविध राष्ट्रांना संबोधित करताना त्यांनी या सूचना दिल्या.

- ५ ऑगस्ट २०१९ रोजी राज्यघटनेतील अनुच्छेद ३७० रद्दबातल करत जम्मू आणि काश्मीर राज्याचा विशेष दर्जा भारत सरकारतर्फे काढून घेण्यात आला. यानंतर तेथील स्थानिक लोकांच्या मानवी हक्कांवर आलेल्या बंधनांवर मानवाधिकार आयोगाच्या उच्चायुक्तांनी गंभीर चिंता व्यक्त केली.
- सोबतच आसाममधील तब्बल १९ लाख लोकांचे नाव राष्ट्रीय नागरिकत्व नोंदवहीत (The National Register of Citizens (NRC)) आले नसल्याच्या घटनेलाही त्यांनी स्थानिक नागरिकांच्या मानवी हक्कांचे केंद्र शासनाद्वारे उल्लंघन केले जात असल्याचे मानवाधिकार उच्चायुक्तांनी म्हटले आहे.
- याप्रसंगी संयुक्त राष्ट्रसंघ मानवाधिकार परिषदेतर्फे त्यांनी भारताला या निर्णयामुळे प्रभावित लोकांचे मानवी हक्क संरक्षित करण्याच्या सूचना दिल्या आहेत.

काश्मीरबाबत भारताला सूचना

- काश्मीरमधील स्थानिक लोकांसाठी इंटरनेटवर बंदी आणणे आणि कार्यकर्ते व स्थानिक नेत्यांना अटक करणे ही गंभीर बाब आहे. भारत आणि पाकिस्तानने प्रभावित लोकांच्या मानवी हक्कांचा सन्मान करावा आणि त्यांना सुनिश्चित करावे.
- भारताने जम्मू-काश्मीरमध्ये लागू केलेल्या जमावबंदी, संचारबंदीमध्ये शिथिलता आणावी आणि नागरिकांना जीवनावश्यक वस्तू उपलब्ध करून द्याव्यात.
- अटक करण्यात आलेल्या नेत्यांचे कार्यकर्त्यांचे मानवी हक्क संरक्षित करण्यात यावे.
- काश्मीरमधील लोकांना त्यांच्या भविष्याचे निर्णय स्वतः घेण्याचा अधिकार मिळावा.

एनआरसी आसामबाबत भारताला सूचना

- ज्यांचे नाव आसाम एनआरसी (The National Register of Citizens (NRC)) मध्ये आलेले नाही, अशा तब्बल १९ लाख लोकांना त्यांच्या भविष्याची चिंता आहे.
- अशा लोकांना त्यांचे नागरिकत्व स्पष्ट करण्यासाठी पुरेसा वेळ देण्यात यावा. त्यांना अटक केली जाऊ नये व त्यांना राज्याबाहेरही हाकलले जाऊ नये.
- एनआरसीमुळे प्रभावित लोकांचे मानवी हक्क संरक्षित करावे.

लक्षात ठेवा

संयुक्त राष्ट्रसंघ मानवाधिकार परिषद (UNHRC- United Nations for Human Rights Council)

UNITED NATIONS HUMAN RIGHTS OFFICE OF THE HIGH COMMISSIONER

- संयुक्त राष्ट्रसंघ मानवाधिकार परिषद ही जगभरातील मानवी हक्कांच्या रक्षणासाठी आणि त्यांच्या प्रसारासंबंधीचे कार्य करणारी सर्वोच्च आंतरसरकारी संस्था आहे.
- स्थापना : २००६, सदस्य संख्या : ४२
- मुख्यालय : जिनिव्हा, स्वीत्झर्लंड

'राष्ट्रीय नागरिक नोंदणी' (NRC) म्हणजे काय?

- राष्ट्रीय नागरिक नोंदणी (National Register of Citizens - NRC) देशातल्या अधिकृत नागरिकांची नोंद असते.
- ही यादी पहिल्यांदा सन १९५१ मध्ये तयार करण्यात आली होती.
- यानुसार २५ मार्च १९७१ पूर्वी आसाममध्ये राहणाऱ्या नागरिकांना भारतीय मानले जाते.
- आसाममध्ये बांगलादेशामधून अवैधपणे आलेल्या लोकांच्या प्रश्नावरून सर्वोच्च न्यायालयाने NRC ला अद्ययावत करण्याच्या सूचना दिल्या होत्या.
- तर आसाममधील अंतिम राष्ट्रीय नागरिक नोंदणी यादी ३१ ऑगस्ट २०१९ रोजी जाहीर करण्यात आली. या यादीत एकूण ३,११,२१,००४ नागरिकांचा समावेश करण्यात आहे, तर सुमारे १९,०६,६५० नागरिकांना यादीतून वगळण्यात आले आहे.
- या यादीतून सन १९७१ नंतर बांगला देशातून आसाममध्ये बेकायदेशीरपणे प्रवेश करणाऱ्यांना वगळले जाणार आहे.

NRC NATIONAL REGISTER OF CITIZENS

आसाममधील अंतिम राष्ट्रीय नागरिक नोंदणी यादी

- यादी जाहीर झाल्याची तारीख : **३१ ऑगस्ट २०१९**
- समाविष्ट नागरिक : **३,११,२१,००४**
- वगळलेले नागरिक : **१९,०६,६५०**

(संदर्भ : ohchr.org , http://nrcassam.nic.in/)

भारत-नेपाळ तेलवाहिनीचे उद्घाटन : इंधनाच्या वाहतूक खर्चात कपात; तसेच दोन्ही देशांच्या इंधनविषयक गरजा भागविण्यासाठी ही तेलवाहिनी महत्त्वपूर्ण

दि. १० सप्टेंबर २०१९ रोजी भारत आणि नेपाळ या देशांमधील तेलवाहिनीचे उद्घाटन भारताचे पंतप्रधान नरेंद्र मोदी आणि नेपाळचे पंतप्रधान के. पी. शर्मा ओली यांच्या हस्ते करण्यात आले. मोतिहारी (बिहार) ते अमलेखगंज (नेपाळ) या दरम्यानच्या ६९ किमी तेलवाहिनीचे उद्घाटन व्हीडिओ कॉन्फरन्सिंगच्या माध्यमातून करण्यात आले.

- या तेलवाहिनीमुळे इंधनाच्या वाहतूक खर्चात कपात होईल; तसेच दोन्ही देशांच्या इंधनविषयक गरजा भागविण्यासाठी ही तेलवाहिनी महत्त्वपूर्ण ठरणार आहे.
- या तेलवाहिनीच्या माध्यमातून नेपाळबरोबरचे संबंध अधिक बळकट करण्याचा प्रयत्न भारताकडून करण्यात आला आहे. त्यामुळेच तेलवाहिनीच्या निर्मितीवर भारताने जवळपास ३२४ कोटी रुपये एवढा खर्च केला आहे.
- ही तेलवाहिनी सुरू झाल्यानंतर नेपाळमधील पेट्रोल, डिझेल आणि केरोसिनच्या दरात कपात बघायला मिळाली.
- दक्षिण आशियाई देशांमधील ही अशा प्रकारची पहिलीच तेलवाहिनी ठरली आहे.

नेपाळविषयी :

- नेपाळ हे एक दक्षिण आशियाई राष्ट्र असून जगातील मोजक्या हिंदूबहुल राष्ट्रांपैकी एक आहे.
- नेपाळचे क्षेत्रफळ १४७१८१ किमी इतके असून नेपाळची लोकसंख्या सुमारे ३ कोटी इतकी आहे.
- काठमांडू हे नेपाळच्या राजधानीचे शहर असून नेपाळमध्ये प्रामुख्याने नेपाळी भाषा बोलली जाते. नेपाळी रुपया हे देशाचे चलन आहे.
- जगातील सर्वोच्च शिखर माउंट एव्हरेस्ट नेपाळमध्येच.
- शिवाय नेपाळविषयी एक रंजक गोष्ट अशी की नेपाळ हा जगातला एकमेव देश आहे, ज्याचा राष्ट्रध्वज आयताकृती नाही.

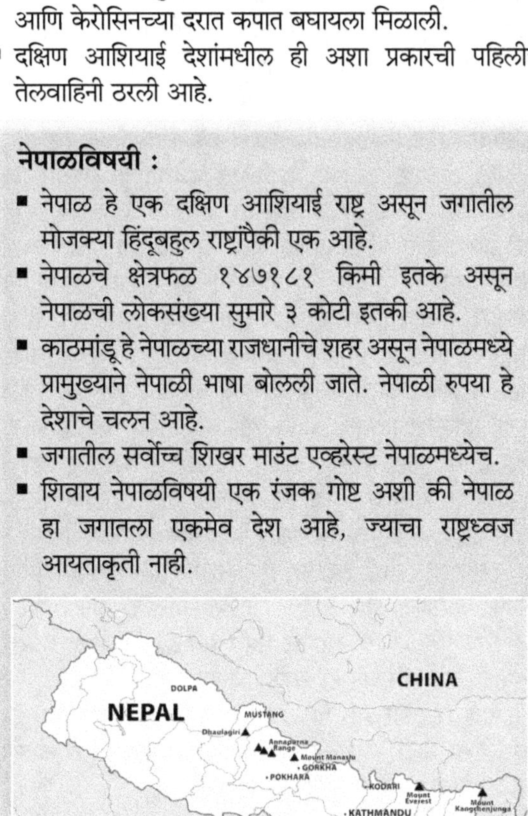

(संदर्भ : nepal.gov.np)

भारत आणि अमेरिका

पंतप्रधान नरेंद्र मोदींचा अमेरिका दौरा : अमेरिकेच्या ह्युस्टन शहरात 'हाऊडी मोदी' कार्यक्रमाचे आयोजन

दि. २१ ते २७ सप्टेंबर २०१९ दरम्यान पंतप्रधान नरेंद्र मोदींनी अमेरिकेचा परदेश दौरा केला.

- या दौऱ्यादरम्यान त्यांनी अमेरिकेचे राष्ट्रपती डोनाल्ड ट्रम्प, अमेरिकेतील भारतीय समुदाय, विविध उद्योगांचे मुख्य कार्यकारी अधिकारी यांची भेट घेतली.
- यावेळेस पंतप्रधानांनी संयुक्त राष्ट्रसंघाच्या आमसभेलादेखील संबोधित केले.
- महात्मा गांधींच्या १५० व्या जयंतीनिमित्त संयुक्त राष्ट्रसंघात "Leadership Matters : Relevance of Gandhi in Contemporary World' हा कार्यक्रम आयोजित करण्यात आला.
- पंतप्रधान नरेंद्र मोदी यांनी ऊर्जा क्षेत्रात कार्य करणाऱ्या सोळा कंपन्यांच्या मुख्य अधिकाऱ्यांची भेट घेतली.
- या दौऱ्यादरम्यान 'बिल आणि मेलिंडा गेट्स फाउंडेशन'तर्फे 'ग्लोबल गोलकीपर ॲवार्ड' पुरस्कार प्रदान करण्यात आला.
- पंतप्रधान नरेंद्र मोदींनी सुरू केलेल्या 'स्वच्छ भारत' अभियानासाठी त्यांना हा पुरस्कार प्रदान करण्यात आला.
- पंतप्रधानांनी यावेळी इराणचे राष्ट्राध्यक्ष हसन रोहाणी यांची भेट घेतली.

अमेरिकेच्या ह्युस्टन शहरात 'हाऊडी मोदी' कार्यक्रमाचे आयोजन

- दि. २२ सप्टेंबर २०१९ रोजी अमेरिकेच्या ह्युस्टन (Houston) शहरातील एनआरजी स्टेडियमवर झालेल्या 'हाऊडी मोदी' (Howdy Modi) कार्यक्रमात पंतप्रधान नरेंद्र मोदी यांनी पन्नास हजारांपेक्षा जास्त भारतीयांशी संवाद साधला.
- या कार्यक्रमात पंतप्रधान मोदींसह अमेरिकेचे अध्यक्ष डोनाल्ड ट्रम्प देखील सहभागी होते.

'हाऊडी मोदी' (Howdy Modi) प्रसंगीच्या पंतप्रधानांच्या भाषणातील मुद्दे :

- कार्यक्रमात पंतप्रधानांना करण्यात आलेल्या 'हाऊडी मोदी' या प्रश्नाला उत्तर देताना पंतप्रधान मोदींनी 'भारतात सगळं छान सुरू आहे', हे वाक्य विविध भारतीय भाषांमध्ये म्हटले. ही सांस्कृतिक विविधताच भारताच्या जिवंत लोकशाहीची ताकद आहे असे त्यांनी म्हटले.
- गेल्या पाच वर्षांत 'रालोआ' सरकारने केलेल्या कामगिरीचा लेखाजोखा त्यांनी यावेळी मांडला.
- भारतातल्या प्रत्येक घरात स्वयंपाकाचा गॅस पोहोचवणे, ग्रामीण भागात सार्वजनिक स्वच्छतेत सुधारणा, रस्ते बांधणी, देशाच्या कानाकोपऱ्यात बँकिंग सुविधा पोहोचवणे, अशी कठीण उद्दिष्टे साध्य केली असल्याचे ते म्हणाले.

सकाळ परराष्ट्र धोरणातील मोठ्या त्रुटी

मोदींच्या परराष्ट्र धोरणातील पाच त्रुटी पुढीलप्रमाणे सांगता येतील -

१) व्यूहात्मक भागीदारी करण्यासाठी मोठ्या मनाची आवश्यकता असते, हे अमान्य असणे : व्यूहात्मकदृष्ट्या, ट्रम्प यांच्या नेतृत्वाखालील अमेरिका हा भारताचा भक्कम सहकारी आहे. तरीही, ट्रम्प यांच्यासह अमेरिकेतील अनेक वरिष्ठ नेत्यांना भारताचे ओझे वाटू लागले आहे. हार्ले डेव्हिडसन गाड्यांवर कर लावल्याने चिडलेल्या ट्रम्प यांचे आपल्याला हसू येत असले तरी आपल्या स्वदेशीकडे झुकलेला व्यापारही त्यांच्यादृष्टीने हास्यास्पद असेल. एका बाजूला भारतीय ई-कॉमर्स बाजारपेठेत आणि वित्त सेवांमध्ये चिनी गुंतवणुकीला भारत आकर्षित करत असताना दुसरीकडे ॲमेझॉन आणि वॉलमार्ट या अमेरिकी कंपन्यांविरोधात व्यापार युद्ध पुकारणाऱ्या भारताबद्दल अमेरिकी नागरिक आश्चर्य व्यक्त करत असतील. पुलवामा हल्ल्यानंतर अमेरिका खंबीरपणे भारताच्या बाजूने उभी राहिली असली तरी मोदी आणि ट्रम्प यांच्यात वैयक्तिक संबंध मात्र तितकेसे सुकर नाहीत. नोव्हेंबर २०१७ नंतर दोघांमध्ये द्विपक्षीय चर्चाही झालेली नाही. त्यांचा फायदा होत नसेल तर ट्रम्प यांना केवळ छायाचित्रे काढून घेण्यात फारसा रस नाही. ट्रम्प भारताला चाबहार बंदर बंद करा किंवा रशियाकडून रायफल खरेदी करू नका, असे काही अवघड सांगत नाही आहेत. त्यांना फक्त काही वस्तूंवरील कर कमी करून हवा आहे. हुशार नेते त्यांच्या मित्रांशी हुशारीने लढत देतात. मोदींनी मात्र स्वत:ची मोठी बाजारपेठ बाळगणाऱ्या ट्रम्प यांच्याशीच स्वदेशी लढा पुकारला आहे.

२) गर्विष्ठ महासत्तांही खूश होतील, हा अंदाज चुकला : आयातीपेक्षा ६० अब्ज डॉलरने निर्यात अधिक असतानाही भारत अमेरिकेबरोबर वाकड्यात शिरला असून चीनबरोबरील आयात निर्यातीपेक्षा ६० अब्ज डॉलरने अधिक असतानाही त्यांच्यासमोर पायघड्या टाकत आहे. चीनबरोबरील संबंध सुधारणे, हा त्यामागील उद्देश असू शकतो. मात्र, यातूनही अद्याप काही पदरात पडलेले नाही. दोन वर्षांपूर्वी ते डोकलामला भेट देऊन गेले. आता त्यांचा संदेश असा दिसत आहे की, तुम्ही निवडणुकीत गुंतले असताना आम्ही डोकलाममध्ये शिरत नाहीत, याबद्दल आमचे आभार माना. हे म्हणजे, 'प्रेमाला ग्राह्य धरा आणि भीतीपुढे झुका' असे धोरण दिसते.

३) व्यक्तिनिष्ठ परराष्ट्र धोरणावरील प्रेम : मोदींचा करिष्मा निश्चितच आहे. मात्र, हा लोकशाही प्रक्रियेला पर्याय असू शकत नाही. त्यामुळे अंतर्गत चर्चा आणि वादविवादातून धोरण निश्चित करणे आवश्यक आहे. शिवाय, इतर नेत्यांच्या दृष्टिकोनही तितकाच महत्त्वाचा असतो. तुम्ही मिठी मारली की सौदीचा युवराज कदाचित तिथल्या तिथे तुमच्यासाठी काही निर्णय घेईल, पण चीनचे अध्यक्ष शी जिनपिंग यांना असे कदाचित आवडणार नाही आणि ते लांगुलचालन वाटेल. तसेच, डेंगनंतरचे सर्वांत शक्तिशाली चिनी अध्यक्ष असले तरी त्यांना रियाधमध्ये सौदी युवराजाला आहेत किंवा दिल्लीत मोदींना आहेत, तसे सर्वाधिकार नाहीत. जिनपिंग हे अत्यंत सशक्त यंत्रणेच्या चौकटीत राहून काम करतात आणि ही यंत्रणा मोदींच्या मंत्रिमंडळापेक्षा खूप शक्तिशाली आहे. मोदींनी जिनपिंग यांच्या घेतलेल्या आतापर्यंत भेटींमधून काहीही हाताला लागलेले नाही. शिवाय, ट्रम्प यांनी प्रजासत्ताक दिनाला येणे नाकारणे, नवाज शरीफ यांना पाकिस्तानात अचानक जाऊन भेटणे, हीदेखील पुरेशा आखणीअभावी चुकलेली पावले आहेत.

४) अपेक्षितपणाची किंमत : राजकारण, राजनीती, युद्धतंत्र, क्रीडा ते जुगार सगळीकडे आपल्या खेळीचा दुसऱ्यांना अंदाज येणे ही आपली मोठी चूक ठरते. नरेंद्र मोदींनी हीच चूक केली आहे. विदेशातील नेत्यांना मोदींच्या सवयी माहिती आहेत. पाकिस्तानबरोबर लुटुपुटूची जरी लढाई झाली, तरी ती तत्काळ मिटवून मोदी विजयाचा डंका वाजवतील, हे जितके खरे तितकेच, चीनबरोबर ते असे करू शकणार नाहीत, याची चीनला खात्री आहे. काही गोष्टींची नोंद पाकिस्ताननेही केली आहे. कोणताही मोठा दहशतवादी हल्ला झाल्यास त्याला जोरदार प्रत्युत्तर देण्याच्या आश्वासनाला मोदी बांधील आहेत. त्यामुळे एखादी घटना घडवून आणून जगाचे लक्ष वेधून घेण्याची त्यांना संधी आहे. महान नेते मात्र कधीही स्वत: अशा जाळ्यात अडकत नाहीत.

५) परराष्ट्र आणि देशांतर्गत धोरणांची सरमिसळ करणे : मोदींनी बहुतेक वेळा परराष्ट्र धोरणाचा वापर देशांतर्गत पातळीवर प्रतिमा संवर्धनासाठी केला आहे. याचा सर्वांत प्रथम फायदा चीनने उठवला. निवडणुकीच्या तोंडावर घुसखोरी होण्यास भारतीय घाबरतात, हे त्यांना माहीत असल्याने त्यांनी वुहान परिषदेत आपल्याला आश्वस्त केले, पण त्यांच्या काही अटी घालूनच. चीनचे व्यापार वर्चस्व वाढले आहे, अरुणाचल आणि पाकिस्तानबाबत त्यांची भूमिका अधिक कठोर झाली आहे आणि भारताने मात्र चीनचे थेट नाव न घेण्याची हिंमत न दाखवता मसूदच्या मुद्यावरून केवळ नाराजी व्यक्त केली आहे. मसूद अजहरवर बंदी घालावी ही भारताची मागणी असेल तर यामुळे दोन गोष्टी होतात : एक म्हणजे, द्विपक्षीय व्यापारात चीनपुढे कमीपणा येणे आणि पाकिस्तानबाबतचे जुनेच धोरण ठळकपणे पुढे आणणे. त्यामुळे भारत केवळ पाकिस्तानबरोबरच गुंतून राहतो आणि चीनला नेमके हेच हवे आहे.

मोदी सरकारच्या पाच वर्षांच्या परराष्ट्र धोरणाचा हा लेखाजोखा नाही. आपल्याला दिसलेल्या मोठ्या त्रुटी आणि त्यांचे परिणाम यांची ही केवळ यादी आहे.

● **शेखर गुप्ता**

ज्येष्ठ पत्रकार, प्रसिद्ध राजकीय विश्लेषक व लेखक, theprint.in चे संपादकीय प्रमुख

मराठी अनुवाद : **सारंग खानापूरकर**

पूर्वप्रसिद्धी -दैनिक सकाळ

- भारतीय जनतेचे जीवनमान सुकर करण्याप्रतीच्या कटिबद्धतेचा पंतप्रधानांनी पुनरुच्चार केला; तसेच देशात उद्योगस्नेही वातावरण निर्माण करण्यासाठी प्रयत्नरत असल्याचे त्यांनी सांगितले.
- कालबाह्य निरुपयोगी कायदे रद्द करणे, सेवांच्या अंमलबजावणीत सुधारणा, स्वस्त दरात इंटरनेट सुविधा, भ्रष्टाचाराविरोधात कठोर कारवाई व तसेच वस्तू आणि सेवा कर लागू करणे, अशा उपाययोजनांचा त्यांनी उल्लेख केला.
- कलम ३७० रद्द केल्यामुळे जम्मू-काश्मीर आणि लडाखच्या जनतेलाही इतर सर्व भारतीयांप्रमाणे समान अधिकार मिळाले असल्याचे त्यांनी सांगितले.
- या कार्यक्रमादरम्यान "Shared Dreams, Bright Future' हे सत्र ठेवण्यात आले होते.
- या कार्यक्रमानंतर पंतप्रधान नरेंद्र मोदींनी 'संयुक्त राष्ट्रा'च्या ७४ व्या आमसभेला संबोधित केले.

गांधी शांती उद्यान (Gandhi Peace Garden) :

- पंतप्रधान नरेंद्र मोदी यांनी संयुक्त राष्ट्रसंघाच्या मुख्यालयात 'गांधी शांती उद्याना'चे उद्घाटन केले.
- न्यूयॉर्क स्टेट विद्यापीठाच्या आवारात हे उद्यान उभारण्यात आले असून यामध्ये दीडशे वृक्षांचे रोपण करण्यात आले आहे.
- भारतीय दूतावास, शांती निधी व न्यूयॉर्क स्टेट विद्यापीठाने संयुक्तरीत्या या उद्यानाची निर्मिती केली आहे.

गांधी सौर उद्यान (Gandhi Solar Park)

- अमेरिकी दौऱ्यादरम्यान पंतप्रधानांनी संयुक्त राष्ट्रसंघाच्या मुख्यालयात 'गांधी सौर उद्याना'चे उद्घाटन केले.
- ५० किलोवॅटच्या या सौर उद्यानात १९३ सौर पॅनेल्स असून ते संयुक्त राष्ट्राच्या १९३ सदस्यांचे प्रतिनिधित्व करतात.
- या 'सौर उद्याना'साठी एक दशलक्ष डॉलर्स इतका निधी भारतातर्फे देण्यात आला.

• गांधी सौरउद्यान

• क्षमता : **५० किलोवॅट**

• एकूण सौर पॅनेल्स : **१९३**

• उद्यानासाठीचा निधी **१ दशलक्ष डॉलर**

(संदर्भ : pib.nic.in, mea.gov.in)

भारत, जपान व अमेरिका

सकाळ

भारत, जपान व अमेरिका या तीन देशांच्या नौदलाचा एकत्रित 'मलबार' युद्धसराव- २०१९

दि. २६ सप्टेंबर २०१९ रोजी भारत, जपान व अमेरिका या तीन देशांच्या नौदलाच्या एकत्रित 'मलबार' युद्धसरावाला सुरुवात झाली. हा युद्धसराव ४ ऑक्टोबरपर्यंत चालला.

- मलबार नौदल युद्धसरावाची ही २३ वी आवृत्ती आहे.
- भारतातर्फे 'आयएनएस सह्याद्री' व 'आयएनएस किल्तन' या दोन युद्धनौका युद्धसरावात सहभागी झाल्या.
- आयएनएस सह्याद्री ही क्षेपणास्त्रसज्ज युद्धनौका आहे तर आयएनएस किल्तन ही पाणबुडीविरोधी नौका आहे.
- या युद्धसरावात भारतातर्फे P-8I ही नौदलाची विमानेदेखील सहभागी झाली.
- यावेळेच्या मलबार युद्धसरावाचे आयोजन जपानने केले.
- तिन्ही नौदलांमधील परस्पर सहकार्य वाढविण्यासाठी हा युद्धसराव उपयुक्त आहे.

'मलबार युद्धसराव' :

- मलबार युद्धसरावाची सुरुवात १९९२ मध्ये भारत-अमेरिका या दोन देशांदरम्यान झाली. मात्र, भारताने अणुबॉम्ब चाचणी केल्यानंतर या युद्धसरावात खंड पडला होता.
- २०१५ मध्ये जपान कायम सदस्य म्हणून या युद्धसरावात सहभागी झाला.
- ऑस्ट्रेलिया व सिंगापूरचे नौदल आमंत्रित सदस्य म्हणून या युद्धसरावात सहभागी होतात.

भारतीय लष्कराचे विविध देशांसोबतचे लष्करी सराव

	नाव	देश	प्रकार
१.	व्हिनबॅक्स	भारत-व्हिएतनाम	भूदल
२.	शक्ती	भारत-फ्रान्स	भूदल
३.	लामित्ये	भारत-सेशेल्स	भूदल
४.	खंजर	भारत-किरिगिस्तान	भूदल
५.	हरिमाऊ-शक्ती	भारत-म्यानमार	भूदल
६.	सूर्यकिरण	भारत-नेपाळ	भूदल
७.	मैत्री	भारत-थायलंड	भूदल
८.	मिलेक्स	भारत-बिमस्टेक देश	भूदल
९.	नोमॅडिक-एलिफंट	भारत-मंगोलिया	भूदल
१०.	युद्ध अभ्यास	भारत-अमेरिका	भूदल
११.	धर्म गार्डियन	भारत-जपान	भूदल

१२.	इंद्रा	भारत-रशिया	भूदल
१३.	अजेय वॉरियर	भारत-इंग्लंड	भूदल
१४.	संप्रिती	भारत-बांगला देश	भूदल
१५.	मित्र शक्ती	भारत-श्रीलंका	भूदल
१६.	अल-नगाह	भारत-ओमान	भूदल
१७.	मिलन	भारत-इतर देश	नौदल
१८.	सिम्बेक्स	भारत-सिंगापूर	नौदल
१९.	वरुण	भारत-फ्रान्स	नौदल
२०.	कोप-इंडिया	भारत-अमेरिका	वायुदल

(संदर्भ : pib.nic.in)

भारत आणि वर्ल्ड इकॉनॉमिक फोरम

सकाळ

वर्ल्ड इकॉनॉमिक फोरमतर्फे दिल्लीमध्ये इंडिया इकॉनॉमिक समिटचे आयोजन

दि. ३ ऑक्टोबर ते ४ ऑक्टोबर २०१९ दरम्यान वर्ल्ड इकॉनॉमिक फोरमने (WEF) ने नवी दिल्लीमध्ये भारतीय आर्थिक शिखर परिषदेचे (India Economic Summit) आयोजन केले.

- वर्ल्ड इकॉनॉमिक फोरम व कॉन्फडरेशन ऑफ इंडियन इंडस्ट्रिज (CII) यांच्या संयुक्त विद्यमाने ही परिषद आयोजित करण्यात आली.
- या परिषदेचा विशेष भर दक्षिण आशिया व आसियान देशांच्या सहकार्यावर होता.
- बांगला देशच्या राष्ट्राध्यक्षा शेख हसीना व सिंगापूरचे उपपंतप्रधान हेंगस्वी किट यांनी या परिषदेचे अध्यक्षपद भूषविले.
- चाळीस देशांमधील सुमारे ८०० विविध नेते या परिषदेला उपस्थित होते. सानिया मिर्झा यांनी युएन विमेन (UN Women) चे प्रतिनिधित्व केले.
- यावर्षीच्या परिषदेची संकल्पना 'इनोवेटिंग इंडिया : स्ट्रेंदनिंग साऊथ एशिया, इम्पॅक्टिंग द वर्ल्ड (Innovation for India : Strengthening South Asia, Impacting the World)'
- चौथ्या औद्योगिक क्रांतीला प्रोत्साहन देणे हा या परिषदेचा मुख्य उद्देश होता. दक्षिण आशियाई देशांच्या अर्थव्यवस्था व उगवते तंत्रज्ञान - कृत्रिम बुद्धिमत्ता, स्टार्टअप, पर्यावरणीय सुधारणा, शिक्षण, पायाभूत सुविधा व लिंग समानता या विषयांवर चर्चा केली गेली.

परिषदेचा आराखडा :

- परिषदेत मुख्य चार विषयांवर चर्चा करण्यात आली.

१. नवीन भू-राजकीय बदल (New-Geopolitical reality)
२. नवीन सामाजिक व्यवस्था (New Social System)
३. नवीन आर्थिक व्यवस्था (New Economic System)
४. नवीन तांत्रिक व्यवस्था (New Technological System)

- या परिषदेदरम्यान तेलंगणा राज्य सरकारने वर्ल्ड इकॉनॉमिक फोरम व अपोलो हॉस्पिटल्स सोबत 'अवकाशातून औषधे (Medicine from the Sky)' ही सेवा प्रायोगिक तत्त्वावर सुरू करण्याचे ठरविले आहे.
- या सेवेत ड्रोनद्वारे औषधे पुरविण्यात येणार आहे. यासाठी भारतीय ड्रोन स्टार्टअप्स्चे साहाय्य घेण्यात येणार आहे.
- यावेळी औद्योगिक प्रोत्साहन व अंतर्गत व्यापार विभागाच्या (OPIIT) सचिवांना २०२४ पर्यंत भारतात एक लाख स्टार्ट-अप सुरू करण्याचा संकल्प सांगितला.
- भारतात सध्या पन्नास हजार नोंदणीकृत स्टार्ट-अप्स् आहेत.
- इंडियन इकॉनॉमिक समिटमध्ये केंद्रीय मंत्री एस. जयशंकर, नितीन गडकरी, पीयुष गोयल व धर्मेंद्र प्रधान सहभागी झाले होते.

लक्षात ठेवा

कॉन्फडरेशन ऑफ इंडियन इंडस्ट्रीज (Confederation of Indian Industry : CII) :

Confederation of Indian Industry

- सीआयआय ही भारतीय उद्योजकांची अशासकीय, ना-नफा तत्त्वावर चालणारी संघटना आहे.
- सीआयआयची स्थापना १८९५ मध्ये करण्यात आली. सीआयआयचे मुख्यालय नवी दिल्ली येथे आहे.
- नऊ हजार विविध उद्योग, संस्था सीआयआयचे सदस्य आहेत.
- किर्लोस्कर उद्योगाचे विक्रम किर्लोस्कर हे सध्या सीआयआयचे अध्यक्ष आहेत.
- सीआयआयचे कार्यालय भारताव्यतिरिक्त अकरा विविध देशांमध्ये आहे.

उद्योजकांच्या इतर संघटना :

१. **फिक्की : (FICCI : Federation of Indian Chambers of Commerce of Industry)**
स्थापना : १९२७, संस्थापक : घनश्यामदास बिर्ला, पुरुषोत्तमदास ठाकूरदास

२. **नॅसकॉम : (NASSCOM : National Association of Software and Services Companies)**
स्थापना : १९८८
मुख्यालय : नोएडा.

लक्षात ठेवा

युएन विमेन (UN : Women) :

- युएन विमेन ही संयुक्त राष्ट्रांची महिलांसाठी समर्पित संस्था आहे. युएन विमेनचे संपूर्ण नाव : United

सकाळ

प्रशांत महासागरातील देशांच्या मैत्रीने 'ॲक्ट ईस्ट'ला चालना

हिंदी महासागराबरोबर प्रशांत महासागरातही प्रभावक्षेत्र वाढविण्याचे प्रयत्न चीनने चालविले आहेत. हे लक्षात घेऊन प्रशांत महासागरातील छोट्या देशांबरोबर संबंध वाढविण्यासाठी भारताने पुढाकार घेतला आहे. प्रशांत महासागरातील व्यूहात्मक स्थिती व सामरिक गरज पाहता, या देशांबरोबरील संबंध भविष्यात भारताला लाभदायक ठरतील. हिंदी महासागर आणि प्रशांत महासागर, हे जगाच्या दृष्टीने अत्यंत महत्त्वाचे सागरी महामार्ग आहेत. त्यात विपुल खनिज संपत्ती आहे. दिवसेंदिवस त्यांचे सामरिक महत्त्व वाढत चालले आहे. याचे आणखी एक कारण म्हणजे, चीनने दक्षिण चिनी समुद्रावर केलेला दावा आणि या परिसरातील अनेक बेटांवर लष्करी तळ अथवा केंद्रे उभारून प्रस्थापित केलेले सागरी वर्चस्व. चीनच्या दाव्याला आंतरराष्ट्रीय न्यायालयात आव्हान देऊन हा खटला जिंकणाऱ्या फिलिपिन्सनेही चीनपुढे अखेर नमते घेतले. अमेरिकेसह अन्य देश या दाव्याबाबत सर्व पातळ्यांवर आवाज उठवत असूनही चीनने त्याची दखल घेतलेली नाही. वस्तुतः सागरी व महासागरी मार्ग हे सर्व देशांसाठी आहेत. त्यावर कोणी एक देश दावा करू शकत नाही. सागरी मार्ग व वाहतूक, आर्थिक क्षेत्र आदींबाबत संयुक्त राष्ट्रसंघाचे (युनायटेड नेशन्स कन्व्हेशन्स ऑन द लॉ ऑफ द सी) कायदे व नियम आहेत. त्यांचे पालन सर्व देशांनी करणे अपेक्षित आहे. युद्धकाळात सागरी युद्धाला महत्त्व आले आहे. चीन, भारत, जपान, ऑस्ट्रेलिया आदी देश आपापली नाविक शक्ती वाढवत आहेत. अमेरिका, जपान व भारतातर्फे गेली अनेक वर्षे बंगालच्या उपसागरात होणाऱ्या 'मलाबार नौदल सरावा'ला चीन वारंवार आक्षेप घेत असतो. त्यात आता ऑस्ट्रेलियाची भर पडण्याची शक्यता आहे. नरेंद्र मोदी यांचे सरकार आल्यापासून 'लूक ईस्ट' धोरणाचा विस्तार करण्यात आला आणि प्रशांत महासागरातही भारत सक्रिय झाला.

छोट्या देशांशी नव्याने संबंध

भारताने फिजीसह प्रशांत महासागरातील अन्य देशांशी संबंध वाढविण्याचे प्रयत्न चालविले असून, याचाच एक भाग म्हणून न्यूझीलंडमधील भारतीय उच्चायुक्त मुक्तेश्वर परदेशी यांना तीन ऑक्टोबर रोजी नियू या देशामध्ये उच्चायुक्तपदी नियुक्त केले आहे. या देशाचे नाव क्वचितच कुणी ऐकले असेल. पण, प्रशांत महासागरात छोटी बेटेवजा जे देश आहेत, त्यात वानाताऊ, तुवालू, नियू, टोंगा, सामोआ आदी देशांचा समावेश होतो. महासागरात पाण्याचा थेंब असावा असे थेंबासारखे हे देश आहेत. विकिपीडिया'तील माहितीनुसार नियू हा देश दक्षिण प्रशांत महासागरात असून, न्यूझीलंडपासून २४०० किमी ईशान्येला आहे. टोंगाच्या पूर्वेस, सामोआच्या दक्षिणेस व कुक्स बेटांच्या पश्चिमेस हा देश असून, त्याचे क्षेत्रफळ २६४ चौरस मैल आहे. त्याची लोकसंख्या केवळ १६०० असून, बहुतांश लोक पॉलिनेशियन वंशाचे आहेत. या देशाला रॉक ऑफ पॉलिनेशिया' असेही म्हणतात. जगात सर्वांत मोठ्या असलेल्या कोरल बेटांत नियूचा समावेश होतो. अलोफी ही या देशाची राजधानी. युरोपातील देशांशी त्याची तुलना करावयाची झाल्यास स्वीत्झर्लंड व इटली देशांदरम्यान असलेल्या लिचेनस्टीन या देशाशी करता येईल. तिथे राजेशाही असून, देशाची राजधानी वाडूझ आहे. तेथील लोकसंख्या ३८,०५१ आहे. नियूच्या प्रमुख एलिझाबेथ द्वितीय असून, गव्हर्नर जनरल डेम पॅट्रिशिया रेड्डी आहेत. पॅट्रिशिया रेड्डी यांचे पूर्वज भारतीय असले, तरी त्या न्यूझीलंडच्या नागरिक आहेत. टोके तालागी हे नियूचे पंतप्रधान आहेत.

प्रशांत महासागरातील देशांची संघटना

इतक्या छोट्या देशांबरोबर भारताला संबंध का वाढवायचे आहेत, याचा विचार केल्यास असे दिसते, की हिंदी महासागराबरोबर प्रशांत महासागरात चीनने प्रभावक्षेत्र वाढविण्याचे जोरदार प्रयत्न चालविले आहेत. हे ध्यानात घेऊन पंतप्रधान नरेंद्र मोदी यांनी २०१४ मध्ये ऑस्ट्रेलियाला भेट दिली. तसेच, तब्बल २८ वर्षांनंतर फिजीला भारतीय पंतप्रधानांनी भेट दिली. या भेटीमध्ये मोदींनी प्रशांत महासागरातील चौदा देशांच्या प्रमुखांची शिखर परिषद घेतली. त्या परिषदेला कुक्स बेटे, फिजी, किरीबाटी, मार्शल आयलँड्स, मायक्रोनेशिया, नाऊरू, नियू, सामोआ, सोलोमन आयलँड्स, पॉपुआ न्यूगिनी, टोंगा, तुवालू व वानाताऊ यांचे राष्ट्रप्रमुख उपस्थित होते. त्या वेळी 'फोरम फॉर इंडिया पॅसिफिक आयलंड्स को-ऑपरेशन (फिपिक)' ही संघटना स्थापन करण्यात आली. या संघटनेसाठी भारताने दहा लाख डॉलरचा निधी उपलब्ध करून दिला. मालदीवप्रमाणे हे छोटे देश हवामानबदलाचा सामना करीत आहेत. त्यांना 'ई-नेटवर्क'ने जोडल्यास अंतराचा प्रश्न उरणार नाही. भारताने या देशांच्या राजदूतांना प्रशिक्षण देण्याची तयारी दर्शविली आहे. तसेच, या देशांमध्ये व्यापारी कार्यालये उघडण्यात येणार असून, तेथून येणाऱ्या नागरिकांसाठी विमानतळावर तत्काळ व्हिसा देण्याची सोय करण्यात आली आहे. तेव्हा मोदी यांनी संघटनेच्या प्रमुखांना २०१५ मध्ये दिल्लीला आमंत्रित केले होते. मोदी यांची ही यशस्वी शिष्टाई पाहता चीनचे अध्यक्ष शी जिनपिंग यांनी त्यानंतर काही दिवसांतच फिजीला भेट देऊन भारताला शह देण्याचा प्रयत्न केला.

'नील अर्थव्यवस्था' विकासासाठी साह्य

२१ ऑगस्ट २०१५ रोजी 'फिपिक' संघटनेतील चौदा देशांच्या राष्ट्रप्रमुखांची दुसरी शिखर परिषद जयपूरमध्ये भारताने आयोजित केली. भारताच्या 'ॲक्ट ईस्ट' (पूर्वेकडील कृतीविषयक धोरण) धोरणाच्या दिशेने या परिषदेत झालेल्या विचारविनिमयात समुद्राकाठच्या 'नील अर्थव्यवस्था' (ब्लू इकॉनॉमिज) विकसित करण्यासाठी साह्य देण्याचे ठरविण्यात आले. त्यात या देशांनजीक असलेल्या समुद्राच्या तळाशी खनिज तेल व नैसर्गिक वायूचे संशोधन करणे, संगणक, आरोग्य, मत्स्यशेती व सागरी संशोधन, यासाठी साह्य करण्याचा समावेश आहे. या देशांशी भारताने संबंध वाढविण्याचे आणखी एक महत्त्वाचे कारण म्हणजे राष्ट्रसंघाच्या सुरक्षा समितीच्या स्थायी सदस्यत्वाच्या भारताच्या मागणीला त्यांनी दिलेला पाठिंबा. पंतप्रधान मोदी यांनी या देशांच्या सागरी सीमांची सुरक्षा व्यवस्था पाहण्यासाठी नौदलाचे साह्य देऊ केले आहे. प्रत्येक देशाला सागरी सीमेपासून दोनशे किमी अंतरापर्यंत 'आर्थिक क्षेत्र' उपलब्ध असते. परंतु, त्याचा लाभ घेण्याची यातील काही देशांची क्षमता नाही. त्यासाठी भारत त्यांना मदत करणार आहे. या देशांबरोबर २०१५-१६ मधील भारताच्या व्यापाराचे प्रमाण तुवालू-सात लाख डॉलर, किरीबाटी-९ लाख ४० हजार डॉलर, कुक्स बेटे-३ लाख २० हजार डॉलर, मायक्रोनेशिया-६ लाख डॉलर असे असून, अन्य देशांबरोबरील व्यापाराचे प्रमाण ५ ते ८ लाख डॉलर आहे. हे प्रमाण अत्यल्प असले, तरी प्रशांत महासागरातील व्यूहात्मक स्थिती व सामरिक गरज पाहता, त्यांच्याबरोबर भारताने जोडलेले संबंध भविष्यात लाभदायक ठरतील. याच संदर्भात मोदी यांनी न्यूयॉर्कला अलीकडेच दिलेल्या भेटीत या चौदा राष्ट्रप्रमुखांची घेतलेली बैठक महत्त्वपूर्ण आहे, यात शंका नाही.

● **विजय नाईक**
ज्येष्ठ पत्रकार व राजकीय विश्लेषक, दैनिक सकाळ (नवी दिल्ली)

(पूर्वप्रसिद्धी : दैनिक सकाळ)

सकाळ

'सार्क' संघटनेला 'बिमस्टेक'चा पर्याय?

नरेंद्र मोदी यांनी (दुसऱ्या इनिंगच्या) पंतप्रधानपदाच्या शपथविधीसाठी 'सार्क'च्या सदस्य देशांना न बोलविता 'बिम्सटेक' या संघटनेच्या सदस्य देशांना आमंत्रण दिले आहे. त्यामुळे अनेकांच्या भुवया उंचावल्या असतील. मागच्या वेळी त्यांनी 'सार्क'च्या सदस्य देशांना आमंत्रित केले होते. या कृतीतून दक्षिण आशियाच्या राजकारणात एक वेगळा नि कठोर संदेश दिला गेला. येणाऱ्या काळातील परराष्ट्रीय धोरणांची दिशा त्यातून सूचित झाली. पाकिस्तान, अफगाणिस्तान, मालदीव 'बिम्सटेक'चे सदस्य नसल्याने 'सार्क'मधील हे सदस्य या कार्यक्रमापासून वंचित राहतील. पाकिस्तानला तर खड्यासारखे वगळण्यात आले आहे. भूतान, नेपाळ, बांगला देश, श्रीलंका या सार्क सदस्यांना मात्र आमंत्रण दिले. भारताने 'शेजारील देशांबरोबर मैत्रीचे आणि सहकार्याचे धोरण' या धोरणाला अनुसरून हा निर्णय घेऊन एका दगडात दोन पक्षी मारले आहेत. पाकिस्तान सोडून भारताच्या बहुतेक शेजारी देशांनी भारताच्या आमंत्रणाचे स्वागत केले आहे. असे असले तरी या कृतीतून भारताला नेमके काय साधायचे आहे?

बिम्सटेक म्हणजे मूळचे 'बे ऑफ बेंगाल इनिशिएटिव्ह फॉर मल्टी सेक्टोरल टेक्निकल अँड इकॉनॉमिक को-ऑपरेशन' होय. बंगालच्या खाडीलगत वसलेल्या देशांचे हे एक प्रादेशिक संघटन. 'सार्क'च्या धर्तीवर आणि आसियान (असोसिएशन ऑफ साउथ इस्ट एशियन नेशन्स) पासून प्रेरणा घेऊन 'बँकॉक डिक्लेरेशन'नुसार १९९७ मध्ये 'बिम्सटेक'ची स्थापना झाली. सुरुवातीस 'बांगला देश, भारत, श्रीलंका और थायलँड इकॉनॉमिक को-ऑपरेशन' असे त्याचे नाव होते. त्यात म्यानमारचा अंतर्भाव केल्यामुळे 'बिम्स-टेक' असे नाव झाले. २००४ मध्ये भारताने भूतान आणि नेपाळ यांनादेखील तंत्रज्ञान आणि आर्थिक सहकारावर आधारित अशा या संघटनेत सामावून घेतले. तिच्या स्थापनेमागचे मूळ हेतू आग्नेय आशियाई देशांची आर्थिक उन्नती व सहकार्य असे असूनदेखील त्यात आजच्या घडीला भारताच्या सीमेलगतचे देश प्रामुख्याने आहेत. उदा. बांगला देश, भूतान, म्यानमार, नेपाळ आणि श्रीलंका. भारताने पाकिस्तानचा अनुल्लेख करून एक संदेश दिला आहे. दक्षिण आशियाई देशांच्या राजकारणात त्या देशाचे खच्चीकरण करण्याचा इरादा त्यातून सूचित होतो. गेल्या दोन वर्षांतील भारत-पाकिस्तान संबंधांच्या पार्श्वभूमीवर भारताचे हे धोरण योग्यच आहे. यात मुत्सद्देगिरी दिसते.

पाकिस्तानचे पंतप्रधान इम्रान खान यांनी मोदींचे सरकार भारतात आल्यास भारत-पाक संबंध आणि काश्मीरचा प्रश्न यावर नव्याने चर्चा करण्यास पोषक वातावरण व्हावे, अशी सदिच्छा निवडणुकांपूर्वीच व्यक्त केली होती. निकाल लागल्यानंतरही इम्रान खान यांनी मोदींकडे पाकिस्तानच्या वतीने शुभेच्छा व्यक्त केल्या; पण हे सगळे व्यर्थ गेले; कारण मागील वेळी माजी पंतप्रधान नवाज शरीफ यांना जो सन्मान मिळाला तो त्यांना मिळणार नाही हे स्पष्ट झाले आहे. यात इम्रान खान यांचा व्यक्ती म्हणून काही दोष नाही. भारतात त्यांच्याबद्दल आदर आहे, मात्र गेले एक दशक भारत-पाक संबंधांत एवढी कटुता निर्माण झालेली होती की पुलवामा येथील हल्ल्यानंतर भारतीयांच्या सहनशीलतेचा अंत झाला. त्यानंतर भारतीय हवाई दलाने बालाकोटमध्ये कारवाई केली. या कारवाईचे भारतातच नव्हे तर जगभर स्वागत झाले. इस्लामी राष्ट्रेही त्याला अपवाद नव्हती. जनमानसात पाकविरोधी वातावरण तयार झाले. सौदी अरेबियाच्या राजपुत्राने तर उघडपणे भारताच्या बाजूने मत नोंदविले. भारतात कोणतेही सरकार आले असते तरी त्याला भारतीयांच्या भावनांचा आदर राखून पाकिस्तानबाबत धोरण ठरवावे लागले असते. पाकिस्तानला निमंत्रण न देण्यामागचे हे तत्कालीन कारण; पण मुळात गेल्या चार वर्षांत पाकिस्तानची द.आशियाच्या राजकारणात खलनायकाची भूमिका राहिलेली आहे. भारताशी हाडवैर जोपासणाऱ्या चीनच्या मदतीने पाकिस्तानने नेपाळलाही फितूर करण्याचा प्रयत्न केला. २०१६ मध्ये नेपाळमध्ये 'सार्क' परिषद झाली. त्या वेळी पाकिस्तान आणि नेपाळ यांनी चीनचा निरीक्षक दर्जा वाढवून चीनला सार्कचे सदस्यत्व बहाल करण्यात यावे, असा हट्ट धरला होता. नेपाळची पायाभूत सोयीसुविधांसाठी आणि आर्थिक अनुदानासाठी चीनवर भिस्त असल्याने नेपाळदेखील पाकिस्तानच्या पावलावर पाऊल ठेवून भारताची कोंडी करण्यात मागे नव्हता. साहजिकच भारताने 'ब्रिक्स'चे यजमानपद स्वीकारल्यानंतर भारताने याचे उट्टे काढले आणि पाकिस्तानला 'ब्रिक्स'ला हजर राहण्याचे निमंत्रण दिले नाही. त्यामुळे या शपथविधी सोहळ्यातून पाकिस्तानला वगळले, त्याचा बाऊ न केलेला बरा!

'बिम्सटेक'च्या तुलनेत भारताची ऐतिहासिक पार्श्वभूमी, भौगोलिक जवळीक 'सार्क' सदस्यांसोबत आहे. ही संघटना सर्वार्थाने भारताच्या कुशल मनुष्यबळ; तसेच आर्थिक आणि नैसर्गिक संसाधनावर अवलंबून होती व आहे. त्यामुळे या बाबतीतला निर्णय काहीसा कठोर वाटतो; परंतु 'सार्क' देशांनी आपापल्या देशात चीनला मनमानी हस्तक्षेप करू दिल्यामुळे सार्क' संघटनेच्या परिघात भारताला प्रत्येक वेळी हितसंबंध अबाधित राखण्यासाठी झगडावे लागे. उदा. नेपाळ, मालदीव आणि श्रीलंका या देशांतील चीनचा वाढता प्रभाव भारतासाठी डोकेदुखी झाला आहे. भारताचा सागरी व्यापार व सामरिक हितसंबंध धोक्यात आले आहेत. अशा वेळी मूळ उद्देशांची पूर्ती करण्यात अपयशी ठरलेल्या 'सार्क'च्या जोखडातून मुक्त होण्याचा प्रयत्न कोणताही देश करेल. भारताने हेच केले. 'सार्क' मोडीत काढण्याची ही सुरुवात तर नव्हे? भारत 'सार्क'पासून दूर जाऊन 'आसियान' आणि 'बिम्सटेक'सारख्या आर्थिक हितसंबंध जोपासणाऱ्या संघटनांकडे आकृष्ट होऊ लागला असावा, अशी शक्यता जाणवते. शपथविधीच्या निमंत्रणाद्वारे भारताने 'बिम्सटेक'चे महत्त्व अधोरेखित केले. या संघटनेत भारताच्या आर्थिक हितसंबंधांना किती संजीवनी मिळेल हे लवकरच कळेल. कारण, 'बिम्सटेक'मधील सदस्यांनी आर्थिक, विज्ञान-तंत्रज्ञान किंवा सांस्कृतिक स्तरावर ठोस असे काही कार्यक्रम हाती घेतलेले नाहीत. बिम्सटेक'ची मातृसंस्था आसियान' या संघटनेची प्रगती लक्षात घेण्यासारखी आहे; पण 'आसियान'मध्ये केवळ निरीक्षक सदस्य म्हणून भारताची वर्णी लागली आहे. त्यामुळे केवळ म्यानमार आणि थायलंडच्याच जोरावर 'बिम्सटेक'च्या माध्यमातून आग्नेय आशियाई देशांच्या अंतर्गत आणि आंतरराष्ट्रीय व्यापारात भारताचा सहभाग किती असेल आणि कशा स्वरूपाचा असेल, यावरच भारताचा सार्क'बाबतचा निर्णय योग्य की अयोग्य हे कळेल.

●

डॉ. राजेश खरात
राज्यशास्त्र व परराष्ट्र धोरण तज्ज्ञ विश्लेषक
(पूर्वप्रसिद्धी : दैनिक सकाळ)

Nations Entity for Gender Equality and Empowerment of Women.

- युएन विमेनची स्थापना २ जुलै २०१० रोजी करण्यात आली, तर जानेवारी २०११ पासून संस्थेने कार्यास सुरुवात केली.

(संदर्भ : pib.nic.in; unwomen.org; cii.in)

भारत आणि बांगला देश

बांगला देशच्या पंतप्रधान शेख हसीना यांचा भारतदौरा

दि. ३ ऑक्टोबर २०१९ रोजी बांगला देशच्या पंतप्रधान शेख हसीना चार दिवसीय भारत दौऱ्यावर आल्या. या दौऱ्यादरम्यान त्यांनी इंडिया इकॉनॉमिक समिटलाही भेट दिली.

- तिसऱ्यांदा पंतप्रधानपदी निवड झाल्यानंतर शेख हसीना यांची पहिलीच भारत भेट आहे.
- या दौऱ्यादरम्यान शेख हसीना यांनी पंतप्रधान नरेंद्र मोदी यांच्याशी द्विपक्षीय चर्चा केली.
- या दौऱ्यादरम्यान तिस्ता नदी पाणीवाटप, रोहिंग्या निर्वासित, भारत-बांगला देश यांच्यातील वाहतुकीचे मार्ग यावर चर्चा करण्यात आली.
- या दौऱ्यादरम्यान भारत-बांगला देश दरम्यान सात करारांवर स्वाक्षऱ्या करण्यात आल्या.
- व्यापार, विकास, जोडणी, सहकार, सांस्कृतिक क्षेत्रांसंबंधी सहकार्य करण्यात आले.
- या दरम्यान बांगला देशमधून एमपीजी गॅस आयात करण्यास मान्यता देण्यात आली. एलपीजीचे वितरण पूर्वोत्तर राज्यात केले जाणार आहे.
- चटगाव तसेच मंगला बंदरातून दोन्ही देशांदरम्यान सुलभ वाहतुकीबाबतही करार करण्यात आला.
- शेख हसीना यांनी ढाक्यात स्वामी विवेकानंद भवन उभारणार असल्याची माहिती दिली.
- या दौऱ्यादरम्यान तिस्ता पाणीवाटप प्रश्नावर चर्चा करण्यात आली.

तिस्ता नदी प्रश्न (Teesta River Water Issue)

- तिस्ता नदी भारतातील सिक्कीममध्ये उगम पावून पश्चिम बंगाल, बांगला देशमध्ये वाहत जाऊन बंगालच्या उपसागरास मिळते.
- १९८३ मध्ये भारत-बांगला देश दरम्यान तिस्ता नदी पाणीवाटपासाठी तात्पुरत्या स्वरूपाचा करार करण्यात आला.
- या करारानुसार भारत तिस्ता नदीमधील ३९% तर बांगला देश ३६% पाणी वापरेल.
- २०११ मध्ये भारताने (केंद्र शासनाने) कराराचा पुनर्विचार करण्याचा निर्णय घेतला. परंतु त्यास सिक्कीम व पश्चिम बंगाल राज्याने विरोध केला.
- भारत-बांगला देश दरम्यान चौपन्न नद्या वाहतात, यामुळे दोन्ही देशांमधील नदी पाणीवाटपाचा प्रश्न जटिल आहे.

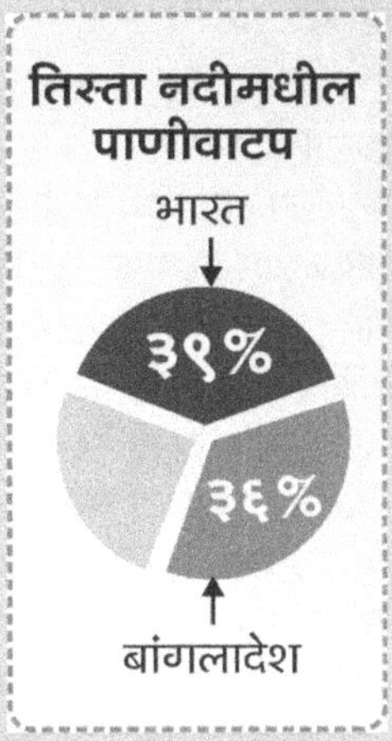

भारत-बांगला देश व्यापार :

- भारत-बांगला देश दरम्यान २०१७-१८ मध्ये ९.५ अब्ज डॉलर्सचा व्यापार झाला.
- यामध्ये भारताने ८.६ अब्ज डॉलर्सची निर्यात केली तर बांगला देशने ०.८७ अब्ज डॉलर्सची निर्यात केली.
- भारताने साफ्टा (SAFTA) करारांतर्गत बांगला देशला निःशुल्क (Duty Free Import) आयातीची सुविधा पुरविली आहे.
- सार्क देशांमध्ये भारताचा सर्वाधिक व्यापार बांगला देशासोबत होतो.
- २०२१ मध्ये भारत-बांगला देश द्विपक्षीय संबंधाला पन्नास वर्षे पूर्ण होणार आहे. बांगला देशने महात्मा गांधीच्या १५० व्या जयंतीनिमित्त पोस्टाच्या तिकिटाचे अनावरण करण्याचे ठरविले आहे.

शेख हसीना :

- शेख हसीना या बांगला देशच्या दहाव्या पंतप्रधान तसेच बांगला देशचे संस्थापक बंगबंधू शेख मुजबिर रेहमान यांच्या कन्या आहेत.
- शेख हसीना यांनी बांगला देशच्या ढाका विद्यापीठातून शिक्षण पूर्ण केले.
- १५ ऑगस्ट १९७५ रोजी शेख मुजबिर रेहमान यांच्या हत्येनंतर त्यांनी भारतामध्ये आश्रय घेतला.
- १९९६ मध्ये त्या प्रथम बांगला देशच्या पंतप्रधान झाल्या.

२००९ पासून सलग तीन वेळा त्या बांगला देशच्या पंतप्रधान आहेत.

- २००९ मध्ये त्यांना इंदिरा गांधी शांती पुरस्कार प्रदान करण्यात आला.

(संदर्भ : mea.gov.in)

सकाळ चीनचे राष्ट्राध्यक्ष झी जिनपिंग यांचा भारत दौरा

दि. ११ ते १२ ऑक्टोबर २०१९ दरम्यान चीनचे राष्ट्राध्यक्ष झी जिनपिंग (Xi- jinping) यांनी भारताला भेट दिली.

- पंतप्रधान नरेंद्र मोदी व झी जिनपिंग यांची भेट तमिळनाडूमधील महाबलीपुरम (मामल्लपुरम) येथे झाली.
- भारत व चीनच्या प्रमुखांमधील ही दुसरी औपचारिक भेट आहे. पहिली औपचारिक भेट वुहान, चीन येथे झाली होती.
- भेटीदरम्यान दोन्ही नेत्यांनी जागतिक, तसेच प्रादेशिकदृष्ट्या महत्त्वाच्या मुद्यांवर चर्चा केली; तसेच व्यापार, गुंतवणूक आणि सेवा क्षेत्राशी संबंधित प्रश्नांवर मार्ग काढण्यासाठी मंत्रीस्तरीय व्यवस्था निर्माण करण्याचा निर्णय दोन्ही देशांनी घेतला.
- पंतप्रधान मोदी यांनी जिनपिंग यांना महाबलीपुरममधील 'कृष्णाचा लोण्याचा गोळा' म्हणून प्रसिद्ध असलेला मोठा, गोलाकार न घरंगळणारा दगड दाखविला. हा गोलाकार दगड कित्येक शतकांपासून संतुलित आहे. याची उंची ६ मीटर आणि रुंदी ५ मीटर आहे. याचे वजन २५० टन आहे.

महाबलीपुरम (मामल्लापुरम) :

- तमिळनाडूमधील ऐतिहासिक शहर. सातव्या शतकात महत्त्वाचे बंदर असलेले हे शहर पल्लव साम्राज्याची राजधानी होती.
- द्राविड वास्तुकलेतील अनेक उत्तम दगडी कोरीव मंदिरे हे या शहराचे वैशिष्ट्य आहे.
- पल्लव राजा नरसिंहवर्मन उर्फ महामल्ल याच्या नावाने या शहराचे नाव पडले आहे. प्राचीन काळात 'सात पॅगोडांचे' (Seven Pagaoda's) शहर म्हणून ओळखले जायचे.
- महाबलीपुरममधील शोर मंदिर (तटीय मंदिर), अर्जुन तपस्यास्थळ, पंचरथ मंदिर, कृष्णमंडपम इत्यादी ठिकाणे प्रसिद्ध आहेत.
- शोर मंदिरामध्ये शिव, दुर्गा, विष्णू, कृष्णा यांच्या प्रतिमा आहेत. महाबलीपुरम शहर जागतिक वारसास्थळ आहे.
- या शहराच्या जवळपास केलेल्या उत्खननात पहिल्या शतकापासूनच्या वस्तू सापडल्या आहेत.
- ४ थ्या शतकात वापरत असलेली चिनी आणि रोमन नाणी या शहरात सापडली आहेत. त्या काळात हे शहर जागतिक व्यापाराचे एक महत्त्वाचे केंद्र होते, हे यावरून स्पष्ट होते.

झी जिनपिंग (Xi Jinping) :

- चीनचे सातवे राष्ट्राध्यक्ष व चीनच्या साम्यवादी पक्षाचे महासचिव. १४ मार्च २०१३ रोजी ते अध्यक्षपदावर विराजमान झाले.
- झी जिनपिंग यांच्याकडे राष्ट्राध्यक्षपद, साम्यवादी पक्षाचे महासचिव आणि केंद्रीय लष्करी समितीचे प्रमुख अशी तिन्ही महत्त्वाची पदे आहेत.
- २०१८ मध्ये झी जिनपिंग यांनी राष्ट्राध्यक्ष पदावरील दहा वर्षे कालावधीची मुदत काढून टाकली आहे.

(संदर्भ : mea.gov.in)

भारत आणि जागतिक भूक निर्देशांक

सकाळ जागतिक भूक निर्देशांकात भारत १०२ व्या स्थानावर

दि. १७ ऑक्टोबर २०१९ रोजी वेल्थहंगरहिल्फ व कन्सर्न वर्ल्डवाईड (Welthungerhilfe and concern worldwide) या संस्थांनी संयुक्तपणे 'जागतिक भूक अहवाल, २०१९ (Global Hunger Report. 2019)' प्रकाशित केला.

- अहवालानुसार २०१९ मध्ये 'जागतिक भूक निर्देशांका'त (Global Hunger Index) भारताचा १०२ वा क्रमांक आहे. २०१८ च्या कामगिरीच्या तुलनेत भारताची केवळ एका स्थानाने प्रगती झाली.
- जगभरातील ११७ देशांसाठी 'जागतिक भूक निर्देशांक' मोजण्यात आला.

भारताची कामगिरी :

- भारताच्या आर्थिक विकासदरात घसरण चालू असतानाच जागतिक भूक निर्देशांकातही मोठी घसरण होत आहे.
- भारतात कृश बालकांचे (Child Wasting) प्रमाण जगामध्ये सर्वाधिक म्हणजे २०.८% आहे.
- भारतामध्ये खुरट्या बालकांची (Stunting Child) संख्या ३७.९% आहे.
- भारतातील ६ ते २३ महिन्यांच्या केवळ ९% बालकांना किमान स्वीकाहार्य आहार मिळतो.
- भारताचा जागतिक भूक निर्देशांक ३०.३% असून भारतातील भुकेच्या समस्येचे वर्गीकरण गंभीर उपासमार (Serious Hunger) वर्गवारीमध्ये करण्यात आले आहे.
- अहवालानुसार येमेन, चाड, मादगास्कर, झांबिया या देशांमध्ये

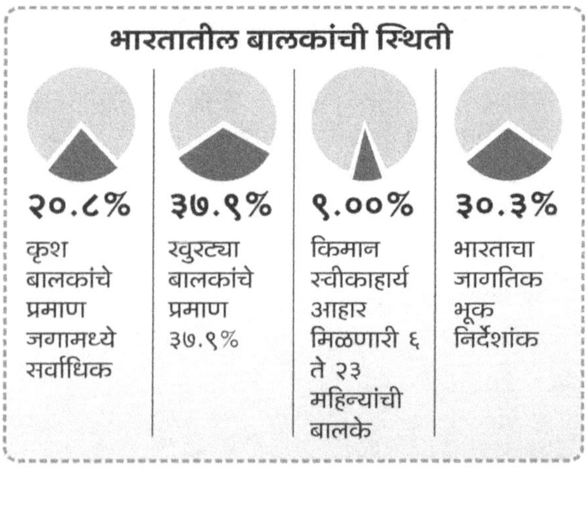

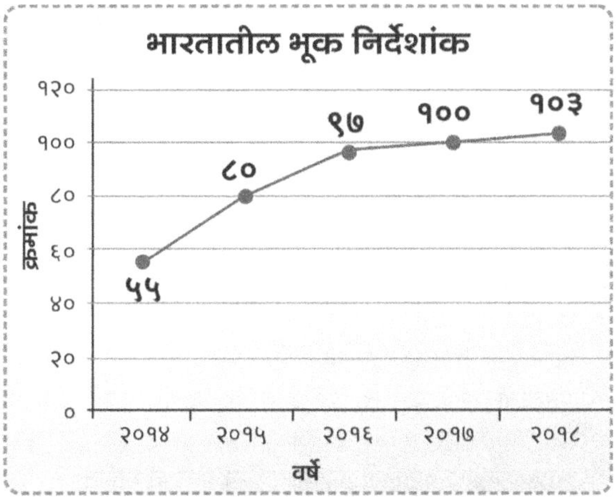

'भुकेची परिस्थिती' धोकादायक पातळीवर आहे.

- भारताची कामगिरी शेजारील दक्षिण आशियाई देशांच्या कामगिरीपेक्षा खराब आहे.

भारताच्या शेजारील देशांचे भूक निर्देशांक

	देश	क्रमांक	भूक निर्देशांक
१.	श्रीलंका	६६	१७.१
२.	नेपाळ	७३	२०.८
३.	बांगला देश	८८	२५.८
४.	पाकिस्तान	९४	२८.५
५.	भारत	१०२	३०.३

जागतिक भूक निर्देशांक (Global Hunger Index)

- आंतरराष्ट्रीय अन्न धोरण संशोधन संस्था (International Food Policy Research Institute [IFPRI]) तर्फे २००६ पासून 'जागतिक भूक निर्देशांक' काढला जातो.
- २०१८ मध्ये 'वेल्टहंगरहिल्फ (Welthungerhilfe) आणि कन्सर्न वर्ल्डवाईड (Concern Worldwide)' या संस्थांतर्फे संयुक्तपणे जागतिक भूक निर्देशांक प्रकाशित केला जातो.

- जागतिक भूक निर्देशांक काढताना चार घटकांचा विचार करतात.

१. लोकसंख्येतील कुपोषणाचे प्रमाण
२. बालमृत्यूदर
३. शुष्कता आधारित कुपोषण
४. खुरटेपणामुळे आधारित कुपोषण

- जागतिक भूक निर्देशांक ० ते १०० दरम्यान असतो. शून्य म्हणजे उपासमार नसणे आणि १०० म्हणजे अत्यंत वाईट उपासमार.

निर्देशांक मूल्य आणि निकष	
०-९.९	कमी उपासमार
१०-१९.९	मध्यम उपासमार
२०-३४.९	गंभीर उपासमार
३५-४९.९	धोक्याची घंटा
५० किंवा अधिक	अत्यंत भयावह उपासमार

(संदर्भ : globalhungerindex.org)

भारत आणि १८ वी अलिप्त राष्ट्र संघटना परिषद

१८ वी अलिप्त राष्ट्र संघटना परिषद २०१९ (अझरबैझान- बाकू)

दि. २५ ते २६ ऑक्टोबर २०१९ दरम्यान अलिप्त राष्ट्रांची (Non-Alignment Movement) 'नाम' संघटनेची अठरावी शिखर परिषद अझरबैझानमधील बाकू येथे पार पडली.

- भारतातर्फे उपराष्ट्रपती वेंकय्या नायडू नाम परिषदेला भारताचे प्रतिनिधी म्हणून उपस्थित होते.
- १८ व्या नाम परिषदेची संकल्पना "Upholding the Bandung Principles to ensure concerted and adequate response to the challenges of contemporary world' ही होती.
- २०२० मध्ये 'बांडुंग तत्त्वांना' ६५ वर्षे, तर २०२१ मध्ये नामच्या स्थापनेला ६० वर्षे पूर्ण होत आहेत.
- या परिषदेचा भर दहशतवाद, संयुक्त राष्ट्रांच्या कार्यपद्धतीतील सुधारणा, शांतता व सुरक्षा, शाश्वत विकास, वातावरण बदल, दक्षिण-दक्षिण सहकार्य इत्यादी समकालीन मुद्द्यांवर होता.
- १८ व्या नाम परिषदेचे घोषवाक्य (Slogan) 'आंतरराष्ट्रीय कायद्याचा आदर राखत शांतता प्रसारित व भक्कम करणे' ('Promotion and consolidation of peace through Respect for international law') हे होते.
- उपराष्ट्रपती वेंकय्या नायडू यांच्यासमवेत परराष्ट्रमंत्री एस. जयशंकर हेदेखील परिषदेला उपस्थित होते.
- परिषदेला जवळपास १६० देशांचे (सदस्य व निरीक्षक) प्रतिनिधी उपस्थित होते.
- नेपाळचे पंतप्रधान के. पी. शर्मा ओली व बांगला देशच्या पंतप्रधान शेख हसीना या परिषदेला उपस्थित होत्या.

बांडुंग तत्त्वे (Bandung Principles) :

- इंडोनेशियातील बांडुंग शहरात १९५५ मध्ये आफ्रो-आशियान राष्ट्रांची परिषद भरविली गेली. या परिषदेस एकोणीस राष्ट्रांचे प्रतिनिधी उपस्थित होते.
- या परिषदेत 'पंचशील तत्त्वांच्या' धर्तीवरच '१० कलमी बांडुंग तत्त्वांचा' स्वीकार करण्यात आला.
- यामध्ये मानवाधिकारांप्रति सन्मान, एकमेकांच्या सार्वभौमत्वाप्रति आदर, परराष्ट्रांत हस्तक्षेप न करणे, परस्पर सहकार्य यांचा समावेश होतो.

लक्षात ठेवा

अलिप्तता चळवळ
(Non-alignment Movement [NAM]) :

- आंतरराष्ट्रीय क्षेत्रात लष्करी स्वरूपाच्या व गटातटाच्या राजकारणापासून अलिप्त राहणाऱ्या राष्ट्रांचा गट.
- नाम चळवळीची स्थापना १९६१ मध्ये तत्कालीन युगोस्लाव्हियाची राजधानी बेलग्रेड येथे झाली.
- पंडित नेहरू (भारत), डॉ. सुकार्णो (इंडोनेशिया), गमाल अब्दुल नासेर (इजिप्त), क्वासे एन्क्रमो (घाना), ओसिप ब्राँझ टिटो (युगोस्लाव्हिया) या नेत्यांनी नामच्या स्थापनेत पुढाकार घेतला.
- नामच्या सदस्यांची संख्या १२० एवढी आहे. दक्षिण सुदानचा अपवाद वगळता आफ्रिकेतील सर्व देश 'नाम'चे सदस्य आहेत.
- अलिप्तता (Non-alignment) ही संज्ञा सर्वप्रथम व्ही. के. कृष्ण मेनन यांनी वापरली.
- नाम संघटना नसून चळवळ असल्याने तिला औपचारिक मुख्यालय नाही. नामचे समन्वय केंद्र (Co-ordinating Bureau) न्यूयॉर्क येथे आहे.
- दर तीन वर्षांनी राष्ट्रप्रमुखांची शिखर परिषद (NAM Summit) होणे अपेक्षित आहे.
- 'बांडुंग तत्त्वां'चा स्वीकार करणाऱ्या देशांना 'नाम'चे सदस्यत्व मिळते.
- याआधीची परिषद व्हेनेझुएलाच्या पोर्लमार शहरात २०१६ मध्ये आयोजित करण्यात आली होती.

(संदर्भ : mnol.org, mea.gov.in)

भारत आणि आरसेप भागीदारी करार

सकाळ

भारताची आरसेप (RCEP) करारातून माघार : भारताने घेतलेल्या आक्षेपांचा गांभीर्याने विचार न झाल्याने करारावर स्वाक्षरी करण्यास नकार

दि. ५ नोव्हेंबर २०१९ रोजी भारताने आरसेप (प्रादेशिक सर्वसमावेशक आर्थिक भागीदारी - Regional Comprehensive Partnership Agreement) करारावर स्वाक्षरी करण्यास नकार दिला आहे.

- या कराराविषयी भारताने घेतलेल्या आक्षेपांचा गांभीर्याने विचार न केल्याने हे पाऊल उचलल्याचे भारताने नमूद केले.
- पंतप्रधान नरेंद्र मोदी आरसेप शिखर परिषदेसाठी बँकॉक येथे उपस्थित होते. २०१२ पासून आरसेप करारासाठी चर्चा सुरू करण्यात आली होती.

आरसेप भागीदारीतून बाहेर पडण्याची कारणे :

- देशांतर्गत उद्योगांना (विशेषतः लघु व मध्यम उद्योगांना) स्वस्त आयातीपासून संरक्षण देणे.
- करारामध्ये भारताच्या देशांतर्गत औद्योगिक क्षेत्राला संरक्षण देणारी कुठलीही बाब समाविष्ट केली गेली नाही.
- भारतीय शेतमालाची निर्यात विशेषतः दुग्धव्यवसायावर या करारामुळे प्रतिकूल परिणाम झाले असते.
- भारताची आसियान व पूर्व आशियाई देशांसोबतची व्यापारी तूट जवळपास १०५ अब्ज डॉलर्स आहे, ही तूट कमी करण्यासाठीचे कुठलेही उपाय आरसेप करारात नाहीत.
- आरसेप करारामुळे भारतातील पोलाद, वस्त्रोद्योग, वाहन उद्योग व कृषी उत्पादने या उद्योगांवर परिणाम झाला असता.
- भारतीय पोलाद व वाहन उद्योग अगोदरच संकटात आहे. स्वस्त आयातीमुळे या क्षेत्रामधील रोजगारांवर गदा येण्याची शक्यता होती.
- भारतीय उत्पादक चिनी वस्तूंशी स्पर्धा करण्यास सक्षम नाही. भारताने तीन टप्प्यांमध्ये शुल्क कपात (Tarriff reduction) करण्याची तयारी दर्शविली होती, परंतु ती अमान्य करण्यात आली.
- आरसेपच्या पंधरापैकी अकरा सदस्य देशांसोबत भारताचा व्यापार प्रतिकूल (व्यापारी तूट) आहे.
- आरसेप करारांतर्गत जकातीमधील फरकामुळे "Rule of Origin' म्हणजेच मूळ स्थानाचा नियम वरचढ ठरण्याचा धोका उद्‌भवू शकतो.
- भारत सध्या पंधरा प्रादेशिक व्यापार सहकार्य करारात सहभागी आहे, परंतु यामुळे भारताच्या आयातीत वाढ झाली आहे.
- आरसेप करारावर सही केल्यास औद्योगिक आणि कृषी बाजार उपलब्धता, शुल्क, गुंतवणूक, व्यापारविवाद सोडविण्याची यंत्रणा, बौद्धिक संपदा हक्क या तरतुदींबाबत भारताला आक्षेप आहे.

सर्वसमावेशक प्रादेशिक आर्थिक भागीदारी (RCEP) :

- आशिया-पॅसिफिक क्षेत्रातील देशांचा मुक्त व्यापार करार (Free Trade Agreement)
- आसियानचे (मलेशिया, फिलिपाईन्स, सिंगापूर, थायलंड, इंडोनेशिया, ब्रुनेई, व्हिएतनाम, लाओस, म्यानमार, कंबोडिया) व चीन, जपान, दक्षिण कोरिया, ऑस्ट्रेलिया व न्यूझीलंड हे पंधरा देश आरसेप कराराचे सदस्य आहेत.
- २०१२ च्या कंबोडियामधील आसियान शिखर परिषदेदरम्यान आरसेप करारासाठी चर्चा सुरू करण्यात आली होती.
- आरसेप गटाची (भारतासह) अर्थव्यवस्था जागतिक अर्थव्यवस्थेच्या ३५% आहे, तर जागतिक व्यापाराच्या ४०% व्यापार या गटामध्ये होतो.

(संदर्भ : bilaterals.org, mea.gov.in, pib.nic.in)

सकाळ आरसेप व आक्षेप

'रिजनल कॉम्प्रिहेन्सिव्ह इकॉनॉमिक पार्टनरशिप' (आरसेप) सभासद देशातून आयात होणाऱ्या वस्तूंना इतर सभासद राष्ट्रांनी कोणताही निर्बंध घालायचा नाही, आयात कर अत्यल्प वा शून्य टक्के लावायचा, हे त्याचे केंद्रिभूत तत्त्व आहे. यामुळे ग्राहकांना अधिक चांगल्या व स्वस्त वस्तू उपलब्ध होऊ शकतात हे खरे. पण त्याचवेळी तशाच वस्तू बनवणाऱ्या देशांतर्गत उद्योगांवर/स्वयंरोजगारींवर संक्रांत येऊन भविष्यात ते बंद पडू शकतात.

आरसेपच्या जमेच्या बाजू :

आरसेप फक्त व्यापार उदारीकरणावर लक्ष केंद्रित करून आहे. तेच अमेरिका किंवा युरोपिय युनियन नेहमी बिगर व्यापारी अटी पुढे करण्यात माहीर आहेत. जसे पर्यावरण आणि कामगार नियमन, बौद्धिक संपदा संरक्षण (IPR), राज्य संचालित उद्योगांचे कार्य इत्यादी. MFN (Most Favoured Nation) आधारित WTO व्यवस्था सध्या रडतखडत चालली आहे. त्याऐवजी आंतरराष्ट्रीय व्यापार सध्या FTA (Free Trade Agreements) च्या आधारे चालतो. भारताचा ५ मोठ्या गटांशी १०० बिलियन डॉलर्सचा व्यापार चालतो. ते पाच म्हणजे युएसए, युरोपीय युनिसन, गल्फ कोऑपरेशन कॉन्सिल, चीन व आसियान. आश्चर्य म्हणजे त्यापैकी फक्त व आसियानशी भारताचा FTA आहे. इतरांशी करायचा म्हटले तर तिघेच राहिले, युएसए, युरोपीय युनियन, गल्फ कोऑपरेशन कॉन्सिल. युरोपीय युनियनशी FTA करायचा आपला प्रयत्न अपयशी ठरला. तो पुन्हा चालू करावा लागेल. नुकताच भारताने अमेरिकेशी द्विपक्षीय व्यापारी करार केला. या पार्श्वभूमीवर भारताला कधी ना कधी आरसेप मध्ये जावे लागणारच आहे.

आहे हे असे आहे :

'आरसेप'मध्ये आता आयात होणाऱ्या ९० टक्के वस्तूंवरील आयात शुल्क पुढच्या काही वर्षांत शून्यावर आणण्याचा प्रस्ताव आहे. (भारताला यात चीनकडून येणाऱ्या मालाबाबत सवलत अपेक्षित आहे) औद्योगिक मालाला दरवाजे सताड उघडले तर चीन, जपान, दक्षिण कोरियातील उत्पादित मालामुळे (पोलाद, रसायने, विद्युत उपकरणे) इथल्या संघटित उद्योगांवर संकट येईल. स्वस्त व कुशल मजूर उपलब्ध असणाऱ्या चीन, इंडोनेशिया, व्हिएतनाममधील श्रमाधारित उद्योग (उदा. लघु-मध्यम क्षेत्र वा तयार कपडे) भारतातील लघु-मध्यम क्षेत्राच्या, वस्त्रोद्योगाला उतरती कळा आणतील. दुधजन्य पदार्थांना मुक्तद्वार दिले तर ऑस्ट्रेलिया, न्यूझीलंडमधून दुधाचा महापूर लोटेल. दुधाचे ९८ टक्के उत्पादन निर्यात करणारा न्यूझीलंड नवीन निर्यात मार्केटची वाटच बघतो आहे. पण डेअरी उद्योगावर उपजीविका करणाऱ्या ५ कोटी भारतीय नागरिकांचे काय?

जो आस्मा मैं उड रहे है, उनके पैरोतले तो जमीन ही नही

आरसेपच्या १५ पैकी ११ देशांशी भारताची व्यापारी तूट आहे. (१०५ बिलियन) यापैकी अर्धी म्हणजे ५३ बिलियन (४०%) तर फक्त चीनशी आहे. चीनला आपल्या बाजाराची सध्या नितांत गरज आहे. आपल्यालाही आरसेपच्या माहिती तंत्रज्ञान व औषध बाजारात मुसंडी मारायची संधी आहे. आरसेपला देशात शेतकरी, दुग्धोपादक संघ आणि लघु व मध्यम उद्योग संघ यांनी मोठा विरोध दर्शविला. काहींना फायदा होणार असला तरी इतरांचे नुकसान होणार आहे. अशा वेळी सारासार विवेकबुद्धीचा वापर करून निर्णय घ्यावा लागतो.

विपरीत करणी

भारताचा मुक्त व्यापार करारांचा (FTA) अनुभव फारसा उत्साहवर्धक नाही. नीती आयोगाचे म्हणणे आहे की व्यापारात FTA चा वापर फक्त ५ ते २५% इतक्या प्रमाणाच केला जातो. भारताला दक्षिण कोरिया व आसियानशी केलेल्या मुक्तव्यापार कराराचा आधीच फटका बसला आहे. आसियानशी आधी वस्तूंचा करार केला व नंतर सेवांचा. पण मग हे दोन्ही वेगवेगळे केल्याने फायदा कमी व नुकसान जास्त झाले. २००० सालापासून भारताने १४ अग्रक्रम व्यापार करार (PTA) सही केले. हे करार करूनही त्या देशांशी व गटांशी व्यापारात फार मोठी वाढ झाल्याचे काही दिसले नाही.

भारताने करार का नाकारला?

अमेरिका-चीन व्यापार युद्धाच्या पार्श्वभूमीवर चीनला हा करार यशस्वी करायची मोठी निकड होती. पण मग तिथेच भारताचे आक्षेप आहेत. चीनला समोर ठेवूनच भारताने हा करार करायचा की त्यातून बाहेर पडायचे हा निर्णय घेतला.

१) शुल्क कपातीसाठी पायाभूत वर्ष २०१४ ऐवजी २०१९ ठेवले जावे. करार जर २०२२ पासून अमलात येणार आहे तर इतके मागचे (२०१४) पायाभूत वर्ष पकडायची गरज नाही, असे भारताचे म्हणणे आहे. भारताने नुकतेच आयातकर वाढवले आहेत. तेव्हा येथून पुढचे कमी करण्यासंबंधी बोलणी करणे अपेक्षित होते. २०१४ च्या पायाभूत वर्षावर नव्हे.

२) व्यापार वा आनुषंगिक व्यवहारात तयार होणारी माहिती वा आकडेवारी देशांच्या सीमेबाहेर नेता कामा नये असे भारताचे म्हणणे होते. पण त्यावर एकमत झाले नाही. टिक टॉक सारख्या ॲपमुळे आधीच भारताची माहिती विनासायास चीनला मिळते आहे.

३) इंग्रजीमध्ये 'रॅचेट'चा अर्थ आहे एकाच दिशेने फिरणारा स्क्रू-ड्रायव्हर. 'आरसेप'मधील त्याचा मथितार्थ असा की, एकदा एका वस्तूवर आयात कर कमी केले की, भविष्यात ते परत वाढवता येणार नाहीत. हा देशाच्या सार्वभौम निर्णयक्षमतेचा भंग असे भारताला वाटते.

४) ऑटो-ट्रिगर यंत्रणेत मोठ्या प्रमाणावर वस्तूंचा समावेश करून चीनकडून अचानक होणाऱ्या आयातीला प्रतिबंध ही भारताची मागणी होती. पण चीनचा प्रतिसाद मिळाला नाही इतरांनी ही बाब लावून धरली नाही.

५) मूळस्रोताचे नियम (रूल्स ऑफ ओरिजिन) कडक करावेत की ज्यामुळे चीनकडून होणाऱ्या डम्पिंगपासून वाचता येईल अशी भारताची मागणी होती. पण हा भारताचा मुद्दाही गंभीरतेने चर्चेला गेला नाही. इन्व्हेस्टर टू स्टेट डिस्प्युट सेटलमेंट (आयएसडीएस) यंत्रणा नव्हे, तर गुंतवणुकीसंबंधातील कोणतेही वाद प्रचलित भारतीय कायद्यानुसार सोडवले गेले पाहिजेत असा भारताचा आग्रह आहे.

६) आरसेप भागीदारांची आग्रही मागणी होती की भारताने इतर कुठेही व्यापारी सवलती प्राप्त केल्या असतील तर त्या आर-सेपलाही MFN तत्त्वावर (मोस्ट फेवर्ड नेशन) मिळवून द्याव्यात. भारताला हे मान्य झाले नाही.

७) आसियान व चीनच्या बिगर-शुल्क अडथळ्यांबाबत (NTB) भारताचे जे आक्षेप आहेत त्यांची दखल घेतली गेली नाही.

८) दुग्धपदार्थांची आयात विशेषतः न्यूझीलंड कडून भारताचा डेअरी उद्योग व सहकार क्षेत्राच्या मुळावर येईल अशी खरीखुरी भीती आहे .
९) आरसेप भागीदारांनी भारताला ज्यात रस आहे अशा 'सेवांच्या' बाबतीत विशेषतः 'मोड ४' मधील व्यावसायिकांचे दळण-वळण याबाबत फारसा उत्साह दाखवाला नाही. थोडक्यात भारतासाठी 'हरा-हरा-हरा' अशी स्थिती निर्माण होत गेली.

टू बी ऑर नॉट टू बी

भारताने हा करार नाकारताना म्हटले की, 'जरी या कराराच्या सुरवातीपासून भारताने त्यात अर्थपूर्ण रस घेतला असला तरी असे म्हणावे लागेल की कराराचा मसुदा आरसेपचे मूळ रूप व सर्वमान्य मार्गदर्शन तत्त्वे यांना प्रतिबिंबित करत नाही'. मेक इन इंडिया व शेवटचा सामान्य नागरिक यांच्या हितसंबंधांना डोळ्यासमोर ठेवून भारत बाहेर पडला. भारतीय अर्थव्यवस्थेची नाजूक स्थितीदेखील या करारास पूरक नाही. चीन व जपान खालोखाल भारत हा आशियातील तिसरी मोठी अर्थव्यवस्था आहे. भारताशिवाय पुढे जायचे की नाही यावर आसियानमध्येच मतभेद आहेत. आसियानने नेहमीच बहुभागीदारीवर भर दिला आहे. आसियान आशियात आपल्या सदस्यांचे हित केंद्रस्थानी ठेवते व स्वतःची स्वायत्तता गमावून बसत नाही. चीनचे वर्चस्व वाढत असताना आसियानने अमेरिकेलाही गुंतवून ठेवण्याचे धोरण ठेवले आहे. पण ट्रम्प यांचे माघारीचे धोरण बघता आसियानच्या भारताकडून वाढत्या अपेक्षा आहेत. भारताच्या 'ॲक्ट इस्ट' धोरणाचे तिथे चांगले स्वागत झाले. भारताने आपला दक्षिण पूर्व आशियातील सहभाग वाढवून चीनला शह द्यावा अशी आसियानची इच्छा आहे. अशावेळी आरसेपमधून भारताच्या माघारीने या व्यूहरचनेला धोका निर्माण झाला आहे. २०१२ पासून वाटाघाटी चालल्या होत्या व इतर १५ देशांनी पुढच्या वर्षी भारताशिवायच हा करार स्वीकारण्याचे ठरले आहे. अर्थात भारताला त्यात भविष्यात सामील होता येईल. चीनला इतर १५ जणांबरोबरच करार करून आपले वर्चस्व निर्माण करण्याची घाई झाली आहे. पण जपानने सबुरीचा सूर काढला आहे. 'भारताला बरोबर घेऊनच २०२० मध्ये करार करू'.

● **भूषण देशमुख**
स्पर्धा परीक्षा व आर्थिक घडामोडींचे तज्ज्ञ

सकाळ भारत व भूतान दरम्यान राजकीय संबंध प्रस्थापित होण्याला ५० वर्षे पूर्ण होण्याचे औचित्य व भूतानच्या पंतप्रधानांची भारत भेट

भारताचे पंतप्रधान नरेंद्र मोदी यांनी दिलेल्या आमंत्रणाचा स्वीकार करत भूतानचे नव-निर्वाचित पंतप्रधान डॉ. लोतयत्सेरिंग यांनी २७ ते २९ डिसेंबर २०१८ रोजी भारताला अधिकृत भेट दिली. त्यांच्यासोबत भूतान सरकारचे परराष्ट्र व्यवहार मंत्री डॉ. टांडीदोरजी आणि अर्थमंत्री लोकनाथ शर्मा, तसेच वरिष्ठ अधिकारी भारत भेटीवर आले होते. डॉ. लोतयत्सेरिंग यांची नोव्हेंबर २०१८ मध्ये भूतानच्या पंतप्रधानपदी निवड झाली होती. भूतानच्या निवडणुकीत सत्ताधारी पक्षाला पराभूत करत त्यांच्या पक्षाने नवे सरकार स्थापन केल्यानंतरचा हा त्यांचा पहिलाच परदेश दौरा होता. भूतानच्या नव-निर्वाचित/नियुक्त सरकार प्रमुखांनी प्रथम भारताला भेट देण्याचा द्विपक्षीय संबंधांतील पायंडा डॉ. लोतयत्सेरिंग यांनीसुद्धा कायम ठेवला. भारत व भूतान दरम्यान राजकीय संबंध प्रस्थापित होण्याला ५० वर्षे पूर्ण होण्याचे औचित्यसुद्धा या भेटीला होते. डॉ. लोतयत्सेरिंग यांनी तीन दिवसीय भेटीत भारताचे राष्ट्रपती रामनाथ कोविंद, उप-राष्ट्रपती वेंकय्या नायडू, पंतप्रधान नरेंद्र मोदी, तत्कालीन परराष्ट्र मंत्री सुषमा स्वराज, तत्कालीन अर्थमंत्री अरुण जेटली, तत्कालीन वाणिज्य व उद्योग मंत्री सुरेश प्रभू आणि राष्ट्रीय सुरक्षा सल्लागार अजित डोवल यांच्याशी विविध विषयांवर चर्चा केल्या.

भूतानची १२ वी पंचवार्षिक योजना :

पंतप्रधान मोदी आणि पंतप्रधान त्सेरिंग यांनी भूतानच्या १२ व्या पंचवार्षिक योजनेवर विस्तारपूर्वक चर्चा केली. भूतानच्या १२व्या पंचवार्षिक योजनेचा कालावधी १ नोव्हेंबर २०१८ ते ३१ ऑक्टोबर २०२३ हा आहे. या दरम्यान भारतातर्फे भूतानला रु. ४५०० कोटींचे आर्थिक सहकार्य देण्यात येणार आहे. याशिवाय, भूतानच्या १२व्या पंचवार्षिक योजनेच्या काळात द्विपक्षीय व्यापार आणि आर्थिक संबंध बळकट करण्याच्या दृष्टीने भारत रु. ४०० कोटींचे अतिरिक्त योगदान करणार आहे. भूतानने यशस्वीरीत्या ११व्या पंचवार्षिक योजनेची अंमलबजावणी केल्याबद्दल आणि त्याअंतर्गत भारत सरकारच्या साहाय्याने अनेक प्रकल्प पूर्णत्वाला नेल्याबद्दल पंतप्रधान मोदी यांनी भूतान सरकार व भूतानच्या जनतेचे हार्दिक अभिनंदन केले.

जलविद्युत प्रकल्पाची समीक्षा :

दोन्ही देशांच्या पंतप्रधानांनी दोन्ही देशांदरम्यानचे आर्थिक सहकार्य वृद्धिंगत करण्याच्या उद्देशाने भूतानमधील भारताच्या सहकार्याने उभारण्यात येत असलेल्या जल-विद्युत निर्मिती प्रकल्पांची समीक्षा केली. भूतानमध्ये संयुक्तरीत्या १०००० मेगावॅट जल-विद्युत निर्मितीची क्षमता विकसित करण्याच्या संकल्पाचा पंतप्रधान मोदी आणि पंतप्रधान त्सेरिंग यांनी पुनरुच्चार केला. या संदर्भात त्यांनी संकोष जल-विद्युत प्रकल्प आणि मंगडेच्छू जल-विद्युत प्रकल्पांवर चर्चा केल्यात. मंगडेच्छू जल-विद्युत प्रकल्प लवकरच पूर्ण होईल अशी आशा दोन्ही देशांच्या नेत्यांनी व्यक्त केली. भूतानच्या मंगडेच्छू जल-विद्युत प्रकल्पांतील अतिरिक्त ऊर्जा भारताला देण्यासाठी निर्धारित करण्यात आलेल्या ऊर्जा दरांचे दोन्ही देशांच्या नेत्यांनी स्वागत केले.

भूतानच्या आरोग्य क्षेत्रातील गरजांवर देखील चर्चा करण्यात आली. त्यांनी नरेंद्र मोदी यांना भूतान भेटीचे अधिकृत निमंत्रण दिले आणि भारताच्या पंतप्रधानांनी हे निमंत्रण सहर्ष स्वीकारले. सन २०१७ मध्ये डोकलामच्या मुद्द्यावर भारत व चीन दरम्यान उद्‌भवलेला बिकट पेचप्रसंग आणि सन २०१८ मध्ये भूतानच्या निवडणुकीत घडलेले सत्तांतर या पार्श्वभूमीवर डॉ. लोतयत्सेरिंग यांची भारत भेट महत्त्वाची होती. चीनच्या बेल्टएंड रोड प्रकल्पाशी जशी भारताने फारकत घेतली आहे, त्याचप्रमाणे भूतानने स्वतःला या प्रकल्पात समाविष्ट केलेले नाही. चीनद्वारे विविध प्रलोभने दाखवण्यात येत असताना आणि वेगवेगळ्या मार्गांनी दबाव आणण्यात येत असताना भूतानमधील सर्व घटकांमध्ये भारताच्या बेल्टएंड रोड प्रकल्पावरच्या आक्षेपांबाबत स्पष्टता असणे नितांत आवश्यक आहे. या दृष्टीने भूतानच्या नव-निर्वाचित पंतप्रधानांनी उच्चस्तरीय शिष्टमंडळासह भारताला दिलेली भेट महत्त्वाची होती.

● **परिमल माया सुधाकर**
परराष्ट्र धोरण विश्लेषक व लेखक

भारत आणि ११वी ब्रिक्स परिषद

सकाळ ११वी ब्रिक्स परिषद, २०१९ (ब्राझीलिया) - ब्राझील

दि. १३ ते १४ नोव्हेंबर २०१९ दरम्यान ब्रिक्स राष्ट्रांची अकरावी परिषद ब्राझीलची राजधानी ब्राझीलिया (Brasilia) येथे पार पडली.

- ब्रिक्स राष्ट्रसमूहातील सर्व देश (भारत, चीन, रशिया, ब्राझील आणि दक्षिण आफ्रिका) या परिषदेला उपस्थित होते.
- भारतातर्फे या परिषदेला पंतप्रधान नरेंद्र मोदी यांनी हजेरी लावली.
- ब्रिक्स परिषदेपूर्वी १५ मार्च २०१९ रोजी 'शेर्पा परिषद' (Sherpa meeting) ठेवण्यात आली होती. भारतातर्फे या परिषदेसाठी परराष्ट्र मंत्रालयातील सचिव टी. एस. त्रिमूर्ती उपस्थित होते.

११ वी ब्रिक्स परिषदेतील ठळक बाबी :

- या वर्षीची संकल्पना "BRICS : Economic Growth for an Innovative Future" म्हणजेच अभिनव भविष्यासाठीचा आर्थिक विकास ही होती.
- या परिषदेमध्ये वैज्ञानिक सहकार्य, तंत्रज्ञान व नवोन्मेष, डिजिटल अर्थव्यवस्था, बहुराष्ट्रीय गुन्हेगारी, आर्थिक गैरव्यवहार, अमली पदार्थांची तस्करी अशा विविध विषयांवर चर्चा करण्यात आली.
- यावेळी पंतप्रधान नरेंद्र मोदी यांनी भारतामध्ये 'ब्रिक्स' देशांच्या जलमंत्र्यांची पहिली बैठक घेण्याचा प्रस्ताव मांडला.
- बहुस्तरीय व्यापारातल्या आव्हानांचा सामना करण्याचा निश्चय ब्रिक्स परिषदेत घेण्यात आला.
- अमेरिकन डॉलर्सचे वर्चस्व कमी करण्यासाठी संयुक्त क्रिप्टो चलनाची (Crypto Currency) निर्मिती करण्यासंदर्भात परिषदेत चर्चा झाली.
- यावेळी न्यू डेव्हलपमेंट बँक (NBD) व ब्रिक्स उद्योग परिषद (BRICS Business Council) यांच्यात सामंजस्य करार झाला.
- पंतप्रधान नरेंद्र मोदी यांनी ब्राझीलचे राष्ट्राध्यक्ष 'जायर बोल्सनारो' (Jair Balsonaro) यांना सतराव्या प्रजासत्ताक दिनाचे प्रमुख पाहुणे म्हणून निमंत्रण दिले.

ब्रिक्स राष्ट्रांमधील व्यापार पुढील परिषदेपर्यंत **५०० अब्ज डॉलर्सपर्यंत नेणे**, या कराराचा उद्देश आहे.

लक्षात ठेवा

ब्रिक्स (BRICS) :

- ब्रिक्स ही पाच उदयोन्मुख अर्थव्यवस्थांची संघटना आहे.
- स्थापना : २००६.
- ब्राझील (Brazil), रशिया (Russia), इंडिया (India), चीन (China), साऊथ आफ्रिका (South Africa) या पाच देशांच्या नावांची आद्याक्षरे घेऊन ब्रिक्स (BRICS) हे नाव तयार करण्यात आले आहे.
- २००९ पासून ब्रिक राष्ट्रांच्या वार्षिक परिषदांना सुरुवात झाली. २०१० मध्ये दक्षिण आफ्रिकेचा ब्रिक्स समूहात समावेश करण्यात आला.
- २००९ मध्ये ब्रिक्सची पहिली परिषद रशियाच्या यकेटिनबर्ग या शहरात भरली.
- २०१९ ची ब्रिक्स परिषद ब्राझीलमध्ये ब्राझीलिया (Brasilia) तर २०२० ची परिषद रशियामधील सेंट पीटसबर्ग (Saint Petersburg) या शहरात होणार आहे.

(संदर्भ : BRICS.org, pib.nic.in)

इतर आंतरराष्ट्रीय घडामोडी

जगातील पहिल्या मानवाधिकार दूरचित्रवाहिनीची सुरुवात

दि. १६ जानेवारी २०१९ मध्ये लंडन येथे जगातील प्रथम मानवाधिकार टेलिव्हिजन वाहिनीची (Television Channel) सुरुवात करण्यात आली आहे.

- इंटरनॅशनल ऑब्झर्व्हेटरी ऑफ ह्युमन राईटस या स्वयंसेवी ही वाहिनी सुरू करण्यात आली.
- ही वाहिनी वेबवर आधारित (Web Based Channel) असेल.
- माध्यमांद्वारे दुर्लक्षित झालेल्या किंवा हेतुपूर्वक प्रकाशित न करण्यात आलेल्या मानवाधिकारासंबंधी बातम्या या वाहिनीद्वारे प्रकाशित केल्या जातील.
- युरोप, लॅटिन अमेरिका, अमेरिका व मध्य आशियातील २० पेक्षा अधिक देशांमध्ये याचे प्रसारण करण्यात येईल.
- सध्या या वाहिनीवरील कार्यक्रम केवळ इंग्रजी भाषेत प्रसारित केले जातात.
- लवकरच हे कार्यक्रम फारसी, तुर्की, अरेबियन व रशियन भाषेतून प्रसारित केले जातील.
- या वाहिनीचे प्रसारण .netgem.co.uk या मंचावर पाहता येईल.

वाहिनीतर्फे प्रसारित केले जाणारे विषय

- शरणार्थी व्यक्तींचे प्रश्न
- पत्रकारिता स्वातंत्र्य, पत्रकारांची कैद
- जहालवाद
- महिला हक्क
- एलजीबीटी समुदायाचे प्रश्न
- राष्ट्रहीन लोकांची दुर्दशा

वाहिनीतर्फे खालील विषय हाताळले जाणार :

- तिआनमेन चौक निदर्शनाची ३० वर्षे - चीनमधील लोकशाही चळवळ.
- तंत्रज्ञानाचा महिलांवरील परिणाम.
- ब्रेक्झिटचा मानवाधिकारांवर होणारा परिणाम.

- या वाहिनीवरील कार्यक्रम मानवाधिकार क्षेत्रातील तज्ज्ञ, संशोधक व पत्रकारांद्वारे तयार केले जातील.

लक्षात ठेवा

इंटरनॅशनल ह्युमन राईटस ऑब्झर्व्हेटरी (International Observatory of Human Rights) :

- इंटरनॅशनल ऑब्झर्व्हेटरी फॉर ह्युमन राईट्स ही एक स्वतंत्र, ना-नफा, अशासकीय स्वयंसेवी संस्था आहे.
- या संस्थेची स्थापना २०१७ मध्ये लंडन येथे झाली.
- मानवाधिकार उल्लंघनाच्या घटनांची चौकशी करणे हे या संस्थेचे प्रमुख ध्येय आहे.

(संदर्भ : observatoryihr.org)

आंतरराष्ट्रीय श्रम संघटनेचे शताब्दी वर्ष

दि. ८ फेब्रुवारी २०१९ आंतरराष्ट्रीय श्रम संस्थेचे (International Labour Organization-ILO) हे (२०१९) शताब्दी वर्ष असून ते जगभरात साजरे केले जात आहे.

- भारतात नोएडा येथे 'आयएलओ'च्या भारतातील उत्सवाचे उद्घाटन केंद्रीय श्रम व रोजगार राज्यमंत्री संतोष कुमार गंगवार यांनी केले.
- भारत हा आयएलओचा संस्थापक सदस्य आहे.

शताब्दी वर्षानिमित्त 'आंतरराष्ट्रीय श्रम संघटना' सात शताब्दी उपक्रम राबविणार आहे.

- कामाचे भविष्य (Future of Work)
- दारिद्र्याचा अंत (End of Poverty)
- काम करणाऱ्या महिला (Working Women)
- मानके (Standards)
- उद्योग (Enterprises)
- हरित उपक्रम (Green Initiative)
- प्रशासन उपक्रम (Governance)
- शताब्दी वर्षानिमित्त २२ जानेवारी रोजी कामाचे भविष्य (Future of Work) हा अहवाल प्रकाशित केला.
- या अहवालामध्ये कृत्रिम बुद्धिमत्ता, ऑटोमेशन, रोबोटिक्स यामुळे मानवी रोजगारावर गदा येणार असल्याचे म्हटले आहे.
- या अभ्यासाचे शीर्षक Work for Brighter Future असे होते.

सकाळ संयुक्त राष्ट्र आणि आंतरराष्ट्रीय मानवाधिकार दिन

संयुक्त राष्ट्र संकल्पना

संयुक्त राष्ट्रे ही अनेक राष्ट्रांची संघटना आहे. आंतरराष्ट्रीय प्रश्न व मतभेद, युद्ध न करता शांततेच्या मार्गाने सोडविण्यासाठी या संघटनेची स्थापना झाली. राष्ट्राराष्ट्रांत भांडणतंटे झाले तर महायुद्धाचा भडका उडून पुन्हा एकदा मानवजातीच्या अस्तित्वावर प्रश्नचिन्ह उभे राहू शकते, या भीतीने काही राष्ट्रांनी एकत्र येऊन सॅनफ्रान्सिस्को शहरात संयुक्त राष्ट्राच्या सनदेवर सह्या केल्या. युद्धाप्रमाणेच उपासमार, रोगराई, लोकसंख्या, नैसर्गिक आपत्ती, वर्णभेद, अस्पृश्यता, स्त्री-पुरुष विषमता इत्यादी प्रश्नांची सोडवणूक करण्यासाठी, दि. २४ ऑक्टोबर १९४५ रोजी 'संयुक्त राष्ट्रे' ही संघटना जागतिक पातळीवर कार्यरत झाली.

संयुक्त राष्ट्राचे उद्दिष्ट :

१) युद्धाच्या संकटापासून वाचविणे किंबहुना युद्धच होऊ नये आणि शांततामय मार्गाने राष्ट्रांनी आपला विकास साधावा.

२) पारतंत्र्यात असणाऱ्या राष्ट्रांना स्वातंत्र्य मिळवून देण्यास मदत करणे.

३) जगातील स्त्री-पुरुषांना समान मानवी हक्क मिळवून देण्यासाठी प्रयत्नशील राहणे.

राष्ट्राराष्ट्रांतील तणाव व संघर्षांवर उपाय शोधून युद्ध टाळण्यासाठी 'संयुक्त राष्ट्रे' प्रयत्न करतात. सारे प्रयत्न असफल झाले तर युद्धात गुंतलेल्या राष्ट्रांना युद्धबंदीचे आवाहन करतात. सदस्य राष्ट्रांनी निर्माण केलेली 'शांतिसेना' त्या ठिकाणी शांतता रक्षणाचे कार्य करते. जगात शांतता नांदावी, सहकार्य व मैत्रीचे संबंध निर्माण व्हावेत, यासाठीची कार्ये पार पाडण्यासाठी संयुक्त राष्ट्र संघटनेचे काही प्रमुख घटक कार्यरत आहेत. संयुक्त राष्ट्राची 'आमसभा' राष्ट्रांमधील वाद, गरिबी, लोकसंख्यावाढ, विषम ता, निरक्षरता इत्यादी प्रश्न सोडविण्याबाबत मार्गदर्शन करते. 'आर्थिक सामाजिक परिषद' ही वर्णभेद, निरक्षरता, शिक्षण, आरोग्य, बालकल्याण, उपासमार, गरिबी इत्यादी जागतिक प्रश्नांवर उपाययोजना सुचवते. राष्ट्राराष्ट्रांतील वाद मिटवण्यासाठी जागतिक पातळीवरील एक 'आंतरराष्ट्रीय न्यायालय' नेदरलँडस्म धील 'द हेग' या शहरी आहे. संयुक्त राष्ट्रांचा कारभार सांभाळणारे 'सचिवालय' न्यूयॉर्क शहरात आहे. याप्रमाणे संयुक्त राष्ट्रांनी काही विशेष संस्था स्थापन केलेल्या आहेत. शिक्षण, विज्ञान, संस्कृती क्षेत्रासाठी 'युनेस्को' ही संस्था मार्गदर्शन करते. आरोग्यसुविधा व विविध साथी, रोग प्रतिबंधक उपाययोजना 'जागतिक आरोग्य संघटना' करते. लहान मुलांना शिक्षण, सोयी व शालेय मुलांना पौष्टिक आहार व शिक्षण साहित्य पुरवण्याचे कार्य 'युनिसेफ' ही संस्था पाहते. 'आंतरराष्ट्रीय कामगार संघटना' जगातील कामगारांच्या प्रश्नांवर उपाय सुचवते. अशा 'युनो'च्या बऱ्याच संस्था व त्यांच्या शाखा जगभर कार्यरत आहेत. जगात काही राष्ट्रे खूप श्रीमंत तर काही गरीब आहेत. इंग्लंड, अमेरिका, जपानसारख्या प्रगत राष्ट्रांनी इथिओपिया, नेपाळ इत्यादी गरीब राष्ट्रांना मदत करावी यासाठी संयुक्त राष्ट्रे प्रयत्न करतात.

आंतरराष्ट्रीय मानवाधिकार दिन

१० डिसेंबर १९४८ रोजी मानवाधिकाराचे वैश्विक घोषणापत्र - यू. डी. एच. आर. (The Universal Declaration of Human Rights) अस्तित्वात आले. हे संयुक्त राष्ट्रांच्या आमसभेने पॅरिस येथे स्वीकारले. 'गिनेस बुक ऑफ वर्ल्ड रेकॉर्ड' अनुसार हा जगातील सर्वाधिक भाषांतरित दस्तावेज आहे. हे घोषणापत्र दुसऱ्या महायुद्धात जगाने अनुभवलेल्या नृशंस अत्याचारांचा परिणाम म्हणून अस्तित्वात आले. सर्व मानवांच्या जन्मसिद्ध मानवाधिकारांची पहिली जागतिक अभिव्यक्ती म्हणून या घोषणापत्राकडे पाहण्यात येते. यात एकूण ३० कलमे असून त्यांचा सविस्तर अर्थ नंतर झालेल्या अनेक जागतिक करारांमधून, राष्ट्रीय घटना आणि कायदे यातून आणि स्थानिक मानवाधिकार संघटनांकडून लावण्यात आला आहे. या घोषणापत्रावर आधारित 'मानवी हक्कांचे आंतरराष्ट्रीय विधेयक' १९६६ मध्ये संयुक्त राष्ट्रसंघाच्या आमसभेत मांडण्यात आले. १९७६ मध्ये पुरेशा सदस्य राष्ट्रांच्या पाठिंब्यानंतर त्यास आंतरराष्ट्रीय कायद्याचे स्वरूप प्राप्त झाले. जगभर हा दिवस 'आंतरराष्ट्रीय मानवाधिकार दिन' म्हणून साजरा केला जातो. दरवर्षी एक मध्यवर्ती संकल्पना घोषित करून त्याद्वारे मानवी हक्कांबाबत जाणीव आणि जागरूकता निर्माण व्हावी, हा यामागचा हेतू आहे. भारतात १९९३ मध्ये मानवाधिकार कायद्यांतर्गत राष्ट्रीय मानवाधिकार आयोगाची (NHRC) स्थापना करण्यात आली. भारतातील मानवाधिकार प्रश्न अन्न सुरक्षा, शिक्षण आणि आरोग्याधिकार, बालमजुरी, आपत्ती-विस्थापन, तुरुंगातील मृत्यू, दिव्यांगांच्या अधिकारांचे उल्लंघन, मानवी (विशेषतः स्त्रिया आणि बालकांची) तस्करी असे अनेकविध आहेत. यानिमित्ताने सदर प्रश्नांकडे लक्ष वेधून घेणे, त्यांची दाहकता समोर आणणे आणि त्यावर विविध पातळ्यांवर उपाय शोधणे हे उपक्रम हाती घेतले जातात. यंदाही १० डिसेंबर २०१९ रोजी हा दिवस साजरा केला जाणार आहे. यावर्षीची संकल्पना आहे -

"The year of Indigenous Languages : Promoting and Deepening a Human Rights Culture' व सन २०१८ सालची थीम होती - "Stand up for the human rights.'

●

डॉ. नितीन देशपांडे

मानव संसाधन विषयाचे तज्ज्ञ अभ्यासक व लेखक

लक्षात ठेवा

आंतरराष्ट्रीय कामगार संघटना (International Labour Organization):

International Labour Organization

- आंतरराष्ट्रीय श्रम/कामगार संघटनेची स्थापना १९१९ मध्ये व्हर्सायच्या तहानुसार झाली.
- १९४६ मध्ये आयएलओ संयुक्त राष्ट्रसंघाची पहिली विशेषीकृत संघटना बनली.
- मुख्यालय - जीनिव्हा
- सदस्य - १८७ देश
- घोषवाक्य - नोकऱ्यांचे प्रवर्तन, लोकांचे संरक्षण (Promoting Jobs, Protecting People)
- आयएलओ ही त्रिपक्षीय संघटना असलेली संघटना आहे, यामध्ये शासन, मालक व कामगार २:१:१ या प्रमाणात सामील असतात.
- आयएलओची वर्षातून एक सभा होते. यास 'आंतरराष्ट्रीय श्रम संसद' असे म्हणतात.
- पहिली आंतरराष्ट्रीय श्रम संसद १९१९ मध्ये वॉशिंग्टन येथे पार पडली.
- १९६९ मध्ये आंतरराष्ट्रीय श्रम संघटनेस शांततेचा नोबेल पुरस्कार प्रदान करण्यात आला.

आयएलओची विशेष कामगिरी :

१. फिलाडेल्फिया निवेदन (१९४४ - संघटनेची उद्दिष्टे)

२. आंतरराष्ट्रीय बालकामगार निर्मूलन कार्यक्रम (IPEC : 1992)

३. कामाची मूलभूत तत्त्वे व हक्कावरील निवेदन : १९९८

४. घरगुती श्रमिकांवरील अभिसंधी (Convention on Domestic Workers - 2011)

- आयएलओचे प्रशिक्षण केंद्र (International Training Center of ILO) इटलीमधील टुरिन येथे.
- आयएलओ संयुक्त राष्ट्राच्या 'आर्थिक व सामाजिक परिषदे'च्या अधिन कार्य करते.
- आयएलओ दरवर्षी World Employment and Social Outlook हा अहवाल प्रकाशित करते.
- आयएलओचे महासंचालक - गाय रायडर (Guy Ryder)

(संदर्भ : ilo.org)

सकाळ

बांगला देशमध्ये अवामी लीग सत्तेमध्ये : बांगला देशच्या अकराव्या संसदीय निवडणुकांमध्ये शेख हसीना यांच्या अवामी लीगचा ३०० पैकी २८८ जागांवर विजय

डिसेंबर २०१८ मध्ये झालेल्या बांगला देशच्या अकराव्या संसदीय निवडणुकांमध्ये शेख हसीना यांच्या अवामी लीगने ३०० पैकी २८८ जागांवर विजय मिळवत यश मिळविले.

- नॅशनल युनिटी फ्रंट या विरोधी आघाडीला केवळ सात जागा मिळाल्या.
- शेख हसीना दक्षिण पश्चिम गोपालगंज मतदारसंघातून विजयी झाल्या.
- त्यांच्याकडून चौथ्यांदा पंतप्रधानपदाची शपथ घेतली.
- बांगला देश संसदेच्या या निवडणुकांमध्ये प्रचंड हिंसाचार
- बेगम खलिदा झिया या प्रमुख विरोधी नेत्या तुरुंगात असल्याने या निकालांकडे संशयास्पद दृष्टीने पाहिले जाते.
- बांगला देशच्या संसदीय निवडणुकांमध्ये यावेळेस प्रथमच इलेक्ट्रॉनिक मतदान यंत्राचा (Electronic Voting Machine) वापर झाला.
- बांगला देशमधील सहा मतदारसंघांमध्ये प्रायोगिक तत्त्वावर इलेक्ट्रॉनिक व्होटिंग मशिनचा वापर करण्यात आला.

बांगला देश संसद (Bangladesh National Assembly) :

- बांगला देश संसदेला जातीय संसद भवन असे म्हणतात.
- बंगालीमध्ये जातीय या शब्दाचा अर्थ 'राष्ट्रीय' असा होतो.
- बांगला देश संसदेची स्थापना १९७३ मध्ये झाली.
- बांगला देश संसदेची निवडणूक दर पाच वर्षांनी होते.
- बांगला देश संसदेची सदस्यसंख्या ३५० आहे.
- यातील ३०० सदस्य प्रत्यक्षपणे निवडून येतात, तर ५० जागा महिलांसाठी राखीव आहेत.
- या जागा राजकीय पक्षांना त्यांना मिळालेल्या मतदानाच्या टक्केवारीनुसार प्रदान केल्या जातात.

अवामी लीग :

- १९४९ मध्ये तत्कालीन मुस्लीम लीगमधून फुटून अब्दुल हमीद खान, शौकत अली, थार मोहम्मद खान व शमशुल हक या राष्ट्रवादी नेत्यांकडून ढाक्यामध्ये ऑल पाकिस्तान अवामी

सकाळ आंतरराष्ट्रीय संघटनेचे शताब्दी वर्ष (१९१९-२०१९) : कार्यस्थळ सुधारणेतून सामाजिक न्यायाकडे वाटचाल!

अमेरिकन राष्ट्राध्यक्ष फ्रँकलिन रूझवेल्ट यांनी शासन, कामगार आणि नियोक्ते (मालक) यांना एकत्र आणण्याच्या ज्या प्रक्रियेचे एकेकाळी 'अशक्य स्वप्न' अशा शब्दात वर्णन केले होते. त्या आंतरराष्ट्रीय श्रम संघटनेला यंदा शतकी टप्पा गाठण्याचे भाग्य लाभले. पहिल्या जागतिक महायुद्धाच्या वेदनांनी होरपळलेल्या, बेचिराख आणि उद्ध्वस्त झालेल्या नागरिकांना श्रमसंमुख करण्याच्या प्रयत्नांचा परिपाक म्हणजे आंतरराष्ट्रीय श्रम संघटना! संघटनेच्या संविधानाच्या प्रस्तावनेत उल्लेख केल्याप्रमाणे 'वैश्विक आणि चिरस्थायी शांतता फक्त सामाजिक न्यायाच्या संकल्पनेतून शक्य आहे', या पायावर आंतरराष्ट्रीय श्रम संघटना स्थिरावली आहे. अर्थात शंभर वर्षांनंतरही हे अद्याप साध्य झालेले नाही. पण यामुळे संघटनेच्या कार्याचे मोल कमी होत नाही. जगभरातील ३५० कोटी कामगारांसाठी काम करण्याचे आव्हान काही सोपे नाही. कामगार या संकल्पनेलाच आज अस्तित्वासाठी लढावे लागत आहे. कामगार शब्दाची व्याख्या दिवसेंदिवस धूसर होत आहे. स्वयंचलन, माणसावरील अवलंबित्व कमी करणारे तंत्रज्ञान, बाह्यस्त्रोतांकडून काम करवून घेणे अशा व्यवसायांच्या प्रारूपांमुळे कामगारांच्या सामाजिक न्याय, सुरक्षा अशा मूलभूत गरजांना सुरुंग लागला आहे. अशा पार्श्वभूमीवर १८७ हून अधिक देशांचा पाठिंबा मिळालेली (आणि जे सदस्य नाहीत ते देशही मार्गदर्शनासाठी, धोरण -आखणीसाठी ज्या संस्थेशी संपर्क साधतात) ही संस्था सतत संस्थात्मक सलोख्यासाठी झगडत आहे. १९१९ मध्ये जागतिक महायुद्धामुळे सर्वदूर बेकारी, दारिद्र्य पसरले होते. परिस्थितीत थोडीफार सुधारणा होण्याच्या सुमारास (१९३० मध्ये) जागतिक मंदी आणि त्यापाठोपाठ दुसरे जागतिक महायुद्ध उंबरठ्यावर येऊन ठेपले होते. उद्योग व्यवसायांसाठी हा कालखंड अतिशय वाईट होता. सामाजिक न्यायाचा विचार तर दूरच!

लवकरच ४३ देशांनी एकत्र येत युद्धानंतरची आर्थिक गाडी पुन्हा रुळावर आणण्यासाठी, आंतरराष्ट्रीय सामंजस्यासाठी हातमिळवणीची गरज मान्य केली. अशावेळी २८ ऑक्टोबर १९१९ रोजी फ्रान्सची राजधानी पॅरिस येथे स्थापन झालेल्या या संस्थेचे महत्त्व अधोरेखित होते. कामगारांच्या रोजगाराचा प्रश्न असो, वा समान हक्काचा असो वा चांगल्या जीवनमानाचा, दरवेळी आंतरराष्ट्रीय श्रम संघटनेने आवाज उठविला आहे. पॅरिस येथील शांतता परिषदेत जगभरातून आलेल्या विविध देशांच्या प्रतिनिधींनी विश्व युद्धाच्या परिणामातून विस्कटलेल्या घडीची लवकरात लवकर पुनर्स्थापना व्हावी आणि नुकसानभरपाईची शक्यता पडताळून पाहावी, यांवर अग्रक्रमाने चर्चा केली. सॅम्युअल गोम्पर्स या अमेरिकी शिष्टमंडळातील सदस्याच्या आग्रहावरून कामगार प्रश्नांच्या चर्चेसाठी एक आयोग स्थापन करण्यात आला. या आयोगाच्या अहवालातून प्रेरणा घेत पहिली जागतिक कामगार परिषद भरविण्यात आली आणि आंतरराष्ट्रीय श्रम संघटनेच्या स्थापनेची घोषणा करण्यात आली. अल्बर्ट थॉमस या फ्रेंच व्यक्तीची नेमणूक संघटनेच्या महासंचालकपदी करण्यात आली. संघटनेने सुरुवातीलाच कामाच्या तासांची निश्चिती, बालकामगार, बेरोजगारी निर्मूलन अशा प्रश्नांची निवड केली.१९२० पासून दरवर्षी जागतिक कामगार परिषद भरत आहे आणि भारत त्यांत सक्रिय सहभागी असतो. त्यांत कामगार आणि सामाजिक अन्याय या विषयांवर प्रामुख्याने चर्चा होते. दुसऱ्या जागतिक महायुद्धानंतर स्थापन झालेल्या संयुक्त राष्ट्र संघाने आंतरराष्ट्रीय श्रम संघटनेला आपले सभासद करून घेतले. त्यामुळे मानवी चेहरा असलेल्या औद्योगिक आस्थापनांमध्ये कामगारांना सर्वदूर सामाजिक न्याय मिळावा, या उद्देशाने काम करणाऱ्या आंतरराष्ट्रीय श्रम संस्थेला हक्काचे जागतिक व्यासपीठ मिळाले. काम आणि कामगारांवरील संशोधनाचे ही संस्था वैश्विक केंद्र आहे. आंतरराष्ट्रीय श्रम संघटनेने कामगारसंदर्भात चार महत्त्वाची मानके स्थापित केलेली आहेत, जी संयुक्त राष्ट्रसंघाने सर्वसामान्य मानवी हक्कांचा भाग म्हणून स्वीकारली आहेत -

१) संघटना स्वातंत्र्य (आयोजन आणि सामूहिक वाटाघाटींचा अधिकार)
२) वेठबिगारी नष्ट करणे.
३) रोजगाराचे किमान वय ठरविणे आणि बालमजुरी हद्दपार करणे.
४) कामाच्या ठिकाणी लैंगिक भेदभाव नसणे, समान काम करणाऱ्या स्त्री-पुरुष कर्मचाऱ्यांना समान वेतन मिळण्याचा हक्क.

आपल्या शतकी वाटचालीत आंतरराष्ट्रीय श्रम संघटनेने सतत 'शांतता हवी असेल तर न्याय रुजवा' या आपल्या ब्रीदवाक्यानुसार मार्गक्रमणा केलेली आहे. या दरम्यान जागतिक मंदी, साम्यवादाच्या संकल्पनेची घसरण, भांडवलशाहीतील चढउतार, वसाहतवादाचा अंत, वर्णद्वेष धोरण, यंत्रमानव आणि स्वयंचलन अशा घडामोडी झाल्या आणि आंतरराष्ट्रीय श्रम संघटना त्याची साक्षीदार आहे. या साऱ्यांनी आपापल्या परीने भविष्यावर प्रभाव टाकला आहे आणि कामगार यंत्रणेला अधिकच गहन केलेले आहे. हे बदल अपरिहार्य असले तरी त्यांचे दूरगामी परिणाम औद्योगिक आस्थापनांवर झालेले आहेत. या साऱ्यांवर नजर ठेवून, वेळोवेळी कामगार प्रश्न अधोरेखित करणे, त्यांवर जगभरात विचारमंथन घडवून आणणे, आणि त्याद्वारे धोरणात्मक बदल घडवून आणणे यांत आंतरराष्ट्रीय श्रम संघटनेचे योगदान विसरता येणार नाही. या कर्तृत्वाचा विचार करून, १९६९ मध्ये आंतरराष्ट्रीय श्रम संघटनेला शांततेचे नोबेल पारितोषिक देण्यात आले. योगायोगाने त्यावर्षी संघटनेने पन्नास वर्षांचा टप्पा गाठला होता. दोन विशेष उल्लेखनीय घटनांचा येथे संदर्भ दिला तर संघटनेच्या कर्तृत्वाची ओळख पटेल. १९६४ मध्ये दक्षिण आफ्रिकेतील वर्णद्वेषावर आवाज उठवून निर्बंध लादणारी पहिली संघटना म्हणून आंतरराष्ट्रीय श्रम संघटना ओळखली जाते; तसेच १९८० च्या दरम्यान स्थानिक कामगार संघटनेला पाठिंबा देऊन पोलंडमधील हुकूमशाहीचे उच्चाटन करण्यात आंतरराष्ट्रीय श्रम संघटनेने मोलाची कामगिरी बजाविली आहे.

भारत सरकारने कायम आंतरराष्ट्रीय श्रम संघटनेच्या कार्यात मोलाचा वाटा उचलला आहे. संघटनेच्या अनेक ठरावांना भारताने

पाठिंबा दिलेला असून त्यांच्यावर कार्यवाही सुरू केलेली आहे. विशेष म्हणजे बालमजुरी कायद्यात लक्षणीय बदल केलेले आहेत. राष्ट्रीय शाश्वत विकास -२०१३ अंतर्गत बालमजुरी हद्दपार करण्यास भारत देश कटिबद्ध आहे. या वर्षात जगभर संघटनेच्या वतीने अनेक उपक्रम आयोजित करण्यात आलेले आहे. त्यातून कामगार जीवनातील आंतरराष्ट्रीय संघटनेचे स्थान अधोरेखित करण्याचे योजले आहे. 'भविष्यातील कामाचे स्वरूप' या विषयावरील एका जागतिक अहवालाचे प्रदर्शन (जानेवारी २०१९), चार खंडांतील चोवीस देशांमध्ये 'वैश्विक सहल' (पॅरिस शांतता परिषदेने आंतरराष्ट्रीय श्रम संघटनेचा आराखडा स्वीकारला होता, त्या ११ एप्रिल १९१९ च्या घटनेची स्मृती म्हणून एप्रिल २०१९ मध्ये), जिनेव्हा परिषदेत 'कार्यस्थळावरील हिंसाचार आणि अत्याचार' याविरुद्ध लढा तीव्र करण्याविषयक चर्चा (जून २०१९), आणि सामाजिक सुरक्षेची १०० वर्षे या विषयावरील सप्ताहाचे आयोजन (नोव्हेंबर २०१९) यांचा समावेश आहे. यापुढे जागतिकीकरणाची आव्हाने स्वीकारण्यासाठी आंतरराष्ट्रीय श्रम संघटनेला कालसुसंगत पावले उचलावी लागणार आहेत. विस्थापित आणि स्थलांतरित कामगारांचे प्रश्न, कामगारांचे आरोग्य (कार्यस्थळावरील एच. आय. व्ही. बाधितांच्या समस्या), अशा प्रश्नांना हात घालावा लागणार आहे. आंतरराष्ट्रीय श्रम संघटनेच्या इमारतीचे दरवाजे उघडण्यासाठी तीन चाव्या लागतात - शासन, कामगार आणि नियोक्ते अशा तीन घटकांचे ते प्रतीक आहे. जगातील औद्योगिक आस्थापनातील सर्व समस्या सोडवायच्या असतील तर याच तीन चाव्यांची सतत गरज पडणार आहे.

●

डॉ. नितीन देशपांडे

मानव संसाधन विषयाचे तज्ज्ञ अभ्यासक व लेखक

सकाळ बांगला देशाची सार्वत्रिक निवडणूक

बांगला देशाची ११वी सार्वत्रिक निवडणूक डिसेंबर २०१८ मध्ये पार पडली. २९८ जागांसाठी निवडणूक झाली. शेख हसीना यांच्या अवामी लीग या पक्षाला २८८ जागा आणि ९८ टक्के मते मिळाली. बांगला देश नॅशनल पार्टी व फुटकळ विरोधी पक्षांना १० जागा आणि २ टक्क्यांपेक्षा कमी मते मिळाली. इतकी मते आणि इतक्या जागा फक्त हुकूमशाही देशातल्या राज्यकर्त्यांना मिळत असतात. प्रचार सुरू झाला तेव्हापासूनच विरोधी पक्षांवर सरकारने दडपशाही सुरू केली होती. विरोधी पक्षाचे नेते आणि कार्यकर्ते यांच्यावर नाना आरोप ठेवून त्यांना तुरुंगात डांबण्यात आले. सत्ताधारी पक्षाचे कार्यकर्ते आणि पोलीस यांनी संगनमत करून विरोधी पक्षांच्या सभा उधळल्या, वेळोवेळी कुरापती काढून हिंसा घडवली, हिंसेचा आरोप करून विरोधी पक्षाच्या कार्यकर्त्यांना तुरुंगात टाकले.

निवडणुकीच्या आधी बांगला देशात तरुणांनी सरकार लोकांच्या हिताकडं लक्ष देत नाही हे दाखवण्यासाठी निदर्शने केली होती. सरकारचा भ्रष्टाचार विद्यार्थी वेशीवर टांगू पाहात होते. पोलिसांनी निदर्शने, लाठीमार, गोळीबार करून चिरडली, विद्यार्थी मारले, असंख्यांना तुरुंगात ढकलले. अचानक नाहीसे होणाऱ्यांची संख्या काही हजार झाली होती. गंमत म्हणजे नाहीसे होणारे सर्व लोक सरकारविरोधी होते. निदर्शनांचे फोटो काढून ते पेपरात प्रसिद्ध करणारे शहीदुल आलम यांना पोलिसांनी त्यांच्या घरात जाऊन पकडले, बदडले, औषधोपचार नाकारून या तुरुंगातून त्या तुरुंगात फिरवले. बांगला नॅशनल पार्टीच्या नेत्या खालेदा झिया तुरुंगात आहेत, त्यांच्यावर भ्रष्टाचाराचे आरोप आहेत. त्यांच्या मुलावर हसीनांच्या खुनाचा आरोप ठेवण्यात आला असून तो इंग्लंडमध्ये परागंदा झाला. मतदान केंद्रे जेवणाच्या सुटीचं निमित्त करून तासन्‌तास बंद ठेवण्यात आली होती. मतदान केंद्राच्या बाहेर शेकडो माणसं तासन्‌तास उभी राहिली आणि कंटाळून निघून गेली. सत्ताधारी पक्षाचे कार्यकर्ते मतदान केंद्रात घुसून मतपत्रिकांवर शिक्के मारून पेट्या भरत होते. हे सारं पोलिसांच्या देखरेखीखाली होत होतं. देशी आणि विदेशी पत्रकारांना मोकळेपणानं फिरू देण्यात आलं नाही. निवडणूक आयुक्तांनी मतदान योग्य रीतीनं झालं, कोणताही भ्रष्टाचार झाला नाही असं जाहीर केलं.

हसीना यांनी हा उद्योग का करावा ते समजत नाही. २००९ पासून त्या पंतप्रधान आहेत. त्यांच्या कारकिर्दीत बांगला देशाने प्रगती केली आहे. विकास ६ टक्के या वेगाने होतोय. दरडोई उत्पन्न गेल्या पाच वर्षांत दीडपटीनं वाढलंय. गरिबी रेषेखालील लोकांचं प्रमाण १४ टक्के आहे. या तीन कसोट्या एखाद्या समाजाला सुखी ठेवायला पुरेशा आहेत. तरीही बांगला देशात भरपूर असंतोष आहे. असं कां घडावं? बांगला देशाच्या उत्पन्नाचा आणि परकीय चलनाचा मुख्य घटक आहे कापड उद्योग, तयार कपडे अमेरिका, युरोप इत्यादी श्रीमंत ठिकाणी निर्यात होतात. अर्थात त्यामुळेच बांगला देशाची अर्थव्यवस्था चांगली आहे. पण असं दिसतंय की उत्पादक आणि निर्यातदारांना प्रोत्साहन देत असताना जिथं उद्योग चालतो तिथले कामगार आणि त्या शहरांतल्या पायाभूत सुविधा याकडं मात्र सरकारचं लक्ष नाही. अनारोग्यकारक परिस्थितीत कारखाने चालवले जातात. कारखान्यात अपघात होऊन कामगार मरतात. शहरात कारखाना असतो; पण रस्ते मात्र नसतात, सफाई नसते, रोगराई असते, विजेची बोंब असते. उत्पादन वाढतं, पैसा तयार होतो पण बहुदा तो कमी लोकांपर्यंतच पोहोचतो, पाझरत नाही, तो पैसा समाजाच्या व्यापक हिताकडे सरकत नाही. म्हणूनच तर ९८ टक्के मते हसीना मिळवू शकतात. भरघोस विजयाची घोषणा झाल्यावर नरेंद्र मोदींनी हसीना यांचं अभिनंदन करून भरघोस कौतुक केलं. असंख्य देशांनी हसीना यांचं कौतुक केलं नाही, निवडणुकीबद्दल बोलणं टाळलं. जगभरातील वृत्तपत्रांनी निवडणूक आणि हसीना यांच्यावर टीका केली.

● **निळू दामले**

ज्येष्ठ पत्रकार, राष्ट्रीय व आंतरराष्ट्रीय घडामोडींचे अभ्यासक व लेखक

मुस्लीम लीगची स्थापना
- या पक्षाकडून बंगाली राष्ट्रवादाचा पुरस्कार
- वंगबंधु शेख मुजिबिर रहमान यांच्या नेतृत्वाखाली बांगला देश मुक्ती संग्रामामध्ये भारताचे सैन्य साहाय्य
- १६ डिसेंबर १९७१ रोजी स्वतंत्र बांगला देशची निर्मिती
- स्वातंत्र्यानंतर झालेल्या पहिल्या संसदीय निवडणुकांमध्ये अवामी लीगचा विजय
- त्यानंतर १९९६ व २००८, २०१४ व २०१९ या निवडणुकांमध्ये अवामी लीगची बाजी.

शेख हसीना यांच्याबाबत :

- शेख हसीना या बांगला देशचे संस्थापक वंगबंधु शेख मुजिबूर रहमान यांच्या कन्या आहेत.
- बांगला देशच्या दहाव्या व सर्वांत प्रदीर्घ काळ पंतप्रधानपद भूषवलेल्या व्यक्ती आहेत.
- शेख हसीना यांचा जन्म २८ सप्टेंबर १९४७ मध्ये तत्कालीन पूर्व पाकिस्तानमधील गोपालगंज येथे झाला.
- १५ ऑगस्ट १९७५ रोजी झालेल्या शेख मुजिबूर रहमान यांच्या हत्येनंतर भारतात आश्रय घेतला.
- १९८१ मध्ये त्या अवामी लीगच्या अध्यक्षपदी निवडून आल्यानंतर बांगला देशमध्ये प्रवेश केला.
- १९९६ मध्ये प्रथमच बांगला देशच्या पंतप्रधानपदी नियुक्त झाल्या.
- २०१९ मध्ये त्या चौथ्यांदा बांगला देशच्या पंतप्रधानपदी आरूढ झाल्या.

(संदर्भ : parliament.gov.bd)

सकाळ संयुक्त राष्ट्रसंघात ' आंतरराष्ट्रीय मानवाधिकार दिन' साजरा

दि. १० डिसेंबर २०१८ रोजी संयुक्त राष्ट्रसंघात 'आंतरराष्ट्रीय मानवाधिकार दिन' साजरा करण्यात आला.

- संयुक्त राष्ट्रसंघाच्या आमसभेने १० डिसेंबर १९४८ रोजी पॅरिस येथे 'मानव हक्कांचा वैश्विक जाहीरनामा' (Universal Declaration of Human Rights) स्वीकारला.
- त्या दिवसाची आठवण म्हणून १० डिसेंबर हा 'जागतिक मानवाधिकार दिन' साजरा करण्यास संयुक्त राष्ट्रसंघाची ४ डिसेंबर १९५० रोजी मान्यता मिळाली.
- 'जागतिक मानवाधिकार दिन (२०१८)ची संकल्पना : 'मानवाधिकारासाठी उभे राहा' (Stand up for Human Rights)
- २०१८ या वर्षी 'वैश्विक मानवी हक्क घोषणापत्रास' सत्तर वर्षे पूर्ण

- २३ सप्टेंबर २०११ रोजी न्यूयॉर्क येथे 'मानवाधिकाराचे चिन्ह' (Human rights logo) जाहीर
- आकाशी रंगातील हाताचा पंजा असे या चिन्हाचे स्वरूप
- १० डिसेंबर या दिवशी नोबेल पुरस्कार (शांतता) व संयुक्त राष्ट्राचे मानवाधिकार पारितोषिक वितरित

'मानवाधिकारांचा वैश्विक जाहीरनामा':

- दुसऱ्या महायुद्धात झालेला भीषण नरसंहार, ज्यू लोकांच्या कत्तली या पार्श्वभूमीवर मानवाधिकारांची वैश्विक तत्त्वे बनविणे गरजेचे झाले.
- १९४६ मध्ये संयुक्त राष्ट्राच्या आर्थिक व सामाजिक परिषदेकडून 'मानवाधिकार आयोगाची' निर्मिती.
- या आयोगाकडून अमेरिकेच्या एलिनॉर रूझवेल्ट यांच्या अध्यक्षतेखाली 'मानवाधिकार जाहीरनामा' तयार करण्यासाठी मसुदा समितीची निर्मिती झाली.
- भारतातर्फे 'हंसा मेहता' यांचे मसुदा निर्मितीमध्ये योगदान.
- १० डिसेंबर १९४८ रोजी ४८ विरुद्ध शून्य मतांनी हा जाहीरनामा स्वीकारण्यात आला.
- यावेळी सोव्हिएत महासंघातील देश व सौदी अरेबिया, दक्षिण आफ्रिका, युगोस्लाव्हिया अनुपस्थित
- होंडारूस व येमेन हे देश मतदानात सहभागी झाले नाहीत
- या जाहीरनाम्यात एकूण ३० कलमांचा समावेश
- जाहीरनाम्याद्वारे आर्थिक, सामाजिक, राजकीय व सांस्कृतिक हक्कांचा समावेश
- जॉन पीटर्स हम्प्रे यांना 'मानवाधिकार जाहीरनाम्याचे शिल्पकार' मानतात
- 'मानवाधिकाराचा वैश्विक जाहीरनामा' हा सर्वाधिक भाषांमध्ये (५००हून अधिक) भाषांतरित झालेला दस्तावेज.

आंतरराष्ट्रीय मानवाधिकार दिनाच्या संकल्पना

वर्षे	संकल्पना
२०१८	मानवाधिकारासाठी उभे राहा
२०१७	समता, न्याय आणि मानवी प्रतिष्ठेसाठी उभे राहू या.
२०१६	कोणाच्या तरी अधिकारांसाठी आज उभे राहा
२०१५	आपले हक्क आपले स्वातंत्र्य
२०१४	प्रत्येक दिवस मानवाधिकार दिवस
२०१९	मानवी अधिकारासाठी युवक

संयुक्त राष्ट्र मानवाधिकार पुरस्कार :

- पुरस्काराची सुरुवात -१९६६ मध्ये संयुक्त राष्ट्रांच्या आमसभेकडून
- प्रथम पुरस्कार १९६८ मध्ये प्रदान
- हा पुरस्कार रेने केसिन (Rene Cassin) व एलिनॉर रूझवेल्ट (Anna Eleanor Roosevelt) या 'वैश्विक मानवाधिकार घोषणापत्रा'च्या मसुदा समितीतील सदस्यांना प्रदान
- हा पुरस्कार संयुक्त राष्ट्रांच्या 'आर्थिक व सामाजिक'

परिषदेकडून.
- दर पाच वर्षांनी हा पुरस्कार १० डिसेंबर रोजी प्रदान
- भारतामध्ये हा पुरस्कार फक्त बाबा आमटे यांना १९८८ मध्ये प्रदान
- २०१८ मध्ये हा पुरस्कार पाकिस्तानच्या आस्मां जहांगीर, टांझानियाच्या रेबेका ग्युमी व इतर दोन व्यक्तींना प्रदान

(संदर्भ : un.org, en.unesco.org)

सकाळ संयुक्त राष्ट्रांतर्फे जागतिक आनंदी देश अहवाल प्रकाशित : भारत १४० व्या क्रमांकावर

दि. २० मार्च २०१९ रोजी संयुक्त राष्ट्रांच्या शाश्वत विकास उपाय नेटवर्क (United Nations Sustainable Development Solution Network) द्वारे सातवा जागतिक आनंदी निर्देशांक अहवाल (World Happiness Index - 2019) प्रसिद्ध झाला.
- या अहवालानुसार भारत १५६ देशांच्या यादीत १४० व्या क्रमांकावर
- भारताच्या क्रमांकात २०१८ च्या तुलनेत (१३३ वा क्रमांक) ७ अंकांनी तर २०१७ च्या तुलनेत १८ अंकांनी घसरण
- २०१९च्या जागतिक आनंदी निर्देशांकात सलग दुसऱ्यांदा फिनलँड (Finland) प्रथम क्रमांकावर
- डेन्मार्क (Denmark), नॉर्वे (Norway), आइसलँड (Iceland), नेदरलँड (Netherlands) अनुक्रमे दुसऱ्या, तिसऱ्या, चौथ्या व पाचव्या क्रमांकावर
- २०१९ च्या या अहवालामध्ये दक्षिण सुदान (South Sudan) १५६ व्या क्रमांकावर
- दक्षिण आशियाई देशांत अफगाणिस्तान वगळता सर्व देशांची कामगिरी भारतापेक्षा उत्तम.
- दक्षिण आशियाई (South Asia) देशांमध्ये पाकिस्तान ६७ व्या, भूतान ९५ व्या, नेपाळ १०० व्या, बांगला देश १२५ व्या, श्रीलंका १३० व्या आणि अफगाणिस्तान १५४ व्या क्रमांकावर
- श्रीमंत देशांपैकी अमेरिका या अहवालात १९ व्या क्रमांकावर
- या अहवालामध्ये चीन ९३ वा, म्यानमार १३१ वा, सिंगापूर ३४ वा, इराण ११७ वा, सीरिया १४९ वा, झिम्बाब्वे १४६ वा आणि दक्षिण आफ्रिका १०६ व्या क्रमांकावर

जागतिक आनंदी निर्देशांकातील भारताची कामगिरी

वर्ष	जागतिक रँकिंग	जागतिक आनंदी निर्देशांक
२०१९	१४०	४.०१५
२०१८	१३३	४.१९०
२०१७	१२२	४.३१५
२०१६	११८	४.४०४
२०१५	११७	४.५६५
२०१३	१११	४.७७२

२०१९ च्या अहवालानुसार प्रथम पाच व शेवटचे पाच देश

प्रथम पाच	शेवटचे पाच
१) फिनलँड	१५६) दक्षिण सुदान
२) डेन्मार्क	१५५) मध्य आफ्रिकन गणराज्य
३) नॉर्वे	१५४) अफगाणिस्तान
४) आइसलँड	१५३) टांझानिया
५) नेदरलँड	१५२) रवांडा

२०१८ च्या अहवालानुसार प्रथम पाच व शेवटचे पाच देश

प्रथम पाच देश	शेवटचे पाच देश
१) फिनलँड	१५६) बुरूंडी
२) नॉर्वे	१५५) मध्य आफ्रिकन गणराज्य
३) डेन्मार्क	१५४) दक्षिण सुदान
४) आइसलँड	१५३) टांझानिया
५) स्वित्झर्लंड	१५२) येमेन

आंतरराष्ट्रीय आनंदी दिवस (International Day of Happiness):
- २० मार्च हा दिवस जागतिक आनंदी दिवस म्हणून दरवर्षी साजरा
- या वर्षाची संकल्पना : एकत्रित आनंद (Happier Together)
- २०११ मध्ये संयुक्त राष्ट्रांच्या आमसभेकडून आनंद हे माणसाचे 'मूलभूत मानवी ध्येय' असल्याचा ठराव मंजूर
- २०१२ मध्ये संयुक्त राष्ट्रांच्या परिषदेत २० मार्च हा आंतरराष्ट्रीय आनंदी दिवस म्हणून साजरा करण्यास मान्यता
- २० मार्च २०१३ रोजी पहिला आंतरराष्ट्रीय आनंदी दिवस साजरा

जागतिक आनंदी निर्देशांक :
- संयुक्त राष्ट्रसंघाकडून (UN) २०१२ पासून दरवर्षी अहवाल प्रसिद्ध
- विषमता, आयुर्मान, आर्थिक वृद्धी, सामाजिक स्वातंत्र्य, सामाजिक साहाय्य, सार्वजनिक विश्वास या घटकांवरून जागतिक आनंदी निर्देशांकाची निश्चिती
- आनंद विभाग (Happiness Department) स्थापन करणारे मध्य प्रदेश पहिले आणि आंध्र प्रदेश हे दुसऱ्या क्रमांकाचे राज्य

(संदर्भ : worldhappiness.report, dayofhappinees.net)

संयुक्त राष्ट्राच्या अन्न व कृषी संघटनेचा जागतिक अन्नसंकट २०१९ अहवाल : युद्ध आणि हवामान बदलामुळे जगभरातील ५३ देशांतील ११ कोटी ३० लाखांपेक्षाही अधिक नागरिकांना अन्नसंकटाचा सामना करावा लागला

दि. २ एप्रिल २०१९ रोजी संयुक्त राष्ट्राच्या 'अन्न व कृषी संघटनेचा (FAO - Food and Agriculture Organisation) जागतिक अन्नसंकट अहवाल २०१९ (The Global Food Crises Report 2019) हा बेल्जियमची राजधानी ब्रुसेल्स (Brussels, officially the Brussels-Capital Region) या ठिकाणी दोन दिवसीय उच्चस्तरीय कार्यक्रमात घोषित करण्यात आला.

संयुक्त राष्ट्राच्या अन्न व कृषी संघटनेचा जागतिक अन्नसंकट २०१९ ह्या अहवालानुसार

- युद्ध आणि हवामान बदलामुळे जगभरातील ५३ देशांतील ११ कोटी ३० लाखांपेक्षाही अधिक नागरिकांना अन्नसंकटाचा सामना
- येमेन, डेमॉक्रॅटिक रिपब्लिक ऑफ काँगो, अफगाणिस्तान आणि सीरिया या देशांमधील नागरिकांचा दुष्काळाशी सामना
- जगभरातील देशांच्या तुलनेत आफ्रिकेतील देशांना मोठ्या अन्न तुटवड्याचा सामना
- ही संख्या ७ कोटी २० लाख
- सामाजिक संघर्ष आणि असुरक्षितता या मुद्यांबरोबरच आर्थिक अस्थिरता आणि दुष्काळ व पूर यांसारख्या हवामानाशी संबंधित आपत्ती ही अन्न तुटवड्याची प्रमुख कारणे आहेत.
- ज्या देशांमध्ये दुष्काळ आहे, त्या देशांतील ८० टक्क्यांपर्यंतची लोकसंख्या कृषिक्षेत्रावर अवलंबून.
- या देशांना त्वरित अन्नाची मदत देणे आणि कृषिक्षेत्राला संजीवनी देण्यासाठी पावले उचलण्याची आवश्यकता आहे, असे अहवालात नमूद करण्यात आले आहे.
- जे देश निर्वासितांना मोठ्या प्रमाणावर आश्रय देत आहेत, त्या देशांना अन्नसंकट
- विशेषतः सीरिया आणि बांगला देशातून येणाऱ्या निर्वासितांची संख्या जास्त
- अहवालात म्यानमारमधून रोहिंग्या मुस्लीमही अन्य देशांमध्ये जात असल्याचेही नमूद.
- एकूण स्थितीत २०१० च्या तुलनेत २०१८ मध्ये थोडा फरक
- २०१७ मध्ये १२ कोटी ४० लाख नागरिकांचा अन्न तुटवड्याशी सामना
- दरवर्षी १० कोटींपेक्षाही अधिक लोकांचा दुष्काळाशी सामना. आणीबाणीच्या परिस्थितीत राहणारी मुले कुपोषणाचे बळी.

अन्नसंकटाची झळ

५३ देश

११.३ कोटी लोक

- दुष्काळाशी सामना करत असलेले देश : **येमेन, डेमॉक्रॅटिक रिपब्लिक ऑफ काँगो, अफगाणिस्तान आणि सीरिया**
- आफ्रिकेतील अन्न तुटवड्याशी सामना करावा लागलेले नागरीक : **७.२० कोटी**

अन्न तुटवड्याची प्रमुख कारणे :
हवामान बदल
कृषिक्षेत्राची नाजूक स्थिती
निर्वासितांच्या संख्येत वाढ
म्यानमारमधून येणारे रोहिंग्या मुस्लीम
व्हेनेझुएलामध्ये राजकीय व आर्थिक अस्थैर्य

लक्षात ठेवा

अन्न व कृषी संस्था (FAO - Food and Agriculture Organisation) :

- स्थापना- १६ ऑक्टोबर १९४५
- सदस्य संख्या - १९७
- मुख्यालय - रोम, इटली
- प्रमुख - जोस ग्रॅझियॅनो दा सिल्वा (José Graziano da Silva)
- संयुक्त राष्ट्रांची ही एक विशेष संस्था
- भूक निवारण्यासाठी जगभर प्रयत्न करणे हे ह्या संस्थेचे मुख्य कार्य
- अन्न व कृषी संघटना, संयुक्त राष्ट्रसंघाच्या 'आर्थिक व सामाजिक' परिषदेअंतर्गत कार्यरत
- संघटना कृषी, वनीकरण, मत्स्यपालन, पोषण, अन्नसुरक्षा या क्षेत्रात कार्यरत
- अन्न व कृषी संघटनेतर्फे १९९६ मध्ये जागतिक अन्न परिषद (World Food Summit) रोम येथे आयोजित. ज्यामध्ये २०१५ पर्यंत भूकबळींची संख्या अर्ध्यावर आणण्याचे लक्ष्य.
- एफएओचे (FAO) १९७० मध्ये भारताच्या दुधाचा महापूर (Operation Flood) या कार्यक्रमाला साहाय्य

(संदर्भ : fao.org)

ब्राझीलच्या ॲमेझॉन वर्षावनात वणव्याचे थैमान : सुमारे ९५०० हून जास्त वणवे पेटले

दि. १५ ऑगस्ट, २०१९ पासून ब्राझीलच्या ॲमेझॉन जंगलाला (Amazon forest) आग लागली तेव्हापासून सुमारे ९५०० हून जास्त वणवे पेटले होते.

- २०१९ या वर्षात ब्राझीलमध्ये जवळपास ७४००० वणवे

सकाळ सन २०२३ आंतरराष्ट्रीय भरड धान्य वर्ष साजरे करण्याची प्रमुख उद्दिष्टे

२०१८ हे भारताने भरड धान्य वर्ष म्हणून साजरे केले. भारताच्या कृषिमंत्र्यांनी २०२३ हे आंतरराष्ट्रीय भरड धान्य वर्ष म्हणून साजरे करावे, अशी शिफारस संयुक्त राष्ट्रसंघाच्या अन्न व कृषी संघटनेकडे केली. डिसेंबर २०१८ मध्ये या प्रस्तावाला संयुक्त राष्ट्रसंघाची मंजुरी मिळाली आहे. गहू, तांदूळ व मका या प्रमुख तृणधान्यांव्यतिरिक्त छोट्या आकाराच्या दाण्यांची जी तृणधान्ये पिकविली जातात त्या सर्व धान्यांचे वर्गीकरण भरड धान्ये असे केले जाते. यात प्रामुख्याने ज्वारी, बाजरी, वरई (भगर), राजगिरा, नाचणी इत्यादी धान्यांचा समावेश होतो. असे वर्गीकरण होण्याचे एक कारण म्हणजे, भरड धान्ये ही बहुतेक आशिया आणि आफ्रिका खंडात पिकवतात, आणि युरोप/अमेरिकेत याचे प्रमाण अत्यल्प आहे. एकूणच जागतिक व्यापारावर विशेषतः धान्य व्यापारावर अमेरिकेचे वर्चस्व असल्याने, त्यांच्याकडे होणाऱ्या पिकांना प्राधान्य व अन्य पिकांना गौणत्व ओघानेच आले. वास्तविक पाहता भरड धान्यांमध्ये विविध पोषक द्रव्ये, प्रमुख धान्यांच्या तुलनेत खूप अधिक प्रमाणात असतात, त्यामुळेच त्यांना पुष्ट धान्ये (Neutri-cereals) असेही म्हणतात. परंतु, सरकारी अनुदानावर प्रचंड प्रमाणात उत्पादन होणाऱ्या गव्हाला 'मानवी भूक कमी करण्याकरिता मदत' अशा गोंडस नावाखाली अमेरिकेने मदतीच्या रूपाने आशिया/आफ्रिका खंडात लोकांना सक्तीने खायला लावला. गहू व तांदूळ हेच कसे मानवी आहारात महत्त्वाचे आहेत, याचा छुप्या पद्धतीने प्रचार करून याच धान्यांना जागतिक बँक/नाणेनिधी यांच्या प्रकल्पात प्राधान्य देऊन भुकेल्या/विकसनशील राष्ट्रांना गहू-तांदळाची चटक लावली. किंबहुना आपल्या राजनैतिक भू-सागरिक रणनीतीचा एक भाग म्हणून महासत्तांनी या प्रमुख धान्यांचा वापर केला असे म्हटले तर अतिशयोक्ती होणार नाही. १९६० व १९७० च्या दशकात भारताला लाल गव्हाचा पुरवठा करून मदतीच्या ओझ्याखाली दाबले गेले हे नमूद करण्यासारखे आहे. भरड धान्ये ही पोषक द्रव्यांच्या तुलनेने सरस तर असतातच; परंतु या धान्याच्या पिकांची लहरी, बदलत्या, वाढत्या तापमानासारख्या कठोर वातावरणाला तोंड देण्याची क्षमताही प्रमुख पिकांपेक्षा अधिक असते. किंबहुना भरड धान्यांच्या या दोन्ही (दोनही) गुणवैशिष्ट्यांचे महत्त्व अधोरेखित करण्यासाठीच भारताने २०२३ हे आंतरराष्ट्रीय भरड धान्य वर्ष साजरे करण्याचा प्रस्ताव ठेवला आहे.

आंतरराष्ट्रीय भरड धान्य वर्ष साजरे करण्याची तीन प्रमुख उद्दिष्टे आहेत :

१) अन्न सुरक्षा व पौष्टिक आहारासंबंधात भरड धान्यांच्या महत्त्वाबद्दल जागृती निर्माण करणे व वाढवणे.

२) विविध सरकारे, संशोधन संस्था व इतर संबंधितांना भरड धान्यांचे उत्पादन, उत्पादकता व दर्जा यांच्यात सुधारणा करण्यासाठी उद्युक्त करणे.

३) भरड धान्यांवरील संशोधन व विकास यासाठी मोठ्या प्रमाणात गुंतवणूक आकर्षित करणे; तसेच भरड धान्यांकरिता विस्तार सेवा वाढवणे.

अंदाजे ८०० दशलक्ष टन मका व प्रत्येकी ७०० दशलक्ष टन तांदूळ व गहू जागतिक स्तरावरील प्रमुख धान्यांच्या उत्पादनाच्या तुलनेत, सर्व भरड धान्यांचे जगातील उत्पादन हे ५० दशलक्ष टनांपेक्षाही कमी आहे. यापैकी ५५ टक्के भरड धान्ये आफ्रिकेत, तर ४० टक्क्यांवर भरड धान्ये आशिया खंडात पिकतात. युरोप/अमेरिकेचा वाटा ५० टक्क्यांपेक्षाही कमी आहे. भरड धान्ये ही बहुतेक वेळा स्थानिक बाजारातच विकली जातात (म्हणजे स्थानिक लोकच त्यांचे सेवन करतात). भरड धान्यांचा आंतरराष्ट्रीय व्यापार नगण्य आहे.

पोषणमूल्ये :

पोषणमूल्यांचा विचार केला तर बाजरीमध्ये लोहाचे प्रमाण लक्षणीय असते व सर्वदूर पसरलेल्या लोहाच्या कमतरतेने ग्रासलेल्या लोकांसाठी बाजरी अतिशय उपकारक आहे. वरईमध्ये दुधाच्या तुलनेत तिप्पट 'कॅल्शियम' हे द्रव्य असते. बालकांच्या वाढीच्या वयात तसेच वृद्ध लोकांसाठी ते अतिशय आवश्यक असते. ज्वारीमध्ये इतर धान्यांच्या तुलनेत खूप अधिक प्रमाणात जीवनसत्त्वे, खनिजे, प्रथिने असतात. म्हणजेच भरड धान्यांचा समावेश जितक्या जास्त प्रमाणात शक्य आहे तितका वाढविणे हे गरीब लोकांच्या आहाराबाबतचे एक मुख्य धोरण असणे गरजेचे आहे. ज्वारी/बाजरी यात 'ग्लुटेन' हे गव्हामध्ये असणारे द्रव्य नसते, ग्लुटेनच्या पचनाकरिता इन्शुलिनची गरज असते, त्यामुळे मधुमेही व्यक्तींकरता ज्वारी/बाजरी हे ग्लुटेनमुक्त धान्य हे वरदानच आहे. येथे एक गोष्ट मुद्दामहून लक्षात घेतली पाहिजे की, गहू-तांदूळ यांची हमीभावाने खरेदी करण्याच्या धोरणाने व उत्पादनाकरिता दिलेल्या प्रोत्साहनाने, भारतासारख्या देशातील लोकांच्या आहारातील भरड धान्याचे प्रमाण कमी होत आहे व त्यामुळे भरड धान्यांखालील क्षेत्रही कमी होत आहे. शाश्वत विकास उद्दिष्टे ही संयुक्त राष्ट्रसंघाने मान्य केलेली व २०३० पर्यंत साध्य करावयाची उद्दिष्ट्ये आहेत. यापैकी उद्दिष्ट २, ३, १२ व १३ ज्यात अन्नसुरक्षा, पौष्टिक आहार सुनिश्चित करणे व उपाशी राहणाऱ्या लोकांची संख्या कमी करणे आदींचा समावेश आहे. त्या उद्दिष्टपूर्तीकरिता भरड धान्यांचे महत्त्व अनन्यसाधारण आहे. जागतिक तापमानवाढीच्या दुष्परिणामांना तोंड देण्याची भरड धान्याच्या पिकांची क्षमता खूप अधिक असल्याने शाश्वत शेतीच्या विकासाकरिताही भरड धान्यांच्या उत्पादन वाढीचा विचार गांभीर्याने व प्राधान्याने होणे गरजेचे आहे.

अन्य उपयोग :

या धान्यांचे बहुविध उपयोग आहेत. न्याहारीतील पदार्थांपासून ते जोंधळ्यापासून बनविलेल्या ब्राझीलमधील बीअरपर्यंत, भरड धान्ये अनेक प्रकारे वापरता येतात. आफ्रिकेतील/आशिया खंडातील मुख्य जेवणातही भरड धान्यांचा समावेश असतोच. भरड धान्यांच्या पिकांच्या कडब्याचा वापर हा झोपडी बांधण्यासाठी, घरे शाकारण्यासाठीही होतो. अशा बहुगुणी भरड धान्यांचा मानवी विकासाकरिता प्रयत्न करणे व नेटाने त्यासंबंधातील कार्यक्रम राबविणे याकरिता, आंतरराष्ट्रीय भरड धान्य वर्षाचा निश्चितच उपयोग होईल. शेवटी भारतातील एका संशोधनाचा विशेष उल्लेख केल्यावर भरड धान्याचे महत्त्व अधिक स्पष्ट होईल. जसे आयोडिनयुक्त मिठाच्या वापरामुळे बालकांच्या सशक्तीकरणासाठी प्रचंड प्रमाणात वाढ साध्य करता आली त्याचप्रमाणे, महाराष्ट्रातील परभणी कृषी विद्यापीठाने लोह व झिंक प्रचुर ज्वारीचा वाण विकसित केला आहे. 'परभणी शक्ती' हे नव्या ज्वारीच्या वाणाचे नाव आहे. ज्वारीच्या या वाणाच्या प्रसारामुळे महिला व बालकांमधील कुपोषण कमी करण्याचे, कमी खर्चाचे व वापरण्यास सुलभ असे तंत्र झाले आहे. अशाच तऱ्हेचे अधिक उपयुक्त उपक्रम, संशोधन २०२३ या आंतरराष्ट्रीय भरड धान्य वर्षात हाती घेतले जातील अशी अपेक्षा आहे.

● धनंजय जोगळेकर

कृषी विषयक घडामोडींचे तज्ज्ञ अभ्यासक

पेटल्याच्या घटना. २०१३ च्या तुलनेने आगीच्या घटना दुप्पट झाल्याचे निदर्शनास.

- आयएनपीई (INPE- The National Institute for Space Research (Portuguese: Instituto Nacional de Pesquisas Espaciais, INPE) is a research unit of the Brazilian Ministry of Science, Technology and Innovation) संस्थेच्या सर्वेक्षणानुसार यावेळी लागलेली आग सर्वांत जास्त काळ लागलेली आग.
- ब्राझीलमधील ॲमेझॉन, रॉण्डोनिया, पॅरा आणि मॅटो ग्रोसो या भागांमध्ये आगीचा सर्वाधिक फटका.
- आगीमुळे तयार झालेल्या काळ्या धुराचे लोट ब्राझीलच्या आजूबाजूच्या शहरांवरही पसरले असल्याने दिवसादेखील अंधार.
- जुलै ते ऑक्टोबर या कालावधीमध्ये ॲमेझॉनमध्ये उन्हाळा असतो; तसेच सप्टेंबरमध्ये सुरू होणारा पावसाळा हा नोव्हेंबरमध्ये संपतो. त्यामुळेच यादरम्यान शेती करण्यासाठी या भागात जंगलतोड होते, हे वणव्यामागचे प्रमुख कारण. - आयएनपीई संस्थेच्या अहवालानुसार या वर्षी जंगलातील आगीच्या घटनांमध्ये ८५ टक्के वाढ.
- या वणव्यात दर मिनिटाला एका फुटबॉल मैदानाइतक्या क्षेत्रात आग पसरत आहे.
- २० ऑगस्ट रोजी वाढत्या आगीमुळे ब्राझील सरकारने राज्यात आणीबाणी जाहीर केली.
- या वैश्विक प्रश्नावर ऑगस्टमध्ये फ्रान्स येथे झालेल्या जी -७ (G7) मंचावर चर्चा.
- सन २००३ पासून ॲमेझॉन जंगलाला लागलेल्या वणव्यात या वर्षीच्या पहिल्या आठ महिन्यांत सर्वाधिक ७३ हजार इतक्या वणव्यांची नोंद करण्यात आली.

ॲमेझॉन जंगलाविषयी :

- क्षेत्रफळ - ५५ लाख चौ. किमी.
- वनक्षेत्र असलेले देश - ब्राझील (६०%), पेरू (१३%), कंबोडिया (१०%) आणि काही प्रमाणात व्हेनेझ्युएला (Venezuela), इक्वेडोर (Ecuador), बोलिविया (Bolivia), गुयाना (Guyana), सुरिनाम (Suriname), फ्रेंच गयाना (French Guiana).
- ॲमेझॉन जंगल हे रुंद, मोठ्या पानांचे सदाहरित मोठे वृक्ष असलेले विषुववृत्तीय पर्जन्यवने.
- पृथ्वीवरील सुमारे २०% ऑक्सिजन इथे तयार त्यामुळे ॲमेझॉनला पृथ्वीची फुप्फुसे म्हणतात.
- हे पृथ्वीवरील सर्वांत मोठे जंगल असल्यामुळे त्याची एक स्वतंत्र परिसंस्था अस्तित्वात असून पृथ्वीवरील ऑक्सिजन आणि इतर महत्त्वाच्या नैसर्गिक घटकांचा समतोल राखण्यासाठी वनक्षेत्र महत्त्वाचे.
- दरवर्षी लाखो टन कार्बन डाय ऑक्साइड हा जागतिक तापमानवाढ करणारा वायू जंगलाद्वारे शोषला जातो. त्यामुळे जागतिक तापमान वाढीवर नियंत्रण.

भारतातील वणव्यांची स्थिती :

- भारतात वणवे लागण्याच्या घटना वारंवार घडतात. ऑक्टोबर ते मे या कालावधीत भारतात वणव्यांचे प्रकार वाढतात.
- वाढत्या तापमानामुळे जंगलातील शुष्कता वाढून झाडांच्या फांद्यांच्या घर्षणामुळे निर्माण होणाऱ्या ठिणग्यांमुळे नैसर्गिकरीत्या वणवे लागतात.
- तेंदू पत्ता चांगला यावा किंवा वन्यप्राण्यांना ट्रॅप करण्यासाठी जंगलात आग लावली जाते.
- केंद्रीय वने व पर्यावरण मंत्रालय व जागतिक बँक यांनी ऑक्टोबर २०१८ मध्ये संयुक्तपणे भारतातील वणव्यांविषयीचा अहवाल प्रकाशित केला होता.
- या अहवालानुसार वणवा हे भारतातील वनक्षेत्र नष्ट होण्यामागील एक प्रमुख कारण आहे.
- २०१४ मध्ये भारतातील संरक्षित क्षेत्रातील ८.६% वनाच्छादन वणव्यांमुळे नष्ट झाले.
- भारतातील वणव्यांच्या घटनांसाठी मानवी कारणे सर्वाधिक कारणीभूत आहे व १५ फेब्रुवारी ते १५ मे हा सर्वाधिक संख्येने वणवे लागण्याचा कालावधी आहे.
- भारतात ईशान्य भाग व उत्तर बिहार हा सर्वाधिक वणवे लागणारा भाग आहे.
- या अहवालात धोरण, पायाभूत रचना आणि क्षमता, तंत्रज्ञान, सामूहिक बांधीलकी आणि माहिती या प्रमुख पाच मुद्द्यांबाबत शिफारशी केल्या आहेत.

(संदर्भ : .inpe.br)

सकाळ जगभरातील ऊर्जेची वाढती मागणी आणि ऊर्जा वापराचा परीघ

अस्वस्थ ऊर्जायन

जगात सध्या १३००० mtoe (Millons of tonnes of oil equivalent) एवढी ऊर्जा वापरली जाते. १३ हजार गुणिले दशलक्ष मेट्रिक टन तेल. हा आकडा तुमच्या आमच्या समजुतीपलीकडचा आहे; पण कल्पना यावी म्हणून तो दिलाय. जगातली सात अब्ज माणसं ही ऊर्जा वापरत आहेत. घरं, शेतं, कारखाने, वाहतूक आदी सगळेच व्यवहार ऊर्जेवरच चालत असतात. ऊर्जा आहे म्हणून आज जग आहे. ऊर्जेशिवाय माणसाला जगणं शक्य नाही. तेल, कोळसा आणि नैसर्गिक वायू यांव्दारे वीज निर्मिती होते. आशिया, आफ्रिका या खंडांत लाकूड, गोवऱ्या, बायोगॅस यांचा वापर केला जातो. या सर्व घटकांमधूनही प्रदूषण करणारे वायू हवेत जातात. जंगलं सांभाळली, जनावरं सांभाळली तर लाकूड आणि बायोगॅस निरंतर मिळू शकतो. धरणातलं पाणी वापरून निर्माण होणारी वीज प्रदूषण करत नाही. पाणी पडतं, तोवर वीज मिळत राहणार. अलीकडं सूर्यप्रकाश आणि वारा यांपासून वीज तयार केली जाते. ही वीज, ऊर्जा शुद्ध असते. सूर्य आहे आणि वारे वाहतात तोवर ही ऊर्जा मिळत राहणार.

आधुनिक काळातील ऊर्जेचा स्त्रोत म्हणजे अणुऊर्जा. अणुच्या विभाजनातून ऊर्जा मिळवली जाते. ती हवेत घातक वायू सोडत नाही; परंतु ती प्रसंगी घातक ठरू शकते. मुख्य म्हणजे जगातली अणूंची संख्या कल्पनातीत मोठी असल्यानं हा स्त्रोत कधीही आटत नाही, ऊर्जा निरंतर मिळत राहते. तेल, कोळसा स्त्रोत आटणार आहेत आणि दुसरं ते हवेत घातक वायू सोडतात. भविष्याचा विचार करून देशांना ऊर्जास्त्रोतांची योजना नव्यानं आखावी लागणार आहे. २०५० पर्यंत जगाची लोकसंख्या नऊ अब्जांवर जाईल. ते जग शहरांमध्ये असेल; खेड्यांत अगदीच कमी. शहरी जीवन आणि एकूणातच आधुनिक जीवन इतक्या वस्तूंची मागणी करतं, की त्या पूर्ण करण्यासाठी अधिक ऊर्जा लागणार आहे. २०४० पर्यंत ऊर्जेची मागणी वर दर्शविलेल्या मापाच्या हिशेबात सुमारे १९००० mtoe एवढी असेल.

वाढती मागणी कशी पूर्ण होणार?

तेल आणि कोळसा संपणार आहे. ते घटक मिळवण्यासाठी आता कोणी नव्यानं पैसे ओतणार नाही. वायू अजून नव्यानं सापडण्याची शक्यता आहे, अमेरिकेत तो सापडला आहे. जमिनीला तडे पाडून, भोकं पाडून, पोटातला वायू मिळवण्याचं तंत्रज्ञान अमेरिकेला सापडलं आहे. मुख्यतः अक्षय ऊर्जेवर आता गुंतवणूक केली जाईल. पैकी अणुऊर्जेवर बरंच काम झालं आहे. राहता राहते अक्षय ऊर्जा, वारा आणि सूर्याची ऊर्जा. हे ऊर्जा स्त्रोत बेभरवशाचे आहेत. क्षमता आणि प्रत्यक्ष उत्पादन यांत या दोन्ही स्त्रोतांत बरंच अंतर असतं. त्यांची क्षमता वीस ते चाळीस टक्क्यांपर्यंतच वापरली जाऊ शकते. वारा कमी-जास्त होतो. सूर्यही सतत सारखीच ऊर्जा देत नाही. एकूणातच त्यातलं तंत्र पूर्ण क्षमता वापरू देत नाही. शुद्ध पर्यावरणाचा विचार करणारी माणसं वरील ऊर्जा पूर्णपणे वापरण्याचं, इतर ऊर्जा स्त्रोतांची आवश्यकता नाही, इतके हे स्त्रोत वापरण्याच्या गोष्टी करतात; पण ते शक्य नाही. अनेक भूभागात वाराही नसतो आणि सूर्यही नसतो. तेव्हां अणुऊर्जेशिवाय पर्याय दिसत नाही.

वाढत्या प्रदूषणाचा परिणाम :

तेल आणि कोळसा स्त्रोतांमुळे प्रदूषण ही फार मोठी समस्या झाली आहे. कार्बन डायॉक्साईड व इतर घातक वायूंचं हवेतलं प्रमाण सतत वाढतंय. वाढत्या प्रदूषणाचा परिणाम हवामानावर होतोय. पूर येताहेत, उन्हाळे आणि थंडी वाढतेय, पावसाळा अधिक पाऊस ओततोय, समुद्राची पातळी वाढतेय, बर्फ वितळतंय. हवामान बदलामुळं शेतीचं नुकसान होतंय, रोगराई वाढतेय, अर्थव्यवस्थांचं नुकसान होतंय, माणसाचं जगणंच धोक्यात येतंय. पॅरिस परिषदेत एक कोंडी झाली होती. विकसनशील देश म्हणत होते, की श्रीमंत देश जास्त प्रदूषण करत असल्यानं ते देश आणि गरीब देश यांना एकाच मापानं मोजणं बरोबर नाही. आपण कमी वेगानं प्रदूषण कमी करू असं ते म्हणत होते. शिवाय त्यांच्याकडं प्रदूषण मोजण्यासाठी आवश्यक तंत्रं आणि यंत्रंही नव्हती. पोलंड परिषदेत ती कोंडी सोडवण्यात आलीय. त्यामुळं आता तापमान दोन अंशांनी कमी करण्याच्या लक्ष्याकडं वाटचाल शक्य झाली आहे.

ऊर्जेची वाढती मागणी आणि पेच :

पोलंड परिषद किंवा त्या आधीच्या परिषदांमध्ये अमेरिका, रशिया, सौदी अरेबिया, कुवैत हे देश अडथळे आणतात. पैकी अमेरिकेनं तर पॅरिस करारातून बाहेर पडायचा निर्णय घेतला. ट्रंप म्हणतात, की जगात प्रदूषणच नाहीये. अमेरिका, रशिया हे देश विरोध करतात, कारण त्यांचे हितसंबंध तेलात गुंतलेले आहेत. चारही देश तेल निर्यातदार आहेत. त्यांच्या अर्थव्यवस्था तेलावर आधारलेल्या आहेत. तेलाचा वापर कमी होणं म्हणजे त्यांना आर्थिक धक्का बसणं आहे. ऊर्जेची मागणी वाढणार आहे. पारंपरिक ऊर्जावापर धोक्याचा आहे आणि त्यावर बंधनं येणार आहेत. अक्षय ऊर्जा वापरायची म्हटलं, तर त्यासाठी गरीब, विकसनशील देशांची तयारी नाहीये. हा पेच कसा सुटणार? भारतामध्ये थोरियम खूप उपलब्ध आहे. जगभर युरेनियमचा वापर होतो. भारतानं थोरियम वापराचं तंत्रज्ञान तयार केलं आहे. थोरियमपासून वीज निर्माण करणारं संयंत्रही तयार झालं आहे; परंतु ते अजून लहान प्रमाणावर वीज तयार करतं. भारतासारख्या मोठ्या देशाला वीज पुरवू शकेल, अशी मोठी यंत्रं किंवा यंत्रांची साखळी तयार करण्याचं तंत्र अजून तयार झालेलं नाही. त्यासाठी लागणारी गुंतवणूक भारतासारख्या विकसनशील देशात आज दिसत नाही; पण कधी तरी काहीही करून त्या तंत्रज्ञानाकडं जावंच लागेल. श्रीमंत देशांची गोष्ट सोडावी, विकसनशील देशांनी उशीर न करता आताच त्या मागे लागण्याची आवश्यकता आहे.

● **निळू दामले**

ज्येष्ठ पत्रकार, राष्ट्रीय व आंतरराष्ट्रीय घडामोडींचे अभ्यासक व लेखक

(पूर्वप्रसिद्धी- दैनिक सकाळ)

परदेशी प्रवासासाठीचे सौदी अरेबियाच्या महिलांवरील प्रवासनिर्बंध शिथिल

दि. २२ ऑगस्ट २०१९ रोजी सौदी अरेबियात एका ऐतिहासिक निर्णयाला मान्यता देण्यात आली.

- २१ वर्षांहून अधिक वयाच्या महिलांना आता त्यांच्या पुरुष पालकांच्या परवानगीशिवाय पासपोर्ट मिळणार आहे; तसेच त्यांच्या परवानगीशिवाय परदेशी प्रवास करता येणार आहे.
- स्त्रियांना पुरुष 'पालकत्वा'तून मुक्त करण्यासाठी हा महत्त्वपूर्ण निर्णय घेण्यात आला.
- याआधी सौदीतील महिलांना यासाठी त्यांच्या पुरुष पालकांकडून म्हणजे पती, वडील किंवा अन्य पुरुष नातेवाइकांकडून परवानगी घेणे गरजेचे होते. मात्र, आता त्यांना अशा परवानगींची गरज उरलेली नाही.
- मागील वर्षी सौदी सरकारद्वारे महिलांना गाडी चालविण्याची मुभा देण्यात आली होती.
- त्यानंतर अलीकडेच सौदी महिलांना मुलांचा जन्म, लग्न किंवा घटस्फोटासाठी अधिकृतरीत्या नोंदणी करण्याचा हक्क प्रदान करण्यात आला होता.
- तसेच अल्पवयीन मुलांसाठी पुरुषांबरोबरच महिलेलाही मुलाचे पालक म्हणून नोंद करण्याचा हक्क देण्यात आला होता.
- महिला हक्क कार्यकर्त्यांच्या अनेक वर्षांच्या संघर्षानंतर व काही प्रतिष्ठित महिलांनी आपल्या 'पालकां'च्या परवानगीशिवाय सौदीमधून पलायन करण्याचा प्रयत्न केल्यानंतर हा ऐतिहासिक निर्णय घेण्यात आला आहे.
- मानवी हक्कांच्या उल्लंघनाबद्दल सौदी अरेबियावर आंतरराष्ट्रीय स्तरावर जोरदार टीका होत होती. त्यासोबतच दीर्घकालीन पालकपद्धती रद्द व्हावी यासाठी महिला हक्क कार्यकर्त्यांचा बऱ्याच काळापासून लढा सुरू होता.
- ऑगस्ट २०१९ च्या सुरुवातीस सौदी स्त्रियांना समान हक्क देताना अधिकृतपणे बाळंतपण, लग्न आणि घटस्फोट नोंदवणे; तसेच अल्पवयीन मुलांचे पालक म्हणून ओळख मिळवणे इत्यादी गोष्टींचा समावेश करण्यात आला आहे.

(संदर्भ : saudi.gov.sa)

अमेरिकेच्या अवकाशातील प्रभावाला धोका पोहोचू नये यासाठी अमेरिकन स्पेस कमांडची स्थापना

दि. २९ ऑगस्ट २०१९ रोजी अमेरिकेचे राष्ट्राध्यक्ष डोनाल्ड ट्रम्प यांनी 'यूएस स्पेस कमांड (U. S. Space Command)' स्थापन केली आहे.

- अमेरिकेच्या अवकाशातील प्रभावाला धोका पोहोचू नये यासाठी हा विभाग सुरू करण्यात आल्याचे ट्रम्प यांनी म्हटले आहे.
- रशिया आणि चीनची अवकाश प्रगती

पाहता अमेरिकेने ही स्पेस कमांड सुरू केली आहे. रशिया आणि चीनसारख्या देशांकडून अमेरिकी उपग्रहांना धोका पोहोचू शकतो, अशी चिंता अमेरिकेला वाटत आहे.
- अमेरिकेची ही ११ वी लढाऊ स्पेस कमांड स्थापन झाली आहे. ही नवी लढाऊ स्पेस कमांड 'स्पेसकॉम (SPACECOM)' अमेरिकेच्या अवकाशातील हिताचे रक्षण करणार आहे.
- जनरल जॉन डब्ल्यू. रेमंड हे 'यूएस स्पेस कमांड'चे प्रमुख असणार आहेत.
- ट्रम्प सरकारद्वारे अंतराळात सैन्य (स्पेस फोर्स - Space Force) बनविण्याच्या दृष्टीने महत्त्वाचे पाऊल समजले जात आहे. यूएस स्पेस फोर्स ही अमेरिकेची सहावी सैनिकी शाखा आहे.
- अमेरिकन सैन्याने २००९ मध्ये अमेरिका सायबर कमांडची स्थापना केली होती. त्यानंतर कोणतेही कमांड बनवण्यात आली नाही.
- स्पेस कमांड (Space Command) लाँच केल्याने अंतराळात अमेरिकन सैन्याचे गठन आणि सुधारणांसाठी गेल्या अनेक दशकांपासून सुरू असलेल्या प्रयत्नांना यश मिळेल.

(संदर्भ : defence.gov)

मेक्सिकोच्या सीमेवर १७५ मैल लांबीची भिंत बांधण्यासाठी ३०६ अब्ज डॉलर्सचा निधी वापरण्यास अमेरिकेचे संरक्षणमंत्री मार्क एॅस्पर यांची मंजुरी

दि. ४ सप्टेंबर २०१९ रोजी मेक्सिकोच्या सीमेवर १७५ मैल लांबीची भिंत बांधण्यासाठी ३०६ अब्ज डॉलर्सचा निधी वापरण्याची अनुमती अमेरिकेचे संरक्षणमंत्री मार्क एॅस्पर (Mark Esper) यांनी दिली आहे.

- हा निधी सीमेच्या उभारणीकरिता वापरण्यात आल्यास कोणत्या प्रकल्पांवर त्याचा प्रभाव पडेल हे सांगणे अधिकाऱ्यांनी टाळले आहे.
- अमेरिकेतील सैन्य प्रकल्पांमधून निम्मा निधी मिळणार आहे, तर उर्वरित रक्कम विदेशी प्रकल्पांमधून प्राप्त होणार आहे.
- राष्ट्राध्यक्ष डोनाल्ड ट्रम्प यांनी भिंत उभारण्यासाठी सैन्य प्रकल्प; तसेच अन्य संघीय निधीचा वापर करता यावा म्हणून राष्ट्रीय

आणीबाणी घोषित केली आहे.

- भिंतीसाठी निधी मंजूर करण्याच्या पेंटागॉनच्या निर्णयामुळे आणि विद्यमान लष्करी प्रकल्पांमधून तो निधी काढण्याच्या निर्णयाचा विरोधी पक्षांनी धिक्कार केला.
- अवैध स्थलांतरितांना रोखण्यासाठी मेक्सिको सीमेवर भिंत उभारण्याचा मुद्दा ट्रम्प यांच्या धोरणातील महत्त्वाचा भाग आहे. या भिंतीच्या निर्मितीवरून अमेरिकेत मोठा वाद निर्माण झाला असून शासकीय कामकाज ठप्प पाडण्याची वेळ आली होती.

(संदर्भ : defense.gov)

अमेरिकेने केलेल्या कारवाईत ओसामा बिन लादेनचा मुलगा व आंतरराष्ट्रीय दहशतवादी हमजा बिन लादेनचा खात्मा

दि. १४ सप्टेंबर २०१९ रोजी अमेरिकेने केलेल्या कारवाईत ओसामा बिन लादेनचा मुलगा हमजा बिन लादेनचा खात्मा झाल्याची घोषणा अमेरिकेचे राष्ट्राध्यक्ष डोनाल्ड ट्रम्प यांनी केली.

- अफगाणिस्तान आणि पाकिस्तानच्या सीमाभागात अमेरिकेने दहशतवादाविरुद्ध जोरदार मोहीम हाती घेतली आहे.
- याच कारवाईत हमजाचा खात्मा करण्यात आल्याचे व्हाईट हाउसने जारी केलेल्या प्रसिद्धीपत्रकात नमूद करण्यात आले आहे. मात्र, कधी ठार करण्यात आले याबद्दल काहीही माहिती देण्यात आली नाही.
- ओसामा बिन लादेनला ठार केल्यानंतर 'अल कायदा'ची सूत्रे हमजाच्या हाती आली होती.
- अमेरिकेने हाती घेतलेल्या दहशतवादाविरोधी कारवाईत हमजा बिन लादेनला ठार मारण्यात आल्याचे ट्रम्प यांनी स्पष्ट केले.
- संयुक्त राष्ट्रांच्या सुरक्षा परिषदेनेसुद्धा हमजा बिन लादेन याचे नाव आपल्या निर्बंध यादीत समाविष्ट केले होते. तर संयुक्त राष्ट्र सुरक्षा परिषद आणि अमेरिकेने हमजावरील कठोर निर्णय घेतल्यानंतर सौदी अरेबियानेही त्याचे नागरिकत्व रद्द केले.
- गेल्या अनेक वर्षांपासून अमेरिका 'जिहादचा मुकुटमणी' म्हणून ओळखल्या जाणाऱ्या कुख्यात हमजा बिन लादेनचा तळ शोधण्याचा प्रयत्न करीत होती.
- २०११ मध्ये तो पाकिस्तानमध्ये अमेरिकेच्या नौदलाच्या मोहिमेतून निसटला. ज्यामध्ये ओसामा बिन लादेनचा मृत्यू झाला होता.

(संदर्भ : fbi.gov)

युरोपियन न्यायालयाचा विस्मृतीत जाण्याच्या अधिकारावरील निर्णय : या निर्णयानुसार युरोपियन व्यक्तींची वैयक्तिक माहिती केवळ सर्चमध्ये दिसणार नाही ती इंटरनेटवर मात्र जतन केली जाणार

दि. २५ सप्टेंबर २०१९ रोजी युरोपियन न्यायालयाने (Europian Court of Justice) विस्मृतीत जाण्याच्या अधिकारावर (Right to be forgotten on Internet) महत्त्वपूर्ण निर्णय दिला आहे.

- यानुसार वैश्विक सर्च इंजिन गुगलला युरोपियन व्यक्तींची माहिती (काढून टाकण्याची विनंती केलेली) केवळ गुगलच्या युरोपियन आवृत्तीवरून (Europian Version) काढून टाकायची आहे.
- यामुळे वैश्विक सर्च इंजिन असलेल्या गुगलला दिलासा मिळाला आहे.

विस्मृतीत जाण्याचा अधिकार (Right to be Forgotten on Internet) :

- विस्मृतीत जाण्याचा अधिकार म्हणजे इंटरनेटच्या माहितीजालातून वैयक्तिक माहिती जी आता असयुक्तिक (irrelevant) आहे ती इंटरनेटवरून काढून टाकणे.
- अशा असयुक्तिक माहितीमुळे व्यक्तीच्या प्रतिष्ठित जीवन जगण्याच्या हक्कावर गदा येते.
- विस्मृतीत जाण्याच्या अधिकाराचे मूळ फ्रेंच संकल्पना "Right of Oblivion' मध्ये आहे. यामध्ये वैयक्तिक माहितीच्या सुरक्षेची खात्री दिली जाते.
- इंटरनेटवरील अशा वैयक्तिक नोंदी ज्याने कुठलेही सार्वजनिक हित साधले जाणारे नाही त्याचा माहिती जालातून निर्गम (Exit) करणे हे या संकल्पनेचे स्वरूप आहे.
- २०१४ मध्ये 'युरोपियन न्यायालया'ने लोकांना विस्मृतीत जाण्याचा अधिकार प्रदान केला. यानुसार कोणतीही व्यक्ती गुगल सर्चमध्ये त्याचे नाव टाकल्यावर येणारी असयुक्तिक माहिती काढून टाकण्याची विनंती

GOOGLE

२०१४ मध्ये 'युरोपियन न्यायालया'ने विस्मृतीत जाण्याचा अधिकार प्रदान केला.

निर्णयानंतर गुगलला **३,४५,५०१ दशलक्ष** **विनंती अर्ज** प्राप्त

प्राप्त अर्जापैकी **४५% विनंती अर्जावर गुगलकडून कारवाई**

गुगलला करू शकते.

- या निर्णयानंतर गुगलला ३,४५,५०१ दशलक्ष विनंती अर्ज प्राप्त झाले व यातील ४५% विनंती अर्जांवर गुगलने कारवाई केली.
- युरोपियन न्यायालयाने नागरिकांचा हा अधिकार केवळ गुगलच्या युरोपियन आवृत्तीपुरता मर्यादित केला आहे.
- या निर्णयानुसार वैयक्तिक माहिती केवळ सर्चमध्ये दिसणार नसून ती इंटरनेटवर मात्र जतन केली जाणार आहे.

'भारतातील विस्मृतीत जाण्याचा अधिकार' :

- कर्नाटक उच्च न्यायालयाने भारतात प्रथम 'विस्मृतीत जाण्याच्या अधिकाराचा (Right to be Forgotten)' उच्चार केला.
- एका महिलेच्या अर्जावर सुनावणी करताना उच्च न्यायालयाने स्वतःच्या संकेतस्थळावरून त्या महिलेची वैयक्तिक माहिती हटविण्याचे निर्देश दिले.
- न्या. बी. एन. श्रीकृष्ण यांनी बनविलेल्या 'वैयक्तिक माहिती सुरक्षा विधेयक-२०१८'च्या मसुद्यामध्ये विस्मृतीत जाण्याच्या अधिकाराचा उल्लेख केला आहे.
- व्यक्तीला 'वैयक्तिक माहिती विस्मृतीत जाण्याचा अधिकार देण्याबरोबरच' नागरिकांच्या 'माहितीच्या अधिकाराचा' समतोल राखणे हे यापुढील मोठे आव्हान ठरणार आहे.

युरोपियन न्यायालय (European Court of Justice)

- युरोपियन न्यायालय (European Court of Justice) हे युरोपियन युनियनचे सर्वोच्च न्यायालय आहे.
- युरोपियन न्यायालयाची स्थापना १९५२ मध्ये झाली व त्याचे मुख्यालय लक्झेंबर्ग येथे आहे. पॅरिसच्या करारानुसार या न्यायालयाची स्थापना करण्यात आली.
- न्यायालयामध्ये युरोपियन युनियनच्या सदस्य देशांमधून प्रत्येकी एक न्यायाधीश नियुक्त केला जातो.
- युरोपियन युनियनच्या कायद्यांचे अर्थ लावणे हे या न्यायालयाचे प्रमुख कार्य आहे.

(संदर्भ : curia.euroa.eu)

अमेरिकेचे राष्ट्राध्यक्ष डोनाल्ड ट्रम्प यांच्यावर महाभियोग

सकाळ

दि. ८ ऑक्टोबर २०१९ रोजी अमेरिकेचे राष्ट्राध्यक्ष डोनाल्ड ट्रम्प यांच्यावर कट केल्याचा आरोप आहे, या प्रकरणाचा तपास सुरू करण्यात आला आहे.

- यामुळे राष्ट्राध्यक्ष ट्रम्प यांच्याविरोधात महाभियोग प्रक्रिया सुरू करण्यात आली आहे, जर डोनाल्ड ट्रम्प यामध्ये दोषी आढळले तर त्यांना पदावरून काढून टाकले जाऊ शकते.
- २५ जुलै २०१९ रोजी व्हाईट हाउसमधून एक फोन कॉल करण्यात आला. एका 'जागल्याने (Whistle Blower)' या कॉलविषयी सगळा तपशील मागितला होता.
- हा व्हिसल ब्लोअर अमेरिकन प्रशासनातील अधिकारी होता. त्यांनी दाखल केलेली तक्रार ही 'ताबडतोब दखल घेण्याजोगी' आणि 'विश्वासार्ह' मानली गेली.
- या व्यक्तीने मांडलेली तक्रारीची प्रत संसदेत मांडण्यात यावी अशी मागणी डेमोक्रॅटिक पक्षाच्या खासदारांनी केली होती.
- यानंतर अमेरिकन संसदेच्या कनिष्ठ सभागृहाच्या (House of Representative) अध्यक्षा नॅन्सी पलोसी यांनी राष्ट्रपती डोनाल्ड ट्रम्प यांच्याविरोधात महाभियोगाची प्रक्रिया सुरू करण्याची घोषणा केली.
- युक्रेन देशाच्या राष्ट्राध्यक्ष 'ब्लादिमिर जेलेन्स्की' यांच्यासमवेत फोनवरून बोलताना 'जो बायडेन' व त्यांच्या मुलाविरुद्ध भ्रष्टाचाराच्या आरोपांची तपासणी सुरू करण्यासाठी जेलन्स्की यांच्यावर दबाव टाकल्याचा आरोप डोनाल्ड ट्रम्प यांच्यावर करण्यात आला.
- जो बायडेन यांचा मुलगा युक्रेनमधील एका गॅस कंपनीत काम करत होता. या प्रकरणी बायडेन यांच्या विरोधात कोणताही पुरावा अद्याप समोर आलेला नाही.
- जो बायडेन हे डेमोक्रॅटिक पक्षाचे नेते आहेत आणि २०२० मध्ये होणाऱ्या राष्ट्राध्यक्ष पदाच्या निवडणुकीत ते डेमोक्रॅटिक पक्षाचे उमेदवार असू शकतात. म्हणजेच ते राष्ट्राध्यक्ष डोनाल्ड ट्रम्प यांचे या निवडणुकीतील प्रतिस्पर्धी असू शकतात.
- २०१६ च्या राष्ट्राध्यक्ष निवडणुकीत रशियाची मदत होऊन विरोधी उमेदवार हिलरी क्लिंटन यांच्या निवडणूक कार्यालयावर पाळत ठेवल्याचा आरोप हिलरी क्लिंटन यांच्यावर करण्यात आला होता.

अमेरिकेतील महाभियोग प्रक्रिया :

- अमेरिकन राज्यघटनेच्या अनुच्छेद १ नुसार अमेरिकन राष्ट्राध्यक्षांवर महाभियोग चालविला जातो.

- देशद्रोह, भ्रष्टाचार व इतर गुन्ह्यांसाठी राष्ट्राध्यक्षांविरोधात महाभियोग चालवला जातो.
- महाभियोग मंजूर होणे ही प्रक्रिया दीर्घकाळ चालणारी आहे. अमेरिकन राष्ट्राध्यक्षाच्या महाभियोगाचे सर्वाधिकार अमेरिकन सिनेटला (वरिष्ठ सभागृह) देण्यात आले आहेत.
- अमेरिकेच्या घटनेनुसार हाउस ऑफ रिप्रेझेंटेटिव्ह अध्यक्षाविरुद्ध आरोपपत्र तयार करते. कनिष्ठ सभागृह साध्या बहुमतानं आरोपपत्र मंजूर करते.
- यानंतर सिनेट सभागृह न्यायालयात रूपांतर होऊन आरोपांची चौकशी करते. यावेळी सर्वोच्च न्यायालयाचे मुख्य न्यायाधीश सिनेटच्या अध्यक्षस्थानी असतात.
- सिनेटमध्ये हे आरोपपत्र दोन तृतीयांश बहुमताने मंजूर झाले तर अध्यक्षाला आपल्या पदावरून पायउतार व्हावे लागते.
- अँड्र्यू जॉन्सन व बिल क्लिंटन या राष्ट्राध्यक्षांविरोधात महाभियोग प्रक्रिया चालविली गेली; परंतु सिनेटमध्ये ही प्रक्रिया मंजूर झाली नाही.
- रिचर्ड निक्सन यांच्याविरुद्ध वॉटरगेट प्रकरणाचा आरोप लावून महाभियोग खटला भरला गेला; परंतु याचा निकाल येण्याआधीच निक्सन यांनी आपल्या पदाचा राजीनामा दिला.

*(**संदर्भ :** senate.gov)*

सकाळ ब्राझीलमधील अग्नितांडवाचा अन्वयार्थ

पृथ्वीची फुफ्फुसे, म्हणजेच अॅमेझॉन पर्जन्यवने अभूतपूर्व वेगाने जळून नष्ट होत आहेत. अगदी आत्ता-ह्या घडीला. ही वने पृथ्वीतलावरील एकूण वृक्षनिर्मित प्राणवायूपैकी सोळा टक्के प्राणवायू निर्माण करतात. प्रतिवर्षी दोन अब्ज मेट्रिक टन कार्बन शोषून घेतात. (ह्या आगींमुळे मृत वृक्ष १.९ अब्ज टन तो आता पुन्हा वातावरणात सोडतील!) इतका अमूल्य मूलस्त्रोत मानव आपल्या मूर्ख विकासवेडाने संपवतो आहे. ऑगस्ट २०१९ पासून ब्राझीलमधील अॅमेझॉन खोऱ्याच्या मुख्य भागात ९५०० आगी लावून ते पेटवलं जात आहे. आणि मुख्यत्वे ह्या विनाशाला विकासोन्माद हाच कारणीभूत आहे, हे निश्चित. सुमारे साडेपाच कोटी चौकिमी व्याप्ती असलेली ही वने नऊ देशांमध्ये विभागली आहेत. ब्राझील (६०%), पेरू (१३%) कोलंबिया (१०%) आणि व्हेनेझुएला, इक्वेडोर, बोलिव्हिया, सुरीनाम, गयाना आणि फ्रेंच गयाना ह्या देशांमध्ये १७ टक्के अशी ती पसरली आहेत. रुंद, मोठ्या पानांचे सदाहरित, मोठे वृक्ष असलेले हे विषुववृत्तीय पर्जन्यवन.

अॅमेझॉनमधले जैववैविध्य :

अमेझॉनमधले जैववैविध्य थक्क करणारे आहे. पक्ष्यांच्या १२९४ प्रजाती, सस्तन प्राण्यांच्या ४२७ प्रजाती, ४२८ जातींचे उभयचर, तर ३७८ प्रजाती सरपटणाऱ्या प्राण्यांच्या. वनस्पतींच्या १६,००० आणि किटकांच्या २.५ कोटी इतक्या प्रजातींचे हे माहेरघर. मानवी स्थानिक, आदिम जमातींच्या ४००-५०० जाती. आणि त्यातल्याही ५० बाहेरील जगाशी संपर्क कधीही न आलेल्या. जगातील पक्ष्यांच्या एकूण प्रजातींपैकी प्रत्येक पाचात एक इथली असते. मत्स्यकुळातही हीच आकडेवारी. संपूर्ण अॅमेझॉन खोऱ्यातील वृक्षांची एकूण संख्या आहे तीनशे नव्वद अब्ज.

अॅमेझॉनमधील प्रजातींची संख्या

- पक्षी **१२९४**
- सस्तन प्राणी प्रजाती : **४२७**
- उभयचर प्राणी प्रजाती : **४२८**
- सरपटणारे प्राणी : **३७८**
- वनस्पती **१६,०००**
- कीटक **२.५ कोटी**
- आदिम मानवी **४००-५००**

अग्निप्रलय आणि नुकसान :

वर्षातील बहुतेक काळ ही वने ओली आणि आर्द्र असतात. जुलै आणि ऑगस्ट हेच महिने मात्र तिथल्या हवामान चक्रानुसार सर्वाधिक शुष्क आणि कोरडे असतात. ह्या महिन्यांमध्ये काही प्रमाणात वणवे, आगी लागतातच. शेती आणि जंगलतोड करून कुरणांची निर्मिती ह्यासाठी त्या समाजकंटकांकडून लावल्याही जातात. पण गेल्या वर्षी आपल्यासारखंच विकासोन्मादी सरकार तिथे सत्तारूढ झालं. तेव्हापासून निव्वळ मागच्या एका वर्षात ७३,००० आगी लागल्या, हा योगायोग असूच शकत नाही. ऑगस्टमधील अग्निप्रलय २०१३ नंतरचा सर्वाधिक मोठा आणि आधीच्या वर्षापेक्षा तब्बल ८३ टक्के जास्त आहे. ब्राझीलच्या चार राज्यांमध्ये आग सर्वाधिक पसरली आहे.

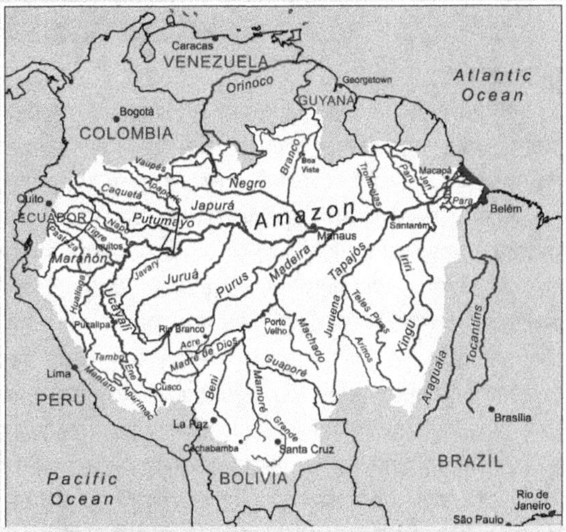

अमेझोनास, रोन्डोनिया, पारा, आणि मतो ग्रासो ही ती राज्ये. गेल्या आठवड्यात आगीपासून २७०० किमी लांब असलेल्या साव पावलो शहराचे आकाशही प्रदूषक आणि धूर ह्यांमुळे काळवंडले होते इतके प्रदूषण झाले आहे. मूळ जंगलविनाश तर आहेच. पण अति घातक सूक्ष्म कण, कार्बन मोनॉक्साईड, नायट्रोजनची ऑक्साईड्स, मिथेन-विरहित सेंद्रिय प्रदूषके ह्या आगी प्रचंड प्रमाणात पृथ्वीच्या वातावरणात सोडत असल्याने अपरिमित हानी होते आहे. 'युरो' संघटनेच्या कोपर्निकस उपग्रहाधारीत निरीक्षण प्रणालीनुसार ॲमेझॉन जंगलांमधून केवळ २०१९ मध्ये अशा आगींमुळे २२८ टन कर्ब वायू वातावरणात सोडला गेला आहे. आणि २०१० नंतरचा हा सर्वाधिक जास्त आकडा आहे.ह्या वर्षात अमेझॉनच्या दक्षिण आणि पूर्व भागातील उन्हाळ्याचा कालावधी, तीस वर्षांपूर्वीच्या त्याच कालावधीपेक्षा २० दिवस जास्त होता. तज्ज्ञ लोकांच्या मते हा कालावधी आणखी ३-४ आठवडे पुढे गेला, तर कडेलोटाची परिस्थिती (क्रिटीकल मोमेंट) येईल, आणि जर तो एकूण चार महिन्यांपुढे गेला तर तिथल्या कमाल-किमान तापमानातला फरक (क्लायमेट एनव्हलप) गवताळ प्रदेशाप्रमाणे होऊन जंगलावर परिणाम होईल.

निष्क्रियता आणि उपाययोजना :

ब्राझील सरकारच्या निर्लज्ज निष्क्रियतेच्या पार्श्वभूमीवर शेजारील बोलिव्हियाची तातडीची कृती ठळक उठून दिसते. तिथले अध्यक्ष एव्हा मोरेल्स ह्यांनी ताबडतोब बोईंग ७४७ चं "supertanker' विमान भाडेतत्त्वावर मागवून कारवाई सुरूही केली. हे विमान आपल्याबरोबर १,१५,००० लिटर पाणी साठवून उडू शकते-ते खाली फवारूही शकते. ब्राझीलचे अध्यक्ष जाईर बोल्सोनारो हे ह्या प्रकरणात ट्रम्प ह्याच्याहून देखील टीकेचा विषय होत असलेले राजकारणी ठरले. एकतर इतकी महाप्रचंड आग भडकल्याचे कळूनही बोल्सोनारो महाशय एका stand up comedy मध्ये रममाण झाले होते. ह्या आगी पर्यावरणवादी संस्थांनीच चालू विकास न बघवल्याने, आणि त्यांच्या देणग्या मी थांबवल्याने लावल्या अशी त्यांची मुक्ताफळे त्यांचा एकूण वकूब स्पष्ट करतात. जगभरात त्यांच्यावरील रोष आणि संताप पराकोटीला गेला, तेव्हा त्यांनी उपकार केल्यासारखे ब्राझीलच्या लष्करातील ४४,००० सैनिक संकट निवारण्यासाठी पाठवले. ॲमेझॉन जंगले हा ब्राझीलच्या विकासातील सर्वांत मोठा अडथळा आहे, हे स्वतःचे अतिनिंद्य मत त्यानी कधीही लपवलेले नाही. पर्यावरणाला हानिकारक ठरत असल्यामुळे ठप्प झालेले जल-विद्युत प्रकल्प त्यानी सत्तेवर आल्यावर तत्काळ मंजूर करून घेतले. निसर्गसंरक्षणाच्या आर्थिक तरतुदींमध्ये ९५% कपात केली. 'इबामा' ही ब्राझीलची अधिकृत पर्यावरण संरक्षण संस्था/यंत्रणा. तिच्या २७ पैकी २१ सभासदांची त्यांनी हकालपट्टी केली. ब्राझीलच्या उपग्रह संस्थेचा प्रमुख ह्या आगी उपग्रहाद्वारे जगापुढे मांडू लागल्यावर त्याला हाकलून दिले. मग साक्षात 'नासा'नेच आपल्या उपग्रह प्रतिमांद्वारा संकटाचे भयावह स्वरूप जगासमोर आणले. ह्या पार्श्वभूमीवर वनजमीन गिळण्यासाठी आतुर सोयाबीन उत्पादक, चोरटे लाकूडतोडे, ॲमेझॉन वने साफ करून विनाशकारी उद्योग उभे करायला हपापलेले टोणगे उद्योगपती, हे सर्व त्यांचे घनिष्ट मित्र. त्यांच्या बेमुर्वतखोर, उर्मट, उथळ आणि बेजबाबदार वागण्याची तीव्र प्रतिक्रिया जगभरातून उमटणे स्वाभाविकच होते. नॉर्वे आणि जर्मनी मिळून १.२ अब्ज अमेरिकी डॉलर खर्चून ब्राझील-मध्ये एक फार मोठा निसर्गसंवर्धन प्रकल्प राबवणार होते-तो धोक्यात आला. युरो आणि निवडक दक्षिण अमेरिकी देश (ज्यात ब्राझील होता) मिळून एक फार मोठा व्यापारी करार करत होते. तो थांबला. ह्या करारासाठी वाटाघाटी गेले दशकभर चालल्या होत्या. ब्राझील सरकारला आपल्या देशबांधवांचा आक्रोश, वन्य जमातींचा तळतळाट ऐकू येत नसला, तरी निर्यातीच्या शेतीमालावर बहिष्काराची भाषा तेवढी बरोबर कळते. युरोने जर तसे केले तर ब्राझीलचे कंबरडेच मोडेल हे तिथल्या विकास लॉबीलाही चांगले माहीत आहे. अर्थात सरकार, बोल्सोनारो हे एका बाजूला-आणि सर्वसामान्य जनता दुसऱ्या बाजूला, जी ॲमेझॉनवर प्रेमच करते. त्यामुळे आत्ता ब्राझीलला निर्बंध, बहिष्कार इतकीच गरज आहे ती सह-अनुभूती आणि मदतीची. आणि ॲमेझॉन वाचवण्याच्या ठोस उपाययोजनेची. सध्या चालू असलेल्या जी-७ राष्ट्रांच्या परिषदेत फ्रान्सच्या अध्यक्षांनी २० दशलक्ष युरो इतकी मदत देण्याची मांडलेली योजना बोल्सोनारोनी धुडकावली. सदर प्रस्ताव ही त्यांना ब्राझीलच्या अंतर्गत बाबीतली 'ढवळाढवळ' वाटते हे त्यांनी तत्काळ सांगून टाकलं. आग थांबवण्यासाठी विमाने, जंगल पुनर्निर्माण असे उपाय त्यात प्रस्तावित होते. अभिनेता लिओनार्डो डिकॅप्रियोने व्यक्तीशः ५ ते ७ दशलक्ष डॉलर्स दिले आहेत. पश्चिम महाराष्ट्रातील पूर आणि ह्या आगी ह्यातले समान सूत्र म्हणजे जीडीपी आधारित आभासी विकासाची हाव. ती न सोडल्यास आज ते 'जात्यात' आहेत-पण आपणही 'सुपात' आहोत ही जाणीव असणे इष्ट! जात्यातले भरडले जाती, सुपातले हसती!

● संतोष शिंत्रे

पर्यावरण विषयाचे तज्ज्ञ अभ्यासक व लेखक

जगातील पहिल्या मानवाधिकार टेलिव्हिजन (IOHR Human Rights TV) वाहिनीची सुरुवात

मानवी हक्क :

एकाही व्यक्तीवर अन्याय झाला तरी तो अंततः मानवजातीवर अन्याय असतो. मानवाधिकार देशांच्या सीमा ओलांडून सर्वांसाठी सार्वभौम असतात. कायदे होण्यापूर्वी माणसांना जनमानसात जन्म जात प्रतिष्ठा असते आणि ती कोणीही हिरावून घेऊ शकत नाही. मात्र कालौघात मानवाचे हक्क आणि अधिकार अनेक कारणांमुळे हिरावून घेतले जाऊ लागले. एकुणातच या विषयाबाबत अनास्था आहे. मानवाधिकार म्हणजेच स्वातंत्र्य! सर्व मानव मुक्त आणि समान आहेत. त्यांत वर्ण, धर्म, जात, भाषा, राष्ट्रीयत्व, वैचारिक मनोभूमिका, लिंग यांच्याआधारे भेदभाव संभवत नाहीत. 'माणसाने माणसाशी माणसासम वागणे' इतका सोपा अर्थ जगण्याला दिला तर कोणत्याच समस्या उरणार नाहीत. प्रत्येकाचा जगण्याचा, व्यक्तिगत अधिकार सर्वांनी मानलाच पाहिजे. कोणत्याही स्वरूपातील गुलामगिरीचा (शारीरिक, मानसिक, बौद्धिक, आर्थिक, वैचारिक) सर्वांनी निषेधच केला पाहिजे. कोणालाही अमानवी, क्रूर वागणूक मिळायला नको. कायद्यासमोर सर्व समान आणि प्रत्येकाला कायद्यापासून समान संरक्षण मिळालेच पाहिजे. प्रत्येकाला राष्ट्रीयत्व निवडीचाही हक्क आहे. अशा मानवाधिकारांना आता जागतिक मान्यता मिळालेली आहे. १० डिसेंबर १९४८ रोजी त्याचे रूपांतर मानवाधिकाराचे वैश्विक घोषणापत्र - यू. डी. एच. आर. (The Universal Declaration of Human Rights) मध्ये करण्यात आले. हे घोषणापत्र दुसऱ्या महायुद्धात जगाने अनुभवलेल्या नृशंस अत्याचारांचा परिणाम म्हणून अस्तित्वात आले. सर्व मानवांच्या जन्मसिद्ध अधिकारांची पहिली जागतिक अभिव्यक्ती म्हणून या घोषणापत्राकडे पाहण्यात येते. यात एकूण ३० कलमे असून त्यांचा सविस्तर अर्थ नंतर झालेल्या अनेक जागतिक करारांमधून, राष्ट्रीय घटना आणि कायदे यातून आणि स्थानिक मानवाधिकार संघटनांकडून लावण्यात आला आहे. १० डिसेंबर रोजी आता जगभर 'आंतरराष्ट्रीय मानवाधिकार दिवस' म्हणून साजरा केला जातो. ७० हून अधिक वर्षे अनेक प्रकारचे कार्यक्रम या दिवशी साजरे केले जातात. मागील वर्षीची संकल्पना होती - 'मानवाधिकार जतन करण्यासाठी सज्ज राहा.' समाजमाध्यमांतून एक अभियान चालविण्यात आले आणि त्यात नामवंतांचा सहभाग होता. दिल्लीतही मेधा पाटकर, शबाना आझमी अशा सामाजिक कार्यकर्त्यांनी मानवाधिकाराचे समाजाच्या उन्नयनातील स्थान पटवून देण्यात पुढाकार घेतला.

वाहिनी सुरू करण्याची आवश्यकता :

इंटरनॅशनल ऑब्झरवेटरी ऑफ ह्युमन राईट्स (IOHR) ही एक स्वायत्त संस्था आहे. स्थानिक आणि राष्ट्रीय पातळीवर मानवाधिकार संदर्भात काम करणाऱ्या संस्थांशी ती हातमिळवणी करून मानवाधिकारांचे संवर्धन आणि अन्याय दूर करण्याचे काम करते. अकारण कारागृहात बंदी असलेले पत्रकार, कोठल्याही प्रकारच्या अत्याचाराचे बळी, निर्वासित अशांना न्याय मिळवून देण्यासाठी ही संस्था त्यांच्या वतीने लढते. इंटरनॅशनल ऑब्झर्व्हेटरी ऑफ ह्युमन राईट्स (IOHR) या संस्थेला असे वाटले की नि:शब्दांचा आवाज सर्वदूर न्यावा. समाजातील वंचित, दुर्लक्षित, अन्यायग्रस्त, मंडळी आजही सारं काही निमूटपणे सोसताना दिसतात. नैसर्गिक असोत वा मानवनिर्मित, कोणत्याही आपत्तींचा आपल्या पातळीवर जमेल तसा सामना करताहेत. शासन, कायदे, समाजसेवी संस्था आजही त्यांच्यापर्यंत कोणत्याही मार्गाने पोहोचू शकत नाही किंवा त्यांच्या समस्या सोडविण्यास असमर्थ आहेत. मुख्य प्रवाहातील माध्यमे ज्या घटनांकडे सोयीस्कर कानाडोळा करतात. त्या घटकांच्या व्यथा-वेदना समाजाच्या दिवाणखान्यात प्रक्षेपित करण्याच्या हेतूने लंडन येथे फक्त मानवाधिकार विषयाला वाहिलेली टेलिव्हिजन वाहिनी सुरू करण्यात आलेली आहे. निराश्रित, माध्यम स्वातंत्र्य नसलेली, राष्ट्रीयत्व नसलेली मंडळी, समलैंगिक स्त्री-पुरुष, उभयलिंगी पुरुष आणि स्त्रिया आणि तृतीयपंथी (LGBT) मंडळींच्या समस्या अशा दुर्लक्षित आणि काहीशा वाळीत टाकल्या गेलेल्या विषयांवर सदर वाहिनीचा भर असणार आहे. आणखी काही विषयांवर विचार सुरू आहे - तंत्रज्ञानाचा स्त्रियांवर होणारा परिणाम, Brexit चे मानवाधिकारावर परिणाम इ. जगात अनेक मंडळी अन्यायाविरुद्ध आवाज उठविण्यात कमी पडतात आणि दिवसेंदिवस ही परिस्थिती बिकट होत चालली आहे. प्रस्थापित वाहिन्यांना अशा विषयांचे वावडे आहे आणि म्हणून हा एक वैशिष्ट्यपूर्ण उपक्रम इंटरनॅशनल ऑब्झर्व्हेटरी ऑफ ह्युमन राईट्स या संस्थेमार्फत सुरू करण्यात आला आहे. चोवीस तास अखंड चालणाऱ्या वृत्तवाहिन्या मानवाधिकार विषयाकडे तितकेसे गांभीर्याने पाहत नाहीत असे या संस्थेचे मत आहे. आतंकवादाशी लढा महत्त्वाचा असला तरीही त्यामुळे मानवाधिकाराच्या उल्लंघनविषयक घटना प्रकाशात येत नाहीत. उदा. म्यानमारमधील रोहिंग्यांचा प्रश्न, तुर्कस्तानातील तुरुंगात डांबून ठेवलेले पत्रकार, उत्तर इराकमध्ये २०१४ मध्ये झालेले स्त्रियांचे शिरकाण इ. सुरुवातीला या वाहिनीचे कार्यक्रम इंग्रजीतून असले तरीही हळूहळू अरेबिक, फारसी, रशियन माध्यमातूनही प्रसारित होणार आहेत. युरोप, लॅटिन अमेरिका आणि मिडल ईस्टमधील सुमारे वीस देशांमध्ये हे प्रक्षेपण असेल. आजच्या युगात प्रेक्षकांची श्रवण क्षमता कमी होत असताना आवाजावर प्रेम करणाऱ्या श्रोत्यांशी संवाद साधू पाहणारी ही वाहिनी माध्यमांचे परिप्रेक्ष्य बदलण्यात कितपत यशस्वी होते, हे येणारा काळच ठरवेल.

(अधिक माहितीसाठी : http://youtube/LiYIOSAaRwGs)

● डॉ. नितीन देशपांडे

मानव संसाधन विषयाचे तज्ज्ञ अभ्यासक व लेखक

फ्लायबोर्डद्वारे उड्डाण : प्रवासाचा असाही 'झपाटा'

फ्रेंच संशोधक फ्रँकी झपाटा (वय ४०) यांनी फ्रान्समधून 'फ्लायबोर्ड'द्वारे उड्डाण करत इंग्लिश खाडी पार करत ब्रिटनमध्ये यशस्वी लँडिंग केले आणि दहा दिवसांपूर्वीचे अपयश धुवून काढले. मुळात २५ जुलैला त्यांनी केलेले पहिले उड्डाण हेदेखील अपयश मानायचे कारण नाही. प्रवासाचे नवे साधन जगाला देण्याचा हा प्रयत्न यशाचाच एक भाग होता. एका ताटाएवढ्या आकाराच्या आणि जेट इंजिनावर चालणाऱ्या फ्लायबोर्डच्या साह्याने इंग्लिश खाडी पार केलेली पहिली व्यक्ती म्हणून झपाटा यांचे नाव इतिहासात नोंदविले गेले आहे. फ्लायबोर्ड हे प्रवासाचे नवे साधन होऊ शकते, हा त्यांचा विश्वास असून याद्वारे तुम्ही कोठेही प्रवास करू शकता, असा त्यांचा दावा आहे, त्यामुळेच त्यांच्या आजच्या यशाचे अधिक महत्त्व आहे. लँडिंग यशस्वी झाल्यानंतर झपाटा यांच्या डोळ्यांत आनंदाश्रू होते. ते म्हणाले, की हवेत उडण्याचे हे नवे साधन आहे. तुम्ही पक्ष्याप्रमाणे उडू शकता. हे माझे लहानपणापासूनचे स्वप्न होते. फ्लायबोर्ड लवकरच व्यावसायिक बाजारपेठेत येईल, अशी आशाही त्यांनी व्यक्त केली आहे.

● सारंग खानापूरकर

सकाळ आर्थिक घडामोडी

औद्योगिक क्षेत्रांना मंदीने ग्रासल्याने चालू वर्षात भारतीय अर्थव्यवस्था केवळ ६.३ टक्क्यांनी वृद्धिंगत होईल, असा अंदाज 'क्रिसिल'कडून जाहीर करण्यात आला. तद्‌नंतरच केंद्रीय सांख्यिकी संस्थेतर्फे देशाचे 'औद्योगिक उत्पादन निर्देशांक ४.३% पर्यंत खाली आल्याची माहिती जाहीर करण्यात आल्याने भारतात आर्थिक मंदीची चर्चा जोर धरू लागली. मात्र सरकारी पातळीवर या अवस्थेचे वर्णन अर्थव्यवस्थेला आलेली मरगळ अशा शब्दात करण्यात आली. मंदी नाही असे ठामपणे सांगण्यात अर्थमंत्री आघाडीवर आहेत. या पार्श्वभूमीवर सादर करण्यात आलेला केंद्राचा आणि राज्याचा आर्थिक पाहणी अहवाल, तसेच अर्थसंकल्प व निती आयोगाचा द स्ट्रॅटेजी फॉर न्यू इंडिया @ 75 धोरणाचा दस्तावेज तसेच दहा सहकारी बँकांचे विलीनीकरणाचा निर्णय या अर्थक्षेत्रातील विशेष चर्चेतील घटना घडामोडींनी भारतीय अर्थविश्वात विविध प्रतिक्रिया उमटल्या. देशाच्या एकंदरीत अर्थकारणावर दूरगामी परिणाम घडवू शकणाऱ्या या व अशाच महत्त्वपूर्ण आर्थिक घडामोडींचा आढावा या प्रकरणात...

सकाळ नीती आयोगाकडून 'द स्ट्रॅटेजी फॉर न्यू इंडिया @ ७५' धोरणाचा दस्तऐवज सादर

१९ डिसेंबर २०१८ रोजी नीती आयोगाकडून 'द स्ट्रॅटेजी फॉर न्यू इंडिया' @ ७५ या धोरणाचा दस्तऐवज सादर करण्यात आला.

- २०२२ मध्ये भारतीय स्वातंत्र्याला ७५ वर्षे पूर्ण होत आहेत, त्याचे औचित्य साधत २०२२-२३ पर्यंतचे लक्ष्य साध्य करण्याचे उद्दिष्ट असलेला हा दस्तावेज
- तत्कालीन केंद्रीय अर्थमंत्री अरुण जेटली यांच्याकडून या दस्तावेजाचे प्रकाशन, त्या वेळी नीती आयोगाचे उपाध्यक्ष राजीव कुमार व इतर सदस्य उपस्थित
- या धोरणामध्ये ४१ क्षेत्रांवर भर देण्यात आला आहे.

या क्षेत्रांचे चार भागात विभाजन करण्यात आले आहे.	
१.	प्रगतीचे वाहक
२.	पायाभूत सुविधा
३.	समावेशन
४.	सुशासन

या प्रत्येक भागातील लक्ष्य २०२२ पर्यंत पूर्ण करायची आहेत.

द स्ट्रॅटेजी फॉर न्यू इंडिया @ ७५ (The Strategy for New India @ 75) :

(१) प्रगतीचे वाहक

वाढ (Growth) :

- २०१८-२३ दरम्यान आर्थिक वाढीचा दर ८% ठेवणे
- यामुळे अर्थव्यवस्था २०२२-२३ पर्यंत ४ ट्रिलियन डॉलर्स होण्यास मदत
- २०२२-२३ पर्यंत गुंतवणूक दर (सकल घरगुती उत्पादनाचा) ३६% पर्यंत वाढविणे (सध्या २९%).
- २०२२-२३ पर्यंत वस्तू व सेवांची निर्यात ८०० बिलियन डॉलर्सपर्यंत वाढविणे (सध्या ४७८ बिलियन डॉलर्स).
- भारताचे कराच्या सकल राष्ट्रीय उत्पन्नाशी असणारे प्रमाण विकसित व ब्रिक्स देशांच्या तुलनेत फार कमी (Tax to GDP ratio सुमारे १७)
- २०२२-२३ पर्यंत हे प्रमाण २२% पर्यंत नेणे.

ब्रिक्स राष्ट्रांमधील कराचे सकल राष्ट्रीय उत्पन्नाशी प्रमाण
ब्राझील - ३४%
दक्षिण आफ्रिका - २७%
चीन - २२%

रोजगार आणि कामगार सुधारणा :

- २०१९ पर्यंत केंद्रीय कामगार कायद्यांचे ४ कायदा संहितांमध्ये रूपांतर करणे.
- महिलांचा श्रमशक्तीतील वाटा २०२२ पर्यंत किमान ९०% ने वाढविणे.
- भारताच्या एकूण श्रमशक्तीपैकी (५२ कोटी) ४९% श्रमशक्ती कृषिक्षेत्रात

चीनसाठी हेच प्रमाण २९% आहे, ब्राझील (१४.५०%), द. आफ्रिका (४.६०%) आहे.

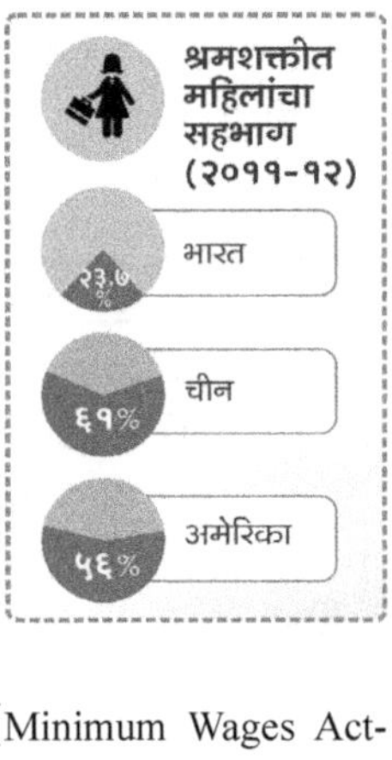

- २०१८ च्या 'स्किल इंडिया अहवालानुसार' उच्चशिक्षण संस्थांमधून बाहेर पडणारे केवळ ४७% पदवीधारकांकडे क्षमता (employable) आहेत.
- किमान मजुरी कायदा-१९४८ (Minimum Wages Act-1948) सर्व क्षेत्रांसाठी लागू करावा.

तंत्रज्ञान आणि नवोन्मेष (Technology and Innovation)

- भारतीय 'जागतिक नवोन्मेष निर्देशांकात' २०२२-२३ पर्यंत पहिल्या ५० देशांमध्ये स्थान मिळवून देणे.
- भारताच्या किमान पाच वैज्ञानिक संशोधन संस्था जगातील पहिल्या शंभर संस्थांमध्ये असाव्यात.
- संशोधन व विकास क्षेत्रावर जीडीपीच्या किमान २% खर्च करण्यात यावा
- खासगी व सार्वजनिक क्षेत्राचा समान सहभाग सध्या ०.७%

भारतातील विज्ञान-तंत्रज्ञान व नवोन्मेषाचा प्रवास

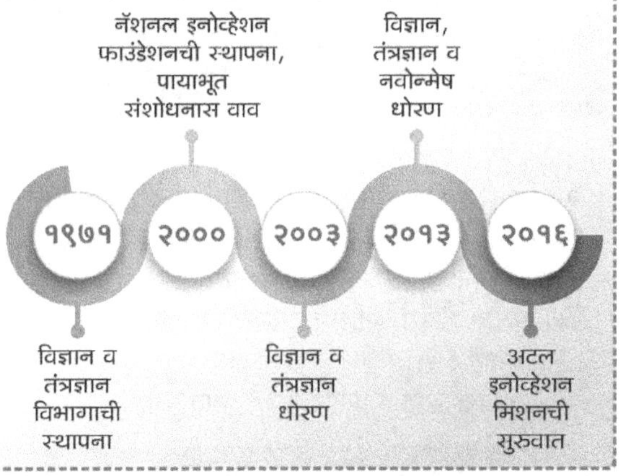

उद्योग

- उत्पादन क्षेत्राची वाढ (Manufacturing Growth) दुपटीने वाढविणे.
- भारत जगातील पाचवे मोठे उत्पादन केंद्र (Manufacturing Hub) आहे; परंतु जीडीपीमध्ये उत्पादन क्षेत्राचा भाग केवळ १६%
- सकल राष्ट्रीय उत्पन्न (जीडीपी)मध्ये उत्पादन क्षेत्राचा भाग (२०१७-१८- १६.६%)
- २०२० पर्यंत उत्पादन क्षेत्राचा जीडीपीतील वाटा २०% पर्यंत नेणे हे ध्येय.
- इंडस्ट्री ४.० म्हणून ओळखल्या जाणाऱ्या सर्व अत्याधुनिक तंत्रज्ञानाला भारतीय उद्योगांमध्ये उपयोजनासाठी नियोजितपणे प्रोत्साहन देणे.

शेतीचे आधुनिकीकरण

- पीक वैविध्यीकरण - मुख्य पिके (कडधान्य, तेलबिया, डाळी) एकूण पेरणी क्षेत्राच्या ७७% जागा व्यापतात तर एकूण कृषी उत्पादनाच्या ४१% आहे
- उच्च मूल्य पिके (HVA) तेवढेच उत्पादन केवळ १९% पेरणी क्षेत्रात देतात.
- फळे व भाजीपाला क्षेत्र लघु शेतकऱ्यांसाठी उत्पन्नाचे चांगले साधन ठरू शकते.
- २०२२-२३ पर्यंत ५३% स्थूल पेरणी क्षेत्र सिंचित करणे.
- कृषी संशोधनांवर कृषी जीडीपीच्या किमान १% खर्च करणे.
- सध्या कृषी संशोधनांवर कृषी जीडीपीच्या किमान ०.३% खर्च
- शेतकऱ्यांचे उत्पन्न २०२२ पर्यंत दुप्पट करण्यासाठी 'दलवाई समितीची' स्थापना

पर्यटन, आदरातिथ्य (Travel, Tourism and Hospitality) :

- जागतिक पर्यटक संख्येत (Global Tourist Arrival) भारताचा वाटा १.१८% वरून ३% पर्यंत नेणे.
- आंतरराष्ट्रीय पर्यटकांच्या संख्येत ८.८ दशलक्षपासून १२ दशलक्षापर्यंत वाढ करणे.
- २०१७ मध्ये पर्यटन निर्देशांकात (The World Economic Forum) भारताचा क्रमांक १२ ने सुधारून ४० इतका
- पर्यटन क्षेत्र ४०.३ दशलक्ष लोकांना प्रत्यक्ष किंवा अप्रत्यक्ष रोजगार पुरविते.

(२) पायाभूत सुविधा

ऊर्जा क्षेत्र

- २०१९ पर्यंत सर्वांना २४ × ७ ऊर्जा उपलब्ध करून देणे.
- २०२२-२३ पर्यंत तेल व गॅसची आयात १०% ने कमी करणे.
- भारताची एकूण स्थापित ऊर्जा क्षमता ३३४ गिगावॅट एवढी, ज्यामध्ये ६२ गिगावॅट वाटा अपारंपरिक ऊर्जास्रोतांचा आहे.

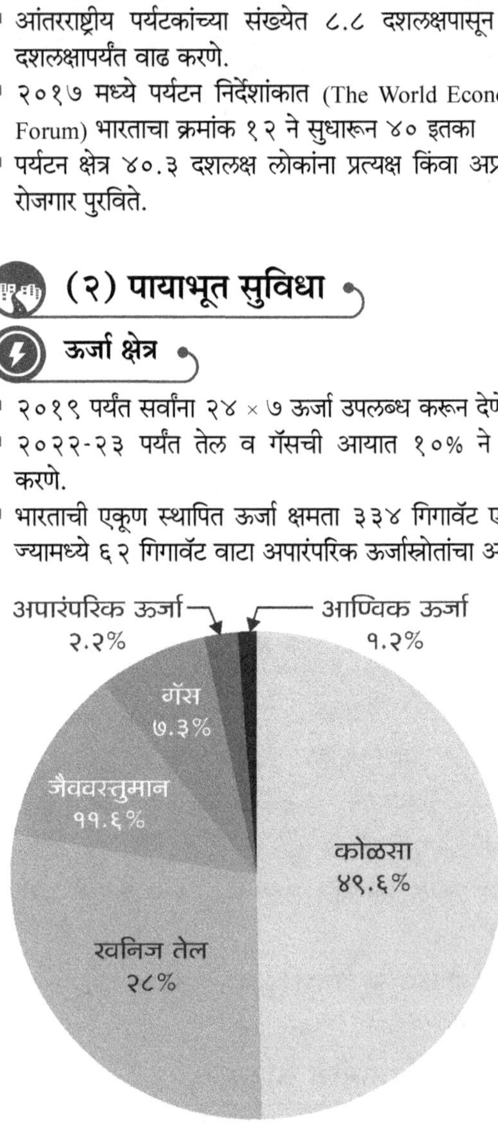

भारताच्या एकूण ऊर्जाक्षमतेतील विविध ऊर्जास्रोतांचा वाटा

भूपृष्ठ वाहतूक (Surface Transport)

- २०२२-२३ पर्यंत 'भारतमाला टप्पा-१' पूर्ण करणे, ज्यामध्ये

२८००० किमीचे महामार्ग असून २००० किमी महामार्ग किनारी भागात असतील.

- २०२२-२३ पर्यंत राष्ट्रीय महामार्गांची लांबी २ लाख किमीपर्यंत वाढविणे.
- सध्या राष्ट्रीय महामार्गांची लांबी १.२२ लाख
- राष्ट्रीय महामार्ग एकूण रस्त्यांच्या २.२%
- एक पदरी राष्ट्रीय महामार्गांची संख्या एकूण राष्ट्रीय महामार्गांच्या १०% पेक्षा कमी करणे.
- सध्या एक पदरी राष्ट्रीय महामार्गाची संख्या २६.४६%
- ब्राझीलिया घोषणेनुसार २०२० पर्यंत रस्ते अपघात व मृत्यूची संख्या ५०% ने कमी करणे.

रेल्वे वाहतूक

- २०२२-२३ पर्यंत रेल्वेमार्गाचे १००% विद्युतीकरण घडवून आणणे.
- पायाभूत सुविधा निर्मितीचा दर ७ किमी/दिवस पासून १९ किमी/दिवस पर्यंत वाढविणे.
- भारतीय रेल्वे जगातील चौथे मोठे (६७,३६८ किमी) रेल्वे जाळे असून प्रवासी वाहतुकीत प्रथम तर मालवाहतुकीत चौथा क्रमांक लागतो.
- रेल्वेचा मालवाहतुकीतील वाटा ८६.२% (१९५०-५१) पासून ३३% (२०१५) इतका कमी झाला.

बंदरे, जलवाहतूक, अंतर्गत जलवाहतूक

- किनारी जलवाहतूक व अंतर्गत जलवाहतूक एकूण मालवाहतुकीतील वाटा सध्याच्या ६% वरून (२०१६-१७) २०२५ पर्यंत १२% पर्यंत वाढविणे.
- बंदरांची क्षमता २०२२-२३ पर्यंत २,५०० मिलियन मेट्रिक टन इतकी वाढविणे
- सध्या बंदरांची क्षमता २१६१.८ मिलियन मेट्रिक टन

मालवाहतुकीस येणारा खर्च

साधन	खर्च (रुपये/किमी टन)
१. रस्ते वाहतूक	३
२. रेल्वे वाहतूक	१.५
३. जल वाहतूक	०.३
४. नळ वाहतूक	०.१५

डिजिटल जोडणी (Digital Connectivity)

- सर्व राज्ये, जिल्हे व ग्रामपंचायतींना २०२२-२३ पर्यंत भौतिक डिजिटल जोडणी (Physical digital connectivity) प्रदान करणे.
- २०२२-२३ पर्यंत सर्व शासकीय सेवा डिजिटली प्रदान करणे.
- पायाभूत डिजिटल साक्षरतेचे १००% लक्ष्य २०२२-२३ पर्यंत पूर्ण करणे.
- २०१७ मध्ये भारतातील २७% लोकसंख्येकडून इंटरनेटचा वापर

पाणीपुरवठा, जलस्त्रोत

- २०२२-२३ पर्यंत ग्रामीण भागात ४० ली./माणशी-दिवस व शहरी भागात १३५ ली./माणशी-दिवस स्वच्छ पाणीपुरवठा करावा.
- भारतात दरवर्षी पर्जन्यामार्फत ४००० बिलियन घनमीटर (BCM) पाणी उपलब्ध
- यापैकी ५३.३% पाण्याचे बाष्पीभवन होते.
- उपलब्ध असलेले ११३७ बीसीएम (Billion Cubic Meter) पाण्यापैकी ६९० बीसीएम भूपृष्ठावर व ४४० बीसीएम भूपृष्ठाखाली आहे.

(३) समावेशन (Inclusion)

शालेय शिक्षण

- २०२२-२३ पर्यंत प्राथमिक व माध्यमिक शिक्षणात १००% शालेय वर्ग प्रवेश (Enrollment) व शालेय वर्ग निरंतरता (Retention) प्राप्त करणे.
- इयत्ता दहावीपर्यंत शाळा सोडणाऱ्या मुलांचे प्रमाण शून्य करणे.
- शिक्षणावरील खर्च जीडीपीच्या ६% इतका
- सध्या शिक्षणावरील खर्च ३%. जागतिक सरासरी ४.७%

उच्च शिक्षण

- उच्च शिक्षणातील प्रवेश (Enrollment) २०२२-२३ पर्यंत ३५% एवढा वाढविणे.
- औपचारिक कौशल्य असलेल्या श्रमशक्तीचे प्रमाण सध्याच्या ५.४% वरून १५% इतके वाढविणे.

■ विविध देशांची उच्च शिक्षणातील प्रवेशाची टक्केवारी

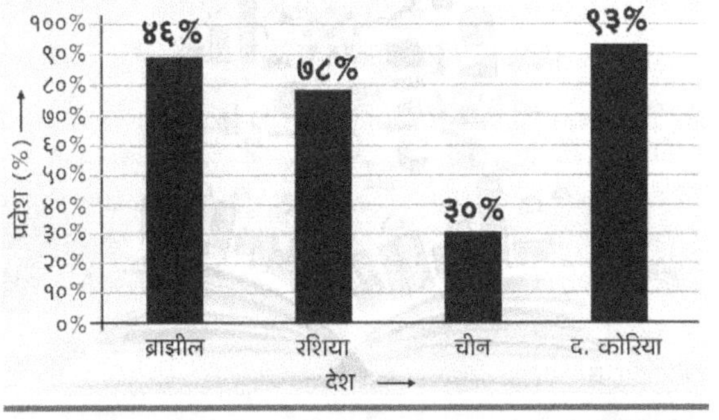

देश	औपचारिक कौशल्य असलेल्या श्रमशक्तीचे प्रमाण
१. अमेरिका	५२%
२. युनायटेड किंगडम	६८%

३. जर्मनी	७५%
४. जपान	८०%
५. दक्षिण कोरिया	९६%

आरोग्य क्षेत्र - मनुष्यबळ विकास

- डॉक्टर : लोकसंख्या गुणोत्तर १:१४०० व परिचारिका : लोकसंख्या गुणोत्तर १:५०० प्राप्त करणे
- जागतिक आरोग्य संघटनेचे निकष डॉक्टर व परिचारिकांसाठी अनुक्रमे १:१००० व १:४०० इतके
- सार्वजनिक आरोग्य क्षेत्रामध्ये १.५ दशलक्ष रोजगार निर्मिती करणे.
- सध्या भारतात डॉक्टर व परिचारिकांचे लोकसंख्येशी गुणोत्तर अनुक्रमे १:१६१३ व १:५८८ एवढे

पोषण

- लहान मुलांमधील खुरटेपणाचे प्रमाण (Stunting) २५% पेक्षा कमी करणे.
- लहान मुलांमधील (०-६ वर्षे) कमी वजनाचे प्रमाण (Underweight) २५% पर्यंत कमी करणे.
- स्त्रियांमधील (१५-४९ वर्षे) रक्तक्षयाचे प्रमाण ३८% पेक्षा कमी करणे.
- एकात्मिक बालविकास कार्यक्रमांतर्गत फोर्टिफाईड (Fortified) अन्न पुरविण्यात येणार आहे.

लिंगभाव समानता

- २०२२-२३ पर्यंत स्त्रियांचा श्रमशक्ती सहभाग दर ३०% साधणे.

श्रमशक्ती सहभाग दर (२०१५-१६)	ग्रामीण	शहरी
२३.७%	२६.७%	१६.२%

- ज्या उद्योगात ३०% हून अधिक महिला कार्यरत असतील त्या उद्योगास विशेष सवलती देण्यात याव्यात.

वयोवृद्ध नागरिक, दिव्यांग, तृतीयपंथी

	लोकसंख्या (२०११)	प्रमाण (लोकसंख्येच्या)
वयोवृद्ध (६० वर्षांवरील)	१०.६८ कोटी	८.६%
दिव्यांग	२.६८ कोटी	२.२१%
तृतीयपंथी	४.८७ लाख	

- २०२० पर्यंत प्रत्येक जिल्ह्यात एक वृद्धाश्रम उभारण्याची शिफारस.
- सामाजिक क्षेत्रावर करण्यात येणाऱ्या एकूण खर्चापैकी ५% खर्च दिव्यांगांवर करण्यात यावा.
- तृतीयपंथीयांना कौशल्ये व रोजगाराच्या समान संधी पुरविण्यात याव्यात.

अल्पसंख्याक

- अल्पसंख्याक समूह व उर्वरित समाजघटक यांच्यामधील सामाजिक-आर्थिक व मानवी विकास निर्देशांकातील तफावत सकारात्मक कृतीद्वारे कमी करणे.

अल्पसंख्याक समुदायातील साक्षरता दर

समुदाय	वर्ष २०११
१. जैन	९४.८८%
२. ख्रिश्चन	८४.५३%
३. बौद्ध	८१.८८%
४. शीख	७५.३९%
५. मुस्लिम	६८.५३%
६. हिंदू	७३.२७%
७. राष्ट्रीय	७२.९८%

(संदर्भ : pib.nic.in, niti.gov.in)

सकाळ १ एप्रिल २०१९ पासून बँक ऑफ बडोदामध्ये विजया बँक आणि देना बँकेच्या विलीनीकरणाची कायदेशीर प्रक्रिया पूर्ण

दि. १ एप्रिल २०१९ पासून बँक ऑफ बडोदामध्ये विजया बँक आणि देना बँकेच्या विलीनीकरणाची कायदेशीर प्रक्रिया पूर्ण झाली

- एप्रिल २०१९ पासून या दोन बँका बडोदा बँकेत विलीन झाल्या.
- कायदेशीर प्रक्रिया पूर्ण झाल्या असली तरी बँक व्यवस्थापनाची घडी बसेपर्यंत देना व विजया बँकेचे एटीएम, धनादेश खाते क्रमांक पूर्वीप्रमाणेच सुरू राहील.
- तिन्ही बँकांचे विलीनीकरण झाल्यानंतर बँक ऑफ बडोदा देशातील तिसऱ्या क्रमांकाची सर्वांत मोठी बँक झाली आहे.
- पहिली आणि दुसरी बँक अनुक्रमे एसबीआय (SBI) आणि एचडीएफसी (HDFC) आहेत.
- विलीनीकरणानंतर देशभरातील शाखांची संख्या ९,५०० हून अधिक होणार आहे आणि वार्षिक उलाढाल १५ लाख कोटींच्यावर जाईल.
- बँकांच्या एटीएमची संख्या १३,४०० हून अधिक, कर्मचाऱ्यांची संख्या ८५ हजार आणि ठेवीदार-खातेदार १२ कोटींहून अधिक.
- वार्षिक उलाढाल जाणार १५ लाख कोटी रुपयांवर आणि ठेवी

८.७५ लाख कोटींवर.

- पीपल कॅपिटल इन्डेक्स (PCI - People Capital Index) मध्ये आघाडीच्या ५० कंपन्यांमध्ये स्थान.
- या विलीनीकरणानंतर सार्वजनिक क्षेत्रातील बँकांची संख्या (PSB - Public Sector Bank) २१ वरून १९ झाली.
- सध्या स्टेट बँक ऑफ इंडियाकडे सर्वाधिक ५९,२९१ एटीएम (ATM) आणि १८,००० हून अधिक शाखा आहेत.

बँकांचे विलीनीकरण :

- नरसिंहम समिती २ - १९९७-९८ : या समितीने अशी शिफारस केली होती की, भारतीय रिझर्व्ह बँक ही बँकिंग क्षेत्राची नियामक असल्याने तिने बँकांचे मालक असू नये.

(१) स्टेट बँक इंडिया (SBI)

- ऑगस्ट २००८ मध्ये स्टेट बँक ऑफ सौराष्ट्राचे ऑगस्ट २०१० मध्ये स्टेट बँक ऑफ इंदोरचे विलीनीकरण स्टेट बँक इंडिया (SBI) मध्ये
- १५ ऑगस्ट २०१६ रोजी भारत सरकारची उर्वरित पाच सहयोगी बँका आणि भारतीय महिला बँक यांचे स्टेट बँक इंडिया (SBI) मध्ये विलीनीकरणास मान्यता.
- १ एप्रिल २०१७ मध्ये विलीनीकरण पूर्ण. स्टेट बँक इंडिया (SBI) मध्ये खालील बँका विलीन झाल्या

१) स्टेट बँक ऑफ बिकानेर अँड जयपूर,
२) स्टेट बँक ऑफ हैदराबाद,
३) स्टेट बँक ऑफ म्हैसूर,
४) स्टेट बँक ऑफ पतियाळा,
५) स्टेट बँक ऑफ त्रावणकोर आणि भारतीय महिला बँक.

- विलीनीकरणानंतर स्टेट बँक इंडिया (SBI) भारतातील सर्वांत मोठी बँक झाली.

(२) बँक ऑफ बडोदा

- बँक ऑफ बडोदामध्ये १७ सप्टेंबर २०१९ रोजी देना बँक आणि विजया बँकेचे विलीनीकरण करण्यास मान्यता.
- १ एप्रिल २०१९ पासून विलीनीकरण
- बँक ऑफ बडोदा सर्वांत मोठी तिसरी बँक झाली.

बँक ऑफ बडोदा : लक्षात ठेवा

- स्थापना : २० जुलै १९०८
- संस्थापक : सयाजीराव गायकवाड
- मुख्यालय : बडोदा, गुजरात
- अध्यक्ष : हसमुख अढिया (Hasmukh Adhia)
- सार्वजनिक क्षेत्रातील तिसरी मोठी बँक.
- पहिल्या दोन बँका : १) स्टेट बँक इंडिया, २) एचडीएफसी
- १ एप्रिल २०१९ रोजी देना बँक आणि विजया बँकांचे विलीनीकरण बँक ऑफ बडोदामध्ये झाले.
- एकूण व्यवसाय : १५.४ लाख कोटी (एप्रिल २०१९)

■ बँका आणि त्यांची मूल्य : (आकडे लाख कोटी रुपये)

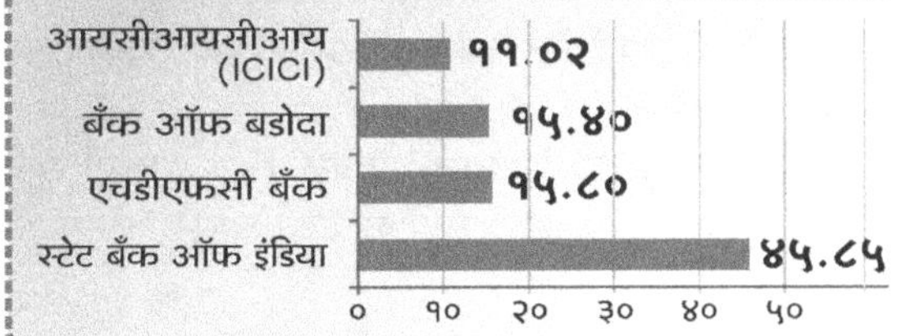

(संदर्भ : bankofbaroda.com, rbi.gov.in)

सकाळ: नाबार्डची मालकी आरबीआयकडून केंद्रशासनाकडे हस्तांतरित : नाबार्ड व व राष्ट्रीय गृहनिर्माण बँक या दोन्ही संस्थांवर भारत सरकारची मालकी

दि. ४ मे २०१९ रोजी भारतीय रिझर्व्ह बँकेने नाबार्ड (National Bank for Agriculture and Rural Development) मध्ये असलेला हिस्सा २० कोटी रुपयांना केंद्रशासनाला हस्तांतरित केला.

- याचसोबत राष्ट्रीय गृहनिर्माण बँकेत असलेला १००% हिस्सा आरबीआयने १४५० कोटी रुपयांना भारत सरकारला विकला.
- यामुळे नाबार्ड व राष्ट्रीय गृहनिर्माण बँकेमध्ये भारत सरकारचा १००% हिस्सा होऊन या दोन्ही संस्था भारत सरकारच्या मालकीच्या झाल्या.
- रिझर्व्ह बँकेचा नाबार्डमध्ये १४५० रु. कोटी किमतीचा ७२.३% हिस्सा होता.
- ३१ ऑक्टोबर २०१० रोजी त्यापैकी ७१.५% हिस्सा १४३० कोटी रुपयांना भारत सरकारला विकला होता.
- नरसिंह समितीने (द्वितीय) नाबार्ड व राष्ट्रीय गृहनिर्माण बँकेतून निर्गुंतवणूक करण्याची शिफारस केली होती.

नाबार्ड (National Bank for Agriculture and Rural Development) : लक्षात ठेवा

NABARD

- १९७९ मध्ये रिझर्व्ह बँकेने 'कृषी व ग्रामीण विकासासाठी संस्थात्मक पुरवठा पुनरावलोकन समिती' बी. व्ही. शिवरामन यांच्या अध्यक्षतेखाली स्थापन केली होती.
- या समितीने नाबार्डसारखी विकास संस्था स्थापन करण्याची शिफारस केली होती.

नाबार्डचा प्रवास

- कृषी पतविभाग - ग्रामीण नियोजन पतकक्ष
- कृषी पुनर्वित्त आणि विकास महामंडळ - १९७५
- या विभागांच्या एकत्रिकीकरणातून १२ जुलै १९८२ रोजी

नाबार्ड या विकास संस्थेची स्थापना करण्यात आली.

- मुख्यालय - मुंबई
- नाबार्डची २८ प्रादेशिक कार्यालये असून एक उपकार्यालय आहे.
- स्थापनेवेळी नाबार्डचे अधिकृत भांडवल १००० कोटी रुपये होते, नंतर ते ५००० कोटी रुपये करण्यात आले.

कार्ये :

- ग्रामीण क्षेत्रात पतपुरवठा करणाऱ्या सर्व वित्तीय संस्थांची शिखर संस्था म्हणून कार्य करणे.
- ग्रामीण क्षेत्राला पतपुरवठा करणाऱ्या वित्तीय संस्थांना पुनर्वित्त पुरवठा करणे.
- सहकारी बँका, तसेच प्रादेशिक ग्रामीण बँकेचे पतनियोजन, तपासणी करणे.
- ग्रामीण पायाभूत सुविधा विकास निधी (RIDF) उभारून ग्रामीण पायाभूत सुविधांचा विकास करणे.
- पाणलोट क्षेत्र विकास, स्वयंसाहाय्यता गट, जमीन विकास, कृषी संशोधन इत्यादी क्षेत्रात कार्ये करणे.

राष्ट्रीय गृहनिर्माण बँक

लक्षात ठेवा

(National Housing Bank : NHB)

- राष्ट्रीय गृहनिर्माण बँक अधिनियम-१९८७ अन्वये ८ जुलै १९८८ रोजी राष्ट्रीय गृहनिर्माण बँकेची स्थापना करण्यात आली.
- डॉ. सी. रंगराजन समितीने अशा बँकेची निर्मिती करण्याची शिफारस केली होती.
- बँक गृहनिर्माण क्षेत्रात सर्वोच्च संस्था म्हणून कार्यरत. गृहकर्जे देणाऱ्या वित्तसंस्थांना ती पुनर्वित्तपुरवठा करते.
- मुख्यालय - नवी दिल्ली.
- एनएचबी- रेसिडेक्स (NHB-Residex) हा गृहकिंमत निर्देशांक विकसित करून राष्ट्रीय गृहनिर्माण बँक २००७ पासून प्रकाशित करीत आहे.

(संदर्भ : pib.nic.in)

सकाळ

राष्ट्रीय नमुना सर्वेक्षण अहवाल प्रकाशित : केरळ राज्यामध्ये सर्वाधिक बेरोजगार

दि. २५ मे २०१९ रोजी राष्ट्रीय नमुना सर्वेक्षण (National Sample Survey Office : NSSO) संस्थेकडून तयार करण्यात आलेल्या वार्षिक "Periodic Labour Force Survey' सर्वेक्षणानुसार २०१७-१८ मध्ये भारतात बेरोजगारी दर ६.१% इतका आहे.

- हा दर मागील ४५ वर्षांत सर्वाधिक आहे.
- शहरांमध्ये ग्रामीण भागापेक्षा बेरोजगारी अधिक आहे.
- सर्वेक्षणानुसार २०१७-१८ मध्ये सर्वांत कमी बेरोजगारीचा दर

■ देशामध्ये सर्वाधिक बेरोजगारी असणारी राज्ये :

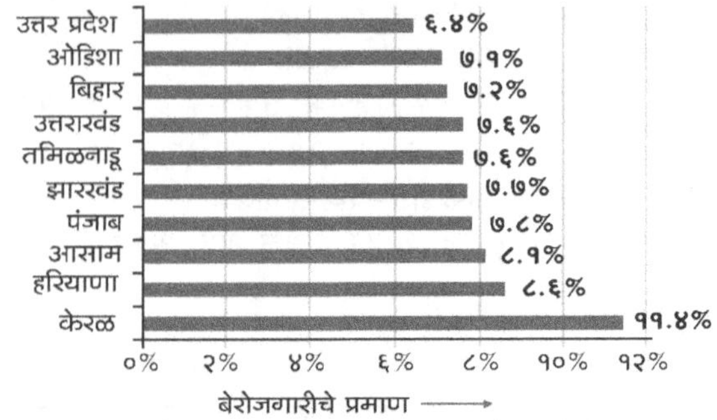

छत्तीसगड राज्यात (३.३%) आहे.

- यापूर्वीच्या सर्वेक्षणात (२०११-१२) छत्तीसगडमध्ये बेरोजगारी दर १.५% एवढा होता.
- भारतातील इतर राज्यांपैकी हिमाचल प्रदेश (५.५%), जम्मू-काश्मीर (५.३%), राजस्थान (५%), महाराष्ट्र (४.९%), कर्नाटक (४.८%), पश्चिम बंगाल (४.६%), मध्य प्रदेश (४.५%) या राज्यांमध्ये बेरोजगारी जास्त आहे.

बेरोजगारीचे प्रमाण			
	शहरी	ग्रामीण	एकूण
महिला	१०.८%	३.८%	५.७%
पुरुष	७.११%	६.८%	६.२%
एकूण	५.३%	७.८%	६.१%

- राष्ट्रीय नमुना सर्वेक्षण संस्थेने यासाठी जुलै २०१७-जून २०१८ यादरम्यान सर्वेक्षण केले.
- भारताच्या श्रमशक्ती सहभाग दर (Labour Force Participation Rate) ४९.८% इतका आहे. जो ग्रामीण भागात ५०.७% तर शहरी भागात ४७.६%
- कार्य सहभाग दर अखिल भारतीय स्तरावर ३४.७% इतका आहे, जो ग्रामीण भागासाठी ३५% इतका तर शहरी भागासाठी ३३.९% इतका आहे.

बेरोजगारी मोजण्याच्या पद्धती :

(अ) नित्य दर्जा (Usual Status)

- सर्वेक्षणापूर्वी ३६५ दिवसांच्या संदर्भ कालावधीत व्यक्तीच्या कामाचा दर्जा यावरून खुल्या व जुन्या बेरोजगारीचे आकलन करता येते.

(ब) चालू साप्ताहिक दर्जा (Current Weekly Status)

- सर्वेक्षणापूर्वी सात दिवसांच्या संदर्भातील व्यक्तीच्या कामाचा दर्जा यात आठवड्यात एका दिवशी किमान १ तासाचेही काम न मिळालेली व्यक्ती बेरोजगार समजली जाते.
- यामध्ये जुन्या व तात्पुरत्या बेरोजगारीबरोबरच कमी प्रतीच्याही रोजगारीचा अंदाज येतो.

(क) चालू दैनिक दर्जा (Current Daily Status)

- आठवड्यातील प्रत्येक दिवशी चार तास काम उपलब्ध झाले तर व्यक्ती रोजगार प्राप्त समजली जाते.
- यामध्ये जुनाट, तात्पुरत्या व कमी प्रतीच्या रोजगारीचाही अंदाज येतो.

(संदर्भ : mospi.nic.in)

लक्षात ठेवा

राष्ट्रीय सांख्यिकी संस्था (National Statistical Organisation) :

- केंद्रशासनाने राष्ट्रीय नमुना सर्वेक्षण संस्थेला, केंद्रीय सांख्यिकी संस्थेत (CS0 : The Central Statistics Office) वर्ग करण्याचे ठरविले आहे.
- या नव्या संस्थेला राष्ट्रीय सांख्यिकी संस्था (National Statistical Organisation) असे नाव देण्यात येणार आहे.
- सी. रंगराजन यांच्या अध्यक्षतेखालील राष्ट्रीय सांख्यिकी आयोगाकडून ही शिफारस करण्यात आली.
- सांख्यिकी व कार्यक्रम अंमलबजावणी मंत्रालयाचे सचिव या संस्थेचे प्रमुखपदी असणार आहेत.

(संदर्भ : mospi.gov.in)

सकाळ

महाराष्ट्राचा आर्थिक पाहणी अहवाल-२०१८-१९ : तत्कालीन राज्य अर्थमंत्री सुधीर मुनगंटीवार यांच्याकडून महाराष्ट्र आर्थिक पाहणी अहवाल विधिमंडळासमोर सादर

दि. १७ जून, २०१९ रोजी तत्कालीन अर्थमंत्री सुधीर मुनगंटीवार यांनी 'महाराष्ट्र आर्थिक पाहणी अहवाल २०१८-१९' विधीमंडळासमोर मांडला.

- महाराष्ट्राचे अर्थ व सांख्यिकी संचनालय, (नियोजन विभाग) आर्थिक पाहणी अहवाल तयार करते.
- २०१८-१९ ची आर्थिक पाहणी या मालिकेतील ५८ वी पाहणी आहे.

महाराष्ट्राचा संक्षिप्त आढावा :

- देशाच्या पश्चिम व मध्य भागात वसलेल्या महाराष्ट्राला अरबी समुद्राचा ७२० किमीचा समुद्रकिनारा व सह्याद्री-सातपुडा पर्वतरांगांची तटबंदी लाभली आहे.
- राज्याचे हवामान उष्ण कटिबंधीय मोसमी स्वरूपाचे आहे.
- पाच लाख विद्युत वाहनांची निर्मिती व वापर करण्याच्या उद्देशाने तयार करण्यात आलेले विद्युत वाहन धोरण जाहीर करणारे महाराष्ट्र देशातील पहिले राज्य आहे.
- राज्यात लोकांच्या मातृभाषेनुसार मराठी (६८.९%), हिंदी (१२.९%), उर्दू (६.७%), गुजराती (२.१%), व इतर (९.४%) भाषा बोलल्या जातात.

राज्य उत्पन्न :

- सन २०१८-१९ च्या पूर्वानुमानुसार राज्य अर्थव्यवस्थेत ७.५% वाढ अपेक्षित आहे. २०१८-१९ मध्ये कमी पाऊस (सरासरीच्या ७३.६%) पडल्याने कृषी व संलग्न क्षेत्रात ०.४% वाढ अपेक्षित आहे. उद्योग व सेवाक्षेत्रात ६.९% व ९.२% वाढ अपेक्षित आहे.
- पूर्वानुमानुसार सन २०१८-१९ मध्ये सांकेतिक स्थूल राज्य उत्पन्न २६,६०,३१८ कोटी अपेक्षित आहे. भारताच्या देशांतर्गत स्थूल उत्पादनात देशाचा सर्वाधिक १४.२% वाटा आहे.
- राज्याच्या स्थूल राज्य मूल्यवृद्धीमध्ये सेवाक्षेत्र (५५%), उद्योग (३३.१%) व कृषी व संलग्न कार्ये (११.९%) वाटा आहे.

	महसुली जमा	महसुली तूट	प्रवणभार (स्थूल उत्पादनाच्या)
२०१७-१८	२,४३,६५४ कोटी	२०८२ कोटी (आधिक्य)	१६.७%
२०१८-१९	२,८६,५०० कोटी	१४,९६० कोटी	१५.६%

कृषी व संलग्न कार्ये :

- सन २०१८ मध्ये सरासरी पावसाच्या केवळ ७३.६% पाऊस पडला. १९२ तालुक्यांमध्ये अपुरा पाऊस पडला. कृषीगणना २०१५-१६ नुसार सरासरी जमीन धारणेत (१.३६ हेक्टर) महाराष्ट्राचा अकरावा क्रमांक आहे.
- महाराष्ट्रातील ५३% लोकसंख्या उपजीविकेसाठी कृषी व संलग्न कार्ये क्षेत्रावर अवलंबून आहे.
- पर्जन्य, मृदा प्रकार आणि वनस्पती या आधारे महाराष्ट्रात नऊ कृषी हवामान विभाग आहेत.
- २०१६-१७ च्या आकडेवारीनुसार राज्यांच्या एकूण ३०७.५८ लाख हेक्टर भौगोलिक क्षेत्रांपैकी पिकाखालील स्थूल क्षेत्र २९२.२४ लाख हेक्टर तर निव्वळ क्षेत्र १६९.९० लाख हेक्टर आहे.
- पीक क्षेत्राच्या राज्य स्थूल मूल्यवृद्धीत फलोत्पादनाचा सरासरी वाटा ९०% आहे.
- राज्यात ३० जून २०१८ पर्यंत ४०२ मोठे व मध्यम तर ३४९६ लघु प्रकल्प होते.
- राज्यात संत शिरोमणी श्री सावतामाळी शेतकरी आठवडे बाजार अभियाना (२०१४) अंतर्गत ११५ आठवडी बाजार कार्यरत आहेत.
- मागेल त्याला शेततळे योजनेंतर्गत कमाल ५०,००० रुपयाचे अनुदान देण्यात येत असून मार्च २०१९ अखेरीस १,२०,४३९ शेततळी पूर्ण करण्यात आली आहे.

महाराष्ट्र :				
तपशील	१९६०-६१	१९९०-९१	२०१०-११	२०१७-१८
जिल्हे	२६	५१	३५	३६
साक्षरता प्रमाण	३५.१%	६४.९%	८२.३	८२.३%
लिंग-गुणोत्तर (प्रमाण)	९३६	९३४	९३४	९३४
नागरी लोकसंख्या प्रमाण	२८.२२%	३८.६९%	४५.२	४५.२%%
दरडोई उत्पन्न (रुपये)	५७६	८८११	८४८५८	१,७६,१०२
सरासरी जमीन धारण (हेक्टर)	४.२८	२.२१	१.४४	१.३४
वीजनिर्मिती (मेगावॅट)	३२६८	३६.४३०	८३.०१७	१,५४,२१४
अर्भक मृत्युदर	८६	६०	२५	१९
एकूण रस्ते (किमी)	३९,२४१	१,७२,९६५	२,४१,७१२	३,०४,०४५
प्राथमिक कृषी पतसंस्था	२१,४००	१९,५६५	२१,४५१	२१,००२

- मांस उत्पादनात १२.०७% उत्पादन हिश्शासह महाराष्ट्र देशातील दुसऱ्या क्रमांकाचे राज्य तर दुग्ध उत्पादनात सातव्या क्रमांकाचे राज्य आहे (दरडोई उपलब्धता २५६ ग्रॅम), अंडी उत्पादनात प्रतिवर्ष-दरडोई ४८ अंड्यासह देशात पाचवा क्रमांक (राष्ट्रीय स्तरावर - १८०).
- राष्ट्रीय पोषण संस्थेच्या निकषानुसार प्रतिवर्ष दरडोई १८० अंडी सेवन असावे.
- २०१८-१९ मध्ये राज्याचे मत्स्य उत्पादन ५.९० मे. टन (२०१७-१८ साली ६.०६ मे. टन) होते ज्यामध्ये सागरी मासेमारीचा वाटा ४.६० मे. टन इतका होता.

मागेल त्याला शेततळे योजनेंतर्गत मार्च २०१९ अखेरीस **१,२०,४३९** **शेततळी पूर्ण**

महाराष्ट्रातील **५३%** लोकसंख्या उपजीविकेसाठी कृषी व संलग्न कार्ये क्षेत्रावर अवलंबून

सरासरी जमीन धारणेत **(१.३६ हेक्टर)** महाराष्ट्राचा **११वा** **क्रमांक**

पीक क्षेत्राच्या राज्य स्थूल मूल्यवृद्धीत फलोत्पादनाचा सरासरी वाटा **१०%**

२०१८-१९ मध्ये राज्याचे मत्स्यउत्पादन **५.९० मे. टन**

दुग्ध उत्पादनात **७व्या** क्रमांकाचे राज्य आहे

- गोड्या पाण्यातील मासेमारीची गरज भागविण्यासाठी ३० मत्स्यबीज केंद्रे राज्यात आहेत.

उद्योग आणि सहकार :

- महाराष्ट्र राज्य नेहमीच देशी व परदेशी गुंतवणूकदारांचे प्रथम पसंतीचे राज्य आहे.
- ऑगस्ट १९९१ ते फेब्रुवारी २०१९ या कालावधीत १२,८६,६९६ कोटी रुपयांचे औद्योगिक गुंतवणुकीचे प्रस्ताव मंजूर करण्यात आले.
- सर्वाधिक गुंतवणूक अनुक्रमे माहिती तंत्रज्ञान, इंधन, धातू, रसायने व खते व वस्त्रोद्योग या क्षेत्रात झाली.
- महाराष्ट्रात एकूण ३७ सार्वजनिक माहिती तंत्रज्ञान संकुले कार्यरत असून ५२७ खासगी माहिती तंत्रज्ञान संकुले मंजूर करण्यात आली आहेत. यापैकी पुणे (१८१), मुंबई (१७२), ठाणे (१६०), नागपूर, नाशिक (प्रत्येकी ५), औरंगाबाद (३) व वर्धा (१) या जिल्ह्यांमध्ये माहिती तंत्रज्ञान संकुले असणार आहेत.
- महाराष्ट्र राज्य औद्योगिक विकास महामंडळाने २५१ औद्योगिक क्षेत्रे निर्माण केली असून त्यापैकी १०६ मोठी औद्योगिक क्षेत्रे, ९१ लघु औद्योगिक क्षेत्रे व ५४ विकास केंद्रे आहेत.
- राज्यात हिंगणघाट (वर्धा), वसमत (हिंगोली), लातूर, शिरपूर, वर-देगाव (धुळे), भिवंडी (ठाणे), बारामती (पुणे), इस्लामपूर (सांगली), इचलकरंजी (कोल्हापूर) आणि कुंभाटी (सोलापूर) येथे एकूण १४ वस्त्रोद्योग संकुले स्थापन केली आहेत.
- सन २०२५ पर्यंत राज्याला अग्रगण्य पर्यटनस्थळ बनविणे, एक लाख रोजगार व ३०,००० कोटी गुंतवणूक आकर्षित करण्याच्या उद्देशाने महाराष्ट्र पर्यटन धोरण-२०१६ तयार केले गेले.
- वार्षिक उद्योग पाहणी २०१६-१७नुसार देशाच्या स्थूल मूल्यवृद्धीत १७.७% हिश्शासह महाराष्ट्र प्रथम क्रमांकावर .

तपशील	२०१५-१६	२०१६-१७	
उद्योग (संख्या)	१२.१%	११.५%	(देशाच्या तुलनेत)
उत्पादन	१७%	१४.८%	
रोजगार	१३.९%	१२.९%	

- एकूण उत्पादन मूल्याच्या बाबतीत खाद्य उत्पादन व पेये (१५.१%), कोळसा व शुद्ध पेट्रोलियम (१२.१%), धातू (११.५%), रसायने (८%), मोटार-वाहने (७.७%) यांचा वाटा ५४.४% आहे.
- महाराष्ट्र राज्यात ३१ मार्च, २०१८ रोजी १.९८ लाख सहकारी संस्था कार्यरत होत्या. भारतातील एकूण साखर कारखान्यांपैकी ३६% कारखाने महाराष्ट्रात आहेत.
- राज्यात २०१८ मध्ये १७८ नोंदणीकृत सहकारी साखर कारखाने होते.

पायाभूत सुविधा :

१. वीज :

- राज्यातील वीज निर्मितीची स्थापित क्षमता ३१ मार्च, २०१९ रोजी ३६,७०५ मेगावॅट असून त्यात खासगी क्षेत्र (४६.९%), सार्वजनिक क्षेत्र (२९.७%) व खासगी-सार्वजनिक भागीदारी (४.९%) वाटा आहे.

स्रोतनिहाय स्थापित क्षमता

स्रोत	
औष्णिक	२२,०९६ मेगावॅट
नवीकरणीय	८,४७६ मेगावॅट
जलजन्य	२,९४१ मेगावॅट
नैसर्गिक वायुधारित	३,०७२ मेगावॅट

नवीकरणीय ऊर्जेची संभाव्य व स्थापित क्षमता

स्रोत	संभाव्य क्षमता	क्षमता (मेगावॅट) (स्थापित)
पवन ऊर्जा	९४००	४७८६
सहवीजनिर्मिती	२२००	२२८४
लघु जलविद्युत	७३२	३६६
कृषिअवशेष	७८१	२१५
शहरी/घनकचरा	२८७	३
औद्योगिक घनकचरा	३५०	३५
सौरऊर्जा	७५००	१०१७

२. वाहतूक व दळणवळण :

रस्तेवाहतूक

- राज्यात २०१७-१८ मध्ये एकूण रस्तेमार्गाची लांबी ३,०४,०४५ किमी इतकी आहे, यामध्ये राष्ट्रीय महामार्ग (१२,२७५ किमी), प्रस्तावित राज्य महामार्ग (३,२५८ किमी), राज्य महामार्ग (२९,१३२ किमी) यांचा समावेश आहे.
- महाराष्ट्रात २१ शहरांमध्ये शहरी सार्वजनिक प्रवासी रस्ते वाहतूक केली जाते, यापैकी सात शहरात राज्य मार्ग परिवहन महामंडळातर्फे सेवा पुरविण्यात येते.
- राज्यातील लोहमार्गाची एकूण लांबी ६११४ किमी (देशाच्या ८.९% एवढी) आहे. राज्यात मुंबई, नवी मुंबई, नागपूर व पुणे या शहरात मेट्रो प्रकल्प आहेत.

जलवाहतूक :

राज्यात मुंबई पोर्ट व जवाहरलाल नेहरू पोर्ट ही दोन मोठी बंदरे आहेत. राज्यात रेवस-आवरे, विजयदुर्ग, रेडी व वाढवन या बंदरांची कामे प्रगतिपथावर आहेत.

विमान वाहतूक :

राज्यात तीन आंतरराष्ट्रीय व तेरा देशांतर्गत विमानतळे आहेत. नागपूर येथे महाराष्ट्र विमानतळ विकास कंपनी व भारतीय विमानतळ प्राधिकरण यांच्या संयुक्त उपक्रमाद्वारे मिहान प्रकल्प राबविण्यात येत आहे.

दळणवळण :

राज्यात डिसेंबर २०१८ अखेर दूरध्वनी जोडण्यांची संख्या ४५.१० लाख तर भ्रमणध्वनी जोडण्यांची संख्या १,०७,११७ प्रति लाख लोकसंख्या एवढी होती. राज्यात इंटरनेट वापरणाऱ्यांची संख्या देशात सर्वाधिक ७.६ कोटी एवढी आहे.

सामाजिक क्षेत्र :

शिक्षण :

- २०१७-१८ मध्ये राज्यशासनाचा प्राथमिक शिक्षणावरील खर्च २०८२० कोटी होता. राज्यात २०१७-१८ मध्ये दर १० चौ. किमी परिसरात ३.२ प्राथमिक तर १.७ उच्च प्राथमिक शाळा/तुकड्या आहेत.
- माध्यमिक शिक्षणातील मुलींची पटसंख्या वाढत असून ती एकूण पटातल्या ४५.८% आहे. विद्यार्थी शिक्षकाचे प्रमाण ३१:१ एवढे आहे. माध्यमिक व उच्च माध्यमिक शाळेत गळतीचे प्रमाण अनुक्रमे ६.६% व २.८% एवढे आहे.

- माध्यमिक शिक्षणातील मुलींची पटसंख्या एकूण पटातल्या **४५.८%**
- विद्यार्थी-शिक्षकांचे प्रमाण **३१:१**
- राज्यातील नोंदणीकृत ॲलोपॅथी डॉक्टरांचे लोकसंख्येशी गुणोत्तर **१:११३०**
- राज्यातील ग्रामीण भागासाठी दारिद्र्यरेषा दरडोई दरमहा **९६८ रु.**
- नागरी भागासाठी दारिद्र्यरेषा दरडोई दरमहा **११२६ रु.**

- अखिल भारतीय उच्चशिक्षण पाहणी अहवाल २०१७-१८ नुसार राज्यात ५४ विद्यापीठे असून त्यापैकी २७ राज्य विद्यापीठे (२२ सार्वजनिक, ४ खासगी, १ मुक्त), २१ अभिमत विद्यापीठे, पाच राष्ट्रहितासाठीच्या संस्था व एक केंद्रीय विद्यापीठ आहे.
- राज्यात १४ स्वयं-वित्त साहाय्यित विद्यापीठांना राज्यशासनाने मान्यता दिली आहे.

सार्वजनिक आरोग्य :

- सर्वसमावेशक आरोग्यसेवा पुरविण्यासाठी राज्याने त्रिस्तरीय पायाभूत सुविधा निर्माण केल्या. राज्यात १८२८ प्राथमिक आरोग्य केंद्रे, ९१ उपजिल्हा रुग्णालये व २८ जिल्हा रुग्णालये आहेत.
- राज्यातील नोंदणीकृत ॲलोपॅथी डॉक्टरांचे लोकसंख्येशी गुणोत्तर १:११३० आहे.

महिला व बालविकास :

- भारतात सर्वप्रथम १९९४ मध्ये महिला धोरण तयार करणारे महाराष्ट्र पहिले राज्य ठरले होते. २०१४ मध्ये राज्याचे तिसरे महिला धोरण जाहीर झाले. बालके, गर्भवती स्त्रिया व स्तनदा माता यांच्या पोषणविषयक किमान गरजा भागविण्यासाठी व त्यांना आरोग्य सेवा पुरविण्यासाठी पूरक पोषण आहार कार्यक्रम एकात्मिक बालविकास सेवा योजनेंतर्गत राबविण्यात येतो.

रोजगार व दारिद्र्य :

- २०११ च्या जनगणनेनुसार राज्यात ४.९८ कोटी कामगार होते, ज्यामध्ये स्त्रियांचे प्रमाण ३४% होते. कृषी व संलग्न कार्ये क्षेत्रामध्ये कार्यरत कामगारांची टक्केवारी ४६.१% होती.
- राज्यातील ग्रामीण भागांमध्ये दारिद्र्यरेषेखालील लोकांचे प्रमाण २४.२% तर नागरी भागातील दारिद्र्यरेषेखालील लोकांचे प्रमाण ९.१% आहे.
- राज्यातील ग्रामीण भागासाठी दारिद्र्यरेषा दरडोई दरमहा ९६८ रु. तर नागरी भागासाठी दरडोई दरमहा ११२६ रु. आहे.

पर्यावरण संवर्धन :

- राज्यात ५० मायक्रॉनपेक्षा कमी जाडी असणाऱ्या प्लॅस्टिक पिशव्यांच्या वापरास बंदी असूनही जैवविघटनशील प्लॅस्टिक कचऱ्यामध्ये वाढ होत आहे.
- कांदळवनांच्या संरक्षण, संवर्धन आणि व्यवस्थापनासाठी राज्यशासनाने 'कांदळवन कक्षाची' निर्मिती केली आहे.

मानव विकास आणि शाश्वत विकास ध्येय :

- भारत मानव विकास अहवाल-२०१२ नुसार केरळ प्रथम स्थानी तर महाराष्ट्र सहाव्या स्थानावर आहे.
- महाराष्ट्र मानव विकास कार्यक्रम राज्यातील अतिमागास १२५ तालुक्यांमध्ये ग्रामीण भाग व त्या तालुक्यातील 'क' वर्ग नगरपालिकांमध्ये राबविण्यात येत आहे. तालुक्याला मिळणाऱ्या निधीपैकी २०% निधी याकरिता राखून ठेवण्यात येतो.

(संदर्भ : maharashtra.gov.in)

सकाळ

महाराष्ट्र राज्य अर्थसंकल्प २०१९-२०: तत्कालीन राज्य अर्थमंत्री सुधीर मुनगंटीवार यांच्याकडून महाराष्ट्र राज्य अर्थसंकल्प विधिमंडळासमोर सादर

लोकसभा निवडणुकीपूर्वी २८ फेब्रुवारी २०१९ रोजी हंगामी अर्थसंकल्प सादर करण्यात आला होता. यामुळे हा अतिरिक्त अर्थसंकल्प दि. १९ जून २०१९ रोजी मांडण्यात आला.

- विधानसभेत अर्थमंत्री सुधीर मुनगंटीवार यांनी तर विधानपरिषदेत अर्थराज्यमंत्री दीपक केसरकर यांनी अर्थसंकल्प मांडला.
- राज्यासाठी सुमारे चार लाख चार हजार सातशे चौऱ्याण्णव (४०४७९४ कोटी) रुपयांचा अर्थसंकल्प सादर करण्यात आला.
- यामध्ये ९९ हजार कोटी रुपये नियोजित खर्चासाठी आहेत.
- २०१९-२० वर्षात महसुली जमा ३.१६,९३० कोटी तर महसुली खर्च ३.३४,९३३ कोटी होण्याचा अंदाज आहे.
- यामुळे राज्याची महसुली तूट २०.२९३ कोटी राहणार आहे.
- २०१९-२० मध्ये महाराष्ट्रावरील कर्ज ४.७१,६४२ कोटी इतके राहणार आहे.

■ २०१९-२० वर्षातील महसुली जमा आणि खर्च
(आकडे कोटीमध्ये अंदाजे)

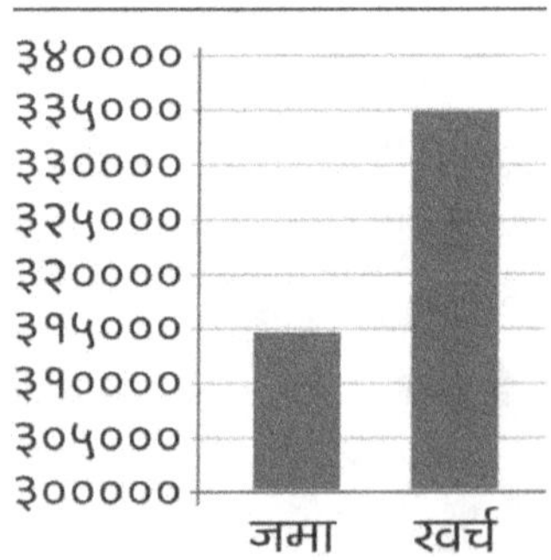

अर्थसंकल्पाची वैशिष्ट्ये :

- महाराष्ट्राची अर्थव्यवस्था ७० लक्ष कोटी रुपये करण्यासाठी महाराष्ट्र आर्थिक विकास परिषदेचे पुनरुज्जीवन.
- शहरात कमी जागेत झाडे लावण्यासाठी अटल आनंद योजना.
- रोजगारासाठी मुख्यमंत्री रोजगारनिर्मिती योजना सुरू करणार.
- नागपूर जिल्ह्यातील कोराडी येथे १८०० मेगावॅटच्या नव्या औष्णिक प्रकल्पास मान्यता.
- सातव्या वेतन आयोगाच्या अंमलबजावणीमुळे २०१९-२० वर्षातील अर्थसंकल्पातील वेतनावरील खर्च १.१५,२४१ कोटी रुपयांवर.

अर्थसंकल्पातील विविध घटकांसाठीच्या तरतुदी :

अ) आरोग्य :

- प्रधानमंत्री जनआरोग्य आणि महात्मा फुले जनआरोग्य योजना राज्यात संयुक्तपणे राबविणार.
- चालू आर्थिक वर्षात सार्वजनिक आरोग्य विभागाकरिता १०,५८१.७९ कोटी रुपयांची तरतूद.
- वैद्यकीय शिक्षण व औषधी द्रव्ये विभागासाठी ३.९८० कोटी रुपयांची तरतूद

ब) महिला सक्षमीकरण :

- राज्यातील सर्व महिला बचत गटातील महिलांची कायदा, सामाजिक, आर्थिक ज्ञानाबाबत जागृती करण्यासाठी राज्य महिला आयोगातर्फे नवीन 'उज्ज्वला' योजना राबविण्यात येणार.
- महिलांच्या उद्यमशीलतेला वाव देण्यासाठी 'नवतेजस्विनी ग्रामीण महिला सबलीकरण योजना' राबविणार.
- विधवा, परितक्त्या, घटस्फोटित महिलांना आत्मनिर्भर व स्वावलंबी करण्यासाठी एक स्वयंरोजगार योजना तयार करणार.
- योजनेसाठी पहिल्या वर्षी २०० कोटी रुपये इतका निधी.

क) पर्यावरण :

- मानव-वन्यजीवसंघर्षकमी करण्यासाठी वनालगतच्या गावातील वनसीमेवर साखळी जाळीचे कुंपण घालण्यासाठी ५० कोटी रुपयांची तरतूद.
- नागरी भागात कमी जागेत अधिक वृक्ष लावून 'मियावाकी' पद्धतीने घनदाट जंगल निर्माण करण्यासाठी 'अटल आनंदवन योजना' राबविण्याचा निर्णय.
- ऐरोली येथे सागरी जैवविविधता जोपासण्यासाठी ३० कोटी रुपये अनुदान.

ऐरोली येथे सागरी जैवविविधता जोपासण्यासाठीचे अनुदान

ड) युवक व रोजगार :

- राज्यातील युवक-युवतींना स्वयंरोजगारासाठी प्रोत्साहन देणारा 'मुख्यमंत्री रोजगार निर्मिती' कार्यक्रम सुरू करण्यात येणार.
- योजनेंतर्गत एक वर्षात दहा हजार लघुउद्योग सुरू करण्याचे लक्ष्य.
- या उद्योगात महिला, अनुसूचित जाती-जमातींना प्राधान्य देण्यात येणार.
- गडचिरोली, चंद्रपूर व गोंदिया जिल्ह्यांच्या नक्षलग्रस्त भागात रोजगाराच्या संधी उपलब्ध करून देण्यासाठी कौशल्य विकासाचा विशेष कार्यक्रम, त्यासाठी १५० कोटी रुपयांची तरतूद.
- बारा बलुतेदारांच्या उद्योगासाठी १०० कोटी रुपयांची तरतूद.

> - गडचिरोली, चंद्रपूर व गोंदिया जिल्ह्यांच्या नक्षलग्रस्त भागात कौशल्य विकासाच्या विशेष कार्यक्रमासाठी **१५० कोटी** रुपयांची तरतूद.
> - बारा बलुतेदारांच्या उद्योगासाठी **१०० कोटी** रुपयांची तरतूद.

इ) कृषी क्षेत्र :

- अर्थसंकल्पामध्ये गेल्या वर्षीप्रमाणे यावर्षीही कृषी क्षेत्रावर विशेष लक्ष देण्यात आले.
- कृषी व कृषी संलग्न क्षेत्रासाठी २८,५०० कोटी रुपयांहून अधिक तरतूद.
- जलसंपदा विभागासाठी १२,५९७ कोटी, प्रधानमंत्री कृषी सिंचन योजनेसाठी २७२० कोटी, गाळयुक्त शिवारासाठी ३१८२ कोटी रुपयांची तरतूद करण्यात आली.
- गोपीनाथ मुंडे अपघात विमा योजनेचा लाभ वैयक्तिक शेतकऱ्याऐवजी संपूर्ण कुटुंबाला देण्यात येणार आहे.
- गटशेतीला प्रोत्साहन देण्यासाठी १०० कोटी रुपयांची तरतूद, शेतकरी गटांना प्रकल्प खर्चाच्या ६०% अथवा १ कोटी इतके अनुदान.
- सूक्ष्मसिंचनास प्रोत्साहन देण्यासाठी ३५० कोटी निधीची तरतूद.
- २०६१ महसूल मंडळामध्ये स्वयंचलित हवामान केंद्राची यशस्वी उभारणी करण्यात आली आहे.

ई) पायाभूत सुविधा :

- राज्यातील पायाभूत सुविधांच्या विकासासाठी सार्वजनिक बांधकाम विभागाला १६००० कोटी रुपये, तर नगरविकास

सकाळ महाराष्ट्राचा अर्थसंकल्प: २०१९-२० : सेवाप्रधान' अर्थव्यवस्थेचे चित्र

महाराष्ट्राच्या तत्कालीन अर्थमंत्र्यांनी २०१९-२० साठी फेब्रुवारी २०१९ ला अंतरिम व १८ जून २०१९ ला वाढीव (additional) अर्थसंकल्प सादर केला.२०१९-२० साठी महाराष्ट्राचे राज्य उत्पन्न, चालू किंमतीला रु. २९,७९,५५६ कोटी म्हणजेच २०१८-१९ च्या सुधारित अंदाजापेक्षा १२% जास्त आहे.२०१९-२० चा अंदाजित एकूण खर्च रु. ४,०४,७९४ कोटी म्हणजे पूर्वीपेक्षा ८.५% अधिक आहे.सार्वजनिक कर्ज वगळता सरकारचा एकूण महसूल रु. ३,१६,९३२ कोटी, पूर्वीच्या अंदाजापेक्षा ९.८% जास्त आहे.उपरोक्त अंदाज लक्षात घेता, २०१९-२० सालच्या महाराष्ट्राच्या अर्थसंकल्पात महसुली तूट रु. २०,२९३ कोटी म्हणजेच राज्य उत्पन्नाच्या ०.६८% होती. अर्थसंकल्पीय तूट रु. ६१,६७० कोटी म्हणजेच राज्य उत्पन्नाच्या २.०७% असे चित्र दिसते. अर्थसंकल्पीय जबाबदारी व व्यवस्थापन कायद्याच्या मर्यादांच्या आत ही प्रमाणे आहेत.

खर्चामध्ये प्रामुख्याने -	
ग्रामीण विकास	६२%
पाणीपुरवठा, स्वच्छता, गृहनिर्माण, नागरी विकास	२५%
शिक्षण	२५%
अशी लक्षणीय वाढ तर -	
सामाजिक कल्याण व पोषण	३३%
शेती	२५%

(अशी लक्षणीय खर्च घटही दिसते.)

धोरण वैशिष्ट्ये :

महाराष्ट्राच्या २०१९-२० च्या अर्थसंकल्पात पुढीलप्रमाणे काही महत्त्वाची धोरणदिशा दिसते. त्यात -

- मुख्यमंत्री रोजगार निर्मिती योजनेचा प्रारंभ - त्यासाठी १०००० नवे लघुउद्योग सुरू करायचे आहेत.
- नागपूर-मुंबई द्रुतमार्ग तसेच बांद्रा-वर्सोवा समुद्र-जोड यासाठी रु. ६६,६६७ कोटींची तरतूद.
- कृत्रिम पावसासाठी खास प्रयत्न
- २०१९-२० च्या अर्थसंकल्पाप्रमाणे, पेरिऑडिक लेबर फोर्स सर्व्हेप्रमाणे महाराष्ट्राचे बेरोजगारी प्रमाण ४.९% (राष्ट्रीय प्रमाण ६.१%) होते.

महाराष्ट्राच्या उत्पन्नात -शेती व संलग्न क्षेत्रे - १५% , उद्योग/ कारखानदारी - २८% ,सेवा क्षेत्र - ५७% ,अशी हिस्सेदारी होती. म्हणजेच महाराष्ट्र आता 'सेवाप्रधान' अर्थव्यवस्था झाली आहे.

अर्थसंकल्पातील महत्त्वाचे आकडे :

२०१९-२० च्या अर्थसंकल्पाचे महत्त्वाचे आकडे पुढीलप्रमाणे आहेत	
एकूण खर्च	रु. ४,०४,७९४ कोटी
कर्जे	रु. ७७,१९६ कोटी
महसुली व इतर जमा	रु. ३,१६,९३० कोटी
एकूण जमा	रु. ३,९४,१२६ कोटी
महसुली तूट	रु. २०,२९३ कोटी
अर्थसंकल्पीय तूट	रु. ६१,६७० कोटी
प्राथमिक तूट	रु. २६,४६३ कोटी
एकूण महसुली खर्च	रु. ३,३४,९३३ कोटी
एकूण भांडवली खर्च	रु. ६९,८६१ कोटी
कर्जव्यवस्थापन खर्च	रु. ६१,४०२ कोटी

महाराष्ट्राच्या सरकारी महसुलाची रचना (२०१९-२०) पुढीलप्रमाणे	
राज्याचे स्वतःचे कर	रु. २,१०,८२४ कोटी
राज्याचे स्वतःचे करेतर उत्पन्न	रु. १६,८०७ कोटी
केंद्रीय करातील हिस्सा	रु. ४६,६३१ कोटी
केंद्रीय साहाय्यक अनुदाने	रु. ४०,३७८ कोटी
एकूण कर्जउभारणी	रु. ७७,१९६ कोटी एकूण भांडवली जमा
इतर	रु. २,२९० कोटी
एकूण जमा	रु. ३,९४,१२६ कोटी

एकूण जमेत पूर्वीच्या खर्चाच्या तुलनेने २२.१% वाढ आहे.

महाराष्ट्राच्या एकूण करउत्पन्नात सर्वांत मोठा हिस्सा रु. १,०३,७६० कोटी वस्तू व सेवा कराचा आहे. दुसरा महत्त्वाचा घटक आहे पेट्रोलजन्य पदार्थांवरील विक्रीकर रु. ३७,४६६ कोटी. तिसरा महसूल घटक आहे मुद्रांक शुल्क व अबकारी करांचा व विजेवरील कर यांचा रु. १७,४७७ कोटी.एकंदरीत पाहता महाराष्ट्राची राजस्व परिस्थिती इतर अनेक राज्यांच्या मानाने अधिक बरी आहे. सर्वांत खटकणारी बाब अशी आहे की महाराष्ट्र सरकारचा कर्जव्यवस्थापन खर्च (६१,४०२ कोटी) एकूण भांडवली खर्चाच्या ८७.८९% इतका मोठा आहे. विकासाच्या प्रयत्नातील ही मोठी अडचण ठरण्याची शक्यता नाकारता येत नाही.

● डॉ. जे. एफ. पाटील
ज्येष्ठ आर्थिक विश्लेषक

विभागाला ३५००० कोटी रुपयांचा निधी.

- राज्य परिवहन मंडळाच्या बसस्थानकांचे अत्याधुनिकीकरण करण्यासाठी १३६ कोटी रुपयांची तरतूद.
- मुंबई-नागपूर समृद्धी महामार्गासाठी ५५,३५५ कोटी रुपये इतका खर्च अपेक्षित.

उ) दुर्बल व वंचित घटक :

- श्रावणबाळ व संजय गांधी निराधार योजनेंतर्गत मिळणारे अनुदान सध्याच्या ६०० रुपयांवरून १००० रुपयांवर.
- धनगर समाजाच्या उन्नतीसाठी विविध योजनांसाठी एक हजार कोटी रुपये इतका निधी.
- विधवा लाभार्थ्यांना एक अपत्य असल्यास दरमहा ११०० रुपये व दोन अपत्ये असल्यास दरमहा १२०० रुपये.
- लोकशाहीर अण्णा भाऊ साठे जन्मशताब्दीनिमित्त राज्यभर कार्यक्रम राबविण्यासाठी १०० कोटी रुपये.
- महिलांवरील अत्याचाराच्या गुन्ह्यांना प्रतिबंध करणे आणि त्यांच्या सुरक्षिततेसाठी २५२ कोटी रुपयांची तरतूद.
- एचआयव्हीबाधित विद्यार्थ्यांचे अनुदान ९९० रुपयांवरून १६५० रुपये.
- अल्पसंख्याक समाजातील विद्यार्थ्यांकरिता ४६० प्रवेश क्षमतेची आणि दोन तुकड्यांचे दहा व्यवसाय अभ्यासक्रम असलेली नवीन औद्योगिक शिक्षण व प्रशिक्षण संस्था मालेगाव जि. नाशिक येथे सुरू करणार.

ऊ) इतर :

- ८०% दिव्यांग असणाऱ्यांना शासन घर बांधून देणार.
- लोकमान्य टिळक यांचा पुतळा दिल्लीतील महाराष्ट्र सदनात बसविणार.
- अटलबिहारी वाजपेयी यांचे मुंबईमध्ये स्मारक.
- ज्येष्ठ रंगकर्मी मच्छिंद्र कांबळी यांचे कुडाळ येथे स्मारक.
- सावंतवाडी येथे महाराष्ट्र राज्य सुरक्षा रक्षक महामंडळाकडून सुरक्षारक्षक प्रशिक्षण केंद्र मंजूर.

- शिर्डी येथे राज्यातून येणाऱ्या भाविकांच्या सुरक्षेसाठी पर्यटन पोलीस ही संकल्पना राबविणार.
- पुण्यश्लोक अहिल्यादेवी होळकर यांच्या स्मरणार्थ पुण्यश्लोक अहिल्यादेवी होळकर स्मृती संग्रहालय उभारण्यात येणार.
- राज्य बालनाट्य स्पर्धा आता पाचऐवजी दहा केंद्रांवर घेण्यात येणार.
- पत्रकार सन्मान निधी योजनेत वाढ. आता ही रक्कम २५ कोटी.

(संदर्भ : maharashtra.gov.in)

सकाळ भारताचा आर्थिक पाहणी अहवाल २०१८-१९ : केंद्रीय अर्थमंत्री निर्मला सीतारामन यांच्याकडून देशाचा आर्थिक पाहणी अहवाल संसदेत सादर

केंद्रीय अर्थमंत्री निर्मला सीतारामन यांनी ४ जुलै, २०१९ रोजी देशाचा आर्थिक पाहणी अहवाल २०१८-१९ संसदेत सादर केला.

- केंद्रीय अर्थमंत्रालयाचा 'आर्थिक व्यवहार विभाग' आर्थिक पाहणी अहवाल तयार करतो. भारताचे मुख्य आर्थिक सल्लागार (सध्याचे भारताचे मुख्य आर्थिक सल्लागार - के. व्ही. सुब्रमण्यम) त्यासाठी साहाय्य करतात.

आर्थिक पाहणी अहवालातील ठळक बाबी :

(I) अर्थव्यवस्था :

- २०१९-२० या कालावधीत भारताचा आर्थिक वद्धिदर सात टक्के असेल असा अंदाज व्यक्त करण्यात आला आहे.
- एप्रिल-डिसेंबर २०१८ मध्ये भारताची चालू खात्यावरील तूट २.६% इतकी झाली. २०१८-१९ मध्ये भारताची व्यापारी तूट १८४ अब्ज डॉलर्स एवढी झाली.
- २०१८-१९ मध्ये भारताच्या राजकोषीय तुटीचे प्रमाण ३.४% तर एकूण कर्जाचे प्रमाण जीडीपीच्या ४४.५% आहे.
- २०१८-१९ या कालावधीत भारताच्या परकीय प्रत्यक्ष गुंतवणुकीत १४.२% वाढ झाली. सर्वाधिक परकीय गुंतवणूक आकर्षित करणाऱ्या क्षेत्रांमध्ये सेवाक्षेत्र, वाहन उद्योग आणि रसायने ही क्षेत्रे आघाडीवर आहेत.
- केंद्र सरकारने २०२०-२१ पर्यंत राजकोषीय तुटीचे प्रमाण ३% तर २०२४-२५ पर्यंत कर्जाचे प्रमाण जीडीपीच्या ४०% इतके सीमित करण्याचे लक्ष्य निर्धारित केले आहे.

(II) अर्थव्यस्थेची क्षेत्रनिहाय कामगिरी :

कृषिक्षेत्र :

- कृषी आणि संलग्न क्षेत्राचा वृद्धिदर २०१८-१९ मध्ये २.९% इतका होता. सन २०१७-१८ मध्ये देशात २८३.४ दशलक्ष टन धान्याचे उत्पादन झाले.

कृषिक्षेत्राचा वृद्धिदर
(आकडे टक्क्यांमध्ये)

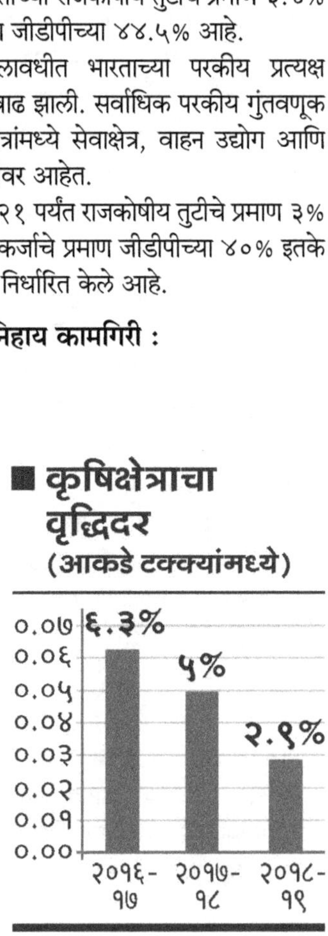

उद्योग क्षेत्र :

- २०१८-१९ मध्ये अर्थव्यवस्थेत वस्तुनिर्माण क्षेत्राचा वाटा १६.४% इतका

सकाळ महाराष्ट्राची आर्थिक पाहणी: २०१८-२०१९ - एक अवलोकन

११.२४ कोटी लोकसंख्येचे महाराष्ट्र राज्य लोकसंख्या निकषावर देशात दुसरे, तर ३.०८ लाख चौरस किलोमीटर क्षेत्रफळाच्या निकषावर देशात तिसरे राज्य आहे. राज्याची ४५.२% लोकसंख्या शहरातून राहते. राज्याचे हवामान उष्ण कटिबंधीय मोसमी आहे. शहरांची संख्या ५३४ आहे. राज्याचे वनक्षेत्र काहीसे घटून, २०१७-१८ ला ६१८५१ चौरस किलोमीटर्स आहे. स्त्री-पुरुष लिंगगुणोत्तर ९२९ आहे.- सांकेतिक (Nominal) राज्य उत्पन्न बाजार किंमतीनुसार (२०११-१२ च्या किंमतीनुसार) रु. २१,३९,३७८ कोटी व दर डोई उत्पन्न रु. १,७६,१०२ आहे. गेल्या वर्षी सरासरीच्या ७३.६% पर्जन्यमान झाले होते. सिंचित क्षेत्राचे प्रमाण १७.८% तर पिकाखालील स्थूल क्षेत्र २३१७५ हजार हेक्टर आहे.- राज्याची ढोबळमानाने पीक रचना ज्वारी, बाजरी, तांदूळ व गहू तसेच कडधान्ये अशा स्वरूपाची क्षेत्र महत्त्वाच्या क्रमाने आहे. कृषी उत्पन्नाचा निर्देशांक १९९०-९१ मध्ये १३६.५ होता तो २०१७-१८ ला २१५.४ झाला. शेतीतील ट्रॅक्टर्सची संख्या २०००-०१ मध्ये ७९८९३ होती ती २०१७-१८ मध्ये १०५६११ झाली. पशुधन ३२४८९ हजार होते. २०१७-१८ मध्ये औद्योगिक गुंतवणूक (प्रस्तावित) रु. १२,८६,६९६ कोटी होती व प्रस्तावित मंजूर प्रकल्पांची संख्या २०३२३ होती. विजेचे एकूण उत्पादन १५४२१४ दशलक्ष किवॅ/तास इतके होते. त्यापैकी ३१३०७ दशलक्ष किवॅ/तास शेतीसाठी वापरली जाते तर औद्योगिक कारणासाठी ३९२४६ किवॅ/तास वापरली जाते.

महाराष्ट्रात एकूण अनुसूचित व्यापारी बँकांची कार्यालये २१८ अखेर १२३१७ होती. शिक्षणाच्या क्षेत्रात उच्च माध्यमिक पर्यंत विद्यार्थी संख्या ६६४८ हजार इतकी होती. महाराष्ट्रात दर लाख लोकसंख्येमागे रुग्णालय खाटांची संख्या २००१ मध्ये १०६ तर २०१८ मध्ये १०१ होती. महाराष्ट्राचा जन्मदर २०१८ अखेर १५.७ (हजारी) व मृत्युदर ५.७ (हजारी) दिसतो. महाराष्ट्रात मोटार वाहनांची संख्या २००१ मध्ये ६६०७ हजार तर २०१८ मध्ये ३२१९७ हजार अशी वाढली. पृष्ठांकित रस्त्यांची एकूण लांबी २५८४३७ किलोमीटर्स आहे. राज्यात एकूण सहकारी संस्थांची संख्या १९८२५३ (२०१८) तर सभासद संख्या ५१७ लाख (२०१८) असे चित्र होते. सहकारी संस्थांचे एकूण खेळते भांडवल ३,६५,६४७ कोटी रुपयांचे आहे. राज्यात ३४ जिल्हा परिषदा, २७८९५ पंचायती, ३५१ पंचायत समित्या, २४१ नगरपरिषदा, २७ महानगरपालिका आहेत, ७ वस्त्रमंडळे आहेत. राज्याच्या अर्थव्यवस्थेचे स्वरूप ढोबळमानाने पुढीलप्रमाणे होते. चालू किंमतीनुसार २०१८-१९ साली

राज्य उत्पन्न २६,६०,३१८ कोटी रुपये; देशाच्या उत्पन्नात हा हिस्सा १४.४% होतो.दरडोई उत्पन्न - रु. १,९१,८२७ इतके तर

महाराष्ट्राच्या उत्पन्न वृद्धीचा दर २०१८-१९ मध्ये ७.५% होता. २०१८-१९ या काळात किंमत निर्देशांक (२००३ पाया) लक्षात घेता भाववाढीचा दर, ग्रामीण भागात १.७% व नागरी भागात २.५% होतो (वर्षे ते वर्ष). राज्यातील २.७८ कोटी शिधापत्रिकांपैकी २.४२ कोटी शिधापत्रिकांचे संगणकीकरण झाले आहे.

२०१८-१९ या काळासाठी महाराष्ट्राचे लोकवित्त (Public Finance) पुढीलप्रमाणे होते :

वित्तीय तूट : राज्य उत्पन्नाशी २.१%

श्रमभाराचे प्रमाण : १५.६%

असे राजकोषीय मर्यादेत होते.

विकास खर्च गेल्या ५ वर्षांत १६.२% चक्रवाढ दराने वाढला. २०१८-१९ मध्ये विकास खर्चाचे महसुली खर्चातील प्रमाण ७०.७% आढळते. औद्योगिक विकासासाठी केंद्रशासन निर्धारित ३७२ सुधारणांची पूर्तता झाली आहे. अहवालाप्रमाणे १९९१-२०१९ या काळात १३.२३ लाख रोजगार निर्माण झाले. महाराष्ट्रात २०१८ अखेर देशातील एकूण थेट परदेशी गुंतवणुकीचा ३०% हिस्सा व ही रक्कम एकूण १८ वर्षांत (२०००-२०१८) ६,९०,३२३ कोटी रुपयांची आहे. महाराष्ट्राच्या २०१९ च्या औद्योगिक संकल्पचित्राप्रमाणे 'जागतिक गुंतवणूक, उत्पादन व तांत्रिक केंद्र' असे महाराष्ट्राचे रूपांतर करायचे आहे. फिनटेक धोरण, स्टार्टअप सप्ताह, हेही प्रयोग या वर्षात करण्यात आले.सामाजिक क्षेत्रात उच्चतर माध्यमिक शिक्षणापर्यंतचा मुद्दा तर मांडलेला आहेच. उच्च शिक्षण क्षेत्रात २०१७-१८ मध्ये राज्यात ४१.३१ लाख विद्यार्थी होते व त्यातील स्त्री-पुरुष असमानता निर्देशांक ०.९१ होता. राज्यातील १ ले समूह विद्यापीठ मुंबईत सुरू झाले. स्वच्छ भारत अभियान समाधानकारक (ग्रामीण व नागरी) पद्धतीने राबविले गेले. २०१९ मध्ये अर्भक मृत्यू दर (IMR) - २१, नवजात शिशु मृत्युदर (NMR) - १३ असे आहे.

●

डॉ. जे. एफ. पाटील

ज्येष्ठ आर्थिक विश्लेषक

भारताचा आर्थिक वृद्धिदर					
वर्षे	२०१५-१६	२०१६-१७	२०१७-१८	२०१८-१९	२०१९-२०
आर्थिक वृद्धिदर	७.९	७.१	७.२	६.८	७ (अंदाज)

राहिला. वस्तुनिर्माण व बांधकाम क्षेत्रात झालेल्या वाढीमुळे उद्योग क्षेत्राचा वाढीचा दर अधिक राहिला.

उद्योगक्षेत्राचा वृद्धिदर
(आकडे टक्क्यांमध्ये)

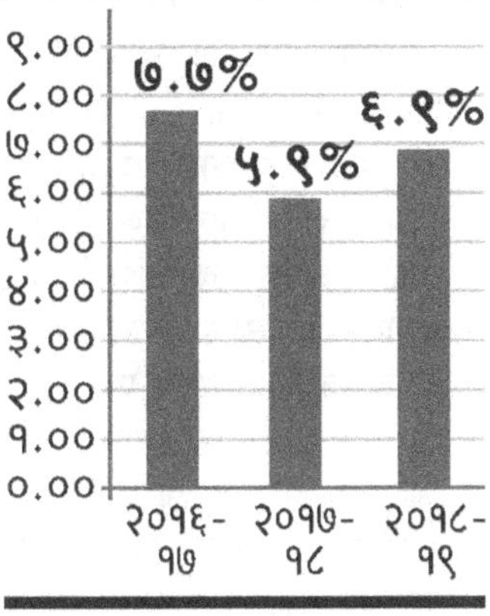

सेवाक्षेत्र :

- २०१८-१९ मध्ये भारतीय अर्थव्यवस्थेत सेवा क्षेत्राचा वाटा ५४.३% होता तर सेवाक्षेत्राचा वृद्धिदर ७.५% होता.
- २०१७ मध्ये रोजगारनिर्मितीत सेवाक्षेत्राचा वाटा ३४% इतका होता.
- २०१८-१९ मध्ये भारताच्या एकूण निर्यातीत सेवा क्षेत्राचा वाटा ३८.४% (१४,३८९ लाख कोटी) इतका होता. २०१७ मध्ये जागतिक सेवानिर्यातीत भारताचा वाटा ३.५% इतका होता.

पायाभूत सुविधा :

- पायाभूत सुविधांवर करण्यात येणारा खर्च दुपटीने वाढवावा (२०० अब्ज डॉलर्स) असे आर्थिक पाहणी अहवालात नमूद करण्यात आले आहे.
- २०१९ मध्ये भारताची स्थापित वीजक्षमता ३,५६,१०० मेगावॅट इतकी आहे. २०१८-१९ मध्ये भारतातील टेलिफोन कनेक्शनची संख्या ११८.३४ कोटी इतकी झाली.
- २०१८-१९ या वर्षात भारतात प्रतिदिन ३० किमी रस्ते बांधण्यात आले (२०१४-१५ मध्ये १२ किमी.).

बाह्य क्षेत्र व्यापार :

- जागतिक व्यापार संघटनेच्या अहवालानुसार २०१८ मध्ये जागतिक व्यापार वृद्धिदरात घट होऊन तो ३% वर स्थिरावला आहे.
- डिसेंबर २०१८ पर्यंत भारतावरील परकीय कर्जे ५२१.१ अब्ज डॉलर्स एवढे झाले आहे.
- २०१८-१९ मध्ये अमेरिका, चीन, हाँगकाँग, संयुक्त अरब अमिराती आणि सौदी अरेबिया हे भारताचे प्रमुख व्यापारी भागीदार आहेत.

वस्तू आयात	वस्तू निर्यात
१. कच्चे तेल	१. पेट्रोलियम पदार्थ
२. मौल्यवान मोती	२. तयार औषधे
३. अर्ध-मौल्यवान खडे	३. सोने
४. सोने	४. मौल्यवान वस्तू

शाश्वत विकास व हवामान बदल :

- संयुक्त राष्ट्र शाश्वत विकास ध्येयांमध्ये भारतातील राज्यांची क्रमवारी ४२ ते ६९ तर केंद्रशासित प्रदेशांची क्रमवारी ५७ ते ६८ अशी आहे.
- केरळ आणि हिमाचल या राज्यांची तर चंदीगढ व पदुच्चेरी या केंद्रशासित प्रदेशांची कामगिरी सर्वोत्तम आहे.

आर्थिक पाहणी अहवालातील इतर बाबी :

- सन २०२४-२५ पर्यंत भारतीय अर्थव्यवस्था ५ ट्रिलियन डॉलर्सची करण्यासाठी वार्षिक वृद्धिदर ८% इतका आवश्यक आहे.
- भारतातील वस्तुनिर्माण क्षेत्रात कार्यरत एकूण कंपन्यांपैकी ५०% जास्त कंपन्या सूक्ष्म, लघु व मध्यम क्षेत्रातील आहेत.
- परंतु रोजगारनिर्मिती व उत्पादकतेत एमएसएमई कंपन्यांचा वाटा अनुक्रमे १४% व ८% इतका आहे.
- देशातील ९३.१% लोकांना स्वच्छतागृहाच्या सुविधा उपलब्ध आहेत, त्यापैकी ९६.५% कुटुंबे शौचालयाचा वापर करतात.
- भारत पवनऊर्जा, सौरऊर्जा, पुनर्नवीकरणीय ऊर्जेच्या स्थापित क्षमतेत जागतिक

भारतातील वस्तु निर्माण क्षेत्रात कार्यरत एकूण कंपन्यांपैकी **५०%** जास्त कंपन्या सूक्ष्म, लघु व मध्यम क्षेत्रातील

९३.१%
देशातील लोकांना स्वच्छतागृहाची सुविधा

९६.५%
स्वच्छतागृहाची उपलब्धता असणाऱ्या कुटुंबांकडून शौचालयाचा वापर

क्षमतेत जागतिक पातळीवर अनुक्रमे, चौथ्या, पाचव्या आणि सहाव्या क्रमांकावर आहे.

- भारतीय अर्थव्यवस्थेला उच्च-मध्यम उत्पन्न अर्थव्यवस्था म्हणून स्थान मिळवून देण्यासाठी भारतातील दरडोई वीज वापरात २.५ पट वाढ होणे आवश्यक आहे.
- भारतातील एकूण ऊर्जानिर्मितीत पुनर्नविकरणीय ऊर्जेचा सन २०१४-१५ मधील सहा टक्क्यांवरून २०१८-१९ मध्ये १० टक्के झाला आहे.
- आर्थिक पाहणी अहवालात प्रत्येक जिल्ह्यातील दहा मोठ्या करदात्यांना व्हीआयपीसारखे विशेषाधिकार देण्याचा सल्ला देण्यात आला आहे. यामुळे लोकांमध्ये करभरणा करण्याची प्रवृत्ती वाढेल.
- दशकभरात सर्वाधिक कर देणाऱ्या करदात्याचे नाव एखाद्या महत्त्वपूर्ण वास्तूला, स्मारकाला, रस्त्याला, रेल्वेला, हॉस्पिटलला, विद्यापीठाला किंवा विमानतळाला दिले जाऊ शकते.
- थकीत व असुरक्षित कर्जांचे प्रमाण घटल्याने गेल्या आर्थिक वर्षामध्ये बँकिंग क्षेत्राच्या कामगिरीत सुधारणा झाली आहे.
- अप्रत्यक्ष करांच्या वसुलीमध्ये १६% घट झाली असून, वस्तू व सेवा करांच्या वसुलीत झालेली घट याचे प्रमुख कारण आहे.
- आर्थिक पाहणी अहवालाने प्रजनन दरात होणारी घट आणि आयुर्मानात होणारी वाढ लक्षात घेता निवृत्तीचे वय ७० वर्षांपर्यंत वाढवावे असे सुचविले आहे.
- भारतात दरसाल ५५ ते ६० लाख नोकऱ्या पुढच्या दशकभरात निर्माण व्हायला हव्यात. देशातील प्रत्येकी तीनपैकी एका मजुराला किमान वेतन कायद्याचे संरक्षण नाही.
- नादारी व दिवाळखोरी संहितेंतर्गत १.७३ लाख कोटी रुपयांचे दावे निकालात काढण्यात आले आहेत.
- देशातील एकूण कररूपी महसुलाचे स्थूल राष्ट्रीय उत्पादनाची (जीडीपी) प्रमाण २०१८-१९ मध्ये १०.९% इतके खाली आले आहे.
- जमीन उत्पादकता ते जलसिंचन उत्पादकता असा प्रवास देशाच्या कृषिक्षेत्राला करावा लागणार आहे.

आर्थिक पाहणी अहवालात सुचविण्यात आलेली धोरणे

- 'बेटी बचाओ, बेटी पढाओ' योजनेमध्ये (Beti Apki Dhan Laxmi Aur Vijaylaxmi : BADLAV) असा बदल करणे.
- स्वच्छ भारत ते सुंदर भारत.
- करचुकवेगिरी ऐवजी कर अनुपालन

(संदर्भ : pib.nic.in, finmin.gov.in)

केंद्रीय अर्थसंकल्प २०१९-२०

केंद्रीय अर्थमंत्री निर्मला सीतारामन यांच्याकडून या वर्षीचा अर्थसंकल्प ५ जुलै रोजी संसदेत सादर

दि. ५जुलै २०१९ रोजी केंद्रीय अर्थमंत्री निर्मला सीतारामन यांनी २०१९-२० या वर्षीचा अर्थसंकल्प संसदेत सादर केला.

- पूर्णवेळ अर्थमंत्री म्हणून संसदेत अर्थसंकल्प सादर करणाऱ्या निर्मला सीतारामन या पहिल्या अर्थमंत्री ठरल्या आहेत.
- अर्थसंकल्पाचे दृश्यात्मक वैशिष्ट्य म्हणजे अर्थमंत्री निर्मला सीतारामन यांनी ब्रीफकेसऐवजी रेशमी 'वहीखात्यात' अर्थसंकल्पाच्या फाईल्स आणल्या.
- 'नवभारत निर्माणा'चा संकल्प केलेल्या सरकारने २७.८६,३४९ कोटी रुपये खर्चाचा अर्थसंकल्प सादर केला.
- अर्थमंत्री निर्मला सीतारामन यांनी 'गाव, गरीब आणि शेतकरी' या त्रिसूत्रीचा अर्थसंकल्पात वापर केला.
- अर्थमंत्री निर्मला सीतारामन यांनी न थांबता दोन तास सतरा मिनिटांचे अर्थसंकल्पीय भाषण केले.
- अर्थसंकल्पात भारताला पाच मिलियन डॉलर्सची अर्थव्यवस्था करण्याचे लक्ष्य ठेवण्यात आले आहे.

दशकासाठीची दृष्टी (Ten years Vision) :

- भौतिक आणि पायाभूत सुविधांची निर्मिती करणे.
- अर्थव्यवस्थेच्या प्रत्येक क्षेत्रापर्यंत जाण्यासाठी डिजिटल इंडिया.
- हरित वसुंधरा आणि निळ्या आकाशासाठी प्रदूषणमुक्त भारत.
- सूक्ष्म, लघु आणि मध्यम आकाराचे उद्योग, स्टार्टअप, संरक्षण उत्पादन, वाहनउद्योग, इलेक्ट्रॉनिक्स, बॅटरी आणि वैद्यक या उद्योगांवर भर देण्यासाठी मेक इन इंडिया.
- पाणी, जलव्यवस्थापन व स्वच्छ नद्या.
- सागरी साधनसंपत्तीचा वापर (ब्ल्यू इकॉनॉमी)
- अवकाश कार्यक्रम, गगनयान, चंद्रयान आणि उपग्रह कार्यक्रम
- स्वयंपूर्णता - अन्नधान्य, डाळी, तेलबिया, फळे आणि भाजीपाला यांची निर्यात
- निरामय समाज - आयुष्यमान भारत, महिलांचे आणि मुलांचे उत्तम पोषण, नागरिकांची सुरक्षितता.
- जनतेबरोबरील भागीदारी टीम इंडिया, किमान सरकार-कमाल प्रशासन

अर्थसंकल्पातील खर्चाचा अंदाज :

१. संरक्षण	३,०५.२९६ कोटी
२. प्रमुख अंशदान	३,०१,६९४ कोटी
३. निवृत्ती वेतन	१,७४,३०० कोटी
४. व्याज खर्च	६,६०,४७१ कोटी
५. वाहतूक	१,५७,४३७ कोटी

सकाळ मोदी २.० चा आर्थिक पाहणी अहवाल २०१८-१९ : बदलते सांधे

नवीन सरकार स्थापन झालेल्या पार्श्वभूमीवरचा मोदी २.० चा २०१८-२०१९ हा पहिला आर्थिक पाहणी अहवाल. तो के. व्ही. सुब्रह्मण्यम (मुख्य आर्थिक सल्लागार) यांच्या नेतृत्वाखाली तयार केला आहे. अर्थव्यवस्थेचे वास्तव समजून घेणे व समस्यांची योग्य मांडणी करणे हे काम आर्थिक पाहणी करते. प्रश्न नीट समजणे हेच अर्धे उत्तर असते. मग असे म्हणू यात की पाहणीने आपले काम नीट केले तर उत्तरे देण्याचे उरलेले अर्धे काम अर्थसंकल्प पार पाडू शकेल.

बदलते सांधे

यावर्षीच्या पाहणीची थीम 'बदलते सांधे' (shifting gears) ही आहे. भारतीय अर्थव्यवस्था एका निर्णायक वळणावर येऊन उभी आहे. येथून पुढे आता मोठी स्वप्ने न ठेवणे हाच गुन्हा आहे. आता भारत वयाच्या सत्तरीत तर लोकसंख्येने ऐन तारुण्यात पदार्पण करणारा देश आहे. त्यानुसार सरकारने २०२४-२५ पर्यंत पाच ट्रिलियन डॉलरची अर्थव्यवस्था उभारण्याचे ध्येय समोर ठेवले आहे. त्याच वेळी २०२२ पर्यंत 'सर्वसमावेशक भारत' उभा करायचा आहे. त्यासाठी प्रतिवर्षी ८ टक्के दराने वाढ होणे आवश्यक आहे. आकाश ज्याप्रमाणे असीम असते तसे ही उद्दिष्ट्ये कशी साध्य करायची याचे अनंत पर्याय असू शकतात. ती धोरणात्मक पर्यायांची निळ्या आकाशाप्रमाणे जाणीव ठेवणे (ब्लू स्काय थिंकिंग) व त्यानुसार व्यूहात्मक आराखडा (strategic blueprint) उभा करणे अगत्याचे आहे.

अर्थव्यवस्थेचे सिंहावलोकन

भारतीय अर्थव्यवस्थेमध्ये अल्पकालीन चक्रीय चढउतार आले तरी स्थूल आर्थिक स्थिरता हे वैशिष्ट्य डागाळलेले नाही. जगातील दहा प्रमुख अर्थव्यवस्थांमध्ये भारताचा समावेश होतो. चीन सध्या 'पुर्नसमतोल' (re-balancing) साधण्याच्या प्रयत्नात असल्याने (निर्यात अर्थव्यवस्थेकडून देशी बाजाराकडे) भारताचा वाढीचा दर चीनपेक्षा एक बोट वर आहे. सरासरी महागाई आधीच्या पाच वर्षांच्या (सन २००९ ते २०१४) अर्धी गेल्या पाच वर्षांत (सन २०१४ ते २०१९) आहे. चालू खात्यावरील तूट (CAD) फार गंभीर नाही. परकीय चलनाची गंगाजळी विक्रमी स्तरावर पोहोचली आहे. आधार आता ९०% लोकसंख्येपर्यंत पोहोचले आहे. जॅमची त्रिमूर्ती (जनधन, आधार, मोबाईल) यामार्गे थेट खात्यात हस्तांतरण (DBT) आतापर्यंत ७.३ लाख कोटी झाले आहे. सध्या ५५ केंद्रीय मंत्रालये ३७० रोख मदत देणाऱ्या योजना याप्रकारे राबवत आहेत.

निळ्या आभाळाची ओढ

विकासाचा वाटा पिरॅमिडच्या शेवटपर्यंत झिरपेल याची काळजी घेण्यासाठी सरकारने अनेक वाटा निर्मित केल्या आहेत. पारंपरिक अर्थशास्त्र मानते की, अर्थव्यवस्था कायम समतोल स्थितीत असते (Equilibrium) पण ते काही खरे नाही. भारतीय अर्थव्यवस्थेबाबत तर नाहीच नाही. भारतीय लोकशाही इतकीच भारतीय अर्थव्यवस्था नवनवीन रूप धारण करणारी एक जिवंत प्रणाली आहे. होणाऱ्या बदलांना योग्य दिशा देऊन आपण स्वप्नातला नवा भारत साकारू शकतो. पाहणी म्हणते की त्यासाठी बचत, गुंतवणूक आणि निर्यात यांचे सुष्टचक्र निर्माण करावे लागेल. विशेषतः खासगी गुंतवणूक ही उत्प्रेरकाचे काम करेल. त्यातून मागणी वाढेल, क्षमता निर्मिती होईल, कामगारांची उत्पादकता वाढेल, नवीन तंत्रज्ञानाचा प्रवेश होईल, रोजगार निर्मिती होईल.

संघराज्यीय सहकार्य

जीएसटी कौन्सिल हे संघराज्यीय सहकार्याचे उत्तम उदाहरण ठरले आहे. हाच अनुभव आता कामगार व भूनियमन करण्यात कामी येईल. संघराज्यीय सहकार्य प्रत्यक्षात आणण्यासाठी संस्थात्मक उभारणी करण्याचे काम नीती आयोगाने खांद्यावर घेतले आहे. या मैत्रीपूर्ण स्पर्धेत राज्येही आता दमदारपणे उतरली आहेत. राज्ये स्वतःचे प्रमुख कामगिरी निर्देशक (KPI) सुधारण्याच्या प्रयत्नात आहेत.

पायाभूत सुविधा

प्रत्येक गावात आता वीज पोहोचली असली तरी प्रत्येक घरात ती पोहोचवण्याचे काम चालू आहे. राष्ट्रीय महामार्ग बांधण्याचे काम झपाट्याने सुरू असून सध्याच्या १,३२,००० किमीपैकी २०% महामार्ग तर गेल्या चालू वर्षात उभारण्यात आले आहेत. 'उडान' योजनेखाली ३० नवीन हवाईतळ वापरात आणले आहेत.

कायदा पद्धती व करार बांधीलकी

साडेतीन कोटी साचलेल्या खटल्यानिशी भारतीय न्यायव्यवस्था मंद झालेली आहे. संथ व कालबाह्य न्यायपद्धती व्यवसायवाढ व गुंतवणूक यातील सर्वांत मोठा अडथळा बनली आहे. आर्थिक सुधारणा जरी आपण हाती घेतल्या तरी त्या कायद्याच्या जाळ्यात फसतात व शेवटी शून्य परिणाम साध्य करतात. तेव्हा कायदे पद्धतीतील सुधारणांना सर्वोच्च अग्रक्रम दिला पाहिजे. ही एक गुंतवणूकच समजली पाहिजे. नुसती न्यायालयातील रिकामी पदे जरी भरली तरी दोन तृतीयांश खटले मार्गी लागतील.

रोजगार

अर्थव्यवस्थेत गुंतवणूक वाढली की रोजगार कमी होतो असे सर्वसामान्यपणे मानले जाते. पण चीनचे उदाहरण समोर ठेवले तर अर्थव्यवस्थेच्या ४५% पर्यंत बचत व तेवढीच गुंतवणूक करणारा चीन आपली रोजगार निर्मितीही वाढवत गेला आहे असे दिसते. गुंतवणुकीमुळे उत्पादकता व आंतरराष्ट्रीय स्पर्धात्मकता वाढते की नाही हा जास्त महत्त्वाचा मुद्दा आहे. जेव्हा गुंतवणूक दर मोठा असतो तेव्हा भांडवल व रोजगार हे एकमेकांना पूरक ठरतात. मोठ्या गुंतवणुकीतून निर्माण झालेल्या क्षमतेला अंतिम मागणी कुठून येणार? तर उत्तर आहे - निर्यात. म्हणूनच गुंतवणूक प्रधान वाढ प्रारूपात आक्रमक निर्यात व्यूहरचना हा गाभा आहे.

लघु उद्योगांना चालना देण्याची गरज

ठेंगणे (Dwarf) हे असे लघु उद्योग असतात जे आपल्या लघु अवतारातून बाहेर पडू इच्छित नाहीत. ते दहा वर्षांहून जास्त काळ व्यवसायात असूनही ठेंगूच राहतात. असे उद्योग आपल्या अर्थव्यवस्थेत बहुसंख्येने आहेत. त्यामुळे रोजगारनिर्मिती व उत्पादकता वाढ या दोन्हीला खीळ बसते. ठेंगू असण्याचे विविध फायदे (करसवलती) ते सोडू पाहत नाहीत. मोठ्या मैदानात उतरण्याची त्यांना भीती वाटते. त्यांच्याकडे १०० हून कमी कामगार असतात. भांडवल उभारणीचा खर्च आजही देशात जास्त आहे. त्यांना मोठे व्हायला प्रोत्साहन देणे व त्यांना उंच करणे हे मोठे आव्हान आपल्या अर्थव्यवस्थेपुढे आहे.

विदा (डाटा) एक सार्वजनिक वस्तू

नुसते तंत्रज्ञान पुरेसे नाही. तर त्या तंत्रज्ञानाचा पुरेसा फायदा घेण्यासाठी विदा असेल तर बिग डेटा अनॅलिसिस, 5G यांचा पूर्ण फायदा करून घेता येईल. येथे भारतासमोर आव्हान व संधी दोन्ही आहेत. आव्हान म्हणजे लोकांचा खासगीपणा जपणे, त्याचवेळी भारतीय लोक, शासन व्यवस्था, संरक्षण यांची विदा परकियांच्या हातात जाण्यापासून रोखणे. संधी ही आहे की या विदेचा वापर करून सरकारी कार्यक्रम अजून परिणामकारक करता येतील.

वागणुकीचे अर्थशास्त्र

आपण ऑफिसमध्ये बसून घेतलेले निर्णय प्रत्यक्ष अर्थव्यवस्थेत वास्तवाच्या कसोटीवर अपयशी ठरतात. मुळात लोक म्हणजे काही रोबोट नसतात की ज्यांना आपण किल्ली देऊन वागायला लावू शकू. ते भावभावनांनी लिप्त असे जिवंत अस्तित्व असते. अशावेळी चांगल्या योजना यशस्वी करायच्या असतील तर वागणुकीच्या अर्थशास्त्राचा वापर करावा लागतो. त्यातील प्रमुख तत्त्व 'फायदेशीर सामाजिक रिवाज अधोरेखित करणे' हे असते. लोकांना नेहमीपेक्षा वेगळे पर्याय देणे व तो पर्याय निवडण्याचे फायदे प्रभावीरीत्या त्यांच्यापर्यंत नेणे अपेक्षित आहे. (उदा. सेल्फी विथ डॉटर) वागणुकीतील एक छोटा बदल देखील मोठा फरक घडवून आणू शकतो. (ZO) उदा. 'बेटी बचाव, बेटी पढाओ' ते 'बेटी आपकी धन लक्ष्मी और विजय लक्ष्मी', 'स्वच्छ भारत' ते 'सुंदर भारत' ते 'स्वस्थ भारत' इत्यादी. असे बरेच काही सामूहिक प्रयत्नांतून साध्य करता येईल.

पाहणीतील इतर काही चर्चा

१) कल्याणकारी योजना यशस्वीरीत्या राबवण्यासाठी तंत्रज्ञानाचा सुयोग्य वापर उदा. मनरेगा
२) परवडण्याजोगी, खात्रीशीर व शाश्वत ऊर्जास्त्रोतातून सर्वसमावेशक वाढ साध्य करणे.
३) २०४० पर्यंत होणारे लोकसंख्येच्या वितरणातील बदल लक्षात घेऊन येणाऱ्या वृद्धत्वाची तयारी आतापासून करणे. त्यासाठी आरोग्य सुविधांमध्ये गुंतवणूक वाढवणे आवश्यक आहे.
४) किमान वेतन कायदा सुटसुटीत, तार्किक व सोपा बनवणे. सध्याच्या गुंतागुंतीच्या व्याख्यांऐवजी फक्त चार प्रकारात कामगारांचे वर्गीकरण करणे सोयीचे होईल. ते म्हणजे अकुशल, अर्धकुशल, कुशल व अतिकुशल.

● **भूषण देशमुख**
स्पर्धा परीक्षा व आर्थिक विषयाचे तज्ज्ञ

सकाळ आर्थिक मरगळ लवकरच दूर होईल

अर्थव्यवस्था मंदीच्या खाईत जाऊ लागल्याची हाकाटी विरोधक पिटत आहेत. काही अर्थतज्ज्ञही त्यात सामील झाल्याचे दिसते. देशाच्या अर्थव्यवस्थेचा विचार एकूणच जागतिक परिस्थितीच्या संदर्भात करायला हवा. तसा तो न करता या मुद्द्याचे राजकारण केले जात आहे. माजी पंतप्रधान व अर्थतज्ज्ञ डॉ. मनमोहनसिंग यांनी अर्थव्यवस्थेविषयी चिंता प्रकट केली व मोदी सरकारची धोरणे याला कारणीभूत आहेत, अशीही टीका केली. ते पंतप्रधान असताना २०१३-१४ मध्ये सलग चार तिमाहीमध्ये विकास दर ५ टक्क्यांपेक्षाही कमी होता. एका वेळेस तर तो ४.२५ टक्के एवढा होता. त्यांच्या काळात विकासदर पाच टक्के असताना चलनवाढीचा दर मात्र १० टक्क्यांवर गेला होता. महागाईमुळे सर्वसामान्यांचे जिणे असह्य झाले होते. त्या वेळी उत्पादन क्षेत्राच्या निर्देशांकाने नीचांकी पातळी गाठली होती. अमेरिकेच्या 'गोल्डमन सॅच'ने भारतासह 'ब्रिक्स' राष्ट्रे जागतिक अर्थव्यवस्थेचा कणा बनतील, अशा भाकिताचा अहवाल काही वर्षांपूर्वी सादर केला होता; परंतु याच संस्थेने यूपीएच्या कार्यकाळातील शेवटच्या दोन वर्षांतील स्थिती पाहून भारताचा समावेश 'नाजूक अर्थव्यवस्था' असलेल्या पाच देशांच्या यादीत केला होता. त्या वेळी वित्तीय व राजकोषीय तूट वाढली होती व परकी चलन साठा कमी व परकीय गुंतवणूकही आटली होती. याउलट २०१९ मध्ये महागाईचा मुद्दाही उपस्थित झाला नाही, याचे कारण मोदी सरकारचे प्रयत्न.

एखाद्या तिमाहीत विकासदर पाच टक्क्यांपर्यंत खाली आला असेल तर तो काळजीचा विषय आहे, हे मान्य. मात्र त्याआधारे अर्थव्यवस्था संकटात लोटली गेल्याचा निष्कर्ष योग्य नाही. महागाईचा दर पाच टक्क्यांपेक्षा कमी ठेवणे तर विकासदर सहा टक्क्यांवर ठेवणे, ही कामगिरी मोदी सरकारने केली. महागाई व विकासदर यांचे सख्य विळ्या-भोपळ्यासारखे असते. चलनवाढीवर नियंत्रण ठेवणे हे रिझर्व्ह बँकेचे काम असल्याची भूमिका मोदी सरकारने घेतली. आवश्यक उपाय योजण्याचे काम रिझर्व्ह बँकेने केले. दुसऱ्या बाजूला दुर्बल वर्गाला आर्थिकदृष्ट्या सक्षम करण्यासाठी मोदी सरकारने लक्षणीय प्रयत्न केले. अनेक योजना प्रभावीपणे राबविल्या. त्याचे अर्थव्यवस्थेवर सकारात्मक परिणाम झाले आहेत. सर्वसामान्यांना उद्योग-व्यवसायासाठी कर्ज देणारी 'मुद्रा' योजना सुरू केली. पन्नास हजार रु.पासून दहा लाख रु.पर्यंतचे कर्ज त्यायोगे उपलब्ध झाले. देशातील अविकसित राज्यांना त्याचा फायदा झाला. रोजगारनिर्मितीतही वाढ झाल्याचे यासंबंधीचा ताजा अहवाल सांगतो. सर्वाधिक रोजगार महाराष्ट्रात निर्माण झाले, याची नोंद घ्यायला हवी. जगातील सर्वाधिक वेगाने वाढणारी अर्थव्यवस्था म्हणून भारताकडे पाहिले जाऊ लागले, हे मोदी सरकारचे मोठे यश आहे. विरोधी मंडळी रिझर्व्ह बँकेच्या कथित निधीचा मुद्दा मांडताहेत. पण रिझर्व्ह बँकेच्या निर्मितीसाठी जो कायदा केला गेला आहे, त्यानुसार त्या बँकेला होणारा फायदा केंद्र सरकारकडे वर्ग करण्याची तरतूद आहे. तो राखीव निधी असावा याबाबत निर्णय घेण्यासाठी मनमोहनसिंग यांच्या कार्यकाळात दोन समित्या स्थापल्या होत्या. त्यांच्या अहवालांवर निर्णयच घेतला गेला नाही. मोदी सरकारने ते धाडस दाखवले. जगाची अर्थव्यवस्था चीन-अमेरिका व्यापारयुद्ध, इराण-अमेरिका संघर्ष आदी कारणांमुळे मंदीने झाकोळली आहे. याही स्थितीत आपली निर्यात वाढते आहे. अन्य देशांपेक्षा उत्पादन क्षेत्राचा निर्देशांक अधिक आहे. सध्या अर्थव्यवस्थेत काहीशी मरगळ आली असली तरी ती लवकरच दूर होईल.

●
अतुल भातखळकर
महाराष्ट्र राज्य जनरल सेक्रेटरी (भारतीय जनता पक्ष),
विधानसभा सदस्य व आर्थिक घडामोडींचे अभ्यासक

६. राज्यांना निधी	१,५५,४४७ कोटी
७. कृषी आणि संलग्न क्षेत्र	१,५१,५१८ कोटी
८. ग्रामीण विकास	१,४०,७६२ कोटी

अर्थसंकल्पाची प्रमुख वैशिष्ट्ये :

(I) कृषी व संलग्न क्षेत्र :

- २०१९-२० च्या अर्थसंकल्पात कृषी व शेतकरी कल्याण खात्याच्या तरतुदीमध्ये ४८% वाढ केली आहे.
- कृषी खात्याच्या तरतुदींपैकी ७५,००० कोटी रुपये 'पंतप्रधान किसान सन्मान योजनेसाठी' वापरण्यात येणार आहेत.
- 'पंतप्रधान पीकविमा' योजनेची तरतूद १४,००० कोटी इतकी करण्यात आली आहे.
- 'प्रधानमंत्री अन्नदान आय संरक्षण योजना' व 'पंतप्रधान कृषी सिंचन' योजनेसाठी अनुक्रमे १,५०० कोटी व ३,५०० कोटी रुपयांची तरतूद करण्यात आली आहे.
- देशभरात 'झीरो बजेट' शेतीला प्रोत्साहन देण्यात येणार, यासाठी काही राज्यांमध्ये प्रशिक्षणाला सुरुवात झाली आहे.
- हरित क्रांती या कृषी योजनेसाठी १२,५६० कोटी रुपयांची तरतूद करण्यात आली आहे.
- पुढील पाच वर्षांत दहा हजार नव्या शेतकरी उत्पादक संघटना (Farmer Producer Organisation) उभारण्यात येणार.
- मत्स्य, दुग्ध आणि पशुसंवर्धन मंत्रालयासाठी ३७७३ कोटी रुपयांची तरतूद. यामध्ये मत्स्य उत्पादनासाठी ८०४.७५ कोटी रुपयांचा समावेश.
- मासेमारी क्षेत्रातील संधीचा पुरेपूर उपयोग करण्यासाठी 'प्रधानमंत्री मत्स्यसंपदा योजना' प्रस्तावित करण्यात आली आहे.

(II) ग्रामीण विकास :

- मनरेगा योजनेसाठी २०१९-२० या वर्षांत ६०००० कोटी रुपयांची तरतूद (२०१८-१९ मध्ये ६१,०८४ कोटी)
- गेल्या पाच वर्षांत 'पंतप्रधान आवास योजनेंतर्गत (ग्रामीण)' १.५४ कोटी घरे बांधण्यात आली.
- पंतप्रधान आवास योजना (ग्रामीण) २०१९-२० या वर्षात १९००० कोटी रुपये तरतूद.
- पंतप्रधान ग्रामसडक योजनेची तरतूद १६,५०० कोटींहून १९,००० कोटींवर.
- पंतप्रधान ग्रामसडक योजनेच्या तिसऱ्या टप्प्यांतर्गत १,२५,००० किलोमीटरचे रस्ते अद्ययावत करण्यात येतील.
- देशातील सर्व कुटुंबांना २०२२ पर्यंत एलपीजी सिलिंडर आणि वीजजोडणी देण्यात येणार आहे.

> ● पंतप्रधान आवास योजना (ग्रामीण) २०१९-२० वर्षात **१९००० कोटी** रुपये
>
> ● पंतप्रधान ग्रामसडक योजनेची तरतूद **१६,५०० कोटींहून १९,००० कोटींवर**

(III) आर्थिक बाबी व कररचना :

- वित्तीय तुटीचे लक्ष्य ३.३% ठेवण्यात आले आहे.
- सामान्य करदात्यांसाठी प्राप्तिकराची मर्यादा 'पाच लाख रुपये' कायम ठेवण्यात आली आहे. प्राप्तिकर विवरणपत्र भरण्यासाठी पॅन कार्ड नसेल तर आधारकार्डाचा वापर देखील करता येणार आहे.
- ४०० कोटी रुपयांपर्यंत वार्षिक उलाढाल असणाऱ्या उद्योगांना ३०% ऐवजी २५% महामंडळ कर (Corporate Tax) भरावा लागणार आहे.
- २ ते ५ कोटी व ५ कोटी रुपयांपेक्षा अधिक करपात्र उत्पन्न असणाऱ्या अनुक्रमे ३% व ७% अधिभार लागू करण्यात आला आहे.
- पेट्रोल, डिझेल या पारंपरिक इंधनावर दोन रुपये अतिरिक्त कर (विशेष अतिरिक्त उत्पादन शुल्क व पथकर) आकारण्यात येणार आहे.
- सेवा कर आणि उत्पादन शुल्कासंबंधी प्रलंबित कर-विवादांशी निगडित ३.७५ लाख कोटी रुपयांचा महसूल तंटामुक्त करण्यासाठी 'सबका विश्वास लीगसी डिस्प्युट रिसोल्यूशन योजना' या नावाने अभय योजना सुरू करण्यात येणार आहे.
- ५० लाख रुपयांपेक्षा अधिक देय होणाऱ्या रकमेवर ५% उद्गम कराची (Tax deduction at source : TDS) ची संकल्पना विकसित करण्यात आली आहे.
- महामंडळ कराची आकारणी कमी केल्याने देशातील ९९.३% कंपन्यांना फायदा होणार आहे.

कर संकलनातील कल

वर्षे	करसंकलन (जीडीपीच्या)
२०१७-१८	११.२%
२०१८-१९	११.९%
२०१९-२०	११.७% (अंदाजे)

- करसंकलनामध्ये प्रत्यक्ष कर व अप्रत्यक्ष कराचा वाटा अनुक्रमे जीडीपीच्या ६.३% व ५.३% एवढा असणार आहे.
- २०१९-२० वर्षात निर्गुंतवणुकीचे लक्ष्य १,०५,००० कोटी रुपये ठेवण्यात आले आहे.

(IV) पायाभूत सुविधा :

- पायाभूत सुविधांसाठी दीर्घ मुदतीच्या रोख्यांची बाजारपेठ विकसित करण्यासाठी कृती आराखडा.
- भारतमाला योजनेच्या दुसऱ्या टप्प्यामध्ये रस्त्यांची सुधारणा करण्यासाठी राज्यांना मदत करण्यात येणार आहे.

- पंतप्रधान ग्रामीण आवास योजनेंतर्गत दोन वर्षांत १.३५ कोटी घरे बांधण्यात येणार.
- विद्युत वाहनांना प्रोत्साहन देण्यात येणार असून फेम-II योजनेंतर्गत यासाठी १०,००० कोटी रुपयांची तरतूद करण्यात येणार आहे.
- 'पंतप्रधान ग्राम सडक योजने'च्या तिसऱ्या टप्प्यासाठी ८०,२५० कोटी रुपयांची गरज भासणार आहे.

(V) रेल्वे :

- केंद्रीय अर्थसंकल्पामध्ये रेल्वेसाठी ६८०१७.६७ कोटी रुपयांची तरतूद करण्यात आली आहे.
- रेल्वेतील पायाभूत क्षेत्राच्या विकासासाठी २०३० पर्यंत ५० लाख कोटी रुपयांची गरज भासणार आहे.
- पायाभूत सुविधांसाठी 'पीपीपी' (सार्वजनिक-खासगी भागीदारी) प्रारूपाचा वापर करणार. नव्या रेल्वेमार्गांच्या उभारणीसाठी ७,२५५ कोटी रुपयांची तरतूद करण्यात आली.
- कोकण रेल्वे महामंडळाला १७.६४ कोटी रुपयांचा निधी देण्यात येणार आहे.

(VI) महिला व बालकल्याण :

- महिला व बालकल्याण मंत्रालयासाठी २९ हजार कोटी रुपयांची तरतूद. गेल्या वर्षीच्या तुलनेत १७% ने वाढ.
- महिला शक्ती केंद्रांना १५० कोटींचा निधी.
- देशाच्या विकासामध्ये महिलांच्या सहभागास प्रोत्साहित करण्यासाठी एका समितीची स्थापना करण्यात येणार आहे.
- सर्व जिल्ह्यांमध्ये स्वयं साहाय्यता गट वाढविण्यात येणार असून या गटातील एका महिलेला मुद्रा योजनेंतर्गत एक लाखापर्यंत कर्ज देण्यात येईल.
- बालविकास सेवेंतर्गत बाल-सुरक्षा सेवेसाठी १५०० कोटी रुपयांचा निधी.
- ॲनिमिया, कुपोषणाशी लढणाऱ्या 'राष्ट्रीय पोषण अभियाना'साठी ३४०० कोटी रुपये.

(VII) आरोग्य

- २०१९-२०च्याअर्थसंकल्पामध्ये आरोग्य क्षेत्रासाठी ६४५५९.१२ कोटी रुपयांची तरतूद करण्यात आली. मागील वर्षीपेक्षा ही तरतूद १५.३८% अधिक आहे (९८५९.१२ कोटी अधिक)
- आरोग्य संशोधनासाठी १९०० कोटी रुपये तर जिल्हा रुग्णालये आणि वैद्यकीय महाविद्यालयांसाठी ८०० कोटी रुपये.
- आयुष्यमान भारत व प्रधानमंत्री जन आरोग्य योजनेवर ६४०० कोटी रुपये खर्च प्रस्तावित.
- राष्ट्रीय मानसिक स्वास्थ्य अभियानासाठी ४० कोटी रुपयांचा निधी.
- जिल्हा रुग्णालयांचे सरकारी, वैद्यकीय महाविद्यालयात रूपांतर करण्यासाठी २००० कोटी रुपये.

आरोग्यविषयक तरतुदी

१ २०१९-२० च्या अर्थसंकल्पामध्ये आरोग्य क्षेत्रासाठी **६२,६५९.१२ कोटी** रुपयांची तरतूद

२ आयुष्यमान भारत व प्रधानमंत्री जन आरोग्य योजनेवर **६४०० कोटी** रुपये खर्च प्रस्तावित

३ राष्ट्रीय मानसिक स्वास्थ्य अभियानासाठी **४० कोटी** रुपयांचा निधी

(VIII) शिक्षण :

- शिक्षण क्षेत्रासाठी ९४८५३.६४ कोटी रुपयांची तरतूद. २०१८-१९ पेक्षा ही तरतूद १३% अधिक आहे.
- तळागाळात क्रीडा संस्कृती रुजविण्यासाठी 'राष्ट्रीय क्रीडा शिक्षण मंडळा'ची स्थापना करण्यात येणार.
- जागतिक दर्जाच्या शिक्षण संस्था उभारण्यासाठी केंद्रीय अर्थसंकल्पात ४०० कोटी रुपयांची तरतूद.
- परदेशी विद्यार्थ्यांना भारतात शिक्षणासाठी आकर्षित करण्यासाठी 'स्टडी इन इंडिया' कार्यक्रमाची घोषणा.
- संशोधन व नावीन्यपूर्ण कल्पनांवर लक्ष्य केंद्रित करण्यासाठी 'राष्ट्रीय संशोधन फाउंडेशन (NRF)'ची स्थापना करण्यात येणार.
- प्राथमिक शिक्षणासाठी तरतूद : ५६,५३६.६३ कोटी
- उच्च शिक्षणासाठी तरतूद : ३८,३१७.०१ कोटी

(IX) संरक्षण :

- संरक्षण खात्याकरिता ३.१८ लाख कोटी रुपयांची तरतूद करण्यात आली आहे. मागील वर्षीपेक्षा ही तरतूद ८% जास्त आहे.
- संरक्षण मंत्रालयासाठी केलेल्या एकूण तरतुदीपैकी १,०८,२४८ कोटी रुपये भांडवली खर्चासाठी आहेत.

अर्थसंकल्पातील इतर तरतुदी :

- सामाजिक न्याय व सशक्तीकरण मंत्रालयाच्या तरतुदीमध्ये ११% घट.
- 'हर घर जल' अभियान राबवून २०२४ पर्यंत प्रत्येक नागरिकाला पिण्याचे शुद्ध पाणी पुरविण्यात येणार.
- अंतराळ-संशोधन विभागासाठीची तरतूद १४०० कोटींनी वाढवून १२,४७३ कोटी एवढी करण्यात आली.
- देशातील बिगर बँकिंग तसेच गृहवित्त कंपन्यांचे नियंत्रण, नियमन संपूर्णतः रिझर्व्ह बँकेच्या अखत्यारित.
- देशातील १७ पर्यटनस्थळांचा जागतिक दर्जाच्या धर्तीवर विकास करण्यात येणार. यामध्ये महाराष्ट्रातील अजिंठा-वेरूळ लेण्यांचा समावेश.
- राष्ट्रीय निवृत्तीवेतन योजनेतून मिळणारी ६०% रक्कम करमुक्त.

केंद्रशासनाचे उत्पन्न (अर्थसंकल्पीय अंदाज)

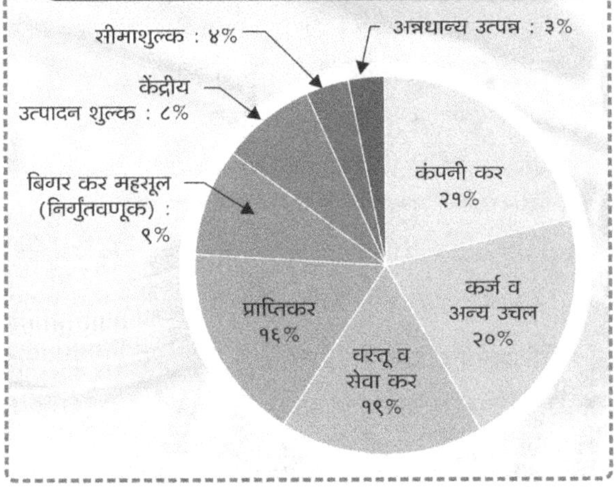

केंद्रशासनाचा खर्च (अर्थसंकल्पीय अंदाज)

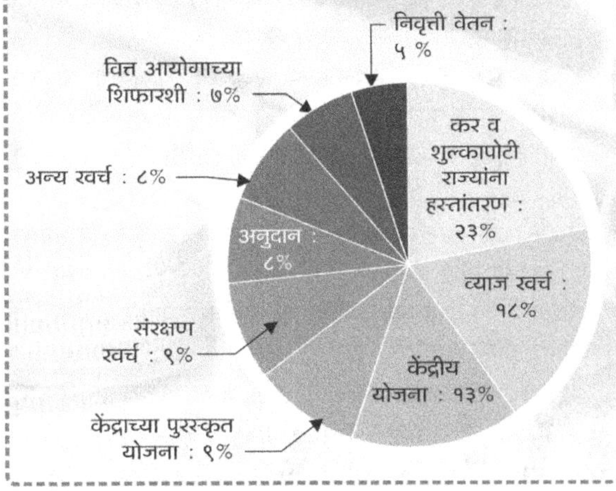

- वार्षिक ५० कोटी उलाढाल असलेल्या कंपन्यांच्या कमी रकमेच्या ऑनलाईन पेमेंट सेवांवर शुल्क (मर्चंट डिस्काउंट रेट) लावले जाणार नाही.
- केंद्रशासन सार्वजनिक बँकांना सुमारे ७०,००० कोटी रुपयांचे भांडवली अर्थ साहाय्य पुरवणार आहे.
- केंद्रीय अर्थसंकल्पात गृहमंत्रालयासाठी १,१९,०२५ कोटी रुपयांची तरतूद.
- महात्मा गांधी यांच्या १५०व्या जयंतीनिमित्त 'गांधीपीडिया (Gandhipedia) तयार करण्यात येणार आहे. यासाठी १५० कोटी रुपयांचा निधी राखून ठेवण्यात आला आहे.
- प्रधानमंत्री कर्मयोगी मानधन योजना : १.५ कोटी रुपयांपेक्षा कमी उलाढाल असणाऱ्या तीन कोटी किरकोळ व्यापारी आणि लहान दुकानदार यांना निवृत्तीवेतन लाभ.
- इलेक्ट्रॉनिक वाहनांसाठीच्या कर्जांवर दीड लाखांपर्यंतची सूट तसेच वाहनांच्या काही भागावरील सीमा शुल्क माफ.
- विमा क्षेत्रात शंभर टक्के परकीय गुंतवणुकीस मान्यता देण्याचा केंद्रशासनाचा विचार.
- पायाभूत सुविधांच्या विकासासाठी पुढील पाच वर्षांत १०० लाख कोटी रुपये खर्च करणार.

अर्थसंकल्पाबाबत :

- अर्थसंकल्प (Budget) या शब्दाची निर्मिती 'Bougete' या फ्रेंच शब्दापासून झाली आहे.
- भारतामध्ये अर्थसंकल्पीय पद्धतीचा पाया १८६० रोजी जेम्स विल्सन यांनी घातला.
- जेम्स विल्सन व्हाईसरॉयच्या परिषेदत वित्तसदस्य होते. त्यांनी द इकॉनॉमिस्ट व स्टँडर्ड चार्टर्ड बँकेची स्थापना केली.
- भारतीय राज्यघटनेच्या कलम ११२ नुसार भारताचे राष्ट्रपती संसदेमध्ये अर्थसंकल्प सादर करतात.
- स्वतंत्र भारताचा पहिला अर्थसंकल्प २६ नोव्हेंबर १९४७ रोजी आर. के. षण्मुखशेट्टी यांनी तर प्रजासत्ताक भारताचा पहिला अर्थसंकल्प जॉन मथाई यांनी मांडला.
- मोरारजी देसाई यांनी १९६४ व १९६८ मध्ये स्वतःच्या वाढदिवसादिवशी अर्थसंकल्प सादर केला.
- २००१ मध्ये अर्थमंत्री यशवंत सिन्हा यांनी अर्थसंकल्प संध्याकाळी ५ ऐवजी ११ वाजता सादर केला.
- २०१७-१८ पासून अर्थसंकल्प २८ फेब्रुवारी ऐवजी १ फेब्रुवारीला मांडण्यात येऊ लागला.
- भारतात अर्थमंत्रालयांतर्गत आर्थिक व्यवहार विभागातील (Department of Economic Affairs) अर्थसंकल्प विभाग (Budget Division) अर्थसंकल्प तयार करते.
- जवाहरलाल नेहरू, इंदिरा गांधी, राजीव गांधी या तीन पंतप्रधानांनी (तत्कालीन अर्थमंत्र्यांनी राजीनामा दिल्यामुळे) पदावर असताना अर्थसंकल्प मांडला आहे.

सर्वाधिक वेळा अर्थसंकल्प सादर करणारे अर्थमंत्री :

क्र.	अर्थमंत्री	वेळा
१.	मोरारजी देसाई	१०
२.	पी. चिंदबरम	९
३.	प्रणव मुखर्जी	८
४.	सी. डी. देशमुख, यशवंत सिन्हा, यशवंतराव चव्हाण	७
५.	मनमोहन सिंह, टी. टी. कृष्णाम्माचारी	६

(संदर्भ : pib.nic.in, finmin.nic.in)

केंद्रीय अर्थमंत्रालयाकडून 'सबका विश्वास - विवाद समाधान' योजना जाहीर : जीएसटी अंतर्गत येणाऱ्या सेवा कर आणि केंद्रीय उत्पादन मूल्यांबाबतच्या प्रलंबित वादांवर तोडगा काढण्यासाठी या योजनेचा लाभ होणार

दि. २२ ऑगस्ट २०१९ रोजी केंद्रीय अर्थमंत्रालयाने 'सबका विश्वास - विवाद समाधान योजना, २०१९' जाहीर केली.

- जीएसटी अंतर्गत येणाऱ्या सेवा कर (Legacy Service Tax) आणि केंद्रीय उत्पादन मूल्यांबाबतच्या प्रलंबित वादांवर तोडगा काढण्यासाठी या योजनेचा लाभ होणार.
- २०१९-२० च्या अर्थसंकल्पामध्ये या योजनेची घोषणा करण्यात आली होती.
- ही योजना १ सप्टेंबर २०१९ ते ३१ डिसेंबर २०१९ पर्यंत सुरू राहील.
- योजनेचे दोन मुख्य घटक : १) प्रलंबित वादांचे निराकरण २) सर्वसाधारण करमाफी
- विवाद निराकरणामध्ये प्रलंबित खटल्यांवर उपाययोजनांवर भर देण्यात येणार आहे.
- ही योजना सर्व प्रकारच्या प्रकरणांसाठी, कराच्या थकबाकीमध्ये, व्याज, दंड या सर्वांमध्ये सवलत प्रदान करते.
- ही योजना पूर्णपणे 'ऑनलाइन' असून ६० दिवसांमध्ये निश्चित निर्णय होतो.
- योजनेअंतर्गत ५० लाखांपर्यंतच्या न्यायालयात किंवा अपिलिय प्रलंबित प्रकरणांमध्ये ७०% तर ५० लाखांच्या वरील प्रकरणांत ५०% सूट/सवलत मिळणार.

(संदर्भ : pib.gov.in)

सकाळ अर्थव्यवस्थेला आलेली मरगळ दूर करण्यासाठी केंद्र सरकारकडून दहा सहकारी बँकांचे विलीनीकरण

दि. ३० ऑगस्ट २०१९ रोजी अर्थव्यवस्थेला आलेली मरगळ दूर करण्यासाठी केंद्र सरकारने दहा सहकारी बँकांचेविलीनीकरण हा महत्त्वाचा निर्णय घेतला.

- सार्वजनिक क्षेत्रातील १० बँकांचे विलीनीकरण करून त्यातून चार नव्या बँकांची निर्मिती करण्यात येणार असल्याची घोषणा अर्थमंत्री निर्मला सीतारामन यांनी केली.
- पंजाब नॅशनल बँक, ओरिएंटल बँक ऑफ कॉमर्स आणि युनायटेड बँक ऑफ इंडिया या बँकांच्या विलीनीकरणातून अस्तित्वात येणारी बँक देशातील दुसरी सर्वांत मोठी बँक ठरणार आहे.
- तसेच कॅनरा बँक आणि सिंडिकेट बँक यांचे विलीनीकरण होईल. त्यातून अस्तित्वात येणारी बँक देशातील चौथी सर्वांत मोठी बँक असेल.

'सबका विश्वास-विवाद समाधान' योजनेअंतर्गत मिळणारी सूट/सवलत

५० लाखांपर्यंतची प्रकरणे

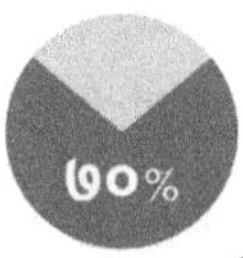

५० लाखांच्या वरील प्रकरणे

असे होईल विलीनीकरण :

- विलीनीकरण-१ : पंजाब नॅशनल बँक, ओरिएंटल बँक ऑफ कॉमर्स आणि युनायटेड बँक ऑफ इंडिया
- विलीनीकरण-२ : कॅनरा बँक, सिंडिकेट बँक
- विलीनीकरण-३ : युनियन बँक, आंध्रा बँक आणि कार्पोरेशन बँक (पाचवी सर्वांत मोठी बँक अस्तित्वात येईल.)
- विलीनीकरण-४ : इंडियन बँक, अलाहाबाद बँक (सातवी सर्वांत मोठी बँक अस्तित्वात येईल.)

विलीनीकरण फायदे तोटे

केंद्राच्या या महत्त्वपूर्ण निर्णयानंतर सार्वजनिक क्षेत्रातील बँकांची संख्या आता २७ वरून १२ वर येणार आहे.

- अर्थव्यवस्थेला चालना मिळते.
- प्रतिकूल आर्थिक परिस्थितीत मोठ्या बँका टिकाव धरू शकतात.
- दोन बँका विलीन झाल्यावर छोट्या बँकेची ओळख पूर्णपणे पुसली जाते.
- आता विलीन झालेल्या बँका राष्ट्रीय पातळीवरच्या असल्यातरी त्यांची प्रादेशिक पातळीवर एक वेगळी ओळख होती. उदाहरणार्थ, बँक ऑफ महाराष्ट्र ही महाराष्ट्रात ओळखली जाते पण केरळमध्ये ओळखली जात नाही. मात्र सिंडिकेट बँक तिथे ओळखली जाईल.
- विलीनीकरण झाल्यानंतर बँकांच्या शाखांची संख्या कमी होते. त्यामुळे अनेकांच्या नोकरीवर गदा येण्याची शक्यता असते.
- मोठ्या बँकेत छोटी बँक विलीन झाल्यावर त्यांची ओळख कायम राहत नाही. त्यामुळे मोठ्या बँकेच्या कामाच्या संस्कृतीशी जुळवून घ्यावं लागतं.
- त्यामुळे एकूणच विलीनीकरणाची प्रक्रिया म्हणजे मोठ्या माशाने लहान माशाला गिळल्याचा प्रकार आहे, असे अर्थतज्ज्ञ रूपा रेगे-नित्सुरे नमूद करतात.

(संदर्भ : financialservices.gov.in, pib.gov.in)

सकाळ औद्योगिक क्षेत्रांना मंदीने ग्रासल्याने चालू वर्षात भारतीय अर्थव्यवस्था केवळ ६.३ टक्क्यांनी वृद्धिंगत होईल, असा अंदाज 'क्रिसिल'कडून जाहीर

दि. ५ सप्टेंबर २०१९ रोजी विविध औद्योगिक क्षेत्रांना मंदीने ग्रासल्याने आर्थिक वर्षाच्या पहिल्या तिमाहीत आर्थिक वृद्धीचा दर ५ टक्क्यांपर्यंत खाली आलेला असताना मंदीच्या पार्श्वभूमीवर रिझर्व्ह बँक, मूडीज, इंडिया रेटिंग या संस्थांपाठोपाठ 'क्रिसिल' या संस्थेनेदेखील देशाच्या विकासदराचा अंदाज घटविला आहे.

- चालू वर्षात भारतीय अर्थव्यवस्था केवळ ६.३ टक्क्यांनी

सकाळ केंद्र सरकारची अर्थघातक धोरणं

भारतातील स्थिती जागतिक मंदीमुळं ओढवल्याचा युक्तिवाद मला अजिबात मान्य नाही. राजकीय सत्ता दोघांच्या हातात आणि संपत्ती देशातल्या मूठभरांच्या हातात केंद्रित झाल्यानं ही स्थिती ओढवली आहे. जागतिक अर्थव्यवस्थेला मंदीनं ग्रासलेले असतानाही संयुक्त पुरोगामी आघाडी (यूपीए) सरकारने भारतीय अर्थव्यवस्थेला संजीवनी देण्यात यश मिळवलं होतं.

सध्या देशात निर्माण झालेली आर्थिक मंदीसदृश स्थिती अभूतपूर्व आहे. एका स्थिर सरकारच्या काळात धोरणनिर्मिती आणि त्याची अंमलबजावणी यात एवढी अनिश्चितता निर्माण होण्याची स्वातंत्र्योत्तर काळातली ही पहिलीच वेळ आहे. धोरण व त्याच्या अंमलबजावणीत सरकारकडून जो अवाजवी साहसवाद दाखवला गेला, तोही यापूर्वी कधीही न घडलेला प्रकार आहे. ८ नोव्हेंबर २०१६ रोजी जी नोटाबंदी जाहीर करण्यात आली, त्यानं भारतीय अर्थव्यवस्थेला धक्का बसला. ती ठप्प झाली. दुसऱ्याच दिवशी मुंबई शेअर बाजार आणि राष्ट्रीय शेअर बाजार निर्देशांक सहा टक्क्यांनी घसरला. आर्थिक विकास दरही एका वर्षातच ९.१ टक्क्यांवरून ५.७ टक्क्यांपर्यंत खाली आला. अचानक निर्माण झालेल्या रोकड टंचाईमुळे देशभर अनागोंदीची स्थिती निर्माण झाली. देशात विविध ठिकाणी शेकडो लोकांचा रांगेत मृत्यू ओढवला. मात्र, त्याच वेळी सत्तेच्या जवळ वावरणारे अनेक जण गुलाबी रंगां'च्या नोटांच्या पेट्या बाळगून होते.

नोटाबंदी आणि वस्तू-सेवा कराची (जीएसटी) ढिसाळ अंमलबजावणी या दोन्हीमुळे देशाच्या अर्थव्यवस्थेला अक्षरशः हादरा बसला. प्रत्येक उद्योगक्षेत्राला त्याची झळ बसली. त्यातून निर्माण झालेल्या निराशाजनक आर्थिक स्थितीकडे मी लक्ष वेधू इच्छितो.

१) 'जीडीपी'तली घसरण : एकूण देशांतर्गत उत्पादनाचा (जीडीपी) दर २०१६-१७ मध्ये ८.२ टक्के होता. तो २०१७-१८ मध्ये ६.८ टक्क्यांपर्यंत खाली आला. २०१९-२० या आर्थिक वर्षाच्या पहिल्या तिमाहीत तर तो ५.६ टक्क्यांपर्यंत घसरण्याची चिन्हं आहेत. हा घसरता आलेख पाहता २०२४पर्यंत पाच ट्रिलियन डॉलरची अर्थव्यवस्था निर्माण होणे हे केवळ अशक्य आहे.

२) महत्त्वाच्या उद्योगांमध्ये घसरण : केंद्रीय वाणिज्य मंत्रालयानं सप्टेंबर २०१९मध्ये आठ प्रमुख उद्योगांच्या स्थितीची आकडेवारी प्रसृत केली आहे. भारतीय उद्योगातल्या गाभ्याची जी क्षेत्रं आहेत, त्यात राष्ट्रीय लोकशाही आघाडी सरकारची कामगिरी किती खराब झाली आहे, यावर या आकडेवारीनं झगझगीत प्रकाश टाकला आहे. २०१८च्या तुलनेत २०१९ या वर्षात झालेली ही घसरण अगदी ठळकपणे दिसते. कोळसा उत्पादनात २०.५ टक्के, खनिज तेलात ५.४ टक्के, नैसर्गिक वायूत ४.९ टक्के, रिफायनरी उत्पादनांत ६.७ टक्के घसरण झाली आहे; तर खते, पोलाद, सिमेंट व वीज यातही अनुक्रमे ५.४ टक्के, ०.३ टक्के, २.१ टक्के आणि ३.७ टक्के अशी पिछेहाट दिसते.

३) शेती क्षेत्राची अवस्था : मंदीच्या स्थितीचं एक प्रमुख कारण म्हणजे ग्रामीण भागातली दैन्यावस्था. शेतकऱ्यांविषयी राष्ट्रीय लोकशाही आघाडी सरकार कमालीचं उदासीन आहे. इतिहासातलं सर्वांत शेतकरीविरोधी सरकार असं त्याचं वर्णन करता येईल. पंतप्रधान नरेंद्र मोदी यांच्या नेतृत्वाखालील सरकार २०१४मध्ये पहिल्यांदा सत्तेवर आलं, त्या वर्षी शेतकऱ्यांच्या आत्महत्यांचं प्रमाण ३९ टक्क्यांनी वाढल्याचं आढळतं. (स्रोत : नॅशनल क्राईम रेकॉर्ड ब्यूरो, २०१५.) गेल्या सहा वर्षांत पंधरा हजाराहून अधिक शेतकऱ्यांनी आत्महत्या केल्या आहेत.

(संदर्भ : business today.in)

अवेळी पावसानं झालेल्या पिकांच्या हानीची पाहणी करण्यासाठी मी नुकताच नाशिक जिल्ह्यात जाऊन आलो. प्रागतिक म्हणून ओळखल्या जाणाऱ्या या जिल्ह्यात गेल्या दहा महिन्यांत ४४ आत्महत्या घडल्याचं कळल्यानंतर मला धक्काच बसला. नोटाबंदीनं सहकारी पतसंस्थांच्या व्यवस्थेवरच आघात झाला आणि पतपुरवठा पूर्णपणे कोलमडला आणि त्याचा फार मोठा फटका लहान आणि मध्यम शेतकऱ्यांना बसला आहे. कृषी उत्पादनातल्या वाढीचा दर २०१९च्या पहिल्या तिमाहीत जेमतेम दोन टक्क्यांवर आला आहे. तो गेल्या वर्षी याच काळात ४.८३ टक्के होता.

४) वाहन क्षेत्र : वाहन उद्योगाच्या क्षेत्रात भारत जगात चौथ्या क्रमांकावर आहे. सध्या मात्र आपल्याकडचा हा उद्योग पूर्णपणे मरगळलेला आहे. चालू आर्थिक वर्षांत मध्यम आणि अवजड वाहनांच्या विक्रीत तब्बल ३९ टक्क्यांची घट झाली आहे असं 'सोसायटी ऑफ इंडियन ऑटोमोबाईल मॅन्युफॅक्चरर्स असोसिएशन'नं दिलेल्या आकडीवारीवरून स्पष्ट झालं आहे. नवी वाहनं खरेदी करण्याची वाहतूकदारांची क्षमता नाही, आणि खरेदी केलेल्या वाहनांवरचे कर्जाचे हप्ते फेडणंही त्यांना शक्य होत नाही असं दिसतं. प्रवासी वाहनांच्या विक्रीत २४ टक्के आणि व्यवसायासाठी वापरायच्या वाहनांच्या विक्रीत तब्बल ६२.११ टक्क्यांची घट झाली आहे. (स्रोत : इंडिया टुडे ११ ऑक्टोबर) ग्राहकांकडून मागणीच नसल्यानं मोटारसायकलींची विक्री २३ टक्क्यांनी आणि स्कूटरची १६.६० टक्क्यांनी घटली आहे. अनेक कंपन्यांनी कामगारांना बिनपगारी रजेवर पाठवलं आहे. वाहन उद्योग क्षेत्रातल्या तीन लाख नोकऱ्या गेल्या आहेत.

(संदर्भ : वायर वेब पोर्टल, ६ ऑक्टोबर २०१९)

५) लहान व मध्यम उद्योग : महाराष्ट्रात सूक्ष्म, लघु आणि मध्यम उद्योग हा राज्याच्या अर्थव्यवस्थेचा कणा आहे. एकूण रोजगारापैकी ८० टक्के रोजगार या क्षेत्रात तयार होतो. मंदीची फार मोठी झळ या क्षेत्रालाही बसली आहे. काही उदाहरणांवरून हे स्पष्ट होईल. भिवंडी आणि मालेगावमधील

१० लाख यंत्रमाग बंद असून, त्यामुळे जवळजवळ तेवढ्यात संख्येनं लोक बेरोजगार झाले आहेत. मुंबईतल्या धारावी इथं चर्मोद्योगात काम करणाऱ्या दहा हजार जणांचं काम गेलं आहे. चिनी वस्तूंना मुक्तद्वार दिल्यानं त्या वस्तूंनीच बाजारपेठ भरून गेली आहे. गेल्या पाच वर्षांत कारखाने बंद पडण्याचे प्रमाण महाराष्ट्रात सर्वाधिक आहे.

सूक्ष्म, लघु, मध्यम उद्योगांनी कामाचे तास कमी केले आहेत. नव्यानं भरती होईनाशी झाली आहे. वाहनांचे सुटे भाग पुरवणाऱ्या नाशिक विभागातल्या आनुषंगिक उद्योगांमधल्या सहाशे कंत्राटी कामगारांच्या रोजगारावर गदा आली आहे. त्यांचं उत्पादन निम्म्यावर आलं आहे. औरंगाबादमधील स्थलांतरित कंत्राटी कामगार बेरोजगार झाले आहेत. हातमाग, हस्तकला, पर्यटन, पादत्राणे या उद्योगांतही घसरण सुरू आहे.

६) बांधकाम क्षेत्र : नोटाबंदी, जीएसटी आणि 'रेरा' या 'ट्रिपल डोस'मुळे गृहबांधणी उद्योगाला मोठा फटका बसला आहे. भारतातल्या सहा प्रमुख शहरांतल्या घरांचा नोटाबंदीनंतरच्या तिमाहीत साठ टक्क्यांनी घटल्याचं आढळलं.

(संदर्भ : सीएमआई)

७) दैनंदिन ग्राहकोपयोगी वस्तू (एफएमसीजी) : नेसले' कंपनीचे व्यवस्थापकीय संचालक सुरेश नारायणन यांनी दिलेल्या माहितीनुसार, ग्रामीण भागातून मागणीच होत नसल्यानं दैनंदिन वापराच्या ग्राहकोपयोगी वस्तूंच्या विक्रीला खीळ बसली आहे.

८) बँकिंग : निधीअभावी सार्वजनिक क्षेत्रातल्या २१ बँका अडचणीत आल्या आहेत. दोन लाख कोटी रुपयांहून अधिक रकमेच्या पुनर्भांडवलीकरणाची त्यांना तातडीची आवश्यकता आहे; पण सरकारकडे पैसा नाही. अनुत्पादित कर्जाच्या समस्येनं बँका ग्रासलेल्या आहेत. मात्र, मुख्यतः सरकारी बँकांची स्थिती गंभीर आहे. अनुत्पादित कर्जांची रक्कम १० लाख कोटी रुपये एवढी प्रचंड आहे. रिझर्व्ह बँकेच्या माहितीनुसार, सार्वजनिक बँकांच्या एकूण अनुत्पादित कर्जांची रक्कम चार लाख कोटी रुपये असून एकूण बँकांकडच्या अनुत्पादित कर्जांच्या ९० टक्के एवढं हे प्रमाण आहे. थोडक्यात राष्ट्रीय लोकशाही आघाडी (एनडीए) सरकार देशासाठी 'एनपीए' सरकार बनलं आहे. पीएमसी बँकेतले १६ लाख ठेवीदार न्यायासाठी आक्रोश करत आहेत. पैसे बुडाल्याच्या धक्क्यानं चार जणांचा मृत्यू झाला आहे. रिझर्व्ह बँकेच्या राखीव निधीवर एनडीए सरकारकडून जे आक्रमण झालं तेही अभूतपूर्वच. १.७६ लाख कोटी निधी सरकारकडे हस्तांतरित करण्यात आला. आपल्याकडच्या संस्थांच्या स्वायत्ततेवर घाला घालण्याचं हे आणखी एक उदाहरण आहे.

या सगळ्या अर्थघसरणीचा मोठा आघात रोजगारनिर्मितीवर झाला आहे. बेरोजगारांची संख्या प्रचंड वाढली आहे. जानेवारी ते एप्रिल २०१७ या काळात १५ लाख नोकऱ्या गेल्या. ***(संदर्भ : सेंटर फॉर मॉनिटरिंग इंडियन इकॉनॉमी - सीएमआयई)*** बेरोजगारीची पातळी सातत्यानं वाढत असून २०१५ मध्ये ती पाच टक्क्यांवर गेली. तरुणांमधल्या बेरोजगारीचं प्रमाण तब्बल सोळा टक्के आहे. गेल्या दोन दशकांतलं हे सर्वाधिक प्रमाण आहे. सीएमआयई'नं केलेल्या सर्वेक्षणानुसार, २०१८ मध्ये ३ कोटी १० लाख बेरोजगार तरुण आढळले. याच संस्थेनं भारतातल्या बेरोजगारीचं एकूण प्रमाण ऑक्टोबर २०१९ पर्यंत ८.४ टक्क्यांवर गेल्याचं म्हटलं आहे. त्यात शहरी भागाचा वाटा मोठा असून, तो ९.४ टक्के एवढा आहे.

या सगळ्या आकडेवारी आणि तथ्यांचा स्वीकार करण्याऐवजी डॉ. मनमोहन सिंग, डॉ. अभिजित बॅनर्जी यांच्यासारख्या अर्थतज्ज्ञांचा सल्ला मानण्याऐवजी हे सरकार 'जुमलेबाजी'त मग्न असून, मंदीची स्थिती ही तात्पुरती असल्याच्या भ्रमात वावरत आहे. या सगळ्या मूलभूत प्रश्नांवरून लोकांचं लक्ष इतरत्र वळवण्याचा सरकारचा प्रयत्न चालला आहे.भारतातली स्थिती जागतिक मंदीमुळे ओढवल्याचा युक्तिवाद मला अजिबात मान्य नाही. मी हे स्पष्ट करू इच्छितो, की राजकीय सत्ता दोघांच्या हातात आणि संपत्ती देशातील मूठभरांच्या हातात केंद्रित झाल्यानं ही स्थिती ओढवली आहे..

●

शरद पवार

(राज्यसभा सदस्य,माजी कृषिमंत्री, राष्ट्रवादी काँग्रेस पक्षाचे संस्थापक अध्यक्ष व शेती,अर्थ व प्रशासन विषयाचे तज्ज्ञ

पूर्वप्रसिद्धी- सप्तरंग पुरवणी, दैनिक सकाळ)

वृद्धिंगत होईल, असा अंदाज 'क्रिसिल'ने जाहीर केला आहे.

- भारतीय अर्थव्यवस्थेवर असलेला मंदीचा परिणाम वस्तुस्थितीपेक्षाही व्यापक असेल, अशी भीती 'क्रिसिल'ने व्यक्त केली आहे.
- वस्तूंचा खप, उत्पादनातील घसरण आणि निर्यातीची सुमार कामगिरी याचे पडसाद अर्थव्यवस्थेवर उमटल्याचे पहिल्या तिमाहीत दिसून आल्याचे अहवालात म्हटले आहे.
- २०१३ मध्ये पहिल्या तिमाहीत वस्तूंचा खप उणे ०.९ टक्के आणि २०१५ सालच्या तिसऱ्या तिमाहीत केवळ २.३ टक्के होता. यावर्षी पहिल्या तिमाहीत तो ३.३ टक्क्यांवर आहे. त्यामुळे चालू वर्षात विकासदर जेमतेम ६.३ टक्के राहील, असा नवा अंदाज संस्थेकडून व्यक्त करण्यात आला आहे.
- दरम्यान दुसऱ्या सहामाहीत विकास दरात वाढ होईल, असा आशावादही संस्थेने व्यक्त केलाय.
- चालू वर्षात विकासदर ७ टक्क्यांऐवजी ६.९ टक्के राहील, असा अंदाज रिझर्व्ह बँकेने व्यक्त केला होता.

क्रिसिल :

लक्षात ठेवा

- क्रिसिल ही पतमानांकन संस्था असून आर्थिक क्षेत्रातील या संस्थेने वर्तवलेले अंदाज आणि अहवाल अतिशय गांभीर्याने घेतले जातात. १९८७ मध्ये या संस्थेची स्थापना करण्यात आली असून संस्थेचे मुख्यालय मुंबई येथे आहे.

CRISIL
An S&P Global Company

(संदर्भ : crisil.com)

देशाच्या अर्थव्यवस्थेला चालना देण्यासाठी कॉर्पोरेट करदरात कपात : प्राप्तिकर कायदा, १९६१ आणि वित्त कायदा, २०१९ मध्ये सुधारणा करण्यासाठी केंद्र सरकारकडून 'करआकारणी कायदे (सुधारणा) अध्यादेश २०१९

सकाळ

दि. २० सप्टेंबर रोजी प्राप्तिकर कायदा, १९६१ आणि वित्त कायदा, २०१९ मध्ये काही सुधारणा करण्यासाठी केंद्र सरकारने 'करआकारणी कायदे (सुधारणा) अध्यादेश २०१९' काढला.

- केंद्रीय वित्त आणि कॉर्पोरेट खात्याच्या मंत्री निर्मला सीतारमण यांनी ही घोषणा केली.
- देशाच्या अर्थव्यवस्थेला चालना देण्यासाठी या अध्यादेशामार्फत केंद्रीय अर्थमंत्रालयाने कॉर्पोरेट कराचा दर करण्याचा निर्णय घेतला.
- सोबतच, विकास आणि गुंतवणुकीला चालना देण्यासाठी चालू आर्थिक वर्ष २०१९-२० पासून प्राप्तिकर कायद्यात काही नव्या तरतुदी समाविष्ट करण्यात आल्या.

नव्या अध्यादेशानुसार करण्यात आलेले बदल :

- कुठलीही सवलत न घेणाऱ्या देशांतर्गत कंपनीला आता २२ टक्के कर द्यावा लागणार. या कंपन्यांसाठी अधिभार आणि उपकरासह (सेस) मिळून एकूण कर २५.१७ टक्के लागू राहील. यापूर्वी हा कर ३० टक्के एवढा होता.
- त्याचबरोबर अशा कंपन्यांना आता किमान पर्यायी कर भरण्याची गरज नाही.
- चालू आर्थिक वर्षात निर्मिती-मध्ये नवी गुंतवणूक करणाऱ्या कंपन्यांसाठी १५ टक्के प्राप्तिकर भरण्याचा पर्याय उपलब्ध असेल. यापूर्वी हा कर २५ टक्के एवढा होता व तो आशिया खंडात सर्वांत जास्त होता.
- भांडवली बाजारात निधीचा ओघ स्थिर राहावा यासाठी, वित्त कायदा-२०१९ द्वारे आकारण्यात येणारा वाढीव अधिभार हा समभागाभिमुख निधीतील युनिट किंवा एखादी व्यक्ती, HUF, AOP, BOI आणि AJP यांच्या नियंत्रणातील समभागांच्या विक्रीतून मिळणाऱ्या भांडवली नफ्यावर लागू नसणार.
- तसेच, फॉरेन पोर्टफोलिओ इन्व्हेस्टर्स (FPI) कडील समभागांच्या विक्रीतून मिळणाऱ्या भांडवली नफ्यावर व डेरिव्हेटिव्हजवर वाढीव अधिभार लागू नसणार.
- आता २% कॉर्पोरेट सामाजिक उत्तरदायित्व (CSR) निधी केंद्र किंवा राज्य सरकार पुरस्कृत किंवा कुठलीही संस्था किंवा केंद्र/राज्य सरकारचा सार्वजनिक क्षेत्र उपक्रम पुरस्कृत इनक्युबेटर्सवर (संगोपन केंद्र) खर्च करता येऊ शकतो.
- कॉर्पोरेट करदरात कपात आणि इतर दिलासादायक घोषणांमुळे सरकारी महसूल १,४५,००० कोटी रुपयांनी कमी राहण्याचा अंदाज आहे.
- या निर्णयामुळे केंद्रशासनाच्या तिजोरीवर वार्षिक १.४५ लाख कोटी रुपयांचा अतिरिक्त भार पडणार आहे.
- कोणतीही करसवलत व अन्य लाभाची सुविधा न घेतल्यास १५% कंपनी कर लागू असेल; तसेच अशा कंपन्यांना किमान पर्यायी कर (Minimum Alternate Tax) भरण्याचीही गरज नाही.
- यासाठी प्राप्तिकर कायदा १९६१ व आर्थिक कायदा-२०१९ मध्ये दुरुस्ती करण्यासाठी अध्यादेश काढण्यात आला आहे.

- कुठलीही सवलत न घेणाऱ्या देशांतर्गत कंपनीला आता **२२ टक्के** कर द्यावा लागणार.
- या कंपन्यांसाठी अधिभार आणि उपकरासह (सेस) मिळून **एकूण कर २५.१७ टक्के** लागू राहील.
- यापूर्वी एकूण कर **३० टक्के** होता.

■ **विविध देशांमध्ये असणारा कंपनी कर**

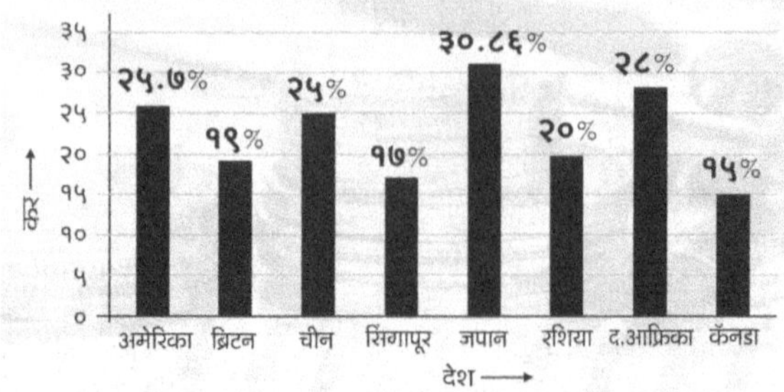

- कंपनी करामध्ये करण्यात आलेल्या कपातीमुळे देशांतर्गत सर्वच क्षेत्रांवर परिणाम होणार आहे. बांधकाम, आरोग्य, उद्योग, गुंतवणूक, ग्राहकविषयक, वाहन इत्यादी क्षेत्रांना या करकपातीचे फायदे होणार आहेत.
- यामुळे गुंतवणुकीस प्रोत्साहन मिळून रोजगारनिर्मितीसाठी हातभार लागणार आहे.
- केंद्रशासनाने भांडवली नफ्यावरील अधिभार ठरवल्याने विदेशी गुंतवणूकदारांना आकर्षित करता येणार.
- कंपनी करातील ही सवलत केवळ देशांतर्गत कंपन्यांना (Domestic companies) असणार आहे.
- याचबरोबर कंपन्यांच्या सामाजिक उत्तरदायित्वाचे (Corporate Social Responsibility) क्षेत्रही विस्तारण्यात आले आहे. कंपन्या आता भारतीय तंत्रज्ञान संस्था (IIT's) व राष्ट्रीय तंत्रज्ञान संस्था (NIT's) वरही खर्च करू शकणार आहेत.

कंपनी कर (Corporate Tax) :

- कंपनी कर नोंदणीकृत देशांतर्गत कंपन्या व परकीय कंपन्यांच्या उत्पन्नावर आकारला जातो.
- कंपनी कर हा केंद्रसूचीतील विषय असून त्यासाठी आयकर कायदा-१९६१ आहे. कंपनी कर कंपन्यांच्या उत्पन्नाच्या पहिल्या रुपयापासून आकारला जातो.

किमान पर्याय कर (Minimum Alternate Tax) :

- कंपन्यांना दिल्या जाणाऱ्या सवलती-वजावटीमुळे कंपन्या कंपनी कर तितकासा भरत नाहीत, अशा कंपन्यांच्या नफ्यावर किमान पर्यायी कर आकारला जातो.
- १९९५ मध्ये किमान पर्यायी कराची घोषणा करण्यात आली व १९९७-९८ पासून आकारला जाऊ लागला.

कॉर्पोरेट करदरातील कपातीचे उद्देश :

१) विकास आणि गुंतवणुकीला चालना देणे.
२) निर्मितीमध्ये नवी गुंतवणूक आकर्षित करणे.
३) 'मेक इन इंडिया'ला चालना देणे.

(संदर्भ : pib.nic.in, pib.gov.in)

पंजाब आणि महाराष्ट्र सहकारी बँकेवर रिझर्व्ह बँक ऑफ इंडियाकडून सहा महिन्यांसाठी आर्थिक निर्बंध : - बँकिंग नियमन कायद्याच्या कलम ३५ -अ (अ) अंतर्गत कारवाई

दि. २५ सप्टेंबर २०१९ रोजी मुंबईस्थित पंजाब आणि महाराष्ट्र सहकारी बँकेवर (पीएमसी) रिझर्व्ह बँक ऑफ इंडियाकडून सहा महिन्यांसाठी आर्थिक निर्बंध लादण्यात आले आहेत.

- बँकिंग नियमन कायद्याच्या कलम३५ -अ (अ) अंतर्गत ही कारवाई करण्यात आली आहे.
- या आर्थिक निर्बंधामुळे पीएमसी बँकेवर नवी कर्ज देणे, ठेवी स्वीकारणे या गोष्टींवर बंधन असणार आहे.
- यानुसार रिझर्व्ह बँकेच्या मान्यतेशिवाय कोणतेही नवे कर्ज देऊ नये, जुन्या कर्जाचे नूतनीकरण करू नये, बँकेची देणी फेडण्यासाठी देयक अदा करू नये अशा प्रकारचे निर्बंध असणार आहेत.
- हे निर्बंध सहा महिन्यांसाठी लागू असतील व त्याचा सहा महिन्यानंतर पुन्हा आढावा घेण्यात येईल.
- एका कर्ज खात्याबद्दल अनेक प्रकारच्या अनियमितता आणि नियमभंग करणाऱ्या चुकांची कबुली पीएमसी बँकेच्या व्यवस्थापनानेच रिझर्व्ह बँकेला कळविली होती.
- रिझर्व्ह बँकेच्या अधिकारी वर्गाची मोठी गुंतवणूक पीएमसी बँकेत आहे. 'रिझर्व्ह बँक ऑफिसर्स को-ऑप. क्रेडिट सोसायटी'ची पीएमसी बँकेत १०५ कोटी रुपयांची गुंतवणूक आहे.
- पीएमसी बँकेत ९.१६ लाख वैयक्तिक खातेदार, राज्यभरातील १५ हजार पगारदार संस्था व सहकारी गृहनिर्माण संस्था ठेवीदार आहेत. २१६ नागरी सहकारी बँकांची खाती पीएमसी बँकेत आहेत.
- २०१८ मध्ये महाराष्ट्र शासनाने पीएमसी बँकेला निवृत्त कर्मचाऱ्यांचे निवृत्तीवेतन जमा करण्याची परवानगी दिली होती.
- पीएमसी बँकेने यानंतर 'निवृत्तीवेतन बचत खाते' अशी योजना सुरू केली होती.
- सहा महिन्यांच्या कालावधीत बँक खातेदाराला ५०,००० रुपये एवढी रक्कम काढता येणार आहे. ही रक्कम एटीएम कार्डद्वारे देखील काढता येणार आहे.
- पीएमसी बँकेत एकूण ११,५०० कोटी रुपयांच्या ठेवी आहेत.
- रिझर्व्ह बँकेच्या नवीन निर्णयामुळे सुमारे ७८% खातेदारांना त्यांचे पैसे मिळणार आहे.
- पीएमसी बँकेने एकूण ८,८८० कोटी रुपयांच्या कर्जाचे वाटप केले आहे.

सकाळ १९ जुलै १९६९: पन्नास वर्षांपूर्वी भारतातल्या १४ खासगी बँकांच्या राष्ट्रीयीकरणाचा प्रवास असा झाला...

१९ जुलै २०१९ - सकाळी ७.३०

बँकांचे तातडीने राष्ट्रीयीकरण झाले पाहिजे, हे पी. एन. हक्सर यांना साधारण ९ जुलै १९६९ पर्यंत तरी पूर्णपणे पटले नव्हते. माझ्या अंदाजानुसार, साधारण १२ जुलै १९६९ ते १५ जुलै १९६९ च्या दरम्यान कधीतरी हक्सर आणि इंदिरा गांधी यांच्यात झालेल्या अनौपचारिक चर्चेदरम्यान बँकांच्या राष्ट्रीयीकरणाबाबत सावधगिरी बाळगण्याचा निर्णय झाला असावा. १६ जुलैला इंदिराजींनी हक्सरना के. एन. राज या भारतातल्या नामवंत अर्थतज्ज्ञांची भेट घेऊन बँकांच्या राष्ट्रीयीकरणाबाबत त्यांचं काय मत आहे हे जाणून घ्यायला सांगितले. त्यानुसार हक्सर आणि राज यांची भेट झाली तेव्हा आणखी एक नामवंत अर्थतज्ज्ञ पी. एन. धर हे देखील तिथे हजर होते. या भेटीबाबत धर यांनी नंतर लिहिले, की बँकांचे राष्ट्रीयीकरण करावे, यासाठी राज यांनी स्पष्टपणे अनुकूलता दाखविली होती, पण त्याची अंमलबजावणी होण्यासाठी किमान सहा महिन्यांचा काळ लागेल, असे त्यांना वाटत होते. पण यानंतर तीनच दिवसांनी, १९ जुलै १९६९ ला १४ बँकांचे खरोखरच राष्ट्रीयीकरण झाले. आणि इंदिरा गांधींच्या मनात आलेला स्वैर विचार ताबडतोब प्रत्यक्षात उतरल्याच्या उदाहरणांमध्ये आणखी एकाची भर पडली असे मत पी.एन. घोष यांनी त्यांच्या आठवणींमध्ये व्यक्त केले आहे. घोष हे अर्थ मंत्रालयातील बँकिंगशी संबंधित कामकाज सांभाळणारे अधिकारी होते, पुढे ते स्टेट बँक ऑफ इंडिया (एसबीआय) चे अध्यक्ष झाले. त्यांच्या आठवणीनुसार, १७ जुलै १९६९ रोजी रात्रीच्या सुमारास त्यांना पी.एन. हक्सर यांच्या घरी बोलावण्यात आले. तेव्हाचा घोष यांचा अनुभव त्यांच्याच शब्दांत :

मी पाहिले की, हक्सर कागदपत्रांचे मोठे गठ्ठे चाळत आहेत. त्या गठ्ठ्यांमध्ये रिझर्व्ह बँकेने प्रसिद्ध केलेले अहवाल, भारतीय बँकांसंबंधीची सांख्यिकी आकडेवारीचे कागद मी ओळखू शकलो. व्यवस्थेतील एकूण साधनस्त्रोतांच्या ८० ते ८५ टक्के भाग असलेल्या बँकांचे प्रमाण किती असेल, हे ते शोधत होते. अशा फार तर १० ते १२ बँका असतील, असे मी त्यांना सांगितले.तेव्हाच कंपनी व्यवहार खात्याचे राज्यमंत्री के. व्ही. रघुनाथ रेड्डी तिथे आले आणि आमचे बोलणे ऐकत उभे राहिले. सगळ्या बँकांचे राष्ट्रीयीकरण करण्याची ही राजकीयदृष्ट्या सुवर्णसंधी असून हा धाडसी निर्णय आपण घेतलाच पाहिजे, असे ते म्हणाले. हक्सर यांनी त्यांची ही सूचना सौम्यपणे नाकारत 'तुमची आमूलाग्र परिवर्तनाची उतावीळ विचारसरणी तुमच्यापाशीच ठेवा,' असे त्यांना नम्रपणे सुचवले. स्वतःला सर्वस्वी अपरिचित असलेल्या या विषयासंबंधी संपूर्ण माहिती जाणून घेण्यासाठी काही वेळ एकांतवासात राहण्याची हक्सर यांची इच्छा होती. बँकांचे राष्ट्रीयीकरण करण्याची पंतप्रधानांच्या मनाची तयारी झाली आहे का, असे मी त्यांना विचारले. अजून तरी नाही ते उत्तरले. आम्ही त्यावर उद्या सकाळी चर्चा करणार आहोत असेही ते म्हणाले. पण त्यातल्या किचकट कायदेशीर अडचणीतून मार्ग काढून १९ जुलै रोजी शनिवार असतानाही राष्ट्रीयीकरणाचा अध्यादेश तयार होऊ शकेल का, याबद्दल ते साशंक होते. ही तारीख दोन कारणांसाठी महत्त्वाची होती. (प्रभारी) राष्ट्रपती व्ही. व्ही. गिरी २० जुलैला दुपारीच आपले पद सोडणार होते आणि लोकसभेचे पावसाळी अधिवेशन २१ जुलैला सुरू होणार होते. बँकांच्या राष्ट्रीयीकरणासारख्या विषयाबाबत गोपनीयता कायम राखणारे म्हणून घोष यांना हक्सरनी पसंती दिली होती. यावरून पी. एन. हक्सर यांच्या कार्यपद्धतीवर प्रकाश पडेल. त्या वेळी आरबीआयचे गव्हर्नर म्हणून कार्यरत असलेल्या ए. बक्षी यांनी १९५० च्या सुरुवातीच्या दशकात लंडनमध्ये हक्सर यांच्याबरोबर काम केले होते. या दोघांची विचारसरणी सारखीच होती आणि दोघांची घनिष्ठ मैत्रीसुद्धा होती. वित्त मंत्रालयाचा बँकिंग विभाग, जो लवकरच सुरू होणार होता, त्या विभागात बक्षी रुजू झाले आणि पुढे १९७२ मध्ये भारताचे महालेखानियंत्रक आणि ऑडिटर जनरल (सी अँड एजी- कॅग) झाले. याकरिता हक्सर यांचे आभारच मानले पाहिजेत. बक्षी यांनीच घोष यांना १७ एप्रिलला सीलबंद मंजुरी दिली आणि हक्सर आणि घोष यांची बातचीत सुरू असताना मध्यरात्री तेही सामील झाले.

घोष यांनी पुढे लिहिले आहे की, दुसऱ्या दिवशी पंतप्रधानांनी स्वतः त्यांना बोलावून घेतले. बँकांच्या राष्ट्रीयीकरणाचा वैधानिक मसुदा २४ तासांत तयार होऊ शकेल का याची त्यांना खातरजमा करून घ्यायची होती. तसा मसुदा १९६३ पासूनच, म्हणजे जेव्हा पहिल्यांदा पाच बँकांच्या राष्ट्रीयकरणाचा मुद्दा विचारात घेतला गेला, तेव्हाच तयार झाला होता, असे कळताच त्या निश्चिंत झाल्या. मात्र त्याबद्दल काटेकोर गुप्तता बाळगावी आणि त्यासंदर्भात कुठलीही अडचण असल्यास ती हक्सर यांना सांगावी, असे पंतप्रधानांनी सांगितले.नंतरचे काही तास हक्सर, बक्षी, घोष आणि खास या कामासाठी नेमण्यात आलेले इतर काहीजण, ज्यामध्ये आर.के.शेषाद्री (रिझर्व्ह बँकेचे अधिकारी) आणि निरेन डे (अॅटर्नी जनरल) यांचाही समावेश होता, या सगळ्यांनी मिळून अध्यादेश तयार करण्यासाठी प्रचंड मेहनत घेतली- कारण हा असा कार्यकारी आदेश होता ज्यावर नंतर संसदेत चर्चा होऊ शकणार होती. १९ जुलै १९६९ रोजी रात्री साडेआठ वाजता पंतप्रधान इंदिरा

गांधी यांनी रेडिओवरून देशाला उद्देशून केलेल्या भाषणात बँकांचे राष्ट्रीयकरण होत असल्याचे जाहीर केले.इंदिराजींचं हे त्या काळातलं बहुदा एकच भाषण असावं, जे हक्सर यांनी स्वतः लिहिलं नव्हतं किंवा ते तयार होताना अजिबात लक्षही घातलं नव्हतं. ते संपूर्ण भाषण सुरुवातीपासून, अगदी वाक्यांमधील स्वल्पविरामापासून ते शेवटच्या वाक्याच्या पूर्णविरामापर्यंत आय. जी. पटेल यांनी तयार केले होते.हक्सर यांच्याविषयी पुढील पद्धतीने सांगतात-

...निःसंशय, पंतप्रधानांच्या सचिवालयात हक्सर यांनी अमर्याद अधिकार मिळवले होते. इंदिराजींचे डावपेच किंवा धोरणे ठरवण्यात त्यांच्या बुद्धीचा फार मोठा वाटा होता. श्रीमती गांधींच्या 'अहं' चे प्रतिरूप म्हणून त्यांना स्वीकारले जात होते. आणि ते इंदिराजींचे शिक्षक, मार्गदर्शक आणि एकमेव विश्वासू व्यक्ती होते... जेवढ्या अफवा उठत होत्या, त्या सर्व क्षमता त्यांच्यात असाव्यात. पण ते अतिशय सक्षम, आणि माझ्या अनुभवानुसार बहुतांश बाबतीत न्यायी, न्यायाचा आग्रह धरणारे आणि देशभक्त होते. मला ते कुठल्याही एका विशिष्ट विचारसरणीने पछाडलेले दिसले नाहीत... त्यांचं मित्रमंडळ किंवा त्यांच्या वर्तुळातल्या इतर लोकांच्या सहवासामुळे त्यांचा कल जरासा डाव्या विचारांकडे झुकला असेल. पण बदलत्या काळाच्या अनिवार्यतांची त्यांना जाणीव होती. डाव्या किंवा अगदी उजव्यांचीही व्यक्तिगत दुर्बलता समजून न घेण्याएवढे ते धूर्त होते आणि व्यावहारिक तडजोड करण्याएवढे चाणाक्षही. जर निक्सन आणि किसिंजर यांच्या प्रभावाखालील अमेरिकन लोक त्यांना आवडत नसते तर त्यालाही त्यांचे काही कारण असलेच असते... आय. जी. पटेल हे सर्वसाधारणपणे कुठल्याही विचारधारेशी बांधील नसलेले, बाजारपेठेशी जुळवून घेणारे मार्केट फ्रेंडली (सध्याच्या भाषेत) अर्थतज्ज्ञ मानले जात असल्याने ते पी.एन. हक्सर यांच्या वर्तुळात नसणे साहजिकच होते. पुढे आयजी (त्यांना याच नावाने ओळखले जाते) युएनडीपी मध्ये गेले आणि १९७७ मध्ये ते भारतात परतल्यावर इंदिरा गांधींनंतर पंतप्रधानपदावर आलेल्या मोरारजी देसाईंनी रिझर्व्ह बँकेचे गव्हर्नर म्हणून त्यांची नेमणूक केली. त्यानंतर १९९१ मध्ये पी.व्ही. नरसिंहरावांची अर्थमंत्री म्हणून आयजींच्या नावाला पहिली पसंती होती. मात्र त्यांनी ते पद नाकारल्यावर, डॉ. मनमोहन सिंग यांच्याकडे त्या पदासाठी विचारणा करण्यात आली.बँकांचे राष्ट्रीयकरणातून सामाजिक-आर्थिक उद्दिष्टे साध्य व्हावीत, म्हणून प्रचलित प्रथा सोडून झालेल्या रिझर्व्ह बँकेमधील नियुक्तीसही पी. एन. हक्सरच जबाबदार होते. रिझर्व्ह बँकेचे गव्हर्नर एल. के. झा यांना त्या पदावर नोकरशाहीतील व्यक्ती हवी होती. पण त्याऐवजी बँकरची निवड झाली. झा यांनी सुचविलेली नावे हक्सर यांना फारशी पसंत नव्हती म्हणून त्यांनी इंदिरा गांधी यांच्याकरवी आरबीआयच्या डेप्युटी गव्हर्नरपदी बक्षी यांच्या जागी ३९ वर्षांच्या आर. के. हजारी या औद्योगिक अर्थतज्ज्ञाच्या नावाला मंजुरी मिळवली. हजारी हे १९६० च्या दशकाच्या शेवटच्या काही वर्षात प्रसिद्धीच्या झोतात आले होते. उद्योगांसाठीची परवाना पद्धत प्रत्यक्ष व्यवहारात कशी काम करते, या विषयावर त्यांचा सखोल अभ्यास होता. आरबीआयच्या मानकांनुसार हजारी त्या पदासाठी वयाने खूपच लहान होते. तथापि त्यांनी तिथे मोठा आदरसन्मान मिळवला. पुढील सहा वर्षे त्यांनी आरबीआयचे पद सांभाळले. हक्सर यांनी अनेकदा नोकरशाहीशीही दोन हात करून बँकांच्या राष्ट्रीयीकरणाचे उद्दिष्ट पुढे नेण्यासाठी वित्त मंत्रालयात बँकिंग विभाग स्थापन करून घेण्यात यश मिळवले. तसेच या नव्या विभागाच्या प्रमुखपदी एल. के. झा, आय.जी.पटेल आणि यांसारख्या बड्या नावांकडे दुर्लक्ष करून पंतप्रधानांना बक्षी यांची नेमणूक करण्यासाठी राजी केले. या सगळ्यात घोष यांचीही महत्त्वाची भूमिका होती. त्याबद्दलची त्यांची आठवण त्यांच्या शब्दांत -

बँकांच्या राष्ट्रीयीकरणानंतर बँकिंग विभागाची स्थापना व्हावी, या विभागात सक्षम व्यक्तींची नेमणूक व्हावी, यासाठी स्वतः झटणाऱ्या हक्सरनी या विभागाच्या कामकाजात कधीही हस्तक्षेप केला नाही. मध्यवर्ती बँकिंग, व्यावसायिक बँकिंग आणि संबंधित प्रकरणांशी संबंधित निर्णय घेण्यातही त्यांनी कधीही स्वतःचा वरचष्मा ठेवला नाही, हे मी ठामपणे सांगू शकतो.घोष यांना असेही आठवते की, बँकांचे राष्ट्रीयकरण झाल्यानंतर साधारण चार वर्षांनी ते आणि हक्सर रेल्वेने एकत्र कोलकाताला जात असताना घोष यांनी त्यांना विचारले, की जुलै १९६९ मध्ये एवढ्या जलद गतीने आणि एवढी गुप्तता पाळून घेतलेला बँकांच्या राष्ट्रीयीकरणाचा निर्णय बरोबर होता, असे तुम्हाला वाटते का? त्यावर हक्सर उत्तरले, अर्थातच, मला तो निर्णय नेहमीच योग्य वाटतो. आपण कोणत्याही परिस्थितीत लवकर किंवा उशिरा हे पाऊल उचललेच असते. निर्णयाची वेळ राजकीय अनिवार्यतेतून ठरली.

●

जयराम रमेश
प्रसिद्ध आंतरराष्ट्रीय लेखक,राज्यसभा सदस्य,
अर्थ व धोरणविषयक तज्ज्ञ

जयराम रमेश लिखित पी एन हक्सर आणि इंदिरा गांधी, सायमन अँड स्कुस्टर इंडिया (Simon and Schuster India) प्रकाशनाच्या पुस्तकातील मुलाखतीचा संपादित अंश

मराठी अनुवाद - **मंजिरी गानू**

पूर्वप्रसिद्धी - scroll.in

पंजाब आणि महाराष्ट्र सहकारी बँक :

लक्षात ठेवा

- पंजाब आणि महाराष्ट्र सहकारी बँक (PMC Bank) ही बहुराज्यीय सहकारी बँक (Multi-State Co-operative Bank) आहे.
- पीएमसी बँकेची स्थापना १९८३ मध्ये झाली असून तिचे मुख्यालय मुंबई येथे आहे.
- महाराष्ट्र, गोवा, कर्नाटक, दिल्ली, गुजरात, मध्य प्रदेश या राज्यांमध्ये बँकेचे कार्यक्षेत्र आहे.
- बँकेची नोंदणी सहकारी संस्था अधिनियमनांतर्गत करण्यात आली आहे.

बँकिंग नियमन अधिनियम-कलम३५ -अ (अ):

- आरबीआय बँक ग्राहकांच्या हितासाठी व त्यांच्या ठेवींच्या सुरक्षिततेसाठी या कलमाच्या अन्वये एखाद्या बँकेवर निर्बंध लादू शकते.
- या कायद्याचे कलम ५६ सहकारी संस्थांना लागू होतात.
- रिझर्व्ह बँकेने पीएमसी व्यतिरिक्त इतर दहा सहकारी बँकांवर आर्थिक निर्बंध घातले आहेत.
- बहुराज्यीय सहकारी बँकांसाठी २००२ मध्ये 'बहुराज्यीय सहकारी संस्था अधिनियम' हा विशेष कायदा करण्यात आला.

(संदर्भ : rbi.org.in)

जागतिक बँकेने व्यवसाय सुलभीकरणाबाबतचा 'इज ऑफ डुइंग बिझनेस'अहवाल प्रकाशित : जागतिक व्यवसाय सुलभता निर्देशांकात भारत ६३ व्या स्थानी

दि. २४ ऑक्टोबर २०१९ रोजी जागतिक बँकेने व्यवसाय सुलभीकरणाबाबतचा यंदाचा 'इज ऑफ डुइंग बिझनेस' अहवाल प्रकाशित केला.

- या अहवालानुसार 'व्यवसाय सुलभीकरणात (Ease of doing business)' भारताने १९० देशांमध्ये ६३ वे स्थान मिळवले.
- गेल्या वर्षीच्या तुलनेत यंदा भारताने (७७) १४ स्थानांची प्रगती केली आहे.

जागतिक क्रमवारी :

- व्यवसाय सुलभीकरणाच्या यादीत सर्वाधिक गुण मिळवून न्यूझीलंड हा देश प्रथम क्रमांकावर आहे.
- या अहवालातील माहितीनुसार, सर्वोत्तम कामगिरी करणाऱ्या देशांमध्ये सामान्यतः ऑनलाईन व्यवसायाची अंतर्भूत प्रक्रिया, इलेक्ट्रॉनिक पद्धती कर द्यावयाचे मंच आणि मालमत्तेच्या हस्तांतरणासाठी ऑनलाईन प्रक्रिया होते.
- अहवालामध्ये ७१ गुणांसह भारत ६३ व्या स्थानावर आहे.

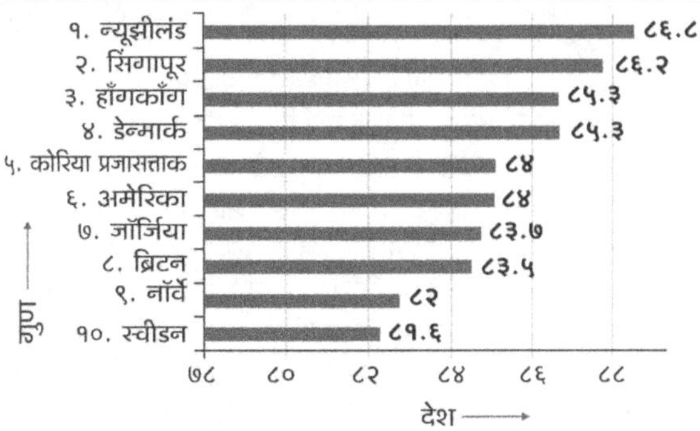

भारताने चार निकषांमध्ये सुधारणा केली आहे. सौदी अरब, जॉर्डन, टोगो, बहरीन, ताजिकीस्तान, पाकिस्तान, कुवेत, चीन, भारत आणि नायजेरिया या दहा अर्थव्यवस्थांमध्ये व्यवसायासाठी वातावरण तयार करण्यात सर्वाधिक सुधारणा झाली.

- निर्देशांकामध्ये सोमालिया (१९०), इरिट्रिया (१८९), व्हेनझुएला (१८८) या देशांचे शेवटचे क्रमांक लागले.
- दहा सर्वांत सुधारित देशांपैकी चार पश्चिम आशिया व उत्तर आफ्रिकेमधील देश आहेत.

भारताची कामगिरी :

- अहवालाच्या १० पैकी सात निकषांमध्ये भारताची कामगिरी सुधारली आहे.
- दिवाळखोरीतून देण्यांची वसुली होण्याचे प्रमाण २६.५% वरून ७१.६% वर आले आहे. दिवाळखोरी अंमलात आणण्याचा कालावधी ४.३ वर्षांवरून १.६ वर्षावर आला आहे.
- बांधकाम परवान्यातील टप्पे कमी करण्यात आले आहेत. दक्षिण आशियाई देशांमध्ये भारताचा प्रथम क्रमांक आहे.
- यावर्षी जागतिक निर्देशांक तयार करण्यासाठी मुंबई व दिल्लीबरोबरच कोलकत्ता व बंगळुरू या शहरांचा समावेश केला आहे.
- मागील पाच वर्षांमध्ये भारताचे स्थान ७९ क्रमांकांनी सुधारले आहे.

भारताच्या शेजारील देशांची कामगिरी

क्र.	देश	गुण
३१	चीन	७७.९
८९	भूतान	६६
९४	नेपाळ	६३.२
९९	श्रीलंका	६१.८
१०८	पाकिस्तान	६१

सकाळ मंदीचा विळखा

मार्च २०१९ ला संपलेल्या तिमाहीमध्ये राष्ट्रीय उत्पन्नवाढीचा दर ५.८ टक्के इतका खाली आला. ही पाच वर्षांतील सर्वांत नीचांकी वाढ आहे. विकसित देशांमध्ये वाढीचा हा दर २ ते ३ टक्के असतो; पण विकसनशील देशांना अधिक वेगाने वाढ करणे शक्य असते आणि आवश्यकही! गेल्या सहा महिन्यांमध्ये वाहन उद्योगातील विक्रीत लक्षणीय घट झाली आहे. जुलै २०१९ मध्ये 'मारुती'ची विक्री ३३ टक्के घसरली. याचा सर्वांनी धसका घेतला आहे. इतर वाहन कंपन्यांमध्येही १५ ते २० टक्क्यांची घट दिसली आहे. वस्तू व सेवाकरामध्ये (जीएसटी) वाहन उद्योगाच्या कंपन्या व त्यांचे पुरवठादार यांचा हिस्सा २० टक्क्यांहून अधिक आहे. बरेच लघु आणि मध्यम उद्योग हे वाहन क्षेत्रावरच अवलंबून आहेत. त्यांचे कारखाने काही दिवसांसाठी बंद ठेवण्यात आल्याने संभ्रमाचे आणि नैराश्याचे वातावरण दिसून येत आहे. ही परिस्थिती कशामुळे आली आणि त्यातून सुधारणा कधी व कशामुळे होईल, याची सर्वांनाच काळजी आहे. आपल्याकडे २०१७ मध्ये आर्थिक वाढीचा दर ८.२ टक्के नोंदला गेला होता. असे जरी असले, तरी गेल्या १४ वर्षांचा सरासरी दर ७ टक्क्यांच्याच घरात आहे. भारतीय अर्थव्यवस्था ८ ते ९ टक्क्याने वाढण्याची आशा असली, तरी प्रत्यक्षात या प्रगतीला गवसणी घालता आलेली नाही, ही वस्तुस्थिती आहे. याची कारणे जागतिकही आहेत आणि देशांतर्गतही आहेत. २००८ च्या जागतिक आर्थिक संकटांमधून मार्ग काढण्यासाठी विकसित देशांमधील केंद्रीय किंवा मध्यवर्ती बँकांनी व्याजदरात मोठी कपात केली. अनेक ठिकाणी व्याजदर शून्यावर आले, तर काही देशांमध्ये उणे व्याजदर आजही पाहायला मिळतात. मात्र, यामध्ये २००९ ते २०१४ या काळात भारतातील भाववाढीचा दर चढा राहिला होता आणि तो १० टक्क्यांच्या घरात होता. त्यामुळे देशातील पतधोरण ठरविताना आर्थिक वाढीपेक्षा भाववाढ नियंत्रणाला प्राधान्य देणे अपरिहार्य झाले. याच काळात २०१३ मध्ये आपली परकी चलनाची परिस्थिती नाजूक झाली. डॉलरच्या तुलनेत रुपयाचा भाव ५२वरून ६९पर्यंत गडगडला आणि व्याजदर वाढविण्याचा निर्णय घेणे क्रमप्राप्त ठरले.

जास्त व्याजदरांचा परिणाम

पतधोरण ठरविण्यासाठी समितीची स्थापना करण्यात आली आणि भाववाढ नियंत्रण हेच प्रमुख उद्दिष्ट रिझर्व्ह बँकेला देण्यात आले. याचा परिणाम गेल्या पाच वर्षांत निश्चित दिसून आला आणि २०१४ ते २०१९ चा सरासरी भाववाढीचा दर ५ टक्क्यांच्या आत आला. सध्या हा दर ३ टक्क्यांवर आला आहे. मात्र, याचा दुसरा परिणाम तुलनात्मक दृष्टीने उच्च व्याजदर असण्यात दिसतो. सरकारी रोख्यांचा व्याजदर सरासरी ७ टक्के, अल्पबचत योजनांचा दर सरासरी ८ टक्के, गृहकर्जाचा दर सरासरी ९ टक्के आणि छोट्या व मध्यम उद्योगांना त्याही वरचा दर सोसावा लागतो. भाववाढीच्या ३ टक्के दरासमोर हे व्याजाचे दर जगातील अत्युच्च पातळीवर आहेत आणि असा निव्वळ व्याजाचा अधिक दर आर्थिकवाढीला लगाम घालतो. त्यामुळे अर्थव्यवस्थेच्या वाढीच्या दरावर विपरीत परिणाम झालेला आहे. सरकारने वित्तीय तूट नियंत्रणात ठेवण्याची शिस्त गेल्या पाच वर्षांमध्ये कसोशीने पाळली आहे. सरकारच्या उत्पन्नाच्या तुलनेत अधिक खर्च केल्याने ही तूट वाढते व भाववाढीला प्रोत्साहन मिळते. ही तूट आटोक्यात ठेवल्याने सरकारी कर्जाचा बोजा कमी राहतो आणि उद्योगांना उपलब्ध असणाऱ्या निधीत वाढ होते. वित्तीय उत्तरदायित्व व अर्थसंकल्प व्यवस्थापनाचा कायदा (एफआरबीएम) आल्यामुळे ही वित्तीय तूट कमी ठेवणे सरकारला बंधनकारक आहे. राष्ट्रीय उत्पन्नाच्या ३.३ टक्के इतकीच तूट ठेवण्याचे २०१९ च्या अर्थसंकल्पात प्रस्तावित आहे. यामुळे सरकारी खर्च वाढवून अर्थव्यवस्थेला गती देण्यावरही बंधन आहे.

मंदीचे सावट गडद

भारतातील व्यक्तिगत बचतीचा दर २०१३ मध्ये राष्ट्रीय उत्पन्नाच्या २३.६ टक्के इतका वर होता, तो आता १७.१ टक्क्यांवर आला आहे. याचाच अर्थ गेल्या पाच वर्षांमध्ये उत्पन्नातील अधिक वाटा उपभोक्त्यांच्या खर्चाकडे वळला आहे. उपभोगातील खर्चातील वाढीमुळे अनेक कंपन्यांची विक्री वाढताना दिसत होती. व्यक्तिगत खर्चासाठी कर्ज घेणे सुलभ झाल्यामुळेही या खर्चात वाढ होताना दिसत होती. मात्र, या वाढीलाही एका मर्यादेपुढे नैसर्गिक नियंत्रण आल्याशिवाय राहात नाही. गेल्या वर्षी ऑगस्टमध्ये आयएल अँड एफएस ही वित्तीय कंपनी अडचणीत आल्यामुळे या क्षेत्रातील परस्पर विश्वासाला तडा गेला. सर्वच वित्तीय कंपन्यांबद्दल संशयाचे वातावरण निर्माण झाले, त्यांना मिळणारा पतपुरवठा आटला आणि व्याजदरातही वाढ झाली. यामुळेही मंदीचे सावट अधिक गडद झाले.

वाहन उद्योगाला फटका

आर्थिक शिस्त आणि कायद्यातील काटेकोर नियम यावर सरकारी धोरणाची भिस्त राहिली आहे. नोटाबंदी, जीएसटी, रेरा, इन्सॉल्व्हन्सी बँकरप्सी कोड या सर्वांमधून आपल्याला याचा प्रत्यय आला आहे. दीर्घकालीन प्रगतीसाठी आर्थिक शिस्त आवश्यकच आहे, पण या बदलत्या परिस्थितीशी जुळून घेणे बहुतांश उद्योगांना आव्हानात्मक ठरले आहे. वाहन उद्योगाला प्रदूषण नियंत्रणासाठी भारत-६ या मानदंडाला पोचणे आवश्यक झाले आहे. यामुळे कंपन्यांचा भांडवली खर्च वाढणार आहे आणि वाहनांच्या किंमतीही वाढणार आहेत. त्याचबरोबर २०२३ पर्यंत इलेक्ट्रिक वाहने सक्तीची करणार, या भीतीमुळे या क्षेत्राच्या आत्मविश्वासावर अनिष्ट परिणाम झाला आहे.

धडक कृतीची गरज

या परिस्थितीवर मात करण्यासाठी २०१९-२० च्या अर्थसंकल्पात बँकांमध्ये भांडवल घालण्यासाठी ७० हजार कोटी रुपयांची तरतूद केली आहे. यामुळे पतपुरवठ्यामध्ये ३ ते ४ लाख कोटी रुपयांची वाढ होणे शक्य आहे. वित्तीय कंपन्यांच्या समस्येसाठी एक लाख कोटी रुपयांचा कर्जपुरवठा करण्यासाठी बँकांना मुभा दिली असून, त्यासाठी सरकारने १० हजार कोटी रुपयांची हमी दिली आहे. जागतिक पातळीवर व्याजदर नाममात्र असल्याने सरकारी कर्जरोखे परदेशात वित्तउभारणी करण्याची योजना आहे. यामुळे देशातील उद्योगांना अधिक निधी मिळू शकेल. या योजना तत्काळ अमलात आणल्यास आर्थिक प्रगतीला गती येईल. व्याजदर टप्प्याटप्प्याने कमी करण्याऐवजी धडक कृतीचा उपयोग होईल.

प्रगतीचे चक्र फिरण्यासाठी...

याचबरोबर २००८ च्या आर्थिक संकटानंतर जसा 'स्टिम्युलस' दिला होता, तशा पद्धतीने काही ठिकाणी अप्रत्यक्ष करांची आकारणी कमी करून उभारी देता येईल का, याचाही विचार करावा लागेल. मार्च २०२० पर्यंत नवे वाहन घेतले तर 'जीएसटी'मध्ये १० टक्के सवलत मिळेल, अशीही योजना जाहीर करता येईल. भाववाढीचा दर थोडा वाढू देण्याची मोकळीक घेता येईल, अशी सध्या परिस्थिती आहे. वित्तीय तूट ३.३ टक्क्यांवरून ३.८ टक्क्यांपर्यंत गेली, पण एक लाख कोटी रुपयांचा 'स्टिम्युलस' देता आला तर आर्थिक मरगळ दूर करता येईल.

● **भरत फाटक**
आर्थिक घडामोडींचे अभ्यासक

भारताची गेल्या काही वर्षांतील कामगिरी

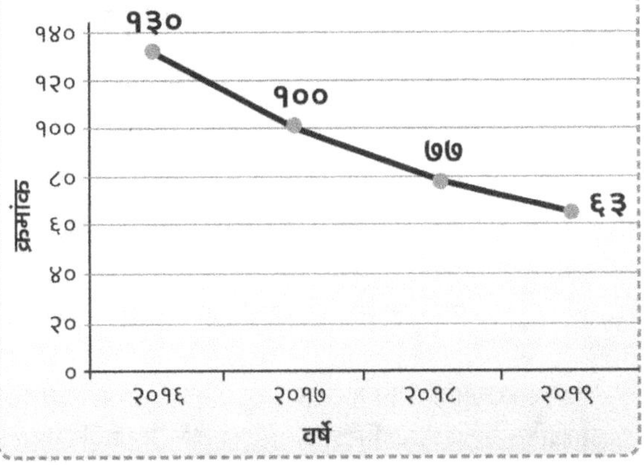

व्यवसाय सुलभता निर्देशांक (Ease of Doing Business) :

- व्यवसाय सुलभता निर्देशांक २००३ पासून दरवर्षी जागतिक बँकेद्वारे प्रकाशित केला जातो.
- बल्गेरियन अर्थतज्ज्ञ सायमन जनकोव्ह (Simon Jankov) यांनी ही संकल्पना मांडली.
- प्रत्येक देशातील काही प्रमुख शहरांमधून उद्योगासंबंधी माहिती गोळा केली जाते.

निर्देशांकासाठी दहा निकषांचा वापर केला जातो.	
१.	अल्पसंख्याक सुरक्षा गुंतवणूक
२.	पतपुरवठा
३.	वीजजोडणी
४.	बांधकाम परवाना
५.	दिवाळखोरी प्रक्रिया
६.	मालमत्ता नोंदणी
७.	सीमापार व्यापार
८.	कर भरणे
९.	करार अंमलबजावणी
१०.	उद्योग सुरुवात

- भारताने २०१५ पासून देशांतर्गत पातळीवर 'व्यापार सुलभता निर्देशांक' मोजण्यास सुरुवात केली.
- जागतिक बँक व डीआयपीपी (Dept. of Industrial Policy & Promotion) तर्फे हा निर्देशांक प्रकाशित केला जातो.
- या निर्देशांकामध्ये आंध्र प्रदेश राज्याने प्रथम क्रमांक मिळवला आहे.

(संदर्भ : worldbank.org)

सकाळ

केंद्र शासनाच्या केंद्रीय सार्वजनिक उद्योग खात्याकडून हिंदुस्थान पेट्रोलियम, पॉवर ग्रीड कॉर्पोरेशन या उद्योगांना 'महारत्न' दर्जा घोषित

दि. २५ ऑक्टोबर २०१९ रोजी केंद्र शासनाने हिंदुस्थान पेट्रोलियम कॉर्पोरेशन लि. (HPCL) व पॉवर ग्रीड कॉर्पोरेशन इंडिया लि. (PGCIL) या सार्वजनिक उद्योगांना 'महारत्न' दर्जा जाहीर केला.

- केंद्रीय सार्वजनिक उद्योग खात्याने (Department of Public Enterprises) ने ही घोषणा केली.
- यामुळे देशातील महारत्न उद्योगांची संख्या वाढून आता दहा झाली आहे.
- 'महारत्न'चा दर्जा मिळाल्यामुळे या दोन उद्योगांना मोठ्या प्रमाणावर कार्यात्मक व आर्थिक स्वायत्तता लाभणार आहे.
- केंद्रीय पेट्रोलियम मंत्रालय व ऊर्जा मंत्रालयाने अनुक्रमे हिंदुस्थान पेट्रोलियम व पॉवर ग्रीड कॉर्पोरेशनची शिफारस केली होती.

लक्षात ठेवा

पॉवर ग्रीड कॉर्पोरेशन ऑफ इंडिया लि. (PGCIL)

- पॉवर ग्रीड कॉर्पोरेशन हा सार्वजनिक क्षेत्रातील उद्योग (State Owned) असून मुख्यतः विद्युत पारेषण (Transmission of Energy) या क्षेत्रामध्ये कार्यरत आहे.
- स्थापना : २३ ऑक्टोबर १९८९; मुख्यालय : गुरुग्राम, हरियाणा

हिंदुस्थान पेट्रोलियम कॉर्पोरेशन लि. (HPCL) **:**

- पेट्रोलियम आणि नैसर्गिक वायू क्षेत्रामध्ये कार्यरत असणारा सार्वजनिक (State Owned) उपक्रम.
- स्थापना : १९७४; मुख्यालय : मुंबई
- एचपीसीएलचे तेलशुद्धीकरण कारखाने - मुंबई, विशाखापट्टणम, बंगळुरू, भटिंडा, बारमेर येथे आहेत.
- एचपीसीएलमध्ये ५१.११% वाटा ओएनजीसीचा आहे. कंपनीचा २०१९ मधील महसूल २९८.६१८ कोटी रुपये इतका होता.

महारत्न उद्योग :

- केंद्रशासनाने सार्वजनिक क्षेत्रातील उद्योगांची कार्यक्षमता वाढावी म्हणून त्यांची तीन गटात वर्गवारी केली आहे.

१. महारत्न उद्योग
२. नवरत्न उद्योग
३. मिनीरत्न-१ व मिनीरत्न-२

- ऑक्टोबर २०१९ अखेरीस १० उद्योगांचा समावेश 'महारत्न'मध्ये, तर १४ उद्योगांचा समावेश 'नवरत्न' मध्ये होतो.

महारत्न उद्योगासाठी निकष :

- उद्योगाला यापूर्वी नवरत्न दर्जा असावा.
- भारतीय शेअर बाजारात सेबीच्या नियमांना अनुसरून सूचीकृत (Listed) असावा.
- शेवटच्या तीन वर्षांतील सरासरी महसूल (Turnover) २५,००० कोटी इतका असावा.
- शेवटच्या तीन वर्षांतील सरासरी निव्वळ वार्षिक नफा (Average Annual Net Profit) ५,००० कोटी असावा.
- उद्योगाचा जागतिक स्तरावर वावर असावा (Global Presence).

महारत्न उद्योग :
१. भारत हेवी इलेक्ट्रॉनिक्स लि. (BHEL), नवी दिल्ली (१९५६)
२. कोल इंडिया लि. (CIL), कोलकत्ता (१९७५)
३. गॅस अथॉरिटी ऑफ इंडिया लि. (GAIL), नवी दिल्ली (१९८४)
४. इंडियन ऑईल कॉर्पोरेशन लि. (IOCL), नवी दिल्ली (१९५९)
५. नॅशनल थर्मल पॉवर कॉर्पोरेशन लि. (NTPC), नवी दिल्ली (१९७५)
६. ऑइल अॅन्ड नॅचरल गॅस लि. (ONGC), नवी दिल्ली (१९५६)
७. स्टिल अथॉरिटी ऑफ इंडिया लि. (SAIL), नवी दिल्ली (१९७३)
८. भारत पेट्रोलियम कॉर्पोरेशन लि. (BPCL), मुंबई (१९७६)
९. हिंदुस्थान पेट्रोलियम कॉर्पोरेशन लि. (HPCL), मुंबई (१९७४)
१०. पॉवर ग्रीड कॉर्पोरेशन इंडिया लि. (PGCIL), गुरुग्राम (१९८९)

(संदर्भ : pib.nic.in, dpe.gov.in)

सकाळ

'औद्योगिक उत्पादन निर्देशांकात प्रचंड घट : केंद्रीय सांख्यिकी संस्थेतर्फे देशाचे 'औद्योगिक उत्पादन निर्देशांक ४.३% पर्यंत खाली आल्याची माहिती जाहीर

दि. १२ नोव्हेंबर २०१९ रोजी केंद्रीय सांख्यिकी संस्थेतर्फे देशाचे 'औद्योगिक उत्पादन निर्देशांक (Index of Industrial Production [IIP])' ४.३% पर्यंत खाली आल्याची माहिती जाहीर करण्यात आली.

- गेल्या सात वर्षांतील हा नीचांक आहे. गेल्या वर्षी सप्टेंबरमध्ये औद्योगिक उत्पादनाचा निर्देशांक ४.६% होता, या वर्षी त्यामध्ये ०.३% घट झाली आहे.
- सप्टेंबरमध्ये कोळसा, पोलाद उत्पादन, वीजनिर्मिती; तसेच अन्य उत्पादन क्षेत्रात घट झाली.
- देशामध्ये २३ प्रमुख औद्योगिक क्षेत्रे आहेत, त्यामधील एकोणीस क्षेत्रांची कामगिरी नकारात्मक आहे.
- सप्टेंबर २०१९ मध्ये वीजनिर्मिती क्षेत्रातील वृद्धी २.६% आहे, तर सप्टेंबर २०१८ मध्ये ती ८.२% होती.

मुख्य औद्योगिक क्षेत्रांमधील वृद्धीदर	
क्षेत्र	सप्टेंबर २०१९
१. कोळसा व पोलाद	**८.५%**
२. निर्मिती क्षेत्र	**३.९%**

- भारतात औद्योगिक क्षेत्रामध्ये असलेल्या मरगळीमुळे भारताचा वृद्धीदर २०१९-२० मध्ये ६.१% राहील असा अंदाज आहे.
- औद्योगिक क्षेत्राला ऊर्जा देण्यासाठी केंद्र सरकारने सप्टेंबरमध्ये कॉर्पोरेट कराचे (Corporate Tax) दर कमी करत ३०% वरून २२% व १५% (नवीन उद्योगांसाठी) केले आहेत.

औद्योगिक उत्पादन निर्देशांक (Index of Industrial Production : IIP) :

- देशामध्ये ठरावीक कालावधीत औद्योगिक उत्पादनात किती वाढ किंवा घट झाली, याच्या आकलनासाठी औद्योगिक उत्पादन निर्देशांक काढला जातो.
- केंद्रीय सांख्यिकी संस्था (Central Statistical Organisation [CSO]) तर्फे औद्योगिक उत्पादन निर्देशांक प्रकाशित केला जातो. त्यासाठीचे पायाभूत वर्ष २०१२ मानले जाते.
- औद्योगिक निर्देशांक ज्या महिन्यात प्रकाशित होतो, तिथून मागच्या सहा आठवड्यांपर्यंतची स्थिती विचारात घेतली जाते.
- खाणकाम, निर्मिती क्षेत्र आणि ऊर्जा हे औद्योगिक उत्पादनाचे तीन मुख्य क्षेत्र मानले जातात.

सकाळ अर्थसंकल्प २०१९-२० : अर्थव्यवस्थेला गतिमान करण्यासाठी पुढील १० वर्षांचे आरेखन

पुढील १० वर्षांचे आरेखन समोर ठेवून अर्थसंकल्पाची मांडणी करण्यात आली. अर्थमंत्री निर्मला सीतारामन यांनी अर्थव्यवस्थेला गतिमान करण्यासाठी पुढील प्रस्ताव ठेवले.

१) आयकर दर बदलले नाहीत. पण अतिश्रीमंतांवर अतिरिक्त कर लावला आहे (दोन कोटीपेक्षा जास्त उत्पन्न असणाऱ्यांना ३% तर ५ कोटीपेक्षा जास्त उत्पन्न असणाऱ्यांना ७%)

२) ४०० कोटींपर्यंत उलाढाल असणाऱ्या कंपन्यांचा कंपनी कर ३०% वरून २५% वर आणला.

३) ज्यांच्याकडे पॅन नंबर नाही त्यांना आधारने कर जाळ्यात खेचण्याची घोषणा करण्यात आली (पॅन फक्त ४२ कोटी लोकांकडे आहे तर आधार १२५ कोटींकडे) आधारच्या आधारे आयकर भरला तर पॅन नंबर आपोआपच दिला जाईल.

३) इलेट्रॉनिक वाहनांवरील जीएसटी १२% वरून ५% वर आणण्याची घोषणा.

४) महिला सक्षमीकरण - नारी तू नारायणी - महिला बचत गटांना सवलतीच्या व्याजाने कर्ज देण्याची योजना भारताच्या सर्व जिल्ह्यात राबवणार.

५) मुद्रा योजनेतून महिला बचतगटातील सदस्यांना १ लाखांपर्यंतचे कर्ज उपलब्ध करून देणार.

६) निर्गुंतवणूक - सरकारी उपक्रमातील सरकारचा सहभाग ५१% च्या खाली न आणण्याच्या धोरणाचा पुनर्विचार करणार. येणाऱ्या वर्षासाठी निर्गुंतवणुकीचे १ लाख कोटींचे लक्ष्य. एअर इंडियातून बाहेर पडण्याचा सरकार नव्याने प्रयत्न करणार.

७) स्टार्टअपवरील देवदूत कर समाप्त. स्टार्टअप्सना आयकर विभागाच्या सखोल तपासणीपासून दूर ठेवणार. स्टार्टअप-मधील गुंतवणूकदाराची ओळख व निधीचा स्रोत यांची फक्त इ-तपासणी होणार.

८) स्टार्टअप इंडिया योजना २०१५ पर्यंत कायम ठेवणार. स्टार्टअपसाठी नवीन टीव्ही चॅनेल.

९) जीएसटीसाठी नोंदणी केलेल्या लघु उद्योगांना नवीन कर्जावर व्याजदरात २% सवलत.

१०) कृषी : शून्य खर्च शेतीला प्रोत्साहन देणार. १०,००० नवीन शेती उत्पादन संघटनांची स्थापना करणार.

११) शेती-ग्रामीण उद्योगांना प्रोत्साहन देण्यासाठी ८० आजीविका व्यवसाय मदत संघ व २० तंत्रज्ञान व्यवसाय मदत संघ स्थापन करणार. त्यातून ७५००० कुशल शेती-ग्रामीण उद्योगातील उद्योजक निर्माण व्हावेत असे लक्ष्य.

१२) संरक्षण क्षेत्राचा अर्थसंकल्प पहिल्यांदाच ३ लाख कोटींचा आकडा पार करणार.

१३) अजून एक लाख गावांना डिजिटल माध्यमातून जोडणार.

१४) राष्ट्रीय कामधेनू आयोग स्थापन करणार - हा आयोग गाईंचा जेनेटिक स्तरावर पुढचा टप्पा गाठण्याचा प्रयत्न करेल.

१५) सकारात्मक गांधीवादी मूल्यांचा परिचय तरुणाईला करून देण्यासाठी 'गांधीपेडिया' विकसित केला जाणार.

१६) सध्याचे भाडेकरार कायदे जुनाट आहेत. नवा भाडेकरार कायदा अंतिम करून राज्यांपुढे सादर करणार.

१७) अंतरिक्ष क्षेत्रातील भारताच्या प्रगतीचा व्यापारी फायदा घेण्यासाठी सार्वजनिक क्षेत्रात नवीन उपक्रम स्थापन केला आहे. 'नव अंतरिक्ष भारत मर्यादित' (NSIL).

१८) भारताला विमान वित्त व दीर्घ भाडेकरार क्षेत्रातील केंद्र बनवण्यासाठी धोरणनिश्चिती करणार.

१९) सर्व स्तरावर खेळांना लोकप्रिय करण्यासाठी खेलो इंडिया अंतर्गत राष्ट्रीय खेळ शिक्षण मंडळ स्थापन करणार.

२०) प्रधानमंत्री ग्रामसडक योजनेतील ३०,००० किमीचे रस्ते हरित तंत्रज्ञान, टाकाऊ प्लॅस्टिक आणि कोल्ड मिक्स तंत्रज्ञान वापरून तयार करण्यात आले.

२१) लघुउद्योगांना १ तासाच्या आत १ कोटीपर्यंत कर्ज ऑनलाईन पोर्टलच्या माध्यमातून उपलब्ध करणार.

२२) २०२२ पर्यंत 'सर्वांसाठी घरे' योजना.

२३) २०१४ पर्यंत 'हर घर जल' योजना.

• भूषण देशमुख
स्पर्धा परीक्षा व आर्थिक विषयाचे तज्ज्ञ

- यात कच्चे तेल, कोळसा, सिमेंट, पोलाद, नैसर्गिक वायू, खते व तेल शुद्धीकरण या प्रमुख पायाभूत उद्योगांतील आकडेवारी महत्त्वाची ठरते.
- औद्योगिक उत्पादन निर्देशांकात या आठ क्षेत्रांचा वाटा ४०% झाला आहे.
- केंद्रीय सांख्यिकी कार्यालय (CSO) केंद्रीय सांख्यिकी व कार्यक्रम अंमलबजावणी मंत्रालयाच्या अंतर्गत कार्य करते.

■ मूलभूत उद्योगांचा (Core Sector) औद्योगिक उत्पादनात वाटा

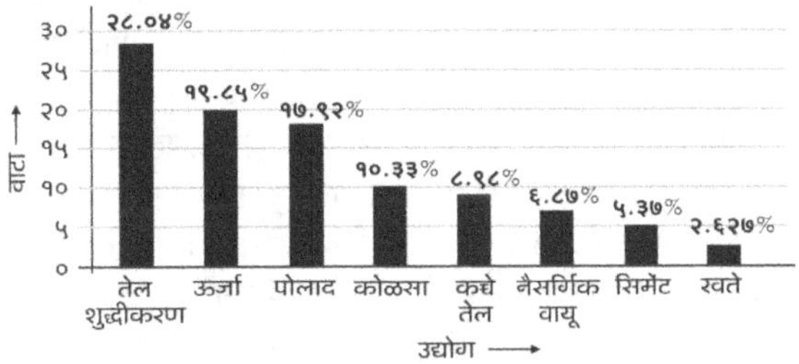

(संदर्भ : pib.nic.in, data.gov.in)

सकाळ रखडलेल्या आर्थिक वृद्धीदराला चालना देण्यासाठी 'परफॉर्म, रिफॉर्म आणि ट्रान्सफॉर्म'

सन २०१८-१९ या काळात भारताचा आर्थिक वृद्धीदर घसरत आला आहे. भारतीय रिझर्व्ह बँकेने चालू आर्थिक वर्षासाठीचा आर्थिक विकास दर कमी करून ७.२ % इतका केला आहे. तर, २०१८-१९ च्या आर्थिक पाहणी अहवालानुसार ७% टक्के विकास दराचा अंदाज व्यक्त करण्यात आला आहे. याचेच परिणाम म्हणून गेल्या काही महिन्यांपासून अर्थमंत्री निर्मला सीतारामन यांनी अनेक नवे बदल आणि धोरणे जाहीर केली आहेत. एकूणच अर्थव्यवस्थेशी संबंधित विविध क्षेत्रांतील गांभीर्य लक्षात घेऊन, त्यांनी वेळोवेळी अर्थव्यवस्थेला सुधारण्यासाठी पावले उचलली असल्याचे मत सरकारी पातळीवरून व्यक्त करण्यात येत आहे. यंदाच्या अर्थसंकल्पीय भाषणातील (बजेट स्पीच) तब्बल १४३ मुद्यांमधून, अर्थसंकल्पावरील संसदीय चर्चासत्रातून, अधिवेशनकाळात सभागृहात उपस्थित होणाऱ्या प्रश्नांना देण्यात आलेल्या उत्तरांतून, तसेच वेळोवेळी जाहीर करण्यात आलेल्या अर्थ-प्रोत्साहक उपयोजनांतून आणि वेळोवेळी घेतलेल्या पत्रकार परिषदांतून सीतारामन यांनी भारताचा आर्थिक विकास दर सुधारण्यासाठी काय काय केले जात आहे, हे जाहीर केले आहे. आर्थिक मंदीसंबंधी विचारल्या जाणाऱ्या प्रश्नांना उत्तरं देताना अर्थमंत्री निर्मला सीतारामन यांनी विविध क्षेत्रात नेमके काय चालले आहे आणि त्याविषयी शासनाची भूमिका काय आहे, यावर स्पष्टीकरण दिले आहे. स्टार्टअप इंडिया, प्रत्यक्ष परदेशी गुंतवणूक, धोरण बदल, ग्रामीण आणि शहरी पायाभूत सुविधा, सोशिअल स्टॉक एक्सचेंज विकास आणि बँकांचे पुनर्पुंजीकरण यांसारख्या १६ हून अधिक रचनात्मक सुधारणा हाती घेण्यात आल्या आहेत. अर्थमंत्रीपदाची जबाबदारी स्वीकारल्यापासून निर्मला सीतारामन यांनी भारतीय अर्थव्यवस्थेला सुधारण्यासाठी व आर्थिक मंदीच्या संदर्भात संसदेत आणि इतर ठिकाणी मांडलेल्या शासनाच्या भूमिकेचा व विविध मुद्यांचा ऊहापोह करणे गरजेचे ठरते.

गुंतवणूक, कर प्रणाली आणि ५ ट्रिलियन डॉलर्सची अर्थव्यवस्था

चालू वर्षाचा अर्थसंकल्प सादर केल्यापासूनच केंद्र शासन सर्वांत जास्त महत्त्व गुंतवणुकीला देत असल्याचे दिसते. यामुळे २०११-१२ पासून घटत जाणारा गुंतवणूक दर वाढण्याची आशा निर्मला सीतारामन यांनी व्यक्त केली आहे. गेल्या पाच वर्षांत भारतात गुंतवणुकीस अनुकूल वातावरण निर्माण करण्यासाठी शासनाकडून अनेक पावले उचलण्यात येत असल्याचे निर्मला सीतारामन यांनी वेळोवेळी उपस्थित होणाऱ्या प्रश्नांना उत्तरे देताना सांगितले आहे. देशात गुंतवणुकीस चालना देण्यासाठी कंपनी (कॉर्पोरेट) करामध्ये कपात करून ते ३० वरून २२ टक्के करण्यात आले आहे. विशेष म्हणजे या आर्थिक वर्षात करसंकलनात झालेली घट पाहून निर्गुंतवणूक आणि धोरणात्मक विक्रीच्या माध्यमातून महसूल गोळा करण्याचा सरकारचा विचार आहे, निर्मला सीतारामन अधिवेशनात म्हणाल्या आहेत.सन २०२४-२५ मध्ये ५ लाख कोटी डॉलर्सची अर्थव्यवस्था निर्माण करण्यासाठी सरासरी ८% विकास दर असणे अपेक्षित असल्याचे २०१८-१९ च्या आर्थिक पाहणी अहवालातून सांगण्यात आले आहे. 'अर्थसंकल्प २०१९-२०' सादर करताना त्यांनी याविषयी आशा व्यक्त केली होती आणि १ ट्रिलीयन डॉलर्सची अर्थव्यवस्था व्हायला ५५ वर्षे लागली, मात्र आम्ही फक्त पाच वर्षांत १ ट्रिलीयन जोडले, असेही म्हटले होते. यासाठी यावर्षी तीन ट्रिलीयन डॉलर्सचे लक्ष्य निश्चित करण्यात आले आहे. पाच वर्षांपूर्वी भारत जगातली ११ वी अर्थव्यवस्था होती, ती आता सहावी आहे.दुसरीकडे गुंतवणूक व कर क्षेत्राला अधिक व्यापक स्वरूप देण्यासाठी केंद्राने पाऊल उचलले आहेत. मीडिया, विमा आणि ॲनिमेशन क्षेत्रात परदेशी गुंतवणुकीवर भर देण्यासाठी पाच सदस्यीय 'गुंतवणूक व विकास कॅबिनेट समिती' स्थापन करण्यात येणार आहे.

आंतरराष्ट्रीय व्यापार आणि बाजारपेठ

आंतरराष्ट्रीय पातळीवर अमेरिका, ब्रिटन आणि चीनच्या अर्थव्यवस्थांमध्ये अनिश्चितता अजून कायम आहे, ती भारतात कमी झाली असल्याची माहिती निर्मला सीतारामन यांनी दिली आहे. दरम्यान, भारतीय अर्थव्यवस्थेपुढे कमी विकासदर, जागतिक मंदी आणि व्यापारयुद्ध अशी मुख्य आव्हाने आहेत. त्यासाठी उपाय म्हणून निवडक कच्चा मालावरील आयात कर कमी करणे आणि 'मेक इन इंडिया'ला प्रोत्साहन देणे हे केंद्राचे धोरण आहे. अर्थमंत्री निर्मला सीतारामन आणि अमेरिकी अर्थमंत्री स्टीव्हन म्युचीन यांच्यात नुकतीच दोन्ही राष्ट्रांमधील व्यापार संबंधांविषयी चर्चा झाली होती. त्याप्रसंगी जाहीर माहितीनुसार २०१८-१९ साली भारत आणि अमेरिका यांच्यातील व्यापारातील तूट कमी होऊन ती २६ अब्ज ९० कोटी डॉलर झाली आहे. परदेशी कंपन्यांना व्यवसायपूरक वातावरण उपलब्ध करून देण्यात केंद्र प्रयत्नरत आहे. ॲप्पल आणि इतर विदेशी कंपन्यांसाठी आकर्षण म्हणून कमीत कमी अशी १५% कर आकारणी निश्चित करण्यात आली आहे. यामुळे परदेशी कंपन्या कमी करदराचा लाभ उठवत उद्योग सुरू करू शकतात. तसेच, अशा कंपन्यांना उत्पादनासाठी ३१ मार्च २०२३ असा वेळ अर्थमंत्रालयाने दिला आहे.

आर्थिक मंदी नव्हे, तर आर्थिक विकास मंदावलाय असे मत

जागतिक बाजारपेठेत निर्माण झालेले व्यापार युद्ध आणि डॉलरच्या तुलनेत रुपयाची होणारी घसरण या आर्थिक व आंतरराष्ट्रीय घडामोडींच्या पार्श्वभूमीवर भारतात आर्थिक मंदी आली असल्याचे आरोप होत असले, तरी अर्थमंत्री सीतारामन यांनी अशा टीकांना फेटाळून लावले आहे. उलट देशात आर्थिक विकास मंदावला आहे हे त्यांनी शासनातर्फे मान्य केले आहे, मात्र त्यासाठी शासन काय काय उपाययोजना आखत आहे आणि कार्यान्वित करीत आहे, याबाबत त्या मतप्रदर्शन करत आहेत. केरळचे खासदार एम. पी. प्रेमचंद्रन यांनी विचारलेल्या एका

प्रश्नाला त्यांनी दिलेल्या लिखित उत्तरानुसार, देशाचा आर्थिक विकास दर जरी कमी झाला असला, तरी भारत अजूनही 'जी-२०' देशांमध्ये सर्वाधिक जीडीपी वृद्धीदर असलेला विकसनशील देश आहे. सन २०१४-१९ दरम्यान देशाचा आर्थिक वृद्धीदर ७.५ टक्के होता. 'वर्ल्ड इकॉनॉमिक आऊटलूक'ने जागतिक व्यापारात मंदीचा अंदाज व्यक्त केला आहे आणि त्याचा प्रभाव भारतीय अर्थव्यवस्थेवरही दिसत असल्याचेही त्यांनी सांगितले. निवडणुकीच्या काळातील निकालाच्या अनिश्चिततेमुळे जानेवारी ते मार्च तिमाहीतील विकास दर कमी (५.८%) होता. मात्र, गेल्या पाच वर्षांत ७.५ टक्क्यांच्या सरासरीने विकास साधण्यात आला असल्याने, आर्थिक विकासाची गती वाढण्याचा आशावाद त्यांनी व्यक्त केला आहे. सद्य:स्थितीत देशाची चालू वित्तीय तूट दरडोई उत्पन्नाच्या (जीडीपी) २.१% इतकी आहे, तर आर्थिक तूट ३.३% इतकी आहे. अर्थसंकल्पावरील संसदीय चर्चेत निर्मला सीतारामन यांनी सांगितलेल्या माहितीनुसार, देशाच्या एकूण उत्पन्नापैकी १३, २९, ४२८ कोटी रुपये राज्यांना हस्तांतरित करण्यात येणार आहे. सन २०१८-१९ च्या तुलनेत ही रक्कम ८२,००० कोटी रुपयांनी वाढली आहे.

बँकिंग प्रणाली आणि पतधोरण

लहान व कर्जात बुडालेल्या बँकांना आधार म्हणून व भारतीय बँकिंग व्यवस्थेला पुनरुजीवित करण्यासाठी विलीनीकरण करण्याचा पर्याय योजला आहे. आर्थिक मंदी संकटाच्या पार्श्वभूमीवर देशातील दहा राष्ट्रीयीकृत बँकांना पंजाब नॅशनल बँक, ओरिएंटल बँक ऑफ कॉमर्स, युनायटेड बँक, कॅनरा बँक आणि सिंडिकेट बँक यांमध्ये विलीन करण्याचा मोठा निर्णय अर्थमंत्र्यांनी सप्टेंबर महिन्यात जाहीर केला. मात्र, यामुळे बँक कर्मचाऱ्यांची कोणतीही कपात केली जाणार नाही, हे त्यांनी सांगितले. राज्यसभेत विचारलेल्या एका प्रश्नावर लेखी उत्तर देताना केंद्रीय अर्थमंत्री निर्मला सीतारामन म्हणाल्या की, रिझर्व्ह बँकेच्या माहितीनुसार, चालू आर्थिक वर्षात एप्रिल ते सप्टेंबर या कालावधीत सार्वजनिक क्षेत्रातील बँकांमध्ये ५ हजार ७४३ गैरव्यवहारांची प्रकरणे समोर आली असून त्यांची एकूण रक्कम ९५ हजार ७६० कोटी रुपये आहे. बँकांमधील ह्या गैरव्यवहारांना आळा घालण्यासाठी सरकारकडून सर्वतोपरी पावले उचलण्यात येत आहेत. तसेच, पीएमसी बँक प्रकरणाच्या पार्श्वभूमीवर सहकारी बँकेतील गैरव्यवहार रोखण्यासाठी केंद्रीय वित्त आणि बँकिंग विभागाचे सचिव तसेच रिझर्व्ह बँकेच्या डेप्युटी गव्हर्नर यांची समिती नेमण्याचेही त्यांनी ठरवले आहे. दरम्यान, पीएमसी बँकेच्या खातेदारांच्या ठेवी सुरक्षित राहण्याची ग्वाही त्यांनी दिली आहे. आरबीआयच्या उदार पतधोरणामुळे व्याजदरात घट होण्याची आशा त्यांनी व्यक्त केली आहे. तसेच, कर प्रणाली अधिक सोईस्कर करण्यावर आणि कमी व्याजदरावर शासनाचे लक्ष असल्याचेही त्यांनी अनेकदा स्पष्ट केले आहे. सोबतच, भारतीय रिझर्व्ह बँकेने आखून दिलेल्या मार्गदर्शक तत्त्वांच्या आधारे सार्वजनिक बँकांकडून व्यापक प्रमाणात कर्जपुरवठा करण्यासाठी शासनातर्फे 'ऋण मेळावा' आयोजित करण्याचे ठरवण्यात आले आहे. त्यानंतर खासगी बँकांनाही या योजनेत समाविष्ट केले जाणार आहे असे सांगण्यात आले आहे.

जीएसटी आणि आर्थिक मंदी

खासदार गोपाल चिंना शेट्टी यांनी वस्तू आणि सेवा कर (जीएसटी) व आर्थिक मंदी याविषयी संसदेत विचारलेल्या प्रश्नाला दिलेल्या उत्तरातून देशात जीएसटी प्रणालीमुळे व्यवसाय करणे सोपे झाले असल्याचे अर्थमंत्री निर्मला सीतारामन यांनी म्हटले आहे. वैश्विक बँकेच्या व्यवसाय सुलभता अहवालानुसार, २०१७ मध्ये जीएसटी लागू झाल्यानंतर भारताचा व्यवसाय सुलभता क्रमांक वाढला आहे. भारत व्यवसाय सुलभतेत २०१९ मध्ये ६३व्या स्थानी आहे. २०१८ मध्ये भारत या यादीत ७७ व्या क्रमांकावर होता. राजस्थान कर सल्लागार संस्था, अखिल भारतीय व्यापारी संघटना, भारतीय चार्टर्ड अकाउंटंट्स संस्था आणि लघु उद्योग भारती यांच्याशी दिल्लीत झालेल्या चर्चेत निर्मला सीतारामन यांना जीएसटीसंबंधी प्रश्न विचारण्यात आले होते. त्यावर त्यांनी जीएसटी देशाला शाप नाही, जीएसटी करात काही त्रुटी आहेत. तसे असते तर भारतातील कोट्यधीशांची संख्या वाढली नसती असे म्हटले. अर्थात, भारतातील अप्रत्यक्ष करातील सर्वांत मोठी सुधारणा म्हणजे 'जीएसटी' हा कर असल्याचे त्यांनी स्पष्ट केले.

शेती, ग्रामीण विकास आणि लघु व मध्यम व्यवसाय क्षेत्र

आगामी २०२२ पर्यंत देशातील शेतकऱ्यांचे उत्पन्न दुप्पट करण्याचे लक्ष्य केंद्र शासनाने निर्धारित केले आहे. त्यासाठी ६००० रुपयांचा नगदी लाभ पुरवण्याच्या योजनेचा विस्तार करून देशातील सर्व शेतकऱ्यांना या योजनेत सहभागी केले जाणार आहे. तसेच, शेतातील उत्पादनांवर वेळोवेळी 'किमान आधारभूत किंमत' (एमएसपी) वाढवण्याची शासनाद्वारे घोषणा केली जाणार आहे. तसेच, केंद्र शासन ग्रामीण क्षेत्र आणि शेतकऱ्यांच्या विकासाला प्राधान्य देत असल्याचे व यासाठी अनेक पावलं उचलत असल्याचे अर्थमंत्री निर्मला सीतारामन यांनी सांगितले आहे. राष्ट्रीय कृषी आणि ग्रामीण विकास बँकेतर्फे आयोजित ६व्या जागतिक ग्रामीण आणि शेती वित्त परिषदेत बोलताना त्यांनी दिलेल्या माहितीनुसार, जम्मू-काश्मीरमधील केशर, अक्रोड व पीच उत्पादकांना सफरचंद उत्पादकांप्रमाणेच सुविधा दिल्या जाणार आहेत. शेतकऱ्यांच्या भल्यासाठी आणि शेतमालाला चांगला हमीभाव मिळण्यासाठी कृषी उत्पन्न बाजार समित्या बंद करा आणि इलेक्ट्रॉनिक नॅशनल ॲग्रीकल्चरल मार्केट (ई-नाम) हे व्यापार पोर्टल वापरा, असे आवाहन केंद्रीय मंत्री निर्मला सीतारामन यांनी सर्व राज्यांना केले आहे. केंद्र शासनाने कडधान्य उत्पादन २९९ मिलियन टन कडधान्य उत्पादन, ३०० मिलियन टन फलोत्पादन आणि १८० मिलियन टन दुग्धोत्पादनाचे लक्ष्य निर्धारित केले आहे.

देशातील लघुउद्योजकांना दिलासा देण्यासाठी अतिश्रीमंतावरील कर वाढवण्यात आला असल्याची घोषणाही त्यांनी अर्थसंकल्प सादर करताना केली होती. 'स्वदेशी' शब्दाला नरेंद्र मोदी सरकारने 'मेक इन इंडिया'चे रूप दिले असल्याचेही त्या म्हणाल्या होत्या. त्याचीच वाटचाल म्हणून २०१९-२० या आर्थिक वर्षासाठीचे अर्थसंकल्प गरिबांना बळ देणारे व मध्यमवर्गीयांच्या विकासाला चालना देणारे व खासगी गुंतवणुकीच्या मदतीने रोजगार निर्मितीवर भर आहे. केंद्रातर्फे 'गाव, गरीब आणि शेतकरी' या त्रिसूत्रीवर अधिक भर देण्यात येणार असल्याचे निर्मला सीतारामन यांनी

संसदेत सांगितले होते. २०२२ पर्यंत प्रत्येक गावात वीजपुरवठा व गॅस जोडणी देण्याचे शासनाचे ध्येय आहे. सोबतच, १.९५ कोटी गरिबांना घरे देण्याचे व मत्स्य उत्पादनासाठी पायाभूत सुविधा पुरवण्याचे लक्ष्य असल्याचेही त्या म्हणाल्या आहेत.

पायाभूत सुविधा, ऊर्जा आणि उद्योग क्षेत्र

देशातील पायाभूत संरचना विकासासाठी एकूण १०० लाख कोटी रुपयांची गुंतवणूक करण्याचा शासनाचा निर्णय आहे. याअंतर्गत रेल्वे रूळ बांधणीत सार्वजनिक-खासगी-भागीदारी (पीपीपी मॉडेल) तत्त्वाला प्राधान्य देण्याचे व तसेच, राष्ट्रीय महामार्ग विकास योजनेच्या रचनेत बदल करण्याचे शासनाचे धोरण आहे. सोबतच, वीज निर्मिती क्षेत्राला चालना देण्यासाठी व त्यासाठी निधी उभारण्यासाठी सरकारी जमीन विक्री करण्यात येणार असल्याची घोषणा सीतारामन यांनी अर्थसंकल्प भाषणात केली होती. सोबतच, शासन सरकारी कंपन्यांच्या जमिनींवर 'अफॉरडेबल हाउसिंग योजना' राबवणार आहे. बदलत्या काळानुसार नवीकरणीय ऊर्जा क्षेत्रात भरघोस कामगिरी करण्याचे केंद्राचे उद्दिष्ट आहे. विविध ऊर्जा कराराअंतर्गत कंत्राटी प्रतिबद्धतेचे भारत पालन करेल; तसेच करारांचा भार कमी केला जाईल व गुंतवणूकदारांसाठी पोषक वातावरण निर्माण केले जाईल, असे आश्वासनही त्यांनी दिले आहे. भारतात २०२३ पर्यंत उत्खनन आणि उत्पादन क्षेत्रात ५८ अब्ज डॉलर्सची गुंतवणूक केली जाणार आहे. देशात व्यापार उद्योगांना चालना देण्यासाठी अर्थमंत्री सीतारामन यांनी २० सप्टेंबर २०१९ रोजी कॉर्पोरेट दरात कपात करून ते २२ टक्क्यांवर आणले आहे. तसेच, २० नोव्हेंबर रोजी संसदेत विचारलेल्या एका प्रश्नाला उत्तर देताना भारताचे उद्योगक्षेत्र बळकट करण्यासाठी शासन पाच सार्वजनिक क्षेत्रातील कंपन्यांमध्ये धोरणात्मक निर्गुंतवणूक करणार असल्याचेही त्यांनी सांगितले. भारतीय दूरसंचार क्षेत्र सध्या मंदीच्या छायेत आहे. त्यामुळे बीएसएनएल आणि एमटीएनएल यांचे विलीनीकरण करण्यात येणार आहे. तसेच या क्षेत्रातील इतर समस्या सोडवण्यात सरकार प्रयत्न करीत असल्याचेही अर्थमंत्र्यांनी सांगितले आहे. एजीआरवरील कोर्टाच्या निर्णयानंतर व्होडाफोन-आयडिया, एअरटेल आणि इतर टेलिकॉम सर्व्हिस प्रदात्यांवरील सरकारची एकूण १.४ लाख कोटी रुपयांची वैधानिक जबाबदारी आहे. १२ जुलै २०१९ रोजी संसदेत आयोजित बजेट सत्रामध्ये ऑटोमोबाईल क्षेत्राविषयी सीतारामन यांना प्रश्न करण्यात आले होते. त्यावेळी उत्तर देताना, ऑटोमोबाईल क्षेत्रात आलेल्या मंदीबाबत देशातल्या ऑटोमोबाईल उद्योजकांशी संवाद साधून समस्या जाणून घेण्याच्या प्रयत्नात असल्याच्या त्या म्हणाल्या होत्या. सध्या नवीन वाहन खरेदीच्या मागणीमध्ये वाढ झालेली नसून, उद्योजकांच्या काही मागण्या असल्यास संपर्क साधण्याचे आवाहनही त्यांनी केले आहे. दुसरीकडे, 'ई-वाहन' वापराला चालना देण्यासाठी व नागरिकांना प्रोत्साहित करण्यासाठी शासनातर्फे ई-वाहन खरेदीवर सूटही देण्याचेही जाहीर करण्यात आले आहे.एअर इंडिया आणि भारत पेट्रोलियम कार्पोरेशन लिमिटेड या दोन कंपन्या लवकरच विकण्यात येणार असून, यातून सरकारला एक लाख कोटींचा फायदा होईल, अशी माहिती अर्थमंत्री निर्मला सीतारामन यांनी नुकतीच दिली आहे.

विमा संरक्षण, निवृत्तीवेतन आणि सामाजिक सुविधा

पंजाब आणि महाराष्ट्र सहकारी घोटाळ्याच्या पार्श्वभूमीवर नागरिकांच्या ठेवींना सुरक्षित ठेवण्यासाठी एक विधेयक संसदेत मांडण्यात येणार असल्याचे निर्मला सीतारामन यांनी जाहीर केले आहे. या विधेयकामुळे 'पीएमसी' आणि त्यासारख्या इतर बँकांमध्ये ठेवी अडकलेल्या त्रस्त खातेदारांना आणि अडचणींचा सामना करत असलेल्या लाखो ग्राहकांना याचा थेट फायदा होईल. तसेच, नागरिकांना व ठेवीदारांना विमा संरक्षण देण्याचे शासनाने ठरवले आहे. गेल्या २६ वर्षांत विमा संरक्षण क्षेत्रात कोणतीही वाढ करण्यात आली नव्हती, ती आता करण्यात येणार आहे. सध्या व्यक्तिगत खातेदारांसाठी ठेव विम्याची मर्यादा १ लाख रुपये आहे. याआधी ठेव विम्याच्या मर्यादेत १९९३ मध्ये वाढ करण्यात आली होती. त्या वेळी ती ३० हजारांवरून एक लाख रुपये करण्यात आली. विमा क्षेत्रात १००% परदेशी गुंतवणुकीचा मार्गही शासनाने मोकळा करून दिला आहे. सामाजिक सुरक्षिततेच्या दृष्टिकोनातून ई-सिगारेटसारख्या आरोग्यावर परिणाम करणाऱ्या अमली वस्तूंवरही शासनाने कायमची बंदी आणली आहे. लहान मुलांच्या आरोग्यावर कोणताही विपरीत परिणाम होऊ नये यासाठी हा निर्णय शासनाने घेतला असल्याची माहिती निर्मला सीतारामन यांनी दिल्लीतील एका पत्रकार परिषदेत दिली होती. दुसरीकडे, सामाजिक सुरक्षेच्या दृष्टिकोनातून व ज्येष्ठ नागरिकांना चांगले जीवनमान पुरवण्याच्या दृष्टिकोनातून शासन ऐच्छिक निवृत्ती योजनेची व्याप्ती वाढण्यासाठी प्रयत्न करीत आहे. देशातील किरकोळ व्यापारी आणि दुकानदारांना या योजनेत सहभागी करण्यात येणार आहे. सोबतच, आंतरराष्ट्रीय नाणेनिधीद्वारे (आयएमएफ) आयोजित कार्यक्रमात अमेरिकी अर्थमंत्री स्टीव्हन म्युचीन व भारतीय अर्थमंत्री निर्मला सीतारामन यांच्यात आंतरराष्ट्रीय करार आणि संबंधातून दिल्या जाणाऱ्या सामाजिक सुरक्षा व वैद्यकीय उपाययोजनांवरील दुहेरी कर आकारणी समाप्त करण्याच्या प्रस्तावावर चर्चा झाली. अर्थमंत्री निर्मला सीतारामन यांच्या शब्दांमध्ये एकंदरीत रखडलेल्या आर्थिक वृद्धीदराला चालना देण्यासाठी भारतीय अर्थव्यवस्थेत वेळोवेळी जाहीर केली जाणारी धोरणे आणि केले जाणारे मूलगामी बदल हे सर्व २०२२ च्या 'नव भारत' कडे जाणारी पावलं आहेत आणि ह्या सर्व 'परफॉर्म, रिफॉर्म आणि ट्रान्सफॉर्म' च्या पाऊलखुणा आहेत.

●

(संदर्भ : 1) http://newsonair.com, 2) pib.gov.in, 3) PIB India TV YouTube, 4) finmin.nic.in, 5) loksabhatv.nic.in, 6) Budget for New India, 2019-2020, 7) rstv.nic.in, 8) Economic Survey : 2018-19, 9) ddnews.gov.in, 10) cci.gov.in, 11) newsonair.nic.in)

सकाळ सदोष 'जीएसटी' हे मंदीचे कारण आहे का ?

गेले वर्षभर अर्थव्यवस्थेवर मंदीचे सावट पसरलेले आहे. त्याची अनेक कारणे सांगितली जातात. जागतिक आर्थिक घडामोडी हे एक कारण सांगितले जाते. तीन वर्षांपूर्वी केलेली नोटाबंदी हे एक कारण विरोधी पक्ष अजूनही सांगतात. तसेच काही अर्थतज्ज्ञ सदोष वस्तू-सेवा करकायदा (जीएसटी) हेदेखील एक कारण असल्याची टीका करतात. सरकार आणि भारतीय जनता पक्षाचे पक्के समर्थक मंदीसदृश स्थिती असल्याचेही मान्य करीत नाहीत. वाहनखरेदीच्या गरजा आणि सवयी यात बदल झाला आहे. जुनी काही क्षेत्रे कालबाह्य झाली आहेत आणि नव्या क्षेत्रात चांगली प्रगती होत आहे, असाही दावा उच्चारवाने केला जात आहे. 'जीएसटी' हा अप्रत्यक्ष कर एकूण सर्वच आर्थिक व्यवहारांवर असल्याने त्याचे करसंकलन किती झाले, यावरून आर्थिक परिस्थिती कशी आहे, याचा अंदाज बांधता येतो.

घाईगडबडीत निर्णय

मोदी सरकारने एक एप्रिल २०१७ ही तारीख 'जीएसटी'च्या अंमलबजावणीची म्हणून नक्की केली होती. परंतु संगणकप्रणाली तयार नसल्याने ती तारीख चुकली. इतर देशांचा असा अनुभव आहे, की 'जीएसटी' आणला की असंतोष निर्माण होतो. पुढे निवडणुका आहेत, ही गोष्ट राजकीयदृष्ट्या लक्षात घेणे अनिवार्य होते. संगणकप्रणालीची चाचणी यशस्वी झालेली नव्हती. करदाते, करसल्लागार यांचे प्रशिक्षण झालेले नव्हते. तरीही २५ जून २०१७ रोजी निर्णय पक्का झाला, की एक जुलै २०१७ पासून काहीही झाले तरी 'जीएसटी' आणायचा, लागू करायचा. २८ जूनला कोणत्या वस्तूंवर, सेवेवर किती करदर राहणार याविषयीची अधिसूचना काढण्यात आली. ३० जून २०१७ रोजी रात्री १२ हा मुहूर्त नक्की झाला आणि वाजतगाजत अप्रत्यक्ष करातील क्रांतिकारी पाऊल टाकले गेले. 'जीएसटी'पूर्व काळात उत्पादन, विक्री, प्रवेश असे कराचे वेगवेगळे विषय होते. ते सर्व बाद करून पुरवठा हा एकच कराचा नवा विषय झाला. हा आमूलाग्र बदल होता, याची नीट कल्पना व्यापाऱ्यांना येण्याअगोदरच अंमलबजावणी सुरू झाली.

विवरणपत्राच्या किचकट तरतुदी

'जीएसटी' कायद्यातील तरतुदीनुसार प्रत्येक महिन्याच्या १० तारखेपूर्वी मागील महिन्यातील विक्रीची बिलानुसार तपशीलवार माहिती जीएसटीआर १ फॉर्ममध्ये अपलोड करायची आहे. त्यावरून संगणक प्रत्येक व्यापाऱ्याचा जीएसटीआर२ए आपोआप तयार करेल. त्याचा उद्देश असा होता, की प्रत्येक व्यापाऱ्याला त्याच्या इनपुट टॅक्स क्रेडिटशी ताबडतोब मेळ घालता येईल आणि शाश्वती मिळेल आणि त्यानुसार कर भरून जीएसटीआर३ हे विवरणपत्र अपलोड करायचे. उद्देश अतिशय योग्य होता. तरी तज्ज्ञांना शंका होती, की छोट्या-मध्यम स्तरातील व्यापाऱ्यांना अशी पूर्तता करणे झेपणार का? भारतातील प्रसिद्ध संगणक कंपनीला १६०० कोटी रुपये देऊन तयार केलेली संगणकप्रणाली अतिशय प्रभावी आहे, अशी खात्री सरकारला होती; कारण तसा अभिप्राय आणि भरवसा सरकारी अधिकाऱ्यांनी दिला असणार. ज्यांना ती संगणकप्रणाली वापरायची आहे, त्यांना कोणी विचारलेच नाही. हा भ्रमाचा भोपळा पहिल्या महिन्यातच फुटला.

घोळ विवरणपत्रांचा!

जी गत मासिक विवरणपत्रांची होती, त्यापेक्षा अधिक गुंतागुंत आणि घोळ वार्षिक विवरणपत्रांचा आणि लेखा परीक्षण अहवालांचा होता. 'जीएसटी'चे पहिले वर्ष संपल्यावर सुमारे सहा महिन्यांनी फॉर्म तयार झाला; तोही अति किचकट आणि नक्की काय माहिती हवी आहे, हे न समजणारा. मग त्यावर परिपत्रक काढावे लागले. त्यात दिलेल्या स्पष्टीकरणामुळे अधिक गोंधळाची परिस्थिती निर्माण झाली. त्यामुळे वेळोवेळी मुदत वाढविणे भाग पडले. इतकी माहिती मागितली आहे, की ती देणे छोट्या-मध्यम व्यापाऱ्यांना केवळ अशक्य आहे. त्याचे महत्त्वाचे कारण, इतकी तपशीलवार माहिती द्यायची आहे हे माहीत नसल्याने तशी माहिती ठेवलेली नाही. त्याच्याशी सुसंगत संगणक हिशेब प्रणाली उपलब्ध नाही.

करदर कमी करण्याची मागणी

'जीएसटी'पूर्वी अनेक कर होते. त्यातील मुख्य कर म्हणजे केंद्र सरकारचे उत्पादन शुल्क, सेवाकर आणि राज्य सरकारचा विक्रीकर. या करांचा एकत्रित विचार केला तर जेवढा कर द्यावा लागत होता, त्याच्या सर्वसाधारणतः जवळचा कर 'जीएसटी'मध्ये लावण्यात आला. परंतु, वस्तूच्या किमतीत कर वेगळा दाखविला जात नसे आणि किमतीत कर समाविष्ट करीत असल्याने आपण नक्की किती कर भरतो, हे ग्राहकांना माहीत नव्हते. 'जीएसटी'च्या बिलात कर वेगळा दाखविण्याची तरतूद असल्याने ग्राहकाला प्रथमच आपण किती कर देत आहोत, याची जाणीव झाली आणि ग्राहकांचे हित म्हणून करदर कमी करण्याची जोरदार मागणी सुरू झाली. मग तक्रार सुरू झाली. नागरिकांचा रोष पत्करण्यापेक्षा करदर कमी कसे करता येतील, यावर विचार सुरू झाला. अन्न ही मूलभूत गरज आहे. सामान्यातील सामान्य माणसालादेखील हल्ली बाहेर खावे लागते. पहिल्याच

महिन्यात उपाहारगृह-खानावळीवरील करावरून टीका झाली आणि कर १२ टक्क्यांवरून ५ टक्के करण्यात आला. कपडे ही आणखी एक अत्यावश्यक गरज. करदर वाजवी होतेच, तरी त्यातही सुधारणा करावी लागली. गृहनिर्माण हे मोठे क्षेत्र आहे. गेल्या ५-६ वर्षांपासून मागणी कमी आहे. त्यात १२ टक्के 'जीएसटी' लावल्याने भरच पडली. जादा करदर हे मागणी कमी असल्याचे कारण सांगितले गेले. बरेच चर्वितचर्वण झाल्यावर परवडणारी घरे (४५ लाखांपेक्षा कमी किमतीची घरे) यावरील करदर एक टक्क्यावर आणला गेला, तर अन्य घरांवरील कर ५ टक्के करण्यात आला. सरकार जेव्हा काही सूट देते, तेव्हा एका हाताने द्यायचे आणि दुसऱ्या हाताने काढायचे, असे तंत्र असते. करसंकलनात घट न होता सूट देण्याचा मार्ग म्हणजे कर कमी करायचा आणि त्यासाठी इनपुट टॅक्स क्रेडिट मिळणार नाही, अशी तरतूद करायची. पण मूल्यवर्धित करप्रणालीशी असे करणे सुसंगत नव्हते. त्याचा परिणाम असा झाला, की दिसायला कर कमी झाले; पण व्यापाऱ्यांची करदेयता फारशी कमी झाली नाही. त्यामुळे किमतीत वाढ करणे हा एकच पर्याय राहिला. म्हणजे ग्राहकाला द्याव्या लागणाऱ्या किमतीत फारसा फरक पडला नाही. करदर कमी केले तरी गृहनिर्माण क्षेत्रातील मंदी कमी झाली नाही, यावरून हीच गोष्ट स्पष्ट होते.

संगणक प्रणालीतील त्रुटी

कोणत्या रकान्यात काय माहिती भरायची, याची नीट माहिती देणारे पत्रक नव्हते. त्यामुळे 'ट्रायल अँड एरर' या पद्धतीने काम करावे लागले. त्यासाठी प्रचंड वेळ आणि श्रम वाया गेले. कोणतीही पूर्वसूचना न देता ऑनलाइन बदल करण्यात आले. त्यामुळे केलेले काम वाया गेले. ते पुन्हा करावे लागले.

बदलांचा धडाका त्रासदायक

विवरणपत्र वेळेत सादर न केल्यास दंड आणि व्याज याचा भुर्दंड बसतो. करसंकलनात दंड आणि व्याजाची रक्कम किती आहे, हे एकदा पाहणे आवश्यक आहे. चूक झाली, की अनिवार्य दंड आहे. योग्य कारण असले तरी त्यात सूट नाही. मूळ कायद्यानुसार, व्याजाच्या तरतुदी तर अशा आहेत, की कर मुदतीत भरलेला असला तरी व्याज भरावे लागते आणि तेदेखील निव्वळ देयकराच्या नव्हे, तर जावक (आउटवर्ड सप्लाय) कराच्या (इनपुट टॅक्स क्रेडिट न घेता) पूर्ण रकमेवर भरावे लागते. व्याजदरही पठाणी १८-२४ टक्के आहे. इतक्या समस्या असल्याने दोन वर्षांत ५०० हून अधिक अधिसूचना, परिपत्रके, स्पष्टीकरणपत्रे, दुरुस्ती कायदा असे सोपस्कार करावे लागले. थोडक्यात 'जीएसटी'चा मूळ कायदाच सदोष असल्याचा हा पुरावा नाही का? हे बदल वेगवेगळ्या दिवसांपासून लागू करण्यात आले. त्यामुळे समस्यांत भरच पडलेली आहे. 'जीएसटी'मधील पूर्तता करण्यात वेळ आणि पैसा खर्च करणे छोट्या-मध्यम व्यापाऱ्यांना परवडत नाही

कायद्यात सुधारणा अपेक्षित

इनपुट टॅक्स क्रेडिट मिळण्यासाठी असणाऱ्या अवाजवी अटी आणि शर्ती, रिव्हर्स चार्ज, प्लेस ऑफ सप्लायचे विविध सहज न समजणारे नियम, अतिशय तपशीलवार माहितीची विवरणपत्रे यामुळे 'जीएसटी'च्या तरतुदींची पूर्तता करणे सर्वसामान्य करदात्यांना जिकिरीचे झाले आहे. पूर्ततेचा खर्च वाढला आहे. संगणकसाक्षरता कमी आहे, हे पण लक्षात घ्यायला हवे. पूर्वीपेक्षा बहुतेक सर्व व्यापाऱ्यांना जास्त इनपुट टॅक्स क्रेडिट मिळते. अनेक कायद्यांची पूर्तता करायला लागत नाही. 'सी' फॉर्मची कटकट आणि आर्थिक तोटा होत नाही, अशा सकारात्मक गोष्टी आहेतच. त्यामुळे उद्योजक, व्यापारी यांना नुकसान झाले आहे, असे म्हणता येणार नाही. झाला असेल तर फायदाच झाला आहे. 'जीएसटी'ला एक वर्ष झाल्यावर २८ टक्के करदर असलेल्या ग्राहकोपयोगी म्हणजे फ्रीज, टीव्ही, वॉशिंग मशिन, वॉटर हिटर, फूड-ग्राइंडर, मिक्सर, व्हॅक्युम क्लीनर, साबण-शाम्पू आदी सौंदर्यप्रसाधने अशा अनेक वस्तूंचा करदर १८ टक्के इतका कमी केला गेला. पण त्याचा फायदा ग्राहकांना झाला का? का उत्पादक, व्यापाऱ्यांचा नफा वाढला? एक नक्की या वस्तूंपासून कर चांगला मिळतो, त्यामुळे करदर कमी केल्याने करसंकलनात घट झाली.

अंमलबजावणी अधिक सदोष

वरील सर्व गोष्टी लक्षात घेता, 'जीएसटी' कायदा सदोष तर आहेच; पण त्याची अंमलबजावणी अधिक सदोष आहे, असेच म्हणावे लागेल आणि तरीही त्याला विरोध नाही. वस्तू-सेवेवर कर किती लागतो, यावर खरेदीचे निर्णय होत नसतात. खरेदीचा निर्णय गरज, आर्थिक उपलब्धता आणि आशादायक भविष्य यावर घेतले जातात. 'जीएसटी' आल्यावर बहुतेक सर्व वस्तूंवरील करभार 'जीएसटी'पूर्वी होता, त्यापेक्षा कमी झाला आहे. कर कमी झाले की मागणी वाढते, असा सिद्धांत कोणी मांडत असेल तर जीएसटी' आणल्यामुळे गेल्या दोन वर्षांत मागणी वाढायला हवी होती. पण तसे झालेले नाही. त्यामुळे सदोष 'जीएसटी' हे मंदीचे कारण आहे, असे खरोखरच म्हणता येईल का?

●

ॲड. गोविंद पटवर्धन

(ज्येष्ठ करसल्लागार व जीएसटी विषयाचे तज्ज्ञ)

पूर्वप्रसिद्धी - दैनिक सकाळ

सकाळ भव्य संकल्प... पण दाहक वास्तव

पंतप्रधान नरेंद्र मोदी दुसऱ्यांदा मोठे बहुमत मिळवून सत्तेवर आले, तेव्हा लोकांच्या आर्थिक विकासविषयक आकांक्षा आणि अपेक्षा खूपच उंचावल्या होत्या, आजही आहेत; परंतु नेमक्या त्याच सुमारास आर्थिक विकासाची गती मंदावल्याचे स्पष्ट होऊ लागले. आर्थिक विकास दराचे (जीडीपी दर) पुढच्या काळाविषयीचे जे अंदाज होते, ते बदलावे लागले. दुसरी इनिंग्ज मोदी सरकारने सुरू केल्यानंतरचा जो अर्थसंकल्प केंद्रीय अर्थमंत्री निर्मला सीतारामन यांनी मांडला, त्यात पाच ट्रिलियन डॉलर अर्थव्यवस्थेकडे जाण्याचा संकल्प सोडण्यात आला. हा महत्त्वाकांक्षी संकल्प असल्याने त्याविषयी आर्थिक वर्तुळात खूपच चर्चा झाली. या संकल्पामागची भूमिका थोडक्यात अशी : आर्थिक प्रगती साधायची असेल तर अर्थव्यवस्थेचे आकारमान वाढणे आवश्यक असते. हे केवळ सरकार करू शकत नाही. त्यात लोकांचा, अर्थव्यवस्थेशी संबंधित सर्व घटकांचा सहभाग अपेक्षित असतो. किंबहुना त्यावरच या संकल्पाचे यश अवलंबून असते. सरकारने पूरक वातावरण निर्माण करून द्यायची असते. समोर एखादे उद्दिष्ट ठेवले तर दिशा निश्चित होते आणि ते लाभदायी ठरते, हे ओळखून सरकारने पाच ट्रिलियन डॉलर (पाच लाख कोटी डॉलर) आकाराची अर्थव्यवस्था उभारण्याचे उद्दिष्ट सगळ्यांच्या डोळ्यांसमोर ठेवले आहे.सिंगापूरचे पहिले पंतप्रधान लि कुआन, तसेच मलेशियाचे तत्कालीन पंतप्रधान महाथीर महंमद यांनी आपापल्या देशात अशाप्रकारे उद्दिष्ट ठरवून आर्थिक विकासाचा महत्त्वाचा टप्पा गाठला. २०१४ नंतर अर्थव्यवस्थेचे आकारमान दुपटीने वाढल्याचे दिसते. १.४ ट्रिलियन डॉलर्सवरून तीन ट्रिलियन डॉलर्सपर्यंत ते वाढले.

अशक्य नाही; पण अवघड आहे :

अर्थव्यवस्थेचे आकारमान चालू किंमतीवर ठरते. ही किंमतवाढ साडेअकरा ते बारा टक्के गृहीत धरली तर २०२४ मधील अपेक्षित टप्पा गाठण्यासाठी देशांतर्गत उत्पन्नवाढीचा वार्षिक दर आठ टक्क्यांवर न्यावा लागेल. सरासरी भाववाढ चार टक्क्यांच्या आत राहावी, अशी अपेक्षा आहे.अशा प्रकारचे उद्दिष्ट ठरवले जाते, तेव्हा त्यात जनसहभाग मिळवणे हा हेतू असतो. निश्चित असे लक्ष्य ठरविल्याने तसा तो मिळविणे सोपे जाते. असे मोठे स्वप्न साकारायचे असेल तर खासगी उद्योग हेच आर्थिक वाढीचे मुख्य इंजिन असते, हे ध्रुवसत्य नजरेआड करता येणार नाही. परंतु गेल्या सहा महिन्यांतले वास्तव नेमके याच्या विरुद्ध होते. २०१८-२०१९ मध्ये वाहन उद्योग, बांधकाम क्षेत्र, एवढेच नव्हे ग्राहकोपयोगी वस्तू अशा विविध क्षेत्रांत मंदीचा झाकोळ तयार झाला. मागणीला उठावच मिळेना. खासगी गुंतवणूकही आटली आणि औद्योगिक उत्पादनाचा निर्देशांकही घसरणीला लागला. या सगळ्याचा परिणाम रोजगार निर्मितीवरही झाल्याचे आढळले. नवीन रोजगारसंधी निर्माण होण्याचे प्रमाण खालावलेच; पण मंदीसदृश स्थितीमुळे असलेल्या नोकऱ्यांवरही गदा आली. 'स्टँडर्ड अँड पुअर' आणि 'मूडीज' या पतसंस्थांनी भारताचे मानांकन घटविले. एकंदरीतच या परिस्थितीत सरकारने हस्तक्षेप करावा, अशी मागणी वाहन उद्योगांतूनच, तसेच विविध अर्थतज्ज्ञांकडूनही होऊ लागली. अनुत्पादित कर्जांची समस्या उग्र झाल्याने बँकिंग व बिगरबँकिंग वित्तसंस्थांचा प्रश्नही गंभीर झाला. ही सगळीच चिंताजनक परिस्थिती लक्षात घेऊन सरकारने सार्वजनिक बँकांचे ७० हजार कोटींचे पुनर्भांडवलीकरण, रखडलेल्या घरबांधणी प्रकल्पांसाठी २५ हजार कोटींचा निधी, रेपो दरात वेळोवेळी कपात करून कर्ज स्वस्त करण्याचा प्रयत्न, कंपनी करात कपात अशी काही पावले उचलली. त्यांचे परिणाम दिसण्यास वेळ लागेल, असे दिसते.दुसरे म्हणजे नुसता निधी ओतून मागणी निर्माण होण्याचा प्रश्न तसाच आहे. सरकारने निधींचे पंपिंग कितीही केले, तरी आर्थिक-औद्योगिक विकासाला स्वयंगती लाभणे प्रश्न सुटण्याच्या दृष्टीने आवश्यक आहे. थोडक्यात, खासगी गुंतवणुकीवर आणि कामगिरीवर बरेच काही अवलंबून आहे. त्या दृष्टीने काही गोष्टी महत्त्वाच्या ठरतात. उदाहरणार्थ, १) पायाभूत सुविधांचा विकास २) निर्यातवाढ आणि ३) परकीय गुंतवणुकीचा ओघ.

या सर्वच मुद्यांना आर्थिक पाहणी अहवालातही ठळक स्थान होते आणि अर्थसंकल्पातील तरतुदीही त्याच दृष्टीने करण्यात आल्या आहेत. 'मेक इन इंडिया'साठी आणखी भरीव प्रयत्न आणि कामगिरीची अपेक्षा आहे. करपद्धती आणि त्याचे प्रशासन यांतील सुसूत्रता व सुधारणा, कामगार कायद्यांतील बदलांचे सूतोवाच, लहान आणि मध्यम उद्योगांना बूस्टर हे अर्थसंकल्पातील मुद्दे आश्वासक असले, तरी त्याच्या प्रभावी अंमलबजावणीवर बरेच काही अवलंबून आहे. मागणी तयार का होत नाही, हा सध्या भारतीय अर्थव्यवस्थेपुढील मुख्य प्रश्न आहे. जागतिक मंदीसदृश स्थितीचा फटका काही प्रमाणात बसला असला, तरी मुख्य प्रश्न देशांतर्गत आहे आणि हे आव्हान स्वीकारून अर्थव्यवस्थेशी संबंधित सर्व घटकांनी प्रयत्न करण्याची गरज आहे.

●

निरंजन आगाशे
ज्येष्ठ पत्रकार, राजकीय व आर्थिक विश्लेषक

सकाळ देशातील बेरोजगारीचे जटिल आव्हान

देशातील बेरोजगारीच्या जटिल आव्हानाला सामोरे जायचे असेल तर उच्च शिक्षण व प्राथमिक शिक्षण अशा दोन्ही स्तरांवर मूलभूत गुणात्मक बदल घडवणे गरजेचे आहे. पण त्यासाठी आपण तयार आहोत काय हा कळीचा मुद्दा आहे.

कोंबडे झाकण्याचा कितीही आटोकाट प्रयत्न केला, तरी उजाडायचे काही थांबत नाही, या मराठी भाषेतील वाक्प्रचाराचा अनुभव भारतीय अर्थव्यवस्थेतील रोजगारी-बेरोजगारीच्या प्रश्नासंदर्भात सध्या येतो आहे. चांगल्या दर्जाच्या, गुणवत्तापूर्ण, काही किमान सुरक्षेचे कवच पुरविणाऱ्या, उत्पादक स्वरूपाच्या आणि सर्वसामान्य व्यक्तीच्या ठायी बसणाऱ्या मूलभूत मानवी क्षमतांचा पुरेपूर वापर होण्यास वाव पुरविणाऱ्या रोजगारसंधी भारतीय अर्थव्यवस्थेमध्ये पुरेशा प्रमाणावर अलीकडील काळात निर्माण होताना दिसत नाहीत, हे वास्तव झाकण्यासाठी केंद्रातील सरकारने प्रयत्नांची पराकाष्ठा केली. मुळात, भारतीय अर्थव्यवस्थेचे विद्यमान चित्र रेखाटणारा वार्षिक आर्थिक सर्वेक्षण अहवाल प्रथेप्रमाणे संसदेत सादरच केला गेला नाही. राष्ट्रीय नमुना पाहणी संघटनेद्वारे दर पाच वर्षांनी तयार करण्यात येणाऱ्या रोजगार-बेरोजगारविषयक पाहणी अहवालांच्या मालिकेस स्थगिती देत, देशातील श्रमदलात भाग घेणाऱ्यांच्या पाहणीवर आधारित अहवाल विशिष्ट कालावधीनंतर प्रकाशित करण्याची नवीन टूम सरकारने काढली. अर्थात, या नवीन उपक्रमाबाबत आक्षेपार्ह काहीच नसले, तरी संबंधित पाहणी अहवाल तयार असूनही तो आजवर प्रकाशित का झाला नाही, हा प्रश्न गुलदस्त्यात राहतोच. संबंधित अहवाल तयार असला, तरी त्याची अभ्यासकांकडून, तसेच आनुषंगिक शासकीय व्यवस्थेकडून अद्याप सम्यक छाननी झालेली नसल्याने तो प्रकाशित करण्यात आलेला नाही, असा खुलासा नीती आयोगाचे मुख्य कार्यकारी अधिकारी अमिताभ कांत यांनी अर्थविषयक एका दैनिकामध्ये अलीकडेच लेखाद्वारे केला. देशातील रोजगारी-बेरोजगारीसंदर्भातील सध्याचे चित्र रेखाटणारी आकडेवारी संकलित करण्यासाठी राष्ट्रीय नमुना पाहणी संघटना आजवर वापरत आलेली पद्धत आणि श्रमदलात सहभाग असणाऱ्यांच्या अभ्यासासाठी उपयोगात आणली गेलेली संशोधनपद्धती यांत फरक असल्याने या दोन माहितिस्रोतांच्या तौलनिक छाननीद्वारे भारतीय अर्थव्यवस्थेतील बेरोजगारीच्या समस्येबाबत काहीही निष्कर्ष काढणे कसे चुकीचे आहे, यांबाबतही कांत यांनी त्यांच्या लिखाणात मल्लिनाथी केली. मात्र, या सगळ्या घुसळणीद्वारे देशातील बेरोजगारीच्या समस्येवर अधिक वस्तुनिष्ठ प्रकाश पडण्याऐवजी संशय, अविश्वास, सरकार काही तरी खचितच दडवत आहे, या भावनेचा व तिच्यातून निपजणाऱ्या गोंधळाचा धूरच अधिक पसरला.

भारतीय अर्थव्यवस्थेला सध्या लाभत असलेल्या ज्या 'डेमोग्राफिक डिव्हिडंड'बाबत विविध व्यासपीठांवरून विलक्षण आशावादी सूर उमटत असतो, त्या तरुण श्रमशक्तीचा पूर्ण उत्पादकपणे वापर करून घेण्याइतका गुणवत्तापूर्ण रोजगार आज आपल्या देशात निर्माण होत नाही, हे सत्य वादविवादांच्या या सगळ्या धुराळ्यातून दशांगुळे वर उरतेच. पाच एकरांपेक्षा कमी जमीनधारणा असणाऱ्या शेतकरीवर्गाला दरवर्षी काही किमान उत्पन्नाचे हस्तांतर करणे आणि देशातील असंघटित क्षेत्रात रोजीरोटी कमावणाऱ्या श्रमिकांना उतारवयात निवृत्तिवेतनाद्वारे काही किमान सुरक्षाकवच पुरविणे, असे दोन उपाय सत्तारूढ सरकारने २०१९-२० या वर्षासाठीच्या हंगामी अर्थसंकल्पात(?) मांडले खरे. परंतु, मुळात अल्प व अत्यल्प भूधारक शेतकऱ्यांना शेती न परवडणे आणि मोठ्या शहरांमधील असंघटित क्षेत्रात काहीबाही कामधंदा शोधणाऱ्यांची संख्या सातत्याने फुगत राहणे, हे एकाच दुर्धर वास्तवाचे दोन पैलू आहेत, या वस्तुस्थितीकडे दुर्लक्ष करण्याच्या भूमिकेपायी सरकारने अर्थसंकल्पात सुचविलेले दोन्ही उपाय म्हणजे तात्पुरती मलमपट्टी ठरते.

देशातील शेतीव्यवसायात नांदणाऱ्या छुप्या बेरोजगारीवर असलेला एकमात्र हमीचा उपाय म्हणजे देशातील संघटित उद्योगांत मुबलक प्रमाणावर रोजगारनिर्मिती होत राहणे हाच. तसे होत नसल्याने, 'आई जेवू घालीना आणि बाप भीक मागू देईना,' अशा कात्रीत सापडलेला ग्रामीण तरुण, शेती परवडत नाही, म्हणून शहराकडे पाय वळवतो आणि श्रमांच्या शहरी संघटित बाजारपेठेत शिरकाव करता न आल्याने शहरी असंघटित क्षेत्रात पुन्हा छुपा बेरोजगार म्हणूनच काही किडूकमिडूक कामे करत जीवन कंठत राहतो, हे आजचे दुष्कर वास्तव होय. आपल्या देशातील संघटित उद्योगांत निर्माण होणाऱ्या रोजगार संधींमध्ये आमूलाग्र बदल होत आहेत, या वास्तवाचे पुरेसे भान अजूनही फारसे कोणाला आलेले नसावे, असे म्हणण्याखेरीज गत्यंतर नाही. उदारीकरणानंतर जागतिक स्तरावरील कडव्या स्पर्धेचा सामना करावा लागणारे भारतीय कॉर्पोरेट विश्व, त्या जीवघेण्या स्पर्धेत टिकून राहण्यासाठी आपल्या उत्पादनांची गुणवत्ता अव्वल आणि किंमत स्पर्धात्मक राहावी यासाठी झगडत आहे. गुणवत्ता टिकवण्यासाठी अत्याधुनिक, अद्ययावत तंत्रशास्त्राचा अंगीकार करणे त्यामुळे एकीकडून अनिवार्य ठरते आहे, तर दुसरीकडे उत्पादन करत असलेल्या जिनसा व सेवांचे बाजारभाव स्पर्धात्मक राहावेत, यासाठी दर एकक उत्पादन खर्चामध्ये बचत करत राहणे, कॉर्पोरेट विश्वाला अपरिहार्य ठरते आहे. कृत्रिम बुद्धिमत्तेचा उत्पादन तंत्रातील वाढता वापर, हे भारतीय कॉर्पोरेट विश्वाने या सापटीतून सहीसलामत पार होण्यासाठी शोधलेले सोपे उत्तर आहे. कमालीचे प्रगत असे अद्ययावत तंत्रज्ञान हाताळण्यासाठी आवश्यक असलेले कुशल आणि तसे अनुरूप शिक्षण-प्रशिक्षण मिळवून संबंधित क्षमता कमावलेले मनुष्यबळ आपल्या देशातील उच्च शिक्षणाच्या विद्यमान

व्यवस्थेमधून फारसे बाहेरच पडत नाही. साहजिकच, जे काही मूठभर कुशल व सक्षम मनुष्यबळ देशात उपलब्ध होते, त्याचे श्रमांच्या बाजारपेठेतील मूल्यही तितकेच घसघशीत राहते. या उभय अडचणींवर मात करण्याचा सोपा पर्याय म्हणून संघटित उद्योग कृत्रिम बुद्धिमत्तेच्या वापराकडे वळत आहेत. साहजिकच, संघटित उद्योग क्षेत्रात प्रवेश मिळवण्याच्या रोजगारवाटा आकुंचित बनताना दिसतात. या कात्रीमुळे निष्पन्न होणाऱ्या बेरोजगारीला अर्थशास्त्रीय परिभाषेत 'संरचनात्मक बेरोजगारी' (स्ट्रक्चरल अन एम्प्लॉयमेंन्ट) असे म्हणतात. या परिस्थितीवर मात करावयाची तर श्रमांच्या बाजारपेठेतील प्रवाहांशी सुसंवादी असे बदल उच्च शिक्षणाच्या व्यवस्थेत करणे भाग आहे.

याहीपेक्षा जटिल आव्हान आहे, ते उद्याच्या पिढ्यांसमोर. जगभरच उद्योगधंद्यांच्या विश्वातील तंत्रज्ञानात अमोघ आणि अपूर्व बदल घडून येत आहेत. केवळ तंत्रयंत्र कुशलता एवढी एकच पात्रता नोकरी मिळवण्यासाठी येत्या काळात पुरेशी ठरणार नाही. स्वतंत्र विचार करण्याची क्षमता, सर्जनशीलता, चौकसपणा, कल्पकता, हरहुन्नरीपणा, संभाषण कौशल्ये, समूहात काम करण्याची क्षमता, सतत नवनवीन कौशल्ये आत्मसात करत राहण्यासाठी निरंतर शिक्षण घेण्याची मानसिकता, स्वभावातील लवचीकता, तर्कशुद्ध विचारप्रणाली एकाच वेळी अनेक कामे करण्याचा मेंदूला सराव... ही व अशी बहुविध गुणवत्ता येत्या काळात चांगला रोजगार पदरी पाडून घेण्यासाठी अनिवार्य ठरणार आहे.

●

अभय टिळक

आर्थिक घडामोडींचे अभ्यासक

सकाळ सरकारी बँका - आधी हवे सशक्तीकरण

विलीनीकरणाचा तपशील :

गेले ६ महिने अर्थ मंत्रालयातील अधिकारी बँकांच्या विलीनीकरणाची तयारी करत होते. बँकांचे हे एकत्रीकरण कसे सुलभ होईल, यादृष्टीने विचारमंथन सुरू होते. अखेर बँकांच्या संगणक प्रणालीने (ऑपरेटिंग सिस्टिम) हा प्रश्न सोडवला. हा सर्व तपशील एका तक्त्याच्या स्वरूपात पुढे दिला आहे. समान संगणक प्रणाली हा विलीनीकरणातील कळीचा मुद्दा ठरला. तसेच बँकांच्या 'भौगोलिक अस्तित्वा'चा मुद्दा विचारात घेण्यात आला. उदा. पंजाब नॅशनल बँक (PNB) , ओरिएंटल बँक ऑफ कॉमर्स (OBC) यांचे उत्तर भारतात प्रामुख्याने व्यवसाय आणि अस्तित्व आहे, तर युनायटेड बँक ऑफ इंडिया बहुतकरून पूर्व आणि उत्तरपूर्व भारतात आहे. हे लक्षात घेऊन या तिन्ही बँकांचे विलीनीकरण करण्याचे ठरले.

विलीनीकरणामागील प्रक्रिया :

कॅनरा बँक आणि सिंडीकेट बँक यांच्या विलीनीकरणातून जागतिक पातळीचा विचार करता एक मोठ्या आकाराची बँक अस्तित्वात येईल आणि व्यवसाय अधिक वृद्धिंगत करण्यास हे योग्य पाऊल आहे, असे सिंडिकेट बँकेचे व्यवस्थापकीय संचालक आणि मुख्य कार्यकारी अधिकारी मृत्युंजय मोहपात्र यांनी म्हटले आहे. तसेच, युनियन बँक, आंध्र बँक आणि कॉर्पोरेशन बँक याच्या विलीनीकरणातून एक आणखी सशक्त बँक अस्तित्वात येत आहे. आगामी काळातील या नव्या बँकेला तंत्रज्ञानाचा प्रभावी वापर करून, एकमेकांच्या उणिवांवर मात करून आणि बलस्थानांचा योग्य उपयोग करून व्यवसाय आणखी मोठ्या प्रमाणावर वाढवण्याची संधी आहे, असे आंध्र बँकेचे व्यवस्थापकीय संचालक आणि मुख्य कार्यकारी अधिकारी जे. पकिरीसामी यांनी नमूद केले आहे.

अशा परिस्थितीमध्ये दोन-तीन कमकुवत बँका एकत्र आणून सशक्त बँक कशी उभारणार, या प्रश्नाचे उत्तर सरकारकडे नाही. दोन आजारी व्यक्ती एकत्र आणून एका सशक्त व्यक्तीची ताकद उभी करत येत नाही. परंतु सरकार हे कळून न कळल्यासारखे करत आहे. याचे प्रमुख कारण म्हणजे, सरकारला कोणत्याही परिस्थितीमध्ये या बँकांवरील ताबा सोडायचा नाही. यातील वर्चस्व आणि मिळणारी राजकीय सोय महत्त्वाची!

बँकांची अनुत्पादित कर्जाची वसुली त्वरेने करण्यासाठी 'दिवाळखोरी आणि नादारी कायदा' (IBCode) सरकारने आणला. परंतु या कायद्यातून सरकारला हवे तसे यश लाभले नाही. यामध्ये बँकांना मोठ्या प्रमाणावर पाणी सोडावे लागत आहे. तसेच या कायद्याखालील काही प्रकरणे मुदत संपल्यानंतरही रेंगाळत आहेत. याचे ठळक उदाहरण म्हणजे एस्सार स्टीलची विक्री आणि कर्जवसुली. आणखी एक म्हणजे, अनेक प्रकरणांतील खरेदीदार शेवटच्या क्षणी माघार घेत आहे. उदा. अँमटेक ऑटो या दिवाळखोरीत गेलेल्या कंपनीच्या खरेदीला लिबर्टी हाउसने शेवटच्या क्षणी नकार दिला आहे आणि हे प्रकरण न्यायालयीन लढाईत अडकले आहे. सरकारी बँकांच्या ढिसाळ कारभाराचे आणखी एक उदाहरण म्हणजे जेट एअरवेज होय. कोणाच्या आदेशावरून स्टेट बँक ऑफ इंडियाने जेट एअरवेजची मालकी घेतली आणि नरेश गोयलला अक्षरशः जीवदान दिले हे गौडबंगाल काही कळत नाही. स्टेट बँकेला ही विमान कंपनी चालवता आली नाही आणि कंपनी अखेर जेट एअरवेजलासुद्धा नादारी आणि दिवाळखोरी प्रक्रियेकडे सुपुर्द करावे लागले. या विमान कंपनीवर बँकांचा सुमारे ८ हजार कोटी रुपयांचा बोजा आहे. यातील धक्कादायक बाब म्हणजे नवे संभाव्य गुंतवणूकदार बँकांना सुमारे ६ हजार कोटी माफ करण्याची अट घालत आहेत. हे पाहता या सर्व खटाटोपातून बँकांच्या तोंडाला निव्वळ पाने पुसली जाणार आहेत. नादारी आणि दिवाळखोरी कायद्यातून बँकांना अनेक प्रकरणात मोठ्या

प्रमाणावर कर्जवसुलीवर पाणी सोडावे लागत आहे.

बँकांच्या विलीनीकरणावरील प्रतिक्रिया :

बँकांच्या विलीनीकरणातून फारसे काही साध्य होणार नाही आणि याचा देशाच्या अर्थव्यवस्थेला काही फायदा होणार नाही. यापेक्षा सरकारने या बँकांतील सर्व अनुत्पादित कर्जे एक 'बॅड बँक'कडे एकत्र करावीत आणि बँकांचे ताळेबंद साफ करून त्यांना सशक्त करावे. आगामी काळात संधी पाहून सरकारने या बँकांतील आपला मालकी हक्क ५१ टक्क्यांच्या खाली आणावा आणि यांतून मिळणारा निधी बँकांना व्यवसायासाठी द्यावा. बँकांच्या विलीनीकरणातून त्यांचा आकार मोठा होईल. परंतु, यातून कार्यक्षमता वाढण्याची खात्री नाही. परंतु, सर्व काही आम्हालाच कळते, या मनोवृत्तीचे सरकार थोडेच ऐकणार? •

कौस्तुभ केळकर

औद्योगिक घडामोडींचे अभ्यासक

(पूर्वप्रसिद्धी : दैनिक सकाळ)

सकाळ बँक विलीनीकरण : एकत्रीकरणाने शक्ती वाढेल की आजार बळावेल?

विजया बँक, देना बँक व बँक ऑफ बडोदा यांच्या एकत्रीकरणाचा निर्णय धाडसी असला, तरी त्यांच्या भविष्यातील प्रगतीविषयी आताच खात्रीने काही सांगता येत नाही. कमजोर बँका एकत्र करून बँकिंग व्यवस्थेचे मजबुतीकरण होते, असे सरसकट समीकरण मांडणे योग्य नाही. डबघाईला आलेल्या बँकांच्या कर्मचाऱ्यांचे व ग्राहकांचे नुकसान होऊ नये, म्हणून एखादी सशक्त बँक दुसरी एखादी आजारी बँक ताब्यात घेते. कमजोर बँकांचे भांडवली सामर्थ्य तोट्यामुळे शिल्लक राहिलेले नाही. खरे तर अशा बँका बंदच व्हायला हव्यात. मात्र बँक कर्मचारी संघटनांचा त्याला विरोध असतो. एवढेच नव्हे तर विलीनीकरणासारख्या उपायांनाही त्यांचा विरोध आहे. नुकताच संघटनांचा जो देशव्यापी संप झाला, त्यात या मागणीचाही समावेश होता. ते कामगारांच्या हितसंबंधांच्या दृष्टिकोनातून याकडे पाहत असल्याने ते स्वाभाविकही आहे. परंतु, हा पर्याय सरसकट नाकारणे चूक आहे, तसेच सध्याच्या प्रश्नांवर हा जालीम आणि खात्रीशीर उपाय आहे, असे मानणेही गैर. त्यादृष्टीने या उपायाची चिकित्सा व्हायला हवी. थोडे इतिहासात डोकावलो तर भारतातील सर्वांत यशस्वी विलीनीकरणाचे उदाहरण म्हणून 'एलआयसी'-भारतीय आयुर्विमा महामंडळाचा उल्लेख करावा लागेल. मात्र बँकांच्या बाबतीतील एकत्रीकरण किंवा विलीनीकरणाचे अनुभव फारसे उत्साहवर्धक आहेत, असे म्हणता येणार नाही. या पार्श्वभूमीवर विजया बँक, देना बँक व बँक ऑफ बडोदा यांच्या एकत्रीकरणाचा विचार करावा लागेल. या तीन बँकांचे एकत्रित बुडीत कर्ज ८० हजार कोटींचे आहे, विलीनीकरणानंतर त्याची प्रभावीपणे वसुली होईल, याची शाश्वती सरकार देऊ शकेल काय? विलीनीकरणानंतरही तिन्ही बँकांना भांडवली सक्षमतेसाठी सरकारचे आर्थिक पाठबळ कायम राहील. तिन्ही बँकांच्या नाममुद्रा, व्यावसायिक अस्तित्व अबाधित राहील. बँकांच्या कर्मचाऱ्यांचे हितरक्षण करताना, त्यांच्या सेवाशर्तींमध्ये फरक पडणार नाही, असे सरकार सांगते. या विलीनीकरणानंतर देशातील १४ लाख ८२ हजार कोटींचा व्यवसाय असणारी तिसरी सर्वांत मोठी बँक अस्तित्वात येईल असे म्हटले आहे. परंतु, कमजोर बँका एकत्र करून बँकिंग व्यवस्थेचे मजबुतीकरण होते, असे म्हणणे कितपत खरे आहे? दीर्घकालीन विचार केल्यास हे विलीनीकरण बँक ऑफ बडोदासाठी फायद्याचे ठरेल. देना बँक ही तीन बँकांतील कमजोर बँक (११.०४ टक्के एनपीए), तर विजया बँक (४.१० टक्के एनपीए) ही तुलनेने सशक्त. बडोदा बँकेचा एनपीए ५.४० टक्के असला, तरी तीही सशक्तच आहे. विलीनीकरणापश्चात बँक ऑफ बडोदाच्या सध्याच्या अनुत्पादक कर्जामध्ये घट होईल. देना बँकेची परिस्थितीच अशी आहे, की सशक्त बँकेत विलीन केल्याशिवाय गत्यंतर नव्हते. विलीनीकरणपश्चात बँक ऑफ बडोदा आणि देना बँकेच्या काही शाखा, एटीएम बंद होऊ शकतील; तर काही शाखांचे विलीनीकरण होईल. यामुळे व प्रशासकीय कार्यालये कमी होण्याने खर्चामध्ये मोठी बचत होईल. बँका एकत्र करून बँकिंग व्यवस्थेचे सशक्तीकरण होते, असे स्टेट बँकेतील सहा बँकांच्या विलीनीकरणाचा अनुभव तरी सांगत नाही. ३१ मार्च २०१७ ला स्टेट बँकेच्या पाच सहयोगी बँकांचा मिळून एनपीए ६५ हजार कोटी, तर स्टेट बँकेचा एक लाख १२ हजार कोटी होता. तो एकत्रीकरणानंतर वाढून दोन लाख २५ हजार कोटी झाला. १६०० पेक्षा अधिक शाखा बंद करणे, बुडीत कर्जात वाढ आणि एकत्रित स्टेट बँकेला झालेला इतिहासातील सर्वांत मोठा तोटा यासारखे दुष्परिणामच दिसून आले आहेत, अशी टीका बँकांच्या कामगार संघटनांनी केली आहे.

विलीनीकरणाचे दुसरे कारण म्हणजे प्रशासकीय खर्च कमी करून फायद्याचे प्रमाण वाढविणे. यामुळे खर्चावर अंकुश लागेल. तसेच सध्या एकाच परिसरात वेगवेगळ्या बँकांच्या कित्येक शाखा असतात. त्यांची संख्या कमी होईल व यातून प्रचंड पैसा वाचेल. संगणकाच्या एका क्लिकवर सध्या बँकिंग व्यवहार चालतात, अशा परिस्थितीत कित्येक बँकांचे अवडंबर हवे कशाला? यातून सरकारी बँकांच्या नफ्यात वाढ होऊ शकते. जी शेवटी सरकारच्या तिजोरीत जाते. भारतात सध्या सुमारे प्रमुख ४० बँका आहेत. यांपैकी २४ बँका या सार्वजनिक उद्योगातील आहेत. पद्धतशीर प्रयत्न केल्यास या २४ बँकांच्या पाच बँका होऊ शकतील. बँक विलीनीकरणासाठी बँक व्यवस्थापन तयार असले, तरी याबाबतचे जाचक नियम, गुंतवणूकदारांचा निरुत्साह व कर्मचारी संघटनांचा तिखट विरोध यामुळे विलीनीकरण प्रक्रिया इतर बँकांबाबत चर्चेच्याच पातळीवर राहत आहे. विलीनीकरणाचा निर्णय योग्य की अयोग्य हे समजण्यासाठी आणखी काळ जावा लागेल.

• विजय देशमुख

आर्थिक विश्लेषक व बँकिंग तज्ज्ञ

सकाळ कृषी विभाग

२०१९ मध्ये मान्सूनचा तडाखा आणि आर्थिक मंदीचा फटका भारतीय कृषी क्षेत्राला चांगलाच जाणवला. या फटक्याने शेतीचे गणित कोलमडले, तर अमेरिकन लष्करी आळीने शेतीला आर्थिक पातळीवर पोखरले. या वर्षात भारतीय कृषी क्षेत्रात झालेले महत्त्वाचे संशोधन आणि योजना या काही जमेच्या बाजू. भारतीय कृषी संशोधन संस्थचे गव्हाचे नवे वाण 'पुसा यशस्वी', डॉ. बाळासाहेब सावंत कोकण कृषी विद्यापीठाचे 'कोकण भेंडी' आणि तब्बल तेवीस वर्षांच्या संशोधनानंतर भारतीय भाजीपाला संशोधन संस्थेच्या कृषी शास्त्रज्ञांनी लाल भेंडीचे नवीन वाण शोधण्यात मिळवलेले यश महत्त्वाचे ठरले. भारतीय कॉफीच्या पाच जातींना व ओडिशाच्या कंधमाल हळदीला मिळालेले जी. आय. मानांकन आंतरराष्ट्रीय व्यापारासाठी लाभदायक ठरले. तसेच साखर आणि साखरेचा पाक यापासून इथेनॉल निर्मितीस दिलेली मंजुरी यासारख्या कृषी क्षेत्राशी संबंधित महत्त्वाच्या बाबींची माहिती या प्रकरणात देत आहोत.

सकाळ कृषी व कृषिपूरक घटकांच्या सर्वांगीण विकासासाठी राज्यात जागतिक बँकेच्या साहाय्याने महाराष्ट्र राज्य कृषी व्यवसाय व ग्रामीण परावर्तन (स्मार्ट) या प्रकल्पाची अंमलबजावणी

दि. ८ जानेवारी २०१९ रोजी राज्यातील कृषी व कृषिपूरक व्यवसायाशी निगडित सर्व घटकांच्या सर्वांगीण विकासासाठी जागतिक बँकेच्या साहाय्याने महाराष्ट्र राज्य कृषी व्यवसाय व ग्रामीण परावर्तन (State of Maharashtra Agriculture and Rural Transformation : SMART) या प्रकल्पाची अंमलबजावणी करण्याचा निर्णय तत्कालीन राज्य सरकारने घेतला.

महाराष्ट्र राज्य कृषी व्यवसाय व ग्रामीण परावर्तन (SMART) या प्रकल्पाबाबत

- प्रकल्पाचा राज्यातील शेती क्षेत्रास लाभ व ग्राम विकासालाही चालना.
- या प्रकल्पासाठी जागतिक बँकेच्या (IBRD) साहाय्याने सुमारे २२२० कोटी रुपयांची गुंतवणूक करण्यात येणार.
- यामध्ये जागतिक बँकेचा हिस्सा ७०% (१५५४ कोटी), राज्यशासनाचा हिस्सा (२६.६७%, ५९२ कोटी) व ग्राम सामाजिक परावर्तन फाउंडेशनचा हिस्सा ३.३३% (७४ कोटी) इतका.

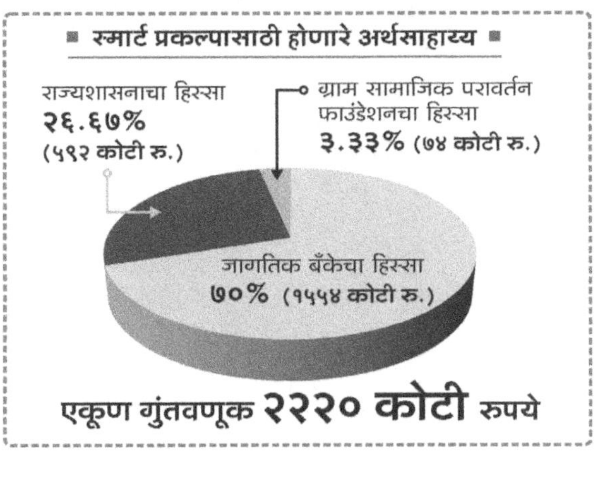

- या प्रकल्पाच्या अंमलबजावणीचा कालावधी सहा वर्षे इतका
- कृषी विभाग नोडल एजन्सी म्हणून कार्य करणार.
- कृषी, पशू व दुग्ध व्यवसाय, पणन, सहकार आणि ग्रामविकास विभागांमध्ये समन्वय साधण्यासाठी व्यवस्थापकीय संचालकांच्या अध्यक्षतेखाली प्रकल्प समन्वयन समिती स्थापन करण्यात येणार.
- स्मार्ट प्रकल्पांतर्गत कृषी मालाच्या पणनविषयक पायाभूत सुविधा निर्माण करण्यावर विशेष भर.
- शेतमाल बाजार प्रवेशाच्या नोंदी, प्रतवारी, गुणवत्ता तपासणी, संगणकीकृत शेतमाल लिलाव पद्धती, साठवणूक सुविधा, निर्यात सुविधा निर्माण, अस्तित्वातील सुविधांचे आधुनिकीकरण व बळकटीकरण; तसेच कृषी उत्पन्न बाजार समित्या व खासगी बाजार समित्यांना ई-ट्रेडिंग प्लॅटफॉर्मच्या माध्यमातून एकीकृत बाजार नेटवर्कद्वारे जोडण्याची सुविधा यांचा समावेश.

प्रकल्पाचे प्रमुख उद्देश :

१. शेतकरी उत्पादक गटांची निर्मिती व त्यांच्या सक्रिय सहभागातून शेतकऱ्यांना बाजारपेठेशी जोडणे.

२. शेतमालाचे काढणीपश्चात व्यवस्थापन व प्राथमिक प्रक्रियेद्वारे मूल्यवृद्धी करणे, ग्राहकांसाठी सुरक्षित खाद्य उत्पादित करण्यास मदत करणे.

३. सर्व उपक्रमांद्वारे शेतकऱ्यांच्या उत्पन्नात वाढ करून त्यांच्यासाठी उपजीविकेचे स्रोत निर्माण करणे.

प्रकल्पासाठी सोयीसुविधा

- प्रकल्पाच्या माध्यमातून स्वयंसाहाय्यता समूह, ग्रामसंघ, प्रभागसंघ, शेतकरी उत्पादक कंपन्या, साधारण स्वारस्य गट, शेतकरी स्वारस्य गट यांची स्थापना करण्यास त्यांचे बळकटीकरण आणि कौशल्य विकास करण्यात येणार.
- याअंतर्गत स्थापित संस्थांची वार्षिक उलाढाल वाढविणे व त्यांची जोडणी प्रस्थापित खासगी व्यावसायिकांशी करण्यासाठी साहाय्यभूत ठरणारी मूल्यवर्धित साखळी निर्माण करण्यात येणार.
- याद्वारे शेतकरी उत्पादक संस्था, उत्पादक समूह व इतर संबंधित

संस्थांचा विकास व्यापार केंद्र म्हणून केला जाणार.

- विभागनिहाय बाजार सुलभता केंद्राची (Market facilitation centre) स्थापना करण्यात येणार.
- प्रभावी कृषिपणन व्यवस्थेसाठी बाजार केंद्राशी जोडणी करण्यासह या बाजार केंद्रात कृषी उत्पन्न बाजार समित्या, शेतकरी उत्पादक संस्था, ग्रामीण बाजार वखार महामंडळ, खासगी बाजार इत्यादींचा समावेश.
- ग्रामीण बाजारांतून वितरण केंद्राची स्थापना आणि धान्य व फळे-भाज्या बाजार समूहाची स्थापना केली जाणार.

महाराष्ट्र ग्राम सामाजिक परिवर्तन फाउंडेशन :

लक्षात ठेवा

- महाराष्ट्र ग्राम सामाजिक परिवर्तन फाउंडेशन हे कंपनी अधिनियमाच्या कलम ४ नुसार एप्रिल २०१७ मध्ये स्थापन
- महाराष्ट्र ग्राम फाउंडेशन ही एक सरकारी-खासगी भागीदारीतून निर्माण झालेली संस्था
- याद्वारे महाराष्ट्रातील ग्रामीण भागात सामाजिक परिवर्तन घडविण्यासाठी ग्राम सामाजिक परिवर्तन अभियान (Village Social Transformation Mission) राबविले जाते.

आंतरराष्ट्रीय पुनर्निर्माण व विकास संस्था (IBRD) :

लक्षात ठेवा

- ब्रेटनवूड परिषदेनंतर जागतिक बँक व जागतिक बँक समूहाची संस्था असलेली आंतरराष्ट्रीय पुनर्निर्माण व विकास संस्था १९४४ मध्ये स्थापन
- अविकसित व विकसनशील देशांना कमी व्याजदरात दीर्घकालीन कर्जपुरवठा करणे हे संस्थेचे उद्दिष्ट
- आर्थिक विकास व दारिद्र्य निर्मूलन ही प्रमुख ध्येयं आहेत.
- आंतरराष्ट्रीय पुनर्निर्माण व विकास संस्था (IBRD) व आंतरराष्ट्रीय विकास संघटना (IDA) यांना एकत्रितपणे जागतिक बँक असे म्हटले जाते.

(संदर्भ : maharashtra.gov.in)

सकाळ

पेरणी ते काढणी या प्रत्येक टप्प्यावर पेरणी क्षेत्र, हवामान, पिकांवरील रोग अशा बाबी डिजिटली ट्रॅक करून त्याची माहिती शेतकऱ्यांना देण्यासाठी महाराष्ट्रात महा ॲग्रीटेक योजनेचा शुभारंभ

दि. १४ जानेवारी २०१९ रोजी महाराष्ट्राचे तत्कालीन मुख्यमंत्री श्री. देवेंद्र फडणवीस यांच्याकडून लोकसंवाद कार्यक्रमात 'महा ॲग्रीटेक' योजनेचा शुभारंभ करण्यात आला.

- या योजनेंतर्गत दीड कोटी शेतकऱ्यांना डिजिटल प्लॅटफॉर्मवर आणले जाणार
- पेरणी ते काढणी या प्रत्येक टप्प्यावर पेरणी क्षेत्र, हवामान, पिकांवरील रोग अशा बाबी डिजिटली ट्रॅक करून त्याची माहिती शेतकऱ्यांना देण्यात येणार.
- उपग्रह आणि ड्रोन तंत्रज्ञानाचा वापर करणाऱ्या या उपक्रमामुळे वेळीच माहिती मिळाल्याने शेतकऱ्यांना उपाययोजना करणे शक्य
- एमआरसॅक (MRSAC - Maharashtra Remote Sensing Application Center) इस्रोच्या साहाय्याने राज्यशासन हा उपक्रम राबविणार आहे.
- राज्यात पहिल्या टप्प्यात सहा जिल्ह्यांमधील रब्बी हंगामातील पीक नियोजन पीकनिहाय पेरणी क्षेत्र यासंदर्भात संगणकीय प्रणाली सुरू
- उपग्रहाच्या मदतीने पीकनिहाय क्षेत्राचे मापन करताना पेरणीपासून ते पीक काढणीपर्यंत पिकांच्या वाढीचे सर्वेक्षण केले जाणार
- पीक काढणीनंतर उत्पादनाचे अनुमान काढण्यासाठी 'महा-ॲग्रीटेक' या उपक्रमाचा फायदा होणार
- अशा प्रकारचा उपक्रम राबविणारे महाराष्ट्र देशातील पहिले राज्य ठरले

महाराष्ट्र सुदूर संवेदन केंद्र (Maharashtra Remote Sensing Application Center)

लक्षात ठेवा

MRSAC

- १९८८ मध्ये नागपूर येथे स्वायत्त संस्था म्हणून महाराष्ट्र सुदूर संवेदन केंद्राची स्थापना
- ही संस्था नियोजन विभागाच्या प्रशासकीय नियंत्रणाखाली कार्य करते
- राज्याचे मुख्य सचिव गव्हर्निंग कौन्सिलचे प्रमुख असतात
- संस्था सुदूर संवेदन (Remoter Sensing) व भौगोलिक माहिती प्रणाली (GIS) या क्षेत्रांमध्ये कार्य
- महाराष्ट्र शासनाच्या विविध विभागांना तंत्रज्ञानात्मक साहाय्य व शासनाच्या ई-शासन प्रणालीसाठी संस्थेकडून साहाय्य

(संदर्भ : mrsac.maharashtra.gov.in)

सकाळ प्रधानमंत्री किसान सन्मान निधी योजना राज्यात राबविण्यास मंजुरी

दि. १५ फेब्रुवारी २०१९ रोजी तत्कालीन महाराष्ट्र राज्य मंत्रिमंडळाने 'प्रधानमंत्री किसान सन्मान निधी' योजना राबविण्यास मंजुरी दिली.

- शेतकऱ्यांना निश्चित उत्पन्न मिळण्याकरिता केंद्राकडून २०१९-२०च्या अर्थसंकल्पात 'प्रधानमंत्री किसान सन्मान निधी' योजनेची घोषणा
- या योजनेंतर्गत ज्या कुटुंबाचे (पती, पत्नी व १८ वर्षांखालील अपत्ये) यांचे एकूण धारणक्षेत्र २ हेक्टरपर्यंत असेल, अशा पात्र कुटुंबास या योजनेचा लाभ
- पात्र शेतकरी कुटुंबास २००० प्रति हप्ता याप्रमाणे तीन टप्प्यांमध्ये ६००० रुपये देणार
- या योजनेची अंमलबजावणी १ डिसेंबर २०१८ पासून करण्यात येणार
- ग्रामस्तरावर तलाठी ग्रामस्तरीय समितीचे अध्यक्ष असणार आहेत
- ही समिती पात्र कुटुंबाची निश्चिती करून, पात्र शेतकरी कुटुंबाची यादी गावामध्ये प्रसिद्ध करणार
- ग्रामपातळीवर माहिती संकलित करण्याची प्रमुख जबाबदारी तलाठी यांच्यावर
- ग्रामसेवक व कृषी साहाय्यक त्यांना सहकार्य करणार.

योजनेस पात्र नसणाऱ्या व्यक्ती :

१. जमीन धारण करणारी संस्था
२. संवैधानिक पद धारण केलेले आजी व माजी व्यक्ती
३. आजी-माजी मंत्री, लोकसभा / राज्यसभा / विधानसभा / विधानपरिषद आजी-माजी सदस्य, आजी-माजी महापौर व जिल्हा परिषद अध्यक्ष.
४. केंद्र शासनाचे / राज्य शासनाचे, निमशासकीय संस्थांचे, स्वायत्त संस्थांचे सर्व कार्यरत व निवृत्त अधिकारी.
५. मागील वर्षात आयकर भरलेल्या व्यक्ती
६. निवृत्ती वेतनधारक व्यक्ती (ज्यांचे मासिक निवृत्तिवेतन १०,००० रुपये किंवा त्यापेक्षा जास्त आहे.)
७. नोंदणीकृत व्यावसायिक डॉक्टर, वकील, अभियंता, सनदी लेखापाल, वास्तुशास्त्रज्ञ.

भारतातील जमीन धारणा (Land Holding in India) :

- कृषिगणना २०१५-१६ नुसार भारतातील सरासरी जमीन धारणा १.०८ हेक्टर इतकी
- २०१०-११ मध्ये भारतातील सरासरी जमीन धारणा १.१५ हेक्टर होती
- नागालँडमध्ये सर्वाधिक ५.६ हेक्टर/प्रति माणसी तर केरळमध्ये सर्वांत कमी ०.१८ हेक्टर/व्यक्ती जमीन धारणा
- २०१५-१६ च्या कृषिगणनेनुसार महिला जमीनधारकांचे प्रमाण १३.८७% एवढे
- जे २०१०-११ मध्ये हे प्रमाण १२.७९% इतके होते.

जमीन आकार	शेतकऱ्यांचे प्रमाण
१. लघु व छोटी जमीन धारणा (Small and Marginal Holding) २ हेक्टरपेक्षा कमी	८६.२१%
२. मध्यम धारणा क्षेत्र (Medium Holding) २-१० हेक्टर	१३.२२%
३. जास्त धारणा (Large Holding) १० हेक्टरपेक्षा जास्त	०.५७%

(संदर्भ : maharashtra.gov.in)

सकाळ केंद्र सरकारच्या अर्थविषयक समितीकडून कुसुम योजनेस मान्यता

दि. १९ फेब्रुवारी २०१९ रोजी केंद्रसरकारच्या अर्थविषयक समितीकडून (Cabinet Committee on Economic Affairs) कुसुम ऊर्जा राबविण्यास मंजुरी देण्यात आली.

कुसुम योजना : किसान ऊर्जा सुरक्षा व उत्थान महाअभियान योजना (KUSUM : Kisan Urja Suraksha evam Utthaan Mahaabhiyan)

- शेतकऱ्यांना जलसुरक्षा व उत्पन्न सुरक्षा (Income Security) प्रदान करणे हे कुसुम योजनेचे ध्येय
- २०२२ पर्यंत शेतकऱ्यांचे उत्पन्न दुप्पट करण्याच्या धोरणाचा एक भाग म्हणून कुसुम योजना सुरू

कुसुम योजनेचे तीन भाग आहेत :

१) १०,००० मेगावॅट विकेंद्रित ऊर्जेची निर्मिती (सौरऊर्जा) करून ती ऊर्जा मुख्य ग्रीडमध्ये देणे.
२) १७.५० लाख सौरपंपांची वाटणी.
३) सध्या अस्तित्वात असलेल्या १० लाख पंपांना सौरपंपांमध्ये रूपांतरित करणे.

- दुसरा उपक्रम पूर्ण क्षमतेने सुरू करण्यात येणार
- पहिला व तिसरा भाग प्रायोगिक तत्त्वावर (१००० मेगावॅट व एक लाख पंप) सुरू करण्यात येणार

योजनेतील तरतुदी :

- (१) ५०० किलोवॅट ते २ मेगावॅट क्षमतेचे सौरऊर्जा प्रकल्प वैयक्तिक शेतकरी, सहकारी संस्था, पंचायत, शेतकरी उत्पादन संस्था यांच्या पडीक किंवा उपजाऊ जमिनीमध्ये बसविण्यात येणार
- (२) तयार झालेली ऊर्जा पारेषण कंपन्या राज्य ऊर्जा आयोगाने ठरविलेल्या किमतीला खरेदी करणार
- (३) पारेषण कंपन्यांना (Discoms) यासाठी प्रतियुनिट खरेदीमागे ४० पैसे प्रोत्साहनपर अनुदान पाच वर्षांसाठी देण्यात येणार

- (४) यामुळे ग्रामीण भागात उत्पन्नाचा खात्रीशीर स्रोत
- (५) वैयक्तिक शेतकऱ्यांना ७.५ हॉर्सपॉवरपर्यंतचे कृषिपंप बसविण्यासाठी साहाय्य करण्यात येणार
- (६) सध्या अस्तित्वात असलेले कृषिपंप सौरपंपात रूपातंरित करण्यासाठी शेतकऱ्यांना साहाय्य करण्यात येणार. (७.५ अश्वशक्तीपर्यंतचे पंप)
- (७) सौरऊर्जा प्रकल्पातून तयार झालेली विद्युत ऊर्जा शेतकरी सिंचनासाठी वापरून अधिकची ऊर्जा पारेषण कंपन्यांना विकू शकणार
- या योजनेमुळे कार्बन उत्सर्जनामध्ये २७ मिलियन टन इतकी घट येण्याची शक्यता आहे.
- कुसुम योजनेची घोषणा २०१८-१९ च्या अर्थसंकल्पात करण्यात आली
- अर्थसंकल्पात दहा वर्षांच्या कालावधीसाठी ४८,००० कोटी रुपयांची तरतूद
- सौरपंप खरेदीसाठी ६०% रक्कम अनुदान स्वरूपात, तर ३०% रक्कम कर्जाच्या स्वरूपात व १०% रक्कम लाभार्थ्याने द्यायची आहे.

(संदर्भ : pib.nic.in)

भारतीय कृषी संशोधन संस्थेकडून गव्हाचे नवे वाण 'पुसा यशस्वी' (HD3226) विकसित

- दि. ४ मार्च २०१९ रोजी भारतीय कृषी संशोधन संस्थेकडून (IARI) गव्हाचे वाण विकसित केल्याचे जाहीर करण्यात आले.
- 'पुसा यशस्वी' (HD 3226) असे या नव्याने विकसित गव्हाच्या वाणाचे नाव
- भारतीय कृषी संशोधन संस्थेतील शास्त्रज्ञ डॉ. किरण गायकवाड यांच्याकडून या वाणाचा शोध
- मुख्य संशोधक डॉ. राजबीर यादव यांच्याकडून हे वाण विकसित
- डॉ. किरण गायकवाड हे महाराष्ट्रातील कोल्हापूर जिल्ह्यातील आहेत.
- २४ डिसेंबर २०१८ रोजी 'सेंट्रल व्हरायटी रिलिज कमिटी'ने हे वाण बाजारात आणण्यास परवानगी दिली.
- सध्या भारतामध्ये प्रामुख्याने 'एचडी २९६७' व 'एचडी ३०८६' हे गव्हाचे वाण वापरले जाते.

पुसा यशस्वी (HD 3226) चे वैशिष्ट्य :

- ग्रेकल व एचडी २८९४ चे संकर करून हे वाण विकसित करण्यात आले आहे.
- अति उष्ण, अति शीत, अवकाळी पाऊस अशा प्रतिकूल वातावरणातही हे वाण तग धरू शकेल.
- संपूर्ण पीक उद्ध्वस्त करणाऱ्या यलो रस्ट (तांबेरा), कर्नाल बंट व पावडरी मिल्डयू या रोगांशी लढण्याची वाणाची क्षमता.
- सरासरी उत्पादकता प्रतिहेक्टर- ५८ क्विंटल.
- 'पुसा यशस्वी' वाणामध्ये सर्वाधिक सरासरी १३% प्रथिने
- उत्पादन जास्त झाले तरीही प्रथिने कमी होणार नाही.
- ग्लिसामिक इंडेक्स कमी - खाल्ल्यानंतर कर्बोदकांचे ग्लुकोजमध्ये रूपांतर होण्यास अवधी, यामुळे मधुमेही रुग्णांस उपयुक्त ठरण्याची शक्यता.
- 'पुसा यशस्वी' हे वाण पंजाब, हरियाणा, उत्तर प्रदेश, राजस्थान, जम्मू-काश्मीर व हिमाचल प्रदेश या राज्यांसाठी उपयुक्त

भारतात गव्हाचे उत्पादन :

- भारतात २०१७-१८ मध्ये गव्हाचे ९९.७० मिलियन टन इतके विक्रमी उत्पादन
- गव्हाच्या उत्पादनामध्ये भारताचा जगामध्ये दुसरा क्रमांक
- प्रथम स्थानावर चीन
- पंजाबमध्ये गव्हाची उत्पादकता सर्वाधिक (प्रतिहेक्टर उत्पन्न) तर त्याखालोखाल हरियाणा, उत्तर प्रदेश व राजस्थानचा क्रमांक

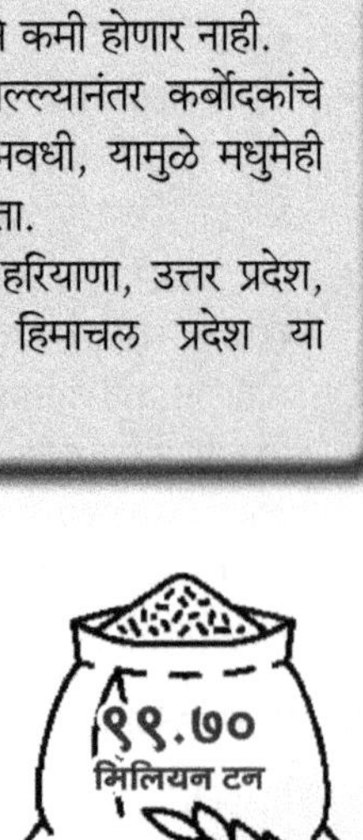

भारतात २०१७-१८ मध्ये गव्हाचे ९९.७० मिलियन टन इतके विक्रमी उत्पादन झाले.

सकाळ कॉफीला जी.आय. मानांकन

भौगोलिक उपदर्शन म्हणजेच जिऑग्राफिकल इंडिकेशन (Geographical Indication) ज्याचे संक्षिप्त रूप जीआय (GI) असे आहे. जी आयचा कायदा अस्तित्वात आल्यापासून पहिल्यांदाच सर्वांत जास्त शेती जीआयची नोंद २०१९ ला झाली. एकूण १०० शेती पदार्थांनी जीआयचा आकडा पार केला.

महाराष्ट्र क्रमांक एक :

जीआय कायद्यानुसार तीन प्रकारच्या वैशिष्ट्यपूर्ण पदार्थांना जीआय देता येतो. यामध्ये नैसर्गिक, शेती आणि व्यवसायनिष्ठ पदार्थांचा समावेश आहे. नैसर्गिक जी आयचे उदाहरण म्हणजे राजस्थान मधील मकराना मारबल (संगमरवरी दगड) आहे, तर व्यवसायनिष्ठ जी आयचे उदाहरण पैठणी साडी आहे. व्यवसायनिष्ठ जीआय पदार्थांनी खूप आधीच शंभरी गाठली होती; परंतु शेती जीआय नोंद मात्र मागे राहिली. आता जवळपास दोन दशकानंतर भारतातून १०० शेती जीआयचा आकडा पार झाला आहे आणि त्यामध्ये महाराष्ट्र क्रमांक एकवर आहे. यंदाच्या वर्षी जवळपास चौदा शेती जी आयची नोंद करण्यात आली आणि त्यामध्ये पाच कॉफी पदार्थांचा समावेश आहे ही विशेष बाब आहे. ह्या पाचही कॉफी दक्षिण भारतातील वेगवेगळ्या राज्यातून नोंदवल्या गेल्या आहेत. आकारू व्हॅली कॉफी, कुर्ग अरेबिका कॉफी, चिकमंगळूर कॉफी, बाबू दनगरी अरेबिका कॉफी आणि वायनाडू रोबुस्टा कॉफी या पाच कॉफींना यंदाच्या वर्षी जी आय मिळाला आहे. सदर जीआयमुळे या कॉफींना उत्तम किंमत आणि चांगली बाजारपेठ मिळण्यास सुरुवात झाली आहे.

विशेषतः आकारू व्हॅली कॉफीने मोठ्या प्रमाणात युरोपचे मार्केट हाती घेतले आहे. सदर कॉफी विशेष करून आदिवासी मंडळींच्या माध्यमातून दक्षिण भारतातील डोंगराळ प्रदेशातून घेतली जाते आणि या कॉफीला वेगळी चव आणि सुगंध नैसर्गिकरीत्या उपलब्ध होतो. या गुणधर्माला अनुसरूनच त्याला जीआय मानांकन मिळाले आहे. जीआय टॅग हा सामूहिक बौध्दिक संपदा अधिकार असल्याने त्याला कोणत्याही कंपनीच्या कॉर्पोरेट सोशल रिस्पॉन्सिबिलिटीच्या माध्यमातून मदत मिळू शकते. याला अनुसरूनच महिंद्रा आणि महिंद्रा या कंपनीने आकारू व्हॅली कॉफीला युरोपचे मार्केट मिळवून देण्यासाठी जवळपास पंधरा कोटी रुपयांचे साहाय्य जाहीर केले आहे. अशाच प्रकारे दुसरी कॉफी कोर्ग अरेबिका कॉफी ही तर कोडागु जिल्ह्यात मुख्य अर्थवाहिनी आहे. या जिल्ह्याचे पूर्ण अर्थकारण हे कुर्ग अरेबिका कॉफीच्या लागवडीवर आधारलेले आहे. कुर्ग अरेबिका कॉफीला सुद्धा एक चांगला सुगंध आणि चव असल्या कारणाने बाजारातून त्याला चांगली मागणी आहे.

जीआय नोंदणी फायदेशीर :

जीआय नोंदीमुळे फसवणुकीला मोठा आळा घातला जाऊ शकेल. म्हणजे जीआय नोंद केलेल्या शेतकरी किंवा त्यांच्या संघटनेशिवाय इतर कोणीही सदर नोंद झालेल्या भौगोलिक जागेच्या व्यतिरिक्त कुठूनही कॉफी बनवत असेल आणि नोंद झालेल्या कॉफीच्या नावे ती विकत असेल तर तो शेतकरी किंवा त्याची संघटना कायदेशीररीत्या फसवणूक करणाऱ्या व्यक्तीच्या किंवा कंपनीच्या विरोधात दावा दाखल करू शकेल. वैशिष्ट्यपूर्ण शेती पदार्थांना योग्य मोबदला मिळवून देणे, बाजारपेठ मिळवून देणे, आंतरराष्ट्रीय बाजारामध्ये घेऊन जाणे; तसेच फसवणुकीच्या विरोधात आवाज उठविण्याचा अधिकार देणे, हेच मुख्य उद्देश जीआय कायदा करण्यामध्ये आहे. सदर जीआय टॅग हा या वेगवेगळ्या पाच कॉफी पदार्थांना मिळाल्याने त्या कॉफीला सुगीचे दिवस येतील अशी आशा भारत सरकारच्या वाणिज्य मंत्रालयाकडून करण्यात आली आहे.

●गणेश हिंगमिरे

जीआय व शेतीमाल व्यवस्थापन तज्ज्ञ

सकाळ गव्हाची नवी जात : 'एचडी ३२२६' (पुसा यशस्वी)

भारतीय कृषी संशोधन परिषदेने 'एचडी ३२२६' ही गव्हाची नवी जात एप्रिल २०१९ मध्ये प्रसारित केली होती. या जातीच्या गव्हामध्ये प्रथिनांचे प्रमाण अधिक असून, अन्य वाणांच्या तुलनेमध्ये रोगांसाठी अधिक प्रतिकारक आहे. गेल्या काही वर्षांमध्ये रोगांच्या प्रादुर्भावामुळे उत्पादकतेवर परिणाम होत असलेल्या उत्तर भारतासाठी - उत्तर पश्चिमी पठारी प्रदेश (पंजाब, हरियाणा, दिल्ली, राजस्थान कोटा आणि उदयपूर विभाग वगळता), पश्चिम उत्तर प्रदेश (झाशी वगळता), जम्मू आणि कथुआ जिल्हा, हिमाचल प्रदेशातील उना आणि पौन्ता खोरे, उत्तराखंड (तराई प्रदेश) येथील सिंचनाखालील बागायती क्षेत्र आणि वेळेवर पेरणीसाठी प्रसारित केले आहे. या वाणाला 'पुसा यशस्वी' या नावाने ओळखले जाते.

वैशिष्ट्ये :

१) रोग प्रतिकारकता

- पिवळा, तपकिरी आणि काळ्या करपा रोगांसाठी तीव्र प्रतिकारक.
- भुरी, ओंब्या खराब होणे, गळून पडणे यासाठी प्रतिकारक.

२) उत्पादन :

- सरासरी उत्पादन ५७.५ क्विंटल प्रति हेक्टर
- जनुकीय उत्पादन क्षमता ७९.६० क्विंटल प्रति हेक्टर.

३) दर्जा निकष :

- उच्च प्रथिनांचे प्रमाण १२.८ टक्के सरासरी. (अन्य जातींच्या HD २९६७ मध्ये १२.३ टक्के, तर HD ३०८६ मध्ये

११.३ टक्के तुलनेमध्ये ते अधिक आहे.)

- उच्च कोरडे आणि ओले ग्लुटेन
- दाणे दिसण्यास आकर्षक
- सरासरी जस्ताचे प्रमाण ३६.८ पीपीएम
- या गव्हाचा ग्लुटेन १ निर्देशांक १० म्हणजेच आदर्श असून, ब्रेडचा दर्जा सर्वाधिक (६.७) आणि ब्रेडच्या लादीचा आकार हा विविध उत्पादकांसाठी योग्य आहे. ●

सतीश कुलकर्णी

कृषी घडामोडींचे अभ्यासक व सकाळ ॲग्रोवनचे उपसंपादक

''नव्या गहू जातींमध्ये प्रथिनांचे प्रमाण अधिक असून, त्यामुळे निर्यातीचे प्रमाण वाढण्यास मदत होईल. या रब्बी हंगामामध्ये शेतकऱ्यांना बियाणे उपलब्ध होण्यासाठी इरी संस्थेने हरियाणा आणि पंजाब येथील ४० खासगी बियाणे उत्पादकांशी करार केला आहे.''

- राजबीर यादव

प्रमुख शास्त्रज्ञ, जनुकशास्त्र विभाग, आयएआरआय.

सकाळ मक्यावर १४ राज्यांमध्ये अमेरिकन लष्करी अळीचा प्रादुर्भाव

देशात २१ राज्यांमध्ये मक्याचे पीक घेतले जाते. २०१९-२० च्या खरीप हंगामात १४ राज्यांमध्ये मका पिकावर अमेरिकन लष्करी अळीचा (शास्त्रीय नाव - स्पोडोप्टेरा फ्रुगीपर्डा) प्रादुर्भाव झाला आहे. लष्करी अळी मागील हंगामात प्रथम कर्नाटकातील चिक्काबल्लापूर जिल्ह्यात आढळली होती आणि यंदा आठ जिल्ह्यांमध्ये पसरली आहे; मात्र शासकीय संस्थांतर्फे आर्थिक नुकसानीची पातळी ओलांडली नसल्याचे मत व्यक्त करण्यात आले होते.

या आठ राज्यांत अधिक नुकसान :

देशात १४ राज्यांमधील मका पिकावर लष्करी अळीचा प्रादुर्भाव असला तरी बिहार, मध्य प्रदेश, छत्तीसगड, राजस्थान, महाराष्ट्र, कर्नाटक, तमिळनाडू आणि गुजरात या आठ राज्यांमध्ये अधिक प्रादुर्भाव झाला आहे. कर्नाटक आणि मध्य प्रदेश हे मका उत्पादनात अग्रेसर. यंदा राज्यामध्ये अमेरिकन लष्करी अळीचा प्रादुर्भाव वाढल्यामुळे मका उत्पादनाला मोठा फटका बसणार आहे. गेल्या वर्षी (२०१८-१९) कर्नाटकात ८१ हजार हेक्टर, तेलंगणात १७४०, आंध्र प्रदेशात १४३१ आणि तमिळनाडूत ३१५ हेक्टरवर लष्करी अळीचा प्रादुर्भाव होता. परिणामी देशात मागील वर्षी १६८.९ लाख क्विंटल मका उत्पादन झाले. त्याआधीच्या वर्षात २७० लाख क्विंटल उत्पादन होते.

दोन वर्षांत ५० देशांत धुमाकूळ :

लष्करी अळी पहिल्यांदा उत्तर आणि दक्षिण अमेरिकेत आढळली. २०१६ मध्ये या अळीने नायजेरिया या देशात प्रवेश केला. त्यानंतरच्या दोनच वर्षांत या अळीने दोन खंडांतील तब्बल ५० देशांतील पिकांवर प्रवेश केला. त्यामुळे जागतिक पातळीवर मका पिकाचे मोठ्या प्रमाणात नुकसान होण्याची भीती आहे. गेल्या दोन वर्षांत या अळीने आफ्रिकेतील मका पीक संपूर्ण फस्त केले होते. त्यामुळे या खंडातील अन्नसुरक्षाच धोक्यात आली आहे.

जागरूकतेसह नियंत्रणासाठी क्रॉपसॅप प्रकल्पात समावेश :

महाराष्ट्र शासनाचा कृषी विभाग, राज्यातील चारही कृषी विद्यापीठांतील कृषी कीटकशास्त्र विभाग यांच्याद्वारे पिकावरील कीड रोग सर्वेक्षण व सल्ला प्रकल्प (क्रॉपसॅप) कार्यान्वित आहे. त्याद्वारे मका, कापूस, सोयाबीन, तूर, भात, ऊस, ज्वारी व हरभरा या पिकांवरील कीड व रोगांच्या नियंत्रणासंबंधी उपाययोजना सुचविल्या जातात; तसेच जागृती मोहीम हाती घेतली असून, विद्यापीठ कार्यक्षेत्रातील प्रत्येक तालुक्यासाठी दोन शास्त्रज्ञांची नेमणूक कृषी विभागाच्या मदतीसाठी केली होती. त्यातून विद्यापीठामार्फत कृषी अधिकारी व तंत्रज्ञांना प्रशिक्षण देण्यात आले.

अमेरिकन लष्करी अळीविषयी अधिक माहिती :

शास्त्रीय नाव : स्पोडोप्टेरा फ्रुगीपर्डा (फॉल आर्मिवर्म)

ही कीड बहुभक्षी असून तिचा प्रादुर्भाव भात, मका, वरई, भुईमूग, ओट, शुगर बीट, तंबाखू, सोयाबीन, कापूस, बटाटा, ऊस अशा ८० प्रकारच्या वनस्पती प्रजाती अथवा पिकांवर होतो. या किडीचा प्रथम प्रादुर्भाव कर्नाटकातील शिमोगा येथे तर महाराष्ट्रात सोलापूर जिल्ह्यातील माळशिरस तालुक्यात आढळून आला आहे. ही कीड आफ्रिकेतून भारतात मानवी साहित्य वाहतुकीतून आली असण्याची शक्यता शास्त्रज्ञ व्यक्त करतात. या किडीचे पतंग हे ताकदवान असून एका रात्रीत सुमारे १०० किलोमीटरपर्यंतचा प्रवास करू शकतात. या किडीची प्रजनन क्षमता जास्त असून एक मादी तिच्या जीवनक्रमात सुमारे १ ते २ हजार अंडी घालू शकते. या किडीच्या अंडी, अळी, कोष व पतंग अशा चार अवस्था आहेत. या किडीचा जीवनक्रम ३२ ते ४६ दिवसांचा असतो.

●

सतीश कुलकर्णी

कृषी घडामोडींचे अभ्यासक व सकाळ ॲग्रोवनचे उपसंपादक

लक्षात ठेवा

भारतीय कृषी संशोधन संस्था (Indian Agricultural Research Institute) :

- भारतीय कृषी संशोधन संस्था (IARI : The Indian Agricultural Research Institute) ही भारतातील कृषी संशोधन क्षेत्रातील आघाडीची संस्था
- ही संस्था 'भारतीय कृषी संशोधन परिषदेंतर्गत (ICAR)' कार्य करते.
- हेन्री पिफ यांच्या देणगीतून १९०५ मध्ये बिहारमधील पुसा येथे कृषी संशोधन संस्था (ARI) म्हणून या संस्थेची स्थापना झाली.
- १९११ मध्ये या संस्थेचे 'इंपेरिअल कृषी संशोधन संस्था' असे नामकरण
- बिहारमध्ये झालेल्या भूकंपानंतर १९३६ मध्ये या संस्थेचे दिल्लीमध्ये स्थलांतर
- १९५८ मध्ये विद्यापीठ अनुदान आयोगाकडून या संस्थेला अभिमत विद्यापीठाचा दर्जा
- सत्तरच्या दशकात झालेल्या 'हरित क्रांती'मध्ये या संशोधन संस्थेचा महत्त्वाचा वाटा

(संदर्भ : iari.res.in)

सकाळ

भारतीय कॉफीच्या कुर्ग अरेबिका, वायनाड रोबस्टा, चिकमंगळूर अरेबिका, अराकू व्हॅली अरेबिका, बाबाबुदनगिरीज अरेबिका या पाच जातींना भौगोलिक निर्देशांक मानांकन

दि. २९ मार्च २०१९ रोजी भारत सरकारच्या वाणिज्य आणि उद्योग मंत्रालयातील (Ministry of Commerce and Industry) उद्योग चालना आणि अंतर्गत व्यापार विभागाकडून (Department for Promotion of Industry and Internal Trade) भारतीय कॉफीच्या (Coffee) पाच जातींना भौगोलिक निर्देशांक (Geographical Indication - GI) जाहीर करण्यात आले.

भौगोलिक निर्देशांक (GI) मानांकन मिळालेल्या पाच जाती पुढीलप्रमाणे :

- कुर्ग अरेबिका (Coorg Arabica) - या कॉफीचे उत्पादन कर्नाटकमधील कोडागू (Kodagu) जिल्ह्यांत मोठ्या प्रमाणावर
- वायनाड रोबस्टा (Wayanaad Robusta) - या कॉफीचे उत्पादन केरळमधील वायनाड (Wayanaad) जिल्ह्यात मोठ्या प्रमाणावर
- चिकमंगळूर अरेबिका (Chikmagalur Arabica) - या प्रकाराची लागवड कर्नाटकातील चिकमगळूर जिल्ह्यांत
- अराकू व्हॅली अरेबिका (Araku Vally Arabica) - आंध्र प्रदेशातील विशाखापटणम (Visakhapatnam), ओडिशाच्या डोंगराळ भागात अराकू या आदिवासी जमातीकडून या कॉफीचे उत्पादन
- बाबाबुदनगिरीज अरेबिका (Bababudangiris Arabica) - कर्नाटकातील चिकमंगळूर (Chikmagolur) या कॉफीच्या जन्मस्थळी या कॉफीचे उत्पादन
- भौगोलिक निर्देशांकामुळे कॉफीला विशेष ओळख आणि संरक्षण
- विशिष्ट भागातील विशिष्ट जातीच्या कॉफीची गुणवत्ता राखण्याकरिता कॉफी उत्पादकांना गुंतवणूक करण्याची संधी
- कॉफी उत्पादकांना जास्तीत जास्त किंमत आणि भारतीय कॉफीला जागतिक स्तरावर अधिक मान्यता.

कॉफीविषयी :

- जगभर सर्वत्र खप असलेले तसेच खास चव व स्वाद असलेले तरतरी आणणारे उत्तेजक पेय म्हणजे कॉफी.
- शास्त्रीय नाव : 'कॉफिया अरेबिका' (Coffea Arabica)
- कॉफीमधील कॅफीन (Coffeine) या अल्कलॉइडमुळे मज्जासंस्था उत्तेजित

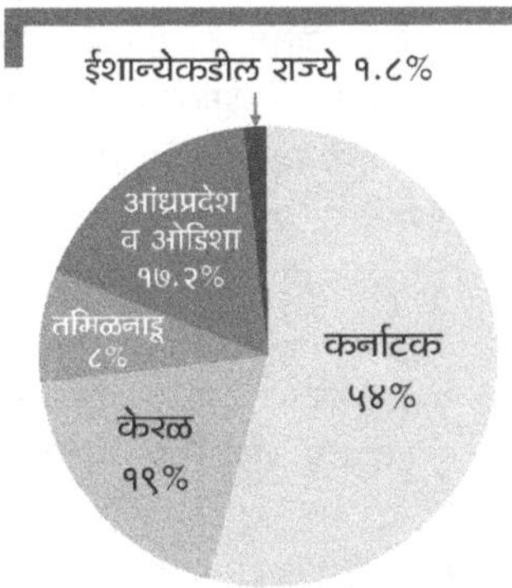

भारतातील कॉफीचे उत्पादन

- श्वासोच्छ्वास, रक्ताभिसरण, चयापचय व उत्सर्जनाचा वेग वाढून कॉफीच्या सेवनामुळे तरतरी
- कॉफी ही मूळची आफ्रिकेतील असून भारतात १६००च्या सुमारास मक्केहून आलेल्या 'बाबा बुढण' या मुस्लीम फकिराकडून सर्वप्रथम कॉफीचे बी कर्नाटक राज्यातील चंद्रगिरी टेकड्यांवर लावण्यात आले.
- भारतातील दक्षिणेकडील राज्यांत कॉफीचे उत्पादन, कर्नाटकमध्ये ५४ टक्के, केरळमध्ये १९ टक्के तर तमिळनाडूमध्ये ८ टक्के उत्पादन
- सुमारे ४.५४ लाख हेक्टर जमिनीवर ३.६६ लाख

शेतकऱ्यांकडून कॉफीचे उत्पादन. पैकी ९८ टक्के लघु सीमांत शेतकरी

- आंध्र प्रदेश आणि ओडिशा राज्यांत १७.२ टक्के आणि ईशान्येकडील राज्यांत १.८ टक्के कॉफीचे उत्पादन.
- सावलीत कॉफी लागवड होणारा भारत हा जगातील एकमेव देश, कॉफीची पाने हाताने खुडून उन्हात वाळवतात.
- भारतातील पूर्व घाट आणि पश्चिम घाटातील आदिवासींकडून कॉफीचे उत्पादन घेतले जाते.
- कॉफी लागवडीकरिता उष्ण, दमट हवामान तर फळे पिकण्यासाठी कोरडे हवामान (सरासरी 21°C)आवश्यक
- भारतात कॉफी अरेबिका आणि कॉफी रोबस्टा या दोन जातींची लागवड
- कॉफीच्या उत्पादनात ब्राझील (Brazil) हा देश जगात पहिल्या क्रमांकावर
- जगभरात कॉफीच्या जवळपास १२४ प्रजाती.

भौगोलिक निर्देशांकाबद्दल (GI Tag) :

- विशिष्ट गुणधर्मांमुळे संबंधित भौगोलिक क्षेत्राची ओळख ठरणाऱ्या पिकास अथवा उत्पादनास भौगोलिक निर्देशांक मानांकन
- जीआय टॅगमुळे उत्पादनास कायदेशीर सुरक्षा व मान्यता, अनधिकृत वापर व विक्रीला आळा बसतो.
- ग्राहकांना योग्य व खरी उत्पादने मिळण्याची हमी राहते.
- आंतरराष्ट्रीय बाजारात ओळख होऊन मागणी वाढून निर्माणकर्त्यांचा जास्तीत जास्त फायदा होऊ शकतो.
- भौगोलिक निर्देशांक व औद्योगिक मालमत्तेचे रक्षण करण्यासंबंधीच्या पॅरिस करारांतर्गत संरक्षित केला आहे.
- जागतिक व्यापार संघटनेच्या (WTO) व्यापारविषयक बौद्धिक मालमत्ता अधिकार करारांतर्गत (Trade Related Aspects of Intellectual Property Rights - TRIPS) या निर्देशांकाचे व्यवस्थापन केले जाते.
- भारतामध्ये भौगोलिक निर्देशांक (नोंदणी व सुरक्षा) कायदा १९९९ अंतर्गत त्याचे नियोजन केले जात असून हा कायदा २००३ मध्ये लागू झाला.
- पश्चिम बंगालमधील दार्जिलिंग चहाला सर्वप्रथम भौगोलिक निर्देशांक दर्जा प्राप्त झाला.
- भारतामध्ये १० वर्षांच्या कालावधीसाठी भौगोलिक निर्देशांक देण्यात येत असून याचे मुख्यालय चेन्नई येथे आहे.

(संदर्भ : pib.nic.in, ipindia.nic.in, marathivishwakosh.maharashtra.gov.in)

ओडिशाच्या कंधमाल हळदीला भौगोलिक निर्देशांक

दि. ३ एप्रिल २०१९ रोजी ओडिशाच्या कंधमाल जिल्ह्यात उत्पादित केली जाणारी गुणवत्तापूर्ण 'कंधमाल हळदी'ला भौगोलिक निर्देशांक (Geographical Indication - GI) प्राप्त झाला.

- कंधमाल जिल्ह्यातील हळद तेथील आदिवासी लोकांकडून उगवली जाते आणि ती त्यांच्या औषधी गुणधर्मांसाठी प्रसिद्ध आहे.
- ओडिशाच्या दक्षिणेकडील डोंगराळ प्रदेशात कंधमाल हे हळदीच्या शेतीसाठी प्रसिद्ध आहे. ६० हजार कुटुंबे हे पीक घेण्यासाठी प्रयत्न करतात.
- कंधमाल हळदीमध्ये इतर हळदीच्या जातीच्या तुलनेत अधिक ऑलेओरेसीन (Oleoresin) आणि वोलाटाइल (volatile oil) तेल सामग्री आहे.

भौगोलिक निर्देशांक (Geographical Indication - GI) :

- भौगोलिक निर्देशांक हे उत्पादनांवर छापले जाणारे चिन्ह आहे.
- या चिन्हामुळे उत्पादनाला विशेष भौगोलिक ओळख (Special Geographical Indication) मिळते आणि त्याची मूळ गुणवत्ता दर्शवते.
- कोणत्याही भौगोलिक भागातील विशिष्ट गुणधर्म असणाऱ्या व त्या भागाची ओळख ठरविणाऱ्या गोष्टीस अथवा उत्पादनास भौगोलिक निर्देशांकाचा दर्जा देतात.
- भारतामध्ये १० वर्षांच्या कालावधीसाठी भौगोलिक निर्देशांक देतात.
- भारतात भौगोलिक निर्देशांक (नोंदणी व सुरक्षा) कायदा १९९९ (The Geographical Indications of Goods (Registration and Protection Act 1999) नुसार भौगोलिक निर्देशांक दिले जातात.
- दार्जिलिंग चहा (२००४) भौगोलिक निर्देशांक मिळालेले भारतातील पहिले उत्पादन होय.
- भौगोलिक निर्देशांक महानियंत्रक (Controller General of GI) या संस्थेतर्फे हे निर्देशांक दिले जातात.
- भौगोलिक निर्देशांकाचे मुख्यालय चेन्नई येथे आहे.
- केंद्रीय वाणिज्य आणि उद्योग मंत्रालयाच्या नियंत्रणाखाली हे भौगोलिक निर्देशांक महानियंत्रक कार्य करतात.
- जीआय (GI) मानांकनामुळे वस्तूला किंवा उत्पादनाला विशिष्ट ओळख मिळते व अनधिकृत वापर व विक्रीला आळा बसतो.
- ३ एप्रिल २०१९ पर्यंत ३२५ वस्तूंना भौगोलिक मानांकन प्राप्त झाले.

पेटंटचे फायदे :

- त्या उत्पादन किंवा वस्तूला आंतरराष्ट्रीय मानांकन.
- भौगोलिक निर्देशांकाचा, मानांकनाचा कोड मिळतो
- शेतीमालाला प्रतिष्ठा व नेमकी ओळख
- मानांकनामुळे गुणवत्तेची खात्री

(संदर्भ : ipindia.nic.in, pib.gov.in)

सकाळ

भारतीय कृषी संशोधन परिषदेच्या राजगुरुनगर येथील कांदा-लसूण संचलनालयाला राष्ट्रीय संस्थेचा दर्जा

दि. १० मे २०१९ - भारतीय कृषी संशोधन परिषदेच्या (ICAR : Indian Council of Agricultural Research) वार्षिक सभेत राजगुरुनगर येथील कांदा-लसूण संशोधन संचालनालयाचे रूपांतर राष्ट्रीय संशोधन संस्थेत करण्याचा निर्णय घेण्यात आला.

- राजगुरुनगर येथील कांदा-लसूण संशोधन केंद्राला २००८ मध्ये संचलनालयाचा दर्जा
- राष्ट्रीय संशोधन संस्थेचा दर्जा मिळाल्यामुळे या संस्थेत शास्त्रज्ञ आणि कर्मचारी यांच्या संख्येत वाढ होणार.
- सध्या कांदा-लसूण संचलनालयात १८ शास्त्रज्ञ कार्यरत

लक्षात ठेवा

कांदा-लसूण संशोधन संचलनालय :

- कांदा-लसूण संशोधन केंद्राची स्थापना १९९४ मध्ये झाली.
- १९९८ पर्यंत केंद्राचे मुख्यालय नाशिक होते.
- १६ जून १९९८ मध्ये या केंद्राचे मुख्यालय राजगुरुनगर (पुणे) येथे हलविण्यात आले.
- कांदा-लसूण उत्पादन, निर्यात व प्रक्रिया या बाबींना प्रोत्साहन देणे हा या केंद्राचा उद्देश आहे.

भारतातील कांदा उत्पादन :

- भारत कांदा उत्पादनात चीननंतर जगामध्ये दुसऱ्या क्रमांकाचे राष्ट्र
- **कांदा उत्पादनात अग्रेसर राज्य :** महाराष्ट्र, मध्य प्रदेश, कर्नाटक
- कांदा-लसूण संशोधन केंद्रामध्ये कांदा व लसूण पिकांच्या नवनवीन जाती विकसित केल्या जातात, तसेच कांदा व लसूण बियाण्यांची विक्रीही होते.
- काळूस येथे या संस्थेचे बियाणे तयार करण्यासाठीचे शेत आहे.
- **संस्थेने विकसित केलेल्या कांद्याच्या जाती** – भीमा लाल, भीमा शक्ती, भीमा शुभ्रा, भीमा सफेद
- **लसणाच्या जाती** – भीमा ओंकार, भीमा पर्पल

लक्षात ठेवा

भारतीय कृषिसंशोधन परिषद (Indian Council of Agriculture : ICAR) :

- कृषी क्षेत्रामध्ये संशोधन करणारी भारतातील सर्वोच्च संस्था.
- भारतीय कृषिसंशोधन संस्थेची स्थापना १६ जुलै १९२९ रोजी झाली. संस्थेचे मुख्यालय दिल्ली येथे आहे.
- केंद्रीय कृषिमंत्री भारतीय कृषिसंशोधन परिषदेचे पदसिद्ध प्रमुख असतात.
- भारतीय कृषी संशोधन परिषदेंतर्गत चार अभिमत विद्यापीठे व ६४ संस्था कार्यरत आहेत.

भारतीय कृषिसंशोधन परिषदेंतर्गत येणाऱ्या प्रमुख संस्था :

- केंद्रीय कृषिअभियांत्रिकी संस्था, भोपाळ
- केंद्रीय कापूस संशोधन संस्था, नागपूर
- केंद्रीय ताग संशोधन संस्था, बराकपूर
- केंद्रीय मेंढी व लोकर संशोधन संस्था, अवंतिकानगर (राजस्थान)
- भारतीय फलोत्पादन संशोधन संस्था, बंगळुरू
- भारतीय भरडधान्य संशोधन संस्था, हैदराबाद
- भारतीय मसाले संशोधन संस्था, कालिकत
- भारतीय ऊस संशोधन संस्था, लखनौ
- भारतीय तांदूळ संशोधन संस्था, हैदराबाद
- भारतीय बियाणे संशोधन संस्था, मऊ
- भारतीय डाळ संशोधन संस्था, कानपूर

(संदर्भ : icar.org.in)

सकाळ

दापोली येथील डॉ. बाळासाहेब सावंत कोकण कृषी विद्यापीठाकडून 'कोकण भेंडी' ही भेंडीची नवीन जात विकसित

दि. १५ जुलै, २०१९ रोजी दापोली येथील डॉ. बाळासाहेब सावंत कोकण कृषी विद्यापीठाने खरीप हंगामात अधिक उत्पादन देणाऱ्या भेंडी पिकाची 'कोकण भेंडी (DPLOK-II)' ही संकरित जात विकसित केली आहे.

- या वर्षीपासून वाकवली येथील संशोधन केंद्रामध्ये 'कोकण भेंडी' जातीचे बियाणे शेतकऱ्यांसाठी उपलब्ध करून देण्यात आले आहे.
- कोकण कृषी विद्यापीठातल्या संशोधकांनी शिफारस केलेली ही

भेंडीची पहिलीच जात आहे.

कोकण भेंडीची वैशिष्ट्ये :

- या भेंडीचे रोप सरळ वाढते, उपशाखा फुटत नाहीत.
- कोकण भेंडी जात मोझॅक या विषाणूजन्य रोगास प्रतिकारक आहे.
- वाकवली येथील मध्यवर्ती संशोधन केंद्रात आठ वर्षे या जातीवर संशोधन सुरू होते.
- कोकण भेंडी हे वाण अतिपावसातही तग धरते.
- या वाणाचे हेक्टरी उत्पादन १३५ क्विंटल आहे.

लक्षात ठेवा

डॉ. बाळासाहेब सावंत कोकण कृषी विद्यापीठ :

- डॉ. बाळासाहेब सावंत कोकण कृषी विद्यापीठाची स्थापना १८ मे १९७२ रोजी झाली.
- विद्यापीठाच्या कार्यक्षेत्रामध्ये रत्नागिरी, सिंधुदुर्ग, रायगड व ठाणे या जिल्ह्यांचा समावेश होतो.
- २००१ मध्ये या विद्यापीठास डॉ. बाळासाहेब सावंत यांचे नाव देण्यात आले.
- आंबा, काजू, लिंबू, केळी, डाळिंब इत्यादी फळपिकांवर या विद्यापीठामध्ये संशोधन केले जाते.

महाराष्ट्रातील इतर कृषी विद्यापीठे :
१. महात्मा फुले कृषी विद्यापीठ, राहुरी - १९६८
२. डॉ. पंजाबराव देशमुख कृषी विद्यापीठ, अकोला - १९६९
३. वसंतराव नाईक मराठवाडा कृषी विद्यापीठ, परभणी - १९७२

(संदर्भ : dbskkv.org/)

राष्ट्रीय गोकुळ अभियानांतर्गत २१ गोकुळ ग्रामांना 'एकीकृत पशुविकसन केंद्रे' म्हणून विकसित करण्यास केंद्र शासनाची मंजुरी

दि. १६ जुलै २०१९ रोजी राष्ट्रीय गाकुळ अभियानांतर्गत २१ गाकुळ ग्रामांना 'एकीकृत पशुविकसन केंद्रे' म्हणून विकसित करण्यास केंद्र शासनाने मंजुरी दिली आहे.

गोकुळग्राम योजना

- देशात सध्या वाराणसी, मथुरा, पटियाला, पोहरा या चार गोकुळ ग्रामांचे काम पूर्ण झाले असून, १७ गोकुळ ग्रामांचे काम चालू आहे.
- देशामध्ये हरियाणा, आंध्र प्रदेश, अरुणाचल प्रदेश, बिहार, हिमाचल प्रदेश, कर्नाटक, मध्य प्रदेश, पंजाब, उत्तराखंड आणि तेलंगणा या राज्यांमध्ये प्रत्येकी एक गोकुळग्राम आहे, तर छत्तीसगड राज्यमध्ये दोन गोकुळग्राम आहेत.
- गुजरात, उत्तर प्रदेश व महाराष्ट्र या राज्यांमध्ये प्रत्येकी तीन गोकुळग्रामे आहेत.

राष्ट्रीय गोकुळ अभियान

(National Gokul Mission)

- केंद्र सरकारने २८ जुलै, २०१४ रोजी स्वदेशी गाईंचे संरक्षण आणि प्रजातींच्या विकासास शास्त्रीय पद्धतीने प्रोत्साहन देण्यासाठी राष्ट्रीय गोकूळ अभियानाची सुरुवात केली.

राष्ट्रीय गोकुळ अभियानाचा उद्देश

- स्वदेशी प्रजातीचे संरक्षण व विकास करणे.
- दूध उत्पादन व उत्पादकतेत वाढ घडवून आणणे.
- चांगल्या पैदाशीसाठी रोगमुक्त आनुवंशिक गुणवत्ता असलेल्या वळूंचा पुरवठा करणे.
- सर्वंकष स्वदेशी गुरे केंद्र 'गोकुळ ग्राम' उभारणे.
- देशी गुरांच्या उच्च जाती पाळणाऱ्या शेतकऱ्यांना प्रोत्साहन देण्यासाठी शेतकरी व संस्थांना अनुक्रमे 'गोपालरत्न' व 'कामधेनू' पुरस्कार देण्यात येणार.
- गोकुळ ग्रामच्या १००० जनावरांच्या क्षमतेमध्ये दुभत्या व बिगर दुभत्या जनावरांचे प्रमाण ६०:४० असेल.
- गोकुळ ग्रामची स्थापना सार्वजनिक-खासगी भागीदारी अंतर्गत करण्यात येईल.

(संदर्भ : pib.nic.in)

भारतीय कृषी संशोधन परिषदेकडून देशातील कृषी विद्यापीठांची क्रमवारी जाहीर : राहुरीचे कृषी विद्यापीठ महाराष्ट्रात प्रथम

दि. २० जुलै, २०१९ रोजी भारतीय कृषी संशोधन परिषदेने (ICAR) देशातील कृषी विद्यापीठांची क्रमवारी जाहीर केली आहे. २०१८-१९ या वर्षासाठी ही क्रमवारी जाहीर केली आहे.

- या क्रमवारीत राष्ट्रीय दुग्ध संशोधन संस्थेने (कर्नाल) प्रथम क्रमांक मिळवला आहे.
- राहुरी येथील महात्मा फुले कृषी विद्यापीठ देशात २४ व्या क्रमांकावर, तर महाराष्ट्रात प्रथम क्रमांकावर आहे.

देशभरातील प्रथम दहा कृषी विद्यापीठे :
१. राष्ट्रीय दुग्ध संशोधन संस्था, कर्नाल (हरियाणा)
२. भारतीय कृषी संशोधन संस्था (IARI), दिल्ली
३. जी. बी. पंत कृषी विद्यापीठ, पंतनगर (उत्तराखंड)
४. भारतीय पशुसंशोधन संस्था, बरेली
५. प्रा. जयशंकर तेलंगणा राज्य कृषी विद्यापीठ, हैदराबाद
६. पंजाब कृषी विद्यापीठ, लुधियाना
७. गुरू अंगददेव पशुवैद्यकीय व पशुसंशोधन विद्यापीठ, लुधियाना
८. जवाहरलाल नेहरू कृषी विश्वविद्यालय, जबलपूर
९. इंदिरा गांधी कृषी विश्वविद्यालय, रायपूर
१०. चौधरी श्रवणकुमार हिमाचल कृषी विश्वविद्यालय, पालमपूर

■ **महाराष्ट्रातील विद्यापीठांची क्रमवारी**

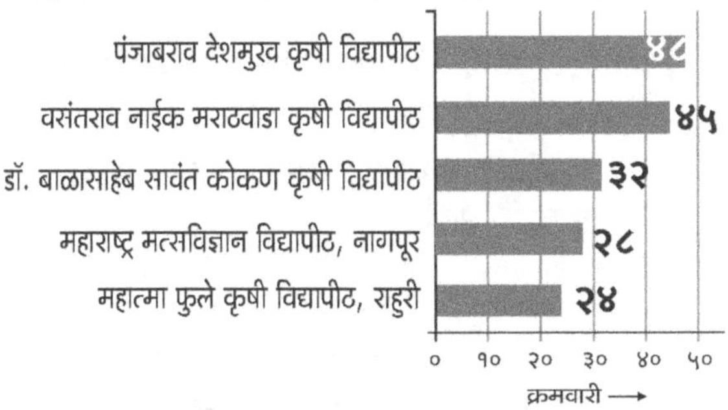

- देशभरातील साठ विद्यापीठांना कृषी विद्यापीठांच्या क्रमवारीत स्थान देण्यात आले.
- महाराष्ट्रातील मत्स्यविज्ञान विद्यापीठ, नागपूर वगळता प्रत्येक विद्यापीठाने क्रमवारीत सुधारणा केली आहे.

(संदर्भ : icar.org)

पंतप्रधान किसान मानधन योजनेला झारखंडची राजधानी रांची येथून प्रारंभ : ही स्वेच्छिक व अंशदायी पेन्शन योजना असून, शेतकऱ्यांनी त्यांच्या वयानुसार जमा केल्या जाणाऱ्या मासिक भत्त्यानुसार वृद्धापकाळात लाभ मिळणार

दि. १२ सप्टेंबर २०१९ रोजी भारताचे पंतप्रधान नरेंद्र मोदी यांनी झारखंडची राजधानी रांची येथून 'पंतप्रधान किसान मानधन योजने'चा (Pradhan Mantri Kisan MaanDhanYojana PM-KMY) औपचारिकरीत्या प्रारंभ केला. ९ ऑगस्ट २०१९ पासूनच ही योजना देशभरात लागू करण्यात आली व या योजनेत सहभागी होण्याची नोंदणी प्रक्रिया सुरू झाली.

- या योजनेअंतर्गत वयाच्या ६० वर्षांनंतर दर महिन्याला ३,००० रुपये पेन्शनद्वारे देशातील छोट्या, मध्यम व तसेच सीमान्त शेतकऱ्यांचे भविष्य सुरक्षित केले जाईल.
- योजनेच्या पहिल्या टप्प्याअंतर्गत पुढील ३ वर्षांत देशातील सुमारे ५ कोटी शेतकऱ्यांना या योजनेचा लाभ पुरवण्यात येईल.
- ही स्वेच्छिक व अंशदायी पेन्शन योजना असून, शेतकऱ्यांनी त्यांच्या वयानुसार जमा केल्या जाणाऱ्या मासिक भत्त्यानुसार वृद्धापकाळात त्यांना लाभ मिळेल.
- ही योजना भारतीय आयुर्विमा महामंडळातर्फे (LIC) राबवण्यात येईल.

योजनेची ठळक वैशिष्ट्ये

- पंतप्रधान किसान मानधन योजनेच्या अंतर्गत देशातील छोट्या व सीमान्त शेतकऱ्यांना सामाजिक सुरक्षा म्हणून वयाच्या ६० वर्षांनंतर दरमहा ३००० रुपये निवृत्तिवेतन देण्यात येईल.
- भारतीय आयुर्विमा महामंडळाद्वारे (LIC) व्यवस्थापित 'निवृत्तीवेतन निधी' (पेन्शन फंड) मधून हा लाभ लाभार्थ्यांपर्यंत पोहोचवण्यात येईल.
- यासाठी सुरुवातीला योजनेत सहभागी शेतकऱ्यांना वयाच्या ६०व्या वर्षापर्यंत प्रत्येक महिन्याला ५५ ते २०० रुपयांपर्यंतचे मासिक भत्ते पेन्शन निधीमध्ये करावे लागेल. तितकेच अंशदान केंद्र शासनही निधीमध्ये नियमित करत राहील.
- १८ ते ४० वर्षे वयोगटातील २ हेक्टरपर्यंत शेती असलेले अल्पभूधारक शेतकरी या योजनेसाठी पात्र आहेत.
- एकाच कुटुंबातील पती आणि पत्नीला वेगवेगळी नोंदणी करून या योजनेअंतर्गत दरमहा ३००० रुपयांच्या निवृत्तीवेतनाचा लाभ घेता येणार.
- जर लाभार्थी शेतकऱ्याचा मृत्यू झाल्यास त्याच्या पत्नीससुद्धा निवृत्ती वेतन मिळण्याची तरतूद आहे. या अंतर्गत निर्धारित निवृत्तीवेतन राशीच्या ५० टक्के, म्हणजे १५०० रुपये प्रति महिने पेन्शन पत्नीला मिळेल. यासाठी मृत्यू झालेल्या व्यक्तीच्या नावे अंशदान देत राहणे अनिवार्य आहे.
- नोंदणी केलेल्या लाभार्थ्यांच्या बँक खात्यात किंवा 'पीएम-किसान' योजनेशी संलग्नित बँक खात्यात 'थेट लाभ हस्तांतरण' (DBT) प्रक्रियेद्वारे हे निवृत्तीवेतन जमा होत राहील.

योजनेत सहभागी होण्याच्या अटी

- या योजनेत सहभागी होण्यासाठी शेतकऱ्याचे वय १८ ते ४० वर्षांच्या आत असावे.
- ज्यांच्याकडे २ हेक्टर किंवा त्यापेक्षा कमी शेती असेल, अशा अल्पभूधारक शेतकऱ्यांनाच ही योजना लागू आहे.
- मात्र, राष्ट्रीय निवृत्ती वेतन योजना (NPS), कर्मचारी राज्य विमा योजना, कर्मचारी निधी संस्था योजना व यांसारख्या इतर कोणत्याही सामाजिक सुरक्षा योजनांतर्गत लाभ घेणारे शेतकरी या योजनेस अपात्र असतील.
- सोबतच, प्रधानमंत्री श्रमयोगी मानधन योजना, प्रधानमंत्री लघु

व्यापारी मानधन योजना व उच्च आर्थिक स्थितीतील शेतकरी या योजनेत भाग घेण्यास पात्र नसतील.

- या योजनेमध्ये भाग घेण्यासाठी पात्र शेतकऱ्यांना जवळील आपले सरकार सेवा केंद्र/सामायिक सुविधा केंद्र (CSC - Common Service Center) जाऊन ७/१२ उतारा, ८-अ, आधार कार्ड, बँकेचे पासबुक, मोबाइल क्रमांक इत्यादींच्या साहाय्याने नोंदणी करता येईल.

योजनेचे नाव : पंतप्रधान किसान मानधन योजना

- स्वरूप : पूर्णतः केंद्रशासनाद्वारे संचालित (सेंट्रल सेक्टर स्कीम)
- मंत्रालय : कृषी व शेतकरी कल्याण मंत्रालय
- लाभ : वयाच्या ६० वर्षांनंतर दरमहा ३००० रुपये निवृत्तीवेतन

(संदर्भ : pmindia.gov.in, pmkmy.gov.in, pmkisan.gov.in)

सकाळ इथेनॉलच्या खरेदी दरात वाढ : साखर आणि साखरेचा पाक यापासून इथेनॉल निर्मितीस मान्यता

दि. ३ सप्टेंबर २०१९ रोजी केंद्रीय मंत्रिमंडळाच्या आर्थिक व्यवहारविषयक समितीच्या झालेल्या बैठकीत थेट साखरेपासून इथेनॉल निर्मितीस मंजुरी देण्याचा निर्णय घेण्यात आला.

- याशिवाय 'सी हेवी मोलॅसिस (C Heavy molasses)', 'बी हेवी मोलॅसिस (B Heavy molasses)', उसाचा रस, साखर आणि साखरयुक्त पदार्थांपासून निर्मित इथेनॉलच्या दरात वाढ करण्यात आली आहे.
- ही वाढ शासकीय इंडियन ऑइल कॉर्पोरेशन, हिंदुस्तान पेट्रोलियम कॉर्पोरेशन लिमिटेड आणि भारत पेट्रोलियम कॉर्पोरेशन लिमिटेड या कंपन्यांच्या खरेदीसाठी आहे.
- या निर्णयानुसार आगामी वर्षभरात इथेनॉलचा वापर २६० कोटी लिटरपर्यंत वाढविण्याचे उद्दिष्ट ठरविण्यात आले आहे.

- आगामी वर्षभरात इथेनॉलचा वापर **२६० कोटी लिटरपर्यंत वाढविण्याचे उद्दिष्ट**
- 'सी हेवी मोलॅसिस'पासून तयार होणाऱ्या इथेनॉलसाठी प्रतिलिटर **२९ पैशांची वाढ**
- या वाढीमुळे सदर इथेनॉलचा दर प्रतिलिटर **४३.४६ रुपयांवरून प्रतिलिटर ४३.७५ रुपयांवर**
- 'बी हेवी मोलॅसिस'पासून तयार होणाऱ्या इथेनॉलच्या दरात थेट **१.८४ रु.ची वाढ**
- बी हेवी मोलॅसिसचा दर **५२.४३ रुपयांवरून ५४.२७ रुपयांवर** पोहचला आहे.
- थेट उसापासून निर्मित होणाऱ्या इथेनॉलसाठी **३५ पैशांची दरवाढ**
- पूर्वीचा **५९.१३ रुपये** असणार दर प्रतिलिटर **५९.४८ रुपयांवर**

- ऊस उत्पादक शेतकऱ्यांना साखरेच्या बरोबरीनेच उत्पन्नाचे एक नवे साधन उपलब्ध करून देणे, खनिज तेल आयातीपोटी लागणाऱ्या परकीय चलनाची बचत करणे आणि पर्यावरण अनुकूल इंधन असा उद्देश या निर्णयामागे असल्याचा दावा सरकारकडून करण्यात आला आहे.
- नवीन निर्णयानुसार 'सी हेवी मोलॅसिस'पासून तयार होणाऱ्या इथेनॉलसाठी प्रतिलिटर २९ पैशांची वाढ करण्यात आली
- या वाढीमुळे सदर इथेनॉलचा दर प्रतिलिटर ४३.४६ रुपयांवरून प्रतिलिटर ४३.७५ रुपयांवर पोहचला आहे.
- 'बी हेवी मोलॅसिस'पासून तयार होणाऱ्या इथेनॉलच्या दरात थेट १ रुपये ८४ पैशांची वाढ करण्यात आल्याने बी हेवी मोलॅसिसचा दर ५२.४३ रुपयांवरून ५४.२७ रुपयांवर पोहचला आहे.
- थेट उसापासून निर्मित होणाऱ्या इथेनॉलसाठी ३५ पैशांची दरवाढ करण्यात आली असून पूर्वीचा ५९.१३ रुपये असणारा दर प्रतिलिटर ५९.४८ रुपयांवर पोहचला आहे.

इथेनॉलच्या खरेदी दरात वाढ करण्याचा केंद्राचा निर्णय

३ सप्टेंबर २०१९ रोजी झालेल्या केंद्रीय मंत्रिमंडळाच्या आर्थिक व्यवहारविषयक समितीच्या बैठकीत हा निर्णय घेण्यात आला.- 'सी' आणि 'बी' दर्जाच्या मळीपासून तयार होणाऱ्या तसेच उसाचा रस, साखर यापासून तयार केलेल्या इथेनॉलच्या खरेदी दरात वाढ करण्यात आली आहे. १ डिसेंबरपासून १ वर्षासाठी हे दर लागू असतील.- साखर आणि साखरेचा पाक यापासून इथेनॉल निर्मितीस प्रथमच मंजुरी देण्यात आल्याने आणि त्याच्या खरेदी दरात वाढ केल्याने इथेनॉलच्या उत्पादनात भर पडेल अशी आशा सरकारने व्यक्त केली आहे.- इथेनॉलचा वापर वाढवून प्रदूषण कमी करण्याच्या दृष्टीने हे पाऊल महत्त्वपूर्ण. २०१४ पासून पेट्रोलमध्ये इथेनॉल मिश्रणाचे प्रमाण चार पटीने वाढले असून ते ३० टक्क्यांपर्यंत वाढविण्याचे उद्दिष्ट सरकारने ठेवले आहे. २०१४ मध्ये पेट्रोलमध्ये असलेले ३८ कोटी लिटर इथेनॉल २०१७-१८ पर्यंत १४२ कोटी लिटरपर्यंत नेण्यात आल्याची माहिती केंद्र सरकारकडून प्रसिद्ध केलेल्या निवेदनात देण्यात आली आहे. थेट साखरेपासून इथेनॉल निर्मितीस परवानगी मिळाल्यास कारखान्यांना फायदा होऊ शकतो. आत्तापर्यंत फक्त 'बी' आणि 'सी' मोलॅसिसलाच परवानगी होती, पण या निर्णयाने थेट साखरेपासून इथेनॉल निर्मितीचा मार्ग मोकळा झाला आहे.

(संदर्भ : pib.gov.in)

सकाळ साखरेपासून मद्यार्क निर्मिती धोरण - विविध पैलू व परिणाम

भारतामध्ये ऊस उत्पादन, साखर, गूळ निर्मिती, उपपदार्थ, प्रक्रिया यासंबंधी धोरण आखताना अनेक पैलूंचा विचार करावा लागतो व मद्यार्कसारख्या उपपदार्थ उत्पादनाचा जैव इंधनासारखा स्पर्धाक्षम उपयोग शक्य झाल्याने, या प्रश्नाची व्यापकता आणि गुंतागुंत बऱ्याच प्रमाणात वाढली आहे. शेतकऱ्यांना उसाचे किफायतशीर मूल्य, ग्राहकांना परवडणाऱ्या दरात साखर/गूळ, आयात इंधनाची परकीय चलनात मोजावी लागणारी वाढती किंमत, मद्यार्काचा मद्य निर्मितीसाठी वापर व सदर मद्याचा अधिकृत/अनधिकृत व्यापार, अशा परस्परांना छेद देणाऱ्या अनेक बाबींचा विचार ऊस/साखरेपासून मद्यार्क निर्मिती धोरण ठरविताना केला जातो. मद्यार्काचा जैव इंधन म्हणून पेट्रोलमध्ये मिश्रण करण्याचा वापर हा तुलनेने नवीन व जेव्हा पेट्रोलियम पदार्थांचा आंतरराष्ट्रीय दर १३५ अमेरिकी डॉलर्स प्रतिपिंप (बॅरल) एवढा वाढला होता, त्या वेळच्या अपरिहार्यतेतून निर्माण झाला. प्रस्तुत विश्लेषण फक्त जैव इंधन म्हणून मद्यार्काचा वापर व त्या संबंधीचे नव्याने मान्य केलेले धोरण यापुरते मर्यादित आहे. २००८ मध्ये चढ्या पेट्रोल किंमतीचा मुकाबला करण्यासाठी, केंद्र सरकारने पहिल्यांदा पेट्रोल विकणाऱ्या कंपन्यांना ५ टक्के मद्यार्क पेट्रोलमध्ये मिसळण्याची सक्ती केली व पुढे जाऊन टप्प्याटप्प्याने मद्यार्काचे पेट्रोलमधील प्रमाण वाढवले जाईल असे सूचित केले. केंद्र सरकारने सप्टेंबर २०१९ मध्ये जाहीर केलेल्या मद्यार्क मूल्य धोरणात, साखरेपासून बनविलेल्या मद्यार्कास झुकते माप म्हणजे अधिक किंमत देऊ केली आहे; तसेच पेट्रोल विक्री करणाऱ्या कंपन्यांना १० टक्के व काही वेळा २० टक्क्यांपर्यंत पेट्रोलमध्ये मद्यार्क मिसळण्याची परवानगी दिली आहे.

नव्या धोरणानुसार 'क' दर्जाच्या मळीपासून बनविलेल्या मद्यार्कास रु. ४३.४६ ते रु. ४३.७५ प्रतिलिटर, 'ब' दर्जाच्या मळीपासून बनविलेल्या मद्यार्कास रु. ५२.४३ ते रु. ५४.२७ प्रतिलिटर तर उसाचा रस, साखरेपासून बनविलेल्या मद्यार्कास रु. ५९.४८ प्रतिलिटर असा दर ठरवून दिला आहे. मद्यार्क मिश्रित पेट्रोलच्या विक्री करण्याच्या धोरणामुळे, मद्यार्क निर्मितीत २०१३-१४ च्या ३८ कोटी लिटरच्या तुलनेत, २०१८-१९ मध्ये २०० कोटी लिटर इतकी घसघशीत वाढ झालेली आहे व एकप्रकारे मद्यार्क मिश्रित पेट्रोल विक्रीचे धोरण हे बऱ्याच प्रमाणात यशस्वी झाल्यासारखे दिसून येते. परंतु या प्रश्नाला काही देशांतर्गत व आंतरराष्ट्रीय आयाम आहेत व सतत बदलणाऱ्या भू-सामरिक व शेतीमाल आयात निर्यात व्यापाराचा मद्यार्क धोरणावर प्रभाव पडू शकतो. कृषी, कृषीआधारित प्रक्रिया उद्योग हे प्रामुख्याने भारतातील राज्यांच्या अखत्यारीतील विषय आहेत. त्यामुळे मळीचे उत्पादन, देशांतर्गत वाहतूक, निर्यात यावर संबंधित राज्य सरकारे प्रसंगी कठोर नियंत्रणे घालू शकतात. त्यामुळे मद्यार्क निर्मिती कारखाने ज्या त्या राज्यातच काढले जाण्याचे प्रमाण वाढले आहे व पर्यायाने यात गुंतवलेल्या भांडवलाची कार्यक्षमता तुलनेने कमी झाली आहे. याकरिता केंद्र सरकारने साखर कारखान्यांना अनुदान दिले आहे, तरीही राज्यांच्या पातळीवरील राजकीय हितसंबंध व स्थानिक शेतकऱ्यांच्या आग्रहांचा विपरीत परिणाम मद्यार्क निर्मितीवर होत आहे असे आढळते. हे जीएसटीच्या कक्षेत नसल्याने राज्य सरकारचा अवाजवी हस्तक्षेप दिसून येतो.

आंतरराष्ट्रीय संदर्भात ब्राझीलसारख्या देशाने साखर व मद्यार्कबाबत अत्यंत लवचिक धोरण अवलंबून, बदलत्या परिस्थितीस तातडीने तोंड देता येईल, किंबहुना शेतकऱ्यांचे हितसंबंध जपले जातील असे धोरण स्वीकारले आहे. युरोपीय संघानेही २५ ते ३० टक्क्यांपर्यंत मद्यार्कमिश्रित पेट्रोल वापरण्याचे धोरण ठरविले आहे. तशातच जर्मनी/फ्रान्स या देशांनी २०३०/४० नंतर पेट्रोल/डिझेलवर चालणाऱ्या वाहनांऐवजी फक्त विजेवर (बॅटरीवर) चालणाऱ्या वाहनांचे उत्पादन करण्याचे ठरविले आहे. या सर्व गोष्टींचा मद्यार्काच्या उत्पादन व जैव इंधन म्हणून वापरावर होणारा परिणाम निश्चितच अभ्यासनीय असेल.

• धनंजय जोगळेकर
कृषिविषयक घडामोडींचे तज्ज्ञ अभ्यासक

सकाळ राष्ट्रीय पातळीवरील पोषणस्थिती

भारतीयांमध्ये प्रथिनांची कमतरता हा पोषण तज्ज्ञांच्या दृष्टीने चिंतेचा विषय आहे. समाजातील सर्वच स्तरात कुपोषण दिसतंय. भारतात ३८ टक्के मुले कुपोषित तर ५० टक्के महिला अनॅमिक (रक्तक्षयी) असल्याचे नीती आयोगाने म्हटले आहे. भारतीय लोकांना दररोजच्या अन्नातून सरासरी ३७ ग्रॅम प्रथिनं मिळतात, असे जागतिक आरोग्य संघटनेच्या पाहणीत म्हटले आहे. सरासरी शिफारशीच्या तुलनेत हे प्रमाण जवळपास निम्म्याने कमी आहे. प्रत्येक व्यक्तीने वजनानुसार ०.८ ते १ ग्रॅम प्रथिने घ्यायला हवीत, अशी शिफारस ही संघटना करते. म्हणजे ७० किलो वजनाच्या माणसाने ५६ ते ७० ग्रॅम प्रथिने घ्यायला हवीत. प्रत्यक्षात तेवढी घेतली जात नाहीत. विकसित देशांच्या तुलनेत हे प्रमाण निम्म्याहून कमी आहे. भारत जागतिक अंडी उत्पादनात तिसरा, तर ब्रॉयलर्स उत्पादनात चौथा आहे. मात्र, दरडोई दरसाल अंडी सेवनात भारत (६९), अमेरिका (२५३) आणि चीन (३४८) यांच्या खूप मागे आहे. चिकन, मासे आणि दुधजन्य पदार्थांच्या प्रतिडोई सेवनाबाबतही जवळपास असेच चित्र आहे. सर्वांत धक्कादायक म्हणजे, ओईसीडी' या विकसित राष्ट्रांच्या ताज्या पाहणीत तर पोषणसुरक्षेत भारताचा क्रमांक हा दक्षिण आफ्रिका, ब्राझील आणि इंडोनेशिया आदी विकसनशील देशांच्या तुलनेत खूपच पिछाडीवर दिसतोय. देशांतर्गत पोल्ट्री, मत्स्य उद्योगाला गती देण्याची गरज आहे. अलीकडेच भारतीयांच्या आहारशैलीबाबत झालेल्या एका पाहणीत ९१ टक्के शाकाहारी आणि ८५ टक्के मांसाहारी वयस्कांमध्ये प्रथिनांची कमतरता आढळली. जवळपास ८८ टक्के वयस्क भारतीय प्रथिनांच्या बाबतीत कुपोषित असल्याचं समोर आलं. भारतीयांमध्ये प्रथिनांची कमतरता हा पोषण तज्ज्ञांच्या दृष्टीने चिंतेचा विषय आहे. समाजातील सर्वच स्तरात कुपोषण दिसतंय. आहारविषयक जागृतीवरही सरकारला भर द्यावा लागणार आहे. दररोज किती उष्मांक, प्रथिनं घ्यायला हवीत, याबाबत शालेय पातळीवर प्रचार-प्रसार करावा लागणार आहे.

• दीपक चव्हाण
शेती प्रश्नांचे तज्ज्ञ अभ्यासक व लेखक

सकाळ — राज्यातील रेशीम शेतीला चालना देण्यासाठी प्रोत्साहनपर अनुदान देण्याचा निर्णय : जिल्हा वार्षिक योजनेच्या निधीतून शेतकऱ्यांना हे अनुदान देण्यात येणार

दि. ८ सप्टेंबर २०१९ रोजी राज्यातील रेशीम शेतीला चालना देण्यासाठी प्रोत्साहनपर अनुदान देण्याचा निर्णय तत्कालीन राज्य सरकारच्या सहकार-पणन-वस्त्रोद्योग विभागाने घेतला. जिल्हा वार्षिक योजनेच्या निधीतून शेतकऱ्यांना हे अनुदान देण्यात येणार आहे.

काय आहे नेमकी कल्पना?

- बदलत्या हवामानामुळे शेती व्यवसायाला नित्य नवीन संकटांना सामोरे जावे लागत आहे. त्यामुळे बरेच शेतकरी पारंपरिक शेती सोडून रेशीम शेतीकडे वळत आहेत.
- रेशीम शेतीतून शेतकऱ्यांना उत्पन्नाची हमखास हमी मिळत असल्याने त्याकडे वळणाऱ्या शेतकऱ्यांची संख्या दिवसेंदिवस वाढताना बघायला मिळतेय.
- गेल्या दोन वर्षांच्या काळात राज्यभरातील रेशीम उत्पादनात वाढ झाली असून त्यातून शेतकऱ्यांना आर्थिक स्थैर्य प्राप्त होत आहे.
- त्यामुळे रेशीम शेतीला चालना देण्यासाठी सरकारकडून हा निर्णय घेण्यात आला आहे.
- सहकार विभागाच्या या निर्णयानुसार सी. बी. वाणाच्या कोशासाठी तीस, तर बायोहोलाटाईन (डबल हायब्रीड) वाणाच्या कोषांसाठी पन्नास रुपये प्रतिकिलो प्रोत्साहनपर अनुदान देण्यात येणार आहे.
- याशिवाय राज्यातील रेशीम खरेदी बाजारपेठ असलेल्या जालना, बारामती आणि सोलापूर येथे शेतकऱ्यांनी उत्पादित केलेल्या कोषांची खरेदी केली जाणार आहे.
- शेतकऱ्यांनी उत्पादन घेतलेल्या एकूण क्षेत्रांपैकी एका एकरावर सरासरी उत्पादित होणाऱ्या कोषांसाठीच शेतकऱ्यांना हे अनुदान मिळणार आहे.
- शेतकऱ्यांना देण्यात येणारे अनुदान थेटपणे शेतकऱ्यांच्या बँक खात्यात वर्ग केले जाणार आहे.

पारंपरिक शेतीपेक्षा रेशीम शेतीकडे कल का वाढतोय?

- बेभरवशाचे हवामान आणि शेतमालाचे चढे-उतरते भाव यांच्यापेक्षा रेशीम शेतीमधून ठराविक उत्पन्नाची हमखास हमी शेतकऱ्यांना मिळतेय.
- त्यामुळे रेशीम उद्योगात पुनर्लागवडीवरील खर्च वाचतो.
- शिवाय रोग आणि किडींचा मोठा धोका नसल्याने फवारणीवरील खर्चदेखील वाचतो.
- परिणामी शेतकऱ्यांच्या उत्पादन खर्चात मोठ्या प्रमाणात घट होते.
- उत्पादन खर्चाच्या तुलनेत रेशीम कोषांना बाजारपेठेत चांगले दर मिळतात. त्यामुळे शेतकऱ्यांच्या नफ्यात वाढ होते.

(संदर्भ : mahasamvad.in)

सकाळ — राज्यातील गटशेतीला चालना देण्यासाठी गटशेती योजनेला दोन वर्षे मुदतवाढ देण्यास राज्यशासनाची मंजुरी

दि. १० सप्टेंबर २०१९ रोजी राज्यातील गटशेतीला चालना देण्यासाठी अनुदान वाटपाची योजना अजून दोन वर्षे सुरू ठेवण्याचा प्रस्ताव तत्कालीन राज्यशासनाने मंजूर केला.

गटशेतीसाठी मिळणारे अनुदान प्रकल्पाच्या

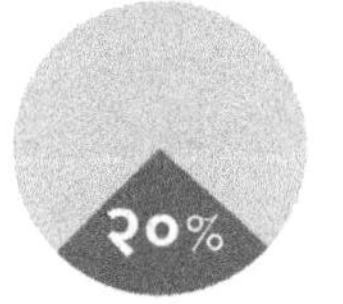

बँकांकडून कर्जरूपाने मिळणारा निधी

गटांना जमवावा लागणारा निधी

काय आहे गटशेती योजना?

- एका समूहातील शेतकऱ्यांनी एकत्र येऊन शिवारातील भौगोलिक क्षेत्रामध्ये सामूहिकरीत्या नियोजनबद्ध शेती करणे, शेती उत्पादनावर प्रक्रिया व मूल्यवर्धन करणे, शेतमालाच्या विक्रीसाठी सामूहिक व्यवस्था निर्माण करणे ही संकल्पना गटशेती योजनेमागे आहे. प्रत्यक्ष कसण्यालायक क्षेत्रात होणारी घट आणि शेतीमधील वाढता खर्च यामुळे शेतकऱ्यांच्या उत्पन्नवाढीसाठी गटशेती हा चांगला पर्याय असल्याचे शासनाचे मत. हाच दृष्टिकोन लक्षात ठेवून राज्य शासनाने गतवर्षीच्या ऑक्टोबरमध्ये योजनेच्या अंमलबजावणीस मान्यता दिली होती. त्यासाठी इस्राईलमधील गटशेतीचे मॉडेल डोळ्यासमोर ठेवण्यात आले होते. गटशेतीला चालना देण्याचाच एक भाग म्हणून कृषिविषयक शासकीय योजनांची बांधणीदेखील शेतकरी गटांना केंद्रस्थानी ठेवूनच केली जात आहे. गटशेतीसाठी प्रकल्पाच्या ६० टक्क्यांपर्यंत अनुदान मिळते. २० टक्के निधी बँकांकडून कर्जरूपाने मिळत असल्याने गटांना केवळ २० टक्के निधी जमवून योजनेत सहभागी होता येते.
- राज्यातील किमान २०० गटांना या योजनेचा लाभ मिळाला आहे.
- नोंदणीकृत गट आणि शेतकरी गट समूहांना योजनेत सहभागी होण्यासाठी गटाच्या शेतकऱ्यांची नोंदणी आत्मा संस्था/महाराष्ट्र सहकारी संस्था अधिनियम १९६० अथवा कंपनी अधिनियम १९५६ च्या तरतुदीअंतर्गत शेतकरी गटाच्या सर्व सदस्यांचे आधार बँक खात्याशी संलग्न असणे अनिवार्य आहे.
- गटशेती योजनेच्या माध्यमातून शेतकऱ्यांच्या चांगल्या संघटनांसाठी आणि उत्कृष्ट कामगिरीसाठी बक्षिसाची तरतूददेखील या योजनेत करण्यात आली आहे.

(संदर्भ : maharashtra.gov.in)

राज्यातील शेतकऱ्यांसाठी ‘स्मार्ट’ प्रकल्प : राज्यातील शेतकऱ्यांसाठी ‘महाराष्ट्र कृषी व्यवसाय व ग्रामीण परिवर्तन’ म्हणजेच ‘स्टेट ऑफ महाराष्ट्र ॲग्री बिझनेस ॲन्ड रुरल ट्रान्सफॉर्मेशन राबविण्यास मान्यता

दि. १० सप्टेंबर २०१९ रोजी राज्यातील शेतकऱ्यांसाठी ‘महाराष्ट्र कृषी व्यवसाय व ग्रामीण परिवर्तन’ म्हणजेच ‘स्टेट ऑफ महाराष्ट्र ॲग्री बिझनेस ॲन्ड रुरल ट्रान्सफॉर्मेशन (State of Maharashtra Agri Business and Rural Transformation - SMART)’ राबविण्यास तत्कालीन राज्यशासनाकडून मान्यता देण्यात आली.

- ‘स्मार्ट’ प्रकल्पासाठी **२२२० कोटींची तरतूद**
- त्यासाठी जागतिक बँकेकडून **७० टक्के निधी अल्प व्याज दरात** मिळणार
- कृषी संदर्भातील **१३ वेगवेगळ्या योजनांचा लाभ** शेतकऱ्यांना एकाच क्लिकवर मिळावा आणि थेट अनुदान वितरणात पारदर्शकतेसाठी ‘महाडीबीटी’ प्रणालीचे अनावरण

- या प्रकल्पासाठी २२२० कोटींची तरतूद करण्यात आली आहे. त्यासाठी जागतिक बँकेशी करार करून ७० टक्के निधी अल्प व्याज दरात प्राप्त होणार आहे.
- याशिवाय कृषी संदर्भातील १३ वेगवेगळ्या योजनांचा लाभ शेतकऱ्यांना एकाच क्लिकवर मिळावा आणि थेट अनुदान वितरणात पारदर्शकता यावी यासाठी ‘महाडीबीटी’ प्रणालीचे अनावरण आले.
- ‘महाडीबीटी’ प्रणालीद्वारे शेतकऱ्यांना एका क्लिकवर प्रधानमंत्री कृषी योजना, मुख्यमंत्री शाश्वत कृषी सिंचन योजना, कृषी यांत्रिकीकरण उप-अभियान, राष्ट्रीय अन्न सुरक्षा अभियान, डॉ. बाबासाहेब आंबेडकर कृषी स्वावलंबन योजना अशा १३ योजनांचा समावेश आहे.
- विविध योजनांसाठी शेतकऱ्यांना एकच अर्ज करावा लागणार आहे. योजनेचा लाभ घेताना ६० टक्के अनुदान शासन देणार आहे.
- या प्रकल्पांतर्गत २२२० कोटी रुपयांची गुंतवणूक प्रस्तावित असून ७० टक्के निधी जागतिक बँकेकडून अल्प व्याजदरात कर्ज म्हणून मिळणार आहे.
- उर्वरित ३० टक्क्यांपैकी २६.६७ टक्के निधी राज्य शासन देणार असून ३.३३ टक्के निधी खासगी क्षेत्रांचा सहभाग म्हणून ग्राम सामाजिक परिवर्तन फाउंडेशनच्या माध्यमातून उपलब्ध होणार आहे.
- ‘महाडीबीटी’ पोर्टलद्वारे शेतकऱ्यांची माहिती डेटाबेस करणे, योजनेचा लाभ मिळेपर्यंत अर्जाची स्थिती पाहणे, बनावट शेतकऱ्यांना योजनेचा लाभ घेता येणार नाही याची दक्षता घेणे या गोष्टींवर विशेष लक्ष देण्यात येणार आहे.
- त्यासाठी शेतकऱ्याचे आधार कार्ड आणि सातबारा लिंक करण्यात येणार आहे.
- प्रकल्पांतर्गत राज्यातील कृषिपूरक उत्पादनांसाठी तसेच विविध पिकांसाठी काढणी पश्चात हाताळणी व्यवस्थापन, शेतीमाल प्रक्रिया उद्योग उभारणी व बाजार जोडणी व्यवस्था निर्माण करून राज्यात कार्यक्षम व सर्वसमावेशक ‘एकात्मिक मूल्य साखळी’ उभारणीचे काम हाती घेण्यात येणार आहे.
- प्रकल्पासाठी राज्यातील ५० महत्त्वाच्या पिकांची यादी तयार करण्यात आली असून प्रकल्पांतर्गत शेतकऱ्यांच्या उत्पादक कंपन्या, गट, महिला, बचत गट, स्वयं सहायता गट, फेडरेशन्स, संघ, सहकारी संस्था, सोसायट्या आदींच्या माध्यमातून संघटित झालेल्या शेतकऱ्यांच्या संस्थांना ‘मूल्यसाखळी प्रकल्प’ उभारण्यासाठी अर्थसाहाय्य देण्यात येणार आहे.

(संदर्भ : maharashtra.gov.in)

प्राण्यांमध्ये आढळून येणाऱ्या पाय व मुखरोग या धोकादायक रोगाला प्रतिबंध करण्यासाठी मथुरा येथे राष्ट्रीय पशुरोग नियंत्रण कार्यक्रमाचा शुभारंभ

दि. ११ सप्टेंबर २०१९ रोजी पंतप्रधान नरेंद्र मोदी यांनी मथुरा येथे ‘राष्ट्रीय पशुरोग नियंत्रण कार्यक्रमाचा (National Animal Disease Control Programme)’ शुभारंभ केला.

- केंद्र सरकारने या योजनेसाठी येत्या पाच वर्षांच्या कालावधीकरिता १२.६५२ कोटी रुपयांचा निधी राखून ठेवला आहे.
- हा कार्यक्रम २०१९-२४ या कालावधीदरम्यान असणार आहे.
- प्राण्यांमध्ये आढळून येणाऱ्या पाय व मुखरोग (Foot and Mouth Disease - FMD) या धोकादायक रोगाला प्रतिबंध करण्यासाठी देशभरातल्या गुरे, म्हशी, मेंढ्या, शेळ्या अशा ६०० दशलक्षाहून अधिक जनावरांचे लसीकरण करणे हे या कार्यक्रमाचे लक्ष्य आहे.
- तसेच ब्रेसेलोसिस या रोगाला प्रतिबंध करण्यासाठी दरवर्षी ३६ दशलक्ष गाईंच्या मादा वासरांचे लसीकरण कार्यक्रमाचे उद्दिष्ट आहे.
- गुरे, म्हशी, मेंढ्या, शेळ्या आणि वराह इत्यादी पशुंमध्ये पाय व मुखरोग आणि ब्रेसेलोसिस हे रोग सामान्यपणे आढळून येतात.
- दुभत्या जनावरांना या रोगाची लागण झाली तर त्यांच्या संपूर्ण दुधाचे नुकसान होऊ शकते. रोगाचा परिणाम जवळपास चार ते सहा महिने टिकून राहतो.
- हा कार्यक्रम १००% केंद्र पुरस्कृत आहे.
- पाय व मुखरोग आणि ब्रेसेलोसिस या रोगांचे २०२५ पर्यंत नियंत्रण करणे; तसेच २०३० पर्यंत या रोगांचे संपूर्णपणे

उच्चाटन करणे हे उद्दिष्ट ठेवण्यात आले आहे.

भारतातील पशुधन :

- २०१२ च्या पशुगणनेनुसार भारतात ५१२.१ दशलक्ष इतके पशुधन आहे. यामध्ये ३७.२% इतके प्रमाण गाईंचे आहे.
- पशुधन गणना दर पाच वर्षांनी केली जाते. सर्वप्रथम अशी गणना १९७२ मध्ये केली गेली.
- पशुधनात उत्तर प्रदेश, राजस्थान, आंध्र प्रदेश व तेलंगणा ही राज्ये अव्वल क्रमांकावर आहेत.
- ब्रुसेलोसिस हा आजार "Ioonotic disease' या प्रकारात येतो. याचा अर्थ हा आजार मानव व प्राणी अशा दोहोंमध्ये आढळतो.

(संदर्भ : pmindia.gov.in, pib.nic.in)

सकाळ तब्बल तेवीस वर्षांच्या संशोधनानंतर भारतीय भाजीपाला संशोधन संस्थेच्या कृषी शास्त्रज्ञांना लाल भेंडीचे नवीन वाण शोधण्यात यश

दि. १० ऑक्टोबर २०१९ रोजी तब्बल तेवीस वर्षांच्या संशोधनानंतर भारतीय कृषी शास्त्रज्ञांना लाल भेंडीचे नवीन वाण शोधण्यात यश मिळाले आहे.

- भारतीय भाजीपाला संशोधन संस्थेच्या (Indian Institute of Vegetable Research - IIVR) वैज्ञानिकांना हे यश मिळाले. नवीन शोधलेल्या भेंडीच्या वाणाचा रंग लाल आहे.
- लाल रंगामुळे या भेंडीला 'काशी लालिमा' असे नाव देण्यात आले आहे.
- या नव्या प्रजातीच्या भेंडीमध्ये अँटिऑक्सिडंट, लोह व कॅल्शियमचे प्रमाण अधिक आहे.
- भारतामध्ये पारंपरिक हिरव्या भेंडीचे उत्पादन घेतले जाते. लाल रंगाच्या भेंडीचे उत्पादन पाश्चिमात्य देशात घेतले जाते.
- भारतामध्ये या भेंडीची आयात केली जाते. परंतु नवीन वाणाच्या शोधामुळे भारतामध्येच लाल भेंडीचे उत्पादन घेणे शक्य होणार आहे.
- भारतीय भाजीपाला संशोधन संस्थेमध्ये १९९५-९६ पासून या भेंडीसंदर्भात संशोधन सुरू होते. यामुळे तेवीस वर्षांच्या अथक प्रयत्नानंतर यश मिळाले आहे.
- या भेंडीचे बियाणे डिसेंबर महिन्यापासून शेतकऱ्यांना उपलब्ध करून देण्यात येणार आहे.
- सामान्य भेंडीपेक्षा या भेंडीची किंमत अधिक असणार आहे. सुरुवातीला साधारण शंभर ते पाचशे रुपये किलो दराने ही भेंडी ग्राहकांना उपलब्ध होऊ शकते.
- या भेंडीचे वाण ११-१४ सेंमी लांब व १.५-१.६ सेंमी व्यासाचे एवढे आहे.
- या भेंडीमध्ये क्लोरोफिलऐवजी एंथोसाइनिन हा घटक असतो ज्यामुळे भेंडीला लाल रंग प्राप्त होतो.
- सध्या या भेंडीचे हेक्टरी उत्पादन हिरव्या भेंडीपेक्षा कमी आहे, परंतु बाजारातील मूल्य अधिक असल्याने शेतकऱ्यांना दीडपट फायदा होणार आहे.
- लाल भेंडीच्या या वाणामध्ये फॉलिक ॲसिडचे प्रमाण अधिक आहे.

भेंडी पीक :

- भेंडी ही एक उत्तम फळभाजी आहे. भेंडीच्या फळात कॅल्शियम, आयोडिन व क जीवनसत्व भरपूर प्रमाणात असते.
- भेंडीचे पीक हलक्या, मध्यम तसेच सुपीक जमिनीत घेता येते.
- भेंडीच्या पिकास २००-४०० तापमान चांगले मानवते.
- वाण - पूसा सावनी, फुले उत्कर्षा, परभणी क्रांती, अर्का अनामिका, शितला ज्योती, शितला उपहार

भारतीय भाजीपाला संशोधन संस्था

(Indian Institute of Vegetable Research) :

- भारतीय भाजीपाला संशोधन संस्था ही भारतीय भाजीपाला पिकांमध्ये संशोधन करणारी अग्रगण्य संस्था आहे.
- या संस्थेची स्थापना १९९९ मध्ये उत्तर प्रदेशमधील वाराणसी येथे झाली.
- ही संस्था भारतीय कृषी संशोधन परिषदेंतर्गत कार्य करते.
- या संस्थेने काशी-भैरव, काशी मोहिनी, काशी विभूती, काशी मंगली या भेंडीच्या जाती विकसित केल्या आहेत.

(संदर्भ : org.in; https://iivr.org.in/particulars-its-organisation-functions-and-duties)

सकाळ केंद्रशासनाच्या पशुपालन व दुग्धविकास विभागाचा २० वा पशुजनगणना अहवाल- २०१९ प्रकाशित

दि. १६ ऑक्टोबर २०१९ रोजी केंद्रशासनाच्या पशुपालन व दुग्धविकास विभागाने २० व्या पशुजनगणनेचा अहवाल प्रकाशित केला आहे.

- या अहवालानुसार २०१९ मध्ये देशाचे पशुधन ५३५.७८ दशलक्ष एवढे झाले आहे. २०१२ च्या गणनेच्या तुलनेत (५१२.०५ दशलक्ष) यामध्ये ४.६% वाढ झाली आहे.
- यामध्ये गोधनाची संख्या ३०२.७९ दशलक्ष (गाय, म्हैस, मिथुना, याक) एवढी आहे. २०१२ च्या तुलनेत यामध्ये १% ने वाढ झाली आहे.
- या गणनेमध्ये देशांतील गाईंची संख्या १४२.१२ दशलक्ष एवढी आढळली आहे जी २०१२ च्या तुलनेत १८% अधिक आहे. यामध्ये विदेशी गाईंची संख्या २६.९% एवढी वाढली आहे.

सकाळ मॉन्सून एवढा लहरी का झाला?

पंधरा जुलैला सुरू झालेला पाऊस आपला चार महिन्यांचा नैसर्गिक व निर्धारित प्रवास १५ ऑक्टोबरपूर्वीच आटोपेल आणि सर्व आलबेल होईल, अशी भाबडी समजूत करून घेण्यात अर्थ नाही. २००२पासून मॉन्सूनचा पॅटर्न बदलला आहे. जागतिक तापमानवाढ किंवा हवामान बदल यांच्याशी त्याचा काहीएक संबध नाही. तरीही मग पाऊस असा लहरी का झाला आहे? खरेतर मॉन्सून म्हणजे पाऊस आणि पाऊस म्हणजे जीवनच! पण मॉन्सूनने आपले रूप बदलले की काय होते, हे आपण बघतच आहोत. गेल्या २० वर्षांपेक्षा जास्त कालावधीतील मॉन्सून अभ्यासावरून त्याचा पॅटर्न बदलला आहे, असे लेखकाचे ठाम मत आहे. वाऱ्याने दिशा, वेग, वेळ आणि स्थान बदललेला म्हणजेच 'पॅटर्न' बदललेला मॉन्सून आपण सारे अनुभवत आहोत. अंदाज होता ९६ टक्के सरासरी पावसाचा. प्रत्यक्षात देशात पडला ११० टक्के पाऊस. एकट्या महाराष्ट्रात सरासरीच्या १३२ टक्के पाऊस झाला. १५ नोव्हेंबरपर्यंतचा पाऊस मॉन्सूनचा म्हणून मोजल्यास हा आकडा कितीतरी वाढेल. १०२ वर्षांपूर्वी १९१७ मध्ये भारतात सरासरीच्या ११८ टक्के पाऊस झाला होता. यंदा १९९४ नंतरचा सर्वाधिक पाऊस आहे. यंदा देशभरातील जून, जुलै, ऑगस्ट, सप्टेंबर महिन्यांत अनुक्रमे ०, १०५, ११५ आणि १५२ टक्के पाऊस झाला. राज्यात ३२ टक्के पाऊस अतिरिक्त पडला आहे. राज्यात यंदा गेल्या ३० वर्षांतील सर्वाधिक पाऊस आहे. महाराष्ट्रात १९०१ पासून आतापर्यंतच्या ११९ वर्षांत चौथ्या क्रमांकाचा पाऊस आहे. मराठवाड्यात एकूण पावसाचे दिवस ३४ आहेत, याचाच अर्थ या ३४ दिवसांत पडणारे पावसाचे पाणी मराठवाड्याला ३६५ दिवस जपून वापरावे लागते. भारतात संततधार पाऊस पडण्याचे दिवस कमी होत अचानक कमी वेळात जास्त पाऊस वाढतो आहे.

सध्या 'मॉन्सून'चा प्रवास हा उशिरापर्यंत म्हणजे उशिरा आगमन, उशिरा परतीचा प्रवास असा होत आहे. यंदा पुणे, मुंबई, कोल्हापूर आदी अनेक शहरांत; तसेच ग्रामीण भागात सखल ठिकाणी ढगफुटी (१०० मिलिमीटर प्रतितास दराचा पाऊस) झाली. माहिती तंत्रज्ञानाचे केंद्र असलेल्या पुण्याच्या दक्षिण भागात २५ सप्टेंबरला झालेल्या ढगफुटीने २५ जीव घेतले. ६०० कोटींपेक्षाही जास्त संपत्तीचा दोन तासांत चुराडा झाला. गेल्या दोनशेहून अधिक वर्षांपासून हवामान खात्याने मॉन्सूनला १ जून ते ३० सप्टेंबर या कालखंडात बरसणारा तो मॉन्सून अशी व्याख्या करीत बांधून टाकले आहे. नेहमी ढोबळमानाने एक सप्टेंबरला नैर्ऋत्य मोसमी वाऱ्याच्या परतीचा प्रवास सुरू होतो व ३० सप्टेंबरला म्हणजे साधारणपणे ३० दिवसांनी पूर्ण होतो. यंदा नैर्ऋत्य मोसमी वाऱ्याचा परतीचा नऊ ऑक्टोबरला प्रवास सुरू झाला आणि १६ ऑक्टोबरला म्हणजे सात दिवसांत संपला, असे जाहीर केले गेले. सात दिवसांत घडलेला हा परतीचा प्रवास नेहमीपेक्षा पाचपट गतीने होत नैर्ऋत्य

मॉन्सून परतला, असे जाहीर झाले. मात्र मुळात तसे घडलेलेच नाही. मॉन्सूनचे वारे वाहण्याची दिशा कायम असली तरी ती काहीशी पूर्वेकडे सरकली आहे. समुद्राकडून जमिनीवर येणारे व जमिनीवरून समुद्राकडे वाहणाऱ्या वाऱ्यांची दररोजची वेळ व दिशा मुंबईसारख्या ठिकाणीदेखील बदलती आहे. बंगालच्या उपसागरात खालच्या बाजूसही चक्रीवादळे निर्माण होऊ लागली आहेत. अरबी समुद्रातदेखील कमी दाबाचे पट्टे आणि चक्रीवादळ याची संख्या यंदा वेगाने वाढली आहे.

मॉन्सूनची खरी सुरुवात मे-जूनऐवजी थेट जुलैमध्ये होताना दिसते आहे. ऑगस्टमध्येच खऱ्या अर्थाने तो सक्रिय होताना दिसतो. ऑक्टोबरमध्येही आणि कधी कधी तर डिसेंबर-जानेवारीमध्येदेखील पाऊस होत आहे. कारण मॉन्सूनचा परतीचा प्रवास लांबला आहे. भारतच नव्हे तर नेपाळ, भूतान, बांगला देश, तसेच पाकिस्तान या ठिकाणीही मॉन्सून पावसाचे प्रमाण बदललेले आहे. मॉन्सूनमधील बदल हा सौरवादळे व वाढलेली वैश्विक किरणे याचा परिणाम आहे. धन आयनची वातावरणात वाढलेली संख्या अचानक वातावरणात बदल घडवून आणते आहे. ग्लोबल वॉर्मिंग, ग्लोबल कूलिंग किंवा क्लायमेट चेंज नावाच्या जगभर भीती पसरविणाऱ्या 'प्रपोगंडा'शी याचा काहीएक संबंध नाही. नैर्ऋत्य मोसमी वारे परतताना परिस्थिती पाहून शेतकरी खरिपाच्या पिकाच्या काढणीला लागतो. मॉन्सून परतला ही हवामान खात्याने दिलेली वर्दी ऐकून या वेळी उत्तर व पश्चिम महाराष्ट्र, तसेच मराठवाड्यातील शेतकरी निश्चिंत झाला; पण पाऊस पडतच राहिला आणि द्राक्षे, कांदा, भाजीपाला, सोयाबीन, कपाशी, मका, भात, भुईमूग, बाजरी, ऊस आदी अनेक पिकांना याचा फटका बसला. मॉन्सूनच्या पॅटर्नमध्ये बदल होत असल्याने शेतीच्या पद्धतीत म्हणजे पीक पद्धतीत बदल करणे आवश्यक आहे. गेल्या १० वर्षांत नेपाळसारख्या देशातील शेतकऱ्याने आपल्या पिकांचा कालावधी व पेरणीची वेळ लांबविली आहे.

●

किरणकुमार जोहरे
हवामान व कृषिविषयक घडामोडींचे तज्ज्ञ अभ्यासक व लेखक

पूर्वप्रसिद्धी - सकाळ ॲग्रोवन

- देशामध्ये म्हशींची संख्या १०९.८५ दशलक्ष एवढी आहे जी मागील गणनेच्या तुलनेत १% अधिक आहे. गाई व म्हशींमध्ये दूध देणाऱ्या जनावरांची संख्या १२५.३४ दशलक्ष एवढी आहे जी २०१२ च्या गणनेच्या तुलनेत ६% अधिक आहे.
- देशामध्ये मेंढी व शेळ्यांची संख्या अनुक्रमे ७४.२६ दशलक्ष व १४८.८८ दशलक्ष एवढी आहे जी मागील गणनेच्या तुलनेत अनुक्रमे १४.१% व १०.१% इतकी वाढली आहे.
- देशात वराहांची संख्या ९.०६ दशलक्ष एवढी असून त्यामध्ये २०१२ च्या तुलनेत १२.०३% घट आहे.
- मिथुन, याक, घोडे, खेचर, गाढव व उंट या इतर पशुधनाची संख्या १.२४ दशलक्ष असून एकूण पशुधनामध्ये त्यांचा वाटा ०.२३% आहे.
- देशामध्ये घरगुती व व्यावसायिकरीत्या पाळलेल्या कोंबड्यांची संख्या ३१७.०७ दशलक्ष व ५३४.७४ दशलक्ष अनुक्रमे इतकी आहे.

२०१२ व २०१९ च्या पशुगणनेतील तुलना

पशु	२०१२ (दशलक्ष)	२०१९ (दशलक्ष)	वाढ/घट
१. मेंढी	६५.०६	७४.२६	१४.१%
२. शेळी	१३५.१७	१४८.८८	१०.१%
३. वराह	१०.२९	९.०६	-१२.०३%
४. म्हशी	१०८.७०	१०९.८५	१.०६%
५. गोधन	१९०.९०	१९२.४९	०.८३%
६. मिथुन	०.३०	०.३८	२६.६६%
७. याक	०.०८	०.०६	-२५%
८. घोडे	०.६३	०.४	-४५.५८%
९. गाढव	०.३२	०.१२	-६१.२३%
१०. उंट	०.४०	०.२५	-३७.०५%
एकूण	५१२.०६	५३५.७८	४.६३%

सर्वाधिक पशुधन असणारी राज्ये

क्र.	राज्य	संख्या (दशलक्ष)	वाढ/घट
१.	उत्तर प्रदेश	६७.८	-१.३५%
२.	राजस्थान	५६.८	-१.६६%
३.	मध्य प्रदेश	४०.६	११.८१%
४.	पश्चिम बंगाल	३७.४	२३.३२%
५.	बिहार	३६.५	१०.६७%
६.	आंध्र प्रदेश	३४	१५.७९%
७.	महाराष्ट्र	३३	१.६१%

देशामध्ये गाईंची सर्वाधिक संख्या पश्चिम बंगालमध्ये (१९ दशलक्ष) त्याखालोखाल उत्तर प्रदेश (१८.८ दशलक्ष), मध्य प्रदेश (१८.७ दशलक्ष), बिहार (१५.५ दशलक्ष) एवढी आहे.

- महाराष्ट्रामध्ये गाईंची संख्या १३.९ दशलक्ष एवढी असून २०१२ च्या तुलनेत त्यामध्ये १० टक्के घट आहे.

पशुधन जनगणना (Livestock Censes) :

- भारतामध्ये ठरावीक कालावधीनंतर पशुधनगणना केली जाते. सर्वप्रथम पशुधन जनगणना १९१९-२० मध्ये करण्यात आली. २०१९ मधील पशुधन जनगणना २०वी होती.
- २० वी पशुधन जनगणना शहरी व ग्रामीण भागात राज्यशासन व केंद्रशासित प्रदेशांच्या सहकार्याने पार पाडण्यात आली.
- या पशुधन जनगणनेत ८०,००० व्यक्तींचे साहाय्य घेण्यात आले. या व्यक्तींना राज्य, जिल्हा स्तरावर प्रशिक्षण देण्यात आले.
- २०१९ च्या पशुगणनेचे वैशिष्ट्य म्हणजे ही गणना टॅबलेटद्वारे पार पाडण्यात आली.
- नॅशनल इन्फॉर्मॅटिक्स सेंटरने यासाठी खास सॉफ्टवेअर तयार केले होते, ज्यामध्ये माहिती संग्रहित केली गेली.

(संदर्भ : pib.nic.in)

सकाळ केंद्रीय मंत्रिमंडळाच्या 'अर्थविषयक समितीकडून २०१९-२० च्या रब्बी हंगामासाठी किमान आधारभूत किंमतीची घोषणा

दि. २९ ऑक्टोबर २०१९ रोजी केंद्रीय मंत्रिमंडळाच्या 'अर्थविषयक समितीने' (Cabinet Commitee on Economic Affairs) २०१९-२० च्या रब्बी हंगामासाठी किमान आधारभूत किंमतीची (Minimum Support Price : MSP) घोषणा केली.

- 'शेतमालाच्या उत्पादन मूल्याच्या दीडपट भाव' या तत्त्वाला अनुसरून ही घोषणा करण्यात आली.
- आधारभूत किंमतीमध्ये सर्वाधिक वाढ मसूर (३२५ रुपये), त्यानंतर करडई (२७० रुपये) करण्यात आली आहे.
- पिकांचा उत्पादन खर्च हा किमान आधारभूत किंमत काढताना अत्यंत महत्त्वाचा असतो.
- यावर्षी करडई वगळता सर्वच पिकांना उत्पादन खर्चाच्या दीडपट किमान आधारभूत किंमत जाहीर करण्यात आली.
- किमान आधारभूत किमती

पीक	मागील वर्षीच्या (रुपये) किमान आधारभूत किमती	यावर्षीच्या किमान आधारभूत किमती	निव्वळ वाढ प्रतिक्विंटल
गहू	१८४०	१९२५	८५
बार्ली	१४४०	१५२५	८५
हरभरा	४६२०	४८७५	२५५
मसूर	४४७५	४८००	३२५
सरसो/मोहरी	४२००	४४२५	२२५
करडई	४९४५	५२१५	२७०

- यावर्षी घोषित केलेल्या किंमतीनुसार गुंतवणुकीवर सर्वाधिक लाभ (Return Over Cost) गहू या पिकासाठी (१०९%), तर सर्वांत कमी लाभ करडई (५०%) पिकासाठी मिळत आहे.

कृषी किंमत धोरण (Agriculture Price Policy) :

- कृषिमूल्य व किंमत आयोगाच्या (CACP-Commission on Agricultural Costing & Pricing) शिफारशीवरून किमान आधारभूत किंमत ठरवली जाते.
- एल. के. झा समितीने १९६४ मध्ये कृषी किंमत आयोग स्थापन करण्याची शिफारस केली होती. त्यानुसार १ जानेवारी १९६५ रोजी कृषी किंमत आयोगाची स्थापना झाली.
- १९८५ मध्ये आयोगाचे नाव बदलून 'कृषिमूल्य व किंमत आयोग (CACP)' असे ठेवण्यात आले.

किमान आधारभूत किंमत ठरविण्यासाठी खालील बाबींचा विचार केला जातो.
▪ उत्पादनाचे मूल्य
▪ कृषी आदान व प्रदानांच्या किंमतीमधील तुलनात्मकता.
▪ मागणी व पुरवठा
▪ कृषी व गैरकृषी क्षेत्रातील व्यापारशर्तीमधील बदल.
▪ आंतरराष्ट्रीय किंमत पातळी

- देशात एकूण २३ वस्तूंसाठी किमान आधारभूत किंमत जाहीर केली जाते. यामध्ये सात अन्नधान्य, पाच कडधान्य, सात तेलबिया व चार नगदी पिकांचा समावेश होतो.
- किमान आधारभूत किंमती कृषिमूल्य व किंमती आयोग सुचविते व मंत्रिमंडळाची 'अर्थविषयक समिती' यास मान्यता देते.

(संदर्भ : pib.nic.in)

२०१९ वर्षांतील भौगोलिक संकेतांक (GI Tag)

भौगोलिक संकेतांक (GI Tag) :

- देशातील एखाद्या विशिष्ट प्रदेशातील विशिष्ट उत्पादनाला विशेष ओळख म्हणून हा संकेतांक देण्यात येतो.
- जागतिक व्यापार संघटनेच्या (WTO) सदस्य देश म्हणून भारताने 'वस्तूंचे भौगोलिक संकेतन (नोंदणी आणि संरक्षण) कायदा १९९९' आणला. हा कायदा देशात सन २००३ पासून लागू झाला.

	वस्तू	मूळ प्रदेश
१.	ग्रीन टी	दार्जिलिंग (पश्चिम बंगाल)
२.	व्हाईट टी	दार्जिलिंग (पश्चिम बंगाल)
३.	दिंडीगुल	दिंडीगुल (तमिळनाडू)
४.	कदांगी साडी	कराईकुडी (तमिळनाडू)
५.	थिरूर तंबाखू पान	केरळ (थिरूर)
६.	थॉलपॉन - रेशमी वस्त्र	मिझोराम
७.	मिझो पुओंची (शाल)	मिझोराम
८.	पंचामृतम प्रसादम	मुरुगन मंदिर (तमिळनाडू)
९.	कोल्हापुरी चप्पल	कोल्हापूर (महाराष्ट्र)
१०.	कंधामल हळद	ओडिशा
११.	कुर्ग अरेबिका कॉफी	कर्नाटक
१२.	वायनाड रोबुस्टा कॉफी	केरळ
१३.	चिकमगळुर कॉफी	कर्नाटक
१४.	बाबाबुदानगिरी अरेबिका कॉफी	कर्नाटक
१५.	अराकु व्हॅली अरेबिका कॉफी	आंध्र प्रदेश - ओडिशा
१६.	सिरसी सुपारी	कर्नाटक
१७.	इरोड हळद	तमिळनाडू
१८.	मरायुर गूळ	केरळ
१९.	शाही लिच्छी	बिहार
२०.	कडकनाथ चिकन	जबुआ (मध्य प्रदेश)
२१.	ओडिशा रसगुल्ला	ओडिशा

(संदर्भ : ipindia.nic.in)

सकाळ कृषी उत्पन्नवाढीचे गणित

अन्नधान्याच्या बाबतीत देशाला दुष्काळमुक्त करण्याचे काम शेतकऱ्यांनी या पूर्वीच केलेय. गेल्या दशकभरात दूध, भाजीपाला, फळे, अंडी, मासे यांच्या उत्पादनात लक्षणीय वाढ झाली आहे. या उत्पादनवाढीचा शेतकऱ्याला कितपत लाभ झाला, हे पाहणे उद्बोधक ठरेल. जगातील सर्वाधिक म्हणजे एक तृतीयांश (१/३) कुपोषित बालके भारतात आहेत. त्यातील बहुसंख्य ग्रामीण भागातील व शेतकरी, शेतमजूर कुटुंबातील आहेत. ५० टक्क्यांहून अधिक शेतकरी कुटुंबे अतिदरिद्री या सदरात मोडतात. कुपोषित बालके याच कुटुंबांतील आहेत. अन्नदात्याच्या पोराबाळांनाच उपाशी ठेवण्याचे काम आपल्याकडील व्यवस्थेने केले आहे, असे म्हणावे लागेल. सध्या डाळी, भाजीपाल्याचे दर वाढताहेत हेही खरे आहे; परंतु भाजीपाल्याच्या दरातील वाढ तात्कालिक, हंगामी स्वरूपाची आहे, तर डाळींच्या दरवाढीला कडधान्याच्या उत्पादन वाढीकडे शासकीय पातळीवरील अक्षम्य दुर्लक्ष कारणीभूत आहे. उत्पादन स्थैर्याचा पाया तसा हरितक्रांतीच्या रूपाने घातला गेला. नंतरच्या काळातील आधुनिक तंत्राचा वाढता वापर, सिंचन क्षेत्रातील वाढ, सूक्ष्म सिंचन पद्धतीचा वाढता वापर यामुळे नैसर्गिक, प्रतिकूलतेवर मात करणे शक्य झाले. वास्तविकपणे सूक्ष्म सिंचनाचा भांडवली खर्च सामान्य शेतकऱ्यांच्या आवाक्यापलीकडचा असतो. राज्य सरकारांनी अनुदानाच्या रूपाने त्यावर तोडगा काढला आहे. तेलंगणा, आंध्र प्रदेश, तमिळनाडू ही राज्ये सूक्ष्म सिंचनावर ८० ते १०० टक्के अनुदान देतात. परंतु १/३ क्षेत्र अवर्षणप्रवण असणाऱ्या महाराष्ट्रातील सरकार अनुदान देताना मात्र हात आखडता घेते. सूक्ष्म सिंचनासाठी शासन ४५ ते ५५ टक्के अनुदान देत असल्याचा दावा करत असले, तरी प्रत्यक्षात २५ ते ३० टक्के अनुदान, तेही एक-दीड वर्षानंतर शेतकऱ्याच्या पदरात पडते. सूक्ष्म सिंचनासाठी हात आखडता घेणारे सरकार ट्रॅक्टर खरेदीसाठी मात्र एक लाख रुपयांचे अनुदान सढळ हस्ते देते. यात शेतकऱ्याच्या हिताचा विचार किती अन् कंपनीच्या हिताचा विचार किती, याचे उत्तर ज्यांनी त्यांनी शोधलेलेच बरे. अन्नधान्य, भाजीपाला, फळे, दूध इत्यादींच्या उत्पादनात भरघोस वाढ झाली, उत्पादनाला स्थिरता आली, ग्राहकांना लाभ झाला; परंतु या प्रक्रियेत महत्त्वाचा घटक शेतकरी मात्र या लाभांपासून वंचित राहिला. त्याच्या उत्पन्नाची वजाबाकी सुरू झाली आहे, हेच अलीकडच्या काळातील शेतकऱ्यांमधील वाढत्या असंतोषाचे कारण आहे. उत्पन्नवाढीचे गणित नेमके चुकते कुठे, हेही समजून घ्यावे लागेल.

किमान हमीभाव, भावांतर, 'पीएम आशा' अशा वेगवेगळ्या योजना शेतकऱ्यांना किफायतशीर भाव मिळवून देण्याच्या नावाखाली आणण्यात आल्या; परंतु अंमलबजावणीतील हलगर्जीपणामुळे त्या सर्व फोल ठरल्या. आपल्याप्रमाणेच किमान हमीभाव योजना चीनमध्ये एकेकाळी राबवली गेली. अंमलबजावणीतील काटेकोरपणामुळे ती शेतकऱ्यांना लाभदायी ठरली. प्रगत देशांकडून जागतिक व्यापार संघटनेत घेतल्या जाणाऱ्या आक्षेपांमुळे ती गुंडाळण्यात आली. चीनमध्ये सध्या शासनाकडून धारण क्षेत्रानुसार शेतकऱ्यांच्या खात्यावर रक्कम जमा केली जाते. सरंजामशाहीत सरंजामदार शेतसाऱ्याच्या रूपाने शेतकऱ्यांकडील वाढावा (अतिरिक्त उत्पन्न) काढून घेत. या काळात शेतकऱ्यांची स्थिती तशी हलाखीची होती, तरीही शेतकऱ्यांनी आत्महत्या केल्याची नोंद इतिहासात आढळत नाही. आता सरंजामशाही जाऊन भांडवलशाही आली, तरी शेतकऱ्यांच्या आत्महत्या वाढत आहेत.

●

प्रा. सुभाष बागल

लेखक शेतीप्रश्नांचे अभ्यासक

विज्ञान आणि तंत्रज्ञान

सातत्याने वेगात बदलत आणि विस्तारत जाणारे 'नेव्हर सेटल' असे विज्ञान आणि तंत्रज्ञानाचे क्षेत्र सर्वांनाच नव्या नव्या शोधाने आणि तंत्रज्ञानाने अंचबित करत आहे. असेच बदल २०१९ या वर्षात संपूर्ण जगाने अनुभवले. साडेपाच कोटी प्रकाशवर्षे दूर असलेल्या कृष्णविवराचे छायाचित्र काढण्यात शास्त्रज्ञांना आलेले यश, रशियाचा 'फेडर' हा मानवी आकाराचा पहिला अंतराळ रोबो, चीनची बायडू दिशादर्शक प्रणाली, जगातील सर्वात मोठ्या 'स्ट्रॅटोलाँच' या विमानाचे यशस्वी उड्डाण, दक्षिण कोरियाची ५ जी मोबाईल सेवा ही त्याची काही निवडक उदाहरणे. महाराष्ट्रातील हिंगोली परिसरात लेसर इनफेरोमीटर वेव्ह ऑब्झर्वेटरी उभारण्याची करण्यात आलेली घोषणा, मिशन शक्ती ही यशस्वी उपग्रहभेदी चाचणी, ते चांद्रयान-२ मोहिमेतील अपयशाने खचून न जाता पुन्हा नव्या जोमाने घेतलेली भरारी यांसारख्या वर्षभरातील विज्ञान तंत्रज्ञान क्षेत्रामधील महत्त्वाच्या घडामोडींचा वेध या प्रकरणात...

चीनच्या 'बायडू' दिशादर्शक प्रणालीला प्रारंभ

दिनांक २७ डिसेंबर २०१८ पासून चीनच्या 'बायडू' या दिशादर्शक उपग्रह प्रणालीद्वारे (BeiDou Navigation Satellite System) वैश्विक सेवा प्रणालीला प्रारंभ.

- सप्तर्षी नक्षत्रास (Big Dipper Constellation) चीनमध्ये 'बायडू' (BeiDou) हे नाव.
- ३० ऑक्टोबर २००० रोजी या प्रणालीचा पहिला 'बायडू' १ ए (BeiDou-1A) उपग्रह प्रक्षेपित.
- या प्रणालीचे तीन टप्प्यांमध्ये (3 Phases) प्रक्षेपण, पहिला टप्पा २००७ मध्ये (BeiDou-1) पूर्ण.
- २०११ मध्ये दुसरा टप्पा (BeiDou-2) पूर्ण व डिसेंबर २०१२ मध्ये आशिया-प्रशांत क्षेत्रातील ग्राहकांसाठी सेवा सुरू.
- २०१५ पासून वैश्विक सेवेसाठी तिसऱ्या टप्प्याची (BeiDou-3) सुरुवात.
- सध्या या प्रणालीत ३३ उपग्रह कार्यान्वित, २०२० मध्ये पूर्णतः ३५ उपग्रहांचा समावेश
- या प्रणालीचा उपयोग : दिशादर्शक, वाहतूक, हवामान अंदाज या सारख्या नागरी सेवा व संरक्षण सेवांसाठी
- चीनच्या China National Space Administration (CNSA) द्वारे व्यवस्थापन.

इतर दिशादर्शक उपग्रह प्रणाली (Navigation Satellite System)

देश	प्रणाली	एकूण उपग्रह	व्याप्ती
अमेरिका	GPS	३२	वैश्विक
रशिया	GLONASS	२८	वैश्विक
युरोपीय युनियन	GALILIEO	३०	वैश्विक
चीन	BeiDou	३५	वैश्विक
भारत	NAVIC	७	स्थानिक

नाविक (NAVIC : Navigation with Indian Constellation) विषयी :

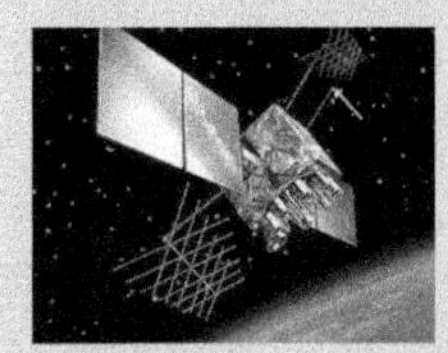

- भारताची स्वतःची स्थानिक दिशादर्शक प्रणाली
- एकूण ७ उपग्रह (३ उपग्रह - भूस्थिर कक्षेत (Geostationary), तर ४ उपग्रह - भूसमकालीन कक्षेत (Geosynchronous)
- उपग्रहांची भ्रमणकक्षा ३६००० किमी.
- प्रणालीतील पहिला उपग्रह IRNSS-1A हा १ जुलै २०१३ मध्ये तर शेवटचा उपग्रह IRNSS-1G हा २८ एप्रिल २०१६ रोजी PSLV प्रक्षेपकाद्वारे प्रक्षेपित.
- प्रणालीद्वारे दोन सेवा एसपीएस (Standard Positioning Service) व आरएस (Restricted Service.)
- एसपीएस (Standard Positioning Service) सर्वांसाठी खुली व तिची अचूकता २० मी. पर्यंत.
- आरएस (Restricted Service) अधिकृत वापरकर्त्यांसाठी व तिची अचूकता १० मी. पर्यंत. या सेवेचा उपयोग मुख्यतः सैन्यदलांसाठी.
- प्रधानमंत्री नरेंद्र मोदी यांच्याकडून या प्रणालीस 'नाविक' हे नाव

(संदर्भ : en.beidou.gov.cn, isro.gov.in, defense.gov)

जालंधरमध्ये १०६ व्या भारतीय विज्ञान काँग्रेसचे आयोजन

दिनांक ३ ते ७ जानेवारी, २०१९ या कालावधीत संपन्न झालेल्या १०६ व्या भारतीय विज्ञान काँग्रेस (Indian Science Congress) या विज्ञानविषयक आर्थिक संमेलनाचे पंतप्रधान नरेंद्र मोदी यांच्या हस्ते लव्हली प्रोफेशनल विद्यापीठ (Lovely Professional University), जालंधर (पंजाब) येथे

उद्‌घाटन झाले.

- संमेलनाची संकल्पना, भविष्यकालीन भारत : विज्ञान आणि तंत्रज्ञान (Future India - Science and Technology)
- **संमेलनाध्यक्ष :** मनोज चक्रवर्ती
- उद्‌घाटनप्रसंगी पंतप्रधानांचे नवीन ध्येयवाक्य : 'जय जवान, जय किसान, जय विज्ञान और जय अनुसंधान'.
- 'जय जवान, जय किसान' हे घोषवाक्य प्रधानमंत्री लालबहादूरशास्त्री यांचे (१९६५) तर 'जय विज्ञान' हे घोषवाक्य पोखरण अणुचाचणीनंतर माजी पंतप्रधान अटल बिहारी वाजपेयी (१९९८) यांचे.
- संमेलनात राष्ट्रीय किशोर विज्ञान संमेलन, महिला विज्ञान काँग्रेस, विज्ञान संचारक संमेलन, विज्ञान प्रदर्शन अशा विभागीय सत्रांचे आयोजन

भारतीय विज्ञान काँग्रेसविषयी :

लक्षात ठेवा

- **सुरुवात** - १५ जानेवारी १९१४
- **उद्देश** - भारतातील वैज्ञानिक वातावरणास प्रोत्साहन व आवश्यक शोध प्रबंध संशोधनपत्रे, नियतकालिकांचे प्रकाशन
- १५ ते १७ जानेवारी १९१४ दरम्यान सर आशुतोष मुखर्जी यांच्या अध्यक्षतेखाली एशियाटिक सोसायटी, कोलकाता येथे पहिल्या भारतीय विज्ञान काँग्रेस संमेलनाचे आयोजन
- भारताच्या विविध भागांतून १०५ वैज्ञानिक उपस्थित
- दि. ३ जानेवारी १९४७ रोजी आयोजित ३४ व्या संमेलनाचे अध्यक्ष पं. जवाहरलाल नेहरू. या संमेलनापासून परकीय वैज्ञानिकांना संमेलनास निमंत्रित करण्याची पद्धत सुरू
- १९७५ मध्ये ६२ व्या संमेलनाचे अध्यक्षपद प्रथमच महिला वैज्ञानिक असीमा चॅटर्जी यांना.

मागील वर्षांतील भारतीय विज्ञान काँग्रेस

संमेलन क्र.	वर्ष	स्थळ	अध्यक्षपद	संकल्पना (Theme)
१००	२०१३	कोलकाता	पंतप्रधान मनमोहन सिंग	भारताच्या भविष्यकालीन जडणघडणी करिता विज्ञान
१०१	२०१४	जम्मू	रणबीर चंदर सोबती	सर्वसमावेशी विकासासाठी विज्ञान, तंत्रज्ञानातील नवकल्पना
१०२	२०१५	मुंबई	सर्जेराव भाऊराव निमसे	मानवी विकासासाठी विज्ञान, तंत्रज्ञान
१०३	२०१६	म्हैसूर	अशोक कुमार सक्सेना	भारतातील स्वदेशी विकासाकरिता विज्ञान आणि तंत्रज्ञान
१०४	२०१७	तिरूपती	डी. नारायण	राष्ट्रीय विकासाकरिता विज्ञान, तंत्रज्ञान
१०५	२०१८	इंफाळ (मणिपूर)	डॉ. अच्युत संमता	दुर्गम भागात विज्ञान तंत्रज्ञानाच्या साहाय्याने पोहोच
१०६	२०१९	जालंधर (पंजाब)	डॉ. मनोज चक्रवर्ती	भविष्यकालीन भारत : विज्ञान, तंत्रज्ञान

भारतीय विज्ञान काँग्रेस संस्थेविषयी

(Indian Science Congress Association) :

- स्थापना- १९१४ कोलकाता
- प्रो. जे. एल. सिमॉन्सन (Prof. J. L. Simonsen) व प्रो. पी. एस. मॅकमोहन (Prof. P. S. Mcmohan) या दोन ब्रिटिश वैज्ञानिकांच्या हस्ते या संस्थेची सुरुवात
- ब्रिटिश असोसिएशन फॉर ॲडव्हान्समेंट ऑफ सायन्स या संमेलनाच्या धर्तीवर भारतात वैज्ञानिक संमेलन भरवावे, या उद्देशाने भारतीय विज्ञान काँग्रेसचा शुभारंभ.

(संदर्भ : pib.nic.in, dst.gov.in)

सकाळ

भारत सरकारच्या 'जय विज्ञान, जय अनुसंधान' या ध्येयाला चालना देण्यास, तसेच विद्यार्थ्यांमध्ये अवकाश संशोधनाविषयी जागृती निर्माण करण्यासाठी 'इस्रो'तर्फे युवा वैज्ञानिक कार्यक्रमाची घोषणा

दि. १९ जानेवारी २०१९ रोजी भारतीय अवकाश संशोधन संस्थेतर्फे (Indian Space Research Organisation) शालेय विद्यार्थ्यांसाठी 'युविका' (YUva VIgyani KAryakram) (Young Scientist Programme) कार्यक्रमाची घोषणा करण्यात आली.

- **उद्देश :** भारत सरकारच्या 'जय विज्ञान, जय अनुसंधान' या ध्येयाला चालना देणे, विद्यार्थ्यांमध्ये अवकाश संशोधनाविषयी

जागृती निर्माण करणे

- **संकल्पना :** दिनांक १ जानेवारी २०१९ रोजी इस्त्रोचे अध्यक्ष के. सिवन यांच्या निवडक ४० विद्यार्थी व १० शिक्षकांसोबत इस्त्रोतर्फे आयोजित विद्यार्थी संवाद (Samwad with Students) कार्यक्रमातील सहभागातून.
- **कार्यक्रमाचा उपयोग :** विद्यार्थ्यांना त्यांच्या शैक्षणिक माहितीचा वापर अवकाश विज्ञान व तंत्रज्ञान विषयात करण्यासाठी.

युवा वैज्ञानिक कार्यक्रमाविषयी :

- दरवर्षी उन्हाळी सुट्टीत जवळजवळ २ आठवडे कार्यक्रम
- स्वरूप : प्रख्यात शास्त्रज्ञांची चर्चासत्रे व अनुभवकथन, प्रयोगशाळा भेटी, प्रायोगिक अनुभव, अभिप्राय सत्रे
- पात्रता : सर्व राज्ये व केंद्रशासित प्रदेशांतील आठवी उत्तीर्ण झालेल्या नववीत शिकणाऱ्या प्रत्येकी ३ विद्यार्थ्यांची निवड
- सुविधा : विद्यार्थ्यांची भोजन, निवास व प्रवास व्यवस्था इस्त्रोद्वारे.

लक्षात ठेवा

भारतीय अवकाश संशोधन संस्थेविषयी :

- स्थापना- दिनांक १५ ऑगस्ट १९६९
- विद्यमान अध्यक्ष - डॉ. के. सिवन
- भारत सरकारच्या अवकाश विभागाच्या (Department of Space) अंतर्गत १९६२ मध्ये डॉ. विक्रम साराभाई यांच्या अध्यक्षतेखाली इन्कोस्पार (Indian National Committee for Space Research) या भारतीय अवकाश कार्यक्रमासाठीच्या समितीची स्थापना, त्यातून पुढे 'इस्त्रो'ची कल्पना.
- दिनांक १९ एप्रिल १९७५ रोजी इस्त्रोने बनवलेल्या पहिल्या आर्यभट्ट उपग्रहाचे सोव्हिएत युनियनद्वारे प्रक्षेपण.
- १९८० इस्त्रोद्वारे निर्मित पहिल्या भारतीय प्रक्षेपकाद्वारे (SLV-3) रोहिणी या उपग्रहाचे प्रक्षेपण.
- दिनांक २२ ऑक्टोबर २००८ रोजी चांद्रयान व ५ नोव्हेंबर २०१३ रोजी मंगळयान मोहिमेची सुरुवात
- दिनांक १५ फेब्रुवारी २०१७ रोजी इस्त्रोकडून सर्वाधिक १०४ उपग्रहांचे यशस्वी प्रक्षेपण.

(संदर्भ : isro.gov.in)

सकाळ

पृथ्वीच्या जवळच्या कक्षेतून मार्गक्रमण करणाऱ्या भारताच्याच जुन्या उपग्रहावर क्षेपणास्त्राने अचूक मारा करून मिशन शक्ती ही उपग्रहभेदी चाचणी यशस्वी

दि. २७ मार्च २०१९ रोजी पृथ्वीच्या जवळच्या कक्षेतून ३०० किलोमीटर अंतरावरील मार्गक्रमण करणाऱ्या भारताच्याच जुन्या उपग्रहावर क्षेपणास्त्राने अचूक मारा करून तीन मिनिटांतच पाडून चाचणी यशस्वी झाली.

- संरक्षण विकास व संशोधन विभागाच्या (डीआरडीओ), तसेच भारतीय अवकाश संशोधन संस्थेच्या (इस्त्रो) तंत्रज्ञ व शास्त्रज्ञांकडून या यशस्वी मोहिमेचे नेतृत्व.
- पंतप्रधान नरेंद्र मोदी यांच्याकडून घोषणा तसेच अँटी सॅटेलाइट मिसाइल क्लबमध्ये भारताचा समावेश झाल्याचे स्पष्ट
- यामुळे औचित्याचा प्रश्न निर्माण झाला. लोकसभा निवडणुकीची आचारसंहिता लागू झालेली असल्याने या विषयाचे गांभीर्य वाढले.
- राष्ट्रीय सुरक्षेशी संबंधित विषयांच्या निवेदनांच्या बाबतीत आचारसंहितेतील तरतुदींबाबत अपवाद केला जातो, असे निवडणूक आयोगाकडून स्पष्ट
- उपग्रहभेदी क्षेपणास्त्राची यशस्वी चाचणी करून भारताचे अवकाश महासत्तांच्या पंक्तीत मानाचे स्थान
- संभाव्य धोक्यांना तोंड देण्यासाठी अशा प्रतिरोधाची गरज
- एकविसाव्या शतकातील युद्धतंत्रात आमूलाग्र बदल झाल्याने जमिनीवर, समुद्रावर आणि हवाई क्षेत्रापुरते युद्ध मर्यादित राहिलेले नसून, अवकाशातही लढले जाणार
- 'स्पेस' आणि 'सायबर स्पेस ही क्षेत्रे भविष्यात महत्त्वाची ठरणार
- अवकाशात उपग्रह सोडून त्याद्वारे हेरगिरीचे प्रकार होतात
- भारत अशा प्रकारच्या हेरगिरीचे लक्ष्य ठरू नये; तसेच त्याचा मुकाबला करण्यासाठी भारताकडे शक्ती असावी म्हणून हे मिशन
- या मोहिमेची तयारी २००८ पासून चाललेली होती. दीर्घकाळ चाललेल्या संशोधनाने व प्रयत्नामुळे यश.
- अवकाशात सोडलेल्या उपग्रहांमार्फत दळणवळण, हवामानविषयक अंदाज अशा अनेक उपयोगांप्रमाणेच उपग्रहामार्फत टेहळणी करणे, प्रतिस्पर्धी देशांची गोपनीय माहिती मिळविणे, हेही कार्य.
- अमेरिका, रशिया, चीनने या क्षेत्रात महत्त्वपूर्ण प्रगती केल्याने अवकाश संशोधन क्षेत्रातील संशोधनात आपल्या देशाचे

हितसंबंध सुरक्षित ठेवण्यासाठी या क्षेत्रातील तांत्रिक क्षमता वाढविण्याचा मुद्दा महत्त्वाचा.

- 'मिशन शक्ती' हे त्यादृष्टीनेही महत्त्वाचे पाऊल.
- शांततापूर्ण आणि विधायक कामांसाठी अवकाश तंत्रज्ञानाचा उपयोग केला जावा, अशी भारताची भूमिका.
- युद्धतंत्राच्या बाबतीत भारत आंतरराष्ट्रीय नियम आणि करारांना बांधील.
- या नियमांप्रमाणेच अवकाश मोहिमांच्या बाबतीतही भारताने आंतरराष्ट्रीय नियम आणि करार पाळले
- 'मिशन शक्ती' चाचणीदेखील त्याला अपवाद नाही, हे पंतप्रधान नरेंद्र मोदींकडून जाहीर
- 'प्रिव्हेंशन ऑफ आर्म रेस इन स्पेस' हा अवकाश सुरक्षेबाबत नवीन करार लवकरच अस्तित्वात येणार.
- अंतराळातला शस्त्रस्पर्धाबंदी करार.' असे या कराराचे नाव असून या कराराने अवकाशातली शस्त्रस्पर्धा रोखण्यात येणार.
- अमेरिका, रशिया, चीन या देशांना अवकाशात फक्त आपले अस्तित्व राखायचे आहे त्याकरिता हा करार

इतर देशांनी घेतलेल्या चाचण्या

- चीनने ११ जानेवारी २००७ रोजी स्वतःचा एक हवामानविषयक उपग्रह ए-सॅटद्वारे पाडला, तो उपग्रह पृथ्वीच्या ध्रुवीय कक्षेत ८६५ किलोमीटरवर अंतरावर होता.
- चीनच्या आधी शीतयुद्धाच्या कालखंडात अमेरिकेने ए-सॅट मोहीम राबवली
- तांत्रिक अचूकतेच्या अभावामुळे १९८०च्या दशकात ही मोहीम रद्द करण्यात आली, पुढे २० फेब्रुवारी २००८ ला अमेरिकेची ए-सॅटची चाचणी यशस्वी.
- शत्रूचे उपग्रह विविध पद्धतीने अडथळा निर्माण करत असतील, तर त्यांच्यावर मारा करून त्यांना पाडण्याची क्षमता याला संरक्षण आणि सुरक्षेच्या भाषेत 'स्पेस ॲसेट' असे म्हणतात.

स्टार वॉर्स

- शीतयुद्धाच्या कालखंडात अमेरिकेचे तत्कालीन अध्यक्ष रेगन यांनी 'स्टार वॉर्स' नावाने २३ मार्च १९८३ ला 'स्ट्रॅटेजिक डिफेन्स' इनिशिएटिव्ह (एसडीआय)' ही योजना सुमारे दोनशे अब्ज डॉलर एवढा खर्च करून तत्कालीन सोव्हिएत संघाच्या क्षेपणास्त्रांविरुद्ध संरक्षणासाठी आणली.
- या कारणामुळे तिसऱ्या महायुद्धाचा धोका निर्माण झाला होता.
- या आधी अमेरिका आणि तत्कालीन सोव्हिएत संघ यांच्यात 'स्ट्रॅटेजिक आर्म्स लिमिटेशन ट्रिटी' झाल्यामुळे अंतराळ सुरक्षेच्या प्रश्नांबाबत नवे धोरण स्वीकारण्यात आले.

- यात 'अँटी-बॅलिस्टिक मिसाईल ट्रिटी' करण्यात आली.
- अफगाणिस्तानमधल्या हस्तक्षेपांमुळे तत्कालीन सोव्हिएत संघाच्या 'सॉल्ट-१' आणि 'सॉल्ट-२' या करारांचे महत्त्व उरले नाही.
- सन १९९१ आणि १९९३ मध्ये 'स्टार्ट-१', 'स्टार्ट-२' म्हणजेच स्ट्रॅटेजिक आर्म्स रिडक्शन ट्रिटीज हे करार
- क्षेपणास्त्रांवर मर्यादा आणणे आणि त्यांचा वापर होऊ न देणे आदींबाबत करार
- सद्यःस्थितीत अमेरिकेचे अध्यक्ष डोनाल्ड ट्रम्प यांचे चीनच्या वाढत्या लष्करी आणि आर्थिक शक्तीला शह देण्यासाठी 'स्पेस फोर्स' तयार करण्याचे धोरण
- याकरिता अमेरिकेने हवाई दलाच्या अधिपत्याखाली 'स्पेस फोर्स'ची निर्मिती व १३ अब्ज डॉलरची तरतूद
- या प्रकल्पांच्या माध्यमातून पुढच्या पाच वर्षांत स्पेस कमांड आणि युनिफाइड कमांड हे अंतराळ क्षेत्रातल्या सर्व कार्यवाहींचा अचूक वेध घेण्यात येणार
- रशियाकडून सन २०१५ मध्ये 'स्पेस फोर्स', 'एअर फोर्स', 'मिसाईल डिफेन्स फोर्स' यांचं एकत्रीकरण करून 'सिंगल कमांड'ची निर्मिती व त्याद्वारे अमेरिकेच्या अंतराळ धोरणाला आव्हान.
- येत्या काळात अंतराळयुद्ध झाल्यास अंतराळातल्या कचऱ्याची समस्या सर्वांत गंभीर
- संयुक्त राष्ट्रांच्या आमसभेकडून सन १९५९ मध्ये १४७२ या ठराव क्रमांकानुसार, अंतराळ क्षेत्राच्या वापराबाबत धोरण जाहीर
- सन १९६० ते १९७० च्या दशकात अंतराळात शस्त्रस्पर्धा होऊ नये, यासाठी 'पार्शल टेस्ट बॅन ट्रिटी १९६३' या करारानुसार हवेत, पाण्यात व अंतराळात अणुचाचणीवर बंधने.
- या करारांचे उल्लंघन सामर्थ्यशाली राष्ट्रांकडून मोठ्या प्रमाणावर होत आहे.

(संदर्भ : http://pib.nic.in/, isro.gov.in)

सकाळ इस्रोच्या पीएसएलव्ही सी-४५ या रॉकेटचे यशस्वी प्रक्षेपण

या प्रक्षेपणामुळे इस्रोकडून एमिसॅट आणि २८ नॅनो उपग्रह एकाच वेळी अंतराळात पाठवण्याची ऐतिहासिक कामगिरी.

- दि. १ एप्रिल २०१९ रोजी इस्रोच्या श्रीहरीकोटा येथील सतीश धवन स्पेस सेंटरवरून पीएसएलव्ही सी-४५ या रॉकेटचे ९.२७ वाजता प्रक्षेपण. या प्रकल्पाद्वारे इस्रोने विविध २८ नॅनो उपग्रहांचे अवकाशात प्रक्षेपण केले.
- २९ नॅनो उपग्रहांमध्ये अमेरिकेतील २४, लिथुआनियातील २, स्पेनमधील व स्वित्झर्लंडमधील एका उपग्रहाचा समावेश
- इस्रोची ही ४७ वी पीएसएलव्ही मोहीम
- पीएसएलव्ही प्रक्षेपकाने चांद्रयान २००८ व मंगळ ऑर्बिटर

२०१३ भारताच्या प्रकल्पांमध्ये महत्त्वपूर्ण भूमिका.

- पीएसएलव्हीने आतापर्यंत ४६ राष्ट्रीय उपग्रह, विद्यापीठांचे १० उपग्रह आणि २९७ आंतरराष्ट्रीय उपग्रहांचे यशस्वी प्रक्षेपण
- मे २०१९ मध्ये पीएसएलव्ही-सी ४६ हे प्रक्षेपक यान रिसॅट-२व्ही उपग्रहाचे प्रक्षेपण लवकरच
- पीएसएलव्ही प्रक्षेपक त्याच्या चौथ्या रॉकेट स्टेजमध्ये (PS4) सोलर पॅनलचा वापर
- यामध्ये एकूण तीन पेलोड्स आहेत. ज्यामध्ये ऍमसॅट (AMSAT – The Radio Amateur Satellite Corporation) ची ॲटोमॅटिक रिपोर्टिंग सिस्टिम (PRS), इस्रोची ॲटोमॅटिक आयडेंटीफिकेशन सिस्टिम आणि भारतीय अंतरिक्ष विज्ञान आणि प्रौद्योगिकी संस्थेच्या अद्ययावत रिटार्डींग पोटेंशिअल ऍनालायझर (RIS) चा समावेश.
- हा प्रक्षेपक अंतराळात ७४९ किलोमीटर अंतरावर एमिसॅट उपग्रह सोडणार असून ५०४ किलोमीटर अंतरावर ऑर्बिटमध्ये इतर उपग्रहांना प्रक्षेपित करणार
- एमिसॅट उपग्रहाचे वजन ४३६ किलो आहे व तो विद्युत चुंबकीय मापनाचे काम करणार
- या उपग्रहाद्वारे शत्रूचे विविध रडार, भौगोलिक क्षेत्र; तसेच या भागात होणारे संवाद यांची माहिती मिळवायला मदत होणार
- शत्रूच्या प्रदेशात मोबाईल व इतर कोणती संवाद उपकरणे कार्यरत आहेत हेदेखील या उपग्रहाच्या मदतीने समजू शकणार
- रात्रीच्या काळात भौगोलिक क्षेत्राचे फोटो काढण्यास या उपग्रहाची मदत होणार
- भारतीय जनतेच्या उपस्थितीत या रॉकेटचे प्रक्षेपण.
- इस्रोने याकरिता खास गॅलरी तयार केली होती व या गॅलरीत ५००० लोकांची बसण्याची व्यवस्था करण्यात आली होती हे मोहिमेचे आगळेवेगळे वैशिष्ट्य.
- उपग्रहाच्या प्रक्षेपणासाठी एकूण १८० मिनिटांचा कालावधी

(संदर्भ : http://pib.nic.in/, isro.gov.in)

● पीएसएलव्ही सी-४५चे प्रक्षेपण

- इस्रोने एमिसॅट आणि **२८ नॅनो उपग्रह** एकाच वेळी अंतराळात पाठवले.
- दि. **१ एप्रिल २०१९** रोजी इस्रोच्या **श्रीहरीकोटा** येथील **सतीश धवन स्पेस सेंटर**वरून पीएसएलव्ही सी-४५ चे प्रक्षेपण
- प्रक्षेपणाद्वारे विविध **२८ नॅनो उपग्रहांचे** अवकाशात प्रक्षेपण
- इस्रोची ही **४७ वी पीएसएलव्ही मोहीम**
- पीएसएलव्हीने आतापर्यंत **४६ राष्ट्रीय उपग्रह, विद्यापीठांचे १० उपग्रह आणि २९७ आंतरराष्ट्रीय उपग्रहांचे** यशस्वी प्रक्षेपण

सकाळ भारतीय अवकाश संशोधन संस्थेतर्फे नव्या श्रेणीच्या ध्रुवीय उपग्रह प्रक्षेपकाद्वारे लष्करी उपयोगाच्या इलेक्ट्रोमॅग्नेटिक इंटिलिजन्स सॅटेलाईट आणि २८ विदेशी उपग्रहांचे श्रीहरीकोटा येथील सतीश धवन अवकाश केंद्रावरून यशस्वी प्रक्षेपण

दि. १ एप्रिल २०१९ रोजी भारतीय अवकाश संशोधन संस्थेकडून (इस्रो- ISRO - Indian Space Research Organisation) एमिसॅट (EMISAT : Electromagnetic Intelligence Satellite) या लष्करी उपग्रहाबरोबरच इतर देशांचे २८ नॅनो उपग्रहांचे (Nano Satellites) प्रक्षेपण करण्यात आले.

- हे उपग्रह वेगवेगळ्या कक्षेत सोडण्यात आल्याने ही ऐतिहासिक मोहीम मानली जाते.
- पीएसएलव्ही-सी-४५ (PSLV-C-45) या प्रक्षेपकाची ही ४७ वी यशस्वी मोहीम आहे.
- या उपग्रह प्रक्षेपणात भारताचा एमिसॅट (EMISAT - Electromagnetic Intelligence Satellite) हा ४३६ किलोचा उपग्रह विद्युतचुंबकीय मापनांसाठी पाठविण्यात आला
- इतर २८ उपग्रह लिथुआनिया, स्पेन, स्वित्झर्लंड, अमेरिका या देशाचे होते.
- हे विदेशी उपग्रह त्यांच्या निर्धारित कक्षेत सोडण्यात आले.
- या मोहिमेत सागरी उपग्रह उपयोजनांच्या मदतीने काही कक्षीय वैज्ञानिक प्रयोग करण्यात आले.
- एमिसॅट हा विद्युत चुंबकीय मापन उपग्रह असून, त्याचा नेमका वापर केल्यावर भारताला शत्रूच्या रडारची माहिती सहज मिळणे शक्य होणार आहे.
- एमिसॅट आणि नॅनो उपग्रह एकाच वेळी अंतराळात पाठविण्याची कामगिरी इस्रोने केली.
- ही मोहीम चार टप्प्यांमध्ये पूर्ण होणार आहे.

एमिसॅट (EMISAT - Electromagnetic Intelligence Satellite) बद्दल :

- प्रक्षेपण - १ एप्रिल २०१९ रोजी पीएसएलव्ही-सी-४५ (PSLV-C-45) या उपग्रह प्रक्षेपकाद्वारे
- ठिकाण - श्रीहरीकोटा, सतीश धवन स्पेस सेंटर
- एमिसॅट (EMISAT) या मुख्य उपग्रहासह एकूण २९ उपग्रहांचे प्रक्षेपण

क्र.	देश	प्रक्षेपित केलेले उपग्रह
१.	अमेरिका	२४
२.	भारत	१
३.	लिथुआनिया	२
४.	स्वित्झर्लंड	१
५.	स्पेन	१

- एमिसॅट ७४९ कि.मी. कक्षेत सोडला असून, इतर २८ उपग्रह ५०४ कि.मी. कक्षेत सोडले आहेत.
- आताच्या प्रक्षेपणात पीएसएलव्ही प्रक्षेपक हा नव्या वैशिष्ट्यांसह अवकाशात झेपावला आहे. त्यात चार स्ट्रॅप ऑन मोटर्स आहेत.
- ३ वेगवेगळ्या कक्षांमध्ये एकाचवेळी उपग्रह सोडण्यात आले.
- पीएस (PS) ४ टप्प्यांचा वापर कक्षीय प्रयोगासाठी करण्यात आला.
- पीएसएलव्ही-सी-४५ उपग्रह प्रक्षेपकाच्या उभारणीत उद्योग जगताचा मोठा वाटा आहे.
- प्रक्षेपकातील ६० ते ७० टक्के भाग इस्त्रोच्या बाहेर तयार झालेले असून त्यात बंगळुरूच्या इलेक्ट्रॉनिक कंपनीचा मोलाचा वाटा आहे.

इस्त्रोच्या आगामी मोहिमा :

- इस्त्रो २०१९ अखेरीस किमान ३० मोहिमा पूर्ण करणार आहे.
- पीएसएलव्ही-सी-४६ (PSLV-C-46) च्या मदतीला रिसॅट २ बी (RESAT 2 B) उपग्रह
- पीएसएलव्ही-सी- ४७ (PSLV-C-47) प्रक्षेपकाच्या मदतीने कार्टोसॅट (CARTOSAT 3) उपग्रह अवकाशात पाठविला जाईल.
- चांद्रयान २ मोहीम याच वर्षी.

ध्रुवीय उपग्रह प्रक्षेपक वाहन (Polar Satellite Launch Vehicle - PSLV) :

- रिमोट सेन्सिंग उपग्रह प्रक्षेपित करण्यासाठी या प्रक्षेपक वाहनाचा विकास करण्यात आला. भारताचे सर्वांत यशस्वी उपग्रह प्रक्षेपक वाहन असून ३८०० किलोचा भार १२०० किमी उंचीवर, तर १२०० किलोचा भार ३६०० किमी उंचीवर भूस्थिर कक्षेमध्ये प्रक्षेपित करण्याची क्षमता पीएसएलव्ही (PSLV) मध्ये आहे.

(संदर्भ : drdo.gov.in, isro.gov.in)

सकाळ दक्षिण कोरियाकडून जगातील पहिली संपूर्ण विस्तृत अशी ५जी (5G) मोबाईल नेटवर्क सेवा सुरू

दि. ३ एप्रिल २०१९ रोजी दक्षिण कोरियाने (South Korea) जगातील पहिली संपूर्ण देशात विस्तृत अशी ५जी (5G) मोबाईल नेटवर्क सेवा (5G Mobile Network Service) सुरू केली.

- हे 5G मोबाईल नेटवर्क सुपर-फास्ट वायरलेस (Super Fast Wireless) तंत्रज्ञान सुरू करणारा पहिला देश ठरला.
- ३ प्रमुख दूरसंचार कंपन्यांनी 5G सेवा ३ एप्रिल रोजी सुरू केली.
- त्या कंपन्या एस. के. टेलिकॉम (S. K. Telcom), केटी (KT) कॉर्पोरेशन आणि एलजी यू प्लस (LG U Plus) यांनी ३ एप्रिल रोजी स्थानिक वेळेत ११ वाजता सुरू केली.
- 5G सेवा तात्काळ कनेक्टिव्हिटी (Connectivity) आणेल.
- 5G सेवेचा वेग हा 4G पेक्षा २० पट वेगवान आहे.
- वापरकर्त्यांना एका सेकंदापेक्षा कमी वेळेत संपूर्ण चित्रपट डाऊनलोड (Download) करण्याची परवानगी देते.
- 5G ही सेवा सॅमसंग बेस स्टेशनवरून दिली जाईल.
- वेरीझॉन (Verizone) कंपनीने शिकागो आणि मिनियापोलिस (Chicago and Minneapolis) या अमेरिका शहरामध्ये सुरू केली;
- दक्षिण कोरियाच्या 5G सेवेच्या उद्घाटनानंतर २ तासानंतर सुरू केली.
- भारतामध्ये २०२२ पर्यंत 5G सेवा सुरू होणार आहे.

- 5G सेवेचा वेग हा 4G पेक्षा **२० पट वेगवान** आहे.
- **३ प्रमुख दूरसंचार कंपन्यांनी** 5G सेवा **३ एप्रिल** रोजी सुरू केली.
- 5G ही **सेवा सॅमसंग बेस स्टेशन**वरून दिली जाईल.

5G सेवा (5th Generation) :

- २ एप्रिल २०१९ रोजी जगात प्रथम दक्षिण कोरियाने सुरू केली.
- ही नवीन वायरलेस नेटवर्किंग टेक्नॉलॉजी (Wireless Networking Technology) आहे.
- भारतात ही सेवा २०२० पर्यंत चालू होईल, वोडाफोन कंपनी आणि जिओ कंपनी 5G सेवा २०२० पर्यंत भारतात देतील.

(संदर्भ : english.msip.go.kr/english/main/main.do)

सकाळ सी-डॅक या संगणक संस्थेकडून भारतीय बनावटीचा पहिला 'क्वाड कोर मायक्रोप्रोसेसर' विकसित

दि. १० एप्रिल २०१६ रोजी सी-डॅक (C-DAC - Centre for Development of Advanced Computing) या पुणेस्थित संगणक संस्थेने पूर्णतः भारतीय बनावटीचा पहिला स्वदेशी 'क्वाड कोर मायक्रोप्रोसेसर' (India's First 64-Bit Quad Core Microprocessor) बनविला.

- यासाठी १८ महिने कालावधी आणि ८५ कोटी रुपये खर्च आला.
- या क्वाड कोर मायक्रोप्रोसेसरमुळे संरक्षण आणि अंतराळ विभागातील सुरक्षेला बळकटी मिळणार आहे.
- देशाच्या सुरक्षा विभागातील माहिती विभागाला यामुळे संरक्षण प्राप्त झाले आहे.
- या संशोधनामुळे येत्या काळात देशातील संगणकांत संपूर्ण देशी तंत्रज्ञानाचे मायक्रोप्रोसेसर दिसू लागतील.

- आजपर्यंत संगणक युग सुरू झाल्यापासून संगणक क्षेत्रात अमेरिकन कंपन्यांचे मायक्रोप्रोसेसर वापरले जातात.
- उच्च क्षमतेचे तंत्रज्ञान असणारे प्रोसेसर बनविणे अद्याप भारतीयांना शक्य झाले नव्हते.
- आता सी-डॅकच्या (C-DAC) माध्यमातून उच्च दर्जाच्या अशा स्वदेशी मायक्रोप्रोसेसरची निर्मिती झाली आहे.
- सी-डॅकच्या (C-DAC) देशभरातील विविध केंद्रांवरील संशोधकांनी या प्रोसेसरच्या निर्मितीत योगदान दिले आहे.
- परदेशी कंपन्यांच्या तुलनेत हा खूप स्वस्त असणार आहे.
- सी-डॅकने (C-DAC) या बरोबरच मेट्रोसाठी तंत्रज्ञान बनविले आहे.
- देशभरात होत असलेल्या मेट्रो रेल्वेसाठी सी-डॅकतर्फे कम्युनिकेशन तंत्रज्ञानदेखील विकसित करण्यात येत आहे.
- याद्वारे देशी बनावटीच्या या तंत्रज्ञानाचा मेट्रोच्या स्वयंचलित दरवाजांसाठीचे तंत्रज्ञानही सी-डॅकतर्फे विकसित होणार.
- नॅशनल ट्रान्सलेशन मिशन (National Translation Mission) अंतर्गत सी-डॅकतर्फे (C-DAC) एक अत्याधुनिक सॉफ्टवेअर (Software) बनविण्यात येणार.
- यात एका भाषेतील बोललेले वाक्य या सॉफ्टवेअरच्या मदतीने दुसऱ्या भाषेत भाषांतरित करता येण्याची सुविधा.
- याआधी सी-डॅकतर्फे विविध प्रादेशिक भाषांच्या लिपींसाठी ऑनलाईन तंत्रज्ञान विकसित.

भारतातील वेगवान महासंगणक	
प्रत्युष	भारतीय उष्णकटिबंधीय हवामानशास्त्र संस्था (IITM), पुणे.
सहस्त्र टी	इंडियन इन्स्टिट्यूट ऑफ सायन्स (IISc), बंगळुरू.
आदित्य	इंडियन इन्स्टिट्यूट ऑफ ट्रॉपिलॉजिकल मीटरॉलॉजी (IITM), पुणे.
टीआयएफआर-के (TIFR-K)	टाटा इन्स्टिट्यूट ऑफ फंडामेन्टल रिसर्च (TIFR), मुंबई.

जगातील वेगवान महासंगणक		
महासंगणक	देश	क्षमता (पेंटाफ्लॉप)
समिट	अमेरिका	१४८.६
सनवे तैहुलाइट	चीन	९३.०१
तिहान्हे - २	चीन	३३.८३
पीझ डाइन्ट	स्वित्झर्लंड	१९.५९
टायटन	अमेरिका	१७.५९
सिकवोआ	अमेरिका	१७.७
ग्योयुको	जपान	१९.१४

- अमेरिका जगातील वेगवान आणि मोठा महासंगणक २०२१ पर्यंत बनविणार आहे.

(संदर्भ : cdac.in)

नासाकडून नेपाळचा नेपाळीसॅट- १ आणि श्रीलंकेचा रावण- १ उपग्रह प्रक्षेपित

दि. १७ एप्रिल २०१९ रोजी अमेरिकेतील व्हर्जिनिया (Virginia) प्रांताच्या पूर्व किनाऱ्यावरील नासाच्या 'वॉलोप्स फ्लाईट (Wallops Flight)' केंद्रावरून श्रीलंकेचा 'रावण-१ (Raavana-1)' आणि नेपाळचा उपग्रह 'नेपाळीसॅट-१ (Nepalisat-1)' या उपग्रहांचे प्रक्षेपण.

- हे उपग्रह दोन्ही देशांचे पहिले उपग्रह आहेत.
- नासाच्या (NASA) 'सिग्नस एनजी ११ (Cygnus NG 11)' या अवकाशयानाद्वारे या उपग्रहांचे प्रक्षेपण करण्यात आले.
- या उपग्रहांबरोबरच जपानचा ऊगैसू (Uguisu) हा नॅनो उपग्रह अवकाशात प्रक्षेपित करण्यात आला.
- श्रीलंकेचा 'रावण-१', नेपाळचा 'नेपाळीसॅट-१' आणि जपानचा 'ऊगैसू (Uguisu)' हे तीनही उपग्रह जपानमधील 'क्यूशू इन्स्टिट्यूट ऑफ टेक्नॉलॉजी (Kyushu Institute of Technology)' या संस्थेच्या 'बर्डस-३ (BIRD-3 - Bi-spectral Infrared Detection 3)' या उपक्रमाचा महत्त्वपूर्ण भाग आहेत.

रावण-१ विषयी :

- हा श्रीलंकेचा पहिला उपग्रह आहे.
- हा उपग्रह १.०५ किग्रॅ वजनाचा असून त्याचा आकार एक हजार घन सेंमी (1000 Cubic cm) इतका आहे.
- रावण-१ हा उपग्रह ११.३ सेंमीचा आहे.
- हा उपग्रह आंतरराष्ट्रीय अंतरिक्ष स्थानकात (International Space Station - ISS) नेण्यात येणार आहे.
- तेथून तो पृथ्वीपासून सुमारे ४०० किमी उंचीवरील अंतरावर स्थापित करण्यात येणार आहे.
- या उपग्रहाचा कार्यकाळ किमान दीड वर्षाचा आहे.
- हा उपग्रह थरिंदू दयारत्ने (Tharindu Dayaratne) आणि दुलानी चामिका (Dulani Chamika) या श्रीलंकेच्या संशोधक अभियंत्यांनी जपानमधील 'क्यूशू इन्स्टिट्यूट ऑफ टेक्नॉलॉजी (Kyushu Institute of Technolog)' येथे निर्माण करण्यात आला.

नेपाळीसॅट-१ विषयी :

- हा उपग्रह नेपाळचा पहिला उपग्रह आहे.
- 'नेपाळीसॅट-१' हा १.३ किग्रॅ वजनाचा उपग्रह आहे.
- या उपग्रहासाठी २० दशलक्ष रु. खर्च आला असून, हा खर्च नेपाळच्या 'नेपाळ ॲकॅडमी ऑफ सायन्स ॲन्ड टेक्नॉलॉजी' (Nepal Academy of Science and Technology) या संस्थेने केला आहे.
- या उपग्रहाद्वारे नेपाळ देशाची विविध प्रकारे छायाचित्रे घेण्यात येणार असून त्याद्वारे नेपाळची भौगोलिक माहिती मिळविण्यात येणार आहे.
- हा उपग्रह आंतरराष्ट्रीय अंतरिक्ष स्थानकात (International Space Station - ISS) नेण्यात येणार असून तो पृथ्वीपासून ४०० किमी उंचीवर स्थापित करण्यात आला.
- हा उपग्रह १ ते ३ वर्षे पृथ्वीच्या कक्षेत राहणार आहे.
- हा उपग्रह नेपाळी संशोधक आभास मस्केय (Aabhas Maskey) आणि हरिराम श्रेष्ठ (Hariram Shrestha) यांनी जपानच्या 'क्यूशू इन्स्टिट्यूट ऑफ टेक्नॉलॉजी येथे तयार केला आहे.

(संदर्भ : nanosats.eu)

भारतीय नौदलाकडून 'कलावरी' वर्गातील चौथी पाणबुडी 'आयएनएस वेला'चे जलावतरण

दि. ६ मे २०१९ रोजी भारतीय नौदलातर्फे 'कलावरी' वर्गातील चौथी पाणबुडी 'आयएनएस वेला'चे (INS VELA) जलावतरण.

- मुंबईच्या 'माझगाव डॉकयार्ड लि.' या सार्वजनिक क्षेत्रातील उद्योगाने या पाणबुडीची निर्मिती केली.
- नौदलाच्या परंपरेला अनुसरून संरक्षण सचिवांच्या पत्नीच्या हस्ते या पाणबुडीचे जलावतरण करण्यात आले.
- प्रोजेक्ट-७५ अंतर्गत भारतीय नौदलाला सहा पाणबुड्या सुपूर्द करण्यात येणार आहे. त्यातील आयएनएस वेला चौथी पाणबुडी.

आयएनएस वेला (INS VELA)

- २०१० मध्ये निवृत्त झालेल्या 'आयएनएस वेला' या पाणबुडीचे नाव देण्यात आले आहे.
- वजन : १६१५ टन
- लांबी : ६७.५ मी.
- प्रकार : डिझेल-इलेक्ट्रिक
- पल्ला : ६००० समुद्री मैल

प्रोजेक्ट-७५ :

- सहा स्कॉर्पियन वर्गीय डिझेल-इलेक्ट्रिक पाणबुड्या नौदलाकडे सुपूर्द करण्यासाठी या प्रकल्पाची सुरुवात.
- पाणबुड्यांची रचना नेवल ग्रुप, फ्रान्स यांची, तर निर्मिती माझगाव डॉकयार्ड, मुंबई येथे होणार.
- सहा पाणबुड्या नौदलात २०२० पर्यंत दाखल होण्याची शक्यता आहे.
- प्रोजेक्ट-७५ अंतर्गत पाणबुड्या
- आयएनएस कलवरी, आयएनएस खांदेरी, आयएनएस करंज, आयएनएस वेला, आयएनएस वागशीर, आयएनएस वागीर

माझगाव डॉकयार्ड लि.

- जहाजनिर्मिती क्षेत्रातील सार्वजनिक उद्योग.
- माझगाव डॉकयार्डची स्थापना १९३४ मध्ये झाली, तर याचे राष्ट्रीयीकरण १९६० मध्ये झाले.
- या ठिकाणी युद्धनौका, पाणबुड्या, व्यापारी जहाजे यांची निर्मिती केली जाते.

जहाजनिर्मिती क्षेत्रातील इतर उपक्रम			
१.	कोचीन शिपयार्ड लि.	सार्वजनिक	१९७२
२.	गार्डन रिच शिप बिल्डर्स (कोलकाता)	सार्वजनिक	१८८४
३.	गोवा शिपयार्ड	सार्वजनिक	१९५७
४.	हिंदुस्थान शिपयार्ड (विशाखापट्टणम)	सार्वजनिक	१९४१

- हिंदुस्थान शिपयार्डचे संस्थापक : उद्योगपती हिराचंद वालचंद
- १९६१ मध्ये याचे राष्ट्रीयीकरण करण्यात आले.

भारतीय नौदलाच्या ताफ्यातील पाणबुड्या :

भारतीय नौदलाच्या ताफ्यात १४ इलेक्ट्रिक - डिझेल व २ आण्विक पाणबुड्या आहेत.

(अ) आण्विक पाणबुड्या

१. आयएनएस चक्र - रशियाकडून भाडेकरारावर

२. आयएनएस अरिहंत - स्वदेशनिर्मित

(ब) डिझेल-इलेक्ट्रिक पाणबुडी	
१. आयएनएस शिशुमार	शिशुमार वर्गीय
२. आयएनएस शंकुशा	शिशुमार वर्गीय
३. आयएनएस शाल्की	शिशुमार वर्गीय
४. आयएनएस शंकुल	शिशुमार वर्गीय
१. आयएनएस कलवरी	कलवरी वर्गीय
१. आयएनएस सिंधुघोष	सिंधुघोष वर्गीय
२. आयएनएस सिंधुध्वज	सिंधुघोष वर्गीय
३. आयएनएस सिंधुराज	सिंधुघोष वर्गीय
४. आयएनएस सिंधुवीर	सिंधुघोष वर्गीय
५. आयएनएस सिंधुरत्न	सिंधुघोष वर्गीय
६. आयएनएस सिंधुकेसरी	सिंधुघोष वर्गीय
७. आयएनएस सिंधुकीर्ती	सिंधुघोष वर्गीय
८. आयएनएस सिंधुविजय	सिंधुघोष वर्गीय
९. आयएनएस सिंधुराष्ट्र	सिंधुघोष वर्गीय

(संदर्भ : pib.nic.in)

सकाळ संरक्षण संशोधन व विकास संस्थेकडून ओडिशाच्या डॉ. अब्दुल कलाम बेटावरून मानवरहित स्क्रॅमजेट विमानाची यशस्वी चाचणी

दि. १२ जून २०१९रोजी संरक्षण संशोधन व विकास संस्थेने (DRDO: Defence Research and Development Organization) ओडिशाच्या येथील डॉ. अब्दुल कलाम बेटावरून सकाळी ११ वाजून २५ मिनिटांनी मानवरहित स्क्रॅमजेट विमानाची यशस्वी चाचणी घेतली.

- हायपरसॉनिक टेक्नॉलॉजी डेमॉनस्ट्रेटर व्हेईकल (Hypersonic Technology Demonstrator Vehicle) या प्रकल्पांतर्गत हे विमान विकसित करण्यात आले आहे.
- या विमानाचा वेग आवाजाच्या वेगापेक्षा जास्त आहे (आवाजाच्या तिप्पट)
- हायपरसॉनिक टेक्नॉलॉजी डेमॉनस्ट्रेटर व्हेईकल हा संरक्षण संशोधन व विकास संस्था (Defence Research and Development Organization) यांचा प्रकल्प असून स्क्रॅमजेट तंत्रज्ञानाचा वापर या विमानात २० सेकंदाकरिता करण्यात आला.

- या यशस्वी चाचणीमुळे भारत असे तंत्रज्ञान असणाऱ्या निवडक देशांत गणला जाणार आहे.
- फक्त अमेरिका, फ्रान्स, रशिया व युरोपियन स्पेस एजन्सीच्या विमानांमध्ये स्क्रॅमजेट (Scramjet) तंत्रज्ञानाचा वापर १० सेकंदाकरिता करण्यात येतो.
- स्क्रॅमजेट इंजिनाच्या विमानाची यशस्वी चाचणी घेणारा भारत हा चौथा देश आहे.
- ऑगस्ट २०१६ मध्ये १५ ते २० किमी. उंचीवर विमानाची चाचणी घेण्यात आली होती.
- या विमानात स्क्रॅमजेट इंजिन वापरल्याने वीस सेकंदात ते ३२.५ किमी (वीस मैल) इतकी उंची गाठते.
- त्याचा वेग ६ मॅकपर्यंत (6 Mach) वाढतो.
- या तंत्रज्ञानाचा दुहेरी वापर करता येत असून ध्वनीपेक्षा जास्त वेगाने जाणारे विमान आणि लांब पल्ल्याचे क्रुझ क्षेपणास्त्र म्हणून वापर करता येतो.
- स्क्रॅमजेट तंत्रज्ञानाचा उपयोग कमी खर्चात उपग्रह पाठविण्यासाठी करता येणार असून नागरी उपयोगातही त्याचा वापर करता येतो.

लक्षात ठेवा

संरक्षण संशोधन व विकास संस्था (DRDO: Defence Research and Development Organization) विषयी

- संरक्षण संशोधन व विकास संस्थेची स्थापना १९५८ मध्ये झाली.
- भारत सरकारच्या संरक्षण मंत्रालयाअंतर्गत डीआरडीओ कार्य करते.
- मुख्यालय - नवी दिल्ली
- अध्यक्ष - डॉ. जी. सथीश रेड्डी (Dr. G. Satheesh Reddy)
- ब्रीदवाक्य - बलस्य मूलं विज्ञानम

(संदर्भ : drdo.gov.in)

सकाळ भारताची महत्त्वाकांक्षी चांद्रयान-२ मोहीम

भारताच्या महत्त्वाकांक्षी चांद्रयान-२ मोहिमेचा अखेरचा टप्पा अयशस्वी ठरला असला तरी या मोहिमेचे जगभरात कौतुक होत आहे.

- अमेरिकेची प्रख्यात अवकाश संशोधन संस्था 'नासा'ने

चांद्रयान-२ मोहीमेचे कौतुक करताना या माहिमेमुळे भारावून गेल्याचे सांगत सौरमालेचा अभ्यास करण्यासाठी भारतीय अवकाश संशोधन संस्था 'इस्रो' बरोबर काम करण्यास उत्सुकता दर्शविली आहे.

- या मोहिमेद्वारे भारताने फार मोठा पल्ला गाठला असून भारत लवकरच अवकाशातील उद्दिष्टे पूर्ण करेल याबाबत आमच्या मनात कोणतीही शंका नाही, असे कौतुकोद्गार अमेरिकेच्या दक्षिण आशिया विभागाच्या सहसचिव ॲलिस जी. वेल्स (Alice G. Wells) यांनी काढले आहेत.

चांद्रयान-२ मोहिमेविषयी :

- चंद्राला दुसऱ्यांदा गवसणी घालण्याच्या दृष्टीने भारताच्या अवकाश संशोधन संस्थेने चांद्रयान-२ मोहीम हाती घेतली होती.
- दि. २२ जुलै २०१९ रोजी या मोहिमेची यशस्वी सुरुवातदेखील झाली.
- याच दिवशी भारतीय प्रमाणवेळेनुसार दुपारी २ वाजून ४३ मिनिटांनी श्रीहरीकोटा येथील सतीश धवन अवकाश केंद्रातून चांद्रयान-२ चे यशस्वी प्रक्षेपण करण्यात आले.
- उड्डाणानंतर १६ मिनिटे व २० सेकंदांनी चांद्रयान-२ हे १७० किमी बाय ३९०५९ किमी या भूस्थिर कक्षेत सोडण्यात आले.
- सर्व काही सुनियोजित पद्धतीने पार पडले असते तर ६ सप्टेंबर २०१९ रोजी चांद्रयान-२ चंद्रावर पोहोचणे अपेक्षित होते
- चांद्रयान-२ चांद्रभूमीपासून २.१ किमी असताना चांद्रयानातील विक्रम लँडरचा इस्रोच्या मुख्यालयाशी असलेला संपर्क तुटला. मोहिमेत तात्पुरता खंड पडला.
- सध्या 'विक्रम' लँडरशी संपर्क साधण्याचा प्रयत्न इस्रोच्या शास्त्रज्ञांकडून करण्यात येत आहे.
- 'विक्रम' लँडरशी असलेला संपर्क तुटला असला तरी चंद्राच्या कक्षेत फिरत असलेले मुख्य यान अर्थात ऑर्बिटर मात्र सुस्थितीत आहे. ते पूर्ण क्षमतेने काम करत आहे.
- या ऑर्बिटरचे वजन २३७९ किलो इतके असून ते चंद्राच्या पृष्ठभागापासून १०० किमी उंचीवरील कक्षेतून निरीक्षणे नोंदवत आहे.
- त्यामुळे या ऑर्बिटरकडून बरीच माहिती मिळणे शक्य आहे.
- ऑर्बिटरमध्ये मोठ्या प्रमाणात इंधन शिल्लक असल्याने ते पुढील केवळ वर्षभरच नव्हे, तर साडेसात वर्षे चंद्राभोवती फिरेल, अशी माहितीदेखील इस्रोकडून देण्यात आली आहे.
- ऑर्बिटरवर असलेल्या अत्याधुनिक उपकरणांच्या साहाय्याने 'विक्रम'चा शोध लागला असला तरी त्याच्याशी संपर्क मात्र पुनःप्रस्थापित होऊ शकलेला नाही; मात्र तसे प्रयत्न सुरू आहेत.
- ऑर्बिटरवरील रडार यंत्रणेच्या साहाय्याने चंद्राच्या दक्षिण ध्रुवाच्या पृष्ठभागाची १० मीटर उंचावरूनची छायाचित्रे काढता येऊ शकतात.
- या आधारे चंद्रावरील पाण्याच्या अस्तित्वाचा शोध घेण्यास मदत होऊ शकेल.
- या ऑर्बिटरवरील कॅमेरा ३० सेंमीपर्यंत झूम करू शकतो, अशा प्रकारचा हा जगातील पहिलाच कॅमेरा आहे.

मोहिमेचा संक्षिप्त इतिहास :

- चांद्रयान-२ मोहीम सर्वप्रथम चर्चेत आल्यानंतर रशियाची अंतराळ संस्था रॉसकॉसमॉस (Roscosmos) ने २००७ मध्ये या मोहिमेला सहकार्य करण्याची तयारी दाखवली होती.
- इस्रोला लँडर उपलब्ध करून देण्याचे देखील मान्य केले होते.
- त्यानंतर २००८ मध्ये भारत सरकारकडून या मोहिमेला परवानगी देण्यात आली.
- त्यानंतर पुढच्याच वर्षी म्हणजे २००९ मध्ये चांद्रयान-२ मोहिमेचा आराखडा तयार करण्यात आला.
- या आराखड्यानुसार २०१३ मध्ये प्रक्षेपण करण्याचे ठरले. मात्र रॉसकॉसमॉसकडून लँडर मिळू न शकल्याने ही मोहीम २०१६ सालापर्यंत पुढे ढकलण्यात आली.
- पुढे रॉसकॉसने या मोहिमेतून काढता पाय घेतल्याने इस्रोने स्वतःच लँडर व रोव्हर तयार करण्याचा निर्णय घेतला.
- शेवटी संपूर्ण तयारी झाल्यानंतर चांद्रयान-२ च्या प्रक्षेपणाबाबत घोषणा करण्यात आली.
- आधीच्या घोषणेनुसार प्रक्षेपणासाठी १५ जुलै २०१९ ही तारीख ठरविण्यात आली. प्रक्षेपणाच्या दृष्टीने सर्व तयारीदेखील करण्यात आली.

सकाळ चीनची बायडू दिशादर्शक प्रणाली

चीनमधील बायडू-१ प्रणाली उपग्रहांच्या साहाय्याने दिशादर्शक प्रणालीचे कार्य करते. बायडू सॅटेलाईट नॅव्हिगेशन एक्सपेरिमेंटल सिस्टिम असे बायडू-१चे (BeiDou-1) अधिकृत नाव आहे. चिनी भाषेत बायडू म्हणजे सप्तर्षी नक्षत्र. कारण सप्तर्षी नक्षत्राचा उपयोग उत्तर दिशेकडील ध्रुव ताऱ्याचे स्थान निश्चित करण्यासाठी होतो. अमेरिकन लष्कराची जीपीएस (ग्लोबल पोझिशनिंग सिस्टिम) प्रणाली स्थाननिश्चितीसाठी किंवा एक दिशादर्शक पद्धती जगात माहिती झाली आहे. त्याचा उपयोग असंख्य लोकांना, वाहनांना, मच्छीमार बोटींना, टॅक्सी चालकांना होत आहे. जीपीएस यंत्रणेला एक प्रतिस्पर्धी पर्याय असावा यादृष्टीने बायडू ही दिशादर्शक (प्रायोगिक) सेवा उभारण्यासाठी ३ भू-संलग्न उपग्रहांचा उपयोग चीनने २००० सालापासून केला आहे. ही सेवा प्रामुख्याने चीन आणि आजूबाजूच्या देशातील नागरिकांकरिता उपलब्ध होती, कारण या प्रणालीचे कार्यक्षेत्र मर्यादित होते. बायडू-१ चे कार्य २०१२च्या अखेरीस थांबवण्यात आले. त्याच्याऐवजी दुसऱ्या पिढीतील बायडू-२ नॅव्हिगेशन सॅटेलाईट सिस्टिम (बीडीएस) सुरू करण्यात आली. याला कॉमपास (COMPASS) किंवा बायडू-२ अशी नावे आहेत. ही प्रणाली सुरू करण्यासाठी उपग्रहांची संख्या १० पर्यंत वाढवण्यात आली. सेवेत खंड पडू नये म्हणून ही पद्धती २०११च्या डिसेंबरपासून सुरू करण्यात आली. ग्राहकांसाठी ही सेवा आता आशिया-पॅसिफिकच्या विस्तृत क्षेत्रात उपलब्ध झाली आहे. अशा प्रकारच्या सेवेचा खरा उपयोग म्हणजे अचूक वेळ, स्थान-निश्चिती आणि थेट संपर्क साधता येणे असा आहे. ती सेवा मोटार प्रवाशांसाठी तर असतेच; पण आता ती विमाने, आगबोटी, पाणबुडी आदी वाहनांना उपलब्ध होईल. स्मार्टफोनधारकांना देखील बायडू प्रणालीचा वापर करता येईल. टॅक्सी गरजू उतारूपर्यंत निश्चित पत्ता न विचारता सहज येऊ शकेल. अशा प्रकारच्या तंत्रज्ञानात विशिष्ट भागातील निश्चित स्थान आणि माहिती अचूकपणे प्राप्त व्हावी म्हणून जास्त उपग्रहांचा उपयोग करून घेतला जातो; परंतु यामुळे सेवेचे मूल्य देखील वाढते. उपग्रहांच्या संचाला तंत्रज्ञ कॉन्स्टिलेशन (नक्षत्र) म्हणतात. या उपग्रहांच्या संचापासून मिळालेले सिग्नल पृथ्वीकडे येतात. अत्यंत गुंतागुंतीच्या स्थान, वेग आणि वेळ यांच्या गणितांवरून वाहनांची निश्चित जागा (अक्षांश-रेखांश-समुद्रसपाटीपासून उंची वगैरे) कळते. पण या माहितीसाठी किमान चार उपग्रहांकडून मिळालेल्या सिग्नलचे गणितांवर आधारलेले पृथक्करण अतिशय वेगाने करणे आवश्यक असते.

तिसऱ्या पिढीची बायडू-३ प्रणाली सुरू करण्याचे प्रयत्न ३० मार्च २०१५ पासून सुरू झाले. २०१८ च्या ऑक्टोबरपर्यंत १५ उपग्रह आधीच अवकाशात भ्रमण करत आहेत. तथापि बायडू-३चे क्षेत्र जगभर व्यापले जावे म्हणून ३५ उपग्रहांचा वापर सुरू केला जाईल. यापैकी ५ उपग्रह भू-संलग्न कक्षेत भ्रमण करतील. सध्या चीनमधील मोटारी (टॅक्सी) बहुतांश जीपीएसऐवजी बायडू-२ चा वापर करीत आहेत. बायडूचा विस्तार २०२० नंतर जगभर व्हावा म्हणून उपग्रहांची संख्या वाढवली जाईल. बायडू नॅव्हिगेशन सॅटेलाईट सिस्टिमने २७ डिसेंबर २०१८ पासून जागतिक सेवा देण्यास प्रारंभ केला आहे. सध्या तरी जीपीएस (यूएसए) प्रणाली १९९५ सालापासून २४ उपग्रहांचा उपयोग करत आहे आणि ग्लोनास (रशिया) उत्तरेकडील आणि दक्षिणेकडील देशांना सेवा पुरवीत आहे. युरोपियन गॅलिलिओ सिस्टिम अचूक स्थाननिश्चितीकरिता मान्य झाली आहे. तथापि बायडू-३ प्रकल्प पूर्ण झाल्यावर तीच अचूकपणा आताच्या शंभर पट वाढेल असे चीनचे तंत्रज्ञ म्हणतात, याला डीओपी (डायल्युशन ऑफ प्रिसिजन व्हॅल्यू) म्हणतात. तरीही आधीच्या सेवा जगामध्ये कमी दरात रुजल्यामुळे बायडू-३ प्रणालीला तीव्र स्पर्धेला सामोरे जावे लागेल असे संकेत आहेत. चीनची विश्वव्यापी बायडू-३ यंत्रणा २०२० पासून सुरू होईल. अमेरिका, रशिया नंतर चीन जीपीएससारखी यंत्रणा कार्यान्वित करणारा तिसरा देश ठरेल.

● डॉ. अनिल लचके

विज्ञान तंत्रज्ञान विषयक घडामोडींचे तज्ज्ञ अभ्यासक

सकाळ चंद्र (मोहीम) आहे साक्षीला...

भारतीय अवकाश संशोधन संस्था (इस्रो) शनिवारी (७ सप्टेंबर) रोजी पहाटे एक ऐतिहासिक कामगिरी पार पाडणार होती, त्यांनी प्रक्षेपित केलेलं चांद्रयान-२ चंद्राभोवती फिरत असून, त्यातला 'विक्रम' नावाचा एक भाग चंद्रावर उतरवला जाणार होता. चंद्राच्या दक्षिण ध्रुवानजीक विक्रमला उतरवण्याचा प्रयत्न इस्रो करणार असल्यानं या भागात यान उतरवणारा पहिलाच देश म्हणून भारत ओळखला जाणार होता. कदाचित याचमुळे सर्व जगाचं लक्ष चांद्रयान-२ मोहिमेकडे लागलं होतं. बंगळुरू इथल्या चांद्रयान-२ मोहिमेच्या नियंत्रण कक्षात शास्त्रज्ञ आणि वार्ताहर यांनी शुक्रवारी मध्यरात्री एकच गर्दी केली होती. या मोहिमेविषयी सामान्यजनांमध्ये देखील प्रचंड उत्सुकता निर्माण झाली असल्यानं त्यांनी टीव्हीसमोर गर्दी केली होती. एखाद्या क्रिकेट सामन्यावेळी जेवढी उत्सुकता निर्माण होते, तेवढीच उत्सुकता आबालवृद्धांमध्ये निर्माण झाली असल्यानं त्यांनी टीव्हीसमोर ठाण मांडलं होतं. चांद्रयानाच्या 'ऑर्बिटर' भागातून 'विक्रम' नावाचा भाग चंद्राकडं पाठवला जाणार होता. त्यावेळी त्याचा वेग ताशी सहा हजार किलोमीटर्स एवढा प्रचंड होता. मात्र, अवघ्या पंधरा मिनिटांत विक्रमचा वेग शून्य करून तो अलगदपणे चंद्रावर उतरवण्याचं आव्हान इस्रोच्या शास्त्रज्ञांपुढे होतं. विक्रमच्या या पंधरा मिनिटांच्या चंद्राकडच्या प्रवासास 'फिफ्टीन मिनिट्स ऑफ टेरर' म्हणजे पंधरा मिनिटांचा थरार म्हणून शास्त्रज्ञ संबोधत होते. या पंधरा मिनिटांच्या प्रवासावर संपूर्णपणे संगणकाचे नियंत्रण असणार होतं, कारण पृथ्वीवरच्या शास्त्रज्ञांचे संदेश चंद्रावर तत्काळ पोचणं शक्य नव्हतं. या पंधरा मिनिटांत चार टप्प्यांमध्ये

वेग नियंत्रित करणाऱ्या मोटारी चालू-बंद होऊन विक्रम हवा तसा फिरवून चंद्रावर उतरवला जाणार होता. यापूर्वी चंद्रावर उतरवलेली यानं विषुववृत्ताच्या भागात उतरवली होती. भारत मात्र काहीशा अनोळखी अशा ध्रुवीय प्रदेशानजीक विक्रमला उतरवून इतिहास घडवणार होता.

केवळ ६१ मोहिमांना यश :

भारताची दुसरीच चांद्रमोहीम किंचित प्रमाणात अपयशी ठरली. मात्र, यामुळं शास्त्रज्ञांनी फारसं निराश होण्याचं कारण नाही. कारण चंद्राच्या बाबतीत असं घडतंच असा इतिहास सांगतो. गेल्या साठ वर्षांत एकूण १०९ मोहिमा पाठवल्या गेल्या आणि त्यामध्ये अवघ्या ६१ मोहिमांना यश मिळालं. अवकाश मोहिमांचा 'श्री गणेशा' अमेरिका आणि रशिया यांनी केला होता आणि त्यांनादेखील सुरुवातीच्या काळात अपयशांना सामोरं जावं लागलं होतं. चंद्राकडची पहिली यशस्वी मोहीम रशियानं सहा प्रयत्नांनंतर १९६९ मधल्या ल्युना प्रकल्पाद्वारे राबवली होती. जपानच्या १९९० मधल्या चांद्रमोहीम यानाचा संपर्क तुटल्यानं मोहीम फसली होती. अगदी सहाच महिन्यांपूर्वी इस्रायलनं पाठवलेल्या यानातला लॅंडर चंद्रावर हळुवारपणे न उतरता वेगानं कोसळला होता. कदाचित याचमुळं अमेरिकेच्या नासा या अवकाश संशोधन संस्थेनं इस्रोनं राबवलेल्या चांद्रयान-२ मोहिमेचं कौतुक केलं. 'भारताची 'चांद्रयान-२' मोहीम नक्कीच प्रेरणादायी असून, आम्ही इस्रोबरोबर सूर्यमालेतील ग्रहांच्या मोहिमा राबवण्यास इच्छुक आहोत,' असं नासानं म्हटलं. इस्रोच्या निराश झालेल्या शास्त्रज्ञांना पंतप्रधानांसह विविध क्षेत्रांतील मान्यवरांनी दिलासा दिला आहे. पंतप्रधानांनी त्यांना सांगितलं, की 'देश तुमच्याबरोबर आहे. अडथळ्यामुळे निराश होऊ नका, नवी पहाट लवकरच होईल.'

●

डॉ. प्रकाश तुपे

जेष्ठ अवकाश संशोधक व लेखक

पूर्वप्रसिद्धी- दैनिक सकाळ

सकाळ मानवरहित स्क्रॅमजेट विमानाची यशस्वी चाचणी

स्क्रॅमजेट :

भारताच्या संरक्षण व्यवस्थेत वेगवेगळ्या प्रकारच्या लष्करी विमानांचा वापर केला जातो. यामध्ये क्षेपणास्त्र वाहून नेणारे आणि आवाजापेक्षाही जास्त वेगाने उड्डाण करणारे स्क्रॅमजेट विमान महत्त्वाचे आहे. सुपर सॉनिक कंबशन रॅम जेटचा संक्षिप्त शब्द म्हणजे स्क्रॅमजेट. या इंजिनातील कोणतेही भाग हालचाल करत नाहीत, कारण इंजिनात कॉम्प्रेसर आणि टरबाइनसारखे घटक नसतात तरीही ते शक्तिशाली असते. याचा आकार लहान आणि तुलनात्मक वजन कमी असले तरी ते जड ओझे घेऊन उड्डाण करू शकते. ज्वलनासाठी लागणारा प्राणवायू (ऑक्सिजन) इंजिनाला हवेतूनच मिळतो. पारंपरिक इंजिनात सुमारे ८० टक्के वजन ऑक्सिजनचे असते. अर्थातच वातावरणातून ऑक्सिजन मिळवल्यामुळे स्क्रॅमजेट विमानाचे तेवढे वजन कमी होते. त्या वजनाऐवजी क्षेपणास्त्र किंवा उपग्रहांचे वजन घेऊन जाता येते. उपग्रह सोडण्यासाठी वातावरणातील ऑक्सिजन गोळा करून तो द्रवरूप अवस्थेत ठेवण्याची सोय (तंत्र) स्क्रॅमजेट विमानात आहे. साहजिकच वातावरणातील विरळ हवेत ऑक्सिजनची कमतरता असताना द्रवरूप ऑक्सिजनचा उपयोग करता येतो. तथापि विमान जेव्हा आवाजापेक्षा पाच पट वेगाने जाते तेव्हाच पुरेसा ऑक्सिजन इंजिनात खेचता येतो. इंजिनाचे तापमान १००० अंश से. पर्यंत जाते. त्या तापमानाला न वितळणारा धातू घडवणे आव्हानात्मक असते. त्यात संशोधकांनी यश मिळवले आहे. या परिस्थितीत ऑक्सिजनच्या सान्निध्यामुळे आग लागण्याची शक्यता असते. इस्रोची महेंद्रगिरी या ठिकाणी ज्वलन सुविधा केंद्र आहे. या ठिकाणी अशा प्रकारच्या इंजिनाचे परीक्षण केले जाते. स्क्रॅमजेट विमानाचा वेग आवाजापेक्षा अधिक वेगाने मार्गक्रमण करण्यासाठी पुरेसे सक्षम असते. या इंजिनाची चाचणी घेण्यासाठी भारताने आधुनिक तंत्रज्ञान वाहन तयार केले आहे.

स्क्रॅमजेटची चाचणी :

या महत्त्वाकांक्षी प्रकल्पाची पहिली चाचणी भारताच्या संरक्षण संशोधन आणि विकास संस्थे (डीआरडीओ) ने ओडिशाच्या किनाऱ्यावरील डॉ. अब्दुल कलाम बेटावरून १२ जून २०१९ रोजी सकाळी ११ वाजून २७ मिनिटांनी यशस्वी रीतीने घेतली. हे उड्डाण आय टी आर (इंटिग्रेटेड टेस्ट रेंज) लॉन्च कॉम्प्लेक्स ४ येथून करण्यात आले. या स्क्रॅमजेटने २० सेकंदात ३२.५ कि.मी. उंची गाठली आणि आवाजाच्या सहा पट (६ मॅख) वेग गाठला. या संपूर्ण स्वदेशी मानवरहित विमानवाहकाला तांत्रिक दृष्टीने एच एस टी डी व्ही (हायपरसोनिक टेक्नॉलॉजी डेमॉन्स्ट्रेटर व्हेईकल) म्हणतात. अग्नी किंवा ब्राम्होस-२ सारखी अस्त्र वाहून नेण्यासाठी आणि योग्य त्या ठिकाणी क्षेपणास्त्राचा अचूक मारा करण्यासाठी या विमानाचा उपयोग केला जाईल. अशा प्रकारचे तंत्र लष्करी हालचाली करताना प्रसंगी आक्रमक किंवा संरक्षणात्मक पद्धतीने वापरता येते. आवाजापेक्षाही जास्त वेगाने जाणाऱ्या विमानाचे इतरही अनेक लष्करी आणि नागरी उपयोग संभवतात. नागरिकांच्या विविध प्रकारच्या सुविधांसाठी हे विमान उपयोगी पडेल. शिवाय अत्यंत कमी खर्चामध्ये काही उपग्रह अवकाशात सोडण्यासाठीही त्याचा उपयोग होऊ शकतो. स्क्रॅमजेटच्या यशस्वी उड्डाणामुळे अवकाश तंत्रज्ञानामध्ये भारताने लक्षणीय कामगिरी केली आहे. हा संशोधन आणि विकास विभाग सतीश धवन अवकाश केंद्रा (श्रीहरीकोटा) मध्ये आहे. उपग्रहाच्या प्रक्षेपणाकरिता या तंत्राचा वापर केल्यास खर्चामध्ये बरीच बचत होते. स्क्रॅमजेट तंत्रज्ञानात आघाडीवर असलेले देश म्हणजे अमेरिका, जपान, चीन, रशिया, युरोपियन स्पेस एजन्सी आणि ऑस्ट्रेलिया. या देशांच्या यादीत आता भारताचे नाव समाविष्ट झाले आहे.

● **डॉ. अनिल लचके**

विज्ञान तंत्रज्ञान विषयक घडामोडींचे तज्ज्ञ अभ्यासक

- मात्र काही तांत्रिक दोषांमुळे प्रक्षेपणाच्या निर्धारित वेळेच्या ५६ मिनिटे आधी हे प्रक्षेपण स्थगित करून ते पुढे ढकलण्यात आले.
- शेवटी शास्त्रज्ञांनी सर्व दोष दुरुस्त केल्यानंतर २२ जुलै २०१९ रोजी चांद्रयान-२ चे यशस्वी प्रक्षेपण करण्यात आले.

चांद्रयान-२ चा संक्षिप्त प्रवास (घटनाक्रम) :	
१२ जून २०१९	चांद्रयान-२ च्या प्रक्षेपणासाठी १५ जुलै ही तारीख ठरली असल्याची इस्त्रोकडून घोषणा
७ जुलै २०१९	जीएसएलव्ही एम के ३ प्रक्षेपण केंद्रावर
१४ जुलै	काऊंटडाऊन सुरू
१५ जुलै	तांत्रिक बिघाडामुळे प्रक्षेपणाच्या सुमारे १ तास आधी उड्डाण रद्द
१८ जुलै	२२ जुलैला दुपारी २.४३ वाजता प्रक्षेपणाची घोषणा
२२ जुलै	चांद्रयान-२ चे यशस्वी प्रक्षेपण
४ ऑगस्ट	चांद्रयानाने काढले पृथ्वीचे पहिले छायाचित्र
२० ऑगस्ट	चांद्रयान चंद्राच्या कक्षेत
२२ ऑगस्ट	चांद्रयानाकडून चंद्राची छायाचित्रे पृथ्वीकडे
२ सप्टेंबर	मुख्य यानापासून विक्रम लँडर यशस्वीपणे वेगळा करण्यात आला.
७ सप्टेंबर	चंद्राच्या पृष्ठभागापासून २.१ किमी अंतरावर असताना 'विक्रम' लँडरशी संपर्क तुटला.
८ सप्टेंबर	'विक्रम'शी संपर्क साधण्यासाठी शास्त्रज्ञांची टीम कामाला.
९ सप्टेंबर	'विक्रम' लँडर चंद्राच्या पृष्ठभागावर आदळला असला तरी त्याची मोडतोड झालेली नाही. तो सुस्थितीत आहे, असे इस्त्रोकडून सांगण्यात आले. प्रग्यान बग्गीही लँडरच्या आतमध्येच.

(संदर्भ : isro.gov.in, twitter.com/isro)

सकाळ डीआरडीओकडून मोबाईल मेटॅलिक रॅम्पची रचना भारतीय लष्कराकडे सुपूर्द

दि. २० ऑगस्ट २०१९ रोजी भारताच्या संरक्षण संशोधन व विकास संस्था डीआरडीओकडून (DRDO) मोबाईल मेटॅलिक रॅम्पची (धातूच्या फिरत्या रस्त्याची : MMR : Mobile Metalic Ramp) रचना भारतीय सैन्यदलास सुपूर्द करण्यात आले.

- नवी दिल्लीतील डीआरडीओच्या भवनात आयोजित कार्यक्रमात ही रचना सुपूर्द केली.

मोबाईल मेटॅलिक रॅम्पबद्दल :

- धातूच्या फिरत्या रस्त्याची (MMR : Mobile Metalic Ramp) ह्या उपकरणाची रचना डीआरडीओच्या या प्रयोगशाळेत तयार करण्यात आली.
- डीआरडीओच्या प्रयोगशाळेत या रॅम्पच्या कामावर संशोधन.
- या रॅम्पची भारनियमन क्षमता ७० मेट्रिक टन इतकी आहे.
- आर्मर्ड फाइटिंग व्हेइकल्स (एएफव्ही) च्या एकत्रीकरणासाठी लागणाऱ्या मोक्याचा गमनशील वेळ कमी किंवा सशस्त्र लढाऊ वाहनांच्या हालचालीसाठी लागणारा वेळ कमी करण्यासाठी सैन्याद्वारे प्रस्तावित आवश्यकतेनुसार याची रचना आणि निर्मिती.
- हा रॅम्प सहज हलवता येणारा; तसेच सहजपणे एकत्र केला जाऊ शकतो किंवा वेगळा करता येतो.
- सैन्याच्या धोरणात्मक योजनांना रॅम्पमुळे गती मिळेल.

(संदर्भ : drdo.gov.in, pib.gov.in)

सकाळ अमेरिका आणि तत्कालीन सोव्हिएत रशिया या देशांदरम्यान झालेला मध्यम पल्ल्याच्या अण्वस्त्र नियंत्रण करार संपुष्टात आल्यानंतर लगेचच अमेरिकेकडून मध्यम पल्ल्याच्या क्रुझ क्षेपणास्त्राची चाचणी

दि. २० ऑगस्ट २०१९ रोजी अमेरिकेच्या संरक्षण विभागाने मध्यम पल्ल्याच्या क्रुझ क्षेपणास्त्राची (Medium-range-ground launched cruise missile) यशस्वी चाचणी केल्याची घोषणा केली.

- अमेरिका आणि तत्कालीन सोव्हिएत रशिया या देशांदरम्यान झालेला मध्यम पल्ल्याच्या अण्वस्त्र नियंत्रण करार (Intermediate Range Nuclear Forces Treaty [INF Treaty]) संपुष्टात आल्यानंतर लगेचच अमेरिकेकडून ही चाचणी घेण्यात आली.
- शीतयुद्धाच्या काळात अण्वस्त्र स्पर्धेला आळा घालण्यासाठी या प्रकारची क्षेपणास्त्र निर्माण न करण्यासंबंधी हा करार होता.
- कॅलिफोर्नियामधील (California) सॅन निकोलस (San Nicolas) बेटावर ही चाचणी घेतली.
- या चाचणीदरम्यान या क्रुझ क्षेपणास्त्राने हवेमध्ये ५०० किमी वर उडणाऱ्या लक्ष्याचा अचूक वेध घेतला.

आयएनएफबाबत (Intermediate Range Nuclear Forces Treaty (INF Treaty) :

- अमेरिकेचे तत्कालीन राष्ट्राध्यक्ष रोनाल्ड रेगन (Ronald Reagan) आणि सोव्हियत महासंघाचे अध्यक्ष मिचेल गोर्बाचेव्ह (Mikhail Gorbachev) यांच्या दरम्यान हा करार झाला होता.
- जागतिक सुरक्षितता आणि शीतयुद्ध समाप्तीच्या उद्देशाने डिसेंबर, १९८७ मध्ये हा करार अंमलात आला.
- या कराराअंतर्गत ५०० ते ५५०० किमी पल्ल्याच्या क्रुझ आणि बॅलेस्टिक क्षेपणास्त्रांच्या निर्मितीला आणि चाचणीला पायबंद घालण्यात आला होता. या करारानुसार दोन्ही देशांना ५०० ते १५०० किलोमीटर पल्ल्यापर्यंत मारा करणारी क्षेपणास्त्रे (पारंपरिक व अणवस्त्रधारी) स्वतःच्या ताफ्यात ठेवणे, तैनात करणे, त्यांचे उत्पादन करणे किंवा चाचणी घेणे यावर बंदी होती.
- दोन्ही देशांनी या पल्ल्यांची क्षेपणास्त्रे नष्ट करण्याचे ठरवले होते.
- रशियाकडून या कराराचे उल्लंघन होत असल्याचा आरोप करत अमेरिकेने २ ऑगस्ट रोजी या करारातून माघार घेतली होती.
- रशियाचे अध्यक्ष ब्लादिमीर पुतिन यांची मार्चमध्येच हा करार संपुष्टात आणण्याच्या कायद्यावर सही केली होती.
- हा ऐतिहासिक करार आता इतिहासजमा झाला आहे.

(संदर्भ : defense.gov)

सकाळ

रशियाकडून 'फेडर' हा मानवी आकाराचा पहिला रोबो अंतराळात

दि. २२ ऑगस्ट २०१९ रोजी रशियाने 'फेडर' हा मानवी आकाराचा पहिला रोबो अंतराळात पाठवला.

- 'फेडर (FEDOR : Final Experimental Demonstration Object Research)' हा रोबो स्कायबॉट (Skybot) F850 या नावानेदेखील ओळखला जातो.
- या रोबोला सोयूज एमएस-१४ (Soyuz MS-14) या मानवरहित प्रक्षेपकाच्या साहाय्याने अंतराळात पाठविण्यात आले.
- आणीबाणीच्या परिस्थितीत सुरक्षा आणि बचाव अशा कामांबरोबरच 'फेडर' हा रोबो स्पेसवॉक (Space Walk) सारखे कठीण कामही करू शकेल.
- आंतरराष्ट्रीय अवकाश स्थानकामध्ये २ आठवडे थांबून फेडरने विविध चाचण्या पार पाडल्या.
- ७ सप्टेंबर २०१९ रोजी फेडर पुन्हा पृथ्वीवर सुरक्षितपणे उतरला.
- नासा आणि जपानने यापूर्वी असे मानवसदृश रोबो अंतराळात पाठवले आहेत.

(संदर्भ : en.roscosmos.ru)

फेडर रोबोविषयी

- या रोबोला सोयूज एमएस-१४ या मानवरहित प्रक्षेपकाच्या साहाय्याने अंतराळात पाठविले.
- आंतरराष्ट्रीय अवकाशस्थानका-मध्ये **२ आठवडे थांबून फेडरने विविध चाचण्या पार** पाडल्या.
- **७ सप्टेंबर २०१९** रोजी फेडर पुन्हा पृथ्वीवर उतरला.

सकाळ

गुगलने आपल्या मोबाईल ऑपरेटिंग सिस्टिम अँड्रॉइडसाठी १० वर्षं जुनी नामकरण करण्याची परंपरा बदलली : पुढील ऑपरेटिंग सिस्टिमच्या प्रसिद्धीपूर्वी 'अँड्रॉईड क्यू ' म्हणून आधी ओळखली जाणारी ही ऑपरेटिंग सिस्टिम आता 'अँड्रॉईड १० म्हणून ओळखली जाणार

दि. २६ ऑगस्ट २०१९ रोजी गुगलने आपल्या मोबाईल ऑपरेटिंग सिस्टीम 'अँड्रॉईड (Android)' साठी १० वर्षं जुनी नामकरण करण्याची परंपरा मोडीत काढली आहे.

- पुढील ऑपरेटिंग सिस्टिम (Operating System)च्या प्रसिद्धीपूर्वी 'अँड्रॉईड क्यू (Android Q)' म्हणून आधी ओळखली जाणारी ही ऑपरेटिंग सिस्टिम आता 'अँड्रॉईड १० (Android 10)' म्हणून ओळखली जाईल.
- आम्ही आमच्या प्रकाशनास नाव देण्याचा मार्ग बदलत आहोत. आमच्या अभियांत्रिकी कार्यसंघाने चवदार पदार्थांनुसार किंवा मिष्टान्नांवर आधारित प्रत्येक आवृत्तीसाठी अंतर्गत कोड नावे वर्णानुक्रमे वापरली आहेत. परंतु बऱ्याच वर्षांमध्ये अभिप्राय ऐकले आहेत की अशी नावे जागतिक समुदायातील प्रत्येक

सकाळ कृष्णविवर : निरीक्षण संशोधनाचे नवे दालन

साडेपाच कोटी प्रकाशवर्षे दूर असलेल्या कृष्णविवराचे छायाचित्र काढण्यात शास्त्रज्ञांना यश आले. खगोलशास्त्रज्ञांसाठीच नव्हे, तर विश्वाविषयी कुतूहल असणाऱ्या प्रत्येकासाठी निरीक्षण संशोधनाचे नवे दालन या प्रकल्पामुळे खुले झाले आहे.

कृष्णविवर म्हणजे काय?

'कृष्णविवर' ही आकाशातील डोळ्यांनी दिसू न शकणारी व तिच्या चित्रविचित्र गुणधर्मांमुळे सर्वांच्या कुतूहलाचा विषय असलेली एक खगोलीय गूढ वस्तू आहे. काहींच्या मते, 'नावाप्रमाणे कृष्णविवर काळे असल्याने दिसून शकत नाही व शोधायचे म्हटले तर अंधाऱ्या खोलीतून काळे मांजर शोधण्याइतके ते अवघड ठरते.' कृष्णविवरांमध्ये प्रचंड गुरुत्वाकर्षण असल्याने त्यांच्यातून प्रकाशकिरणही बाहेर पडू शकत नाहीत व त्यामुळे त्यांना प्रत्यक्ष पाहता येत नाही. मात्र, १० एप्रिल रोजी खगोलशास्त्रज्ञांनी पत्रकार परिषदेत जाहीर केले की, 'आम्ही आजपर्यंत न दिसणाऱ्या कृष्णविवरास पाहिले व त्याचे पहिलेवहिले छायाचित्रही काढले.' कन्या राशीतील 'एम-८७' नावाच्या आकाशगंगेच्या पोटात असलेल्या या कृष्णविवराचे छायाचित्र यावेळी प्रसिद्धही करण्यात आले. हे कृष्णविवर आपल्यापासून ५.५ कोटी प्रकाशवर्षे दूर असून, ते सूर्यापेक्षा ६.५ अब्जपट जड आहे. जगभरातील आठ रेडिओ दुर्बिणींच्या साह्याने सतत दहा दिवस निरीक्षणे घेऊन 'एम-८७'मधील कृष्णविवराचे हे छायाचित्र मिळविले गेले. 'इव्हेंट होरायझन टेलिस्कोप' प्रकल्पांतर्गत २०० शास्त्रज्ञ व तंत्रज्ञांच्या दोन वर्षांच्या मेहनतीमुळे कृष्णविवराचे हे छायाचित्र पाहता आले. या छायाचित्रात कृष्णविवराची सावली (शॅडो) व त्याभोवताली नारिंगी रंगाचे कडे (ॲक्रिशन डिस्क) दिसते.

कृष्णविवराची संकल्पना :

कृष्णविवराची कल्पना सर्वप्रथम १७८३ मध्ये इंग्लिश खगोलशास्त्रज्ञ जॉन मिशेल व फ्रेंच गणितज्ञ पिअरे लाप्लास यांनी मांडली. त्यांनी कृष्णविवरास 'डार्क स्टार्स' म्हणजे 'अदृश्य तारा' असे नाव दिले. त्यांच्या मते पृथ्वीवरून जी वस्तू आपण उंच फेकतो, ती खाली पडते, कारण पृथ्वीचे गुरुत्वाकर्षण. मात्र एखादी वस्तू प्रचंड वेगाने फेकल्यास ती पृथ्वीचे गुरुत्वाकर्षण तोडून पृथ्वीवर परत न पडता अंतराळात जाईल, अशा वेगास 'मुक्तिवेग' किंवा 'एस्केप व्हेलॉसिटी' (Escape Velocity) म्हणतात. जसजसे वस्तूचे गुरुत्वाकर्षण व वस्तुमान वाढत जाते, तसतसे तिचा 'मुक्तिवेग' वाढत जातो. एखादा तारा प्रचंड मोठा असेल, तर त्याचा 'मुक्तिवेग'ही मोठा असतो आणि हा वेग प्रकाशाच्या वेगाएवढा झाला, तर ताऱ्याचा प्रकाश बाहेर पडू शकणार नाही. असा हा तारा डार्क स्टार्स (अदृश्य तारा) बनतो. हे संशोधन त्या काळात पुराव्याअभावी मागे पडले. मात्र, त्यानंतर १९१५ मध्ये आइन्स्टाइनने सापेक्षता सिद्धान्त मांडला. वस्तुमानाचा काल व अवकाशावर, म्हणजेच 'स्पेस व टाइम'वर परिणाम होतो, असे आइन्स्टाइनचे म्हणणे होते. याच सुमारास जर्मन खगोलशास्त्रज्ञ श्वार्झश्चील्ड याने प्रचंड वस्तुमानाच्या अवतीभोवतीच्या अवकाशाविषयी भाष्य केले. त्याच्या मते प्रचंड मोठ्या गुरुत्वाकर्षणाच्या वस्तूभोवती, म्हणजे कृष्णविवराच्या भोवतालच्या जागेवर त्याची सत्ता चालते व त्यापलीकडे एक सीमा असते. या सीमेस 'श्वार्झश्चील्ड त्रिज्या' म्हणतात. या सीमेच्या आतील भागात (इव्हेंट होरायझन्स) काय चालते हे समजू शकत नाही. थोडक्यात कृष्णविवराच्या आतील भागातील दिसत नसले, तरी 'इव्हेंट होरायझन'च्या बाहेरील ताऱ्यांच्या हालचालींवरून कृष्णविवराचे अस्तित्व शास्त्रज्ञांना समजले. एखादा तारा 'श्वार्झश्चील्ड त्रिज्ये'पेक्षा छोटा केला, तर त्याचे कृष्णविवर बनते.

आपला सूर्य तीन किलोमीटर एवढा छोटा केल्यास त्याचे रूपांतर कृष्णविवरात होईल. हे संशोधनही ३०-३५ वर्षे फारसे प्रकाशात आले नाही. मात्र भारतीय शास्त्रज्ञ डॉ. एस. चंद्रशेखर व रॉबर्ट ओपन हायपर यांच्या संशोधनामुळे मोठे तारे मृत्यूसमयी स्वतःच्याच गुरुत्वाकर्षणामुळे अत्यंत छोटे होऊ शकतात, असे ध्यानात आले. या प्रकारच्या ताऱ्यांच्या मृत्यूमध्ये त्यांचा केंद्रभाग बिंदूवत होतो. या बिंदूवत केंद्राभोवतालच्या इव्हेंट होरायझनजवळ काळ थबकल्यासारखा (फ्रिझ) वाटतो व त्यामुळे या प्रकारच्या ताऱ्यात 'फ्रोझन स्टार' म्हणून मानले गेले. त्यानंतर मात्र १९६७ मध्ये मोठ्या ताऱ्यांच्या मृत्यूमध्ये निर्माण झालेल्या 'फ्रोझन स्टार'ला 'ब्लॅक होल' (कृष्णविवर) असे नाव जॉन व्हीलर यांनी दिले. विश्वातील अनेक आकाशगंगाच्या केंद्रभागात कृष्णविवर असावे, असे शास्त्रज्ञांना वाटत होते. आपल्या आकाशगंगेच्या केंद्रात दहा लाख सूर्याच्या वजनाएवढे कृष्णविवर असावे, असे १९७२ मध्ये सँडर्स व लोईजर या शास्त्रज्ञांनी जाहीर केले, तर आपल्या जवळच्या कन्या राशीतील एम-८७'च्या केंद्रभागात पाच अब्ज सूर्याच्या वजनाएवढे कृष्णविवर असल्याचा दावा १९७८ मध्ये खगोलशास्त्रज्ञ सार्जंट व त्याच्या सहकाऱ्यांनी केला. आत्तापर्यंत जवळपास १३० मोठी कृष्णविवरे अप्रत्यक्षपणे शोधली गेली. मात्र एकाही कृष्णविवराचा प्रत्यक्षपणे शोध लावला न गेल्याने शास्त्रज्ञांना कृष्णविवराविषयी कुतूहल वाटत राहणे साहजिक होते. कृष्णविवरातील प्रचंड गुरुत्वाकर्षणामुळे तेथे भौतिकशास्त्रातील बरेचसे नियम पाळले जात नाहीत, त्यामुळे कृष्णविवर हे वैज्ञानिक कथा-कादंबऱ्यांमध्ये चर्चिले जाऊ लागले. याचाच परिणाम म्हणून कृष्णविवर सर्वसामान्याप्रमाणे शास्त्रज्ञांच्या औत्सुक्याचा विषय आहे. या खगोलीय पिंडाचा वेध प्रत्यक्षपणे घेण्याची कल्पना अनेकांप्रमाणे नेदरलँडमधील फल्के या पीएच.डी. विद्यार्थ्याच्या मनातही घोळत होती. मात्र त्याचे विचार अशक्यप्राय असल्याचे अनेकांना वाटत होते. मात्र कृष्णविवराजवळ व त्याच्या भोवतालच्या जागेतून रेडिओ प्रारणे

बाहेर फेकली जातात व त्यांचा वेध पृथ्वीवरच्या दुर्बिणीतून घेता येऊ शकेल, असे त्याला ठामपणे वाटत होते. सुमारे वीस वर्षे तो ही कल्पना अनेकांच्या गळी उतरविण्याचा प्रयत्न करीत होता व अखेरीस 'युरोपियन रिसर्च कौन्सिल'ने प्रा. फल्के यांना अर्थसाह्य देण्याचे मान्य केले. यावेळी कृष्णविवराचा वेध एकाच दुर्बिणीच्या साह्याने घेणे अवघड असल्याचे त्यांना जाणवले.

इव्हेंट होरायझन प्रकल्प :

पुढील काळात 'हार्वर्ड स्मिथसोनीयन सेंटर फॉर ॲस्ट्रोफिजिक्स'चे प्राध्यापक शेपर्ड डोलमन या प्रकल्पात सहभागी झाले. त्यांनी हवाई, मेक्सिको, चिली, अंटार्क्टिका, आरिझोना येथील एकंदर आठ रेडिओ दुर्बिणीचे साह्य घेऊन 'इव्हेंट होरायझन टेलिस्कोप' प्रकल्प आखला. या आठही दुर्बिणी एकाच वेळी वेगवेगळ्या ठिकाणांहून कृष्णविवराचे निरीक्षण करणार होत्या. यामुळे शास्त्रज्ञांच्या हातात संपूर्ण पृथ्वीभर आकाराची रेडिओ दुर्बीणच आल्यासारखे झाले. आपल्या आकाशगंगेच्या पोटातील 'सॅजिटॅरीस ए' व कन्या राशीतील 'एम-८७' या आकाशगंगांच्या केंद्रभागातील निरीक्षणे 'इव्हेंट होरायझन टेलिस्कोप'ने घेतली. 'एम-८७' आकाशगंगेच्या पोटातील कृष्णविवर व त्याभोवतालचे कडे मोठे असल्याने त्याचेच निरीक्षण प्राधान्याने केले गेले. दोन वर्षांपूर्वी एप्रिल महिन्यात हवामानाने साथ दिल्याने आठही रेडिओ दुर्बिणींनी 'एम-८७'चे सलगपणे दहा दिवस निरीक्षण केले. ही निरीक्षणे एकत्रित करून अल्गोरीदमच्या साह्याने त्याचा अभ्यास करून कृष्णविवराचे छायाचित्र बनविले गेले. छायाचित्र बनविण्यात 'एमआयटी'ची तरुण कॉम्प्युटर शास्त्रज्ञ डॉ. केटी बोमन हिचा मोठा वाटा आहे. तिने रेडिओ दुर्बिणींच्या डेटाद्वारे अल्गोरिदमच्या साह्याने 'एम-८७' मधील कृष्णविवराचे छायाचित्र बनविले. या छायाचित्रात कृष्णविवरातील इव्हेंट होरायझनभोवती तेजस्वी नारिंगी रंगाचे कडे दिसते. एकंदरीतच कृष्णविवरांच्या या पहिल्या छायाचित्राला जगभरात मोठी प्रसिद्धी मिळून विश्वातील एका नव्या दालनाचे दार उघडले गेल्याचे अनेकांना वाटते.

● डॉ. प्रकाश तुपे

जेष्ठ अवकाश संशोधक व लेखक

पूर्वप्रसिद्धी- दैनिक सकाळ

सकाळ स्ट्रॅटोलाँच : सर्वांत मोठ्या विमानाचे उड्डाण

स्ट्रॅटोलाँच हे एक अवाढव्य मोठे विमान आहे. त्याचा अवकाशात अग्निबाण घेऊन जाण्यासाठी, दळणवळण साधण्यासाठी, अंतराळात झेप घेण्यासाठीच एक दुवा म्हणून उपयोग होणार आहे. जंबोजेटसारखी दोन विमाने (ट्विन बॉडी) एकमेकांच्या पंख्याला जोडावीत, असे त्या विमानाचे स्वरूप आणि रचना आहे. विमानाला दोन कॉकपिट आहेत. दोन वैमानिक एकाच कॉकपिटमध्ये असतात. ते कॉकपिट विमानाच्या उजव्या बाजूस असते, याला तंत्रज्ञ रॉक नावाने ओळखतात. यामुळे दोन्ही पंखे मिळून त्यांची लांबी ११७ मीटर (३८५ फूट) भरते आणि उंची सुमारे १६ मीटर आहे. फुटबॉलचे एक क्रीडांगण पूर्ण भरेल एवढे मोठे स्ट्रॅटोलाँच आहे. पूर्ण इंधन भरल्यावर त्याचे वजन ५४०,००० कि. ग्रॅम होते. स्ट्रॅटोलाँचसाठी किमान ३.७ कि.मी. धावपट्टीची गरज असते. या विमानाची २३०,००० कि. ग्रॅम वजन (पे-लोड) वाहून न्यायची क्षमता आहे. त्यामधील वायरची लांबी सुमारे १०० कि.मी. आहे. उड्डाण करण्यासाठी जंबोजेटसारख्या सहा इंजिनांची शक्ती स्ट्रॅटोलाँचला लागते. अमेरिकेच्या स्ट्रॅटोलाँच सिस्टिम्स कॉर्पोरेशन (वॉशिंग्टन, सियाटल) चा हा प्रकल्प आहे. मायक्रोसॉफ्टचे एक संस्थापक पॉल ॲलन आणि स्केल्ड कॉम्पोझिटचे संस्थापक बर्ट रॅटन यांनी स्ट्रॅटोलाँच प्रकल्प दहा वर्षांपूर्वी सुरू केला होता. अवकाश तंत्रज्ञानात बहुपयोगी पडेल, असे त्याचे स्वरूप आहे. विविध आकाराची आणि वजनाची उपकरणे अवकाशात घेऊन जाता येतील, असे त्याचे स्वरूप आहे. यामुळे स्ट्रॅटोलाँचला कॅरिअर किंवा लाँच एअर क्रॉफ्ट म्हणतात. या विमानाचे पहिले चाचणी उड्डाण १३ एप्रिल २०१९ रोजी मोजावे एअर अँड स्पेस पोर्टवरून करण्यात आले. या २ तास २९ मिनिटांच्या चाचणीत स्ट्रॅटोलाँचने ४६०० मीटर (सुमारे १५००० फूट) उंचीवर तशी १६५ नॉट (सुमारे ३६५ कि.मी.) वेगाने उड्डाण केले.

स्ट्रॅटोलाँच या अजस्त्र विमानातून रॅकेट (अग्निबाण) घेऊन जायचे आणि दहा हजार सातशे मीटर (३५००० फुटांपेक्षाही जास्त) उंची गाठल्यावर त्याचे इंजिन प्रज्वलित करायचे. हा अग्निबाण दोन विमानांच्या मध्यभागी असतो आणि त्याची जोडणी विमानाच्या पंखाच्या मधोमध असते. या विमानाचे उद्दिष्ट साध्य झाले तर ती अवकाश तंत्रज्ञानामधील एक क्रांती ठरेल. यामुळे आर्थिक बचत होईल; तसेच अग्निबाणांचे प्रक्षेपण करणे ही नित्याची बाब होईल. तथापि अशा प्रचंड मोठ्या विमानाचे ग्राहक किती असतील याचा अंदाज येत नाही. हे विमान जैवविविधतेचा आणि हवामानशास्त्राचा अभ्यास करण्यासाठी देखील उपयुक्त ठरेल. स्ट्रॅटोलाँचसाठी काही लष्करी उपयोग आहेत. अंतराळ तंत्रज्ञानातील संशोधन आणि विकास कार्यक्रमात याच्या जडण-घडणीचा उपयोग होऊ शकतो; तसेच अग्निबाणाबरोबर लहान उपग्रह अंतराळात कमी किमतीमध्ये सोडण्यासाठी या विमानाचा उपयोग होऊ शकतो. माणसाला अंतराळ प्रवासाचा अनुभव घेण्यासाठी भावी काळात याचा उपयोग होण्याची शक्यता आहे.

● डॉ. अनिल लचके

विज्ञान तंत्रज्ञान विषयक घडामोडींचे तज्ज्ञ अभ्यासक

जणास नेहमीच समजली नाहीत, असे गुगलने आपल्या अधिकृत ब्लॉग पोस्टमध्ये म्हटले आहे.

- गुगलने २७ एप्रिल २००९ मध्ये लॉन्च (Launch) 'कपकेक (Cupcake)' पासून नंतर अशी नावे देण्यास सुरुवात केली. त्यानंतर येत गेलेल्या ऑपरेटिंग सिस्टिमच्या आवृत्तीच्या नावांमध्ये डोनट (Donut), इक्लेअर (Eclair), फ्रोयो (Froyo), जिंजरब्रेड (Ginger bread), हनीकोम्ब (Honeycomb), आईसक्रीम (Icecream), जेलीबिन (Jellybean), किटकॅट (Kitkat), लॉलीपॉप (Lollipop), मार्शमेलो (Marshmallow), नॉगट (Nougat), ओरिओ (Oreo) आणि शेवट पाय (Pie) जो ६ ऑगस्ट २०१८ रोजी प्रसिद्ध झाला, यांचा समावेश आहे.
- मिष्टान्नांची नावे देण्याची पद्धत टाकून देऊन आणि त्यांच्या अँड्राईड (Android) आवृत्तींच्या प्रकाशनात संख्या जोडून गुगलला असा विश्वास आहे की त्यांचा ब्रँड (Brand) त्यांच्या जागतिक वापरकर्त्यांसाठी 'अधिक समावेशक आणि प्रवेश करण्यायोग्य' असेल.
- नाव बदलण्याव्यतिरिक्त, गुगल (Google)ने विद्यमान हिरव्यापासून काळ्या रंगात अँड्राईड लोगोचा (Andriod Logo) रंगदेखील बदलला आहे. कारण त्यांना आढळले की हिरवा रंग वाचायला कठीण आहे. विशेषतः डोळ्यांच्या समस्या असणाऱ्या लोकांना.

(संदर्भ : blog.google)

सीएसआयआरच्या डेहराडूनस्थित भारतीय पेट्रोलियम संस्थेच्या संशोधकांनी विकसित केलेल्या तंत्रज्ञानावर आधारित प्लॅस्टिक कचऱ्याला डिझेलमध्ये रूपांतर करण्यासाठी प्रात्यक्षिक केंद्राचे उद्घाटन

दि. २७ ऑगस्ट २०१९ रोजी सीएसआयआर (CSIR) च्या डेहराडूनस्थित भारतीय पेट्रोलियम संस्थेच्या संशोधकांनी विकसित केलेल्या तंत्रज्ञानावर आधारित कचऱ्याला डिझेलमध्ये रूपांतरित करण्याच्या प्रात्यक्षिकाचे विज्ञान-तंत्रज्ञान व पृथ्वी विज्ञान मंत्री डॉ. हर्षवर्धन यांनी उद्घाटन केले.

- इन्स्टिट्यूटच्या प्रांगणामध्ये उभारण्यात आलेला हा प्रकल्प दररोज एक टन प्लॅस्टिक कचरा ८०० लीटर डिझेलमध्ये रूपांतरित करू शकेल. इंधन ऑटोमोटिव्ह ग्रेडचे (Automotive Grade) असेल आणि हे वाहनांच्या वापरासाठीचे वैशिष्ट्य पूर्ण करते.
- आयआयपी (IIP) प्रक्रियेचा वापर करून, पॉलिओफिनिक (Ployolefinic) कचरा डिझेलमध्ये (Diesel) बदलला जाऊ शकतो. या प्रकारच्या कचऱ्याचे प्रमाण देशातील एकूण प्लॅस्टिक कचऱ्यापैकी सुमारे ७०% इतके आहे आणि जैवविघटन करण्यायोग्य आहे. प्रक्रियादेखील पर्यावरणपूरक आहे.

देशातील **एकूण प्लास्टिक कचऱ्यापैकी सुमारे ७०%** इतके आहे आणि **जैवविघटन करण्यायोग्य** आहे. प्रक्रियादेखील पर्यावरणपूरक आहे.

- आयआयपी (IIP) आणि गेल (GAIL) यांनी या प्रकल्पाच्या कामकाजाच्या सहा महिन्यांनंतर तंत्रज्ञान देशभरात आणण्याची योजना आखली आहे.

(संदर्भ : vigyanprasar.gov.in)

अमेरिकी बनावटीचे आठ अत्याधुनिक 'अपाचे एएच-६४ई' हेलिकॉप्टर्स हवाईदलात दाखल

दि. ३ सप्टेंबर २०१९ रोजी अमेरिकी बनावटीचे आठ 'अपाचे एएच६४ई (Apache AH64E)' ही अत्याधुनिक हेलिकॉप्टर्स भारतीय हवाई दलात दाखल झाली. या अत्याधुनिक हेलिकॉप्टर्सच्या समावेशाने भारतीय हवाई दलाची लढाऊ क्षमता वाढली आहे.

- भारताने चार वर्षांपूर्वी अमेरिकेतील बोईंग कंपनीबरोबर २२ अपाचे हेलिकॉप्टर्स खरेदीसाठीचा करार केला होता.
- त्या करारान्वये ८ हेलिकॉप्टर्सची पहिली तुकडी भारतीय हवाई दलात दाखल झाली असून उर्वरित हेलिकॉप्टर्स मार्च २०२० पर्यंत भारतात दाखल होणे अपेक्षित आहे.
- सध्या दाखल झालेली ८ हेलिकॉप्टर्सची तुकडी देशाच्या पश्चिम सीमेवर तैनात केली जाणार आहे.
- अपाचे हेलिकॉप्टर हे एम.आय. ३५ (MI 35) हेलिकॉप्टरची जागा घेणार आहे.

अपाचे एएच-६४ई (AH64E) :

- अपाचे एएच६४ई हे जगातील सर्वांत आधुनिक हेलिकॉप्टर्सपैकी एक समजले आहे.
- बोईंग ही कंपनी या हेलिकॉप्टर्सची निर्मिती करते.
- अमेरिकेसह इस्राईल, इजिप्त आणि हॉलंडमध्येदेखील या हेलिकॉप्टर्सचा वापर होतो.
- नाईट व्हिजन तंत्रज्ञानाने युक्त हे हेलिकॉप्टर्स आपल्या अचूक निशाण्यासाठी जगभरात प्रसिद्ध आहेत. रडारच्या कक्षेतून स्वतःला लपवू शकण्याची क्षमता हे या हेलिकॉप्टर्सचे एक महत्त्वाचे वैशिष्ट्य आहे. ५५० किमी पर्यंतच्या कक्षेत हे हेलिकॉप्टर्स मारा करू शकतात.
- हेलिकॉप्टरमध्ये हवेतून हवेत मारा करणाऱ्या 'स्टिंगर' आणि हवेतून जमिनीवर मारा करणाऱ्या 'हेलफायर'

मिसाईलचा समावेश आहे. त्यावर ७० एमएम हाइड्रा रॉकेट आणि ३० एमएम चेन गन आहे; जिच्यामध्ये १२०० गोळ्या घेऊन जाण्याची क्षमता आहे.

(संदर्भ : boeing.com)

चीनमध्ये पहिल्या 'क्लोन मांजरी'चा जन्म

दि. ५ सप्टेंबर २०१९ रोजी सायनोजीन या चीनमधील कंपनीने पहिली क्लोन मांजर जन्माला घातली आहे. २१ जुलैला या मांजरीचा जन्म झाला आहे.

- गार्लिक (Garlic) नावाच्या एका पाळीव मांजरीचा सात महिन्यांपूर्वी मृत्यू झाला होता. याच गार्लिक मांजरीची क्लोन मांजर नुकतीच चीनमध्ये जन्माला आली आहे.
- पाळीव प्राण्यांचे क्लोनिंग (Cloning) अनेक देशांमध्ये बेकायदेशीर आहे. परंतु दक्षिण कोरिया आणि अमेरिका यांसारख्या काही देशांमध्ये क्लोनिंगला मान्यता देण्यात आली आहे.

- प्राण्यांच्या क्लोनिंगमध्ये पहिले मोठे यश म्हणजे डॉली नावाची मेंढी, जिचा ब्रिटनमध्ये १९९६ ला जन्म झाला होता. प्रौढ प्राण्याच्या पेशीद्वारे जन्मलेली ती पहिली सस्तन प्राणी होती.
- २००५ मध्ये दक्षिण कोरियामधील संशोधकांनी पहिला कुत्रा क्लोन केला.

क्लोनिंग म्हणजे काय?

- क्लोन म्हणजे हुबेहुब जुळणारी, तंतोतंत तशीच निर्मिती.
- क्लोन ही अशी एक जीवशास्त्रीय रचना आहे जी एकल पालक (आई किंवा वडील) पासून अलैंगिक पद्धतीने तयार केली जाते.
- निर्मित 'क्लोन' पूर्णपणे त्याच्या पालकांशी शारीरिक आणि आनुवंशिकदृष्ट्या समान असते. अशाप्रकारे कोणत्याही जीवाच्या प्रतिरूपाला क्लोनिंग म्हणतात.
- प्रतिकृती निर्माण करण्यातला मुख्य टप्पा म्हणजे मूळ आकृतीचे जीन्स (genes) म्हणजेच जनुके मिळवणे व त्यांची कृत्रिमरीत्या वाढ करून त्यांपासून प्रतिकृती तयार करणे हा आहे.

महागडी प्रक्रिया :

- क्लोन तयार करण्याची प्रक्रिया खूप महाग आहे. कुत्र्याच्या एका क्लोनसाठी ५३ हजार डॉलर्स म्हणजे ३८ लाख रुपये खर्च येतो.
- गार्लिक (Garlic) या मांजरीच्या क्लोनसाठी ३५ हजार डॉलर्स म्हणजेच २५ लाख रुपये इतका खर्च आला आहे.
- मांजरीचा क्लोन तयार करणारी सायनोजीन (Sinogene) ही चीनमधली पहिलीच कंपनी आहे.
- या कंपनीने आतापर्यंत ४० पेक्षा अधिक पाळीव कुत्र्यांचे क्लोन तयार केले आहेत.
- बहुतेक ठिकाणी पाळीव प्राण्यांना घरातील सदस्य समजले जाते. त्यामुळेच भावनिक गरजा हे पाळीव प्राणी पूर्ण करतात म्हणूनच क्लोनिंगला जास्त मागणी आहे.

(संदर्भ : singene.org)

भारत सरकारच्या विज्ञान व तंत्रज्ञान विभागाद्वारे नव्या 'वैज्ञानिक सामाजिक उत्तरदायित्व' धोरणाचा मसुदा प्रकाशित

दि. ९ सप्टेंबर २०१९ रोजी भारत सरकारच्या विज्ञान व तंत्रज्ञान विभागाद्वारे नव्या 'वैज्ञानिक सामाजिक उत्तरदायित्व' (SSR) धोरणाचा मसुदा प्रकाशित केला.

- 'कॉर्पोरेट सोशल रिस्पॉन्सिबिलिटी (CSR)' च्या धर्तीवर या प्रकारचे धोरण तयार करणारा भारत हा जगातला पहिला देश ठरणार.
- देशातल्या वैज्ञानिक व तंत्रज्ञान संस्था, तसेच शास्त्रज्ञांना विज्ञान प्रसाराच्या कार्यात सक्रियपणे सहभाग होण्यास प्रोत्साहित करणे, हा या कार्यक्रमाचा मुख्य हेतू आहे.
- समाजामध्ये वैज्ञानिक दृष्टिकोन रुजविण्यासाठी विज्ञानाद्वारे पुढाकार घेण्यास या धोरणातून प्रोत्साहन दिले जाईल.
- हे धोरण पूर्वीच्या वैज्ञानिक धोरण प्रस्ताव-१९५८, तंत्रज्ञान धोरण विधान-१९८३, विज्ञान व तंत्रज्ञान धोरण-२००३ आणि विज्ञान तंत्रज्ञान व नवकल्पना धोरण-२०१३, या धोरणांच्या धर्तीवर तयार केलेले आहे.

प्रस्तावित धोरणातील ठळक बाबी

- शास्त्रज्ञ व तज्ज्ञांनी त्यांच्याकडे असलेले ज्ञान समाजाला देण्यासाठी व्यक्तिशः दरवर्षी कमीतकमी १० दिवस समाजासाठी समर्पित करणे गरजे आहे.
- हे धोरण अर्थसंकल्पीय समर्थनाची पोहोच नसलेल्या क्रियाकलापांना प्रोत्साहन देण्यावर भर देते.
- कोणत्याही संस्थेस त्यांच्या SSR अंतर्गत चालणारे उपक्रम आणि प्रकल्पांसाठी बाहेरून मदत घेण्याची परवानगी नाही.
- शास्त्रज्ञ व तज्ज्ञांना त्यांच्या वार्षिक कामगिरीचे मूल्यांकनाच्या आधारे वैयक्तिक कार्यांसाठी या धोरणा अंतर्गत वित्तपुरवठा केला जाईल.
- हे धोरण देशभरात लागू करण्यासाठी भारत सरकारच्या विज्ञान व तंत्रज्ञान विभागात (DST) द्वारे एका केंद्रीय मंडळाची स्थापना केली जाणार-सोबतच, अन्य मंत्रालयांनाही 'वैज्ञानिक सामाजिक उत्तरदायित्व धोरण' लागू करण्यासाठी स्वतंत्र योजना तयार करण्यास प्रोत्साहित केले जाणार.
- धोरणाच्या अंमलबजावणीसाठी एक स्वतंत्र राष्ट्रीय डिजिटल

व्यासपीठ (National Digital Platform) विकसित केले जाईल.

- या व्यासपीठाच्या माध्यमातून वैज्ञानिक हस्तक्षेपाची आवश्यकता असलेल्या सामाजिक गरजा व त्यांची पूर्तता करणे, तसेच विविध उपक्रमांची प्रगती व कार्यांची नोंद ठेवली जाणार.
- हे धोरण देशातील वैज्ञानिक समूह आणि समाज यांना जोडणारा दुवा आहे. देशातील वैज्ञानिक वातावरण व्यापक करणे, हा या धोरणाचा मुख्य उद्देश आहे.

कॉर्पोरेट सामाजिक उत्तरदायित्व (Corporate Social Responsibility [CSR]) :

- सन २०१३ च्या अद्ययावत कंपनी कायद्यानुसार 'कॉर्पोरेट सामाजिक उत्तरदायित्व' हे नवे धोरण देशभरात लागू करण्यात आले.
- या धोरणानुसार कॉर्पोरेट कंपन्यांना निव्वळ वार्षिक उत्पन्नाच्या दोन टक्के रक्कम 'कॉर्पोरेट सोशल रिस्पॉन्सिबिलिटी'अंतर्गत सामाजिक कामांना देण्याचे बंधनकारक आहे.
- अशाप्रकारे सामाजिक कार्यांसाठी दिल्या जाणाऱ्या निधीवर प्राप्तिकर कायद्यानुसार कोणतीही सवलत देण्यात येत नाही.
- कंपन्यांनी वर्षभरात 'सीएसआर' अंतर्गत केलेली कामे आणि त्यावर करण्यात आलेल्या खर्चांचे तपशील वार्षिक अहवालात जाहीर करावे लागतात.
- सन २०१४-२०१५ च्या अर्थसंकल्पात 'सीएसआर'साठी बाजूला काढण्यात आलेला निधी कंपन्यांनी व्यावसायिक उद्देशाने न वापरण्याविषयी बजावण्यात आले होते.

(संदर्भ : dst.gov.in/)

सकाळ डीआरडीओकडून मॅन पोर्टेबल अँटी टँक गाईडेड मिसाईलची यशस्वी चाचणी

दि. ११ सप्टेंबर २०१९ रोजी भारतीय सैन्यदलाला चालना देण्याच्या दृष्टीने भारतीय संरक्षण संशोधन आणि विकास संस्था (डीआरडीओ) ने आंध्र प्रदेशच्या कुर्नुलमधील फायरिंग रेंजवरून मॅन पोर्टेबल अँटी टँक गाइडेड मिसाईलची (Man potable anti-tank guided missile) यशस्वी चाचणी केली.

- भारतीय संरक्षण संशोधन आणि विकास संस्था (Defence Research and Development Organisation - DRDO) ही क्षेपणास्त्र प्रणाली विकसित केली आहे.
- या क्षेपणास्त्राचे वजन इतर क्षेपणास्त्रांच्या तुलनेने अतिशय कमी आहे. या क्षेपणास्त्राला मॅन पोर्टेबल ट्राईपॉड लाँचरद्वारे लाँच केले गेले होते.
- या क्षेपणास्त्राची तिसऱ्यांदा यशस्वी चाचणी झाली आहे. याला आता भारतीय सेनेच्या तिसऱ्या पिढीच्या रणगाडा भेदी क्षेपणास्त्राच्या आवश्यकतेसाठी विकसित केले जात आहे.
- यापूर्वी भारतीय सैन्याने राजस्थानमधील पोखरण फील्ड फायरिंग रेंज (Field Firing Range) येथे तिसऱ्या पिढीतील अँटी टँक गाईडेड क्षेपणास्त्र 'नाग'ची यशस्वी चाचणी केली होती. डीआरडीओनेच नाग क्षेपणास्त्र विकसित केले आहे. आता तिसऱ्या पिढीतील रणगाडा भेदी नाग क्षेपणास्त्राच्या निर्मितीचे कार्य या वर्षाअखेर सुरू होणार आहे. आतापर्यंत त्याची चाचणी सुरू होती.
- कलम ३७० हटवण्यात आल्यावरून भारत आणि पाकिस्तानमध्ये तणावाचे वातावरण आहे. या पार्श्वभूमीवर ही क्षेपणास्त्र चाचणी अत्यंत महत्त्वाची आहे.

(संदर्भ : drdo.gov.in/,pib.gov.in)

सकाळ डीआरडीओने विकसित केलेल्या 'अस्त्र' क्षेपणास्त्राची यशस्वी चाचणी

दि. १९ सप्टेंबर २०१९ रोजी भारतीय संरक्षण संशोधन आणि विकास संस्थेने (डीआरडीओ) ओडिशाच्या चांदीपूर किनाऱ्यावर दृश्य सीमेच्या पलीकडे हवेतून हवेत मारा करण्यास सक्षम असणाऱ्या 'अस्त्र' या क्षेपणास्त्राची सुखोई-३० एमकेआय या विमानावरून यशस्वी चाचण्या घेण्यात आल्या आहेत.

- या चाचण्या १६ ते १९ सप्टेंबर २०१९ या कालावधीत घेण्यात आल्या. एकूण पाच चाचण्या घेण्यात आल्या असून सर्वच यशस्वी झाल्या आहे.
- या चाचण्यांमध्ये जास्तीत जास्त रेंज असलेल्या टेलिमीटर मिसाईलद्वारे केल्या गेलेल्या सरळ हल्ल्याचाही समावेश आहे.

'अस्त्र' विषयी :

- भारताच्या संरक्षण सामग्रीत असलेले अस्त्र नावाचे हे क्षेपणास्त्र हवेतून हवेत मारा करणारे विमानभेदी क्षेपणास्त्र आहे.
- हे भारतीय बनावटीचे असून याचा पल्ला ११० किलोमीटर आहे.
- भारताची संरक्षण संशोधन आणि विकास संस्था (डीआरडीओ) या संस्थेने हे क्षेपणास्त्र तयार केले आहे.
- हे क्षेपणास्त्र १५ किलो स्फोटके घेऊन प्रवास करू शकते. स्वनातीत (Supersonic) गतीने हे क्षेपणास्त्र प्रवास करते.
- हे एक बियाँड व्हिज्युअल रेंज (A beyond-visual-range missile (BVR)) म्हणजे दृष्टीपलीकडचा लक्ष्यभेद करणारे क्षेपणास्त्र आहे. त्यामुळे ६० ते ७० कि.मी. अंतरावरून लढाऊ विमान पाडणं आता शक्य आहे.

भारतीय 'संरक्षण संशोधन व विकास संस्थे'तर्फे विकसित करण्यात आलेले विविध क्षेपणास्त्र			
	क्षेपणास्त्र	पल्ला	प्रकार
१.	नाग	४ किमी	रणगाडाविरोधी क्षेपणास्त्र
२.	आकाश	३० किमी	जमिनीवरून आकाशात मारा करणारे
३.	पृथ्वी - I, II व III	१५०-६०० किमी	जमिनीवरून जमिनीवर मारा करणारे
४.	धनुष	२५०-६०० किमी	नौदलासाठीचे 'पृथ्वी क्षेपणास्त्र'
५.	अग्नी I-V	७०० किमी-८००० किमी	-
६.	सागरिका (K-15, K-4, K-5)	७५० किमी-६००० किमी	पाणबुडीवरून डागता येणारे क्षेपणास्त्र
७.	ब्राम्होस	६०० किमी	सुपसॉनिक क्रूझ क्षेपणास्त्र
८.	निर्भय	१००० किमी	जमिनीवरून जमिनीवर
९.	हेलिना	८ किमी	हेलिकॉप्टरमधून डागता येणारे 'नाग' क्षेपणास्त्र

(संदर्भ : drdo.gov.in/pib.nic.in)

सकाळ भारतीय अवकाश संशोधन संस्था 'इस्त्रो'कडून अवकाशातील उपग्रहांना संभाव्य धोक्यांची सूचना देण्यासाठी 'नेत्र' प्रणाली सुरू

दि. २३ सप्टेंबर २०१९ रोजी भारतीय अवकाश संशोधन संस्था 'इस्त्रो'ने अवकाशातील उपग्रहांना संभाव्य धोक्यांची सूचना देण्यासाठी 'नेत्र' प्रणाली सुरू केली. Network for Space Object Tracking and Analysis [NETRA] या प्रकल्पाद्वारे अवकाशातील कचरा (Debris) आणि इतर धोक्यांचा शोध घेऊन त्याबद्दलची पूर्वकल्पना देण्यात येईल.

- या प्रकल्पांतर्गत इस्त्रो एकत्रित जोडलेले रडार, टेलिस्कोप, माहिती प्रक्रिया एकक आणि नियंत्रण केंद्र अशा विविध निरीक्षण सुविधा निर्माण करेन.
- याद्वारे १० सेंमी इतक्या लहान ते ३४०० किमी एवढ्या मोठ्या वस्तूंचे निरीक्षण करणे, त्यांचा माग घेणे आणि त्यांची यादी तयार करणे इत्यादी कार्ये केली जातील.
- २००० किमी. पर्यंतच्या पृथ्वीच्या कक्षेतील अवकाशीय वस्तूंचे निरीक्षण यामध्ये केले जाईल.
- नेत्र प्रकल्पाचे अंतिम ध्येय दळणवळण उपग्रह कार्यरत असलेल्या भूस्थित कक्षेला गाठणे हे आहे.
- या प्रकल्पाची अंदाजित किंमत रु. ४०० कोटी आहे.

प्रोजेक्ट (NETRA) चे लक्ष्य :

- या प्रकल्पामुळे अवकाश क्षेत्रातील इतर शक्तींसारखे भारतालाही अवकाश परिस्थितीजन्य जागरूकता (Space Situational Awareness [SSA]) जागृतीबद्दल स्वतःची क्षमता प्राप्त होईल.
- भारतीय कृत्रिम उपग्रहांना भेडसावू शकणाऱ्या संभाव्य धोक्यांचा अंदाज लावण्यासाठी ही क्षमता उपयुक्त ठरेल.
- सद्यःस्थितीत ३६००० किमी अंतरावरील भूस्थित (Geostationary) कक्षेत भारताचे एकूण पंधरा दळणवळण उपग्रह कार्यरत आहेत.
- पृथ्वीच्या २००० किमी पर्यंतच्या खालच्या कक्षेमध्ये (Low Earth Orbit) १३ सुदूर (Remote Sensing) उपग्रह आहेत. या सर्व उपग्रहांची सुरक्षा भारतासाठी अत्यंत महत्त्वाची आहे.

अवकाशातील भग्नावशेष (Space Debris) :

- अवकाशीय कचरा हा सतत वाढत जाणारा प्रश्न आहे. अवकाशात ७५०० टन अनावश्यक गोष्टी तरंगत आहेत.
- Space debris (हे भग्नावशेष) उपग्रहांच्या इलेक्ट्रॉनिक प्रणालीला अक्षम करतात.
- यामध्ये जुन्या रॉकेटचे अवशेष, उपग्रहांचे कार्यरत नसलेले स्क्रू, रंगाचे कण इ. बाबींचा यामध्ये समावेश होतो. हे सर्व घटक कार्यरत उपग्रहांवर आदळून नुकसान करू शकतात.
- अवकाशीय कचऱ्याचे वाढत जाणारे प्रमाण हे अवकाश वाहनांसाठी धोकादायक ठरू शकते.
- आंतरराष्ट्रीय अवकाश स्थानक, स्पेस शटल, उपग्रह आणि इतर अवकाश यानांना यामुळे धोका निर्माण होऊ शकतो.

(संदर्भ : isro.gov.in)

सकाळ पृथ्वीच्या उत्तर ध्रुवावरील बर्फाळ आर्क्टिक प्रदेशातील हवामान प्रणालीचा अभ्यास करण्यासाठी १७ देशांमधील ३०० संशोधकांचा सहभाग असलेली अभ्यास मोहीम : मोझाईक

दि. १ ऑक्टोबर २०१९ रोजी पृथ्वीच्या उत्तर ध्रुवावरील बर्फाळ आर्क्टिक प्रदेशातील हवामान प्रणालीचा अभ्यास करण्यासाठी १७ देशांमधील ३०० संशोधकांचा सहभाग असलेली MOSAIC [Multidiciplinary Drifting Observatory for the Study Artic Climate expedition] मोहीम सुरू करण्यात आली आहे.

- मोहिमेमध्ये 'पोलरस्टेर्न' या बर्फ कापून पुढे जाणाऱ्या जर्मन

जहाजाचा वापर केला जात आहे.

- जर्मनीच्या 'आल्फ्रेड वेगनर इन्स्टिट्यूट'चा यामध्ये प्रमुख सहभाग आहे.
- नॉर्वेपासून हे जहाज मध्य आर्क्टिक भागात जाणार असून, आर्क्टिक समुद्रातील बर्फात वर्षभर राहून तेथील माहितीची नोंद घेणार आहे.
- आर्क्टिक प्रदेशातील माहिती अभ्यासासाठी राबविण्यात आलेली ही आतापर्यंतची सर्वाधिक मोठ्या कालावधीची मोहीम आहे.
- मोहिमेमध्ये जगभरातील इतर शास्त्रज्ञांसमवेतच भारतातील विष्णू नंदन या शास्त्रज्ञाचा समावेश आहे.

मोझाईक मोहिमेचे ध्येय :

- आर्क्टिक प्रदेशातील भौगोलिक वातावरणीय आणि समुद्रीय परिस्थितीच्या मापदंडाच्या नोंदी घेतल्या जातील.
- याबरोबरच जागतिक हवामान बदलसारख्या घटनांशी आर्क्टिक हवामान घटकांचा काय संबंध आहे, याचा शोध घेतला जाणार आहे.
- मोहिमेतील सहभागी संशोधक तेथील हवामान परिस्थितीचा वर्षभर अभ्यास करून तेथील हवामानाच्या सखोल नोंदी घेतील.
- या माहितीचा वापर करून ध्रुवीय हवामान परिस्थितीचा जगातील हवामानावर काय परिणाम होतो हे अधिक स्पष्ट रितीने माहीत होईल.
- १९७० मध्ये आर्क्टिक प्रदेशामध्ये "SHEBA' ही वैज्ञानिक मोहीम राबविण्यात आली होती.
- सध्या विविध संशोधनामध्ये या मोहिमेदरम्यान मिळालेली माहिती वापरण्यात येते.
- या माहितीचे अद्यावतीकरण करणे गरजेचे असल्याने 'मोझाईक' मोहीम राबविण्यात येणार आहे.
- या मोहिमेसाठी १४० दशलक्ष युरो एवढा खर्च अपेक्षित असून यातील अर्धा वाटा जर्मन सरकारतर्फे देण्यात येणार आहे.

लक्षात ठेवा

आर्क्टिक परिषद

(Arctic Council) :

ARCTIC COUNCIL

- आर्क्टिक परिषद ही आर्क्टिक परिषदेच्या सभोवताली देशांची आंतरशासकीय संघटना आहे.
- आर्क्टिक सर्कलमधील प्रदेशावर सार्वभौमत्व असणारे हे देश आहेत.
- आर्क्टिक परिषदेची स्थापना १९ सप्टेंबर १९९६ रोजी 'ओटावा घोषणेद्वारे (Otawa Declaration)' झाली. आर्क्टिक परिषदेचे मुख्यालय ट्रॉम्स, नॉर्वे येथे आहे.
- आर्क्टिक प्रदेश असलेले देशच आर्क्टिक परिषदेचे सदस्य असू शकतात. सध्या आर्क्टिक परिषदेचे आठ सदस्य आहेत.
- सदस्य - कॅनडा, डेन्मार्क, फिनलँड, आईसलँड, नॉर्वे, रशिया, स्वीडन, संयुक्त राष्ट्र (United Nation)
- भारत आर्क्टिक परिषदेचा निरीक्षक देश आहे.

भारताच्या ध्रुवीय मोहिमा :

१. **दक्षिण गंगोत्री** – भारताची ध्रुवीय प्रदेशातील पहिली मोहीम. १९८३ मध्ये अंटार्टिका प्रदेशाचा अभ्यास करण्यासाठी 'दक्षिण गंगोत्री' हा तळ उभारण्यात आला. १९८९ मध्ये याचा वापर बंद करण्यात आला.

   यानंतर मैत्री (१९८९) व भारती (२०१५) हे तळ अंटार्टिका प्रदेशात उभारण्यात आले. मैत्री तळाच्या बाजूला असलेल्या तलावाला 'प्रियदर्शनी तलाव' असे नाव देण्यात आले आहे.

२. **हिमाद्री** – आर्क्टिक प्रदेशातील भारताचा पहिला तळ २००८ मध्ये उभारण्यात आला. आर्क्टिक येथे कायमस्वरूपी तळ उभारणारा भारत हा अकरावा देश आहे.

   हा तळ नॉर्वेच्या सहकार्यात स्पिट्सबर्ग (स्वेलबार्ड) येथे उभारण्यात आला आहे.

   २०१५ मध्ये नॉर्वेमध्ये "IndARC' ही भूगर्भीय प्रयोगशाळा (Underground Observatory) उभारण्यात आली.

(संदर्भ : moes.gov.in)

सकाळ

वैज्ञानिक आणि औद्योगिक परिषदेने विकसित केलेल्या पहिल्या स्वदेशी उच्च-तापमान इंधन सेल प्रणालीचे अनावरण

दि. ५ ऑक्टोबर २०१९ रोजी वैज्ञानिक आणि औद्योगिक परिषदेने विकसित केलेल्या पहिल्या स्वदेशी 'उच्च तापमान इंधन सेल प्रणाली'चे (High Tempreture Fuel Cell System) अनावरण राष्ट्रपतींच्या हस्ते करण्यात आले.

- सीएसआयआरच्या ७८ व्या स्थापनादिनी विज्ञान भवन, नवी दिल्ली येथे या इंधन सेल प्रणालीचे अनावरण करण्यात आले.
- सीएसआयआरने 'न्यू मिलेनियम इंडियन टेक्नॉलॉजी लीडरशिप इनिशिएटिव्ह (NMITLI)' या कार्यक्रमांतर्गत या स्वदेशी इंधन सेलचा विकास केला आहे.

उच्च तापमान इंधन सेल प्रणाली :

- हा इंधन सेल मिथेन किंवा बायोमिथेनचा वापर करून पाच किलोवॅट ऊर्जा निर्मिती करू शकतो.
- इंधन सेल 'उच्च तापमान प्रोटॉन एक्सचेंज मेंम्ब्रेन (High Tempreture Proton Exchange Membrane)' तंत्रज्ञानाचा वापर करून तयार करण्यात आला आहे.
- इतर कोणत्याही ऊर्जास्त्रोतापेक्षा या स्त्रोतापासून तयार झालेल्या ऊर्जा निर्मितीची कार्यक्षमता ७०% पेक्षा जास्त आहे.

- हरित तंत्रज्ञानाने तयार झालेल्या ऊर्जेबरोबर हा सेल उष्णता आणि पाणी घटक टाकाऊ पदार्थ म्हणून बाहेर टाकतो.
- दूरवरच्या दुर्गम भागांमध्ये छोट्या कार्यालयात, व्यापारी केंद्रामध्ये वापरल्या जाणाऱ्या ऊर्जेवरील साधनांसाठी हे सेल उपयुक्त ठरतात.
- स्वच्छ ऊर्जा प्रकारांमध्ये इंधन सेल ऊर्जा निर्मिती ही पारेषित ऊर्जा ग्रीडला उत्तम पर्याय ठरते.
- डिझेलवर चालणाऱ्या ऊर्जानिर्मिती युनिटला पर्याय म्हणून 'इंधन सेल' महत्त्वाचे आहेत.
- याचा वापर वाढल्यास भारताचे कच्च्या तेलाच्या आयातीवरील अवलंबित्व बरेच कमी होऊ शकते.
- डोंगराळ-दुर्गम भागांमध्ये टेलिकॉम टॉवर, संपर्क साधने इत्यादींसाठी लागणाऱ्या स्वच्छ ऊर्जेचा पुरवठा यापासून मिळतो.
- उच्च तापमान प्रोटॉन एक्सचेंज मेंम्ब्रेव तंत्रज्ञान हे इंधन सेलचे गाभा तंत्रज्ञान असून जे इंधन सेल अत्यंत उच्च तापमानात (१५०°C) कार्यरत असतात, त्यासाठी उपयुक्त आहे.

(संदर्भ : pib.nic.in)

सकाळ सावित्रीबाई फुले पुणे विद्यापीठ व आंतरविद्यापीठ खगोल आणि खगोल-भौतिक केंद्र (आयुका) यांच्या पुढाकाराने अवकाश-खगोल संशोधनासाठी 'सितारा' प्रकल्पाची सुरुवात

दि. ५ ऑक्टोबर २०१९ रोजी सावित्रीबाई फुले पुणे विद्यापीठ व आंतरविद्यापीठ खगोल आणि खगोल-भौतिक केंद्र (आयुका) यांनी पुढाकार घेऊन 'सितारा' या प्रकल्पाची सुरुवात केली आहे.

- आगामी काळातील अवकाश आणि खगोल प्रकल्पातील संशोधनासाठी हा प्रकल्प महत्त्वाचा ठरणार आहे.
- सितारा (सावित्रीबाई फुले पुणे विद्यापीठ - आयुका प्रशिक्षण आणि संशोधन सहकार्य) या प्रकल्पाचे विद्यापीठातील आंतरविद्याशाखीय विज्ञान प्रशालेत उद्घाटन करण्यात आले.
- यासाठी विद्यापीठ आणि आयुका यांनी संशोधन प्रकल्प, नवीन अभ्यासक्रम यासाठी सामंजस्य करार करण्यात आला.
- या करारांतर्गत विद्यापीठाच्या भौतिकशास्त्र, इलेक्ट्रॉनिक्स, तंत्रज्ञान, अवकाश विज्ञान आणि उपकरणशास्त्र या पाच विभागातील प्राध्यापक आणि विद्यार्थ्यांसह आयुका काम करणार आहे.
- आगामी काळात सिताराअंतर्गत 'पेलोड इंटिग्रेशन सेंटर' सुरू करण्यात येईल. त्या माध्यमातून महाविद्यालयीन विद्यार्थ्यांना प्रशिक्षण दिले जाईल. त्यानंतर विद्यार्थी छोटे उपग्रह तयार करू शकतील.
- ही प्रयोगशाळा प्रशिक्षण आणि संशोधन केंद्र म्हणून काम करेल. दोन्ही संस्थांतील विद्यार्थी आणि प्राध्यापक लिगोसह काही अवकाश विज्ञानाच्या प्रकल्पात काम करतील.
- येथे पदव्युत्तर स्तरावरील अभ्यासक्रम सुरू करण्याची कल्पना आहे. त्यात संशोधन प्रकल्पांसाठीच्या प्रशिक्षणाचा समावेश असेल.

लक्षात ठेवा

सावित्रीबाई फुले पुणे विद्यापीठ :

- तत्कालीन पुणे विद्यापीठाची स्थापना १० फेब्रुवारी १९४९ रोजी करण्यात आली. एस. आर. जयकर पुणे विद्यापीठाचे प्रथम कुलगुरू होते.
- तत्कालीन गव्हर्नर हाऊसमध्ये विद्यापीठ सुरू करण्यात आले.
- पुणे विद्यापीठाचे कार्यक्षेत्र पुणे, अहमदनगर व नाशिक जिल्ह्यांपुरते आहे.
- द. वा. पोतदार, धनंजयराव गाडगीळ, नरेंद्र जाधव यांसारख्या व्यक्ती पुणे विद्यापीठाच्या कुलगुरू राहिलेल्या आहेत.
- २०१४ मध्ये विद्यापीठाचे 'सावित्रीबाई फुले पुणे विद्यापीठ' असे नामकरण करण्यात आले.

आयुका (Inter University Centre for Astronomy and Astrophysics : IUCCA) :

IUCAA

- आयुकाची स्थापना १९८८ मध्ये डॉ. जयंत नारळीकर व डॉ. यशपाल यांच्या प्रयत्नाने झाली.
- भारतीय विद्यापीठांमध्ये खगोल व खगोल भौतिकशास्त्रांमधील संशोधनास गती मिळावी म्हणून हे आंतरविद्यापीठ केंद्र सुरू करण्यात आले.
- डॉ. जयंत नारळीकर आयुकाचे संस्थापक-संचालक होते. सध्या डॉ. सम्यक रॉयचौधरी आयुकाचे संचालक आहेत.
- आयुकाच्या इमारतीची रचना विख्यात रचनाकार 'चार्ल्स कोरिया' यांनी केली आहे.

(संदर्भ : iucaa.in, unipune.ac.in)

सकाळ महाराष्ट्रातील हिंगोली जिल्ह्यातील औंढा नागनाथ तालुक्यातील दुधाळा परिसरात लेसर इनफेरोमीटर वेव्ह ऑब्झर्वेटरी उभारण्यात येणार

दि. ५ ऑक्टोबर २०१९ रोजी महाराष्ट्रातील हिंगोली जिल्ह्यातील औंढा नागनाथ तालुक्यातील दुधाळा परिसरात लेसर इनफेरोमीटर वेव्ह ऑब्झर्वेटरी (The Laser Interferometer Gravitational-Wave Observatory (LIGO) : लायगो) उभारण्यात येणार आहे.

- ही जगातील तिसरी तर अमेरिकेबाहेरील पहिलीच प्रयोगशाळा असणार आहे. सध्या लायगो प्रयोगशाळा वॉशिंग्टन व लुईझियाना येथे आहेत.
- डिसेंबर २०१८ मध्ये या प्रकल्पासाठी वन विभागाच्या १२१ हेक्टर जमीन हस्तांतरणास केंद्रीय वन व पर्यावरण विभागाने हिरवा झेंडा दाखविला होता.
- २०१६ रोजी केंद्र सरकारने लायगो इंडिया प्रकल्पास तत्त्वतः मान्यता दिली होती. २०२३ पर्यंत हा प्रकल्प कार्यान्वित होण्याची शक्यता आहे.
- दुधाळा परिसरामध्ये १७१ हेक्टर क्षेत्रावर ही प्रयोगशाळा उभारली जाणार असून यातील १२१ हेक्टर जमीन वनविभागाची आहे. ४५ हेक्टर जमीन शेतकऱ्यांकडून खरेदी केली जाणार आहे.
- भारतामध्ये उभारली जाणारी ही अशाप्रकारची पहिलीच प्रयोगशाळा असून यामध्ये प्लाझ्मा संशोधन संस्था, गांधीनगर, आयुका-पुणे, राजा रामण्णा प्रगत तंत्रज्ञान केंद्र, इंदौर या संस्था सहभागी आहेत.
- गुरुत्वीय लहरींचा (Gravitational Wave) अभ्यास या प्रयोगशाळेच्या माध्यमातून करण्यात येणार आहे.
- ११ फेब्रुवारी २०१६ रोजी गुरुत्वीय लहरींचे अस्तित्व सिद्ध करण्यात आले होते. यामुळे अल्बर्ट आईन्स्टाईन यांच्या व्यापक सापेक्षतावादाच्या (General Relativity Theory) सिद्धान्ताला पुष्टी मिळाली.
- १९१६ मध्ये अल्बर्ट आईन्स्टाईन यांनी गुरुत्वीय लहरींचे भाकीत केले होते.
- गुरुत्वीय लहरी अतिसूक्ष्म व अतिक्षीण असल्याने त्यांचा शोध अतिशय किचकट असतो, परंतु एक हजार शास्त्रज्ञांच्या चमूने ही अवघड कामगिरी पार पाडली.
- या प्रयोगामध्ये भारतामधील ६० पेक्षा अधिक शास्त्रज्ञांचा सहभाग होता.
- वॉशिंग्टन व लुईझियाना येथे असलेल्या लायगो प्रयोगशाळेने पकडलेल्या गुरुत्वीय लहरी १.३ अब्ज प्रकाशवर्षे दूर असलेल्या दोन प्रचंड वस्तुमानाच्या कृष्णविवरांच्या मिलनातून तयार झाल्या होत्या.
- वॉशिंग्टन व लुईझियाना येथील प्रयोगशाळेचे एकमेकांपासूनचे अंतर ३००० किलोमीटर आहे. ही उपकरणे ६६० दशलक्ष प्रकाशवर्षे दूर असलेल्या कृष्णविवरांच्या मिलनातून तयार झालेल्या गुरुत्वीय लहरी शोधू शकतात.

गुरुत्वीय लहरी (Gravitational Waves) :

- अवकाश व काल यांच्या पटलावरील (Space and Time) लहरींना गुरुत्वीय लहरी म्हणतात, ज्याप्रमाणे पाण्यात दगड टाकल्यावर तरंग निर्माण होतात व सर्व दिशांना पसरतात, त्याप्रमाणे या लहरी सर्व दिशांना पसरतात.
- गुरुत्वीय लहरींचा वेग प्रकाशाच्या वेगाइतका असतो, त्या कोणत्याही पदार्थातून प्रवास करू शकतात. यामुळे प्रकाशांच्या लहरीप्रमाणे यामध्ये कोणतीही वस्तू आल्यास सावली निर्माण होत नाही.
- गुरुत्वीय लहरी अत्यंत क्षीण असतात. एक मोठी गुरुत्वीय लहर १०-१८ मीटर एवढे विस्थापन करू शकते.
- गुरुत्वीय लहरींवर संशोधन करणाऱ्या रेनर वेस, बॅरी बॅरिश व क्लिप सॉर्न या शास्त्रज्ञांना २०१७ मध्ये नोबल पारितोषिक प्रदान करण्यात आले.
- भारतात आयुकातील शास्त्रज्ञ डॉ. संजीव धुरंधर यांनी 'गुरुत्वीय लहरीं'च्या क्षेत्रांमध्ये महत्त्वपूर्ण कार्य केले आहे.

राजा रामण्णा प्रगत तंत्रज्ञान केंद्र — लक्षात ठेवा

- राजा रामण्णा प्रगत तंत्रज्ञान केंद्र आण्विक भौतिकशास्त्रामध्ये संशोधन करणारी संस्था आहे.
- १९ फेब्रुवारी १९८४ रोजी या संस्थेची स्थापना झाली. ही संस्था इंदौर, मध्य प्रदेश येथे आहे.
- पद्मविभूषण विजेते शास्त्रज्ञ व भारताच्या पहिल्या आण्विक चाचणीचे प्रमुख डॉ. राजा रामण्णा यांचे नाव या संशोधन संस्थेला देण्यात आले आहे.
- ही संस्था केंद्रशासनाच्या आण्विक विभागांतर्गत कार्य करते.

(संदर्भ : pib.nic.in, rrcat.gov.in)

सकाळ — २०२० मध्ये इस्रो 'आदित्य एल वन' (L-1) मोहीम पूर्ण करणार

दि. ६ ऑक्टोबर २०१९ रोजी भारतीय अवकाश संशोधन संस्था (ISRO) २०२० मध्ये 'आदित्य L-1' ही सौर

दुधाळा परिसरातील लेसर इनफेरोमीटर वेव्ह ऑब्झर्वेटरीबाबत :

१. ही **जगातील तिसरी** तर **अमेरिकेबाहेरील पहिलीच** प्रयोगशाळा असणार

२. सध्या **लायगो प्रयोगशाळा वॉशिंग्टन व लुईझियाना** येथे

३. **२०२३ पर्यंत** हा प्रकल्प **कार्यान्वित** होण्याची शक्यता

४. दुधाळा परिसरामध्ये **१७१ हेक्टर** क्षेत्रात प्रयोगशाळा उभारली जाणार

मोहीम हाती घेणार आहे.

- मोहिमेची संकल्पना दृश्य उत्सर्जन रेखा कोरोनाग्राह (Visible emission Line Coronagraph - VLEC) नावाचे मुख्य भार वाहून नेण्याकरिता ४०० किलोग्रॅम वर्गातल्या उपग्रहाच्या स्वरूपात केली गेली आहे.
- उपग्रहाला लॅगरेंज बिंदू-१ च्या आसपास कोरोना (सूर्याचे प्रभामंडळ) याच्या आसपास पाठविले जाणार आहे.
- सूर्याचे कोरोना पृष्ठभागापासून दूर असूनही त्याचे तापमान (६०००K) पृष्ठभागापेक्षा जास्त का आहे याचा अभ्यास केला जाणार आहे.
- आदित्य उपग्रह हॅलोकक्षामध्ये (Halo Orbit) १७ बिंदूच्या जवळ प्रक्षेपित केला जाणार आहे, ज्याचे पृथ्वीपासूनचे अंतर सुमारे १.५ दशलक्ष किलोमीटर इतके आहे.
- आदित्य उपग्रह PSLV-XL (ध्रुवीय उपग्रह प्रक्षेपक वाहन-उच्च भार) या उपग्रह प्रक्षेपकाद्वारे एप्रिल २०२० मध्ये प्रक्षेपित करण्याचे नियोजन आहे.
- या मोहिमेमध्ये इस्रोसोबतच आयुका व भारतीय खगोलशास्त्र संस्था सहकार्य करणार आहे.
- आदित्य मिशनमध्ये सूर्याबाहेरील तेजोमंडलचे विश्लेषण केले जाणार आहे. हे तेजोमंडल हजारो किलोमीटरपर्यंत पसरलेले आहे. पृथ्वीवरील हवामान बदलावर याचा मोठा प्रभाव पडतो.
- याचबरोबर मोहिमेत सूर्याच्या फोटोस्पीअर, क्रोमोस्फिअरचादेखील अभ्यास केला जाणार आहे. सूर्यामधून बाहेर येणारे विस्फोटक कण अभ्यासले जाणार आहेत.
- हे कण पृथ्वीच्या खालच्या कक्षेत निरुपयोगी ठरतात. त्यांना पृथ्वीच्या चुंबकीय क्षेत्रापासून दूर ठेवण्याची गरज आहे.
- या मोहिमेत उपग्रहासोबत सहा उपकरणे पाठविण्यात येणार आहेत.

१. दुग्ध उत्सर्जन रेखा कोरोनोग्राफ (VELC)
२. सोलर अल्ट्राव्हायलेट इमेजिंग टेलिस्कोप (SUIT) आणि एक्स-रे स्पेक्ट्रोमीटर - संपूर्ण तरंग लांबीमध्ये सूर्याच्या प्रतिमा घेणे.
३. आदित्य सोलर विंड पार्टिकल एक्सपेरिमेंट (ASPEX) - सौर पवन लक्षणामधील बदल तसेच त्याचे वितरण आणि स्पेक्ट्रल लक्षणांचा अभ्यास करणे.
४. प्लाझ्मा ॲनालायझर पॅकेज फॉर आदित्य (PAPA) - सौरपवनची संरचना आणि त्याचे ऊर्जावितरण समजून घेणे.
५. मॅग्नोमीटर - आंतरग्रहीय चुंबकीय क्षेत्राचे परिणाम आणि प्रवृत्तीचे मापन करणे.
६. सोलार लो एनर्जी एक्स-रे स्पेक्ट्रोमीटर (सोलेक्स) व हाय एनर्जी L1 ऑर्बिटिंग एक्स-रे स्पेक्ट्रोमीटर (हेलिओस)

लॅंगराज बिंदू (Lagrangian Point) :

- लॅंगराज बिंदू म्हणजे सूर्य व पृथ्वीमधील असे बिंदू जेथे दोन्हीचे गुरुत्वीय आकर्षण सारखे असते व वस्तू त्या जागी स्थिर राहू शकते.
- लिओनार्ड थुलर व जोसेफ लॅंगराज यांनी हे बिंदू शोधून काढले.
- असे एकूण पाच बिंदू आहेत.

(संदर्भ : isro.gov.in)

सकाळ फ्रान्सच्या डसॉल्ट कंपनीकडून पहिले राफेल विमान भारताकडे सुपूर्द

दि. ८ ऑक्टोबर २०१९ रोजी फ्रान्सच्या डसॉल्ट कंपनीने पहिले राफेल विमान भारताकडे सुपूर्द केले. भारताचे संरक्षण मंत्री राजनाथसिंह यांनी हे विमान ताब्यात घेतले.

- आठ ऑक्टोबर रोजी भारतीय वायुदल दिन व विजयादशमी अशा शुभमुहूर्तावर हे विमान भारताकडे सुपूर्द करण्यात आले.
- या विमानाचा टेल नंबर 'RB001' आहे. यामधील RB चा अर्थ हवाईदल प्रमुख राकेश भदुरिया आहे. ज्यांनी या करारात महत्त्वाची भूमिका बजावली.
- यावेळी संरक्षण मंत्र्यांनी राफेल विमानातून उड्डाण केले.

राफेल (Dassault Rafale) :

- राफेल हे फ्रान्सच्या डसॉल्ट कंपनी निर्मित दोन इंजीन असलेले बहुउद्देशीय लढाऊ विमान आहे.
- राफेल या फ्रेंच शब्दाचा अर्थ 'वादळ (Gust of Winds)' असा आहे.
- राफेल एका मिनिटात ६०००० फूट उंची गाठू शकते; तसेच राफेलची इंधनक्षमता १७ हजार किलो आहे.
- राफेल विमानाची मारक क्षमता ३७०० किमी तर उच्चतम वेग २२२३ किमी प्रतितास एवढा आहे.
- राफेल विमान प्रथमतः फ्रान्स नौदलाच्या वापरासाठी बनविण्यात आले होते. फ्रान्स, इजिप्त, कतार या देशांतर्फे राफेल विमान वापरले जाते.

राफेल करार :

- तत्कालीन संयुक्त पुरोगामी आघाडी सरकारने ३१ जानेवारी २०१२ रोजी फ्रेंच डसॉल्ट कंपनीसोबत १२६ राफेल विमानांसाठी करार केला होता.

सकाळ ऑपरेशन शक्ती अंतर्गत उपग्रहभेदी क्षेपणास्त्राची यशस्वी चाचणी : भारताचा प्रवेश अंतराळातील महासत्तांच्या पंक्तीत

भारताचे पंतप्रधान नरेंद्र मोदी यांनी २७ मार्च २०१९ रोजी अचानकपणाने संपूर्ण देशवासीयांना संबोधित करण्यासाठी आपल्या नेहमीच्या धक्कातंत्राचा अवलंब करत एका महत्त्वपूर्ण उपलब्धीची माहिती दिली. भारताने पहिल्यांदा उपग्रहभेदी क्षेपणास्त्राच्या मदतीने अंतराळातील उपग्रह अंतराळातच उद्‌ध्वस्त करण्याची क्षमता प्राप्त केल्याचे त्यांनी यावेळी सांगितले. भारतीय अंतराळ संशोधन संस्था (इस्रो) आणि डीआरडीओ यांनी ऐतिहासिक पाऊल टाकत हे अत्यंत दमदार यश मिळवले. ऑपरेशन शक्ती अंतर्गत यासंदर्भात केलेल्या चाचणीमध्ये अवघ्या ३ मिनिटांमध्ये पृथ्वीपासून ३०० किलोमीटर दूर अंतरावर असणाऱ्या अवकाशातील एक उपग्रह उद्‌ध्वस्त करण्यात आला. अशा प्रकारची क्षमता आतापर्यंत केवळ रशिया, अमेरिका आणि चीन या तीनच राष्ट्रांकडे होती. भारताने या 'एलिट क्लब'मध्ये आपले नाव अभिमानाने नोंदवले. या कामगिरीमध्ये सर्व भारतीय शास्त्रज्ञांचे हे महत्त्वाचे योगदान आहे. या यशामुळे भारताची संरक्षणसिद्धता तर वाढली आहेच; पण भारताची प्रतिरोधन क्षमताही वाढली आहे.

उपग्रहभेदी क्षेपणास्त्र म्हणजे काय?

अंतराळात प्रक्षेपित करण्यात आलेले उपग्रह हे दळणवळण, शैक्षणिक, दूरसंचार, हवामान, शेती आदी अनेक क्षेत्रांसाठी उपकारक ठरत आहेत. आजघडीला एकट्या भारताचे असे ७६ उपग्रह अंतराळात भ्रमंती करत आहेत. या उपग्रहांचा वापर लोककल्याणकारी कामांसाठी होतो, तसाच लष्करी वापरही करता येतो. जेव्हा एखाद्या क्षेपणास्त्राचा मारा केला जातो, तेव्हा तो अचूक लक्ष्यावरच व्हावा यासाठी उपग्रहांकडून मिळालेली छायाचित्रे व माहिती ही अत्यंत महत्त्वाची असते. तसेच या क्षेपणास्त्रांचे संचलन करण्यामध्येही उपग्रहांची भूमिका मोठी असते. युद्धाच्या काळामध्ये उपग्रहांचा वापर सैनिकी कामांसाठी केला जातो. शत्रूच्या हालचाली टिपण्यासाठी, शस्त्रसाठा कुठे आहे हे जाणून घेण्यासाठी, लढाऊ विमाने, रणगाडे कुठे तैनात आहेत यांची माहिती मिळवण्यासाठी उपग्रहांचा वापर केला जातो. साहजिकच, या उपग्रहांचे रक्षण करणे हे एक मोठे आव्हानात्मक काम आहे. त्यादृष्टीने हे उपग्रहभेदी क्षेपणास्त्र तंत्रज्ञान महत्त्वाचे आहे. शत्रूराष्ट्राचे एखादे क्षेपणास्त्र उपग्रहाचे नुकसान करणार असेल तर ते उद्‌ध्वस्त करण्याची ताकदही यामध्ये आहे. भविष्यात जेव्हा युद्धजन्य परिस्थिती निर्माण होईल आणि भारताची टेहेळणी करून लष्कराशी निगडित संवेदनशील माहिती गोळा करून ती शत्रूराष्ट्रापर्यंत पुरवली जात असेल तर अशा वेळी सदर उपग्रह नष्ट करता येण्यासाठी आजवर कोणतीही प्रणाली किंवा तंत्र नव्हते. आता ती क्षमता भारताने प्राप्त केली आहे.

भारताला याची का गरज होती?

पंतप्रधान नरेंद्र मोदी मिशन शक्तीच्या यशाविषयी देशवासीयांना सांगताना हे स्पष्ट केले आहे की, भारत याचा वापर केवळ बचावात्मकतेसाठी करणार आहे. अंतराळातील साधनसंपत्तीच्या (स्पेस असेटस्) रक्षणासाठीच भारत या क्षेपणास्त्रांचा वापर करेल. भारत आक्रमणासाठी याचा वापर करणार नाहीये. म्हणजेच या तंत्रज्ञानाच्या माध्यमातून इतर देशांचा उपग्रह पाडण्याचा भारताचा बिलकूल इरादा नाहीये. थोडक्यात, प्रतिरोधनाचे साधन म्हणून भारताने ही क्षमता प्राप्त केली आहे. शत्रू राष्ट्रांना आणि जगाला भारताकडे ही क्षमता आहे, हे सांगून भारताने एक प्रकारे गर्भित इशारा दिलेला आहे. ज्याप्रमाणे अण्वस्त्रांचा वापर प्रत्यक्षात केला जात नसला तरी सामरिक सज्जतेचे ते निदर्शक असतात. तशाच प्रकारे भविष्यात तयार होणाऱ्या अंतराळातील रणभूमीवरील संभाव्य लढायांमध्ये भारतही मागे नाही, हे या चाचणीने जगाला दाखवून दिले आहे.

अंतराळातील शस्त्रास्त्र स्पर्धा वाढणार?

अशा स्वरूपाच्या परीक्षणांकडे आंतरराष्ट्रीय समुदाय टीकात्मक नजरेनेच पाहात असतो. याचे कारणही आंतरराष्ट्रीय समुदायाला अशा चाचण्यांमुळे शस्त्रास्त्र स्पर्धा वाढीस लागेल, याची चिंता असते. पूर्वी अशा स्वरूपाची स्पर्धा ही अमेरिका आणि सोव्हिएत रशिया यांच्या दरम्यान होती. १९५७ मध्ये तत्कालीन सोव्हिएत रशियाने स्फुटनिक हा जगातील पहिलावहिला उपग्रह अंतराळात सोडला. तेव्हापासून उपग्रह सोडण्याची स्पर्धा सुरू झाली. तशाच प्रकारे परस्परांच्या उपग्रहांचा वापर करून माहिती काढता येऊ शकते म्हणून उपग्रह विरोधी यंत्रणा सुरू झाली. अशा प्रकारची यंत्रणा रशिया आणि अमेरिका या महासत्तांनी १९८० च्या दशकापर्यंत प्राप्त केली. ही स्पर्धा वाढू नये म्हणून संयुक्त राष्ट्र संघटनेने १९६७ मध्ये एक महत्त्वपूर्ण करार केला. या कराराला 'आऊटर स्पेस कंट्रोल ॲग्रीमेंट' म्हणतात. या करारावर भारताने स्वाक्षरी केलेली आहे. हा करार करण्याचे एक महत्त्वाचे कारण म्हणजे

अंतराळ प्रदूषण रोखणे. जगभरातील राष्ट्रांनी परस्परांचे उपग्रह उद्ध्वस्त करायला सुरुवात केली तर त्यातून अंतराळातील प्रदूषण वाढत जाईल. कारण ज्यावेळी उपग्रह उद्ध्वस्त होतो तेव्हा त्याचे तुकडे अंतराळात तरंगत राहातात. त्यामुळे ही स्पर्धा वाढत गेली तर अंतराळात अशा नष्ट केलेल्या उपग्रहांचा कचरा वाढण्याची भीती होती. हा कचरा कार्यान्वित असणाऱ्या उपग्रहांसाठीही बाधक असतो. बरेचदा या कचऱ्यामुळे उपग्रहांमध्ये बिघाडही होत असतो; तसेच या कचऱ्याचे नकारात्मक परिणाम पृथ्वीवरही होऊ शकतात. हे सर्व धोके लक्षात घेऊन हा करार करण्यात आला. भारत सुरुवातीपासूनच अंतराळाचे शस्त्रीकरण होण्याच्या विरोधात आहे. अंतराळात कोणतीही शस्त्रस्पर्धा निर्माण न होता उपग्रह सुरक्षित राहिले पाहिजेत, या भूमिकेवर भारत आजही ठाम आहे. भारताने केलेल्या ताज्या परीक्षणानंतरही या भूमिकेचा अथवा आंतरराष्ट्रीय कराराचा भंग झालेला नाही. त्यामुळे या चाचणीमुळे अंतराळ शस्त्रास्त्रांची स्पर्धा वाढीस लागेल असे म्हणणे चुकीचे ठरेल. भारताने जर इतर देशांचे उपग्रह पाडण्यास सुरुवात केली तर ही स्पर्धा वाढू शकते; पण भारताचा तसा जराही हेतू नाही. किंबहुना, या मोहिमेचा तो उद्देशच नाही. प्रत्येक देशाला आत्मरक्षणाचा अधिकार आहे आणि भारताने हे पाऊल आत्मरक्षणासाठी उचलले आहे. भविष्यातही, भारत अंतराळाचे शस्त्रीकरण होऊ नये म्हणून प्रयत्नशील राहाणार आहे. मागील काळात अमेरिका आणि रशिया यांच्यात अँटी बॅलास्टिक मिसाईल ट्रीटी हा करार झालेला आहे. पण तो केवळ या दोन देशांसाठीच मर्यादित आहे. त्यामुळे या कराराचा भारताशी संबंध नाही. दुसरी महत्त्वाची गोष्ट म्हणजे भारताने सदर चाचणीसाठी आपलाच एक निकामी झालेला उपग्रह उद्ध्वस्त केला आहे. त्याचबरोबर हा उपग्रह लो ऑर्बिटमध्ये नष्ट केलेला असल्यामुळे त्याचे तुकडे अंतराळात न जाता ते गुरुत्वाकर्षण शक्तीमुळे पृथ्वीच्या वातावरणाकडे खेचले गेले आणि खाली येत असतानाच ते नष्ट झाले. त्यामुळे एका अर्थाने ही चाचणी अंतराळप्रदूषणमुक्त होती. भारताने यासाठी ३०० किलोमीटर लो-ऑर्बिटमधील कक्षा ही जाणीवपूर्वक निवडली होती, हे लक्षात घ्यावे लागेल. २००७ मध्ये जेव्हा चीनने अशा प्रकारची चाचणी केली तेव्हा ८०० किलोमीटर अंतरावरील उपग्रह नष्ट करण्यात आला होता. परिणामी त्याचे तुकडे अंतराळात सर्वत्र विखुरले गेले. परिणामी, जगभरातून चीनवर टीका झाली. भारताने असे करणे कटाक्षाने टाळले.

भारताची प्रतिमा उंचावली

आंतरराष्ट्रीय स्तरावर सत्तेचे मोजमाप काही आधारांवर होते. यामध्ये आर्थिक विकास, त्याचा दर, अण्वस्त्रसज्जता, संरक्षण सज्जता यांबरोबरच अंतराळ संशोधनातील प्रगतीचा समावेश होतो. मिशन शक्ती'च्या यशस्वितेमुळे भारताची आंतरराष्ट्रीय राजकारणातील प्रतिमा उंचावली आहे. त्याचबरोबर ही क्षमता प्राप्त झाल्यामुळे शत्रू राष्ट्रांनाही इशारा मिळाला त्यामुळे या घटनेचे ऐतिहासिक महत्त्व आहे. या मोहिमेमुळे भारताने सुरक्षेची चौथी बाजू भक्कम केली आहे. १९९८ मध्ये पोखरणमध्ये भारताने दुसरी अणूचाचणी केली. आजघडीला आपण जमिनीवरून, हवेतून किंवा पाणबुडीच्या माध्यमातून अण्वस्त्रांचा मारा करू शकतो. म्हणजेच या तीनही माध्यमातून सुरक्षेच्या बाजू भक्कम केल्या होत्या. आता अंतराळाची बाजूही भारताने भक्कम केली आहे. अन्यथा आजवर असलेली ही आपली कमरतेची बाजू हेरून शत्रूकडून त्याचा गैरफायदा घेतला जाण्याची शक्यता होती. पण आता भारताने तिथेही सज्जता मिळवली आहे. आपल्या उपग्रहाला लक्ष्य करून उद्ध्वस्त करण्याचा प्रयत्न केला तर आपण तो हाणूनही पाडू शकतो आणि जशास तसे उत्तरही देऊ शकतो. अर्थात या सर्वांची गरज पडणार नाही. याचे कारण १९६० च्या दशकात अमेरिका आणि रशिया दोघांनीही उपग्रहभेदी क्षेपणास्त्र तंत्रज्ञान विकसित केले; पण सुदैवाने आतापर्यंत या दोन्हीही राष्ट्रांकडून याचा वापर झालेला नाही. कारण मुळातच याचा उपयोग हा प्रतिरोधनासाठी किंवा धाक दाखवण्यासाठी केला जातो.

परिणाम काय?

भारताने केलेल्या या परीक्षणाचा फार मोठा परिणाम हा दक्षिण आशियातील सत्तासमतोलावर, आशिया खंडातील सत्ताराजकारणावर आणि जागतिक रचनेवर होणार आहे. भारताचा एक आशियाई महासत्ता म्हणून पुढे येण्याचा प्रयत्न आहे, त्याला या यशामुळे प्रोत्साहन मिळणार आहे. भारताच्या आर्थिक विकासाबरोबर संरक्षण सिद्धताही वाढली आहे ही बाब भारताला विभागीय महासत्ता म्हणून पुढे येण्यास पोषक ठरणारी आहे. सर्वांत महत्त्वाचे म्हणजे भारताने ही क्षमता स्वबळावर प्राप्त केली आहे. या मोहिमेसाठी वापरलेले तंत्रज्ञान हे पूर्णतः देशी बनावटीचे आहे. सर्वसाधारणपणे १९६० च्या दशकात सोव्हिएत रशियाने हे तंत्रज्ञान विकसित केले. रशियाच्या विघटनानंतर त्या देशातील बरेचसे संरक्षण तंत्रज्ञान हे चोरट्या मार्गाने जगभरातील देशांकडे हस्तांतरित झाले. याचा फायदा चीनलाही झाला. आज पाकिस्तानही चीनच्या मदतीने उपग्रह प्रक्षेपित करत आहे. थोडक्यात, प्रत्येक देशाला दुसऱ्या देशाची मदत घ्यावी लागली आहे. तथापि, भारताचा क्षेपणास्त्र विकासाचा कार्यक्रम पूर्णपणे स्वदेशी आहे. याबद्दल डीआरडीओ आणि इस्रोमधील शास्त्रज्ञांचे विशेष कौतुक करावयास हवे.

●

डॉ. शैलेंद्र देवळाणकर
परराष्ट्र धोरण विश्लेषक व लेखक
शब्दांकन : **अदित्य फीचर्स**

- यामधील १८ विमाने तयार स्वरूपात तर उर्वरित विमाने भारतामध्ये तयार करण्याचे ठरविण्यात आले.
- २०१६ मध्ये राष्ट्रीय लोकशाही आघाडी सरकारने वायुदलाची निकड लक्षात घेता २०१२ मधील करार रद्द करून ३६ विमाने तयार स्वरूपात विकत घेण्याचा करार केला. हा करार ५९,००० कोटी रुपयांचा करण्यात आला.
- राफेल विमानासोबतच मिटीऑर (Meteor) हे हवेतून हवेत मारा करणारे क्षेपणास्त्र व स्काल्प हे हवेतून जमिनीवर मारा करणारे क्षेपणास्त्रदेखील करारात समाविष्ट करण्यात आले आहे.
- १४ डिसेंबर २०१८ रोजी सर्वोच्च न्यायालयाने करार निर्दोष असल्याचा निर्णय दिला.
- राफेल विमानात भारताच्या मागणीनुसार पुढील बदल करण्यात येणार आहे.

१.	इस्रायली हेल्मेट माउंटेड डिस्प्ले
२.	रडार वॉर्निंग रिसिव्हर
३.	लो बॅण्ड जॅमर्स
४.	दहा तासांचा फ्लाईट डेटा रेकॉर्डिंग सिस्टिम
५.	इन्फ्रा रेड सर्च
६.	ट्रॅकिंग सिस्टिम

- पहिलं राफेल विमान भारतामध्ये मे २०२० पर्यंत दाखल होण्याची शक्यता आहे.

(संदर्भ : pib.nic.in ,ddnews.gov.in)

आयआयटी हैदराबादने तयार केला पहिला भारतीय 'ब्रेन ॲटलास': या ॲटलासला 'आयबीए १००' असे नाव

दि. २९ ऑक्टोबर २०१९ रोजी हैदराबादमधील आंतरराष्ट्रीय माहिती तंत्रज्ञान संस्थेने (आयआयटी) पहिला भारतीय ब्रेन ॲटलास (Brain Atlas) तयार केला आहे.

- आयआयटीमधील संशोधकांनी हे स्पष्ट केले आहे की, भारतीय मेंदू इतरांच्या तुलनेत लहान आहे. पश्चिम आणि पूर्व लोकसंख्येच्या तुलनेत उंची, रुंदी आणि घनफळापेक्षा लहान आहे.
- या ॲटलासला आयबीए १०० (IBA 100) असे नाव देण्यात आले आहे. इतर ॲटलासमध्ये चिनी, कोरियन आणि कॉकेशियन समाविष्ट आहे.
- हा अभ्यास अल्झायमरसारख्या मेंदूच्या आजाराच्या लवकर निदानात मदत करेल.
- मॉन्ट्रियल न्यूरॉलॉजिकल इन्स्टिट्यूट (Mountreal Neurological Institute [MNI]) ने प्रथम डिजिटल मानवी मेंदू ॲटलस तयार केला होता. हा ब्रेन ॲटलास (Brain Atlas) कॉकेशियन ब्रेन टेम्प्लेटवर (Caucasian Brain Template) आधारित होता.
- संशोधकांचे म्हणणे आहे की, हे भारतीय मेंदूचे मूल्यांकन करण्यासाठी आदर्श नाहीत आणि सहसा एमआरआय (MRI) स्कॅनदरम्यान चुकीचे निदान तयार होतात.
- भारतावर विशेष केंद्रित असलेला हा ब्रेन ॲटलास वेगवेगळ्या लिंगांच्या ५० व्यक्तींच्या एमआरआय स्कॅनचा वापर करून तयार केला गेला आहे.
- विविध लोकसंख्येसाठी भारतीय ॲटलास इतर ॲटलासच्या विरुद्ध प्रमाणित केले गेले.
- तोच संशोधन कार्यसंघ आता वृद्धत्वाची प्रक्रिया समजून घेण्यावर लक्ष केंद्रित करत आहे.

(संदर्भ : iith.ac.in)

इस्रो व तिची व्यावसायिक शाखा असलेल्या 'अंतरिक्स कॉर्पोरेशन'द्वारे 'नाविक'ला देण्यात येणार व्यावसायिक रूप देण्याचा निर्णय

दि. ३ नोव्हेंबर २०१९ रोजी भारतीय अंतराळ संशोधन संस्था (इस्रो) व तिची व्यावसायिक शाखा असलेल्या 'अंतरिक्स कॉर्पोरेशन'द्वारे 'नाविक' (NAVIC) या भारतीय प्रादेशिक सुचालन उपग्रह प्रणालीला व्यावसायिक स्वरूप देण्याचे ठरविले.

- या स्वदेशी सुचालन यंत्रणेद्वारे आंतरराष्ट्रीय सागरी सीमा ओलांडणाऱ्या मच्छीमारांना सावध केले जाऊ शकते.
- ही प्रणाली वापरकर्त्याला रस्त्यावर आणि समुद्रात दळणवळणावर नियंत्रण ठेवण्यास मदत करणार.
- ही प्रणाली दूरसंचार व पॉवर ग्रीडमध्येही वापरता येऊ शकते.

नाविक (Navigation with Indian Constellation [NavIC]) :

- देशांतर्गत तयार करण्यात आलेली ही प्रणाली स्थाननिश्चितीकरण प्रणाली (Positioning System) सारखीच काम करते.
- नाविक प्रणालीत एकूण सात कार्यरत उपग्रह असून यापैकी तीन उपग्रह भूस्थिर कक्षेत (Geostationary Orbit), तर चार उपग्रह Geosynchronous Orbit मध्ये प्रक्षेपित करण्यात आले आहेत.
- नाविक प्रणालीमधील उपग्रहांची संख्या अकरापर्यंत वाढवून त्याची कार्यकक्षा वाढविण्याचे नियोजित आहे.
- नाविक २०२० च्या मध्यापर्यंत सामान्य नागरिकांसाठी उपलब्ध होण्याची शक्यता आहे.
- नाविक प्रणालीतील पहिला उपग्रह (IRNSS- Indian Regional Navigation Satellite System 1A) 'PSLV-XLC 22' प्रक्षेपक वाहनावरून १ जुलै २०१९ रोजी प्रक्षेपित करण्यात आला.
- 'नाविक' भारतीय सीमांच्या १५०० किलोमीटर बाहेरपर्यंत सेवा देऊ शकतो. त्यामुळे याचा फायदा दक्षिण आशियाई देशांनादेखील होणार आहे.

इतर देशांच्या स्थाननिश्चितीकरण प्रणाली :

देश	प्रणाली
१. अमेरिका	जीपीएस (GPS)
२. रशिया	ग्लोनस (GLONASS)
३. युरोपियन युनियन	गॅलिलिओ (Galileo)
४. चीन	बायडू (Beidou)
	कंपास (COMPASS)
५. जपान	क्यूझेएसएस (QZSS)

लक्षात ठेवा

अँट्रिक्स कॉर्पोरेशन (Antrix Corporation) :

- इस्रोची व्यावसायिक शाखा (Commercial Arm) असून अंतराळ विभागांतर्गत कार्यरत.
- स्थापना : २८ सप्टेंबर १९९२, मुख्यालय : बंगळुरू
- २००८ मध्ये अँट्रिक्स कॉर्पोरेशनला 'मिनीरत्न' उद्योगाचा दर्जा देण्यात आला.

भारतीय अंतराळ संशोधन संस्था (ISRO) :

- स्वतंत्र भारताचे पहिले पंतप्रधान पं. जवाहरलाल नेहरू व शास्त्रज्ञ विक्रम साराभाई यांच्या प्रयत्नांमुळे १९६२ मध्ये स्थापना.
- १९६२ मध्ये स्थापित 'इंडियन नॅशनल कमिटी फॉर स्पेस रिसर्च' ("INCOSPAR) या संस्थेचे नाव बदलून १५ ऑगस्ट १९६९ रोजी इस्त्रो (ISRO) करण्यात आले.
- इस्त्रो (ISRO) निर्मित पहिला भारतीय उपग्रह 'आर्यभट्ट' १९ एप्रिल १९७५ रोजी सोव्हियत महासंघाने प्रक्षेपित केला.
- १९८० मध्ये भारतीय बनावटीचे प्रक्षेपक "SLV-2' याद्वारे 'रोहिणी' हे उपग्रह प्रक्षेपित करण्यात आले.
- मुख्यालय : बंगळुरू.

(संदर्भ : antrix.co.in, isro.gov.in)

सकाळ

भारतीय अंतराळ संशोधन संस्थेकडून 'कार्टोसॅट-३' उपग्रहाचे सतीश धवन अवकाश केंद्रातून (श्रीहरीकोटा) प्रक्षेपण

दि. २७ नोव्हेंबर २०१९ रोजी भारतीय अंतराळ संशोधन संस्थेने 'कार्टोसॅट-३' उपग्रहाचे सतीश धवन अवकाश केंद्रातून (श्रीहरीकोटा) प्रक्षेपण केले.

- या सोबतच अमेरिकेच्या १३ नॅनो-उपग्रहांचे (व्यावसायिक) देखील प्रक्षेपण करण्यात आले.
- इस्रोच्या "PSLV-C47' या प्रक्षेपकातून या उपग्रहाचे प्रक्षेपण करण्यात आले.
- कार्टोसेट मालिकेतील हा नववा उपग्रह असून, हे इस्रोचे ७४ वे प्रक्षेपण उड्डाण होते.
- या उपग्रहाचे आर्युमान पाच वर्षांचे आहे.

कार्टोसॅट-३ :

- वजन - १६०० किलोग्रॅम
- उच्च प्रतीच्या छायाचित्रणाची छायाचित्रे घेण्याची कार्टोसॅट-३ ची क्षमता आहे.
- कार्टोसॅट-३ या उपयोग पृथ्वीची छायाचित्रे काढण्यासाठी, नकाशा निर्मितीसाठी, मॅपिंग करण्यासाठी केला जाईल.
- नगर नियोजन, पायाभूत सुविधा विकास, किनारपट्टी विकासासाठी कार्टोसॅट-३ चा उपयोग करण्यात येणार.

कार्टोसॅट उपग्रह मालिका (Cartosat Satelite Series) :

- 'कार्टोसॅट' ही पृथ्वीची निरीक्षण (Earth Observation Satelite) करणारी उपग्रह प्रणाली आहे.
- 'भारतीय सुदूर संवेदन प्रणाली' (Indian Remote Sensing System) चा भाग.
- कार्टोसॅटचा उपयोग पृथ्वीवरील संसाधनांच्या व्यवस्थापनासाठी, संरक्षण क्षेत्रामध्ये केला जातो.
- या मालिकेतील पहिला उपग्रह २००५ मध्ये प्रक्षेपित करण्यात आला होता.

अ. क्र.	उपग्रह	प्रक्षेपक	दिनांक
१.	कार्टोसॅट-१	PSLV C-6	५ मे २००५
२.	कार्टोसॅट-२	PSLV C-7	१० जानेवारी २००७
३.	Cartosat-2A (भारतीय लष्करासाठी समर्पित)	PSLV C-9	२८ एप्रिल २००८
४.	कार्टोसॅट 2-B	PSLV C-15	१२ जुलै २०१०
५.	कार्टोसॅट 2C	PSLVC-34	२२ जून २०१६
६.	कार्टोसॅट-20	PSLV-C37	१५ फेब्रुवारी २०१७
७.	कार्टोसॅट-2E	PSLV-C38	२३ जून २०१७
८.	कार्टोसॅट-2F	PSLV-C40	१२ जानेवारी २०१८
९.	कार्टोसॅट-३	PSLV-C47	२७ नोव्हेंबर २०१९

(संदर्भ : isro.gov.in)

सकाळ पर्यावरण

हे वर्ष महापुराचे वर्ष म्हणून सर्वांच्या कायमचे स्मरणात राहील. हरिकेन डोरियन चक्रीवादळाचा कॅरेबियन देश बहामासला बसलेला तडाखा, भारतात ओडिशाच्या किनारपट्टीवर फॅनी चक्रीवादळामुळे ओडिशासह आंध्र प्रदेश व पश्चिम बंगालच्या किनारपट्टीची तर महाराष्ट्रातील कृष्णा नदीच्या पुराने सांगली, कोल्हापूर प्रदेशाची झालेली अपरिमित हानी, भारतीय हवामान विभागाकडून 'नैर्ऋत्य मान्सून ऋतु पर्जन्य अहवालात २०१९ मध्ये भारतात गेल्या पंचवीस वर्षांतील सर्वाधिक पाऊस झाल्याचा प्रसिद्ध करण्यात आलेला निष्कर्ष यातून पर्यावरणाला हानी पोहचवून साधण्यात आलेला विकास अंतिमतः मानवी जीवनाला नकारात्मकरीत्याच प्रभावित करणारा असतो हे स्पष्ट झाले. तर, दुसऱ्या बाजूला हेल्थ इफेक्टस इन्स्टिट्यूटच्या स्टेट ऑफ ग्लोबल एअर २०१९ च्या अहवालानुसार भारतामध्ये वायुप्रदूषणामुळे २०१७ मध्ये १२ लाख लोकांचा मृत्यू झाल्याचे स्पष्ट झाल्याने प्रदूषण ही बाब भारत आणि जगासाठी धोक्याची घंटा वाजवणारी आणि ग्रेटा थनबर्ग हिच्या चळवळीचे महत्त्व अधोरेखित करणारी ठरली. पर्यावरण संबंधीच्या घटनांची माहिती या प्रकरणात देत आहोत..

सकाळ पॅरिस कराराच्या अंमलबजावणीसाठी संयुक्त राष्ट्र हवामान बदल संरचना परिषद (यूएनएफसीसीसी)च्या प्रारूपानुसार काटोविस येथे 'हवामान बदल परिषद' पार पडली

१६ डिसेंबर २०१८ रोजी पॅरिस कराराच्या अंमलबजावणीसाठी संयुक्त राष्ट्र हवामान बदल संरचना परिषद (The United Nations Framework Convention on Climate Change (UNFCCC)) च्या प्रारूपानुसार काटोविस येथे 'हवामान बदल परिषद' पार पडली.

- काटोविस-पोलंड (Katowice -Poland) येथे पार पडलेली परिषद COP-24 (Conference of Parties-24) म्हणून ओळखतात.
- ही परिषद २ ते १५ डिसेंबर २०१८ दरम्यान झाली.
- या परिषदेत १९६ देश व युरोपियन युनियन सहभागी झाले.
- काटोविस हवामान परिषदेत 'पॅरिस करारा'च्या अंमलबजावणीची नियमपत्रिका तयार झाली.
- २०१५ मध्ये झालेल्या पॅरिस करारानंतर झालेली ही तिसरी हवामान बदल परिषद आहे.
- अकरा वर्षांत तिसऱ्यांदा ही बैठक पोलंडमध्ये झाली.

काटोविस परिषद (Katowice COP-24) :

- २०२०पासून पॅरिस कराराची अंमलबजावणी करण्यासाठी या परिषदेमध्ये एका नियमपत्रिकेची निर्मिती
- या नियमपत्रिकेत उत्सर्जन कमी करण्यासाठी विविध सरकारांची उद्दिष्टे, त्याबाबतचा अहवाल जमा करण्याबाबत प्रक्रियांचा समावेश
- २०२५च्या पुढील नवीन वित्तीय ध्येय निश्चित करण्यासाठीच्या प्रक्रियेबाबतची नियमावली नियमपत्रिकेत समाविष्ट
- हवामान बदलाचा सामना करण्यासाठी आवश्यक तंत्रज्ञानाच्या हस्तांतरणातील प्रगतीचे मूल्यांकन करण्याची प्रक्रिया.
- दर पाच वर्षांनी कार्बन उत्सर्जनाचा आढावा घेण्यासंबंधीची तरतूद याचा या नियमावलीत समावेश

सिलेसिया घोषणापत्र :

- काटोविस हवामान बदल परिषदेदरम्यान पोलंड प्रशासनाने 'सिलेसिया घोषणापत्र' आणले.
- उत्सर्जन कमी करणारी ध्येय राबविताना सामाजिक उलथापालथ होऊ नये व 'कामगारांचे न्यायसंक्रमण' यावर भर देण्यात आला.
- बॉन हवामान परिषदेत (COP-23) सुरू करण्यात आलेल्या पीपीसीए (Powering Post Coal Alliance) या कोळसाविरोधी युतीमध्ये काही सदस्य राष्ट्रे सामील आहेत.
- २०१७ मध्ये कॅनडा व युनायटेड किंगडमकडून युतीसाठी पुढाकार घेण्यात आला.
- भारत या युतीचा सदस्य नाही.

आयपीसीसीने प्रकाशित केलेल्या 'जागतिक तापमानवाढ - १.५० सेल्सिअस' या अहवालात **तापमानवाढ १.५० सेल्सिअसपर्यंत ठेवणे सुरक्षित** असल्याचा निष्कर्ष

काटोविस परिषदेचे महत्त्व :

- २० नोव्हेंबर २०१८ मध्ये जागतिक हवामान संस्थेने प्रकाशित केलेल्या अहवालानुसार २०१७ मध्ये वातावरणातील कार्बन डायऑक्साइडची (CO_2) पातळी ४०५ पीपीएम एवढी वाढली.
- यामुळे काटोविस परिषदेत पॅरिस कराराच्या अंमलबजावणीबाबत ठोस आराखडा करणे गरजेचे होते.

सकाळ हवामान बदल आणि आपण

जगण्यामरण्याच्या सीमारेषेवर राहणाऱ्यांना येणारे प्रत्येकच वर्ष अधिकाधिक गरम ठरत आहे. माझ्या डोळ्यासमोर असं दृश्य येतं, की मी झपाटली जाते. आपण एका खोलीत कुलूपबंद आहोत. त्यातून आपल्याला एका छोट्याशा खिडकीतून दिसते की बाहेरील हवामान बेबंद झालेले आहे. जंगलांना आगी लागल्या आहेत, उष्णतेच्या लाटा, अतिरेकी पाऊस अगदी भाकीत केल्याप्रमाणेच होत आहेत. पण आपल्या किंकाळ्या कोणीच ऐकत नाही. जणू ते दुसरीकडे कुठेतरी होत आहेत. किंवा त्या खऱ्या नाहीत. हे खूप नाटकी वाटत आहे हे मला मान्यच आहे. पण ही वस्तुस्थिती आहे. हा हवामानबदलाचाच परिणाम आहे. पण आपले लक्ष तिकडून उडून दुसरीकडेच ओढले जात आहे- व्यापार युद्ध, ब्रेक्झिट, निर्वासित, चांगली आणि वाईट अर्थव्यवस्था, राष्ट्रवाद, युद्ध वगैरे गोष्टींकडेच ते जाते. हवामानबदल प्रत्यक्षात होत आहे ते अशा वेळी की जेव्हा ते हाताळण्याची क्षमताच नाही. या साऱ्याच गोष्टी आपल्या नियंत्रणाबाहेर जात आहेत, हे स्पष्ट दिसत आहे. दरवर्षी ते तोपर्यंतचे सर्वांत उष्ण वर्ष आहे असे ते सांगतात. मग पुढील वर्षी तोही विक्रम मोडला जातो. हे आता आपल्याला वैयक्तिक अनुभवालासुद्धा यायला लागत आहे. जगण्याच्या सीमारेषेवरील अनेक लोकांच्या अस्तित्वाचा प्रश्न म्हणजे काय हे आपण समजून घ्यायला पाहिजे. या प्रत्येक हवामानाच्या अतिरेकाच्या दुर्घटनेत अनेक लोकांना जगण्याच्या व कामाच्या शोधात स्थलांतर करायला लागत आहे.

काही लोकांचे स्थलांतर तात्पुरते असते, तर कधीकधी ते कायमस्वरूपी होते. आजचे जग एकमेकांना अनेक अर्थानि जोडलेले आहे. हवामान बदलणारा कार्बनडायऑक्साईड व इतर वायू वाहून नेतो, दुसरे म्हणजे बातम्या एकमेकांकडे पोहोचवतो. या सगळ्या स्थलांतराला आपला काय व कसा प्रतिसाद असेल हा एक महत्त्वाचा प्रश्न आहे. भारतात आपण चर्चा करतो ती या बाहेरच्या लोकांचे मोजमाप कसे करायचे (आणि मोजमाप करून झाल्यावर त्यांचे पुढे काय करायचे) तर युरोपमध्ये लोकांचा मूड आणि निवडणुका या बेकायदा स्थलांतर करणाऱ्या लोकांच्या झुंडी व उतरणाऱ्या बोटींच्या छायाचित्रांप्रमाणे हिंदकळतात. अमेरिकेत भिंत व त्याच्या एका बाजूला ताटकळणाऱ्याच्या रांगा यांनी समाजमाध्यमांमधील जागा भरून जात आहेत. स्थलांतराचे वर्णन हे वास्तव होत आहे, आणि ते हाताळण्याचे काम आपण वाईट पद्धतीनेच करीत आहोत- शब्दांमधून आणि कृतींमधूनसुद्धा. त्याने आपल्या समाजात भीती आणि असुरक्षिततेची भरच घालीत आहे. जनसमुदायाचे कटुतेने आणि कडवेपणाने ध्रुवीकरण होत आहे. आणि त्याला राष्ट्रवादी ब्रिगेड खाद्य पुरवित आहेत. एक गोरा गौरप्रभुत्ववादी एल पासोमध्ये अंदाधुंद गोळीबार करीत सुटला व हे त्याने हवामानबदल रोखण्यासाठी केले (असे त्याचे ब्लॉगवर म्हणणे आहे.) त्याच्या मते, आम्ही अमेरिकन जीवनशैली कधीच बदलणार नाही. (म्हणजे या जीवनशैलीमुळे ग्रह नष्ट करीत आहे हे त्याला मान्य आहे. त्यावर त्याचा उपाय आहे पुरेशी माणसे नष्ट करा म्हणजे अमेरिकन जीवनशैली निरंतर चालू ठेवता येईल.

एकेकाळी मी याकडे एक वेडेपणा म्हणून दुर्लक्ष केले असते. पण आता आपण अशा बिंदूकडे जात आहोत जिथे दोन आणीबाणीच्या घटना एकत्र येत आहेत. अद्याप आपल्याला स्थलांतरितांची एकूण आकडेवारी आणि त्याची कारणे माहिती नाहीत. आपण हवामान बदलामुळे होणाऱ्या निर्वासितांबद्दल मोघम बोलतो; कारण त्याचे स्वरूप व गांभीर्य कळत नाही. मला असे म्हणायचे नाही की, स्थलांतर वाईट आहे. लोकांनी मूळ जागा सोडून समृद्धीच्या शोधात स्थलांतर केल्यामुळेच अनेक शहरे व राष्ट्रे उभी राहिली आहेत. भारतात तर आपल्याला माहितीच आहे रोजगार मिळवण्याचेच दुसरे नाव अंतर्गत स्थलांतर आहे. देशाच्या प्रत्येक भागात पुरामुळे किंवा अवर्षणामुळे दैन्यामुळे किंवा नव्या संधी शोधत आलेली व वसलेली अनेक लोक आहेत. प्रत्येक शहर हे अशा अनेक लोकांमुळे वेगळे प्रांत, भाषा, खानपान सवयी यांची खिचडी झालेली आहे. पण या गोष्टीने आता शिखर गाठलेले आहे. भारतात जे स्थलांतरित होत आहेत ते कोण व किती आहेत, तात्पुरते किती आणि कायमचे स्थलांतरित किती, हेच माहिती नाही, कारण जनगणना होऊन दशकभराचा काळ होऊन गेला आहे. पण निव्वळ उगवलेल्या अनधिकृत व बेकायदेशीर वस्त्या बघून एवढे लक्षात येते की, नवीन स्थलांतरितांची संख्या खूप मोठी आहे. याचे राजकारणात काय परिणाम होतील हे स्पष्ट आहे. स्थानिक आरक्षणापासून ते स्थलांतरितांची आकडेमोड करेपर्यंत हे अधिकाधिक गंभीर व वाईट होत जाणार आहे. मला या लेखनाचा शेवट करता येत नाहीये. मी कोणताच निष्कर्ष देऊ शकत नाही. पण माझी खात्री आहे की आपल्या हवामानाच्या दुर्घटनेचा मानवी मूल्यांच्या परिभाषेत दखल घेऊन चर्चा करायची वेळ आलेली आहे.

●

सुनीता नारायण
भारतीय पर्यावरणवादी कार्यकर्त्या व डाउन टू अर्थ या पाक्षिकाच्या संपादक
अनुवाद : **जयंत गाडगीळ**

पूर्वप्रसिद्धी : downtoearth.org.in

लक्षात ठेवा

संयुक्त राष्ट्र हवामान बदल संरचना परिषद (UNFCCC : The United Nations Framework Convention on Climate Change)

- युएनएफसीसीसीची स्थापना रिओ-दी-जानिरो (Rio de Janeiro) येथे झालेल्या वसुंधरा परिषदेच्यादरम्यान
- हा करार २१ मार्च १९९४ रोजी अंमलात
- १९६ राष्ट्रे व युरोपियन महासंघ या कराराचे सदस्य
- युएनएफसीसीचे मुख्यालय : बॉन-जर्मनी (Bonn - Germany) येथे.
- वातावरणातील हरितगृह वायूंचे प्रमाण मानवी अस्तित्वास धोकादायक ठरणार नाही अशा पातळीवर स्थिर करणे हा यूएनएफसीसीसीचा प्रमुख उद्देश
- १९९९ पासून या कराराचे सदस्य राष्ट्र हवामान बदलाशी निगडित प्रगतीचा आढावा घेण्यासाठी दरवर्षी भेटतात, यालाच कॉन्फरन्स ऑफ पार्टीज (COP : Conference of Parties) असे म्हणतात.

आंतरशासकीय हवामान बदल पॅनेल (IPCC : The Intergovernmental Panel on Climate Change)

- आंतरशासकीय हवामान बदल पॅनेल (IPCC) ही सार्वभौम राष्ट्रांची आंतरशासकीय संस्था
- स्थापना : १९८८ मध्ये
- जागतिक हवामान संघटना व संयुक्त राष्ट्रसंघ पर्यावरण कार्यक्रम (UNEP) यांच्याकडून संयुक्तपणे संस्थेची स्थापना
- आयपीसीसीचे मुख्यालय - जीनिव्हा -स्वित्झर्लंड (Geneva -switzerland)
- हवामान बदलावरील शास्त्रीय माहितीचे विश्लेषण करून तो सदस्य राष्ट्रांना पुरविणे हे आयपीसीसीचे प्रमुख कार्य

महत्त्वाच्या जागतिक हवामान परिषदा :

- जागतिक हवामान बदल परिषदांना १९९५ पासून सुरुवात
- दरवर्षी विविध देशांमध्ये या परिषदा आयोजित केल्या जातात.

COP1	१९९५ -	बर्लिन (जर्मनी)
COP3	१९९७ -	क्योटो (जपान) क्योटो करार (हवामान बदलासंबंधित प्रथम बंधनकारक करार) स्वीकारण्यात आला.
COP8	२००२ -	नवी दिल्ली - विकसित राष्ट्रांना 'तंत्रज्ञान हस्तांतरणाचे' आवाहन.
COP11	२००५ -	मॉंट्रियल (कॅनडा) - क्योटो कराराची अंमलबजावणी सुरू.
COP13	२००७ -	बाली (इंडोनेशिया) - बाली कृती आराखडा
COP16	२०१० -	कॅनकुन (मेक्सिको) - हरित वातावरण (Green Climate Fund) निधीची स्थापना.
COP21	२०१५ -	पॅरिस (फ्रान्स) - पॅरिस हवामान बदल करार.
COP22	२०१६ -	माराकेश (मोरोक्को)
COP23	२०१७ -	बॉन (जर्मनी)
COP24	२०१८ -	काटोविस (पोलंड)

(संदर्भ : unfccc.int,cop24.katowice.eu)

सकाळ

किनारपट्टी नियमन क्षेत्र (सीआरझेड) अधिसूचनेला मान्यता

दि. २८ डिसेंबर २०१८ रोजी पंतप्रधान नरेंद्र मोदी यांच्या अध्यक्षतेखालील केंद्रीय मंत्रिमंडळाकडून 'किनारपट्टीय नियमन क्षेत्र (सीआरझेड) अधिसूचना-२०१८' ला मान्यता देण्यात आली.

- पर्यावरण संरक्षण अधिनियम-१९८६ अंतर्गत अधिसूचना काढली.
- यापूर्वी, (१) किनारपट्टी नियमन क्षेत्र अधिसूचना-१९९१ (२) किनारपट्टी नियमन क्षेत्र अधिसूचना-२०११ अंतर्गत २०११च्या अधिसूचनेत दुरुस्ती करून २०१८ मध्ये सुधारित अधिसूचना काढण्यात आली
- सुधारित अधिसूचनेमुळे किनारपट्टी क्षेत्राच्या आर्थिक विकासाला चालना
- रोजगारनिर्मितीमध्ये वाढ होणार आहे.
- पर्यावरण मंत्रालयाने नेमलेल्या 'डॉ. शैलेश नायक (जून २०१४)' समितीच्या शिफारशीच्या आधारावर ही अधिसूचना तयार

किनारपट्टी नियमन क्षेत्र अधिसूचना :

(१) किनारपट्टी नियमन क्षेत्रात (सीआरझेड) सध्याच्या नियमांनुसार चटई

१ भारताला लाभलेला एकूण सागरी किनारा : **७५१६.६ कि. मी.**

२ मुख्य भूमीस लाभलेला सागरी किनारा : **५४२२.६ कि. मी.**

३ सागरी बेटांना लाभलेला सागरी किनारा : **२०९४ कि. मी.**

■ सर्वाधिक समुद्रकिनारा लाभलेली भारतातील राज्ये

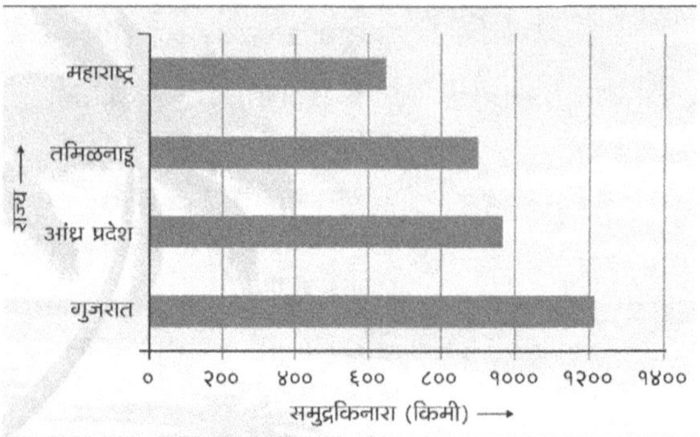

निर्देशांकास (एफएसआय) परवानगी

(२) किनारपट्टी भागात पर्यटनाशी संबंधित पायाभूत विकासाला प्रोत्साहन

(३) किनारपट्टी नियमन क्षेत्रातील मंजुरीशी संबंधित प्रक्रिया सोपी

(४) सर्व बेटांसाठी २० मीटरचे 'ना विकास क्षेत्र' (No Development Zone) निश्चित

(५) प्रदूषण कमी करण्यावर विशेष भर

(६) संरक्षण आणि धोरणात्मक प्रकल्पांना आवश्यक सवलती

(७) जास्त घनता असलेल्या ग्रामीण किनारपट्टी प्रदेशामध्ये विकासाच्या नव्या संधी

(८) पर्यावरणदृष्ट्या संवेदनशील क्षेत्रांवर विशेष लक्ष.

सागरतटीय नियमनक्षेत्राचे (CRZ) वर्गीकरण :

(१) सीआरझेड-१ : खारफुटी वने, प्रवाळाभित्तिका, राष्ट्रीय उद्याने, सागरी उद्याने, अभयारण्ये, पाणथळ प्रदेश, कासवांची, पक्ष्यांची, घरट्यांची स्थळे, पुरातत्त्व महत्त्व किंवा वारसा स्थळे असणारी क्षेत्र.

(२) सीआरझेड-२ : शहरी भागातील समुद्रकिनारी किंवा किनाऱ्यावर विकसित केलेली क्षेत्रे.

(३) सीआरझेड-३ : मानवी हस्तक्षेपापासून मुक्त असणारी व सीआरझेड-१, सीआरझेड-२ मध्ये न येणारी.

(४) सीआरझेड-४ : ओहोटी रेषेपासून समुद्राकडेचा १२ नाविक मैल (Nautical Miles) पर्यंत सागरी पाण्याचा भाग.

विविध राज्यांमधील किनारपट्ट्या :

	राज्य	किनारपट्टीचे नाव
१.	महाराष्ट्र	कोकण किनारपट्टी
२.	कर्नाटक	कारवार किनारपट्टी
३.	केरळ	मलबार किनारपट्टी
४.	तमिळनाडू	कोरोमंडल किनारपट्टी
५.	ओडिशा	उत्कल किनारपट्टी

*(**संदर्भ** : pib.nic.in , moef.nic.in, .indiaenvironmentportal.org.in)*

सकाळ ग्रीनपीस संस्थेच्या 'आयक्यू एअर-व्हिज्युअल-२०१८' अहवालानुसार जगातील २० पैकी १५ प्रदूषित शहरे भारतात व गुरुग्राम सर्वाधिक प्रदूषित शहर

दिनांक ५ मार्च २०१९ रोजी ग्रीनपीस इंटरनॅशनल (Greenpeace International) या पर्यावरण क्षेत्रात कार्यरत संस्थेतर्फे 'आयक्यू एअर व्हिज्युअल-२०१८ वर्ल्ड एअर क्वॉलिटी रिपोर्ट' (IQ Airvisual-2018 World Air Quality Report) हा अहवाल जगातील ३००० शहरांचे सर्वेक्षण करून प्रदर्शित करण्यात आला.

- अहवालात शहरांच्या वातावरणातील (२०१८ या मागील वर्षातील) सूक्ष्म धूलिकणांच्या सरासरी प्रमाणाची (PM2.5) मोजणी
- सर्वाधिक २० प्रदूषित शहरांमध्ये भारत (१५), पाकिस्तान (२), बांगला देश (१) या तीन देशांतील मिळून १८ शहरे
- सर्वाधिक प्रदूषित राजधानींच्या क्रमवारीत भारताची राजधानी दिल्लीचा पहिला, बांगला देशची राजधानी ढाका दुसऱ्या व अफगाणिस्तानची राजधानी काबूल तिसऱ्या क्रमांकावर, तर न्यूझीलंडची राजधानी वेलिंग्टन (Wellington) सर्वांत कमी प्रदूषित.

जगातील सर्वाधिक प्रदूषित शहरे (पहिली १५)			
क्र.	शहर	देश	हवेतील अतिसूक्ष्म कणाचे प्रमाण
			(PM2.5) (ulg/m3) (प्रतिघनमीटर मायक्रोग्रॅम)
१	गुरुग्राम	भारत	१३५.८
२	गाझियाबाद	भारत	१३५.२
३	फैसलाबाद	पाकिस्तान	१३०.४
४	फरिदाबाद	भारत	१२९.१
५	भिवंडी	भारत	१२५.४
६	नोएडा	भारत	१२३.६
७	पाटणा	भारत	११९.७
८	होतान	चीन	११६.०
९	लखनौ	भारत	११५.७
१०	लाहोर	पाकिस्तान	११४.९
११	दिल्ली	भारत	११३.५
१२	जोधपूर	भारत	११३.४

१३	मुझफ्फरपूर	भारत	११०.३
१४	वाराणसी	भारत	१०५.३
१५	मुरादाबाद	भारत	१०४.९

जगातील देशांच्या सर्वाधिक प्रदूषित राजधानींची क्रमवारी

क्र.	राजधानी शहर	देश
१.	दिल्ली	भारत
२	ढाका	बांगला देश
३	काबूल	अफगाणिस्तान
४	मनाम	बाहरिन (Bahrain)
५	उलानबातर	मंगोलिया

जगातील सर्वांत कमी प्रदूषित राजधानी शहर

क्र.	राजधानी शहर	देश
१	वेलिंग्टन (Wellington)	न्यूझीलंड
२	ओटावा (Ottawa)	कॅनडा
३	स्टॉकहोम (Stockholm)	स्वीडन
४	टॅलिन (Tallinn)	इस्टोनिआ (Estonia)
५	हेलसिंकी (Helsinki)	फिनलँड

जगातील सर्वाधिक प्रदूषित देशांची क्रमवारी

क्र.	देश	(PM2.5 (ulg/m3) (प्रतिघनमीटर मायक्रोग्रॅम)
१	बांगला देश	९७.१
२	पाकिस्तान	७४.३
३	भारत	७२.५
४	अफगाणिस्तान	६१.८
५	बाहरिन (Bahrain)	५९.८

सर्वांत कमी प्रदूषित (सर्वांत स्वच्छ) देश

क्र.	देश	(PM2.5 (ulg/m3) (प्रतिघनमीटर मायक्रोग्रॅम)
१	आइसलँड (Iceland)	५.०
२	फिनलँड (Finland)	६.६
३	ऑस्ट्रेलिया (Austrilia)	६.८
४	इस्टोनिआ (Estonia)	७.२
५	स्वीडन (Sweden)	७.४

पीएम २.५ (Particulate Matter 2.5) :

- PM2.5 म्हणजे हवेतील अतिसूक्ष्म कण, ज्यांचा व्यास २.५ मायक्रोमीटर (μm)
- सूक्ष्म आकारमानामुळे मानवी श्‍वसन प्रणालीत व संपूर्ण शरीरात खोलवर प्रवेश करण्याची क्षमता
- मानवी एका केसाचा आकार (व्यास) ६० मायक्रोमीटर, PM2.5 त्याहून लहान.
- PM2.5 पासून आरोग्यावरील प्रभावाची जोखीम कमी करण्यासाठी या कणांचे प्रमाण १० μg/m3 (प्रतिघनमीटर मायक्रोग्रॅम) असावे, अशी जागतिक आरोग्य संघटनेची (WHO) शिफारस

ग्रीनपीस (Greenpeace) विषयी — लक्षात ठेवा

- स्थापना - १९७१ मध्ये कॅनडा येथे
- संस्था - अशासकीय पर्यावरण संस्था (Non-governmental Environment Organisation)
- मुख्यालय - ॲमस्टरडॅम, नेदरलँड
- उद्देश - पृथ्वीवरील सर्व विविधतेत जीवन जगण्याच्या क्षमतेची खात्री निर्माण करणे (Ensure the ability of earth to nurture life in all its diversity)
- कार्यालये - ३९ देशांत
- जागतिक तापमानवाढ, जंगलतोड, अतिप्रमाणात मासेमारी, देवमाशांचा बाजार, अण्वस्त्रविरोध अशा जागतिक विषयांवर संस्थेच्या प्रचार मोहिमा केंद्रित.
- उद्दिष्ट्ये पूर्ण करण्यासाठी संस्थेकडून थेट कृती (Direct Action) दबावगट आणि संशोधन यांचा वापर.

(संदर्भ : greenpeace.org)

हवामानाची जागतिक स्थिती सांगणारा 'स्टेट ऑफ ग्लोबल क्लायमेट चेंज-२०१८' हा जागतिक हवामान संघटनेचा वार्षिक अहवाल प्रसिद्ध

दि. ३१ मार्च २०१९ रोजी जागतिक हवामान संघटनेचा (WMO : The World Meteorological Organization) जागतिक हवामान स्थिती दर्शविणारा 'स्टेट ऑफ ग्लोबल क्लायमेट चेंज २०१८' (State of Global Climate Change 2018) नावाने वार्षिक अहवाल सादर करण्यात आला.

- या अहवालानुसार गेल्या वर्षी अत्यंत वाईट वातावरणामुळे जागतिक पातळीवर ६२ दशलक्ष लोकांना आरोग्य विषयक समस्या निर्माण झाल्या होत्या. २ दशलक्ष लोक बेघर झाले.

- हरित वायूचे प्रमाण धोकादायक पातळीकडून अति धोकादायक पातळीकडे वाढत आहे.
- या अहवालानुसार जागतिक तापमानात भौतिक आणि वित्तीय प्रभावामुळे वाढ होत आहे.
- गेल्या वर्षीपेक्षा २०१८ मध्ये जागतिक स्तरावर समुद्राच्या पाण्याचा स्तर ३.७ मि.मी. वाढण्याबरोबरच समुद्राच्या पाण्याची पातळी वाढत आहे.
- समुद्राच्या पाण्याची पातळी वाढत असल्याने ती जागतिक समस्या म्हणून पुढे येत आहे.
- त्यामुळे या अहवालात समुद्र किनारी राहणाऱ्या लोकांसाठी खासकरून अविकसित देशांच्या लोकांच्या राहणीमानाबाबत चिंता व्यक्त करण्यात आली आहे.
- १९९३ मध्ये वातावरणामध्ये कार्बन डायऑक्साइडचा स्तर ३५७ पार्ट प्रति मिलियन (PPM - Parts Per Million) होते ते वाढून आता ४०५.५ पीपीएम (PPM) झाले आहे आणि ते वाढतच जाईल असे या अहवालात स्पष्ट करण्यात आले.
- मागील अहवालानुसार २०१८ हे वर्ष चौथे सर्वाधिक उष्ण वर्ष होते. कारण १८५०-१९०० च्या मागील काळात 1^{0}C ने तापमानात वाढ झाली आहे.
- कार्बन डायऑक्साइडचा प्रभाव सातत्याने तापमानावर
- हरितगृह वायूचे प्रमाण जर वाढत राहिले तर तापमानात $3\text{-}5^{0}$C ची वाढ होईल याकडे हा अहवाल दिशानिर्देश करतो.

हवामान बदलाचा वैश्विक परिणाम :

- औद्योगिक युग सुरू झाल्यापासून पृथ्वीच्या तापमानात सुमारे १-८°से फॅरनहाईट (1.8^{0}CF) वाढ झाली आहे.
- वीज आणि वाहतूक यासाठी वापरल्या जाणाऱ्या दगडी कोळसा, गॅसोलिन आणि डिझेल इत्यादी ज्वलनशील इंधनामुळे होणारे कार्बनचे उत्सर्जन वैश्विक तापमानवाढीत भर घालत आहे.
- या कारणामुळे वादळ, पूर आणि दुष्काळ यांची तीव्रता वाढली.
- गेली चार वर्षे विक्रमी तापमानासह गेली.
- २०१८ हे सर्वांत उष्ण वर्ष म्हणून नोंदविले गेले.
- जगभरात आलेल्या पुराने ३५ दशलक्ष लोक बाधित झाले.
- दुष्काळाचा ९ दशलक्ष लोकांवर थेट परिणाम झाला.
- महासागराच्या उष्णतेत उच्च नोंद आढळून आली आहे.
- विविध महासागर हे अधिकाधिक आम्लतत्त्वात बदलत असून त्यांची ऑक्सिजनची पातळी कमी होत आहे.
- हिमनद्या या मोठ्या प्रमाणात वितळत असून ध्रुवीय क्षेत्रातल्या महासागरांमधील बर्फाचे प्रमाण कमी होत आहे.

लक्षात ठेवा

जागतिक हवामान संघटना

(WMO - World Meteorological Organization) :

- स्थापना : दि. २३ मार्च १९५०
- मुख्यालय : जीनिव्हा, स्वित्झर्लंड (Geneva-Switzerland)
- अध्यक्ष : डेव्हिड ग्रिम्स (David Grimes)
- संयुक्त राष्ट्रसंघाची एक आंतरशासकीय हवामान खात्याशी संबंधित असलेली एक जागतिक संघटना आहे.
- एकूण १९२ देश व प्रदेश या संघटनेचे सभासद आहेत.
- ही संस्था स्थापन करण्यासाठी पुढाकार घेणाऱ्या ३१ देशांमध्ये भारत देश आघाडीवर होता.
- या संस्थेत जगातल्या सर्व देशांमध्ये केल्या जाणाऱ्या हवामानाच्या नोंदी ठेवल्या जातात.
- जागतिक पातळीवर हवामानासंदर्भात ध्येय-धोरणे ठरवण्यासाठी मार्गदर्शक म्हणून कार्यरत.
- वातावरण, महासागर, जलस्रोत यासंबंधीची अद्ययावत माहिती देणारी व माहितीच्या आधारे सदस्य देशांना उपाययोजनांबाबत अहवाल सादर करण्याचे कार्य करणारी ही संयुक्त राष्ट्रसंघाची अधिकृत संस्था आहे.
- जागतिक हवामान लक्ष्य (WWW - World Weather Watch) प्रणाली ही जगभरातील हवामानावर लक्ष ठेवणारी जागतिक प्रणाली आहे.
- १८७३ मध्ये आंतरराष्ट्रीय हवामानशास्त्र संघटना (IMO) या संस्थेची स्थापना करण्यात आली.

१८८०-२०१८ मधील दहा उष्ण वर्षे

क्रमांक	वर्ष
१	२०१६
२	२०१५
३	२०१७
४	२०१८
५	२०१४
६	२०१०
७	२०१३
८	२००५
९	२००९
१०	१९९८

सकाळ पर्यावरणविषयक तीन महत्त्वाचे अहवाल

१. ग्रीनपीस संस्थेच्या आयक्यू एअर - व्हिज्युअल २०१८ अहवालानुसार जगातील २० पैकी १५ प्रदूषित शहरे भारतात आहेत, तसेच गुरुग्राम हे भारतातील सर्वाधिक प्रदूषित शहर
२. अमेरिकास्थित 'हेल्थ इफेक्ट्स इन्स्टिट्यूटच्या स्टेट ऑफ ग्लोबल एअर' २०१९ च्या अहवालानुसार भारतामध्ये वायुप्रदूषणामुळे २०१७ मध्ये १२ लाख लोकांचा मृत्यू
३. जागतिक हवामान संघटनेचा हवामानाची जागतिक स्थिती सांगणारा 'स्टेटस ऑफ ग्लोबल क्लायमेट चेंज' २०१८ या नावाने वार्षिक अहवाल प्रसिद्ध.

१. आयक्यू एअर-व्हिज्युअल २०१८ अहवाल

आयक्यू एअर या संस्थेने जगभरात आकडेवारी गोळा करून तयार केलेला २०१८चा एअर क्वॉलिटी पीएम २.५ हा अहवाल प्रकाशित झाला, आणि एकूण जगभरातील शहरे, विशेषतः भारतात काळजी व्यक्त करावी अशी जाणीव पर्यावरणातील जागरूक व्यक्ती आणि संस्थांना झाली. या पाहणीचे गांभीर्य लक्षात यावे, यासाठी त्यांच्या एकूण विश्लेषण पद्धतीकडे लक्ष द्यायला हवे.पर्यावरणातील प्रदूषण खरे तर जमीन, जलप्रदूषण, वायुप्रदूषण या प्रकारे बघायला हवे. पण जमिनीतील किंवा मातीतील प्रदूषण विविध जागी व विविध वेळी वेगवेगळे असू शकते. त्या मानाने जलप्रदूषण जरी विशिष्ट भौगोलिक प्रदेशापुरतेच असले तरी प्रदूषणाचा स्रोत एकीकडे व परिणाम अन्यत्र असे असू शकते व एकीकडच्या जल व जमीन प्रदूषणामुळे त्या ठिकाणाहून लांब राहाणाऱ्यावर लगेच, आणि मोठा परिणाम होत नाही. उलट वायुप्रदूषण हे सर्वत्र पसरत असल्यामुळे प्रदूषण करणारा व परिणाम होणारा यांत खूप अंतर असू शकते. त्यामुळे प्रदूषण भारतात झाले तरी त्याचे बाधित भारताबाहेर असू शकतात. हवेच्या प्रदूषणातदेखील कार्बन डायऑक्साइड, कार्बन मोनॉक्साईड, गंधक व नायट्रोजनची ऑक्साईडस् तसेच हवेत तरंगणारे कण या अनेक बाबींचा विचार करावा लागतो; तसेच तरंगणारे कण (पार्टिक्युलेट मॅटर) २.५ मायक्रॉन व १० मायक्रॉन या दोन प्रकारे मोजतात. मात्र २.५ मायक्रॉनचे कण हे फुफ्फुसात जाऊ शकतात. शरीरातील विरघळलेली विषारी द्रव्ये काढून टाकण्यासाठी मूत्रपिंड व यकृतातून काही प्रयत्न करता येतात व भिनलेले विष कमी करता येते; मात्र फुफ्फुसातील कणस्वरूप प्रदूषके शरीराबाहेर सहजासहजी काढता येत नाहीत. म्हणून २.५ मायक्रॉनच्या कणांच्या निकषावर एकूण प्रदूषण ठरवले तर ते प्रातिनिधिक मानता येईल.

या अहवालात कोणती शहरे व कोणती आकडेवारी स्वीकारली हे पाहिले तर ही पाहणी कशी विश्वासार्ह आहे ते समजते. वर्षभरात किमान ५० टक्क्यांहून अधिक दिवशी दररोज दर तासांनी पाहणी करून दिवसाच्या २४ तासांपैकी किमान १० तास जी आकडेवारी गोळा झाली तीच पुढील अभ्यासासाठी स्वीकारली. म्हणजे संख्याशास्त्राच्या दृष्टीने ही आकडेवारी विस्तृत प्रमाणात व सातत्याने गोळा केली असे म्हणता येते. या निकषांपेक्षा कमी निरीक्षणे नोंदवणारी शहरे या अभ्यासातून वगळली आहेत. जागतिक आरोग्य संघटनेच्या निकषांनुसार २.५ मायक्रॉनचे कण हवेत असण्याची मर्यादा एका घनमीटर हवेमध्ये १० मायक्रोग्रॅम इतकी आहे.

या अहवालातून काय दिसून येते :

पहिल्या २० सर्वाधिक प्रदूषित शहरांत १५ भारतीय शहरे आहेत, तर पहिल्या २५ शहरांत २० शहरे भारतीय आहेत. पहिल्या पन्नास शहरांचा विचार केला तर २५ शहरे भारतीय आहेत. म्हणजे फसवे का होईना समाधान वाटू शकते. पण जागतिक आरोग्य संघटनेच्या निकषानुसार यातील एकही शहर एकही महिना कमी प्रदूषित नाही. सर्वाधिक प्रदूषित शहर गुरुग्राम ठरले आहे, तर त्या खालोखाल गाझियाबाद व फरिदाबाद यांचा क्रमांक लागतो. सर्वसाधारणपणे कारखाने व प्रदूषण यांची संगती आपण लावतो. पण औद्योगिकदृष्ट्या प्रगत महाराष्ट्रातील एकही गाव या यादीत नाही. दिल्ली, अहमदाबाद, जयपूर, पटना, कोलकाता अशी राजधानीची शहरे यात आहेत. तर गया, वाराणसीसारखी धार्मिक पर्यटनासाठीची शहरेही आहेत. ज्याची आकडेवारी पुरेशी आहे असे भारतातील शेवटचे गाव ३७व्या क्रमांकावर जयपूर आहे. याची प्रदूषण पातळी सरासरी ८८ इतकी आहे. ते जागतिक आरोग्य संघटनेच्या मानकानुसार अनारोग्यपूर्ण अशा सदराखाली येते. या प्रदूषणाची आकडेवारी वाचून आपण नेमका काय धडा घ्यायचा. चीनमधील काही शहरे जगातील पहिल्या २०० प्रदूषित शहरांच्या यादीत होती. प्रयत्नपूर्वक काही शहरे सर्वाधिक प्रदूषित २००च्या यादीबाहेर गेली म्हणजे स्थिती सुधारली. दिल्ली मात्र २०१७ मध्ये १२ व्या स्थानावर होती व प्रदूषण १०८.२ मायक्रॉन इतके होते. २०१८ मध्ये ते ११३ मायक्रॉनवर जाऊन ते ११व्या क्रमांकावर आले. या प्रकारचे प्रदूषण २५ टक्के जरी कमी झाले तरी त्या परिसरातील लोकांचे आयुर्मान ३ वर्षांनी वाढेल असा एक अंदाज आहे.

२. हेल्थ इफेक्ट्स इन्स्टिट्यूटच्या स्टेट ऑफ ग्लोबल एअर २०१९

अमेरिकेतील हेल्थ इफेक्ट्स इन्स्टिट्यूट या संस्थेने एक पाहणी आणि अंदाज वर्तवण्याचा प्रकल्प हाती घेतला. त्याला लोकसंख्या आणि आरोग्यविषयक काम करणारी दुसरी संस्था इन्स्टिट्यूट फॉर हेल्थ मेट्रायसेस अँड इव्हॅल्यूएशनने साथ दिली व ब्रिटिश कोलंबिया विद्यापीठातील प्राध्यापकांनी मार्गदर्शन करून प्रदूषणाचा मानवी जीवनमान, आयुर्मर्यादा या सर्वांवर कोणता परिणाम होतो, याचा जगभरातल्या आकडेवारीवरून अभ्यास केला. या संस्थेने १ घनमीटर हवेतील २.५ मायक्रॉनच्या कणांचे प्रमाण, ओझोनचे प्रमाण, घरातील प्रदूषणाचे प्रमाण अशा वेगवेगळ्या प्रकारच्या प्रदूषणांचा जनतेच्या आरोग्यावर किंवा रोगप्रतिकारक शक्तीवर काय परिणाम होतो याचा अभ्यास केला. २.५ मायक्रॉनच्या जागतिक आरोग्य संघटनेने घालून दिलेल्या मर्यादेत म्हणजे प्रतिघनमीटर १० मायक्रोग्रॅमपेक्षा कमी प्रदूषण असणाऱ्या दहा देशांत अमेरिका, कॅनडा, न्यूझीलँड यांचा समावेश आहे. पण जगभरातील ९० टक्क्यांहून अधिक लोकसंख्येला सुरक्षित मर्यादेपेक्षा जास्त कणांमध्येच जीवन कंठावे लागत आहे. प्रदूषणाचा सर्वांत वाईट परिणाम सर्वांत कमकुवत वर्गावर होत असतो. त्याप्रमाणेच या प्रदूषणांचा सर्वांत वाईट परिणाम सर्वांत गरीब देशांवर होत असतो. (प्रदूषण होण्यामध्ये मात्र पेट्रोलसदृश इंधन, लाकूडफाट्याचा

इंधनासारखा अतिवापर अशा अनेक घटकांचा वाटा असतो.) तर ओझोनच्या प्रदूषणामध्ये विकसित देशांचा वाटा अजूनही जास्त असला तरी विकसनशील देशांचा वाढता वाटा ही एक चिंतेची गोष्ट बनत आहे. गेल्या काही वर्षांत चीनने आक्रमकपणे प्रदूषण कमी करण्याचा प्रयत्न केला आहे. त्यामुळे जरी तो अजूनही जागतिक आरोग्य संघटनेच्या निकषांपेक्षा अधिक प्रदूषित असला तरी त्याने १९१३ पासून कणांच्या उत्सर्जनात ३३ टक्के, तर गंधकाच्या प्रदूषकात ५४ टक्के आणि कार्बन मोनॉक्साईडच्या प्रमाणात २८ टक्के घट केलेली आहे. वायुप्रदूषणामुळे सर्वांत जास्त मृत्यू होणाऱ्या देशात चीन आणि भारत दोघेही १२ लाख मृत्यूंमुळे आघाडीवर आहेत. मृत्यूला कारणीभूत ठरणारे घटक म्हणजे कुपोषण, अधिक रक्तदाब, तंबाखूसेवन, रक्तशर्करेचे जादा प्रमाण या खालोखाल वायुप्रदूषण हे आहे. आधीचे घटक हे वैयक्तिक सवयीमुळे परिणाम करतात व व्यक्तीच्या नियंत्रणात असतात. वायुप्रदूषण मात्र एकूण समाजाकडून होत असते त्यामुळे त्यावर व्यक्तीचे नियंत्रण नसते. हवेतील कणांमुळे हृदयविकार, मेंदूचे विकार, फुफ्फुसाचे विकार यांना बळी पडण्याची शक्यता वाढते, असेही शास्त्रीय संशोधनात दिसून आलेले आहे. तसेच टाइप २ मधुमेहासाठी वायुप्रदूषण हे एक महत्त्वाचे कारण ठरते; तसेच त्याच्या आरोग्यावर होणाऱ्या वाईट परिणामांमुळे प्रत्येक व्यक्तीची सरासरी आयुर्मर्यादा सुमारे २० महिन्याने कमी झालेली आहे. जगातील सुमारे निम्मी लोकसंख्या घरगुती प्रदूषणाने बाधित झालेली असते. लाकूडफाटा जळणासाठी वापरण्यामुळे प्रदूषण करणाऱ्या देशात भारताचा क्रमांक सर्वांत वरचा लागतो. अलीकडील काळात चीनने कोळसा वापरण्यावर संपूर्ण बंदी घातली आहे, तर भारतात द्रवरूप पेट्रोलियम वायूच्या वापराला उत्तेजन दिले आहे, अशीच योजना घानामध्ये गेले तीस वर्षे चालू आहे. वायुप्रदूषणामुळे अस्थम्यासारखे फुफ्फुसाचे चिकट विकार होतात, त्यामुळे विद्यार्थ्यांची शाळेतली उपस्थिती घटते, तर कामगारांचे कामाचे तास वाया जातात. त्यामुळे त्यांच्या राहणीमानाचा दर्जा खालावतो. वायुप्रदूषणामुळे मरणाऱ्या लोकांची संख्या रस्त्यावरील अपघातात मरणाऱ्यांच्या संख्येपेक्षा जास्त आहे; तसेच चौदा कोटी मनुष्य वर्षे इतका आरोग्यपूर्ण जीवनाचा नाश होतो आणि पन्नास लाख अकाल मृत्यू ओढवतात. यावरून वायुप्रदूषण रोखण्यासाठी सरकार, बिनसरकारी संस्था व सुजाण व्यक्तींच्या प्रयत्नाचे महत्त्व लक्षात येईल.

३. स्टेटस ऑफ ग्लोबल क्लायमेट चेंज २०१८

जागतिक हवामान संघटना दरवर्षी हवामानातील वेगवेगळ्या घटकांची माहिती गोळा करते. त्याचे एकूण जीवनमानावर कोणते परिणाम होतील, ते जर प्रतिकूल परिणाम असतील तर ते टाळायला काय करावे लागेल, याबद्दल निर्णय घेण्यासाठी अशा हवामानबदलाची त्या त्या वर्षांची स्थिती सांगणारा अहवाल महत्त्वाचा ठरतो.

१. संपूर्ण ग्रहावरील ऊर्जेची परिस्थिती. विशेषतः वातावरण, सागरी विभाग यांचे तापमान, भूपृष्ठातील थरांमधला उष्मा २०१८ हे वर्ष हे सर्वांत उष्ण वर्ष ठरले. तसेच २०१५, १६, १७ही त्या त्या वेळी सर्वांत उष्ण वर्षे ठरली आहेत. याचाच अर्थ दरवर्षी अधिकाधिक तापमानवाढ होत आहे. आपण ती तापमानवाढ रोखण्यासाठी जे उद्दिष्ट ठरविले होते, ते आपण गाठू शकलेलो नाहीत.

२. हवेतील घटकांचे एकूण प्रमाण, म्हणजे ऑक्सिजन, कार्बनडायऑक्साईड, मिथेन, नायट्रोजनऑक्साईड, वाफ यांचे मापन त्यात दरवर्षी होणारा बदल : कार्बनडायॉक्साईड, मिथेन व नायट्रोजन ऑक्साईड या तीनही घातक घटकांचे आजपर्यंतच्या इतिहासातील सर्वोच्च प्रमाण; तसेच कार्बन डायऑक्साईड दरवर्षी किमान २ पीपीएम इतके वाढतच आहे.

३. हवामानातील घटकांमध्ये होणारे अतिरिक्त बदल, म्हणजे पावसाचे प्रमाण मोठ्या प्रमाणावर वाढणे किंवा घटणे, हवेचे विविध प्रवाह नेहमीपेक्षा वेगळे होणे म्हणजे काही वादळे, चक्रीवादळे, त्यामुळे बदलणारे ढगांचे पॅटर्न

४. जलचक्रातील बदल म्हणजे नद्यांमधून एकूण वाहणारे पाणी, सरोवरांमध्ये येणारे व त्यातून जाणारे पाणी, पावसाचे प्रमाण व वितरण

५. समुद्रातील बदल उदा. सागरी प्रवाह, त्याच्या पातळीत होणारा बदल, त्याची आम्लता : समुद्राच्या पातळी वेगवेगळ्या भागात प्रतिवर्षी २ ते ४ मिमीने वाढ होत आहे. समुद्रातील उष्मा ७०० मीटर पातळीवर आणि २००० मीटर पातळीवर निम्म्या वर्षभरात सर्वोच्च प्रमाणात आहे. गेल्या तीस वर्षांत समुद्राच्या पाण्याची आम्लता सातत्याने वाढत आहे. २०१८ हे वर्षही त्याला अपवाद नव्हते.

६. भूपृष्ठावर आणि काही प्रमाणात त्याखाली असणाऱ्या जीवांच्या परिस्थितीतील बदल.

७. गोठलेल्या पाण्यात होणारे बदल, उदा. हिमाचे आवरण कमी-अधिक होणे, एकूण हिमाचे प्रमाण बदलणे, सागरी हिमाच्या थरातील बदल, आर्क्टिक व अंटार्क्टिक भागात हिमखंड, हिमनद्या यांमध्ये होणारे बदल

- मार्च २०१९ मध्ये आर्क्टिक प्रदेशातील हिमावरणात सुमारे सात टक्क्यांची तर सप्टेंबर २०१९ मध्ये २८ टक्क्यांची घट झालेली आहे.
- या सात घटकांचे एकमेकांत चालणारे परिणाम त्यातून निर्माण होणारे दुष्काळ वाळवंटीकरण वगैरे. अनेकदा ही स्थिती मोजण्याच्या पदार्थात, विश्लेषण पद्धतीत सुधारणा होत जाते. हे अधिकाधिक गुंतागुंतीचे होत असतात.
- त्यामुळेच हिमवादळे, चक्रीवादळे त्सुनामी, ओला व कोरडा दुष्काळ अशा दुर्घटनांच्या संख्येत वाढ होत आहे. मागील वर्षी सर्वोच्च म्हणजे ७०० दुर्घटना नोंदवल्या आहेत. या दुर्घटना जशा संख्येने अधिक आहेत; तसेच त्याचा वाईट परिणाम भोगावा लागलेल्या माणसांची संख्या किंवा होणाऱ्या नुकसानीचे प्रमाणही त्या प्रमाणात वाढले आहेत. गेल्या वीस वर्षांतील नैसर्गिक मानल्या गेलेल्या दुर्घटनांपैकी ९० टक्क्यांहून अधिक घटना हवामानाशी संबंधित आहेत. अनेक ठिकाणी शेतीच्या उत्पन्नावर ४० टक्क्यांहून अधिक परिणाम झाला. या बदलांमुळे कुपोषितांच्या प्रमाणात वाढ झाली. तर महापूर, आवर्षणे यामुळे २० लाखांहून अधिक लोकांना स्थलांतर करावे लागले.

● जयंत गाडगीळ

विज्ञान आणि पर्यावरणाचे तज्ज्ञ अभ्यासक व लेखक

हरितगृह परिणाम :

- हवेतील पाण्याची वाफ, कार्बन डायऑक्साइड, मिथेन आणि इतर वायूंमुळे पृथ्वीच्या पृष्ठभागाचे आणि वातावरणाचे तापमान वाढते, त्याला 'हरितगृह परिणाम' असे तर वायूंना हरितगृह वायू (Greenhouse Gas) म्हणतात.
- जर हा परिणाम नसता तर पृथ्वीचे तापमान ३० अंशांनी कमी, ते जीवसृष्टीसाठी घातक
- पृथ्वीच्या पृष्ठभागावरून उत्सर्जित सूर्यकिरणांकडून हरितगृह वायूचे शोषण किंवा पुन्हा उत्सर्जन. पृथ्वीचा पृष्ठभाग आणि वातावरणात वाढ.
- सध्या जगाचे सरासरी तापमान १५ डिग्री.

स्टेट ऑफ द ग्लोबल क्लायमेटविषयी :

- हा अहवाल सर्वांत प्रथम १९९४ मध्ये प्रसिद्ध
- २०१८ चा अहवाल हा एकूण २५ वा अहवाल
- हा अहवाल एकूण सहा भाषांत प्रसिद्ध
- जागतिक हवामान संघटनेकडून हा अहवाल दरवर्षी प्रसिद्ध

(संदर्भ : public.wmo.int)

सकाळ

आंतरराष्ट्रीय निसर्ग संवर्धन संघाच्या लुप्त होत असलेल्या प्रजातींच्या यादीमध्ये 'महासीर' या भारतीय माशाचा समावेश

दिनांक १ एप्रिल २०१९ रोजी आंतरराष्ट्रीय निसर्ग संवर्धन संघाच्या (IUCN: International Union for Consevation of Nature) लुप्त होत असलेली प्रजातींची यादी (Red List of Endangered Species) या यादीत कुबड असलेला भारतीय महासीर मासा (Hump-backed Mahaseer Fish) समाविष्ट करण्यात आला आहे.

- या यादीत सूचिबद्ध होणे म्हणजे 'लुप्त होत असलेली प्रजाती' असा अर्थ होतो.
- महासीर मासा ताज्या पाण्यात आढळणारा मोठ्या आकाराचा मासा आहे.
- त्याला पाण्यातला वाघ (Tiger of Water) म्हणतात.
- महासीर मासा हा केवळ कावेरी नदीच्या खोऱ्यात केरळच्या पंबर, काबीनी आणि भवानी नद्यांमध्ये आढळतो.
- महासीर माशाच्या १६ जाती भारतात आहेत.
- शोअल (Shoal) ही आंतरराष्ट्रीय संघटना महासीर माशांचे संवर्धन करण्यासाठी 'प्रोजेक्ट महासीर' (Project Mahaseer) इतरांच्या मदतीने राबवत आहे.
- नोव्हेंबर २०१८ मध्ये ग्रेट हॉर्नबिल या पक्षासह अन्य १२ भारतीय प्रजातींनादेखील या यादीत समाविष्ट केले गेले.

लक्षात ठेवा

आंतरराष्ट्रीय निसर्ग संवर्धन संघ
(IUCN - International Union for Conservation of Nature)

- स्थापना : १९४८
- मुख्यालय : ग्लँड, स्वित्झर्लंड
- हा संघ संयुक्त राष्ट्रसंघाची शैक्षणिक, वैज्ञानिक व सांस्कृतिक संघटना (UNESCO) असून अधिकृत सल्लागार संस्था आहे.
- ही निसर्ग संवर्धनाच्या व नैसर्गिक स्रोतांचा शाश्वत वापर या क्षेत्रामध्ये कार्यरत असलेली महत्त्वपूर्ण संस्था आहे.

असुरक्षित प्रजातीची लाल यादी (Red List) :

- आंतरराष्ट्रीय निसर्ग संवर्धन संघ असुरक्षित प्रजातीची लाल यादी जाहीर करते.
- १९६४ मध्ये स्थापन केलेली सर्व जैविक प्रजातींच्या जागतिक संवर्धन स्थितीची सर्वांत व्यापक यादी आहे.
- पालकत्व संस्था : आंतरराष्ट्रीय निसर्ग संवर्धन संघ (IUCN)
- **३ श्रेणी :**
  १) लुप्त पावलेल्या जाती (Extinct)
  २) धोक्यात असलेल्या (Critically Endangered)
  ३) कमी धोका (Lower Risk)

(संदर्भ : iucn.org)

सकाळ

अमेरिकास्थित हेल्थ इफेक्टस इन्स्टिट्यूटच्या स्टेट ऑफ ग्लोबल एअर २०१९ च्या अहवालानुसार भारतामध्ये वायुप्रदूषणामुळे २०१७ मध्ये १२ लाख लोकांचा मृत्यू

दि. ३ एप्रिल २०१९ रोजी अमेरिकास्थित हेल्थ इफेक्टस इन्स्टिट्यूट (HEI : Health Effects Institute) च्या स्टेट ऑफ ग्लोबल एअर २०१९ (State of Global Air 2019)चा अहवाल प्रकाशित करण्यात आला.

- जगभरात २०१७ मध्ये बंदिस्त जागेतील; तसेच खुल्या वातावरणातील वायुप्रदूषणाशी दीर्घकाळ संबंध आल्याने पक्षाघात, मधुमेह, हृदयविकार, फुप्फुसाचा कर्करोग होऊन ५० लाख लोकांचा मृत्यू ओढवला.
- यापैकी ३० लाख लोकांचे मृत्यू हे हवेतील प्रदूषणकारी कणांशी (पीएम २.५) थेट निगडित आहेत.
- यापैकी निम्मे मृत्यू हे भारत आणि चीन या देशांमधील आहेत.
- २०१७ मध्ये या दोन्ही देशांत वायुप्रदूषणामुळे ३२ लाखांहून अधिक मृत्यू झाले आहेत.

■ वायुप्रदूषणामुळे सर्वाधिक मृत्यू होणारे १० देश

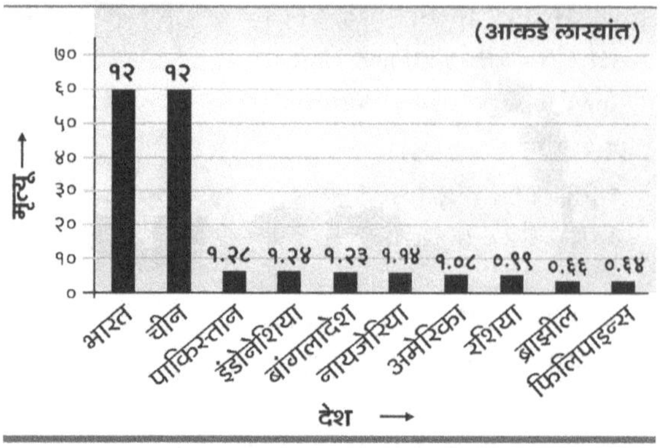

- या अहवालानुसार भारतात आरोग्याला घातक ठरणाऱ्या जीवघेण्या घटकांमध्ये वायुप्रदूषणाचा तिसरा क्रमांक लागतो.
- त्याखालोखाल धूम्रपानामुळे होणाऱ्या मृत्यूंची संख्या अधिक.
- जगभरात कुपोषण, दारूचे व्यसन, शारीरिक निष्क्रियता आदींमुळे होणाऱ्या मृत्यूंपेक्षा वायुप्रदूषणामुळे होणाऱ्या मृत्यूंचे प्रमाण अधिक आहे.
- दरवर्षी रस्ते अपघात, मलेरियामुळे होणाऱ्या मृत्यूंपेक्षा जास्त लोक वायुप्रदूषणामुळे मृत्यू पावत आहेत.
- भारत सरकारच्या प्रधानमंत्री उज्ज्वला योजना, भारत टप्पा - ६ वाहन प्रमाणके, राष्ट्रीय स्वच्छ हवा कार्यक्रम आदी योग्यरीत्या राबविल्यास भविष्यात आरोग्यासाठी लाभदायी ठरतील.

निष्कर्ष :

१. या अहवालानुसार दक्षिण आशियात आज जन्माला येणाऱ्या बालकाचे आयुष्य हे सध्याच्या वातावरणातील प्रदूषणाचे प्रमाण लक्षात घेता अडीच वर्षांनी कमी होणार आहे.

२. प्रदूषणामुळे जागतिक पातळीवर आयुष्य कमी होण्याचे हे प्रमाण २० महिने इतके आहे.

३. जगात हवेच्या प्रदूषणाने होणाऱ्या मृत्यूपैकी निम्मे मृत्यू भारत व चीनमध्ये.

४. भारतात आजारांनी होणाऱ्या मृत्यूंच्या कारणांमध्ये प्रदूषण हे तिसऱ्या क्रमांकाचे प्रमुख कारण, दुसऱ्या क्रमांकाचे कारण धूम्रपान.

१२ लाख	भारत व चीनमध्ये वायुप्रदूषणाने २०१७ मध्ये झालेले मृत्यू.
१५ लाख	भारत व चीनमधील एकत्रित मृत्यू.
३० लाख	पीएम २.५ मुळे झालेले मृत्यू.
५० लाख	२०१७ मध्ये प्रदूषणामुळे उष्माघात, मधुमेह, हृदयविकार झटका, फुप्फुसाचा कर्करोग आणि श्वासोच्छ्वासाचा विकार होऊन झालेले मृत्यू.

(संदर्भ : stateofglobalair.org)

दक्षिण आफ्रिकेतील केपटाऊन हे जगातील पहिले पाणीविरहित शहर म्हणून घोषित

१२ एप्रिल २०१८ मध्ये दक्षिण आफ्रिकेतील केपटाऊन शहर जगातील पहिले पाणीविरहित (Day Zero) शहर म्हणून घोषित करण्यात आले.

- केपटाऊन (Cape Town) मध्ये २०१५ पासून धरणातील पाण्याचे प्रमाण घटत असल्याने या शहरावरचे पाणीसंकट २०१७ च्या मध्यापासून २०१८ पर्यंत वाढले.
- २०१७ च्या उत्तरार्धात डे झीरो (Day Zero) साठी प्रथम उल्लेख करण्यात आला.
- शहराला पुरवठा करणाऱ्या प्रमुख धरणांची पाणी पातळी १३.५ टक्क्यांवरून खाली आली.
- धरणातील पाण्याची पातळी कमी झाल्या कारणाने तेथील नगरपालिका प्रशासनाने घरोघरी जाणारा पाण्याचा पुरवठा बंद करण्याचा निर्णय घेतला.
- शहरातील जनतेला रांगेत उभे राहून प्रत्येकाच्या वाट्याचे पाणी.
- 'जगातील पहिले पाणीविरहित शहर' म्हणून केपटाऊनला ओळखले जाते.
- केपटाऊन शहराने पाणी वापरावर नियंत्रण ठेवण्यासाठी पाणी वापरावर मर्यादा आणली.
- मार्च २०१८ मध्ये दररोज अर्ध्याहून अधिक ५०० मिलियन लिटर दररोज पाणी वापर कमी करण्यात हे शहर यशस्वी ठरले.
- सप्टेंबर २०१८ मध्ये धरणाची पातळी ७० टक्क्यांपर्यंत आल्यावर शहराने पाण्याचे बंधन कमी करण्यास सुरुवात केली.
- पाणी धोरणाचा मसुदा बनविण्यासाठी केपटाऊन शहराने (शहर प्राधिकरण) पुढील १० वर्षांच्या नियोजनासाठी शहरातील जनतेकडून शिफारशी मागवल्या.
- मार्च २०१९ ला डे झीरो (Day Zero) या केपटाऊन शहरातील उपक्रमाला १ वर्ष पूर्ण झाले.
- केपटाऊन प्रशासनाने पाण्याचे योग्य नियोजन, धोरण आणल्याने आणि लोकांना पाणी बचत केल्याने आता 'डे झीरो' (Day Zero) संपुष्टात आला आहे.

केपटाऊन शहरातील हवामान :

- केपटाऊन प्रदेशात उष्ण, कोरड्या उन्हाळ्यासह हिवाळ्यातील पावसासह भूमध्य हवामानाचा अनुभव येतो.
- या शहराची वेस्टर्न केप वॉटर सप्लाय सिस्टम (Western Cape Water Supply) जवळ जवळ संपूर्णपणे पावसावर अवलंबून.
- या शहरात २०१५-१७ दरम्यान तीव्र दुष्काळ पडला होता.
- भारतामध्येदेखील बंगळुरू, चेन्नई या शहरांबरोबर अनेक मोठी शहरे ही 'डे झीरो' सारखा उपक्रम राबविण्याचा विचार करत आहेत.

- जगातील बीजिंग, मेक्सिको, साना (येमेन), नैरोबी (केनिया), इस्तंबुल, कराची, काबूल ही शहरे डे झीरोची संकल्पना राबविण्याचा विचार करीत आहेत.

(संदर्भ : capetown.gov.za)

सकाळ

ओडिशाच्या किनारपट्टीवर फॅनी चक्रीवादळामुळे ओडिशासह आंध्र प्रदेश व पश्चिम बंगालच्या किनारपट्टीला हानी

दि. ३ मे २०१९ रोजी 'फॅनी' चक्रीवादळ ओडिशाच्या किनारपट्टीवर येऊन धडकले.

- ओडिशासह आंध्र प्रदेश व पश्चिम बंगालच्या किनारपट्टीला या चक्रीवादळामुळे हानी पोहचली.
- १९९९ मध्ये ओडिशा राज्यामध्ये आलेल्या महाचक्रीवादळानंतर (Super Cyclone) उपखंडाच्या किनाऱ्याला धडकलेले हे सर्वांत विध्वंसक वादळ होते.
- फॅनी चक्रीवादळाने २५० किमी/तास हा सर्वोच्च वेग गाठला.
- फॅनी चक्रीवादळाचा उगम हिंदी महासागरात सुमात्रा बेटाच्या पश्चिमेस २६ एप्रिल २०१९ रोजी झाला.

फॅनी चक्रीवादळ

- वेग : **२१० किमी/तास**
- उगम : **हिंदी महासागरात सुमात्रा बेटाच्या पश्चिमेस**
- उगमाचा दिवस : **२६ एप्रिल २०१९**
- फॅनी चक्रीवादळाचा फटका : **भारत व बांगलादेशमध्ये ८९ व्यक्तींच्या मृत्यूची शक्यता**

- फॅनी चक्रीवादळामुळे भारत व बांगला देशमध्ये ८९ व्यक्तींचा मृत्यू झाला असण्याची शक्यता.
- हवामान खात्याच्या योग्य अंदाजामुळे व प्रशासनाच्या त्वरित विस्थापन कार्यामुळे मनुष्यहानीचे प्रमाण कमी राहिले.
- ओडिशामध्ये १९९९ मध्ये आलेल्या महाचक्रीवादळामुळे १०,००० व्यक्तींचा मृत्यू झाला.
- फॅनी प्रभावित राज्यांमध्ये राष्ट्रीय आपत्कालीन प्रतिसाद दलाच्या (एनडीआरएफ) ८१ तुकड्या - (ज्यामध्ये ४००० जवानांचा समावेश होता) - तैनात.
- या चक्रीवादळाचे फॅनी (फोनी, Fani) हे नाव बंगाली भाषेतील असून ते बांगला देशने सुचविले आहे.
- फॅनी या शब्दाचा अर्थ 'सापाचा फणा' असा होतो.
- चक्रीवादळ फॅनी हे हिंदी महासागरात तयार झालेले या वर्षातील पहिले चक्रीवादळ आहे.

चक्रीवादळ म्हणजे काय ?

- हवेतील कमी दाबाच्या पट्ट्यातील फिरणारी हवा म्हणजे चक्रीवादळ.
- चक्रीवादळामध्ये केंद्रस्थानी हवेचा दाब ५ ते ६ हेक्टापास्कल पेक्षा कमी होतो.
- या कमी दाबामुळे वारे वेगाने गोलाकार फिरू लागतात.
- चक्रीवादळाचा किमान वेग ६० किमी प्रतितास इतका असतो.
- चक्रीवादळांना जगात निरनिराळ्या नावांनी संबोधले जाते.

- टायफून - प्रशांत महासागर
- हरिकेन - उत्तर अटलांटिक महासागर
- टोर्नाडो - दक्षिण अमेरिका
- विली-विली - ऑस्ट्रेलिया

- चक्रीवादळांचे दाब आणि वाऱ्यांचा वेग यानुसार वर्गीकरण केले जाते.

प्रकार	वाऱ्याचा वेग (किमी/तास)
कमी दाब क्षेत्र	३२
डिप्रेशन	३२-५०
डीप डिप्रेशन	५१-६०
चक्रीवादळ	६०-९०
तीव्र चक्रीवादळ	९०-११९
अतितीव्र चक्रीवादळ	१२०-२२०
महाचक्रीवादळ	२२० पेक्षा अधिक

चक्रीवादळांचे नामकरण :

- चक्रीवादळांना विशिष्ट नावे देण्याची पद्धत १९५३ मध्ये सुरू.
- २००४ पासून हिंदी महासागरातील चक्रीवादळांना नावे देण्याची पद्धत सुरू झाली.
- सप्टेंबर २००४ मध्ये बंगालच्या उपसागरात तयार झालेल्या वादळाचे प्रथमच 'ओनिल (Onil)' असे नामकरण.
- हिंद महासागरासाठी 'भारतीय हवामान विभाग' (IMD) ही प्रादेशिक मध्यवर्ती संस्था म्हणून कार्य करते.
- भारत, बांगला देश, मालदीव, म्यानमार, ओमान, पाकिस्तान, श्रीलंका, थायलंड या देशांनी प्रत्येकी आठ नावे सुचविली.
- या देशांनी दिलेल्या नावांचे आठ संच बनवून त्या वर्षी त्या संचातील नाव क्रमाने चक्रीवादळांना देण्यात येते.

भारताने सुचवलेली नावे

- अग्नी, आकाश, बिजली, जल, लेहर, मेष, सागर, वायू
- चक्रीवादळाचा वेग ६५ किमी प्रति तासांपेक्षा अधिक असेल तरच त्याचे नामकरण करण्यात येते.
- नोव्हेंबर २०१८ मध्ये 'गज' हे चक्रीवादळ भारतीय किनारपट्टीवर.

- 'गज' हे नाव श्रीलंकेने सुचविले.
- ऑक्टोबर २०१८ मध्ये 'तितली' चक्रीवादळ पूर्व किनारपट्टीवर.
- 'तितली' हे नाव पाकिस्तानने सुचविले होते.

भारताची चक्रीवादळाविरोधात तयारी :

- भारताची पूर्व आणि पश्चिम किनारपट्टी चक्रीवादळांना संवेदनशील आहे.
- भारतामध्ये प्रामुख्याने नोव्हेंबर आणि मे मध्ये चक्रीवादळे निर्माण होतात.
- २००३ मध्ये चक्रीवादळांमुळे निर्माण होणाऱ्या संकटाचे निवारण करण्यासाठी राष्ट्रीय चक्रीवादळ धोका निवारण प्रकल्प (National Cyclone Risk Mitigation Project) सुरू
- २०११ मध्ये या कार्यक्रमाला पहिला टप्पा आंध्र प्रदेश व ओडिशा या राज्यांमध्ये सुरू करण्यात आला.
- चक्रीवादळाची पूर्वसूचना देण्यासाठी प्रादेशिक केंद्र मुंबई, कोलकाता, चेन्नई येथे आहेत.
- भुवनेश्वर, विशाखपट्टणम व अहमदाबाद येथे वादळ पूर्वसूचना केंद्रे आहेत.
- २०१९ या वर्षी अरबी समुद्रात प्रथमच चार चक्रीवादळांची नोंद झाली आहे. १९०२ नंतर असे प्रथमच घडले.
- अरबी समुद्रात दरवर्षी सरासरी एक चक्रीवादळ, तर बंगालच्या उपसागरात तीन ते चार चक्रीवादळे तयार होतात.
- बंगालच्या उपसागरातील फॅनी वादळानंतर हिंद महासागरात अनुक्रमे वायू, हिक्का, क्यार, माहा, बुलबुल ही वादळे निर्माण झाली.
- यामधील वायू, हिक्का, क्यार, माहा ही वादळे पश्चिम किनारपट्टीवर येऊन धडकली.

अरबी समुद्रातील चक्रीवादळे

चक्रीवादळ	कालावधी	या देशाने नाव दिले
१. वायू	१०-१७ जून	भारत
२. हिक्का	२२-२५ सप्टेंबर	मालदीव
३. क्यार	२४ ऑक्टोबर-१ नोव्हेंबर	म्यानमार
४. माहा	३० ऑक्टोबर-७ नोव्हेंबर	ओमान

(संदर्भ : pib.nic.in,imd.gov.in)

जैवविविधता व परिस्थितीकीय सेवांसाठीचा आंतरशासकीय विज्ञान धोरण मंच (आयपीबीईएस)कडून जैवविविधता व परीक्षण सेवांविषयी जागतिक परीक्षण अहवाल प्रसिद्ध

दि. ६ मे २०१९ रोजी जैवविविधता व परिस्थितीकीय सेवांसाठीचा आंतरशासकीय विज्ञान धोरण मंच (Inter-Governmental Science Policy Platform on Biodiversity and Ecosystem Services - IPBES) ने जैवविविधता व परीक्षण सेवांविषयी जागतिक परीक्षण अहवाल प्रसिद्ध केला.

- या अहवालानुसार जगातील १० लाख प्रजातींना नष्ट होण्याचा धोका आहे.

अहवालातील मुद्दे :

- जगातील ८० लाख प्रजातींपैकी १० लाख वनस्पती व प्राणीप्रजातींना नष्ट होण्याचा धोका आहे.
- सध्याच्या प्रजाती नष्ट होण्याचा वेग मागील एक कोटी वर्षांपूर्वीच्या वेगापेक्षा १०० पटींनी अधिक आहे.
- इ. स. १५०० पासून ६८० पृष्ठवंशीय प्रजाती नष्ट
- इ. स. १९०० पासून बहुतांश भूस्थित अधिवास क्षेत्रातील स्थानिक प्रजातींची संख्या २० टक्क्यांनी कमी झाली आहे.

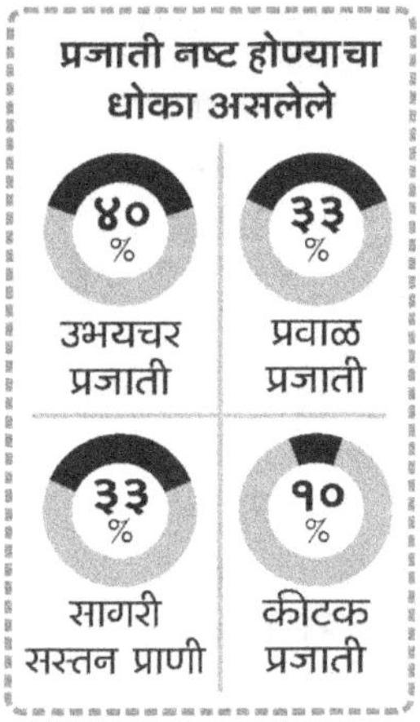

- १८७० पासून ५० टक्के प्रवाळभित्तीका नष्ट झाल्या आहेत.
- २०१६ पर्यंत पाळीव प्राण्यांच्या ८% प्रजाती नष्ट झाल्या.

जैवविविधता व परिसंस्था ऱ्हासाची कारणे :

- भूमी व समुद्र यांच्या वापरातील बदल
- सजीवांचे भक्षण
- हवामान बदल
- प्रदूषण

परिसंस्थेतील परिणाम

- २०००-२०१८ मध्ये विकसित व विकसनशील राष्ट्रांमधील विस्तीर्ण जंगल प्रदेश ७% कमी झाला आहे.
- सध्या उपलब्ध असणारे वनक्षेत्र औद्योगिक पूर्व काळाच्या ६८% इतके आहे.
- मानवी कृतींमुळे ८५% पाणथळ क्षेत्र नष्ट झाले आहे.
- जे क्षेत्र स्थानिक व आदिवासी समुदायांच्या नियंत्रणाखाली आहे तेथे हा परिणाम कमी आहे.

प्रजाती संरक्षण व परिसंस्था ऱ्हास थांबविण्यासाठी शिफारशी :

- सर्वच महत्त्वाच्या क्षेत्रातील विकासाच्या नियोजनात जैवविविधतेच्या मुद्द्यांना प्रथम प्राधान्य देणे.
- स्थानिक पर्यावरणाचे संरक्षण; तसेच शाश्वत स्थानिक अर्थव्यवस्थांना प्रोत्साहन देणे.
- ऱ्हास झालेल्या परिसंस्था क्षेत्रांचे पुनर्वसन करणे.

■ जैवविविधता व परिस्थितीकीय व्यवस्थापनात आदिवासी व स्थानिक समुदायांचा सक्रिय सहभाग घेणे.

लक्षात ठेवा

जैवविविधता व परिस्थितीकीय सेवांसाठी आंतरशासकीय विज्ञान धोरण संच (IPBES: The Intergovernmental Science-Policy Platform on Biodiversity and Ecosystem Services)

■ संयुक्त राष्ट्रसंघ पर्यावरण कार्यक्रम (IPBES) या संस्थेची २०१२ मध्ये स्थापना केली.
■ सदस्य देश - १३२
■ मुख्यालय - बॉन -जर्मनी (Bonn, Germany)
■ शाश्वत विकास, मानव कल्याण याकरिता जैवविविधता संवर्धन आणि शाश्वत वापर याकरिता विज्ञान व धोरण हा सुसंवाद दृढ करणे.
■ भारत या संस्थेचा सदस्य आहे.

(संदर्भ : web.unep.org, ipbes.net)

संयुक्त राष्ट्र पर्यावरण कार्यक्रमाचा वाळू आणि शाश्वतता : जागतिक वाळू स्त्रोतांच्या पर्यावरणीय नियमनासाठी नव्या उपायांचा शोध अहवाल प्रकाशित

दि. ७ मे २०१९ रोजी संयुक्त राष्ट्र पर्यावरण कार्यक्रमाचा वाळू आणि शाश्वतता : जागतिक वाळू स्त्रोतांच्या पर्यावरणीय नियमनासाठी नव्या उपायांचा शोध अहवाल प्रकाशित करण्यात आला.

अहवालात अधोरेखित केलेली समस्या :

■ जगभरात वाळूचा वापर मोठ्या प्रमाणावर वाढत आहे.
■ ज्या गतीने वाळूची नैसर्गिक पुनर्निर्मिती होते, त्यापेक्षा जास्त वेगाने आपण त्याचे उत्खनन करत आहोत.
■ ज्या नैसर्गिक स्त्रोतांचे उत्खनन आणि व्यापार आकारमानाप्रमाणे होतो, तरीही ज्या उद्योगावर सर्वांत कमी नियमन आहे. त्यामध्ये वाळू आणि खडी हे दुसऱ्या क्रमांकावर आहेत.
■ यात प्रथम क्रमांकावर पाणी आहे.
■ जागतिक मागणीच्या ८५% ते ९०% वाळू ही खाणी तसेच वाळू आणि खडीच्या खड्ड्यांमधून घेतली जाते.
■ उरलेल्या १०% ते १५% वाळूचे उत्खनन हे नद्या आणि समुद्राच्या किनाऱ्यांवरून केले जाते.
■ याचे पर्यावरणीय तसेच सामाजिक परिणाम बघता हीच मोठी चिंतेची बाब आहे.
■ दरवर्षी खाणी, खड्डे, नद्या, किनारपट्ट्या तसेच समुद्री पर्यावरणातून ४० ते ५० बिलियन टन इतके फोडलेले दगड, वाळू आणि खडीचे उत्खनन केले जाते. यातला अर्धा भाग बांधकाम उद्योगासाठी वापरला जातो.
■ भविष्यात हा वापर आणखी वाढणार आहे.
■ नद्या, सरोवरे आणि किनारपट्ट्यांवर होणाऱ्या वाळू उत्खननामुळे गंभीर बनलेल्या जागा चीन आणि भारत या देशांत मोठ्या प्रमाणात आहेत.

चिंतेचे कारण :

■ या उत्खननामुळे नद्या आणि किनारपट्टीची झीज होते.
■ गोड्या आणि खाऱ्या पाण्यातल्या मासेमारीला तसेच जलचर परिसंस्थेला धोका निर्माण होतो.
■ अस्थिर नदीकिनाऱ्यांमुळे पूर येण्याचे प्रमाणही वाढते आणि भूजल पातळी खाली जाते.
■ जगातल्या बऱ्याच मोठ्या नद्यांमधली निम्मी ते ९५% इतकी नैसर्गिक वाळू आणि खडी समुद्रामध्ये वाहून जाते.
■ जल-विद्युत निर्मितीसाठी किंवा सिंचनासाठी नद्यांवर बांधलेल्या धरणांमुळे खाली वाहून जाणाऱ्या गाळाचे प्रमाणही कमी होते.
■ आधीच धोक्यात आलेल्या किनाऱ्यांवर खंडित झालेल्या पुनर्निमितीच्या प्रक्रियेचा ताण पडतो आहे.
■ स्थानिक उपजीविका नष्ट होणे यासारखे याचे अप्रत्यक्ष परिणामही होत आहेत.
■ पर्यटनस्थळांच्या ठिकाणी होणाऱ्या बांधकामांमुळे त्या भागातली नैसर्गिक वाळू नष्ट होते आणि ती ठिकाणे अनाकर्षक दिसू लागतात हे त्याचे दुर्दैवी उदाहरण.
■ या उद्योगाचे व्यवस्थित नियमन होत नसल्याने कामगारांच्या सुरक्षेचाही प्रश्न असतो.

उपाय :

■ उत्तम स्थानिक नियोजनातून अनावश्यक बांधकामे कमी.
■ वास्तू पाडून नवीन बांधण्यापेक्षा पायाभूत सुविधांची दुरुस्ती आणि देखभाल यांमध्ये गुंतवणूक करणे.
■ बांधकामाच्या पर्यायी पद्धती आणि रचना अंगिकारणे.
■ शक्य असेल तिथे सिमेंट आणि काँक्रीटचा वापर टाळणे आणि हरित (पर्यावरणपूरक) पायाभूत व्यवस्था वापरणे.
■ सार्वजनिक, खासगी आणि नागरी समाज संस्था यांच्या सहभागासह स्थानिक ते जागतिक पातळीवर मोठ्या प्रमाणात बहुआयामी कृती करणे.
■ सार्वमत तयार करणे, वाळूच्या उपलब्धतेनुसार ध्येयधोरणांची पुनर्बांधणी करणे, अंमलबजावणीतील वास्तविकता जाणणे.

(संदर्भः unenvironment.org)

महाराष्ट्रात आढळलेल्या फ्रेरिया इंडिका या दुर्मीळ वनस्पतीचे 'शिवसुमन' असे नामकरण

दि. १६ जून, २०१९ रोजी शिवराज्याभिषेकाचे औचित्य साधून फ्रेरिया इंडिका (Frerea Indica) या दुर्मीळ वनस्पतीचे 'शिवसुमन' असे नामकरण करण्यात आले.

■ या विशिष्ट वनस्पतीचा मूळ शोध निकोले ॲलेक्झांडर डॅल्झेल (Nicole Alexander Dalzell) यांना जुन्नर जवळील एका

टेकडीवर लागला आहे.

- छत्रपती शिवाजी महाराजांची आणि या फुलाची जन्मभूमी तसेच या वनस्पतीचा भगवा-लाल रंग, दुर्मीळ आढळ आणि प्रदेशनिष्ठता, सुदर्शन चक्राचा वापर ही पार्श्वभूमी लक्षात घेता 'शिवसुमन' या नावाला संमती देण्यात आली.

'शिवसुमन (Frerea Indica)' वनस्पतीबद्दल :

- ही वनस्पती अतिसंकटग्रस्त (Endangered) असून, जगभरात केवळ महाराष्ट्रातच आढळते.
- सह्याद्री पर्वतरांगांमध्ये विशेषतः रंधा धबधबा, जुन्नर, शिवनेरी, पुरंदर, वज्रगड, मुळशी, शिवथरघळ, महाबळेश्वर, त्र्यंबकेश्वर, अंजनेरी अशा निवडक ठिकाणी तीव्र डोंगर-उतार आणि कड्यावर ही वनस्पती आढळून येते.
- स्थानिक भाषेत काही ठिकाणी या वनस्पतीला शिंदळ माकुडी म्हणून संबोधतात.
- दुर्मीळ असलेल्या या वनस्पतीला आंतरराष्ट्रीय निसर्ग संरक्षण संघ (International Union for Conservation of Nature - IUCN) या संघटनेने जगातील १२ धोक्यात असलेल्या वनस्पतींच्या यादीमध्ये समाविष्ट केले आहे.

(संदर्भ : biodiversity & its conservation (lecture-pdf), iucn.org)

सकाळ १७ जून : वाळवंटीकरण आणि दुष्काळविरोधातील लढ्यासाठीचा जागतिक दिन

वाळवंटीकरण विरोधातील लढ्यासाठी आंतरराष्ट्रीय स्तरावर करण्यात येणाऱ्या प्रयत्नांबाबत जागरूकता निर्माण करण्यासाठी दरवर्षी १७ जून रोजी 'जागतिक वाळवंटीकरण आणि दुष्काळविरोधी दिन' साजरा केला जातो.

- २०१९ मध्ये या दिनाचे यजमानपद तुर्कस्तानकडे आहे.
- २०१९ मध्ये या दिनाची संकल्पना "Let's Grow together the Future together' ही आहे.
- संयुक्त राष्ट्राचा वाळवंटीकरणाशी सामना करण्यासाठीचा करार (United Nations Convention to Combat Desertification : UNCCD) १७ जून १९९४ रोजी स्वीकारण्यात आला.
- या दिवसाच्या निमित्ताने संयुक्त राष्ट्रसंघाच्या आमसभेने १७ जून हा दिवस 'वाळवंटीकरण आणि दुष्काळाविरोधातील लढ्यासाठीचा जागतिक दिन' साजरा करण्यास मंजुरी दिली.
- वाळवंटीकरणाला आळा घालण्यासाठी भारत सरकारतर्फे 'वाळवंट विकास कार्यक्रम' सुरू करण्यात आला.
- संयुक्त राष्ट्रसंघाच्या अंदाजानुसार वाळवंटीकरणामुळे, दरवर्षी जगातील २४ अब्ज टन सुपीक मातीचा ऱ्हास होत आहे.
- इस्रोने प्रसिद्ध केलेल्या अहवालानुसार २०११-१३ दरम्यान भारतातील २९% पेक्षा अधिक जमिनीचा ऱ्हास झाला.
- संयुक्त राष्ट्राच्या 'वाळवंटीकरणाशी सामना करण्यासाठीच्या कराराची' १४ वी परिषद (COP-14) ऑगस्ट-सप्टेंबर २०१९ मध्ये भारतात ग्रेटर नोएडा येथे आयोजित केली जाणार आहे.
- या परिषदेचे अध्यक्षपद दोन वर्षांसाठी भारताकडे असणार आहे.

संयुक्त राष्ट्रसंघाच्या अंदाजानुसार

२४ अब्ज टन

वाळवंटीकरणामुळे, दरवर्षी जगातील २४ अब्ज टन सुपीक मातीचा ऱ्हास

इस्रोने प्रसिद्ध केलेल्या अहवालानुसार

२९%

२०११-१३ दरम्यान भारतातील २९% पेक्षा अधिक जमिनीचा ऱ्हास

संयुक्त राष्ट्रसंघाचा वाळवंटीकरणाशी सामना करण्याचा करार (United Nations Convention Combat Desertification) :

- जागतिक करारावर वाळवंटीकरण रोखण्यासाठी संयुक्त राष्ट्रसंघाने हा करार संमत केला.
- संयुक्त राष्ट्राच्या तीन प्रमुख करारांपैकी (UNFCCC - Convention on biodiversity) हा एक आहे.
- १७ जून, १९९४ रोजी संयुक्त राष्ट्रांच्या 'आमसभे'ने या करारास स्वीकृती दिली.
- सदस्य - १९७ (१९६ राष्ट्र + युरोपीयन युनियन)
- या कराराचे सचिवालय बॉन (जर्मनी) येथे आहे.
- १९९७ मध्ये या करारांतर्गत पहिली परिषद रोम (इटली COP-I) येथे पार पडली.
- वाळवंटीकरणाच्या समस्येसोबतचा हा एकमेव आंतरराष्ट्रीय कायदेशीररीत्या बंधनकारक करार आहे.

भारताचे वाळवंटीकरणाच्या विरोधातील उपाय :

- भारताने १९७३-७४ मध्ये अवर्षणाचा परिणाम कमी करण्यासाठी 'अवर्षण प्रवण क्षेत्र विकास कार्यक्रम (OPAP)' सुरू केला.
- १९७७-७८ मध्ये वाळवंटीकरण नियंत्रणात आणण्यासाठी १९७७-७८ वाळवंट विकास कार्यक्रम (DOP) सुरू करण्यात आला.
- याव्यतिरिक्त मृदा आरोग्य कार्ड, प्रधानमंत्री कृषी संचन योजना जमिनीची अवनती (Land degradation) रोखण्यासाठी सुरू करण्यात आल्या.
- २०१३ मध्ये पॅरिस येथे झालेल्या COP-13 (UNCCO) मध्ये भारताने 'बॉन चॅलेंज (Bonn Challenge)' स्वीकारले.
- यानुसार भारतातील अवनत व निर्वनीकरण झालेल्या १३ दशलक्ष हेक्टर जमिनीचे २०२० पर्यंत तर अधिक ८ दशलक्ष जमिनीचे २०३० पर्यंत पुनःस्थापन करण्यात येणार आहे.

(संदर्भ - pib.nic.in, unccd.int)

सकाळ माळढोक हा पक्षी दिगंतराच्या वाटेवर..

देशातून माळढोक हा पक्षी नामशेष होण्याच्या मार्गावर असल्याचा अहवाल भारतीय वन्यजीव संस्थेनं दिला आहे. फक्त माळढोकच नव्हे, तर सायबेरीयन क्रौंच, पांढऱ्या पाठीचे आणि राज गिधाड, सामाजिक टिटवी, रान पिंगळा असे पक्षीही दिगंतरा'च्या वाटेवर आहेत. जगातल्या एकूण पक्षी-प्रजातीपैकी पाच टक्के पक्षी भारतात आढळतात. भारतात आढळणाऱ्या तेराशेपेक्षा अधिक पक्षी-प्रजातींपैकी ४३ टक्के प्रजाती महाराष्ट्रात आढळतात. त्यात दोनशेपेक्षा अधिक स्थलांतरित पक्ष्यांचा समावेश आहे. स्थलांतरित पक्ष्यांच्या येण्या-जाण्यानुसार ही संख्या दरवर्षी कमी-जास्त होत असते. महाराष्ट्रात जेरडानचा धाविक, सायबेरीयन क्रौंच, पांढऱ्या पाठीचे आणि राज गिधाड, सामाजिक टिटवी, रान पिंगळा आणि माळढोक हे गंभीररीत्या संकटग्रस्त (Critically Endangered) पक्षी आहेत. म्हणजे आता त्यांचं संरक्षण झालं नाही, तर ते कायमचे नष्ट होण्याचा धोका आहे. याशिवाय पांढऱ्या पाठीचे गिधाड, काळ्या पोटाचा सुरय, मोठा क्षेत्रबलाक आणि तणमोर हे संकटग्रस्त (Endangered) पक्षी आहेत. त्यांनाही मोठ्या प्रमाणावर संरक्षण देण्याची गरज आहे. हे सर्व पक्षी वन्यजीव संरक्षण अधिनियम १९७२ च्या परिशिष्ट एकमध्ये समाविष्ट केले असल्याने कायद्याने त्यांना मोठं संरक्षण आहे. त्यांची शिकार आणि व्यापार करण्यावर बंदी आहे. तसं केल्यास जास्तीत जास्त सात वर्षं कारावास आणि किमान दहा हजार रुपये दंड अशी शिक्षेची तरतूद करण्यात आली आहे. असं असलं, तरी आजही या पक्ष्यांची शिकार आणि व्यापारावर पूर्ण बंदी आणण्यात सरकारी यंत्रणेला माफकच यश मिळालेलं आहे.

माळढोक नामशेष होण्याच्या मार्गावर

'माळरानाचा राजा', 'शेतकऱ्यांचा मित्र' या विशेषणांबरोबरच देशात सर्वाधिक संशोधन झालेला पक्षी' असंही माळढोकचं वर्णन करता येईल. देशातल्या नावाजलेल्या बॉम्बे नॅचरल हिस्ट्री सोसायटीनं वीस वर्षांपेक्षाही जास्त काळ माळढोकवर संशोधन केलं आहे. या संशोधनातून काही महत्त्वाच्या गोष्टी हाती लागल्या. माळढोकची मादी वर्षातून एकच अंडे देते. ते माळरानावर उघड्यावर घातलं जातं. त्यामुळे माळरानावरचे अनेक वन्य प्राणी आणि माळरानावर मुक्तपणे चरणारी गाई-गुरे यांच्यापासून त्याला कायम धोका असतो. त्यात आता भटक्या कुत्र्यांचीही भर पडली आहे. स्थानिकांकडून त्यांची शिकारही केली जाते. त्यामुळे माळढोकची संख्या झपाट्यानं वाढू शकत नाही. त्यातच त्यांच्या अधिवासाचाही झपाट्यानं ऱ्हास होत आहे. दुष्काळी भाग म्हणून वन विभागाने केलेली प्रचंड वृक्षलागवड माळढोकच्या जीवावर बेतली आणि आता वाढत्या लोकसंख्येच्या वाढत्या गरजा भागवण्यासाठी माळरानावर मोठ्या प्रमाणावर शेती आणि फळबाग लागवड करण्यात येत आहे. दगडाच्या खाणी जोरात सुरू आहेत. त्यामुळे इंग्रजांच्या काळात देशात लाखाने असलेली माळढोकची संख्या आता २५० वर आली आहे. आता निर्धारानं ठोस पावलं उचलली नाहीत, तर येत्या दशकात माळढोक नामशेष होण्याचा धोका आहे. माळढोकच्या संवर्धनासाठी शासनाने नेमलेल्या तज्ज्ञ समितीनं माळढोक अभयारण्यासाठी बाराशे चौरस किलोमीटर क्षेत्राची मागणी केली होती. वन विभागाकडं स्वत:चे साडेतीनशे चौरस किलोमीटर क्षेत्र होतं. ते अत्यंत विखुरलेल्या स्थितीत असल्याने त्याचा माळढोकच्या संवर्धनासाठी फारसा उपयोग नव्हता. वनक्षेत्राला लागून असलेलं थोडंफार खासगी क्षेत्र संपादित करून, त्याचं प्रभावी संरक्षण करून माळढोकचं संवर्धन करणं सहज शक्य होतं; पण स्थानिक लोकांचा त्याला विरोध होता. मंत्री, संत्री यांनीही त्यांचीच 'री' ओढली- कारण त्यांना खाणमाफियांसाठी रान मोकळं करून द्यायचं होतं. दुर्दैवानं अभयारण्यातली सर्व खासगी क्षेत्रं वगळून त्याला काही वन अधिकाऱ्यांनीही साथ दिली. तसं करताना त्यांनी तज्ज्ञ समितीच्या अहवालाकडं जाणीवपूर्वक डोळेझाक केली. माळढोकच्या प्रजनन क्षेत्राला प्रजनन काळापुरतं संरक्षण दिलं, तरी पुरेसं आहे असं न पटणारं जाहीर वक्तव्य केलं. संशोधनाचा देखावा करत, अभयारण्यातल्या एकमेव माळढोकच्या पाठीवर सॅटेलाईट ट्रॅकरचं ओझं लादत त्याचाही बळी घेतला. तेव्हापासून गेल्या दोन-तीन वर्षांत माळढोक अभयारण्याकडं फिरकलेच नाहीत. वन विभागानं सलग चाळीस वर्षं लढा देऊन त्यांना माळढोकसाठी एक इंचही जागा मिळवता आली नाही. या लढाईत माझं पाच वर्षं योगदान होतं, म्हणून मला त्याचं जास्त वाईट वाटतं. कुंपणानंच शेत खाल्लं, तर असंच होणार. जे माळढोकचं झालं, तेच थोड्याफार फरकानं इतर पक्ष्यांचंही होत आहे. राजकारणी आणि सरकारी अधिकारी यांची भ्रष्ट युती नष्ट झाल्याशिवाय पर्यावरणाचं संवर्धन शक्य नाही. एवढंच काय ते माळढोकच्या दीर्घ संशोधनातून हाती गवसलेलं सत्य आहे.

अधिवासांवर परिणाम

वन विभाग पक्षी-संरक्षण आणि संवर्धनासाठी विविध उपक्रम राबवत असला आणि त्यात काही प्रमाणात लोकसहभाग मिळत असला, किंवा काही स्वयंसेवी संस्थांच्या आणि वैयक्तिक पातळीवरही प्रयत्न होत असले, तरी केवळ राज्यातच नव्हे तर देशातही पक्ष्यांना दिलासा मिळेल अशी परिस्थिती आजतरी अस्तित्वात नाही. याचं कारण आजही पक्ष्यांचे अधिवास झपाट्यानं नष्ट होत आहेत, त्यांची शिकार आणि व्यापार राजरोस सुरू आहे. त्यांच्यावर नियंत्रण ठेवण्यासाठी आवश्यक असलेली यंत्रणा वन विभागाकडं आजही नाही. ग्रामीण भागात कोणत्याही आठवडे बाजारात फेरफटका मारला तर लावरी, तितर हे पक्षी हमखास विक्रीला ठेवलेले आढळतात. पोपट, मुनिया, पहाडी मैनांची शहरी भागात विक्री होताना दिसते. इतकी वर्षं वन विभागानं प्रबोधन करूनही लोक बिनधास्तपणे पक्षी खरेदी करताना दिसतात. पुणे जिल्ह्यातल्या भिगवणसारख्या पर्यटकांची वर्दळ असलेल्या ठिकाणीही पक्ष्यांची शिकार होत असल्याचं निदर्शनास येतं. तीन वर्षे कारावास आणि २५ हजार रुपये दंड असतानाही लोक पक्षी पाळण्याचा अट्टाहास सोडताना दिसत नाहीत. माळढोक आणि अनेक प्रकारची गिधाडं, तणमोर यांसारख्या दुर्मिळ पक्ष्यांच्या संशोधनावर आणि कृत्रिम प्रजननावर गेली काही वर्षं कोट्यवधी रुपये खर्च केल्यानंतरही

पक्ष्यांची संख्या वाढलेली आढळत नाही, किंबहुना ती कमीच होत चालली आहे. माळढोक तर आता नामशेष होण्याच्या मार्गावर आहे. देशात केवळ २५० पक्षी शिल्लक राहिले आहेत. वन्यजीव आणि प्रदूषणासंबंधी परिणामकारक कायदे अस्तित्वात असताना त्यांची प्रभावी अंमलबजावणी होताना दिसत नाही. उच्च दाबाच्या वीज वाहिन्या, मोबाईल टॉवर्स, पवनचक्क्या, पतंगाच्या मांज्यामुळं आणि प्रदूषित पाणस्थळामुळं दररोज शेकडो पक्ष्यांचे जीव जात असताना सरकारी यंत्रणा कारवाई करताना दिसत नाहीत. वृक्ष हा पक्ष्यांच्या अधिवासाचा महत्त्वाचा घटक आहे. अन्न, निवारा, प्रजनन, नैसर्गिक शत्रूंपासून संरक्षण यासाठी पक्षी मोठ्या प्रमाणावर वृक्षांवर अवलंबून असतात. त्यामुळं ग्रामीण आणि शहरी भागात प्रचंड वेगानं होणारी वृक्षतोड पक्ष्यांच्या जीवावर उठली आहे. वन विभागाच्या कायद्यानुसार काही ठराविक वृक्षांना संरक्षण आहे. वृक्षावर जोपर्यंत पक्ष्याचं घरटं आहे, तोपर्यंत वृक्ष कायद्यानं तोडता येत नाही; पण शहरी भागात अशा अनेक वृक्षांचे बळी जाताना लोक उघड्या डोळ्यांनी राजरोस पाहत आहेत. स्थानिक स्वराज्य संस्थांचे पदाधिकारी आणि कर्मचारी यांचं अशी वृक्षतोड करणाऱ्याशी साटंलोटं आहे ही बाब आता लपून राहिलेली नाही. केवळ वृक्षलागवड करून उपयोग नाही, तर जुन्या वृक्षांचं जतनही तितकंच महत्त्वाचं आहे ही बाब सरकारी यंत्रणा जाणीवपूर्वक नजरेआड करताना दिसते. ही सर्व परिस्थिती पक्ष्यांच्या संवर्धनाच्या दृष्टीनं अत्यंत निराशाजनक आहे. ही परिस्थिती बदलण्यासाठी तातडीनं पावलं न उचलल्यास येत्या काही वर्षांत गंभीररीत्या संकटग्रस्त पक्षी नामशेष होण्याचा आणि संकटग्रस्त पक्ष्यांच्या यादीत वाढ होण्याचा धोका आहे.

● प्रभाकर कुकडोलकर

ज्येष्ठ पर्यावरण तज्ज्ञ अभ्यासक व लेखक

सकाळ पक्षी संवर्धनासाठी वन विभागाने राबवलेले उपक्रम

- अभयारण्ये व राष्ट्रीय उद्यानांची स्थापना. एकूण ५४ संरक्षित क्षेत्रांची निर्मिती. त्यापैकी सहा पक्षी अभयारण्यं.
- महत्त्वाच्या पक्षी (अधिवास) क्षेत्रांना विशेष संरक्षण.
- माळढोकसारख्या दुर्मिळ पक्ष्यांच्या अधिवासाचा सातत्यानं अभ्यास आणि संशोधन. माळढोक, गिधाडं अशा दुर्मिळ पक्ष्यांच्या प्रजननासाठी विशेष प्रयत्न. पक्ष्यांवरच्या संशोधनासाठी "Sattelite tracking' सारख्या अत्याधुनिक तंत्राचा वापर.
- गिधाडांच्या संवर्धनासाठी "Vulture Restaurant'ची उभारणी. यामध्ये ठराविक ठिकाणी गिधाडांना आवश्यक खाद्य पुरवलं जातं. गडचिरोली जिल्ह्यातल्या कोलामार्का, रोहा इथल्या फणसाड अभयारण्यात राबवण्यात आलेला उपक्रम यशस्वी झाला आहे.
- जखमी पक्ष्यांवर उपचार करण्यासाठी अनाथालयांमध्ये आवश्यक सुविधा निर्माण करण्यात आल्या आहेत. नागपूर इथं उभारण्यात येणाऱ्या आंतरराष्ट्रीय दर्जाच्या प्राणिसंग्रहालयात पक्षी-संवर्धनासाठी विशेष व्यवस्था. पुणे येथे प्राणी पक्षी-अनाथालय उभारण्याचं काम प्रगतिपथावर आहे.
- गिधाड दिन, चिमणी दिन अशा प्रसंगी जनजागृती करण्याच्या उद्देशानं आणि पक्षीसंवर्धनात लोकसहभाग प्राप्त करण्यासाठी विशेष कार्यक्रमांचं आयोजन. पक्ष्यांसंबंधी कार्यक्रमांची दृकश्राव्य माध्यमांद्वारे प्रसिद्धी.
- हिरवे कबूतर (Yellow Footed Green Pigeon) राज्यपक्षी म्हणून घोषित.
- गिधाडं नारळाच्या झाडावर घरटी करतात, त्यामुळं श्रीफळाचं नुकसान होतं. त्यासाठी नुकसानभरपाई देण्याची तरतूद करण्यात आली आहे.
- पतंगाच्या मांजामध्ये पक्षी अडकून जखमी होत असल्यानं नायलॉन मांजाच्या वापरावर कायद्यानं बंदी.

पक्षी आणि कायदा

- घटनेच्या कलम ४८ अ आणि ५१अ नुसार पर्यावरण, वन, वन्यजीव यांचं रक्षण करण्याची जबाबदारी शासनाची; तसेच सर्व नागरिकांचीसुद्धा आहे. पक्षी ही वन्यजीव (संरक्षण) अधिनियम - १९७२ अन्वये शासनाची मालमत्ता असल्याने पक्षी सापडल्यापासून ४८ तासांत त्याबाबतची माहिती नजीकच्या वन विभागाच्या कार्यालयास किंवा पोलीस स्टेशनला कळवणे कायद्याने बंधनकारक आहे. अशी माहिती वेळेत न देणे हा कायद्याने गुन्हा आहे.
- पक्ष्यांची शिकार करणे, विनापरवाना पक्षीखरेदी करणे, जवळ बाळगणे, पक्ष्यांची घरटी विस्कटणे, घरटी आणि अंडी गोळा करणे कायद्याने गुन्हा आहे. त्यासाठी २५ हजार रुपयांपर्यंत दंड किंवा तीन वर्षं तुरुंगवास अथवा दोन्ही अशा जबर शिक्षेची तरतूद आहे. परिशिष्ट १ मधला पक्षी असल्यास जास्त शिक्षा होते.
- वन्यजीव अधिनियमाच्या परिशिष्टात नमूद केलेले पक्षी विक्री करण्याचे परवाने देण्यात आलेले नाहीत. त्यामुळे एखादी व्यक्ती पक्षीविक्रीचा व्यवसाय करत असल्यास त्याच्याकडून पक्षी खरेदी करू नयेत आणि त्याबाबत वन किंवा पोलीस अधिकाऱ्याला कळवावे. वन विभागाचा हेल्पलाईन नंबर १९२६ असा आहे.
- बजरीगर, लव्हबर्ड असे काही परदेशी पक्षी विकण्यास आणि खरेदी करण्यास बंदी नाही. तथापि या पक्ष्यांना योग्य वातावरणात ठेवणे प्राणी क्रौर्य प्रतिबंधक कायद्यातल्या तरतुदीनुसार बंधनकारक आहे. पाळीव पक्ष्यांना पिंजऱ्यात फिरण्यासाठी पुरेशी जागा असणं आवश्यक आहे. पिंजऱ्याच्या स्वच्छतेकडं लक्ष देण्याची विशेष गरज आहे.

● प्रभाकर कुकडोलकर

ज्येष्ठ पर्यावरण तज्ज्ञ अभ्यासक व लेखक

भारतीय वन्यजीव संस्थेच्या अहवालानुसार उच्चदाब विद्युत वाहिन्यांमुळे माळढोक पक्ष्यांचे अस्तित्व धोक्यात

दि. १५ जुलै २०१९ रोजी प्रसिद्ध झालेल्या भारतीय वन्यजीव संस्थेच्या (Wildlife Institute of India) अहवालानुसार उच्चदाब विद्युत वाहिन्यांमुळे माळढोक पक्ष्यांचे अस्तित्व धोक्यात आले आहे.

- भारतात १५० माळढोक पक्ष्यांचे अस्तित्व असून सर्वाधिक राजस्थानमधील जैसलमेर येथे आढळतात.
- दरवर्षी विद्युत वाहिन्यांना होणाऱ्या धडकांमुळे १५% माळढोक पक्षी मृत्यू पावत आहेत.
- गेल्या ३० वर्षांमध्ये माळढोक पक्ष्यांचे प्रमाण ७५% ने कमी झाले आहे.

- मांसासाठी शिकार झाल्याने व अधिवासावर होत असलेल्या आक्रमणामुळे **२०११ मधल्या गणनेनुसार केवळ २५० माळढोक उरले** होते.

- हा अहवाल राष्ट्रीय हरित लवादाकडे (NGT) सुपुर्द करण्यात आला आहे.
- माळढोक पक्ष्यांच्या घटत्या संख्येची दखल घेत सर्वोच्च न्यायालयाने तत्काळ धोरण सुचविण्यासाठी एका उच्चाधिकार समितीची स्थापना केली आहे. या समितीमध्ये,
- दीपक आपटे - संचालक, बॉम्बे नॅचरल हिस्टरी सोसायटी
- असद रहमाना - माजी संचालक (BNHS)
- धनंजय मोहन - मुख्य वनसंरक्षक, उत्तराखंड यांचा समावेश आहे.

माळढोक – ग्रेट इंडियन बस्टार्ड (Great Indian Bustard)

- भारतीय माळरानात आढळणारा पक्षी. पक्षीवर्गातील ग्रुईफॉर्मिस गणाच्या ओटिडिडि कुळात माळढोक पक्ष्याचा समावेश होतो.
- माळढोक पक्ष्याचे शास्त्रीय नाव आर्डेओटिस नायग्रिसेप्स आहे.
- भारतात या पक्ष्याच्या तीन प्रजाती आढळतात.
  १) माळढोक (Great Indian Bustard)
  २) तणमोर (Bengal Florican)
  ३) खारमोर (Lesser Florican)
- भारत आणि पाकिस्तानमधील कोरड्या गवताळ प्रदेशांमध्ये माळढोक पक्षी आढळतात.
- माळढोक जमिनीवर वावरत असले तरीही उड्डाणक्षम सर्वांत मोठा पक्षी आहे.
- महाराष्ट्रातील सोलापूर जिल्ह्यात नान्नज अभयारण्य व अहमदनगर जिल्ह्यात रेहेकुरी येथे माळढोक अभयारण्य आहे.
- भारतात माळढोक आंध्र प्रदेश, गुजरात, कर्नाटक, महाराष्ट्र, मध्य प्रदेश व राजस्थान या राज्यांमध्ये आढळतात.
- राजस्थानने २०१३ मध्ये माळढोक पक्ष्यांच्या संवर्धनासाठी 'माळढोक प्रकल्प (Project Great Indian Bustard)' सुरू केला.
- आयुसीएनच्या रेड डेटा बुकमध्ये माळढोक ही 'अत्यंत धोक्यात असलेली प्रजाती' (Critically Endangered Species)' या वर्गवारीत समावेश केला आहे.

भारतीय वन्यजीव संस्था

(Wildlife Institute of India) :

- भारतीय वन्यजीव संस्था ही पर्यावरण व वने मंत्रालयांतर्गत कार्य करणारी एक स्वायत्त संस्था आहे.
- या संस्थेची स्थापना मे १९८२ रोजी झाली.
- भारतीय वन्यजीव संस्था वन्यजीव, जैवविविधता, धोकाग्रस्त प्रजाती, वनांचे व्यवस्थापन, अधिवास व वातावरण बदल या क्षेत्रांमध्ये संशोधन करते.
- संस्था डेहराडून येथील चंद्रबनी येथे स्थित आहे.
- भारतीय वन्यजीव संस्थेचे बोधचिन्य चौशिंगा आहे.

बॉम्बे नॅचरल हिस्ट्री सोसायटी

(Bombay Natural History Society) :

- बॉम्बे नॅचरल हिस्ट्री सोसायटीची स्थापना १५ सप्टेंबर, १८८३ रोजी मुंबई येथे झाली.
- निसर्ग संवर्धन व जैवविविधता या क्षेत्रात कार्य करणारी ही एक अशासकीय संस्था आहे.
- बीएनएचएसच्या संस्थापकांमध्ये डॉ. आत्माराम पांडुरंग व डॉ. सखाराम अर्जुन राऊत या दोन भारतीयांचा समावेश होतो.
- संस्थेचे बोधचिन्ह धनेश (Great Hornbill) असून तो १८९४ पासून १९२० पर्यंत संस्थेत रहिवासास होता. त्याचे नाव विल्यम ठेवण्यात आले होते.

*(**संदर्भ** : wii.gov.in, marathivishwakosh.org)*

व्याघ्र जनगणना अहवाल-२०१८: जागतिक व्याघ्र संवर्धन दिनाचे औचित्य साधत चौथा व्याघ्र जनगणना अहवाल सादर

दि. २९ जुलै २०१९ रोजी जागतिक व्याघ्र संवर्धन दिनाचे औचित्य साधत पंतप्रधान नरेंद्र मोदी यांनी चौथा व्याघ्र जनगणना अहवाल सादर केला.

- देशातील वाघांची संख्या २२२६ (२०१४) वरून २९६७ इतकी वाढली आहे. चार वर्षांत वाघांच्या संख्येत ७४१ ने वाढ झाली आहे.
- भारतातील ५० व्याघ्र प्रकल्प, अभयारण्य व राष्ट्रीय उद्यानातील ही आकडेवारी आहे.
- भारतीय वन्यजीव संस्था आणि राष्ट्रीय व्याघ्र संवर्धन प्राधिकरणाद्वारे (NICA) दर चार वर्षांनी व्याघ्र जनगणना केली जाते. सर्वप्रथम २००६ मध्ये व्याघ्र जनगणना करण्यात आली होती.
- ३.८१ लाख चौ. किमी. परिसरात २६.८६८ कॅमेऱ्यांच्या साहाय्याने ही व्याघ्रगणना करण्यात आली. यासाठी एकूण ११ कोटी रुपये खर्च आला.

■ व्याघ्रसंवर्धनात आघाडीवर असणारी राज्ये

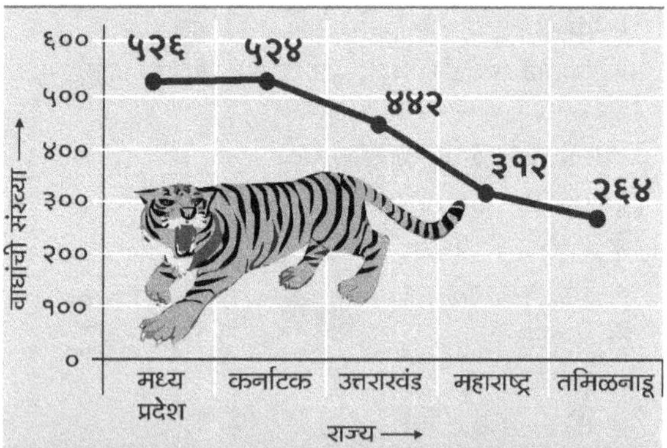

देशातील वाघांची संख्या		
वर्षे	संख्या	वाढ
२००६	१४११	-
२०१०	१७०६	५.२२%
२०१४	२२२६	७.६२%
२०१८	२९६७	८.६%

- २०१४ मध्ये वाघांच्या संख्येत अनुक्रमे कर्नाटक, उत्तराखंड, मध्य प्रदेश, तमिळनाडू व महाराष्ट्र ही राज्ये प्रथम पाच स्थानांवर होती.
- २०१२-२०१८ या वर्षांमध्ये भारतात ६५७ वाघांचा मृत्यू झाला.

व्याघ्र जनगणनेची पद्धत :

- २००६ पूर्वी देशात वाघांची गणना पायाच्या ठशांवर आधारित केली जात असे. त्यानंतर कॅमेरा ट्रॅप पद्धतीचा वापर सुरू करण्यात आला.
- कॅमेऱ्यातून घेतलेल्या छायाचित्राचे जिओटॅगिंग करण्यात आले. त्यामुळे वाघांच्या संख्येचे आकलन करणे सोपे झाले.
- २०१० मध्ये रशियात झालेल्या 'टायगर फोरम'च्या परिषदेमध्ये २०२२ पर्यंत वाघांची संख्या दुप्पट करण्याचे ध्येय ठेवण्यात आले होते.

प्रोजेक्ट टायगर (व्याघ्र प्रकल्प) :

- वाघांच्या घटत्या संख्येला आळा घालून वाघांचे संवर्धन करण्यासाठी १९७३ मध्ये व्याघ्र प्रकल्पाची घोषणा करण्यात आली.
- या प्रकल्पांतर्गत वाघांसाठी विशेष संरक्षित क्षेत्रांची (Tiger Reserve) घोषणा करण्यात आली.
- सध्या भारतात एकूण ५० व्याघ्रसंवर्धन क्षेत्र (Tiger Reserve) असून त्यांच्या संचलनाची जबाबदारी 'राष्ट्रीय व्याघ्र संवर्धन प्राधिकरणा'कडे आहे.
- मध्य प्रदेश व महाराष्ट्रामध्ये सर्वाधिक सहा व्याघ्र प्रकल्प आहेत. ओरांग (आसाम) व कामलांग (अरुणाचल प्रदेश) हे नुकतेच (२०१६) घोषित केलेले व्याघ्र प्रकल्प आहेत.
- पेंच (मध्य प्रदेश) व पेरियार (केरळ) हे देशातील सर्वोत्कृष्ट व्याघ्र प्रकल्प ठरले आहेत. पेंच व्याघ्र प्रकल्पात सर्वाधिक वाघ आहेत.
- छत्तीसगढ व मिझोराम या दोन राज्यांचा अपवाद वगळता सर्व राज्यांमध्ये वाघांच्या संख्येत वाढ झाली आहे.

लक्षात ठेवा

राष्ट्रीय व्याघ्रसंवर्धन प्राधिकरण (National Tiger Conservation Authority : NTCA)

- देशातील व्याघ्र प्रकल्पांचे व्यवस्थापन करण्यासाठी डिसेंबर २००५ मध्ये 'राष्ट्रीय व्याघ्र संवर्धन प्राधिकरणा'ची स्थापना करण्यात आली.
- यासाठी २००६ मध्ये 'वन्यजीव संरक्षण अधिनियम, १९७२' मध्ये सुधारणा करण्यात आली.
- केंद्रीय वने व पर्यावरण मंत्री या प्राधिकरणाचे पदसिद्ध अध्यक्ष असून, इतर आठ तज्ज्ञ सदस्य असतात, तसेच तीन संसद सदस्य असतात.
- प्राधिकरण व्याघ्र प्रकल्पांसाठी नियमावली तयार करते.

महाराष्ट्रातील व्याघ्र संवर्धन :

- महाराष्ट्रातील व्याघ्र प्रकल्पांची संख्या सहा आहे. महाराष्ट्रात वाघांची संख्या ३१२ एवढी आहे.

- महाराष्ट्रातील सहा व्याघ्र प्रकल्पांपैकी पाच व्याघ्र प्रकल्प विदर्भात आहेत. यामुळे नागपूरला देशाची 'व्याघ्र राजधानी (Tiger Capital)' म्हणतात.

■ महाराष्ट्रातील वाघांची संख्या

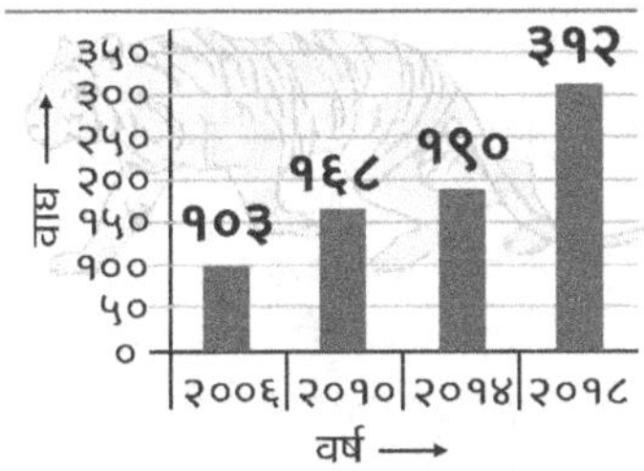

महाराष्ट्रातील व्याघ्र प्रकल्प	
१. मेळघाट व्याघ्र प्रकल्प	अमरावती
२. ताडोबा-अंबारी व्याघ्र प्रकल्प	चंद्रपूर
३. पेंच व्याघ्र प्रकल्प	नागपूर
४. नवेगाव-नागझिर व्याघ्र प्रकल्प	गोंदिया
५. बोर व्याघ्र प्रकल्प	वर्धा
६. सह्याद्री व्याघ्र प्रकल्प	सातारा, सांगली, कोल्हापूर, रत्नागिरी

(संदर्भ : pib.nic.in)

तमिळ योमन या फुलपाखरास तमिळनाडू राज्याकडून राज्य फुलपाखराचा दर्जा

दि. १ ऑगस्ट, २०१९ रोजी तमिळनाडू राज्याने तमिळ योमन (Tamil Yeoman) शास्त्रीय नाव (Cirrochroa thais) या फुलपाखरास राज्य फुलपाखराचा दर्जा दिला आहे.

- स्वतःचे राज्य फुलपाखरू घोषित करणारे तमिळनाडू हे देशातील पाचवे राज्य बनले आहे.
- तमिळनाडूमध्ये फुलपाखरांच्या ३२ स्थानविशिष्ट प्रजाती (Endemic Species) आहेत.
- या फुलपाखराच्या नावाचा अर्थ 'योद्धा' (Yeoman - तमिळ) असे होते. हे फुलपाखरू मध्यम आकाराचे असून ते पश्चिम घाट तसेच पूर्व घाटामध्येदेखील आढळते.
- या फुलपाखराच्या पंखाचा आकार ६०-७५ मिलिमीटर एवढा असतो.

	राज्य	राज्य फुलपाखरू
१.	महाराष्ट्र	ब्लू मॉरमॉन (Blue Mormon)
२.	उत्तराखंड	कॉमन पिकॉक (Common Peacock)
३.	कर्नाटक	सदर्न बर्डविंग (Southern Birdwing)
४.	केरळ	बुद्धा मयुरी (Buddha mayoori)
५.	तमिळनाडू	तमिळ योमन (Tamil Yeoman)

राज्य फुलपाखरू घोषित करणारे महाराष्ट्र हे प्रथम राज्य ठरले होते. महाराष्ट्राने २०१५ मध्ये ब्लू मॉरमॉन या फुलपाखरास राज्य फुलपाखरू म्हणून दर्जा दिला.

अरुणाचल प्रदेशमध्ये माशांच्या मायस्टस प्रबिनी, एक्झोस्टोमा कोट्टेलाटी, क्रेटेचिलोग्लासिस तवांगेसिस, गॅरा रंगानेसिस फायसोचिस्टुरा हरकिशोरी या पाच नव्या प्रजातींचा शोध

दि. २० ऑगस्ट २०१९ रोजी अरुणाचल प्रदेशमध्ये माशांच्या पाच नवीन प्रजातींचा शोध लागला आहे. राजीव गांधी विद्यापीठाच्या प्रा. डी. एन. दास यांच्या नेतृत्वाखालील फिशरीज अँड ॲक्वॉटिक (Fisheries and Aquatic Research) च्या संशोधकांनी दि. २० ऑगस्ट २०१९ रोजी हा शोध लावला आहे.

नवीन प्रजातींची माहिती खालीलप्रमाणे :

१) मायस्टस प्रबिनी (Mystus prabini) ही प्रजाती लोअर दिबांग जिल्ह्यातील सिनकिन (Sinkin) आणि दिबांग (Dibang) नदीमध्ये आढळली.

२) एक्झोस्टोमा कोट्टेलाटी (Exostoma kottelati) ही प्रजाती सुबान्सिरी (Subansiri) जिल्ह्यातील रंगा (Ranga) नदीमध्ये आढळली.

३) क्रेटेचिलोग्लासिस तवांगेसिस (Creteuchiloglanis tawan-gensls) या प्रजातीचा शोध तवांग (Tawang) जिल्ह्यातील तवांगचु (tawangchu) नदीमध्ये लागला.

४) गॅरा रंगानेसिस (Garra ranganesis) ही प्रजाती रंगा नदीमध्ये आढळली.

५) फायसोचिस्टुरा हरकिशोरी (Physoschistura harkishorei) ही प्रजाती दिबांग (Dibang Vally) जिल्ह्यातील दिबांग आणि लोहित नदीक्षेत्रात आढळली.

- अरुणाचल प्रदेशमधील बराच प्रदेश दुर्गम असल्याने विस्तृत वनप्रदेश, मोठ्या पर्वतरांगा आणि दऱ्यांपर्यंत पोहोचणे अजूनही शक्य झालेले नाही.
- भविष्यामध्ये या प्रदेशात आणखी काही नव्या प्रजातींच्या शोधाची शक्यता संशोधकांनी वर्तवली आहे.

(संदर्भ : manipuruniv.ac.in/, newsonair.nic.in, ddnews.in)

'ट्रॅफिक' या आंतरराष्ट्रीय संस्थेने प्रसिद्ध केलेल्या अहवालानुसार वाघांची सर्वाधिक शिकार भारतात

दि. २२ ऑगस्ट २०१९ रोजी 'ट्रॅफिक (TRAFFIC)' या आंतरराष्ट्रीय संस्थेने प्रसिद्ध केलेल्या अहवालानुसार भारतात वाघांच्या शिकारींचे प्रमाण सर्वाधिक आहे.

- अहवालानुसार भारतानंतर इंडोनेशिया आणि चीनचा क्रमांक लागतो.
- जगातील एकूण वाघांपैकी ५६% वाघ एकट्या भारतात आहेत.
- हा अहवाल २००० ते २०१८ या सालांतील सर्वेक्षणावर आधारित आहे.
- संस्थेच्या अनुमानानुसार २००० सालापासून दरवर्षी १००, म्हणजे आठवड्याला दोन याप्रमाणे वाघांची शिकार होते.
- सन १९०० मध्ये जगभरातील वाघांची संख्या एक लाख होती, ती २०१८ मध्ये ३८०० पर्यंत कमी झाली.
- मागील १९ वर्षांत जगातील ३२ देशांमध्ये १,९७७ वाघांची शिकार झाली.

लक्षात ठेवा

ट्रॅफिक इंटरनॅशनल (TRAFFIC)

- जागतिक पातळीवरील व्याघ्र तस्करी प्रतिबंधाचे काम करणारी ही एक आंतरराष्ट्रीय, अशासकीय संस्था असून जगभरातील वनस्पती आणि प्राण्यांच्या तस्करीविरोधात कार्य करते.
- स्थापना : १९७६ मध्ये डब्ल्युडब्लुएफ (World Wide Fund for Nature (WWF) आणि आयुसीएन (Internation Union for the Conservation of Nature & Wildlife (IUCN) यांच्या संयुक्त विद्यमानाने.
- कार्यालय : केंब्रिज, ब्रिटन

(संदर्भ : traffic.org, tigernet.nic.in)

भारतीय प्राणी सर्वेक्षण विभागाचे शास्त्रज्ञांकडून पाण्यावर चालणाऱ्या मेसोवेलिया कीटक वर्गाच्या सात नवीन प्रजातींचा शोध

दि. २५ ऑगस्ट २०१९ रोजी भारतीय प्राणी सर्वेक्षण विभागा (Zoological Survey of India (ZSI))च्या शास्त्रज्ञांना पाण्यावर चालणाऱ्या मेसोवेलिया (Mesovelia) कीटक वर्गाच्या सात नवीन प्रजातींचा शोध लागला.

- झूटाक्सा (Zootaxa) शोधपत्रिकेत याविषयीचे शोध निबंध २५ ऑगस्ट २०१९ रोजी प्रकाशित करण्यात आले.
- मेसोवेलिया (Mesovelia) हे अर्ध-जलीय कीटक वंश (Genus) असून ते पाण्यावर चालू शकतात.

नव्या प्रजातीची वैशिष्ट्ये :

१) नवीन सापडलेल्या प्रजाती या १.५ एमएम ते ४.५ एमएम आकाराच्या आहेत.
२) त्यांच्या पायांवरील जलद्वेषी (hydrophobic setae) शूक/लहान केसांमुळे त्यांना पाण्यावर ज्यामुळे त्यांना पाण्यावर चालता किंवा पळता येते.
३) या नव्या प्रजातींमध्ये लार्वा अवस्था नसल्याने त्या अर्धचयापचय कीटकवर्गात (hemimetabolous insects) (हेमीमेटॅबोलॉस) मोडतात.
४) या प्रजाती नदी, तलाव सारख्या गोड्या पाण्याच्या पृष्ठभागावर आढळतात.
५) पाण्यावरच्या माशा, डास हे या किटकांचे अन्न असल्याने हे कीटक म्हणजे नैसर्गिक स्वच्छता दूतच आहेत.

	नव्या प्रजातींची नावे	कुठे आढळतात?
१)	मेसोवेलिया अंदमाना (Mesovelia Andamana)	अंदमान बेटांवर
२)	मेसोवेलिया इसियासी (Mesovelia Isiasi)	मेघालय
३)	मेसोवेलिया बिस्पीनोसा (Mesovelia Bispinasa)	मेघालय
४)	मेसोवेलिया टेन्युआ (Mesovelia Tenuia)	तमिळनाडू
५)	मेसोवेलिया ओकुल्टा (Mesovelia Occulta)	तमिळनाडू
६)	मेसोवेलिया डिलेटेटा (Mesovelia Dilatata)	मेघालय आणि तमिळनाडू
७)	मेसोवेलिया ब्रेविया (Mesovelia Brevia)	मेघालय आणि तमिळनाडू

- भारतात मेसोवेलिया (Mesovelia) वंशाच्या (Genus) एकूण १२ प्रजाती आढळतात.

(संदर्भ : zsi.gov.in, researchgate.net)

हरिकेन डोरियन चक्रीवादळाचा कॅरेबियन देश बहामासला तडाखा

दि. १४ सप्टेंबर २०१९ रोजी हरिकेन डोरियन (Hurricane Dorian) चक्रीवादळाने कॅरेबियन देश बहामासला जोरदार तडाखा दिला.

- वादळामुळे समुद्रात मोठ्या लाटा उसळल्या व सुमारे १३०० घरांचे नुकसान झाले.

हरिकेन डोरियन (Hurricane Dorian) चक्रीवादळाविषयी :

- बहामासवर धडकणारे चक्रीवादळ डोरियन हे सर्वांत तीव्र उष्ण कटिबंधीय चक्रीवादळ होते आणि त्याला देशाच्या इतिहासातील सर्वांत भयानक नैसर्गिक आपत्ती मानले जाते.
- डोरियन हे २०१९ च्या चक्रीवादळ हंगामातील चौथे नावाचे वादळ आहे, जे १ जून ते ३० नोव्हेंबर दरम्यान येते.
- सरासरी हंगामात १२ नावे असलेली वादळे आहेत. ज्यामध्ये सहा चक्रीवादळे आहेत. त्यापैकी जवळपास अर्धे १११ मैल प्रतितास किंवा त्याहून अधिक वारा असलेली मोठी चक्रीवादळे आहेत.
- श्रेणी ५ मध्ये असलेले हे चक्रीवादळ ताशी २९५ किलोमीटर इतके वेगवान असल्यामुळे बरेच नुकसान झाले आहे.
- यामुळेच १९५० नंतर अटलांटिक महासागरात आलेले हे दुसरे सर्वांत मोठे चक्रीवादळ आहे.

(संदर्भ : bahamas.gov.bs, who.int/, .bahamas.com)

सकाळ

जगभरातील गेंड्याच्या पाच प्रजातींच्या संरक्षण व संवर्धनासाठी २२ सप्टेंबर २०१९ रोजी जागतिक गेंडा दिवस साजरा

दरवर्षी दि. २२ सप्टेंबर रोजी 'जागतिक गेंडा दिन' साजरा केला जातो.

- जगभरातील गेंड्याच्या पाच प्रजातींच्या संरक्षण व संवर्धनासाठी हा दिन साजरा केला जातो.
- २०१० मध्ये वर्ल्ड वाईल्डलाईफ फंड (जागतिक वन्यप्राणी निधी) या संस्थेच्या दक्षिण आफ्रिका शाखेने '२२ सप्टेंबर' रोजी जागतिक गेंडा दिन साजरा केला. त्या वर्षापासून दरवर्षी २२ सप्टेंबर रोजी जागतिक गेंडा दिन साजरा केला जातो.

असुरक्षित म्हणून घोषित केलेल्या गेंड्याच्या विविध प्रजाती	
१. जावा गेंडा	अत्यंत धोकाग्रस्त
२. सुमात्रा गेंडा	अत्यंत धोकाग्रस्त
३. काळा गेंडा	अत्यंत धोकाग्रस्त
४. पांढरा गेंडा	जवळपास धोकाग्रस्त
५. एकशिंगी गेंडा	संकटग्रस्त

भारतीय एकशिंगी गेंडा (One Horned Rhino) :

- गेंडा हा तृणभक्षक प्राणी असून त्याचे वजन सुमारे १५००-२००० किलोग्रॅम एवढे असते.
- गेंडा ताशी ४० किमी वेगाने पळू शकतो.
- गेंड्याची दृष्टी क्षीण असते, परंतु श्रवणशक्ती अफाट असते.
- शिंगासाठी गेंड्याची शिकार केली जाते.
- नर व मादी दोन्हींना शिंग असून ते पूर्णपणे केराटीनचे बनलेले असते.
- भारतामध्ये काझीरंगा राष्ट्रीय उद्यान, जलदापरा राष्ट्रीय उद्यान, पोबितारा अभयारण्य, ओरांग राष्ट्रीय उद्यान येथे एकशिंगी गेंडा आढळतो.
- एकशिंगी गेंडा हा आसामचा राज्य प्राणी आहे.
- २०१८च्या गणनेत काझीरंगा राष्ट्रीय उद्यानात २४१३ एकशिंगी गेंडे आढळले होते.

- गेंड्याचे वजन सुमारे **१५००-२००० किलोग्रॅम**
- गेंड्याचे **शिंग पूर्णपणे केराटीनचे** बनलेले असते.
- एकशिंगी गेंडा हा **आसामचा राज्य प्राणी** आहे.
- २०१८ सालच्या गणनेत **काझीरंगा राष्ट्रीय उद्यानात २४१३ एकशिंगी गेंडे** आढळले होते.

इंडियन ऱ्हायनो व्हिजन २०२० (Indian Rhino Vision-2020) :

- सरकारी आणि खासगी संस्थांनी भारतीय एकशिंगी गेंड्याच्या संरक्षण व संवर्धनासाठी २००५ मध्ये 'इंडियन ऱ्हायनो व्हिजन-२०२०' ही संकल्पना प्रथम सादर केली.
- २०२० पर्यंत भारतात एकशिंगी गेंड्याची संख्या ३००० वर नेणे हे या संकल्पनेमागचे मुख्य उद्दिष्ट आहे.
- यामध्ये आसाम शासन, इंटरनॅशनल ऱ्हायनो फाउंडेशन, जागतिक वन्यप्राणी निधी अशा संस्था सामील आहेत.
- काझीरंगा व पोबितारा या वनांमधून गेंड्यांचे मानस, लाइखोवा, कोचमोरा, दिब्रु-साईकोवा व ओरांग येथे स्थानांतरण करणे हा या संकल्पनेचा भाग आहे.

जागतिक वन्यप्राणी निधी (World Wildlife Fund - WWF)

लक्षात ठेवा

- जागतिक वन्यप्राणी निधी (World Wildlife Fund for Nature) ही पर्यावरण व वन्यप्राणी संरक्षण क्षेत्रात कार्य करणारी आंतरराष्ट्रीय स्तरावरील अशासकीय संस्था आहे.
- या संस्थेची स्थापना १९६१ मध्ये झाली. संस्थेचे मुख्यालय ग्लँड (स्वित्झर्लंड) (Gland, Switzerland) येथे आहे.
- जागतिक वन्यप्राणी निधीद्वारे 'वसुंधरा तास (अर्थ अवर)' पाळला जातो; तसेच 'लिविंग प्लॅनेट इंडेक्स' हा अहवाल प्रकाशित केला जातो.
- भारतीय वंशाचे पवन सुखदेव हे जागतिक वन्यप्राणी निधीचे सध्याचे अध्यक्ष आहेत.

(संदर्भ : worldwildlife.org)

भारत सरकारच्या पर्यावरण मंत्रालयाने केन-बेटवा लिंक प्रकल्पाला दिलेल्या ग्रीन क्लीयरन्सवर आश्चर्य व्यक्त करत सर्वोच्च न्यायालय केंद्रीय सक्षम समिती (सीईसी) यांच्याकडून प्रकल्पाच्या व्यवहार्यतेबद्दल प्रश्न उपस्थित

दि. २६ सप्टेंबर २०१९ रोजी भारताच्या पहिल्या आंतरराज्यीय नदीजोड प्रकल्पावर टिप्पणी करताना सर्वोच्च न्यायालयाच्या समितीने या प्रकल्पाला वन्यजीव मंजुरी (Wildlife Clearance) कोणत्या आधारावर मंजूर केली, अशी विचारणा केली आहे.

- भारत सरकारच्या पर्यावरण मंत्रालयाने केन-बेटवा लिंक प्रकल्पाला (Ken-Betwa Link Project [KBLP]) दिलेल्या ग्रीन क्लीयरन्सवर आश्चर्य व्यक्त करताना, सर्वोच्च न्यायालयातील केंद्रीय सक्षम समिती (सीईसी) यांनी या प्रकल्पाच्या व्यवहार्यतेबद्दल प्रश्न उपस्थित केले आहे.
- मध्य प्रदेश आणि उत्तर प्रदेशात प्रस्तावित या प्रकल्पामध्ये पाण्याची कमतरता असलेल्या अप्पर बेटवा खोऱ्यातील भागात पाणी पुरविण्यासाठी केनच्या खोऱ्यातून बेटवा नदीच्या पात्रात अतिरिक्त पाणी हस्तांतरित करण्याची कल्पना आहे.
- राष्ट्रीय वन्यजीव मंडळाच्या स्थायी समितीने केबीएलपी (KBLP) फेज-१ ला दिलेला वन्यजीव मंजुरीसंदर्भात सर्वोच्च न्यायालयात चालू असलेल्या सीईसीचा अहवाल ३० ऑगस्ट २०१९ रोजी सर्वोच्च न्यायालयात सादर करण्यात आला.
- २८० अब्ज रुपयांच्या प्रकल्पात मध्य प्रदेशातील छतरपूर जिल्ह्यातूल दौधन गावाजवळ केन नदी ओलांडून ७७ मीटर उंच आणि २,०३१ मीटर लांबीच्या संयुक्त बंधाऱ्याचा समावेश आहे. एकदा प्रकल्प पूर्ण झाल्यावर, धरणाद्वारे ६०६, ९८० हेक्टर क्षेत्राला सिंचन सुविधा उपलब्ध होईल, १.४ दशलक्ष (१४ लाख) लोकांसाठी पिण्याच्या पाण्याची सुविधा आणि ७८ मेगावॅट जलविद्युत निर्मिती होईल.

केन-बेटवा लिंक प्रकल्प

१	**खर्च : २८० अब्ज रुपये**
२	**ठिकाण :** मध्य प्रदेशातील छतरपूर जिल्ह्यातील दौधन गावाजवळ केन नदी ओलांडून
३	**बंधाऱ्याचा आकार : ७७ मीटर उंच** आणि **२,०३१ मीटर लांबी**
४	धरणाद्वारे **६०६,९८० हेक्टर क्षेत्राला सिंचन** सुविधा उपलब्ध होणार
५	**१४ लाख लोकांसाठी पिण्याच्या पाण्याची सुविधा**
६	**७८ मेगावॅट जलविद्युत निर्मिती**

- तसेच केन नदीच्या डाव्या काढावर २२१ किलोमीटर लांबीच्या केन-बेटवा लिंक कालवा फेज एलद्वारे पाणी हस्तांतरित केले जाईल.
- या प्रकल्पामुळे ९००० हेक्टर क्षेत्राच्या पाण्याखाली येण्याची शक्यता असून त्यातील ५,८०३ हेक्टर क्षेत्र पन्ना व्याघ्र प्रकल्पात आहे.
- भारताच्या नद्यांना जोडण्याची योजना नवीन नाही. १९८० मध्ये तत्कालीन पाटबंधारे मंत्रालयाने (Ministry of Irrigation) (आता जलशक्ती मंत्रालय) पाण्याचे अंतर-बेसिन हस्तांतरण करून पाणी अतिरिक्त ऊर्जा पात्रांना पाणी-तूट पात्रांमध्ये हस्तांतरित करून जलसंपदा विकासासाठी एक राष्ट्रीय दृष्टिकोन योजना (National Perspective Plan) तयार केली होती.
- राष्ट्रीय दृष्टिकोन योजनेअंतर्गत 'राष्ट्रीय जलविकास एजन्सीने (National Water Development Agency)' व्यवहार्यता अहवाल तयार करण्यासाठी दुवे (द्वीपकल्प घटकांच्या खाली १ आणि हिमालयातील घटकांखाली १) शोधले आहेत. जुलै २०१९ मध्ये आलेल्या प्रश्नाला उत्तर देताना जलशक्ती आणि सामाजिक न्याय व अधिकारिता राज्यमंत्री कटारिया, '३० जोडलेल्या लिंकपैकी एक म्हणजे केबीएलपी (KBLP) होय'
- सीईसीने (Central Empowered Committee [CEC]) नमूद केले की या प्रकल्पाची उद्दिष्टे पूर्ण करण्याच्या पर्यायांची तपासणी केलेली नाही.
- त्यासोबतच सीईसीने नमूद केले आहे की सिंचन सुविधा उपलब्ध करून देणे आणि दारिद्र्य निर्मूलन करणे या केबीएलपी (KBLP) च्या प्राथमिक उद्दिष्टांना जलसंधारणा काढणीच्या पर्यायी पद्धतींद्वारे साध्य करता येऊ शकते आणि तेदेखील खूपच स्वस्त किंमतीवर मिळवता येईल.
- या प्रकल्पाचे खर्च-फायद्याचे विश्लेषण करताना सीईसी अहवालात असे आढळले आहे की, व्याघ्र संवर्धनासाठी लँडस्केप (Landscape) व्यवस्थापन योजनेच्या अंमलबजावणीसाठी खर्च आणि गिधाडे व घारियाल (Gavial) or Gharial या प्रजाती पुनर्प्राप्ती कार्यक्रमाची अंमलबजावणी होणे बाकी आहे. लाभ विश्लेषणामुळे हा प्रकल्प आर्थिकदृष्ट्या सक्षम होऊ शकतो.
- सीईसीने असेही म्हटले आहे की, दौधन धरण पन्ना व्याघ्र प्रकल्पातील वन्यजीव कॉरिडोरला जनावरांच्या हालचालीसाठी प्रतिबंधित करेल.
- पन्ना व्याघ्र प्रकल्पात संकटग्रस्त गिधाडे व घारियाल तसेच वाघ, बिबट्या, रस्टी स्पॉटेड मांजर (Rusty Spotted Cat), अस्वल, वन्य कुत्रा, चौसिंगा (चार शिंगे असलेला मृग) अशा अनेक वन्यजीव प्रजातींचे घर आहे. तसेच मगर, महाशिर (Mahasheer Fish) मासे आणि अन्य शिकारी पक्ष्यांच्या प्रजाती येथे पाहायला मिळतात. लांडगे, चिंकारा, जंगली मांजर, नाग, जॅकल (Jackle), कोल्हा, नीलगाय, चितळ, सांभर, वन्य डुक्कर, सामान्य लंगूर आणि वानर यासारखे इतर वन्यजीवदेखील या भागात आढळतात.
- तसेच सीईसी अहवालानुसार केन-बेटवा प्रकल्प यशस्वी ठरलेल्या वाघांच्या पुनःपरिचयाचा कार्यक्रम नष्ट करेल, अशी

सकाळ केंद्रीय अर्थसंकल्पातील पर्यावरण धोरणचलाखी!

पर्यावरण खात्याला या वर्षी मिळाले आहेत २९५४.७२ कोटी रुपये. सध्याच्या अर्थव्यवस्थेच्या ते फक्त ०.००००१६ टक्के आहेत. या उलट निव्वळ जंगले प्रतिवर्षी आपल्याला एक हजार कोटी इतके थेट किमतीचे मूलस्रोत पुरवतात. निसर्ग-पर्यावरणाचे बाकी घटक पाहण्याआधी नागरिकांच्या सर्वाधिक जिव्हाळ्याचा विषय म्हणजे पाणी. या संदर्भातील तरतुदी पाहू. भारताची जीवनरेखा म्हणजे भूजल. त्याच्या ढासळत्या पातळीकडे लक्ष न देता प्रत्येक घराला नळाने पाणी पुरवण्याची राणा भीमदेवी थाटातील घोषणा झाली आहे. भूजल आजमितीला ७० टक्के सिंचनाच्या, ८५ टक्के ग्रामीण भारताच्या आणि ५५ टक्के शहरी आणि औद्योगिक गरजा भागवते. त्याचे व्यवस्थापन आणि नियमन करणाऱ्या यंत्रणेसाठी तरतूद मागील वर्षीची (४५० कोटी) कमी करून २६० कोटी आहे. केंद्रीय भूजल मंडळ या अकार्यक्षम संस्थेसाठीची २४२ कोटींची तरतूद कमी करून, २२९ कोटींवर; पण तिचा कारभार सुधारण्याचे उपाय शून्य!

नदी व्यवस्थापनासाठी तरतूद अपुरी :

पेयजल आणि त्याची स्वच्छता, नदीविकास जलस्रोत, गंगा, पाण्यासंबंधी सर्वांत महत्त्वाचे काम करणारी संस्था म्हणजे केंद्रीय जल महामंडळ, जलस्रोतांबाबत माहिती पुरवणाऱ्या माहिती यंत्रणा, या सर्व बाबींवरील तरतुदी लक्षणीय प्रमाणात कमी केल्या आहेत. नदीखोऱ्यांचे व्यवस्थापन आणि प्रधानसेवकांच्या 'नमामि गंगे' योजनेसाठीची तरतूदही प्रचंड कमी झाली आहे. नद्यांचे व्यवस्थापन आणि संवर्धन यासाठीची तरतूद अत्यंत अपुरी आहे, तरीही या गटारसदृश नद्या जोडण्याच्या अशास्त्रीय प्रकल्पाची आरोळी अधूनमधून दिली जाते.

अन्य तरतुदींमध्ये जैववैविध्य संवर्धनाचे आधीचे १६ कोटी कापून १४ कोटी रुपये. 'प्रोजेक्ट टायगर'ची तरतूद (३५० कोटी) आणि 'प्रोजेक्ट एलिफंट' (३० कोटी) यांना मात्र धक्का लावलेला नाही, ही स्वागतार्ह बाब. उलट राष्ट्रीय व्याघ्रसंवर्धन प्राधिकरणाची रक्कम एक कोटीने वाढून ती दहा कोटी झाली आहे. फक्त विकासाच्या नावाखाली व्याघ्र अधिवासच समूळ नष्ट होताहेत, त्याला कोण काय करणार? प्रवाळ आणि खारफुटी संवर्धनाची तरतूद शून्य रुपये. प्रदूषण टाळण्यासाठीची रक्कम २० कोटींवरून दहा कोटींवर. जगापुढील सर्वांत मोठ्या संकटाचा, हवामानबदलाचा मुकाबला करण्यासाठी फक्त ४० कोटी रुपये!

अजून एक मोठी 'हरित धूळफेक' (Green wash-white wash च्या चालीवर!) म्हणजे सरकारने सुरुवात केलेला 'राष्ट्रीय हरित भारत मोहीम' (National mission for green India) कार्यक्रम. यातील कारुण्याला विनोदाची झालर लावण्याचे काम पर्यावरणमंत्र्यांपासून 'बाबू'मंडळींपर्यंत अनेक जण वारंवार करत असतात. मागे मंत्रीजी म्हणाले होते- (वाढ व्हायला हजारो वर्षे लागणारे) जंगल जेव्हा उद्योगासाठी तुळतुळीत साफ केले जाते, त्याला जंगलतोड न म्हणता 'पुनर्वनीकरण' म्हणावे, कारण तितके जंगल आपण फक्त दुसऱ्या जागी निर्माण करणार असतो! हा अशा झालरीचा एक नमुना. या मिशनसाठीची तरतूद आहे २४० कोटी. त्यातल्या वनीकरण या विषयाला आहेत २७९ कोटी. बेबंद जंगलतोडीला तत्काळ परवानगी, खारफुटी वनस्पतींची बेसुमार कत्तल, 'आरे'सारखे नतद्रष्ट निर्णय, पर्यावरणीय आघात तपासणी यंत्रणा नष्ट करून, जनसुनावणीसारखी अत्यावश्यक प्रक्रिया रद्द करणे, राष्ट्रीय उद्यानांमधून मोठमोठाले रस्ते करणे, पुतळे-स्मारकांसाठी जंगलतोड, प्रत्येक तथाकथित विकासकामात पर्याय न शोधता हजारो वृक्ष आडवे करणे, हे सर्व सुखेनैव चालू ठेवून भारत हरित होणार नाही.

हरित अभिकरणाच्या तरतुदीत कपात :

किनारपट्ट्या 'व्यवस्थापन' मिशन, हे आणखी एक गोंडस (पण 'ओमेन' सिनेमातले!) बाळ. किनारे राखणारा 'सीआरझेड' कायदा विकसकांच्या सोयीने, अन्याय्य रीतीने बदलून, त्यासाठीची तरतूदही मागील वर्षापेक्षा (१६५ कोटी) कमी करून आता ९५ कोटींवर आणली आहे. देशाचा पर्यावरणविषयक सुशासनाचा एकमेव घटनात्मक आणि वैधानिक आधार- राष्ट्रीय हरित अभिकरण, यासाठीची तरतूद ७५ कोटींवरून ४२ कोटींवर आली आहे. ही संस्था नष्ट करणे हे या सरकारचे जुने स्वप्न, त्या दिशेने वाटचाल सुरू आहे, इतकेच. 'निळे आकाश आणि हरित धरित्री'कडे- असा भावविभोर उल्लेख भाषणात करून मागील वर्षाची हवा प्रदूषण नियंत्रणाची तरतूद (५ कोटी) वाढवून आता ४६० कोटी केली आहे. राष्ट्रीय स्वच्छ हवा अभियानाचा यातच अंतर्भाव आहे. एकीकडे चालू तथाकथित विकासात कुठेही प्रदूषण समूळ रोखणारे 'खबरदारीचे तत्त्व' (Precautionary principle) न वापरता अगदी नदीकाठी प्रदूषक उद्योगांना परवाने देणे, उपरोल्लेखित आणि अन्य ऊर्जानिर्मितीतून होणारे प्रदूषण, स्वच्छ हवा अभियानाची कालबद्ध उद्दिष्टे अस्तित्वातच नसणे या गोष्टींना सरकार हात घालताना दिसत नाही.

मूळ प्रश्नाकडे दुर्लक्षच :

विद्युत ऊर्जेवरील वाहनांवरील जीएसटी बारावरून पाच टक्के इतका कमी केला आहे. तसेच, अशा वाहन खरेदीला उत्तेजन मिळावे म्हणून त्यासाठी घेतलेल्या कर्जावरील व्याजात करांमध्ये दीड लाख सवलतही दिली आहे. या तरतुदी म्हणजे मूळ जखमेवर कापडी चिंधी न गुंडाळता बहुराष्ट्रीय कंपनीचे औषधाचा लेप असलेले उच्चभ्रू बँडेज मोठ्या निगुतीने लावले आहे. मूळ जखम आहे ती कोळसा आधारित अथवा जीवाश्म आधारित इंधनामुळे उत्पादित होणारी ऊर्जा व त्यामुळे होणारे प्रदूषण. त्यावरचे अवलंबित्व जोवर थांबत नाही, सार्वजनिक वाहतूक सक्षम होत नाही, तोवर निव्वळ विद्युत ऊर्जेवरील वाहने बाजारात आणणे म्हणजे फक्त एका जागचे प्रदूषण दुसऱ्या जागी नेऊन ठेवणे. पुढील पाच वर्षे सरकारने आपले धोरण काय असेल ते अर्थसंकल्पातून दाखवले आहे.

● संतोष शिंत्रे

पर्यावरण विषयाचे तज्ज्ञ अभ्यासक व लेखक

भीती व्यक्त केली आहे.

- सीईसीनुसार एनटीसीए (National Tiger Conservation Authority [NTCA]) आणि एनबीडब्ल्यूएलच्या (National Board for Wildlife [NBWL]) स्थायी समितीने सुचवलेल्या उपाययोजनांमुळे 'केन नदीच्या दोन्ही काठावरील दऱ्या, खडकाळ डोंगर आणि नदीच्या पात्रातील विशेष आणि अद्वितीय पर्यावरणातील नुकसानीकडे लक्ष दिले जात नाही.' असे म्हटले आहे. 'या परिसंस्थेत विकसित झालेल्या सूक्ष्म जीव वनस्पती आणि वन्यजीव प्रकल्प सुरू होताना कायमचे नष्ट होईल,' असे म्हटले आहे.
- या कारणांमुळेच वन्यजीव (संरक्षण) कायदा, १९७२ आणि वन (संवर्धन) कायदा, १९८० या कायद्यांच्या मूळ उद्देशाला तडा जाण्याची शक्यता वर्तवली आहे. या कायद्यांद्वारे पर्यावरणाचे संरक्षण, संवर्धन करण्याचे काम केले जाते. या प्रकल्पामुळे त्यास गंभीर आव्हान निर्माण झाले आहे.
- नुकसानभरपाईची कोणतीही रक्कम सध्या अस्तित्वात असलेल्या नदी व वनपर्यावरणास पुन्हा तयार करू शकत नाही, असेही त्यांनी म्हटले आहे.
- सीईसीने शिफारस केली आहे की, 'खबरदारीच्या तत्त्वाचा विचार करता, प्रकल्प अंमलबजावणीस मंजुरी मिळण्यापूर्वी प्रस्तावित केन-बेटवा प्रकल्पाच्या पन्ना व्याघ्र प्रकल्पाच्या दीर्घकालीन संवर्धनाच्या बाजूने होणाऱ्या परिणामांचा विस्तृत अभ्यास हाती घेण्यात यावा.' यात नमूद केले गेले आहे की या प्रस्तावामुळे पन्ना राष्ट्रीय उद्यान आणि पन्ना व्याघ्र प्रकल्पातील अनोख्या परिसंस्थेवरील प्रकल्पाचा विपरित परिणाम प्रभावीपणे सुचविण्यात आला आहे की नाही याचा अभ्यास आणि अहवाल दिला जाईल.
- प्रस्तावित केन-बेटवा प्रकल्पाची उद्दिष्टे पूर्ण करण्यासाठी पर्यायी शेती, माती आणि जल संवर्धनासह तज्ज्ञ असलेल्या विशेष एजन्सीमार्फत तपासणी केली जावी अशीही शिफारस केली आहे.

(संदर्भ : sci.gov.in, nwda.gov.in)

सकाळ हवामान बदलाविरोधात जागतिक सहकार्य वाढविण्याच्या उद्देशाने संयुक्त राष्ट्राची हवामान कृती परिषद, २०१९चे आयोजन

दि. ३० सप्टेंबर २०१९ रोजी हवामान बदलाविरोधात जागतिक सहकार्य वाढविण्याच्या उद्देशाने संयुक्त राष्ट्राने 'हवामान कृती परिषद, २०१९ (UN Climate Change Summit, 2019)'चे आयोजन केले होते.

- संयुक्त राष्ट्राच्या आमसभेच्या बैठकीबरोबरच (UN General Assembly) या बैठकीचे आयोजन करण्यात आले.
- स्वीडनच्या ग्रेटा थनबर्ग या सोळा वर्षीय शाळकरी मुलीने जागतिक नेत्यांसमोर हवामान बदलाविरोधात तात्काळ कृती करण्याची गरज अधोरेखित करणारे भाषण केले.
- यावेळी संयुक्त राष्ट्राचे महासचिव अँटानिओ गुटेरस यांनी सर्व देशाच्या नेत्यांना २०२० पर्यंत त्यांच्या निश्चित केलेल्या राष्ट्रीय निर्धारित भागीदारीबाबत (Nationally determined contributions : NDCs) ठोस आणि वास्तविक योजना सादर करण्याचे आव्हान केले होते.

परिषदेचा उद्देश :

- हरितगृह वायू उत्सर्जन कमी करण्यासाठीच्या आणि त्यातून होणारी जागतिक तापमानवाढ १.५० सेल्सिअसपेक्षा जास्त न होऊ देण्याच्या कृतीला गती देणे.
- याद्वारे पॅरिस कराराची अंमलबजावणी करणे.
- पॅरिस कराराची अंमलबजावणी साह्य करण्यासाठी या परिषदेत आंतरराष्ट्रीय संघटनांद्वारे समर्पित आणि १९ देशांच्या नेतृत्वाखाली ९ स्वतंत्र मार्गावर लक्ष केंद्रित करण्यात आले.

नऊ मार्ग :

१. निसर्गाधारित उपाययोजना (Nature Based Solution) उत्सर्जन कमी करून महासागर, वने आणि शेतीची लवचिकता वाढवणे; तसेच त्यांची उत्सर्जन शोषण क्षमता वाढवणे.

२. शहरे आणि स्थानिक कृती (Cities and Local Action) कमी उत्सर्जन करणाऱ्या इमारती आणि वाहतूक पायाभूत सुविधा उभारणे.

३. लवचिकता (Resilience)

४. हवामान वित्त आणि कार्बन किंमत धोरण (Climate Finanace and Carbon Pricing)

५. शमन (Mitigation)
पॅरिस करार साध्य करू शकणाऱ्या महत्त्वाकांक्षी 'राष्ट्रीय निर्धारित भागीदाऱ्या (NOC's)' आणि दीर्घकालीन रणनीती यांसाठी गती निर्माण करणे.

६. ऊर्जा संक्रमण (Energy Transition)
जीवाश्म इंधनाकडून अक्षय ऊर्जेकडील स्थलांतर जलद करणे.

७. उद्योग संक्रमण (Industry Transition)
पोलाद, रसायने, तेल व वायू, सिमेंट यासारख्या उद्योगांचे पर्यावरण अनुकूल रूपांतर करणे, या मार्गाचे नेतृत्व भारत आणि स्वीडन करणार असून, वर्ल्ड इकॉनॉमिक फोरम साहाय्य करणार आहे.

८. सार्वजनिक गतिशीलता आणि युवा सहभाग (Public Mobilization and Youth Engagement)

९. सामाजिक आणि राजकीय वाहक (Social and Political Drivers) वायू प्रदूषण कमी करणे, रोजगारनिर्मिती करणे, असुरक्षित गटांचे संरक्षण करणे यांसारख्या लोककल्याणात्मक बाबींप्रति बांधिलकी वाढवणे.

(संदर्भ : un.org)

सकाळ भारतीय हवामान विभागाकडून 'नैर्ऋत्य मान्सून ऋतु पर्जन्य, २०१९' हा अहवाल प्रकाशित : २०१९ मध्ये भारतात गेल्या पंचवीस वर्षांतील सर्वाधिक पाऊस

दि. १ ऑक्टोबर २०१९ रोजी भारतीय हवामान विभागाने 'नैर्ऋत्य मान्सून ऋतु पर्जन्य, २०१९' हा अहवाल प्रकाशित केला.

- या अहवालानुसार २०१९ या वर्षात (जून ते सप्टेंबर) गेल्या पंचवीस वर्षांतील सर्वाधिक पाऊस पडला आहे.
- प्रमाणित मॉन्सूनचा हंगामी पाऊस हा त्याचा दीर्घ कालावधी सरासरीच्या ११०% होता.
- भारतातील ३६ हवामान विभागांपैकी २ विभागांमध्ये मोठ्या प्रमाणात आणि १९ विभागांमध्ये साधारण पाऊस पडला, तर १० विभागांमध्ये अतिप्रमाणात पाऊस पडला.
- ५ विभागांमध्ये कमी पाऊस पडला, हे पाच विभाग देशाचे १५% क्षेत्रफळ व्यापतात.
- मॉन्सून हंगामात जुलै महिन्यात १०५%, ऑगस्टमध्ये ११५% तर सप्टेंबरमध्ये १५२% इतका पाऊस झाला.

२०१९ च्या मॉन्सूनची वैशिष्ट्ये

१. १९९४ नंतर २०१९मध्ये दुसऱ्यांदा सर्वाधिक ११०% इतका पाऊस झाला.

२. २००१ ते २०१९ या कालावधीत २००७ या वर्षीचा अपवाद वगळता (११०%) दक्षिण-पूर्व भारतामध्ये सरासरीच्या कमी पाऊस झाला.

३. दक्षिण-पूर्व भारतात पडणारा पाऊस १९५० ते १९८० च्या मध्यात पडत होता तसा सामान्य पातळीपेक्षा कमी आहे.

४. १९९६ मध्ये ऑगस्ट महिन्यात ११५% इतका पाऊस झाला होता. त्यानंतर २०१९ मध्ये या महिन्यात सर्वाधिक पाऊस पडला.

५. १९८३ नंतर प्रथमच ऑगस्ट महिन्यात सर्वाधिक पाऊस झाला.

महाराष्ट्रात मॉन्सून :

- महाराष्ट्रात सह्याद्री डोंगररांगांमधील वाकी (राधानगरी, कोल्हापूर) या ठिकाणी सर्वाधिक १०,८०६ मिलिमीटर पावसाची नोंद झाली.
- मौसिनराम (११,८७१ मिमी) व चेरापुंजी (११,७७७) यानंतर सर्वाधिक पावसाची नोंद होणारे वाकी हे देशातील तिसरे ठिकाण ठरले आहे.
- वाकीबरोबरच सिंधुदुर्ग जिल्ह्यातील आंबोली (८५१५ मिमी), सातारा जिल्ह्यातील पाथरपुंज (८१३३ मिमी), तर वाई तालुक्यातील जोर (८१४४ मिमी) इतक्या पावसाची नोंद झाली.

लक्षात ठेवा

भारतीय हवामान विभाग (Indian Meteorological Department [IMD]) :

- केंद्रीय पृथ्वी विज्ञान मंत्रालयांतर्गत कार्य करणारी स्वायत्त संस्था.
- देशभरातील हवामानाचे पूर्वानुमान, मॉन्सूनचा अंदाज, चक्रीवादळ, भूकंप यांच्या पूर्वानुमानासाठी ही संस्था जबाबदार आहे.
- भारतीय हवामान विभागाची स्थापना १८७५ मध्ये करण्यात आली. विभागाचे मुख्यालय प्रथम कोलकाता, त्यानंतर शिमला (१९०५), पुणे (१९२८) व अंतिमतः नवी दिल्ली (१९४४) येथे हलविण्यात आले.

(संदर्भ : imd.gov.in)

सकाळ वायू प्रदूषणाचा सामना करण्यासाठी गुजरात सरकारकडून भारताची पहिली 'उत्सर्जन व्यापार योजना सुरू

दि. ७ ऑक्टोबर २०१९ रोजी वायू प्रदूषणाचा सामना करण्यासाठी गुजरात सरकारने सुरत, गुजरात येथे उत्सर्जन व्यापार योजना (Emission Trading Scheme [ETS]) हा भारताचा पहिला उत्सर्जन व्यापार सुरू केला आहे.

- गुजरात राज्य सरकारचा ईटीएस उपक्रम बाजारपेठ, प्रणालीआधारित आहे, जेथे राज्य शासन उत्सर्जन रोखते व उद्योगांना उत्सर्जन देवाणघेवाणीची परवानगी देते.
- यामुळे उत्सर्जन मर्यादा खाली राहणे शक्य होईल, या कारणास्तव ईटीएसला कॅप-अँड ट्रेड मार्केटदेखील म्हटले जाते.
- शिकागो विद्यापीठ, येल विद्यापीठ, अब्दुल लतिफ जमील पॉवर्टी ॲक्शन लॅबमधील तज्ज्ञांनी या कार्यक्रमाची रचना केली आहे.
- ईटीएस हा कार्यक्रम विशेषतः पार्टीकूलेट मॅटर (Particulate Matter [PM]) कमी करण्यासाठी तयार करण्यात आला आहे.
- जागतिक पर्यावरण दिनादिवशी या कार्यक्रमाची घोषणा करण्यात आली होती.

ईटीएसचे कार्यचलन :

- या कार्यक्रमांतर्गत गुजरात प्रदूषण नियंत्रण मंडळ हवेत केले जाणारे एकूण उत्सर्जन निर्धारित करेल.
- यानंतर प्रत्येक कारखान्यास/उद्योगास काही निश्चित उत्सर्जन

सकाळ २०१९ - संपूर्ण देशासाठी महापुराचे वर्ष

निसर्गापुढे माणूस हतलब होतो आणि पुराचे रौद्र रूप, त्याची विध्वंसक ताकद, मानव व प्राणिजीवनावर होणारे आघात आदींचा मूक साक्षीदार होण्यापलीकडे काहीही करता येत नाही. अशीच काही कारुण्यमय व केविलवाणी परिस्थिती जुलै, ऑगस्ट २०१९ च्या कोल्हापूर व सांगली परिसरातील कृष्णा- पंचगंगा नदीच्या पुराने केलेली होती. जवळपास १५ दिवस या दोन मोठ्या शहरांचा अर्ध्यापेक्षा जास्त भाग आणि सभोवतालची अनेक गावे आणि वस्त्या पुराच्या पाण्याखाली राहिल्या. शेकडो माणसे आणि हजारो पाळीव जनावरे पुरामध्ये वाहत जाऊन मृत्युमुखी पडली. इमारतीचे, मालमत्तेचे, शेती आणि त्यावरील पिकांचे अपरिमित नुकसान झाले. नुकसानीचा अंदाज बांधणेसुद्धा मानवी आकलनाच्या पलीकडची बाब ठरते. एकट्या कोल्हापूर जिल्ह्यात नुकसानीचा अंदाज १० हजार कोटींच्या पुढे जात आहे. सांगली शहराची पण तीच स्थिती आहे. या दोन जिल्ह्यांतील जवळपास ८०० गावांना पुराचा फटका बसून दोन लाख कुटुंबांतील आठ लाखांपेक्षा जास्त लोकांना पुरामुळे स्थलांतरित व्हावे लागले. ऊस, भाजीपाला, फळबाग व इतर अन्नधान्याखाली असलेल्या लाखो हेक्टर शेतजमिनी व उभे पीक उद्ध्वस्त झाले. जुलै महिन्याच्या शेवटच्या आठवड्यापासून वेधशाळेकडून अतिवृष्टीचे इशारे दिले जात होते. मनुष्यस्वभाव नेहमीसारखा पुराचा अंदाज बांधत असतो. सहजपणे झालेला हा काणाडोळा अनेकवेळा मानवी जीवनाला भयावह परिस्थितीपुढे आणून उभा करतो. २०१९ हे वर्ष संपूर्ण देशासाठी महापुराचे वर्ष म्हणून इतिहासात नोंदले जाईल. देशाचा उत्तरेकडील भाग म्हणजे जम्मू आणि काश्मीर आणि दक्षिणेकडील केरळपर्यंत पुराचे अक्राळविक्राळ रूप अनुभवावे लागले. पश्चिमेकडील राजस्थान आणि गुजरात या तुलनेने कमी पावसाच्या प्रदेशाचीपण यातून सुटका झाली नाही. पूर्वेकडे कोलकाता शहर पुराच्या कचाट्यात सापडले. देशाचा कोणताही भाग अतिवृष्टी आणि महापुरापासून मुक्त राहिला नाही. याला अपवाद ठरला तो मध्य महाराष्ट्राचा पट्टा, ज्यामध्ये मराठवाडा, पश्चिम विदर्भ, सोलापूर आणि पश्चिम महाराष्ट्राचा पूर्वेकडील प्रदेश इत्यादींचा समावेश होतो. गोदावरी नदीवरील पैठणजवळील जायकवाडी वगळता मराठवाड्यातील माजलगाव, मांजरा, तेरणा इत्यादी डझनवार मोठे तलाव पावसाळ्याच्या शेवटच्या महिन्यात प्रवेश करेपर्यंत तळ गाठूनच राहिले. अशीच गत पश्चिम विदर्भ आणि सोलापूरला सप्टेंबर महिन्याच्या मध्यावर पुराने थैमान घातले होते, तर त्याचवेळी म्हसवड, दहिवडी, विटा या परिसरात गुरांच्या छावण्यांत हजारो जनावरे चाऱ्याची आणि पाण्याची वाट पाहात असलेले चित्र दिसले. योगायोगाने पुरंदर भागातील नाझरे जलाशय १० ते १२ वर्षांनंतर भरल्याची बातमी कानावर आली; पण लगतच्या पाणलोटातील इतिहासकालीन मस्तानी तलाव कोरडाच राहिला. पाऊस किती लहरी आणि बेभरवशाचा असू शकतो, याचे २०१९ हे वर्ष टोकाचे उदाहरण आहे. २०१९ चा उन्हाळापण तितकाच वेदनादायक ठरला. उन्हाळ्याच्या आधीचा हिवाळापण फेब्रुवारी, मार्चपर्यंत असाच कडाक्याच्या थंडीचा व लांबलेला होता. थंडी, उष्णता आणि पाऊस हे सर्वच सहनशीलतेच्या पलीकडे गेले. अशा विपरीत परिस्थितीला, निसर्गाची काळजी न घेता बेफामपणे होणारा मानवी व्यवहारच कारणीभूत ठरत आहे, असे जाणकारांचे मत आहे. यातूनच जागतिक तापमानात बदल, हरितगृह वायू परिणाम आदींच्या विळख्यात मानवी जीवन सापडलेले आहे. अशा परिस्थितीला समर्थपणे तोंड देणे आणि होणाऱ्या आघाताची तीव्रता कमी करणे इतकेच मानवाच्या हातात राहिलेले आहे. २०१३ मध्ये उत्तराखंडमध्ये मोठा पूर आला. दरडी कोसळल्या आणि मोठी मनुष्यहानी झाली. २०१५ मध्ये झेलम नदीला पूर आला आणि श्रीनगर शहर आणि परिसर जलमय झाला. २०१५ च्या डिसेंबरमध्ये चेन्नई शहराची अवस्था अशीच झाली. २०१६ ला कर्नाटकमधील बंगळुरू शहराची अतिवृष्टीमुळे दैना झाली आणि २०१७ च्या पावसाळ्यात मुंबईचा परिसर पुनश्च एकदा २६ जुलै २००५ च्या पुराची आठवण करून देणारा ठरला. २०१८ मध्ये केरळ राज्याची पुरामुळे वाताहत झाली. २०१९ मध्ये संपूर्ण देशच पूरमय झालेला आहे. ऑगस्ट २०१९ मध्ये पूर्व विदर्भातील गडचिरोली, भामरागड या भागात अतिवृष्टीमुळे पुराने थैमान घातले होते. उत्तर भारतातील यमुनेमध्ये वाहणाऱ्या पुराची तीव्रता आठ लक्ष घनफूट प्रतिसेकंदाच्या पुढे गेली. दिल्ली या राजधानीच्या शहराला पुराचे धक्के बसले. १७ व १८ ऑगस्ट २०१९ ला पंजाब राज्यात अतिवृष्टीमुळे सतलज नदीला पूर आला आणि भाक्रा या विशाल जलाशयातील पाणी सोडावे लागल्याचे कळले. केरळमधील २०१८ च्या पुरास नद्यांवरील वरच्या भागातील धरणांमधून येणारा विसर्ग कारणीभूत झाला, अशी चर्चा जनमानसात काही मंडळींकडून करण्यात आली. अतितीव्र, ढगफुटीसदृश पाऊस जास्त कालावधीसाठी (१० ते १५ दिवस) पडू लागल्यास जलाशयाची पूर साठवून ठेवण्याची क्षमता आणि त्याद्वारे पुराची तीव्रता कमी करण्याची ताकद अपुरी पडते. जलाशये दोन-तीन दिवसांत पूर्ण पातळीपर्यंत भरून ओसंडून वाहण्यास सुरुवात करतात. पडणाऱ्या पावसाची तीव्रता कमी असल्यास धरणावरील दरवाजाच्या मदतीने पुराची तीव्रता कमी करून जलाशयामध्ये पूर साठवून ठेवण्याच्या कालावधीमध्ये थोडीशी वाढ होऊ शकते. हा अल्पसा कालावधी नदीकाठच्या लोकांना येणाऱ्या संभाव्य पुराच्या धोक्याची कल्पना देऊन सावध करण्यासाठी व प्रसंगी मौल्यवान मालमत्तेचे संरक्षण करून सुरक्षित स्थळी स्थलांतरण करण्यास उपयोगी पडतो. ढगफुटीच्या पावसाचा कालावधी आणि ढगफुटी होणारे क्षेत्र हे मर्यादित असते. २६ जुलै २००५ ची मुंबई प्रदेशातील सांताक्रूझ भागातील अतिवृष्टी हे ढगफुटीचे मूर्तिमंत उदाहरण आहे. काही तासांतच जवळपास ९४० मिमीपर्यंत पाऊस मिठी नदीच्या पाणलोटात पडलेला होता. त्याच काळात कृष्णा नदी खोऱ्यात कोल्हापूर, सांगली भागात सातत्याने १०-१५ दिवस अतिवृष्टी झाली आणि हा प्रदेश आठवड्यापेक्षा जास्त कालावधीकरिता पुरामध्ये अडकला. शहरामध्ये बोटीच्या मदतीने लोकांचे स्थलांतरण करावे लागले. राज्याची शासन यंत्रणा लोकांच्या मदतीसाठी या भागात गुंतून राहिली. हजारो चौ. किमी. परिसरात प्रदीर्घ कालावधीसाठी झालेल्या अतिवृष्टीमुळे पाणलोटात निर्माण होणारा पूर धरण साखळीमध्ये साठविण्यात येणाऱ्या पाण्याच्या अनेकपटीने जास्त असतो. धरणाच्या खालच्या भागातील मुक्त क्षेत्रात निर्माण होणारा पूर, धरणाच्या वरच्या भागातील पाणलोटात निर्माण होणाऱ्या पुरापेक्षा खूपच जास्त असतो. अतिवृष्टी धरणाच्या क्षेत्रात आणि धरणाखाली मुक्त क्षेत्रातपण होत राहाते, अशीच काहीशी परिस्थिती कोल्हापूर आणि सांगलीच्या २००५ व २०१९ च्या महापुराबाबत कारणीभूत झाली आहे. अल्पकाळातील ढगफुटी परवडली; पण विस्तृत क्षेत्रावर दीर्घकालीन होणारी अतिवृष्टी ही जास्त हानी पोचविणारी असते. असे म्हणत असताना ढगफुटीच्या विध्वंसक परिणामाकडे डोळेझाक करण्याचा हेतू मुळीच नाही.

●डॉ. दि. मा. मोरे
महाराष्ट्र सिंचन सहयोगचे अध्यक्ष

(पूर्वप्रसिद्धी : दैनिक ॲग्रोवन)

परवाना (परमिट) प्रदान करण्यात येतील. हे परमिट एक क्रमांक/युनिट असते ज्याची खरेदी-विक्री होऊ शकते.

- यामुळे जास्त प्रदूषण करणाऱ्या उद्योगांना स्वच्छ तंत्रज्ञानाचा अवलंब करावा लागेल किंवा कमी उत्सर्जन करणाऱ्या उद्योगांकडून उत्सर्जन परमिट खरेदी करावी लागतील.
- या कार्यक्रमांतर्गत हवेमध्ये केल्या जाणाऱ्या एकूण उत्सर्जनाची पातळी स्थिर राखली जाणार आहे. यामुळे हवेचे प्रदूषण वाढणार नाही.
- या उत्सर्जन परमिटची खरेदी-विक्री 'नॅशनल कमोडिटी अॅन्ड डेरेवेटिव एक्सचेंज लिमिटेड (National Commodity & Derivatives Exchange Limited [NCDEX])'च्या माध्यमातून केली जाईल.
- या कार्यक्रमासाठी प्रथम सुरत शहराची निवड करण्यात आली आहे. सुरतमधील ३५० उद्योगांमध्ये या कार्यक्रमाची अंमलबजावणी करण्यात येणार आहे.
- सध्या राज्यशासनाने 150 ugm/m3/day इतकी उत्सर्जनाची उच्चतम पातळी ठरविली आहे.
- अमेरिकेमध्ये याच धर्तीवर सल्फर ऑक्साईड व नायट्रोजन ऑक्साईड उत्सर्जन कमी करण्याचे प्रकल्प राबविले जातात.

उत्सर्जन व्यापार व कार्बन क्रेडिट्स :

- या संकल्पना प्रथमच क्योटो करारांतर्गत सादर करण्यात आल्या.
- उत्सर्जन व्यापार (Emission Trading) हे एक लवचिक तंत्रज्ञान आहे. यामध्ये हरितगृह वायूंच्या उत्सर्जन कपातीचे बंधनकारक उद्दिष्ट देण्यात आलेले असते.
- या उत्सर्जन मर्यादेचे विभाजन 'निश्चित मूल्ये एकके (Assigned Amount Unit [AAU])' मध्ये केले जाते.
- कार्बन क्रेडिट्स म्हणजे धारकास नियंत्रकाने निर्धारित केल्याप्रमाणे ठराविक प्रमाणात हरितगृह वायू उत्सर्जन करण्याचा परवाना.
- साधारणपणे १ कार्बन क्रेडिट म्हणजे १ टन कार्बनडाय ऑक्साईड उत्सर्जन.

लक्षात ठेवा

नॅशनल कमोडिटी अॅन्ड डेरिवेटिव एक्सचेंज (NCDEX) :

- वस्तू व सेवांचे ऑनलाईन खरेदी विक्री करणारा हा एक वायदे बाजार आहे.
- एनसीडीइएक्सची स्थापना १५ डिसेंबर २००३ रोजी झाली व याचे मुख्यालय मुंबई येथे आहे.
- एनसीडीइएक्सची कार्यालये मुंबई, कोलकाता, अहमदाबाद, इंदूर, हैदराबाद, जयपूर, दिल्ली येथे आहेत.

(संदर्भ : gpcb.gujarat.gov.in)

सकाळ

केंद्र शासनाकडून देशातील पर्यावरणाच्या संरक्षणासाठी आणि हरित क्षेत्रात वृद्धी करण्यासाठी १ हजार ४०० किलोमीटरची हरित भिंत (ग्रीन वॉल) उभारण्याचा निर्णय

दि. ९ ऑक्टोबर २०१९ रोजी केंद्र शासनाने देशातील पर्यावरणाच्या संरक्षणासाठी आणि हरित क्षेत्रात वृद्धी करण्यासाठी १ हजार ४०० किलोमीटरची हरित भिंत (ग्रीन वॉल) उभारण्याचा निर्णय घेतला आहे.

- 'ग्रेट ग्रीन व्हॅली ऑफ सहारा' या आफ्रिकेतील सेनेगलपासून जिबुतीपर्यंत तयार करण्यात आलेल्या हरित पट्ट्याच्या धर्तीवर गुजरातपासून दिल्ली-हरियाणाच्या सीमेपर्यंत 'ग्रीन वॉल ऑफ इंडिया' उभारण्यात येणार आहे.
- 'ग्रीन वॉल ऑफ इंडिया' १ हजार ४०० किलोमीटर लांब तर ५ किलोमीटर रुंद असणार आहे.
- गुजरातमधील पोरबंदरपासून हरियाणातील पानिपतपर्यंत 'ग्रीन वॉल' पसरलेली असणार आहे. थरच्या वाळवंटातील अरवली डोंगररांगामधून 'ग्रीन वॉल' जाणार आहे.
- अरवली डोंगररांगांची अवनती रोखणे कमी होणाऱ्या हरित पट्ट्याला आळा घालणे हा या ग्रीनवॉलचा उद्देश आहे; तसेच या हरित पट्ट्यामुळे वाळवंटीकरणास आळा बसणार आहे.
- भारतीय अवकाश संशोधन संस्थेच्या अहवालानुसार अरवली डोंगररांगांचा प्रदेश भारतामधील सर्वाधिक अवनत झालेल्या (Degraded) प्रदेशांपैकी एक आहे.

अरवली डोंगररांगा (Aravali Mountain Range)

- अरवली डोंगररांगा भारतातील सर्वांत प्राचीन वली पर्वत (fold mountain) आहे. वाऱ्याच्या क्षपण कार्यामुळे त्याची उंची कमी झालेली आहे. अरवली या शब्दाचा अर्थ शिखरांची रांग (Line of Peaks) असा होतो.
- अरवली पर्वतरांग भारतातील राजस्थान, हरियाणा, दिल्ली व गुजरात या राज्यांमधून जाते. अरवली डोंगररांगांची लांबी ६९२ किलोमीटर एवढी आहे.
- माउंट अबू पर्वतावरील गुरुशिखर (१७७२ मीटर) हे अरवली डोंगररांगामधील सर्वांत उंच शिखर आहे.
- लुनी व साबरमती या नद्या अरवली पर्वतरांगांमधून उगम पावतात. राजस्थानमधील सारिस्का व रणथंबोर व्याघ्र प्रकल्प अरवली पर्वतरांगांमध्ये आहेत.

ग्रेट ग्रीन वॉल ऑफ आफ्रिका :

- ग्रेट ग्रीन वॉल ऑफ आफ्रिका सेनेगलपासून जिबुतीपर्यंत पसरलेला ८००० किमीचा हरित पट्टा आहे.
- सहारा प्रदेशात वाळवंटीकरण व जमिनीची अवनती रोखण्यासाठी 'आफ्रिकन युनियन'ने हा उपक्रम हाती घेतला आहे. आफ्रिकेतील २० पेक्षा अधिक देश या उपक्रमात सहभागी आहेत.
- युरोपियन युनियन, युएनइपी (UNEP) व जागतिक बँक या उपक्रमात साहाय्य करीत आहे.

(संदर्भ : indianenviornmentportal.org)

सकाळ **प्लॅस्टिक प्रदूषण**

समुद्री प्लॅस्टिक मुक्ती...

२०११ मध्ये केवळ १६ वर्षे वयाचा असलेला बोयान स्लाट, ग्रीसला पाण्याखालची रंगीबेरंगी दुनिया पाहायला गेला, तेव्हा ही सहल आपल्याला आपलं जीवनध्येय मिळवून देणारी ठरेल, हे त्याच्या गावीही नव्हतं. पण तिथल्या समुद्राखालच्या दुनियेत त्याला मासे कमी आणि प्लॅस्टिक जास्त दिसलं, त्यानं तो चांगलाच अस्वस्थ झाला. फक्त चारचौघांसारखा हा सल त्यानं सोडून न देता उरी बाळगला. आज फक्त २४ वर्षे वय असलेला बोयान स्लाट, 'ओशन क्लीन अप' या कंपनीचा संस्थापक आणि सी.ई.ओ. आहे. पाच वर्षे अखंड प्रयोग करून त्यानं आजवरचा समुद्री प्लॅस्टिक मुक्तीचा सर्वाधिक मोठा, महत्त्वाकांक्षी आणि पर्यावरणस्नेही प्रकल्प सप्टेंबर २०१८ मध्ये सुरू केला आहे. २०१३ मध्ये या प्रकल्पासाठी २ दशलक्ष अमेरिकी डॉलर भांडवल लोकवर्गणीतून (क्राउड फंडिंग) त्याने सदर प्रकल्पासाठी उभं केले. पण त्यानंतरही ३० दशलक्ष अमेरिकी डॉलरची भर भांडवल मिळवून त्यात भर घातली. एप्रिल २०१९ पर्यंत ५० टन आणि २०४० पर्यंत संपूर्ण जगात समुद्रात जमा झालेल्या प्लॅस्टिक पैकी ९०% प्लॅस्टिकचं समुद्रातून समूळ उच्चाटन हे त्यांचं उद्दिष्ट आहे.

आजमितीला जगातील सर्व समुद्रांमध्ये तरंगतं प्लॅस्टिक १५० दशलक्ष टन इतकं आहे. आणि जागतिक आर्थिक मंच वर्ल्ड इकोनॉमिक फोरमच्या संशोधनानुसार त्यात प्रतिवर्षी निदान आठ दशलक्ष टनांची भर पडत आहे. संयुक्त राष्ट्रसंघाच्या ताज्या अहवालानुसार ह्या प्रदूषणामुळे प्रतिवर्ष १३ अब्ज अमेरिकी डॉलर इतकं आर्थिक नुकसान सागरी जीवन, पर्यटन मासेमारी आणि सागराधारित उद्योगांना सोसावं लागतं आहे. सागरी अन्नातून त्यातले विषारी प्रदूषक घटक आपल्या खाण्याच्या थाळीत थेट येतात तो धोका वेगळाच. समुद्री घाणीतील ७०% भाग अशा विघटन न होऊ शकणाऱ्या प्लॅस्टिकचा आहे. आकारानुसार या प्लॅस्टिकचं वर्गीकरण केलं जातं. मेगा-प्लॅस्टिक म्हणजे प्रतिकण ५० सेंमी. अथवा अधिक व्यास असलेलं. त्याखाली मेक्रो-प्लॅस्टिक.५ ते ५० सेंमी व्यास त्याखाली मेसो-प्लॅस्टिक ०.५ ते ५ सेंमी व्यास असलेलं. आणि सर्वाधिक धोकादायक, निर्मूलन व्हायला सर्वांत अवघड-मायक्रो प्लॅस्टिक. ०.०५ ते ०.५ सेंमी व्यास असणारं. सागरी जीवांना मायक्रो प्लॅस्टिक हे अन्नकण वाटतात, त्यामुळे ते अधिक धोकादायक मानलं जातं. २०१४ आणि २०१५ मध्ये 'ओशन क्लीन अप'नं प्लॅस्टिकची विखरणी समुद्रात उभ्या थरांमध्ये (vertical) कशा पद्धतीने होते हे हाय रिसोल्युशन उपकरणांनी पृष्ठभागाखाली पाच मीटरपर्यंत मोजलं. त्याचे निष्कर्ष शास्त्रीय नियतकालिकांमध्ये प्रकाशित केले. प्लॅस्टिकचे कण आकाराने जितके रोडावत जातील, तितके ते समुद्री वारे आणि लाटांमुळे अधिकाधिक समुद्रात मिसळत जातात-पण अगदी खवळलेल्या समुद्रातदेखील ते पाण्याच्या पृष्ठभागावर किंवा त्याच्या जरासेच खाली रहातात. मोठे तुकडे तर अधिक तरणक्षमतेमुळे वरच तरंगत राहतात. पाण्याहून वजनाने जड, खाली बुडणारे प्लॅस्टिकदेखील प्रदूषण घडवते, पण तुलनेने त्याचं प्रमाण कमी. 'ओशन क्लीन अप'च्या निष्कर्षांनुसार नशिबाने आज समुद्रात शिरलेलं ९२% प्लॅस्टिक अजूनही आकाराने मोठंच आहे. त्याचं रूपांतर अद्याप मायक्रो प्लॅस्टिकमध्ये झालेलं नाही. १.५ मिलिमीटर पेक्षा कमी व्यासाचे कण अद्यापही एकूण घाणीच्या ०.७७% इतकेच आहेत. आणि म्हणूनच बोयान म्हणतो की आत्ताच कृती आवश्यक आहे.

हे सारे येते कोठून?

प्लॅस्टिक समुद्रात नक्की कोणत्या मार्गांनी येतं आणि ते इतक्या लांबवर कसं पसरतं हे पाहणं विषादपूर्ण रीतीनं इंटरेस्टिंग' आहे! किनारपट्ट्या, समुद्रतळ, समुद्राचा पृष्ठभाग, त्यातील पाण्याचा स्तंभ या सर्व भागांमध्ये हा प्लॅस्टिकरूपी राक्षस अस्तित्वात असतो. नदीतून आणि वाऱ्यामुळे ते समुद्रात शिरतं. तसंच अक्वाकल्चर, जहाजं आणि मासेमारी या उद्योगांमुळे ते समुद्रात येतं. गोड्या पाण्याच्या नद्यांमधून येणाऱ्या प्लॅस्टिकचं प्रमाण सर्वाधिक आहे. गंगानदी भारत आणि बांगला देश यात मिळून ०.१० ते ०.१७ दशलक्ष टन प्लॅस्टिक प्रतिवर्षी समुद्रात पोचवते. प्लॅस्टिक इतक्या लांबवर पसरतं ते समुद्री भोवरायुक्त - प्रवाहांमुळे. इंग्रजीत अशा प्रवाहाना 'gyre' असा शब्द आहे. या प्रवाहांमुळे समुद्री घाणीचे पाच मोठे विशाल पट्टे समुद्रात निर्माण झाले आहेत. त्यातून ये-जा करणं जहाजंही टाळतात. five great trash piles of the earth या नावानं ते कुप्रसिद्ध आहेत. बोयान त्यातला सॅन फ्रान्सिस्को ते हवाई दरम्यानचा एक पट्टा साफ करू पाहतो आहे. हा पट्टा सर्वांत मोठा-म्हणजे टेक्सास शहराच्या दुप्पट आकाराचा आहे. ग्रेट पॅसिफिक गार्बेज पट्टा असं मुळी त्याचं नावच आहे. पारंपरिक मार्गांनी हे सगळं साफ करण्यासाठी लागणारा जहाजे, जाळी यांच्या किंमती, लागणारा वेळ, मानवी श्रम, ऊर्जा आणि मुळात त्या यंत्रणेने सोडलेला कार्बन याच्या हिशेबात परवडत नाही हे लक्षात आलं होतंच. प्लॅस्टिक मुख्यत्वे समुद्रात वाहत जातं ते वारा, लाटा आणि समुद्रप्रवाहाची दिशा यानुसार. बोयन म्हणतो. 'आम्हीही प्लॅस्टिक सारखंच वागायचं ठरवलं.'

सफाई यंत्रणेची संरचना :

या एकूणच यंत्रणेची संरचना मोठी स्वारस्यपूर्ण आहे. पहिली पायरी प्लॅस्टिक 'पकडणे' (capture). दुसरी, एकत्र करणे. (Accumulate) तिसरी समुद्रातून वेचून काढणे (extract), आणि चौथी-जमिनीवर तो 'माल' पोचता करणे. (landing) सदर यंत्रणेची इतर कुठल्या जहाजाबरोबर टक्कर होण्याची शक्यता होऊ नये, यासाठी सागरी संचार करणाऱ्या जहाजांना ही यंत्रणा सध्या नक्की कुठे आहे हे आधी कळवलं जातं. पाण्याच्या पातळीपासून ४ मीटर उंचीचे नऊ दीपस्तंभ जहाजांना सावध करतात. रडार रिफ्लेक्टर इत्यादी बाकी गोष्टी पण आहेतच. जीपीएस वाटाडे आणि यंत्रणेवरील कॅमेरे ही यंत्रणा जर जहाजांचा वावर जास्त असलेल्या घाणीच्या पट्ट्याच्या फारच कडेला वाहावली तर मुख्य कार्यालयाला सूचना देतात. मग ते ती पुन्हा खेचून मध्यभागी आणू शकतात. समुद्री जीवांसाठी ही यंत्रणा पूर्णपणे सुरक्षित आहे. प्रथमतः तिचा वेग अत्यंत कमी-म्हणजेच १० सेंमी प्रतिसेकंद इतकाच असल्याने त्यांना काही धोका ती पोचवत नाही. यंत्रणेचा स्कर्टसारखा पृष्ठभागाखालील भाग जिओ टेक्स्टाईल नामक विशिष्ट धाग्यांनी बनवलेला असून, समुद्री जीव त्यातून 'पास' होऊ शकत नाहीत. त्यामुळे त्याखालून ही जीव सहजगत्या मार्ग आक्रमू शकतात. मूळ वापरच जगात कमी होणार नसेल, तर ओशन क्लीन अप किंवा तत्सम तंत्रज्ञानाधारित उपाय तरी किती पुरे पडणार? पण करून ठेवलेली घाण आणखी धोकादायक ठरण्याच्या आत तिचं समूळ उच्चाटन समुद्रातून करणे हे बोयानचं उद्दिष्ट देखील किरकोळ नाहीये. भारतात आपण प्लॅस्टिक कमीत कमी वापरणे आणि बोयानच्या जातीचा आम्हा मिळो कोणी, अशी प्रार्थना करणे इतकेच काय ते आपण सर्वांस सांप्रत काळी शक्य आहे!

● संतोष शिंत्रे
पर्यावरण विषयाचे तज्ज्ञ अभ्यासक व लेखक

सकाळ सागरी प्लॅस्टिक प्रदूषणाचे परिणाम प्रवाळांवरही

प्लॅस्टिकचे अतिसूक्ष्म कण हे समुद्रातील सजीवांच्या शरीरामध्ये त्यांच्या अन्नासमवेत जात असून, एकूण अन्नसाखळी-मध्ये त्यांचा समावेश होत आहे. सोबत सागरी वनस्पतींमध्येही हे प्लॅस्टिकचे अतिसूक्ष्म कण तसेच राहत असल्याचे कार्नेजी इन्स्टिट्यूशन फॉर सायन्स येथील संशोधकांनी केलेल्या अभ्यासामध्ये दिसून आले आहे. हा मायक्रोफायबर आणि प्रवाळांच्या अत्यंत जवळच्या असलेल्या सी अनेमोन्समधील हा पहिलाच अभ्यास असल्याचा दावा संशोधकांनी केला आहे. कार्नेजी इन्स्टिट्यूशन फॉर सायन्स येथील संशोधक मॅनोईला रोमॅनो डी ओर्ते, सोफी क्लॅविझ आणि केन कॅल्डेईरा यांनी केलेले हे संशोधन एन्व्हायर्नमेंटल पोल्युशनमध्ये प्रकाशित करण्यात आले आहे. यामुळे लक्षावधी टन प्लॅस्टिक कचरा समुद्रामध्ये टाकल्यामुळे सागरी पर्यावरणावर विशेषतः सागरी प्रवाळांवर होणाऱ्या परिणामांविषयी जाणून घेणे शक्य होणार आहे. सागरातील प्लॅस्टिकचा एक सामान्य प्रकार म्हणजे कृत्रिम कपड्यातून, दोरखंड, जाळे निघणारे सूक्ष्मधागे. (त्याला इंग्रजी-मध्ये मायक्रोफायबर्स म्हटले जाते.) हे सूक्ष्मकण मासे, शेलफिश यांच्या शरीरातही आढळून येत आहे. त्याविषयी माहिती देताना रोमॅनो डी ओर्ते म्हणाले, की प्लॅस्टिकचे प्रदूषण अत्यंत धोकादायक आणि वाढत चाललेली समस्या आहे. सजीवांना त्यासोबत जगावे लागत आहे. दीर्घकालीन प्रदूषक घटकांचा प्रवाळांच्या परिसंस्थेवर होणाऱ्या परिणामांचा अभ्यास आम्ही केला आहे. हे लहान कण अन्य अन्नासारखे दिसत असल्यामुळे आहारामध्ये समाविष्ट होतात. सी अनेमोन्स हे प्रवाळांच्या जवळचे असून, त्यांच्या प्रयोगशाळेमध्ये अभ्यास केला. अशा कणांच्या सान्निध्यात असलेल्या अनेमोन्समध्ये अन्य सहजीवी शेवाळांचे प्रमाण कमी होते. त्याचा फटका त्यांना पोषक घटक उपलब्ध होण्यामध्ये होतो. या स्थितीला सामान्यतः ब्लिचिंग म्हणून ओळखले जाते. जागतिक तापमान बदलाच्या स्थितीमुळे प्रवाळांचे ब्लिचिंग होत असल्याचे दिसून आले. चमकते प्लॅस्टिक मायक्रोफायबर हे सी अनेमोन्स (शास्त्रीय नाव - Aiptasia pallida) मध्ये शिरत असल्याचे स्पष्ट झाले आहे.

(संदर्भ : journals.elsevier.com) ●

प्लॅस्टिक कचरा पाहणी

'ब्रेक फ्री फ्रॉम प्लॅस्टिक' ही जागतिक चळवळ सप्टेंबर २०१६ मध्ये सुरू झाली आहे. त्यांनी सप्टेंबर महिन्यात जागतिक स्वच्छता दिनानिमित्त ५१ देशांमध्ये ७२ हजार ५४२ स्वयंसेवकांतर्फे गोळा केलेल्या प्लॅस्टिकच्या आधारे केलेल्या अभ्यासाचे निष्कर्ष :

- चार लाख ७५ हजार प्लॅस्टिकचे तुकडे गोळा करण्यात आले
- यातील ४३ टक्के प्लॅस्टिक ग्राहकोपयोगी उत्पादक कंपन्यांचे होते
- कोकोकोला : ११, ७३२ तुकडे
- नेसले : ४, ८४६
- युनिलिव्हर : ३,३२८
- फिलिप मोरिस : २,२३९
- पेप्सिको : ३, ३६२
- प्रॉक्टर अँड गॅम्बल : १,१६०

(संदर्भ : breakfreefromplastic.org)

सकाळ सिंहमहाराजांच्या नव्या राजधानीची कहाणी

मध्यप्रदेशातील कुनो-पालपूर अभयारण्य आता राष्ट्रीय उद्यान झाले आहे. तसा अध्यादेश १४ डिसेंबर२०१८ ला निघाल्यामुळे, आशियाई सिंहाला दुसरे घर मिळण्याचा मार्ग मोकळा झाला आहे. मध्यप्रदेश आणि गुजराथ ह्या राज्यांमध्ये सदर विषयावर गेली १०-१२ वर्षे चालू असणाऱ्या वादाला त्यामुळे पूर्णविराम मिळाला आहे. अत्यंत आकर्षक, रुबाबदार अशा मार्जार कुळातील पाच मोठे आणि तब्बल अकरा छोटेवन्य सभासद सुखेनैव नांदणारा भारत हा पृथ्वीतलावरील एकमेव देश. पट्टेरी वाघ, आशियाई सिंह, चित्ता, बिबळ्या आणि हिमबिबळ्या हे मोठे; तर रानमांजर, माळमांजर, धाकली माळमांजर, पाणवाघरू, सोनवाघरू, कलंदर, वाघाटी, झाडमांजर, आयाळमांजर, पहाडमांजर आणि झाडवाघरू हे अकरा छोटे सभासद. चित्ता आपण वाचवू शकलो नाही. १९५२ मध्ये तो भारतातून नामशेष झाला. सिंहही फक्त वीस उरले होते. वाघ तर धोक्यात होतेच. पण वेळीच उपाय योजल्याने ते दोघेही वाचले. सिंहाबाबत गुजरातच्या गीर संरक्षित प्रदेशांत पुष्कळ यशस्वी प्रयत्न होऊन २०१५ पर्यंत त्यांची त्या भागातील संख्या ५२३ इतकी झाली होती. यातील जवळजवळ २००, संरक्षित प्रदेशांच्या बाहेरच होते, हेही महत्त्वाचं. गुजरातमधील ८ जिल्ह्यांमध्ये सुमारे २२,००० चौरस किलोमीटरमध्ये ही संख्या विखुरली आहे/होती. अर्थात एखादी प्रजाती 'वाचली' असं म्हणायला लागणारी १००० ही संख्या अजूनही लांब आहे. पण प्रयत्न महत्त्वाचे. गीरची अनेक वैशिष्ट्ये सांगता येतील. त्यात अगदी अलीकडे कार्यरत झालेल्या ४० महिला वन रक्षा साहाय्यकांचा उल्लेख अनिवार्य आहे. 'गीरमधील सिंहांचे संरक्षण' इतकीच कामगिरी त्यांना दिली आहे. ८-८ तास तहान-भुकेची पर्वा न करता त्या सिंहांचे दैनंदिन जीवन सुरळीत चालू राहील हे त्या पाहतात. त्यांनी स्थानिक, काहीशा भटक्या मालधारी समाजाचा विश्वास

तर संपादन केला आहेच; पण सिंहही त्यांच्या चांगले ओळखीचे झाल्यासारखे वागतात. आसपासच्या खेड्यांमधून आलेल्या ह्या बऱ्याचशा स्त्रिया-मुस्लिम समाजातील आहेत. जगभर त्यांचे काम वाखाणले गेले आहे. गीरमध्ये तस्करीसाठी सिंहांच्या हत्या आजवर नगण्य स्वरूपाच्याच झाल्या आहेत. म्हणजे सिंहमहाराज इथे चांगले सुखात नांदत होते, आहेत. तरीही त्यांच्यासाठी दुसरी राजधानी शोधण्याची गरज निर्माण होऊन, त्यावर विचार गेली दहाएक वर्षे चालू होता. ह्याची कारणे पाहूच. पण त्या निमित्ताने निसर्ग संवर्धनशास्त्रातील काही संकल्पना इथे कशा लागू पडतात तेही पाहू. अत्यंत गरजेच्या निसर्गप्रश्नावर राजकारण कुरघोडी करू पाहते तेव्हा होणारे नुकसानही ह्या निमित्ताने तपासून पाहू.

सदर दुसऱ्या राजधानीसाठी काही नावे समोर आली होती. गुजरातमधीलच बर्दा, मध्य प्रदेशमधील कुनो-पालपूर ही त्यातली काही. प्रधानसेवकांपासून गुजराथ वनविभागापर्यंत कोणालाच आपल्या राज्यातील हा एकमेव, अद्वितीय ठेवा बाहेर जाऊ देण्याची इच्छा अर्थातच नव्हती. आणि हे अगदी समजण्यासारखं आहे. गीर हे आशियायी सिंहाचं एकमेव वसतिस्थान आहे. आणि तो मान जाऊ नये म्हणून त्यांनी अगदी न्यायव्यवस्थेतही कडवी लढत कैक वर्षे दिली. आपली मांडणी शक्यतो शास्त्रीय राहील अशी काळजी घेतली. पण काही वेळा अशा येतात, की राजकारण, मानापमान हे बाजूला ठेवून निसर्गहिताचे निर्णय, तेही प्राधान्याने (न्यायव्यवस्थेला) घ्यावे लागतात. सर्वसाधारणपणे एकाच भौगोलिक क्षेत्रात विविध ठिकाणी असणाऱ्या, पण स्थानिक स्थलांतर, विखुरलं जाणं किंवा मानवी हस्तक्षेप यामुळे आसपासच्या भिन्न क्षेत्रात राहणाऱ्या, पण एकमेकात आदान-प्रदान, अदलाबदल होऊ शकणाऱ्या एकाच प्रजातीच्या सजीवांच्या संख्येला 'बृहद्‌संख्या' ह्या संज्ञेने ओळखले जाते. वन्यजीव संवर्धनाचा पाया अशा बृहदसंख्यांवर आधारित असावा की विखुरलेल्या छोट्या अधिवासांवर आधारित असावा हा वाद म्हणजे SLOSS (Single Large Or Several Small). दोन्ही दृष्टिकोनांचे काही फायदे-काही तोटे आहेत. एखादा विषाणू संपूर्ण बृहद्‌संख्या धोक्यात आणू शकतो. पण लहान प्राणीसंख्यांचेही तोटे असतातच. त्यांच्या वाढीचा दर किंवा अन्य सांख्यिक विश्लेषणात्मक घटक अत्यंत अनियमित असतात. त्यामुळे त्यांच्याबद्दल कोणतेच अंदाज बांधता येत नाहीत. छोट्या प्राणीसंख्या अधिक मृत्युदर दाखवू शकतात.

● संतोष शिंत्रे
पर्यावरण विषयाचे तज्ज्ञ अभ्यासक व लेखक

सकाळ ग्रेटा आणि फ्रायडे फॉर फ्युचर चळवळ

हे सर्व कसे घडले?

युरोपीय समुदाय, डावोसची अर्थपरिषद, ब्रिटिश संसद ते नुकत्याच झालेल्या संयुक्त राष्ट्र संघाच्या हवामान कृती शिखर परिषदेतील ग्रेटाचा सहभाग जगाला अचंबित करणारा आहे. मुख्य म्हणजे पर्यावरण स्नेही जीवनशैलीचा जाणीवपूर्वक अवलंब करत तिने आपल्या पर्यावरणीय पदचिन्हांना (इकॉलॉजिकल फूट प्रिंट) मर्यादित करण्यास सुरुवात केली. ताजी घटना म्हणजे संयुक्त राष्ट्र परिषदेला जाण्यासाठी तिने इंग्लंडच्या प्लॅयमाऊथ पासून न्यूयार्कपर्यंतचा प्रवास सौरऊर्जेवर चालणाऱ्या बोटीने केला. होय, त्यासाठी दोन आठवडे लागले. सर्वच परिषदांमधील ग्रेटाची भाषणे मर्मावर बोट ठेवणारी असतात. २३ सप्टेंबर २०१९ ला संयुक्त राष्ट्र संघाच्या परिषदेत बोलताना ती अत्यंत परखड शब्दात म्हणाली, आम्ही तुमच्याकडे पाहत आहोत, तुमच्यावर लक्ष ठेवून आहोत, जे घडतंय ते चुकीचं आहे. मी खरं तर इथं असायला नको आहे. सागराच्या त्या पल्याड असलेल्या शाळेत मी असायला हवी होते; पण तरी तुम्ही आम्हा तरुण पिढीकडे आशेनं पाहताय. हाऊ डेयर यू म्हणजेच तुमची हिंमत तरी कशी होते? तुमच्या पोकळ शब्दांनी तुम्ही माझं बालपण हिरावून घेतलंय.'

विशेष म्हणजे ती ठामपणे म्हणाली, 'तुम्ही माझे ऐकू नका; पण विज्ञान व वैज्ञानिकांचे तरी ऐकणार आहात की नाही?' आणि ती म्हणते, "३० वर्षांहून अधिक काळापासून विज्ञान अतिशय सुस्पष्ट आहे. त्याकडे तुम्ही पाठ फिरवलीय. पर्यावरणाच्या प्रश्नावर नेमके उत्तर आणि त्यासाठीची राजनीती दृष्टिपथातही नाही. तरीही खूप काही केल्याच्या आविर्भावात तुम्ही इथे येताय; तुमची हिंमत तरी कशी होते?' खरोखरीच फार अंतर्मुख करणारे हे ग्रेटाचे अंतरीचे बोल आहेत.

म्हणून तर ब्रिटिश संसद असो की संयुक्त राष्ट्र संघाची सभा यांना तिचे म्हणजे ऐकून घ्यावे लागले. ब्रिटिश संसदेने तर क्लायमेंट इमर्जन्सी म्हणजेच हवामान आणीबाणी घोषित केली. लक्षात घ्या संकल्प असेल तर काय प्रभाव पडतो. 'करके देखो' या गांधी तंत्र व तत्त्वज्ञानाचा हा आहे ठोस प्रत्यय आहे. लहान मोठे नेते, विकासवाले (?) तमाम महाभाग विद्यार्थ्यांना 'अभ्यास करा,' असा शहाजोग सल्ला देतात व ते मात्र आमच्या भविष्याची वाट लावत आहेत. मस्तवालपणे पर्यावरणाचे वाटोळे करत आहेत, असे जगभरच्या सत्ताधीशांना ग्रेटा ठणकावून सांगते. 'तुम्ही आजवर खूप वाटोळे केले आहे; आता नाही चालणार हे. लोक जागे होत आहेत, संघटित होत आहेत. त्यांची दमछाक करू नका, अंत पाहू नका. कर्ब व अन्य विषारी वायूच्या उत्सर्जनाचे प्रमाण सत्त्वर कमी करा,' असे आवाहन ग्रेटा करते. तिची ही आर्त हाक विकास व तंत्रज्ञानाचा कैफ चढवलेले तमाम अभिजन महाजन केव्हा ऐकणार? आनंदाची बाब म्हणजे उत्तराखंडमध्ये राहणाऱ्या ११ वर्षाच्या रिद्दिमा पांडे हिने तो ऐकला व ती ग्रेटाची सक्रिय सहकारी बनली आहे.

●

प्रा. एच. एम. देसरडा
राज्य नियोजन मंडळाचे माजी सदस्य

क्रीडा

२०१९ हे वर्ष भारतीयांसाठी आनंदाची पर्वणी घेऊन आले. स्वीत्झर्लंड येथे झालेली जागतिक बॅडमिंटन चॅम्पियनशीप स्पर्धा जिंकून जागतिक बॅडमिंटन चॅम्पियनशिप स्पर्धेत सुवर्णपदक मिळवणारी पी. व्ही. सिंधू पहिली भारतीय खेळाडू ठरली. भारताची १० मी. एअर रायफल नेमबाज अपूर्वी चंडेलाने जर्मनीतील म्युनिक नेमबाजी वर्ल्डकप स्पर्धेत सुवर्णपदक मिळवले. थायलंडमधील बॅंकॉक येथे झालेल्या आशियाई बॉक्सिंग स्पर्धेत भारताने २ सुवर्णपदक, ४ रौप्यपदक आणि ७ कांस्यपदकासह एकूण १३ पदके पटकावली. १९ वर्षाखालील आशिया क्रिकेट चषक स्पर्धेच्या अंतिम सामन्यात बांगलादेश संघाला पाच धावांनी हरवत भारताने मिळवलेले विजेतेपद आणि अमित पांघलला रशियामधील पुरुषांच्या जागतिक बॉक्सिंग अजिंक्यपद स्पर्धेत मिळालेले रौप्यपदक या घटनांनी भारतीय क्रीडा रसिकांना जल्लोषाची संधी मिळाली. १३३ वी विंबल्डन टेनिस, १२३ वी फ्रेंच ओपन, फिफा महिला फुटबॉल विश्वकरंडक, १२वी आय.सी.सी. क्रिकेट विश्वचषक स्पर्धा यांनी क्रीडा रसिकांना मनोरंजनाची पर्वणी दिली. क्रीडा क्षेत्रातील घडामोडींचा आढावा या प्रकरणात...

पुण्यातील श्री शिवछत्रपती क्रीडा संकुल, बालेवाडी येथे खेलो इंडिया यूथ गेम्सचे आयोजन

९ जानेवारी ते २० जानेवारी २०१९ दरम्यान पुण्यातील श्री शिवछत्रपती क्रीडा संकुल, बालेवाडी येथे 'खेलो इंडिया' यूथ गेम्स (Khelo India Youth Games)चे आयोजन करण्यात आले.

- केंद्रीय क्रीडामंत्री राजवर्धनसिंग राठोड व महाराष्ट्राचे तत्कालीन मुख्यमंत्री देवेंद्र फडणवीस यांच्या हस्ते उद्‌घाटन
- पंतप्रधान नरेंद्र मोदी यांच्या हस्ते इंदिरा गांधी अरेना (नवी दिल्ली) येथे ३१ जानेवारी २०१८ मध्ये खेलो इंडिया स्कूल गेम्स या नावाने १७ वयोगटाखालील क्रीडापटूंसाठी १६ क्रीडा प्रकारांत या स्पर्धेचे आयोजन
- या वर्षी स्पर्धेचे नाव खेलो इंडिया यूथ गेम्स
- स्पर्धेचे १७ वर्षाखालील (Under 17) व २१ वर्षांखालील (Under 21) असे २ भाग, पहिल्यांदाच महाविद्यालये व विद्यापीठातील क्रीडापटूंचा सहभाग
- **स्पर्धेचा मुख्य उद्देश :** तळागाळातील प्रतिभावंत खेळाडू शोधून क्रीडा संस्कृती पुनरुज्जीवित करणे, खेळांसाठी मजबूत चौकट तयार करून भारताची महान क्रीडा राष्ट्र म्हणून स्थापना करणे.
- या स्पर्धेद्वारे उच्चस्तरीय समितीच्या वतीने विविध खेळांतील प्रतिभावंत खेळाडू निवडून वार्षिक ५ लाख रुपये आर्थिक साहाय्य सलग ८ वर्षे
- केंद्रीय युवा कार्य आणि क्रीडा मंत्रालयाद्वारे या स्पर्धेचे २०२२ पर्यंतचे प्रक्षेपण हक्क स्टार स्पोर्ट्स वाहिनीस.

खेलो इंडिया यूथ गेम्स पदक तालिका (२०१९)

क्र.	राज्य	सुवर्ण	रौप्य	कांस्य	एकूण
१	महाराष्ट्र	८५	६२	८१	२२८
२	हरियाणा	६२	५६	६०	१७८
३	दिल्ली	४८	३७	५१	१३६

खेलो इंडिया स्कूल गेम्स पदक तालिका (२०१८)

क्र.	राज्य	सुवर्ण	रौप्य	कांस्य	एकूण
१	हरियाणा	३८	२६	३८	१०२
२	महाराष्ट्र	३६	३२	४३	१११
३	दिल्ली	२५	२९	४०	९४

(संदर्भ : pic.nic.in, kheloindia.gov.in)

नोवाक जोकोविच आणि नाओमी ओसाका ऑस्ट्रेलियन ओपन टेनिस स्पर्धेचे विजेते

दि. १४ ते २७ जानेवारी २०१९ रोजी ऑस्ट्रेलियातील मेलबर्न पार्क टेनिस संकुलात झालेल्या ऑस्ट्रेलियन ओपन टेनिस स्पर्धेचे नोवाक जोकोविच आणि नाओमी ओसाका हे विजेते ठरले.

- **स्पर्धेचा प्रकार :** पुरुष एकेरी
- **स्पर्धेचा दिनांक :** २७ जानेवारी, २०१९
- **अंतिम फेरीतील स्पर्धक :** नोवाक जोकोविच (Novak Djokovic), सर्बिया आणि राफेल नदाल (Rafael Nadal), स्पेन
- **विजेतेपद :** नोवाक जोकोविच, सर्बिया (serbia)
- **एकूण सेट्स :** तीन (६-३. ६-२, ६-३)
- **विक्रम :** नोवाक जोकोविच याचा स्पर्धा सर्वाधिक वेळा (७ वेळा) जिंकण्याचा विक्रम, यापूर्वी स्वित्झर्लंडचा रॉजर फेडरर व ऑस्ट्रेलियाचा रॉय इमर्सन यांच्याकडे ६ वेळा विजेतेपद

नोवाक जोकोविच (Novak Djokovic) विषयी :

- **जन्म :** २२ मे १९८७ बेलग्राड, सर्बिया (Belgrade, SR Serbia, Yugoslavia)

- **कामगिरी :** २००३ मध्ये व्यावसायिक टेनिस कारकिर्दीस सुरुवात, २००८ मध्ये ऑस्ट्रेलिया ओपन जिंकून पहिले ग्रॅण्डस्लॅम, बीजिंग ऑलिंपिकमध्ये पहिले

कांस्यपदक

- २०११ मध्ये त्याने असोसिएशन ऑफ टेनिस प्रोफेशनल्सच्या (ATP: The Association of Tennis Professionals) क्रमवारीत पहिले स्थान
- २०१६ मध्ये त्याची फ्रेंच ओपन जिंकून करिअर ग्रॅण्डस्लॅम म्हणजे ऑस्ट्रेलियन ओपन, फ्रेंच ओपन, विम्बल्डन, अमेरिकन ओपन या चार महत्त्वाचे ग्रॅण्डस्लॅम जिंकण्याची कामगिरी
- **स्पर्धेचा प्रकार :** महिला एकेरी
- **स्पर्धा दिनांक :** दिनांक २६ जानेवारी, २०१९
- **अंतिम फेरीतील स्पर्धक :** नाओमी ओसाका (Naomi Osaka), जपान आणि पेट्रा वितोवा (Petra Kvitova), चेक प्रजासत्ताक
- **विजेतेपद :** नाओमी ओसाका, जपान
- **एकूण सेट्स :** तीन (७-६, ५-७, ६-४)

नाओमी ओसाका (Naomi Osaka) विषयी :

- **जन्म :** १६ ऑक्टोबर १९९७ ओसाका, जपान (Osaka - Japan)

ग्रॅण्ड स्लॅम कामगिरी :

- व्यावसायिक टेनिस कारकिर्दीस २०११ मध्ये सुरुवात, २०१६ मध्ये ATP क्रमवारीनुसार प्रथमच पहिल्या ५० खेळाडूंमध्ये स्थान
- २०१८ मध्ये अमेरिकन ओपन जिंकून आपले पहिले ग्रॅण्ड स्लॅम, याचवर्षी इंडियन वेल्स टायटल (Indian Wells Title) प्राप्त
- २०१९ मध्ये ऑस्ट्रेलियन ओपन जिंकून ATP क्रमवारीत पहिले स्थान, ग्रॅण्डस्लॅम स्पर्धा जिंकणारी पहिलीच जपानी महिला टेनिसपटू

लक्षात ठेवा

ऑस्ट्रेलियन ओपन स्पर्धे विषयी :

- **सुरुवात :** नोव्हेंबर १९०५ मध्ये.
- **स्पर्धेचे सुरुवातीचे नाव व स्थळ :** ऑस्ट्रेलियन चॅम्पियनशिप (Australian Championship), वेअरहाऊसमन क्रिकेट ग्राऊंड, मेलबर्न (The Warehouseman's Cricket Ground in Melbourne)
- **नामांतर :** १९६९ मध्ये ऑस्ट्रेलियन ओपन असे नाव
- **स्थळ :** १९७२ पर्यंत स्पर्धेचे आयोजन सोयीनुसार ऑस्ट्रेलिया किंवा न्यूझीलंडमध्ये, नंतर मेलबर्न पार्क, ऑस्ट्रेलिया
- **कोर्ट :** १९८७ पर्यंत ग्रास कोर्टवर, सध्या हार्ड कोर्टवर

ग्रॅण्ड स्लॅम स्पर्धा

ग्रॅण्ड स्लॅम	आयोजनाचा कालावधी	स्थापना	कोर्टचा प्रकार
१) ऑस्ट्रेलियन ओपन	जानेवारी	१९०५	हार्ड कोर्ट
२) फ्रेंच ओपन	मे-जून	१८९१	क्ले कोर्ट
३) विम्बल्डन	जुलै	१८७७ (सर्वांत जुने)	ग्रास कोर्ट
४) यु.एस. ओपन (अमेरिकन ओपन)	ऑगस्ट-सप्टेंबर	१८८१	हार्ड कोर्ट

ग्रॅण्ड स्लॅममधील विक्रमी कामगिरी

ग्रॅण्ड स्लॅम	पुरुष (एकेरी)	महिला (एकेरी)
१) ऑस्ट्रेलियन ओपन	नोवाक जोकोविच (सर्बिया) (७ वेळा)	मागरिट कोर्ट (ऑस्ट्रेलिया) (११ वेळा)
२) फ्रेंच ओपन	राफेल नदाल (स्पेन) (१२ वेळा)	ख्रिस इव्हर्ट (अमेरिका) (७ वेळा)
३) विम्बल्डन	रॉजर फेडरर (स्वित्झर्लंड) (८ वेळा)	मार्टिना नार्वतिलोवा (अमेरिका) (९ वेळा)

४) अमेरिकन ओपन (यु.एस ओपन)	बिल टिल्डन (अमेरिका) बिल लार्नड (अमेरिका) रिचर्ड सिअर्स (अमेरिका) (७ वेळा)	मेल्ला मलेरी (नॉर्वे) (८ वेळा)

२०१८ मधील ग्रॅण्ड स्लॅम स्पर्धा विजेते		
ग्रॅण्ड स्लॅम	पुरुष (एकेरी)	महिला (एकेरी)
ऑस्ट्रेलियन ओपन	रॉजर फेडरर (स्वित्झर्लंड)	कॅरोलिन वोन्झीयाकी (डेन्मार्क)
फ्रेंच ओपन	राफेल नदाल (स्पेन)	सिमोना हॅलेप (रुमानिया)
विम्बल्डन	नोवाक जोकोविच (सर्बिया)	अँजेलिक कर्बर (जर्मनी)
यु. एस. ओपन	नोवाक जोकोविच (सर्बिया)	नाओमी ओसाका (जपान)

नोवाक जोकोविचची ग्रॅण्ड स्लॅम कामगिरी :

स्पर्धा	जिंकलेली वर्षे
ऑस्ट्रेलियन ओपन (७ वेळा)	२००८, २०११, २०१२, २०१३, २०१५, २०१६, २०१९
विम्बल्डन (४ वेळा)	२०११, २०१४, २०१५, २०१८
यु. एस. ओपन (३ वेळा)	२०११, २०१५, २०१८
फ्रेंच ओपन (१ वेळा)	२०१६

(संदर्भ : ausopen.com)

स्वित्झर्लंडचा टेनिसपटू रॉजर फेडररचे पुरुष एकेरी स्पर्धेतील कारकिर्दीतले १०० वे विजेतेपद. दुबई ड्युटी फ्री टेनिस स्पर्धेचे विजेतेपद जिंकून विक्रम

दि. २ मार्च २०१९ रोजी स्वित्झर्लंडचा टेनिसपटू रॉजर फेडररला (Roger federer) दुबई ड्युटी फ्री टेनिस स्पर्धेचे विजेतेपद प्राप्त, ग्रीसचा स्टेफानोस त्सिन्सिपास (Stefanos Tsitsipas) पराभूत झाला.

- कारकिर्दीतील एकेरीचे १०० वे विजेतेपद
- पुरुष एकेरीतील सर्वाधिक १०९ विजेतीपदे अमेरिकेचा जिमी कॉनर्स (Jimmy Connors) याच्या नावावर
- फेडररच्या १०० विजेतेपदांत (२० ग्रॅंडस्लॅम, ६ एटीपी टूर फायनल्स, २७ (मास्टर्स १०००), २२ (एटीपी ५०० सीरिज) व २५ (एटीपी २५० सीरिज) चा समावेश

रॉजर फेडररच्या १०० विजेतेपदांची विभागणी

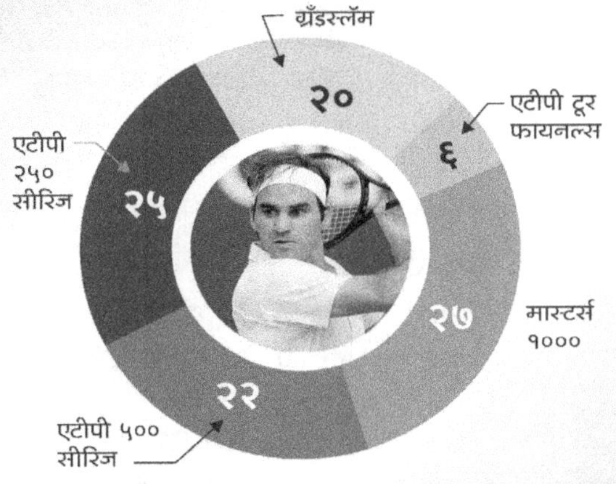

- २००१ मध्ये १९ व्या वर्षी मिलान इनडोअर स्पर्धा जिंकत रॉजर फेडररचे पहिले विजेतेपद
- फेडररने आजपर्यंत १५२ स्पर्धांचे अंतिम सामने खेळून १०० विजेतीपदे, तर कॉनर्स यांनी १४० अंतिम सामने खेळून १०९ विजेतीपदे

रॉजर फेडररविषयी :

- जन्म - ८ ऑगस्ट १९८१ बारोल (स्वित्झर्लंड).

कामगिरी :

- २००३ मध्ये विम्बल्डन जिंकून पहिले ग्रॅण्डस्लॅम
- २००९ मध्ये पहिले फ्रेंच ओपन जिंकून करिअर ग्रॅण्डस्लॅम म्हणजे चार महत्त्वाचे (विम्बल्डन, अमेरिकन, ऑस्ट्रेलियन, फ्रेंच ओपन) ग्रॅण्डस्लॅम पूर्ण
- एटीपीच्या क्रमवारीत (Association of Tennis Professionals) सर्वाधिक काळ पहिल्या स्थानी
- २००८ मधील बीजिंग ऑलिम्पिकमध्ये पुरुष दुहेरी सुवर्णपदक व २०१२ मधील लंडन ऑलिम्पिकमध्ये पुरुष एकेरी रौप्यपदक
- सर्वाधिक ग्रॅण्डस्लॅम विजेतीपदे - एकूण २० (विम्बल्डन - ८, ऑस्ट्रेलियन ओपन - ६, अमेरिकन ओपन - ५, फ्रेंच ओपन - १)

(संदर्भ : dubaidutyfreetennischampionships.com, itftennis.com)

इंग्लंडमधील 'ऑल इंग्लंड ओपन बॅडमिंटन चॅम्पियनशिप २०१९'

दिनांक ६ मार्च २०१९ ते १० मार्च २०१९ दरम्यान इंग्लंडमधील 'अँरेना बर्मिंगहॅम'मध्ये (Arena Birmingham) 'ऑल इंग्लंड ओपन बॅडमिंटन चॅम्पियनशिप २०१९' (All England Open Badminton Championship) चे आयोजन करण्यात आले.

ऑल इंग्लंड ओपन-२०१९ चे विजेते :		
प्रकार	विजेता/विजेती	उपविजेता/उपविजेती
पुरुष एकेरी	केंटो मोमोटा (Kento Momota) (जपान)	व्हिक्टर अक्सेलसन (Viktor Axelsen) (डेन्मार्क)
महिला एकेरी	चेन युफेई (Chen Yufei) (चीन)	त्झु-यिंग ताई (Tzu-ying Tai) (तैवान)
पुरुष दुहेरी	१) मोहम्मद अहसान (Mohammad Ahsan) २) हेंद्रा सेतिवान (Hendra Setiawan) (दोघे इंडोनेशिया)	१) ॲरोन शिआ (Aaron Chia) २) सोह वूई यिक (Soh Wooi Yik) (दोघे मलेशिया)
महिला दुहेरी	१) चेन किंगचेन (Chen Qingchen) २) जिआ यिफान (Jia Yifan) (दोघी चीन)	१) मयू मत्सुमोटो (Mayu Matsumoto) २) वकाना नागाहरा (Wakana Nagahara) (दोघी जपान)
मिश्र दुहेरी	१) झेंग सिवेई (पुरुष) (Zheng Siwei) २) हुंग यकिंऑंग (महिला) (Huang Yan Jong)	१) युता वतांबे (पुरुष) (Yuta Watanabe) २) अरिसा हिगाशिनो (महिला) (Arisa Higashino)

ऑल इंग्लंड ओपन स्पर्धेविषयी :

- सुरुवात- १८९९ (बकिंगहॅम, इंग्लंड) (Buckingham)
- १८९८ मध्ये गिल्डफोर्ड येथे जगातील पहिल्या ओपन स्पर्धेच्या आयोजनानंतर इंग्लंड ओपनची सुरुवात
- ४ एप्रिल १८९९ मध्ये पहिल्या इंग्लंड ओपनमध्ये पुरुष दुहेरी, महिला दुहेरी व मिश्र दुहेरी या तीन प्रकारांचे आयोजन
- १९०० मध्ये पुरुष एकेरी व महिला एकेरीचा समावेश
- १९१५ ते १९१९ मध्ये पहिल्या व १९४० ते १९४६ दरम्यान झालेल्या दुसऱ्या महायुद्धामुळे स्पर्धेच्या आयोजनास स्थगिती
- १९९४ पासून स्पर्धेचे दरवर्षी आयोजन ॲरेन बर्मिंगहॅम (Arena Birmingham) येथे
- भारतातर्फे १९८० मध्ये प्रकाश पदुकोण व २००१ मध्ये पुलेला गोपीचंद यांनी पुरुष एकेरीचे विजेतेपद, तर २०१५ मध्ये साईना नेहवाल यांना महिला एकेरीचे उपविजेतेपद.

मागील वर्षातील विजेते		
वर्ष	पुरुष एकेरी	महिला एकेरी
२०१५	लॉंग चेन (Long Chen) (चीन)	कॅरोलिना मरीन (Carolina Marin) (स्पेन)
२०१६	डॅन लीन (Dan Lin) (चीन)	नोझोमी ओकुहारा (Nozomi Okuhara) (जपान)
२०१७	चोंग विई ली (Chong Wei Lee) (मलेशिया)	त्झु-यिंग ताई (Tzu-ying Tai) (तैवान)
२०१८	युकी शी (Yuqi Shi) (चीन)	त्झु-यिंग ताई (Tzu-ying Tai) (तैवान)

(संदर्भ : allenglandbadminton.com)

सकाळ

चेन्नई येथे झालेल्या १२ व्या राष्ट्रीय शरीरसौष्ठव अजिंक्यपद स्पर्धेत मुंबईचा शरीरसौष्ठवपटू सुनीत जाधवला ९० किलो वजनी गटातून 'चॅम्पियन ऑफ चॅम्पियन्स' या अंतिम फेरीत २०१९ चा 'भारत श्री' किताब

दि. १ एप्रिल २०१९ रोजी चेन्नई येथे पार पडलेल्या १२ व्या राष्ट्रीय शरीरसौष्ठव अजिंक्यपद स्पर्धेत मुंबईचा शरीरसौष्ठवपटू सुनीत जाधवने ९० किलो वजनी गटातून 'चॅम्पियन ऑफ चॅम्पियन्स' या अंतिम फेरीत 'भारत श्री' किताब पटकावला.

- २०१८ मध्ये थोडक्यात उपविजेतेपदावर समाधान मानावे लागल्यानंतर सुनीत जाधवला २०१९ चा 'भारत श्री' किताब
- सुनीतला गेल्या ४ वर्षांत ३ वेळा हा किताब.
- २०१८ मध्ये राम निवासला हा किताब.
- इंडियन बॉडीबिल्डर्स फेडरेशनच्या (Indian Bodybuilders Federation) वतीने ही स्पर्धा चेन्नई येथे संपन्न.
- या अंतिम फेरीत सुनीत जाधव, नरेंदर यादव (दिल्ली) आणि अनुज कुमार तालियन (सेनादल) यांच्यात अंतिम स्पर्धा.
- परीक्षकांनी तिन्ही अव्वल खेळाडूंतून सुनीत जाधवची २०१९ चा 'भारत श्री' म्हणून निवड .
- यावर्षी 'आशिया श्री' जेतेपद जिंकल्यानंतर सुनीतला सहाव्यांदा 'महाराष्ट्र श्री' किताब.
- सुनीतच्या दमदार कामगिरीच्या जोरावर महाराष्ट्राने वर्चस्व राखत सांघिक जेतेपद.
- महाराष्ट्राचा राष्ट्रीय स्पर्धेतील रेल्वे व सेनादलाच्या वर्चस्वाला छेद. दिनेश कांबळे (६५ किलो), अनिल बिलावर (७५ किलो) आणि सुनीत जाधव यांच्या चमकदार कामगिरीच्या जोरावर महाराष्ट्राचा विजय.
- महिलांच्या मॉडेल फिजिक प्रकारात महाराष्ट्राच्या दीपाली

ओगळेला रौप्य पदक. यावर्षी 'मिस महाराष्ट्र' ठरलेल्या डॉ. मंजिरी भावसार यांचा चौथा क्रमांक.

- महिलांच्या मुख्य स्पर्धेत यूपीच्या संजूला 'मिस इंडिया' किताब.

सुनीत जाधव यांच्याबाबत :

- जन्म : १९८८, पनवेल
- २००६ : मुंबई श्री ज्युनिअर गटात विजेतेपद
- महाराष्ट्र श्री - २०१४ ते २०१९ सलग ६ वेळा
- मिस्टर इंडिया - २०१६ आणि २०१७ मध्ये
- आशिया श्री - २०१९
- भारत श्री - २०१९

(संदर्भ : http://ibbf.in/, indianbodybuilding.co.in)

इंडिया ओपन सुपर बॅडमिंटन स्पर्धेच्या अंतिम फेरीमध्ये डेन्मार्कच्या व्हिक्टर ॲक्सलसेनने श्रीकांतवर २१-७, २२-२० अशी सलग दोन गेममध्ये मात करत स्पर्धा जिंकली

दि. १ एप्रिल २०१९ रोजी नवी दिल्ली येथे पार पडलेली इंडिया ओपन सुपर (५००) (India Open Super (500) Badminton) बॅडमिंटन स्पर्धेच्या अंतिम फेरीमध्ये डेन्मार्कच्या व्हिक्टर ॲक्सलसेनची (Viktor Axelsen) श्रीकांतवर २१-७, २२-२० अशी सलग दोन गेममध्ये मात.

- डिसेंबर २०१७ नंतर श्रीकांत प्रथमच बीडब्ल्यूएफ (BWF) वर्ल्ड टूर/सुपरसीरिज (BWF World Tour /Superseries) स्पर्धेच्या अंतिम स्पर्धेत.
- यावेळी दिल्लीतील खाशाबा जाधव बंदिस्त संकुलात पार पडलेल्या या स्पर्धेच्या अंतिम फेरीमध्ये त्याला जेतेपद पटकावण्यात अपयश आले.
- श्रीकांत व ॲक्सलसेन या दोघांनाही दिल्लीत पार पडणाऱ्या या स्पर्धेचे जेतेपद दुसऱ्यांदा पटकावण्याची संधी.
- माजी जगजेत्या व्हिक्टर ॲक्सलसेन २०१७ मध्ये इंडिया ओपन सुपर सीरिजमध्ये विजेता.
- ही स्पर्धा ॲक्सलसेनने जिंकल्यामुळे श्रीकांत व ॲक्सलसेन या दोघांच्या एकमेकांविरुद्धच्या विजयांची संख्या प्रत्येकी पाच.
- महिला एकेरीमध्ये थायलंडची रॅचनॉक इन्टानॉनने (Ratchanok Intanon) हे बिंगजिआओ (He Bingjiao) ही चीन महिला खेळाडू पराभूत.

इंडिया ओपन (India Open) स्पर्धेबाबत :

- सुरुवात : २००८
- स्पर्धा कालावधी : २६ ते ३१ मार्च २०१९
- ठिकाण : खाशाबा जाधव बंदिस्त संकुल (नवी दिल्ली)

विजेते

१) पुरुष एकेरी	व्हिक्टर ॲक्सलसेन (Viktor Axelsen)
२) महिला एकेरी	रॅचनॉक इन्टनॉन (Ratchanok Intanon)
३) पुरुष दुहेरी	ली यांग (Lee Yang)
	वांग-ची-लिन (Wang Chi-lin)
४) महिला दुहेरी	ग्रेयीसिया पॉली (Greysia Polii)
	अप्रियानी राहायू (Apriyani Rahayu)
५) मिश्र दुहेरी	वांग यिलू (Wang Yilyu)
	हुंग डॉन्गपिंग (Huang Dongping)

श्रीकांत किदम्बी (Srikanth Kidambi) :

- जन्म - ७ फेब्रुवारी १९९३, (आंध्र प्रदेश)
- २०१८ मध्ये के. श्रीकांत पुरुष बॅडमिंटन खेळाडूंमध्ये सर्वोच्च स्थानी
- प्रशिक्षक - पुलेला गोपीचंद

१) राष्ट्रकुल स्पर्धा २०१८ मध्ये - सांघिक विभागात - सुवर्ण पदक
पुरुष एकेरीमध्ये - रजत पदक

२) दक्षिण आशिया स्पर्धा २०१६ - पुरुष एकेरी आणि पुरुष संघामध्ये - सुवर्ण पदक

३) आशिया ज्युनिअर चॅम्पियनशिप २०११ - मिश्र संघ - कांस्य पदक

४) राष्ट्रकुल स्पर्धा २०११ - मिश्र दुहेरीमध्ये - रजत पदक
पुरुष दुहेरीमध्ये - कांस्य पदक

- प्राप्त पुरस्कार : पद्म श्री (२०१८)

(संदर्भ : badmintonindia.org)

इपोह (मलेशिया) येथे झालेल्या सुलतान अझलन शाह चषक २०१९ या हॉकी स्पर्धेत दक्षिण कोरिया संघाने भारताला हरवून विजेतेपद पटकावले

दि. २३ मार्च २०१९ ते ३० मार्च २०१९ या कालावधीत अझलन शाह स्टेडियम, इपोह ((Iipoh-Malaysia) (मलेशिया) येथे पार पडलेल्या सुलतान अझलन शाह चषक २०१९ स्पर्धेत अंतिम सामन्यात दक्षिण कोरियाने भारताचा पराभव करत विजेतेपद पटकावले.

- ही २८ वी अझलन शाह चषक स्पर्धा होती.
- भारत, कॅनडा, जपान, मलेशिया, पोलंड आणि कोरिया या सहा संघांनी स्पर्धेमध्ये भाग घेतला होता.
- दक्षिण कोरियाने भारताचा ४-२ असा पराभव केला.
- सेमी फायनलमध्ये भारताने पोलंडवर १०-० अशी मात करत अंतिम फेरीमध्ये प्रवेश केला.
- या स्पर्धेमध्ये एकूण ९६ गोल झाले आणि १८ सामने झाले.

सुलतान अझलन शाह चषक :

- सुरुवात - १९८३
- १९९४ पासून दरवर्षी ही स्पर्धा भरविण्यात येऊ लागली.
- मलेशिया देशात दरवर्षी खेळवली जाणारी एक आंतरराष्ट्रीय हॉकी स्पर्धा आहे.

२०१९ सुलतान अझलन शाह चषक :

- देश, ठिकाण - मलेशिया, इपोह
- दिनांक - २३-३० मार्च २०१९
- संघ - ६
- ठिकाण - अझलन शाह स्टेडियम
- सर्वोच्च ३ संघ - १) दक्षिण कोरिया
  २) भारत
  ३) मलेशिया
- एकूण सामने - १८ खेळल्या गेले.
- एकूण गोल - ९६
- सर्वाधिक गोल - ७
  १) मनदीप सिंग -७ (भारत),
  २) जांग जोंग ह्यून-७ (दक्षिण कोरिया)

पुरस्कार :

- उत्कृष्ट संघ : जपान
- सर्वोत्कृष्ट खेळाडू : सुरेंदर कुमार
- मॅन ऑफ द मॅच (अंतिम) : जांग जोंग ह्यून (Jang Jong Hyun) (दक्षिण कोरिया)
- सर्वोत्तम गोलकिपर : किम जाई ह्योओन (Kim Jaeh-yeon)
- यापूर्वी कोरिया १९९९ मध्ये विजेता; २०१० मध्ये पावसाच्या व्यत्ययामुळे भारत आणि दक्षिण कोरिया संयुक्त विजेते.
- शूटआउट (Shoot out) मध्ये भारताकडून बिरेंद्र लाक्रा (Birendra Lakra) आणि वरुण कुमार यांचा गोल.
- भारत आणि कोरियामध्ये अझलन शाह हॉकी स्पर्धेत झालेल्या एकूण ८२ सामन्यांत दोन्ही संघ ३२-३२ वेळा विजेते, १८ सामने अनिर्णित (Draw)
- भारत आठव्यांदा अंतिम सामन्यात, पाच वेळा (१९८५, १९९१, १९९५, २००९, २०१०) विजेता
- या स्पर्धेमध्ये मलेशिया, भारत, कॅनडा, पोलंड, जपान, कोरिया हे देश सहभागी, पैकी मलेशिया तिसऱ्या क्रमांकावर
- २०१८ मधील अझलन शाह हॉकी स्पर्धेत अंतिम सामन्यात इंग्लंडवर मात करत ऑस्ट्रेलिया विजयी
- २०१८ मधील अझलन शाह हॉकी स्पर्धेत स्पर्धेतील भारताची कामगिरी निराशाजनक, केवळ मलेशियाविरुद्ध विजयी

२०१९ मधील संघांची कामगिरी :

संघाची क्रमवारी	संघाचे नाव	जागतिक क्रमवारी
१	दक्षिण कोरिया	१७
२	भारत	५
३	मलेशिया	१३
४	कॅनडा	१०
५	जपान	१८
६	पोलंड	२१

सुलतान अझलन शाह स्पर्धेविषयी विशेष महत्त्वपूर्ण — लक्षात ठेवा

- १९८३ मध्ये हॉकीचे चाहते मलेशियाचे नववे राजा सुलतान अझलन शाह यांच्या स्मरणार्थ सुरू झालेली स्पर्धा
- सर्वाधिक विजेते : ऑस्ट्रेलिया (तब्बल १० वेळा)
- आयोजक मलेशियाला एकदाही विजेतेपद नाही
- स्पर्धेचे प्रथम विजेतेपद : पाकिस्तानवर मात करून ऑस्ट्रेलिया
- १९८३ ते १९९४ : दर दोन वर्षांनी आयोजन, १९९४ नंतर ती दरवर्षी
- १९९७ आणि २००२ मध्ये स्पर्धेचे आयोजन नाही

(संदर्भ : azlanshahcup.com, tms.fih.ch)

सकाळ

थायलंडमधील बँकॉक येथे आशियाई बॉक्सिंग स्पर्धेत भारताने २ सुवर्णपदक, ४ रौप्यपदक आणि ७ कांस्यपदकांसह एकूण १३ पदके पटकावली

दि. १९ एप्रिल २०१९ ते २६ एप्रिल २०१९ या कालावधीत थायलंडमधील (Thailand) बँकॉक (Bangkok) येथे 'आशियाई बॉक्सिंग स्पर्धा २०१९' (Asian Boxing Championships 2019) आयोजित करण्यात आली होती.

- या स्पर्धेत भारताला २ सुवर्णपदक, ४ रौप्यपदक आणि ७ कांस्यपदकांसह एकूण १३ पदके.
- यावर्षी पहिल्यांदाच आशियाई बॉक्सिंग स्पर्धा पुरुष आणि महिलांसाठी एकत्रितपणे.
- पुरुषांच्या ५२ किलो गटात अमित पांघलने, तर महिलांच्या ८१ किलो गटात पूजा राणीने सुवर्णपदकाची कमाई.

२ सुवर्णपदकांसह १३ पदके ही आशियाई चॅम्पियनशीपमधील भारताची सर्वोत्तम कामगिरी आहे.

- अमित पांघलने कोरियाच्या किम इन्क्यू (Kim Inkyu) याचा पराभव केला, तर पूजा राणी हिने चीनच्या वांग लिना (Wang Lina) हिचा पराभव करत सुवर्णपदक मिळवले.
- पुरुष गटांत दीपक सिंग (४९ किलो), कविंदर सिंग बिश्त (५६ किलो) आणि आशिष कुमार (७५ किलो) यांना रौप्य पदकांवर समाधान.
- महिला गटांत राष्ट्रीय विजेत्या सिमरनजीत कौर (६४ किलो) ला रौप्यपदक.
- पुरुषांमध्ये आशिष (६९ किलो), सतीश कुमार (९१ किलोवरील) आणि थापा शिवा (६० किलो) यांना कांस्यपदक.
- महिलांमध्ये सोनिया चहल (५७ किलो), निखत झरीन (५१ किलो), एल. सरिता देवी (६० किलो), मनीषा (५४ किलो) यांना कांस्यपदक प्राप्त झाले.
- अमित पांघलचे हे सलग दुसरे सुवर्णपदक. यापूर्वी फेब्रुवारी २०१९ मध्ये बल्गेरिया (Bulgaria) येथे झालेल्या स्पर्धेतही सुवर्णपदक.
- २०१२ मध्ये झालेल्या आशियाई स्पर्धेत पूजा राणी हिला रौप्यपदक.
- यापूर्वी २००९ मध्ये झालेल्या स्पर्धेत दोन सुवर्णासह दोन रौप्य आणि चार कांस्यपदके.

विश्वचषक स्पर्धा निकाल :

- २१ एप्रिल २०१९ ते २९ एप्रिल २०१९ या कालावधीत चीनमधील बीजिंग (Beijing) येथे 'आयएसएसएफ नेमबाजी विश्वचषक रायफल/पिस्तूल' (ISSF World Cup Rifle/Pistol) स्पर्धा आयोजित करण्यात आली.
- या स्पर्धेत ३ सुवर्णपदकांसह आणि १ रौप्यपदकासह भारताला पदकतालिकेत प्रथम क्रमांक, तर चीन द्वितीय क्रमांकावर.
- अभिषेक वर्मा याने १० मीटर एअर पिस्तूल प्रकारात सुवर्णपदक पटकावत ऑलिम्पिकमधील १० मीटर एअर पिस्तूल प्रकारातील स्थान निश्चित.
- मिश्र प्रकारामध्ये मनू भाकेर व सौरभ चौधरी यांना १० मीटर एअर पिस्तूल या मिश्र प्रकारात सुवर्णपदक.
- अंजुम मुद्रील व दिव्यांश सिंह यांनी १० मीटर एअर रायफल या मिश्र प्रकारात सुवर्णपदक.
- पुरुषांमध्ये १० मीटर एअर रायफल या प्रकारात दिव्यांश सिंहला रौप्यपदक.

(संदर्भ : amateur.boxing.strefu.pl, issf-sports.org)

सकाळ

मेरिलीबोन क्रिकेट क्लबच्या अध्यक्षपदी श्रीलंकेचा यष्टिरक्षक फलंदाज कुमार संगकारा याची नियुक्ती

दि. ५ मे २०१९ रोजी मेरिलीबोन क्रिकेट क्लब (Marylebone Cricket Club : MCC) च्या अध्यक्षपदी श्रीलंकेचा यष्टिरक्षक फलंदाज कुमार संगकारा यांची नियुक्ती करण्यात आली.

- कुमार संगकारा यांच्या रूपाने प्रथमच एका बिगर ब्रिटिश व्यक्तीची निवड मेरिलीबोन क्रिकेट क्लबच्या (Marylebone Cricket Club) अध्यक्षपदी.
- कुमार संगकारा याचा १ ऑक्टोबर २०१९ पासून पदभाराचा स्वीकार.

कुमार संगकाराबाबत :

- श्रीलंकेचा यष्टिरक्षक-सलामीवीर फलंदाज
- कुमार संगकाराने २००० मध्ये श्रीलंकी संघातर्फे पदार्पण व २० ऑगस्ट २०१५ मध्ये निवृत्ती.
- कुमार संगकारा आयपीएल स्पर्धेमध्ये आजवर डेक्कन चार्जर्स, सनरायझर्स हैदराबाद व किंग्ज इलेव्हन पंजाब या संघांकडून.
- कसोटी क्रिकेटमध्ये कुमार संगकाराच्या नावावर सर्वांत मोठ्या भागीदारीचा (६२४ धावा) विक्रम.

कारकिर्द			
	कसोटी	एकदिवसीय	टी-२०
सामने	१३४	४०४	५६
धावा	१२,४००	१४,२३४	१,९८२
शतके	३८	२५	-
झेल	१८२	४०२	२५
यष्टिचित	२०	९९	२०

- एका कॅलेंडर वर्षात (२०१४) सर्वाधिक २८६८ धावा करण्याचा विक्रम.
- कसोटी सामन्यांमध्ये ११ द्विशतके झळकावण्याचा विक्रम.
- श्रीलंकेच्या अमली पदार्थविरोधी कार्यक्रमाचा सदिच्छादूत.

लक्षात ठेवा

मेरिलीबोन क्रिकेट क्लब (MCC : Marylebone Cricket Club (MCC)) :

- मेरिलीबोन क्रिकेट क्लबची (एमसीसी) स्थापना १७८७ मध्ये.
- १८१४ पासून हा क्लब क्रिकेटच्या पंढरी समजल्या जाणाऱ्या लॉर्डस् मैदानावर.

कार्य :

- १७८८ पासून क्रिकेटचे नियम तयार करण्यात अग्रेसर.
- क्रिकेटच्या नियमांचे व दर्जाचे लेखापरीक्षण व खिलाडूवृत्तीला अग्रस्थान देण्याविषयी आग्रह याबाबत महत्त्वपूर्ण काम.
- २०१२ मध्ये कुमार संगकाराला या क्लबचे मानद सदस्यत्व.
- भारताच्या सचिन तेंडुलकर, सौरव गांगुली, कपिल देव, अंजुम चोप्रा, वीरेंद्र सेहवाग, झहीर खान, जवागल

श्रीनाथ, हरभजन सिंह, युवराज सिंग, महेंद्रसिंह धोनी, व्ही. व्ही. एस. लक्ष्मण इत्यादी २४ क्रिकेटपटूंना या क्लबचे मानद सदस्यत्व

(संदर्भ : lords.org)

मुंबई इंडियन्स इंडियन प्रीमियर लीगचे विजेते : चेन्नई सुपरकिंग्सचा एका धावेने पराभव करत इंडियन प्रीमियर लीग-२०१९ चे विजेतेपद

दि. १२ मे २०१९ रोजी मुंबई इंडियन्सने चेन्नई सुपरकिंग्सचा एका धावेने पराभव करत इंडियन प्रीमियर लीग (आयपीएल)-२०१९ चे विजेतेपद पटकावले.

- याचबरोबर मुंबई इंडियन्सने सर्वाधिक चार वेळा आयपीएल स्पर्धेचे विजेतेपद मिळविण्याचा विक्रम
- मुंबई इंडियन्सच्या लसित मलिंगाने शेवटच्या चेंडूवर चेन्नई सुपरकिंग्सच्या शार्दुल ठाकूरला पायचीत केल्याने मुंबई विजयी.
- हैदराबादच्या राजीव गांधी आंतरराष्ट्रीय क्रिकेट मैदानावर अंतिम सामना.
- मुंबई इंडियन्सच्या जसप्रीत बुमराह 'सामन्याचा मानकरी'. १४ धावा देऊन २ विकेट.

इंडियन प्रीमियर लीग-२०१९ :

- आयपीएलचे यंदाचे बारावे वर्ष. कालावधी : स्पर्धा २३ मार्च ते १२ मे
- दिल्ली डेअरडेव्हिल्स या संघाचे 'दिल्ली कॅपिटल्स' असे नामकरण
- यंदाच्या आयपीएल बोलीदरम्यान जयदेव उनाडकट व वरुण चक्रवर्ती यांच्यावर सर्वाधिक ८.४ कोटी रुपयांची बोली.
- सॅम्युएल कुर्रण (Samuel Curran) हा सर्वांत महागडा (७.२ कोटी - इंग्लंड) परदेशी खेळाडू.
- स्पर्धेचा पहिला सामना २३ मार्च रोजी चेन्नई व बंगळुरूदरम्यान चिदंबरम स्टेडियम, चेन्नई येथे.
- मुंबई, चेन्नई, दिल्ली व हैदराबाद हे चार संघ स्पर्धेच्या उपांत्य फेरीत. मुंबई संघ गुणतालिकेत सर्वोच्च क्रमांकावर.
- मुंबई चेन्नईचा पराभव करत अंतिम फेरीत, तर चेन्नई दिल्ली कॅपिटल्सचा पराभव करत अंतिम फेरीत.
- अंतिम सामन्यात मुंबई इंडियन्सने चेन्नई सुपरकिंग्सचा पराभव केला.

पुरस्कार :

१. ऑरेंज कॅप (सर्वाधिक धावा) - डेव्हिड वॉर्नर (David Warner) (सनरायझर्स हैदराबाद)
२. पर्पल कॅप (सर्वाधिक विकेट) - इम्रान ताहिर (Imran Tahir) (चेन्नई सुपरकिंग्स)
३. उदयोन्मुख खेळाडू - शुभमन गिल (Shubhman Gill) (कोलकाता नाईट रायडर्स)
४. मोस्ट व्हॅल्युएबल प्लेयर - आंद्रे रसेल (Andre Russell) (कोलकाता नाईट रायडर्स)

- याचबरोबर महिलांच्या घेण्यात आलेल्या T-20 स्पर्धेमध्ये आयपीएल सुपर नोव्हा संघाने सलग दुसऱ्या वर्षी विजेतेपद पटकावले.

लक्षात ठेवा

इंडियन प्रीमियर लीग (IPL) :

- इंडियन प्रीमियर लीग स्पर्धा भारतीय क्रिकेट नियामक मंडळाचे तत्कालीन उपाध्यक्ष ललित मोदी यांची कल्पना.
- २००८ मध्ये स्पर्धा प्रथमच आठ संघांमध्ये.

- २०११ च्या चौथ्या स्पर्धेपासून दोन नवे संघ स्पर्धेमध्ये सहभागी.
- एका संघामध्ये किमान १८ ते कमाल २५ खेळाडू, ज्यामध्ये ८ परदेशी खेळाडू.
- एका सामन्यादरम्यान कमाल चार परदेशी खेळाडू एका संघातून.
- २००८ मध्ये पहिल्या स्पर्धेत राजस्थान रॉयल्स चेन्नई सुपरकिंग्सला हरवत विजयी.
- आतापर्यंत मुंबई इंडियन्स सर्वाधिक चार वेळा (२०१३, २०१५, २०१७, २०१९) आयपीएल स्पर्धेचे विजेते.
- चेन्नई सुपरकिंग्स तीन वेळा (२०१०, २०११, २०१८) तर कोलकाता नाईट रायडर्स दोनदा (२०१२, २०१४) विजयी.
- चेन्नई सुपरकिंग्स सर्वाधिक आठवेळा अंतिम फेरीत.
- २००९ मध्ये आयपीएल स्पर्धा भारतातील लोकसभेच्या निवडणुकांमुळे दक्षिण आफ्रिकेत.

(संदर्भ : iplt20.com)

भारताची १० मी. एअर रायफल नेमबाज अपूर्वी चंडेलाला जर्मनीतील म्युनिच नेमबाजी वर्ल्डकप स्पर्धेत सुवर्णपदक

दि. २७ मे २०१९ रोजी भारताची १० मी. एअर रायफल नेमबाज अपूर्वी चंडेला हिने म्युनिक नेमबाजी वर्ल्डकप स्पर्धेत सुवर्णपदक मिळवले आहे.

- अपूर्वी चंडेलाचे हे दुसरे सुवर्णपदक
- फेब्रुवारी २०१९ मध्ये दिल्लीमध्ये झालेल्या स्पर्धेत सुवर्णपदक.
- याचसोबत तिने टोकियो ऑलिम्पिक स्पर्धेसाठी प्रवेश निश्चित केला.
- अपूर्वी चंडेलाचे विश्वचषक स्पर्धेमधील हे दुसरे सुवर्णपदक.
- भारताचे आतापर्यंत पाच नेमबाज सौरभ चौधरी, अपूर्वी चंडेला, अभिषेक वर्मा, दिव्यांश सिंग पतवार, अंजुम ऑलिम्पिक स्पर्धेसाठी पात्र.
- याचबरोबर भारताच्या सौरभ चौधरीने १० मी. एअर पिस्तूल प्रकारात सुवर्णपदक.
- भारताच्या मनु भाकर, सौरभ चौधरी व दिव्यांश सिंग पतवार-अंजुम अनुक्रमे १० मी. एअर पिस्तूल व १० मी. एअर रायफल स्पर्धेत सुवर्णपदक विजेते.
- अपूर्वी चंडेला १० मी. एअर रायफल स्पर्धेत खेळणारी भारतीय नेमबाज
- अपूर्वी चंडेलाचा जन्म ४ जानेवारी १९९३ मध्ये जयपूर येथे झाला.

स्पर्धेतील पदके :

१. जकार्ता एशियन गेम्स (२०१८) - ब्राँझ
२. ग्लासगो राष्ट्रकुल स्पर्धा (२०१४) - सुवर्ण
३. नवी दिल्ली विश्वचषक नेमबाजी स्पर्धा (२०१९) - सुवर्ण
४. म्युनिच विश्वचषक नेमबाजी स्पर्धा (मे २०१९) - सुवर्ण

लक्षात ठेवा

आंतरराष्ट्रीय नेमबाजी महासंघ (International Shooting Sports Federation)

- आंतरराष्ट्रीय नेमबाजी महासंघाची स्थापना १९०७ मध्ये.
- या महासंघाचे मुख्यालय म्युनिक (जर्मनी) येथे
- महासंघाकडून आयोजित केल्या जाणाऱ्या स्पर्धा

१. विश्व नेमबाजी स्पर्धा (Issf World Shooting Championship) चार वर्षांतून एकदा.
२. विश्वचषक नेमबाजी स्पर्धा - वर्षातून चार वेळा.

ISSF

(संदर्भ : issf-sports.org)

सकाळ

१२३वी फ्रेंच ओपन टेनिस स्पर्धा -२०१९ : ऑस्ट्रेलियाची टेनिसपटू ॲश्लेग बार्टीनेला महिला एकेरीचे तर स्पेनच्या राफेल नदालला पुरुष एकेरीचे विजेतेपद आणि पुरुष दुहेरीमध्ये जर्मनीच्या केविन क्रेविझ व ॲन्ड्रेस मिझ यांना पुरुष दुहेरीचे, तर टिमेया बाबोस आणि क्रिस्तियाना म्लाडेनोविक यांना महिला दुहेरीचे विजेतेपद

दि. २६ मे २०१९ ते ९ जून २०१९ दरम्यान पॅरिसमधील (फ्रान्स) रोलंड गॅरोस (Rolland-Garros) या मैदानावर १२३ वी फ्रेंच ओपन टेनिस स्पर्धा आयोजित करण्यात आली होती.

- या स्पर्धेत ऑस्ट्रेलियाची टेनिसपटू ॲश्लेग बार्टीने (Ashleigh Barty) फ्रेंच ओपन महिला एकेरीचे विजेतेपद पटकावले.
- अंतिम सामन्यात तिने चेक प्रजासत्ताकच्या (Czech Republic) मार्केटा व्होंड्रोसोवा (Marketa vondrousova) या प्रतिस्पर्धी खेळाडूचा ६-१, ६-३ असा पराभव केला.
- २३ वर्षीय ॲश्लेघ बार्टीचे (Ashleigh Barty) हे पहिलेच ग्रँडस्लॅम विजेतेपद आहे.
- या विजेतेपदामुळे जवळपास ४६ वर्षांनी ऑस्ट्रेलियाच्या टेनिसपटूंकडे फ्रेंच ओपन टेनिस स्पर्धेचे विजेतेपद मिळाले.
- यापूर्वी १९७३ मध्ये ऑस्ट्रेलियाच्या मार्गारेट कोर्ट (Margaret Court) यांनी फ्रेंच ओपन टेनिस स्पर्धेचे विजेतेपद पटकावले होते.
- तसेच मार्गारेट कोर्ट यांनी एकूण पाच वेळा ही स्पर्धा जिंकली होती.
- त्याशिवाय २०१० मध्ये ऑस्ट्रेलियाची समंथा स्टोसर (Samantha Stosur) जे अंतिम फेरीसाठी पात्र ठरली होती; मात्र विजेतेपद पटकावण्यात अपयश आले होते.
- या विजेतेपदामुळे बार्टी जागतिक क्रमवारीत द्वितीय क्रमांकावर पोहोचली, तर २४ जून, २०१९ रोजी प्रथम क्रमांकावर पोहोचली.
- ॲश्लेग बार्टीने २०१४ मध्ये व्यावसायिक क्रिकेट खेळण्यासाठी ब्रेक घेतला होता व ती ऑस्ट्रेलियातील विमेन्स बिग बॅश लीगमध्ये (Women's Big Bash League) खेळली.
- पुन्हा १७ महिन्यानंतर तिने टेनिसमध्ये पुनरागमन केले.
- तसेच फ्रेंच ओपन टेनिस स्पर्धेत ९ जून, २०१९ रोजी स्पेनच्या राफेल नदाल (Rafael Nadal) ने फ्रेंच ओपन पुरुष एकेरीचे विजेतेपद पटकावले.
- या विजेतेपदासह फ्रेंच ओपन टेनिस स्पर्धेतील नदालचे हे बारावे

ग्रॅण्डस्लॅम विजेतेपद तर एकूण १८ वे ग्रॅण्डस्लॅम विजेतेपद ठरले आहे.

- त्याने अंतिम सामन्यात ऑस्ट्रिया (Austria) डॉमिनिक थीमचा (Dominic Thiem) ६-३, ५-७, ६-१, ६-१ असा पराभव केला.
- एकच स्पर्धा १२ वेळा जिंकलेला पहिला टेनिसपटू होण्याचा मान राफेल नदालने मिळविला आहे.
- ही कामगिरी करताना त्याने मागरिट कोर्ट (Margaret Court) (महिला) यांचा सर्वाधिक ११ वेळा ऑस्ट्रेलियन विजेतेपद पटकावण्याचा विक्रम मोडला आहे.
- राफेल नदालने यापूर्वी २००५, २००६, २००७, २००८, २०१०, २०११, २०१२, २०१३, २०१४, २०१७, २०१८ मध्ये फ्रेंच ओपन टेनिस स्पर्धा जिंकली होती.
- नदालचे हे १८ वे ग्रँडस्लॅम विजेतेपद असून त्याने बारा वेळा फ्रेंच ओपन, तीन वेळा अमेरिकन ओपन (२०१०, २०१३, २०१७), दोन वेळा विम्बल्डन (२००८, २०१०) आणि एक वेळा ऑस्ट्रेलियन ओपन टेनिस स्पर्धेचे विजेतेपद पटकावले आहे.
- पुरुष एकेरीत ग्रँडस्लॅम पदक विजेत्यांच्या यादीत नदाल दुसऱ्या क्रमांकावर असून स्वित्झर्लंडचा (Switzerland) रॉजर फेडरर (Roger Federer) हा सर्वाधिक (२०) ग्रँडस्लॅमसह प्रथम क्रमांकावर आहे.
- राफेल नदालचे हे सलग तिसरे फ्रेंच ओपन टेनिस स्पर्धेचे विजेतेपद आहे.
- फ्रेंच ओपन टेनिस स्पर्धेत नदालने एकूण ९५ सामने खेळले आहेत. त्यापैकी ९३ सामन्यांत त्याला विजय मिळाला आहे.
- तसेच या स्पर्धेत पुरुष दुहेरीमध्ये जर्मनीच्या केविन क्रेविझ (Kevin Krawietz) व ॲन्ड्रेस मिझ (Andreas Mies) यांनी पुरुष दुहेरीचे विजेतेपद पटकावले.
- पुरुष दुहेरीमध्ये जर्मनीच्या केविन क्रेविझ (Kevin Krawietz) व ॲन्ड्रेस मिझ (Andreas Mies) यांनी पुरुष दुहेरीचे विजेतेपद पटकावले.
- महिलांमध्ये टिमेया बाबोस (Timea Babos) व क्रिस्तियाना म्लाडेनोविक (Kristina Mladenovic) यांनी महिला दुहेरीचे विजेतेपद पटकावले.

(संदर्भ : rolandgarros.com)

सकाळ भारताचा क्रिकेटपटू युवराजसिंग याची आंतरराष्ट्रीय क्रिकेटमधून निवृत्ती

दि. १० जून, २०१९ रोजी भारतीय क्रिकेटपटू युवराजसिंग याने आंतरराष्ट्रीय क्रिकेटमधून निवृत्ती घेत असल्याचे जाहीर केले.

- आक्रमक डावखुरा फलंदाज, संघाला आवश्यकता असताना बळी मिळवणारा डावखुरा गोलंदाज आणि अत्यंत चपळ क्षेत्ररक्षक ही युवराजसिंगची खास वैशिष्ट्ये होत.

युवराजसिंगविषयी :

- जन्म - १२ डिसेंबर, १९८१
- जर्सी क्रमांक. - १२
- २००० ते २०११ दरम्यान भारतीय क्रिकेट संघातील एक अष्टपैलू खेळाडू.
- २०००मध्ये आंतरराष्ट्रीय एकदिवसीय सामन्यांमध्ये केनिया विरुद्ध पदार्पण
- आंतरराष्ट्रीय कसोटी क्रिकेटमध्ये न्यूझीलंडविरुद्ध ऑक्टोबर २००३ मध्ये तर आंतरराष्ट्रीय टी-२० क्रिकेटमध्ये स्कॉटलंड (Scotland) विरुद्ध सप्टेंबर २००७ मध्ये पदार्पण
- सामने - ४०२ आंतरराष्ट्रीय दर्जाचे सामने
- कसोटीमध्ये ३ शतकांसह ११ अर्धशतके तर एकदिवसीय सामन्यांत १४ शतकांसह ५२ अर्धशतके
- ४० कसोटी सामन्यांमध्ये १९०० धावांसह नऊ विकेट तर ३०४ एकदिवसीय सामन्यांत ८७०१ धावांसह १११ बळी
- एकूण ५८ टी-२० (T20) सामन्यांत ११७७ धावा व २८ बळी
- युवराजची आंतरराष्ट्रीय क्रिकेट्सह इंडियन प्रीमिअर लीगमधून (आयपीएल) निवृत्ती (Retirement)
- २०१५च्या आयपीएलमधील सर्वांत महागडा खेळाडू . दिल्ली डेअरडेव्हिल्स (Delihi Daredevils) ने१६ कोटी रुपये देऊन आपल्या संघात घेतले.
- युवराजचा सर्वाधिक वेगवान ५० धावा (१२ चेंडूत ५० धावा) करण्याचा आंतरराष्ट्रीय विक्रम.
- २००७ मध्ये इंग्लंडचा गोलंदाज स्टुअर्ट ब्रॉड (Sturt Broad) याच्या एकाच षटकात सहा षटकार मारल्याचा विक्रम
- २०११ मध्ये भारताला विश्वचषक जिंकून देण्यात मोलाचा वाटा. त्याने आठ सामन्यांत एक शतक आणि चार अर्धशतकांसह ३६२ धावा करत १५ बळी मिळवले होते.
- २०११च्या विश्वचषकात त्याला मालिकावीर (Man of the Series) या पुरस्काराने गौरव
- विश्वचषकानंतर कर्करोगाचे निदान मात्र त्याने कर्करोगावर मात करत पुन्हा क्रिकेटमध्ये पदार्पण
- 'युविकॅन' या फाउंडेशनतर्फे युवराज कर्करोग पीडितांना मदत करत असून हा आजार होणाऱ्या गरीब पीडितांसाठी मदतनिधीही उभारतो आहे.

संक्षिप्त कारकिर्द तालिका

सामना प्रकार	सामने	धावा	सर्वोत्तम धावा	बळी	सर्वोत्तम बळी
कसोटी	४०	१९००	१६९	९	२/९
एक-दिवसीय	३०४	८७०१	१५०	१११	५/३१

टी २०	५८	११७७	७७	२८	३/१७
आय पी एल	१३२	२७५०	८३	३६	४/२९

(संदर्भ : icc-cricket.com)

१३३ वी विंबल्डन टेनिस स्पर्धा -२०१९ : लंडन येथे आयोजित १३३ व्या विंबल्डन टेनिस स्पर्धेत नोवाक जोकोविच आणि सिमोना हॅलेप यांना २०१९ चे विजेतेपद

दि. १ जुलै २०१९ ते १४ जुलै, २०१९ दरम्यान लंडन (इंग्लंड) येथील विंबल्डन येथे आयोजित १३३ व्या टेनिस स्पर्धेच्या पुरुष एकेरीत सर्बियाचा नोवाक जोकोविच (Novak Djokovic) आणि महिला एकेरीत रोमानियाच्या सिमोना हॅलेप (Simona Halep) हे विजेते.

स्पर्धेचा प्रकार	विजेतेपद	उपविजेतेपद	सेट
पुरुष एकेरी	नोवाक जोकोविच (Novak Djokovic) (सर्बिया)	रॉजर फेडरर (Roger Federer) (स्वीत्झर्लंड)	७-६, १-६, ७-६, ४-६, १३-१२ (पाच सेट)
महिला एकेरी	सिमोना हॅलेप (Simona Halep) (रोमानिया)	सेरेना विल्यम्स (Serena Williams) (अमेरिका)	६-२, ६-२ (दोन सेट)

- पुरुष एकेरीचा अंतिम सामना विंबल्डनच्या इतिहासातील सर्वांत प्रदीर्घ काळ ४ तास ५७ मि. खेळला गेला.

नोवाक जोकोविचविषयी :

- जन्म - २२ मे, १९८७ बेलग्राड, सर्बिया
- कामगिरी - २००३ व्यावसायिक टेनिस कारकिर्दीस सुरुवात
- २००८ मध्ये अमेरिकन ओपन जिंकून पहिले ग्रँडस्लॅम व बीजिंग ऑलिंपिकमध्ये पहिले कांस्यपदक
- २०११ मध्ये असोसिएशन ऑफ टेनिस प्रोफेशनल्सच्या (ए.टी.पी.) क्रमवारीत पहिले स्थान
- २०१६ मध्ये फ्रेंच ओपन जिंकून करिअर ग्रँडस्लॅम पूर्ण

ग्रँड स्लॅम कामगिरी	
स्पर्धा	जिंकलेले वर्ष
ऑस्ट्रेलियन ओपन (७ वेळा)	२००८, २०११, २०१२, २०१३, २०१५, २०१६, २०१९
विंबल्डन (५ वेळा)	२०११, २०१४, २०१५, २०१८, २०१९
यू. एस. (अमेरिकन) ओपन (३ वेळा)	२०११, २०१५, २०१८
फ्रेंच ओपन (१ वेळा)	२०१६

सिमोना हॅलेपविषयी :

- जन्म - २७ सप्टेंबर, १९९१ कोन्स्टान्टा (रोमानिआ)
- कामगिरी -
- २००८ मध्ये फ्रेंच ज्युनिअर ग्रँड स्लॅम विजेतेपद
- २०१७ मध्ये एटीपी क्रमवारीनुसार पहिले स्थान
- दोन ग्रँडस्लॅम विजेतेपद २०१८ फ्रेंच ओपन व २०१९ विंबल्डन

ग्रँडस्लॅम स्पर्धा			
स्पर्धा	आयोजनाचा कालावधी	स्थापना	कोर्टचा प्रकार
ऑस्ट्रेलियन ओपन	जानेवारी	१९०५	हार्ड कोर्ट (Hard)
फ्रेंच ओपन	मे-जून	१८९१	क्ले कोर्ट (Clay)
विंबल्डन	जुलै	१८७७ (सर्वांत जुने)	ग्रास कोर्ट (Grass)
यु. एस. ओपन (अमेरिकन ओपन)	ऑगस्ट-सप्टेंबर	१८८१	हार्ड कोर्ट

२०१९ मधील ग्रँडस्लॅम विजेते		
ग्रॅण्डस्लॅम स्पर्धा	पुरुष (एकेरी)	महिला (एकेरी)
ऑस्ट्रेलियन ओपन	नोवाक जोकोविच (सर्बिया)	नाओमी ओसाका (Naomi Osaka) (जपान)

फ्रेंच ओपन	राफेल नदाल (Rafal Nadal) (स्पेन)	ॲश्लय बार्टी (Ashleigh Barty) (ऑस्ट्रेलिया)
विंबल्डन	नोवाक जोकोविच (सर्बिया)	सिमोना हॅलेप (रोमानिया)

ग्रँडस्लॅममधील विक्रमी कामगिरी		
ग्रँड स्लॅम स्पर्धा	पुरुष (एकेरी)	महिला (एकेरी)
ऑस्ट्रेलियन ओपन	नोवाक जोकोविच (सर्बिया) (७ वेळा)	मागरिट कोर्ट (ऑस्ट्रेलिया) (११ वेळा)
फ्रेंच ओपन	राफेल नदाल (स्पेन) (१२ वेळा)	ख्रिस इव्हर्ट (अमेरिका) (७ वेळा)
विंबल्डन	रॉजर फेडरर स्वित्झर्लंड) (८ वेळा)	मार्टिना नार्वतिलोवा अमेरिका (९ वेळा)
अमेरिका ओपन	बिल टिल्डन (अमेरिका) बिल लार्नड (अमेरिका) रिचर्ड सिअर्स अमेरिका) (७ वेळा)	मेल्ला मलेरी (नॉर्वे) (८ वेळा)

सर्वाधिक एकूण ग्रँडस्लॅम मिळविणारे खेळाडू	
१) पुरुष (एकेरी)	१) रॉजर फेडरर - २० वेळा
	२) राफेल नदाल - १८ वेळा
	३) नोवाक जोकोविच - १६ वेळा
२) महिला (एकेरी)	१) मागरिट कोर्ट (ऑस्ट्रेलिया) २४ वेळा
	२) सेरेना विल्यम्स (अमेरिका) २३ वेळा
	३) स्टेफी ग्राफ (जर्मनी) २२ वेळा

(संदर्भ : wimbledon.com)

सकाळ कोपा अमेरिका - २०१९ (Copa America) : पेरू फुटबॉल संघाचा ब्राझील फुटबॉल संघाकडून ३-१ पराभव

१४ जून ते ७ जुलै २०१९ दरम्यान ४६ व्या कोपा अमेरिका या दक्षिण अमेरिकन फुटबॉल संघामध्ये घेतल्या जाणाऱ्या फुटबॉल स्पर्धेचे ब्राझीलमध्ये आयोजन करण्यात आले होते.

- अंतिम सामन्यात ब्राझील (Brazil) संघाने (३-१) गोल करत पेरू (Peru) संघास हरविले.
- ब्राझील संघाचे या स्पर्धेचे हे ९ वे विजेतेपद.
- तिसऱ्या स्थानासाठीच्या सामन्यात (२-१) करत अर्जेंटिना संघ चिलीवर विजयी.
- स्पर्धेत १२ फुटबॉल संघांचा सहभाग. यातील जपान व कतार हे आमंत्रित संघ (Invited Team).
- स्पर्धेच्या एकूण २६ सामन्यात ६० गोलची नोंद.
- ब्राझीलचा फुटबॉलपटू इव्हर्टान सोर्स (Everton Soares) व पेरूचा फुटबॉलपटू पॉलो गुरेरो (Paolo Guerrero) यांनी सर्वाधिक प्रत्येकी ३ गोल.
- स्पर्धेचा सर्वोत्कृष्ट खेळाडूंसाठी गोल्डन बॉल किताब (Golden Ball Award) ब्राझीलचा डॅनी एल्वस (Dani Alves), सर्वोत्कृष्ट गोलकीपरसाठीचा गोल्डन ग्लोव्हज किताब (Golden Glove Award), ब्राझीलचा ॲलीसन (Alisson) तर गोल्डन बूट किताब (Golden Boot Award) इव्हर्टान सोर्स (Everton Soares).
- फेअर प्ले किताब (Fair Play Award) ब्राझील संघास.

कोपा अमेरिका स्पर्धेविषयी :

- सुरुवात - १९१६ (अर्जेंटिना)
- आयोजक - CONMEBOL (South American Football Confederation)
- सर्वाधिक वेळा विजेता - उरुग्वे (Urugway) (१५ वेळा)
- जुलै १९१६ अर्जेंटिनामध्ये अर्जेंटिना, चिली, उरुग्वे, ब्राझील या संघात फुटबॉल स्पर्धेचे यशस्वी आयोजन यातून कोपा अमेरिका स्पर्धेची कल्पना.
- १९८७ पूर्वी स्पर्धेच्या आयोजनात अनियमितता. त्यानंतर २००१ पर्यंत दर दोन वर्षांनी तर २००१ ते २००७ पर्यंत दर तीन वर्षांनी.
- २००७ या वर्षापासून दर चार वर्षांनी स्पर्धेचे आयोजन (अपवाद २०१६).
- अर्जेंटिना देशात या स्पर्धेचे सर्वाधिक १० वेळेस आयोजन. त्याखालोखाल उरुग्वे व चिली यांनी प्रत्येकी ७ वेळा.
- २०१६ मध्ये पहिल्यांदा CONMEBOL मध्ये नसलेल्या अमेरिका (USA) या देशात स्पर्धेचे आयोजन.
- १९८३ पासून १२ देशांच्या फुटबॉल पुरुष संघादरम्यान ही स्पर्धा होते यांत 10 CONMEBOL म्हणजे दक्षिण अमेरिका खंडातील (अर्जेंटिना, बोल्विया, ब्राझील, चिली, कोलंबिया, इक्वेडोर, पॅराग्वे, पेरू, उरुग्वे, व्हेनेझ्युला) फुटबॉल संघ व २ अतिरिक्त संघ फुटबॉल संघटनेतून आमंत्रित संघ म्हणून सहभागी.
- 10 CONMEBOL संघापैकी इक्वेडोर व व्हेनेझ्युला या दोन संघास स्पर्धा जिंकता आली नाही.

- उरुग्वे (Urugway) फुटबॉल संघास सर्वाधिक १५ वेळेस स्पर्धेचे विजेतेपद.
- आमंत्रित संघ म्हणून मेक्सिको संघाचा सर्वाधिक १० वेळा सहभाग. २०१९ वर्षीच्या स्पर्धेत कतार व जपान हे संघ आमंत्रित होते, तर पुढील २०२०च्या स्पर्धेसाठी कतार व ऑस्ट्रेलिया हे संघ आमंत्रित.
- आमंत्रित संघ आजपर्यंत स्पर्धांत जिंकण्यात अपयशी.

मागील कोपा अमेरिकेचे विजेते

वर्ष	स्थळ	विजेता	उपविजेता
१९१६	अर्जेंटिना	उरुग्वे	अर्जेंटिना
२००७	व्हेनेझ्युला	ब्राझील	अर्जेंटिना
२०११	अर्जेंटिना	उरुग्वे	पॅराग्वे
२०१५	चिली	चिली	अर्जेंटिना
२०१६	अमेरिका (USA)	चिली	अर्जेंटिना
२०१९	ब्राझील	ब्राझील	पेरू
२०२०	अर्जेंटिना व कोलंबिया	-	-
२०२४	इक्वेडोर	-	-

(संदर्भ : copaamerica.com, conmebol.com)

सकाळ फिफा महिला फुटबॉल विश्वकरंडक-२०१९ : अमेरिकेकडून नेदरलँडचा २-० ने पराभव.

७ जून ते ७ जुलै २०१९ दरम्यान फिफा महिला फुटबॉल विश्वकरंडक स्पर्धेचे फ्रान्समध्ये आयोजन करण्यात आले.

- अंतिम सामन्यात अमेरिकेच्या (USA) संघाने (२-०) गोल करत नेदरलँड (Netherlands) संघाचा पराभव.
- अमेरिकेच्या महिला फुटबॉल संघाचे हे ४ थे विजेतेपद.
- तिसऱ्या स्थानाच्या लढतीत स्वीडनच्या संघाने (२-१) गोल करत इंग्लंडचा पराभव.
- स्पर्धेत २४ संघांनी भाग घेतला त्यांच्यादरम्यान ५२ सामन्याचे आयोजन त्यात एकूण १४६ गोलची नोंद.
- स्पर्धेत इंग्लंडची फुटबॉलपटू इलेन व्हाईट (Ellen White), अमेरिकेच्या फुटबॉलपटू ॲलेक्स मॉर्गन (Alex Morgan) व मेगन रॅपिनो (Megan Rapinoe) यांनी सर्वाधिक प्रत्येक ६ गोल केले.
- स्पर्धेचा गोल्डन बॉल व गोल्डन बूट दोन्ही किताब अमेरिकेच्या मेगन रॅपिनो (Megan Rapinoe) तर सर्वोत्कृष्ट गोलकीपरसाठीचा गोल्डन ग्लोव्हज किताब नेदरलँडच्या सॅरी वॅन विनेंडाल (Sari van Veenendaal).
- फिफाचा उदयोन्मुख खेळाडू (FIFA Young Player Award) किताब जर्मनीच्या गिऊलिआ रोन्झा ग्विन्न (Giulia Ronja Gwinee) या २० वर्षीय खेळाडूस.
- फिफाचा फेअर प्ले ॲवार्ड फ्रान्सच्या संघास.
- Le moment de briller (Dare to Shine) हे स्पर्धेचे बोधवाक्य.
- महिला विश्वकरंडक स्पर्धेत पहिल्यांदा video assistant referee (VAR) चा उपयोग.
- Ettie (इटी) ही तरुण कोंबडीचे पिल्लू (Young Chicken) स्पर्धेची शुभंकर (Mascots).

फिफा महिला विश्वकरंडक स्पर्धेविषयी :

- सुरुवात - १९९१
- सहभागी संघ - २४
- सर्वाधिक वेळा विजेता संघ - अमेरिका (४ वेळा)
- दर चार वर्षांनी आयोजन
- अमेरिका (४ वेळेस), जर्मनी (२ वेळेस), जपान व नॉर्वे (प्रत्येकी १ वेळा) विजेतेपद.
- अमेरिका व चीन देशांत सर्वाधिक दोन वेळा आयोजन.

मागील महिला फुटबॉल विश्वकरंडकचे विजेते

वर्ष	स्थान (आयोजक देश)	विजेते	उपविजेते
१९९१	चीन	अमेरिका	नॉर्वे
१९९५	स्वीडन	नॉर्वे	जर्मनी
१९९९	अमेरिका	अमेरिका	चीन
२००३	अमेरिका	जर्मनी	स्वीडन
२००७	चीन	जर्मनी	ब्राझील
२०११	जर्मनी	जपान	अमेरिका
२०१५	कॅनडा	अमेरिका	जपान
२०१९	फ्रान्स	अमेरिका	नेदरलँड

फिफाविषयी (FIFA) : लक्षात ठेवा

- स्थापना - २१ मे, १९०४ (पॅरिस, फ्रान्स)
- FIFA म्हणजे Federation Internationale de Football Association (आंतरराष्ट्रीय फुटबॉल संघटना).
- बोधवाक्य - For the game,

For the world.
- मुख्यालय - झ्युरीच, स्वित्झर्लंड
- कार्यालयीन भाषा - इंग्रजी, फ्रेंच, जर्मन, स्पॅनिश
- सभासद - २११ (राष्ट्रीय संघटना)
- फुटबॉल, फुटसल (Futsal) म्हणजे इनडोअर हार्ड कोर्ट खेळविण्यात येणाऱ्या फुटबॉलचा प्रकार, बीच सॉकर इ. फुटबॉल या खेळांचे व त्यांच्याशी संलग्न संस्थांची नियामक संघटना.
- फिफातर्फे पुरुष व महिला संघाच्या विश्वकरंडक स्पर्धेचे आयोजन केले जाते; तसेच ऑलिम्पिक स्पर्धेतील फुटबॉलसाठीचे नियमन केले जाते.
- त्याचबरोबर युवा पुरुष व महिला संघासाठी १७ वर्षाखालील व २० वर्षाखालील (U-17 d U-20) विश्वकरंडकाचे आयोजन.

फिफाच्या संलग्न संस्था (६)

क्र.	संस्था/संघटना	स्थापना	सभासद देश	प्रदेश
१.	CONMEBOL	९ जुलै १९१६	१०	दक्षिण अमेरिका
२.	AFC (Asian Football Confederation)	८ मे १९५४	४७	आशिया
३.	UEFA (Union of European Football Association)	१५ जून १९५४	५५	युरोप
४.	CAF (Confederation of African Football)	१० फेब्रुवारी १९५७	५६	आफ्रिका
५.	Confederation of North, Central America and Caribbean Association Football (Concacaf)	१८ सप्टेंबर १९६१	४१	उत्तर अमेरिका, मध्य अमेरिका, कॅरेबियन देश
६.	OFC (Oceania Football Confederation)	१९६६	१४	ओशियाना (समुद्रीय) देश

फिफा पुरुष फुटबॉल विश्वकरंडक विजेते (सुरुवात १९३०)

वर्ष	स्थळ (आयोजक देश)	विजेते	उपविजेते
१९३०	उरुग्वे	उरुग्वे	अर्जेंटिना
२००६	जर्मनी	इटली	फ्रान्स
२०१०	दक्षिण आफ्रिका	स्पेन	नेदरलँड
२०१४	ब्राझील	जर्मनी	अर्जेंटिना
२०१८	रशिया	फ्रान्स	क्रोएशिया
२०२२	कतार	-	-

वार (VAR -Video Assistant Referee) विषयी :
- VAR ही फुटबॉल खेळातील पुनरावलोकन (Review) पद्धत आहे. ज्यात सामन्याचा मुख्य पंच (Head Referee) व्हीडिओ फुटेजच्या मदतीने निर्णय देतो.
- गोलची सत्यता, पेनल्टीची सत्यता, डायरेक्ट रेड कार्ड, मिस्टेकन आयडेंटीटी या चार घटनांसाठीच VAR चा उपयोग.
- किमान हस्तक्षेप, जास्त फायदा (Minimal Interference, Maximum Benefit) या तत्त्वावर आधारित.
- VARचे नियम २०१८ मध्ये आंतरराष्ट्रीय फुटबॉल असोसिएशन बोर्डाकडून तयार.
- २०१८चा पुरुष विश्वकरंडक या स्पर्धेत पहिल्यांदा उपयोग.

(संदर्भ : fifa.com)

सकाळ स्पेनमधील माद्रिद येथे झालेल्या ग्रँड प्रिक्स कुस्ती स्पर्धेत विनेश फोगट आणि दिव्या काक्रन यांना सुवर्णपदक

दि. ७ जुलै २०१९ - जुलै २०१९ मध्ये माद्रिद (Madrid) येथे झालेल्या स्पेनच्या ग्रॅण्ड प्रिक्स (Grand Prix Wrestling (GPW) महिला कुस्ती स्पर्धेत भारतीय संघाने १३० गुण मिळवत पदकतालिकेवर रशियानंतर दुसरे स्थान पटकविले.
- स्पर्धेत भारतीय महिला कुस्तीपटू विनेश फोगट हिने तिच्या नव्या ५३ किलो वजनी गटात तर दिव्या काक्रन हिने ६८ किलो वजनी गटात सुवर्णपदक पटकाविले.
- पूजा धांडा (५७ किलो), सीमा (५० किलो), मंजु कुमारी (५९ किलो), किरण (७६ किलो) वजनी गटात रौप्यपदक पटकाविले.

विनेश फोगटविषयी :

- जन्म - २५ ऑगस्ट १९९४ (भिवानी, हरियाणा)
- वजनगट - ४८ कि./५० कि./५३ कि. (सध्या)
- २०१४ च्या ग्लासगो येथील कॉमनवेल्थ गेम्समध्ये ४८ किलो वजनगटात तर २०१८ च्या ऑस्ट्रेलियातील गोल्ड कोस्ट येथे ५० किलो वजनगटात सुवर्णपदक.
- २०१४ कोरियाच्या इंचेओन (Incheon) येथील आशियाई स्पर्धेत ४८ किलो वजनगटात कांस्यपदक तर २०१८ च्या इंडोनेशियाच्या जकार्ता येथील स्पर्धेत ५० किलो वजनगटात सुवर्णपदक.
- आशियाई स्पर्धेत (Asian Games) सुवर्णपदक पटकाविणारी पहिली महिला कुस्तीपटू.
- जुलै २०१९ मध्ये तिने यासर डोगु इंटरनॅशनल (Yasar Dogu International) या इस्तंबुल येथे झालेल्या स्पर्धेत भारतीय कुस्तीपटूंच्या संघाकडून एकमेव सुवर्णपदक पटकाविले.

विनेश फोगटला मिळालेले महत्त्वाचे पुरस्कार / सन्मान

- २०१६ - अर्जुन पुरस्कार
- २०१८ - पद्म श्री

(संदर्भ : twitter.com/gpw_live?lang=en)

सकाळ १२ व्या आय.सी.सी. क्रिकेट विश्वचषक स्पर्धेचे विजेतेपद इऑन मॉर्गन कर्णधार असलेल्या इंग्लंड संघास

दि. १४ जुलै, २०१९ - ३० मे ते १४ जुलै, २०१९ दरम्यान इंग्लंड व वेल्स येथे खेळविण्यात आलेल्या १२ व्या आय.सी.सी. क्रिकेट विश्वचषक स्पर्धेचे विजेतेपद इऑन मॉर्गन (Eoin Morgan) कर्णधार असलेल्या इंग्लंड संघास प्राप्त झाले.

- १४ जुलैच्या अंतिम सामन्यात न्यूझीलंड संघाने पहिल्यांदा फलंदाजी करत ५० षटकांत ८ बळींच्या बदल्यात २४१ धावा केल्या त्यानंतर इंग्लंड संघाने ५० षटकांत १० बळींच्या बदल्यात तेवढ्याच २४१ धावा करत सामना बरोबरीत (Tied) सुटला.
- नंतर झालेल्या सुपर ओवरमध्ये देखील इंग्लंडने १५ तर न्यूझीलंडने १५च धावा केल्या सुपर ओव्हर बरोबरीत सुटली.
- सामन्याचा निकाल सर्वाधिक बाऊंड्री (Boundary) म्हणजे एकूण चौकार व षटकार मारणाऱ्या इंग्लंडच्या बाजूने, इंग्लंडने सामन्यात २६ बाऊंड्री तर न्यूझीलंडने १७ बाऊंड्री मारल्या.
- स्पर्धेत एकूण १० संघांचा सहभाग त्यांमध्ये राऊंड-रॉबिन पद्धतीनुसार (Round-robin) प्रत्येक संघ इतर सर्व स्पर्धक संघासोबत खेळतो.
- अंतिम चार विजेते संघ हे भारत, ऑस्ट्रेलिया, न्यूझीलंड, इंग्लंड हे होते.
- १० संघापैकी आयोजक देश इंग्लंड व ३० सप्टेंबर २०१७ पर्यंत आय.सी.सी. क्रमवारीनुसार पहिले सात असे एकूण ८ संघ स्पर्धेस आपोआप पात्र तर उर्वरित दोन संघ (अफगाणिस्तान व वेस्ट इंडिज) वर्ल्डकप क्वालिफायर स्पर्धेतून.
- स्पर्धेत दक्षिण आफ्रिकेचा इमरान ताहिर (वय - ४० वर्षं) सर्वांत वयस्कर तर अफगाणिस्तानचा मुजीब उर रहमान (वय - १८ वर्षं) सर्वांत तरुण खेळाडू.
- स्पर्धेमध्ये भारतीय फलंदाज रोहित शर्माने सर्वाधिक (६४८) धावा केल्या तर ऑस्ट्रेलियाचा गोलंदाज मिशेल स्टार्क (Mitchell Starc) ने सर्वाधिक (२७) बळी घेतले.
- १५ जुलैला आय.सी.सी.ने न्यूझीलंडचा कर्णधार केन विल्यम्सन (Kane Williamson) ची स्पर्धेचा सर्वोत्कृष्ट खेळाडू (Player of the Tournament) व सर्वोत्कृष्ट कर्णधार म्हणून घोषणा केली तसेच आय.सी.सी.ने घोषित केलेल्या सर्वोत्कृष्ट खेळाडूंच्या संघात भारतीय खेळाडूंमधून फलंदाज रोहित शर्मा व गोलंदाज जसप्रीत बुमराहचा समावेश.
- अंतिम सामन्याचा सामनावीर (Man of the Match) पुरस्कार इंग्लंडच्या बेन स्टोक्सला (Ben Stokes).

भारत व विश्वचषक २०१९ :

- ९ साखळी सामन्यांनंतर गुणतालिकेत भारतीय संघ (७ विजय, १ पराभव व १ सामना अनिर्णित) १५ गुणांसह अव्वल त्याखालोखाल ऑस्ट्रेलिया (१४ गुण), इंग्लंड (१२ गुण), न्यूझीलंड (११ गुण).
- उपांत्य फेरीत पावसामुळे अतिरिक्त दिवशी खेळविण्यात आलेल्या सामन्यात न्यूझीलंडकडून भारताचा १८ धावांनी पराभव केला.
- भारताकडून रोहित शर्माने सर्वाधिक (६४८) धावा तर जसप्रीत बुमराहने सर्वाधिक १८ बळी घेतले.
- एकाच विश्वचषक स्पर्धेत सर्वाधिक पाच शतके करणारा रोहित शर्मा पहिला खेळाडू. याआधी हा विक्रम श्रीलंकेच्या कुमार संगकारा (४ शतके) च्या नावे.

एकदिवसीय क्रिकेट विश्वचषक स्पर्धा (One Day Cricket World Cup) विषयी :

- सुरुवात - १९७५ (इंग्लंड) (दर चार वर्षांनी)
- आयोजक - आंतरराष्ट्रीय क्रिकेट परिषद (International Cricket Council - ICC)
- सर्वाधिक वेळा विजेता संघ - ऑस्ट्रेलिया (५ वेळा)
- सर्वाधिक धावा करणारा फलंदाज - सचिन तेंडुलकर (२२७८ धावा)
- सर्वाधिक बळी मिळवणारा गोलंदाज - ग्लेन मॅकग्रा (Glenn McGrath) (७१ बळी)
- १९७५ च्या पहिल्या स्पर्धेत ८ संघांचा समावेश व अंतिम

सामन्यात ऑस्ट्रेलियाचा पराभव करत वेस्ट इंडिज पहिला विजेता.

- भारतीय संघाने १९८३ च्या स्पर्धेत कपिल देव यांच्या नेतृत्वाखाली अंतिम सामन्यात वेस्ट इंडिजचा व २०११ च्या स्पर्धेत महेंद्रसिंग धोनीच्या नेतृत्वाखाली अंतिम सामन्यात श्रीलंकेचा पराभव करत दुसऱ्यांदा विश्वचषक जिंकला.
- या स्पर्धेचे सर्वाधिक पाच वेळा इंग्लंड देशात आयोजन.
- १९८७ मध्ये (भारत-पाकिस्तान), १९९६ मध्ये (भारत-पाकिस्तान-श्रीलंका), २०११ मध्ये (भारत-श्रीलंका-बांगला देश) संयुक्तरीत्या स्पर्धेचे आयोजन.
- २०२३ मध्ये एकट्या भारतात पहिल्यांदाच स्वतंत्रपणे स्पर्धा आयोजित होणार.
- विश्वचषक स्पर्धा ऑस्ट्रेलिया संघाने सर्वाधिक पाच वेळा (१९८७, १९९९, २००३, २००७, २०१५), भारत (१९८३, २०११) व वेस्ट इंडिज (१९७५, १९७९) दोनदा तर पाकिस्तान (१९९२), श्रीलंका (१९९६) व इंग्लंड (२०१९) हे संघ एकदा विजेते.

मागील एकदिवसीय विश्वचषक विजेते

वर्ष	आयोजक देश	विजेता संघ	उपविजेता संघ
२००३	दक्षिण आफ्रिका	ऑस्ट्रेलिया	भारत
२००७	वेस्ट इंडिज	ऑस्ट्रेलिया	श्रीलंका
२०११	(भारत-श्रीलंका-बांगला देश)	भारत	श्रीलंका
२०१५	(ऑस्ट्रेलिया-न्यूझीलंड)	ऑस्ट्रेलिया	न्यूझीलंड

मागील टी-२० विश्वचषक स्पर्धा विजेते (सुरुवात २००७)

वर्ष	आयोजक देश	विजेता संघ	उपविजेता संघ
२०१२	श्रीलंका	वेस्ट इंडिज	श्रीलंका
२०१४	बांगला देश	श्रीलंका	भारत
२०१६	भारत	वेस्ट इंडिज	इंग्लंड
२०२०	ऑस्ट्रेलिया	-	-

महिला एकदिवसीय विश्वचषक स्पर्धा विजेते (सुरुवात १९७३)

वर्ष	आयोजक देश	विजेता संघ	उपविजेता संघ
२००९	ऑस्ट्रेलिया	इंग्लंड	न्यूझीलंड
२०१३	भारत	ऑस्ट्रेलिया	वेस्ट इंडिज
२०१७	इंग्लंड	इंग्लंड	भारत
२०२१	न्यूझीलंड	-	-

महिला टी-२० विश्वचषक स्पर्धा विजेते (सुरुवात २००९)

वर्ष	आयोजक देश	विजेता संघ	उपविजेता संघ
२०१४	बांगला देश	ऑस्ट्रेलिया	इंग्लंड
२०१६	भारत	वेस्ट इंडिज	ऑस्ट्रेलिया
२०१८	वेस्ट इंडिज	ऑस्ट्रेलिया	इंग्लंड
२०२०	ऑस्ट्रेलिया	-	-

लक्षात ठेवा

आंतरराष्ट्रीय क्रिकेट परिषदेविषयी (International Cricket Council)

- स्थापना - १५ जून १९०९
- मुख्यालय - दुबई (युएई)
- सभासद - १०४ (१२ पूर्ण वेळ + ९२ सहकारी सभासद)
- सध्या अध्यक्ष - शशांक मनोहर
- बोधवाक्य - Cricket for good.

(संदर्भ : icc-cricket.com)

सकाळ

स्वीत्झर्लंड येथे झालेली जागतिक बॅडमिंटन चॅम्पियनशिप स्पर्धा जिंकून जागतिक बॅडमिंटन चॅम्पियनशिप स्पर्धेत सुवर्णपदक मिळवणारी पी. व्ही. सिंधू पहिली भारतीय खेळाडू

दि. २५ऑगस्ट, २०१९ रोजी स्वीत्झर्लंड येथे झालेल्या जागतिक बॅडमिंटन चॅम्पियनशिप स्पर्धेच्या (World Championship) महिला एकेरीच्या अंतिम सामन्यात भारतीय बॅडमिंटनपटू पी. व्ही. सिंधूने जपानच्या नोझोमी ओकुहारा (Nozomi Okuhara) चा पराभव केला.

- सिंधूने (२१-७, २१-७) सरळ सेट जिंकत फक्त ३६ मिनिटांत अंतिम सामना जिंकला.
- या स्पर्धेत अंतिम सामन्यापर्यंत पोहोचण्याची सिंधूची तिसरी वेळ. आधी दोन वेळेस पराभव.
- या स्पर्धेचा अंतिम सामना जिंकून सुवर्णपदक पटकावणारी पहिली भारतीय बॅडमिंटनपटू.

पी. व्ही. सिंधूविषयी (P. V. Sindhu) :

- जन्म - ५ जुलै, १९९५ (हैदराबाद, तेलंगणा)
- पूर्ण नाव - पुसरला वेंकटा सिंधू (Pusarla Venkata Sindhu)
- सिंधूचे वडील पी. व्ही. रामणा व आई पी. विजया दोघेही राष्ट्रीय स्तरावरील व्हॉलीबॉल खेळाडू तर बहीण डॉ. पी. व्ही. दिव्या राष्ट्रीय स्तरावरील हँडबॉल खेळाडू.
- वयाच्या ८ वर्षांपासून बॅडमिंटन खेळण्यास सुरुवात; आधी मेहबूब अली यांच्याकडून व त्यानंतर पी. गोपीचंद यांच्याकडून प्रशिक्षण.
- २००९ मध्ये (कोलंबो येथे झालेल्या) सब ज्युनिअर आशियाई बॅडमिंटन स्पर्धेत कांस्यपदक.
- जागतिक चॅम्पियनशिप स्पर्धेत २०१३ व २०१४ मध्ये कांस्यपदक, २०१७ व २०१८ मध्ये रौप्यपदक आणि २०१९ मध्ये सुवर्णपदक.
- कॉमनवेल्थ गेम्स (राष्ट्रकुल स्पर्धेत) २०१४ (ग्लासगो, स्कॉटलंड) कांस्यपदक व २०१८ (गोल्डकोस्ट, ऑस्ट्रेलिया) रौप्यपदक.
- आशियाई स्पर्धेत (Asian Games) २०१८ (जकार्ता, इंडोनेशिया) मध्ये रौप्यपदक.
- २०१६ मध्ये रिओ ऑलिम्पिक (ब्राझील) स्पर्धेत स्पेनच्या कॅरोलिन मरिनकडून पराभव. ऑलिम्पिक स्पर्धेत रौप्यपदक पटकावणारी पहिली भारतीय बॅडमिंटनपटू.

पुरस्कार व सन्मान :

- २०१३ - अर्जुन पुरस्कार
- २०१५ - पद्म श्री पुरस्कार
- २०१६ - राजीव गांधी खेलरत्न पुरस्कार

जागतिक चॅम्पियनशिप स्पर्धा (BWF World Championship) :

- सुरुवात - १९७७
- आयोजक - बॅडमिंटन वर्ल्ड फेडरेशन (Badminton World Federation)
- १९७७ ते १९८३ पर्यंत स्पर्धेचे दर तीन वर्षांनी त्यानंतर १९८५ ते २००५ पर्यंत दर दोन वर्षांनी आयोजन.
- २००६ या सालापासून दर वर्षी स्पर्धेचे आयोजन.
- स्पर्धेत आजपर्यंत चीन बॅडमिंटन संघाने सर्व प्रकारात सर्वाधिक १८७ (६६ सुवर्ण, ४६ रौप्य, ७५ कांस्य) तर भारताने १० (१ सुवर्ण, ३ रौप्य, ६ कांस्य) पटकाविली.
- पुरुष एकेरीत चीनच्या लीन डॅन (Lin Dan) याने सर्वाधिक पाच वेळा तर महिला एकेरीत स्पेनच्या कॅरोलिना मरीन (Carolina Marin) हिने सर्वाधिक तीन वेळा सुवर्णपदक.

लक्षात ठेवा

Badminton World Federation (BWF) विषयी :

- स्थापना - १९३४
- मुख्यालय - क्वालालंपूर (Kuala Lumpur), मलेशिया सभासद देश - १९४.
- स्पर्धेचे आयोजन व नियमन - ऑलिम्पिक स्पर्धा, जागतिक चॅम्पियनशीप स्पर्धा, ज्युनियर चॅम्पियनशिप स्पर्धा, पॅरा-बॅडमिंटन जागतिक चॅम्पियनशिप, थॉमस कप (Thomas Cup), उबर कप (Uber cup), सुदिरमन कप (Sudirman Cup), जागतिक वरिष्ठ चॅम्पियनशिप स्पर्धा.

- बॅडमिंटन वर्ल्ड चॅम्पियनशिप स्पर्धेत महिला एकेरी सामन्यात सुवर्णपदक मिळवून पी. व्ही. सिंधूने इतिहास घडवला.
- जागतिक बॅडमिंटन स्पर्धेत सुवर्णपदक जिंकणारी सिंधू ही पहिली भारतीय ठरली आहे.
- पी. व्ही. सिंधूने अंतिम सामन्यात माजी विजेती नोझोमी ओकुहारावर २१-७, २१-७ असा अवघ्या ३३ मिनिटांत विजय मिळवत जगज्जेतेपद पटकावले.
- स्वित्झर्लंड येथे १९ ते २५ ऑगस्ट २०१९ दरम्यान ही स्पर्धा पार पडली.
- बॅडमिंटन वर्ल्ड चॅम्पियनशिप-२०१९ मध्ये भारताला एकूण दोन पदके मिळाली. यामध्ये पी. व्ही. सिंधूने जिंकलेले सुवर्णपदक आणि पुरुष एकेरीमध्ये साई प्रणीत याने जिंकलेल्या कांस्य पदकाचा समावेश आहे.
- या विजयासोबत बॅडमिंटन वर्ल्ड चॅम्पियनशिपमध्ये सिंधूची एकूण पाच पदके झाली. पी. व्ही. सिंधूने याआधी बॅडमिंटन वर्ल्ड चॅम्पियनशिपमध्ये २०१३ व २०१४ मध्ये 'कांस्य' व २०१७ आणि २०१८ मध्ये 'रजत' पदक जिंकले होते.

(संदर्भ : pib.gov.in, bwfbadminton.com)

जागतिक चॅम्पियनशिप स्पर्धेचे विजेते					
वर्ष	स्थळ	पुरुष एकेरी		महिला एकेरी	
		विजेता	उपविजेता	विजेती	उपविजेती
२०१७	ग्लासगो (स्कॉटलंड)	विक्टर ॲकलसन (Viktor Axelsen) (डेन्मार्क)	लीन डॅन (Lin Dan) (चीन)	नोझोमी ओकुहारा (Nozomi Okuhara) (जपान)	पी. व्ही. सिंधू (भारत)
२०१८	नानजिंग (चीन)	केंटो मोमोटा (Kento Momota) (जपान)	शी युकी (Shi Yuqi) (चीन)	कॅरोलिन मरिन (Carolina Marin) (स्पेन)	पी. व्ही. सिंधू (भारत)
२०१९	बेसल (स्वित्झर्लॅंड)	केंटो मोमोटा (जपान)	अँडरस अँटोसन (Anders Antonsen) (डेन्मार्क)	पी. व्ही. सिंधू (भारत)	नोझोमी ओकुहारा (जपान)

अमेरिकन खुली टेनिस स्पर्धा-२०१९ : स्पेनच्या राफेल नदाल याने पुरुष एकेरीचे, कॅनडाच्या बियांका अॅड्रस्क्यू हिला महिला एकेरीचे तर मिश्र दुहेरीत ब्रिटनच्या जेमी मरे आणि बेथनी मटेक सँड्स जोडीला विजेतेपद

दि. २६ ऑगस्ट ते ८ सप्टेंबर २०१९ या कालावधीत टेनिस जगतातील चार ग्रँडस्लॅम स्पर्धांपैकी एक असलेली अमेरिकन खुली टेनिस स्पर्धा न्यूयॉर्कमधील बिली जीन किंग नॅशनल टेनिस सेंटर (Billie Jean King National Tennis Centre) येथे पार पडली.

- स्पर्धेचे हे १३९ वे सत्र होते.
- स्पेनच्या राफेल नदाल (Rafale Nadal) याने पुरुष एकेरीचे तर कॅनडाच्या बियांका अॅड्रस्क्यू (Bianca Andreescu) हिने महिला एकेरीचे विजेतेपद मिळवले. मिश्र दुहेरीत ब्रिटनच्या जेमी मरे (Jamie Murray) आणि बेथनी मटेक सँड्स (Bethanie Mattek Sands) जोडीने आपले विजेतेपद राखले.
- पुरुष दुहेरीत कोलंबियाच्या जुआन सेबेस्टीअन कॅबल (Juan Sebastian Cabal) आणि रॉबर्ट फराह (Robert Farah) जोडीने, तर महिला दुहेरीत बेल्जियमच्या एलिस मेर्टन्स (Elise Mertens) आणि बेलारूसच्या अरिना साबालेका (Aryna Sabalenka) या जोडीने स्पर्धेच्या अजिंक्यपदावर आपले नाव कोरले.

पुरुष एकेरी

- स्पेनचा मातब्बर खेळाडू राफेल नदाल याने डॅनिल मेदवेदेव (Daniil Medvedeb) या रशियन प्रतिस्पर्ध्याचा ७-५, ६-३, ५-७, ४-६, ६-४ असा पराभव करत आपल्या कारकिर्दीतील १९ वे ग्रँडस्लॅम विजेतेपद मिळवले.

राफेल नदाल

- या विजेतेपदासह आता नदालच्या नावावर अमेरिकन खुल्या स्पर्धेची ४ विजेतीपदे झाली आहेत.
- या विजेतेपदांसह पुरुष एकेरीतील सर्वाधिक ग्रँडस्लॅम विजेतेपद पटकावण्याच्या यादीत नदाल दुसऱ्या क्रमांकावर पोचला.
- पहिल्या क्रमांकावरील फेडररच्या नावे २० ग्रँडस्लॅम विजेतेपद आहेत.
- फेडररची बरोबरी करण्यासाठी नदालला आता फक्त आणखी एकाच विजेतेपदाची आवश्यकता आहे.
- अमेरिकन ओपनच्या विजेतेपदासह वयाची विशी ओलांडल्यानंतर पाच ग्रँडस्लॅम विजेतेपद पटकावणारा नदाल हा जगातील पहिलाच टेनिसपटू ठरला.
- वयाची तिशी ओलांडल्यानंतर नदालने जिंकलेल्या ५ ग्रँडस्लॅम स्पर्धांमध्ये ३ फ्रेंच ओपन आणि २ अमेरिकन ओपन विजेतेपदांचा समावेश आहे.
- गतवर्षीचा विजेता - नोवाक जोकोविच (Novak Djokovic)

महिला एकेरी

बियांका अॅड्रस्क्यू

- आपल्या कारकिर्दीतील ग्रँडस्लॅम स्पर्धेची पहिलीच अंतिम फेरी खेळणाऱ्या कॅनडाच्या बियांका अॅड्रस्क्यू हिने २३ ग्रँडस्लॅम पदकविजेती सेरेना विलियम्सचा (Serena Williams) सरळ दोन सेटमध्ये ६-३, ७-५ असा पराभव करत आपल्या पहिल्यावहिल्या ग्रँडस्लॅम विजेतेपदावर शिक्कामोर्तब केले. बियांकाचे हे कारकिर्दीतील तिसरे विजेतेपद ठरले.
- यापूर्वी तिने इंडियन वेल्स आणि टोरंटो टेनिस स्पर्धा जिंकलेली आहे.
- बियांकाच्या या विजेतेपदासह कुठल्याही ग्रँडस्लॅम स्पर्धेचे विजेतेपद पटकावणारी पहिलीच कॅनडियन महिला खेळाडू होण्याचा मानदेखील तिला मिळाला आहे.
- या विजेतेपदासह ग्रँडस्लॅम स्पर्धेतील महिला एकेरीचे विजेतेपद

सकाळ बॅडमिंटनमधील सिंधू संस्कृतीचा उदय

भारतीय क्वचितच जागतिक क्रीडा स्पर्धेत विजेते होतात, त्यामुळे या विजेतेपदाची आस क्रीडा चाहत्यांना कमालीची असते. नवे २०१९ वर्ष सुरू झाले. त्यावेळी विराट कोहलीच्या नेतृत्वाखालील भारतीय क्रिकेट संघ इंग्लंडमध्ये विश्वकरंडक जिंकून परत येईल, अशी अपेक्षा बाळगली जात होती. प्रत्यक्षात कोहलीचा संघ उपांत्य फेरीतच पराजित झाला आणि भारतीयांचे लक्ष जागतिक बॅडमिंटन स्पर्धेकडे लागले. ऑलिंपिक उपविजेती, वर्ल्ड टूर स्पर्धेतील विजेत्या सिंधूने ही अपेक्षापूर्ती करावी असे वाटत होते, पण त्यापूर्वीची स्पर्धेतील कामगिरी फार आश्वासक नव्हती. फारशा प्रचलित नसलेल्या स्पर्धकांविरुद्ध सुरुवातीच्या फेऱ्यात ती पराजित झाली होती, त्यामुळे सिंधूकडून आशा आहे, पण बघतच आहोत ना... अशीच सर्वसामान्य भावना होती. मात्र याचवेळी बॅडमिंटन अभ्यासक सिंधू महत्त्वाच्या स्पर्धेत कामगिरी उंचावते याकडे लक्ष वेधत होते. रिओ ऑलिंपिक असो किंवा वर्ल्ड टूरचे विजेतेपद त्यापूर्वी सिंधूने किती स्पर्धा जिंकल्या होत्या, अशी विचारणा करीत होते.

सिंधूची यापूर्वीची महत्त्वाच्या स्पर्धेतील कामगिरी पाहता त्यावरून जागतिक स्पर्धेचा अंदाज बांधणे गैर होते हे खरे असले, तरी आशा कशी बाळगता येणार होती. जागतिक क्रमवारीत अव्वल असलेल्या अकेन यामागुचीविरुद्धचे दोन पराभव चिंता वाढवत होते, पण सिंधू अखेर सिंधू आहे, याचा प्रत्यय जागतिक स्पर्धेत आला. सिंधूने बासेलच्या जागतिक स्पर्धेस सुरुवात छान केली होती, पण तरीही आशा नव्हती. अंतिम लढत होती नोझोमी ओकुहाराविरुद्ध. ओकुहारा आता पॉकेट साईझ डायनामो झाली होती. त्याहीपेक्षा दोन वर्षांपूर्वीचा दोघीतील अंतिम लढतीचा इतिहास फार आशा निर्माण करीत नव्हता. सिंधू - ओकुहारा म्हटल्यावर २०१७ च्या अंतिम लढतीची आठवण होत होती. पण जागतिक स्पर्धेतील तिसरी अंतिम लढत खेळणाऱ्या सिंधूच्या मनात काही औरच होते. ती जणू इतिहास घडवण्यास तयार होती. जागतिक स्पर्धेवर नजर टाकली तर सिंधू केवळ अकरा गेम खेळली. तिने त्यातील दहा जिंकले. त्यावेळी जागतिक क्रमवारीत दुसरी असलेल्या तई झु यिंगविरुद्धची उपांत्यपूर्व फेरीची लढत सोडल्यास तिची एकही लढत तीन गेमपर्यंत गेली नाही. सिंधूचे हे पॅकेज काहीसे धक्कादायक होते, पण त्याचे संकेत तिने तुकड्या तुकड्यांनी विविध स्पर्धांत दिले होते, असे तज्ज्ञ सांगतात. इंडोनेशिया सुपर स्पर्धा बघा, असेही ते जोड देतात. आता जागतिक स्पर्धेनंतर सिंधूला भले जास्त यश मिळाले नसेल, पण ऑलिंपिकसाठी पूर्वतयारी करीत असलेल्या प्रत्येक खेळाडूस सिंधूचा मुख्य स्पर्धेत कमालीचा उंचावणारा खेळ, तिची प्रतिस्पर्ध्यांना खच्ची करणारी हुकुमत सलत असेल.

भारतीय महिला बॅडमिंटनपटू आंतरराष्ट्रीय स्पर्धा जिंकू शकतात हे साईना नेहवालने दाखवून दिले. पी. व्ही. सिंधूने त्यापुढचे पाऊल टाकले. जगातील महत्त्वाच्या स्पर्धांत भारतीय विजेते होऊ शकतात. किंबहुना महत्त्वाच्या स्पर्धेच्यावेळी कामगिरी किती उंचावता येऊ शकते याचा आदर्शच जणू घालून दिला आहे. हेच तिने रिओ ऑलिंपिकमध्ये दाखवले आणि त्यानंतर तीन वर्षांतच जागतिक स्पर्धेत रिओ ऑलिंपिकमध्ये सिंधूने रौप्यपदक जिंकले, त्यावेळी तिने कारकिर्दीचे शिखर गाठले असेच सर्वांना वाटले होते, पण आता तर तिने जागतिक स्पर्धा जिंकली आहे. जणू ती कोणतीही गोष्ट अंतिम नसते, तर आपणच आपले लक्ष्य सतत उंचावत ठेवायचे असते. ते साध्य करण्यासाठी योजना तयार करायची असते. ते साध्य झाल्यावर समाधानी व्हायचे नाही, तर त्यापेक्षा जास्त कठीण लक्ष्य साध्य करायचे असते. आता एकाचवेळी जागतिक आणि ऑलिंपिक विजेती होण्याचे सिंधूचे लक्ष्य असेल. तिची जिगर, महत्त्वाच्या स्पर्धेसाठी करायचा अभ्यास, त्यात यशस्वी होण्याची महत्त्वाकांक्षा पाहिली तर हे नक्कीच अवघड नाही.

● संजय घारपुरे
क्रीडा पत्रकार दैनिक सकाळ

सकाळ विश्वकरंडक नेमबाज आणि जिगरबाज अपूर्वी चंडेला

जिगरबाज, लढवय्यांसाठी प्रतिकूल परिस्थिती ही सुवर्णसंधी असते. अपूर्वी चंडेला त्यास अपवाद नाही. नवी दिल्ली विश्वकरंडक नेमबाजी स्पर्धेत सुवर्णपदक जिंकत तिने ऑलिंपिक पात्रता मिळवली, पण ही स्पर्धा जास्त गाजली ती पाकिस्तानच्या नेमबाजांना भारताने प्रवेश नाकारल्यामुळे. त्यामुळे अपूर्वीचे हे यश काहीसे दुर्लक्षितच राहिले. पण त्यानंतरच्या म्युनिच विश्वकरंडक स्पर्धेत अपूर्वीने पुन्हा एकदा दहा मीटर एअर रायफल स्पर्धेत सुवर्णपदक जिंकत भारताच्या त्या स्पर्धेतील पदक क्रमवारीतील अव्वल स्थानात मोलाची कामगिरी बजावली.

अपूर्वीसाठी आव्हान कधीच सोपे नव्हते. काही महिन्यांपूर्वी जागतिक महिला एअर रायफल क्रमवारीतील पहिल्या तीन स्थानावर भारतीय होत्या. ही स्पर्धा येथेच संपत नाही, तर देशातील संघनिवड चाचणीत महिला एअर रायफलसाठी कडवी चुरस असते. या परिस्थितीत निवड चाचणीप्रसंगी प्रयोग करणे आणि तरीही भारतीय संघात स्थान राखणे. त्याचवेळी आंतरराष्ट्रीय स्पर्धेच्यावेळी पूर्ण बहरात येणे सोपे नसते. अपूर्वीची कामगिरी लक्षात घेतली तर तिच्यासाठी म्युनिच विश्वकरंडक नेमबाजीतील सुवर्णपदक जास्त धक्कादायक नाही, पण नेमबाजीच्या अभ्यासकांना ते यश जास्त महत्त्वाचे वाटते आणि त्यामुळेच ते या सुवर्णपदकामुळे अपूर्वी ऑलिंपिक पदकाची प्रबळ दावेदार असल्याचे सांगतात. अपूर्वी आपल्या प्रगतीचे श्रेय भारतातील वाढत्या स्पर्धेस देते. त्यात काही चुकीचे नाही. म्युनिचला अपूर्वी आणि एल्वेनिल वालारिवान यांच्या गुणात फार तफावत नव्हती. म्युनिचला अपूर्वीने सुवर्णपदक जिंकले तर एल्वानेल २०८.३ गुणांसह चौथी होती. एवढेच नव्हे तर याच स्पर्धेतील भारताची तिसरी नेमबाज अंजुम मौदगिल पात्रतेत अकरावी आली होती. पात्रतेत एल्वानेलचे गुण होते ६३२.७ तर अंजुमचे ६२८.९. ही चुरस या तिघींपुरतीच मर्यादित नाही, तर राष्ट्रीय संघातील स्थान केवळ काही दशांश गुणांच्या फरकाने हुकत असलेल्या नेमबाजही आहेत. या गटात कमालीची चुरस आहे. रिओ ऑलिंपिकमध्ये अपेक्षित कामगिरी करण्यात अपयश आल्यावर अपूर्वी आणि तिच्या मार्गदर्शकांनी सरावाचे स्वरूप बदलले. त्यात संख्यात्मकपेक्षा गुणात्मक वाढ केली. स्पर्धकांच्या मानसिक क्षमतेचा, एकाग्रतेचा कस पाहणाऱ्या शूट ऑफचा सराव जास्त सुरू केला. त्यामुळेच तर म्युनिचला तिचा कमीतकमी स्कोअर ९.९ होता. एवढेच नव्हे तर १०.९ ही अचूकता तिने दोनदा साधली होती. अंतिम फेरीत ती सुरुवातीस मागे होती, म्युनिचचे गतवर्षीचे अपयश कुठेतरी कामगिरीवर परिणाम करीत होते. पण अखेरच्या चार शॉटमध्ये त्यावर मात करीत तिने सुवर्णपदक जिंकले होते. हे सुवर्णपदक जिंकताना चिनी प्रतिस्पर्ध्यांवर मिळवलेल्या विजयापेक्षा तिने स्वतःला भेडसावणाऱ्या अपयशाच्या भितीवर केलेली मात जास्त मोलाची होती आणि तिथेच भविष्यातील उंचावलेल्या अपेक्षांची सुरुवात झाली होती.

● संजय घारपुरे
क्रीडा पत्रकार दैनिक सकाळ

पटकावणारी सर्वांत तरुण खेळाडू होण्याचा विक्रमदेखील बियांकाने आपल्या नावावर केला आहे. यापूर्वी हा विक्रम मारिया शारापोवाच्या नावावर होता.

- २००६ मध्ये अमेरिकन खुल्या टेनिस स्पर्धेचे विजेतेपद पटकावणारी शारापोवा अवघी १९ वर्षे आणि १३२ दिवस वयाची होती, तर विजेतेपद पटकावले त्यावेळी बियांकाचे वय १९ वर्षे ८४ दिवस इतके होते.
- सेरेना विल्यम्सला २०१८ आणि २०१९ या दोन्ही सालच्या विंबल्डन आणि अमेरिकन ओपनच्या अंतिम सामन्यात पराभव स्वीकारावा लागला आहे.
- गतवर्षीच्या अमेरिकन ओपनमध्ये तिला जपानच्या नाओमी ओसाका हिच्याकडून पराभव स्वीकारावा लागला होता. विशेष म्हणजे त्यावेळी नाओमी हीचे ते ग्रँडस्लॅम स्पर्धेचे पहिलेच विजेतेपद होते आणि तिनेसुद्धा २ सरळ सेटमध्येच सेरेनाचे आव्हान मोडीत काढले होते.
- अंतिम सामन्यातील पराभवामुळे सेरेना पुन्हा एकदा महान महिला टेनिसपटू मार्गारेट कोर्ट (Margaret Court) यांच्या २४ ग्रँडस्लॅम विजेतेपद पटकावण्याच्या विक्रमाची बरोबरी करण्यापासून वंचित राहिली.
- गतवर्षीची विजेती - नाओमी ओसाका (Naomi Osaka)

मिश्र दुहेरी

- मिश्र दुहेरीच्या अंतिम सामन्यात ब्रिटनच्या जेमी मरे आणि अमेरिकेच्या बेथनी मटेक सँड्स या जोडीने तैवानच्या चॅन हाव चिंग (Chan-Hao-Ching) आणि न्यूझीलंडच्या मायकल व्हिनस (Michael Venus) या जोडीचा (६-२, ६-३) असा सरळ सेटमध्ये पराभव करत आपले अमेरिकन स्पर्धेचे विजेतेपद राखले.
- गतवर्षी मरे-सँड्स जोडीने क्रोएशियाच्या निकोला मेक्टीक (Nikola Mektic) आणि पोलंडच्या ॲलविजा रोझोलस्का (Alicja Rasalaska) जोडीचा पराभव करून विजेतेपदक पटकावले होते.
- जेमी मरेचे हे अमेरिकन स्पर्धेतील मिश्र दुहेरी प्रकारातील सलग तिसरे विजेतेपद आहे.
- २०१७ मध्येदेखील त्याने मार्टिना हिंगीसच्या साथीत खेळताना विजेतेपदाला गवसणी घातली होती.

पुरुष दुहेरी

- पुरुष दुहेरीच्या अंतिम सामन्यात कोलंबियाच्या जुआन सेबेस्टीयन कॅबल आणि रॉबर्ट फराह या जोडीने स्पेनच्या मार्कल पूजोल (Maraol Pujol) आणि अर्जेंटिनाच्या होरशिओ झेबॅलॉस (Horacio Zeballos) या जोडीचा (६-४, ७-५) असा पराभव करत पुरुष दुहेरीचे विजेतेपद मिळवले.
- कॅबल-फराह जोडीचे पुरुष दुहेरी प्रकारातील ग्रँडस्लॅम स्पर्धेतील हे सलग दुसरे विजेतेपद आहे. यापूर्वी विम्बल्डन स्पर्धेचे विजेतेपददेखील याच जोडीने पटकावले होते.
- गतवर्षीचे विजेते - माईक ब्रायन आणि जॅक सॅक (Mike Bryan & Jakc Sack)

महिला दुहेरी

- बेल्जिअमच्या एलिस मेर्टन्स हिने बेलारूसच्या अरिना साबालेका हिच्या साथीने ऑस्ट्रेलियाच्या ॲश्ले बार्टी (Ashlegh Barty) आणि बेलारूसच्या व्हिक्टोरिया अझारेका (Victoria Azarenka) जोडीचा (७-५, ७-५) असा पराभव करत महिला दुहेरीच्या विजेतेपदावर नाव कोरले.
- गतवर्षीच्या विजेत्या जोड्या - ॲश्ले बार्टी आणि कोको वॅंडवेथ (Coco Vandeweghe)

(संदर्भ : usopen.org)

सकाळ यशस्विनी देसवालला रिओ-दी-जानेरिओ येथे खेळविल्या गेलेल्या विश्वकरंडक नेमबाजी स्पर्धेत सुवर्णपदक

दि. १ सप्टेंबर २०१९ रोजी भारतीय नेमबाज यशस्विनी देसवाल हिने रिओ-दी-जानेरिओ येथे खेळविल्या गेलेल्या विश्वकरंडक नेमबाजी स्पर्धेत सुवर्णपदक पटकावले. महिलांच्या १० मीटर पिस्तूल प्रकारात सुवर्णपदकाची कमाई करतानाच तिने भारताला ऑलिम्पिकचा ९ वा कोटादेखील मिळवून दिला.

- कुमार गटाची माजी विजेती यशस्विनी हिने २३६.७ गुणांसह ही सुवर्ण कामगिरी नोंदविली.
- अव्वल मानांकित ओलेने कोस्तेविच (Olena Kostevych) हिला २३४.८ गुणांसह रौप्यपदकावर समाधान मानावे लागले.
- यशस्विनीची या क्रीडाप्रकारातील ही दुसरी सर्वोत्तम कामगिरी ठरली.

यशस्विनी देसवाल :

- चंदीगढच्या डीएव्ही कॉलेजची पदवीची (अर्थशास्त्र) विद्यार्थिनी.
- वडील सुरजित सिंह देसवाल हेच तिचे मार्गदर्शक.
- नेमबाजीत आवड निर्माण झाल्याने तिने टी. एम. धिल्लो यांच्याकडून प्रशिक्षण घेतले.
- अवघ्या तीनच वर्षांत यूथ ऑलिम्पिक स्पर्धेत प्रवेश मिळवला.
- २०१७ मध्ये यशस्विनीने कुमार गटाचे विजेतेपद मिळवले.

(संदर्भ : issf-sports.org)

भारताची माजी महिला क्रिकेट कर्णधार मिताली राजची टी-२० क्रिकेटमधून निवृत्ती

दि. ३ सप्टेंबर २०१९ रोजी भारताची माजी कर्णधार मिताली राज हिने टी-२० क्रिकेटमधून निवृत्त होत असल्याची घोषणा केली. २०२१ मध्ये खेळल्या जाणाऱ्या एकदिवसीय विश्वचषक स्पर्धेसाठी स्वतःला तंदुरुस्त ठेवण्यासाठी टी-२० क्रिकेटमधून निवृत्ती घेत असल्याचे तिने स्पष्ट केले.

मिताली राजबाबत :

- भारताच्या महिला टी-२० संघाची (सन २००६) पहिली कर्णधार.
- एकूण ३२ टी-२० सामन्यांत देशाचे नेतृत्व. तिच्याच नेतृत्वात भारताने २०१२ मध्ये श्रीलंकेत, २०१४ मध्ये बांग्लादेशमध्ये आणि २०१६ मध्ये भारतातच झालेल्या विश्वचषक स्पर्धेत सहभाग नोंदवला.
- ८९ टी-२० सामन्यांत ३७.५२ च्या सरासरीने २३६४ धावा.
- महिला क्रिकेटमधील आत्तापर्यंतची केवळ भारतातीलच नव्हे तर जगातील सर्वोत्तम फलंदाज.
- महिलांच्या एकदिवसीय क्रिकेटमधील ६००० धावांचा टप्पा पार करणारी जगातील एकमेव खेळाडू.
- सलग ७ सामन्यांमध्ये अर्धशतक झळकावण्याचा विश्वविक्रम.
- २०१८ मध्ये ज्यावेळी मितालीने टी-२० क्रिकेटमध्ये २००० धावा पूर्ण केल्या, त्यावेळी हा टप्पा गाठणारी ती पहिलीच भारतीय खेळाडू ठरली होती (पुरुषांच्या क्रिकेटमध्येदेखील कुठल्याही भारतीय खेळाडूने हा टप्पा त्यावेळी पार केला नव्हता). मिताली ही एकमेव भारतीय कर्णधार आहे जिने २००५ आणि २०१५ मध्ये खेळवल्या गेलेल्या २ एकदिवसीय विश्वकरंडक स्पर्धांमध्ये देशाचं नेतृत्व केलेलं आहे. फेब्रुवारी २०१९ मध्ये तिने न्यूझीलंडविरुद्ध आपल्या एकदिवसीय कारकिर्दीतील २०० वा सामना खेळला. त्यावेळी २०० एकदिवसीय सामन्यांचा टप्पा पूर्ण केलेली ती विश्वक्रिकेटमधील पहिलीच महिला खेळाडू ठरली होती.

*(**संदर्भ :** bcci.tv)*

श्रीलंकेचा वेगवान गोलंदाज लसिथ मलिंगाचा नवा विक्रम : न्यूझीलंडविरुद्धच्या टी-२० सामन्यात सलग ४ चेंडूंवर ४ बळी

दि. ६ सप्टेंबर २०१९ रोजी श्रीलंकेचा वेगवान गोलंदाज लसिथ मलिंगा याने न्यूझीलंडविरुद्धच्या टी-२० सामन्यात सलग ४ चेंडूंवर ४ बळी घेण्याचा पराक्रम केला. दि. ६ सप्टेंबर २०१९ रोजी श्रीलंकेत पल्लिकेल येथे हा सामना खेळला गेला.

- विश्वचषक स्पर्धेनंतर एकदिवसीय क्रिकेटमधून निवृत्ती जाहीर केलेला मलिंगा सध्या श्रीलंकेच्या टी-२० संघाचा कर्णधार आहे.
- न्यूझीलंडविरुद्धच्या तिसऱ्या टी-२० सामन्यातील तिसऱ्या षटकांत मलिंगाने सलग ४ चेंडूत ४ बळी टिपण्याची किमया साधली. न्यूझीलंडचे कॉलिन मुन्रो, हेमिश रुदरफोर्ड, कॉलीन डी ग्रँडहोम आणि रॉस टेलर हे फलंदाज मलिंगाचे सलग ४ बळी ठरले.
- या कामगिरीसह आंतरराष्ट्रीय टी-२० क्रिकेटमध्ये ३ हॅट्ट्रिक नावावर असणारा मलिंगा हा पहिला आणि एकमेव गोलंदाज ठरला आहे.
- यापूर्वी मलिंगाने २०१६-१७ यावर्षी बांग्लादेशविरुद्धच्या सामन्यात हॅट्ट्रिक नोंदवली होती.
- या हॅट्ट्रिकसह मलिंगाने आंतरराष्ट्रीय क्रिकेट कारकिर्दीत ५ हॅट्ट्रिक स्वतःच्या नावे केल्या आहेत. त्यामुळे तो आंतरराष्ट्रीय क्रिकेटमध्ये सर्वाधिक हॅट्ट्रिक नावावर असणारा गोलंदाज बनला आहे.
- यापूर्वी सर्वाधिक हॅट्ट्रिकचा विक्रम पाकिस्तानच्या वासिम अक्रमच्या नावावर होता. अक्रमच्या नावावर ४ हॅट्ट्रिक होत्या.
- मलिंगाने आंतरराष्ट्रीय टी-२० क्रिकेटमध्ये १०० बळी पूर्ण करण्याचा पल्लादेखील पार केला.
- ही कामगिरी करणारादेखील तो पहिलाच खेळाडू ठरला आहे. या सामन्यातील ६ धावांमध्ये ५ बळी हीदेखील मलिंगाच्या टी-२० कारकिर्दीतील सर्वोत्तम कामगिरी ठरली.
- यापूर्वी २००८ मधल्या विश्वचषकाच्या दक्षिण आफ्रिकेविरुद्धच्या सामन्यात मलिंगाने डबल हॅट्ट्रिक केली होती. त्यामुळे आंतरराष्ट्रीय क्रिकेटमध्ये २ डबल हॅट्ट्रिक नावावर असणारादेखील मलिंगा पहिलाच गोलंदाज ठरला आहे.

*(**संदर्भ :** icc-cricket.com)*

दक्षिण कोरियाच्या योसू येथे ९ व्या आशियाई योगा चॅम्पियनशिप स्पर्धा : भारत अव्वल स्थानी तर व्हिएतनाम संघ उपविजेता

दि. ५ सप्टेंबर ते ८ सप्टेंबर २०१९ या कालावधीत ९ व्या आशियाई योगा चॅम्पियनशिप स्पर्धा दक्षिण कोरियाच्या योसू येथे पार पडल्या. या चॅम्पियनशिप स्पर्धेत भारताने अव्वल स्थान पटकावले, तर व्हिएतनाम संघ उपविजेता ठरला.

- योग फेडरेशन ऑफ इंडिया आणि एशियन योगा फेडरेशनच्या वतीने कोरियन योग फेडरेशनद्वारे या स्पर्धेचे आयोजन करण्यात आले.
- या स्पर्धेत भारताकडून वेगवेगळ्या वयोगटातील एकूण ४२ खेळाडूंनी भाग घेतला. यामध्ये महाराष्ट्रातील ७ खेळाडूंचा सहभाग होता.

आशियाई योगा चॅम्पियनशिप स्पर्धेतील भारताची कामगिरी

- मैसूरच्या **खुशी एच. हिने १४ ते १७ वर्षे वयोगटातून ३ सुवर्णपदक** पटकावले.
- पश्चिम बंगालच्या **श्रीजा सहा हिने ८ ते ११ वयोगटातून सुवर्णपदक** पटकावले.
- दयेत सरकार हिने रिदमीक योगा दुहेरी (वरिष्ठ) प्रकारात सुवर्णपदक पटकावले.
- पुण्यातील **श्रेया शंकर कंधारे हिने १७ ते २१ वर्षे वयोगटात सुवर्णपदक** पटकावले.
- जळगावच्या **श्रावणी पाचखेडे हिने १४ ते १७ वर्षे वयोगटात ॲथेलेटिक योगा प्रकारात रजत** आणि **रिदमीक योगा प्रकारात कांस्यपदक** पटकावले

स्पर्धेतील काही वैशिष्ट्ये

- या स्पर्धेत भारत विजेता आणि व्हिएतनाम देश उपविजेता ठरला. सिंगापूर देशाने तृतीय स्थान पटकावले.
- या स्पर्धेत अनिवार्य योगा, रिदमीक योगा, आर्टिस्टिक एकेरी/दुहेरी योगा, प्रोफेशनल योगा, फी फ्लोअर योगा असे विविध प्रकार समाविष्ट होते.
- मैसूरच्या खुशी एच. हिने १४ ते १७ वर्षे वयोगटातून ३ सुवर्णपदक पटकावले.
- पश्चिम बंगालच्या श्रीजा सहा हिने ८ ते ११ वयोगटातून अनिवार्य योगासन प्रकारात, तर दयेत सरकार हिने रिदमीक योगा दुहेरी (वरिष्ठ) प्रकारात सुवर्णपदक पटकावले.
- पुण्यातील श्रेया शंकर कंधारे हिने १७ ते २१ वर्षे वयोगटात सुवर्णपदक पटकावले.
- श्रेया चौथ्यांदा आशियाई स्पर्धेसाठी पात्र ठरणारी महाराष्ट्राची पहिली महिला योगपटू ठरली.
- जळगावच्या श्रावणी पाचखेडे हिने १४ ते १७ वर्षे वयोगटात ॲथेलेटिक योगा प्रकारात रजत आणि रिदमीक योगा प्रकारात कांस्यपदक पटकावले.
- जळगाव येथील डॉ. अनिता पाटील यांनी भारताकडून योग पंचाची भूमिका निभावली. या स्पर्धेत त्यांना 'आंतरराष्ट्रीय पंच' म्हणून गौरविण्यात आले.
- १० वी आशियाई योगा चॅम्पियनशिप स्पर्धा योगा फेडरेशन ऑफ मलेशियाद्वारे १० ते १३ ऑक्टोबर २०२० दरम्यान मलेशियामध्ये आयोजित केली जाणार.
- याआधी ८ वी आशियाई योगा चॅम्पियनशिप स्पर्धा तिरुअनंतपुरम येथील जिमी जॉर्ज इनडोअरमध्ये आयोजित करण्यात आली होती.

(संदर्भ : asianyogafederation.co, westbengalyogaassociation.org)

१९ वर्षांखालील आशिया क्रिकेट चषक : कोलंबो येथे आयोजित अंतिम सामन्यात बांगला देश संघाला पाच धावांनी हरवत भारताने स्पर्धा जिंकली

दि. ५ ते १४ सप्टेंबर २०१९ या दरम्यान श्रीलंकेत आयोजित यंदाच्या '१९ वर्षांखालील आशिया क्रिकेट चषका'वर (U19 ACC 2019) भारताने आपले नाव कोरले.

- १४ सप्टेंबरला कोलंबो येथे आयोजित अंतिम सामन्यात बांगला देश संघाला पाच धावांनी हरवत भारताने ही स्पर्धा जिंकली. तर, बांगला देश संघ उपविजेता ठरला.
- भारताने सातव्यांदा अंडर १९ आशिया क्रिकेट चषकावर आपले नाव कोरले आहे.
- अंतिम सामन्यात भारताने बांगला देशला १०७ धावांचे लक्ष्य दिले होते. मात्र, गोलंदाजांच्या दमदार कामगिरीवर भारताने हा सामना ५ धावांनी जिंकला आणि चषकाचा मान मिळवला.
- भारताकडून मुंबईचा डावखुरा फिरकी गोलंदाज अथर्व अंकोलेकर याने आठ षटकांत २८ धावा देत ५ बळी घेतले तर आकाश सिंग याने १२ धावांत ३ गडी बाद केले. कर्णधार ध्रुव रजेल व शेवटचा फलंदाज करण लाल यांनी अनुक्रमे ३३ व ३७ धावांचे सर्वाधिक योगदान दिले.
- अंतिम सामन्यात भारताने दिलेल्या १०७ धावांच्या लक्ष्याचा पाठलाग करणारा बांगला देश संघ ३३ षटकांत १०१ धावांवर संपुष्टात आला.
- बांगला देशकडून मृत्युंजय चौधरी याने १८ धावांत तीन व शमीम हुसेन याने ८ धावांत तीन गडी बाद केले.
- स्पर्धेच्या अंतिम सामन्यात भारताचा हिरो ठरलेला अथर्व अंकोलेकर हा सामनावीर, तर भारताचाच सलामीचा फलंदाज अर्जुन आझाद मालिकावीर ठरला.

लक्षात ठेवा

आशियाई क्रिकेट परिषद

(ACC - The Asian Cricket Council)

- या परिषदेची स्थापना १९ सप्टेंबर १९८३ रोजी नवी दिल्ली येथे 'एशियन क्रिकेट कॉन्फरन्स' या नावाने झाली.
- सन १९९३ मध्ये परिषदेचे नाव बदलून 'एशियन क्रिकेट कौन्सिल' करण्यात आले.
- आशिया खंडात क्रिकेट खेळासाठी संघटन, विकास करणे आणि प्रोत्साहन देणे, हे या परिषदेचे मुख्य कार्य आहे.
- मुख्यालय : संयुक्त अरब अमिरात (यूएई)

(संदर्भ : asiancricket.org)

सकाळ

एंडुरोमन ट्रायथलॉन स्पर्धा भारताच्या ट्रायऍथलिट मयांक वैदने जिंकली : ही स्पर्धा जिंकणारा पहिला आशियाई व जगातील ४४ वा ऍथलिट

दि. १५ सप्टेंबर २०१९ रोजी पार पडलेली एंडुरोमन ट्रायथलॉन स्पर्धा भारताच्या ट्रायऍथलिट मयांक वैदने जिंकली.

- ही स्पर्धा लंडनमध्ये सुरू होऊन पॅरिसमध्ये संपली.
- मयांक वैद ही स्पर्धा जिंकणारा पहिला आशियाई व जगातील ४४ वा ऍथलिट आहे.
- जगातील अतिशय कठीण मानल्या जाणाऱ्या या स्पर्धेतील एकूण ४६३. ५ किमी अंतर मयांकने ५० तास २४ मिनिटांत गाठले.
- यापूर्वी बेल्जियमच्या ज्युनियर डेलेनरने ५२ तास ३० मिनिटांत ही स्पर्धा जिंकली होती.
- मयांकने ही स्पर्धा जिंकण्यासाठी डेलनरच्या तुलनेत तब्बल २ तास ६ मिनिटे कमी घेतली. यामुळे मयांकने नव्या विश्वविक्रमी वेळेची नोंद केली.
- मयांकने या ट्रायथलॉनमध्ये धावण्याची शर्यत १६ तास ३५ मिनिटांत, पोहण्याची शर्यत १२ तास ४८ मिनिटांत व सायकलिंग १३ तास २९ मिनिटांत पूर्ण केली. उर्वरित ७ तास ३२ मिनिटे हा तिन्ही स्पर्धांमधील ट्रान्झिशन वेळ आहे.

एंडुरोमन ट्रायथलॉन (Enduroman Triathlon)

- एंडुरोमन - आर्क टू आर्क
- ट्रायथलॉन - पोहणे, धावणे आणि सायकल दौड अशा तीन क्रीडा प्रकारांनी सजलेली स्पर्धा.
- ही स्पर्धा लंडनच्या मार्बल आर्कमधून सुरू होऊन पॅरिसच्या ट्रीम्फ आर्कमध्ये संपते.
- या स्पर्धेत स्पर्धकाला १४० किमी धावावे व ३३.८ किमी पोहावे लागते. त्यानंतर, २८९.७ किमी सायकल चालवत पॅरिसला पोहचावे लागते.
- इंग्लंड आणि फ्रान्समध्ये या दोन देशांत पार पडणारी ही स्पर्धा जगातील सर्वांत कठीण ट्रायथलॉन मानली जाते.
- ही स्पर्धा जिंकणारे बहुतांश विजेते हे माउंट एव्हरेस्ट सर केलेले गिर्यारोहक असतात.

ॲथलिट मयांक वैद

- ४१ वर्षीय मयांक वैद मूळ भारतीय असून सध्या हाँगकाँगमध्ये स्थायिक आहे व व्यवसायाने वकील आहे.
- सन २०१७ मध्ये ऑस्ट्रेलियाच्या क्विन्सलॅन्ड येथे आयोजित 'अल्ट्रामॅन ऑस्ट्रेलिया' या तीनदिवसीय ५१५ किमी धावण्याची शर्यत जिंकल्यानंतर त्याला 'ग्रहावरील सर्वांत वेगवान भारतीय' असा सन्मान मिळाला होता.

(संदर्भ : enduroman.com)

सकाळ

भारतीय कर्णधार विराट कोहली क्रिकेटच्या तिन्ही प्रकारांमध्ये ५०पेक्षा अधिक सरासरीने धावा काढणारा फलंदाज

दि. १८ सप्टेंबर २०१९ रोजी भारतीय कर्णधार विराट कोहली क्रिकेटच्या तिन्ही प्रकारांमध्ये (एकदिवसीय, कसोटी आणि टी-ट्वेन्टी) ५०+ सरासरीने धावा काढणारा फलंदाज ठरला.

- दक्षिण आफ्रिकेविरुद्ध रंगलेल्या टी-२० सामन्यात ७२ धावांची दमदार खेळी करत त्याने ही कामगिरी केली.
- कोहलीच्या ७२ धावांच्या बळावर भारताने १९ षटकांमध्ये तीन गडी गमावत १५१ धावांचा पाठलाग करत हा सामना जिंकला.
- या कामगिरीनंतर विराटने 'टी-२०' आंतरराष्ट्रीय सामन्यात सर्वाधिक धावा काढण्याचे विक्रमही आपल्या नावे केले.
- आतापर्यंत त्याने ७१ आंतरराष्ट्रीय 'टी-२०' सामन्यांमध्ये एकूण २४४१ धावा केल्या आहेत.
- या सामन्यात विराट सामनावीरही ठरला. आतापर्यंत ११ वेळा मिळालेल्या सामनावीर सन्मानासह कोहली टी-२० सामन्यांत सर्वाधिक सामनावीराचा सन्मान मिळवणारा शाहिद आफ्रिदीसोबत संयुक्तपणे तो दुसरा खेळाडू ठरला.
- अफगाणिस्तानचा मोहम्मद नबी (१२) या यादीत अव्वल स्थानी आहे.

(संदर्भ : bcci.tv, icc-cricket.com)

मीराबाई चानूचा थायलँडच्या पट्टाया येथे आयोजित करण्यात आलेल्या वर्ल्ड वेटलिफ्टिंग चॅम्पियनशिप ४९ किलो वजनी गटात एकूण २०१ किलो वजन उचलून स्वतःच्याच १९९ किलो वजन उचलण्याच्या आधीच्या राष्ट्रीय विक्रमाला मोडत नव्याने इतिहास

दि. १९ सप्टेंबर २०१९ रोजी मीराबाई चानूने 'जागतिक भारोत्तोलन अजिंक्यपद स्पर्धे'च्या (वर्ल्ड वेटलिफ्टिंग चॅम्पियनशिप) ४९ किलो वजन गटात स्वतःचाच राष्ट्रीय विक्रम मोडत नव्याने इतिहास रचला.

- यावर्षीची जागतिक भारोत्तोलन अजिंक्यपद स्पर्धा थायलँडच्या पट्टाया येथे आयोजित करण्यात आली.
- या स्पर्धेत तिने एकूण २०१ किलो वजन उचलून स्वतःच्याच १९९ किलो वजन उचलण्याच्या आधीच्या राष्ट्रीय विक्रमाला मोडून काढले.
- ही कामगिरी तिला पदक मिळवून देण्यासाठी पुरेशी पडली नसली तरी, २५ वर्षीय मीराबाईने या स्पर्धेत चौथा क्रमांक पटकावला.
- या स्पर्धेतील ४९ किलो वजनगटात तीनपैकी दोन प्रयत्नांत मीराबाईने आपल्या कामगिरीतील सर्वोत्तम वजन उचलले.
- मीराबाईने या स्पर्धेत स्नॅचमध्ये ८७ किलो व क्लीन अँड जर्क प्रकारात ११४ किलो, असे एकूण २०१ किलो वजन उचलले.
- मीराबाईचा याआधीचा राष्ट्रीय विक्रम १९९ किलोचा (८८ किलो + १११ किलो) असून, ही कामगिरी तिने यावर्षी एप्रिलमध्ये पार पडलेल्या आशियाई भारोत्तोलन स्पर्धेत केली होती.

जागतिक भारोत्तोलक मीराबाई चानू :

- माजी विश्वविजेती साइखोम मीराबाई चानू ही एक २४ वर्षीय भारतीय भारोत्तोलन (वेटलिफ्टिंग) खेळाडू आहे.
- २०१४ पासून ती नियमितपणे ४८ किलो वजन गटात आंतरराष्ट्रीय स्पर्धांमध्ये भाग घेते.
- चानूने अमेरिकेतील अनाहाइम येथे झालेल्या वर्ल्ड चॅम्पियनशिप स्पर्धा २०१७ आणि २०१८ च्या कॉमनवेल्थ गेम्समध्ये सुवर्णपदक जिंकले होते.
- क्रीडा क्षेत्रातील योगदानाबद्दल त्यांना भारत सरकारकडून 'पद्मश्री पुरस्कारा'ने गौरवण्यात आले आहे.
- २०१८ मध्ये मीराबाई चानूला सर्वोच्च अशा 'राजीव गांधी खेलरत्न पुरस्कारा'नेही सन्मानित करण्यात आले.

(संदर्भ : iwf.net)

अमित पांघलला रशियामधील एकटेरेंबर्ग येथे पुरुषांच्या जागतिक बॉक्सिंग अजिंक्यपद स्पर्धेत रौप्यपदक

दि. ९ ते २१ सप्टेंबर २०१९ दरम्यान रशियामधील एकटेरेंबर्ग येथे पुरुषांची 'जागतिक मुष्टियुद्ध स्पर्धा २०१९' (World Boxing Championship) पार पडली.

- भारताचा मुष्टियोद्धा अमित पांघल याने ५२ किलो वजनगटात रौप्यपदक मिळवले. भारताला या स्पर्धेत दोन पदके मिळाली.
- ५२ किलो वजनी गटात उझबेगिस्तानच्या शाखोबिद्दीन झोईरोव्हने अमितवर मात करत सुवर्णपदक पटकावले.
- परंतु जागतिक अजिंक्यपद स्पर्धेत रौप्यपदकाची कमाई करणारा अमित पहिला भारतीय पुरुष मुष्टियोद्धा ठरला आहे.
- जागतिक अजिंक्यपद स्पर्धेतली भारताची ही आतापर्यंतची सर्वोत्तम कामगिरी मानली आहे.
- अमित व्यतिरिक्त भारताच्या मनीष कौशलने यंदाच्या स्पर्धेत कांस्यपदक पटकावले.

आधी जागतिक अजिंक्यपद स्पर्धेतील विजेते :

- १) विजेंदर सिंह (२००९) २) विकार क्रिशन (२०११) ३) शिव थापा (२०१५) ४) गौरव बिधुरी (२०१७)
- या सर्व खेळाडूंनी जागतिक अजिंक्यपद स्पर्धेत भारतासाठी कांस्यपदकाची कमाई केली होती.
- यापूर्वी जागतिक बॉक्सिंग अजिंक्यपद स्पर्धेच्या अंतिम फेरीत प्रवेश करणारा अमित पहिला पुरुष बॉक्सर ठरला होता.
- १६ ऑक्टोबर १९९५ रोजी हरियाणामध्ये जन्मलेला अमित पांघल भारतीय लष्करामध्ये 'ज्युनियर कमिशन्ड ऑफिसर' (JCO) म्हणून कार्यरत आहे.
- यापूर्वी त्याने २०१८ च्या आशियाई खेळांमध्ये सुवर्णपदक, तर २०१८च्या राष्ट्रकुल खेळांमध्ये रौप्यपदक प्राप्त केले आहे.

स्पर्धेतील सर्वाधिक पदक जिंकणारे पहिले पाच देश :

क्रमांक	देश	पदके
१	उझबेकिस्तान	५
२	रशिया	४
३	कझाकिस्तान	६
४	क्युबा	३
५	इंग्लंड	३

जागतिक बॉक्सिंग स्पर्धा २०१९ मधील ठळक बाबी :

- या स्पर्धेत प्रथमच भारताला दोन पदके मिळाली.
- भारताकडून मुष्टियोद्धा अमित पांघलने यंदाच्या जागतिक बॉक्सिंग स्पर्धेत ५२ किलो वजनी गटात रौप्यपदक मिळवले.
- जागतिक बॉक्सिंग स्पर्धेच्या अंतिम फेरीत धडक मारणारा तो भारताचा पहिला बॉक्सर ठरला.
- अंतिम फेरीत उझबेकिस्तानचा गत ऑलिम्पिक विजेता बॉक्सर शाखोबिदिन झॉयरोव्हने अमितवर सरशी साधत जगज्जेतेपदाचा मान मिळवला.
- तसेच, ६३ किलो वजनी गटात भारतीय मुष्टियोद्धा मनीष कौशिकने कांस्य पदक पटकावले.
- राष्ट्रकुल स्पर्धेत रौप्यपदक विजेत्या मनीषची ही पहिलीच जागतिक स्पर्धा होत.

जागतिक मुष्टियुद्ध स्पर्धा :

- या स्पर्धेची सुरुवात १९७४ मध्ये हवाना, क्युबा येथे झाली.
- 'इंटरनॅशनल बॉक्सिंग असोसिएशन (IBA)'तर्फे दर दोन वर्षांनी ही स्पर्धा आयोजित होते.
- आतापर्यंत या स्पर्धेत सर्वाधिक, म्हणजे १३८ पदके क्युबा या देशाने जिंकली आहेत.
- यापूर्वी सन २०१७ ची जागतिक बॉक्सिंग स्पर्धा ही जर्मनीमधील हॅम्बर्गमध्ये आयोजित करण्यात आली होती.
- आगामी २०२१ मधील स्पर्धेचे यजमानपद भारताला मिळाले आहे.

पदकविजेते भारतीय पुरुष बॉक्सर खेळाडू :

पदकविजेते	पदक	विभाग
१) अमित पांघाल (Amit Panghal)	रौप्य	फ्लायवेट (Flyweight) (५२ किलो वजनगट)
२) मनीष कौशिक (Manish Kaushik)	कांस्य	लाइटवेट (Light weight) (६० किलो वजनगट)

महिला जागतिक बॉक्सिंग अजिंक्यपद, २०१९ :

पदकतालिका					
क्र.	देश	सुवर्ण	रौप्य	कांस्य	एकूण
१	रशिया	३	१	२	६
२	चीन	१	३	१	५
३	तुर्की	१	२	०	३
९	भारत	०	१	३	४

पदकविजेत्या भारतीय महिला बॉक्सर खेळाडू :

पदकविजेती	पदक	विभाग
१ मंजू राणी (Manju Rani)	रौप्य	लाइट-फ्लायवेट (Light-flyweight) (४५-४८ किलो वजनगट)
२ मेरी कोम (Mary Kom)	कांस्य	फ्लायवेट (Flyweight) (५१ किलो वजनगट)
३ जमूना बोरो (Jamuna Boro)	कांस्य	बॅन्टॅम वेट (Bantam Weight) (५४ किलो वजनगट)
४ लोव्लिना बोर्गोन (Lovlina Borgohain)	कांस्य	वेल्टरवेट (Welterweight) (६९ किलो वजनगट)

जागतिक बॉक्सिंग अजिंक्यपद स्पर्धेविषयी विशेष माहिती (World Boxing Championship) :

- २००६ या सालापासून पुरुष व महिला बॉक्सिंग स्पर्धा वेगवेगळी व एका पाठोपाठ वर्षाने आयोजित करण्यात येऊ लागली. अपवाद २०१९ ला दोन्ही स्पर्धा एकाच वर्षी आयोजित.
- पुरुष स्पर्धेत क्युबाच्या फेलिक्स सॅवान (Felix Savon) याने १९८६ ते १९९९ दरम्यान सर्वाधिक ७ पदके (६ सुवर्ण व १ रौप्य) पटकावले तर, महिला स्पर्धेत भारताच्या मेरी कोम (Mary Kom) हिने २००१ ते आतापर्यंत ८ पदके (६ सुवर्ण, १ रौप्य व १ कांस्य) पटकावले आहेत.
- पुरुष बॉक्सिंग स्पर्धेत क्युबा या देशाने सर्वाधिक १३८ पदके (७७ सुवर्ण, ३५ रौप्य, २६ कांस्य) तर, भारताने ६ पदके (१ रौप्य, ५ कांस्य) पटकाविले.
- महिला बॉक्सिंग स्पर्धेत रशिया या देशाने सर्वाधिक ६० पदके (२४ सुवर्ण, ११ रौप्य, २५ कांस्य) तर तिसऱ्या स्थानावरील भारताने ३६ पदके (९ सुवर्ण, ८ रौप्य, १९ कांस्य) पटकाविले.

लक्षात ठेवा

आंतरराष्ट्रीय बॉक्सिंग संघटना (AIBA : The International Boxing Association) विषयी

- स्थापना - १९४६
- मुख्यालय - लुसाने (स्वित्झर्लंड)
- ही संघटना बॉक्सिंग खेळाची जागतिक नियामक संस्था आहे. ती ऑलिम्पिक स्पर्धेत बॉक्सिंग खेळाचे पर्यवेक्षण करते.
- या संघटनेमार्फत बॉक्सिंग वर्ल्डकप, वर्ल्ड सिरीज ऑफ बॉक्सिंग, जागतिक बॉक्सिंग अजिंक्यपद स्पर्धा, युवा बॉक्सिंग अजिंक्यपद स्पर्धा या स्पर्धांचे आयोजन केले जाते.

मागील वर्षातील जागतिक पुरुष बॉक्सिंग अजिंक्यपद स्पर्धा :		
वर्ष	आयोजक देश	पदक तालिकेत प्रथम (एकूण पदके)
२०१५	दोहा (कतार)	क्युबा (७)
२०१७	हॅमबर्ग (जर्मनी)	क्युबा (७)
२०१९	येकातेरिंबर्ग (रशिया)	उझबेकिस्तान (५)
२०२१	नवी दिल्ली (भारत)	(नियोजित)

मागील वर्षातील जागतिक महिला बॉक्सिंग अजिंक्यपद स्पर्धा		
वर्ष	आयोजक देश	पदक तालिकेत प्रथम (एकूण पदके)
२०१४	जेजु सिटी (दक्षिण कोरिया)	रशिया (५)
२०१६	अस्ताना (कझाकस्तान)	कझाकस्तान (६)
२०१८	नवी दिल्ली (भारत)	चीन (५)
२०१९	उलान-उडे (रशिया)	रशिया (६)
२०२०	बोगोटा (कोलंबिया)	(नियोजित)

(संदर्भ : aiba.org)

सकाळ जागतिक कुस्ती अजिंक्यपद स्पर्धा, २०१९ (नुर-सुलतान, कझाकिस्तान): भारतीय संघाने ५ पदके मिळवून पदकतालिकेत १७ वे स्थान पटकावले

दि. १४ ते २२ सप्टेंबर २०१९ दरम्यान कझाकिस्तान येथील नुर-सुलतान येथे जागतिक कुस्ती अजिंक्यपद स्पर्धा, २०१९ चे आयोजन करण्यात आले होते.

- या स्पर्धेत आयोजित करण्यात आलेल्या कुस्ती प्रकारात म्हणजे फ्री-स्टाईल कुस्ती पुरुष प्रकारात रशिया, ग्रेको रोमन पुरुष (Grco-Roman) कुस्ती प्रकारात रशिया तर फ्री-स्टाईल कुस्ती महिला या प्रकारात जपानच्या संघांनी सर्वाधिक गुण मिळवले.
- स्पर्धेत रशियाच्या संघाने सर्वाधिक १९ पदके पटकावून पदकतालिकेत पहिला क्रमांक मिळवला, तर भारतीय संघाने ५ पदके मिळवून पदकतालिकेत १७ वे स्थान पटकावले.
- २०१८ च्या स्पर्धेत भारताने २ पदके (१ रौप्य व १ कांस्य) मिळवून १९ वे स्थान पटकावले होते.
- या वर्षीच्या स्पर्धेत ९५ देशांच्या ८७२ कुस्तीपटूंनी सहभाग घेतला होता. भारतातर्फे ३० कुस्तीपटू स्पर्धेत सहभागी झाले होते.

पदकतालिका :					
क्र.	देश	सुवर्ण	रौप्य	कांस्य	एकूण
१	रशिया	९	५	५	१९
२	अमेरिका	५	०	२	७
३	जॉर्जिया	४	०	२	६
४	जपान	३	३	३	९
५	अझरबैजान	१	३	२	६
१७	भारत	०	१	४	५

भारतीय पदकविजेते कुस्तीपटू :		
पदकविजेते	पदक	विभाग
१) दीपक पुनिया	रौप्य	पुरुष फ्रीस्टाईल (८६ किलो वजनगट)
२) विनेश फोगट	कांस्य	महिला फ्रीस्टाईल (५३ किलो वजनगट)
३) रवी कुमार दहिया	कांस्य	पुरुष फ्रीस्टाईल (५७ किलो वजनगट)
४) राहुल आवारे	कांस्य	पुरुष फ्रीस्टाईल (६१ किलो वजनगट)
५) बजरंग पुनिया	कांस्य	पुरुष फ्रीस्टाईल (६५ किलो वजनगट)

जागतिक कुस्ती अजिंक्यपद स्पर्धेविषयी (World Wrestling Championship) :

- १९०४ मध्ये ऑस्ट्रियाच्या व्हिएन्ना शहरात पुरुषांच्या ग्रेको-रोमन कुस्ती प्रकाराने स्पर्धेची सुरुवात. पुढे स्वतंत्रपणे १९५१ मध्ये फिनलँड हेलसिंकी येथे पुरुषांच्या फ्रीस्टाईलची, तर १९८७ मध्ये नॉर्वे येथे महिलांच्या फ्रीस्टाईल कुस्तीचे आयोजन.
- २००५ मध्ये हंगेरीतील बुडापेस्ट या शहरात पहिल्यांदा एकत्रितपणे तिन्ही प्रकारांतील कुस्तीचे आयोजन.
- ही स्पर्धा दरवर्षी सप्टेंबर-ऑक्टोबर या महिन्यात आयोजित होते.
- सध्या तिन्ही कुस्ती प्रकारांत प्रत्येकी १० वेगवेगळ्या वजनीगटात ही स्पर्धा घेण्यात येते.
- १९६७ मध्ये नवी दिल्ली येथे पुरुष फ्रीस्टाईल जागतिक स्पर्धे चे आयोजन.
- या स्पर्धेत सोव्हिएत युनियन संघाने सर्वाधिक ४१५ पदके (२५३ सुवर्ण, ९३ रौप्य, ६९ कांस्य) पदके मिळवली. त्या खालोखाल जपानने २५९ पदके, तर सध्याच्या रशियाने २७५ पदके मिळवली.
- भारतीय संघाने आजपर्यंत एकूण १८ पदके (१ सुवर्ण, ४

रौप्य, १३ कांस्य) पटकाविली.

- २०१० मध्ये रशिया येथील मॉस्को शहरात झालेल्या स्पर्धेत भारतीय कुस्तीपटू सुशीलकुमार याने ६६ किलो फ्रीस्टाईल प्रकारात भारताला एकमेव सुवर्णपदक मिळवून दिले.
- जागतिक कुस्ती स्पर्धेत भारताकडून बजरंग पुनिया याने सर्वाधिक वैयक्तिक ३ पदके (२०१३-कांस्य, २०१८-रौप्य, २०१९-कांस्य) पटकाविली.
- २०२१ मधील स्पर्धा नॉर्वेच्या ओस्लो शहरात नियोजित.

युनायटेड वर्ल्ड रेसलिंग (United World Wrestling) संस्थेविषयी :

लक्षात ठेवा

- स्थापना - १९१२
- बोधवाक्य - Welcome to the new world of wrestling
- मुख्यालय - स्वित्झर्लंड
- ही संस्था कुस्ती खेळाची जागतिक नियामक संस्था आहे.
- या संस्थेद्वारे ऑलिम्पिक स्पर्धा तसेच इतर जागतिक स्पर्धांमध्ये कुस्ती खेळाचे पर्यवेक्षण केले जाते; तर जागतिक कुस्ती अजिंक्यपद स्पर्धेचे आयोजन केले जाते.

कुस्तीविषयी :

- कुस्ती खेळात मुख्यत्वे २ प्रकार ज्यातील ग्रेको-रोमन कुस्तीचा उगम प्राचीन ग्रीक साम्राज्यात तर फ्रीस्टाईल कुस्तीचा उगम आधुनिक काळात ग्रेट ब्रिटन व अमेरिका देशांत झाला.
- १८९६ मध्ये ग्रेको-रोमन कुस्ती प्रकार पहिल्यांदा ऑलिम्पिक स्पर्धेत खेळवला गेला, तर १९०४ मध्ये फ्रीस्टाईल कुस्ती प्रकाराचा ऑलिम्पिक स्पर्धेत समावेश झाला.
- ग्रेको रोमन कुस्तीमध्ये कुस्तीपटू प्रतिस्पर्धी कुस्तीपटूच्या कमरेखाली पकडू शकत नाही; तसेच तो पायांचा उपयोग हल्ल्यासाठी किंवा बचावासाठी करू शकत नाही तर फ्रीस्टाईल कुस्तीमध्ये अशी बंधने नसतात.

मागील वर्षातील जागतिक कुस्ती अजिंक्यपद स्पर्धा :

वर्ष	आयोजक देश	पदकतालिकेत प्रथम (पदके)
२०१७	पॅरिस (फ्रान्स)	जपान (९)
२०१८	बुडापेस्ट (हंगेरी)	रशिया (१३)
२०१९	नुर सुलतान (कझाकिस्तान)	रशिया (१९)

(संदर्भ : unitedworldwrestling.org)

अमेरिकेच्या मेगान रेपीनो हिचा 'फिफा सर्वोत्कृष्ट महिला खेळाडू' या पुरस्काराने गौरव

दि. २३ सप्टेंबर २०१९ रोजी अमेरिकेच्या मेगान रेपीनो (Megan Repinoe) अमेरिकेच्या मेगान रेपीनो हिला 'फिफा सर्वोत्कृष्ट महिला खेळाडू' या पुरस्काराने गौरविण्यात आले.

- फिफाच्या सर्वोत्कृष्ट महिला खेळाडू पुरस्कारासाठी रेपीनो व तिच्यात संघातील एलेक्सा मॉर्गन आणि इंग्लंडची लूसी ब्रोज या तिघींमध्ये शर्यत होती.

जागतिक महिला फुटबॉलपटू मेगान रेपीनो

१) 'फुटबॉल विश्व कप २०१९' मध्ये सर्वांत जास्त गोल करण्यासाठी विश्व कप स्पर्धेत मेगान रेपीनोला 'गोल्डन बुट' आणि 'गोल्डन बॉल' या पुरस्काराने सन्मानित करण्यात आले होते.

२) तिच्या कामगिरीच्या जोरावर अमेरिकेने सलग दोन वेळा महिला फुटबॉल विश्वचषक २०१५ आणि २०१९ जिंकले.

३) रेपीनोला २०१२ च्या लंडन ऑलिम्पिकमध्येही सुवर्ण पदक मिळाले होते.

- यावर्षीचा फिफाचा 'सर्वोत्कृष्ट पुरुष खेळाडू पुरस्कार' सलग सहाव्यांदा लिओनल मेसीला मिळाला.
- मेगान रेपीनोच्या सोबतच अमेरिकेच्या फुटबॉल महिला संघाच्या कोच 'जिले लिस्ट' यांना फिफा ने 'सर्वोत्कृष्ट महिला कोच' म्हणून सन्मान केला.

(संदर्भ : fifa.com/the-best-fifa-football-awards/)

नेपाळमधील काठमांडू येथे झालेल्या दक्षिण आशियाई फुटबॉल महासंघ चषक स्पर्धेच्या (सॅफ) १८ वर्षांखालील फुटबॉल चषकाचे विजेतेपद भारतीय संघाला

दि. २९ सप्टेंबर २०१९ रोजी नेपाळमधील काठमांडू येथे झालेल्या १८ वर्षांखालील दक्षिण आशियाई फुटबॉल महासंघ चषक स्पर्धेच्या (SAFF) अंतिम सामन्यात भारताच्या संघाने बांगला देश संघाचा २-१ ने पराभव केला.

- स्पर्धेत ६ दक्षिण आशियाई देशांच्या संघांनी सहभाग घेतला. भारत, नेपाळ, बांगला देश, भूतान, मालदीव व श्रीलंका (पहिल्यांदा) या देशांचा समावेश.
- भारताचा निंठोइंगानबा मीटेई (Ninthoinganba Meetei) हा स्पर्धेचा सर्वोत्तम खेळाडू ठरला तर नेपाळच्या संघास 'फेअर प्ले पुरस्कारा'ने (Fair Play Award) गौरविण्यात आले.

सॅफ १८ वर्षांखालील फुटबॉल स्पर्धा :

- सुरुवात - २०१५ (दर दोन वर्षांनी आयोजन)
- प्रदेश - दक्षिण आशिया (८ देश) भारत, नेपाळ, भूतान, बांगला

देश, मालदीव, श्रीलंका, अफगाणिस्तान, पाकिस्तान)

- आयोजक - दक्षिण आशियाई फुटबॉल महासंघ (South Asian Football Federation [SAFF])

मागील वर्षांतील चषक विजेते :			
वर्ष	आयोजक	विजेते	उपविजेते
२०१५	नेपाळ	नेपाळ	भारत
२०१७	भूतान	नेपाळ	बांगला देश
२०१९	नेपाळ	भारत	बांगला देश

लक्षात ठेवा

दक्षिण आशियाई फुटबॉल संघटनेविषयी :

(South Asian Football Federation) :

- स्थापना - १९९७
- मुख्यालय - नवी दिल्ली
- बोधवाक्य - Strengtth in Unity (एकतेत बळ/एकीचे बळ)
- सध्या अध्यक्ष - काझी सलाहुद्दीन (Kazi Salahuddin) (बांगला देश)
- या संघटनेच्या संस्थापनेत भारत, मालदीव, नेपाळ, पाकिस्तान, बांगला देश, श्रीलंका या सहा देशांचा समावेश.
- २००० मध्ये भूतान आणि २००५ मध्ये अफगाणिस्तान संघटनेत सहभागी. २०१५ मध्ये अफगाणिस्तान संघाने ही संघटना सोडून Central Asian Football Association या संघटनेत प्रवेश केला.
- ही संघटना पुरुष व महिला गटात SAFF Championship, SAFF U-18 Championship, SAFF U-15 Championship, South Asian Game या स्पर्धांचे आयोजन करते.
- भारताच्या सुनील छेत्री या फुटबॉलपटूने या स्पर्धांमध्ये २००५ पासून सर्वाधिक ७२ गोल केले.

(संदर्भ : saffederation.org)

ब्यूनस आयर्स एटीपी चॅलेंजर टेनिस स्पर्धेचे सुमित नागलला विजेतेपद

दि. २३ ते २९ सप्टेंबर २०१९ दरम्यान अर्जेंटिनामधील ब्यूनस आयर्स (Buenos Aires) येथे झालेल्या एटीपी चॅलेंजर टेनिस स्पर्धेच्या अंतिम सामन्यात भारताच्या सुमित नागलने अर्जेंटिनाच्या फॅक्युंडो बोगनिसचा (Facundo Bagnis) पराभव करत विजेतेपद पटकाविले.

- "2019 Challenger de Buenos Aires' ही टेनिस स्पर्धा एटीप चॅलेंजर टूरचा भाग आहे.
- २०१० मध्ये या स्पर्धेची सुरुवात झाली.

सुमित नागलची टेनिस कारकिर्द :

- २०१५ मध्ये विम्बल्डन बॉयज डबल्स (Wimbeldon Boy's Doubles) स्पर्धांन जिंकणारा तो भारताचा सहावा ज्युनिअर (कनिष्ठ) टेनिसपटू ठरला.
- २०१७ मध्ये बंगळुरू चॅलेंजर स्पर्धेचे विजेतेपद.
- २०१७ मध्येच तुर्कमेनिस्तानमधील अश्गाबात (Ashgabat) येथे झालेल्या आशियाई इनडोअर आणि मार्शल आर्ट्स स्पर्धेत पुरुष एकेरी टेनिस स्पर्धेत सुवर्णपदक.
- २०१९ मधल्या अमेरिकन ओपन स्पर्धेत सुमितने ग्रॅण्डस्लॅम पदार्पण करताना रॉजर फेडरर विरुद्ध पहिली फेरी जिंकत सर्वांचे लक्ष वेधले. त्या सामन्यात त्याने अयशस्वी झुंज दिली.

(संदर्भ : atptour.com)

बंगाल वॉरियर्स संघाला २०१९ विवो प्रो-कबड्डी लीग स्पर्धेचे विजेतेपद

दि. १९ ऑक्टोबर २०१९ रोजी गुजरातमधील अहमदाबाद शहरातील ट्रान्सस्टॅडिया क्रीडा संकुलात झालेल्या अंतिम सामन्यात बंगाल वॉरियर्सच्या (Bengal Warriors) संघाने दबंग दिल्ली (Dabang Delhi) संघाला ३९-३४ नी हरवत पहिल्यांदा विवो प्रो-कबड्डी लीगचा किताब पटकावला.

- या स्पर्धेचा हा ७ वा हंगाम होता, जो २० जुलै ते १९ ऑक्टोबरदरम्यान खेळविण्यात आला. यात १२ संघांमध्ये एकूण १३७ सामने खेळले गेले.

स्पर्धेचे वैयक्तिक पुरस्कार :		
अ.क्र.	विभाग	विजेता
१)	सर्वांत बहुमोल खेळाडू	नवीन कुमार (दबंग दिल्ली)
२)	सर्वोत्तम चढाईपटू (Best Raider)	पवन शेरावत (३४६ गुण) (बंगळुरू बुल्स)
३)	सर्वोत्तम पकडपटू (Best Defender)	फझल अत्राचाली (८२ गुण) (यू मुम्बा)
४)	सर्वोत्तम युवा खेळाडू	सुमीत (यूपी योद्धा)
५)	सर्वोत्तम सामनाधिकारी	कृपाशंकर

लक्षात ठेवा

प्रो-कबड्डी लीगविषयी (Pro-Kabaddi League) :

- सुरुवात - २०१४
- आयोजक - मार्शल स्पोर्ट्स व स्टार इंडिया लि.
- एकूण संघ - १२
- सर्वाधिक वेळा विजेता संघ - पटना पायरट्स (Patna Pirates) - ३ वेळा (२०१६ जाने.-फेब्रु., २०१६

सकाळ खेलो इंडियाचा जागर

शालेय स्तरावरील विद्यार्थ्यांमध्ये खेळाची आवड आणि क्रीडा संस्कृती रुजविण्याच्या उद्देशाने 'खेलो इंडिया' स्पर्धेला सुरुवात करण्यात आली. या शालेय स्पर्धेचे दुसरे पर्व या वेळी महाराष्ट्रात पुणे येथील श्री शिवछत्रपती क्रीडा संकुलात पार पडले. २००८ मध्ये झालेल्या युवा राष्ट्रकुल स्पर्धेनंतर प्रथमच क्रीडा संकुल खेळाडूंच्या उपस्थितीने ओसंडून गेले. देशातील ३६ राज्यांतील सुमारे सहा हजारहून अधिक खेळाडू या क्रीडा महोत्सवात सहभागी झाले होते. यंदाच्या या शालेय क्रीडा सोहळ्याचे वैशिष्ट्य म्हणजे या वेळी २१ वर्षांखालील म्हणजे युवा वयोगटाची जोड देण्यात आली होती. त्यामुळे शालेय स्तराबरोबर विद्यापीठ पातळीवरील खेळाडूंना आपली क्रीडा गुणवत्ता एका मोठ्या व्यासपीठावर दाखविण्याची संधी मिळाली. व्यक्तिमत्त्व विकासासाठी खेळ आवश्यक असल्याचे नेहमीच बोलले जाते. पण, याचा आतापर्यंत उपयोग उन्हाळी शिबिरापर्यंतच मर्यादित होता. या क्रीडा सोहळ्याने मात्र याची व्याप्ती वाढवली आणि शालेय स्तरापासून खेळ विषय किती महत्त्वाचा आहे हे पटवून दिले. आता सरकार देखील खेळाला शाळांमध्ये अनिवार्य करण्याचा विचार करू लागले आहे. केंद्र सरकारने पुढील वर्षीपासून (सन २०२०) शाळांमध्ये खेळाचा एक तास अनिवार्य केला आहे. हा सकारात्मक विचार हेच 'खेलो इंडिया'च्या स्पर्धेचे यश म्हणता येईल. देशातील क्रीडा संस्कृती रुजविण्याच्या दृष्टीने उचललेले हे पहिले पाऊल ठरावे यात शंका नाही. या दुसऱ्या स्पर्धेपासून तिला युवकांची जोड मिळाली. देशातील कुमार आणि युवा गटाचा एक मोठा क्रीडा सोहळा गेले चौदा दिवस सुरू होता.

महाराष्ट्र अव्वल :

याही वर्षी कौशल्य मिळविलेले बहुतेक खेळाडू हे ग्रामीण भागातील होते. शहरी भागातील गुणवत्तेला या ग्रामीण भागाने चांगलेच आव्हान दिले आहे. खरी गुणवत्ता ही ग्रामीण भागातच दडलेली आहे हे पुन्हा एकदा सिद्ध झाले. महाराष्ट्रच नाही, तर इतर अनेक राज्यांतील परिस्थिती ही अशीच होती. फरक इतकाच आहे की, पंजाब, हरियाणा, उत्तर प्रदेश या राज्यांमध्ये खेळाला प्राधान्य अधिक मिळते. महाराष्ट्राने या वेळी आपल्या घरच्या क्रीडांगणावर खेळताना हरियाणाला मागे टाकले. पदकांचे द्विशतक गाठून महाराष्ट्राने विजेतेपद मिळविले. हरियाणा दुसऱ्या स्थानावर राहिले. स्पर्धा म्हटले की क्रमवारी येणारच. त्या क्रमवारीचे महत्त्व जेव्हा मैदानाबाहेर पटलेले असते, तेव्हा आपण क्रीडा विकास किंवा प्रसाराच्या मार्गावर आहोत असे मानता येईल. हाच महाराष्ट्र आणि हरियाणा यांच्या क्रमवारीतील फरक आहे. महाराष्ट्राने या वेळी विजेतेपद मिळविले असले, तरी ते हरियाणाच्या मागेच आहेत. कारण, हरियाणा सरकार आपल्या खेळाडूंना खऱ्या अर्थाने संपत्ती म्हणून जपते. हरियाणा, पंजाब या राज्यांइतक्या सुविधा खेळाडूंना कुठेच मिळत नाहीत. महाराष्ट्राच्या विजेतेपदाने आता शासनाची जबाबदारी वाढली आहे. राज्यातील क्रीडा गुणवत्ता समोर आली आहे, ती जपणे आता शासनाच्या हाती आहे.

सर्वांत महत्त्वाचे म्हणजे केंद्र सरकार पुढील वर्षीपासून शाळांमध्ये खेळाचा एक तास अनिवार्य करणार आहे. पण, महाराष्ट्र सरकारने केवळ खेळाचे तासच नाही, तर क्रीडा शिक्षकांनाही कमी करण्यास सुरुवात केली आहे. या क्रीडा सोहळ्याच्या प्रसाराचे आणखी एक यश म्हणजे या दुसऱ्या स्पर्धेत दमण आणि दीव या केंद्रशासित प्रदेशाने देखील तीन ब्राँझपदकांची कमाई केली. सहभागी ३६ पैकी २९ राज्यांनी किमान एक तरी पदक मिळविले, तसेच २४ राज्यांनी एका सुवर्णपदकाची कमाई केली. सहभागी राज्य आणि केंद्रशासित प्रदेशांपैकी केवळ सात राज्यांना पदकापर्यंत पोचता आले नाही. गुणवत्तेचा शोध घेण्यासाठी सुरू झालेल्या या मोहिमेतून एक हजार खेळाडूंची निवड केली जाणार आहे. या खेळाडूंना आठ वर्षे दरवर्षासाठी पाच लाख रुपयांची शिष्यवृत्ती दिली जाणार आहे. नक्कीच कुमार गटापासून खेळाडू सधन होण्याची संधी या सोहळ्याने उपलब्ध करून दिली आहे. पहिल्या वर्षी शालेय, दुसऱ्या वर्षी खेलो इंडियामध्ये युवा गटाचा समावेश केल्यावर आता पुढील वर्षी क्रीडा खाते बारा वर्षांखालील गटाचा समावेश करण्याचा विचार करत आहे. या गटाचा समावेश नक्कीच स्वागतार्ह असेल, मात्र या स्पर्धेच्या दर्जाविषयी विचार करण्याची वेळ आहे. याचे मुख्य कारण म्हणजे या स्पर्धेतील खेळाडूंच्या कामगिरीला शासन दरबारीच महत्त्व नाही. क्रीडा गुण, क्रीडा पुरस्कार किंवा नोकरीसाठी या स्पर्धेतील कामगिरी किंवा प्रमाणपत्र ग्राह्य धरले जात नाही. याचा विचार आगामी वर्षात झाला, तर नक्कीच या क्रीडा सोहळ्याचा जागर सार्थकी लागेल.

● **ज्ञानेश भुरे**
क्रीडा पत्रकार, दैनिक सकाळ

जून-जुलै, २०१७)

- २०१८ मध्ये प्रो-कबड्डी लीग बंगळुरू बुल्स संघाने जिंकली होती.
- २०१९ सालापर्यंत प्रदीप नरवाल या कबड्डीपटूने सर्वाधिक चढाईत (raid) ११६० गुण, तर मनजीत चिल्लर याने सर्वाधिक बचावात (defend/tackle) ३३९ गुण मिळवले आहेत.

(संदर्भ : pro-kabaddi.com)

सकाळ मेरी कोम यांना जागतिक ऑलिम्पियन्स असोसिएशनतर्फे 'ऑली' ही उपाधी

दि. ७ नोव्हेंबर २०१९ रोजी जागतिक ऑलिम्पियन्स असोसिएशनने (World Olympians Association) भारतीय बॉक्सर मेरी कोम यांना आपल्या नावानंतर ऑली (OLY) ही उपाधी लावण्यास

परवानगी दिली.
- 'ऑली (OLY)' ही उपाधी त्या खेळाडूची समाजात ऑलिम्पियन म्हणून ओळख दर्शवते; तसेच ऑलिम्पिक स्पर्धेचे मूल्य व ओळख समाजात रुजवते.
- नोव्हेंबर २०१७ मध्ये झालेल्या ८ व्या आंतरराष्ट्रीय ऑलिम्पिक समितीच्या बैठकीत जागतिक ऑलिम्पियन्स असोसिएशनने खेळाडूच्या नावानंतर ऑली उपाधी लावण्याच्या अभियानाची घोषणा केली.
- अभियानांतर्गत ऑलिम्पिक खेळाडूस अधिकृत कागदपत्रांवर पदवीसारखी ही उपाधी लावण्याची मुभा देण्यात येते.
- आंतरराष्ट्रीय ऑलिम्पिक समितीचे अध्यक्ष थॉमस बॅच (Thomas Bach) ही उपाधी मिळवणारे पहिले खेळाडू ठरले.

मेरी कोम (Mary Kom) यांच्याविषयी :
- जन्म - १ मार्च १९८३ (वय ३६ वर्षे) मणिपूर
- पूर्ण नाव - चुगनेजंग मेरी कोम मांगते (Chungneijang Mary Kom Hmangte)
- ४१ किलो ते ५१ किलो दरम्यानच्या विविध वजनीगटात आंतरराष्ट्रीय पदके पटकाविली.
- २००१ मध्ये जागतिक बॉक्सिंग अजिंक्यपद (World Championship) स्पर्धेमधील रौप्यपदक हे पहिले आंतरराष्ट्रीय पदक.
- २०१२ मध्ये लंडन येथे झालेल्या ऑलिम्पिक स्पर्धेत ५१ किलो. वजनीगटात कांस्यपदक पटकावणाऱ्या पहिल्या महिला बॉक्सर.
- २०१६ मध्ये राष्ट्रपतींद्वारे त्यांची नियुक्ती राज्यसभेच्या नियुक्त सदस्या (Nominated Member) म्हणून करण्यात आली.
- २०१३ मध्ये त्यांचे आत्मचरित्र 'अनब्रेकेबल' (Unbreakable) प्रकाशित, तर २०१४ मध्ये त्यांच्या जीवनावर आधारित 'मेरी कोम' हा हिंदी सिनेमा प्रदर्शित.
- त्यांना मॅग्निफिशंट मेरी (Magnificant Mary) या टोपण नावाने संबोधले जाते.
- यांना अर्जुन पुरस्कार (२००३), पद्मश्री (२००६), राजीव गांधी खेलरत्न पुरस्कार (२००९) आणि पद्मभूषण (२०१३) या सन्मानांनी सन्मानित करण्यात आले आहे.

(संदर्भ : olympians.org)

आंतरराष्ट्रीय बॉक्सिंग संघटनेच्या ॲथलेटिक्स आयोगाच्या सभासदपदी भारतीय बॉक्सर सरिता देवी यांची बिनविरोध निवड

दि. १८ नोव्हेंबर २०१९ रोजी भारतीय बॉक्सर सरिता देवी यांची आंतरराष्ट्रीय बॉक्सिंग संघटनेच्या (AIBA: The International Boxing Association) ॲथलेटिक्स आयोगाच्या सभासद (Athetes Commission) म्हणून बिनविरोध निवड झाली.
- या आयोगात एकूण सहा सभासदांचा समावेश आहे. हे सभासद आशिया, ओशिनिआ (Oceania), आफ्रिका, अमेरिका, युरोप या पाच खंडांचे प्रतिनिधित्व करतात.
- युरोप खंडाचे प्रतिनिधित्व करण्यासाठी दोन सभासदांची निवड, तर इतर खंडांसाठी प्रत्येकी एका सभासदाची निवड करण्यात आली.
- बॉक्सर सरिता देवी या आशिया खंडाचे प्रतिनिधित्व करतील.
- २२ मे २०१९ रोजी आंतरराष्ट्रीय ऑलिम्पिक समितीने (IOC), आंतरराष्ट्रीय बॉक्सिंग संघटनेच्या (AIBA) आर्थिक अनियमितता व प्रशासकीय गैरवर्तनाच्या कारणामुळे संघटनेकडे असलेले २०२० मध्ये होणाऱ्या ऑलिम्पिक स्पर्धेसाठीचे बॉक्सिंग खेळाचे अधिकार काढले व ॲथलेटिक्स आयोगाची शिफारस केली.
- या आयोगाचे सभासद AIBA संघटना व खेळाडू यांमधील दुवा म्हणून कार्य करतील. ज्यामुळे खेळाचे नियम बनवताना अधिक पारदर्शकता व समन्वय राखता येईल.
- आयोगाच्या सभासदांची निवडणूक रशिया येथे झालेल्या २०१९ जागतिक बॉक्सिंग अजिंक्यपद स्पर्धेच्या वेळ नोंदणीकृत बॉक्सरांच्या मताद्वारे झाली.
- आशिया खंडाच्या सभासद निवडीमध्ये सरिता देवी एकमेव उमेदवार होत्या.
- सरिता देवी यांना २००९ मध्ये अर्जुन पुरस्काराने सन्मानित करण्यात आले आहे.

सरिता देवी यांच्याविषयी (Laishram Sarita Devi) :
- जन्म - १ मार्च १९८२ (वय - ३७) मयांग इंफाळ (मणिपूर)
- वजनगट - ६० किलो वजनगट (लाइटवेट)

बॉक्सिंग कारकिर्द

	स्पर्धा	पदके (वर्ष)
१)	जागतिक अजिंक्यपद स्पर्धा (World Boxing Championship)	सुवर्ण (२००६), कांस्य (२००५, २००८)
२)	आशियाई अजिंक्यपद (Asian Championship)	सुवर्ण (२००३, २००५, २००८, २०१०, २०१२), रौप्य (२००१), कांस्य (२०१७, २०१९)
३)	आशियाई स्पर्धा (Asian Games)	कांस्य (२०१४)
४)	राष्ट्रकुल स्पर्धा (Commonwealth Games)	रौप्य (२०१४)

(संदर्भ : aiba.org, newsonair.com)

सकाळ बोल्ट, फराहशिवाय रंगली जागतिक ॲथलेटिक्स स्पर्धा

यंदा कतारची राजधानी दोहा येथे झालेली १७ वी जागतिक मैदानी स्पर्धा विविध कारणांनी गाजली. अमेरिकेने १४ सुवर्ण, ११ रौप्य, ४ ब्राँझपदके जिंकत तेराव्या वेळेस वर्चस्व गाजविले. चार वर्षांपूर्वी बिजींगमध्ये अमेरिकेला मागे टाकणाऱ्या केनियाला एकूण अकरा पदकांसह दुसरे स्थान मिळाले. यजमान कतारला एक सुवर्ण आणि एका ब्राँझपदकामुळे सोळावे स्थान मिळाले. स्पर्धेत २०६ देश, रेफ्युजी आणि रशियावर बंदी असल्याने अधिकृत अलिप्त ॲथलिट्स (एएनए) सहभागी झाले होते. पुढील स्पर्धा अमेरिकेतील युजेन येथे होणार आहे. उसेन बोल्ट आणि मो. फराह या महान ॲथलिट्सची ट्रॅकवरून बिदाई झाल्यानंतरची ही पहिलीच जागतिक मैदानी स्पर्धा होती. त्यामुळे साहजिकच नवीन सितारा कोण, याकडे सर्वांचे लक्ष लागले होते. वेगवान धावपटू ख्रिस्तीयन कोलमन, सलग दोनदा पाच हजार मीटरचे सुवर्णपदक जिंकणारा मुख्तार इद्रीस, महिलांच्या दोनशे मीटर शर्यतीत प्रथमच सुवर्णपदक जिंकणारी ग्रेट ब्रिटनची दिना अशर-स्मिथ, नेदरलँडची सिफान हसन, बहरीनची चारशे मीटरमधील सुवर्णपदक विजेती सल्वा नासेर, चारशे मीटर हर्डल्स शर्यतीत विश्वविक्रम करणारी दलीलाह महम्मद, आफ्रिकन धावपटूंचे वर्चस्व मोडून काढीत अमेरिकेला आठशे मीटरमध्ये प्रथमच सुवर्णपदक मिळवून देणारा डोनाव्हन ब्रेझीयर, दोनशे मीटरमध्ये सुवर्णपदक जिंकणारा नोह लिलेस अशी काही नावे स्टार म्हणून विचारात घेता येतील.

ख्रिस्तीयन कोलमनने शंभर मीटरची शर्यत जिंकून (९.७६ सेकंद) वेगवान धावपटूचा मान मिळविला असला तरी दोनशे मीटर जिंकणारा नोह लिलेस हा उसेन बोल्टचा विश्वविक्रम लवकर मोडेल अशी शक्यता अधिक आहे. गेल्या स्पर्धेत मो. फराहची विजयी मालिका खंडित करून पाच हजार मीटरचे सुवर्णपदक जिंकणारा मुख्तार इद्रीस पुन्हा विजयी झाला. सलग दोन स्पर्धेत पाच हजार मीटरमध्ये सुवर्णपदक जिंकणारा तो इथिओपीयाचा पहिलाच धावपटू ठरला. धावण्याच्या स्पर्धेत काही पारंपरिक जोड्या असतात. जसे १००-२००, ८००-१५००, ५०००-१०००० मीटर. मात्र, जन्माने इथिओपीयन असलेल्या नेदरलँडच्या सिफान हसनने चक्क १५०० व १०००० मीटर अशा विचित्र कॉम्बिनेशनमध्ये सुवर्णपदक जिंकून सर्वांना बुचकळ्यात टाकले. कारण जागतिक पातळीवर सध्याच्या आधुनिक युगात पंधराशे मीटरमध्ये लागणारा वेग आणि दहा हजार मीटरमध्ये लागणारा दमदार एकच धावपटू असू शकतो, हे उदाहरण दुर्मिळच म्हणायला पाहिजे.

धन्य त्या माता

भारतात सहसा लग्न झाल्यानंतर कारकिर्दीला फुलस्टॉप लावला जातो. मात्र, लग्नानंतर किंवा मातृत्वानंतर कारकिर्द घडविल्याचीही उदाहरणे आहेत. पी. टी. उषा, शायनी अब्राहम, लिलम्मा अलफान्सो ही काही उदाहरणे आहेत. यंदाच्या जागतिक मैदानी स्पर्धेतही अशाच मातांनी ही स्पर्धा गाजवली. त्या म्हणजे जमैकाची वेगवान धावपटू शेली ॲन फ्रेझर-प्रिसे, अमेरिकेची ॲलीसन फेलीक्सप, चीनची २० किलोमीटर चालण्याच्या शर्यतीतील सुवर्णपदक विजेती लियु हाँग आणि अमेरिकेची शंभर मीटर हर्डल्स शर्यतीत सुवर्णपदक विजेती निया अली. दोन वर्षांपूर्वी लग्न आणि त्यानंतर मातृत्व यामुळे शेलीने स्पर्धेत भाग घेतला नव्हता. त्यानंतर तिने पुनरागमन करीत पुन्हा विश्वविजेतेपद मिळविले. हे तिचे जागतिक स्पर्धेत शंभर मीटर शर्यतीतील चौथे सुवर्णपदक होय. दोहानंतर तिच्या नावावर जागतिक स्पर्धेत एकूण अकरा पदके झाली आहेत. जागतिक मैदानी स्पर्धेत सर्वाधिक १३ सुवर्ण मिळविण्याचा मान आता ॲलीसन फेलीक्स हिच्या नावावर आहे. यंदा तिला आपल्या आवडत्या चारशे मीटरमध्ये भाग घेता आला नाही. मात्र, विश्वविक्रम करणाऱ्या अमेरिकेच्या मिश्र रिले आणि महिला ४-४०० रिलेत तिचा समावेश होता. गेल्यावर्षी बाळाला जन्म देणाऱ्या ॲलीसनचे पुनरागमन एक आदर्शच ठरले. शंभर मीटर हर्डल्समध्ये निया अलीने सुवर्णपदक जिंकल्यानंतर आपल्या दोन्ही मुलांसह विजयी फेरी मारली. याचप्रमाणे जर्मनीच्या ख्रिस्तियाना श्वानिटिझ हिने जुलै २०१७ मध्ये जुळ्या मुलांच्या जन्मानंतर यंदा महिलांच्या गोळाफेकीत ब्राँझपदक जिंकले. या महिला केवळ भारतातीलच नव्हे तर जगातील महिलांसाठी आदर्श आहेत.

बारशिमने वाचवली कतारची पत

यजमान असल्याने कतार किती पदके जिंकणार, हा प्रश्न होताच. त्यात चारशे मीटर हर्डल्स शर्यतीतील आशियाई विजेता अब्दे रहमान सांबा आणि उंच उडीतील विद्यमान विजेता मुताझ बारशिम यांच्याकडूनच यजमानांना पदकांची आशा होती. सांबाने ब्राँझपदक जिंकल्यानंतर बारशिमकडून सुवर्णपदकाची अपेक्षा केली जात होती. बारशिमच्या इव्हेंटच्या दिवशी स्टेडियम खचाखच भरले होते आणि कतारचे आमीर (राज परिवार) सह सर्व प्रमुख व्यक्ती स्टेडियममध्ये उपस्थित होते. यंदाच्या मोसमात फक्त तीन स्पर्धांत सहभागी होणाऱ्या बारशिमची सुरुवात अडखळत झाली होती. त्यामुळे कतारचा भ्रमनिरास होणार का अशी शंका उपस्थित झाली होती. मात्र, जादूची कांडी सापडावी तशी त्याला लय सापडली. त्याने २.३७ मीटर अंतरावर उडी मारली आणि चक्क सुवर्णपदकाचा मानकरी ठरला. बारशिमने सलग दोन स्पर्धांमध्ये सुवर्णपदक जिंकल्याने तो क्युबाचा विश्व विक्रमवीर झेव्हीयर सोटोमेयरच्या दोन सुवर्णपदक जिंकण्याच्या पंक्तीत येऊन बसला.

मॅरेथॉनचा फज्जा

तपमानाचे बसणारे चटके आणि प्रचंड दमटपणा यामुळे मॅरेथॉन शर्यत मध्यरात्री घेण्याचा निर्णय चांगलाच अंगलट आला. एकतर मॅरेथॉन आणि चालण्याच्या शर्यतीला प्रेक्षक लाभले नाही. सप्टेंबरच्या अखेरीस तपमान खाली येईल; तसेच दमटपणाही ६५ टक्क्यांच्या आसपास राहील, अशी अपेक्षा होती. मात्र, असे काही घडले नाही. त्याचा परिणाम एकूण स्पर्धकांच्या निकालावर झाला. महिला मॅरेथॉनच्या वेळी ३२ अंश तापमान आणि ७४ टक्के ह्युमिडीटी असल्याने ७० पैकी ३० धावपटूंनी विविध टप्प्यावर शर्यत सोडून दिली. ॲथलेटिक्सच्या विकासाच्या दृष्टीने हे काही चांगले लक्षण नाही. कारण अशीच काहीशी परिस्थिती टोकियोतही राहणार आहे. वातावरणाला आपण रोखू शकत नाही. मात्र, यावर मार्ग निश्चितच काढता येतो. महिलांच्या तुलनेत पुरुषांच्या कामगिरीवर तपमान आणि दमटपणाचा फार कमी परिणाम झाला. कारण ७३ पैकी ५५ स्पर्धकांनी शर्यत पूर्ण केली. या दोन्ही शर्यतींच्या वेळी दुर्दैवी घटना घडली नाही, हे नशीब. यात पुरुषांची शर्यत इथिओपियाच्या लेलिसा देसिसाने २ तास १० मिनिटे ४० सेकंद या आपल्या मोसमातील सर्वोत्तम वेळेसह जिंकली. रौप्यपदक इथिओपियाच्याच मोसीनेट गेरेमेने जिंकले. महिलांमध्ये केनियाच्या रुथ चेपनगेटीचने २ तास

३२ मिनिटे ४३ सेकंदात बाजी मारली.

सल्वा नासेरची धाव

जन्माने नायजेरियन असलेल्या सल्वा नासेरने महिलांची चारशे मीटर शर्यत ४८.१४ सेकंद या प्रभावी वेळेसह जिंकून सर्वांचे लक्ष वेधले. चारशे मीटरमध्ये सुवर्णपदक जिंकणारी ती पहिलीच आशियाई धावपटू ठरली. तिने दिलेली वेळ जर्मनीच्या मारिटा कोच (४७.६० सेकंद) आणि झेकच्या जर्मिला क्रॅतोचव्हिला (४७.९९ सेकंद) यांच्यानंतर तिसरी सर्वकालीन वेळ ठरली. दोन वर्षांपूर्वी तिला रौप्यपदकावर समाधान मानावे लागले होते.

तीन विश्व विक्रम

स्पर्धेत तीन विश्वविक्रमांची नोंद झाली. पहिला विक्रम अमेरिकेच्या मिश्र रिले संघाने प्राथमिक फेरीतच केला. त्यानंतर वील लंडन, ॲलीसन फेलीक्सव, कर्टनी ओकोलो आणि मायकेल चेरीचा समावेश असलेल्या संघाने अंतिम फेरीत सुवर्णपदक जिंकताना ३ मिनिटे ०९.३४ सेकंदाच्या नवीन विश्वविक्रमाची नोंद केली. महिलांच्या चारशे मीटर हर्डल्स शर्यतीत अमेरिकेच्या महम्मद दलीलाहने स्वतःचाच ५१.२० सेकंदाचा विश्वविक्रम मोडीत काढताना ५१.१६ सेकंदाचा नवीन विक्रम प्रस्थापित केला. याशिवाय महिलांच्या उंच उडीत युक्रेनच्या यारास्लोवा महुचिक हिने रौप्यपदक जिंकताना २.०४ मीटर अंतरावर उडी मारली. हा २० वर्षे मुलींच्या गटात नवीन विश्वविक्रम ठरला.

याशिवाय पुरुष ८०० मीटरमध्ये अमेरिकेच्या डोनाव्हन ब्रेझीयरने (१ मि. ४२.३४ सेकंद), पुरुषांच्या गोळाफेकीत अमेरिकेच्या जो कोवॅस (२२.९१ मीटर), महिलांच्या पंधराशे मीटर शर्यतीत नेदरलँडच्या सिफान हसन (३ मि.५१.९५ सेकंद), पाच हजार मीटर शर्यतीत केनियाच्या हेलेन ओबेरी (१४ मि. २६.७२ सेकंद), तीन हजार मीटर स्टीपलचेस शर्यतीत केनियाच्या बेट्रीस चेपकोएच यांनी स्पर्धा विक्रमाची नोंद केली; तसेच स्पर्धेत एकूण २१ एरिया विक्रम (आशिया, आफ्रिका याप्रमाणे), ८६ राष्ट्रीय विक्रम मोडले गेले.

● नरेश शेळके

क्रीडा पत्रकार दैनिक सकाळ

सकाळ जागतिक मैदानी स्पर्धा : भारताचा आलेख उंचावला, मात्र चिंता कायम

यंदाच्या जागतिक मैदानी स्पर्धेत भारताचे २६ ॲथलिट्स सहभागी झाले होते. प्रथम २५ ॲथलिट्सचा संघ जाहीर करण्यात आला. मात्र, हिमा दासने दुखापतीमुळे माघार घेतली. त्यानंतर द्युतीचंद आणि अर्चना सुसींद्रन यांना त्यांच्या जागतिक मानांकनानुसार अनुक्रमे महिलांच्या शंभर व दोनशे मीटर शर्यतीसाठी प्रवेश देण्यात आला. द्युतीचंदने यंदा जागतिक विद्यापीठ स्पर्धेत सुवर्णपदक जिंकले असल्याने तिच्याकडून अपेक्षा होती. मात्र, ती पहिल्या फेरीचा अडथळा पार करू शकली नाही.

भारतीय खेळाडूंनी पदक जिंकले नसले तरी प्रथम आठ क्रमांक मिळविणाऱ्या देशांत भारताला तीन गुणांसह संयुक्तपणे ५८ वे स्थान मिळाले. आतापर्यंतच्या स्पर्धेच्या इतिहासातील भारतीय कामगिरीची तुलना यंदाच्या कामगिरीशी केली तर नक्कीच आशादायी चित्र आहे, असे म्हणायला हरकत नाही. मात्र, अजूनही चिंता कायम आहे. कारण सामान्य क्रीडाप्रेमींना पदक हवे असते. ते फक्त अंजू बॉबी जॉर्ज हिने २००३ मध्ये जिंकले आहे. यावेळी मिश्र रिले संघ, भालाफेकपटू अनू राणी आणि तीन हजार मीटर स्टीपलचेसमधील अविनाश साबळे अंतिम फेरीत पोहचले. असे प्रथमच घडले.

सर्व प्रकारच्या रिले शर्यतीत प्रथम आठ संघ थेट टोकियो ऑलिंपिकसाठी पात्र ठरणार होते. भारताचे महिला व पुरुष ४-४००, आणि मिश्र रिले संघ शर्यतीत होते. त्यापैकी मिश्र रिले संघाने अंतिम फेरीत प्रवेश करून सातवे स्थान (३ मि.१६.१४ सेकंद) मिळवित टोकियोचे तिकीट पक्के केले. यात महम्मद अनस, व्ही. के. विस्मया, जिस्ना मॅथ्यू आणि निर्मल तोम यांचा समावेश होता. बीडजवळील मांडवा गावातील असलेल्या अविनाश साबळेने प्रथम प्राथमिक फेरीत (८ मि.२५.२३ सेकंद) आणि नंतर अंतिम फेरीत राष्ट्रीय विक्रम मोडीत काढला. टोकियोसाठी ८ मिनिटे २२ सेकंद अशी पात्रता होती. सेनादलात असलेल्या अविनाशने ८ मिनिटे २१.३७ सेकंद असा नवीन राष्ट्रीय विक्रम करीत पात्रता मिळविली. अंतिम फेरीत त्याला तेरावे स्थान मिळाले. महिला भालाफेकपटू अनू राणीने पात्रता फेरीत ६२.४३ मीटरचा राष्ट्रीय विक्रम करून अंतिम फेरी गाठली. भालाफेकीत अंतिम फेरी गाठणारी ती पहिलीच ठरली. त्याचप्रमाणे फिल्ड इव्हेंटमध्ये (फेक किंवा उडी) अंतिम फेरी गाठणारी ती अंजू जॉर्ज, नीलम जसवंत सिंग आणि विकास गौडा यांच्यानंतर चौथी ठरली. अंतिम फेरीत तिला आठवे स्थान मिळाले. इतर खेळाडूंनी पारंपरिक पद्धतीने पर्यटकांची भूमिका बजावली. त्यांच्यापैकी एम. पी. जबीरने पुरुषांच्या चारशे मीटर हर्डल्स शर्यतीत उपांत्य फेरी गाठली ही जमेची बाजू.

रिले संघ असो किंवा अविनाश साबळे असो, यांच्याकडून केवळ टोकियोतच नव्हे तर भविष्यात जागतिक पातळीवर पदक हवे असेल तर यांना जपायला पाहिजे; तसेच अनुभव देण्यासाठी त्यांना जगातील प्रमुख स्पर्धांमध्ये (उदा. डायमंड लीग, ग्रांप्री) सहभागी करून देण्याची संधी उपलब्ध करून द्यायला पाहिजे. जगातील दिग्गजांसोबत धावताना अनुभव नसणे आणि त्यामुळे मानसिकता कणखर न होणे ही भारतीयांच्या अपयशाची दोन प्रमुख कारणे आहेत. मराठमोळ्या साबळेमध्ये क्षमता आहे, त्याचे ध्येय निश्चित आहे. गरज आहे, त्याला केवळ योग्य दिशा मिळण्याची. केवळ युरोपात सरावाला पाठवून आणि तेथील क्लब किंवा सुमार दर्जांच्या स्पर्धांमध्ये पदक जिंकले म्हणजे आपण खूप काही मिळविले हा ढोल बडवायचा असेल तर सरकारचा, पर्यायाने जनतेचा पैसा खर्च करून नेहमीचेच चित्र पाहायला मिळेल. दोहामध्ये अनेक भारतीय नोकरीच्या निमित्ताने असल्याने भारतीय खेळाडूंना इतरांच्या तुलनेत प्रचंड पाठिंबा होता, हे पाहून मात्र मन सुखावले होते.

● ज्ञानेश भुरे

क्रीडा पत्रकार दैनिक सकाळ

इतर घडामोडी

'भारतीय पुरातत्त्व सर्वेक्षण' खात्याकडून सहा स्मारके राष्ट्रीय स्मारके म्हणून घोषित

दि. २ जानेवारी २०१९ रोजी 'भारतीय पुरातत्त्व सर्वेक्षण' (Archaeological Survey of India : ASI) खात्याकडून सहा स्मारके राष्ट्रीय स्मारके म्हणून घोषित करण्यात आली.

- यामुळे देशातील राष्ट्रीय महत्त्वाच्या स्मारकांची संख्या ३६९३ एवढी झाली.
- प्राचीन स्मारके व पुरातत्त्वविषयक ठिकाणे व अवशेष अधिनियम-१९५८ मध्ये 'प्राचीन व राष्ट्रीय' महत्त्वाच्या स्मारकांची व्याख्या देण्यात आली आहे.
- प्राचीन स्मारक म्हणजे कोणतीही रचना, इमारत, गुहा, शिल्प, शिलालेख
- ज्याला ऐतिहासिक, पुरातत्त्व किंवा कलात्मक महत्त्व आहे.
- जे किमान १०० वर्षांपासून अस्तित्वात
- २०१६ व २०१७ मध्ये एकाही स्थळाचा 'राष्ट्रीय महत्त्वाच्या स्मारक यादी' मध्ये समावेश नाही.
- प्राचीन स्मारकाचे अवशेष, स्थळ यांचा विचार करून त्यास 'राष्ट्रीय स्मारका'चा दर्जा दिला जातो.
- महाराष्ट्रामध्ये २८५ 'राष्ट्रीयदृष्ट्या महत्त्वाची स्मारके' आहेत.

■ घोषित झालेली राष्ट्रीय स्मारके :

१. उच्च न्यायालयाची इमारत (नागपूर)
२. आगारवानची हवेली (आग्रा)
३. हाथी खाना (आग्रा)
४. नीमराना बाओडी (अलवर, राजस्थान)
५. रानीपूर झारेल येथील मंदिराचे गट (बोलंगीर, ओडिसा)
६. विष्णू मंदिर, कोटली (पिटोरगड, उत्तराखंड)

■ देशातील सर्वाधिक 'राष्ट्रीय महत्त्वाची स्मारके' असणारी राज्ये

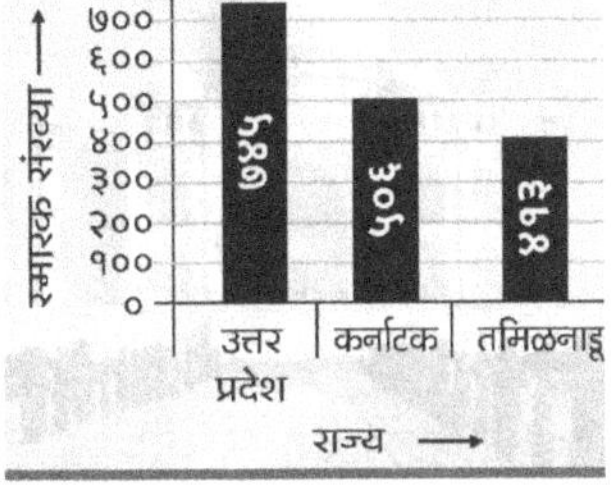

भारतीय पुरातत्त्व विभाग (Archaeological Survey of India : ASI) :

लक्षात ठेवा

- भारतीय पुरातत्त्व विभागाची स्थापना १८६१ मध्ये सर ॲलेक्झांडर कनिंगहॅम (Sir Alexander Cunnigham) यांनी केली.
- ते या विभागाचे प्रथम महासंचालक होते.
- सिंधू संस्कृतीमधील हडप्पा शहराचा शोध लावणारे दया राम साहनी (१९३१-३५) विभागाचे प्रथम भारतीय महासंचालक होते.
- भारतीय पुरातत्त्व विभाग केंद्रीय सांस्कृतिक मंत्रालयांतर्गत कार्य करतो.
- ब्रीदवाक्य : 'प्रत्नकीर्तिमपावृणु'
- भारतीय राज्यघटनेच्या 'राज्यधोरणांची मार्गदर्शक तत्त्वे' अनुच्छेद ४९ नुसार ऐतिहासिक महत्त्वाच्या स्मारकांचे रक्षण करण्याची जबाबदारी 'राज्यसंस्थे'ची आहे.

(संदर्भ : india.gov.in)

राष्ट्रीय युवा संसद महोत्सव-२०१९ नवी दिल्ली

दि. १२ जानेवारी २०१९ रोजी तत्कालीन केंद्रीय क्रीडा व युवक कल्याण राज्यमंत्री श्री. राजवर्धनसिंह राठोड यांनी १२ जानेवारी २०१९ रोजी राष्ट्रीय युवा संसद महोत्सवाचे उद्घाटन केले.

- १२ जानेवारी (राष्ट्रीय युवक दिनाचे) औचित्य साधून या महोत्सवाचे उद्घाटन करण्यात आले.
- ३१ डिसेंबर २०१७ च्या 'मन की बात' कार्यक्रमामध्ये पंतप्रधान नरेंद्र मोदी यांनी राष्ट्रीय युवा संसद महोत्सवाची संकल्पना मांडली.

राष्ट्रीय युवा संसद महोत्सव :

- युवकांचे विचार जाणून घेणे.
- नवीन भारत घडविण्यात युवकांचे योगदान मिळवणे व युवकांच्या संकल्पनांना विचारपीठ मिळवून देणे.
- १८-२५ वय वर्षे असलेल्या युवकांना (जे मतदान करू शकतात, परंतु विधिमंडळ/संसद निवडणुका लढवू शकत नाहीत) विचार व्यक्त करण्यासाठी व्यासपीठ उपलब्ध करून देणे.

- सार्वजनिक विषयांवर चर्चा घडवून आणणे हे उद्दिष्ट.
- **राष्ट्रीय युवा संसद महोत्सवाची संकल्पना :** 'नवीन भारताचा आवाज बना' - 'उपाय शोध व धोरणनिर्मितीत सहभाग'
- **आयोजन :**
- प्रत्येक जिल्ह्यात 'युवा संसद' आयोजित करण्यात येईल.
- यातील तीन सर्वोत्तम वक्ते 'राज्य युवा संसदेत' भाग घेतील.
- प्रत्येक राज्यातून दोन वक्ते 'राष्ट्रीय युवा संसदेत' भाग घेतील.
- प्रत्येक जिल्ह्यातील सर्वोत्तम गुण मिळवलेला वक्ता 'राष्ट्रीय युवा संसदेत' भाग घेईल.
- राष्ट्रीय स्तरावर सर्वोत्तम प्रथम तीन वक्त्यांना अनुक्रमे २ लाख, १.५ लाख व १ लाख रुपयांचे पारितोषिक देण्यात येईल.
- एका जिल्ह्यातून कमाल १०० युवक 'जिल्हा युवक संसदेत' भाग घेतील.
- राष्ट्रीय सेवा योजना (NSS) व नेहरू युवा केंद्र संघटन या महोत्सवाचे व्यवस्थापन पाहतील.
- २७ फेब्रुवारी २०१९ रोजी पंतप्रधान नरेंद्र मोदी यांच्या हस्ते 'राष्ट्रीय युवा संसद' महोत्सवाच्या पारितोषिकांचे वितरण करण्यात आले.
- या महोत्सवात राष्ट्रीय स्तरावर ३३ वक्ते (युवक) सहभागी.
- प्रथम तिन्ही क्रमांक महोत्सवात सहभागी झालेल्या मुलींनी पटकावले.

१. श्वेता उमरे (महाराष्ट्र)

२. अंजनाक्षी एम. एस. (कर्नाटक)

३. ममता कुमारी (बिहार)

लक्षात ठेवा

नेहरू युवा केंद्र संघटन :

- देशभरातील ग्रामीण युवकांना विकासाच्या संधी पुरविण्यासाठी १९७२ मध्ये नेहरू युवा केंद्राची स्थापना
- १९८७-८८ मध्ये केंद्रीय युवक कल्याण व क्रीडा मंत्रालयांतर्गत 'नेहरू युवा केंद्र संघटन' या स्वायत्त संस्थेची सुरुवात
- नेहरू युवा केंद्राचे कार्य देशभरातील ६२३ जिल्ह्यांमधून चालते.

नेहरू युवक केंद्र संघटनेचे प्रमुख उपक्रम :

१. तरुण मंडळ (Youth Club) विकास कार्यक्रम

२. तरुण नेतृत्व आणि समुदाय विकास प्रशिक्षण कार्यक्रम

३. विविध खेळांना प्रोत्साहन

- नेहरू युवा केंद्र संघटनतर्फे दरवर्षी १२ जानेवारी (स्वामी विवेकानंद जयंती) रोजी 'राष्ट्रीय युवा महोत्सवाचे' आयोजन करतात
- **ब्रीदवाक्य :** भविष्याचे सहप्रवासी (Together towards tomorrow)

लक्षात ठेवा

राष्ट्रीय सेवा योजना (National Service Scheme : NSS) :

- राष्ट्रीय सेवा योजनेची सुरुवात १९६९ मध्ये महात्मा गांधींच्या १०० व्या जयंती वर्षी
- १९४८ मध्ये स्थापन करण्यात आलेल्या 'राधाकृष्णन समिती'ने अशी संस्था स्थापन करण्याची शिफारस केली
- राष्ट्रीय सेवा योजनेंतर्गत वार्षिक २४० तासांचे काम अपेक्षित आहे, ज्यामध्ये १२० तास साधारण कार्य व १२० तास वार्षिक कॅम्पचा समावेश
- **ब्रीदवाक्य :** 'मी नाही तुम्ही' (Not me but you)

(संदर्भ : pib.nic.in)

असर शैक्षणिक अहवाल-२०१८

सकाळ

१५ जानेवारी २०१९ रोजी 'प्रथम' या स्वयंसेवी संस्थेचा 'असर अहवाल २०१८' (Annual Survey of Education Report - ASER) हा अहवाल प्रकाशित

- या अहवालासाठी देशभरातील ५९६ ग्रामीण जिल्ह्यातील ३ लाख ५ हजार कुटुंबे व ५.४६ लाख बालकांचे सर्वेक्षण

असर-२०१८ अहवालातील ठळक बाबी :

- शिक्षणाचा हक्क अधिनियम-२००९ नंतर प्रथमच भारतातील शैक्षणिक गुणवत्तेत वाढ दिसून आली.
- पाचवी इयत्तेचे ५०.५% विद्यार्थी दुसरीचे पाठ्यपुस्तक वाचू शकतात. (२०१२ मध्ये हे प्रमाण ४६.९%)
- दुसरीचे पाठ्यपुस्तक वाचणाऱ्या तिसरीच्या विद्यार्थ्यांचे प्रमाण २०१८ मध्ये २७.२% टक्के (२०१० मध्ये १९.५%).
- आठ राज्यांच्या सरकारी

● असर-२०१८ अहवाल : काही ठळक

- पाचवी इयत्तेचे **५०.५%** विद्यार्थी दुसरीचे पाठ्यपुस्तक वाचू शकतात.
- दुसरीचे पाठ्यपुस्तक वाचणाऱ्या तिसरीच्या विद्यार्थ्यांचे प्रमाण २०१८ मध्ये **२७.२%**.
- देशभरातील इयत्ता आठवीच्या सुमारे **५६%** विद्यार्थ्यांना सामान्य गणित येत नाही, तर **२५%** विद्यार्थ्यांना वाचता येत नाही.
- देशभरातील प्रत्येक ४ विद्यार्थ्यांमध्ये १ विद्यार्थी वाचन जमत नसण्याच्या कारणावरून आठवीनंतर शिक्षण सोडून देतो.

शाळांमधील मूलभूत वाचन क्षमता २०१६ च्या तुलनेत ५ टक्क्यांहून अधिकने वाढली

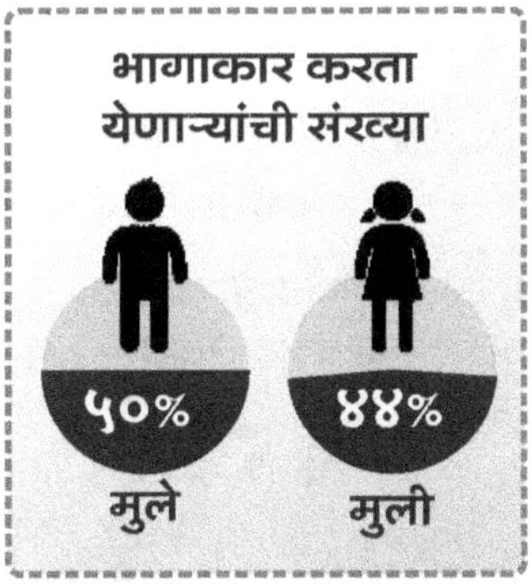

- दहा राज्यांच्या सरकारी शाळांमधील मूलभूत गणित क्षमता २०१६ च्या तुलनेत ५ टक्क्याहून अधिकने वाढली.
- देशभरातील इयत्ता आठवीच्या सुमारे ५६% विद्यार्थ्यांना सामान्य गणित येत नाही, तर २५% विद्यार्थ्यांना वाचता येत नाही.
- देशभरातील प्रत्येक ४ विद्यार्थ्यांमध्ये एक विद्यार्थी वाचन जमत नसण्याच्या कारणावरून आठवीनंतर शिक्षण सोडून देतो.
- १५-१६ वयोगटातील १% बालके शालाबाह्य.
- गणितामध्ये मुली-मुलांच्या तुलनेत मागे.
- हिमाचल, पंजाब, केरळ, कर्नाटक आणि तमिळनाडू या राज्यांमध्ये हा आकडा उलटा.
- या राज्यांमध्ये भागाकार करू शकणाऱ्या मुलींची संख्या मुलांहून अधिक.
- शिक्षणाच्या पातळीबाबत राज्यांमध्ये कमालीची तफावत.
- उत्तर प्रदेशमधील तिसरीच्या वर्गातील ६०% मुलांना अक्षरे वाचता येत नाहीत.
- हिमाचल प्रदेशमध्ये हेच प्रमाण ३०% इतके कमी.
- केरळमध्ये ९ वीच्या विद्यार्थ्यांना वाचता येण्याचे प्रमाण (७७.५%) देशात सर्वाधिक.

लक्षात ठेवा

प्रथम (PRATHAM) :

- प्रथम ही शिक्षणक्षेत्रात कार्य करणारी स्वयंसेवी संस्था आहे.
- १९९४ मध्ये प्रथमची स्थापना माधव चव्हाण व फरीदा लांबा यांनी संयुक्तरीत्या मुंबईत केली.
- प्रथमचे मुख्यालय मुंबईत आहे.
- युनिसेफने, शासन व उद्योग यांच्या साहाय्याने 'बॉम्बे एज्युकेशन इनिशिएटिव्ह' या प्राथमिक शिक्षण देणाऱ्या उपक्रमातून १९९४ मध्ये प्रथमची स्थापना
- प्रथमने सुरुवातीला 'अंगणवाडी क्षेत्रात' कार्य केले.
- प्रथम २००५ पासून असर अहवाल (Annual Survey of Education Report : ASER) प्रकाशित करते.

प्रथमचे इतर उपक्रम :

१.	रिड इंडिया	वाचन, लेखन व गणितीय कौशल्य सुधारण्यासाठी (६-१४ वर्षे बालक)	२००७
२.	प्रथम पुस्तके	परवडणारी गुणवत्तापूर्ण पुस्तके	२००४
३.	लाखो में एक	बालकांची शिक्षणाची गुणवत्ता सुधारण्यासाठी १,००,००० गावांमध्ये राबविण्यात येणारा कार्यक्रम	२०१५

- **ब्रीदवाक्य :** प्रत्येक मूल शाळेत व त्याला चांगले शिक्षण (Every child in School & Well learning)

(संदर्भ : pratham.org, pib.nic.in/)

सकाळ अखिल भारतीय तंत्रशिक्षण परिषदेकडून बी. व्ही. आर. मोहन रेड्डी समितीच्या शिफारशींचा स्वीकार

दि. १९ जानेवारी २०१९ रोजी अखिल भारतीय तंत्रशिक्षण परिषदेकडून बी. व्ही. आर. मोहन रेड्डी समितीच्या शिफारशींचा स्वीकार करण्यात आला.

- लघु व मध्यम काळातील अभियांत्रिकी शिक्षणाच्या वाटचालीचा (भविष्यातील) आढावा घेण्यासाठी या समितीची नियुक्ती.

समितीच्या शिफारशी :

१. २०२० पर्यंत कुठलेही नवे अभियांत्रिकी महाविद्यालय सुरू करण्यास मान्यता देऊ नये.

२. याअगोदर अर्ज केलेल्या महाविद्यालयांसाठी ही तरतूद शिथिल करावी.

३. केवळ सध्या सुरू असलेल्या अभियांत्रिकी महाविद्यालय कृत्रिम बुद्धिमत्तेसारखे नवीन अभ्यासक्रम, रोबोटिक्स यांसारखे नवीन अभ्यासक्रम सुरू करण्यास परवानगी द्यावी.

४. महाविद्यालयांमधील प्रवेश क्षमता वाढविण्यासाठी दर दोन वर्षांनी मूल्यांकन करावे.

५. पारंपरिक शाखेतील केवळ ४०% अभियांत्रिकी जागा भरलेल्या आहेत.

६. आधुनिक शाखेतील (Computer Science, Aerospace) ६०% जागा भरलेल्या आहेत.

७. यामुळे पूर्ण क्षमता वापराकरिता कृत्रिम बुद्धिमत्ता, ब्लॉकचेन, रोबोटिक्स, संगणकशास्त्र, डेटा विज्ञान, सायबर सुरक्षा, थ्री डी प्रिंटिंग यामध्ये पदवीपूर्व (Undergraduate) अभ्यासक्रम सुरू करण्यात यावेत.

८. अभियांत्रिकी महाविद्यालयातून उद्योजकतेला प्रोत्साहन देण्यासाठी :

- उद्योजकता (Entrepreneurship) विषय ऐच्छिक (Minor elective) करावा.

- अटल टिंकरिंग लॅबच्या धर्तीवरच अभियांत्रिकी महाविद्यालयात लॅब स्थापन करण्यात याव्यात.
- महाविद्यालयांनी इनक्युबेशन सेंटर, मेनटॉरिंग क्लबची स्थापना करावी.

९. महाविद्यालयात जागा वाढविण्यास परवानगी देताना अगोदरच्या किती जागा भरलेल्या (Utilization) आहेत हे पाहून परवानगी द्यावी.

- २०१६-१७ मध्ये देशभरात अभियांत्रिकीच्या ५१% जागा रिकाम्या राहिल्या होत्या. २००३ मध्ये यु. आर. राव समितीने नवीन अभियांत्रिकी महाविद्यालयांना पाच वर्षे मान्यता देऊ नये अशी शिफारस केली होती.

१०. याचबरोबर मोहन रेड्डी समितीने पारंपरिक अभियांत्रिकी शाखेमध्ये (यंत्र, इलेक्ट्रॉनिक, विद्युत, स्थापत्य) जागा वाढविण्यास परवानगी देऊ नये अशी शिफारस केली.

बी. व्ही. आर. मोहन रेड्डी :

- आयआयटी हैदराबादच्या बोर्ड ऑफ गव्हर्नन्सचे अध्यक्ष
- १९९१ मध्ये 'इन्फोटेक इन्टरप्रायझेस' या उद्योगाची सुरुवात
- २०१४-१५ मध्ये नॅसकॉम (NASCOMM) या माहिती तंत्रज्ञान क्षेत्रातील उद्योगांची शिखरसंस्था असणाऱ्या संस्थेचे अध्यक्ष.
- २०१७ मध्ये त्यांचा पद्म श्री पुरस्कार देऊन सन्मान.

लक्षात ठेवा

अखिल भारतीय तंत्रशिक्षण संस्था (All India Council of Technical Education) :

- भारतातील तंत्रशिक्षण संस्थांची सर्वोच्च नियामक संस्था
- एआयसीटीईची स्थापना नोव्हेंबर १९४५ मध्ये, १९८७ मध्ये संसदेच्या कायद्यानुसार तिला वैधानिक अधिकार प्राप्त
- देशातील अभियांत्रिकी, व्होकेशनल, व्यवस्थापन शिक्षण, औषधनिर्माण, आर्किटेक्चर, हॉटेल व्यवस्थापन, शहरी योजना/आराखडा शिक्षण इत्यादींचे एआयसीटीईमार्फत नियमन.
- **एआयसीटीईचे मुख्यालय :** नवी दिल्ली
- **प्रादेशिक कार्यालये :** त्रिवेंद्रम, कोलकाता, चेन्नई, कानपूर, मुंबई, वडोदरा, चंदीगड, गुवाहाटी, भोपाळ, बंगळुरू, हैदराबाद, गुरूग्राम
- **एआयसीटीईचे अध्यक्ष :** डॉ. अनिल सहस्रबुद्धे
- **ब्रीदवाक्य :** योग: कर्मसु कौशल्यम

(संदर्भ : pib.nic.in)

२१ ते २३ जानेवारीदरम्यान उत्तर प्रदेशमधील वाराणसी येथे १५ वा प्रवासी भारतीय दिवस साजरा

प्रयागराज येथील कुंभ मेळावा व भारतीय प्रजासत्ताक दिनाचे औचित्य साधत हा दिवस २१ ते २३ जानेवारीदरम्यान साजरा करण्यात आला.

- ९ जानेवारी हा दिवस 'प्रवासी भारतीय दिवस' (Pravasi Bharatiya Divas : PBD) म्हणून साजरा केला जातो.
- **यंदाच्या प्रवासी भारतीय दिनाची संकल्पना :** 'परदेशस्थ भारतीयांची नवीन भारत घडविण्यातील भूमिका' (Role of Indian diaspora in building a New India) अशी आहे.
- **प्रवासी भारतीय दिवस संमेलनाचे प्रमुख पाहुणे :** मॉरिशसचे पंतप्रधान प्रविंद कुमार जगनॉथ (Pravind Kumar Juganauth)
- **विशेष अतिथी :** नॉर्वेचे खासदार हिमांशू गुलाटी
- **युवा भारतीय प्रवासी दिवसाचे पाहुणे :** न्यूझीलंडचे खासदार कंवलजीत सिंग बक्षी.
- यावेळी ३० परदेशस्थित भारतीय व्यक्तींना 'प्रवासी भारतीय पुरस्कारा'ने सन्मानित करण्यात आले.
- आंतरराष्ट्रीय नाणेनिधीच्या मुख्य अर्थतज्ज्ञ गीता गोपीनाथ यांचा यात समावेश होता.

प्रवासी भारतीय दिवस :

- महात्मा गांधींजींच्या ९ जानेवारी १९१५ रोजी दक्षिण आफ्रिकेतून मुंबईत आगमनाप्रीत्यर्थ 'प्रवासी भारतीय दिवस' साजरा करतात.
- २००१ मध्ये एल. एम. सिंघवी यांच्या अध्यक्षतेखालील 'परदेशस्थित भारतीयांवरील उच्चस्तरीय समिती'कडून प्रवासी भारतीय दिवस साजरा करण्याची संकल्पना सादर.
- तत्कालीन पंतप्रधान दिवंगत अटल बिहारी वाजपेयी यांच्याकडून या शिफारशीचा स्वीकार करून २००३ पासून प्रवासी भारतीय दिवस साजरा करण्यास सुरुवात.
- परराष्ट्र व्यवहार मंत्रालय, फिक्की (The Federation of Indian Chambers of Commerce and Industry : FICCI), सीआयआय व ईशान्य भारत विकास मंत्रालयाद्वारे या दिनाचे आयोजन करतात.
- या दिवशी परदेशातील भारतीय समुदायाला भारत सरकार आणि देशातील लोकांबरोबर संवाद साधण्यासाठी व्यासपीठ उपलब्ध होते.
- या संमेलनात विविध क्षेत्रात उच्च कामगिरी करणाऱ्या प्रवासी भारतीयांना प्रवासी भारतीय पुरस्कार प्रदान करण्यात येतात.
- २००३-१४ या कालावधीदरम्यान हे संमेलन दरवर्षी आयोजित करण्यात येत असे; परंतु २०१५ पासून संमेलन द्विवार्षिक पद्धतीने साजरे होते.

वर्ष	संमेलन	ठिकाण
२०१३	११वे	कोची (केरळ)
२०१४	१२वे	दिल्ली
२०१५	१३वे	अहमदाबाद
२०१७	१४वे	बंगळुरू
२०१९	१५वे	वाराणसी

- देबाशिष सरकार यांनी २०१६ मध्ये 'प्रवासी भारतीय दिना'चा लोगो तयार केला.
- या लोगोचे १४ व्या प्रवासी भारतीय संमेलनात अनावरण
- २००७ पासून परराष्ट्र मंत्रालय 'विशिष्ट विभागातील' परदेशी भारतीयांसोबत जोडण्यासाठी 'प्रादेशिक प्रवासी भारतीय दिवसा'चे आयोजन
- पहिला प्रादेशिक प्रवासी भारतीय दिवस न्यूयॉर्कमध्ये २००७ मध्ये तर दहावा २०१८ मध्ये सिंगापूर येथे आयोजित.

*(**संदर्भ** : nea.gov.in ,pib.nic.in)*

स्वच्छ सर्वेक्षण-२०१९ चे निकाल जाहीर : मध्य प्रदेशमधील इंदूर शहराला सलग तिसऱ्या वर्षी देशातील सर्वांत स्वच्छ शहर बनण्याचा मान

दि. ६ मार्च २०१९ रोजी केंद्र सरकारकडून स्वच्छ सर्वेक्षण-२०१९ चे निकाल जाहीर करण्यात आला.

- मध्य प्रदेशमधील इंदूर शहराने सलग तिसऱ्या वर्षी देशातील सर्वांत स्वच्छ शहर बनण्याचा मान पटकाविला.
- या सर्वेक्षणात देशातील सर्व नागरी स्थानिक संस्थांचा समावेश
- सर्वांत स्वच्छ शहरांमध्ये दुसऱ्या व तिसऱ्या क्रमांकावर अनुक्रमे अंबिकापूर (छत्तीसगड) व म्हैसूर (कर्नाटक) ही शहरे
- दहा लाखांपेक्षा अधिक लोकसंख्या असलेल्या शहरांमध्ये अहमदाबाद देशातील सर्वांत स्वच्छ शहर
- भोपाळ हे सर्वांत स्वच्छ राजधानीचे शहर
- छत्तीसगड, झारखंड व महाराष्ट्र यातील राज्यांना सर्वोत्कृष्ट राज्याचा अनुक्रमे पहिला, दुसरा, तिसरा क्रमांक
- स्वच्छ सर्वेक्षणाची सुरुवात २०१६ मध्ये करण्यात आली होती.

स्वच्छ सर्वेक्षण	शहरांची संख्या	सर्वांत स्वच्छ शहर
२०१६	७३	म्हैसूर
२०१७	४३४	इंदूर
२०१८	४२०३	इंदूर
२०१९	४२३७	इंदूर

- ४ जानेवारी-२३ जानेवारीदरम्यान स्वच्छ सर्वेक्षण-२०१९ पार पडले.

स्वच्छ शहरे		
१.	इंदूर	मध्य प्रदेश
२.	अंबिकापूर	छत्तीसगड
३.	म्हैसूर	कर्नाटक
४.	उज्जैन	मध्य प्रदेश
५.	नवी दिल्ली	दिल्ली
६.	अहमदाबाद	गुजरात
७.	नवी मुंबई	महाराष्ट्र
८.	तिरूपती	आंध्र प्रदेश

- शहरांना सात गटात पुरस्कार देण्यात आले. सर्वांत स्वच्छ शहर (इंदूर), राजधानी (भोपाळ), मोठे शहर (अहमदाबाद), मध्यम शहर (उज्जैन), छोटे शहर (नवी दिल्ली), स्वच्छ कॅन्टोन्मेंट (दिल्ली), गंगा शहर (गौचर, उत्तराखंड).

महाराष्ट्राची कामगिरी :

- स्वच्छ सर्वेक्षणामध्ये महाराष्ट्राला देशात सर्वाधिक ४५ पुरस्कार.
- या अभियानात महाराष्ट्रातील २७ शहरे कचरामुक्त झाली.
- मुंबई शहरास नवकल्पनांचा प्रभावी वापर केल्याबद्दल पुरस्कार
- महाराष्ट्राची एकूण २४ शहरे पहिल्या शंभरमध्ये.
- १० लाखांपेक्षा अधिक लोकसंख्या असलेल्या देशातील शहरांमध्ये नवी मुंबईला स्वच्छ सर्वेक्षणात नागरिकांच्या उत्तम प्रतिसादाबद्दल पुरस्कार.
- तीन ते दहा लाख लोकसंख्येच्या गटात लातूर महानगरपालिकेला घनकचरा व्यवस्थापनातील पहिला पुरस्कार.

*(**संदर्भ** : pib.nic.in)*

नववे विश्व मराठी साहित्य संमेलन कंबोडियातील अंग्कोर वाट येथे होत असल्याचे जाहीर

दि. १३ एप्रिल २०१९ रोजी विश्व मराठी परिषदेचे अध्यक्ष नीलेश गायकवाड यांच्याकडून नववे विश्व मराठी साहित्य संमेलन हे २८ ऑगस्ट २०१९ रोजी कंबोडियातील (Cambodia) अंग्कोर वाट (Angkor Wat) येथे होत असल्याचे जाहीर करण्यात आले.

- मराठी भाषेतील साहित्याचा जगभरात प्रसार करण्यासाठी दरवर्षी विश्व मराठी साहित्य संमेलनाचे आयोजन करण्यात येते.
- संमेलनाचा या वर्षीचा विषय 'पुरातन स्थापत्य शास्त्र' हा आहे
- हे संमेलनाचे नववे वर्ष आहे व गो. ब. देगलूरकर हे अध्यक्ष आहेत.
- आठवे संमेलन हे निवृत्त एअर मार्शल भूषण गोखले यांच्या अध्यक्षतेखाली अबुधाबी (संयुक्त अरब अमिराती) येथे पार पडले.
- या संमेलनाचा विषय 'भारताचे संरक्षण आणि सुरक्षा' असा होता.
- कंबोडियातील साहित्य संमेलन हे शिवसंघ प्रतिष्ठान आणि विश्व मराठी परिषद या संस्थांकडून भरविण्यात आले.
- राजा सूर्यवर्ननने बाराव्या व तेराव्या शतकात केलेल्या शेकडो मंदिरांची स्थापना कंबोडियात केली.
- या मंदिरांवरील अप्रतिम कोरीव नक्षी आणि मंदिराचे स्थापत्य शास्त्र याकरिता या वर्षीचे संमेलन कंबोडियामध्ये आयोजित करण्यात आले होते.
- पहिले विश्व मराठी साहित्य संमेलन हे २००९ मध्ये कॅलिफोर्नियातील (California) सॅन फ्रान्सिस्को (San Francisco) येथे डॉ. गंगाधर पानतावणे यांच्या अध्यक्षतेखाली आयोजित करण्यात आले.

मागील काही संमेलने – ठिकाण व अध्यक्ष

वर्ष	अध्यक्ष	ठिकाण
२०१५	शेषराव मोरे	अंदमान
२०१६	संजय आवटे	भूतान
२०१७	तात्याराव लहाने	इंडोनेशिया
२०१८	भूषण गोखले	संयुक्त अरब अमिराती

(संदर्भ : सकाळ संदर्भ सेवा)

पंजाबमधील जालियनवाला बाग हत्याकांडाला १०० वर्षे पूर्ण

दि. १३ एप्रिल २०१९ रोजी पंजाबमधील जालियनवाला बाग हत्याकांडाला १०० वर्षे पूर्ण झाली.

- १३ एप्रिल १९१९ रोजी ब्रिटिश ब्रिगेडियर जनरल डायरच्या नेतृत्वाखालील सशस्त्र शिपायांकडून सभेसाठी आयोजित जमावावर बेधुंदपणे गोळीबार करण्यात आला.
- गोळीबारातील मृतांचा कथित आकडा ४००, मात्र हजारपेक्षा जास्त लोक मृत्युमुखी आणि असंख्य जखमी.
- २०१९ रोजी माणुसकीला काळिमा फासणाऱ्या या घटनेला १०० वर्षे पूर्ण, ब्रिटिश सरकारने या हत्याकांडाबद्दल माफी मागावी अशी मागणी १० एप्रिल २०१९ रोजी ब्रिटनच्या संसदेत.
- या हत्याकांडाला 'एक लाजिरवाणा डाग' म्हणत ब्रिटनच्या पंतप्रधान थेरेसा मे (Theresa May) यांच्याकडून खेद प्रकट.
- ब्रिटनच्या महाराणी एलिझाबेथ द्वितीय (Elizabeth-II) यांनी १९९७ मध्ये केलेल्या भारत दौऱ्यातही खेद व्यक्त.
- २०१३ मध्ये ब्रिटन पंतप्रधान डेव्हिड कॅमरून (David Cameron) यांच्या भारत दौऱ्यादरम्यानही शहिदांना श्रद्धांजली वाहून दिलगिरी व्यक्त.
- या हत्याकांडासाठी ब्रिटन सरकारने माफी मागायला हवी, अशी मागणी सर्वप्रथम २०१७ मध्ये भारत दौऱ्यावर आलेले लंडनचे महापौर सादिक खान (Sadiq Khan) यांच्याकडून.

पार्श्वभूमी :

- सरकारच्या विरोधात भारतातील जनतेतील दिवसेंदिवस वाढणाऱ्या असंतोषाला रोखण्यासाठी ब्रिटिश सरकारतर्फे रौलट (A. T. Rowlatt) या अधिकाऱ्याच्या अध्यक्षतेखाली एका समितीची स्थापना.
- समितीच्या शिफारशीनुसार सरकारतर्फे नवीन 'रौलट कायदा', ज्याद्वारे कोणत्याही भारतीय व्यक्तीला विनाचौकशी अटक करण्याचा अधिकार सरकारला.
- तसेच या कायद्यान्वे शिक्षेविरुद्ध अपील करण्यासही मनाई.
- या काळ्या कायद्याविरुद्ध देशभर संताप व्यक्त, ६ एप्रिल १९१९ रोजी महात्मा गांधीजींकडून या कायद्याच्या निषेधार्थ हरताळ पाळण्याचे आवाहन.

जालियनवाला बाग हत्याकांड :

- रौलट कायद्याविरुद्धचा लढा पंजाब प्रांतात प्रखर, त्यावर ब्रिटिश सरकारची दडपशाही.
- गांधीजींना पंजाब प्रांतात प्रवेश करण्यास मनाई.
- जनरल डायरतर्फे अमृतसरमध्ये सभाबंदीचा हुकूम.
- अमृतसर येथे डॉ. सत्यपाल, डॉ. सैफुद्दिन किचलू अशा प्रमुख नेत्यांना अटक.
- वरील घटनांच्या निषेधार्थ १३ एप्रिल १९१९ रोजी अमृतसर येथील जालियनवाला बागेत बैसाखी सणाच्या निमित्ताने सभेचे आयोजन.
- सभेसाठी जमलेल्या निःशस्त्र लोकांवर जनरल डायरकडून बेछूट गोळीबार करण्याचे आदेश.
- या हत्याकांडात सुमारे चारशे स्त्री-पुरुष मृत्युमुखी व असंख्य जखमी.
- या हत्याकांडास पंजाबचा शासक मायकेल ओडवायर (Michael O'dwyer) जबाबदार.

हत्याकांडानंतरच्या घडामोडी :

- या हत्याकांडाचा निषेध म्हणून रवींद्रनाथ टागोर यांच्याकडून ब्रिटिश सरकारतर्फे प्राप्त 'सर' हा किताब परत.
- संपूर्ण पंजाबात लष्करी कायदा लागू.
- गव्हर्नर जनरल मंडळातील सदस्य शंकरन नायर यांचा राजीनामा.
- ब्रिटिश सरकारवरील भारतीयांच्या वाढत्या दबावानंतर सरकारतर्फे जालियनवाला बाग हत्याकांडाच्या चौकशीसाठी हंटर समितीची स्थापना.
- समितीचा अहवाल १९२० मध्ये प्राप्त, जनरल डायरने आपल्या कर्तव्याचा चुकीचा अर्थ काढला आणि त्याने गरजेपेक्षा अधिक बळाचा वापर केला असल्याचे स्पष्ट.
- पण ब्रिटिश संसदेच्या वरिष्ठ सभागृहाकडून डायरची प्रशंसा; त्याचा 'ब्रिटिश साम्राज्याचा पोषक' असा उल्लेख.
- जनरल डायरला २०० पौंड इनाम म्हणून आणि एक तलवार भेट.
- जालियानवाला बाग हत्याकांडाच्या चौकशीसाठी कॉंग्रेसकडून पंडित मदनमोहन मालवीय यांच्या अध्यक्षतेखाली एक समिती, ज्यात पंडित मोतीलाल नेहरू आणि महात्मा गांधी हे सदस्य.
- या समितीच्या अहवालात हंटर समितीचा अहवाल हा जनमताचा अनादर करणारा असून अपराध्याला वाचविण्याचा प्रयत्न होत असल्याचे सूचित.
- जालियनवाला बाग हत्याकांडातून देशव्यापी असहकार चळवळीचा जन्म.

बैसाखी सणाविषयी :

- पंजाब व हरियाणामधील शेतकऱ्यांचा मुख्य उत्सव
- रब्बी पिकाच्या कापणीनंतर या दिवशी शेतकऱ्यांकडून नव्या वर्षाचे स्वागत
- याच दिवशी १६९९ मध्ये शीख धर्माचे दहावे आणि शेवटचे गुरू गोविंदसिंग यांनी केली खालसा पंथाची स्थापना केली.

(संदर्भ : महाराष्ट्र राज्य पाठ्यपुस्तक महामंडळ, सकाळ संदर्भ सेवा)

संयुक्त राष्ट्र लोकसंख्या निधीचा 'जागतिक लोकसंख्या स्थिती-२०१९' अहवाल सादर : भारताची लोकसंख्या १३६ कोटींवर पोहोचली

दि. १ मे २०१९ रोजी संयुक्त राष्ट्र लोकसंख्या निधीद्वारे ((United Nations Population Fund - UNFPA) जागतिक लोकसंख्या अहवाल-२०१९ 'जागतिक लोकसंख्या स्थिती-२०१९' (State of the World Population Report-2019) प्रकाशित करण्यात आला.

- या वर्षीच्या अहवालाचे शीर्षक "Unfinished Business the Pursuit of Rights and Choices for all' असे आहे.
- २०१९ हे वर्ष संयुक्त राष्ट्र लोकसंख्या निधीचे ५० वे वर्ष आहे; तसेच कैरो येथे पार पडलेल्या आंतरराष्ट्रीय लोकसंख्या आणि विकास परिषदेचे २५ वे वर्ष आहे.

अहवालातील ठळक बाबी :

- सन २०१०-१९ दरम्यान जगाच्या लोकसंख्येत वार्षिक १.१% इतकी वाढ होऊन ती ७.७ अब्ज एवढी झाली आहे.
- सन २०१९ मध्ये लोकसंख्येचे सरासरी आयुर्मान ७२ वर्षे एवढे झाले असून, याच कालावधीत महिलांचा जननदर २.५ इतका आहे.
- प्राथमिक शिक्षणातील लैंगिक समानता ०.९८ तर माध्यमिक शिक्षणातील लैंगिक समानता निर्देशांक १ इतका आहे.
- सदर अहवालानुसार भारताच्या लोकसंख्या वाढीचा दर हा चीनच्या दुपटीपेक्षाही अधिक आहे.
- या अहवालामध्ये १५ ते ४९ वयोगटातील महिलांचा या सर्वेक्षणात नव्यानेच समावेश करण्यात आला.
- तसेच जोडीदारासोबतचा लैंगिक संबंध, गर्भनिरोधक आणि आरोग्यसेवा या महत्त्वपूर्ण विषयाबाबतीत महिलांच्या निर्णयक्षमतेचा प्रथमच अभ्यास करण्यात आला.
- भारतातील माता मृत्युदर १९९४ मध्ये एक लाखांमागे ४८८ इतका होता, त्यामध्ये घट होऊन २०१५ मध्ये हा दर प्रतिलाख १७४ पर्यंत आला.
- मात्र संयुक्त राष्ट्र लोकसंख्या निधीच्या (UNFPA) संचालक मोनिका फेरो (Monica Ferro) यांनी ही आकडेवारी चिंताजनक असल्याचे म्हटले आहे.
- प्रजनन आणि लैंगिक हक्कांच्या अभावामुळे महिलांचे शिक्षण, उत्पन्न आणि सुरक्षा यांवर गंभीर परिणाम होत असल्याबाबत या अहवालात काळजी व्यक्त करण्यात आली आहे.

- सन २०१०-१९ दरम्यान जगाच्या लोकसंख्येत **७.७ अब्ज** वाढ
- **१५ ते ४९** वयोगटातील महिलांचा या सर्वेक्षणात नव्यानेच समावेश

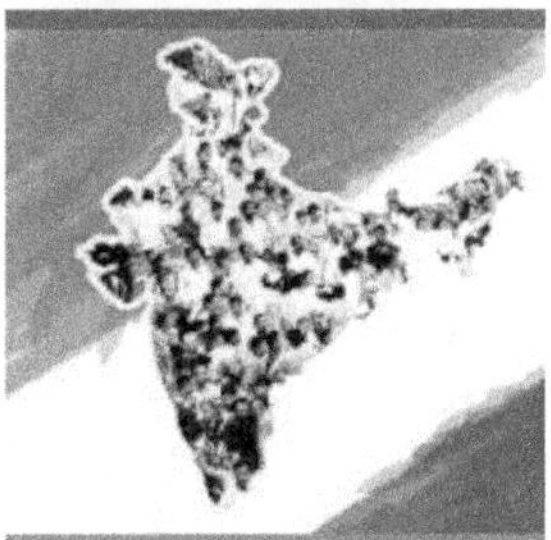

- भारताच्या लोकसंख्या वाढीचा दर हा **चीनच्या दुपटीपेक्षाही अधिक**
- भारतातील माता मृत्यूदर घट होऊन २०१५ मध्ये हा दर प्रति लाख **१७४**

विविध गटांची कामगिरी			
	अविकसित देश	अल्प विकसित देश	अत्यल्प विकसित देश
लोकसंख्या वार्षिक वाढ	०.३%	१.८%	२.४%
जनन दर	१.७	२.६	३.९
सरासरी आयुर्मान	८०	७१	६५
मातामृत्यू	१२	२३८	४३६

भारताबद्दलची निरीक्षणे :

- २०१०-१९ या कालावधीत भारताची लोकसंख्या १.२% दराने वाढून ती १३६ कोटी इतकी झाली.
- २०१९ मध्ये भारतीयांचे सरासरी आयुर्मान ६९ वर्षे इतके झाले आहे.
- भारताची ६७% लोकसंख्या १५ ते ६४ वर्षे या वयोगटातील आहे.
- २०१५ मध्ये भारताचे मातामृत्यू प्रमाण दर एक लाख जिवंत जन्मामागे १७४ इतके आहे.
- भारतातील २४ हून अधिक राज्यांनी बदली जन्मदराचे (Replacement Level Rate-2.1) लक्ष्य प्राप्त केले आहे.

संयुक्त राष्ट्र लोकसंख्या निधी (United Nations Population Fund) :

लक्षात ठेवा

UNFPA
United Nations Population Fund

- संयुक्त राष्ट्र लोकसंख्या निधीची स्थापना १९६७ मध्ये झाली तर संस्थेने प्रत्यक्ष कार्यास १९६९ मध्ये सुरुवात केली.
- मुख्यालय - न्यूयॉर्क
- राफेल सालास (Rafael Salas) संयुक्त राष्ट्र लोकसंख्या निधीचे प्रथम कार्यकारी संचालक होते तर सध्या डॉ. नटालिया कनिम या कार्यकारी संचालिका आहेत.
- संस्थेची स्थापना संयुक्त राष्ट्र आर्थिक आणि सामाजिक मंडळाद्वारे झाली.
- ही संस्था संयुक्त राष्ट्र आमसभेची साहाय्यकारी संस्था आहे.
- शाश्वत विकास ध्येयांमधील आरोग्य, शिक्षण आणि लैंगिक समानता या उद्दिष्टांवर युएनएफपीएद्वारे कार्य केले जाते.
- युएनएफपीएतर्फे दरवर्षी 'जागतिक लोकसंख्या स्थिती अहवाल' प्रकाशित केला जातो.

(संदर्भ : unfpa.org)

सकाळ 'रिपोर्टस विदाऊट बॉर्डर्स' या संस्थेचा 'जागतिक पत्रकारिता स्वातंत्र्य निर्देशांक- २०१८' अहवाल प्रकाशित : निर्देशांकात भारत १४० व्या क्रमांकावर

दि. १ मे २०१९ रोजी 'रिपोर्टस विदाऊट बॉर्डर्स' (Reporters Without Borders) या संस्थेने जागतिक वृत्तपत्र स्वातंत्र्य निर्देशांक (World Press Freedom Index) हा अहवाल प्रकाशित केला.

- हा निर्देशांक २०१८ मधील विविध देशांमधील पत्रकारिता स्वातंत्र्याच्या परीक्षणावरून तयार केला आहे.
- या निर्देशांकामध्ये नॉर्वेने सर्वोत्तम कामगिरी करत प्रथम क्रमांक पटकाविला, तर तुर्कमेनिस्तान देश शेवटच्या क्रमांकावर राहिला.
- भारताचे स्थान मागील वर्षापेक्षा २ने घसरून १४० झाले आहे.
- २०१८ या वर्षात भारतात किमान ६ पत्रकारांच्या हत्या झालेल्या आहेत.
- या निर्देशांकानुसार अफगाणिस्तान, भारत आणि पाकिस्तान या राष्ट्रांमध्ये पत्रकारांच्या हत्येचे प्रमाण अधिक आहे.
- भारतामध्ये ग्रामीण भागात तसेच प्रादेशिक भाषेतील पत्रकारांवर हल्ल्यांचे प्रमाण वाढले आहे.
- या निर्देशांकात सलग तिसऱ्या वर्षी नॉर्वे प्रथम क्रमांकावर आहे.
- २०१९च्या निर्देशांकात १३९ व्या क्रमांकावर दक्षिण सुदान (South Sudan) व १४१ व्या क्रमांकावर अल्जेरिया (Algeria) हे देश आहेत.
- २०१९च्या निर्देशांकामध्ये सर्वांत शेवटी (१८० व्या क्रमांकावर) तुर्कमेनिस्तान (Turkmenistan) तर १७९ व्या क्रमांकावर उत्तर कोरिया हा देश आहे आहे.
- **तसेच भारताच्या शेजारील देशांचा या निर्देशांकात पुढीलप्रमाणे क्रमांक आहेत.**

पाकिस्तान (१४२)	चीन (१७७)
बांगला देश (१५०)	नेपाळ (१०६)
म्यानमार (१३८)	मालदीव (१३८)
अफगाणिस्तान (१२१)	श्रीलंका (१२६)

- तर दक्षिण आफ्रिका (३१), दक्षिण कोरिया (४१), जपान (६७), इस्राईल (८८), रशिया (१४९) व्या क्रमांकावर आहेत.

प्रथम पाच देश		शेवटचे पाच देश	
१.	नॉर्वे	१८०.	तुर्कमेनिस्तान
२.	फिनलँड	१७९.	उत्तर कोरिया
३.	स्वीडन	१७८.	इरिट्रीया

४.	नेदरलँड	१७७.	व्हिएतनाम
५.	डेन्मार्क	१७६.	चीन

भारताची कामगिरी			
वर्षे	२०१९	२०१८	२०१७
क्रमांक	१४०	१३८	१३६

जागतिक पत्रकारिता स्वातंत्र्य निर्देशांक (Press Freedom Index) :

- रिपोर्टस विदाऊट बॉर्डर्स (Reporters Without Borders) या संस्थेमार्फत २००२ पासून हा निर्देशांक दरवर्षी प्रकाशित केला जातो.
- या निर्देशांकात १८० देशांतील पत्रकारिता स्वातंत्र्याचे निरीक्षण केले जाते.

निकष :

- पत्रकारितेतील बहुविविधता
- माध्यम स्वातंत्र्य
- कायदेशीर चौकशीचा गुणवत्ता दर्जा
- पत्रकारांची सुरक्षितता

रिपोर्ट्स विदाऊट बॉर्डर्स

(Reporters Without Borders)

लक्षात ठेवा

- 'रिपोर्ट्स विदाऊट बॉर्डर्स' ही 'माध्यम व इंटरनेट' स्वातंत्र्यासाठी कार्य करणारी अशासकीय आंतरराष्ट्रीय संस्था आहे.
- या संस्थेची स्थापना १९८५ मध्ये 'रॉबर्ट मेनार्ड' (Robert Ménard) यांनी केली.
- ख्रिस्तोफे डिलोरे (Christophe Deloire) हे या संस्थेचे महासचिव आहेत.
- संस्थेचे मुख्यालय पॅरिस (फ्रान्स) येथे आहे.
- या संस्थेला 'संयुक्त राष्ट्रसंघामध्ये' सल्लागार दर्जा प्राप्त आहे.
- २००५ युरोपियन संसदेतर्फे मानवाधिकार क्षेत्रामध्ये देण्यात येणारा 'सखरोव्ह पुरस्कार' (The Sakharov Prize)
- जगभर ३ मे रोजी 'जागतिक वृत्तपत्र स्वातंत्र्य दिन' साजरा केला जातो.
- आफ्रिकन पत्रकारांनी १९९१ मध्ये तयार केलेल्या 'विंढोक जाहीरनाम्याच्या' (Windhoek Declaration on Media Pluralism & Independence) स्मृतिप्रीत्यर्थ ३ मे हा दिवस 'जागतिक वृत्तपत्र स्वातंत्र्य दिन' म्हणून साजरा केला जातो.
- **संकल्पना :** अपप्रचाराच्या काळातील पत्रकारिता व निवडणुका

या अहवालातील मुद्दे :

- पत्रकारांविषयीची द्वेष भावना वाढल्याने पत्रकारांमध्ये सुरक्षेविषयीची भीती वाढत चालली आहे.
- पत्रकार आपले काम योग्य पद्धतीने व पूर्ण स्वातंत्र्यानुसार करू शकतील अशा देशांची संख्या अत्यंत कमी आहे.
- अनेक देशात सत्तेत सत्ताधाऱ्यांकडून प्रसारमाध्यमांवर मोठ्या प्रमाणावर दबाव आणला जात आहे.
- अहवालानुसार भारतामध्ये सन २०१८ मध्ये काम करताना सहा पत्रकारांना आपला जीव गमवावा लागला.
- पोलिसांवरील प्राणघातक हल्ले, माओवादी हल्ले, गुन्हेगारांची दहशत, भ्रष्ट राजकारणी यासारख्या घटनांमुळे पत्रकारांविरुद्ध होणारी हिंसा यामुळे भारतात वृत्तपत्र स्वातंत्र्यावर अनेक बंधने येत आहेत.
- कट्टरतावादाच्या समर्थकांकडून पत्रकारांवर हल्ले होण्याच्या प्रमाणात वाढ झाली आहे.
- मी टू (# Me Too) चळवळीमुळे महिला पत्रकारांवरील लैंगिक अत्याचार व शोषण या बाबतच्या अनेक तक्रारी दाखल झाल्या आहेत.

(संदर्भ : rsf.org/en)

सकाळ

कोलकाता येथील 'द ४२ चौरंगी' ही भारतातील सर्वाधिक उंच इमारत

पश्चिम बंगालच्या कोलकाता शहरातील जवाहरलाल नेहरू रस्त्यावरील 'द ४२ चौरंगी' (The 42 Chowringhee) ही इमारत भारतातील सर्वांत उंच इमारत ठरली आहे.

- या इमारतीची उंची २६८ मीटर (८७९ फूट) इतकी उंच असून तिला एकूण ६५ मजले आहेत.
- 'द ४२ चौरंगी (The 42 Chowringhee)' हा प्रकल्प मनी ग्रुप (Mani Group), सलारपुरीया (Salarpuria) सत्त्वा ग्रुप (Sattva Group), डायमंड ग्रुप (Diamond Group) आणि एआयआर अलकोव्ह रिअल्टी (Alcove Realty) या चार कंपन्यांनी पूर्ण केला आहे.

- या अगोदर भारतातील सर्वांत उंच इमारतीचा विक्रम हा मुंबईमधील इम्पेरिअल बिल्डिंग (Imperial Building) च्या नावावर होता
- इम्पेरिअल इमारत हा प्रकल्प शापूरजी पालोनजी आणि दिलीप ठाकूर यांनी पूर्ण केला
- इम्पेरिअल इमारत ही २५६ मीटर (८३९ फूट) उंचीची आहे व

त्यात ६० मजल्यांचे दोन टॉवर्स आहेत.

- इम्पेरिअल इमारत ही २०१० पासून भारतातील सर्वांत उंच इमारत होती.
- भारतातील सर्वाधिक उंचीच्या इमारती या महाराष्ट्रातील मुंबई शहरात आहेत.
- भारतातील सर्वांत उंच १० इमारतींपैकी ९ इमारती या मुंबई शहरामध्येच आहेत.
- जगातील सर्वांत उंच इमारत संयुक्त अरब अमिरातीतील (United Arab Emirates) दुबई (Dubai) येथील 'बुर्ज खलिफा (Burj Khalifa)' ही आहे.
- बुर्ज खलिफा या इमारतीची उंची एकूण ८२८ मीटर (२७१६.५ फूट) इतकी आहे.
- त्यानंतर चीनमधील शांघाय टॉवर (Shanghai Tower) ही इमारत जगात द्वितीय क्रमांकावर आहे.
- या इमारतीची उंची ६३२ मीटर(२०७३) फूट इतकी आहे.
- तृतीय क्रमांकावर सौदी अरेबियामधील 'मक्काह रॉयल क्लॉक टॉवर (Makkah Royal Clock Tower)' हे टॉवर असून त्याची उंची ६०१ मीटर (१९७२ फूट) इतकी आहे.

इम्पीरिअल इमारत ही २०१० पासून भारतातील **सर्वांत उंच** इमारत

भारतातील सर्वाधिक उंचीच्या **१० इमारतींपैकी ९ इमारती मुंबईत**

*(**संदर्भ** : the42.in, bujrkhalifa.ae, worldatlas.com)*

सकाळ राज्ये व केंद्रशासित प्रदेशांमधील आरोग्य व्यवस्थेच्या कामगिरीचे मूल्यमापन करणारा नीती आयोगाचा 'आरोग्यसंपन्न राज्ये, विकसित भारत' अहवाल प्रकाशित

दि. २५ जून २०१९ रोजी नीती आयोगाने 'आरोग्यसंपन्न राज्ये, विकसित भारत (Healthy States, Progressive India)' हा अहवाल प्रकाशित केला.

- या अहवालाचे हे दुसरे वर्ष आहे.
- केंद्रीय आरोग्य व कुटुंब कल्याण मंत्रालय, तसेच जागतिक बँकेच्या तांत्रिक सहकार्याने हा अहवाल तयार करण्यात आला आहे.
- अहवालासाठी २०१५-१६ ते २०१७-१८ मधील माहिती प्रमाणभूत म्हणून घेण्यात आली आहे.
- फेब्रुवारी २०१८ मध्ये अशा प्रकारचा प्रथम अहवाल प्रकाशित करण्यात आला होता.
- हा अहवाल नीती आयोगाचे उपाध्यक्ष डॉ. राजीवकुमार, सदस्य डॉ. वी. के. पॉल व आरोग्य मंत्रालयाचे सचिव यांनी संयुक्तपणे प्रकाशित केला.
- या अहवालाद्वारे राज्ये व केंद्रशासित प्रदेशांमधील 'आरोग्य व्यवस्थेच्या' कामगिरीचे मूल्यमापन करण्यात येते.
- खालील निकषांच्या आधारे मूल्यमापन केले जाते :
  १. आरोग्य परिणाम (Health Outcome)
  २. प्रशासन व माहिती (Governance and Information)
  ३. प्रमुख आदाने/प्रक्रिया (Key Inputs/Processes)
- क्रमवारी निश्चित करण्यासाठी राज्यांची तीन गटांमध्ये वर्गीकरण करण्यात आले आहे - मोठी राज्ये, छोटी राज्ये, केंद्रशासित प्रदेश.

(अ) मोठ्या राज्यांची कामगिरी :

सर्वोत्कृष्ट राज्ये	तळातील राज्ये
१. केरळ	१. उत्तर प्रदेश
२. आंध्र प्रदेश	२. बिहार
३. महाराष्ट्र	

(ब) छोट्या राज्यांची कामगिरी :

- छोट्या राज्यांमध्ये मिझोरामने प्रथम क्रमांक मिळवला आहे तर सिक्कीम व अरुणाचल प्रदेश तळाशी आहेत.
- केंद्रशासित प्रदेशांमध्ये चंदीगढने सर्वोत्कृष्ट कामगिरी केली आहे.
- बिहार, उत्तर प्रदेश, उत्तराखंड, मध्य प्रदेश व ओरिसा या राज्यांचा समावेश 'एम्पावर्ड ॲक्शन ग्रुप' गटात करण्यात आला आहे.
- राज्ये/केंद्रशासित प्रदेशांचे निव्वळ देशांतर्गत उत्पन्न (Net Domestic Product) व आरोग्य निर्देशांकामध्ये समानुपाती व सकारात्मक संबंध आढळला.
- नीती आयोगाने केंद्र शासनास सकल राष्ट्रीय उत्पन्नाच्या २.५% राज्यशासनांना जीडीपीच्या ४.७-८% आरोग्यावर खर्च करण्याचा सल्ला दिला आहे.

आरोग्यावर खर्च करण्यासाठी नीती आयोगाचा सल्ला

केंद्र शासनास सकल राष्ट्रीय उत्पन्नाच्या **२.५%**

राज्यशासनांना जीडीपीच्या **४.७-८%**

*(**संदर्भ** : niti.gov.in)*

महाविद्यालये व विद्यापीठांमध्ये नवकल्पनेला प्रोत्साहन देण्यासाठी विद्यापीठ अनुदान आयोगाची स्ट्राईड योजना

दि. १ जुलै, २०१९ रोजी महाविद्यालये व विद्यापीठांमध्ये नवकल्पनेला, संशोधनाला प्रोत्साहन देण्यासाठी विद्यापीठ अनुदान आयोगा (The University Grants Commission (UGC)) ने १ जुलै, २०१९ रोजी 'स्ट्राईड (STRIDE : Scheme for Transdisciplinary Research for India's Developing Economy)' या योजनेची घोषणा केली.

- या योजनेद्वारे स्थानिक, राष्ट्रीय पातळी व जागतिक पातळीवर महत्त्वाच्या असलेल्या सामाजिकदृष्ट्या समायोजित शोध प्रकल्पांना साहाय्य प्रदान करण्यात येणार आहे.

स्ट्राईड योजनेची उद्दिष्टे :

- मानव्यशास्त्र शाखा व सामाजिक शास्त्र शाखांमधील उच्च दर्जाच्या संशोधनास साहाय्य करणे.
- बुद्धिमान तरुणांना संशोधन क्षेत्राकडे आकर्षित करणे, विद्यापीठ-महाविद्यालयांमध्ये संशोधन संस्कृती रुजविणे.
- भारताच्या विकसनशील अर्थव्यवस्था आणि राष्ट्रीय विकासासाठी युवा प्रतिभेचा शोध घेणे, नवकल्पनांना प्रोत्साहन देणे आणि आंतरशास्त्रीय संशोधनाला साहाय्य करणे.

स्ट्राईड योजनेतील घटक :

- स्ट्राईड योजनेत तीन महत्त्वाचे घटक आहेत.
- महाविद्यालये आणि विद्यापीठांमधील प्रतिभाशाली युवा संशोधकांचा शोध घेणे. या घटकांतर्गत सर्व विषयातील संशोधनासाठी १ कोटी रुपयांपर्यंतचे अनुदान मिळेल.

- भारताच्या विकसनशील अर्थव्यवस्थेमधील योगदानासाठी सामाजिक नवकल्पना आणि कृती संशोधनाच्या मदतीने समस्या निराकरण कौशल्य वृद्धिंगत करणे. त्यासाठी योजनेंतर्गत विद्यापीठे, सरकार, उद्योग आणि स्वयंसेवी संघटनांमधील सहकार्यास प्रोत्साहन देण्यात येईल. या घटकांतर्गत सर्व विषयांसाठी ५० लाख ते १ कोटी रुपयांपर्यंतचे अनुदान पात्र असेल.
- देशाच्या अग्रगण्य संस्थांमधील प्रसिद्ध वैज्ञानिकांच्या राष्ट्रीय नेटवर्कद्वारे मानव्यशास्त्रे व सामाजिक शास्त्रांतील उच्च प्रभाव शोध प्रकल्पांना अनुदान पुरवणे. या घटकांतर्गत एका उच्च शिक्षण संस्थेसाठी एक कोटी रुपयांपर्यंतचे आणि बहु-संस्थात्मक जाळ्यासाठी पाच कोटी रुपयांपर्यंतचे अनुदान देण्यात येईल.

(संदर्भ : ugc.ac.in)

इथेनॉल पुरवठ्यात महाराष्ट्र देशात प्रथम तर उत्तर प्रदेश व कर्नाटक राज्याचा अनुक्रमे द्वितीय व तृतीय क्रमांक

दि. १५ जुलै, २०१९ रोजी साखर उत्पादनात आघाडीवर असणाऱ्या महाराष्ट्राने इथेनॉल पुरवठ्यातही देशात प्रथम क्रमांक मिळवला आहे.

- उत्तर प्रदेश राज्याने इथेनॉल पुरवठ्यात द्वितीय क्रमांक मिळवला आहे. महाराष्ट्रात ९३ प्रकल्पांमधून इथेनॉल निर्मिती केली जाते.
- महाराष्ट्रातील प्रकल्पांनी मे २०१९ पर्यंत देशातील इथेनॉल पुरवठ्यापैकी ४९% इथेनॉल पुरवठा केला आहे.
- कर्नाटक राज्याने इथेनॉल पुरवठ्यामध्ये तिसरा क्रमांक मिळवला आहे.

इथेनॉल :

- इथेनॉल (Ethanol (also called ethyl alcohol, grain alcohol, drinking alcohol, or simply alcohol) हे इथिल अल्कोहोलचे संक्षिप्त रूप असून त्याचे रासायनिक सूत्र C2H5OH असे आहे.
- शर्करामय पदार्थांचे किण्वीकरण (fermentation) करून इथेनॉल मिळवले जाते. उदा. ऊस, बटाटा, तांदूळ, मका.

- इथेनॉलचा वापर आधुनिक काळात इंधन म्हणून केला जाऊ लागला आहे. वाहनांच्या इंजिनामध्ये विशेष बदल न करता २०% इथेनॉलचे इंधनामध्ये मिश्रण केले जाऊ शकते.
- इथेनॉलच्या मिश्रणामुळे कार्बन मोनॉक्साईडचे उत्सर्जन ३५% कमी होते.
- ब्राझीलमध्ये १९७९ पासून १००% इथेनॉलवर चालणाऱ्या वाहनांची निर्मिती करण्यास सुरुवात झाली.
- इथेनॉलमुळे हाइड्रोकार्बन्सचे (Hydrocarbons) उत्सर्जन कमी होते.
- टीव्हीएस कंपनीने देशात प्रथमच इथेनॉल इंधनावर चालणारी दुचाकी "Apache RTR 200' ची निर्मिती केली आहे.
- नोव्हेंबर २०१९ पर्यंत पेट्रोलमध्ये ७.२% इथेनॉलचे मिश्रण करण्याचे ध्येय पूर्ण केले जाणार आहे.

राष्ट्रीय जैवइंधन धोरण-२०१८ (National Policy on Biofuels - 2018) :

- इथेनॉल व पर्यायाने जैवइंधन (Biofuel) निर्मितीस चालना देऊन, भारताची पेट्रोलियम आयात कमी करण्यासाठी मे २०१८ मध्ये हे धोरण तयार करण्यात आले.
- सेकंड जनरेशन इथेनॉल (Second Generation (2G) Ethanol) निर्मिती उद्योगांसाठी पुढील सहा वर्षांमध्ये ५००० कोटी रुपयांचा निधी पुरविण्यात येणार आहे.
- मानवी वापरास अयोग्य अशा धान्यापासून इथेनॉल निर्मितीस परवानगी देण्यात आली आहे.
- एक कोटी लिटर इथेनॉलमुळे २८ कोटी रुपये इंधन आयात वाचते तर २०००० टन कार्बन उत्सर्जनात कपात होते.
- २००१ मध्ये सर्वप्रथम इथेनॉल मिश्रित पेट्रोलचा प्रयोग मिरज, मनमाड व बरेली येथे करण्यात आला.
- २००३ पासून महाराष्ट्रासह नऊ राज्यांमधून इथेनॉल मिश्रित (५%) पेट्रोलचा कार्यक्रम सुरू करण्यात आला.
- २०२२ पर्यंत पेट्रोलमध्ये १०% इथेनॉलचे मिश्रण करण्याचे उद्दिष्ट्य ठेवण्यात आले आहे.

*(**संदर्भ** : indiansugar.com ,sugarnews.in/category/ethanol-news/)*

सकाळ महिलांसाठी पुणे पोलीस आयुक्तालयात 'शी' टीम स्थापन करण्याचा राज्याच्या गृहविभागाचा निर्णय

दि. १८ जुलै, २०१९ रोजी पुणे पोलीस आयुक्तालयात 'शी' (SHE : Security of Her Ensured) टीम स्थापन करण्याचा निर्णय राज्याच्या गृहविभागाने घेतला आहे.

- हैदराबाद येथे महिला सुरक्षिततेसाठी 'शी' टीम यशस्वी ठरली होती. पीडित महिला व पोलीस यांच्यात दुवा म्हणून साध्या वेशात ही टीम कार्य करते.
- हैदराबाद येथे २०१४ मध्ये तत्कालीन पोलीस आयुक्त महेंदर रेड्डी यांनी 'शी' टीमची स्थापना केली होती. या टीमने हैदराबाद पोलीस आयुक्तालयाच्या हद्दीत महिलांसाठी उत्तम कार्य केले होते.
- महिलांवर होणारे अत्याचार, प्रत्यक्ष व सायबर माध्यमामार्फत होणारे छेडाछेडीचे प्रकार रोखण्यासाठी या टीम कार्यरत होत्या.
- यामुळे महाराष्ट्रातील मोठ्या शहरात महिलांच्या सुरक्षेसाठी काम करणारी अशा प्रकारची टीम असावी अशी संकल्पना गृह खात्यात आली.
- यानुसार पुणे पोलीस आयुक्तालयात अशा टीम तयार करण्यात येणार आहेत. पुणे पोलीस आयुक्तालयातील प्रत्येक झोनमध्ये अशी टीम तयार करण्यात येणार आहे.
- या टीमवर अतिरिक्त पोलीस आयुक्त व पोलीस उपायुक्त यांचे नियंत्रण राहणार आहे.

'शी' टीमची रचना :

- 'शी' टीमचा प्रमुख साहाय्यक निरीक्षक अथवा पोलीस उपनिरीक्षक दर्जाचा अधिकारी असणार आहे.
- प्रत्येक टीममध्ये तीन कर्मचारी. त्यापैकी किमान एक महिला कर्मचारी असणे आवश्यक आहे.
- टीममधील अधिकारी व कर्मचारी साध्या वेशात राहतील, त्यांच्याकडे कॅमेरा असणार आहे. घडणाऱ्या घटनांचे रेकॉर्डिंग ही टीम करणार आहे.

शी टीमचे कार्य :

- छेडछाडीस प्रतिबंध, सार्वजनिक ठिकाणी महिलांचे लैंगिक छळ रोखणे.
- फोनवरून, मेसेज, ई-मेल, सोशल मीडियाद्वारे महिलांना त्रास देणाऱ्या गुन्हेगारांवर कारवाई करणे.
- महिलांना वेळेत मदत मिळवून देणे.
- गंभीर गुन्ह्याच्या प्रसंगी एक प्रतिबंधात्मक टीम म्हणून कार्य करणे.
- दिशाभूल झालेल्या तरुणांना सुधारणे, त्यांना परिणामांबद्दल जागरूक करणे.
- 'शी' टीमचा जागरूकता अभियान व छेडछाड विरोधी मोहीम हे महत्त्वाचे भाग असणार आहेत.
- बसस्थानके, महाविद्यालय, वसतिगृहे, दुकाने, मॉल अशा ठिकाणी ही टीम जागरूक असणार आहे.
- महिला सुरक्षेसाठी पोस्टर, पत्रके, स्टिकर्स, वितरीत केले जातील. लघुपट, शी टीमवर गाणे तयार करून ते चित्रपटगृहात दाखविण्यात येईल.
- महिलांना त्रास देणाऱ्याची माहिती देण्यास प्रोत्साहन दिले जाईल. माहिती देणाऱ्या व्यक्तीची ओळख गुप्त ठेवण्यात येईल.

*(**संदर्भ** : home.maharashtra.gov.in, punepolice.gov.in/)*

सकाळ आंध्र प्रदेशमध्ये भूमिपुत्रांना सर्व खासगी क्षेत्रातील नोकऱ्यांत ७५% आरक्षण : आंध्र प्रदेश एम्प्लॉयमेंट ऑफ लोकल कॅन्डिडेट इन इंडस्ट्रिज ॲक्ट-२०१९' हा कायदा संमत

दि. २६ जुलै २०१९ रोजी आंध्र प्रदेशने राज्यातील सर्व खासगी क्षेत्रातील औद्योगिक कंपन्या व कारखान्यांमधील नोकऱ्यांमध्ये भूमिपुत्रांसाठी ७५% आरक्षण देण्याचे निश्चित केले आहे.

- खासगी क्षेत्रात नोकऱ्यांमध्ये आरक्षण ठेवणारे आंध्र प्रदेश हे देशातील पहिलेच राज्य ठरले आहे.
- या कंपन्यांना सरकारकडून आर्थिक व अन्य मदत मिळते की नाही याचा विचार न करता सरसकट सर्व नोकऱ्यांमध्ये स्थानिक नागरिकांसाठी ७५% जागा राखीव ठेवण्यात येणार आहेत.
- मुख्यमंत्री वाय. एस. जगनमोहन रेड्डी यांनी विधानसभा निवडणुकीपूर्वी यासंदर्भात आश्वासन दिले होते.
- 'आंध्र प्रदेश एम्प्लॉयमेंट ऑफ लोकल कॅन्डिडेट इन इंडस्ट्रिज

ॲक्ट-२०१९' हा कायदा यासाठी संमत करण्यात आला आहे.

- या कायद्यानुसार खासगी क्षेत्रातील औद्योगिक कंपन्या, कारखाने, भागीदारीतील व्यवसाय, सरकार-खासगी भागीदारीतील उपक्रम अशा सर्व ठिकाणी हा कायदा लागू होणार आहे.

- नोकरीसाठी आवश्यक कौशल्य स्थानिकांमध्ये नसेल तर कंपन्यांनी राज्य सरकारच्या मदतीने त्यांना प्रशिक्षण देऊन मग त्यांना कामावर घ्यावे लागेल.
- यामुळे कुशल कामगार मिळत नसल्याची तक्रार खासगी कंपन्यांना करता येणार नाही.
- ज्या कंपन्यांची नावे कायद्याच्या पहिल्या परिशिष्टात नमूद करण्यात आली आहेत. त्या कंपन्यांना या कायद्याच्या अंमलबजावणीमधून सूट देण्यात येणार आहे.
- या गटात पेट्रोलियम, औषधनिर्माण, कोळसा खाणी, खते व सिमेंट उत्पादक कंपन्यांचा समावेश आहे.
- हा कायदा लागू झाल्यापासून तीन वर्षांत त्याची अंमलबजावणी कंपन्यांनी करणे बंधनकारक आहे.
- आंध्र प्रदेशनंतर मध्यप्रदेश व गोवा राज्यानेही खासगी नोकऱ्यांमध्ये भूमिपुत्रांना आरक्षण देण्याचे ठरविले आहे.

(संदर्भ : aplegislature.org)

सकाळ संपूर्ण देशभरातील ४२ लाख शिक्षकांना प्रशिक्षित करून त्यांच्या क्षमतेत वृद्धी करण्यासाठी केंद्रीय मनुष्यबळ विकास मंत्रालयातर्फे शिक्षक प्रशिक्षणासाठी 'निष्ठा' कार्यक्रम

दि. २० ऑगस्ट २०१९ रोजी केंद्रीय मनुष्यबळ विकास मंत्री रमेश पोखरियाल निशंक यांनी प्राथमिक शिक्षकांच्या प्रशिक्षणासाठी एकात्मिक प्रशिक्षण कार्यक्रम निष्ठा (National Initiative for Schools Head and Teacher's Holistic Advancement : NISHTHA) चे उद्घाटन केले.

- यावेळी त्यांनी या कार्यक्रमाची माहितीपुस्तिका, संकेतस्थळ, प्रशिक्षण मोड्यूल, मोबाईल ॲप यांचे अनावरण केले.
- जिल्हा कार्यक्रमाचे मोबाईल ॲप राष्ट्रीय शैक्षणिक अनुसंधान संस्था (NCERT) ने तयार केले आहे.
- संपूर्ण देशभरातील ४२ लाख शिक्षकांना प्रशिक्षित करून त्यांच्या क्षमतेत वृद्धी करणे हा या कार्यक्रमाचा उद्देश आहे.
- निष्ठा हा जगातील सर्वांत मोठा शिक्षक प्रशिक्षण कार्यक्रम असणार आहे.
- या कार्यक्रमांतर्गत मुख्याध्यापक व शिक्षक (प्राथमिक), राज्य शैक्षणिक संशोधन परिषदेचे सदस्य, जिल्हा शिक्षण व प्रशिक्षण संस्थेचे सदस्य यांना प्रशिक्षण देण्यात येणार.
- या कार्यक्रमासाठी अरोबिंदो सोसायटी, कैवल्य फाउंडेशन, अझीम प्रेमजी फाउंडेशन व टाटा ट्रस्ट या स्वयंसेवी संस्थांचे साहाय्य लाभणार आहे.
- संपूर्ण देशातून ३३१२० संसाधन व्यक्ती (Key Resource Person-KRPs) प्रशिक्षणाचे कार्य करतील. या व्यक्तींना देशातील १२० नॅशनल रिसोर्स पर्सन प्रशिक्षित करतील.
- यांची निवड राष्ट्रीय शैक्षणिक संशोधन परिषद (NCERT), सीबीएसई (CBSE), राष्ट्रीय शिक्षण धोरण व प्रशासन संस्था (NIEPA), केंद्रीय विद्यालय संघटन (KVS), नवोदय विद्यालय समिती (NVS) व स्वयंसेवी संस्थां (NGOs) मार्फत करण्यात येणार आहे.

(संदर्भ : pib.nic.in)

सकाळ नॅशनल रजिस्टर ऑफ सिटिजन्स (एनआरसी)ची तिसरी व अंतिम यादी जाहीर : आसाममधील १९ लाख व्यक्ती यादीबाहेर

दि. ३१ ऑगस्ट २०१९ रोजी नॅशनल रजिस्टर ऑफ सिटिजन्स (National Register of Citizens -NRC) ची तिसरी व अंतिम यादी जाहीर करण्यात आली.

- या यादीनुसार आसामची ३.३ कोटी लोकसंख्या नॅशनल रजिस्टर ऑफ सिटीजननुसार अधिकृत नागरिक आहे, तर १९ लाख व्यक्तींची नावे यात समाविष्ट नाहीत.
- एनआरसीमध्ये नाव नसलेल्या व्यक्तींना अधिकृत कागदपत्रांसह 'परकीय नागरिक लवाद (Foreign Tribunes)कडे अपील करता येणार आहे.

लक्षात ठेवा

नॅशनल रजिस्टर ऑफ सिटिजन्स (National Register of Citizens) :

- नॅशनल रजिस्टर ऑफ सिटीजन्स आसाममधील अधिकृत नागरिक व घुसखोरांची ओळख पटविण्यासाठी नोंदवही आहे.
- २४ मार्च, १९७१ पूर्वी जे आसाम राज्याचे कायम रहिवासी होते त्यांची नावे एनआरसीत समाविष्ट करण्यात आली.
- यापूर्वी १९५१ मध्ये नॅशनल रजिस्टर ऑफ सिटीजन्स प्रकाशित करण्यात आले होते.

एनआरसीची गरज :

३.३ कोटी — 'एनआरसी'नुसार आसामचे अधिकृत नागरिक

१९ लाख — 'एनआरसी'मध्ये समाविष्ट नसलेले नागरिक

- १९७१ नंतर भारतात प्रचंड प्रमाणात बांगला देशी नागरिक घुसखोरी करून दाखल झाले.
- आजमितीला भारतात २ कोटी बांगला देशी निर्वासित बेकायदेशीर वास्तव्य करत आहेत.
- १९४८ ते १९७१ दरम्यान आसाममधील मतदारांची संख्या ५०% ने तर १९७१-२००१ दरम्यान ९१% ने वाढली.
- या घुसखोरांना आयएसआय व बांगला देशी लष्कराचा पाठिंबा आहे.
- या निर्वासितांमुळे आसामची सांस्कृतिक ओळख नष्ट होत असून मूळ आसामी अल्पसंख्याक बनत आहेत.
- ऐंशीच्या दशकात 'आसु (All Assam Students' Union or AASU)' या विद्यार्थी संघटनेने बेकायदेशीर निर्वासितांविरोधात जोरदार आंदोलन छेडले.
- १५ ऑगस्ट १९८५ रोजी तत्कालीन पंतप्रधान स्वर्गीय राजीव गांधी व आसुचे नेते यांच्यात 'आसाम करार' झाला.
- या करारानुसार २५ मार्च, १९७१ पूर्वी आसाममध्ये स्थायिक झालेल्या व्यक्तींना 'आसामचे अधिकृत रहिवासी' मानण्यात येणार होते.
- २५ मार्च १९७१ रोजी तत्कालीन पूर्व पाकिस्तानमध्ये (आजचा बांगला देश) पाकिस्तान लष्कराने 'ऑपरेशन सर्चलाईट' सुरू करून बांगला देशमधील बुद्धिवंत, राजकारणी, साहित्यिक यांच्या हत्या करणे आरंभ केले, यामुळे ही तारीख 'आसाम करारा'ची अंतिम तारीख मानण्यात आली.

एनआरसीची सुरुवात :

- नॅशनल रजिस्टर ऑफ सिटीजनची यादी तयार करण्याचे काम २००६ मध्ये सुरू झाले.
- या कामात अत्यंत दिरंगाई होत असल्याने सर्वोच्च न्यायालयाने २०१३ मध्ये यामध्ये हस्तक्षेप केला.
- सर्वोच्च न्यायालयाच्या निर्देशानुसारच यादी प्रकाशित करण्यात आली.

- प्रथम यादी - १ जानेवारी २०१९
- द्वितीय यादी - ३१ जुलै २०१९
- तृतीय/अंतिम यादी - ३१ ऑगस्ट २०१९

- आसाम राज्य सरकारने नागरिकांच्या सुविधेसाठी प्रत्येक जिल्ह्यात 'एनआरसी सुविधा केंद्र' उभारले होते.
- नॅशनल रजिस्ट्रार ऑफ सिटीजन यांच्यातर्फे हे कार्य करण्यात आले.

आसाममध्ये NRC मधून वगळलेल्या लोकांच्या मदतीसाठी विधी विद्यापीठाचा उपक्रम – 'परिचय'

- आसाममध्ये राष्ट्रीय नागरिक नोंदणी (NRC) च्या अंतिम यादीतून वगळलेल्या व्यक्तींना कायदेशीर मदत देण्याकरिता भारतातील पाच राष्ट्रीय विधी विद्यापीठे एकत्र आली आहेत.
- 'परिचय' या नावाने एक कायदेशीर मदत केंद्र स्थापन करण्यात आले आहे. हे केंद्र देशभरातल्या विद्यार्थी-स्वयंसेवकांच्या पथकांसोबत काम करणार आहे.

खालील विद्यापीठांचा समावेश :

- नॅशनल लॉ युनिव्हर्सिटी ॲन्ड ज्युडिशियल ॲकेडमी, आसाम
- नॅशनल युनिव्हर्सिटी ऑफ ज्युडिशियल सायन्स, कोलकाता
- NALSAR युनिव्हर्सिटी ऑफ लॉ, हैदराबाद
- राष्ट्रीय विधी विद्यापीठ, दिल्ली
- राष्ट्रीय विधी विद्यापीठ, ओडिशा
- परिचय केंद्राचे मुख्यालय गुवाहाटी (आसाम) शहरात असणार आहे.

(संदर्भ : pib.gov.in)

सकाळ ग्लोबल इनोव्हेशन निर्देशांकात भारत ५२ व्या स्थानी

जुलै, २०१९ मध्ये प्रकाशित करण्यात आलेल्या 'वैश्विक नवकल्पकता निर्देशांक २०१९' (The Global Innovation Index (GII)) मध्ये भारत ५२ व्या क्रमांकावर आहे. गेल्या वर्षीच्या तुलनेत भारताने यावर्षी क्रमवारीत पाच स्थानांनी सुधारणा केली. यावर्षी निर्देशांकाची १२वी आवृत्ती आहे.

- कॉर्नेल विद्यापीठ, इनसिड (INSEAD), संयुक्त राष्ट्रसंघाची जागतिक बौद्धिक संपदा संघटना (WIPO : The World Intellectual Property Organization) आणि 'वैश्विक नवकल्पकता निर्देशांक नॉलेज पार्टनर्स यांनी संयुक्तपणे हा अहवाल प्रसिद्ध केला.
- यादीमध्ये स्वीत्झर्लंड देश अव्वल स्थानी आहे, तर त्यापाठोपाठ स्वीडन, अमेरिका, नेदरलँड, ब्रिटन, फिनलँड, डेन्मार्क, सिंगापूर, जर्मनी आणि इस्त्राएल या देशांचा क्रम लागतो आहे.
- दक्षिण आणि मध्य आशियामधून भारत सर्वाधिक नवकल्पकता असलेला देश म्हणून प्रथम स्थानी आहे.

अहवालातील ठळक बाबी

- भारताने यावर्षी पाच स्थानांची सुधारणा केली आहे. यावर्षी एकूण १२९ देशांच्या यादीत भारत ३६.५८ गुणांसह ५२ व्या स्थानी आहे. सन २०१८ मध्ये भारत ५७व्या स्थानी होता.
- तसेच, लघु मध्यम उत्पन्न गटात भारत चौथ्या क्रमांकावर आणि दक्षिण मध्य आशियाई गटात प्रथम स्थानी आहे.
- 'क्लस्टर रँकिंग' गटात समूह विकासाच्या परिस्थितीत भारताने प्रगती दर्शविलेली आहे.
- कामगार मनुष्यबळात उच्च शिक्षण घेतलेल्या स्त्रियांच्या संख्येच्या बाबतीत भारत मागे आहे.

सकाळ नागरिकत्व विधेयक हा भारताच्या मूलभूत संकल्पनेवरच हल्ला

नागरिकत्व (दुरुस्ती) विधेयकाचे देशावर होणारे परिणाम याबद्दल योगेंद्र यादव यांची टिप्पणी

नागरिकत्व दुरुस्ती विधेयकाकडे तुम्ही कशाप्रकारे पाहता?

भारतीय संसदेत आत्तापर्यंत सादर करण्यात आलेल्या अत्यंत हानिकारक विधेयकांपैकी हे एक आहे. भारतीय संविधानाविरुद्ध, भारताच्या मूलभूत संकल्पनेच्या विरुद्ध जाणारे हे विधेयक आहे. भारतीय लोकशाहीच्या इतिहासात प्रथमच आपल्या नागरिकत्वाची व्याख्या धर्माच्या आधारावर निश्चित करण्यात येत आहे. धर्माच्या आधारावर भेदभाव करता येणार नाही, या संविधानातल्या कलम १५ मधील तरतुदीच्या हे विरुद्ध आहे. आणि त्याही पुढे जाऊन यामुळे आपल्या लोकशाहीच्या पायालाच धक्का पोचत आहे. भारताची निर्मिती फाळणीतून झाली आहे आणि या फाळणीला कारणीभूत ठरला तो द्विराष्ट्रवाद, म्हणजे - मुस्लिमांना पाकिस्तान हे स्वतंत्र राष्ट्र आणि भारत हे हिंदूसाठी स्वतंत्र राष्ट्र. आपल्या संविधानाने आणि आपल्या राष्ट्रीय चळवळीने हे नाकारले. भारत हा हिंदूसाठी नव्हता. आणि त्याचमुळे, हा भारताच्या मूळ संकल्पनेवरचा मूलभूत आघात आहे. जीनांनी तसेच सावरकरांनीही या गोष्टीचे समर्थन केले होते. अशा प्रकारचे विधेयक संसदेच्या कोणत्याही सभागृहात संमत होऊ शकते, याचा मला प्रचंड धक्का बसला आहे. याला विरोध करणे हे प्रत्येक भारतीयाचे कर्तव्य आहे.

या विधेयकाचे परिणाम काय होतील? आसाम करारावर याचा काय परिणाम होईल?

याचे दोन परिणाम आहेत - एक ईशान्येत, जिथे पहिल्यांदा स्थलांतर होते आणि दुसरा, संपूर्ण देशावर. एकदा धर्म हा नागरिकत्वाचा पाया मानला गेला, की देशातल्या दोन प्रकारच्या नागरिकत्वाची ती पहिली पायरी ठरेल. गेल्या चार-पाच वर्षांत जे अनौपचारिकपणे होत होते ते औपचारिकपणे होण्याची ही पहिली पायरी असेल. एकदा का ही औपचारिकता सुरू झाली की ती भारतीय जनता पक्षाचे (भाजपचे) स्वप्न असलेल्या हिंदू राष्ट्राकडे वाटचालीस सुरुवात होईल. ईशान्येच्या बाबतीत याला विशेष महत्व आहे. २४ मार्च १९७१ नंतर भारतात प्रवेश करणारे अवैध स्थलांतरित शोधून त्यांना परदेशी म्हणून घोषित केले जाईल, या १९८५ मध्ये आसाम कराराच्या माध्यमातून दिलेल्या वचनाचे हे उल्लंघन केल्यासारखे आहे. हे वचन मोडले आहे. तसे झाले तर, आसाम आणि ईशान्येकडची इतर राज्ये यांचा उर्वरित भारताबरोबर असलेला नात्याचा बंध कमकुवत होईल. संपूर्ण आसाममध्ये होत असलेल्या विरोधाचे आम्ही साक्षीदार आहोत, त्रिपुरामध्ये. हे विधेयक नामंजूर करणारी सरकारे आम्ही पाहिली आहेत. इतर राज्यांत कदाचित असे करार नसतील पण त्यांच्याकडे मोठ्या प्रमाणात स्थलांतर झाले आहे. या कायद्यानुसार तुम्ही हिंदू असाल तर ठीक आहे. मग तुम्हाला कागदपत्रांची काळजी करण्याची गरज नाही. ईशान्येकडील हिंदूसहित प्रत्येक नागरिकाला याची भीती आहे. ईशान्येच्या शांततेला यामुळे आपण धक्का पोहोचवत आहोत आणि त्यांच्यावर अन्याय करत आहोत. आणि हे सगळे केवळ संसदीय निवडणुकीत लाभ मिळवण्यासाठी यापेक्षा वाईट ते काय?

ईशान्येचे ध्रुवीकरण करण्याचा हा प्रयत्न आहे असे तुम्हाला वाटते का?

याचे ईशान्येत काय परिणाम होतील याची भाजपला जाणीवच नाही, असे मला वाटत नाही. ईशान्येतल्या काही जागा यामुळे धोक्यात आल्या तरी हिंदू-मुस्लिम वादाला खतपाणी घातले की त्याचा फायदा आम्हाला उत्तर प्रदेश, बिहार, राजस्थानमध्ये होईल, ही या खेळीतली खरी मेख आहे. मित्रपक्ष गमावल्याने आसामम ध्ये तोटा होणार आहे, हे भाजपला माहिती आहे. आसाममधला भाजपचा मुख्य आधारस्तंभ बंगाली लोक आहेत. जर आसामला त्यांची प्रयोगशाळा बनवून तिथे ठिणगी पेटवली की त्याचे फायदे त्यांना संपूर्ण देशभरात मिळू शकतील. याचे वर्णन देशद्रोही असेच करावे लागेल. देशाचे ऐक्य यामुळे धोक्यात येत आहे आणि हे देशाविरुद्धचे कारस्थान आहे.

नागरिकांची राष्ट्रीय नोंदणी (एनआरसी) प्रक्रिया चालू असताना हे विधेयक आले आहे. याकडे धार्मिक भेदाभेदाची घटना म्हणून तुम्ही पाहता का?

एनआरसीच्या बरोबरीने हे विधेयक आले, यात काही नवल नाही. आसाम कराराची निष्पत्ती असलेल्या एनआरसीची जर योग्य प्रकारे अंमलबजावणी केली तर २४ मार्च १९७१ नंतर भारतात आलेल्यांना वेचून काढता येईल. यात हिंदू आणि मुस्लिमही आहेत. संभावित परदेशी या गटात घातलेल्या एकूण ४० लाखांपैकी २५ लाख मुस्लिम बंगाली आहेत आणि १५ लाख हिंदू बंगाली आहेत, असा अंदाज आहे. याचा अर्थ असा की ते आता अवैध नाहीत आणि या बाबी कायदेशीर होऊ शकतात. यामुळे काय होते तर त्या सगळ्यांना बाहेर पडण्याचा पाठीमागचा मार्ग खुला होतो. ते एनआरसीमधून सुटतील आणि एनआरसी ही मुस्लिमांना लक्ष्य करण्याची प्रक्रिया होईल. आणि हे सर्वोच्च न्यायालयाला नको आहे. आसाम चळवळीला हे नको आहे. एनआरसी प्रक्रिया प्रदीर्घ काळापासून ग्रस्त आहे. भेदाभेदाचे आरोप अगदी तळापासून झाले आहेत. यामुळे काय होईल तर, सगळ्या हिंदूंना सुटकेसाठी अधिकृत वाट मिळेल आणि प्रत्येक मुस्लिम अडकवला जाईल. हा केवळ धार्मिक भेदभाव नाही. काहीच भारतीयांनी यामध्ये इतका रस घेतला याचे मला आश्चर्य वाटले आणि धक्काही बसला. यातून देशाच्या चारित्र्यावरच बोट ठेवता येऊ शकते.

अशा परिस्थितीत, पुढचा मार्ग कोणता?

राज्यसभेत हे विधेयक रोखले गेले पाहिजे. एकतर हे राज्यसभेसमोर यायलाच नको किंवा ते संपूर्ण चौकशीसाठी वरिष्ठ सभागृहात ठेवावे. राज्यसभेत राज्यांच्या हिताचे रक्षण केले जाते आणि ईशान्येच्या सगळ्या राज्यांनी एकत्र यायला हवे. हे जर संमत झाले तर, भारतीय संविधानाच्या सर्वस्वी विरोधी जाणाऱ्या या विधेयकाला सर्वोच्च न्यायालय कशी परवानगी देईल, याची मी

कल्पनाच करू शकत नाही. लोकसभेने हे विधेयक संमत करून अतिशय नुकसान केले आहे आणि अविश्वासाची बीजे पेरली आहेत. विधेयक जितक्या लवकर थांबवता येईल तितके चांगले आहे. केवळ अल्पसंख्याकांकडूनच नव्हे तर संपूर्ण देशातून विरोध प्रकट व्हायला हवा.

नागरिकत्व (दुरुस्ती) विधेयकाबरोबर कोटा विधेयकही लोकसभेत सादर झाले

प्रसिद्धीच्या बाबतीत भाजपने नेहमीच हुशारी आणि चतुराई दाखवली आहे मग ते विभाजन असो अथवा कोणाचे लक्ष नसताना गोष्टी पुढे ढकलणे असो. हे विधेयक गेली दोन वर्षे पडून होते आणि त्यामुळे त्याकडे म्हणावे तसे लक्ष दिले गेले नाही.

आरक्षण विधेयकाला राष्ट्रपती रामनाथ कोविंद यांनी संमती दिली आहे. यावर तुमचे काय म्हणणे आहे?

लोकसभेच्या निवडणुकांआधी म्हणजे २०१३ मध्ये, जाट आरक्षणाच्या बाबतीत, कॉंग्रेसने खेळलेली ही आणखी एक चाल आहे, असे मला वाटते. न्यायालयीन चौकशीसमोर हे विधेयक टिकणार नाही हे सर्वांनाच माहिती होते, पण कोणालाच हा दोष घ्यायचा नसल्याने ते संमत झाले. दिवसअखेरीला ते विधेयक सर्वोच्च न्यायालयाने फेटाळले आणि लोकांनी कॉंग्रेसला नाकारले. मला वाटते या बाबतीतही साधारण असेच आहे. संविधान दुरुस्ती कदाचित टिकेल. कायद्याच्या जाणकारांच्या म्हणण्यानुसार हे संविधानाच्या मूळ चौकटीच्या विरुद्ध आहे.

● योगेंद्र यादव

प्रीतिका खन्ना यांनी घेतलेल्या मुलाखतीचा संपादित अंश

मराठी अनुवाद- **अपर्णा बोडस**

पूर्वप्रसिद्धी: livemint.com

ता. क. : राज्यसभेतही हे विधेयक संमत करण्यात आले असून आता सर्वोच्च न्यायालयाच्या निकालावर या विधेयकाचे अस्तित्व अवलंबून आहे.

सकाळ भारताचे गुलाबी शहर जयपूरच्या शिरपेचात आणखी एक तुरा

जयपूरचे जुने शहर परकोटा हे आता नुसता भारताचा नव्हे तर जगाचा वारसा असल्याचे मान्य झाले आहे. आमेर किल्ला, जंतरमंतर नंतर जयपूरला हा आता तिसरा मान मिळाला आहे. जयपूरचा समावेश झाल्याने भारतातील जागतिक वारसा स्थळांची संख्या आता ३८ झाली आहे. त्यात ३० सांस्कृतिक, ७ नैसर्गिक आणि एका मिश्र वारसा स्थळाचा समावेश आहे.

या शहराचा निर्माता असलेला राजा सवाई जयसिंह (मध्ययुगाचा विज्ञान पुरुष) हा एक कर्तबगार आणि विद्याप्रेमी राजा होता. कछवाह घराण्यातील हा राजा इ.स.१७०० च्या दरम्यान आमेरच्या गादीवर आला. त्याने मोगलांबरोबर असलेले आपले पारंपरिक संबंध अधिक दृढ केले. १७०१ मध्ये विशालगड जिंकून दिल्याने खुद्द औरंगजेबाने त्याला 'सवाई' हा किताब दिला. आजोबा मिर्झाराजे जयसिंह यांच्यापेक्षा त्याची कामगिरी सरस ठरल्याने हा किताब देण्यात आला. पुढे त्याला माळव्याची सुभेदारी देण्यात आली. जयसिंहाने नव्याने अश्वमेध केला. छत्रपती शाहू आणि बाजीराव पेशव्यांशी त्याचा विशेष स्नेह होता. १७३४ च्या सुमारास माळवा प्रांत मराठ्यांना अधिकृतपणे मिळण्यासाठी जयसिंहाची मदत झाली होती. त्याच्या नावावरूनच या नगरीला जयपूर (जयनगर) हे नाव मिळाले. प्रजेच्या सुखासाठी त्याने धर्मशाळा, रस्ते, विहिरी बांधल्या. नवीन कायदे केले. बादशहाकडून जिझिया कर रद्द करविला. जयपूर, दिल्ली, बनारस व उज्जैन येथे वेधशाळा बांधल्या. ग्रहांच्या अभ्यासासाठी त्याने करविलेली संगमरवराची उपकरणे अद्यापही सुस्थितीत आहेत. महाराजा जयसिंह (द्वितीय) यांनी जयपूर नगर इ. स. १७२८ च्या दरम्यान वसवले. यासाठी भारतभरातून उत्तम वास्तुकलातज्ज्ञ आणि शिल्पींना पाचारण करण्यात आले होते. या स्थापत्यात वास्तुशास्त्राबरोबर ज्योतिषशास्त्र आणि खगोलशास्त्राचाही विशेष विचार केलेला दिसतो. जयपूर हे अठराव्या शतकातील स्थानिक शहर नियोजनाचे दक्षिण आशियातील अपवादात्मक उदाहरण आहे. अत्यंत सौंदर्यपूर्ण दृष्टिकोनातून निर्माण करण्यात आलेल्या जयपूरमधील स्थापत्य अत्यंत विलोभनीय आहे. बाजार, दुकाने, घरे, मंदिरे यांचा दर्शनी भाग जवळजवळ एकसारखाच दिसून येतो. सर्वांची प्रवेशद्वारे मुख्य रस्त्याच्या दिशेला आहेत. समांतर रस्ते, प्रशस्त चौक, तटबंदी व त्याभोवती आठ वेशी, असे शहराचे उत्तम नियोजन केले आहे. येथील स्थापत्यावर प्राचीन हिंदू, मुघल आणि पाश्चात्त्य शैलीचाही प्रभाव दिसून येतो. येथे अनेक प्रसिद्ध वारसा स्थळे आहेत. येथील जुना राजवाडा हा दोनशे वर्षांपूर्वीचा मोगल-राजपूत शिल्पाचा उत्तम नमुना आहे. पाचमजली चंद्रमहाल व कोरीवकामासाठी प्रसिद्ध असलेला मुबारक महाल, प्रतापसिंहाने बांधलेला हवामहल, जुने लेख, चित्रे, शस्त्रे यांचा संग्रह, जंतरमंतर ही उघड्यावरील वेधशाळा, नाहरगढ टेकडीजवळच्या पूर्वीच्या महाराजांच्या छत्र्या, अंबेर आणि संगनेर येथील देवालये, टेकडीवरील सूर्यमंदिर, गोविंदजीचे मंदिर इ. ठिकाणे वास्तुकलेचा उत्कृष्ट नमुने आहेत.

पारंपरिक कला

हातमागावर कापड विणणे, दागिन्यांवरील मीना काम, हस्तिदंतांवरील कोरीव काम, जडावाचे काम, संगमरवरावरील नक्षीकाम, बांधणीची वस्त्रे, साड्या इ. कलाकौशल्याच्या कामांसाठी जयपूर प्रसिद्ध आहे. येथील बाजारपेठा पर्यटकांचे खास आकर्षण आहेत. याशिवाय जयपूरचे वार्षिक उत्सव आणि सणही पर्यटकांच्या यादीमध्ये असतात. जयपूर व्हिंटेज कार रॅली, गणगौर महोत्सव, बाणगंगा मेला, तीज होली, चाकसू मेला, साहित्य संमेलन वगैरेसाठी पर्यटक गर्दी करतात. मुंबईतील तीन वारसा वास्तूंना युनेस्कोचा एशिया-पॅसिफिक पुरस्कार जाहीर झाला आहे. मुंबईच्या फोर्ट परिसरातील फ्लोरा फाऊंटन, नेसेट एलियाहू सिनेगॉग आणि भायखळ्याचे अवर लेडी ऑफ ग्लोरी चर्च या तीन वास्तूंचा या पुरस्काराने सन्मान झाला आहे.

● भूषण देशमुख

स्पर्धा परीक्षा व आर्थिक विषयाचे तज्ज्ञ

- गुणवत्तापूर्ण शिक्षण, माहिती आणि संपर्क व संदेशन तंत्रज्ञान क्षेत्रात प्रवेश व वापर, तसेच माध्यमिक अभ्यासक्रमांमध्ये शिक्षक-विद्यार्थी गुणोत्तर यांसारख्या क्षेत्रातही भारत मागे पडला आहे.

वैश्विक नवकल्पकता निर्देशांक (GII)

- यावर्षी निर्देशांकमध्ये एकूण १२९ देशांचा समावेश करण्यात आला आहे. ही निर्देशांकाची १२वी आवृत्ती आहे.
- विविध देशांतील नवकल्पकतेचे पर्यावरण, संशोधनाच्या संधी, क्षेत्र, शैक्षणिक वातावरण अशा विविध बाबींचा अभ्यास करून जागतिक स्तरावर देशांना क्रमावारी दिली जाते.
- या निर्देशांकाची यादी तयार करताना आणि विविध देशांतील नवकल्पकतेचा आढावा घेतला ८० मापदंडांचा वापर केला जातो.
- यामध्ये संशोधन आणि विकासात राष्ट्रांची गुंतवणूक, आंतरराष्ट्रीय पेटंट आणि ट्रेडमार्कसाठीची अर्जप्रक्रिया अशा पारंपरिक मापदंडांसह मोबाईल ॲप्लिकेशन बनवणे, उच्च-तंत्रज्ञानाची निर्यात अशा नव्या मापदंडांचा समावेश आहे.

(स्रोत : https://wipo.int/globalšinnovationšindex)

सकाळ तमिळनाडूच्या तिरूनेलवेली जिल्ह्यातील पथमडाई रेशीम चटईला जीआय टॅग

दि. ६ ऑगस्ट २०१९ रोजी ट्रेडमार्क आणि जीआय (भौगोलिक निर्देशांक) अधिकाऱ्यांनी पथमडाई चटईला जीआय टॅग (GI - Geographical Indication Tag) चा दर्जा दिला आहे.

- हस्तनिर्मित पथमडाई रेशीम चटईला पट्टू पै (Pattu Paai) देखील म्हणतात.
- पथमडाई रेशीम चटई विणण्याची पारंपरिक कला तमिळनाडूच्या तिरूनेलवेली जिल्ह्यातील आहे.
- पथमडाई चटई कोराई गवतापासून बनते.
- या चटयांची निर्मिती खास विवाह सोहळ्यांसाठीही केली जाते आणि त्यात वधूची आणि वराची नावे तसेच त्यावर लग्नाची तारीखसुद्धा विणली जाते.

जीआय टॅग (GI - Geographical Indication Tag)

- जीआय टॅग एखाद्या उत्पादनाचे भौगोलिकदृष्ट्या मूळ स्थान दर्शविण्यासाठी वापरला जातो. त्यातून संबंधित उत्पादनाच्या दर्जाचेही मापदंड निश्चित होत असतात.
- जीआय टॅगमुळे मूळ उत्पादनाला व त्याच्याशी संबंधित घटकांना योग्य मोबदला मिळण्यास हातभार लागतो. आजवर अनेक उत्पादनांना जीआय टॅग प्रदान करण्यात आला आहे.
- 'जीआय' तीन प्रकारच्या पदार्थांना मिळतो. एक म्हणजे शेतीजन्य पदार्थ, दुसरा म्हणजे प्रक्रियेतून निर्माण झालेला पदार्थ आणि तिसरा नैसर्गिकरीत्या उपलब्ध असलेला पदार्थ.
- उपलब्ध नैसर्गिक संपत्तीचा फायदा उठवत तयार करण्यात येणाऱ्या शेतीजन्य पदार्थाला 'जीआय' मिळू शकतो. उदाहरणार्थ दार्जिलिंग चहा, महाबळेश्वर स्ट्रॉबेरी यांना 'जीआय' मिळाला आहे, तर प्रक्रियायुक्त 'जीआय'चे उदाहरण म्हणजे पैठणी साडी. नैसर्गिक पदार्थांना मिळालेल्या 'जीआय'चे उदाहरण म्हणजे राजस्थानचा मकराना मार्बल.
- जीआय टॅग मिळाल्यामुळे कारागीर, शेतकरी, विणकर यांच्या उत्पन्नाची पूर्तता करून जीआय उत्पादने दुर्गम भागातील ग्रामीण अर्थव्यवस्थेस फायदेशीर होऊ शकतात.
- एकंदरीतच त्या उत्पादकाला 'जीआय'च्या माध्यमातून मिळालेला 'क्वालिटी टॅग' हा प्रीमियम किंमत मिळवून देण्यात उपयोगी पडेल.

(संदर्भ : ipindia.nic.in)

सकाळ सरल : राज्य छप्पर सौर आकर्षण निर्देशांक जाहीर : निर्देशांकात कर्नाटक राज्याचा प्रथम क्रमांक

दि. २१ ऑगस्ट २०१९ रोजी केंद्रीय ऊर्जा राज्यमंत्री श्री. आर. के. सिंग यांनी 'सरल : राज्य छप्पर सौर आकर्षण निर्देशांक' (State Rooftop Solar Attractiveness Index) जाहीर केले.

- हे निर्देशांक २०१८-१९ या आर्थिक वर्षासाठी असून या निर्देशांकात कर्नाटक राज्याने प्रथम स्थान मिळवले.
- राज्याराज्यांमध्ये छतांवर लागणाऱ्या सौरऊर्जा निर्मिती साधनांच्या वापराला प्रोत्साहन देणे हा या निर्देशांकाचा उद्देश आहे.
- या निर्देशांकामध्ये छतांवरील सौर ऊर्जा संसाधनांमध्ये विकास घडवून आणणाऱ्या राज्यांचे मूल्यांकन करण्यात येते.
- या निर्देशांकानुसार तेलंगणा, गुजरात आणि आंध्र प्रदेश अनुक्रमे दुसऱ्या, तिसऱ्या आणि चौथ्या स्थानावर आहेत.
- हा निर्देशांक - केंद्रीय नवीन व नूतनीकरण ऊर्जा मंत्रालय, शक्ती शाश्वत ऊर्जा,असोचॅम (भारतीय वाणिज्य आणि उद्योग मंडळ) आणि अर्न्स्ट अँड यंग यांच्यातर्फे तयार करण्यात आला.
- राज्यांमधील नियोजन व देखरेख पुनरावलोकन (Review Planning & Monitoring) बैठकीदरम्यान या योजनेची घोषणा करण्यात आली.

सरल (SARAL) मध्ये खालील पैलूंचा समावेश आहे :	
१.	संरचनात्मक चौकटीचे मजबुतीकरण
२.	अंमलबजावणीसाठीचे वातावरण
३.	गुंतवणूक योग्य परिस्थिती
४.	ग्राहकांचा अनुभव
५.	व्यावसायिक परिस्थिती

- केंद्रीय नवीकरणीय ऊर्जा मंत्रालयाद्वारे देशात सन २०२२ पर्यंत १७५ गीगावॅट नवीकरणीय ऊर्जा निर्माण करण्याचे ध्येय (लक्ष्य) निश्चित केले आहे.यापैकी ४० गिगावॅट (GW) ऊर्जा सौर छतांशी जोडलेल्या ग्रीडमधून प्राप्त होईल.

(संदर्भ : pib.gov.in/solarrooftop.gov.in)

सकाळ

नीती आयोग संयुक्त जल व्यवस्थापन निर्देशांकात गुजरात अव्वल

दि. २३ ऑगस्ट २०१९ रोजी नीती आयोगाने संयुक्त जल व्यवस्थापन निर्देशांक २.० (CWMI 2.0) जाहीर केला.

- या अहवालानुसार २०१७-१८ वर्षासाठी गुजरात राज्य प्रथम क्रमांकावर आहे.

संयुक्त जल व्यवस्थापन निर्देशांक (CWMI : Composite Water Management Index) :

- नीती आयोगाने २०१८ मध्ये हा निर्देशांक सुरू केला. यावर्षी निर्देशांकाची दुसरी आवृत्ती आहे.
- जलस्त्रोतांच्या प्रभावी व्यवस्थापनात राज्ये आणि केंद्रशासित प्रदेशांच्या कामगिरीचे मूल्यांकन आणि सुधारणा करण्यासाठी हा निर्देशांक महत्त्वपूर्ण आहे.
- आंध्र प्रदेश, मध्य प्रदेश आणि गोवा अनुक्रमे दुसऱ्या, तिसऱ्या आणि चौथ्या क्रमांकावर आहेत.
- ईशान्य आणि हिमालयीन राज्यांमध्ये हिमाचल प्रदेश प्रथम स्थानी, तर केंद्रशासित प्रदेशांमधून पाँडेचेरी प्रथम स्थानी आहे.

(संदर्भ : pib.gov.in, niti.gov.in)

सकाळ

'इकॉनॉमिस्ट इंटेलिजन्स युनिट' या खासगी संस्थेने प्रसिद्ध केलेल्या एका अहवालात जगभरातील राहण्यायोग्य शहरांच्या यादीत राजधानी नवी दिल्ली ११८ व्या, तर मुंबई शहर ११९ व्या स्थानावर

दि. ४ सप्टेंबर २०१९ रोजी 'इकॉनॉमिस्ट इंटेलिजन्स युनिट' ((EIU : Economist Intelligence Unit)) या खासगी संस्थेने प्रसिद्ध केलेल्या एका अहवालात जगभरातील राहण्यायोग्य शहरांच्या यादीत राजधानी नवी दिल्ली ११८ व्या तर मुंबई शहर ११९ व्या स्थानावर आले.

- जगभरातील १४० शहरांच्या केलेल्या या पाहणीत ऑस्ट्रिया देशाची राजधानी व्हिएन्ना प्रथम क्रमांकावर तर ऑस्ट्रेलियातील मेलबर्न आणि सिडनी ही शहरे अनुक्रमे दुसऱ्या व तिसऱ्या स्थानावर आहेत.
- जगातील १४० प्रमुख शहरांमधील वास्तव्यासंबंधी असलेल्या परिस्थितीचा आढावा घेत ही क्रमवारी प्रकाशित करण्यात येते.
- यावर्षी या क्रमवारीत ऑस्ट्रिया देशातील 'व्हिएना' शहराने सलग दुसऱ्यांदा प्रथम क्रमांक पटकावला आहे, तर सिरियातील 'दश्मिक' शहर हे अंतिम स्थानी आहे.
- 'इकॉनॉमिस्ट इंटेलिजन्स युनिट' ही 'द इकॉनॉमिस्ट' या वर्तमानपत्राशी संबंधित संस्था आहे. १९४६ मध्ये स्थापन झालेली ही संस्था जागतिक पातळीवर होणाऱ्या बदलांचा अभ्यास, संशोधन आणि विश्लेषण करते.
- गतवर्षीच्या यादीमध्ये राजधानी दिल्ली ११२ व्या क्रमांकावर होती, तर मुंबई ११७ व्या क्रमांकावर होती. या दोन्ही शहरांच्या क्रमवारीत यंदा घसरण झाली आहे.
- हा अहवाल तयार करताना पाच प्रमुख मुद्द्यांच्या आधारे शहरांची श्रेणी ठरविण्यात आली.

जगातील १४० प्रमुख शहरांना खालील पाच मापदंडांच्या आधारावर क्रमवारीत स्थान देण्यात येते.	
१.	स्थायित्व (Stability) - २५% प्राधान्य
२.	संस्कृती आणि पर्यावरण (Culture and Environment) - २५% प्राधान्य
३.	शिक्षण (Education) - १०% प्राधान्य
४.	आरोग्य सेवा (Healthcare) - २०% प्राधान्य
५.	पायाभूत संरचना (Infrastructure) - २०% प्राधान्य

- प्रत्येक शहराला १ ते १००च्या श्रेणीत गुण देण्यात आले आहे. यात एक गुण म्हणजे असह्य, तर १०० म्हणजे आदर्श अशी वर्गवारी करण्यात आली आहे.
- क्रमवारीत समाविष्ट प्रत्येक शहरातील प्रत्येक घटकाची स्वीकारार्ह (Acceptable), सहन करता येण्यासारखे (Tolerable), असोयिस्कर (Uncomfortable), अवांच्छित (Undesirable) किंवा असह्य (Intorable) अशी विभागणी करण्यात आली आहे.
- या निर्देशांकानुसार, जगात पश्चिम युरोप आणि उत्तर अमेरिकेतील शहरे राहण्यास सर्वांत योग्य क्षेत्र आहेत.
- यावर्षी पहिल्यांदाच राहण्यायोग्य शहरांची क्रमवारी तयार करताना, शहरांवर होणाऱ्या हवामान बदलाच्या (Climate Change) परिणामांचा विचार करण्यात आला आहे.
- गेल्या वर्षभरात दिल्लीत किरकोळ गुन्ह्यांच्या घटनांमध्ये वाढ झाली असून, जगातील हवेची सर्वांत खराब गुणवत्ता दिल्लीतच आहे. मुंबईचे अवमूल्यन सांस्कृतिक गटात झाले आहे. याचाच

परिणाम या यादीत दोन्ही शहरांच्या स्थानाच्या घसरणीत झाला आहे.

राहण्यासाठीची जगातील सर्वोत्तम शहरे :

शहरे	देश
१. व्हिएन्ना (Vienna)	ऑस्ट्रिया
२. मेलबर्न (Melbourne)	ऑस्ट्रेलिया
३. सिडनी (Sydney)	ऑस्ट्रेलिया
४. ओसाका (Osaka)	जपान
५. कॅलगिरी (Calgary)	कॅनडा
६. व्हॅन्क्यूअर (Cancouver)	कॅनडा
७. टोरॅन्टो (Toranto)	कॅनडा
८. टोकिओ (Tokyo)	जपान
९. कोपनहेगन (Kopenhagen)	डेन्मार्क
१०. ॲडलेड (Adelaide)	ऑस्ट्रेलिया

राहण्यासाठीची सर्वांत वाईट शहरे :

१. दमास्कस (Damascus)	सिरिया
२. लागोस (Lagos)	नायजेरिया
३. ढाका (Dhaka)	बांगला देश
४. त्रिपोली (Tripoli)	लिबिया
५. कराची (Karachi)	पाकिस्तान
६. पोर्ट मोरेस्बे (Port Moresby)	पापुआ न्यू ग्युनिया
७. हरारे (Harare)	झिम्बाब्वे
८. डौला (Dauala)	कॅमेरून
९. अल्जायर्स (Algiers)	अल्जेरिया
१०. कराकस (Caracas)	व्हेनेझुएला

(संदर्भ : eiu.com)

लक्षात ठेवा

'द इकॉनॉमिस्ट इंटेलिजन्स युनिट'

(Economist Intelligence Unit - EIU)

The Economist INTELLIGENCE UNIT

- हा जगप्रसिद्ध 'द इकॉनॉमिस्ट' या समूहाचा शोध व विश्लेषण विभाग आहे.
- या विभागाची स्थापना १९४६ मध्ये करण्यात आली.
- मुख्यालय : लंडन

(स्रोत : eiu.com)

ओडिशातील मलकनगिरी या नक्षलग्रस्त जिल्ह्यातील अनुप्रिया लाकरा बनली पहिली आदिवासी महिला व्यावसायिक वैमानिक

दि. ९ सप्टेंबर २०१९ रोजी ओडिशातील मलकनगिरी या नक्षलग्रस्त जिल्ह्यातील अनुप्रिया लाकरा ही युवती व्यावसायिक विमान उडविणारी पहिली आदिवासी महिला ठरली आहे.

- ती लवकरच एका खासगी विमान वाहतूक कंपनीत सहवैमानिक म्हणून रुजू होणार आहे.
- ९ सप्टेंबर २०१९ रोजी ही माहिती मिळाली आहे.

अनुप्रिया लाकराविषयी :

- अनुप्रिया ही मलकनगिरीचे पोलिस हवालदार मरीनियास लाकरा आणि जमान पश्चिन लाकरा यांची मुलगी. वैमानिक होण्यासाठीच्या प्रवेशपरीक्षेच्या तयारीसाठी तिने २०१२ मध्ये अभियांत्रिकीचे शिक्षण अर्धवट सोडले आणि त्यात यश मिळवून विमान उड्डाण प्रशिक्षण संस्थेत प्रवेश घेतला. जवळपास ७ वर्षे हे प्रशिक्षण घेतल्यानंतर ती विमान उडविण्यास सज्ज झाली आहे.
- अनुप्रियाच्या घरची आर्थिक परिस्थिती तिच्या शैक्षणिक आणि विमान उड्डाण प्रशिक्षणाच्या दृष्टीने अनुकूल नव्हती. मात्र तिला तिचे ध्येय पूर्ण करण्यासाठी तिच्या कुटुंबीयांनी सर्वतोपरी मदत केली. या भक्कम पाठिंब्यामुळे आणि अनुप्रियाच्या मेहनतीमुळे तिला हे यश मिळाले.

(संदर्भ : twitter.com, सकाळ संदर्भ सेवा)

टाइम्स हायर एज्युकेशन विद्यापीठ क्रमवारी २०२० प्रकाशित : ब्रिटनच्या ऑक्सफर्ड विद्यापीठाला सर्वोत्तम विद्यापीठ म्हणून स्थान, अमेरिकेतील 'कॅलिफोर्निया इन्स्टिट्यूट ऑफ टेक्नॉलॉजी' आणि ब्रिटनमधील 'यूनिव्हर्सिटी ऑफ केम्ब्रिज' हे अनुक्रमे दुसऱ्या आणि तिसऱ्या स्थानी

दि. ११ सप्टेंबर २०१९ रोजी लंडनच्या 'टाइम्स' संस्थेतर्फे 'टाइम्स हायर एज्युकेशन वर्ल्ड युनिव्हर्सिटी रँकिंग २०२० प्रकाशित करण्यात आली.

- या क्रमवारीत सलग चौथ्यांदा ब्रिटनच्या ऑक्सफोर्ड विद्यापीठाने सर्वोत्तम विद्यापीठ म्हणून स्थान मिळवले. तर, अमेरिकेतील 'कॅलिफोर्निया इन्स्टिट्यूट ऑफ टेक्नॉलॉजी' आणि ब्रिटनमधील

'यूनिव्हर्सिटी ऑफ केम्ब्रिज' हे अनुक्रमे दुसऱ्या आणि तिसऱ्या स्थानी आहेत.

- सन २०१२ नंतर पहिल्यांदाच भारतातील एकही विद्यापीठाला क्रमवारीतील पहिल्या ३०० विद्यापीठांमध्ये स्थान मिळालेले नाही.
- मात्र, एकंदरीत क्रमवारीत भारताची सुधारणा झाली असून, यंदा ५६ संस्थांना या यादीत स्थान मिळाले आहे . २०१८ मध्ये या यादीत ४९ भारतीय संस्थांना स्थान मिळाले होते.
- जगातले सर्वोत्तम विद्यापीठ : ऑक्सफोर्ड विद्यापीठ, ब्रिटन

टाइम्स हायर एज्युकेशन वर्ल्ड युनिव्हर्सिटी रँकिंग्स, २०२०

- लंडनच्या टाइम्स संस्थेतर्फे दरवर्षीप्रमाणे यावर्षीही 'टाइम्स हायर एज्युकेशन वर्ल्ड युनिव्हर्सिटी रँकिंग्स, २०२०' प्रकाशित करण्यात आली.
- यावर्षी या जागतिक विद्यापीठ क्रमवारीत ९२ देशांतील एकूण १४०० विद्यापीठांचा समावेश आहे.
- शैक्षणिक गुणवत्ता, संशोधन, ज्ञान हस्तांतरण आणि आंतरराष्ट्रीय दृष्टिकोन अशा पैलूंवर सहभागी विद्यापीठांचे परीक्षण करून क्रमवारी दिली जाते.
- ही क्रमवारी तयार करताना विद्यापीठांच्या कार्यक्षमतेशी संबंधित एकूण १३ मापदंडांचा विचार केला जातो.
- यावर्षीच्या क्रमवारीत सलग चौथ्या वर्षी ऑक्सफोर्ड विद्यापीठ जगातले सर्वोत्तम विद्यापीठ ठरले आहे.
- ब्रुनेई, क्युबा, माल्टा, व्हिएतनाम, मॉंटेनिग्रो आणि पोर्तो रिको या देशांनी पहिल्यांदाच या क्रमवारीत भाग घेतला आहे.
- सुरुवातीच्या ३०० सर्वोत्तम विद्यापीठांना स्वतंत्र क्रमवारी दिली जाते. मात्र, त्यानंतर विविध देशांतील विद्यापीठांना समूहांमध्ये क्रमवारी दिली जाते.

जगातील पहिली ५ सर्वोत्तम विद्यापीठे

क्रमवारी	विद्यापीठ	देश
१	ऑक्सफर्ड विद्यापीठ	ब्रिटन
२	कॅलिफोर्निया इन्स्टिट्यूट ऑफ टेक्नॉलॉजी	अमेरिका
३	केंब्रिज विद्यापीठ	ब्रिटन
४	स्टॅनफोर्ड विद्यापीठ	अमेरिका
५	मॅसेच्युसेट्स इन्स्टिट्यूट ऑफ टेक्नॉलॉजी	अमेरिका

क्रमवारीतील भारताची स्थिती

- पहिल्या ३०० मध्ये एकाही विद्यापीठाला स्थान मिळालेले नसले, तरी २०१८ च्या तुलनेत यावर्षी या आकडेवारीत भारतीय विद्यापीठांची स्थिती सुधारलेली आहे.
- गतवर्षी ४९ संस्था यादीत समाविष्ट होत्या. यंदा ५६ संस्थांचा क्रमांक जागतिक क्रमवारीत आहेत.
- भारतीय विज्ञान संस्था (IISc), बंगळुरू आणि भारतीय तंत्रज्ञान संस्था (IIT), रोपार या केवळ दोन भारतीय संस्थांनी प्रथम ३५० क्रमांकामध्ये जागा मिळविलेली आहे.
- या दोन संस्थांनी समान गुणासह संयुक्तपणे क्रमांक '३०१-३५०' या गटात जागा मिळविलेली आहे.
- नवीन आयआयटी, इंदौर या संस्थेचे ३५१-४०० गटात स्थान आहे, जेव्हा की जुन्या संस्था ४०१-५०० गटात आढळून येत आहेत.
- सावित्रीबाई फुले पुणे विद्यापीठाचे स्थान घसरून ६०१ ते ८०० या गटात आहे. गेल्या वर्षी पुणे विद्यापीठ ५०१ ते ६०० या गटात होते.
- पंजाब विद्यापीठ, चंदीगड ६०१-८०० या गटात कायम असून, IIT गांधीनगर नव्यानेच ५०१-६०० या गटात प्रवेश केला आहे.
- जागतिक क्रमवारीत भारत हा आशिया खंडात पाचव्या स्थानावर असून जपान आणि चीन अव्वल स्थानी आहेत.

(संदर्भ :.timeshighereducation.com)

'भारतीय हरित इमारत परिषदे'कडून 'ग्रीन प्लॅटिनम रेटिंग' प्राप्त करणारे सिकंदराबाद पहिले रेल्वे स्थानक

दि. १८ सप्टेंबर २०१९ रोजी 'भारतीय हरित इमारत परिषदे'कडून (Indian Green Building Council [IGBC]) सिकंदराबाद रेल्वे स्थानकाला 'ग्रीन प्लॅटिनम रेटिंग' देण्यात आले.

- यामुळे सिकंदराबाद रेल्वे स्थानक हे ग्रीन प्लॅटिनम रेटिंग प्राप्त करणारे देशातले पहिले रेल्वे स्थानक ठरले.
- ऊर्जा बचतीसंबंधी चालवले जाणारे अनेक उपक्रम; तसेच प्रवाशांसाठी आधुनिक सेवा-सुविधा उपलब्धतेसाठी सिकंदराबाद रेल्वे स्थानकाला हे मानांकन मिळाले.

सिकंदराबाद रेल्वे स्थानकावरील सुविधा :

- या स्थानकावर कार्बन डायॉक्साईड (CO2) संवेदकाने सुसज्जित वातानुकूलित विश्रामगृहांची सोय.
- सौर पॅनल्स आणि एलईडी दिव्यांच्या वापराची यंत्रणा
- उत्तम घनकचरा व्यवस्थापन प्रणाली
- ग्रीन प्लॅटिनम मानांकनाव्यतिरिक्त या स्थानकाला २०१५ मध्ये पर्यावरण व्यवस्थापन प्रणालीअंतर्गत "ISO : 14001-2015' प्रमाणपत्रही मिळाले आहे.
- सन २०१६-१७ चा 'राष्ट्रीय पर्यटन पुरस्कार'ही या स्थानकाला मिळाला आहे.

लक्षात ठेवा

भारतीय हरित इमारत परिषद
(Indian Green Building Council [IGBC]) :

- ही परिषद भारतीय उद्योग परिसंघाचा (Confederation of Indian Industries [CII]) एक भाग आहे.
- स्थापना वर्ष : सन २००१
- नवीन ग्रीन बिल्डिंग रेटिंग प्रोग्राम विकसित करणे, प्रमाणपत्र सेवा आणि हरित इमारत प्रशिक्षण कार्यक्रम यांसारखे विकसनशील पुढाकार हे या परिषदेचे कार्यक्षेत्र आहे.
- देशात २०२५ पर्यंत पर्यावरण पूरक शाश्वत बांधकामांचे निर्माण करणे हे या परिषदेचे मुख्य उद्दिष्ट आहे.

(संदर्भ : scr.indianrailways.gov.in, igbc.in)

सकाळ आंतरराष्ट्रीय व्यवस्थापन विकास संस्थेचा जागतिक डिजिटल स्पर्धात्मकता निर्देशांक, २०१९ प्रकाशित : भारताचे यादीत ४४ वे स्थान

दि. २६ सप्टेंबर २०१९ रोजी आंतरराष्ट्रीय व्यवस्थापन विकास संस्थेने (IMD- International Institute for Management Development) या संस्थेने 'जागतिक डिजिटल स्पर्धात्मकता निर्देशांक, २०१९' प्रकाशित केला.

- जगातील डिजिटल स्पर्धात्मकता निर्देशांक -(World Digital Competitiveness Index)
- या क्रमवारीत अमेरिका आणि सिंगापूर हे देश अनुक्रमे पहिल्या आणि दुसऱ्या स्थानी आहेत.
- भारताने यावर्षी चार स्थानांची प्रगती करत या यादीत ४४ वे स्थान मिळवले.
- विविध देशांची डिजिटल तंत्रज्ञानाचा अवलंब करण्याची तत्परता आणि क्षमता यांचे मूल्यांकन करून एकूण ६३ देशांची क्रमवारी या अहवालात प्रकाशित करण्यात आली.
- 'जागतिक डिजिटल स्पर्धात्मकता निर्देशांका'ची ही तिसरी आवृत्ती आहे.

या क्रमवारीतील जगातील प्रथम ५ देश :
१) अमेरिका
२) सिंगापूर
३) स्वीडन
४) डेन्मार्क
५) स्वित्झर्लंड

जागतिक डिजिटल स्पर्धात्मकता निर्देशांक :

- सन २०१७ पासून 'आंतरराष्ट्रीय व्यवस्थापन विकास संस्थे'ने (IMD) हा निर्देशांक प्रकाशित करण्यास सुरुवात केली.
- ही क्रमवारी खालील निकषांवर निश्चित केली जाते.

१) तंत्रज्ञानविषयक सजगता
२) तंत्रज्ञानविषयक स्पर्धात्मकता
३) तंत्रज्ञानविषयक क्षमता

- भारताने यंदा या क्रमवारीत ४ स्थानांची प्रगती केली.
- २०१८ मध्ये भारत या यादीत ४८ व्या स्थानी होता, यंदा तो ४४ व्या स्थानी आहे.

(संदर्भ : imd.org)

सकाळ केंद्रीय कुटुंब कल्याण व आरोग्य मंत्रालयाने देशाचा पहिला 'राष्ट्रीय पोषण अहवाल प्रसिद्ध

दि. १ ऑक्टोबर २०१९ रोजी केंद्रीय कुटुंब कल्याण व आरोग्य मंत्रालयाने देशाचा पहिला 'राष्ट्रीय पोषण अहवाल (National Nutrition Survey)' केला.

- युनिसेफने या सर्वेक्षणात साहाय्य केले. हा सर्व्हे २०१६-१८ या कालावधीदरम्यान पार पडला.
- भारतात प्रथमच केंद्रीय मंत्रालयाने कुपोषण, सूक्ष्म पोषकद्रव्यांचे कुपोषण यांचे मापन केले.
- हे सर्वेक्षण रक्ताचे व मूत्राचे नमुने याद्वारे करण्यात आले. याव्यतिरिक्त अतिताण, मधुमेह, लठ्ठपणा या आजारांसाठी सर्वेक्षण करण्यात आले.

सर्वेक्षणातील ठळक बाबी :

- ५ ते ९ वर्षे या वयोगटातील १०% बालके व १०-१९ वयोगटातील किशोरवयीन मधुमेहपूर्व स्थितीत आहेत.
- यामधील ५% लठ्ठ व ५% रक्तदाबाच्या आजाराने ग्रस्त आहेत.
- या सर्वेक्षणाने प्रथमच लठ्ठपणा व पोषणद्रव्यांचा अभाव (Under nutrition) यांच्यामधील थेट संबंध अधोरेखित केला आहे.
- ५ ते ९ वर्षे या वयोगटातील पाच पैकी एका बालकाची वाढ खुंटलेली (Stunted) आहे.
- तमिळनाडू व गोवा या राज्यांमधील सर्वाधिक किशोर लठ्ठपणाने ग्रस्त आहेत.

सर्वेक्षणाबद्दल :

- या सर्व्हेदरम्यान १,२०,००० बालके व किशोरवयीन युवक/युवती (शहरी/ग्रामीण) यांचे सर्वेक्षण करण्यात आले.
- सर्वेक्षणादरम्यान सूक्ष्म पोषणद्रव्यांचा अभाव, जंत प्रभाव (Worm infestation) यांचेदेखील सर्वेक्षण करण्यात आले.

राष्ट्रीय पोषण आठवडा (National Nutrition Week):

- संपूर्ण देशात १ सप्टेंबर-७ सप्टेंबर २०१९ दरम्यान 'राष्ट्रीय पोषण आठवडा' साजरा करण्यात आला. सप्टेंबर महिना 'राष्ट्रीय

पोषण महिना' म्हणून साजरा करण्यात आला.
- भारतामध्ये तब्बल १९४ दशलक्ष व्यक्ती कुपोषित आहेत.

जागतिक पोषण अहवाल, २०१८ :

- जागतिक आरोग्य संघटनेने २०१८ मध्ये जागतिक पोषण अहवाल प्रकाशित केला.
- या अहवालानुसार जगातील १५०.८ दशलक्ष वाढ खुंटलेल्या बालकांपैकी ४६.६ दशलक्ष बालके भारतात आहेत.
- जगातील सर्वांत जास्त लठ्ठ व्यक्ती असणाऱ्या देशांमध्ये भारताचा तिसरा क्रमांक आहे.

पोषणाशी संबंधित केंद्रशासनाच्या योजना :

१. पोषण अभियान : याची सुरुवात २०१७-१८ मध्ये करण्यात आली. या अभियानाचे उद्दिष्ट कुपोषण, ॲनिमियाचे प्रमाण कमी करणे हे आहे.
२. राष्ट्रीय अन्नसुरक्षा कायदा, २०१३
३. मध्यान्ह आहार योजना
४. प्रधानमंत्री मातृवंदना योजना

लक्षात ठेवा

युनिसेफ (UNICEF : संयुक्त राष्ट्र बालनिधी) :

- युनिसेफ ही संयुक्त राष्ट्रांची विशेषीकृत संघटना असून ती आंतरराष्ट्रीय स्तरावर बालकांसाठी कार्य करते.
- युनिसेफची स्थापना ११ डिसेंबर १९४६ रोजी झाली. लुडविक राजमॅन (Luduwik Rajchman) युनिसेफचे संस्थापक-अध्यक्ष होते.
- युनिसेफचे मुख्यालय न्यूयॉर्क येथे आहे.
- युनिसेफचे दक्षिण आशियाई विभागाचे मुख्यालय काठमांडू, नेपाळ येथे आहे.

(संदर्भ : pib.nic.in, unicef.org)

सकाळ

नीती आयोगाच्या 'शालेय शिक्षण गुणवत्ता निर्देशांका'त केरळ अव्वल

दि. १ ऑक्टोबर २०१९ रोजी नीती आयोगाने केंद्रीय मनुष्यबळ विकास मंत्रालय व जागतिक बँकेच्या सहकार्याने देशातील सर्व राज्ये व केंद्रशासित प्रदेशाचा 'शालेय शिक्षण गुणवत्ता निर्देशांक' प्रकाशित केला आहे.

- ऑक्टोबर २०१९ मध्ये प्रकाशित केलेल्या या निर्देशांक अहवाला २०१६-१७ या वर्षांत देशभरातील शालेय शिक्षणाच्या गुणवत्तेचा आढावा मांडण्यात आला आहे.
- या अहवालासाठी सन २०१५-१६ हे आधार वर्ष मानण्यात आले आहे.
- शालेय शिक्षण गुणवत्ता निर्देशांकात केरळ राज्य अव्वल स्थानावर राहिले आहे.
- अहवालात वीस मोठ्या राज्यांचा एक गट, आठ लहान राज्यांचा एक गट व आठ केंद्रशासित प्रदेशांचा तिसरा गट अशी वर्गवारी करण्यात आली आहे.
- शैक्षणिक गुणवत्तेच्या मूल्यांकनासाठी दोन श्रेण्या करण्यात आल्या. पहिल्या श्रेणीत शैक्षणिक स्तर, शिक्षणाची संधी, समानता, पायाभूत सुविधा यांच्या निष्पत्तीचा आढावा घेण्यात आला आहे, तर दुसऱ्या श्रेणीत या निष्पत्तींना चालना देणाऱ्या प्रशासकीय अंमलबजावणीच्या प्रक्रियांचे निकष निश्चित करण्यात आले आहेत.

अहवालातील ठळक बाबी :

- मोठ्या राज्यांमध्ये केरळ, राजस्थान, कर्नाटक, आंध्र प्रदेश, गुजरात आणि आसाम या राज्यांनी चांगली कामगिरी केली आहे.
- केरळने ७६.६६ इतका निर्देशांक नोंदवून प्रथम क्रमांक पटकावला असून ३६.४ निर्देशांक असलेले उत्तर प्रदेश राज्य शेवटच्या क्रमांकावर आहे.
- शैक्षणिक स्तराच्या बाबतीत कर्नाटक प्रथम क्रमांकावर, तर शाळांच्या कामकाजाच्या प्रक्रियांच्या बाबतीत केरळ प्रथम क्रमांकावर आहे.
- आठ लहान राज्यांमध्ये मणिपूर, त्रिपुरा, गोवा हे अव्वल तीन स्थानांवर आहेत. अरुणाचल प्रदेश राज्याचा शेवटचा क्रमांक लागतो.
- केंद्रशासित प्रदेशांमध्ये चंदीगड अव्वल असून लक्षद्वीप तळाशी आहे.

महाराष्ट्राची कामगिरी :

- शालेय शिक्षणाच्या एकूण गुणवत्तेच्या बाबतीत महाराष्ट्राची घसरण झाली आहे. वीस मोठ्या राज्यांमध्ये महाराष्ट्राची तिसऱ्या क्रमांकावरून सहाव्या क्रमांकावर घसरण झाली आहे.
- शैक्षणिक स्तराच्या बाबतीत महाराष्ट्र ६०% च्या वर आहे, तर प्रशासकीय अंमलबजावणीच्या प्रक्रियांमध्ये ५०% पेक्षा खाली आहे.
- शिक्षणाची संधी प्रदान करण्याच्या बाबतीत महाराष्ट्राने ६.४%

■ शालेय शिक्षण गुणवत्ता निर्देशांकात राज्यांची क्रमवारी (२०१६-१७) :

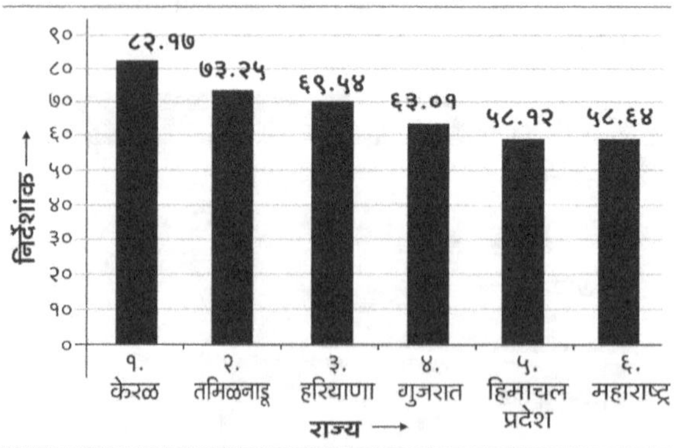

प्रगती साधत ८४.३% वर पोहचला आहे. परंतु शैक्षणिक पायाभूत सुविधांमध्ये ३.३% घसरण झाली आहे.

- महाराष्ट्राने एकूण ६२.५% गुण मिळविले आहेत.

(संदर्भ : niti.gov.in)

सकाळ महात्मा लाईव्ह : युनेस्को आणि दूरदर्शन यांचा संयुक्त कार्यक्रम

दि. २ ऑक्टोबर २०१९ रोजी राष्ट्रपिता महात्मा गांधी यांच्या १५० व्या जयंतीनिमित्त युनेस्को व दूरदर्शन यांच्या संयुक्त विद्यमाने एक कार्यक्रम आयोजित करण्यात आला.

- 'महात्मा लाईव्ह/बापू जिंदा है' हा द्वैभाषिक कार्यक्रम १ ऑक्टोबर २०१९ रोजी डीडी न्यूज वाहिनीवर व पुन्हा २ ऑक्टोबर २०१९ रोजी सायंकाळी पाच वाजता प्रसारित केला गेला.
- दूरदर्शनचा हा कार्यक्रम एक तासाचा असून महात्मा गांधीजींच्या जीवन काळातील क्वचित ऐकलेल्या ध्वनिफीती प्रसारित केल्या गेल्या.
- ध्वनिफितींमध्ये २९ नोव्हेंबर १९४७ रोजी गांधीजींनी केलेल्या भाषणाचीही ध्वनिफित समाविष्ट केली गेली, ज्यामध्ये त्यांनी उद्योग क्षेत्रातल्या नेत्यांना संबोधित करीत समाजाच्या कल्याणासाठी आपली संपत्ती दान करण्याचे आवाहन केले होते.
- पुढील कालावधीत गांधीजींनी संगीत, शिक्षण, जातीव्यवस्था आणि सनातन धर्म अशा विविध विषयांबाबत त्यांचे विचार स्पष्ट करणाऱ्या ध्वनिफिती ऐकविल्या जाणार आहेत.
- चित्रपट विभागाने (Film Division) भारतीय पर्यटन विभागाच्या सहकार्याने २ ऑक्टोबर ते ६ ऑक्टोबर दरम्यान गांधी चित्रपट महोत्सवाचे आयोजन केले.
- या महोत्सवात गांधीजी, त्यांचा अहिंसेचा संदेश आणि स्वच्छ भारत यावर लक्ष केंद्रित करण्यात आले.
- या महोत्सवादरम्यान निवडक चित्रपट तसेच वृत्तचित्र दाखविण्यात आले.
- यानिमित्त भारतातील सांस्कृतिक विविधता दर्शविणाऱ्या 'सर्वांसाठी पर्यटन' याला चालना देणाऱ्या प्रयत्न पर्वाचेही आयोजन करण्यात आले.
- चित्रपट विभागातील नॅशनल म्युझियम ऑफ इंडियन सिनेमाला भेट देण्यासाठी; तसेच चित्रपट महोत्सवात सहभागी होण्यासाठी भारतीय पर्यटन खाते संपूर्ण देशभरातील पर्यटकांची सहल आयोजित करत आहे.
- अभिनेते दर्शन जरीवाला यांच्या हस्ते या कार्यक्रमाचे उद्घाटन करण्यात आले.

(संदर्भ - pib.nic.in, doordarshan.gov.in)

सकाळ स्वच्छ रेल्वे स्थानक सर्वेक्षण - २०१९: केंद्रीय रेल्वे मंत्रालयाकडून देशातील सर्वांत स्वच्छ रेल्वे स्थानकांची यादी प्रसिद्ध

दि. ४ ऑक्टोबर २०१९ रोजी केंद्रीय रेल्वे मंत्रालयाने देशातील सर्वांत स्वच्छ रेल्वे स्थानकांची यादी प्रसिद्ध केली आहे. यामध्ये पहिल्या दहा स्वच्छ रेल्वे स्थानकांमध्ये राजस्थानमधील सात रेल्वे स्थानकांचा समावेश आहे.

- राजस्थानची राजधानी जयपूर रेल्वे स्थानक देशातील सर्वांत स्वच्छ रेल्वे स्थानक ठरले आहे.

प्रथम दहा स्वच्छ रेल्वेस्थानक		
१.	जयपूर रेल्वे स्थानक	राजस्थान
२.	जोधपूर	राजस्थान
३.	दुर्गापूर	राजस्थान
४.	जम्मू-तावी	जम्मू-काश्मीर
५.	गांधीनगर	राजस्थान
६.	सुरतगड	राजस्थान
७.	विजयवाडा	आंध्र प्रदेश
८.	उदयपूर शहर	राजस्थान
९.	अजमेर	राजस्थान
१०.	हरिद्वार	उत्तराखंड

- क्वॉलिटी कौन्सिल ऑफ इंडियाने हे सर्वेक्षण केले. यामध्ये रेल्वे प्रवाशांचे मतदेखील विचारात घेतले गेले.
- रेल्वे मंत्रालयातर्फे २०१५ मध्ये 'स्वच्छ रेल, स्वच्छ भारत' अभियान सुरू करण्यात आले होते. २०१८ मध्ये जोधपूर तर २०१७ मध्ये बियास (पंजाब) रेल्वे स्थानक देशातील सर्वांत स्वच्छ रेल्वेस्थानक होते.
- मुंबईतील अंधेरी रेल्वे स्थानक उपनगरीय रेल्वे स्थानकांमध्ये सर्वांत स्वच्छ रेल्वे स्थानक आहे.
- देशातील एकूण ४२० रेल्वे स्थानकांचे सर्वेक्षण करण्यात आले. उत्तर-पश्चिम रेल्वे विभाग देशातील सर्वांत स्वच्छ रेल्वे विभाग आहे.
- सोलापूर रेल्वे स्थानक महाराष्ट्रातील सर्वांत स्वच्छ रेल्वे स्थानक ठरले आहे, तर दादर रेल्वे स्थानक मुंबईत सर्वांत स्वच्छ रेल्वे स्थानक ठरले आहे.
- सर्वेक्षणात प्रत्येक स्थानकाची प्रवासी संख्या व त्यातून मिळणारे उत्पन्न अशाप्रकारे स्थानकांची वर्गवारी करण्यात आली.
- पहिल्या गटात पाचशे कोटींपेक्षा जास्त महसूल मिळवून देणारे व दोन कोटींपेक्षा अधिक प्रवासी असणाऱ्या स्थानकांचा समावेश आहे, तर दुसऱ्या गटात वर्षाला १०० ते ५०० कोटींचा महसूल व १ ते २ कोटी प्रवासी संख्या असणाऱ्या स्थानकांचा समावेश आहे.

सकाळ राष्ट्रीय नागरिक रजिस्टर

भारत स्वतंत्र होण्याआधी कित्येक दशकं, शतकं आसामात इतर राज्यांतून माणसं रोजगारासाठी, जमिनीच्या शोधात येत असत. १९५१ मधे स्वतंत्र भारतात झालेल्या जनगणनेनंतर आसाम राज्यात भारतीय नागरिकांचं एक रजिस्टर तयार करण्याचा कायदा करण्यात आला. हे रजिस्टर आसामात बाहेरून आलेले (तत्कालीन पूर्व पाकिस्तानी) आणि भारताचेच पूर्वीपासून असलेले नागरिक यांचा शोध घेऊन भारताचं नागरिकत्व सिद्ध करू होणाऱ्यांचं होतं. जन्माचा, राहण्याचा, शिक्षणाचा वगैरे पुरावा या कसोट्या होत्या. १९५५ मध्ये एकूणच भारतीय नागरिकांचं रजिस्टर तयार करणारा कायदा झाला आणि आसाम चं रजिस्टर हा भारतीय रजिस्टरचा भाग झाला. नागरिकत्वाच्या कसोट्यांमध्ये मतदार यादीत नाव असणं, रेशन कार्ड असणं याही दोन कसोट्या होत्या. नागरिकत्वाचं एक कार्ड द्यायचं असाही निर्णय झाला. पुरावे गोळा करून रजिस्टर तयार करणं यासाठी एका स्वतंत्र खात्याची आणि हजारो कर्मचाऱ्यांची आवश्यकता होती. यादी तयार करणं आणि कार्ड देणं ही गोष्ट व्यवहारात शक्य न झाल्यानं रजिस्टर तयार करण्याचा कार्यक्रम सोडून देण्यात आला.

१९७१ मध्ये पूर्व पाकिस्तानचं रूपांतर बांगला देशात झाल्यानंतर पुन्हा एकदा बांगला देशातून माणसं आसामात स्थलांतरित झाली. १९७९ मध्ये आसामी युवकांनी बाहेरून आलेल्या लोकांनी आसामच्या राजकारणाचा ताबा घेतलाय या मुद्द्यावरून आंदोलन केलं आणि बाहेरच्या लोकांना घालवा अशी मागणी केली. बाहेरून आलेल्या लाखो लोकांची नावं मतदार यादीत असल्याचं त्यांनी सरकारच्या निदर्शनास आणलं. १९८५ मध्ये मतदार रजिस्टर तयार करण्यासाठी जुन्या कायद्यात सुधारणा करण्यात आली आणि १९६६ पर्यंत आसामात असलेल्यांचा समावेश नागरिक यादीत केला जावा आणि त्यानंतरचे लोक वगळले जावे असं ठरलं. त्यानुसार काम सुरू झालं. परंतु त्यात अडचणी येऊ लागल्या. पुरेसे कर्मचारी नव्हते, पुरावे नीटपणे गोळा होत नव्हते, नोंदी करण्यात घोटाळे झाले. शेवटी २०१३ मध्ये सर्वोच्च न्यायालयानं त्यात लक्ष घातलं आणि नागरिक नोंदणीची जबाबदारी स्वतःवर घेतली, न्यायालयाच्या देखरेखीखाली काम सुरू झालं. ५० हजार कर्मचारी त्या कामी योजण्यात आले.

३१ ऑगस्ट २०१९ रोजी नागरिक रजिस्टर तयार झालं. त्यानुसार ३ कोटी ११ लाख माणसं नागरिक ठरली आणि १९ लाख ६ हजार माणसं नागरिकत्वाच्या यादीबाहेर राहिली. ज्यांचा अंतर्भाव यादीत होऊ शकला नाही त्यांना अपील करून पुन्हा पुरावे सादर करण्यासाठी १२० दिवसांची मुदत देण्यात आली.जे नागरिक नाहीत त्यांचं काय करायचं असा प्रश्न होता. त्यांना छावण्यांत ठेवण्याचं ठरलं. सरकारनं तुरुंगांच्या आवारात ६ तात्पुरत्या छावण्या उभारल्या आणि त्यात १००० लोकांना ठेवलं. ४६ कोटी रुपये खर्च करून सोयींनी युक्त अशी छावणी उभारण्याचा सरकारचा प्रस्ताव आहे.जे नागरिक ठरणार नाहीत त्यांना देशाबाहेर हाकललं जाईल किंवा कसं यावर निर्णय झालेला नाही. जर ती माणसं भारतातच राहिली तर त्यांचं स्थान (स्टेटस) काय असेल आणि ती कशी जगतील याबाबतचा खुलासा सरकारकडून झालेला नाही. जगभरात सुमारे १ कोटी नागरिक नसलेले स्थलांतरित देशोदेशी आहेत. त्यातले सुमारे ७५ लाख नागरिक त्या त्या देशात अल्पसंख्य आहेत. आंतरराष्ट्रीय करार आणि नियमांनी त्या सर्वांना मानवी अधिकार आणि स्वातंत्र्य असेल, त्यांना नागरिकांना मिळणाऱ्या सर्व सवलती व अधिकार मिळावेत असं सांगितलं आहे. युनोच्या अधिकाऱ्यांनी आसामात नागरिकत्व नाकारल्या गेलेल्या लोकांबद्दल चिंता व्यक्त केलीय आणि भारत सरकारनं त्यांचे अधिकार आणि स्वातंत्र्य जपलं जातंय असं सांगितलंय. नागरिकत्व हा कायद्याच्या भाषेत एक तांत्रिक भाग आहे. राजकारणाच्या भाषेत, भाजप या सत्ताधारी पक्षाच्या मते नागरिकत्व नसलेली माणसं म्हणजे बांगला देशी आणि देशाच्या सुरक्षिततेला धोका आहेत. अनेक बांगला देशीय नागरिक झालेत आणि अनेक बांगला देशी नसलेले (हिंदू) नागरिक ठरलेले नाहीत, अशी तक्रार करून भाजपनं रजिस्टरवर आक्षेप घेतला. भाजपचं राज्य असलेल्या कर्नाटकातही आसाम सारखी तपासणी करून बांगला देशीयांना हद्दपार करावं अशी मागणी भाजपच्या खासदारांनी लोकसभेत केली.

●

निळू दामले
ज्येष्ठ पत्रकार, राष्ट्रीय आंतरराष्ट्रीय घडामोडींचे अभ्यासक व लेखक

- या सर्वेक्षणात प्रत्येक स्थानकाला एक हजारपैकी गुण देण्यात आले.

महाराष्ट्रातील स्वच्छ रेल्वे स्थानक			
	गट-१		गट-२
१.	दादर	१.	सोलापूर
२.	पुणे	२.	नाशिक रोड
३.	सीएसएसटी, मुंबई	३.	नागपूर

***(संदर्भ :** indianrailways.gov.in, pib.nic.in)*

सकाळ केंद्रीय मनुष्यबळ विकास मंत्रालयाकडून अखिल भारतीय उच्चशिक्षण सर्वेक्षण २०१८-१९ जाहीर

दि. ६ ऑक्टोबर २०१९ रोजी केंद्रीय मनुष्यबळ विकास मंत्रालयाने अखिल भारतीय उच्चशिक्षण सर्वेक्षण अहवाल २०१८-१९ (All India Survey on Higher Education 2018-19) नुकताच जाहीर केला.

- २०१०-११ पासून संपूर्ण भारतातील उच्चशिक्षणासंबंधीच्या संस्थांचा अभ्यास करून हे सर्वेक्षण सादर केले जाते.

अहवालातील ठळक नोंदी :

- उच्च शिक्षणसंस्थांमधील पटनोंदणीत उत्तर प्रदेश राज्य पहिल्या क्रमांकावर असून, त्यानंतर महाराष्ट्र व तमिळनाडू या राज्यांचा द्वितीय व तृतीय क्रमांक लागतो.
- या सर्वेक्षणासाठी शिक्षण, विद्यार्थ्यांची पटनोंदणी, विविध कार्यक्रम, परीक्षांचे निकाल, आर्थिक पुरवठा आणि पायाभूत सुविधा इत्यादी विविध निकषांचा आधार घेतला आहे.
- २०१८-१९ च्या सर्वेक्षणानुसार मुलींची नोंदणी ४८.६% आहे, २०१७-१८ च्या तुलनेत ती सुधारली आहे.
- अनुसूचित जाती आणि अनुसूचित जमातींच्या विद्यार्थ्यांच्या स्थूल नावनोंदणी प्रमाणात वाढ होऊन ते प्रमाण अनुक्रमे २३% आणि १७.२% इतके झाले आहे.
- स्थूल नावनोंदणी प्रमाणात (Gross Enrollment Ratio) वाढ होऊन ते प्रमाण २५.८% वरून २६.३% एवढे झाले आहे.
- २०१८-१९ मध्ये देशातील विद्यापीठांची संख्या ९९३ इतकी झाली आहे, तर देशामध्ये ५१,६४९ इतक्या उच्चशिक्षण संस्था आहेत.
- भारतात खास महिलांसाठी सोळा विद्यापीठे असून, यातील सर्वाधिक महिला विद्यापीठे राजस्थानमध्ये (३), तर तमिळनाडूत (२) आहेत.
- आंध्र प्रदेश, बिहार, आसाम, दिल्ली, महाराष्ट्र, हरियाणा, हिमाचल प्रदेश, कर्नाटक, ओडिशा, उत्तराखंड, पश्चिम बंगाल या राज्यात प्रत्येकी एक महिला विद्यापीठ आहे.
- भारतात सर्वाधिक महाविद्यालये उत्तर प्रदेशमध्ये आहेत, त्याखालोखाल महाराष्ट्र, कर्नाटक, राजस्थान, हरियाणा, तमिळनाडू या राज्यांचा क्रम लागतो.
- भारतात ६०.५३% महाविद्यालये ग्रामीण भागात आहेत, त्यापैकी ११.०४% महाविद्यालये फक्त महिलांसाठी आहेत.
- उच्चशिक्षण संस्थांमधील शिक्षकांची संख्या १४.१६ लाख झाली आहे, यामध्ये ५७.८% पुरुष तर ४२.२% महिला शिक्षक आहेत.
- विद्यापीठ आणि महाविद्यालयांमध्ये विद्यार्थी शिक्षक गुणोत्तर प्रमाण २९ आहे.
- सर्वेक्षणाच्या अहवालानुसार पदवीपूर्व शिक्षण घेत असलेल्या विद्यार्थ्यांपैकी सर्वाधिक विद्यार्थी मानव्यशास्त्र (Humanities) क्षेत्र निवडतात.
- बहुतांश पदव्युत्तर विद्यार्थी शिक्षणासाठी व्यवस्थापन शिक्षणाला पसंती देतात.
- पदवीपूर्व शिक्षणक्षेत्राचा विचार करता फक्त १६.५% विद्यार्थी विज्ञान शाखेची निवड करतात, तर १४.१% विद्यार्थी वाणिज्य शाखा निवडतात.
- कला शाखा आणि सामाजिक विज्ञान शाखा निवडणाऱ्यांचे प्रमाण ३५.९% असून अभियांत्रिकी शाखा ही विद्यार्थ्यांची चौथी पसंतीची अभ्यास शाखा आहे.

***(संदर्भ :** aishe.nic.in)*

सकाळ वर्ल्ड इकॉनॉमिक फोरमचा जागतिक स्पर्धात्मकता अहवाल, २०१९ : भारताची जागतिक स्पर्धात्मकतेत दहा स्थानांनी घसरण झाली असून भारताने ६८ वा क्रमांक मिळवला

दि. ९ ऑक्टोबर २०१९ रोजी वर्ल्ड इकॉनॉमिक फोरमने (World Economic Forum) 'जागतिक स्पर्धात्मकता अहवाल-२०१९' प्रकाशित केला आहे.

- सिंगापूरने 'जागतिक स्पर्धात्मक निर्देशांका'त प्रथम क्रमांक मिळवला. भारताची जागतिक स्पर्धात्मकतेत दहा स्थानांनी घसरण झाली असून भारताने ६८ वा क्रमांक मिळविला आहे.
- जागतिक स्पर्धात्मकता अहवालात १४० देशांची क्रमवारी १२

■ जागतिक स्पर्धात्मकता निर्देशांक - प्रथम पाच देश

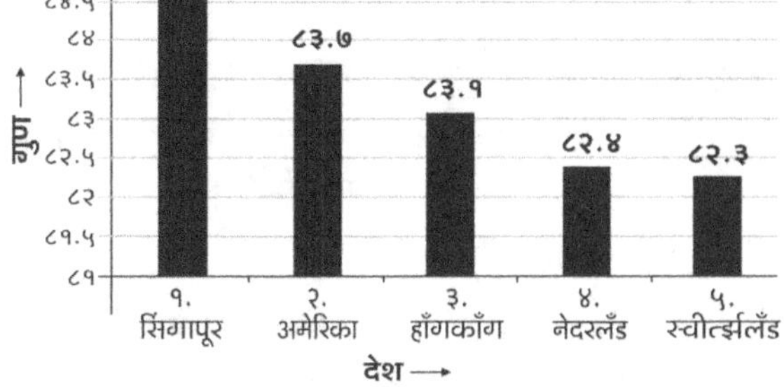

निकषांच्या आधारे जाहीर करण्यात आली.

- यामध्ये पायाभूत सुविधा, संस्था (Institutions), माहिती तंत्रज्ञानाचा वापर, अर्थव्यवस्था स्थिरीकरण, आरोग्य, कौशल्य, वस्तूबाजार, कामगार, आर्थिक व्यवस्था, बाजाराचा आकार व नवोन्मेष या घटकांचा समावेश होतो.
- या क्रमवारीत जपानने सहावा तर जर्मनीने सातवा क्रमांक मिळवला आहे.

भारताच्या शेजारील देशांची कामगिरी

क्रमांक	देश	गुण
२८	चीन	७३.९
६८	भारत	६१.४
८४	श्रीलंका	५७.१
१०५	बांगला देश	५२.१
१०८	नेपाळ	५१.६
११०	पाकिस्तान	५१.४

- भारताची कामगिरी सुरक्षा, संघटित गुन्हेगारी या क्षेत्रांमध्ये खालावलेली आहे.
- याचबरोबर अशुद्ध पाणी, कौशल्ये, शिक्षक विद्यार्थी गुणोत्तर या क्षेत्रांमध्ये भारताची कामगिरी समाधानकारक नाही.
- भारताने भागीदारांचे हित (Shareholder Governance) व बाजाराचा आकार या क्षेत्रामध्ये सर्वोत्तम कामगिरी केली आहे.

■ भारताची कामगिरी मागील वर्षाच्या (२०१८) तुलनेत खालावलेली आहे.

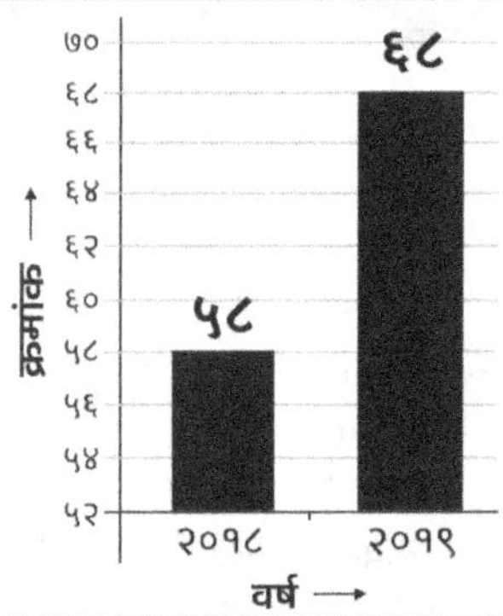

- कॉर्पोरेट शासनव्यवस्था व आर्थिक स्थैर्य या क्षेत्रांमध्ये भारताचा क्रमांक अनुक्रमे १५ वा व ४३ वा आहे.
- २००४ पासून वर्ल्ड इकॉनॉमिक फोरमतर्फे 'जागतिक स्पर्धात्मकता अहवाल' प्रकाशित केला जातो.

(संदर्भ : weforum.org)

स्वीत्झर्लंडच्या 'आयएमडी संस्थेच्या 'वर्ल्ड कॉम्पिटेटिव्ह सेंटर'चा 'जागतिक डिजिटल स्पर्धात्मक निर्देशांक' प्रकाशित : भारत ४४ वा

दि. १० ऑक्टोबर २०१९ रोजी स्वीत्झर्लंडच्या 'आयएमडी (International Institute of Management Development)' संस्थेच्या 'वर्ल्ड कॉम्पिटेटिव्ह सेंटर'ने 'जागतिक डिजिटल स्पर्धात्मकता निर्देशांक, २०१९' हा अहवाल प्रकाशित केला आहे.

- या निर्देशांकात भारताने ४४ वा क्रमांक मिळवला आहे. २०१८ च्या तुलनेत भारताची चार क्रमांकाने प्रगती झाली आहे.
- भारताने ज्ञान आणि डिजिटल तंत्रज्ञानाचा अवलंब व शोध घेण्यासाठी भविष्यातल्या तयारीच्या बाबतीत विशेष सुधारणा केली आहे. दूरसंचार क्षेत्रातील गुंतवणुकीच्या बाबतीत भारताने प्रथम क्रमांक मिळविला आहे.
- व्यवसाय, शासन व समाजातील आर्थिक परिवर्तनासाठी मुख्य चालक असणाऱ्या डिजिटल तंत्रज्ञानाचा अवलंब करण्यास आणि त्यांचे अन्वेषण करण्यासाठी राष्ट्रांची क्षमता आणि तत्परता यांचे मूल्यमापन या निर्देशांकाद्वारे केले जाते.
- अर्थव्यवस्थेचे मूल्यमापन करण्यासाठी तीन घटक विचारात घेतले जातात.
- **ज्ञान :** नवीन तंत्रज्ञान समजून घेण्याची आणि शिकण्याची क्षमता.
- **तंत्रज्ञान :** नवीन डिजिटल क्षेत्राच्या नवकल्पना विकसित करण्याची क्षमता.
- **भविष्यातील तत्परता :** आगामी विकासाची तयारी
- या निर्देशांकानुसार अमेरिका जगातील सर्वाधिक डिजिटल स्पर्धात्मक अर्थव्यवस्था आहे.

निर्देशांकानुसार अर्थव्यवस्थेचे ३ क्रमांक

क्रमांक	देश
१.	अमेरिका
२.	सिंगापूर
३.	स्वीडन

- अमेरिका आणि स्वीडन हे देश ज्ञाननिर्मिती, तंत्रज्ञानाच्या विकासासाठी प्रोत्साहनपूर्ण वातावरणाची निर्मिती आणि अभिनव कल्पनांचा अवलंब करण्याची तयारी यांच्यात संतुलित दृष्टिकोन ठेवतात.
- सिंगापूर, डेन्मार्क आणि स्वीत्झर्लंड एक किंवा दोन घटकांना प्राधान्य देतात.
- भारत आणि इंडोनेशिया या देशांनी अनुक्रमे चार आणि सहा स्थानांनी झेप घेतली असून प्रतिभा, प्रशिक्षण आणि शिक्षण तसेच तांत्रिक पायाभूत सुविधांचा विस्तार अशा बाबतीत सकारात्मक कामगिरी केली.
- पश्चिम आशियामध्ये संयुक्त अरब अमिरात आणि इस्रायल हे प्रमुख प्रादेशिक डिजिटल केंद्र म्हणून कायम राहिले.

(संदर्भ : imd.org)

नीती आयोगाने प्रसिद्ध केलेल्या नवोन्मेष निर्देशांकात कर्नाटक राज्य अव्वल

दि. १५ ऑक्टोबर २०१९ रोजी नीती आयोगाने प्रसिद्ध केलेल्या नवोन्मेष निर्देशांकात (Indian Innovation Index, 2019) कर्नाटक राज्याने प्रथम क्रमांक मिळवला आहे.

- निर्देशांकात प्रथम दहा क्रमांकामध्ये बहुतांश दक्षिण व पश्चिम भारतामधील राज्ये आहेत.
- सिक्कीम व दिल्ली यांनी अनुक्रमे ईशान्य भारतामधील राज्ये व केंद्रशासित प्रदेश यामध्ये प्रथम क्रमांक मिळवला.
- नीती आयोगाचे उपाध्यक्ष डॉ. राजीव कुमार यांनी हा निर्देशांक प्रकाशित केला.
- नवोन्मेष निर्देशांकामुळे भारतातील नवोन्मेषासाठी अनुकूल वातावरणनिर्मिती (Innvation Ecosystme) साठी मदत होणार आहे. निर्देशांकासाठी राज्यांची तीन गटात निवड करण्यात आली - मोठी राज्ये, लहान-डोंगरी राज्ये व केंद्रशासित प्रदेश.
- निर्देशांकासाठी सात महत्त्वाच्या निकषांचा आधार घेण्यात आला : मानवी भांडवल (Human Capital), गुंतवणूक (Investment), कुशल कामगार (Knowledge Workers), व्यवसायास पोषक वातावरण (Business Enviornment) सुरक्षा व कायदाव्यवस्था (Safety and Legar Enviornment), ज्ञानाचे परिणाम (Knowledge Output), ज्ञानाचे विकिरण (Knowledge Diffusion)
- दक्षिण व पश्चिम भारतामध्ये नवोन्मेषासाठी चांगले वातावरण असल्याचे अहवाल निर्देशित करतो.

अहवालातील प्रथम राज्ये		केंद्रशासित प्रदेश/लहान राज्ये	
क्र.	राज्य	क्र.	राज्य
१.	कर्नाटक	१.	दिल्ली
२.	तमिळनाडू	२.	चंदीगढ
३.	महाराष्ट्र	३.	गोवा
४.	तेलंगणा	४.	पदुच्चेरी

- सर्वप्रथम २०१७ मध्ये नवोन्मेष निर्देशांक (Indian Innovation Index) प्रकाशित करण्यात आला.

(संदर्भ : pib.nic.in)

केंद्रीय आरोग्य व कुटुंबकल्याण मंत्रालयाकडून १४ वा राष्ट्रीय आरोग्य स्थिती अहवाल, २०१९ प्रकाशित

दि. ३१ ऑक्टोबर २०१९ रोजी केंद्रीय आरोग्य व कुटुंबकल्याण मंत्रालयाने 'राष्ट्रीय आरोग्य स्थिती अहवाल, २०१९' (National Health Profile, 2019) प्रकाशित केला.

- हा १४वा अहवाल होता. २००५ मध्ये पहिल्यांदा राष्ट्रीय आरोग्य स्थिती अहवाल प्रकाशित करण्यात आला.
- हा अहवाल केंद्रीय आरोग्य गुप्तवार्ता विभागाने (Central Bureau of Health Intelligence - CBHT) ने तयार केला.

अहवालातील ठळक बाबी :

- सन २०१२-१६ दरम्यान भारतामधील आयुमर्यादा (Life Expeitancy) ६८.७ वर्षे होती, (१९७०-७५ दरम्यान भारतामधील आयुमर्यादा ४९.७ वर्षे इतकी होती.)

आयुमर्यादा (२०१२-१६)	
महिला	७०.२ वर्षे
पुरुष	६७.४ वर्षे
एकूण	६८.७ वर्षे

- भारतातील लोकसंख्येची घनता दिल्ली या राज्यामध्ये सर्वाधिक (११३१७) तर, अरुणाचल प्रदेश राज्यात (१७) सर्वांत कमी आहे.
- डेंग्यू आणि चिकनगुणिया हे सार्वजनिक आरोग्यासाठी चिंतेचे एक मोठे कारण आहे.
- लोकसंख्याशास्त्रानुसार तरुण आणि आर्थिकदृष्ट्या सक्रिय असलेल्या लोकसंख्येचे प्रमाण जास्त असल्याचे आढळले आहे.

वयोगट	अंदाजित लोकसंख्या (२०१६)
०-१४	१४%
१५-५९	६४.७%
६०-८५	८.५%

- सन १९९१ ते २०१७ या दरम्यान भारतात जन्मदर, मृत्यूदर आणि नैसर्गिक वृद्धिदर यात सातत्याने घट झाली आहे.
- २०१७ सालापर्यंत भारतामध्ये एक हजार लोकसंख्येमागे २०.२ इतका जन्मदर, ६.३ इतका मृत्यूदर तर १३.९ इतका नैसर्गिक वृद्धिदर होता.
- ग्रामीण भागात जन्मदर शहरीभागापेक्षा जास्त होता. शहरी भागाच्या तुलनेत ग्रामीण भागात मृत्यूचे प्रमाण आणि नैसर्गिक वाढीचे प्रमाणही जास्त होते.
- देशातला एकूण प्रजननदर (Total Fertility Rate) २.३ एवढा होता.
- रुग्णालयात दाखल झालेल्या ६.५१ कोटी रुग्णांपैकी ४.७५ टक्के रुग्णांना मधुमेह असल्याचे निदान झाले, तर ६.१९ टक्के लोकांना उच्च

शिशु मृत्यूदर (१००० शिशुमागे): २०१६

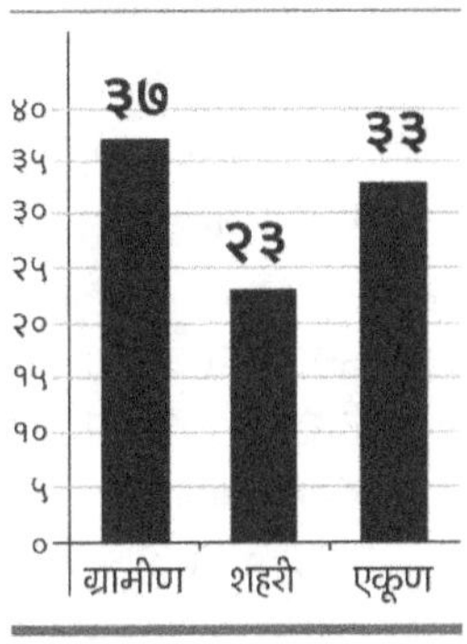

रक्तदाब, ०.३० टक्के लोकांना हृदयासंबंधी रोग, ०.१० टक्के लोकांना स्ट्रोक तर ०.२६ टक्के व्यक्तींना सामान्य कर्करोगाचे निदान झाले आहे.

- शिशु मृत्यूदरात (Infant Mortality Rate) मध्ये घट झाली आहे.

(संदर्भ : cbhidghs.nic.in, mohfw.gov.in)

सकाळ ३१ ऑक्टोबर २०१९ रोजी देशाचे प्रथम गृहमंत्री सरदार वल्लभभाई पटेल यांच्या जयंतीनिमित्त देशभरात राष्ट्रीय एकता दिवस साजरा

दि. ३१ ऑक्टोबर २०१९ रोजी देशाचे प्रथम गृहमंत्री सरदार वल्लभभाई पटेल यांच्या जयंतीनिमित्त देशभरात 'राष्ट्रीय एकता दिवस' म्हणून साजरा करण्यात आला.

- सरदार वल्लभभाई पटेल यांची ही १४४ वी जयंती होती.
- याप्रसंगी पंतप्रधान नरेंद्र मोदी यांच्या हस्ते गुजरातमधील 'सरदार पटेल' यांच्या पुतळ्याला अभिवादन करण्यात आले.
- २०१४ मध्ये 'सरदार वल्लभभाई' यांच्या पुतळ्याच्या (स्टॅच्यू ऑफ युनिटी) कामाचा शुभारंभ करून 'एकता दिवसाची' सुरुवात करण्यात आली.
- यावेळी एकता दौडचे (Unity Run) आयोजनही करण्यात आले होते.
- राष्ट्रीय एकता दिवसाच्या निमित्ताने उत्तर प्रदेश शासनाने सर्व पोलीस ठाण्यांना सरदार पटेल यांची प्रतिमा लावण्याचे निर्देश दिले आहेत.
- २०१९ च्या राष्ट्रीय एकता दिवसाची संकल्पना संघर्षमय आणि अतिरेकी कालखंडात देशाची एकता आणि अखंडता राखुया ("Bring the Nation together, United in times of Strife and Rising Extremism'.)
- यावर्षी केंद्रशासनाने पद्म पुरस्कारांच्या धर्तीवर 'राष्ट्रीय एकात्मतेत' भरीव योगदान देणाऱ्या व्यक्ती / संस्थांसाठी 'राष्ट्रीय एकता पुरस्काराची' घोषणा केली आहे.

स्टॅच्यू ऑफ युनिटी (Statue of Unity) :

- स्टॅच्यू ऑफ युनिटी हा सरदार वल्लभभाई पटेल यांचा १८२ मीटर उंचीचा पुतळा आहे.
- सरदार सरोवर धरणामध्ये साधू बेटावर (केवाडिया, जिल्हा नर्मदा) हा जगातील सर्वाधिक उंचीचा पुतळा उभारण्यात आला आहे.

- विख्यात शिल्पकार राम सुतार यांनी या पुतळ्याची रचना केली आहे व लार्सन व टुब्रो या कंपनीने उभारणी केली आहे.
- पुतळ्याची एकूण उंची चौथऱ्यासोबत २४० मीटर आहे. यामध्ये १८२ मीटर उंच पुतळा आहे (गुजरात विधानसभा सदस्य संख्या १८२ आहे.)
- पंतप्रधान नरेंद्र मोदी यांनी ३१ ऑक्टोबर २०१९ रोजी हे स्मारक राष्ट्राला समर्पित केले.

(संदर्भ : pib.nic.in)

सकाळ युनिसेफच्या 'स्टेट ऑफ द वर्ल्ड चिल्ड्रेनचा जागतिक 'बालस्थिती अहवाल, २०१९' प्रकाशित

दि. १ नोव्हेंबर २०१९ रोजी युनिसेफने (United Nation Children Fund) 'जागतिक बालस्थिती अहवाल, २०१९' (Stat of World Children Report, 2019) प्रकाशित केला.

- या अहवालात युनिसेफने जागतिक स्तरावर बालकांना मिळणाऱ्या 'अन्न व पोषण (Food and Nutrition)' या घटकांवर लक्ष्य केंद्रित केले.
- युनिसेफच्या अहवालानुसार १९९०-२०१५ या कालावधीदरम्यान कमी उंचीच्या (Stunting) बालकांचे प्रमाण ४०% कमी झाले आहे.
- युनिसेफ दरवर्षी 'स्टेट ऑफ द वर्ल्ड चिल्ड्रेन' हा अहवाल तयार करते.

अहवालातील ठळक नोंदी :

- जगातील प्रत्येक तिसरे मूल (७० कोटींपैकी) पोषणासंबंधी व्याधींनी ग्रस्त आहे. यामध्ये कुपोषण (Undernourishment) किंवा अतिवजन यांचा समावेश होतो.
- ५ कोटी मुले कमी वजनाची (Wasting) आहे. कमी वजन बहुतांश दारिद्र्याच्या समस्येशी निगडित आहे.
- जगातील पाचपैकी केवळ दोनच मुलांना स्तनपान (breast-fed) केले जाते. लहान मुलांमधील कुपोषणाचे हे प्रमुख कारण आहे.
- जपानमधील शाळांमध्ये लहान बालकांना पोषणयुक्त आहार प्रदान केला जातो, ज्याद्वारे ६०० ते ७०० कॅलरी ऊर्जा मिळते.

भारतासंबंधी नोंदी :

- भारतामध्ये प्रत्येक दुसरे मूल कोणत्या तरी प्रकारच्या कुपोषणाने ग्रस्त आहे.
- ३५% भारतीय मुले कमी उंचीची (Stunting), १७% कमी वजनाची (Wasting) तर २% अतिवजनाच्या समस्येने ग्रस्त आहेत.
- दक्षिण आशियाई देशांमध्ये पाच वर्षांखालील बालकांच्या पोषणमध्ये भारताची कामगिरी सर्वांत खराब आहे.

- भारतात दहामधील प्रत्येकी एक मूल मधुमेहग्रस्त आहे, तर प्रत्येक दुसरी स्त्री ॲनिमिया ग्रस्त आहे.
- दारिद्र्य, शहरीकरण व हवामान बदल ही अपुऱ्या पोषणाची प्रमुख कारणे आहेत.
- युनिसेफने अहवालात भारतातील बालकांचे पोषण सुधारण्यासाठी 'पोषण अभियाना'ची भूमिका महत्त्वाची असल्याचे स्पष्ट केले आहे.

पोषण अभियान (National Nutrition Mission) :

- २०२२ पर्यंत भारत कुपोषण मुक्त करण्यासाठी २०१७-२०१८ ला या अभियानाची सुरुवात करण्यात आली.
- पंतप्रधान नरेंद्र मोदी यांनी ८ मार्च २०१८ रोजी झुनझुनू (झारखंड) येथून या अभियानाचा शुभारंभ केला.
- ०-६ वर्षे वयोगटातील कुपोषणाचे प्रमाण ३८.४% वरून २५% पर्यंत आणणे (२०२२ पर्यंत) हे या अभियानाचे लक्ष्य आहे.

लक्ष्य गट	लक्ष्य (दरवर्षी)
कमी उंची (Stunting)	२% कमी करणे
कुपोषण	२% कमी करणे
ॲनिमिया	३% कमी करणे
कमी वजन	२% कमी करणे

- या अभियानासाठी ९०४६.१५ कोटी रुपयांची तरतूद करण्यात आली आहे.

(संदर्भ : pib.nic.in, unicef.org)

सकाळ मुस्लिम सत्यशोधक चळवळीचे सुवर्णजयंती वर्ष

सामाजिक सुधारणा व आधुनिक मूल्ये :

महाराष्ट्रात समाज प्रबोधनासाठी समाज सुधारकांनी विविध संस्था आणि संघटना स्थापन केल्या. समाजप्रबोधक आणि संस्थांच्या प्रयत्नांतून अनेक अनिष्ट, अन्यायकारक आणि कालबाह्य प्रथा-परंपरांचा प्रभाव कमी होऊन समाज आधिक आधुनिक, प्रगतिशील आणि प्रगल्भ होत गेला. स्वतंत्र भारतात भारतीय संविधानात्मक मूल्य आणि सुधारणावादी कायदे झाल्यानंतर समाज सुधारण्याच्या प्रयत्नांना आधिक गती मिळाली. मुस्लिम समाजात मात्र समाजप्रबोधनाच्या चळवळींना हवा तसा प्रतिसाद मिळू शकला नाही. राजा राममोहन रॉय आणि महात्मा फुले यांचे समकालीन सर सय्यद अहमद खान यांनी मुस्लिम सुधारणेसाठी प्रयत्न केले मात्र समाजातील पुरोहित वर्गाने सुधारणावादी कार्यास विरोध केल्यामुळे समाजांतर्गत या प्रयत्नांना प्रतिसाद मिळू शकला नाही. सर सय्यद अहमद खान यांच्या नंतरही काही सामाजिक - राजकीय नेत्यांनी धर्माचा आधार घेत उदारमतवाद आणि सुधारणा रुजवण्यासाठी प्रयत्न केले. त्याचा काही प्रमाणात उपयोग झाला असला तरी सामाजिक सुधारणा होवू शकल्या नाहीत.

धर्मनिरपेक्षता, लोकशाही आणि आधुनिक मूल्ये स्वीकारलेल्या स्वतंत्र भारतात सुद्धा धर्मवाद्यांचा प्रभाव, धर्मवादी संघटना आणि मुस्लिम व्यक्तिगत कायद्यातील अन्यायी तरतुदींमुळे मुस्लिम समाजात आधुनिकीकरणासाठी अडथळे होत गेले. १८७३ मध्ये महात्मा जोतिराव फुलेंनी सत्यशोधक समाजाची स्थापना केली. स्त्रीदास्य मुक्ती, अस्पृश्यतानिवारण, श्रमिकांचे व शेतकऱ्यांचे प्रश्न हाती घेऊन त्यांच्या उद्धारासाठी विविधांगी प्रयत्न केले. भारतीय समाजप्रबोधनाच्या इतिहासातील हा महत्त्वाचा टप्पा आहे. सत्यशोधक समाजाच्या शतक महोत्सवी वर्षानिमित्त महात्मा फुलेंच्या समाजप्रबोधनाच्या कार्याची उजळणी होत होती. राष्ट्र सेवादलात वावरणारे हमीद दलवाई हे साहित्य, पत्रकारिता क्षेत्रात ठसा उमटवत होते. मुस्लिम समाजप्रबोधनाचा विचार मनात ठेवून बुद्धिवाद्यांशी चर्चा करीत होते. मुस्लिम समाज प्रबोधनाची गरज बेचैनी निर्माण करीत होती. त्यांनी १८ एप्रिल १९६६ रोजी सात मुस्लिम महिलांचा मोर्चा काढून मुंबई विधानभवनावर नेला आणि तेव्हाचे मुख्यमंत्री वसंतराव नाईकांना निवेदन दिले. त्यात तोंडी एकतर्फी तलाक, बहुपत्नीत्व, हलाला, मूल दत्तक घेण्यास मज्जाव अशा अन्यायी तरतुदी रद्द करून भारतीय संविधानाने अपेक्षिलेल्या समान नागरी कायद्याची मागणी केली. तेव्हाच दलवाईनी सदा-ए निसवाँ अर्थात महिलांची हाक ही महिलांची संघटना स्थापन केली. १९६८ मध्ये प्रा. अ. भी. शहा समवेत इंडियन सेक्युलर सोसायटीची स्थापना केली. परंतु ही संस्था बुद्धिजीवी वर्गातच मर्यादीत राहत असल्याचे दलवाई यांच्या लक्षात येत होते. मुस्लिम समाजात हवा तसा प्रभाव पडत नव्हता. सामाजिक सुधारणा आणि आधुनिक मूल्ये मुस्लिम समाजात रुजवून भारतीय समाजप्रबोधनाची चळवळ अधिक संतुलित करण्यासाठी आपल्या निवडक सहकारी मित्रांच्या समवेत हमीद दलवाई यांनी २२ मार्च १९७० रोजी मुस्लिम सत्यशोधक मंडळाची स्थापना केली. धर्मापलीकडे जाऊन मुस्लिम समाज प्रबोधनाचा विचार रुजवणारी मुस्लिम जगतातील पहिली संघटना आहे. मुस्लिम सत्यशोधक मंडळ या नावातील मुस्लिम हा शब्द दलवाईना बोचत होता कारण धर्मनिरपेक्षता आधुनिकतेकडे समाजाला घेऊन जाणाऱ्या संघटनेतील मुस्लिम शब्द खटकत होते, म्हणून मंडळाच्या जाहीरनाम्यात ते म्हणतात, मुस्लिम समाजाच्या प्रबोधनावर भर देण्यासाठी आज तरी मंडळाचे कार्यक्षेत्र या समाजापुरते मर्यादित ठेवण्यात आले आहे. जेव्हा सामाजिक बदलासंदर्भातील तफावतीची दरी रद्द होईल, तेव्हा हे

मंडळ मुस्लिम समाजापुरते कार्य करणार नाही.

पंचसूत्री कार्यक्रम :

१. सर्वधर्मीयांचे व्यक्तिगत कायदे रद्द करून सर्व भारतीयांना समान अधिकार आणि न्याय देणारा, संविधानास अपेक्षित समान नागरी कायदा अस्तित्वात आणण्यासाठी प्रयत्न करणे.

२. मुस्लिम समाजावरील मदरसा शिक्षणाचा प्रभाव कमी करणे, मुस्लिम समाजाने उर्दू माध्यमातून शिक्षण घेण्याऐवजी प्रादेशिक, मुख्य प्रवाहातील आधुनिक, रोजगाराभिमुख शिक्षणाकडे वळवण्यासाठी उपक्रमांचे आयोजन करणे.

३. समाजातील जमातवादी मानसिकता दूर करून समाजात इहवादी मूल्ये रुजवण्यासाठी लोकशिक्षणावर भर देणे. धर्मनिरपेक्ष एकात्म समाज निर्माण करण्यासाठी प्रयत्न करणे.

४. पुरुषप्रधान मानसिकता दूर करून मुस्लिम महिलांना समान अधिकाराच्या उपलब्धीसाठी कार्य करणे.

५. मुस्लिम समाजातील अनिष्ट परंपरा, अंधश्रद्धा नष्ट करून समाजात कुटुंब नियोजनास प्रोत्साहन देणे, वैज्ञानिक आणि विवेकवादी दृष्टिकोन निर्माण करण्यासाठी भर देणे.

हमीद दलवाई हयात असताना त्यांनी अल्पावधीत मोठे कार्य उभे केले. भिन्नधर्मीय विचारवंतानी दलवाईना मोठे सहकार्य केले. दलवाईंना संघटनेच्या उभारणी नंतर फक्त पाच वर्षांचेच आयुष्य लाभले. त्यांना मूत्रपिंडाचा आजार झाला. त्यात त्यांच्या शरीराची झीज झाली आणि ३ मे १९७७ रोजी वयाच्या पंचेचाळीसाव्या वर्षी त्यांचे निधन झाले. त्यांनी पाच वर्षांच्या काळात झपाटून कार्य केले.

महत्त्वाचे कार्यक्रम :

- ८ एप्रिल १९७० रोजी समान नागरी कायद्यासाठी सुमारे ५०० मुस्लिम नागरिकांच्या सह्या असलेले निवेदन मुख्यमंत्र्यांना दिले. ३ ऑगस्ट १९७० पुण्यात अहिल्या आश्रमात परमवीर अब्दुल हमीद व्याख्यानमालेस सुरुवात. ३१ मे १९७१, वि. स. खांडेकर, भाई माधवराव बागल यांच्या हस्ते कोल्हापूर शाखेचे उद्घाटन केले.
- २८ नोव्हेंबर, १९७१ अखिल महाराष्ट्र मुस्लिम परिषद पुणे.
- ३, ४ डिसेंबर १९७१, ऑल इंडिया फॉरवर्ड लुकिंग मुस्लीम्स कॉन्फरन्स, दिल्ली. २७, २८ डिसेंबर १९७१, मुस्लिम महिला परिषद, पुणे. १९७१, समान नागरी कायदा व अन्य मागण्यांसाठी तत्कालीन राज्यपाल अलियावर जंग यांना निवेदन दिले. जानेवारी १९७३, मुस्लिम सत्यशोधक पत्रिका आरंभ.
- ३०, ३१ डिसेंबर १९७३, मुस्लिम शिक्षण परिषद कोल्हापूर.

पुणे, चिपळूण, मुंबई येथे महिला प्रश्नावर आणि जिहाद-ए-तलाक परिषदांचे आयोजन. तत्कालीन पंतप्रधान इंदिरा गांधी, मोरारजी देसाई यांना समान नागरी कायद्यासाठी निवेदने, मोर्चे. कुटुंब नियोजनासाठी शिबिरे, मुस्लिम सत्यशोधक पत्रिका, व्याख्याने, देशभरातील मुस्लिम विचारवंताशी चर्चा. महाराष्ट्रातील विविध शहरात मंडळाच्या शाखा उभारल्या... मुस्लिम महिला मदत केंद्रांची स्थापना. कार्यकर्त्यांसाठी अभ्यास शिबिरे घेण्यात आली.

मुस्लिम सत्यशोधक मंडळाच्या सुधारणावादी कार्याला विरोध करण्यासाठी जमातवादी मुस्लिम संघटना एकत्र आल्या. मंडळा विरोधात कार्यक्रम घेतले. मुस्लिम पर्सनल लॉ बोर्डाची स्थापना १९७३ मध्ये करण्यात आली.

दलवाईंच्या नंतर :

दलवाईंच्या निधनानंतर सुद्धा राष्ट्रीय एकात्मता परिषद, दहशतवाद विरोधी परिषद, सामाजिक-धार्मिक ऐक्यासाठी उपक्रम घेण्यात आले. शहाबानो प्रकरणादरम्यान पंतप्रधान, राष्ट्रपतींना भेटून सर्वोच्च न्यायालयाचा निर्णय कायम राहावा म्हणून प्रयत्न झाले. कोल्हापूर ते नागपूर तलाक मुक्ती मोर्चा, स्वातंत्र्यसैनिक बाबुमियाँ बँडवाले, मेहरुन्निसा दलवाई, सय्यदभाई, वजीर पटेल, हुसेन जमादार, प्रा. विलायत शेख, प्रा. मुमताज रहीमतपूरे, प्रा. शमसुद्दीन तांबोळी आणि कार्यकर्त्यांनी ही चळवळ पुढे घेऊन जाण्याचा प्रयत्न केला.

- मुस्लिम महिला संघटना उभ्या राहिल्या आहेत. मुस्लिम महिला विवाह संरक्षण अधिकार विधेयक २०१९ अस्तित्वात आले.
- मुस्लिम मराठी साहित्य संमेलने आयोजित केली जातात.
- तरुण-तरुणींसाठी हमीद दलवाई स्टडी सर्कल कार्यरत आहे.
- गेल्या आठ-दहा वर्षांपासून बकरी ईदच्या दिवशी प्राण्यांची कुर्बानी देण्याऐवजी जात धर्मापलीकडे मानवतेसाठी राज्यव्यापी रक्तदान सप्ताह आयोजित केला जात आहे.
- 'भारतीयत्वाचा अभिमान आणि संविधानाचा सन्मान' हे ब्रीद घेऊन मंडळाची वाटचाल होत आहे. मंडळाशिवाय मंडळाच्या विचाराला पूरक कार्य करणाऱ्यांसाठी मंडळ विविध पुरस्कार देऊन त्यांना मंडळाच्या कार्याशी जोडून घेण्याचा प्रयत्न केला जातो. मुस्लिम समाज मंडळाकडे सकारात्मक पद्धतीने पाहून मंडळाच्या कामात सहभाग नोंदवत आहे. हे मुस्लिम प्रबोधनासाठी आश्वासक चित्र आहे.

सुवर्णजयंती वर्षानिमित्त मंडळाने अद्ययावत अभ्यासिका आणि सुसज्ज ग्रंथालय उभे करायचे आहे. मुस्लिम महिलांसाठी सत्यशोधक फातीमाबी शेख निवासी आधार केंद्र सुरू करण्याचा प्रयत्न आहे. मुस्लिम सत्यशोधक मंडळाचे सुधारणावादी कार्य सुवर्णजयंती वर्षात आधिक विस्तारेल आणि भारतीय संविधानास अपेक्षित असलेला समाज निर्माण करण्यात यथाशक्ती योगदान देईल.

●

प्रा. डॉ. शमसुद्दीन तांबोळी
अध्यक्ष, मुस्लिम सत्यशोधक मंडळ

सकाळ राष्ट्रीय पुरस्कार

सकाळ साहित्य अकादमी २०१८ पुरस्कार श्रेणींतर्गत मराठी भाषेचा पुरस्कार म. सु. पाटील यांना जाहीर

भारतीय साहित्यक्षेत्रातील २४ भाषांतील उत्कृष्ट साहित्यकृतींसाठी दरवर्षी दिल्या जाणाऱ्या साहित्य अकादमी पुरस्कारांच्या या वर्षीच्या मानकऱ्यांची नावे दिनांक ५ डिसेंबर २०१८ रोजी जाहीर करण्यात आली.

- या वर्षी पुरस्कारासाठी एकूण सात कवितासंग्रह, सहा कादंबऱ्या, सहा लघुकथा, तीन साहित्य समीक्षा आणि दोन निबंधांची निवड
- मराठीतील प्रसिद्ध लेखक म. सु. पाटील यांच्या 'सर्जनप्रेरणा आणि कवित्वशोध' या समीक्षा ग्रंथाला २०१८ चा साहित्य अकादमी पुरस्कार
- प्रत्येक भाषेसाठीच्या त्रिसदस्यीय निवड समितीद्वारे पुरस्कारयोग्य साहित्यिकांची निवड होऊन त्यास साहित्य अकादमीचे अध्यक्ष चंद्रशेखर कंबार यांच्या अध्यक्षतेखालील राष्ट्रीय कार्यकारी मंडळाकडून मान्यता
- साहित्य अकादमीतर्फे 'भाषा सन्मान' पुरस्कारासाठी उत्तर विभागात योगेंद्रनाथ शर्मा, दक्षिण विभागात जी. वेंकटसुब्बिया (G.Venkatasubbaiah), पूर्व विभागात गजेंद्रनाथ दास तर पश्चिम विभागात शैलजा बापट या साहित्यिकांची निवड.

साहित्य अकादमीविषयी :

लक्षात ठेवा

- स्थापना - १२ मार्च १९५४
- मुख्यालय - नवी दिल्ली
- अध्यक्ष - चंद्रशेखर कंबार (Chandrashekhara Kambara)
- पहिले अध्यक्ष - पंडित जवाहरलाल नेहरू
- संस्थेचे कामकाज - सामान्य परिषद, कार्यकारी मंडळ, वित्त समिती या तीन प्राधिकरणांद्वारे.
- पुरस्कार - साहित्य अकादमी पुरस्कार, भाषा सन्मान पुरस्कार, अनुवादासाठी पुरस्कार, युवा पुरस्कार, बाल साहित्य पुरस्कार
- **महत्त्वपूर्ण कार्य** – भारतातील २४ भाषांसाठी (भारतीय संविधानाच्या आठव्या परिशिष्टातील २२ भाषा आणि इंग्रजी व राजस्थानी) ग्रंथ प्रकाशन व विविध पुरस्कारांच्या माध्यमातून भाषांचे संवर्धन आणि विकास.

साहित्य अकादेमी

साहित्य अकादमी पुरस्काराविषयी :

- सुरुवात - १९५५
- भाषा - २४ भाषा (भारतीय संविधानातील ८ परिशिष्टांमधील २२ भाषा + इंग्रजी + राजस्थानी)
- स्वरूप - १ लाख रुपये रोख व ताम्रपट
- पुरस्काराचा मुख्य उद्देश - भारतीय साहित्यकृतीतील उत्कृष्टतेला प्रोत्साहन, त्यातील नवीन वैचारिक प्रवाहांचा स्वीकार

साहित्य अकादमी पुरस्कार विजेते इतर मराठी साहित्यिक

वर्ष	विजेते	साहित्याचे नाव
१९५५	पं. लक्ष्मणशास्त्री जोशी	वैदिक संस्कृतीचा विकास
२०१४	डॉ. जयंत विष्णू नारळीकर	चार नगरातले माझे विश्व
२०१५	अरुण खोपकर	चलत्-चित्रव्यूह
२०१६	आसाराम लोमटे	आलोक
२०१७	श्रीकांत देशमुख	बोलावे ते आम्ही
२०१८	म. सु. पाटील	सर्जनप्रेरणा आणि कवित्वशोध

म. सु. पाटील (मधुकर सु. पाटील) यांच्याविषयी :

- जन्म- १९३१ (अलिबाग, रायगड); मृत्यू : ३१ मे २०१९
- मनमाड महाविद्यालयात प्राध्यापक व नंतर १९६९ ते १९८९ या काळात प्राचार्य म्हणून कार्यरत
- 'अनुष्टुभ' हे नियतकालिक सुरू करण्यामध्ये योगदान.

ग्रंथसंपदा :

- दलित कविता व दलित साहित्याचे सौंदर्यशास्त्र
- बदलते कविसंवेदन
- लांबा उगवे आगरी (आत्मकथन)
- ज्ञानेश्वरीचा काव्यबंध
- ज्ञानेश्वरीचा तृष्णाबंध
- सर्जनप्रेरणा आणि कवित्वशोध
- तुकाराम - अंतर्बाह्य संघर्षाची अनुभवरूपे
- प्रभाकर पाध्ये : वाङ्मय दर्शन

(संदर्भ : sahitya-akademy.gov.in, सकाळ वृत्तसेवा)

सकाळ पहिला सुभाषचंद्र बोस आपदा प्रबंधन पुरस्कार उत्तर प्रदेशातील गाझियाबादमधील राष्ट्रीय आपत्ती प्रतिसाद दलाच्या आठव्या तुकडीला घोषित

दिनांक २३ जानेवारी २०१९ रोजी नेताजी सुभाषचंद्र बोस यांच्या जयंतीनिमित्त पहिला सुभाषचंद्र बोस आपदा प्रबंधन पुरस्कार उत्तर प्रदेशातील गाझियाबादमधील राष्ट्रीय आपत्ती प्रतिसाद दल (National Disaster Response Force) च्या आठव्या तुकडीला घोषित झाला आहे.

सुभाषचंद्र बोस आपदा प्रबंधन पुरस्काराविषयी :

- सुरुवात : २०१९
- दरवर्षी २३ जानेवारी रोजी नेताजी सुभाषचंद्र बोस यांच्या जयंतीनिमित्त पुरस्कार प्रदान
- २१ ऑक्टोबर २०१८ रोजी झालेल्या आझाद हिंद सरकार स्थापनेच्या (७५ व्या) अमृतमहोत्सवी कार्यक्रमात पंतप्रधान नरेंद्र मोदी यांच्यातर्फे पुरस्काराची घोषणा
- आपत्ती व्यवस्थापनात उल्लेखनीय कार्य करणाऱ्या भारतीय संस्था व व्यक्तीस पुरस्कार
- पुरस्काराचे स्वरूप : व्यक्तीस रु. ५ लाख आणि संस्थेस रु. ५१ लाख व प्रमाणपत्र
- पुरस्कार प्राप्त रकमेचा उपयोग आपत्ती व्यवस्थापन कार्यासाठी

लक्षात ठेवा

राष्ट्रीय आपत्ती प्रतिसाद दल (National Disaster Response Force) विषयी :

- स्थापना - २००६
- मुख्यालय - नवी दिल्ली
- मंत्रालय - गृहमंत्रालयांतर्गत
- आपत्ती व्यवस्थापनासाठी भारतातील सर्वोच्च दल.
- आपती व्यवस्थापन अधिनियम २००५ अंतर्गत आपत्ती परिस्थितीतील मदत कार्यासाठी स्थापना
- पंतप्रधानांच्या अध्यक्षतेखालील राष्ट्रीय आपत्ती व्यवस्थापन प्राधिकरण (National Disaster Management Authority) अंतर्गत कार्यरत
- दलात एकूण १२ तुकड्या (Battalions) ज्या पॅरा-मिलिट्री दलाप्रमाणे सुसंघटित.

आपत्ती व्यवस्थापन कायदा-२००५ विषयी :

- व्याप्ती - संपूर्ण भारत
- आपत्ती व्यवस्थापनासाठी तीनस्तरीय व्यवस्था : राष्ट्रीय, राज्यस्तरीय व जिल्हास्तरीय.
- **राष्ट्रीय आपत्ती व्यवस्थापन कार्य :** पंतप्रधानांच्या अध्यक्षतेखाली उपाध्यक्षांसह जास्तीत जास्त ९ सदस्यांचा समावेश असलेल्या राष्ट्रीय आपत्ती व्यवस्थापन प्राधिकरणाद्वारे (NDMA).
- **राज्यस्तरीय आपत्ती व्यवस्थापन कार्य :** मुख्यमंत्र्यांच्या अध्यक्षतेखालील जास्तीत जास्त ९ सदस्य असलेल्या राज्य आपत्ती व्यवस्थापन प्राधिकरणाद्वारे (State Disaster Management Authority), विधानसभा नसलेल्या केंद्रशासित राज्यात प्राधिकरणाचे अध्यक्ष नायब (लेफ्टनंट) गव्हर्नर राज्यपाल
- जिल्हास्तरीय (DDMA) प्राधिकरणाचे अध्यक्ष जिल्हाधिकारी किंवा जिल्हा दंडाधिकारी, प्राधिकरणातील जास्तीत जास्त ७ सदस्यांची नेमणूक स्थानिक शासनाद्वारे.
- कायद्याद्वारे राष्ट्रीय आपत्ती प्रतिसाद दल, राष्ट्रीय आपत्ती प्रतिसाद फंड, राष्ट्रीय आपत्ती मिटीगेशन फंडाची स्थापना.

(संदर्भ - pib.nic.in, ndma.gov.in)

सकाळ भारतरत्न पुरस्कार व पद्म पुरस्कार २०१९

माजी राष्ट्रपती प्रणव मुखर्जी, गायक-संगीतकार भूपेन हजारिका व समाजसेवक नानाजी देशमुख यांना भारतरत्न पुरस्कार जाहीर झाला आहे. दिनांक २५ जानेवारी २०१९ रोजी प्रजासत्ताक दिनाच्या पूर्वसंध्येला भारतरत्न व पद्म पुरस्कार हे देशातील सर्वोच्च नागरी पुरस्कार जाहीर करण्यात आले.

भारतरत्न पुरस्कार-२०१९ :

- यावर्षीचे भारतरत्न पुरस्कार माजी राष्ट्रपती प्रणव मुखर्जी, गायक-संगीतकार भूपेन हजारिका (मरणोत्तर), समाजसेवक नानाजी देशमुख (मरणोत्तर) या तीन पुरस्कार्थींना जाहीर.

प्रणव मुखर्जी यांच्याविषयी :

- जन्म - ११ डिसेंबर १९३५ (पश्चिम बंगाल)
- शिक्षण - कोलकाता विद्यापीठातून इतिहास व राज्यशास्त्र विषयात एम.ए. आणि कायद्याची पदवी.
- राज्यशास्त्र विषयाचे प्राध्यापक व 'देशेर डाक' (Desher Dak) वृत्तपत्रात पत्रकार, १९६९ मध्ये राजकारणात प्रवेश.
- १९६९ मध्ये वयाच्या ३४व्या वर्षी राज्यसभा सदस्य व १९८२ ते १९८४ दरम्यान केंद्रीय अर्थमंत्री
- १९८६ मध्ये राजकीय मतभेदांमुळे काँग्रेस पक्षाचा त्याग करून 'राष्ट्रीय समाजवादी काँग्रेस' पक्षाची स्थापना, पुढे १९८९ मध्ये काँग्रेस पक्षात विलीन
- १९९१ मध्ये योजना आयोगाच्या (Planning Commission) उपाध्यक्षपदी निवड, १९९५-१९९६ मध्ये पी. व्ही. नरसिंह राव यांच्या नेतृत्वाखालील सरकारमध्ये परराष्ट्रमंत्री.
- २००४ मध्ये पश्चिम बंगालमधील जंगीपूर मतदारसंघातून लोकसभेचे खासदार म्हणून निवड.
- पंतप्रधान मनमोहन सिंग यांच्या नेतृत्वाखालील यूपीए

सरकारमध्ये संरक्षण मंत्री (२००४ ते २००६), परराष्ट्रमंत्री (२००६ ते २००९) व अर्थमंत्री (२००९ ते २०१२)

- २०१२ मध्ये पी. ए. संगमा यांचा पराभव करून भारताच्या १३ व्या राष्ट्रपतिपदी विराजमान.

पुरस्कार व सन्मान :

- २००८ मध्ये पद्म विभूषण पुरस्कार
- २०१३ मध्ये बांगला देश मुक्ती युद्ध पुरस्कार
- २०१६ मध्ये नॅशनल अवॉर्ड ऑफ आयव्हरी कोस्ट
- २०१९ मध्ये भारतरत्न पुरस्कार

इंग्लिश ग्रंथसंपदा :

- Mid-Term Poll
- Beyond Survival : Emerging Dimensions of Indian Economy
- Off the track
- Saga of Struggle & Sacrifice
- Challenges before the Nation
- A Centenary History of the Indian National Congress
- Congress & the making of the Indian Nation
- Thoughts & Reflections
- The Dramatic Decade : The Indira Gandhi years
- The Turbulent Years : 1980-1996
- The Coalition Years

२. भूपेन हजारिका :

- जन्म - ८ सप्टेंबर १९२६ (सादिया, आसाम)
- मृत्यू - ५ नोव्हेंबर २०११ (मुंबई)
- बनारस हिंदू विद्यापीठातून राज्यशास्त्रात एम.ए. व कोलंबिया विद्यापीठातून पीएच.डी.
- पदवीनंतर काही काळ ऑल इंडिया रेडिओ, गुवाहाटी येथे नोकरी
- आसाममधील प्रसिद्ध गीतकार, संगीतकार, गायक व अभ्यासक, 'सुधाकांत' (Sudhakantha) म्हणून प्रसिद्ध.
- १९३६ मध्ये वयाच्या १०व्या वर्षी पहिले गाणे ध्वनिमुद्रित.
- १९३९ मध्ये 'इंद्रमालती' या आसामी चित्रपटात भूमिका व पार्श्वगायन.
- १९६७ मध्ये आसाम विधानसभेत आमदार, २००४ च्या लोकसभा निवडणुकीत भाजपचे उमेदवार म्हणून गुवाहाटी मतदारसंघातून पराभूत.
- 'इप्टा'च्या (Indian People's Theatre Association) सांस्कृतिक चळवळीत सक्रिय सहभाग.
- 'गांधी टू हिटलर' या चित्रपटात 'वैष्णव जन तो' हे प्रसिद्ध भजन गायन.

चित्रपट :

इंद्रमालती	रूदाली
इरा बतोर सूर	दरमियाँ
शकुंतला सूर	दमण
प्रतिध्वनी	गजगामिनी
आरोप	चिंगारी
चमेली मेमसाब	For whom the sun shines
मेरा धरम मेरी माँ	देवदास (१९७९)

पुरस्कार व सन्मान :

- १९७७ : पद्म श्री
- २००१: पद्म भूषण
- २०१२ : पद्म विभूषण
- २०१९ : भारतरत्न
- १९९२ : दादासाहेब फाळके पुरस्कार
- २००८ : संगीत नाटक अकादमी फेलोशिप

३. चंडिकादास अमृतराव ऊर्फ नानाजी देशमुख :

- जन्म - ११ ऑक्टोबर १९१६ हिंगोली (महाराष्ट्र)
- मृत्यू - २७ फेब्रुवारी २०१०
- शिक्षण : बिर्ला विद्यालय (BITS पिलानी, राजस्थान)
- लोकमान्य बाळ गंगाधर टिळक यांचा प्रभाव, राष्ट्रीय स्वयंसेवक संघाचे संस्थापक केशव बळीराम हेडगेवार यांच्यासह राष्ट्रीय स्वयंसेवक संघाचे प्रचारक
- १९५० मध्ये गोरखपूर येथे पहिल्या सरस्वती शिशु मंदिराची स्थापना
- रा. स्व. संघप्रणीत 'राष्ट्रधर्म' व 'पांचजन्य' ही साप्ताहिके व 'स्वदेस' या नियतकालिकाचे व्यवस्थापक, अटल बिहारी वाजपेयी संपादक
- १९७७ मध्ये उत्तर प्रदेशमधील बलरामपूर मतदारसंघातून लोकसभेचे खासदार म्हणून निवड, १९९९ ते २००५मध्ये राज्यसभेवर नामनिर्देशित सदस्य
- आचार्य विनोबा भावे यांच्या भूदान चळवळीत सहभाग
- उत्तर प्रदेशमधील गोंडा जिल्ह्यात दीनदयाळ संशोधन संस्थेची स्थापना; मध्य प्रदेशमधील चित्रकूट येथील सिंचन क्षेत्रात वाढ करणे, गोवंश संवर्धन, पारंपरिक कृषीचा विकास, गुरुकुल शालेय शिक्षण, स्वयंरोजगारासाठी उद्योजकता विद्यापीठ अशी अनेक समाजोपयोगी कार्ये.
- भारतामधील चित्रकूट ग्रामोदय विश्वविद्यालय या पहिल्या ग्रामीण विद्यापीठाची स्थापना.
- महाराष्ट्रातील दुष्काळग्रस्त बीड जिल्ह्यात पाणलोट क्षेत्र विकास आणि शैक्षणिक कार्य.

- १९९९ मध्ये पद्म विभूषण पुरस्कार प्राप्त

पद्म पुरस्कार-२०१९ :

पद्म विभूषण पुरस्कार (एकूण - ४)

क्र.	पुरस्कारार्थी	क्षेत्र	राज्य/देश
१	तीजन बाई	कला-गायन-लोकसंगीत	छत्तीसगड
२	इस्माइल उमर गुलेह (विदेशी)	सार्वजनिक	जिबुती (Dijibouti)
३	अनिलकुमार मणीभाई नाईक	व्यापार आणि उद्योग	महाराष्ट्र
४	बळवंत मोरेश्वर पुरंदरे	कला-अभिनय-नाटक	महाराष्ट्र

पद्म भूषण पुरस्कार (एकूण - १४)

क्र.	पुरस्कारार्थी	क्षेत्र	राज्य/देश
१	जॉन चेंबर्स (John Chambers) (विदेशी)	व्यापार आणि उद्योग	अमेरिका
२	सुखदेव सिंह ढिंडसा	सार्वजनिक कार्य	पंजाब
३	प्रवीण गोरधन (विदेशी)	सार्वजनिक कार्य	दक्षिण आफ्रिका
४	महादेव धर्मवाल गुलाटी	व्यापार आणि उद्योग	दिल्ली
५	दर्शनलाल जैन	समाजकार्य	हरियाणा
६	अशोक लक्ष्मणराव कुकडे	वैद्यकीय	महाराष्ट्र
७	करिया मुंडा	सार्वजनिक कार्य	झारखंड
८	बुधादित्य मुखर्जी	कला-संगीत-सतार	पश्चिम बंगाल
९	मोहनलाल विश्वनाथन नय्यर	कला-अभिनय-चित्रपट	केरळ
१०	एम. नम्बी नारायण	विज्ञान आणि अभियांत्रिकी	केरळ
११	कुलदीप नय्यर (मरणोत्तर)	पत्रकारिता	दिल्ली
१२	बचेंद्रीपाल	क्रीडा-गिर्यारोहण	उत्तराखंड
१३	बी. के. शुंगलू	नागरी सेवा	दिल्ली
१४	हुकूमदेव नारायण यादव	सार्वजनिक कार्य	बिहार

पद्म श्री पुरस्कार (एकूण - ९४)

क्र.	पुरस्कारार्थी	क्षेत्र	राज्य/देश
१	मनोज वाजपेयी	कला-अभिनय-चित्रपट	महाराष्ट्र
२	दिनयार कॉन्ट्रॅक्टर	कला-अभिनय-नाटक	महाराष्ट्र
३	सुदाम काटे	वैद्यकीय (सिकल सेल)	महाराष्ट्र
४	वामन केंद्रे	कला-अभिनय-नाटक	महाराष्ट्र
५	शंकर महादेवन नारायण	कला-गायन-चित्रपट	महाराष्ट्र
६	नागिनदास सांघवी	पत्रकारिता	महाराष्ट्र
७	रवींद्र कोल्हे व स्मिता कोल्हे	वैद्यकीय	महाराष्ट्र
८	शब्बीर सय्यद	समाजसेवा (पशुकल्याण)	महाराष्ट्र
९	कादरखान (मरणोत्तर)	कला-अभिनय-चित्रपट	
१०	फ्रिडेरिक इरिना (विदेशी)	समाजकार्य (पशुकल्याण)	जर्मनी
११	सुभाष काक (विदेशी)	विज्ञान आणि अभियांत्रिकी	अमेरिका
१२	गीता मेहता (विदेशी)	साहित्य आणि शिक्षण	अमेरिका
१३	शंतनू नारायण (विदेशी)	व्यापार आणि उद्योग	अमेरिका
१४	गणपत भाई पटेल (विदेशी)	साहित्य आणि शिक्षण	अमेरिका
१५	ताझो-पार्चोन-लिंच (विदेशी)	इतर-योगा	अमेरिका
१६	मिलेना सालविनी (विदेशी)	कला-नृत्य-कथकली	फ्रान्स
१७	देवेंद्र स्वरूप (मरणोत्तर)	पत्रकारिता	उत्तर प्रदेश
१८	नर्तिकी नटराज	कला-नृत्य-भरतनाट्यम्	तमिळनाडू
१९	प्रभू देवा	कला-नृत्य	कर्नाटक
२०	सुनील छेत्री	क्रीडा-फुटबॉल	तेलंगणा
२१	बजरंग पुनिया	क्रीडा-कुस्ती	हरियाणा

२२	अजय ठाकूर	क्रीडा-कबड्डी	हिमाचल प्रदेश
२३	प्रशांती सिंह	क्रीडा-बास्केटबॉल	उत्तर प्रदेश
२४	हरिका द्रोणावल्ली	क्रीडा-बुद्धिबळ	आंध्र प्रदेश
२५	बोम्बयला देवी लैशराम	क्रीडा-तिरंदाजी	मणिपूर
२६	गौतम गंभीर	क्रीडा-क्रिकेट	दिल्ली
२७	एस. जयशंकर	नागरी सेवा	दिल्ली

पद्म पुरस्कार-२०१९ विषयी :

१) एकूण पुरस्कार - ११२ (पद्म विभूषण - ४, पद्म भूषण - १४, पद्म श्री - ९४)

२) एकूण पद्म पुरस्कार प्राप्त व्यक्ती -११३ (१ पद्म दोघांत विभागून)

३) महिला पद्म पुरस्कारार्थी - २१

४) परकीय (NRAI/PIO/OCI) पद्म पुरस्कारार्थी - ११

५) मरणोत्तर पद्म पुरस्कारार्थी - ३

६) महाराष्ट्र राज्यातील पद्म पुरस्कारार्थी - ११ (पद्म विभूषण - २, पद्म भूषण - १, पद्म श्री - ८)

७) उभयलिंगी (Transgender) पद्म पुरस्कारार्थी - १

पुरस्कारार्थींविषयी :

१. तीजन बाई (Teejan Bai) :

- जन्म - २४ एप्रिल १९५६ (वय ६२ वर्षे) (गणीयारी गाव, छत्तीसगड)
- मध्य भारतातील पारंपरिक 'पांडवानी' लोकगायन शैलीच्या कलाकार, पांडवानी म्हणजे महाभारतातील पांडवांवर आधारित कथा गायन. हा लोकरंगभूमीचा प्रकार छत्तीसगड, मध्य प्रदेश, ओडिशा व आंध्र प्रदेशात (काही भाग) लोकप्रिय, यामध्ये तानपुरा (तांबुरा) वादन महत्त्वाचे.
- श्याम बेनेगल दिग्दर्शित 'भारत एक खोज' या दूरचित्रवाहिनीवरील कार्यक्रमात सहभागी

पुरस्कार व सन्मान :	
१९८८	पद्म श्री
१९९५	संगीत नाटक अकादमी
२००३	पद्म भूषण
२०१९	पद्म विभूषण

२. अनिलकुमार मणिभाई नाईक :

- जन्म - १९४०
- शिक्षण - बिर्ला विश्वकर्मा अभियांत्रिकी महाविद्यालयातून (गुजरात) यांत्रिकी अभियांत्रिकीची पदवी
- मुंबई येथे मुकंद आयर्न अ‍ॅण्ड स्टील वर्क्स लिमिटेड व नेस्टलर बॉयलर या कंपनीत कार्यरत
- १९६५ मध्ये लार्सन अ‍ॅण्ड टुब्रो (Larsen & Toubro) मध्ये कनिष्ठ अभियंता म्हणून रुजू, २००३ मध्ये व्यवस्थापक संचालक
- २०१२ मध्ये लार्सन अ‍ॅण्ड टुब्रो (L & T) उद्योगसमूहाचे कार्यकारी अध्यक्ष
- २०१२ मध्ये अहमदाबादमधील भारतीय व्यवस्थापन संस्थेचे (Indian Institute of Management) अध्यक्ष
- २०१८ मध्ये राष्ट्रीय कौशल्य विकास महामंडळ (National Skill Development Corporation) या अर्थ मंत्रालयाच्या अंतर्गत संस्थेचे अध्यक्ष

पुरस्कार व सन्मान :

- २००९ पद्म भूषण
- २०१९ पद्म विभूषण

३. बळवंत मोरेश्वर पुरंदरे (बाबासाहेब पुरंदरे)

- जन्म - २९ जुलै १९२२ (सासवड, पुणे) (वय ९६)
- मराठी साहित्यिक, नाटककार, इतिहासकार व प्रसिद्ध वक्ते
- पुणे येथील भारत इतिहास संशोधक मंडळ या संस्थेत कार्यरत
- पुणे विद्यापीठाच्या 'मराठी इतिहास शकावली - सन १७४० ते १७६१' या संशोधन प्रकल्पात सहभागी
- राजा शिवछत्रपती, शेलारखिंड, पुरंदऱ्यांची दौलत, पुरंदऱ्यांची नौबत, शिलंगणाचं सोनं हे प्रकाशित साहित्य
- 'फुलवंती' व 'जाणता राजा' या नाटकांचे लेखन व दिग्दर्शन
- दादरा-नगर-हवेली मुक्ती संग्रामात सहभाग
- डॉ. सागर देशपांडे लिखित 'बेलभंडारा' या पुस्तकातून जीवनपटाचे दर्शन

पुरस्कार व सन्मान :

- २०१२ - प्राचार्य शिवाजीराव भोसले स्मृती पुरस्कार
- २०१६ - गिरिप्रेमी जीवनगौरव पुरस्कार
- २०१५ - महाराष्ट्र भूषण
- २०१९ - पद्म विभूषण

४. डॉ. अशोक लक्ष्मण कुकडे :

- जन्म - २२ डिसेंबर १९३८ (पुणे)
- पुणे येथील बी. जे. मेडिकल कॉलेजमधून एम.बी.बी.एस. व एम.एस. परीक्षेत सुवर्णपदक प्राप्त.
- राष्ट्रीय स्वयंसेवक संघाच्या संस्कारातून समाजसेवेची प्रेरणा.
- १९६४ मध्ये ग्रामीण भागात आरोग्यसेवा देण्यासाठी लातूर येथे डॉ. विवेकानंद वैद्यकीय प्रतिष्ठानची स्थापना.
- १९९३ च्या लातूर भूकंपानंतर जनकल्याण समितीच्या मदतीने अनाथ मुलांसाठी निवासी विद्यालयाची उभारणी.

- राष्ट्रीय स्वयंसेवक संघाच्या कार्यात स्वयंसेवकापासून ते क्षेत्रीय संघचालकापर्यंतच्या जबाबदाऱ्या.
- कॅन्सर केअर सेंटर, श्री. केशवराज विद्यालय, विवेकानंद रुग्णालय अशा संस्था उभारणीत सहभाग.
- 'कथा एका ध्येयसाधनेची' या पुस्तकाद्वारे जीवनपटाचा उलगडा.

५. डॉ. रवींद्र कोल्हे व डॉ. स्मिता कोल्हे :

- बुलडाणा जिल्ह्यातील नांदुरा येथील अतिदुर्गम भागातील गरीब आदिवासींची सेवा.
- १९८५ मध्ये मेळघाट-मधील वैरागड येथे वैद्यकीय सेवेस प्रारंभ.
- मेळघाटातील कुपोषण, मातामृत्यू, बालमृत्यूचे प्रमाण कमी करण्यात यश.
- २०१८ मध्ये कुसुमाग्रज प्रतिष्ठानतर्फे गोदावरी गौरव पुरस्काराने सन्मानित
- मृणालिनी चितळे लिखित 'मेळघाटचे मोहोर' या पुस्तकातून कोल्हे दांपत्याच्या सामाजिक कार्यावर प्रकाश

६. नर्तिकी नटराज :

- जन्म - ६ जुलै १९६४ (मदुराई, तमिळनाडू)
- भरतनाट्यम या शास्त्रीय नृत्याच्या ख्यातनाम नर्तिका
- वेलिआंबलम, तमिळनाडू येथे नृत्यशाळा स्थापन
- २००७ मध्ये तमिळनाडू सरकारतर्फे कालीमणी पुरस्कार तर २००९ मध्ये कृष्ण गण सभेतर्फे 'नृत्य चुडामणी' पुरस्कार
- २०१९ मध्ये पद्म श्री पुरस्काराने सन्मानित, हा सन्मान मिळविणाऱ्या पहिल्या उभयलिंगी व्यक्ती.

भारतरत्न व पद्म पुरस्काराविषयी :

- १९५४ मध्ये 'भारतरत्न' या सर्वोच्च पुरस्काराची तसेच पद्म विभूषण या नागरी पुरस्काराची निर्मिती, पद्म विभूषण पुरस्काराचे वर्ग पहिला, दुसरा, तिसरा असे वर्गीकरण.
- १९५५ मध्ये पद्म पुरस्काराचे 'पद्म विभूषण', 'पद्म भूषण' व 'पद्म श्री' असे वर्गीकरण.
- भारतरत्न पुरस्कारासाठी पंतप्रधान राष्ट्रपतींना शिफारस, हा पुरस्कार वर्षभरात जास्तीत जास्त तीन व्यक्तींना प्रदान करण्याची मुभा (अपवाद १९९९ - चार व्यक्ती)
- पद्म पुरस्कारार्थींच्या निवडीसाठी पंतप्रधानांतर्फे कॅबिनेट सचिवाच्या अध्यक्षतेखालील गृहसचिव, राष्ट्रपतींचे सचिव, ४-६ ख्यातनाम व्यक्ती यांच्या निवड समितीची स्थापना.
- पद्म पुरस्कारासाठीच्या व्यक्तींची नावे जनतेतून नामनिर्देशित, स्वतःचे नामनिर्देशन स्वतः करण्याची सुविधा.
- निवड समितीने निवडलेल्या पुरस्कारार्थींच्या नावांना राष्ट्रपतींची संमती आवश्यक.
- दरवर्षी प्रजासत्ताक दिनाच्या पूर्वसंध्येला पद्म पुरस्कार घोषित, मार्च-एप्रिल महिन्यात राष्ट्रपतींच्या हस्ते व त्यांच्या सहीनिशी पुरस्काराची सनद व पदक प्रदान.
- १९५५ पासून मरणोत्तर भारतरत्न पुरस्कार देण्याची तरतूद, पहिला मरणोत्तर भारतरत्न पुरस्कार लाल बहादूर शास्त्री (१९६६) यांना, आजपर्यंत १४ व्यक्तींना मरणोत्तर भारतरत्न पुरस्कार
- १९५४ च्या नियमांनुसार पुरस्कार मूलतः कला, साहित्य, विज्ञान व सार्वजनिक सेवांपुरते मर्यादित, २०११ पासून मानवी प्रयत्नांचे कोणतेही क्षेत्र (Any field of human endeavour) असे स्वरूप
- १९७७ मध्ये मोरारजी देसाई यांच्या नेतृत्वाखालील सरकारमध्ये नागरी पुरस्कार प्रदान करण्यास स्थगिती, १९८० मध्ये इंदिरा गांधी सरकारच्या काळात पुरस्कार प्रदानीकरण सुरू
- १९९२ मध्ये केरळ व मध्य प्रदेश उच्च न्यायालयात नागरी पुरस्कारांच्या घटनात्मक वैधतेला आव्हान देणारी याचिका, १९९६ मध्ये सर्वोच्च न्यायालयाचा निकालानुसार अनुच्छेद १८ तील पारंपरिक पदव्या नागरी पुरस्कार नसल्याचा निर्वाळा, हे पुरस्कार प्रदान केल्याने समतेच्या तत्त्वाचे उल्लंघन नसल्याने १९९३ पासून स्थगित झालेले नागरी पुरस्कार १९९७ मध्ये पुन्हा सुरू.
- भारतरत्न पुरस्कार प्राप्त सर्वांत तरुण व्यक्ती : सचिन तेंडुलकर (वय - ४० वर्षं) आणि सर्वांत ज्येष्ठ व्यक्ती : महर्षी धोंडो केशव कर्वे (वय - १०० वर्षं)
- १९८७ मध्ये खान अब्दुल गफार खान (पाकिस्तान) व १९९० मध्ये नेल्सन मंडेला (दक्षिण आफ्रिका) या परकीय व्यक्तींना भारतरत्न पुरस्कार
- २०१९ पर्यंत ४८ व्यक्ती भारतरत्न पुरस्काराने सन्मानित

महाराष्ट्रातील भारत रत्न पुरस्कारप्राप्त व्यक्ती

क्र.	पुरस्कारप्राप्त व्यक्ती	पुरस्कार प्राप्त वर्ष
१	महर्षी धोंडोपंत कर्वे	१९५८
२	डॉ. पांडुरंग काणे	१९६३
३	आचार्य विनोबा भावे (मरणोत्तर)	१९८३
४	डॉ. बाबासाहेब आंबेडकर (मरणोत्तर)	१९९०
५	जे. आर. डी. टाटा	१९९२
६	लता मंगेशकर	२००१
७	पंडित भीमसेन जोशी	२००८
८	सचिन तेंडुलकर	२०१४

भारतरत्न पुरस्कारप्राप्त राष्ट्रपती

क्र.	पुरस्कारप्राप्त व्यक्ती	प्राप्त वर्ष
१	डॉ. सर्वपल्ली राधाकृष्णन	१९५४
२	राजेंद्र प्रसाद	१९६२
३	झाकीर हुसेन	१९६३
४	व्ही. व्ही. गिरी	१९७५
५	ए. पी. जे. अब्दुल कलाम	१९९७

भारत रत्न पुरस्कारप्राप्त पंतप्रधान		
क्र.	पुरस्कारप्राप्त व्यक्ती	प्राप्त वर्ष
१	पंडित जवाहरलाल नेहरू	१९५५
२	लालबहादूर शास्त्री (मरणोत्तर)	१९६६
३	इंदिरा गांधी	१९७१
४	राजीव गांधी (मरणोत्तर)	१९९१
५	मोरारजी देसाई	१९९१
६	अटल बिहारी वाजपेयी	२०१५

भारत रत्न पुरस्कारप्राप्त व्यक्ती	
पुरस्कार्थी	प्राप्त वर्ष
सी. राजगोपालचारी	१९५४
डॉ. सर्वपल्ली राधाकृष्णन	१९५४
सी. व्ही. रमण	१९५४
सी. एन. आर. राव	२०१४
सचिन तेंडुलकर	२०१४
मदन मोहन मालवीय (मरणोत्तर)	२०१५
अटल बिहारी वाजपेयी	२०१५
प्रणव मुखर्जी	२०१९
भूपेन हजारिका (मरणोत्तर)	२०१९
नानाजी देशमुख (मरणोत्तर)	२०१९

(संदर्भ - pib.nic.in, padmaawards.gov.in)

सकाळ

वसंत आबाजी डहाके यांना जनस्थान पुरस्कार

दिनांक ३० जानेवारी २०१९ रोजी मराठी साहित्य क्षेत्रातील ज्येष्ठ लेखक वसंत आबाजी डहाके यांना कुसुमाग्रज प्रतिष्ठानतर्फे देण्यात येणारा जन्मस्थान पुरस्कार-२०१९ जाहीर करण्यात आला व दिनांक २७ फेब्रुवारी या राजभाषादिनी नाशिक येथे प्रदान करण्यात आला.

जनस्थान पुरस्काराविषयी :

- सुरुवात- १९९१
- स्वरूप - एक लाख रुपये रोख, ब्राँझची सूर्यमूर्ती, सन्मानपत्र
- प्रसिद्ध मराठी साहित्यिक वि. वा. शिरवाडकर ऊर्फ कुसुमाग्रज यांच्या स्मृतिप्रीत्यर्थ दिला जाणारा 'जनस्थान पुरस्कार' मराठी साहित्यातील सर्वोच्च पुरस्कारांपैकी एक.
- नाशिक येथील कुसुमाग्रज प्रतिष्ठानतर्फे साहित्यक्षेत्रात उल्लेखनीय कार्य करणाऱ्या साहित्यिकास दर दोन वर्षांनी हा पुरस्कार
- दिनांक २७ फेब्रुवारी या कुसुमाग्रज यांच्या जन्मदिनी म्हणजेच राजभाषादिनी पुरस्कार वितरण.

मागील वर्षातील जनस्थान पुरस्कार विजेते		
क्र.	वर्ष	पुरस्कार विजेते
१	१९९१	विजय तेंडुलकर
१०	२००९	ना. धों. महानोर
११	२०११	महेश एलकुंचवार
१२	२०१३	भालचंद्र नेमाडे
१३	२०१५	अरुण साधू
१४	२०१७	डॉ. विजया राजाध्यक्ष
१५	२०१९	वसंत आबाजी डहाके

वसंत आबाजी डहाके यांच्याविषयी :

- जन्म दिनांक ३० मार्च १९४२ बेलोरा (यवतमाळ)
- चंद्रपूर येथील महाविद्यालयातून बी.ए. आणि नागपूरमधून एम.ए.ची पदवी, काही काळ खासगी महाविद्यालयात व नंतर शासकीय महाविद्यालयात मराठी विषयाचे अध्यापन
- पहिली कविता 'सत्यकथा' मासिकातून प्रसिद्ध, १९६६ मध्ये सत्यकथेतून प्रकाशित 'योगभ्रष्ट' या दीर्घकवितेने प्रसिद्धी
- 'यात्रा-अंतर्यात्रा' हे चिंतनात्मक ललितलेख प्रकाशित
- वसंत डहाके हे कवी म्हणूनच नव्हे तर कादंबरीकार, समीक्षक म्हणून मराठी साहित्यसृष्टीत प्रसिद्ध आहेत.
- २०१२ मध्ये चंद्रपूर येथे आयोजित ८५व्या अखिल भारतीय मराठी साहित्य संमेलनाचे अध्यक्षपद

ग्रंथसंपदा :	
१) काव्यसंग्रह	२) कादंबरी
योगभ्रष्ट	अघोलोक
शुभवर्तमान	प्रतिबद्ध आणि मर्त्य
शुनःशेप	
चित्रलिपी	
सर्वत्र पसरलेली मुळे	
३) ललितलेख	
यात्रा-अंतर्यात्रा	
मालटेकडीवरून	
४) इतर साहित्य	
संक्षिप्त मराठी वाङ्मय कोश	
वाङ्मयीन संज्ञा आणि संकल्पना कोश	
मराठी साहित्य : इतिहास आणि संस्कृती	
मराठी समीक्षेची सद्यःस्थिती व इतर निबंध	
मराठीतील कथनरूपे	
कवितेविषयी	
दृश्यकला आणि इतर निबंध	

पुरस्कार व सन्मान :

- महाराष्ट्र राज्य पुरस्कार (१९८१ व १९८७)
- गंगाधर गाडगीळ पुरस्कार (२००३)
- महाराष्ट्र फाउंडेशन पुरस्कार (२००८)
- जीवनव्रती पुरस्कार (विदर्भ साहित्य संघ) (२००९)
- साहित्य अकादमी पुरस्कार (२००९) (चित्रलिपी काव्यसंग्रहासाठी)
- शांता शेळके पुरस्कार (मास्टर दीनानाथ प्रतिष्ठान) (२०१०)
- पुणे मराठी ग्रंथालय पुरस्कार, महाराष्ट्र फाउंडेशन पुरस्कार

लक्षात ठेवा

कुसुमाग्रज प्रतिष्ठानविषयी :

- **स्थापना :** २६ मार्च १९९० (नाशिक)
- **अध्यक्ष :** मधू मंगेश कर्णिक
- **उद्दिष्टे :**
- सामाजिक स्तरावरील सर्व भेद ओलांडून समाजजीवनाचा सांस्कृतिक स्तर उंचविण्यासाठी साहित्य, विज्ञान, शिक्षण, क्रीडा, कला आदी क्षेत्रातील सामाजिक कार्यास प्रोत्साहन देणे.
- कुसुमाग्रज यांनी आपल्या साहित्यातून आणि आचरणातून मांडलेल्या ध्येयधोरणांचा पुरस्कार करणे.
- **प्रतिष्ठानची स्वीकृत कार्ये :**
- जनस्थान पुरस्कार - ज्ञानपीठाच्या धर्तीवर केवळ मराठीतील तपस्वी साहित्यिकांसाठी
- गोदावरी गौरव पुरस्कार - साहित्येतर क्षेत्रांसाठी (ज्ञान-विज्ञान, क्रीडा-साहस, चित्र-शिल्प, नृत्य-संगीत, जनसेवा, नाट्यचित्र) १० मार्च रोजी हा गौरव एक वर्षाआड अखिल भारतीय स्तरावरील सुयोग्य व्यक्ती निवडून त्यांना प्रत्येकी ११ हजार रुपये व मानचिन्ह प्रदान करणे.
- आदिवासी भागात वैद्यकीय, शैक्षणिक, सांस्कृतिक असे विकासात्मक कार्य करणे.
- वि. वा. शिरवाडकर निबंध स्पर्धा आयोजित करणे आणि 'पाथेय' त्रैमासिक नियमित प्रसिद्ध करणे.

(संदर्भ : सकाळ वृत्तसेवा, kusumagraj.org)

विज्ञान-तंत्रज्ञानातील संशोधनासाठी देण्यात येणाऱ्या प्रतिष्ठित शांती स्वरूप भटनागर २०१८ पुरस्काराचे वितरण

दिनांक २८ फेब्रुवारी २०१९ रोजी केंद्रीय विज्ञान आणि तंत्रज्ञान मंत्रालयाच्या वतीने विज्ञान-तंत्रज्ञानातील संशोधनासाठी देण्यात येणाऱ्या शांती स्वरूप भटनागर पुरस्काराचे वितरण पंतप्रधान नरेंद्र मोदी यांच्या हस्ते विज्ञान भवनात करण्यात आले.

शांती स्वरूप भटनागर पुरस्कार-२०१८ विजेते

क्र.	पुरस्कार (विभाग)	पुरस्कार विजेते
१.	जैविक विज्ञान (Biological Science)	१) डॉ. गणेश नागराजु (Dr. Ganesh Nagaraju) (Indian Institute of Science, बंगळुरू) २) डॉ. थॉमस पुकडिल (Dr. Thomas Pucadyil) (Indian Institute of Science Education & Research, पुणे) (IISER, Pune)
२.	रासायनिक विज्ञान (Chemical Science)	१) डॉ. राहुल बॅनर्जी (Dr. Rahul Banerjee) (IISER, कोलकाता) २) डॉ. स्वाधीन कुमार मंडल (Dr. Swadhin Kumar Mandal) (IISER, कोलकाता)
३.	पृथ्वी, वातावरणीय, महासागर आणि ग्रह विज्ञान (Earth, Atmosphere, Ocean & Planetary Science)	१) डॉ. मदिनेनी वेंकट रत्नम (Dr. Madineni Venkat Ratnam) (National Atmospheric Research Laboratory, गंडक, तिरूपती) २) डॉ. पार्थसारथी चक्रवती (Dr. Parthasarathi Chakraborty) (National Institute of Oceangraphy, गोवा)
४.	अभियांत्रिकी विज्ञान (Engineering Science)	१) डॉ. अमित अग्रवाल (Dr. Amit Agrawal) (IIT, मुंबई) २) डॉ. अश्विन अनिल गुमस्ते (Dr. Ashwin Anil Gumaste) (IIT, मुंबई)
५.	गणिती विज्ञान (Mathematical Science)	१) डॉ. अमित कुमार (Dr. Amit Kumar) (IIT, दिल्ली) २) डॉ. नितीन सक्सेना (Dr. Nitin Saxena) (IIT, कानपूर)
६.	वैद्यकीय विज्ञान (Medical Science)	डॉ. गणेशन वेंकटसुब्रमण्यन (Dr. Ganesan Venkatasubramanian) (National Institute of Mental Health & Neurosciences, बंगळुरू)

७.	भौतिक विज्ञान (Physical Science)	१) डॉ. आदिती सेन दे (Dr. Aditi Sen De) (Harish-chandra Research Institute, झाशी) २) डॉ. अंबरिश घोष (Dr. Ambarish Ghosh) (Indian Institute of Science, बंगळुरू)

शांती स्वरूप भटनागर पुरस्काराविषयी :

- सुरुवात - १९५८
- सादरकर्ते - वैज्ञानिक आणि औद्योगिक अनुसंधान परिषद (Council of Science & Industrial Research) (CSIR)
- स्वरूप - रु. ५ लाख व सन्मानपत्र
- विभाग - ७ विभाग (जैविक विज्ञान, रासायनिक विज्ञान, गणिती विज्ञान, वैद्यकीय विज्ञान, भौतिक विज्ञान, अभियांत्रिकी विज्ञान आणि पृथ्वी, वातावरणीय, महासागर व ग्रह विज्ञान)
- उद्देश - विज्ञान-तंत्रज्ञानातील भारतीय संशोधकांचा गौरव
- पात्रता - ४५ पेक्षा कमी वयोगटातील भारतीय नागरिक
- भारतात संशोधन करणाऱ्या OCI (Overseas Citizen of Indian) आणि PIO (Persons of Indian Origin) व्यक्ती
- भारतातील पुरस्कार प्रदानीकरण वर्षापूर्वीच्या ५ वर्षांतील संशोधन कार्याचा विचार
- सीएसआयआर (CSIR : The Council of Scientific and Industrial Research) संस्थेचे संस्थापकीय संचालक (Founder Director) डॉ. सर. शांती स्वरूप भटनागर यांच्या स्मरणार्थ पुरस्कार
- या पुरस्कारासाठी नामांकित केलेली निर्धारित वयोगटातील व्यक्तीची पात्रता पुढील ३ वर्षांसाठी वैध (Valid), परंतु या दरम्यान उमेदवार भारतातील पद सोडून परदेशात गेल्यास त्याचे नामांकन अवैध
- दरवर्षी २६ सप्टेंबर या CSIR च्या स्थापना दिवशी पुरस्कार विजेत्यांची घोषणा.

वैज्ञानिक आणि औद्योगिक अनुसंधान परिषद यांच्या वतीने दरवर्षी विज्ञान-तंत्रज्ञानातील संशोधनासाठी देण्यात येणाऱ्या शांतीस्वरूप भटनागर पुरस्कार २०१९ च्या विजेत्यांची घोषणा

दि. २६ सप्टेंबर २०१९ रोजी वैज्ञानिक आणि औद्योगिक अनुसंधान परिषद (Council of Science & Industrial Research) यांच्या वतीने दरवर्षी विज्ञान-तंत्रज्ञानातील संशोधनासाठी देण्यात येणाऱ्या शांतीस्वरूप भटनागर पुरस्कार विजेत्यांची घोषणा करण्यात आली.

शांती स्वरूप भटनागर पुरस्कार, २०१९ विजेते :

क्र.	पुरस्कार विभाग	पुरस्कार विजेते
१)	जैविक विज्ञान (Biological Science)	१) डॉ. कायरात साईकृष्णन (Dr. Kayarat Saikrishnan) (Indian Institute of Science Education & Research, Pune)
		२) डॉ. सौमेन बसक (Dr. Soumen Basak) (National Institute of Immunology, New Delhi)
२)	रासायनिक विज्ञान (Chemical Science)	१) डॉ. राघवन बी. सुनोज (Dr. Raghavan B. Sunoj) (Indian Institute of Texchnology, Mumbai)
		२) डॉ. तपस कुमार माजी (Dr. Tapas Kumar Maji) (Jawaharlal Nehru Centre for Advanced Scientific Research, Bengaluru)
३)	पृथ्वी, वातावरणीय, महासागर आणि ग्रहविज्ञान (Earth, Atmosphere, Ocean & Planetory Sciences)	डॉ. सुबिमल घोष (Dr. Subimal Ghosh) (Indian Institute of Technology, Mumbai)
४)	अभियांत्रिकी विज्ञान (Engineering Sciences)	डॉ. माणिक वर्मा (Dr. Manik Verma) (Microsoft Research India, Bengluru)
५)	गणिती विज्ञान (Mathematical Sciences)	१) डॉ. दिशांत मयूरभाई पांचोली (Dr. Dishant Mayurbhai Pancholi) (The Institute of Mathematical Sciences, Chennai)
		२) डॉ. नीना गुप्ता (Dr. Neena Gupta) (Indian Statistical Institute, Kolkata)

६)	वैद्यकीय विज्ञान (Medical Sciences)	१) डॉ. धीरज कुमार (Dr. Dhiraj Kuma) (International Centre for Genetic Engineering & Biotechnology, New Delhi)
		२) डॉ. मोहम्मद जावेद अली (Dr. Mohammad Javed Ali) (L. V. Prasad Eye Institute, Hyderabad)
७)	भौतिक विज्ञान (Physical Sciences)	१) डॉ. अनिंदा सिन्हा (Dr. Aninda Sinha) (Indian Institute of Science, Bengaluru)
		२) डॉ. शंकर घोष (Dr. Shankar Ghosh) (Tata Institute of Fundamental Research, Mumbai)

(संदर्भ : ssbprize.gov.in, csir.res.in)

शांती स्वरूप भटनागर यांच्याविषयी :

- जन्म - २१ फेब्रुवारी १८९४ (भेरा, शहापूर) सध्या पाकिस्तान
- मृत्यू - १ जानेवारी १९५५ (नवी दिल्ली)
- भारताच्या संशोधन प्रयोगशाळांचे जनक (Father of Research Laboratory).
- स्वातंत्र्योत्तर भारताच्या विज्ञान-तंत्रज्ञान विभागाची धोरणनिर्मिती
- वैज्ञानिक आणि औद्योगिक अनुसंधान परिषद (CSIR) व राष्ट्रीय प्रयोगशाळा स्थापनेत योगदान
- १९४५ मध्ये विद्यापीठ अनुदान आयोगाचे (University Grant Committee) पहिले अध्यक्ष
- केंद्रीय परमाणु ऊर्जा आयोग, नैसर्गिक संसाधन आणि वैज्ञानिक संशोधन मंत्रालय, शिक्षण मंत्रालयाचे सचिव म्हणून कार्य
- मॅग्नेटो रसायनशास्त्र (Magneto Chemistry) आणि Physical Chemistry of Emulsion या संशोधनकार्यात योगदान
- नाईट बॅचलर (Knight Bachelor) (१९४१), फेलो ऑफ द रॉयल सोसायटी (१९४३), पद्म भूषण (१९५४) पुरस्कार

लक्षात ठेवा

वैज्ञानिक आणि औद्योगिक अनुसंधान परिषदेविषयी

(Council of Scientific & Industrial Research - CSIR)

- स्थापना : २६ सप्टेंबर १९४२
- संस्थापक : शांती स्वरूप भटनागर आणि अर्काट रामास्वामी मुदलियार
- संस्था : सोसायटी नोंदणी कायदा १९६०अंतर्गत (Ministry of Science & Technology) च्या अधिनस्त
- महासंचालक (Director General) - डॉ. शेखर मांडे (Dr. Shekhar Mande)

संस्थेची रचना :

१) अध्यक्ष - पंतप्रधान

२) उपाध्यक्ष - केंद्रीय विज्ञान तंत्रज्ञान मंत्री

३) नियामक मंडळ - महासंचालक (अध्यक्ष)

४) सल्लागार मंडळ - नियामक मंडळास सल्ला देण्यासाठी विज्ञान-तंत्रज्ञान क्षेत्रातील १५ तज्ज्ञ

- कार्य : जैविक विज्ञान, महासागर विज्ञान, धातुविज्ञान, अवकाश अभियांत्रिकी, स्थापत्य अभियांत्रिकी, खाणकाम, अन्न, पेट्रोलियम, पर्यावरणीय विज्ञान शाखांमध्ये संशोधन आणि विकास
- ३८ राष्ट्रीय प्रयोगशाळा, ३९ आउटरीच केंद्र (Outreach Centers) व ३ नवकल्पना केंद्र (Innovation Center) व्यवस्थापन

(संदर्भ : ssbprize.gov.in, csir.res.in)

सकाळ ६४ वे फिल्मफेअर पुरस्कार २०१९

दि. २३ मार्च २०१९ रोजी मुंबईमधील जिओ गार्डन (Jio Garden) येथे ६४ वे फिल्मफेअर पुरस्कार (Filmfare Awards) २०१९ घोषित करण्यात आले :

सर्वोत्कृष्ट चित्रपट	राजी (Raazi)
समीक्षकांच्या नजरेतून सर्वोत्कृष्ट चित्रपट	अंधाधुन (Andhadun)
सर्वोत्कृष्ट अभिनेता	१) रणबीर कपूर (संजू - Sanju) २) आयुषमान खुराणा (अंधाधुन)
समीक्षकांच्या नजरेतून सर्वोत्कृष्ट अभिनेता	रणवीर सिंह (पद्मावत - Padmaavat)
सर्वोत्कृष्ट अभिनेत्री	आलिया भट (राजी - Raazi)
समीक्षकांच्या नजरेतून सर्वोत्कृष्ट अभिनेत्री	नीना गुप्ता (बधाई हो - Badhai Ho)
सर्वोत्कृष्ट दिग्दर्शक	मेघना गुलझार (राजी)

सर्वोत्कृष्ट साहाय्यक अभिनेता	१) गजराज राव (बधाई हो) २) विकी कौशल (संजू)
सर्वोत्कृष्ट साहाय्यक अभिनेत्री	सुरेखा (सिक्री)
सर्वोत्कृष्ट संगीत अल्बम	संजय लीला भन्साळी (पद्मावत)
सर्वोत्कृष्ट गीत	ए वतन (गुलजार - राजी)
सर्वोत्कृष्ट गायक	अरजित सिंह (ए वतन - राजी)
सर्वोत्कृष्ट गायिका	श्रेया घोषाल (घूमर - पद्मावत)
सर्वोत्कृष्ट शॉर्ट-फिल्म	प्लस मायनस (Plus Minus)
सर्वोत्कृष्ट शॉर्ट फिल्म अभिनेत्री	कीर्ती कुल्हारी (माया)
सर्वोत्कृष्ट शॉर्ट फिल्म अभिनेता	हुसैन दलाल (शेमलेस)
सर्वोत्कृष्ट कथा	अनुभव सिन्हा, : मुल्क (Mulk)
सर्वोत्कृष्ट संवाद	अक्षत घिलडील (बधाई हो)
सर्वोत्कृष्ट पटकथा	अंधाधुन (श्रीराम राघवन, अर्जित विस्वास, पूजा सुरती, योगेश चांदेकर, हेमंथ राव)
सर्वोत्कृष्ट एडिटिंग	पूजा सुरती (अंधाधुन)
सर्वोत्कृष्ट ॲक्शन	१) विक्रम दहिया २) सुनील रॉड्रीगेज
सर्वोत्कृष्ट बॅकग्राउंड स्कोअर	डॅनिअल बी. जॉर्ज (अंधाधुन)
सर्वोत्कृष्ट कोरिओग्राफी	१) कृती मिड्या २) ज्योथी तोमर (गीत - घुमर/चित्रपट - पद्मावत)
सर्वोत्कृष्ट सिनेमॅटोग्राफी	पंकज कुमार (तुंबाड)
सर्वोत्कृष्ट पोशाख	शीतल शर्मा (मंटो)
सर्वोत्कृष्ट साऊंड डिझाईन	कुणाल शर्मा (तुंबाड)
सर्वोत्कृष्ट वीएफएक्स	रेड चिलीज (झिरो चित्रपट)
सर्वोत्कृष्ट पदार्पण : पुरुष	इशान खट्टर
सर्वोत्कृष्ट पदार्पण : स्त्री	सारा अली खान (केदारनाथ)
सर्वोत्कृष्ट पदार्पण : दिग्दर्शक	अमर कौशिक (स्त्री)
चित्रपटसृष्टीत ५० वर्षे उत्कृष्ट योगदान	हेमा मालिनी
आरडी बर्मन पुरस्कार (आगामी चित्रपट)	निलाद्री कुमार
लाइफटाइम अचिव्हमेंट पुरस्कार	श्रीदेवी

फिल्मफेअर पुरस्कारांविषयी :

- सुरुवात : १९५४ मध्ये
- कालावधी : दरवर्षी
- आयोजक : 'द टाईम्स ग्रुप'(The Times Group)
- भारतीय चित्रपट सृष्टीतील कलाकार आणि तांत्रिक उत्कृष्टतेस सन्मानित करण्यासाठी पुरस्कार
- भारतातील 'फिल्मफेअर पुरस्कार' हा एक जुन्या चित्रपट कार्यक्रमांपैकी एक.

(संदर्भ : filmfare.com)

प्रसिद्ध तेलुगू कवी के. सिवा रेड्डी यांना 'पक्काकी ओट्टीगीलिते या कवितासंग्रहासाठी २०१८चा 'सरस्वती सन्मान' हा राष्ट्रीय पुरस्कार जाहीर

दि. १० एप्रिल २०१९ रोजी प्रसिद्ध तेलुगू कवी के. सिवा रेड्डी (K. Siva Reddy) यांना 'पक्काकी ओट्टीगीलिते (Pakkaki Ottigilite) या कवितासंग्रहासाठी २०१८ चा 'सरस्वती सन्मान' हा राष्ट्रीय पुरस्कार जाहीर

- एकूण १०४ कवितांचा समावेश असलेला 'पक्काकी ओट्टीगीलिते' हा कवितासंग्रह २०१६ मध्ये प्रकाशित
- डॉ. सुभाष सी. कश्यप यांच्या अध्यक्षतेखालील निवड समितीतर्फे के. सिवा. रेड्डी यांची पुरस्कारासाठी निवड

के. सिवा रेड्डी यांच्याविषयी :

- जन्म - १९४३
- आंध्र प्रदेशातील गुंटूर (Guntur) येथे एका शेतकरी कुटुंबात जन्म
- हैदराबादमधील विवेक वर्धिनी (Vivek Vardhini) या महाविद्यालयात ३५ वर्षे इंग्रजी साहित्याचे अध्यापन.
- विवेक वर्धिनी कॉलेजचे प्राचार्य (Principal).
- कवितांचे २३ खंड प्रकाशित.
- 'प्रत्युशा' (Pratusha) या चित्रपटासाठी संहिता लेखन.
- आफ्रिकन आणि युरोपियन कवितांचे भाषांतर तेलुगूमध्ये.
- १९९० मध्ये 'मोहना! ओह मोहना!!' (Mohana! Oh

Mohana!!) या कवितासंग्रहासाठी साहित्य अकादमी पुरस्कार.

कवितासंग्रह	
▪ रक्तम सूर्यदू (Raktam Suryudu)	▪ अमे इवराइते मात्रम (Aame Evaraite Matram)
▪ चर्या (Charya)	▪ पोसागनइवन्री (Posaganivaneee)
▪ नेत्र धनुस्यू (Netra Dhanussu)	▪ अतानू-चरित्र (Atanu-Charitra)
▪ भारामिती (Bharamiti)	▪ वृत्तलेखिनी (Vrittalekhini)
▪ अजेयम (Ajeyam)	▪ अंतर्जन्म (Antarjanma)
▪ सिवारेड्डी कविता (Sivareddy Kavita)	▪ नदी अंचुना (Nadi Anchuna)

सरस्वती सन्मान पुरस्काराविषयी :

- हा पुरस्कार के. के. बिर्ला फाउंडेशनद्वारा १९९१ पासून.
- ५ लाख रुपये, मानपत्र व मानचिन्ह असे या पुरस्काराचे स्वरूप.
- १० वर्षांत प्रकाशित झालेल्या साहित्यासाठी दिला जाणारा पुरस्कार.
- भारतीय राज्यघटनेच्या आठव्या परिच्छेदातील २२ भारतीय भाषांतील साहित्यासाठी पुरस्कार.
- हरिवंशराय बच्चन यांना पहिला सरस्वती सन्मान.
- हा पुरस्कार सर्वप्रथम १५ भाषांतील साहित्यासाठी; मात्र राज्यघटनेच्या आठव्या परिच्छेदातील भाषांनुसार हा पुरस्कार प्रदान.
- २००५ पर्यंत आठव्या परिच्छेदात एकूण २२ भाषांचा समावेश.

लक्षात ठेवा

के. के. बिर्ला फाउंडेशनविषयी :

- स्थापना : कृष्ण कुमार बिर्ला यांनी १९९१ मध्ये.
- उद्देश : कला, शिक्षण, साहित्यकृती, समाजसेवा यांना प्रोत्साहन.

फाउंडेशनतर्फे देण्यात येणारे पुरस्कार :

- सरस्वती सन्मान : २२ भारतीय भाषांतील साहित्यासाठी
- पुरस्काराचे स्वरूप : ५ लाख रुपये
- व्यास सन्मान : हिंदी भाषेतील साहित्यासाठी
- पुरस्काराचे स्वरूप : ३.५ लाख रुपये, मानपत्र व सन्मानचिन्ह
- बिहारी पुरस्कार : हिंदी व राजस्थानी भाषेतील साहित्यासाठी लेखक राजस्थानमधीलच.
- पुरस्काराचे स्वरूप : १ लाख रुपये, मानपत्र व सन्मानचिन्ह
- शंकर पुरस्कार : हिंदीतील भारतीय संस्कृती, तत्त्वज्ञान व कलेसाठी
- पुरस्काराचे स्वरूप : १.५ लाख रुपये, सन्मानचिन्ह व मानपुत्र
- वाचस्पती पुरस्कार : संस्कृतमधील साहित्यासाठी (१९९२ पासून)
- पुरस्काराचे स्वरूप : १.५ लाख रुपये, मानपत्र व सन्मानचिन्ह
- जी. डी. बिर्ला पुरस्कार : विज्ञानातील संशोधनासाठी
- पुरस्काराचे स्वरूप : १.५ लाख रुपये, सन्मानचिन्ह व मानपत्र

के. सिवा रेड्डी यांना मिळालेले पुरस्कार :
▪ साहित्य अकादमी पुरस्कार
▪ सिद्धार्थ कलापीठ पुरस्कार
▪ कबीर सन्मान (महाराष्ट्र शासन)
▪ डॉ. सोमासुंदर साहित्य पुरस्कार
▪ विसाला साहित्य पुरस्कार (Visala Sahitya Award)

(संदर्भ : kkbirlafoundation.org, prakritifoundation.com)

सकाळ

महाराष्ट्र शासनाच्या सांस्कृतिक कार्य विभागामार्फत देण्यात येणारा 'चित्रपती व्ही. शांताराम जीवनगौरव पुरस्कार' 'अभिनेत्री, निर्माती, दिग्दर्शिका सुषमा शिरोमणी' यांना; तसेच विशेष योगदान पुरस्कार प्रसिद्ध अभिनेते भरत जाधव यांना प्रदान

दि. २६ मे २०१९ रोजी महाराष्ट्र शासनाच्या सांस्कृतिक कार्य विभागामार्फत देण्यात येणारा 'चित्रपती व्ही. शांताराम जीवनगौरव पुरस्कार' यावर्षी 'अभिनेत्री, निर्माती, दिग्दर्शिका सुषमा शिरोमणी' यांना व विशेष योगदान पुरस्कार प्रसिद्ध अभिनेते भरत जाधव यांना जाहीर.

- २७ मे रोजी वरळी येथील नॅशनल स्पोर्ट क्लब ऑफ इंडिया येथे होणाऱ्या राज्य मराठी चित्रपट पुरस्कार सोहळ्यात ऑस्कर अकादमीचे अध्यक्ष जॉन बेली यांच्या हस्ते पुरस्कारांचे वितरण.
- राजकपूर विशेष जीवनगौरव पुरस्कार - परेश रावल
- विशेष योगदान पुरस्कार - वामन भोसले
- राज्य मराठी चित्रपट पुरस्काराचे हे यंदाचे ५६ वे वर्ष.
- व्ही. शांताराम जीवनगौरव व विशेष योगदान पुरस्कार मराठी चित्रपटसृष्टीत मोलाचे योगदान देणाऱ्या व्यक्तीला.
- राजकपूर जीवनगौरव पुरस्कार हिंदी चित्रपटसृष्टीत विशेष योगदान देणाऱ्या व्यक्तीला.

सुषमा शिरोमणी :

- सुषमा शिरोमणी यांनी १९६५ मध्ये बालकलाकार म्हणून 'सोने की चिडिया', 'लाजवंती' या चित्रपटांतून पदार्पण.
- १९६९ मध्ये 'सतीचे वाण' चित्रपटात सहनायिका, तर 'काम करी दाम' या चित्रपटात नायिकेची भूमिका.
- १९७७ मध्ये 'भिंगरी' या चित्रपटाची निर्मिती.

भरत जाधव :

- कारकिर्दीची सुरुवात १९८५ मध्ये शाहीर साबळे यांच्या 'महाराष्ट्राची लोकधारा' मधून.
- 'सही रे सही' या नाटकाचे एक वर्षात ५६५ प्रयोग होऊन गिनीज बुकमध्ये नोंद.
- या नाटकाचे गुजराती व हिंदी भाषांमध्ये रूपांतरण.

२०१८ चे पुरस्कार :

- व्ही. शांताराम जीवनगौरव पुरस्कार - विजय चव्हाण
- राजकपूर जीवनगौरव पुरस्कार - धर्मेंद्र
- जीवनगौरव पुरस्काराची रक्कम ५ लाख रुपये, तर विशेष योगदान पुरस्काराची रक्कम ३ लाख रुपये आहे.

व्ही. शांताराम :

- शांताराम राजाराम वणकुद्रे ऊर्फ व्ही. शांताराम हे प्रसिद्ध चित्रपट निर्माते, दिग्दर्शक व अभिनेते.
- जन्म १८ नोव्हेंबर १९०१ मध्ये तत्कालीन कोल्हापूर संस्थानात.
- सुरुवातीच्या काळात बाबूराव पेंटर यांच्या 'महाराष्ट्र फिल्म कंपनी'मध्ये काम.
- पहिला दिग्दर्शित चित्रपट : नेताजी पालकर (१९२७)
- १९२९ मध्ये विष्णुपंत दामले, एस. बी. कुलकर्णी यांच्यासमवेत प्रभात फिल्म कंपनीची स्थापना.
- व्ही. शांताराम यांनी १९३२ मध्ये मराठी भाषेतील पहिला बोलपट 'अयोध्येचा राजा' या चित्रपटाची निर्मिती.

व्ही. शांताराम यांचे प्रमुख चित्रपट :

- नेताजी पालकर (१९२७)
- अयोध्येचा राजा (१९३२)
- अमर ज्योती (१९३६)
- माणूस (१९३९- या चित्रपटाबाबत चार्ली चॅप्लिनकडून प्रशंसा)
- डॉ. कोटणीस की अमर कहानी (१९४६)
- अमर भूपाळी (१९५१)
- दो आँखे बारह हाथ (१९५१)
- पिंजरा (१९७३)

- व्ही. शांताराम यांना १९८५ मध्ये 'दादासाहेब फाळके जीवनगौरव' पुरस्काराने, तर १९९२ मध्ये पद्म विभूषण (मरणोत्तर) पुरस्काराने गौरव.

(संदर्भ : maharashtra.gov.in, mahanews.gov.in)

सकाळ

साहित्य अकादमीचे बाल साहित्य व युवा पुरस्कार २०१९ : मराठी भाषेत देण्यात येणारा युवा साहित्य अकादमी पुरस्कार सुशीलकुमार शिंदे यांच्या 'शहर आत्महत्या करायचं म्हणतंय' या काव्यसंग्रहाला; तसेच बाल साहित्य अकादमी पुरस्कार सलीम सरदार मुल्ला यांच्या 'जंगल खजिन्याचा शोध' या कादंबरीला जाहीर

साहित्य क्षेत्रातील प्रतिष्ठेचे मानले जाणारे साहित्य अकादमीचे २०१९ या वर्षांचे पुरस्कार दि. १४ जून, २०१९ रोजी जाहीर करण्यात आले.

- २०१९ या वर्षासाठी बालसाहित्य अकादमी पुरस्कार एकूण २२ लेखकांना तर युवा साहित्य अकादमी पुरस्कार २३ लेखकांना जाहीर झाले असून एकूण ४५ लेखकांना साहित्य अकादमी पुरस्कार जाहीर करण्यात आले होते.
- मैथिली (Maithili) या भाषेतील साहित्य अकादमी पुरस्कार १२ जुलै, २०१९ रोजी जाहीर करण्यात आले.
- सुशीलकुमार शिंदे आणि सलीम सरदार मुल्ला या दोन मराठी साहित्यिकांनी यावर्षीच्या पुरस्कारांवर आपली मोहोर उमटवली.
- देशातील एकूण ४७ साहित्यिकांना साहित्य अकादमी पुरस्काराने गौरविले जाणार असून नाट्य साहित्यासाठी २३ साहित्यिकांना तर युवा साहित्यासाठी २४ साहित्यिकांना गौरविण्यात येणार आहे.
- मराठी भाषेत देण्यात येणारा युवा साहित्य अकादमी पुरस्कार सुशीलकुमार शिंदे यांच्या 'शहर आत्महत्या करायचं म्हणतंय' या काव्यसंग्रहाला जाहीर झाला आहे.
- मराठी भाषेतील बाल साहित्य अकादमी पुरस्कार सलीम सरदार मुल्ला यांच्या 'जंगल खजिन्याचा शोध' या कादंबरीला जाहीर झाला आहे.
- डॉ. चंद्रशेखर कंबार (Dr. Chandrashekhar kambara) हे साहित्य अकादमीचे अध्यक्ष आहेत.
- २२ सांवैधानिक भाषांसह इंग्रजी व राजस्थानी या भाषांतील साहित्यिकांना पुरस्काराने गौरविण्यात येते.

युवा साहित्य अकादमी पुरस्कार :

- हा पुरस्कार ३५ वर्षांच्या आतील युवा साहित्यिकास देण्यात येतो.

- ५० हजार रुपये, ताम्रपत्र आणि सन्मानचिन्ह असे या पुरस्काराचे स्वरूप आहे.
- शिंदे यांच्या काव्यसंग्रहात महानगरातील वास्तव आणि तेथील घुसमट प्रभावीपणे व्यक्त झाली आहे.
- या संग्रहात गिरणी कामगारांची व्यथा, दंगलीनंतरचे वातावरण, झोपडपट्टी, कामाठीपुरा, चमचमत्या दुनियेतील टोलेजंग इमारती यांचे वास्तव टिपले आहे.
- सुशीलकुमार शिंदे हे इंदापूर तालुक्यातील भाट-निमगाव येथील असून त्यांचे प्राथमिक शिक्षण त्याच गावात तर पुण्यातील कृषी महाविद्यालयातून बीएस्सी ॲग्री पदवी ही संपादन केली.

मराठीतील मागील काही वर्षांतील युवा साहित्य पुरस्कार

- २०१८ - फेसाटी (कादंबरी) - नवनाथ गोरे
- २०१७ - उभं-आडवं (समीक्षा) - राहुल कोसंबी
- २०१६ - ब्लॉगच्या आरशापल्याड (लघुकथा) - मनस्विनी लता रवींद्र
- २०१५ - सेन सायी वेस (कवितासंग्रह) - वीरा राठोड

बाल साहित्य अकादमी पुरस्कार :

- हा पुरस्कार बालसाहित्यातील लेखन तसेच योगदानाबद्दल देण्यात येतो.
- 'जंगल खजिन्याचा शोध' या कादंबरीत निसर्गाची नवलाई, पशु-पक्षी, जंगलातील औषधी वनस्पतींची तस्करी, तस्करी टोळ्यांचे निर्दालन करणारी वानरसेना याचे चित्रण करण्यात आले आहे.
- सलीम मुल्ला हे तळंदगे (कोल्हापूर) येथील असून ते वन विभागात वनरक्षक पदावर काम करतात.
- हे काम करताना निसर्गाशी आलेल्या सान्निध्यातून त्यांनी ही कादंबरी लिहिली आहे.
- साहित्य अकादमी बाल साहित्य पुरस्कार मागील ५ वर्षांतील प्रकाशित झालेल्या पुस्तकास दिला जातो.
- २०१९ साठी हा कार्यकाळ १ जानेवारी २०१३ ते ३१ डिसेंबर २०१७ दरम्यानचा होता.

मराठी भाषेतील मागील काही बाल साहित्य पुरस्कार

- २०१८ - बाल साहित्यातील योगदानाबद्दल - रत्नाकर मतकरी
- २०१७ - खारीचा वाटा (कादंबरी) - ल. म. कडू
- २०१६ - बाल साहित्यातील योगदानाबद्दल - राजीव तांबे

बाल साहित्य पुरस्कारप्राप्त इतर भाषेतील साहित्यिक :

- स्विम नसरीन (Swmin Nasrin - आसामी), नवनीता देबसेन (बंगाली), लक्ष्मीनाथ ब्रह्मा (बोडो), विजय शर्मा (डोगरी), देविका करिअपा (इंग्रजी), कुमारपाल देसाई (गुजराती), गोविंद शर्मा (हिंदी), चंद्रकांथ करडल्ली (कन्नड), बाजी मुनौवर (काश्मिरी), आर. के. सनाहनबी चानू (मणिपुरी), भनिलाल लामिच्चने (नेपाळी), विरेंद्र कुमार (ओरिया), पवन हरचंदपुरी (पंजाबी), संजय चौभे (संस्कृत), लक्ष्मणचंद्र सरेन (संथाली), वीना श्रींगी (सिंधी), देवी नचिअप्पन (तमिळ), बेलागम भीमेश्वर राव (तेलगू), मोहम्मद खलील (उर्दू), रिशी बशिष्ठा (मैथिली), राजश्री बांदोडकर करपूरकर (कोकणी)

साहित्य अकादमी युवा पुरस्कार साहित्यिक :

(१) काव्य साहित्यिक :

- रूजब मुशाहारी (बोडो), अनुज लुगून (हिंदी), सागर नाजीर (काश्मिरी), अनुजा अकथुटू (मल्याळम्), जितेन ओइनाम्बा (मणिपुरी), करन बिराहा (नेपाळी), युवराज भट्टराई (संस्कृत), गुहिराम किस्कू (संताली), किरण परयानी अनमोल (सिंधी), सबरीनाथन (तमिळ), अमित पाठक (मैथिली)

(२) कादंबरी साहित्यिक :

- मोमिता (बंगाली), फकीर ऊर्फ श्रीधर बनवासी जी. सी. (कन्नड), यदविंदर सिंह संधू (पंजाबी), गट्टम् मोहन राव (तेलगू), सलमान समद (उर्दू)

(३) कथा साहित्यिक :

- संजीब पोल डेका (आसामी), तनुज सोळंकी (इंग्रजी), अजय सोनी (गुजराती), हेमंत अय्या (कोंकणी), कीर्ती परिहार (राजस्थानी), सुनील कुमार (डोगरी)

(४) समीक्षक साहित्यिक :

- सिसिरा बेहेरा (ओरिया)

(संदर्भ : sahitya.akademi.gov.in, pib.nic.in, सकाळ संदर्भ सेवा)

आंतरराष्ट्रीय योग दिनाच्या निमित्ताने भारत सरकारच्या आयुष मंत्रालयाकडून पंतप्रधान योग पुरस्कार-२०१९ जाहीर

दि. २१ जून, २०१९ रोजी आंतरराष्ट्रीय योग दिनाच्या निमित्ताने भारत सरकारच्या आयुष मंत्रालयाने २१ जून, २०१९ रोजी प्रधानमंत्री योग पुरस्कार जाहीर केले.

- हे पुरस्कार वैयक्तिक व संघटन श्रेणीमध्ये राष्ट्रीय व आंतरराष्ट्रीय पातळीवर दिले जातात.

पुरस्कार विजेते :

(१) वैयक्तिक श्रेणी

- राष्ट्रीय : स्वामी राजर्षी मुनी (गुजरात)
- आंतरराष्ट्रीय : अँटोनिटा रोझी (इटली)

(२) संघटन श्रेणी

- राष्ट्रीय : बिहार स्कूल ऑफ योगा, मुंगेर

(३) आंतरराष्ट्रीय : जपान योग निकेतन, जपान

- पंतप्रधान नरेंद्र मोदी यांनी २१ जून, २०१६ रोजी या पुरस्काराच्या स्थापनेची घोषणा केली होती. आयुष मंत्रालयाच्या वतीने हा पुरस्कार देण्यात येतो.
- पुरस्काराचे स्वरूप २५ लाख रुपये रोख, सन्मानचिन्ह व प्रमाणपत्र असे आहे.
- दरवर्षी २१ जून आंतरराष्ट्रीय योग दिवस म्हणून साजरा केला जातो. २०१५ पासून हा दिवस साजरा केला जातो.
- २०१९ या वर्षीचा मुख्य सोहळा पंतप्रधान नरेंद्र मोदी यांच्या उपस्थितीत रांची (झारखंड) येथे पार पडला.
- या वर्षीची योग दिवसाची संकल्पना 'हृदयासाठी योग (Yoga for Heart)' ही होती.

पुरस्कार्थींबाबत :

१. स्वामी राजर्षी मुनी :

- गुजरातमधील भिवंडी येथील योगी. १९७१ मध्ये स्वामी कृपालचंद यांच्याकडून योग दीक्षा घेतली.
- स्वामी राजर्षी मुनी यांनी सन १९९३ मध्ये लकुलीश आंतरराष्ट्रीय फेलोशिप प्रबोधन मिशनची स्थापना केली.
- या मिशनद्वारे योगाला प्रोत्साहन देणे, तसेच मानवतावादी कार्य केले जाते.
- स्वामी राजर्षी मुनी लकुलीश योग विद्यापीठ, छारोडी (गुजरात) या संस्थेचे अध्यक्ष आहेत.

२. अँटोनिटा रोझी :

- अँटोनिटा रोझी या इटलीमध्ये योगप्रशिक्षक म्हणून कार्यरत आहेत. त्या स्वामी शिवानंद यांच्या शिष्या आहेत.
- सर्व योग इंटरनॅशनल या संस्थेची त्यांनी स्थापना केली.
- युरोप व इटलीमध्ये योग प्रसारचे कार्य त्या करतात.

३. जपान योग निकेतन :

- जपान योग निकेतनची स्थापना १९८० मध्ये झाली.
- या संस्थेमार्फत योग प्रशिक्षण आणि थेरपी कोर्सेस चालवले जातात.
- ही संस्था योग निकेतन ऋषिकेश व व्यास विद्यापीठ, बंगळुरू यांच्या सहकार्याने चालविली जाते.

४. बिहार स्कूल ऑफ योग, मुंगेर :

- या संस्थेची स्थापना १९६४ मध्ये स्वामी सत्यानंद सरस्वती यांनी केली.
- या संस्थेमार्फत 'योगा' नावाचे मासिक प्रकाशित केले जाते.

(संदर्भ : pib.nic.in)

सकाळ संगीत नाटक अकादमी पुरस्कार (२०१८): झाकीर हुसेन, सोनल मनसिंग, जतीन गोस्वामी व के. कल्याणसुंदरम पिल्लाई यांची अकादमी रत्न पुरस्कार (संगीत नाटक अकादमी फेलोशिप)साठी निवड

दि. १६ जुलै, २०१९ रोजी संगीत, नृत्य आणि नाट्यासाठीची राष्ट्रीय अकादमी असलेल्या संगीत अकादमीने (४) अकादमी रत्न पुरस्कार आणि (४४) संगीत नाटक अकादमी पुरस्कार जाहीर करण्यात आले.

- प्रख्यात तबलावादक झाकीर हुसेन, नर्तिका सोनल मनसिंग, नर्तक व कोरिओग्राफर जतीन गोस्वामी व भरतनाट्यम नर्तक के. कल्याणसुंदरम पिल्लाई यांची २०१८ च्या प्रतिष्ठित व अकादमीच्या सर्वोच्च अकादमी रत्न पुरस्कार (संगीत नाटक अकादमी फेलोशिप) साठी निवड.
- ४४ अकादमी पुरस्कारांपैकी ३ पुरस्कार कलाकारांमध्ये संयुक्तपणे.
- महाराष्ट्राचे प्रसिद्ध गायक सुरेश वाडकर, नाटककार राजीव नाईक आणि अभिनेत्री सुहास जोशी यांना २०१८ चा अकादमी पुरस्कार जाहीर.
- २६ जून २०१९ रोजी आसाममधील गुवाहाटी येथे अकादमीच्या सर्वसाधारण परिषेदत पुरस्कारार्थींची निवड करण्यात आली होती.

संगीत नाटक अकादमी पुरस्काराविषयी :

- सुरुवात - १९५२
- स्वरूप -
  १) अकादमी रत्न पुरस्कार (फेलोशिप) - ३ लाख रु. रोख, ताम्रपट, शाल ;
  २) संगीत नाटक अकादमी पुरस्कार - १ लाख रु. रोख, ताम्रपट, शाल
- दरवर्षी संगीत, नृत्य, नाट्य, लोककला क्षेत्रात मोलाचे योगदान देणाऱ्या कलाकारांना संगीत नाटक अकादमीतर्फे पुरस्कार जाहीर होतात व राष्ट्रपतींच्या हस्ते प्रदान.

संगीत नाटक अकादमीविषयी :

- स्थापना - ३१ मे, १९५२
- मुख्यालय - नवी दिल्ली
- मंत्रालय - केंद्रीय सांस्कृतिक मंत्रालय (Ministry of Culture)
- पहिले अध्यक्ष - डॉ. पी. व्ही. राजमन्नार

(संदर्भ : pib.nic.in, sangeetnatak.gov.in)

सकाळ ६६वे राष्ट्रीय चित्रपट पुरस्कार २०१८ : हेल्लारो या गुजराती चित्रपटास सुवर्णकमळ, तर भोंगा या चित्रपटास सर्वोत्कृष्ट मराठी चित्रपट व सुधाकर रेड्डी यंकट्टी यांना सर्वोत्कृष्ट पदार्पण दिग्दर्शकासाठीचा पुरस्कार जाहीर

दि. ९ ऑगस्ट, २०१९ रोजी ६६ व्या राष्ट्रीय चित्रपट पुरस्कारांची घोषणा करण्यात आली.

- १९५४ या वर्षापासून हे पुरस्कार केंद्रीय माहिती व प्रसारण मंत्रालयाच्या अंतर्गत असलेल्या फिल्म फेस्टिवल संचालयनाद्वारे (Directorate of Film Festival) देण्यात येतात.
- भारतीय चित्रपटसृष्टीतील पहिला चित्रपट राजा हरिश्चंद्र होय. हा चित्रपट प्रदर्शित होण्याच्या औचित्यावर दरवर्षी ३ मे रोजी या पुरस्कारांचे राष्ट्रपतींच्या हस्ते वितरण.
- २०१९ लोकसभा निवडणुकींमुळे यावर्षीच्या पुरस्काराची उशिराने घोषणा.
- १ जानेवारी ते ३१ डिसेंबर, २०१८ दरम्यान CBFC (Central Board Film Certification) संस्थेचे प्रमाणपत्र प्राप्त चित्रपट या पुरस्कारासाठी निवडण्यात आले.

राष्ट्रीय चित्रपट पुरस्कार – २०१८ चे विजेते :

अ) फीचर चित्रपट विभाग (Feature Film Section) :

सुवर्णकमळ पुरस्कार (Golden Lotus Award)

१.	सर्वोत्कृष्ट चित्रपट	हेल्लारो (Hellaro) (अभिषेक शहा दिग्दर्शित पुरुषसत्ताक समाजातील महिला सबलीकरणावर भाष्य करणारा गुजराती चित्रपट)
२.	सर्वोत्कृष्ट मनोरंजनात्मक चित्रपट	बधाई हो (अमित शर्मा दिग्दर्शित मध्यवयीन वयात होणाऱ्या अपत्यांच्या बाबतीत सामाजिक रूढी तोडणारा हिंदी चित्रपट)
३.	सर्वोत्कृट बालचित्रपट	सरकारी हिरिया प्राथमिक शाले कसरगुडु (Sarkari Hiriya Prathmika Shale Kasargodu) (रिषभ शेट्टी दिग्दर्शित कन्नड चित्रपट ज्यात भाषेविषयीचे शाळेतील राजकारण अधोरेखित)
४.	सर्वोत्कृष्ट दिग्दर्शक	आदित्य धर (उरी - हिंदी चित्रपट)
५.	सर्वोत्कृष्ट पदार्पण दिग्दर्शकासाठीचा इंदिरा गांधी पुरस्कार	सुधाकर रेड्डी यंकट्टी (नाळ - मराठी चित्रपट)

रजतकमळ पुरस्कार (Silver Lotus Award) :

१.	सर्वोत्कृष्ट अभिनेता	१) आयुष्यमान खुराणा (अंधाधुन - हिंदी चित्रपट)
		२) विकी कौशल (उरी - हिंदी चित्रपट)
२.	सर्वोत्कृष्ट अभिनेत्री	कीर्ती सुरेश (Keerthy Suresh (महंती - तेलगु चित्रपट)
३.	सर्वोत्कृष्ट साहाय्यक अभिनेता	स्वानंद किरकिरे (चुंबक - मराठी चित्रपट)
४.	सर्वोत्कृष्ट साहाय्यक अभिनेत्री	सुरेखा सिक्री (बधाई हो - हिंदी चित्रपट)
५.	सर्वोत्कृष्ट पर्यावरण संवर्धनावरील चित्रपट	पाणी (आदिनाथ कोठारे दिग्दर्शित मराठी चित्रपट)
६.	सर्वोत्कृष्ट सामाजिक विषयावरील चित्रपट	पॅडमॅन (आर. बाल्की दिग्दर्शित हिंदी चित्रपट)
७.	सर्वोत्कृष्ट राष्ट्रीय एकात्मतेसाठीचा नर्गिस दत्त पुरस्कार	ओंडाल्ला-इराडल्ला (Ondalla-Eradalla) (कन्नड चित्रपट)
८.	सर्वोत्कृष्ट पुरुष गायक	अरिजित सिंग ('बिंते दिल सिसरिया में' - पद्मावत हिंदी चित्रपट)
९.	सर्वोत्कृष्ट महिला गायक	बिंदु मालिनी ('मायावी मानबे' नथीचरामी - कन्नड चित्रपट)
१०.	सर्वोत्कृष्ट संगीत दिग्दर्शन	संजय लीला भन्साळी (पद्मावत - हिंदी चित्रपट)
११.	सर्वोत्कृष्ट पार्श्वसगीत दिग्दर्शन	शाश्वत सचदेव (उरी - हिंदी चित्रपट)
१२.	सर्वोत्कृष्ट गीत	'मायावी मानबे' (Maayavi Manave) (नथीचरामी - कन्नड चित्रपट)
१३.	सर्वोत्कृष्ट ऑडिओग्राफी	तेंडल्या (मराठी चित्रपट)
		उरी (हिंदी चित्रपट)
		रंगस्थलम (तेलगु चित्रपट)

१४.	सर्वोत्कृष्ट एडिटिंग	नथिचरामी (Nathicharami) (कन्नड चित्रपट)
१५.	सर्वोत्कृष्ट स्पेशल इफेक्टस	ऑ (AWE) (तेलगु) आणि KGF (कन्नड)
१६.	सर्वोत्कृष्ट कोरिओग्राफी	'घुमर' (पद्मावत - हिंदी चित्रपट)
१७.	सर्वोत्कृष्ट कथानक मूळ कथानकासाठी - (Screenplay)	ची अर्जुन लासो (chi Arjun la soo) (तेलगु चित्रपट)
१८.	सर्वोत्कृष्ट ॲडाप्टेट स्क्रीनप्ले (Adapted Screenplay)	अंधाधुन (हिंदी चित्रपट)
१९.	सर्वोत्कृष्ट संवाद	तारीख (बंगाली चित्रपट)
२०.	सर्वोत्कृष्ट ॲक्शन चित्रपट	KGF (केजीएफ) (कन्नड चित्रपट)
२१.	सर्वोत्कृष्ट ज्युरी पुरस्कार	हेल्लारो (गुजराती चित्रपट)
२२.	सर्वोत्कृष्ट बालकलाकार	१) श्रीनिवास पोकळे (नाळ - मराठी चित्रपट)
		२) पी. व्ही. रोहित (ओंडाल्ला-इराडल्ला - कन्नड चित्रपट)
		३) समीप सिंग (हरजिता - पंजाबी चित्रपट)
		४) तल्हा अर्शद रेश्मी (हमीद - उर्दू चित्रपट)

प्रादेशिक पुरस्कार :

१.	सर्वोत्कृष्ट हिंदी चित्रपट	अंधाधुन
२.	सर्वोत्कृष्ट मराठी चित्रपट	भोंगा
३.	सर्वोत्कृष्ट आसामी चित्रपट	बुलबुल कॅन सिंग
४.	सर्वोत्कृष्ट बंगाली चित्रपट	एक जे छिला राजा
५.	सर्वोत्कृष्ट गुजराती चित्रपट	रेवा (Reva)
६.	सर्वोत्कृष्ट कन्नड चित्रपट	नथिचरामी (Nathicharami)
७.	सर्वोत्कृष्ट तमीळ चित्रपट	बाराम (Baaram)
८.	सर्वोत्कृष्ट तेलगु चित्रपट	महंती (Mahanti)
९.	सर्वोत्कृष्ट मल्याळम् चित्रपट	सुदानी फ्रोम नायजेरिया (Sudani from Nigeria)
१०.	सर्वोत्कृष्ट ऊर्दू चित्रपट	हमीद
११.	सर्वोत्कृष्ट पंजाबी चित्रपट	हरजीता (Harjeeta)
१२.	सर्वोत्कृष्ट कोकणी चित्रपट	अमोरी (Amori)

(ब) नॉन-फीचर चित्रपट विभाग (Non-Feature Film Section) :

सुवर्णकमळ पुरस्कार :

१.	सर्वोत्कृष्ट नॉन-फीचर चित्रपट	१) सन राईझ (Sun Rise) (दिग्दर्शन - विभा बक्षी)
		२) द सिक्रेट लाइफ ऑफ फ्रॉग (The Secret Life of Frog) (दिग्दर्शन - अजय बेदी)
२.	सर्वोत्कृष्ट दिग्दर्शन	गौतम वझे (आई शप्पथ)

रजतकमळ पुरस्कार :

१.	सर्वोत्कृष्ट पदार्पण नॉन-फीचर दिग्दर्शन	साग्निक चॅटर्जी (फेलुदा - ५० इअर्स रेझ डिटेक्टीव्ह)
२.	सर्वोत्कृष्ट पर्यावरण चित्रपट	द वर्ल्डस् मोस्ट फेमस टायगर (The World's Most Famous Tiger)
३.	सर्वोत्कृष्ट सामाजिक चित्रपट	ताला ते कुंजी (Taala Te Kunji)
४.	सर्वोत्कृष्ट शैक्षणिक चित्रपट	सरल विरल (Sarala Virala)
५.	सर्वोत्कृष्ट क्रीडा चित्रपट	स्वीमिंग थ्रू डार्कनेस (Swimming through Darkness)
६.	सर्वोत्कृष्ट कौटुंबिक मूल्य चित्रपट	चलो जीते है
७.	सर्वोत्कृष्ट शॉर्ट फिल्म फिक्शन चित्रपट	खरवस (Kharvas)
८.	सर्वोत्कृष्ट विज्ञान-तंत्रज्ञान चित्रपट	जी. डी. नायडू - द एडिसन ऑफ इंडिया

इतर पुरस्कार :		
१.	सर्वोत्कृष्ट चित्रपटावरील पुस्तक	मौना प्रथानपोले (Mouna Prathanapole)
		(एस. जयचंद्र नायर - मल्याळम्)
२.	सर्वांत चित्रपटपूरक राज्य पुरस्कार (Most Film Friendly State Award)	उत्तराखंड

(संदर्भ - सकाळ वृत्त सेवा, dff.nic.in)

पॅरा ॲथेलिट दीपा मलिक व कुस्तीपटू बजरंग पुनिया यांना २०१९ साठीचा राजीव गांधी खेलरत्न पुरस्कार जाहीर अर्जुन पुरस्कार, द्रोणाचार्य पुरस्कार; आणि मेजर ध्यानचंद पुरस्कारांसाठी खेळाडूंची घोषणा

दि. १९ ऑगस्ट, २०१९ रोजी निवड समितीने राजीव गांधी खेलरत्न पुरस्कार, अर्जुन पुरस्कार, द्रोणाचार्य पुरस्कार आणि मेजर ध्यानचंद पुरस्कारांसाठी खेळाडूंची घोषणा केली.

२०१९ वर्षासाठीच्या पुरस्कारविजेत्या खेळाडूंची यादी :

अ) राजीव गांधी खेलरत्न पुरस्कार :		
	खेळाडू	**क्रीडाप्रकार**
१)	दीपा मलिक	पॅरा ॲथेलिटिक्स
२)	बजरंग पुनिया	कुस्ती
ब) अर्जुन पुरस्कार :		
१)	रवींद्र जडेजा	क्रिकेट
२)	मोहम्मद अनस याहिया (Muhammed Anas Yahiya)	ॲथलेटिक्स (Athletes)
३)	गुरप्रित सिंग संधु	फुटबॉल
४)	सोनिया लथर (Sonia Lather)	बॉक्सिंग
५)	चिंगलेंसाना सिंग कांगुजाम (Chinglensana Singh Kangujam)	हॉकी
६)	एस भास्करन	बॉडी बिल्डिंग
७)	अजय ठाकूर	कबड्डी
८)	अंजुम मौडगील (Anjum Moudgil)	नेमबाजी
९)	भमिडीपती साई प्रणीत (Bhamidipati Sai Praneeth)	बॅडमिंटन
१०)	तजिंदर पाल सिंग तूर	ॲथेलिटिक्स
११)	प्रमोद भगत	पॅरा स्पोर्ट्स - बॅडमिंटन
१२)	हरमित राजुल देसाई	टेबल टेनिस
१३)	पूजा दांडा	कुस्ती
१४)	फवाद मिर्जा (Fouaad Mirza)	घोडेस्वारी (Equestrian)
१५)	सिमरन सिंग शर्गिल	पोलो
१६)	पूनम यादव	क्रिकेट
१७)	स्वप्ना बर्मन	ॲथेलिटिक्स
१८)	सुंदर सिंग गुर्जर	पॅरा ॲथेलिटिक्स
१९)	गौरव सिंग गिल	मोटार स्पोर्ट्स
क) द्रोणाचार्य पुरस्कार :		
	खेळाडू	**क्रीडाप्रकार**
१)	मोहिंदर सिंग धिल्लन	ॲथेलिटिक्स
२)	संदीप गुप्ता	टेबल टेनिस
३)	विमल कुमार	बॅडमिंटन
४)	संजय भारद्वाज (जीवनगौरव)	क्रिकेट
५)	रमबीर सिंग खोकर (जीवनगौरव)	कबड्डी
६)	मेझबान पटेल (जीवनगौरव)	हॉकी
ड) ध्यानचंद पुरस्कार :		
	खेळाडू	**क्रीडाप्रकार**
१)	मनोज कुमार	कुस्ती
२)	सी. लालरेमसंगा (C. Lalremsanga)	तिरंदाजी (Archery)
३)	अरूप बसक (Arup Basak)	टेबल टेनिस
४)	नितीन कीर्तने (Nitin Kirtane)	टेनिस
५)	मॅन्युएल फ्रेड्रिक्स (Manuel Fredricks)	हॉकी

- क्रीडाक्षेत्रातील पुरस्कार भारत सरकारच्या युवा व क्रीडा मंत्रालयातर्फे दिले जातात.
- २९ ऑगस्ट या राष्ट्रीय क्रीडा (मेजर ध्यानचंद यांचा जन्मदिवस) दिनी राष्ट्रपतींच्या हस्ते खेळाडूस हे पुरस्कार प्रदान.

(संदर्भ : yas.nic.in)

माजी राष्ट्रपती प्रणव मुखर्जी, दिवंगत गायक भूपेन हजारिका आणि दिवंगत सामाजिक कार्यकर्ते नानाजी देशमुख यांना भारतरत्न प्रदान

दि. ८ ऑगस्ट २०१९ रोजी माजी राष्ट्रपती प्रणव मुखर्जी यांना भारताचा सर्वोच्च नागरी पुरस्कार 'भारतरत्न' राष्ट्रपती कोविंद यांच्या हस्ते प्रदान करण्यात आला.

- तसेच दिवंगत गायक भूपेन हजारिका आणि राष्ट्रीय स्वयंसेवक संघाचे नेते व सामाजिक कार्यकर्ते नानाजी देशमुख यांनाही राष्ट्रपतींनी मरणोत्तर भारतरत्न पुरस्काराने सन्मानित केले.
- यावेळी चार वर्षांनंतर भारतरत्न प्रदान करण्यात आला. २०१५ मध्ये सरकारने माजी पंतप्रधान अटलबिहारी वाजपेयी आणि बनारस हिंदू विद्यापीठाचे संस्थापक व भारतीय स्वातंत्र्य चळवळीतील महत्त्वाचे नेते मदन मोहन मालवीय यांना हा सन्मान प्रदान केला होता.

(संदर्भ : presidentofindia.nic.in)

महाराष्ट्र शासनाचे यंदाचे सांस्कृतिक पुरस्कार श्री. सतीश पुळेकर, श्रीमती कमल भोंडे, श्री. मनोहर आचरेकर, श्री. अप्पा वढावकर आदींना जाहीर

दि. २१ ऑगस्ट २०१९ रोजी महाराष्ट्र शासनाच्या सांस्कृतिक व पर्यटन विभागातर्फे यंदाच्या राज्य सांस्कृतिक पुरस्कारांची घोषणा करण्यात आली.

- - सांस्कृतिक क्षेत्रात उल्लेखनीय कार्य करणाऱ्या १२ व्यक्तींना या पुरस्काराने सन्मानित करण्यात येते. पुरस्कारांची घोषणा २० ऑगस्ट २०१९ रोजी झाली.
- - १ लाख रुपये, मानपत्र व स्मृतिचिन्ह असे या पुरस्काराचे स्वरूप आहे.
- - महाराष्ट्र शासनाच्या सांस्कृतिक कार्य विभागातर्फे सन १९७६ पासून 'राज्य सांस्कृतिक पुरस्कार' देण्यात येतो.

	क्षेत्र	पुरस्कार्थी मान्यवर (व्यक्ती)
१.	नाटक	श्री. सतीश पुळेकर
२.	कंठसंगीत गायन	श्रीमती कमल भोंडे
३.	उपशास्त्रीय संगीत	श्रीमती मंगलाताई जोशी
४.	चित्रपट (मराठी)	श्री. मनोहर आचरेकर
५.	कीर्तन	श्रीमती तारा राजाराम देशपांडे
६.	शाहिरी	शाहीर अंबादास तावरे
७.	नृत्य	श्रीमती रत्नम जनार्दनम (मोहिनीअट्टम)
८.	आदिवासी गिरीजन	श्री. निळकंठ शिवराम ऊईके
९.	कलादान	श्री. सदाशिव देवराम कांबळे
१०.	वाद्यसंगीत	श्री. अप्पा वढावकर
११.	तमाशा	श्री. हसन शहाबुद्दीन शेख
१२.	लोककला	श्रीमती लताबाई सुरवसे

(संदर्भ : mahasanskruti.org)

केंद्रीय युवा आणि क्रीडा मंत्रालयाकडून 'तेन्झिंग नॉर्गे' राष्ट्रीय साहस पुरस्कार जाहीर : यंदाच्या पुरस्कार विजेत्यांमध्ये महाराष्ट्राचा जलतरणपटू प्रभात कोळी याचा समावेश.

दि. २६ ऑगस्ट २०१९ रोजी केंद्रीय युवा आणि क्रीडा मंत्रालयाने 'तेन्झिंग नॉर्गे राष्ट्रीय साहस पुरस्कार' जाहीर केले.

- साहसी क्षेत्रातील कर्तृत्ववान व्यक्तीला हा पुरस्कार दिला जातो.
- जमीन, पाणी, हवा यांमधील साहसी कामगिरी आणि जीवनगौरव अशा चार प्रकारांत हा पुरस्कार दिला जातो.
- युवा व्यवहार सचिवांच्या अध्यक्षतेखालील राष्ट्रीय पुरस्कार निवड समितीने पुरस्कार विजेत्यांची निवड केली.
- यंदाच्या पुरस्कार विजेत्यांमध्ये महाराष्ट्राचा जलतरणपटू प्रभात कोळी याचा समावेश.

	पुरस्कार्थी	(Category)
१.	अपर्णा कुमार	जमिनीवरील साहस
२.	दीपनकर घोष	जमिनीवरील साहस
३.	मणिकंदण के	जमिनीवरील साहस
४.	प्रभात राजू कोळी	पाण्यातील साहस
५.	रामेश्वर जंग्रा	हवेतील साहस
६.	वांगचुक शेप्रा	जीवनगौरव

२९ ऑगस्ट २०१९ रोजी राष्ट्रीय क्रीडादिनी राष्ट्रपती रामनाथ कोविंद यांच्या हस्ते विजेत्यांना पुरस्कार प्रदान.

प्रभात राजू कोळी :

- कॅलिफोर्नियातील सांताबार्बारा येथील मेनलॅन्ड ते अँनाकापा हे प्रशांत महासागरातील २० किमी सागरी अंतर यशस्वीरीत्या पोहून पार करणारा पहिला आशियाई जलतरणपटू.

(संदर्भ : mib.gov.in, presidentofindia.nic.in)

जागतिक पर्यटन दिनाच्या दिवशी राष्ट्रीय पर्यटन पुरस्कारांचे वितरण : पर्यटनासाठी सर्वोत्तम राज्य पुरस्कार आंध्र प्रदेशला

दि. २० सप्टेंबर २०१९ रोजी उपराष्ट्रपती श्री. वेंकय्या नायडू यांच्या हस्ते नवी दिल्लीमध्ये 'राष्ट्रीय पर्यटन पुरस्कार २०१७-१८'चे वितरण करण्यात आले.

- जागतिक पर्यटन दिनाच्या दिवशी (२७ सप्टेंबर) या पुरस्कारांचे वितरण करण्यात आले.
- यावर्षी विविध गटांमध्ये एकूण ७० पुरस्कार देण्यात आले.

पुरस्कार :
१. पर्यटनासाठी सर्वोत्तम राज्य पुरस्कार : आंध्र प्रदेश. (आंध्र प्रदेश राज्याला नैसर्गिक पर्यटन स्थळे, समुद्र किनारे, मंदिरे यांची देणगी लाभली आहे.)
२. साहसी पर्यटन : गोवा व मध्य प्रदेश
३. चित्रपटांसाठी सर्वोत्तम राज्य : उत्तराखंड
४. माहिती तंत्रज्ञानाचा वापर करणारे सर्वोत्तम राज्य : तेलंगणा

- राष्ट्रीय पर्यटन पुरस्कार दरवर्षी केंद्रीय पर्यटन मंत्रालयातर्फे पर्यटन वाढीस चालना देण्यासाठी प्रदान केले जातात.

जागतिक पर्यटन दिन :

- २७ सप्टेंबर रोजी 'जागतिक पर्यटन दिन' साजरा करण्यात आला. यावेळी जागतिक पर्यटन दिनाचे यजमानपद भारताकडे होते.
- भारताकडे प्रथमच 'जागतिक पर्यटन दिनाचे यजमानपद' सोपविण्यात आलेले आहे.
- नवी दिल्लीच्या विज्ञान भवनात २६-२८ सप्टेंबर दरम्यान 'जागतिक पर्यटन दिना'शी संबंधित कार्यक्रमांचे आयोजन करण्यात आलेले होते.
- यावर्षीच्या जागतिक पर्यटन दिनाची संकल्पना "Tourism and Jobs - A beter future for all'.
- संयुक्त राष्ट्रसंघटनेच्या 'जागतिक पर्यटन संस्थेकडून (UNWTO)' १९७० पासून दरवर्षी जागतिक पर्यटन दिनाचे आयोजन केले जाते. याच दिवशी जागतिक पर्यटन संस्थेची सनद स्वीकारण्यात आली होती.

(संदर्भ : unwto.org)

भारतरत्न पंडित भीमसेन जोशी जीवनगौरव पुरस्कार अरविंद पारिख यांना जाहीर

दि. २१ सप्टेंबर २०१९ रोजी भारतरत्न पं. भीमसेन जोशी जीवनगौरव पुरस्कार ज्येष्ठ सतारवादक अरविंद पारिख यांना जाहीर झाला.

- महाराष्ट्र शासनाच्या सांस्कृतिक कार्य विभागातर्फे हा पुरस्कार दरवर्षी देण्यात येतो.
- भारतीय शास्त्रीय संगीताचा प्रचार व प्रसार करण्यात अमूल्य योगदान दिल्याबद्दल त्यांना हा पुरस्कार जाहीर झाला.
- प्रतिवर्षी राज्य शासनातर्फे शास्त्रीय गायन व वादन क्षेत्रात प्रदीर्घ काळ उल्लेखनीय कार्य करणाऱ्या कलाकाराचा राज्यशासनातर्फे २०१२-१४ पासून 'पं. भीमसेन जोशी जीवनगौरव पुरस्कारा'ने सन्मान केला जातो.
- यापूर्वी किशोरी अमोणकर, पं. जसराज, प्रभा अत्रे, पं. राम नारायण, परवीन सुलताना, माणिक भिडे व पं. केशव गिंडे यांसारख्या मान्यवरांना या पुरस्काराने गौरविण्यात आले आहे.
- ५ लाख रुपये, मानपत्र व स्मृतिचिन्ह असे या पुरस्काराचे स्वरूप आहे.

ज्येष्ठ सतारवादक अरविंद पारिख :

- १९ ऑक्टोबर १९२७ रोजी जन्मलेल्या अरविंद पारिख यांनी वयाच्या १७ व्या वर्षी उस्ताद विलायत खान यांच्याकडे सतार वादनाचे शिक्षण घेण्यास सुरुवात केली.
- पुढील ६० वर्षे उस्तादजींच्या अखेरपर्यंत हे शिक्षण चालूच होते.
- पं. पारिख आकाशवाणीचे मान्यताप्राप्त कलाकार असून त्यांनी देश-विदेशात सतार वादनाचे असंख्य कार्यक्रम केले.
- युनेस्कोच्या संगीतविषयक समितीच्या उपाध्यक्षपदी त्यांनी तीन वर्षे काम पाहिले आहे.
- 'सितार गुरू' व 'बंदिश परंपरा' या ग्रंथांमध्ये त्यांनी बांधलेल्या बंदिशींचाही समावेश आहे.
- भारतीय शास्त्रीय संगीताचा प्रचार व प्रसार करणाऱ्या अनेक संस्थांना त्यांचे मार्गदर्शन लाभले.

पुरस्कार

- संगीत नाटक अकादमी पुरस्कार (२००३).- पद्मभूषण (२०१८).

पंडित भीमसेन जोशी जीवनगौरव पुरस्कार : लक्षात ठेवा

- सुरुवात - २०१२-१३
- वितरण - महाराष्ट्र सरकारच्या सांस्कृतिक कार्य विभागातर्फे
- स्वरूप - ५ लाख रुपये रोख, मानपत्र, स्मृतिचिन्ह, शाल.
- शास्त्रीय गायन आणि वादन या क्षेत्रात प्रदीर्घ काळ उल्लेखनीय कामगिरी करणाऱ्या कलाकारास पुरस्कार प्रदान.
- यापूर्वी हा पुरस्कार गानसरस्वती किशोरी अमोणकर, पं. जसराज, प्रभा अत्रे, पं. रामनारायण, परवीन सुलताना, माणिक भिडे, पं. केशव गिंडे यांना देण्यात आला.

(संदर्भ : mahasanskruti.org,, mahanews.gov.in)

सकाळ दादासाहेब फाळके पुरस्कार अमिताभ बच्चन यांना जाहीर : दादासाहेब फाळके पुरस्काराने सन्मानित होणारे महानायक अमिताभ बच्चन ५० वे मानकरी

- दि. २४ सप्टेंबर २०१९ रोजी अमिताभ बच्चन यांना वयाच्या ७६ व्या वर्षी भारतीय चित्रपटसृष्टीतील सर्वांत प्रतिष्ठित यंदाचा 'दादासाहेब फाळके पुरस्कार' जाहीर झाला.
- ६६ व्या 'राष्ट्रीय चित्रपट पुरस्कार' सोहळ्यात हा पुरस्कार त्यांना प्रदान करण्यात येईल.
- अमिताभ यांना हा पुरस्कार सिनेमातील त्यांच्या योगदासाठी दिला जाणार आहे.
- दादासाहेब फाळके पुरस्काराने सन्मानित होणारे महानायक अमिताभ बच्चन ५० वे मानकरी आहेत.
- एक सुवर्ण कमळ आणि १० लक्ष रुपये असे या पुरस्काराचे स्वरूप असते.
- 'सात हिंदुस्तानी' हा अमिताभ बच्चन यांचा पहिला चित्रपट.

दादासाहेब फाळके पुरस्कार : लक्षात ठेवा

- दादासाहेब फाळके पुरस्कार केंद्र शासनातर्फे दरवर्षी भारतीय चित्रपटांमध्ये असामान्य कामगिरी करणाऱ्या कलावंत व तंत्रज्ञांना दिला जाणारा सर्वोच्च पुरस्कार आहे.
- इ.स. १९६९ मध्ये दादासाहेब फाळके ह्यांच्या जन्म शताब्दी वर्षापासून या पुरस्काराला सुरुवात झाली.
- हा पुरस्कार भारत सरकारच्या माहिती व नभोवाणी खात्यातर्फे दिला जातो.
- दरवर्षी आयोजित होणाऱ्या राष्ट्रीय चित्रपट पुरस्कार सोहळ्यादरम्यान ह्या पुरस्काराचे वाटप केले जाते.
- दादासाहेब फाळके हे 'भारतीय सिनेमाचे जनक' म्हणून ओळखले जातात.
- सर्वप्रथम हा पुरस्कार अभिनेत्री देविका राणी यांना देण्यात आला होता.

दादासाहेब फाळके पुरस्कार प्राप्त महाराष्ट्रीयन व्यक्ती :

- दुर्गा खोटे (१९८३), व्ही. शांताराम (१९८५), लता मंगेशकर (१९८९), भालजी पेंढारकर (१९९१), आशा भोसले (२०००)

अमिताभ बच्चन यांच्याविषयी :

- जन्म - ११ ऑक्टोबर १९४२ (वय - ७७ वर्षे), अलाहाबाद (उत्तर प्रदेश)
- त्यांचे वडील डॉ. हरिवंशराय बच्चन हे हिंदीतील सुप्रसिद्ध कवी व आई तेजी बच्चन.
- अमिताभ यांच्या वडिलांचे मूळ आडनाव श्रीवास्तव असले तरी बच्चन (म्हणजे बालसुलभ) या टोपणनावाने कविता प्रसिद्ध करीत. हेच पुढे कुटुंबाचे आडनाव झाले.
- १९६९ सालच्या मृणाल सेन यांच्या भुवन शोम या चित्रपटामध्ये (Voice Narrator) म्हणून सुरुवात. त्याचवर्षीच्या 'सात हिंदुस्तानी' चित्रपटाद्वारे अभिनयास सुरुवात.
- त्यांना १९७१ मध्ये प्रदर्शित झालेल्या 'आनंद' चित्रपटातील भूमिकेसाठीचा पहिला फिल्मफेअर मिळाला तर १९९० मध्ये त्यांना 'अग्निपथ' चित्रपटातील भूमिकेसाठी पहिला राष्ट्रीय पुरस्कार त्यांना एकूण ४ राष्ट्रीय पुरस्कार व एकूण १५ फिल्मफेअर पुरस्कारांनी गौरविण्यात आले.
- त्यांनी जवळपास ५ दशकांत १९० हून अधिक भारतीय चित्रपटांत भूमिका केल्या; तसेच दूरचित्रवाणीवर 'कौन बनेगा करोडपती' व 'बिग बॉस-तिसऱ्या' भागाचे सूत्रसंचालन केले.
- 'द लास्ट टिअर' हा रितुपर्णो घोष दिग्दर्शित त्यांचा पहिला इंग्रजी चित्रपट. त्यानंतर २०१३ मध्ये 'द ग्रेट गॅटसबी (The Great Gatsby)' या चित्रपटाद्वारे पहिल्यांदा हॉलिवूडमध्ये पदार्पण.
- १९८४ मध्ये ते अलाहाबाद मतदारसंघातून ८ व्या लोकसभेवर निवडून आले. पुढे तीन वर्षांनी राजीनामा दिला.
- २००२ मध्ये त्यांनी Soul Curry for You and Me - An Empowering Philosophy that can Enrich Your Life हे पुस्तक लिहिले.

कारकिर्दीतील महत्त्वाचे चित्रपट :

- सात हिंदुस्तानी, आनंद, गुड्डी, जंजीर, दीवार, शोले, जमीर, कभी कभी, कुली, अग्निपथ, डॉन, शहेनशाह, मोहब्बते, बागवान, आँखे, काँटे, ब्लॅक, खुदा गवाह, कभी खुशी कभी गम, चिनी कम, सरकार, पा, १०२ नॉट आऊट, पिकु, पिंक, बदला.

पुरस्कार–सन्मान :		
१)	नागरी पुरस्कार	पद्मश्री (१९८४), पद्मभूषण (२००१) ,पद्मविभूषण (२०१५)
२)	राष्ट्रीय पुरस्कार	'अग्निपथ, ब्लॅक, पा, पिकु' या चित्रपटातील भूमिकांसाठी सर्वोत्कृष्ट अभिनेता पुरस्कार
		२०१८चा दादासाहेब फाळके पुरस्कार (२०१९)
३)	इतर आंतरराष्ट्रीय पुरस्कार	फ्रान्सचा द नाईट ऑफ द लेजन ऑफ ऑनर (२००७), ऑर्डर ऑफ अफगाणिस्तान (२००७)

दादासाहेब फाळके यांच्याविषयी :

- पूर्ण नाव - धुंडिराज गोविंद फाळके
- जन्म - ३० एप्रिल १८७० मृत्यू - १६ फेब्रुवारी १९४४
- भारतीय चित्रपटसृष्टीचे जनक.
- १९१३ चा 'राजा हरिश्चंद्र' त्यांनी निर्मित केलेला भारतीय चित्रपटसृष्टीतला पहिला चित्रपट.

- त्यांनी कारकिर्दीत ३५ चित्रपट व २६ लघुपटांची निर्मिती केली.
- त्यांच्या जीवनावर प्रकाश टाकणारा परेश मोकाशी दिग्दर्शित 'हरिश्चंद्राची फॅक्टरी' चित्रपट २००९ मध्ये प्रदर्शित.
- महत्त्वपूर्ण चित्रपट : मोहिनी भस्मासूर (१९१३), सावित्री सत्यवान (१९१४) श्रीकृष्ण जन्म (१९१८), कालिया मर्दन (१९१९) सेतुबंधन (१९३२), गंगावतरण (१९३७)

(संदर्भ : dff.nic.in)

देशाच्या एकता आणि अखंडतेसाठी अतुलनीय योगदान देणाऱ्या व्यक्तींना गौरवण्यासाठी केंद्रशासनातर्फे सरदार पटेल राष्ट्रीय एकता पुरस्काराची घोषणा

दि. २५ सप्टेंबर २०१९ रोजी केंद्रशासनाने 'सरदार पटेल राष्ट्रीय एकता पुरस्कारा'ची घोषणा केली आहे.

- भारताचे पहिले गृहमंत्री सरदार वल्लभभाई पटेल यांच्या जन्मदिवशी, ३१ ऑक्टोबर रोजी पुरस्कार्थींची घोषणा करण्यात येईल.
- पद्म पुरस्कारांच्याप्रमाणे हा नागरी पुरस्कार असून राष्ट्रीय एकता क्षेत्रात देण्यात येणारा सर्वोच्च नागरी सन्मान असणार आहे.
- हा पुरस्कार राष्ट्रपतींच्या हस्ते पद्म पुरस्कारांसोबतच राष्ट्रपती भवनात प्रदान करण्यात येईल.
- पुरस्कार निवड समितीमध्ये पंतप्रधान - अध्यक्ष, पंतप्रधानांचे प्रधानसचिव, केंद्रीय मंत्रिमंडळ सचिव, राष्ट्रपतींचे सचिव, गृहसचिव आणि पंतप्रधानांनी निवडलेल्या प्रतिष्ठित व्यक्ती असतील.
- पदक, सन्मानचिन्ह व सनद असे या पुरस्काराचे स्वरूप असणार आहे. पुरस्कारासोबत कुठलीही रक्कम प्रदान करण्यात येणार नाही.
- एकवर्षी कमाल जास्तीत जास्त तीन व्यक्तींना पुरस्कार प्रदान करण्यात येईल. केवळ अपवादात्मक परिस्थितीत पुरस्कार मरणोत्तर प्रदान करण्यात येईल.
- या पुरस्कारासाठी प्रत्येक वर्षी नव्याने नामांकन मागविण्यात येईल. कुठल्याही भेदभावाविना (धार्मिक, जातीय, लिंग, जन्मस्थान) पुरस्कारार्थींची निवड करण्यात येईल.
- भारतस्थित कुठलीही संस्था किंवा व्यक्ती या पुरस्कारासाठी पात्र असेल. कुठल्याही भारतीय व्यक्तीला स्वयंनामांकनदेखील करता येऊ शकते.
- राज्य शासन, केंद्रशासित प्रदेशांचे प्रशासन किंवा केंद्रीय मंत्रालयेदेखील नामांकने पाठवू शकतात.
- पुरस्कारासमवेत मिळणाऱ्या पदकाच्या एका बाजूला 'सरदार पटेल' असे लिहिलेली सरदार पटेल यांची प्रतिमा व दुसऱ्या बाजूला राजमुद्रा असेल.

(संदर्भ : pib.nic.in, pib.gov.in)

ज्येष्ठ पुरातत्त्वज्ञ जी. बी. देगलूरकर यांना पुण्यभूषण पुरस्कार प्रदान

दि. २६ सप्टेंबर २०१९ रोजी पुण्यभूषण फाउंडेशनतर्फे देण्यात येणारा पुण्यभूषण पुरस्कार २०१९ ज्येष्ठ पुरातत्त्वज्ञ जी. बी. देगलूरकर यांना उपराष्ट्रपती वेंकय्या नायडू यांच्या हस्ते प्रदान करण्यात आला.

पुण्यभूषण पुरस्काराविषयी :

- सुरुवात - १९८९
- वितरण - पुण्यभूषण फाउंडेशन (त्रिदल संस्था) तर्फे.
- स्वरूप - १ लाख रुपये रोख, बालशिवाजींची सोन्याच्या फाळाने पुण्याची भूमी नांगरत असलेली प्रतिमा आणि पुणे शहराचा ग्रामदेवतांसह असलेले वैशिष्ट्यपूर्ण स्मृतिचिन्ह.
- - पं. भीमसेन जोशी हे या पुरस्काराचे पहिले मानकरी.
- - हा पुरस्कार कला, संगीत, संस्कृती, विज्ञान, उद्योग, समाजसेवा, क्रीडा इ. क्षेत्रातील नावाजलेल्या पुणे शहरातील व्यक्तीस प्रदान करण्यात येतो.

मागील वर्षांतील पुण्यभूषण पुरस्कार विजेते :

वर्ष	पुरस्कार विजेते
२०१४	डॉ. सायरस पूनावाला
२०१५	श्री. प्रतापराव पवार
२०१६	श्री. भाई वैद्य
२०१७	डॉ. के. एच. संचेती
२०१८	डॉ. प्रभा अत्रे

गो. ब. देगलूरकर यांच्याविषयी :

- जन्म - १९३४ (हिप्परगा, उस्मानाबाद)
- शिक्षण - इतिहास विषयात पदवी तर इतिहास व पुरातत्त्वशास्त्र विषयात पदव्युत्तर पदवी.
- त्यांनी कल्चरल हिस्ट्री ऑफ मराठवाडा या विषयात पीएच. डी. केली. मराठवाडा हाच मराठी संस्कृतीचा स्रोत आहे, असे मत त्यांनी मांडले.
- त्यांनी उस्मानिया विद्यापीठ (हैदराबाद), नागपूर विद्यापीठात अध्यापन केले. पुण्यातील डेक्कन कॉलेजमध्ये नोकरी स्वीकारली व ते कॉलेजचे कुलगुरू झाले.
- मराठवाड्यातील अन्वा, निलंगा आणि औंढा नागनाथ मंदिरांतील मूर्तींचा त्यांनी अभ्यास केला.
- २०१४ मध्ये सातारा जिल्ह्यातील सज्जनगडावर दुर्ग साहित्य संमेलन झाले, त्याचे संमेलनाध्यक्षपद त्यांनी सांभाळले.
- २०१९मधील कंबोडिया येथे झालेल्या विश्‍व मराठी साहित्य संमेलनाचे अध्यक्ष
- ग्रंथसंपदा - घारापुरी दर्शन, प्राचीन भारत इतिहास आणि

संस्कृती, बिंबब्रम्ह आणि वास्तुब्रम्ह, मार्कण्डादेव- वेरूळ दर्शन, सुरसुंदरी, Temple architecture & sculpture of Maharashtra, Portrayal of the Women (इंग्रजी)

(संदर्भ : punyabhushan.com, सकाळ वृत्तसेवा)

सकाळ ज्येठ अभिनेत्री रोहिणी हट्टंगडी यांना विष्णुदास भावे गौरव पुरस्कार जाहीर

दि. १२ ऑक्टोबर २०१९ रोजी मराठी रंगभूमीवरील मानाचा समजला जाणारा विष्णुदास भावे गौरव पुरस्कार यावर्षी ज्येष्ठ अभिनेत्री रोहिणी हट्टंगडी यांना जाहीर करण्यात आला.

- दरवर्षीप्रमाणे यंदाही हा पुरस्कार रंगभूमीदिनी म्हणजे ५ नोव्हेंबर २०१९ रोजी रोहिणी हट्टंगडी यांना अखिल भारतीय नाट्य संमेलनाध्यक्ष प्रेमानंद गज्वी यांच्या हस्ते प्रदान करण्यात आला.

रोहिणी जयदेव हट्टंगडी यांच्याविषयी :

- जन्म - ११ एप्रिल १९५१ (पुणे)
- त्यांच्या अभिनयाची सुरुवात पुण्यात व शालेय जीवनापासून झाली. त्यांचे वडील अनंत मोरेश्वर ओक, आई निर्मला व भाऊ रवींद्र ओक हे तिघेही अभिनय क्षेत्रात होते.
- १९७१ मध्ये त्यांनी दिल्ली येथील नॅशनल स्कूल ऑफ ड्रामा (NSD) येथे प्रवेश घेतला.
- पती जयदेव हट्टंगडी यांच्यासोबत त्यांनी आविष्कार नाट्यसंस्था सुरू केली, त्या संस्थेमार्फत १५० हून अधिक नाटकांची निर्मिती केली.
- पती जयदेव यांनी दिग्दर्शित केलेल्या 'अपराजिता' या नाटकातील रोहिणी यांच्या अप्रतिम भूमिकेचा नाट्यक्षेत्रात विशेष उल्लेख केला जातो.
- १९७८ मध्ये प्रदर्शित झालेला सईद अख्तर मिर्झा यांचा चित्रपट 'अरविंद देसाई की अजीब दास्तान' हा त्यांचा पहिला चित्रपट.
- १९८२ मध्ये रिचर्ड अँटनबरो दिग्दर्शित 'गांधी' चित्रपटातील कस्तुरबा गांधी ही त्यांची भूमिका लोकप्रिय ठरली व त्यांना आंतरराष्ट्रीय प्रसिद्धी मिळाली. या भूमिकेसाठी त्यांना बाफ्टाचा (BAFTA) सर्वोत्कृष्ट साहाय्यक अभिनेत्रीचा आंतरराष्ट्रीय पुरस्कार मिळाला व हा पुरस्कार मिळविणाऱ्या त्या एकमेव भारतीय अभिनेत्री आहेत.
- त्यांनी 'कलाश्रय' ही नाट्याभ्यास करणारी व प्रयोगशीलतेला प्रोत्साहन देणारी संस्था स्थापन केली.

महत्त्वपूर्ण नाटक :

- शांतता कोर्ट चालू आहे , रथचक्र, बिच्छू (हिंदी), होरी (हिंदी), - अपराजिता (हिंदी, मराठी), लोहमत (गुजराती)
- माणस होवानो माने डंख (गुजराती), जुगलबंदी (गुजराती) असे जीविये बेफाम (गुजराती)

दूरचित्रवाणी मालिका :

- चार दिवस सासूचे, होणार सून मी या घरची, स्वामिनी, वहिनीसाहेब, तुझं माझं ब्रेकअप, विरासत (हिंदी)

चित्रपट :

- गांधी (इंग्रजी), चक्र, अर्थ, पार्टी, शहेनशाह, अग्निपथ- दामिनी- मुन्नाभाई एम.बी.बी.एस(हिंदी), सूर्या (कन्नड), अचुवेत्तांते वीडू (मल्याळम्),सारांश तीरपू (तेलगू),ऑक्सिजन (गुजराती)

मागील वर्षातील पुरस्कार विजेते :	
वर्ष	पुरस्कार विजेते
■ २०१७	मोहन जोशी
■ २०१८	डॉ. मोहन आगाशे

विष्णुदास अमृतराव भावे यांच्याविषयी :

- जन्म - १८१९ (सांगली)
- मृत्यू - १९०१
- त्यांचा उल्लेख महाराष्ट्र नाट्य कलेचे भरतमुनी म्हणून केला जातो.
- विष्णुदास भावे हे उत्कृष्ट हस्तकला कारागीर होते. या कलात्मकतेतून त्यांनी अनेक प्रकारच्या लाकडी बाहुल्या बनविल्या.
- १८४३ मध्ये भावे यांनी आपल्या सांगलीकर नाटक कंपनीमार्फत मराठी रंगभूमीवरील पहिले नाटक 'सीता स्वयंवरा'ची निर्मिती केली. यासाठी त्यांना सांगली संस्थानचे राजे चिंतामण आप्पासाहेब यांचे आर्थिक सहकार्य व राजाश्रय मिळाला.
- 'इंद्रजित वध', 'राजा गोपीचंद', 'रामायण' यांसारख्या नाटकांचे त्यांनी लेखन व दिग्दर्शन केले.

(संदर्भ : सकाळ वृत्तसेवा)

सकाळ ५५व्या ज्ञानपीठ पुरस्कार प्रसिद्ध मल्याळी कवी अक्किथम अत्युथन नंबुथिरी यांना जाहीर

दि. २९ नोव्हेंबर २०१९ रोजी ५५व्या ज्ञानपीठ पुरस्कारासाठी प्रसिद्ध मल्याळी कवी अक्किथम अत्युथन नंबुथिरी (Akkitham Achuthan Nomboothiri) यांची घोषणा करण्यात आली.

- साहित्य क्षेत्रात 'अक्किथम' या नावाने ते सुपरिचित आहेत.

कवी अक्किथम अत्युथन नंबुथिरी :

- जन्म - १८ मार्च १९२६ (वय ९३ वर्ष) (पलक्कड, केरळ)
- त्यांनी संस्कृत, ज्योतिष आणि संगीत या विषयांमध्ये शालेय शिक्षणानंतर महाविद्यालयीन शिक्षण घेतले; परंतु पुढे पदवी अभ्यासक्रम पूर्ण केला नाही.
- त्यांनी आपल्या कारकिर्दीची सुरुवात उन्नी नामबोतोरी (Unni Namboothiri) या मासिकाचे संपादक म्हणून केली;

तसेच मंगलोक्ष्यम् (Mangalodayam) आणि योगक्षेमम् (Yogakshemam) मासिकांमध्ये त्यांनी साहाय्यक संपादक म्हणून काम केले.

- १९५६ मध्ये ते कोझीकोडे येथील अखिल भारतीय रेडिओच्या (All India Radio) नोकरीवर रुजू झाले.
- अक्किथम यांची ५५ पुस्तके प्रकाशित झाली असून, त्यापैकी ४५ कवितासंग्रह आहेत. यांत खंडकाव्य, कथाकाव्य, चरित्रकाव्य आणि गाणी यांचा समावेश आहे.
- वेदांचा अभ्यास लोकप्रिय करण्यासाठीच्या 'अनादी (Anaadi)' या साहित्यिक उपक्रमांशी त्यांचा संबंध होता.
- ते सामाजिक सुधारणाच्या कार्यात सामील झाले. त्यांनी योगक्षेम सभेच्या सहकार्याने केरळ येथील नंबुद्री ब्राह्मणांच्या (Namboothiri) जीवनात सुधारणा घडवून आणण्याचा प्रयत्न केला; तसेच अस्पृश्यतेविरुद्धच्या शांततापूर्ण पलीयम सत्याग्रहात त्यांचा सहभाग होता.
- त्यांनी भागवतपुराणाचा मल्याळीत 'श्री महाभागवतम्' असा अनुवाद केला आहे.
- त्यांनी कवितेसोबतच नाट्य टीकात्मक निबंध, बालसाहित्य, लघुकथा इ. साहित्य प्रकारातदेखील लेखन केले.

ग्रंथसंपदा :

- प्रतीतिकारदेवथा, उपनयनम्, समवर्तनम्. बलीदर्सनम्, वीरवदम, निमिषा क्षेत्रम, अमृत खतिका, अक्किथम कवितका, अंतिमहाकालम, सागरसंगीताम

पुरस्कार व सन्मान :

- १९७१ केरळ साहित्य अकादमी पुरस्कार (बलीदर्सनम् साठी)
- १९७३ साहित्य अकादमी पुरस्कार (बलीदर्सनम् साठी)
- १९७३ ओडाक्कुझल पुरस्कार (Odakkuzhal Award)
- २०१७ पद्म श्री पुरस्कार

ज्ञानपीठ पुरस्काराविषयी :

- सुरुवात - १९६५
- स्वरूप - ११ लाख रुपये, सरस्वती देवीची कांस्यमूर्ती, सन्मानपत्र
- १९६१ मध्ये भारतीय ज्ञानपीठाच्या संस्थापक अध्यक्षा श्रीमती रमा जैन व पती साहु शांतिप्रसाद जैन यांनी भारतीय साहित्यिकांच्या गौरवार्थ ज्ञानपीठ पुरस्कार देण्याची घोषणा केली.
- १९६५ मध्ये पहिला ज्ञानपीठ पुरस्कार मल्याळी कवी श्री. गोविंद शंकर कुरूप यांच्या ओडोक्वुघल (Odakkuzhal) या काव्यकृतीला मिळाला.
- १९७६ मध्ये बंगाली कादंबरीकर आशापूर्णा देवी या पहिल्या महिला पुरस्कारविजेत्या ठरल्या.
- हा पुरस्कार भारतीय संविधानातील ८ व्या परिशिष्टात नमूद केलेल्या २२ भाषा व इंग्रजी भाषेतील फक्त भारतीय साहित्यिकांना प्रदान केला जातो.
- हिंदी भाषेतील साहित्यिकांना सर्वाधिक अकरा ज्ञानपीठ, त्याखालोखाल कन्नड (आठ), बंगाली व मल्याळम (प्रत्येक सहा) तर गुजराती, मराठी, ओडिया व उर्दू (प्रत्येकी चार) भाषेतील साहित्यिकांना ज्ञानपीठ मिळाले आहेत.
- २०१९ सालापर्यंत एकूण ६० साहित्यिकांना हा पुरस्कार प्रदान झाला, त्यापैकी १९६७, १९७३, १९९९, २००६ व २००९ यावर्षी दोन साहित्यिकांना पुरस्कार देण्यात आला होता.
- २०१८ मध्ये अमिताव घोष यांना पुरस्कार देण्यात आला होता. हा पुरस्कार मिळवणारे ते पहिले इंग्रजी लेखक होते.

मराठी ज्ञानपीठ पुरस्कार विजेते :

क्र.	वर्ष	पुरस्कारविजेते
१० वे	१९७४	विष्णू सखाराम (वि. स.) खांडेकर
२३ वे	१९८७	विष्णू वामन शिरवाडकर (कुसुमाग्रज)
३९ वे	२००३	विं. दा. करंदीकर (गोविंद विनायक करंदीकर)
५० वे	२०१४	भालचंद्र वनाजी नेमाडे

(**संदर्भ** : jnanpith.net, marathi.gov.in)

'आदर्शगाव संकल्प व प्रकल्प' योजनेंतर्गत दिला जाणारा 'आदर्शगाव भूषण' पुरस्कार यावर्षी यवतमाळ जिल्ह्यातील मौजे कोठोडा या गावाला

सहकारी संस्थांना दिल्या जाणाऱ्या पुरस्कारांव्यतिरिक्त 'आदर्शगाव संकल्प व प्रकल्प' योजनेंतर्गत दिला जाणारा 'आदर्शगाव भूषण' पुरस्कार यावर्षी यवतमाळ जिल्ह्यातील मौजे कोठोडा या गावाने पटकाविला आहे. पाच लाख रुपये रोख आणि प्रमाणपत्र असे या पुरस्काराचे स्वरूप आहे. नांदेड जिल्ह्यातील मौजे शेळगाव गौरी (ता. नायगाव) आणि पुणे जिल्ह्यातील मौजे भागडी (ता. आंबेगाव) या गावांनी द्वितीय तर नागपूर जिल्ह्यातील गोधनी (ता. उमरेड) व रत्नागिरी जिल्ह्यातील विरसाई (ता. दापोली) या गावांनी तृतीय क्रमांक पटकावला आहे. द्वितीय आणि तृतीय क्रमांकासाठी अनुक्रमे तीन आणि दोन लाखांचे बक्षीस आहे.

(संदर्भ : krishi.maharashtra.gov.in)

आंतरराष्ट्रीय पुरस्कार

गांधी आंतरराष्ट्रीय शांतता पुरस्कार

दि. १८ जानेवारी २०१९ रोजी भारत सरकारतर्फे २०१५, २०१६, २०१७ आणि २०१८ मधील महात्मा गांधी आंतरराष्ट्रीय शांतता पुरस्कारांची घोषणा करण्यात आली.

वर्ष	पुरस्कार विजेते	कार्य
२०१५	विवेकानंद केंद्र (कन्याकुमारी)	ग्रामीण विकास, शिक्षण, नैसर्गिक संपत्तीच्या विकासातील योगदानासाठी
२०१६	अक्षय पात्र फाउंडेशन (Akshaya Patra Foundation)	माध्यान्ह भोजन (Mid-day meal) कार्यासाठी
	सुलभ इंटरनॅशनल (Sulabh International)	भारतातील स्वच्छतेची स्थिती सुधारण्यासाठी
२०१७	एकल अभियान ट्रस्ट (Ekal Abhiyan Trust)	ग्रामीण-आदिवासी शिक्षण, ग्रामीण सशक्तीकरण, लिंग समानतेच्या कार्यासाठी
२०१८	योहेई सासाकावा (Yohei Sasakawa)	कुष्ठरोग निर्मूलनाच्या कार्यासाठी

पुरस्कारप्राप्त संस्थांविषयी :

१. विवेकानंद केंद्र

- स्थापना - दिनांक ७ जानेवारी १९७२ (कन्याकुमारी) येथे राष्ट्रीय स्वयंसेवक संघाचे प्रचारक एकनाथ रानडे यांच्या हस्ते
- स्वामी विवेकानंदाच्या विचारांवर आधारित हिंदू आध्यात्मिक संस्था
- उद्देश : ग्रामीण विकास, सांस्कृतिक कार्यक्रम, नैसर्गिक संपत्तीचा विकास, योग वर्ग, शैक्षणिक कार्यक्रमाचे आयोजन व व्यवस्थापन

२. द अक्षय पात्र फाउंडेशन (The Akshaya Patra Foundation)

- स्थापना - २००० (बंगळुरू, कर्नाटक)
- ना-नफा संस्था (Non-profit Organisation)
- उद्देश : प्रत्येक शाळेतील मुलांना ताजे व पौष्टिक जेवण पुरवून कुपोषण समस्येचे निर्मूलन करणे आणि सामाजिक व आर्थिकदृष्ट्या वंचित मुलांच्या शिक्षणाच्या अधिकारांचे समर्थन करणे
- सध्या जगातील सर्वांत मोठी ना नफा संस्था असून त्याद्वारे भारतातील १२ राज्यांतील १५०२४ शाळांमधील १७.६ लाख विद्यार्थ्यांना माध्यान्ह भोजनाचा पुरवठा

३. सुलभ इंटरनॅशनल (Sulabh International)

- स्थापना - ५ मार्च १९७०
- बिगर शासकीय संस्था (Non-Governmental Organisation)
- पर्यावरण स्वच्छता, मानवी हक्क, कचरा व्यवस्थापन, पुनर्निर्मितीक्षम ऊर्जेचा विकास आणि सामाजिक सुधारणांचे शिक्षण देण्याचे कार्य
- संस्थेची स्थापना स्टॉकहोम वॉटर पुरस्कार (२००९) विजेते बिहार राज्यातील डॉ. बिंदेश्वर पाठक यांनी केली.
- सुलभ शौचालय चळवळीतून (Sulabh Sanitation Movement) ग्रामीण तसेच शहरी भागात सुलभ कॉम्पलेक्स या सार्वजनिक स्वच्छतागृहांची बांधणी व व्यवस्थापन.

४. एकल अभियान ट्रस्ट (Ekal Abhiyan Trust)

- १९८६ मध्ये एकल विद्यालय फाउंडेशनच्या पहिल्या एकल विद्यालयाची सुरुवात झारखंड राज्यातील गुमला येथे.
- भारतीय अणुवैज्ञानिक व आयआयटी कानपूरचे राकेश पोपली (Rakesh Popli) व त्यांची पत्नी बालशिक्षण तज्ज्ञ रमा पोपली यांनी अभियानाची स्थापना केली.
- एकल विद्यालय म्हणजे एक शिक्षक, एक विद्यालय.
- अभियानाचा मुख्य उद्देश ग्रामीण व आदिवासी भागातील मुलांना शिक्षण देणे; तसेच ग्रामीण सशक्तीकरण व लैंगिक समानता प्रस्थापित करणे.
- ट्रस्टतर्फे ५०००० हून अधिक एकल विद्यालयातून १५ लाख वंचित विद्यार्थ्यांना शिक्षण.

५. योहेई सासाकावा (Yohei Sasakawa)

- जन्म - ८ जानेवारी १९३९ टोकियो (जपान)
- जपानमधील मिजी विद्यापीठातून राज्यशास्त्र व अर्थशास्त्राची पदवी.
- १९८१ मध्ये द निप्पॉन फाउंडेशनची (The Nippon Foundation) स्थापना.
- १९८९ ते २००५ संस्थेचे अध्यक्ष (President) व त्यानंतर सध्या चेअरमन (Chairmanship).

- कुष्ठरोग निर्मूलन, उपासमारीचा प्रतिकार, आफ्रिकेमध्ये कृषी विकास, सागरी नैसर्गिक संपत्तीचे संवर्धन, शैक्षणिक विकास, युवा नेतृत्व निर्मिती कार्यक्रम अशी कार्ये

गांधी आंतरराष्ट्रीय शांतता पुरस्काराविषयी :

- सुरुवात - १९९५
- स्वरूप - १ कोटी रुपये
- भारत सरकारतर्फे दरवर्षी अहिंसा व इतर गांधीवादी पद्धतीद्वारे सामाजिक, आर्थिक आणि राजकीय परिवर्तन करणाऱ्या व्यक्तीस किंवा संस्थेस प्रदान केला जातो.
- महात्मा गांधींच्या १२५ व्या जयंतीनिमित्त १९९५ पासून सुरू
- पंतप्रधान, लोकसभेचा विरोधी पक्षनेता, सर्वोच्च न्यायालयाचे सरन्यायाधीश आणि २ ख्यातनाम व्यक्तींच्या निवड समितीतून पुरस्कारार्थींची निवड
- २००६ ते २०१२ दरम्यानच्या वर्षांसाठी पुरस्कारांची घोषणा नाही

मागील पुरस्कार विजेते

वर्ष	पुरस्कार विजेते	देश
१९९५	ज्युलियस न्येरेर (Julius Nyerere)	टांझानिया
१९९८	रामकृष्ण मिशन	भारत
१९९९	बाबा आमटे	भारत
२०००	नेल्सन मंडेला	दक्षिण आफ्रिका
२००२	भारतीय विद्या भवन	भारत
२०१३	चंडीप्रसाद भट	भारत
२०१४	इस्त्रो (ISRO)	भारत

(संदर्भ : pib.nic.in, vrmvk.org, sulabhinternational.org, ekal.org)

सकाळ

ग्रॅमी पुरस्कार - २०१९ (Grammy Awards-2019)

दिनांक १० फेब्रुवारी २०१९ रोजी ६१ व्या ग्रॅमी पुरस्काराचे आयोजन लॉस एंजेलिस येथील स्टॅपल्स सेंटर (Staples Center -Los Angeles) येथे करण्यात आले.

- १ ऑक्टोबर २०१७ ते ३० सप्टेंबर २०१८ या कालावधीत प्रदर्शित सर्वोत्कृष्ट रेकॉर्डिंग, सर्वोत्कृष्ट रचना व सर्वोत्कृष्ट कलाकारांना पुरस्कार.
- यंदा सर्वाधिक ८ मानांकने अमेरिकन रॅपर-गीतकार केंड्रिक लॅमर (Kendrick Lamar) यांना कॅसी मुसग्रेव्हज (Kacey Musgraves) व चाइल्डिश गॅम्बिनो (Childish Gambino) यांना विविध गटांत प्रत्येकी ४ तर लेडी गागा यांना ३ व कार्डी बी यांना १ ग्रॅमी पुरस्कार
- आलिशिया कीज (Alicia Keys) या समारंभाच्या यजमान (Host), चौदा वर्षांनंतर महिलेला हा सन्मान.

कॅसी मुसग्रेव्हज यांनी जिंकलेले ग्रॅमी पुरस्कार :

१) सर्वोत्कृष्ट अल्बम - गोल्डन अवर (Golden Hour)

२) सर्वोत्कृष्ट कंट्री अल्बम - गोल्डन अवर

३) सर्वोत्कृष्ट कंट्री गीत - स्पेस काऊबॉय (Space Cowboy)

४) सर्वोत्कृष्ट कंट्री सोलो परफॉर्मन्स - बटरफ्लाइस (Butterflies)

चाइल्डीश गॅम्बिनो यांनी जिंकलेले ग्रॅमी पुरस्कार :

१) रेकॉर्ड ऑफ द इयर - धिस इज अमेरिका (This is America)

२) साँग ऑफ द इयर - धिस इज अमेरिका

३) सर्वोत्कृष्ट म्युझिक व्हिडिओ

४) सर्वोत्कृष्ट रॅप व गायन

इतर महत्त्वाचे ग्रॅमी पुरस्कार :

१)	सर्वोत्कृष्ट नवोदित कलाकार	ड्युआ लिपा (Dua Lipa)
२)	सर्वोत्कृष्ट रॅप अल्बम	कार्डी बी (इनव्हेशन ऑफ प्रायव्हसी) (Invasion of Privacy- Cardi B)
३)	सर्वोत्कृष्ट आर अँण्ड बी अल्बम	एचईआर (H.E.R.)
४)	सर्वोत्कृष्ट रॅप गीत	ड्रेक (गॉड्स प्लान) (God's Plan- drake)
५)	सर्वोत्कृष्ट रॅप कामगिरी	केंड्रिक लमार, जे रॉक (किंग इज डेड) (King is Dead" – Kendrick Lamar, Jay Rock, Future & James Blake)
		बबलिन, अँडर्सन (फ्युचर अँण्ड जेम्स ब्लेक)(Bubblin–Anderson .Paak)
६)	सर्वोत्कृष्ट रॉक अल्बम	ग्रेटा व्हॅन फ्लीट (फ्रॉम दी फायर्स) (From the Fires – Greta Van Fleet)
७)	सर्वोत्कृष्ट रॉक गीत	सेंट व्हिन्सेंट (मॅसेडक्शन) (Masseduction (St. Vincent)

८)	सर्वोत्कृष्ट रॉक कामगिरी	ख्रिस कॉर्नेल (व्हेन बॅड डज गुड) (When Bad Does Good" – Chris Cornell (posthumous)
९)	सर्वोत्कृष्ट आर ॲण्ड बी गीत	एला माय (बुड अप) (Boo'd Up (Ella Mai)
१०)	सर्वोत्कृष्ट आर ॲण्ड बी पारंपरिक कामगिरी	लिऑन ब्रिजेस (बेट आरन्ट वर्स दी हॅण्ड)(Bet Ain't Worth the Hand" – Leon Bridges)
		पी जे मॉर्टन, येबा (हाऊ डीप इज युवर लव्ह) (How Deep Is Your Love – PJ Morton)
११)	सर्वोत्कृष्ट शहरी समकालीन अल्बम	दी कार्टर्स (एव्हरीथिंग इज लव्ह) (Everything Is Love – The Carters)
१२)	सर्वोत्कृष्ट लॅटिन जॅझ अल्बम	डॅफनीस प्रिएटो बिग बँड (बॅक टू द सनसेट) (Back to the Sunset – Dafnis Prieto Big Band)
१३)	सर्वोत्कृष्ट विस्तीर्ण जॅझ अल्बम	व्हाइसेस ऑफ होप, म्युझिक ऑफ फ्रीडम, जॉन डॅव्हेरसा (अमेरिकन ड्रिमर्स)(American Dreamers: Voices of Hope, Music of Freedom – John Daversa Big Band)
१४)	सर्वोत्कृष्ट जॅझ गायन अल्बम	सेसीली मॅक लॉरिन साल्व्हंट (दी विंडो) (The Window – Cécile McLorin Salvant)
१५)	सर्वोत्कृष्ट जॅझ एकल	जॉन डॅन्हेरसा (डोन्ट फेन्स मी इन) (Don't Fence Me In" – John Daversa, soloist)
१६)	सर्वोत्कृष्ट रेगी अल्बम	स्टिंग अँड शॅगी (४४/८७६) (44/876 – Sting & Shaggy)
१७)	सर्वोत्कृष्ट नृत्य व इलेक ट्रॉनिक अल्बम	जस्टिस (वुमन वर्ल्डवाइड) (Woman Worldwide – Justice)
१८)	सर्वोत्कृष्ट नृत्य रेकॉर्डिंग	इलेक्ट्रिसिटी, सिल्क सिटी (Electricity" – Silk City & Dua Lipa featuring Diplo & Mark Ronson) दुआ लिप्स (डिप्लो व मार्क रॉन्सन)
१९)	सर्वोत्कृष्ट अभिजात रचना	फुशस (Fuchs)
२०)	सर्वोत्कृष्ट समकालीन अभिजात रचना	केर्निस (Kernis)
२१)	सर्वोत्कृष्ट अभिजात एकल गायन अल्बम	मोंटवेर्दी, कॅसिनी, करीम सुलेमान (साँग्ज ऑफ मार्फेस) (Songs of Orpheus : Monteverdi, Caccini, d'India & Landi – Karim Sulayman)
२२)	सर्वोत्कृष्ट पॉप एकेरी	लेडी गागा (जोअन) (Joanne (Where Do You Think You're Goin'?)" – Lady Gaga)
२३)	सर्वोत्कृष्ट पॉप दुहेरी व समूह कामगिरी	लेडी गागा व ब्रॅडले कुपर (शॅलो) (Shallow" – Lady Gaga & Bradley Cooper)
२४)	सर्वोत्कृष्ट पारंपरिक पॉप व्होकल	विली नेल्सन (माय वे) (My Way – Willie Nelson)
२५)	सर्वोत्कृष्ट पॉप वोकल अल्बम	ॲरिना ग्रॅण्ड (स्वीटनर) (Sweetener – Ariana Grande)

ग्रॅमी पुरस्काराविषयी (Grammy Awards) :

- सुरुवात - ४ मे १९५९ (लॉस एंजेलिस, अमेरिका : Los Angeles-America)
- द रेकॉर्डिंग ॲकॅडमीतर्फे (The Recording Academy) तर्फे इंग्रजी रेकॉर्डिंग क्षेत्रातील उल्लेखनीय कामगिरीसाठी दरवर्षी ग्रॅमी पुरस्कार
- पहिल्या ग्रॅमी पुरस्कार सोहळ्यात २८ पुरस्कार प्रदान, काही वर्षांनी पुरस्कारांची संख्या जवळजवळ १०० पर्यंत
- सर्वसाधारण श्रेणीतील ग्रॅमी पुरस्कार (कोणत्याही शैलीचे बंधन नाही) :

  १) अल्बम ऑफ द इयर (सर्वोत्कृष्ट वार्षिक अल्बम)

  २) रेकॉर्ड ऑफ द इयर (सर्वोत्कृष्ट वार्षिक रेकॉर्ड)

  ३) साँग ऑफ द इयर (सर्वोत्कृष्ट वार्षिक गीत)

  ४) बेस्ट न्यू आर्टिस्ट (सर्वोत्कृष्ट नवोदित कलाकार)
- ग्रॅमी पुरस्काराच्या इतिहासात ख्रिस्तोफर क्रॉस (Christopher Cross), नोरा जोन्स (Norah Jones) आणि ॲडेल (Adele) या तीन व्यक्तीच आजवर चारही पुरस्कारांच्या विजेत्या

सर्वाधिक ग्रॅमी पुरस्कार विजेते		
विभाग	विजेते	ग्रॅमी पुरस्कार
१) पुरुष	सर जॉर्ज सोल्टी (Sir Grorg Solti)	३१
२) महिला	ॲलिसन क्राऊस (Alison Krauss)	२७
३) गट (Group)	यु २ (U2)	२२

ग्रॅमी पुरस्कार विजेते (भारतीय)		
वर्ष	विजेते	अल्बम
१९६८	पं. रविशंकर	वेस्ट मीट्स ईस्ट (West meets East)
१९७३	पं. रविशंकर	द कॉन्सर्ट फॉर बांगला देश (The concert for Bangladesh)
१९८१	झुबिन मेहता	आयझॅक सटर्न ६० ॲनव्हर्सरी सेलिब्रेशन (Issac Stero 60 Anniversary Celebration)
१९८२	झुबिन मेहता	वेर्दी अरीस (Verdi Arias)
१९९०	झुबिन मेहता	शॉस्टाकोव्हीच (Shostakovich)
१९९१	विक्कु विनायक व झाकीर हुसेन	प्लॅनेट ड्रम (Planet Drum)
१९९३	विश्व मोहन भट	अ मीटिंग बाय द रिव्हर (A meeting by the river)
१९९८	पं. रविशंकर	फुल सर्कल : कार्नेजी हॉल २००० (Full Circle : Carnegiw Hall 2000)
२००८	ए. आर. रहमान एच. श्रीधर पी. ए. दीपक	स्लमडॉग मिलिनियर (Slumdog Millionaire)
२००८	झाकीर हुसेन	ग्लोबल ड्रम प्रोजेक्ट (Global Drum Project)
२०१३	पं. रविशंकर	जीवनगौरव पुरस्कार (Lifetime Achievement Award)
२०१३	पं. रविशंकर	द लिव्हिंग रूम सेशन- भाग १ (The Living Room Session Part 1)
२०१५	रिकी केज	विंड्स ऑफ सॅमसरा (Winds of Samsara)
२०१५	नीला वासवाणी	आय एम मलाला (I am Malala)
२०१७	संदीप दास	सिंग मी होम (Sing me Home)

विविध प्रसिद्ध पुरस्कार व क्षेत्र	
पुरस्कार	क्षेत्र
ग्रॅमी अवॉर्ड	संगीत
इमी अवॉर्ड	दूरचित्रवाणी
टॉनी अवॉर्ड	नाटक
ऑस्कर	चित्रपट

(संदर्भ : grammy.com)

सकाळ लॉस एंजेलिसमधील डॉल्बी थिएटरमध्ये आंतरराष्ट्रीय सिनेसृष्टीतील प्रतिष्ठेच्या ९१ व्या ऑस्कर पुरस्काराचे वितरण

दि. २१ फेब्रुवारी २०१९ रोजी अमेरिकेतील लॉस एंजेलिसमधील डॉल्बी थिएटरमध्ये ९१ वा ऑस्कर (The Academy Awards, also known as the OSCAR) सोहळा संपन्न झाला.

- 'द फेव्हरिट' (The Favourite) व 'रोमा' (Roma) या चित्रपटांना सर्वाधिक १० मानांकने, सर्वाधिक ४ पुरस्कार 'बोहेमिआन रासोडी' (Bohemian Rhapsody) या ब्रिटिश चित्रपटास.
- १९८९ च्या ६१ व्या ऑस्कर पुरस्कार सोहळ्यानंतर प्रथमच ऑस्कर सोहळा सूत्रसंचालकाविना.

ऑस्कर पुरस्कार विजेते		
१)	सर्वोत्कृष्ट चित्रपट	ग्रीन बुक (Green Book) वंशभेदापलीकडे जाणाऱ्या मैत्रीची कथा
२)	सर्वोत्कृष्ट अभिनेता	रामी मॅलेक (बोहेमिआन रासोडी) Rami Malek (Bohemian Rhapsody)
३)	सर्वोत्कृष्ट अभिनेत्री	ऑलिव्हिया कोलमन (दि फेव्हरिट) Olivia Colman (The Favourite)
४)	सर्वोत्कृष्ट दिग्दर्शक	अल्फोन्सो क्वारोन (रोमा) २०१४ मध्येही 'ग्रॅव्हिटी' (Gravity) या चित्रपटासाठी 'सर्वोत्कृष्ट दिग्दर्शक' म्हणून ऑस्कर पुरस्कार Alfonso Cuarion (Roma)
५)	सर्वोत्कृष्ट सहायक अभिनेता	महेरशाला अली (ग्रीन बुक) Mahershala Ali (Green Book)
६)	सर्वोत्कृष्ट सहायक अभिनेत्री	रेगिना किंग (इफ बिल स्ट्रीट कुड टॉक) Regina King (If Beale street could talk)

७)	सर्वोत्कृष्ट पटकथा	ग्रीन बुक (Green Book)
८)	सर्वोत्कृष्ट आधारित पटकथा	ब्लॅक क्लान्समन (Black Klansman)
९)	सर्वोत्कृष्ट गीत	शॅलो (Shallow) (गाणे - ए स्टार इज बॉर्न)
१०)	सर्वोत्कृष्ट मूळ स्कोअर	ब्लॅक पँथर
११)	सर्वोत्कृष्ट फिल्म एडिटिंग	बोहेमिआन रासोडी (Bohemian Rhapsody)
१२)	सर्वोत्कृष्ट व्हिज्युअल इफेक्टस	फर्स्ट मॅन (First Man)
१३)	सर्वोत्कृष्ट छायांकन	रोमा (Roma)
१४)	सर्वोत्कृष्ट ध्वनिमिश्रण	बोहेमिआन रासोडी (Bohemian Rhapsody)
१५)	सर्वोत्कृष्ट ध्वनिसंकलन	बोहेमिआन रासोडी (Bohemian Rhapsody)
१६)	सर्वोत्कृष्ट प्रॉडक शन डिझाइन	ब्लॅक पँथर (Black Panther)
१७)	सर्वोत्कृष्ट वेशभूषा	ब्लॅक पँथर (Black Panther)
१८)	सर्वोत्कृष्ट रंगभूषा आणि केशभूषा	व्हाईस (Vice)
१९)	सर्वोत्कृष्ट ॲनिमेटेड फीचर चित्रपट	स्पायडर मॅन - इन टू द स्पायडर व्हर्स (Spider Man : Into the spider verse)
२०)	सर्वोत्कृष्ट प्रत्यक्ष चित्रण लघुपट	स्किन (Skin)
२१)	सर्वोत्कृष्ट ॲनिमेटेड लघुपट	बाओ (Bao)
२२)	सर्वोत्कृष्ट लघु माहितीपट (डॉक्युमेंटरी शॉर्ट)	पीरियड. एंड ऑफ सेंटेन्स (Period. End of Sentence)
२३)	सर्वोत्कृष्ट माहितीपट (डॉक्युमेंटरी फीचर)	फ्री सोलो (Free Solo)
२४)	परकीय भाषेतील सर्वो त्कृष्ट चित्रपट	रोमा (मेक्सिको)

ऑस्कर पुरस्काराविषयी :

- सुरुवात - १९२९
- ॲकॅडमी ऑफ मोशन पिक्चर आर्ट्स ॲण्ड सायन्स (Academy of Motion Pictures Arts and Science) तर्फे अमेरिकन चित्रपटसृष्टीतील विविध २४ प्रकारांतील सर्वोत्तम चित्रपटांना ऑस्कर पुरस्कार (ॲकॅडमी पुरस्कार- Academy Awards)
- १९२९ मध्ये हॉलिवूड रुझवेल्ट हॉटेल येथे सर्वांत पहिल्या ऑस्कर सोहळ्याचे आयोजन
- २००४ पासून जानेवारी महिन्यात पुरस्कारांसाठीच्या नामांकनाची जाहीर घोषणा

सर्वाधिक ऑस्कर	
नाव	पुरस्कार
अभिनेत्री कॅथरिन हेपबर्न (Katharine Hepburn)	४
अभिनेता डॅनिअल डे लेविस (Daniel-Day-Lewis)	३
सर्वाधिक नामांकने	
अभिनेत्री मेरिल स्ट्रीप (Meryl Streep)	२१

ऑस्कर पुरस्कार आणि भारत :

- 'सर्वोत्कृष्ट परकीय भाषा चित्रपट' श्रेणीमध्ये मदर इंडिया (१९५८), सलाम बॉम्बे (१९८९), लगान (२००२), वॉटर (२००७) या भारतीय चित्रपटांचे नामांकन; पण पुरस्कार मिळविण्यात अपयश.
- १९९२ मध्ये सत्यजित रे यांचा 'मानद पुरस्कार' (Honorary Award) या ऑस्कर पुरस्काराने गौरव.
- १९८९ मध्ये 'गांधी' या चित्रपटाच्या सर्वोत्कृष्ट वेशभूषेसाठी भानू अथिया या पहिल्या भारतीयाला पहिला ऑस्कर पुरस्कार
- ऑस्कर अंतर्गत विज्ञान तंत्रज्ञान पुरस्कार (Sci-Tech Award) राहुल ठाकूर (२०१६), सी लिओन (२०१६), विकास साठ्ये (२०१८) यांना.
- विकास स्वरूप यांच्या Q & A या पुस्तकावर आधारित मुंबईतील झोपडपट्टीतील तरुणाच्या कथेवर आधारित २००८ मध्ये प्रदर्शित झालेल्या 'स्लमडॉग मिलेनिअर' (Slumdog

Millionaire) या डॅनी बॉयल दिग्दर्शित चित्रपटास आठ ऑस्कर पुरस्कार

- २०१९ मध्ये इराणी वंशाच्या अमेरिकी नागरिक असलेल्या रेका झेहटाबची (Rayka Zehtabchi) दिग्दर्शित 'पीरिअड, एंड ऑफ सेंटेन्स' (Period, End of sentence) या सामाजिक कार्यकर्ते अरुणाचलम मुरूगनथम यांच्या आयुष्यावर आधारित लघुपटास सर्वोत्कृष्ट लघु माहितीपटाचा ऑस्कर पुरस्कार
- चित्रीकरण स्थळ : उत्तर प्रदेशमधील हापूर जिल्हा

ऑस्कर पुरस्कार विजेते (भारतीय)

वर्ष	विजेते	चित्रपट	पुरस्कार श्रेणी
१९८३	भानू अथिया	गांधी	सर्वोत्कृष्ट वेशभूषा
१९९२	सत्यजित रे	संपूर्ण चित्रपट कारकिर्दीसाठी	मानद पुरस्कार
२००९	रसुल पुकुट्टी	स्लमडॉग मिलेनिअर	सर्वोत्कृष्ट ध्वनीमिश्रण
२००९	ए. आर. रहमान	स्लमडॉग मिलेनिअर	सर्वोत्कृष्ट मूळ स्कोअर
२००९	ए. आर. रहमान आणि गुलजार	स्लमडॉग मिलेनिअर	सर्वोत्कृष्ट गीत

(संदर्भ : oscar.go.co.in, सकाळ वृत्तसेवा)

पुलित्झर पुरस्कार २०१९ : या वर्षी पत्रकारिता गटात १४ आणि साहित्य, नाट्य व संगीत गटात ७ पुलित्झर पुरस्कार विजेते जाहीर

दि. १५ एप्रिल २०१९ रोजी पुलित्झर प्रशासक डॅना कॅनेडी (Dana Canedy) यांनी दि. १५ एप्रिल २०१९ रोजी कोलंबिया विद्यापीठातील (Columbia University) 'स्कूल ऑफ जर्नालिझम' (School of Journalism) येथे पुलित्झर पुरस्कार (Pulitzer Prize) २०१९ जाहीर करण्यात आले.

- या वर्षी पत्रकारिता गटात १४ आणि साहित्य, नाट्य व संगीत गटात ७ पुलित्झर पुरस्कार विजेते जाहीर.
- अमेरिकेचे राष्ट्राध्यक्ष डोनाल्ड ट्रम्प यांच्या कुटुंबीयांनी संपत्तीबाबत केलेले दावे खोटे व केलेली करचुकवेगिरी - या कार्यासाठी 'द न्यूयॉर्क टाइम्स' (The New York Times)ला उत्कृष्ट शोध पत्रकारितेचा पुरस्कार.
- डोनाल्ड ट्रम्प यांनी अध्यक्षीय निवडणुकांवेळी दोन महिलांना पैसे देऊन त्यांच्याशी असलेल्या संबंधाबाबत गुप्तता ठेवण्यास सांगितले होते. या बातमीसाठी 'द वॉल स्ट्रीट जर्नल'च्या कर्मचाऱ्यांना राष्ट्रीय वार्तांकनाचा पुरस्कार.
- तसेच या वर्षी दोन विशेष पुरस्कार जाहीर.

१) मेरीलँड (Maryland) येथे २८ जून २०१८ रोजी ॲनापोलिसच्या (Annapolis) कॅपिटल गॅझेट (Capital Gazette) या वृत्तपत्र कार्यालयात झालेल्या हल्ल्यात कर्मचाऱ्यांचा मृत्यू होऊनही दुसऱ्या दिवशीचा अंक प्रकाशित केल्याबद्दल १ लाख अमेरिकन डॉलर्सची मदत.

२) अरेथा फ्रँकलिन (Aretha Franklin) यांनी पाच दशकांहून अधिक काळ अमेरिकन संगीत आणि संस्कृतीच्या योगदानासाठी सातत्याने केलेल्या लेखनासाठी पुरस्कार.

- शोध पत्रकारिता (Investigative Reporting) या गटात 'लॉस एंजेलिस टाइम्स'च्या (Los Angeles Times) मॅट हॅमिल्टॉन (Matt Hamilton), हॅरी रियान (Harriet Ryan) आणि पाऊल प्रिंगल (Paul Pringle) यांना पुरस्कार जाहीर.

पुलित्झर पुरस्काराविषयी :

- हंगेरियन वंशाचे अमेरिकन वृत्तपत्र प्रकाशक जोसेफ पुलित्झर (Joseph Pulitzer) यांच्या स्मृतिप्रीत्यर्थ हा पुरस्कार प्रदान.
- या पुरस्काराची सुरुवात १९१७ मध्ये
- अमेरिकेतील कोलंबिया विद्यापीठाकडून वृत्तपत्र व पत्रकारिता, साहित्य, नाटक, संगीत क्षेत्रात प्रभावी कार्य करणाऱ्या व्यक्तींना पुरस्कार.
- दरवर्षी २१ विभागांमध्ये पुरस्कार
- लोकसेवा पत्रकारितेसाठी (Public Service) सुवर्णपदक.
- इतर विभागांसाठी पुरस्काराची रक्कम १५००० अमेरिकन डॉलर्स.

पुरस्कारप्राप्त भारतीय व्यक्ती :

गोविंद बिहारीलाल	१९३७	पत्रकारिता
झुंपा लहिरी	२०००	इंटरप्रिटर ऑफ मॅलडिझ या कादंबरीसाठी
गीता आनंद	२००३	पत्रकारितेसाठी
सिद्धार्थ मुखर्जी	२०११	ललितेतर विभागात
विजय शेषाद्री	२०१४	थ्री सेक्शनस या कविता संग्रहासाठी

(संदर्भ : pulitzer.org)

ओमानच्या लेखिका जोखा अलहार्थी यांच्या 'सेलेस्टियल बॉडीज' या पुस्तकाला मॅन बुकर पुरस्कार जाहीर

दि. २२ मे २०१९ - ओमानच्या (Oman) लेखिका जोखा अल हार्थी (Jokha Al harthi) यांना यंदाचा प्रतिष्ठित मॅन बुकर पुरस्कार (Man Booker International Prize) जाहीर.

- त्यांच्या 'सेलेस्टियल बॉडीज' (Celestial Bodies) या

पुलित्झर पुरस्कार : साहित्य, नाट्य व संगीत विभाग		
विभाग	पुरस्कारार्थी	लेखक
ललित (Fiction)	द ओव्हरस्टोरी (The Overstroy)	रिचर्ड पॉवर्स (Richard Powers)
नाट्य (Drama)	फेअरव्ह्यू (Fairview)	जॅकी सिब्बली डूरी (Jackie Sibblies Drury)
इतिहास (History)	फ्रेडरिक डगलस : प्रॉफेट ऑफ फ्रीडम (Frederick Douglass : Prophet of Freedom)	डेविड डब्ल्यू ब्लाइट (David W. Blight)
आत्मचरित्र (Biography)	द न्यू निग्रो : द लाइफ ऑफ ॲलन लॉक (The new Negro : The life of Alain Locke)	जेफरी सी स्टीवर्ट (Jeffrey C. Stewart)
कविता (Poetry)	बी विथ (Be With)	फॉरेस्ट गँडर (Forrest Gander)
संगीत (Music)	प्रिझम (Prism)	एलन रेड (Ellen Reid)
जनरल नॉनफिक्शन (General Nonfiction)	अमिटी ॲन्ड प्रॉस्पॅरिटी : वन फॅमिली ॲन्ड द फ्रॅक्चरिंग ऑफ अमेरिका (Amity and Prosperity : One Family and Fracturing of America)	एलिझा ग्रिसवुड (Eliza Griswold)

पुलित्झर पुरस्कार : पत्रकारिता विभाग व पुरस्कार विजेते		
पुरस्कार	पुरस्कारार्थी	कार्य
सार्वजनिक सेवा (Public Service)	साऊथ फ्लोरिडा सन सेंटिनल (South Florida Sun Sentinel)	मार्जोरी स्टोनमॅन डग्लस हायस्कूलमधील (Marjory Stoneman Doulas High School) हत्याकांड व अंमलबजावणी अधिकाऱ्याच्या अपयशावरील वार्तांकन
ब्रेकिंग न्यूज वार्तांकन (Breaking News Reporting)	पिट्सबर्ग पोस्ट गॅझेट कर्मचारी (Staff of the Pittsburgh Post Gazette)	अग्यारीतील गोळीबाराचे वार्तांकन
राष्ट्रीय वार्तांकन (National Reporting)	द वॉल स्ट्रीट जर्नल कर्मचारी (Staff of Wall Street Journal)	डोनाल्ड ट्रम्प यांनी दोन महिलांना पैसे देऊन त्यांच्या संबंधाबाबत वाच्यता न करण्याबाबतच्या बातमीचे वार्तांकन
ब्रेकिंग न्यूज फोटोग्राफी (Breaking News Photography)	'रॉयटर्स' फोटोग्राफी कर्मचारी (Photography Staff of Reuters)	मध्य आणि दक्षिण अमेरिकेतील स्थलांतरितांच्या छायाचित्रणासाठी पुरस्कार
स्पष्टीकरणात्मक वार्तांकन (Explanatory Reporting)	द न्यूयॉर्क टाइम्सच्या डेविड बेअरस्टो (David Barstow) सुझेन क्रेग (Susanne Craig) रूस बटनर (Russ Buettner)	१८ महिने डोनाल्ड ट्रम्प यांनी केलेल्या संपत्तीबाबतच्या व करचुकवेगिरीचा तपासाचे वार्तांकन
आंतरराष्ट्रीय वार्तांकन (Internation Reporting)	१) असोसिएटेड प्रेस (Associated Press) च्या मॅगी मायकल (Maggie Michael), माद अल झिक्री (Maad al-Zikry), नरिमन अल-मुफ्ती (Nariman al-Mufti) यांना २) रॉयटर्स स्टाफ (Staff of Reuters)	१) येमेन (Yemen) मधील युद्धाच्या वार्तांकनासाठी २) म्यानमारमधील (Myanmar) रोहिंग्या मुस्लिमांवर झालेल्या अत्याचाराच्या वार्तांकनासाठी

पुलित्झर पुरस्कार : इतर :
१) स्थानिक वार्तांकन (Local Reporting) - द ॲडव्होकेट, बॅटन रूज (The Advocate (Baton Rouge, LA) चे कर्मचारी
२) वैशिष्ट्यपूर्ण छायाचित्रांकन (Feature Photography) - लोरेंझो टुंगेली (Lorenzo Tugnoli) (वॉशिंग्टन पोस्टचे कर्मचारी)
३) संपादकीय लिखाण (Editorial Writing) - हे न्यूयॉर्क टाइम्सचे ब्रेन्ट स्टेपल (Brent Staples)
४) समीक्षा (Criticism) - द वॉशिंग्टन पोस्टचे कार्लस लोझॅडा (Carlos Lozada)
५) वैशिष्ट्यपूर्ण लिखाण (Feature Writing) - हॅना ड्रेअर (Hannah Dreier) (प्रो पब्लिकच्या - Pro Publica)

पुस्तकाला हा पुरस्कार जाहीर.

- मॅन बुकर पुरस्कार मिळवणाऱ्या जोखा अल हार्थी या पहिल्या अरबी लेखिका.
- त्यांच्या मूळ अरबी पुस्तकाचे भाषांतर ऑक्सफर्ड विद्यापीठात अरबी साहित्य शिकवणाऱ्या अमेरिकी विद्वान मर्लिन बूथ (Marilyn booth) यांनी केले.
- मॅन बुकर पुरस्कार मूळ लेखक व भाषांतरकारामध्ये विभागून.

लेखिका जोखा अल हार्थी (Jokha Al Harthi):

- जोखा अल हार्थी या ओमानी लेखिका असून त्यांचे शिक्षण ओमान आणि युनायटेड किंगडम येथे.
- एडिंबर्ग विद्यापीठातून (Edinburgh University) अरबी साहित्यात डॉक्टरेट. मस्कत येथील सुलतान काबुस विद्यापीठात (Sultan Qaboos University.) अध्यापन.
- अल हार्थी यांनी यापूर्वी दोन लघु कादंबऱ्या, मुलांची पुस्तके व तीन अरबी कादंबऱ्यांचे लेखन.
- 'सेलेस्टियल बॉडीज' या पुस्तकात ओमान या त्यांच्या मूळ देशात वसाहतवादानंतर झालेल्या स्थित्यंतरांचा वेध.
- यंदाच्या वर्षी मॅन बुकर पारितोषिकासाठी फ्रान्सच्या ॲनी अरनॉक्स (Annie Ernaux (France), जर्मनीच्या मरियॉन पॉशमन (Marion Poschmann (Germany)), पोलंडच्या ओल्गा टोकरूझ (Olga Tokarczuk (Poland), कोलंबियाच्या गॅब्रियल वास्कवेझ (Juan Gabriel Vásquez (Colombia) यांची पुस्तके स्पर्धेत. गॅब्रियल वास्कवेझ हे या यादीतील एकमेव पुरुष लेखक.

मॅन बुकर आंतरराष्ट्रीय पुरस्कार
(Man Booker international Prize):

- मॅन बुकर आंतरराष्ट्रीय पुरस्काराची सुरुवात २००५मध्ये.
- २००५ ते २०१५ पर्यंत हे पुरस्कार दर दोन वर्षांनी
- २०१६ पासून हे पुरस्कार दरवर्षी
- कुठल्या राष्ट्रीयत्वाच्या मूळ लेखकाला व त्या पुस्तकाचे इंग्रजी भाषांतर करणाऱ्या भाषांतरकाराला हा पुरस्कार
- ब्रिटनच्या 'मॅन ग्रुप'तर्फे हा पुरस्कार
- मॅन बुकर आंतरराष्ट्रीय पुरस्काराची रक्कम ५०,००० पौंड
- ही रक्कम मूळ लेखक व भाषांतरकारामध्ये विभागून

वर्ष	पुरस्कारार्थी	राष्ट्रीयत्व	पुस्तक
२०१६	हान कँग (Han Kang)	दक्षिण कोरिया (South Korea)	The Vegetarian
२०१७	डेव्हिड ग्रॉसमॅन (David Grossman)	इस्त्राईल (Israel)	अ हॉर्स वॉक इन टू बार (A Horse Walks Into a Bar)
२०१८	ओल्गा टोकरूझ (Olga Tokarczuk)	पोलंड (Poland)	फ्लाईट्स (Flights)

(संदर्भ : themanbookerprize.com)

सकाळ

पत्रकार रवीश कुमार यांना यावर्षीचा रॅमन मॅगसेसे पुरस्कार - २०१९

दि. २ ऑगस्ट, २०१९ रोजी भारतीय पत्रकार रवीश कुमार यांना त्यांच्या निर्भीड पत्रकारितेसाठी २०१९ चा रॅमन मॅगसेसे (Ramon Magsaysay Award) पुरस्कार जाहीर.

- त्यांच्यासह म्यानमारचे पत्रकार को स्वे विन (ko shwe win) थायलंडमधील मानवी हक्क कार्यकर्त्या अंगखाना नीलापजित (Angkhana neelapaijit), फिलिपिन्समधील संगीतकार रेमुंडा पुजांते कय्याबयाब (Raymundo Pujante Cayabyab) आणि दक्षिण कोरियामध्ये तरुणांमधील हिंसा आणि मानसिक आरोग्यासाठी काम करणारे सामाजिक कार्यकर्ते किम जोंग की (Kim Jong Ki) या चौघांना यंदाचा रॅमन मॅगसेसे पुरस्कार जाहीर.
- ९ सप्टेंबर, २०१९ रोजी फिलिपिन्सची राजधानी मनिला येथे पुरस्काराचे वितरण.

रॅमन मॅगसेसे पुरस्काराविषयी :

- सुरुवात - १९५७.
- आशिया खंडातील सर्वोच्च पुरस्कार; यास आशियाचा नोबेल पुरस्कार समजले जाते.
- पुरस्काराची सुरुवात न्यूयॉर्कस्थित रॉकफेलर्स ब्रदर्स फंड (Rockefeller Brothers Fund) व फिलिपिन्स सरकारच्या संयुक्त मदतीने.
- १९५७ मध्ये फिलिपिन्सचे राष्ट्रपती रॅमन मॅगसेसे यांचे अपघाती निधन झाले. त्यांच्या स्मरणार्थ हा पुरस्कार प्रदान.
- शासकीय सेवा, लोकसेवा, सामुदायिक नेतृत्व, पत्रकारिता, साहित्य आणि सर्जनशील कला, शांतता आणि आंतरराष्ट्रीय सामंजस्य व उदयोन्मुख नेतृत्व या सहा विभागांसाठी हा पुरस्कार देण्यात येतो.

रॅमन मॅगसेसे पुरस्कार विजेते (महत्त्वाचे) भारतीय व्यक्ती			
	विजेते	वर्ष	विभाग/कार्य
१.	विनोबा भावे	१९५८	सामुदायिक नेतृत्व (Community Leadership)
२.	चिंतामण देशमुख	१९५८	शासकीय सेवा (Government Service)
३.	मदर तेरेसा	१९६२	शांतता आणि आंतरराष्ट्रीय सामंजस्य (Peace & International Understanding)
४.	वर्गीस कुरीयन व त्रिभुवनदास पटेल	१९६३	सामुदायिक नेतृत्व (Community Leadership)
५.	जयप्रकाश नारायण	१९६५	लोकसेवा (Public Servcice)
६.	कमलादेवी चट्टोपाध्याय	१९६६	सामुदायिक नेतृत्व (Community Leadership)
७.	सत्यजित रे	१९६७	पत्रकारिता, साहित्य आणि सर्जनशील कला (Journalism, Literature & Creative Communication Arts)
८.	मुरलीधर आमटे (बाबा आमटे)	१९८५	लोकसेवा (Public Service)
९.	पंडित रवि शंकर	१९९२	पत्रकारिता, साहित्य आणि सर्जनशील कला (Journalism, Literature & Creative Communication Arts)
१०.	किरण बेदी	१९९४	शासकीय सेवा (Government Service)
११.	पांडुरंग आठवले	१९९६	सामुदायिक नेतृत्व (Community Leadership)
१२.	राजेंद्र सिंह	२००१	सामुदायिक नेतृत्व (Community Leadership)
१३.	अरविंद केजरीवाल	२००६	उदयोन्मुख नेतृत्व (Emergent Leadership)
१४.	प्रकाश आमटे व मंदाकिनी आमटे	२००८	सामुदायिक नेतृत्व (Community Leadership)
१५.	नीलिमा मिश्रा	२०११	उदयोन्मुख नेतृत्व (Emergent Leadership)
१६.	हरीश हांडे	२०११	सामुदायिक नेतृत्व (Community Leadership)
१७.	कुलंडेई फ्रान्सिस (Kulandei Francis)	२०१२	उदयोन्मुख नेतृत्व (Emergent Leadership)
१८.	अंशु गुप्ता व संजीव चतुर्वेदी	२०१५	उदयोन्मुख नेतृत्व (Emergent Leadership)
१९.	बेझवाडा विल्सन (Bezwada Wilson)	२०१६	सामुदायिक नेतृत्व (Community Leader)
२०.	थोडुर माजबुसी कृष्णा (Thodur Madabusi Krishna)	२०१६	उदयोन्मुख नेतृत्व (Emergent Leadership)
२१.	भारत वाटवाणी	२०१८	उदयोन्मुख नेतृत्व (Emergent Leadership)
२२.	सोनम वांगचुक (Sonam Wangchuk)	२०१८	उदयोन्मुख नेतृत्व (Emergent Leadership)

रवीश कुमार यांच्याविषयी :

- जन्म - ५ डिसेंबर, १९७४ (मोतीहारी, बिहार)
- दिल्ली विद्यापीठामधील देशबंधू महाविद्यालयातून पदवी व दिल्लीस्थित इंडियन इंस्टिट्यूट ऑफ मास कम्युनिकेशन (Indian Institute of Mass Communication -IIMSC) येथून हिंदी पत्रकारिता विषयातून पदव्युत्तर पदवी.
- सध्या NDTV India या वृत्तवाहिनीवर पत्रकारिता.
- या क्षेत्रात १९९६ सालापासून कार्यरत.
- वृत्तवाहिनीवर प्राइम टाइम, हम लोग, रवीश की रिपोर्ट हे प्रसिद्ध कार्यक्रम.

- २०१३ व २०१७ मध्ये रामनाथ गोयंका सर्वोत्कृष्ट पत्रकारिता पुरस्कार

ग्रंथसंपदा :
▪ इश्क में शहर होना
▪ देखते रहियें
▪ रवीशपंती
▪ बोलना ही है
▪ The Free Voice : On Democracy, Culture & the Nation (English)

(संदर्भ : rmaward.asia, naisadak.org)

सकाळ पंतप्रधान नरेंद्र मोदींना रशियाचा सर्वोच्च नागरी सन्मान 'ऑर्डर ऑफ सेंट ॲण्ड्र्यू द अपोस्ल प्रदान

दि. ४ सप्टेंबर २०१९ रोजी रशियाचा सर्वोच्च नागरी सन्मान 'ऑर्डर ऑफ सेंट ॲण्ड्र्यू द अपोस्ल (The order of St. Andrew the Apostle)' पंतप्रधान नरेंद्र मोदींना प्रदान करण्यात आला. पौर्वात्य आर्थिक मंचाच्या व्लॉडिहोस्टॉक (Vladivastok) येथील अधिवेशनानंतर हा सोहळा संपन्न झाला.

- भारत-रशिया संबंध सुधारण्यासाठी पंतप्रधान मोदींनी दिलेल्या योगदानाबद्दल.
- एप्रिल २०१९ मध्येच त्यांना हा पुरस्कार जाहीर झाला होता.

ऑर्डर ऑफ सेंट ॲण्ड्र्यू द अपोस्ल

- इ. स. १६९९ मध्ये पीटर द ग्रेट (Peter the Great) यांनी या पुरस्काराची सुरुवात केली होती.
- मात्र १९१८ मध्ये हा पुरस्कार बंद करण्यात आला होता. १९९८ सालापासून तो नव्याने सुरू करण्यात आला. पंतप्रधान मोदी यांच्यापूर्वी चीनचे राष्ट्राध्यक्ष झी जिनपिंग (Xi Jinping), कझाकस्तानचे राष्ट्राध्यक्ष नुरसुलतान नझरबायेव (Nursultan Nazarbayev), अझरबैतानचे राष्ट्राध्यक्ष हैदर अलीयेव (Heydar Aliyev) यांसारख्या प्रतिष्ठित व्यक्तींना हा पुरस्कार देण्यात आलेला आहे.
- पंतप्रधान नरेंद्र मोदी हे हा पुरस्कार मिळवणारे पहिलेच भारतीय ठरले आहेत.

(संदर्भ : kremlin.ru, pib.gov.in)

सकाळ गली बॉय चित्रपटाचे ९२व्या ऑस्कर पुरस्कारासाठी नामांकन

दि. २१ सप्टेंबर २०१९ रोजी 'गली बॉय' हा सिनेमा भारताकडून ९२व्या ऑस्कर पुरस्कारासाठी पाठविण्यात येणार असल्याचे निवड समितीने जाहीर केले.

- 'बेस्ट इंटरनॅशनल फिचर फिल्म' या गटातून गली बॉय चित्रपटाची निवड करण्यात आली.
- 'गली बॉय' सोबतच 'उरी : दि सर्जिकल स्ट्राइक', 'केसरी', 'बधाई हो', 'आर्टिकल १५' आणि 'अंधाधून' इत्यादी चित्रपटही ऑस्करवारीच्या स्पर्धेत होते. मात्र निवड समितीने गली बॉयवर शिक्कामोर्तब केला.
- 'गली बॉय' या सिनेमात रणवीर सिंग आणि अभिनेत्री आलिया भट्ट यांच्या प्रमुख भूमिका आहेत. झोया अख्तरने या सिनेमाचं दिग्दर्शन केले आहे.
- धारावीतील एका स्लम रॅपर 'डिव्हाइन' म्हणजे विवियन फर्नांडिस याच्या जीवनावर आधारित हा सिनेमा आहे.
- मागील वर्षी भारताने ऑस्करसाठी 'व्हिलेज रॉकस्टार' या चित्रपटाची ची निवड केली होती.

गली बॉयला मिळालेले इतर पुरस्कार

- ऑस्ट्रेलियामधील मेलबर्न येथे पार पडलेल्या 'भारतीय फिल्म फेस्टिव्हल'मध्ये गली बॉयला सर्वोत्कृष्ट सिनेमाचा तसेच दक्षिण कोरियातील २३ व्या 'बुकियॉन इंटरनॅशनल फॅन्टास्टिक फिल्म फेस्टिव्हल'मध्ये नेटवर्क फॉर द प्रमोशन ऑफ एशियन सिनेमाचा पुरस्कारही गली बॉयला मिळाला.

(स्रोत : https://oscar.go.com/news)

सकाळ फिफा फुटबॉल पुरस्कार २०१९ : अर्जेंटिनाचा फुटबॉलपटू लिओनल मेस्सीला फिफाचा सर्वोत्कृष्ट खेळाडूसाठीचा फिफा फुटबॉल पुरस्कार

दि. २३ सप्टेंबर २०१९ रोजी इटली येथील मिलान (Milan-Italy) शहरात सर्वोत्कृष्ट फिफा फुटबॉल पुरस्कार वितरणाचे आयोजन करण्यात आले होते.

सर्वोत्कृष्ट फिफा फुटबॉल पुरस्कार (The Best FIFA Football Award) २०१९

पुरस्कार	पुरुष	महिला
१. सर्वोत्कृष्ट फिफा खेळाडू (The Best FIFA Player)	लिओनल मेस्सी (Lionel Messi) (अर्जेंटिना)	मेगन रॅपिनो (Megan Rapinoe) (अमेरिका)
२. सर्वोत्कृष्ट फिफा प्रशिक्षक (The Best FIFA Coach)	जर्गेन लॉप (Jurgen Klopp) (जर्मनी)	जिल इलीस (Jill Ellis) (इंग्लंड)
३. सर्वोत्कृष्ट फिफा गोलकीपर (The Best FIFA Goalkeeper)	ॲलीसन (Alisson) (ब्राझील)	सॅरी वॅन विनेडाल (Sari Van Veenendaal) (नेदरलँड)

४. फिफा पुरस्कार ॲवार्ड (FIFA Puskas Award)	डॅनियल झसोरी (Daniel Zsori) (रोमानिआ)	

- सर्वोत्कृष्ट फिफा पुरुष खेळाडू पुरस्कारासाठी खेळाडूंच्या १६ जुलै २०१८ ते १९ जुलै २०१९ या कालावधीतील कामगिरी विचारात घेण्यात आली.
- फिफाच्या निवड समितीने १० खेळाडूंच्या नामांकनातून तीन फुटबॉलपटू लिओनल मेस्सी (अर्जेंटिना), विरजील वॅन दिक (Virgil Van Dijk) (नेदरलँड) व ख्रिस्तोअनो रोनाल्डो (पोतुर्गाल) यांची नावे अंतिम केली. त्यात सर्वाधिक ४६ गुण मिळवत लिओनल मेस्सीने हा पुरस्कार पटकावला.

फिफा फुटबॉल पुरस्कार :

- सुरुवात - १९९१
- १९९१-२००९ दरम्यान या पुरस्काराचे नाव फिफा वर्ल्ड प्लेअर ऑफ द इयर (FIFA World Player of the Year) असे तर त्यानंतर (२०१०-२०१५) दरम्यान फ्रान्सचा बॅलन डी ओर पुरस्कारासोबत फिफा बॅलन डी. ऑर (FIFA Ballon d'or) असे करण्यात आले.
- हा पुरस्कार सर्वाधिक (सहा) वेळा लिओनेल मेस्सीने (२००९, २०१०, २०११, २०१२, २०१५, २०१९), त्यानंतर पाच वेळा ख्रिस्तोअनो रोनाल्डो (२००८, २०१३, २०१४, २०१६, २०१७) पटकाविला.

लिओनल मेस्सीविषयी (Lionel Messi) :

- टीम - अर्जेंटिना, बार्सिलोना (Barcelona)
- लिओनल मेस्सीने आपल्या कारकिर्दीत ७०० हून अधिक गोल केले आहेत.
- मेस्सीचा टीममध्ये समावेश असताना अर्जेंटिना संघाने २००८ मध्ये बीजिंग ऑलिम्पिक स्पर्धेत सुवर्णपदक, २०१४ मध्ये ब्राझील फिफा वर्ल्ड कप स्पर्धेत रौप्यपदक पटकाविले.
- यावर्षी त्याने अर्जेंटिना व बार्सिलोनासाठी एकूण ५८ सामन्यांत ५४ गोल केले.

(संदर्भ : fifia.com)

सकाळ पंतप्रधान नरेंद्र मोदींना जगप्रसिद्ध 'मेलिंडा अँड बिल गेट्स फाउंडेशनचा 'ग्लोबल गोलकीपर पुरस्कार'

दि. २४ सप्टेंबर २०१९ रोजी भारताचे पंतप्रधान नरेंद्र मोदी यांना जगप्रसिद्ध 'मेलिंडा अँड बिल गेट्स फाउंडेशन'द्वारे 'ग्लोबल गोलकीपर' पुरस्काराने गौरविण्यात आले.

- 'नेतृत्व व भारतातील स्वच्छता उद्दिष्टांची वचनबद्धता' या काम गिरीसाठी त्यांना हा पुरस्कार जाहीर झाला.
- २ ऑक्टोबर २०१४ रोजी सुरू करण्यात आलेल्या 'स्वच्छ भारत अभियान' साठी त्यांना गेट्स फाउंडेशनचा हा पुरस्कार देण्यात आला.
- यापूर्वी सहा मुस्लिम राष्ट्रांनी आणि रशियाने पंतप्रधान नरेंद्र मोदी यांना जागतिक स्तरावरील पुरस्कारांनी गौरविले आहे.

स्वच्छ भारत अभियानाची कामगिरी (Swachh Bharat Mission [SBM])

- स्वच्छ भारत मोहिमेअंतर्गत आतापर्यंत देशात जवळपास ९ कोटी शौचालयांची निर्मिती करण्यात आली असून २ ऑक्टोबर २०१९ पर्यंत भारत हागणदारीमुक्त करण्याचे उद्दिष्ट होते.
- सरकारी आकडेवारीनुसार देशात आतापर्यंत सुमारे पाच लाख गावे हागणदारीमुक्त झाली आहेत.
- भारतातील सुमारे ९८% खेड्यांमध्ये शौचालये उपलब्ध करून देण्यात आली आहेत. चार वर्षांपूर्वी हे प्रमाण ३८ टक्के इतके होते.
- स्वच्छ भारत योजनेपूर्वी भारतातील ५० कोटी लोकांना स्वच्छतागृहाची सुविधा नव्हती, त्यातील बहुतांश लोकांना आता ती मिळाली आहे, ही मोठी कामगिरी असल्याचे गेट्स फाउंडेशनने म्हटले आहे.

ग्लोबल गोलकीपर पुरस्कार
(Global Goalkeeper Award) :

- मायक्रोसॉफ्ट हा जागतिक ख्यातीच्या कंपनीचे संस्थापक बिल गेट्स आणि त्यांची पत्नी मेलिंडा गेट्स यांनी जगभरातील समाजकारणासाठी स्थापन केलेल्या 'बिल अँड मेलिंडा गेट्स फाऊंडेशनतर्फे हा पुरस्कार दरवर्षी दिला जातो.
- सन २०१७ मध्ये या पुरस्काराची सुरुवात करण्यात आली.
- हा पुरस्कार शाश्वत विकाससंबंधित लक्ष्यांच्या पूर्ततेसाठी वैश्विक नेत्यांना दिला जातो.
- याआधी हा पुरस्कार नार्वेचे पंतप्रधान एर्ना सोलबर्ग और लाइबेरियाचे राष्ट्रपती सरलिफ यांना देण्यात आला आहे.

मोदींना मिळालेले इतर जागतिक पुरस्कार

१. 'अब्दुलअजीज अल सऊद के आदेश' - सौदी अरबचा सर्वोच्च नागरिक सम्मान (एप्रिल, २०१६)
२. अमीर अमानुल्ला खान अवॉर्ड - अफगाणिस्तान देशाचा सर्वोच्च नागरिक पुरस्कार (जून, २०१६)
३. चॅम्पियन्स ऑफ द अर्थ अवॉर्ड - संयुक्त राष्ट्र पर्यावरण कार्यक्रमातर्फे 'आंतरराष्ट्रीय सौर युती' (International Solar Alliance [ISA]) साठीच्या विशेष पुढाकारासाठी देण्यात आला (सप्टेंबर, २०१८).
४. सेउल शांतता पुरस्कार २०१८ - कोरिया गणराज्यातर्फे देशा-तील गरीब आणि श्रीमंत यांच्यातील आर्थिक व सामाजिक दरी कमी करण्यासाठी 'मोदीनॉमिक्स' या संकल्पनेचे श्रेय म्हणून हा पुरस्कार दिला गेला (ऑक्टोबर, २०१८).

५. ऑर्डर ऑफ जयेद - संयुक्त अरब अमिराती (UAE) चा सर्वोच्च नागरी पुरस्कार (४ एप्रिल, २०१९).
६. सेंट ऐण्ड्रू ऑर्डर - रशियातर्फे दिला गेलेला सर्वोच्च पुरस्कार (१२ एप्रिल, २०१९).
७. रुल ऑफ निशान इझ्झुदीन - मालदीव देशाचा सर्वोच्च नागरी पुरस्कार (८ जून, २०१९).
८. किंग हमाद ऑर्डर ऑफ दि रिनैसन्स - द्विपक्षीय संबंध बळकट केल्याबद्दल बहरिन राष्ट्रातर्फे देण्यात आलेला पुरस्कार (२५ ऑगस्ट, २०१९).

(स्रोत :.gatesfoundation.org, pmindia.gov.in, isolaralliance.org/)

वैद्यकशास्त्र, भौतिकशास्त्र, रसायनशास्त्र, साहित्य, शांतता व अर्थशास्त्र यांसाठीचे नोबेल पुरस्कार-२०१९ घोषित

दि. ७ ते १४ ऑक्टोबर २०१९ दरम्यान यावर्षासाठीचे वैद्यकशास्त्र, भौतिकशास्त्र, रसायनशास्त्र, साहित्य, शांतता व अर्थशास्त्र यांसाठीचे नोबेल पुरस्कार घोषित करण्यात आले.

- स्वीडिश ॲकॅडमीतर्फे देण्यात येणारा २०१८ सालचा साहित्यासाठीचा नोबेल पुरस्कार संस्थेच्या संबंधित व्यक्तीवर # metoo (मीटू) चळवळीचे आरोप झाल्यामुळे त्यावर्षी न देता यावर्षी म्हणजे २०१९ मध्ये दोन्ही वर्षांचे साहित्यासाठीचे नोबेल पुरस्कार देण्यात आले.
- यावर्षी एकूण १५ व्यक्तींना मानवतेच्या हितासाठी त्यांनी केलेल्या योगदानासाठी नोबेल पुरस्काराने सन्मानित करण्यात येणार आहे. १० डिसेंबर २०१९ रोजी पुरस्कार वितरण सोहळा पार पडणार आहे.

(१) वैद्यकशास्त्र/शरीरशास्त्र नोबेल (Nobel Prize in Physiology or Medicine) :

२०१९ चे विजेते

१) विल्यम जी. केलीन ज्युनिअर (William G. Kaelin Jr.) - अमेरिका
२) सर पीटर जे. रॅटक्लीफ (Sir Peter J. Ratcliffe) - युनायटेड किंग्डम
३) ग्रेग एल. सेमेन्झा (Gregg L. Semenza) - अमेरिका

- संशोधन - शरीरातील ऑक्सिजनच्या बदलत्या प्रमाणाशी पेशी कशा रीतीने जमवून घेतात यावर प्रकाश टाकणारे संशोधन
- अन्नातून उपयुक्त ऊर्जा निर्मितीसाठी प्राण्यांना ऑक्सिजनची आवश्यकता असते हे ऑक्सिजनचे मूलभूत महत्त्व शतकानुशतके सर्वज्ञात आहे. परंतु शरीरातील पेशी या बदलत्या ऑक्सिजनच्या प्रमाणाशी जुळवून कशा घेतात हे अनभिज्ञ होते.
- ऑक्सिजनच्या उपलब्धतेनुसार जनुकांची क्रिया नियंत्रित करणारी जीवशास्त्रीय यंत्रणा या तीन शास्त्रज्ञांनी शोधून काढली; तसेच शरीरातील ऑक्सिजनच्या पातळीचा चयापचय आणि अन्य शारीरिक क्रियांवर कसा परिणाम होतो याचा शोध लावला.
- या संशोधनाचा उपयोग शरीरशास्त्रातील (Physiology) चयापचय, प्रतिकारक्षमता, श्वसन, गर्भाचा विकास (emryonic development) इ. क्रिया अधिक स्पष्टपणे अभ्यासण्यासाठी होईल व त्यातून ॲनेमिया, कर्करोग, हृदयाचा झटका (Heart attack), संसर्गरोग, जखम भरणे (Wound healing) अशा आजारांवर परिणामकारक औषधांची निर्मिती करण्यासाठी करता येईल.

(२) भौतिकशास्त्र नोबेल पुरस्कार (Nobel Prize in Physics) :

२०१९ चे विजेते

१) जेम्स पीबल्स (James Peebles) - अमेरिका
२) मिशेल मेयर (Michel Mayor) - स्वित्झर्लंड
३) दिदियर क्वेलॉझ (Didier Queloz) - स्वित्झर्लंड

- संशोधन - महाविस्फोटापासून आजपर्यंतची विश्वाची उत्क्रांती व विश्वातील पृथ्वीचे स्थान या विषयावरील जेम्स पीबल्स यांचे संशोधन आणि मिशेल मेयर व दिदियर क्वेलॉझ यांनी लावलेला आपल्या सूर्यमालेबाहेरच्या ग्रहांचा शोध.

जेम्स पीबल्स यांचे संशोधन :

- पीबल्स यांनी Primordial Iso curvature Baryon हे मॉडेल तयार केले असून, त्याद्वारे जगाच्या उत्क्रांतीबद्दल माहिती मिळवण्यास मदत होते.
- विश्वनिर्मिती प्रक्रियेत महत्त्वाची भूमिका असणाऱ्या डार्क मॅटर (Dark Matter), डार्क एनर्जी (Dark Energy), वैश्विक सूक्ष्मलहरींचे उत्सर्जन (Cosmic microwave radiation) बिग-बॅंग न्युक्लियोसिंथेसिस (Big-bang Nucleosynthesis) या विषयांमध्ये यांनी संशोधन केले आहे.

मिशेल मेयर व दिदियर क्वेलॉझ यांचे संशोधन :

- १९९५ मध्ये या दोन शास्त्रज्ञांनी पृथ्वीपासून पन्नास प्रकाशवर्षे दूर असलेल्या ताऱ्याभोवती फिरणाऱ्या ५१ पेगासी बी (51 Pegasi b) या पहिल्या बाह्य ग्रहाचा शोध लावला. तो ज्या ताऱ्याभोवती फिरत आहे, त्यात सूर्यासारखे हायड्रोजन अणूंचे संमिलन होऊन हेलियम अणू गाभ्याच्या ठिकाणी तयार होतात. या स्वरूपाचे फार थोडे तारे आहेत.
- हे संशोधन क्रांतिकारी होते त्यातून विश्वरचनाशास्त्रात बाह्यग्रह विज्ञान ही नवीन शाखाच निर्माण झाली. त्यानंतर आत्तापर्यंत ४००० बाह्यग्रहांचा शोध लागला आहे.

(३) रसायनशास्त्र नोबेल पुरस्कार (Nobel Prize in Chemistry) :

- **२०१९ चे विजेते**

१) जॉन बी गुडइनफ (John B. Goodenough) - अमेरिका

२) एम. स्टॅनली व्हिटिंघम (M. Stanley Whittingham) - अमेरिका
३) अकिरा योशिनो (Akira Yoshino) - जपान

- संशोधन - लिथिअम-आयन बॅटरीच्या संशोधनासाठी.
- १९७० च्या तेल संकटात एम. स्टॅनली व्हिटिंघम यांनी जीवाश्म इंधनमुक्त ऊर्जा निर्माण करण्याचे तंत्र विकसित करण्यास सुरुवात केली. त्यातूनच लिथिअम बॅटरीच्या रचनेचा पाया रचला. त्यांनी बॅटरीच्या ॲनोडसाठी लिथिअम धातूचा उपयोग केला होता. त्यामुळे बॅटरी स्फोटक बनली व हाताळण्यास अवघड झाली.
- १९७९ मध्ये जॉन बी गुडइनफ यांनी त्यावर उपाय म्हणून बॅटरीत लिथिअम कोबाल्ट डायऑक्साइडचा ॲनोड म्हणून उपयोग केला.
- १९८५ मध्ये अकिरा योशिनो यांनी हाताळण्यास अधिक सोपी व सुरक्षित बॅटरीची निर्मिती केली. शुद्ध लिथिअम धातूऐवजी लिथिअम आयनचा (Lithium Ion) उपयोग केला.
- या लिथिअम - आयन बॅटरीमुळे इलेक्ट्रॉनिक्स उपकरणांच्या विश्वात क्रांती झाली, यात मोठ्या प्रमाणातील ऊर्जा छोट्या स्वरूपात साठवता येते; तसेच तिचे वहन कोठेही (portable) सहज करता येते.

(४) साहित्याचा नोबेल पुरस्कार (Nobel Prize in Literature) :

- २०१८ मध्ये स्वीडिश अकादमीमध्ये लैंगिक गैरव्यवहार झाल्याचा आरोप झाल्याने त्यावर्षीच्या साहित्यासाठीचा नोबेल पुरस्कार देण्यात आला नव्हता. तो पुरस्कार यावर्षी पोलंडची लेखिका ओल्गा टोकरझुक यांना देण्यात येणार आहे.

२०१८ ची विजेती

- ओल्गा टोकरझुक (Olga Tokarczuk) - पोलंड

ओल्गा टोकरझुक यांच्याविषयी :

- जन्म - २९ जानेवारी १९६२ (Sulechow, पोलंड)
- ओल्गा या पोलिश (Polish) कादंबरीकार, कवयित्री, पटकथाकार आहेत; तसेच त्यांनी वॉर्सा विद्यापीठातून मनोविकारतज्ज्ञाची पदवी प्राप्त केली आहे.
- १९८९ मध्ये प्रकाशित झालेला कवितासंग्रह 'सिटीज इन मिररस' (Cities in Mirrors) हे त्यांचे पहिले पुस्तक.
- २०१८ मध्ये त्यांच्या 'फ्लाइटस' (Flights) कादंबरीला (याचा इंग्रजी अनुवाद जेनिफर क्रॉफ्ट यांनी केला होता) मॅन बुकर इंटरनॅशनल पुरस्काराने (Man Booker International Prize) सन्मानित करण्यात आले.
- त्यांची रूटा (Ruta) नावाची प्रकाशन कंपनी आहे; तसेच त्या मनोविकारतज्ज्ञ म्हणून काम करतात.

ग्रंथसंपदा :

- फ्लाईटस् (Flights), द बुक ऑफ जेकॉब (The Books of Jacob), प्रिमिव्हल अँड अदर टाईम्स (Primeval and Other Times), ड्राऊव्ह युवर प्लो ओव्हर द बोन्स ऑफ डेड (Drive your plow over the Bones of the Dead), हाऊस ऑफ डे, हाऊस ऑफ नाइट (House of day, House of Night), ख्रिसमस ट्री (Christmas Tales), प्लेईंग ऑन मेनी ड्रम्स् (Playing on Many drums), द डॉल अँड द पर्ल (The Doll & the Pearl)

२०१९ चे विजेते

- पीटर हँडकी (Peter Hanke) - ऑस्ट्रिया

पीटर हँडकी यांच्याविषयी :

- जन्म - ६ डिसेंबर १९४२ (ग्रीफेन, ऑस्ट्रिया)
- २०१९ वर्षासाठीचा साहित्याचा नोबेल पुरस्कार ऑस्ट्रिया देशातील कादंबरीकार आणि नाटककार पीटर हँडकी यांना जाहीर झाला आहे. भाषिक चातुर्याने मानवी अनुभवांचा धांडोळा घेणाऱ्या त्यांच्या प्रभावी लेखनासाठी त्यांना हा पुरस्कार देण्यात येत आहे.
- १९५४ मध्ये त्यांनी शाळेच्या फॅकेल (Fackel) या वृत्तपत्रात पहिल्यांदा लिखाण केले.
- १९६१ मध्ये गॅझ विद्यापीठातून (Graz University) कायद्याचे शिक्षण घेण्यासाठी प्रवेश.
- १९६६ मध्ये प्रकाशित झालेल्या त्यांच्या 'द हॉर्नेस्ट' (The Hornets) कादंबरीने त्यांना प्रसिद्धी मिळवून दिली.
- १९६६ मध्ये त्यांनी लिहिलेले नाटक 'ऑफेंडिंग द ऑडियन्स' (Offending the Audience) रंगमंचावर आले.
- १९७२ मध्ये प्रकाशित झालेल्या 'अ सॉरो बियांड ड्रिम्स' (A Sorrow beyond dreams) या कादंबरीमध्ये त्यांनी आपल्या आईच्या आत्महत्येचे दुःख लिखाणाद्वारे व्यक्त केले.
- १९७८ मध्ये त्यांनी लेफ्ट हँडेड वुमन (Left Handed Woman) या चित्रपटाचे दिग्दर्शन केले.
- त्यांनी कादंबरीकार, नाटककार, अनुवादक, चित्रपट पटकथालेखक, दिग्दर्शक असे विपुल लेखन आणि काम केले आहे.

निवडक ग्रंथसंपदा :

- माय इयर इन द नो-मॅन्स बॉय (My year in the No-Man's Boy), द हॉर्नेस्ट (The Hornets), शॉर्ट लेटर, लाँग फेअरवेल (Short letter, Long Farewell), अ सॉरो बियाँड ड्रिम्स : अ लाईफ स्टोरी (A sorrow beyond dreams : A life story), अ मोमेंट ऑफ ट्रू फिलिंग (A moment of true feeling)

नाटक :

- स्टॉर्म स्टिल कास्पर - ऑफर्डिंग द ऑडियन्स (Storm Still Kaspar - Offending the Audience)

(५) शांतता नोबेल पुरस्कार (Nober Peace Prize) :

- **२०१९ चे विजेते**
- ॲबिय अहमद अली (Abiy Ahmed Ali) - इथिओपिया

- कार्य - इथिओपिया देशाचा शेजारी देश इरिट्रियासोबतचा दीर्घकाळापासूनचा सीमावाद सोडविला; तसेच आंतरराष्ट्रीय शांतता व सहकार्य प्रस्थापित केले.

ॲबिय अहमद अली यांच्याविषयी :

- जन्म - १५ ऑगस्ट १९७६ (बेशाशा, इथिओपिया)
- शिक्षण - २००१ मध्ये संगणक अभियांत्रिकी पदवी
- २०११ मध्ये ट्रान्सफॉर्मेशनल लीडरशिप विषयात एम.ए. पदवी (ग्रीनविच विद्यापीठ, लंडन)
- २०१७ मध्ये आदिस अबाबा विद्यापीठातून पीएच.डी.
- त्यांचे बालपणीचे नाव अबियोत (Abiyot) म्हणजे क्रांती (Revolution)
- ते सध्या ओरोमो लोकशाही पक्षाचे (Oromo Democratic Party [ODP]) अध्यक्ष आहेत.
- १९९१ मध्ये त्यांनी ओरोमो लोकशाही पक्षाचे सदस्य म्हणून त्यावेळीच्या मॉर्क्सवादी-लेनिनवादी शासक मेन्गीस्तु मरियम (Mengisty Mariam) यांच्याविरोधी सशस्त्र संघर्ष केला. पुढे वर्षभरात हे शासन पडले.
- १९९३ मध्ये ते इथिओपियन नॅशनल डिफेन्स फोर्सचे सैनिक म्हणून भरती झाले.
- १९९५ मध्ये झालेल्या रवांडा नरसंहार नंतर त्यांची तेथे संयुक्त राष्ट्रसंघाच्या शांतीसेनेचे (United Nations Peace Keeping Force) सदस्य म्हणून नेमणूक झाली होती.
- १९९८ ते २००० दरम्यान इथो-इरिट्रिया युद्धात त्यांनी गुप्तचर विभागात काम केले.
- २०१० मधील राष्ट्रीय निवडणुकीत अगॅरो (Agaro) मतदारसंघाचे प्रतिनिधित्व करत इथिओपिअन लोकसभेत सदस्य म्हणून निवडून आले.
- २००८ ते २०१५ दरम्यान ते इन्फॉरमेशन नेटवर्क सिक्युरिटी एजन्सी (Information Network Security Agency) या सायबर व गुप्तचर संघटनेचे मुख्य कार्यकारी अधिकारी (Director General) होते.
- २०१५ ते २०१६ दरम्यान ते विज्ञान ते तंत्रज्ञान मंत्री होते.
- २७ मार्च २०१८ रोजी त्यांची इथिओपियन पीपल्स रिवोल्युशनरी डेमोक्रॅटिक फ्रंट (Ethiopian People's Revolutionary Democratic Front) चे तिसरे अध्यक्ष म्हणून निवड झाली.
- २ एप्रिल २०१८ रोजी त्यांनी इथिओपियाचे १५वे पंतप्रधान म्हणून पदभार सांभाळला.
- पंतप्रधान झाल्यानंतर त्यांनी इथिओपियात उदारीकरण, संविधानिक सुधारणा विरोधी पक्षातील हजारो कार्यकर्त्यांची सुटका, निर्वासितांना देशात परत येण्याची परवानगी, कट्टर शत्रू राष्ट्र इरिट्रियासोबत (Eritrea) यशस्वी शांतता करार ही कामगिरी केली.

पुरस्कार व सन्मान :

- ऑर्डर ऑफ द झयेद मेडल (Order of Zayed Medal) (युएई)
- आफ्रिकन एक्सेलन्स ॲवार्ड (African Excellence Award) (आफ्रिकन युनियन)
- युनेस्कोचा शांतता पुरस्कार (UNESCO Peace Prize)
- वर्ल्ड टूरिझम ॲवार्ड (World Tourism Award) (वर्ल्ड टूरिझम फोरम)

(६) अर्थशास्त्र नोबेल पुरस्कार (Nobel Prize in Economics) :

२०१९ चे पुरस्कार विजेते

१) अभिजित बॅनर्जी (Abhijit Banerjee) - अमेरिका

२) एस्थर डफलो (Esther Duflo) - अमेरिका

३) मायकल क्रेमर (Michael Kremer) - अमेरिका

- कार्य - जागतिक दारिद्र्य निर्मूलनासाठी त्यांनी वापरलेले प्रायोगिक दृष्टिकोन.
- 'या अर्थतज्ज्ञांनी केलेल्या संशोधनामुळे जगातून गरिबीचे उच्चाटन करण्यासाठीच्या प्रयत्नांना मदत झाली आहे; तसेच त्यांच्या नव्या प्रयोगात्मक दृष्टिकोनामुळे दोन दशकांमध्ये विकासात्मक अर्थशास्त्राचा चेहरा-मोहरा बदलून या क्षेत्रातील संशोधनाला वेग आला', असे नोबेल समितीने निवेदनात नमूद केले.
- जागतिक दारिद्र्याचा सामना करताना येणाऱ्या अनेक समस्यांवर या तीन अर्थतज्ज्ञांनी विश्वासार्ह उत्तरे शोधून काढली; या लहान, आटोपशीर विभागणी केली असता त्यावर तोडगा काढणे शक्य होते, असे या अर्थतज्ज्ञांनी आपल्या प्रयोगातून सिद्ध करून दाखवले आहे.
- त्यांच्या या अभ्यासातून भारतात उपचारात्मक शिक्षण (remedial tutoring) घेणाऱ्या ५० लाख विद्यार्थ्यांना फायदा झाला; तसेच अनेक देशांमध्ये प्रतिबंधात्मक आरोग्यसेवेसाठी मोठ्या प्रमाणात सबसिडी सुरू करण्यात आली आहे.

अभिजित बॅनर्जी यांच्याविषयी :

- जन्म - २१ फेब्रुवारी १९६१ (वय - ५८), मुंबई
- त्यांची आई निर्माला या कोलकाता येथील सेंटर फॉर स्टडीज इन सोशल सायन्स येथे प्राध्यापक होत्या, तर वडील दीपक हे कोलकाता येथील प्रेसिडेन्सी महाविद्यालयामधील अर्थशास्त्र विभागाचे प्रमुख होते.
- १९८१ मध्ये त्यांनी प्रेसिडेन्सी महाविद्यालयातून अर्थशास्त्र विषयातील बी. एस्सी. पदवी घेतली. १९८३ मध्ये दिल्ली येथील जवाहरलाल नेहरू विद्यापीठातून अर्थशास्त्राची एम.ए.ची पदव्युत्तर पदवी संपादन केली.
- जवाहरलाल नेहरू विद्यापीठात (JNU) शिक्षण घेत असताना आंदोलनात सहभागी झाल्याबद्दल त्यांना तुरुंगवासाची शिक्षा झाली होती.
- १९८८ मध्ये अमेरिकेतील हार्वर्ड विद्यापीठातून त्यांनी Essays in Information Economics या विषयातून पीएच.डी. संपादन केली.
- हार्वर्ड विद्यापीठ आणि प्रिन्स्टन विद्यापीठामध्ये प्राध्यापक म्हणून काम केल्यानंतर सध्या ते मॅसॅच्युसेट्स इन्स्टिट्यूट ऑफ टेक्नॉलॉजीमध्ये प्राध्यापक म्हणून काम करतात.

- २०१३ मध्ये संयुक्त राष्ट्राचे सरचिटणीस बान की-मून यांनी २०१५ नंतरच्या विकास उद्दिष्टांसंदर्भात काम करण्यासाठी नियुक्त करण्यात आलेल्या तज्ज्ञांच्या समितीमध्ये अभिजित यांची नियुक्ती केली होती.
- अभिजित यांनी पत्नी एस्थर डफलो (Esther Daflo) आणि सेंधिल मुल्लैनाथन (Sendhil Mullainathan) यांच्या सहकार्याने अब्दुल लतीफ जमील पॉव्हर्टी ॲक्शन लॅब (Abdul Latif Jameel Poverty Action Lab) हे संशोधन केंद्र सुरू केले. दारिद्र्य निर्मूलनासाठी या केंद्राचे प्रयत्न चालू असतात.
- 'विकासाचे अर्थशास्त्र' (Development Economics) हा अभिजित यांचा संशोधन कार्याचा मुख्य विषय आहे.
- अभिजित यांनी त्यांची सहकारी; तसेच पत्नी एस्थर डफलो हिच्या साथीने संशोधनासाठी यादृच्छिक नियंत्रित चाचण्या (Randomized Controlled Trial) केल्या. उदाहरणार्थ, भारतात पोलिओ लसीकरण सर्वत्र मोफत उपलब्ध आहे, तरीही काही माता आपल्या मुलांना लसीकरणासाठी घेऊन जात नाहीत. तेव्हा संशोधकांनी, राजस्थान येथे, ज्या मातांनी मुलांना लसीकरणासाठी नेले त्यांना पिशवीभर डाळ भेट दिली, यातून तेथे लसीकरणाचे प्रमाण वाढले.
- आणखी एका प्रयोगात, अध्यापक सहायकाची शाळेत विद्यार्थ्यांच्या विशिष्ट गरजांसाठी नेमणूक केली असता यातून सकारात्मक परिणाम होत असल्याचे संशोधकांनी दिसून आले.

एस्थर डफ्लो यांच्याविषयी :

- जन्म - २५ ऑक्टोबर १९७२, पॅरिस, फ्रान्स इथे.
- शिक्षण - इतिहास आणि अर्थशास्त्रात पॅरिस इथल्या विद्यापीठातून पदवी तसेच अर्थशास्त्रात पदव्युत्तर पदवी (१९९५)
- मॅसेच्युसेट्स इन्स्टिट्यूट ऑफ टेक्नॉलॉजी, बोस्टन इथून पी.एचडी.
- १९९९ पासून मॅसेच्युसेट्स इन्स्टिट्यूट ऑफ टेक्नॉलॉजी (MIT) इथे साहाय्यक प्राध्यापक म्हणून रुजू.
- मॅसेच्युसेट्स इन्स्टिट्यूट ऑफ टेक्नॉलॉजी (MIT) मध्ये या पदावर रुजू होणाऱ्या सर्वांत लहान व्यक्ती.
- पॉवर्टी ॲक्शन लॅबच्या सहसंस्थापिका.

मायकल क्रेमर यांच्याविषयी :

- जन्म - १२ नोव्हेंबर १९६४, अमेरिका
- शिक्षण - पदवी, पदव्युत्तर पदवी आणि अर्थशास्त्राची पी.एचडी. सर्व हार्वर्ड विद्यापीठातून.
- मॅसेच्युसेट्स इन्स्टिट्यूट ऑफ टेक्नॉलॉजी, शिकागो विद्यापीठ तसेच हार्वर्ड विद्यापीठात संशोधन आणि अध्यापन.
- विकासात्मक अर्थशास्त्र व आणि आरोग्यात्मक अर्थशास्त्र या विषयांत संशोधन आणि कार्य.
- ग्रंथसंपदा : वोलॅनिटी अँड ग्रोथ (Volatility & Growth (२००५), अंडरस्टॅंडींग पॉवर्टी, (Understanding Poverty (२००६), मॅनकाइंड ऐड वर्क (Making Aid Work (२००७), अ शॉर्ट हिस्ट्री ऑफ पॉवर्टी मेजरमेंटस (A Short History of Poverty Measuements (२०१९), गुड इकॉनॉमिक्स फॉर हार्ड टाइम्स (Good Economics for Hard Times (२०१९)

नोबेल पुरस्काराविषयी :

- संशोधक आल्फ्रेड नोबेल यांच्या स्मरणार्थ आणि त्यांच्या इच्छेनुसार वैद्यकशास्त्र, भौतिकशास्त्र, रसायनशास्त्र, साहित्य व शांतता या पाच विभागांसाठी १९०१ सालापासून नोबेल पुरस्कार देण्यास सुरुवात झाली.
- १९६८ मध्ये स्वीडनची मध्यवर्ती बँक (Sveriges Riks Bank) द्वारा अर्थशास्त्र या नवीन विभागासाठी नोबेल पुरस्काराची सुरुवात.
- शांतता नोबेल पुरस्काराचे वितरण नॉर्वेमधील ओस्लो शहरात, तर इतर पाच पुरस्कारांचे वितरण स्वीडनमधील स्टॉकहोम या शहरात दरवर्षी १० डिसेंबर रोजी म्हणजेच आल्फ्रेड नोबेल यांच्या पुण्यतिथीस करण्यात येते.
- २९ जून १९०० रोजी नोबेल फाउंडेशन (Nobel Foundation) या संस्थेची स्थापना करण्यात आली. ही संस्था नोबेल निधीची कायदेशीर मालक आहे. तिच्या अंतर्गत कार्य करणाऱ्या द स्वीडिश ॲकॅडमीतर्फे साहित्य नोबेल, द रॉयल स्वीडिश ॲकॅडमीतर्फे भौतिकशास्त्र, रसायनशास्त्र नोबेल, 'नॉर्वेजियन नोबेल कमिटी'तर्फे शांतता नोबेल, तर 'नोबेल असेंब्ली ॲट करोलिन्स्का इन्स्टिट्यूट'तर्फे वैद्यकशास्त्र नोबेल पुरस्कार प्रदान केले जातात.
- दरवर्षी देण्यात येणाऱ्या या पुरस्कारात पहिल्या महायुद्धाच्यावेळी (१९१४-१९१८) व दुसऱ्या महायुद्धाच्यावेळी (१९३९-१९४३) खंड पडला. आतापर्यंत फक्त अर्थशास्त्रासाठीच्या नोबेल पुरस्कारात खंड पडला नाही.
- नोबेल पुरस्कार मृत्यूपश्चात देण्यात येत नाही; परंतु पुरस्कार घोषित झाल्यानंतर पण स्वीकारण्याच्या आधी विजेत्याचा मृत्यू झाल्यास त्यावर्षीचा पुरस्कार त्याच विजेत्यास प्रदान केला जातो.
- नोबेल पुरस्काराचे स्वरूप नोबेल सुवर्णपदक, पदविका आणि धनराशी (२०१९ साठी ९ दशलक्ष स्वीडिश क्रॉनोर) असे असते.

नोबेल पुरस्काराविषयी विशेष माहिती :

(१) सर्वाधिक वेळा नोबेल पुरस्कार विजेते :

क्र.	पुरस्कार विजेते	नोबेल पुरस्कार (वर्ष)
१)	आयसीआरसी संस्था (International Committee of the Red Cross [ICRC])	शांतता (१९१७, १९४४, १९६३)
२)	युएनएचसीआर (United Nation High Commissioner for Refugee [UNHCR])	शांतता (१९५४, १९८१)

३)	मेरी क्युरी (Marie Curie)	भौतिकशास्त्र (१९०३), रसायनशास्त्र (१९११)
४)	एल. पोलिंग (L. Pauling)	रसायनशास्त्र (१९५४), शांतता (१९६२)
५)	जे. बार्डीन (J. Bardeen)	भौतिकशास्त्र (१९५६, १९७२)
६)	एफ. सँजर (F. Sanger)	रसायनशास्त्र (१९५८, १९८०)

(२) सर्वांत जास्त वय असणारे नोबेल विजेते :

क्र.	पुरस्कार विजेते	नोबेल पुरस्कार (वर्ष)	वय
१)	आर्थर अ‍ॅश्कीन	भौतिकशास्त्र (२०१८)	९६
२)	लिओनाईड हर्विच्झ	अर्थशास्त्र (२००७)	९०
३)	लॉईड शेपली	अर्थशास्त्र (२०१२)	८९

- २०१९ साठीचा रसायनशास्त्रासाठीचा नोबेल पुरस्कार मिळवणारे जॉन गुडइनफ (वय ९७ वर्षे) हे नोबेल पुरस्कार मिळवणारे सर्वांत ज्येष्ठ व्यक्ती ठरले आहेत.

(३) सर्वांत कमी वय असणारे नोबेल विजेते :

क्र.	नोबेल विजेते	नोबेल पुरस्कार (वर्ष)	वय
१)	मलाला युसूफझाई	शांतता (२०१४)	१७
२)	लॅरेन्स ब्रॅग	भौतिकशास्त्र (१९१५)	२५
३)	नदिया मुराद	शांतता (२०१८)	२५

(४) भारतीय नोबेल पुरस्कार विजेते :

क्र.	नोबेल विजेते	नोबेल पुरस्कार (वर्ष)	कार्य/संशोधन
१)	रवींद्रनाथ टागोर	साहित्य (१९१३)	-
२)	सी. व्ही. रमण	भौतिकशास्त्र (१९३०)	प्रकाशाचे अपस्करण (Scattering of light) या विषयातील संशोधनासाठी
३)	मदर तेरेसा	शांतता (१९७९)	मानवतेच्या दुःखात मदत करण्याच्या कार्याची ओळख म्हणून
४)	अमर्त्य सेन	अर्थशास्त्र (१९९८)	कल्याणकारी अर्थशास्त्राच्या (Welfare economics) योगदानाबद्दल
४)	कैलास सत्यार्थी	शांतता (२०१४)	बालक व युवकांच्या दडपशाही विरुद्धच्या त्यांच्या संघर्षासाठी आणि सर्व मुलांच्या शिक्षणासाठी केलेल्या त्यांच्या योगदानासाठी

(संदर्भ : nobelprize.org)

सकाळ

स्वीडनची ग्रेटा थनबर्ग हिला राजकीय स्तरावर हवामान बदलाविषयी तातडीने पावले उचलण्यासाठी प्रेरणा दिल्याबद्दल 'राईट लाईव्हलीहूड' पुरस्कार

दि. १० ऑक्टोबर २०१९ रोजी स्वीडनची ग्रेटा थनबर्ग हिला राजकीय स्तरावर हवामान बदलाविषयी तातडीने पावले उचलण्यासाठी प्रेरणा दिल्याबद्दल 'राईट लाईव्हलीहूड' पुरस्काराने सन्मानित केले जाणार आहे.

- या पुरस्काराला 'प्रतिनोबेल' किंवा 'पर्यायी नोबेल' म्हणूनही ओळखले जाते.
- ४ डिसेंबरला स्टॉकहोम येथे या पुरस्काराचे वितरण करण्यात येईल.
- यासोबतच मानवाधिकार कार्यकर्ते अमीनातौ हैदर (पश्चिम सहारा), वकील गुओ जिआन्मेई (चीन), टुटूकारा थानोमामी असोसिएशन (ब्राझील) यांनादेखील हा पुरस्कार जाहीर झाला.

ग्रेटा थनबर्ग :

- ग्रेटा थनबर्गने स्वतःची ओळख सोळा वर्षांची पर्यावरणप्रेमी कार्यकर्ती अशी करून दिली आहे.
- ऑगस्ट २०१८ मध्ये तिने स्वीडनच्या संसदेसमोर पर्यावरण संवर्धनासाठी आंदोलन केले. त्यानंतर तिने प्रत्येक शुक्रवारी आंदोलन केले. तिच्या या आंदोलनाची दखल आंतरराष्ट्रीय पातळीवर घेण्यात आली.
- ग्रेटाच्या आंदोलनाला 'फ्रायडेज फॉर द फ्युचर' असे नाव मिळाले असून, हे आंदोलन जर्मनी, बेल्जिअम, फ्रान्स, ऑस्ट्रेलिया, जपान अशा जवळपास शंभर देशांमध्ये पसरले आहे.
- ग्रेटा थनबर्गने न्यूयॉर्कमध्ये झालेल्या हवामान परिषदमध्येही भाग घेतला. या परिषदेसाठी कार्बन उत्सर्जन करणारा विमान प्रवास टाळून सौरऊर्जेवर चालणाऱ्या नौकेतील ती आली. यासाठी तिने पंधरा दिवस सागरी प्रवास केला.
- 'नो वन इज टू स्मॉल टू मेक द डिफरन्स' हे ग्रेटाच्या भाषणांचे पुस्तक आले असून त्याचे स्वामित्व तिने पर्यावरण चळवळीला दिले आहे.
- ग्रेटा थनबर्गला 'टाईम्स' नियतकालिकाने 'पर्सन ऑफ द इअर २०१९' घोषित केले आहे.

राईट लाईव्हलहूड पुरस्कार (Right Livelihood Award) :

- - जकीब वॉन युक्सस्कूल यांनी नोबेल पुरस्कारांपासून दुर्लक्षित राहिलेल्या लोकांचा सन्मान करण्यासाठी या पुरस्काराची सुरुवात केली.
- - १९८० मध्ये या पुरस्काराची सुरुवात करण्यात आली.
- - दरवर्षी चार व्यक्तींना हा पुरस्कार प्रदान करण्यात येतो. पुरस्कारासोबत दहा लक्ष क्रोनर देण्यात येतात.

राईट लाईव्हलहूड पुरस्कार मिळविणारे भारतीय पुरस्कारार्थी

इला भट (१९८३),	रजनी कोठारी (१९८५),
लडाख पर्यावरण विकास संस्था (१९८६),	चिपको आंदोलन (१९८७),
नर्मदा बचाओ आंदोलन (१९९१),	वंदना शिवा (१९९३),
एच. सुदर्शन (१९९४),	केरळ शास्त्र साहित्य परिषद (१९९६),
स्वामी अग्निवेश/असगर अली इंजिनियर (२००४),	कोलीन गोंसाल्विस (२०१७)

(संदर्भ : rightlivelihoodaward.org)

कॅनेडियन लेखिका मागरिट अॅटवूड यांच्या 'द टेस्टामेन्टस्' आणि आफ्रो-ब्रिटिश लेखिका बर्नार्डिन एव्हरिस्टो यांच्या 'गर्ल, वुमन, अदर' या पुस्तकांना संयुक्तपणे बुकर पुरस्कार, २०१९ जाहीर

दि. १४ ऑक्टोबर २०१९ रोजी इंग्रजी साहित्यविश्वात मानाचा समजला जाणारा बुकर पुरस्कार (Booker Prize) यावर्षी कॅनेडियन लेखिका मागरिट अॅटवूड यांच्या 'द टेस्टामेन्टस्' (The Testaments) आणि आफ्रो-ब्रिटिश लेखिका बर्नार्डिन एव्हरिस्टो यांच्या 'गर्ल, वुमन, अदर' (Girl, Women, Other) या पुस्तकांना संयुक्तपणे जाहीर झाला आहे.

- १९९२ मध्ये संयुक्त पुरस्कार देण्याची परिस्थिती निर्माण झाली असताना पुरस्काराचे नियम बदलून दोन जणांना एकाच वेळी पुरस्कार द्यायचा नाही, असा नियम १९९३ मध्ये करण्यात आला होता. त्यानंतर प्रथमच तो नियम मोडून पुरस्कार दोन लेखिकांना संयुक्तपणे जाहीर झाला आहे.
- २३ जुलै २०१९ रोजी पुरस्कारासाठी १३ पुस्तकांची यादी जाहीर झाली. त्यानंतर याच यादीमधून ३ सप्टेंबरला ६ निवडक पुस्तकांची लघु यादी घोषित करण्यात आली होती. १४ ऑक्टोबर २०१९ रोजी या निवडक पुस्तकांच्या यादीतून सर्वोत्तम अशा दोन पुस्तकांची अंतिम घोषणा करण्यात आली.

मागरिट अॅटवूड (Margaret Atwood) यांच्याविषयी :

- जन्म - १८ नोव्हेंबर १९३९ (ओटावा, कॅनडा)
- १९६१ मध्ये प्रकाशित झालेला कवितासंग्रह डबल पर्सेन्सफेन (Double Perspecphane) हे त्यांचे पहिले पुस्तक.
- आजपर्यंत १७ कवितासंग्रह, १६ कादंबऱ्या, १० ललितेतर पुस्तके, ८ बालसाहित्य, ग्राफिक कादंबरी, लघुकथा इ. साहित्यप्रकारात लेखन.
- २००० मध्ये प्रकाशित झालेली द ब्लाईंड असासिन (The Blind Assassin) या त्यांच्या कादंबरीला बुकर पुरस्कार.
- बुकर पुरस्कार मिळवणाऱ्या त्या सर्वांत वयोवृद्ध महिला आहेत.
- आत्तापर्यंत दोन वेळा बुकर पुरस्काराने सन्मानित.
- उल्लेखनीय ग्रंथसंपदा : सरफेसिंग (Surfacing (१९७२)),द हॅन्डमेडस टेल (The Handmaid's Tale (१९८५))कॅटस् आय (Cat's Eye (१९८८)),अॅलिस ग्रेस (Alias Grace (१९९६)),द ब्लाईंड असासिन (The Blind Assassin (२०००)),ऑरिक्स अॅंड क्रेक (Orya & Or Crake (२००३)),द टेस्टमेंटस् (The Testaments (२०१९)

बर्नार्डिन एव्हरिस्टो यांच्याविषयी (Bernardine Evaristo)

- जन्म - १९५९ (लंडन, इंग्लंड)
- १९९४ मध्ये प्रकाशित झालेले आईसलॅंड ऑफ अब्राहम (Island of Abraham) हे त्यांचे पहिले पुस्तक.
- १९८२ मध्ये त्यांनी 'थिएटर ऑफ दी ब्लॅक वुमन', 'स्प्रेड दी वर्ड रायटर डेव्हलपमेंट एजन्सी' या संस्थांसह ८ विविध संस्था सुरू केल्या.
- बुकर पुरस्कार मिळवणाऱ्या त्या पहिल्या कृष्णवर्णीय महिला आहेत.
- आत्तापर्यंत त्यांची ८ पुस्तके प्रकाशित झाली आहेत.
- कादंबरी, कथा, कविता, लघुकथा, निबंध, समीक्षण, नाटक अशा विविध प्रकारांत त्यांनी लेखन केले आहे.
- **उल्लेखनीय ग्रंथसंपदा :** आईसलॅंड ऑफ अब्राहम (Island of Abraham (१९९४)) लारा (डरीर (१९९७)), द एम्पायर्स बेब (The Emperor's Babe (२००१)),सोल टुरिस्ट (Soul Tourists (२००५)),ब्लोन्ड रूटस् (Blonde Roots (२००८)),हॅलो मॅम (Hello Mum (२०१०)),मिस्टर लव्हरमॅन (Mr. Loverman (२०१३))

बुकर पुरस्कार विजेते भारतीय लेखक :

वर्ष	लेखक	पुस्तक
१९८१	सलमान रश्दी	मिडनाइट चिल्ड्रन
१९९७	अरुंधती रॉय	गॉड ऑफ स्मॉल थिंग
२००६	किरण देसाई	द इनहेरिटन्स ऑफ लॉस
२००८	अरविंद अडिगा	द व्हाईट टायगर

(संदर्भ : thebookerprizes.com)

महत्त्वाच्या व्यक्तींची निवड व नियुक्ती

राष्ट्रपती श्री. रामनाथ कोविंद यांच्याकडून सुधीर भार्गव यांची केंद्रीय मुख्य माहिती आयुक्तपदी नियुक्ती

दि. १ जानेवारी २०१९ रोजी राष्ट्रपती श्री. रामनाथ कोविंद यांनी सुधीर भार्गव यांची केंद्रीय मुख्य माहिती आयुक्तपदी नेमणूक केली.

- त्याचबरोबर केंद्रीय माहिती आयोगात यशवर्धन कुमार सिन्हा, वनजा सारना, नीरज कुमार गुप्ता व सुरेश चंद्रा यांची माहिती आयुक्त म्हणून नेमणूक
- यामुळे केंद्रीय माहिती आयोगाची सदस्य संख्या १ मुख्य माहिती आयुक्त व ६ माहिती आयुक्त इतकी झाली आहे.

सुधीर भार्गव :

- १९७९ च्या बॅचचे राजस्थान केडरचे भारतीय प्रशासकीय सेवेतील अधिकारी
- केंद्रीय सामाजिक न्याय मंत्रालयात सचिवपदी कार्य केले आहे.
- यापूर्वी केंद्रीय माहिती आयोगात माहिती आयुक्त म्हणून कार्यरत
- मावळते मुख्य माहिती आयुक्त आर. के. माथूर यांची ते जागा घेणार.

यशवर्धन सिन्हा :

- १९८१ च्या बॅचचे भारतीय परराष्ट्र सेवेतील अधिकारी
- युनायटेड किंगडममध्ये भारताचे उच्चायुक्त म्हणून कार्य
- वनजा सारना या केंद्रीय माहिती आयोगातील एकमेव महिला माहिती आयुक्त असून त्या भारतीय महसूल सेवेतील अधिकारी आहेत.
- नीरज कुमार गुप्ता व सुरेश चंद्रा अनुक्रमे भारतीय प्रशासकीय सेवा व भारतीय विधी सेवेतील निवृत्त अधिकारी

केंद्रीय माहिती आयोगातील माहिती आयुक्त :

१. श्री. सुधीर भार्गव	-	मुख्य माहिती आयुक्त
२. श्री. बिमल झुलका	-	माहिती आयुक्त
३. श्री. दिव्य प्रकाश सिन्हा	-	माहिती आयुक्त
४. श्री. यशवर्धन कुमार सिन्हा	-	माहिती आयुक्त
५. श्रीमती वनजा सारना	-	माहिती आयुक्त
६. श्री. नीरज कुमार गुप्ता	-	माहिती आयुक्त
७. श्री. सुरेश चंद्रा	-	माहिती आयुक्त

लक्षात ठेवा

केंद्रीय माहिती आयोग (Central Information Commission)

- केंद्रीय माहिती आयोगाची स्थापना १२ ऑक्टोबर २००५ रोजी, माहिती अधिकार अधिनियम-२००५ अंतर्गत कलम १२ अन्वये
- केंद्रीय माहिती आयोगात एक मुख्य माहिती आयुक्त व दहापेक्षा अधिक नसतील इतक्या माहिती आयुक्तांची भारताच्या राष्ट्रपतींकडून नियुक्ती
- पंतप्रधानांच्या अध्यक्षतेखालील लोकसभेतील विरोधी पक्षनेता व एक कॅबिनेट मंत्री यांची त्रिसदस्यीय समिती यांच्याकडून राष्ट्रपतींना नावांची शिफारस
- अधिनियमाच्या कलम १२(५) नुसार मुख्य माहिती आयुक्त व इतर माहिती आयुक्त विधी, विज्ञान, समाजसेवा, व्यवस्थापन, पत्रकारिता, माध्यमे, प्रशासन यातील तज्ज्ञ व्यक्तींचा समावेश.

मुख्य माहिती आयुक्त व इतर माहिती आयुक्तांचा कार्यकाळ :

- केंद्रीय माहिती आयोग अर्ध-न्यायिक संस्था (Quasi-Judicial body) म्हणून कार्य
- द्वितीय अपिलाचे ठिकाण म्हणून आयोगाचे कार्य
- आयोगाला दिवाणी न्यायालयाचे अधिकार.
- निर्देशांचे पालन न करणाऱ्या अधिकाऱ्यांना २५० रुपये प्रतिदिन (कमाल २५,०००) दंड ठोठावण्याचा अधिकार

महाराष्ट्र राज्य माहिती आयोग :

- माहितीचा अधिकार अधिनियम-२००५ च्या कलम १५(१) अंतर्गत महाराष्ट्र राज्य माहिती आयोगाची निर्मिती
- महाराष्ट्र राज्य माहिती आयोगामध्ये एक मुख्य माहिती आयुक्त व इतर सात माहिती आयुक्त.
- प्रत्येक महसूल विभागासाठी एक व बृहन्मुंबईसाठी स्वतंत्र

आतापर्यंतचे मुख्य माहिती आयुक्त

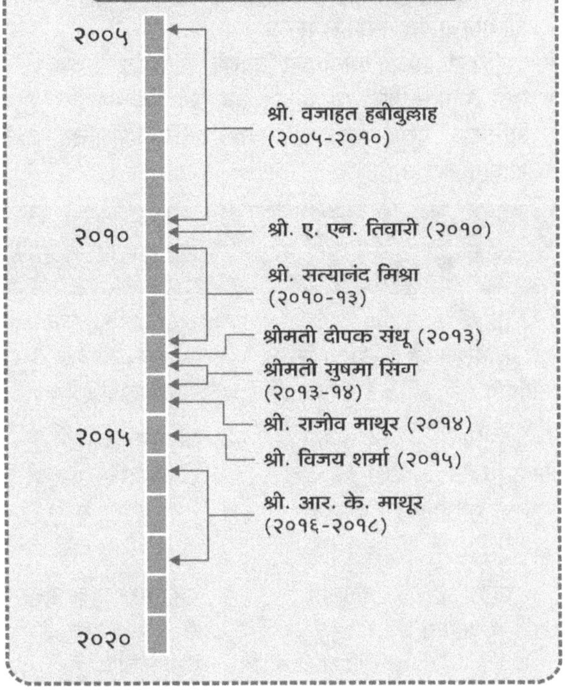

माहिती आयुक्त.

- मुख्य माहिती आयुक्तांची व इतर माहिती आयुक्तांची नेमणूक राज्यपालांमार्फत.
- मुख्य माहिती आयुक्ताचा दर्जा हा राज्य निवडणूक आयुक्ताच्या समकक्ष तर इतर माहिती आयुक्तांचा दर्जा मुख्य सचिवाच्या समकक्ष.
- राज्यपाल सर्वोच्च न्यायालयाच्या चौकशीनंतर मुख्य माहिती आयुक्तांना व इतर आयुक्तांना पदावरून हटवू शकतात.
- सध्या सुमित मलिक हे महाराष्ट्र राज्याचे मुख्य माहिती आयुक्त.
- डॉ. सुरेश जोशी (२००५-१०) हे प्रथम राज्य मुख्य माहिती आयुक्त.

***(संदर्भ** : sic.maharashtra.gov.in,cic.gov.in,pib.nic.in)*

राष्ट्रपती रामनाथ कोविंद यांच्याकडून सुशील चंद्रा यांची निवडणूक आयुक्तपदी नेमणूक

१४ फेब्रुवारी २०१९ रोजी राष्ट्रपती रामनाथ कोविंद यांच्याकडून भारतीय महसूल सेवेतील अधिकारी सुशील चंद्रा यांची केंद्रीय निवडणूक आयोगामध्ये निवडणूक आयुक्तपदी नेमणूक करण्यात आली.

- केंद्रीय निवडणूक आयोगात मुख्य निवडणूक आयुक्त ओमप्रकाश रावत यांच्या निवृत्तीनंतर त्या जागी सुशील चंद्रा यांची नेमणूक
- टी. एस. कृष्णमूर्ती (२००४-२००५) यांच्यानंतर निवडणूक आयुक्त बनणारे सुशील चंद्रा भारतीय महसूल सेवेतील दुसरे अधिकारी
- टी. एस. कृष्णमूर्ती २००४-०५ या कालावधीत देशाचे मुख्य निवडणूक आयुक्त.

सुशील चंद्रा यांच्याबाबत :

- सुशील चंद्रा हे १९८० च्या तुकडीचे भारतीय महसूल सेवेतील अधिकारी
- त्यांनी आयआयटी रूरकीमधून बी.टेक तर डेहराडूनमधील डी.ए.व्ही. महाविद्यालयातून कायद्याची पदवी घेतली.
- सुशील चंद्रा २०१६ पासून केंद्रीय प्रत्यक्ष कर मंडळाचे (Central Board of Direct Taxation : CBDT) प्रमुख.
- सुशील चंद्रा यांना निवडणूक आयोगामध्ये २०२२ पर्यंतचा कालावधी मिळणार.

लक्षात ठेवा

भारतीय निवडणूक आयोग :

- राज्यघटनेच्या अनुच्छेद ३२४ नुसार भारतीय निवडणूक आयोगाची स्थापना २५ जानेवारी १९५० रोजी.
- २५ जानेवारी हा दिवस 'राष्ट्रीय मतदार दिवस' म्हणून साजरा करतात
- देशातील लोकसभेच्या, विधानसभेच्या (संसद व विधिमंडळ), राष्ट्रपती-उपराष्ट्रपतिपदाच्या निवडणुका निवडणूक आयोगामार्फत घेतल्या जातात.
- यासाठी संसदेकडून लोकप्रतिनिधित्व अधिनियम १९५० व १९५१ हे विशेष कायदे संमत
- **केंद्रीय निवडणूक आयोगाची कामे :** पक्षांना मान्यता देणे, चिन्ह वाटप करणे, पक्षांतरबंदीबाबत पीठासीन अधिकाऱ्यांना सल्ला देणे इत्यादी अर्ध-न्यायिक कार्य
- निवडणुकांच्या काळात निवडणूक आयोग आदर्श आचारसंहितेची (Model Code of Conduct) अंमलबजावणी.
- १९९६च्या ११व्या लोकसभा निवडणुकांपासून आदर्श आचारसंहितेला प्रारंभ.

रचना :

- केंद्रीय निवडणूक आयोग हा त्रिसदस्यीय (मुख्य निवडणूक आयुक्त + दोन निवडणूक आयुक्त) आहे.
- १९५०-१९८९ या कालावधीत निवडणूक आयोग एकसदस्यीय होता; १९८९-९० या दरम्यान व १९९३ पासून निवडणूक आयोग त्रिसदस्यीय.
- निवडणूक आयुक्तांची नेमणूक राष्ट्रपतींमार्फत.
- निवडणूक आयुक्त वयाच्या ६५ वर्षे किंवा ६ वर्षे पदावर राहू शकतात.
- मुख्य निवडणूक आयुक्तांना सर्वोच्च न्यायालयाच्या न्यायाधीशाला पदावरून हटविण्याची कार्यपद्धती अनुसरून

पदावरून हटवता येते.

- दोन निवडणूक आयुक्तांना राष्ट्रपती मुख्य निवडणूक आयुक्तांच्या शिफारशीवरून हटवू शकतात; मात्र ही शिफारस राष्ट्रपतींवर बंधनकारक नाही.

भारताचे मुख्य निवडणूक आयुक्त :

- सुकुमार सेन (१९५०-५८) हे भारताचे पहिले मुख्य निवडणूक आयुक्त
- कल्याण सुंदरम (१९५८-६७) सर्वांत प्रदीर्घ काळ मुख्य निवडणूक आयुक्त
- व्ही. एस. रमादेवी (१९९०) या मुख्य निवडणूक आयुक्त म्हणून कार्य करणाऱ्या प्रथम व एकमेव महिला
- त्या राज्यसभेच्या प्रथम महिला महासचिव (१९९३-९७) तसेच हिमाचल प्रदेश व कर्नाटकच्या राज्यपाल
- मुख्य निवडणूक आयुक्त म्हणून १० वे मुख्य निवडणूक आयुक्त टी. एन. शेषन (१९९०-९६) यांचा कार्यकाल सर्वाधिक गाजला.

(संदर्भ : eci.gov.in)

राष्ट्रीय मागासवर्ग आयोगाच्या अध्यक्षपदी भगवानलाल सहानी यांची नियुक्ती

दि. १ मार्च २०१९ - राष्ट्रपती श्री. रामनाथ कोविंद यांनी 'भगवानलाल सहाय' यांची राष्ट्रीय मागासवर्ग (NCBC:National Commission for Backward Class) आयोगाच्या अध्यक्षपदी नियुक्ती केली

- याचबरोबर कौशलेंद्रसिंग पटेल व आचार्य तलौजू यांची सदस्यपदी नियुक्ती करण्यात आली.
- भगवानलाल सहाय बिहारमधील भारतीय जनता पक्षाचे नेते.

राष्ट्रीय मागासवर्ग आयोग (National Commission for Backward Class) :

- इंदिरा साहनी वि. भारतीय संघराज्य या खटल्यात सर्वोच्च न्यायालयाकडून मागासवर्ग आयोग स्थापन करण्याचे निर्देश.
- भारतीय राज्यघटनेच्या अनुच्छेद ३४० नुसार राष्ट्रपती 'शैक्षणिक व सामाजिक मागासवर्गाच्या' चौकशीसाठी एक आयोग नेमतील अशी सूचना.
- यानुसार १९९३ मध्ये 'राष्ट्रीय मागासवर्ग आयोगा'ची संसदेच्या कायद्यानुसार स्थापना
- २०१८ मध्ये या आयोगाला घटनात्मक दर्जा (१०२ वी घटनादुरुस्ती व १२३ वे घटनादुरुस्ती विधेयक) प्रदान
- त्यासाठी राज्यघटनेत अनुच्छेद ३३८ (बी) चा अंतर्भाव करण्यात आला.
- या घटनात्मक आयोगात एक अध्यक्ष व पाच सदस्यांचा समावेश
- कार्यकाळ पाच वर्षांचा
- मागासवर्ग समूहात कोणत्या जातींचा समावेश करावा याबाबत आयोगाचा केंद्रशासनास सल्ला
- 'राष्ट्रीय मागासवर्ग आयोगा'स दिवाणी न्यायालयाचा दर्जा.
- 'इतर मागासवर्गीय समूहां'च्या तक्रारींचे निवारण करण्याचा अधिकार, परंतु सध्या हा विषय 'राष्ट्रीय अनुसूचित जाती आयोगा'कडे आहे.

महत्त्वाचे राष्ट्रीय आयोग

आयोग	स्थापना	रचना
१. राष्ट्रीय अनुसूचित जाती आयोग	१९८७ (राज्यघटना अनुच्छेद ३३८)	एक अध्यक्ष, चार सदस्य (अध्यक्ष : रामशंकर कथेरिया)
२. राष्ट्रीय अनुसूचित जमाती आयोग	१९ फेब्रुवारी २००४ (अनुच्छेद ३३८ए)	अध्यक्ष, उपाध्यक्ष, तीन सदस्य (अध्यक्ष : नंद कुमार साई)
३. राष्ट्रीय महिला आयोग	जानेवारी १९९२ (राष्ट्रीय महिला आयोग अधिनियम-१९९०)	एक अध्यक्ष व पाच सदस्य (अध्यक्ष : रेखा शर्मा)
४. राष्ट्रीय अल्पसंख्याक आयोग	१७ मे १९९३ (१९९२ चा अधिनियम)	अध्यक्ष, उपाध्यक्ष व पाच सदस्य (अध्यक्ष : सईद हायरूल हसन रिझवी)
५. राष्ट्रीय मानवाधिकार आयोग	१२ ऑक्टोबर १९९३	एक अध्यक्ष, चार सदस्य (वरील चार आयोग अध्यक्ष पदसिद्ध सदस्य) (अध्यक्ष : न्या. एच. एल. दत्तू)
६. राष्ट्रीय सफाई कर्मचारी आयोग	१२ ऑगस्ट १९९४	एक अध्यक्ष, चार सदस्य (अध्यक्ष : वालजीभाई वाला)
७. राष्ट्रीय बालअधिकार व संरक्षण आयोग	मार्च २००७	अध्यक्ष : प्रियांक कानुंगो

(संदर्भ : pib.nic.in)

सकाळ न्या. पी. सी. घोष यांची देशाचे पहिले लोकपाल म्हणून नियुक्ती

दि. १९ मार्च २०१९ रोजी सर्वोच्च न्यायालयाचे निवृत्त न्यायाधीश न्या. पिनाकीचंद्र घोष यांची देशाचे पहिले लोकपाल म्हणून राष्ट्रपती श्री. रामनाथ कोविंद यांच्याकडून नियुक्ती करण्यात आली.

- याचबरोबर लोकपाल मंडळावरील पुढील नियुक्त्याही जाहीर करण्यात आल्या.

■ न्या. पिनाकीचंद्र घोष	- अध्यक्ष (लोकपाल)
■ न्या. दिलीप बाबासाहेब भोसले	- न्यायिक सदस्य
■ न्या. प्रदीप कुमार मोहंती	- न्यायिक सदस्य
■ न्या. अभिलाषा कुमारी	- न्यायिक सदस्य
■ न्या. अजय कुमार त्रिपाठी	- न्यायिक सदस्य
■ अर्चना सुंदरम	- गैर-न्यायिक सदस्य
■ दिनेश कुमार जैन	- गैर-न्यायिक सदस्य
■ महेंदर सिंग	- गैर-न्यायिक सदस्य
■ इंद्रजित प्रसाद गौतम	- गैर-न्यायिक सदस्य

- सर्वोच्च न्यायालयाने केंद्र शासनाला वारंवार निर्देश दिल्यानंतर या नियुक्त्या करण्यात आल्या आहेत.
- पंतप्रधान नरेंद्र मोदी, सरन्यायाधीश रंजन गोगोई, लोकसभाध्यक्ष सुमित्रा महाजन, ज्येष्ठ विधिज्ञ मुकुल रोहतगी यांच्या समितीने या नावांची शिफारस केली होती.
- लोकसभेतील विरोधी पक्षनेते मल्लिकार्जुन खर्गे यांनी या निवड प्रक्रियेवर बहिष्कार टाकला होता.
- लोकपाल कायद्यास राष्ट्रपतींची संमती मिळाल्यानंतर तब्बल पाच वर्षांनंतर म्हणजे १ जानेवारी २०१४ नंतर या नियुक्त्या करण्यात आल्या

न्या. पिनाकीचंद्र घोष :

- न्या. पिनाकीचंद्र घोष २०१३ ते २०१७ या कालावधीदरम्यान सर्वोच्च न्यायालयात न्यायाधीश म्हणून कार्यरत होते.
- न्या. पिनाकीचंद्र घोष यांचे वडील न्या. शंभूचंद्र घोष कोलकाता उच्च न्यायालयाचे मुख्य न्यायाधीश होते.
- न्या. पिनाकीचंद्र घोष यांनी २०१२ मध्ये आंध्र प्रदेश उच्च न्यायालयाचे मुख्य न्यायमूर्ती म्हणून कार्य केले.
- न्या. पिनाकीचंद्र घोष सध्या 'राष्ट्रीय मानवाधिकार आयोगा'वर सदस्य म्हणून कार्यरत होते.
- इतर चार न्यायिक सदस्यांनी उच्च न्यायालयाचे मुख्य न्यायाधीश म्हणून काम केले आहे.

इतर चार न्यायिक सदस्य

१. न्या. दिलीप भोसले (माजी मुख्य न्यायमूर्ती, अलाहाबाद उच्च न्यायालय)
२. न्या. प्रदीप कुमार मोहंती (माजी मुख्य न्यायमूर्ती, झारखंड उच्च न्यायालय)
३. न्या. अभिलाषा कुमारी (माजी मुख्य न्यायमूर्ती, मणिपूर उच्च न्यायालय)
४. न्या. अजय त्रिपाठी (माजी मुख्य न्यायमूर्ती, छत्तीसगड उच्च न्यायालय)

गैर-न्यायिक सदस्य

१. दिनेश कुमार जैन (महाराष्ट्र राज्याचे मुख्य सचिव)
२. अर्चना रामसुंदरम (भारतीय पोलीस सेवा)
३. महेंदर सिंग (भारतीय महसूल सेवा)
४. इंद्रजित प्रसाद गौतम (भारतीय प्रशासकीय सेवा)

लोकपाल :

- लोकपाल (Citizen's Ombudsman Bill) ही संस्था सर्वप्रथम १८०९ मध्ये स्वीडनमध्ये स्थापन करण्यात आली.
- त्यानंतर फिनलंड (१९१९), डेन्मार्क (१९५५) व नॉर्वे (१९६२) या देशांमध्ये ही संस्था स्थापन करण्यात आली.
- भारतात पहिल्या प्रशासकीय सुधारणा आयोगाने लोकपाल व लोकायुक्त अशा दोन विशेष प्राधिकरणांची स्थापना करण्याची शिफारस केली.
- भारतात सर्वप्रथम १९६८ मध्ये इंदिरा गांधी सरकारकडून संसदेत लोकपाल विधेयक आणण्यात आले.
- एकूण ११ वेळा लोकपाल विधेयक संसदेत मांडण्यात आले.
- अटल बिहारी वाजपेयी यांच्या कारकिर्दीत दोनदा, तर मनमोहन सिंग यांच्या कारकिर्दीत तीन वेळा लोकपाल विधेयक मांडण्यात आले.
- डिसेंबर २०१३ मध्ये लोकपाल विधेयक संसदेत मांडले गेले
- एकूण अकराव्यांदा व मनमोहन सिंग यांच्या कारकिर्दीत तिसऱ्यांदा हे विधेयक संसदेत मांडले गेले.
- १ जानेवारी २०१४ रोजी या विधेयकास राष्ट्रपतींची संमती मिळून १६ जानेवारीपासून याचा अंमल सुरू झाला.

लोकपाल व लोकायुक्त अधिनियम-२०१३ :

- केंद्रीय स्तरावर लोकपाल व राज्यस्तरावर लोकायुक्त.
- **रचना :** लोकपालमध्ये अध्यक्ष व कमाल ८ सदस्य, त्यापैकी ५०% सदस्य न्यायिक सदस्य.
- ५०% सदस्य अनुसूचित जाती-जमाती, इतर मागासवर्गीय, अल्पसंख्याक महिला यांमधील असतील.
- **निवड प्रक्रिया :** राष्ट्रपतींद्वारे निवड समितीच्या शिफारशीआधारे नेमणूक.

निवड समिती :

- पंतप्रधान
- लोकसभा अध्यक्ष
- सर्वोच्च न्यायालयाचे सरन्यायाधीश
- लोकसभेतील विरोधी पक्षनेता
- वरील चार जणांनी शिफारस केलेला अग्रगण्य विधिज्ञ.
- **शोध समिती :** निवड समितीस साहाय्य (या समितीत ५०% जागा महिला, अल्पसंख्याक, अनुसूचित जाती-जमाती, इतर मागासवर्गीय राखीव).

लोकपाल कार्यक्षेत्र :

१. काही विषय वगळता पंतप्रधान (विशेष कार्यपद्धती)
२. केंद्रीय मंत्री
३. संसद सदस्य
४. केंद्रशासनाचे कर्मचारी (गट अ, ब, क, ड)

अधिकार :

१. केंद्रीय अन्वेषण विभागासह (सीबीआय) कुठल्याही अन्वेषण संस्थेचे साहाय्य घेण्याचा अधिकार.
२. भ्रष्ट मार्गाने मिळवलेली संपत्ती जप्त करण्याचा अधिकार.

कार्यपद्धती :

१. प्राथमिक चौकशी - ३ महिने (३ महिने वाढीव मुदत)
२. तपास - ६ महिने (६ महिने वाढीव मुदत)
३. खटला निकाली काढणे - १ वर्ष (१ वर्ष वाढीव मुदत)

- हे साध्य करण्यासाठी विशेष न्यायालयांची स्थापना करण्यात येईल.
- सप्टेंबर २०१८ मध्ये न्या. रंजना देसाई यांच्या अध्यक्षतेखाली लोकपाल शोध समिती स्थापन करण्यात आली.

लोकपाल संस्थेच्या बोधवाक्य व बोधचिन्हाचे अनावरण

- दि. २६ नोव्हेंबर २०१९ रोजी लोकपाल न्या. पिनाकीचंद्र घोष यांनी लोकपाल संस्थेच्या बोधचिन्ह व ब्रीदवाक्याचे अनावरण झाले.
- ब्रीदवाक्य - 'मा गृधः कस्यास्विद्धनम' (Don not be greedy for anyone's wealth) याचा अर्थ कोणाच्याही संपत्तीचा लोभ धरू नये.
- लोकपालपीठाने सर्वसंमतीने 'ईशावास्योपनिषधा'मधील पहिल्या श्लोकात असलेल्या वाक्याची निवड केली.

बोधचिन्ह

- चित्रात दर्शविल्याप्रमाणे मध्यभागी न्यायासन आहे, तर बाजूला मानवी चित्रातून जनता दर्शविली आहे. अशोक चक्राच्या आकृतीतून डोळा दाखविण्यात आला आहे.

- केशरी रंगातील कायद्याचे पुस्तक हिरव्या रंगातील हातांनी समतल धरलेले आहे.
- तिरंगी रंगातील हे बोधचिन्ह राष्ट्रीय लोकपाल दर्शविते.

(संदर्भ : pib.nic.in)

करमबीर सिंह यांची नौदल प्रमुखपदी नियुक्ती

दि. २३ मार्च २०१९ रोजी व्हाइस ॲडमिरल (Vice Admiral) करमबीर सिंह यांची केंद्र सरकारकडून नवे नौदल प्रमुख (Chief of Naval Staff) म्हणून नियुक्तीची घोषणा करण्यात आली.

- सध्याचे नौदल प्रमुख सुनील लंबा (Sunil Lanba) यांचा कार्यकाळ ३१ मे २०१९ रोजी संपत आहे.
- ३१ मे २०१९ रोजी करमबीर सिंह नौदल प्रमुख पदाचा कार्यभार आपल्या हाती घेतील.
- व्हाइस ॲडमिरल करमबीर सिंह सध्या विशाखापट्टणम येथे पूर्व नौदल कमांडचे फ्लॅग ऑफिसर कमांडर इन चिफ (Flag Officer Commander-in-chief) म्हणून कार्यरत आहेत.
- सरकारने यावेळी गुणवत्तेवर आधारित नियुक्ती केली असून सेवाज्येष्ठता पद्धतीला बगल दिली.

करमबीर सिंह यांच्याविषयी :

- जन्म - ३ नोव्हेंबर १९६९
- करमबीर सिंह हे भारतीय नौदलाचे प्रमुख म्हणून नियुक्ती होणारे व हेलिकॉप्टर पायलट असलेले पहिले नौदल प्रमुख
- ते १९८० मध्ये भारतीय नौदलात दाखल झाले. १९८२ मध्ये हेलिकॉप्टरचे वैमानिक म्हणून काम.
- चेतक (Chetak) आणि कामोव (Kamov) या हेलिकॉप्टर्सनी फ्लीट ऑपरेशन्स (Fleet Operations) केली.
- पदवी वेलिंग्टन (Wellignton) मधील डिफेन्स सर्व्हिसेस स्टाफ कॉलेज (Defence Service Staff College) येथून.
- पंजाबमधील जालंधरचे (Jalandhar) रहिवासी असून ३९ वर्षे भारतीय नौदलात वेगवेगळ्या पदांवर कार्यरत.
- भारतीय तटरक्षक दलाची (Indian Coast Guard) नौका चांदबिबीसह (Chandbibi), आयएनएस विजयदुर्ग (INS Vijaydurg) या नौकांचे नेतृत्व केले.
- क्षेपणास्त्र विध्वंसक (Missile Detroyers) आयएनएस राणा (INS Rana) आणि आयएनएस दिल्ली (INS Delhi) यांचेही सारथ्य
- महाराष्ट्र, गुजरात, अंदमान व निकोबार येथे फ्लॅग ऑफिसर म्हणून कार्य.
- ३१ ऑक्टोबर २०१७ पासून पूर्व नौदल कमांडचे ध्वजाधिकारी म्हणून कार्य
- 'परम विशिष्ट सेवा पदक (Param Vishist Seva Medal - PVSM)' आणि अति विशिष्ट सेवा पदक (Ati Vishisht Seva Medal - AVSM) या पदकांनी राष्ट्रपतींच्या हस्ते सन्मानित.

लक्षात ठेवा

भारतीय नौदलाबाबत :

- १९३४ मध्ये ब्रिटिश सरकारतर्फे 'रॉयल इंडियन नेव्ही' (Royal Indian Navy) ची स्थापना. भारताला स्वातंत्र्य मिळाल्यानंतर भारतीय नौदल (Indian Navy) म्हणून ओळख
- मुख्यालय : नवी दिल्ली येथे
- राष्ट्रपती हे नौदलाचे सर्वोच्च अधिकारी
- जगातील पाचवे सर्वांत मोठे नौदल
- 'शं नो वरुणः' (Sha No Varunaha) हे ब्रीदवाक्य
- ४ डिसेंबर १९७१ रोजी भारत-पाकिस्तान युद्धात भारताच्या विजयामध्ये भारतीय नौदलाची महत्त्वाची भूमिका असल्याने ४ डिसेंबर हा नौदल दिन म्हणून साजरा
- नौदल प्रमुख म्हणून पहिली भारतीय व्यक्ती : व्हाइस ॲडमिरल आर. डी. कटारी (R. D. Katari), २२ एप्रिल १९५८ रोजी पदभाराचा स्वीकार

(संदर्भ : indiannavy.nic.in)

सकाळ

माजी पोलीस महासंचालक दत्ता पडसलगीकर यांची उपलोकायुक्त म्हणून नियुक्ती

दि. ६ मार्च २०१९ रोजी निवृत्त महासंचालक (Director General of Maharashtra Police) दत्ता पडसलगीकर यांची निवड डॉ. एस. के. शर्मा यांच्या जागी महाराष्ट्राचे उप-लोकायुक्त म्हणून करण्यात आली.

- राज्य सरकारतर्फे दत्ता पडसलगीकर यांच्या निवडीचा प्रस्ताव राज्यपाल सी. विद्यासागर राव यांना देण्यात आल्यानंतर त्याला राज्यपालांची ६ मार्च २०१९ रोजी मान्यता.
- दत्ता पडसलगीकर हे १९८२ च्या तुकडीतील भारतीय पोलीस सेवेचे (IPS) अधिकारी
- धनंजय जाधव यांच्यानंतर मुंबईचे दुसरे मराठी पोलीस आयुक्त म्हणून यापूर्वी जानेवारी २०१६ मध्ये नियुक्त.
- गुप्तचर विभागात एप्रिल २०१४ ते जानेवारी २०१६ या कार्यकाळात अतिरिक्त संचालक म्हणून कार्य.
- गुन्हे अन्वेषण विभाग, आर्थिक गुन्हे विभाग; तसेच गुप्तचर विभागाचे सहसंचालक म्हणूनही कार्य.
- ३० जून २०१८ ते २८ फेब्रुवारी २०१९ या कार्यकाळात महाराष्ट्राचे पोलीस महासंचालक म्हणून कार्य.
- आयबीमध्ये (Intelligence Bureau) नागालँड, नवी दिल्ली, वॉशिंग्टन (Washington, US) येथे कार्य.

उल्लेखनीय कामगिरी

- पोलिसांची मदत सर्वसामान्य व्यक्तींपर्यंत पोहोचावी म्हणून 'डायल १००' सारखे विविध ॲप विकसित.
- पोलिसांचा ताण कमी व्हावा म्हणून तीन पाळ्यांमध्ये कामाची विभागणी

उप-लोकायुक्तविषयी :

- महाराष्ट्रात लोकआयुक्त ही संस्था २५ ऑक्टोबर १९७२ रोजी अस्तित्वात
- मोरारजी देसाई यांच्या अध्यक्षतेखालील प्रशासकीय सुधारणा आयोगाच्या १९६६ मधील शिफारशींनुसार लोकआयुक्त संस्थेची स्थापना.
- लोकआयुक्त संस्थेची स्थापना करणारे 'महाराष्ट्र' हे पहिलेच राज्य
- या संस्थेची स्थापना महाराष्ट्र लोकआयुक्त आणि उप-लोक आयुक्त अधिनियम १९७१ द्वारे.

संस्था स्थापनेमागील कारणे :

- नागरिकांच्या तक्रारींचे निवारण करण्यास तत्कालीन व्यवस्था अपुरी
- जनतेतील असंतोष दूर करणे
- भ्रष्टाचाराला आळा घालणे
- जनतेच्या तक्रारींवर उपाय मिळवून देणे
- लोकांमध्ये प्रशासकीय सेवेची सचोटी व कार्यक्षमतेबद्दल विश्वास निर्माण करणे

जगभरात कोठे?

- अशा संस्था स्वीडन (Sweden) मध्ये १८०९ पासून तर फिनलँड (Finland) मध्ये १९१९ पासून अस्तित्वात.
- डेन्मार्कमध्ये (Denmark) १९५५ पासून, नॉर्वे (Norway) आणि न्यूझीलंडमध्ये (Newzealand) १९६२ पासून स्वीकार
- युनायटेड किंगडममध्ये (UK) १९६७ पासून प्रशासनासाठी संसदीय आयुक्ताची नेमणूक.

(संदर्भ : rajbhavan.maharashtra.gov.in, lokayukta. maharashtra.gov.in)

सकाळ

महाराष्ट्राच्या मुख्य सचिवपदी अजोय मेहता यांची नियुक्ती

दि. २८ मार्च २०१९ रोजी महाराष्ट्राच्या मुख्य सचिवपदी उरविंदर पाल सिंग मदान (Urvinder Pal Singh Madan) ऊर्फ यू. पी. एस. मदान यांची नियुक्ती करण्यात आली होती. मात्र त्यांची मुख्यमंत्र्यांचे मुख्य सल्लागार म्हणून नियुक्ती करण्यात आली व अजोय मेहता यांची राज्याच्या मुख्य सचिवपदी नेमणूक करण्यात आली, तर मुंबई महापालिका आयुक्तपदी प्रवीणसिंह परदेशी यांची नियुक्ती झाली.

- तत्कालीन मुख्य सचिव दिनेश कुमार जैन यांची लोकपाल मंडळात सदस्यपदी नियुक्ती झाली.
- मेहता हे मदान यांच्या जागेवर कार्य करणार
- मे २०१९ पासून सप्टेंबर २०१९ पर्यंत ६ महिने ते या पदावर कार्यरत राहतील.
- सेवा ज्येष्ठतेनुसार मेहता यांची मुख्य सचिवपदी नियुक्ती झाली आहे.

मुख्यमंत्री मुख्य सल्लागार यू. पी. एस. मदान यांच्याविषयी :

- जन्म - ८ ऑक्टोबर १९५९
- भारतीय प्रशासन सेवेच्या १९८३च्या तुकडीतील, नांदेड जिल्ह्यातील देगलूर येथे सहायक जिल्हाधिकारी म्हणून प्रशासकीय सेवेची सुरुवात.
- वाणिज्य (Commerce) आणि विधी (Law) शाखेचे पदवीधर, युनायटेड किंगडम (UK) येथे विकास व प्रकल्प नियोजन विषयात पदव्युत्तर शिक्षण.
- मे २०१८ पासून ते महाराष्ट्राच्या वित्त विभागाचे अप्पर मुख्य सचिव म्हणून कार्यरत.
- मुंबई महानगर प्रदेश विकास प्राधिकरणाचे (MMRDA - Mumbai Metropolitan Region Development Authority) महानगर आयुक्त म्हणून सुमारे पाच वर्षे दोन महिने काम.
- मुंबईतील मेट्रो, मुंबई ट्रान्स हार्बर लिंक प्रकल्प, विविध विकास प्रकल्पांना अंतिम रूप देण्याचे कार्य.
- मूळचे चंदीगडचे (पंजाब) असलेल्या मदान यांनी सहायक जिल्हाधिकारी औरंगाबाद, सांगली जिल्हा परिषदेचे मुख्य कार्यकारी अधिकारी, कल्याण-डोंबिवली महापालिका आयुक्त, नांदेडचे जिल्हाधिकारी आदी विविध पदांवर काम पाहिले.
- केंद्रशासनाच्या अणुऊर्जा विभागात उपसचिव, म्हाडाचे (MHADA) उपाध्यक्ष, महाराष्ट्राचे मुख्य निवडणूक अधिकारी म्हणूनही काम केले.

(संदर्भ : mahanews.gov.in, dgipr.maharashtra.gov.in)

सकाळ

मुंबई उच्च न्यायालयाचे नवे मुख्य न्यायमूर्ती म्हणून प्रदीप नंद्राजोग यांची निवड

दि. १ एप्रिल २०१९ रोजी मुंबई उच्च न्यायालयाचे नवे मुख्य न्यायमूर्ती म्हणून प्रदीप नंद्राजोग यांची निवड करण्यात आली.

- ते २३ फेब्रुवारी २०२० पर्यंत या पदावर कार्यरत राहतील.
- न्यायमूर्ती प्रदीप नंद्राजोग यांनी राजस्थान उच्च न्यायालयाचे मुख्य न्यायमूर्ती म्हणून काम पाहिले आहे.
- मुंबई उच्च न्यायालयाचे मुख्य न्यायमूर्ती नरेश पाटील हे एप्रिलमध्ये सेवानिवृत्त झाले.
- सर्वोच्च न्यायालयाच्या कॉलेजियमने मुख्य न्यायमूर्ती प्रदीप नंद्राजोग यांची बदली करून मुंबई उच्च न्यायालयात नेमणूक करण्याची शिफारस केली.

प्रदीप नंद्राजोग यांच्याविषयी :

- प्रदीप नंद्राजोग यांनी १९८१ मध्ये दिल्ली विद्यापीठाकडून कायद्याची पदवी घेतली आहे.
- १९८१ मध्ये त्यांनी दिल्लीच्या बार कौन्सिलसोबत वकील म्हणून कामास सुरवात.
- ६ वर्षे दिल्ली महानगरपालिकेचे वकील म्हणून कार्यरत.
- पुढे २ वर्षे एनसीटी (NCT - National Capital Teritory) दिल्लीच्या निवडणूक आयोगासाठी वकील म्हणून काम.
- २० डिसेंबर २००२ रोजी दिल्ली उच्च न्यायालयात न्यायाधीश म्हणून त्यांची नियुक्ती.
- १६ एप्रिल २००४ रोजी स्थायी न्यायाधीश बनले.
- २ एप्रिल २०१७ रोजी राजस्थान उच्च न्यायालयाचे मुख्य न्यायाधीश म्हणून नेमणूक.
- ७ एप्रिल २०१९ पासून ते २०२० या कालावधीपर्यंत ते मुंबई उच्च न्यायालयाचे मुख्य न्यायाधीश म्हणून कार्यरत राहतील.

न्यायाधीश वृंद अथवा कॉलेजियम पद्धती (Collegium System) :

- उच्च व सर्वोच्च न्यायालयातील न्यायाधीशांच्या नेमणुका या न्यायाधीश वृंदांमार्फत केल्या जातात.
- या पद्धतीत केवळ न्यायाधीशांचाच समावेश असतो.
- या विशेष न्यायाधीश वृंदांची नियुक्ती सरन्यायाधीशांच्या आदेशानेच केली जाते.
- सरन्यायाधीश (१ + ४ = ५) आणि अन्य चार ज्येष्ठ न्यायाधीशांच्या मदतीनेच उच्च वा सर्वोच्च न्यायालयाचे अन्य न्यायाधीश निवडतात.
- तशी शिफारस सरकारकडे केली जाते आणि नंतर त्यांची रीतसर नियुक्ती होते.
- १९९३ मध्ये दिवंगत माजी न्यायाधीश जे. एस. वर्मा यांच्या आदेशाने या पद्धतीला प्रथम चालना मिळाली.
- १९९८ नंतर ही पद्धती विकसित झाली.
- माजी राष्ट्रपती के. आर. नारायणन यांनी पुढाकार घेऊन १९९८ मध्ये सरन्यायाधीशांना या संदर्भात खुलासा करण्याचे आदेश दिले.
- या पद्धतीचा संविधानात उल्लेख नाही; तर न्यायालयाने कलम १२४ (२) मधील 'सल्लामसलत' शब्दाचा अर्थपूर्ण अर्थ लावला आहे, ज्यात न्यायाधीशांनी न्यायाधीशांशी सल्लामसलत केल्यानंतर न्यायपालिकेकडे न्यायाधीश नेमले पाहिजे.

(संदर्भ : bombayhighcourt.nic.in, sci.gov.in)

सकाळ

स्लोवाकिया देशाच्या पहिल्या अध्यक्षपदी जुजाना केप्यूटोव्हा यांची निवड

दि. १ एप्रिल २०१९ रोजी जुजाना केप्यूटोव्हा (Zuzana Caputova) यांची स्लोवाकियाच्या (Slovakia) देशाच्या अध्यक्षपदी निवड करण्यात आली. जगभरातील देशांच्या पहिल्या महिला पंतप्रधान व अध्यक्षांच्या यादीत त्यांचा समावेश झाला आहे.

- या निवडणुकीत त्यांना ५८ टक्के मते मिळाली.
- विरोधी पक्षाच्या मारोस सेफकोविक (Maros Sefcovic) या उमेदवाराला ४८ टक्के मते मिळाली.
- यात भारताच्या माजी पंतप्रधान इंदिरा गांधी, पाकिस्तानच्या

बेनझीर भुट्टो, ब्रिटनच्या मागरिट थॅचर, श्रीलंकेच्या सिरिमावो भंडारनायके, बांगला देशच्या खालिदा झिया आणि इतर नावे सामील आहेत.

- जुजाना मायदेशात एरिन ब्रोकोविच म्हणूनही ओळखल्या जातात.
- त्या उदारमतवादी वकील आहेत.
- जुजाना यांचे नाव स्लोवाकियात पहिल्यांदा भ्रष्टाचारविरोधी कार्यकर्ती म्हणून समोर आले.
- एका पत्रकाराच्या निर्घृण हत्येनंतर त्यांनी ही मोहीम उघडली.
- जुजाना यांनी दोषींना शिक्षा व्हावी याकरिता देशभर मोहीम सुरू केली होती.
- यात त्यांना यशही मिळाले आणि हत्येचे दोषी आणि उद्योजकाला अटक करण्यात आली होती.
- जुजाना यांच्या मोहिमेमुळे पंतप्रधान रॉबर्टो किको यांना राजीनामा द्यावा लागला.
- पर्यावरणाशी निगडित एका प्रकरणी त्यांनी दशकाहून अधिक काळ खटला चालवून तो जिंकला.
- एका उद्योजकाने नैसर्गिकदृष्ट्या संवेदनशील भागात नागरी वस्ती निर्माण केली होती, याच्याविरोधात जुजाना यांनी अत्यंत प्रामाणिकपणे न्यायालयीन लढा दिला व तो जिंकला.
- या प्रकरणातूनच स्लोवाकियात त्यांना एरिन ब्रोकोविच हे नाव प्राप्त झाले.
- जुजाना यांचा राजकीय कार्यक्रम हा स्लोवाकियातील समानता, पर्यावरण, एलजीबीटींचा अधिकार (LGBT Rights) यांच्यासाठी कार्य करणे हा आहे.
- त्या उदारमतवादी विचारांच्या आहेत.

जुजाना केप्यूटोव्हा (Zuzana Caputova) :

- जन्म : २१ जून १९७३ ब्राटिस्लावा (Bratislava, Czechoslovakia)
- पक्ष : प्रोग्रेसिव्ह स्लोवाकिया (Progressive Slovakia)
- शिक्षण : पदवी १९९६ - कायदा - कोमेनिअस युनिव्हर्सिटी (Comenius University)
- कार्य : ओपन सोसायटी फाउंडेशनमध्ये प्रशासकीय पदावर
- महत्त्वपूर्ण कार्य - २००१ ते २०१७ पर्यंत नागरी संघटनांना कायदेशीर मदतीसाठी कार्य केले.
- ग्रीन पीस (Green Peace) या पर्यावरणाच्या क्षेत्रात कार्य करणाऱ्या संस्थेच्या अभियानात सहभाग
- फेलो - एन्व्हार्यमेंटल लॉ अलायन्स वर्ल्डवाइड (E LAW - Environmental Law Alliance Worldwide)
- २०१७ मध्ये त्यांनी राजकारणात प्रवेश केला.
- या पूर्वीचे पद - जानेवारी २०१८ मध्ये प्रोग्रेसिव्ह स्लोवाकिया (Progressive Slovakia) चे व्हाइस चेअरमनपद.
- पुरस्कार : २०१६ - गोल्डमन इनव्हार्यमेंटल प्राईझ (Goldman Environmental Prize 2016)

स्लोवाकिया (Slovakia) :

- स्थापना : १ जानेवारी १९९३ चेकोस्लोवाकिया (Czechoslovakia)पासून स्वतंत्र
- क्षेत्रफळ : ४९,०३५ वर्गकिमी
- खंड : युरोप
- राजधानी : ब्राटिस्लावा (Bratislava)
- चलन : युरो
- भाषा : स्लोवाक (Slovak)
- संसद : नॅशनल कौन्सिल
- लोकसंख्या (२०१८) : ५४ लाख, ४५ हजार ८७

(संदर्भ : vlada.gov.sk,)

सकाळ प्रा. नजमा अख्तर यांची नवी दिल्लीतील 'जामिया मिलिया इस्लामिया' विद्यापीठाच्या पहिल्या महिला कुलगुरू म्हणून नियुक्ती

दि. ११ एप्रिल २०१९ रोजी राष्ट्रपती रामनाथ कोविंद यांनी नजमा अख्तर (Najma Akhtar) यांची नवी दिल्लीतील जामिया मिलिया इस्लामिया (Jamia Millia Islamia) विद्यापीठाच्या कुलगुरुपदी (Vice-chancellor) नियुक्ती केली.

- सुमारे ९९ वर्षांनंतर जामिया मिलिया इस्लामिया विद्यापीठाच्या कुलगुरुपदावर एका महिलेची नियुक्ती करण्यात आली आहे.
- या विद्यापीठाच्या, तसेच दिल्लीतील सर्वच केंद्रीय विश्वमहाविद्यालयाच्या कुलगुरुपदी नियुक्त होणाऱ्या नजमा अख्तर पहिल्याच महिला आहेत.

नजमा अख्तर यांच्याविषयी :

- प्रा. नजमा अख्तर यांनी या राष्ट्रीय व आंतरराष्ट्रीय स्तरावर शैक्षणिक प्रशासक म्हणून कार्यरत आहेत.
- प्रा. नजमा अख्तर एनआयईपीए (NIEPA - National Institute of Educational Planning and Administration) मध्ये १३० देशांच्या वरिष्ठ अधिकाऱ्यांमध्ये 'आंतरराष्ट्रीय शैक्षणिक प्रशासक' म्हणून जवळपास १५ वर्षे काम पाहिले आहे.
- त्यांनी युनेस्को (UNESCO), युनिसेफ (UNICEF), डॅनिडा (DANIDA) आणि इतर आंतरराष्ट्रीय संस्थांबरोबरही शिक्षण विषयक कार्य केले आहे.
- त्यांनी इंदिरा गांधी राष्ट्रीय मुक्त विद्यापीठामध्ये (इग्नूमध्ये) (IGNOU - Indira Gandhi National Open University) राष्ट्रीय आणि आंतरराष्ट्रीय स्तरावरील दूरस्थ शिक्षण क्षमता वृद्धी' (Distance Education Capacity Buidling) अभ्यासक्रमाची निर्मिती केली आहे.
- प्रा. नजमा यांनी अलिगढ मुस्लिम विद्यापीठात परीक्षा नियंत्रक आणि शैक्षणिक कार्यक्रम संचालक म्हणून काम पाहिले आहे.
- भारतामध्ये शैक्षणिक क्षेत्रातील प्रशासक तयार करण्यासाठी

त्यांनी अलाहाबाद येथे पहिली राज्यस्तरीय व्यवस्थापन संस्था स्थापन केली.

- त्या अलिगढ मुस्लीम विद्यापीठाच्या सुवर्णपदक विजेत्या आहेत.

जामिया मिलिया इस्लामिया विद्यापीठाविषयी : लक्षात ठेवा

- या विद्यापीठाची स्थापना उत्तर प्रदेशमधील अलिगढ येथे १९२० मध्ये करण्यात आली.
- भारतीय संसद कायद्यानुसार १९८८ मध्ये केंद्रीय विद्यापीठाचा (Central University) दर्जा देण्यात आला.
- हकीम अजमल खान, डॉ. मुख्तार अहमद अन्सारी आणि अब्दुल मजीद ख्वाजा या तिघांनी गांधीजींच्या सहकार्याने जामिया मिलिया विद्यापीठ दिल्ली येथे स्थलांतरित केले.
- डॉ. जाकिर हुसैन हे १९२८ मध्ये जामियाचे कुलगुरू होते.
- उर्दू भाषेत 'जामिया' या शब्दाचा अर्थ 'विद्यापीठ' असून 'मिलिया' शब्दाचा अर्थ 'राष्ट्रीय' असा होतो.
- २०२० हे या विद्यापीठाचे सुवर्णमहोत्सवी वर्ष आहे.

(संदर्भ : jmi.ac.in)

सकाळ राष्ट्रीय मानवाधिकार आयोगाच्या सदस्यपदी ज्ञानेश्वर मुळे यांची नियुक्ती

दि. २१ एप्रिल २०१९ रोजी राष्ट्रपती रामनाथ कोविंद यांच्या हस्ते परराष्ट्र खात्याचे माजी सचिव डॉ. ज्ञानेश्वर मुळे (Dr. Dnyaneshwar Mulay) यांची राष्ट्रीय मानवाधिकार आयोगाच्या (National Human Right Commission) सदस्यपदी नियुक्ती झाली.

- २५ एप्रिल २०१९ रोजी पदाच्या कार्यभाराचा स्वीकार
- कार्य कालावधी : पाच वर्षे

डॉ. ज्ञानेश्वर मुळे यांच्याविषयी :

- जन्म - १९५८ (सांगली)
- १९८१ मध्ये पुण्याचे डेप्युटी कलेक्टर.
- फेब्रुवारी २०१६ ते जानेवारी २०१९ या कार्यकाळात परराष्ट्र खात्याचे (Ministry of External Affairs) सचिव.
- पारपत्रे (पासपोर्ट) सुलभ रीतीने उपलब्ध होण्यासाठी भारतात ४१० नवीन पासपोर्ट कार्यालये सुरू करण्यासाठी पुढाकार घेतल्याने 'पासपोर्ट मॅन' असाही बहुमान.
- वाणिज्य आणि परराष्ट्र मंत्रालयात कॅबिनेट सचिव.
- प्रसिद्ध लेखक म्हणून सुपरिचित. सुमारे १५ पुस्तकांचे लिखाण
- 'माती, पंख आणि आकाश' हे मराठी पुस्तक सर्वपरिचित.
- कवयित्री बहिणाबाई उत्तर महाराष्ट्र विद्यापीठामध्ये कला अभ्यासक्रमात त्यांच्या साहित्याचा समावेश.
- २०१७ मध्ये मुंबईच्या डी. वाय पाटील विद्यापीठाकडून डी. लिट (Doctor of Literature/D.Litt) देऊन गौरव.
- एप्रिल २०१३ ते फेब्रुवारी २०१६ या काळात अमेरिकेत भारताचे कौन्सिल जनरल (Council General) म्हणून काम.
- १९८३ च्या तुकडीचे आयएफएस (Indian Foreign Service) अधिकारी.
- रशिया, मॉरिशस आणि सीरिया इत्यादी देशांमधील भारतीय दूतावासात काम.
- एप्रिल २००९ ते मार्च २०१३ या कालावधीत मालदीवमध्ये भारताचे उच्चायुक्त (High Commissioner of India) म्हणून कार्य.

राष्ट्रीय मानवाधिकार आयोगाविषयी लक्षात ठेवा

(National Human Rights Commission)

- मानवी अधिकाराचे संरक्षण करण्यासाठी १२ ऑक्टोबर १९९३ रोजी भारतात राष्ट्रीय मानवाधिकार आयोगाची (NHRC) स्थापना
- तत्पूर्वी मानवी अधिकार संरक्षण कायदा (Protection of Human Rights Act - PHRA) १९९३ ला संमती व २००६ मध्ये त्यात दुरुस्ती
- हा कायदा १९९१ मधील पहिल्या मानवाधिकार आंतरराष्ट्रीय कार्यशाळेमध्ये स्वीकृत. पॅरिस तत्त्वांवर आधारित. २० डिसेंबर १९९३ रोजी संयुक्त राष्ट्रसंघाच्या मानवाधिकार आयोग व आमसभेद्वारे या कायद्याचा स्वीकार
- दि. १ मार्च २०१८ रोजी गान्हरी (Global Alliance of National Human Rights Institution - GANHRI) या राष्ट्रीय मानवाधिकार संस्थांच्या जागतिक आघाडीतर्फे भारताच्या राष्ट्रीय मानवाधिकार आयोगाला 'अ' दर्जा प्रमाणपत्र बहाल

आयोगाची रचना :

- अध्यक्ष - सर्वोच्च न्यायालयाचे निवृत्त सरन्यायाधीश
- सदस्य - १) सर्वोच्च न्यायालयाचे न्यायाधीश
२) उच्च न्यायालयाचे मुख्य न्यायाधीश
३) मानवाधिकार क्षेत्रातील दोन तज्ज्ञ व्यक्ती
- निवृत्त न्यायाधीश एच. एल. दत्तू (H. L. Dattu) हे राष्ट्रीय मानवाधिकार आयोगाचे अध्यक्ष.
- न्यायमूर्ती श्री. रंगनाथ मिश्रा हे आयोगाचे पहिले अध्यक्ष.

(संदर्भ : nhrc.nic.in)

न्यूज ब्रॉडकास्टर्स असोसिएशनकडून न्यूज ब्रॉडकास्टिंग स्टँडर्डर्स ॲथॉरिटीच्या अध्यक्षपदी न्या. अर्जन कुमार सिक्री यांची नियुक्ती

दि. २६ मे २०१९ रोजी न्यूज ब्रॉडकास्टर्स असोसिएशनने (NBA: The News Broadcasters Association) ने न्यूज ब्रॉडकास्टिंग स्टँडर्डर्स ॲथॉरिटीच्या (NBSA: News Broadcasting Standards Authority) अध्यक्षपदी न्या. अर्जन कुमार सिक्री यांची नियुक्ती केली आहे.

- न्या. ए. के. सिक्री न्या. आर. व्ही. रवींद्रन यांची जागा घेणार
- न्या. ए. के. सिक्री २६ मे २०१९ पासून पदभार सांभाळतील.

लक्षात ठेवा

न्यूज ब्रॉडकास्टर्स असोसिएशन (NBA: The News Broadcasters Association) :

- न्यूज ब्रॉडकास्टर्स असोसिएशन ही भारतातील वृत्तवाहिन्यांनी स्थापन केलेली खासगी शिखर संस्था.
- या संस्थेची स्थापना ऑक्टोबर २००८ मध्ये.
- सध्या एन.डी.टी.व्ही समूहाचे के. व्ही. एल. राव या संस्थेचे अध्यक्ष आहेत.
- ही संस्था वृत्तवाहिनी क्षेत्रातील नियामक, आचरण, तांत्रिक व कायदेशीर बाबी यांचे नियमन करते.

न्यूज ब्रॉडकास्टिंग स्टँडर्डर्स ॲथॉरिटी (NBSA : News Broadcasting Standards Authority)

- न्यूज ब्रॉडकास्टर्स असोसिएशनचे सदस्य असणाऱ्या वृत्तवाहिन्यांच्या स्व-नियमनासाठी ही स्वतंत्र संस्था.
- एनबीएनं स्वीकारलेल्या आचारसंहितेचे पालन करणे आणि प्रसारण मानके सुधारणे हा एनबीएसएचा उद्देश.
- सदस्य ब्रॉडकास्टर विरोधात आलेल्या तक्रारींवर निर्णय देण्याचे काम एनबीएसए.
- आचारसंहितेच्या उल्लंघनासाठी एनबीएसए वृत्तवाहिनीला एक लाख रुपये इतका दंड ठोठावू शकते.

एनबीएसएचे अध्यक्ष व सदस्य

१. न्या. अर्जन कुमार सिक्री - सर्वोच्च न्यायालयाचे माजी न्यायाधीश
२. नितीन देसाई - अर्थतज्ज्ञ
३. डॉ. एस. वाय. कुरेशी - माजी मुख्य निवडणूक आयुक्त
४. लीला पोनप्पा - माजी राजदूत
५. जोहार चॅटर्जी - माजी सनदी अधिकारी
६. अजय कुमार - व्यवस्थापकीय संपादक (न्यूज नेशन)
७. अमरेंद्र प्रतापसिंह - व्यवस्थापकीय संपादक (इंडिया टीव्ही)
८. प्रशांत पी. आर. - वरिष्ठ समन्वयक संपादक (एशियानेट न्यूज)
९. दीपिका कौरा - कार्यकारी संपादक (सीएनएन न्यूज १८)

न्या. अर्जन कुमार सिक्री यांच्याबाबत :

- न्या. अर्जन कुमार सिक्री ऊर्फ ए. के. सिक्री यांनी १९७७ मध्ये दिल्ली उच्च न्यायालयात वकिलीस प्रारंभ केला.
- १९९९ मध्ये त्यांनी दिल्ली उच्च न्यायालयाचे न्यायाधीश व २०११ मध्ये कार्यकारी मुख्य न्यायाधीशपदी काम केले.
- २०१२ मध्ये ते पंजाब-हरियाणा उच्च न्यायालयाचे मुख्य न्यायाधीश झाले.
- २०१३ मध्ये त्यांची सर्वोच्च न्यायालयात नियुक्ती करण्यात आली व ६ मार्च २०१९ रोजी ते निवृत्त झाले.

(संदर्भ : nbanewdelhi.com)

कॅबिनेट सचिवपदी राजीव गौबा यांची निवड

दि. २० ऑगस्ट २०१९ रोजी केंद्रीय कॅबिनेट निवड समितीने श्री. राजीव गौबा यांची कॅबिनेट सचिवपदी निवड केली.

- श्री. राजीव गौबा हे १९८२च्या बॅचचे झारखंड केडरचे भारतीय प्रशासकीय सेवेतील (IAS) अधिकारी आहेत.
- ही नियुक्ती ३० ऑगस्ट २०१९ पासून दोन वर्षांच्या काळासाठी आहे.
- कॅबिनेट सचिव (Cabinet Secretary) हे प्रशासकीय सेवेमधील सर्वोच्च पद आहे.
- सध्याचे कार्यरत कॅबिनेट सचिव प्रदीपकुमार सिन्हा यांच्याकडून राजीव गौबा आपल्या पदाचा कार्यभार स्वीकारतील.

राजीव गौबा :

- शिक्षण - भौतिकशास्त्र पदवी, पटना विद्यापीठ
- नोकरी - १९८२ च्या बॅचचे झारखंड केडरचे आयएएस अधिकारी
- सध्या ते केंद्रीय गृहखात्याचे सचिव म्हणून कार्यरत असून याआधी त्यांनी झारखंडचे मुख्य सचिवपददेखील सांभाळले आहे.

(संदर्भ : newonair.nic.in, pib.nic.in)

अभिनेते अशोक सराफ यांची राज्यातील स्वच्छ भारत अभियानाचे ब्रॅण्ड ॲम्बेसेडरपदी निवड

दि. २२ ऑगस्ट २०१९ रोजी ज्येष्ठ अभिनेते अशोक सराफ यांची स्वच्छ भारत मिशनच्या ब्रॅण्ड ॲम्बेसेडरपदी निवड करण्यात आली.

- निवडीची घोषणा स्वच्छ भारत मिशन (ग्रामीण) च्या दृकश्राव्य जाहिरातींच्या प्रकाशन कार्यक्रमात केली.
- राज्यातील स्वच्छता शाश्वत स्वरूपात टिकविण्यासाठी ग्रामीण भागात व्यापक प्रसिद्धीसाठी व ग्रामीण जनतेचे वर्तन बदलासाठी

वरील नियुक्ती करण्यात आली आहे.

स्वच्छ भारत अभियानात महाराष्ट्राची स्थिती :

- २ ऑक्टोबर २०१४ रोजी स्वच्छ भारत मिशन (ग्रामीण) या कार्यक्रमाची सुरुवात झाली.
- २ ऑक्टोबर २०१९ या निर्धारित लक्ष्यापूर्वीच, १३ एप्रिल २०१८ रोजी ग्रामीण महाराष्ट्र हागणदारीमुक्त झाला आहे.
- राज्यातील २७ हजार ६६७ ग्रामपंचायती हागणदारीमुक्त घोषित करण्यात आल्या आहेत.

(संदर्भ : mahanews.gov.in)

सकाळ केंद्रीय संरक्षण मंत्रालयाच्या सचिवपदी डॉ. अजय कुमार यांची नियुक्ती

दि. २२ ऑगस्ट २०१९ रोजी केंद्रीय कॅबिनेट निवड समितीने (ACC - Appointments Committee of the Cabinet) डॉ. अजय कुमार यांची केंद्रीय संरक्षण मंत्रालयाच्या सचिवपदी नियुक्ती केली.

- डॉ. अजय कुमार हे १९८५ च्या बॅचचे भारतीय प्रशासकीय सेवेतील (IAS) अधिकारी आहेत.
- नियुक्तीनंतर ते पूर्वसचिव श्री. संजय मित्रा यांच्याकडून पदभार स्वीकारतील.
- डॉ. कुमार यापूर्वी संरक्षण मंत्रालयाच्या संरक्षण उत्पादन विभागाच्या सचिवपदी कार्यरत.

केंद्रीय कॅबिनेट निवड समिती (ACC) :

- सार्वजनिक क्षेत्रातील उपक्रमांमध्ये बोर्ड स्तरावरील आणि सहसचिव स्तरावरील सर्व पदांच्या नेमणुकांसाठी या समितीची मंजुरी आवश्यक असते.
- अध्यक्ष - पंतप्रधान

(संदर्भ : pib.gov.in)

सकाळ महाराष्ट्रासह राजस्थान, तेलंगणा, हिमाचल प्रदेश, केरळ राज्यांच्या राज्यपालांची नियुक्ती

दि. १ सप्टेंबर २०१९ रोजी उत्तराखंडचे माजी मुख्यमंत्री आणि भाजपचे ज्येष्ठ नेते भगतसिंग कोश्यारी यांची महाराष्ट्राच्या राज्यपालपदी नियुक्ती करण्यात आली. महाराष्ट्रासह राजस्थान, तेलंगणा, हिमाचल प्रदेश, केरळ यांच्या राज्यपालपदाच्या नियुक्तीची घोषणा राष्ट्रपती भवनाकडून करण्यात आली.

- हिमाचल प्रदेशच्या राज्यपालपदी असलेल्या कलराज मिश्र यांची राजस्थानच्या राज्यपालपदी नियुक्ती करण्यात आली असून त्यांच्या जागी हिमाचल प्रदेशचे राज्यपाल म्हणून भाजपचे वरिष्ठ नेते बंडारू दत्तात्रय यांची नियुक्ती करण्यात आली आहे.
- तमिळनाडूमधील भाजपच्या नेत्या तमिळसाई सुंदरराजन यांची शेजारील राज्य तेलंगणाच्या राज्यपालपदी नियुक्ती करण्यात आली असून तोंडी तलाक प्रथेच्या विरोधात आवाज उठवणारे मुस्लीम सुधारणावादी आरीफ मोहम्मद खान यांच्यावर केरळच्या राज्यपालपदाची धुरा सोपविण्यात आली आहे.

भगतसिंग कोश्यारी :

- भगतसिंग कोश्यारी यांनी ५ सप्टेंबर २०१९ रोजी महाराष्ट्राचे २२ वे राज्यपाल म्हणून पदभार स्वीकारला. यापूर्वी ते उत्तराखंडचे मुख्यमंत्री होते. उत्तराखंड राज्याची स्थापना झाल्यानंतर ऑक्टोबर २००१ ते मार्च २००२ या काळात त्यांनी उत्तराखंडचे दुसरे मुख्यमंत्री म्हणून जबाबदारी सांभाळली होती. सक्रिय राजकारणात प्रवेश करण्यापूर्वी ते राष्ट्रीय स्वयंसेवक संघाचे कार्यकर्ते म्हणून काम करीत होते. त्यांनी राज्यसभा आणि लोकसभेचे सदस्य म्हणूनदेखील काम केलेले आहे. भाजपचे माजी राष्ट्रीय अध्यक्ष असलेल्या कोश्यारी यांनी २००२ ते २००७ या काळात उत्तराखंड विधानसभेमध्ये विरोधी पक्षनेतेपददेखील सांभाळले होते.
- तेलंगणाच्या राज्यपालपदी नियुक्त करण्यात आलेल्या तमिळसाई सुंदरराजन या तेलंगणाच्या पहिल्याच महिला राज्यपाल असून त्या देशातील सर्वांत तरुण राज्यपालदेखील ठरल्या आहेत.
- राज्यपालपदाची सूत्रे हाती घेताना वय वर्षे ५८ असणाऱ्या तमिळसाई या सद्यःस्थितीत साठीच्या आत असलेल्या एकमेव राज्यपाल आहेत.
- आंध्र प्रदेशचे राज्यपाल विश्वभूषन हरीचंदन हे देशातील वयाने सर्वांत ज्येष्ठ राज्यपाल आहेत.
- आजघडीला त्यांचे वय ८५ वर्षं आहे.
- तरुण राज्यपालांच्या बाबतीत तमिळसाई यांच्यानंतर गुजरातचे राज्यपाल आचार्य देवव्रत यांचा क्रमांक लागतो. त्यांचे वय ६० वर्षे आहे.
- देशात सध्या २९ राज्यांचे मिळून २८ राज्यपाल आहेत. या २८ जणांपैकी १९ जण प्रथमच राज्यपालपदाची जबाबदारी सांभाळत आहेत.
- सर्व राज्यपालांचे सरासरी वय ७३ वर्षे इतके असून बहुतेक राज्यपाल हे ७० ते ७९ वयोगटातील आहेत.
- एकूण २८ पैकी ६ ठिकाणी राज्यपालपदाची धुरा महिला सांभाळत आहेत.

(संदर्भ : presidentofindia.nic.in)

सकाळ एशियाटिक सोसायटी ऑफ मुंबईच्या अध्यक्षपदी विस्पी बालपोरीया

दि. २ सप्टेंबर २०१९ रोजी एशियाटिक सोसायटी ऑफ मुंबईच्या अध्यक्षपदी प्रा. विस्पी बालपोरीया यांची निवड करण्यात आली. बालपोरीयांच्या रूपात संस्थेच्या २१५ वर्षांच्या इतिहासात प्रथमच एक महिला अध्यक्ष लाभली आहे. बालपोरीया यांच्यासह इतर पदाधिकाऱ्यांचीदेखील निवड झाली.

- त्यात उपाध्यक्ष म्हणून मीनल क्षीरसागर, योगेश कामदार, शहरनाझ नळवाला यांची तर सचिवपदी सुरेंद्र कुलकर्णी यांची निवड करण्यात आली.

विस्पी बालपोरीया यांच्याविषयी :

- विस्पी बालपोरीया या जयहिंद कॉलेजमध्ये अभ्यागत प्राध्यापक म्हणून कार्यरत आहेत. यापूर्वी त्यांनी एशियाटिक सोसायटीचे मानद सचिवपद भूषविलेले आहे. 'असोसिएशन ऑफ ब्रिटिश कौन्सिल स्कॉलर्स' या संस्थेच्या त्या सदस्या आहेत. १९९९ मध्ये मुंबई विद्यापीठाने त्यांचा आदर्श शिक्षक पुरस्कार देऊन गौरव केला होता. त्यांनी ऑक्सफर्ड विद्यापीठातून शिक्षण क्षेत्रातील पदवी आणि पदव्युत्तर शिक्षण घेतलेले आहे.

एशियाटिक सोसायटी ऑफ मुंबई

लक्षात ठेवा

- एशियाटिक सोसायटी ऑफ मुंबईची स्थापना २६ नोव्हेंबर १८०४ रोजी करण्यात आली होती. सर जेम्स मेकिंटोश (Sir James Mackintosh) यांनी संस्थेची स्थापना केली होती. भारतीय ग्रंथांमधील ज्ञानभंडाराचा प्रचार आणि प्रसार हे संस्थेच्या स्थापनेमागचे मुख्य उद्दिष्ट होते. मुंबईतील फोर्ट परिसरातील शहीद भगतसिंग रोडवर संस्था उभी आहे.

(संदर्भ : asiaticsociety.org.in)

भारतीय हवाई दलातील विंग कमांडर अंजली सिंग यांची रशियाच्या भारतीय दूतावासात 'डेप्युटी एअर अटॅशपदी नियुक्ती

दि. १० सप्टेंबर २०१९ रोजी भारतीय हवाई दलातील विंग कमांडर अंजली सिंग यांची रशियाच्या भारतीय दूतावासात 'डिप्टी एअर अटॅश (Deputy Air Attache)' म्हणून नियुक्ती करण्यात आली.

- परदेशात भारतीय मिशनमध्ये सैन्य मुत्सद्दी म्हणून तैनात होणाऱ्या भारतीय हवाई दलातल्या त्या प्रथम महिला अधिकारी आहेत.
- 'डिप्टी एअर अटॅश' या पदावर राहून त्या भारतीय हवाई दल आणि रशियाचे सरकार यांच्यामधला दुवा म्हणून काम पाहणार.
- 'एअर अटॅश' हा एअर फोर्स अधिकारी असतो जो मुत्सद्दी मोहिमेचा भाग असतो. सहसा या पदावर एका उच्चपदस्थ अधिकाऱ्याची नेमणूक होते.
- 'एअर अटॅश' मुत्सद्दी असलेली व्यक्ती ज्या देशात कार्यरत आहेत तिथे स्वतःच्या देशातील हवाई दलाचे प्रतिनिधित्व करते.

विंग कमांडर अंजली सिंग

- विंग कमांडर अंजली सिंग यांनी 'मिग-२९' या लढाऊ विमानाचे प्रशिक्षण घेतले आहे.
- त्या भारतीय हवाई दलात वैमानिकी अभियंता (इलेक्ट्रॉनिक्स) (Aeronautical Engineer [AE(L)]) अधिकारी असून गेल्या १७ वर्षांपासून देशाच्या सेवेत आहेत.

भारतीय सैन्यात महिलांची स्थिती

- सैन्य भरतीची योजना भारतीय सैन्यात व्यापकपणे आखली जात असून, भारतीय लष्करी पोलिसांत दरवर्षी १०० महिला सैनिक भरती करण्याची शासनाची योजना आहे.
- आगामी १७ वर्षांत सैन्य पोलिसांसाठी १७०० महिला सैनिक तयार करणे हे उद्दिष्ट आहे.
- सध्या १०० महिला सैनिकांच्या पहिल्या तुकडीची भरती सुरू असून डिसेंबरमध्ये त्याचे प्रशिक्षण सुरू होईल.

(संदर्भ : indianembassy-moscow.gov.in)

यु. पी. एस. मदान राज्याचे नवे निवडणूक आयुक्त

दि. ११ सप्टेंबर २०१९ रोजी निवृत्त सनदी अधिकारी यु. पी. एस मदान यांची महाराष्ट्र राज्याचे निवडणूक आयुक्त म्हणून नेमणूक झाली आहे.

- दि. ५ सप्टेंबर २०१९ रोजी महाराष्ट्र राज्याचे सहावे निवडणूक आयुक्त म्हणून मदान यांनी पदभार स्वीकारला.
- मावळते निवडणूक आयुक्त जगेश्वर सहारिया यांचा कार्यकाळ संपल्यामुळे मदान यांची निवड झाली.
- यु. पी. एस. मदान १९८३ च्या तुकडीचे महाराष्ट्र केडरचे भारतीय प्रशासकीय सेवेतील अधिकारी आहेत.
- त्यांनी यापूर्वी राज्यात विविध ठिकाणी जिल्हा परिषदेचे मुख्य कार्यकारी अधिकारी, जिल्हाधिकारी व मंत्रालयात अतिरिक्त मुख्य सचिव म्हणून जबाबदारी स्वीकारली आहे.
- भारतीय निवडणूक आयोगातर्फे राज्य निवडणूक अधिकारी म्हणूनही त्यांनी काम पाहिले आहे.
- मुंबई महानगर विकास प्राधिकरणाचे आयुक्त व म्हाडाचे मुख्य कार्यकारी अधिकारी म्हणून त्यांनी काम पाहिले असून राज्याचे मुख्य सचिव म्हणून ते सनदी सेवांमधून निवृत्त झाले आहेत.

महाराष्ट्र राज्य निवडणूक आयोग :

- भारतीय संविधानाच्या ७३ व ७४ व्या घटनादुरुस्तीनुसार प्रत्येक राज्यासाठी राज्य निवडणूक आयोगाची स्थापना करण्यात आली.
- त्यानुसार महाराष्ट्र राज्य निवडणूक आयोगाची स्थापना २६ एप्रिल १९९४ रोजी करण्यात आली.
- संविधानातील भाग-९ मधील अनुच्छेद २४३(घ) नुसार ग्रामीण भागातील स्थानिक स्वराज्य संस्था व अनुच्छेद २४३(नअ) नुसार नागरी भागातील स्थानिक स्वराज्य संस्था यांच्या निवडणुका घेण्याची जबाबदारी राज्य निवडणूक आयोगावर सोपविण्यात आलेली आहे.
- संविधानातील सदर अनुच्छेदातील तरतुदीनुसार निवडणुकांसाठी मतदार याद्या तयार करण्याच्या कामाचे अधिक्षण, संचलन आणि नियंत्रण आणि निवडणुकांचे आयोजन अशी जबाबदारी राज्य निवडणूक आयोगावर सोपवलेली आहे.

राज्य निवडणूक आयुक्त :

	नाव	पदभार
१.	श्री. डी. एन. चौधरी	१९९४-१९९९
२.	श्री. वाय. एल. राजवाडे	१९९९-२००४
३.	श्री. नन्दलाल	२००४-२००९
४.	श्रीमती नीला सत्यनारायण	२००९-१४
५.	श्री. जगेश्वर सहारिया	२०१४-१९

- माजी आयुक्त श्री. डी. एन. चौधरी यांच्या कार्यकाळात विविध अधिनियम, नियम, आदेश व सूचना पारित करण्यात आल्या, ज्यामुळे निवडणुका घेण्याची पद्धती व त्यास कायदेशीर आधार प्राप्त झाला.
- श्रीमती नीला सत्यनारायण यांच्या कार्यकाळात विकसित दळणवळण तंत्रज्ञानाचा वापर करून निवडणुकांचे व्यवस्थापन अत्यंत कार्यक्षमतेने पार पाडण्यात आले.
- निवडणूक व्यवस्थापन प्रकल्प, मतदार व्हा अभियान, ग्रामपंचायतीतील नवनिर्वाचित महिला सदस्यांकरिता 'क्रांतिज्योती' प्रकल्प, नोटाची अंमलबजावणी असे निर्णय घेण्यात आले.
- पाचवे राज्य निवडणूक आयुक्त श्री. जगेश्वर सहारिया यांच्या कार्यकाळात काही सॉफ्टवेअर व मोबाईल ॲप्लिकेशन विकसित करण्यात आले. निवडणूक विभागांची गुगल मॅप्स गटाआधारे विभागणी, मतदार यादी संगणकीकृत विभाजन अशा आधुनिक तंत्रज्ञानाचा वापर करण्यात आला.

(संदर्भ : Rajbhavan-maharashtra.gov.in, ceo.maharashtra.gov.in, esicmaharashtra.gov.in,)

सकाळ डॉ. प्रमोद कुमार मिश्रा यांची पंतप्रधानांचे प्रधान सचिव म्हणून नियुक्ती

दि. ११ सप्टेंबर २०१९ रोजी निवृत्त सनदी अधिकारी व पंतप्रधान कार्यालयाचे (पीएमओ) अतिरिक्त प्रधान सचिव प्रमोद कुमार मिश्रा (पी. के. मिश्रा) यांची पंतप्रधानांचे प्रधान सचिव (Principle Secretary to Prime Minister) म्हणून नियुक्ती करण्यात आली.

- केंद्रीय मंत्रिमंडळाच्या नियुक्ती समितीने (Cabinet Committee on Appointment) ही निवड केली.
- माजी प्रधान सचिव नृपेंद्र मिश्रा यांनी वैयक्तिक कारणामुळे पदमुक्त करण्याची विनंती केल्यामुळे ही नियुक्ती करण्यात आली.
- पी. के. मिश्रा १९७२ च्या तुकडीचे गुजरात केडरचे भारतीय प्रशासकीय सेवेतील अधिकारी आहेत.
- पी. के. मिश्रा यांनी यापूर्वी नरेंद्र मोदी गुजरातचे मुख्यमंत्री असताना त्यांचे प्रधान सचिव म्हणून काम केले आहे, तसेच त्यांनी केंद्रशासनामध्ये कृषी सचिव म्हणूनही काम केले आहे.
- २०१४ मध्ये त्यांची पंतप्रधान कार्यालयात अतिरिक्त प्रधान सचिव म्हणून नेमणूक करण्यात आली.
- २०१९ मध्ये त्यांना युनायटेड नेशन्स डिझास्टर रिस्ट रिडक्शनतर्फे देण्यात येणारा सासकावा पुरस्कार (Sasakawa Award) प्रदान करण्यात आलेला आहे.

पंतप्रधानांचे कार्यालय (Prime Minister Office) :

- भारताचे पहिले पंतप्रधान पंडित जवाहरलाल नेहरू यांनी १९४७ मध्ये पंतप्रधान सचिवालयाची स्थापना केली.
- १९७७ मध्ये मोरारजी देसाई यांच्या कार्यकाळादरम्यान याचे नामकरण पंतप्रधानांचे कार्यालय (Prime Minister Office) असे करण्यात आले.
- पंतप्रधानांचे प्रधान सचिव या कार्यालयाचे प्रमुख प्रशासकीय अधिकारी असतात.
- शक्यतो निवृत्त सनदी अधिकाऱ्यांची या पदावर नियुक्ती केली जाते.
- पंतप्रधानांचे प्रधान सचिव हे पद पंतप्रधान इंदिरा गांधी यांच्या कार्यकाळात निर्माण करण्यात आले.
- पी. एन. हक्सर यांनी प्रथम पदभार स्वीकारला होता.
- अणुऊर्जा विभाग, अवकाश संशोधन विभाग, राष्ट्रीय सुरक्षा परिषद थेट पंतप्रधान कार्यालयांतर्गत कार्य करतात.
- महाराष्ट्राचे भालचंद्र गोपाळ देशमुख (बी. जी. देशमुख) यांनी १९८९-९० दरम्यान राजीव गांधी, व्ही. पी. सिंग व चंद्रशेखर या तीन पंतप्रधानांचे प्रधान सचिव म्हणून कार्य केले आहे.

(संदर्भ : pmindia.gov.in)

सकाळ महाराष्ट्र लोकसेवा आयोगाच्या अध्यक्षपदी सतीश गवई यांची नियुक्ती

दि. १२ सप्टेंबर २०१९ रोजी महाराष्ट्र लोकसेवा आयोगाच्या अध्यक्षपदी निवृत्त अतिरिक्त मुख्य सचिव श्री. सतीश गवई यांची नेमणूक करण्यात आली आहे. दि. १४ सप्टेंबर २०१९ रोजी गवई यांनी पदभार स्वीकारला.

- महाराष्ट्र लोकसेवा आयोगाचे सदस्य व प्रभारी अध्यक्ष चंद्रशेखर ओक हे वयाची ६२ वर्षे पूर्ण झाल्याने निवृत्त झाले.
- भारतीय राज्यघटनेनुसार राज्य लोकसेवा आयोगाचे अध्यक्ष किंवा सदस्य वयाच्या ६२ वर्षे किंवा सहा वर्षे पदावर राहू शकतात.
- आयोगाचे अध्यक्ष म्हणून सतीश गवई यांना दोन वर्षांचा कार्यकाळ मिळणार आहे.
- सतीश गवई यांनी मुंबई विद्यापीठातून भौतिकशास्त्रात पदवी घेतली असून न्यूयॉर्कच्या कॉर्नेल विद्यापीठातून पदव्युत्तर शिक्षण पूर्ण केले आहे.
- ते १९८४ च्या महाराष्ट्र केडर बॅचचे भारतीय प्रशासकीय सेवेतील अधिकारी आहेत.

महाराष्ट्र लोकसेवा आयोगाचे अध्यक्ष व सदस्यांच्या नियुक्त्या व पात्रता याबद्दल :

- सर्वोच्च न्यायालयाच्या आदेशानुसार महाराष्ट्र राज्य लोकसेवा आयोगाचे सदस्य व अध्यक्षांच्या नियुक्तीचे व पात्रतेचे निकष ठरविण्यात आले आहेत.

निवडीची पात्रता आणि प्रक्रिया :

- अध्यक्ष व सदस्यांच्या निवडीसाठी मुख्य सचिवांच्या अध्यक्षतेखाली शोध समिती नेमली जाईल.
- आयोगामध्ये एक अध्यक्ष आणि पाच सदस्यांचा समावेश आहे.
- आयोगाचे अध्यक्ष किंवा सदस्य केंद्रशासन किंवा राज्यशासनाच्या सेवेत दहा वर्षांचा अनुभव असलेला अधिकारी किंवा शिक्षण क्षेत्रातील प्राध्यापक दर्जाची व्यक्ती असावी.
- किमान वय पन्नास वर्षे असावे (अध्यक्ष/सदस्य)
- आयोगाचे अध्यक्ष आणि सदस्य निष्कलंक, चारित्र्यसंपन्न, अनुभवी असणे अपेक्षित आहे.
- आयोगाचे अध्यक्ष प्रशासकीय सेवेतील असल्यास किमान दोन सदस्य प्रशासकीय सेवेतील असावेत.
- अध्यक्ष अध्यापन क्षेत्रातील असल्यास किमान तीन सदस्य प्रशासकीय सेवेतील असावेत.
- राज्य शासनाच्या अधिनस्त मंडळे, प्राधिकरणे, स्थानिक स्वराज्य संस्थांतून शक्यतो दोन सदस्य असतील.
- शोध समितीने तयार केलेल्या यादीतून योग्य उमेदवारांची शिफारस मुख्यमंत्र्यांकडून राज्यपालांना करण्यात येईल व राज्यपाल निवडीसंदर्भात अंतिम आदेश देतील.

लोकसेवा आयोगासंबंधी राज्यघटनेतील तरतुदी :

- कलम ३१५ : संघ आणि राज्यांसाठी लोकसेवा आयोग
- कलम ३१६ : सदस्यांची नियुक्ती आणि कार्यकाळ
- कलम ३१७ : लोकसेवा आयोगाच्या सदस्यांची बडतर्फी आणि निलंबन
- कलम ३१८ : आयोगाचे सदस्य आणि कर्मचारी यांच्या सेवाशर्तीबाबत नियम करण्याचा अधिकार
- कलम ३१९ : आयोगाच्या सदस्यांनी सदस्यत्व समाप्त झाल्यावर पदे धारण करण्यास मनाई
- कलम ३२० : लोकसेवा आयोगाचे कार्याधिकार
- कलम ३२१ : आयोगाच्या कार्याधिकारामध्ये विस्तार करण्याचा अधिकार
- कलम ३२२ : लोकसेवा आयोगांचा खर्च
- कलम ३२३ : लोकसेवा आयोगाचा अहवाल

*(**संदर्भ** : mpsc.gov.in)*

कपिल देव यांची हरियाणामधील सोनिपत येथे सुरू करण्यात आलेल्या क्रीडा विद्यापीठाच्या कुलगुरूपदी निवड

दि. १४ सप्टेंबर २०१९ रोजी भारताला पहिले विश्वचषक जिंकून देणारे माजी कर्णधार कपिल देव यांची हरियाणा क्रीडा विद्यापीठाच्या पहिल्या कुलगुरुपदी निवड करण्यात आली.

- हरियाणामधील सोनिपत येथे सुरू करण्यात आलेले क्रीडा विद्यापीठ हे देशातील तिसरे क्रीडा विद्यापीठ आहे.
- कपिल देव यांनी १९७५ मध्ये हरियाणाकडून स्थानिक क्रिकेटमध्ये पदार्पण केले होते. त्यावेळी पंजाबविरुद्धच्या पहिल्याच सामन्यात सहा गडी बाद करत हरियाणाला विजय मिळवून दिला होता.

लक्षात ठेवा

हरियाणा क्रीडा विद्यापीठ

- राज्यातील विद्यार्थ्यांना क्रीडा विषयक क्षेत्रात अनेक संधी उपलब्ध व्हाव्यात या उद्देशाने ऑगस्ट २०१९ मध्ये हरियाणा क्रीडा विद्यापीठाचे बिल पास करण्यात आले.
- हरियाणाच्या सोनिपत जिल्ह्यातील राय गावात असलेल्या पूर्वीच्या स्पोर्ट्स स्कूलचे रूपांतर क्रीडा विद्यापीठात करण्यात आले.
- क्रीडा विज्ञान आणि शारीरिक शिक्षणासंबंधी शैक्षणिक व प्रशिक्षण कार्यक्रम राबवणे, सोबतच खेळ तंत्रज्ञान, क्रीडा व्यवस्थापन, क्रीडा पत्रकारिता, क्रीडा मानसशास्त्र, क्रीडा आहार अशा विविध क्षेत्रांविषयी उपक्रम राबवण्याचे अधिकार या विद्यापीठाला असतील.
- देशातील दुसऱ्या दोन क्रीडा विद्यापीठांमध्ये गुजरातमधील 'स्वर्निम गुजरात क्रीडा विद्यापीठ' व चेन्नईच्या 'तामिळनाडू शारीरिक शिक्षण व क्रीडा विद्यापीठा'चा समावेश आहे.

माजी कर्णधार कपिल देव

- - अष्टपैलू खेळाडू म्हणून ओळखले जाणारे कपिल देव यांनी भारतीय संघासाठी १३१ कसोटी व २२५ एकदिवसीय सामने खेळले आहेत.
- - ते कर्णधार असताना भारताला १९८३ मध्ये क्रिकेटचे पहिले विश्वविजेतेपद मिळाले.
- - त्यांनी कसोटीत ५२४८, तर एकदिवसीय सामन्यांत ३७८३ धावा केल्या आहेत.
- - त्याबरोबरच, कसोटी क्रिकेटमध्ये ४३४ व एकदिवसीय क्रिकेटमध्ये २५३ बळीसह, त्यांच्या नावे अनेक विक्रम आहेत.

*(**स्रोत** : http://haryanasports.gov.in)*

सकाळ ज्येष्ठ साहित्यिक व विचारवंत फादर फ्रान्सिस दिब्रिटो यांची साहित्य संमेलनाच्या अध्यक्षपदी एकमताने निवड

दि. २२ सप्टेंबर २०१९ रोजी '९३ व्या अखिल भारतीय मराठी साहित्य संमेलना'च्या अध्यक्षपदी ज्येष्ठ साहित्यिक व विचारवंत 'फादर फ्रान्सिस दिब्रिटो' यांची एकमताने निवड करण्यात आली.

- महाराष्ट्र साहित्य परिषदने साहित्यिक फादर फ्रान्सिस दिब्रिटो यांचे नाव सुचवले होते. यावर चर्चा झाल्यानंतर दिब्रिटो यांची एकमताने निवड करण्यात आली.
- २०१८ च्या बैठकीतील घटनादुरुस्तीच्या निर्णयानुसार संमेलनाच्या अध्यक्षपदाच्या निवडणुकीऐवजी महामंडळाच्या घटकसंस्था यांकडून प्रत्येकी ३ नावे, तर समाविष्ट, संलग्न आणि सहयोगी संस्थांकडून प्रत्येकी एक नाव संमेलनाध्यक्षपदासाठी सुचविण्यात येईल. त्यापैकी एका नावावर सर्वानुमते महामंडळाकडून अध्यक्ष म्हणून घोषणा होते.
- खालील घटक संस्था वेगवेगळ्या साहित्यिकांची नावे अध्यक्षपदासाठी सुचवत असतात : महाराष्ट्र साहित्य परिषद, मुंबई साहित्य संघ, मराठवाडा साहित्य परिषद व विदर्भ साहित्य संघ
- ९३ वे अखिल भारतीय मराठी साहित्य संमेलन जानेवारी, २०२० मध्ये उस्मानाबाद येथे आयोजित होणार.
- ९२ व्या अखिल भारतीय मराठी साहित्य संमेलनाच्या अध्यक्षा ज्येष्ठ लेखिका अरुणा ढेरे या होत्या.

फादर फ्रान्सिस दिब्रिटो यांच्याविषयी :

- फादर दिब्रिटो यांचा जन्म ४ डिसेंबर, १९४२ रोजी वसई तालुक्याच्या पश्चिम पट्ट्यातील नंदाखाल गावी झाला.
- त्यांचे प्राथमिक शिक्षण नंदाखालच्या संत जोसेफ मराठी हायस्कूलमध्ये झाले. त्यानंतर त्यांनी पुणे विद्यापीठातून समाजशास्त्रात बी.ए., तर धर्मशास्त्रात एम.ए. केले आहे. १९७२ मध्ये त्यांनी कॅथलिक धर्मगुरूपदाची दीक्षा घेतली.
- फादर दिब्रिटो साहित्य आणि सामाजिक कार्यात अग्रेसर आहेत. १९८३ ते २००७ या काळात ते 'सुवार्ता' या वार्तापत्राचे मुख्य संपादक होते. या मासिकाच्या माध्यमातून त्यांनी जनजागृतीपर लेखन केले.
- तसेच, 'हरित वसई संरक्षण समिती'च्या माध्यमातून दिब्रिटो यांनी पर्यावरण संरक्षण, जतन आणि संवर्धनाची मोठी चळवळ उभी केली.
- 'सुबोध बायबल - नवा करार' या ग्रंथासाठी त्यांना २०१३ मध्ये 'साहित्य अकादमी'चा 'राष्ट्रीय अनुवाद पुरस्कार' मिळाला.
- पुणे येथे १९९२ मध्ये आयोजित करण्यात आलेल्या १५व्या मराठी-ख्रिस्ती साहित्य संमेलनाचे अध्यक्षपदही त्यांनी भूषविले होते.

फादर दिब्रिटो यांची ग्रंथसंपदा :

- 'संघर्षयात्रा ख्रिस्तभूमीची', 'आनंदाचे अंतरंग', 'तेजाची पाऊले', 'परिवर्तनासाठी धर्म', 'ओॲसिसच्या शोधात', 'सृजनाचा मळा', 'नाही मी एकला', 'सृजनाचा मोहोर', 'गोतावळा' आदी ग्रंथ प्रकाशित आहेत.

अखिल भारतीय मराठी साहित्य संमेलन :

- ग्रंथ प्रसाराला चालना मिळण्याच्या हेतूने, तसेच त्यावर एकत्र येऊन विचार विनिमय करण्याच्या हेतूने न्या. रानडे यांनी लोकहितवादींच्या सहकार्याने १८७८ मध्ये पुण्याच्या हिराबागेत 'मराठी ग्रंथकारांचे पहिले संमेलन' भरवले.
- यालाच 'पहिले अखिल भारतीय मराठी साहित्य संमेलन' समजले जाते.
- या संमेलनाचे अध्यक्षपद न्या. रानडे यांनीच भूषवले होते.

(संदर्भ : masapapune.org)

सकाळ जनरल बिपिन रावत यांची चीफ्स ऑफ स्टाफ कमिटीच्या अध्यक्षपदी नियुक्ती

दि. २७ सप्टेंबर २०१९ रोजी भारतीय लष्करप्रमुख जनरल बिपिन रावत यांनी नवी दिल्लीत एका कार्यक्रमात 'चिफ्स ऑफ स्टाफ कमिटी (The Chiefs of Staff Committee (CSC))' या समितीच्या अध्यक्षपदाचा पदभार स्वीकारला.

- या आधीचे अध्यक्ष व एअर चिफ मार्शल बीरेंदर सिंग धनोआ हे सेवानिवृत्त झाल्यानंतर जनरल रावत यांची नवे अध्यक्ष म्हणून नियुक्ती झाली.
- जनरल बिपिन रावत यावर्षी ३१ डिसेंबर २०१९ला सेवानिवृत्त होईपर्यंत हे पद सांभाळतील.
- लष्करप्रमुख बिपिन रावत सेवानिवृत्त झाल्यानंतर लेफ्टनंट जनरल मनोज नरवणे हे भारताचे नवे लष्करप्रमुख म्हणून पदभार स्वीकारणार आहेत. त्यांना दोन वर्षं चार महिने इतका कार्यकाळ लाभणार आहे.

भारतीय लष्करप्रमुख जनरल बिपिन रावत

- मूळचे उत्तराखंडमधील पौडी गढवालचे असलेले लष्करप्रमुख बिपिन रावत यांचे वडील लक्ष्मणसिंह रावत हे सुद्धा लष्करात होते. ते १९८८ मध्ये लष्कराचे उपप्रमुख म्हणून निवृत्त झाले.
- नॅशनल डिफेन्स ॲकॅडमी (NDA) येथून शिक्षण घेतल्यानंतर सुरुवातीला जनरल रावत यांची सैन्याच्या ११ गोरखा रायफल्स या पाचव्या तुकडीत नेमणूक झाली.
- चार दशकांच्या कारकिर्दीत विविध आघाड्यांवर त्यांनी काम गिरी बजावली आहे.
- त्यांच्याकडे २०१६ मध्ये लष्कराच्या दक्षिण विभागाची जबाबदारी होती आणि काही महिन्यांत म्हणजे ३१ डिसेंबर २०१६ रोजी ते लष्करप्रमुख झाले.
- त्यांच्याकडे भूमीवरील संघर्ष आणि मुद्यांबाबतच्या अनेक उपक्रमांचा प्रचंड अनुभव आहे.

चिफ ऑफ स्टाफ कमिटी (CSC) :

- सध्याच्या रचनेनुसार भारतीय सैन्याच्या तिन्ही दलांच्या प्रमुखांपैकी वरिष्ठ प्रमुख 'चिफ्स ऑफ स्टाफ कमिटी'चे अध्यक्षपद भूषवतो.
- हे पद तीनही दल प्रमुखांमध्ये प्रथम मानले जाते व 'प्राइमस इंटर पार्स' किंवा 'सर्वप्रथम बरोबरीचे स्थान' म्हणून मानले जाते.
- सीओएससीचे अध्यक्ष तिन्ही दलांच्यात (नौदल, भूदल आणि वायुदल) समन्वय साधण्याबरोबच देशासमोरील बाह्य सुरक्षेच्या आव्हानांना सामोरे जाण्यासाठी सामरिक रणनीती विकसित करतात.
- देशाच्या हवाई, पायदल, नौदल, तटरक्षक, सीमा पोलीस अशा सर्व सुरक्षा दलांमध्ये समन्वय राखण्यासाठी 'चिफ ऑफ डिफेन्स स्टाफ (CDS)' हे नवे पद करण्याची पंतप्रधान नरेंद्र मोदी यांची योजना आहे.

*(**संदर्भ** : pib.gov.in)*

सकाळ

एअरचीफ मार्शल आरकेएस भदोरिया यांची हवाईदल प्रमुखपदी नियुक्ती

एअरचिफ मार्शल आरकेएस भदोरिया यांची भारतीय हवाईदल प्रमुखपदी नियुक्ती करण्यात आली आहे. दिनांक ३० सप्टेंबर २०१९ रोजी त्यांनी मावळते हवाईदल प्रमुख बी. एस. धानोआ यांच्याकडून सूत्रे घेतली.

- आरकेएस भदोरिया भारतीय हवाईदलाचे २६ वे प्रमुख आहेत.
- एअरचिफ मार्शल राकेश कुमार सिंह भदोरिया यापूर्वी हवाईदलाचे उपप्रमुख होते.
- आरकेएस भदोरिया यांनी १९८० मध्ये भारतीय हवाईदलात प्रवेश केला होता. पुण्याच्या राष्ट्रीय संरक्षण प्रबोधिनीमधून त्यांनी प्रशिक्षण पूर्ण केले.
- यापूर्वी त्यांनी हवाईदलाच्या दक्षिण विभागाच्या (Southern Air Command) प्रमुखपदी कार्य केले आहे.
- त्यांना अतिविशिष्ट सेवा मेडल व परमविशिष्ट सेवा मेडल देऊन सन्मानित करण्यात आले आहे.

लक्षात ठेवा

भारतीय वायुदल
(Indian Air Force) :

- भारतीय वायुदलाची स्थापना ८ ऑक्टोबर १९३२ रोजी झाली. याच दिवशी वायुदल दिन साजरा केला जातो.
- नभः स्पृशं दीप्तम (touch the sky with glory) हे भारतीय वायुदलाचे ब्रीदवाक्य आहे.
- पाकिस्तानसोबतची चार युद्धे, गोवा मुक्तिसंग्राम, बालाकोट एअरस्ट्राईक यामध्ये भारतीय वायुदलाने भाग घेतला.
- वायुदलाचे मुख्यालय दिल्ली येथे असून पाच प्रादेशिक विभाग आहेत.
- मध्य विभाग (Central Command) - अलाहाबाद, उत्तर प्रदेश
- पूर्व विभाग (Eastern Command) - शिलाँग, मेघालय
- दक्षिण विभाग (Southern Command) - तिरुअनंतपूरम, केरळ
- दक्षिण-पश्चिम विभाग (South-Western Command) - गांधीनगर, गुजरात
- पश्चिम विभाग (Western Air Command) - दिल्ली

*(**संदर्भ** : indiaairforce.nic.in)*

सकाळ

आंतरराष्ट्रीय नाणेनिधीच्या प्रमुखपदी क्रिस्टालिना जॉर्जिव्हा

दि. १ ऑक्टोबर २०१९ रोजी आंतरराष्ट्रीय नाणेनिधीच्या (International Monetory Fund) प्रमुखपदी बल्गेरियाच्या क्रिस्टालिना जॉर्जिव्हा (Kristalina Georgieva) यांची नियुक्ती झाली आहे.

- क्रिस्टालिना जॉर्जिव्हा ख्रिस्तिन लगार्ड यांची जागा घेतील. लगार्ड यांची युरोपियन सेंट्रल बँकेच्या प्रमुखपदी नेमणूक झाली आहे.
- बल्गेरियाच्या असलेल्या क्रिस्टालिना जॉर्जिव्हा यापूर्वी जागतिक बँकेमध्ये मुख्य कार्यकारी अधिकारी म्हणून कार्यरत होत्या.
- उदयोन्मुख राष्ट्रांमधून (Emerging Countries) निवडल्या जाणाऱ्या त्या पहिल्याच व्यवस्थापकीय संचालक ठरल्या आहेत.
- बल्गेरियात जन्म झालेल्या क्रिस्टालिना जॉर्जिव्हा यांनी लंडन स्कूल ऑफ इकॉनॉमिक्स व बोस्टनच्या एमआयटीमधून शिक्षण घेतले.
- १९९० मध्ये त्यांनी जागतिक बँकेत कार्य करण्यास सुरुवात केली. १ फेब्रुवारी २०१९ रोजी त्यांना जागतिक बँकेचे अंतरिम अध्यक्ष करण्यात आले.
- २०१०-१६ या कालावधीदरम्यान त्यांनी युरोपियन आयोगात कार्य केले.
- आंतरराष्ट्रीय नाणेनिधीच्या व्यवस्थापकीय संचालकपदासाठीची ही नियुक्ती पाच वर्षांसाठी करण्यात आलेली आहे.

लक्षात ठेवा

आंतरराष्ट्रीय नाणेनिधी
(International Monetory Fund)

- २७ डिसेंबर १९४५ रोजी आंतरराष्ट्रीय नाणेनिधीची म्हणजेच आयएमएफची स्थापना झाली. प्रत्यक्ष कामकाजाला सुरुवात १ मार्च १९४७ पासून झाली.
- जी राष्ट्रे जागतिक बँकेचे सदस्य असतात ती राष्ट्रे आंतरराष्ट्रीय नाणेनिधीचेदेखील सदस्य असतात.

- सध्या आंतरराष्ट्रीय नाणेनिधीची सदस्य संख्या १८९ एवढी आहे.
- जागतिक नाणेनिधीचे मुख्यालय वॉशिंग्टन येथे आहे.

कार्ये :

- सदस्य राष्ट्रांना व्यवहारतोलातील संकट दूर करण्यासाठी लघुमुदतीची कर्जे देणे.
- आर्थिक स्थैर्य निर्माण करण्यासाठी तसेच आर्थिक संकट टाळण्यासाठी विविध देशांच्या, क्षेत्रीय संघटनांच्या तसेच जागतिक अर्थव्यवस्थेच्या आर्थिक धोरणांचा आढावा घेणे.
- आंतरराष्ट्रीय नाणेनिधी संयुक्त राष्ट्रसंघाची विशेषीकृत संस्था आहे.
- आंतरराष्ट्रीय नाणेनिधीचे कार्यचलन करण्यासाठी नियंत्रक मंडळ असून यामध्ये प्रत्येक सदस्य राष्ट्राचा एक नियंत्रक असतो.
- परंपरेत आयएमएफचे अध्यक्षपद युरोपियन व्यक्तीकडे असते.
- आयएमएफमध्ये प्रत्येक सदस्य राष्ट्राचा विशिष्ट कोटा असतो, यावरून त्या राष्ट्राची मते ठरविली जातात.
- अर्थव्यवस्था, खुली अर्थव्यवस्था, आर्थिक बदलक्षमता व परकीय चलनसाठा यावरून सदस्य राष्ट्रांचा कोटा ठरविला जातो.
- सध्या आयएमएफमध्ये भारताचा कोटा २.७६% असून भारताचा आठवा क्रमांक लागतो.

(संदर्भ : imf.org)

सकाळ भारताचा माजी कर्णधार सौरव गांगुली याची भारतीय क्रिकेट नियामक मंडळा (बीसीसीआय)च्या अध्यक्षपदी बिनविरोध निवड

दि. २३ ऑक्टोबर २०१९ रोजी भारताचा माजी कर्णधार सौरव गांगुली याची भारतीय क्रिकेट नियामक मंडळा (बीसीसीआय)च्या अध्यक्षपदी बिनविरोध निवड करण्यात आली.

- सौरव गांगुली भारतीय क्रिकेट नियामक मंडळाचा ३९ वा अध्यक्ष आहे.
- सोबतच जय शहा यांची बीसीसीआयच्या सचिवपदी, महिम वर्मा यांची उपाध्यक्षपदी तर अरुण धुमल यांची खजिनदारपदी निवड करण्यात आली आहे.
- यापूर्वी सौरव गांगुली बंगाल क्रिकेट असोसिएशनचा अध्यक्ष होता. विजयनगरच्या महाराजांनंतर बीसीसीआयच्या अध्यक्षपदी विराजमान होणारा सौरव गांगुली हा दुसराच क्रिकेटपटू आहे.

सौरव गांगुली :

- भारतीय क्रिकेट संघाचा माजी कर्णधार. सौरव गांगुलीने ११ जानेवारी १९९२ रोजी वेस्टइंडिजविरुद्ध एकदिवसीय सामन्यात पदार्पण केले.

कारकिर्द					
प्रकार	सामने	धावा	शतक	अर्ध-शतक	विकेट
एकदिवसीय	३११	११,३६३	२२	७२	१००
कसोटी	११३	७,२१२	१६	३५	३२

- २०१८ मध्ये सौरव गांगुलीने 'अ सेंचुरी इज नॉट इनफ' हे आत्मचरित्र प्रकाशित केले.
- २०१५ ते २०१९ या कालावधीदरम्यान तो बंगाल क्रिकेट संघटनेचा अध्यक्ष होता.
- २२ जून २०१५ रोजी सर्वोच्च न्यायालयाने 'बीसीसीआय'च्या कार्यामध्ये सुधार करण्यासाठी न्या. लोढा समितीची नियुक्ती केली. यानंतर बीसीसीआयचा कारभार विनोद रॉय, रामचंद्र गुहा, विक्रम लिमये, डायना एडलजी यांच्या प्रशासकीय समितीने पाहिले.

(संदर्भ : bcci.tv)

सकाळ भारताच्या ४७ व्या सरन्यायाधीशपदी न्या. शरद बोबडे यांची नियुक्ती

दि. १८ नोव्हेंबर २०१९ रोजी भारताचे ४७ वे सरन्यायाधीश म्हणून न्या. शरद अरविंद बोबडे यांनी शपथ घेतली.

- राष्ट्रपती भवनात झालेल्या समारंभात राष्ट्रपती रामनाथ कोविंद यांनी त्यांना पदाची शपथ दिली.
- मावळते सरन्यायाधीश न्या. रंजन गोगोई यांनी न्या. शरद बोबडे यांच्या नावाची शिफारस केली होती.
- न्या. एम. हिदायतउल्ला (१९६८) यांच्या नंतर सरन्यायाधीश होणारे ते दुसरे नागपूरकर आहेत.
- न्या. शरद बोबडे यांच्या रूपाने दुसऱ्या मराठी व्यक्तीला (न्या. यशवंत विष्णू चंद्रचूड (१९७८-८५) सरन्यायाधीशपदी बसण्याचा मान मिळालेला आहे.
- न्या. शरद बोबडे हे भारताचे ४७ वे सरन्यायाधीश आहेत, त्यांचा कार्यकाळ २३ एप्रिल २०२१ पर्यंत असणार आहे.

न्या. शरद अरविंद बोबडे :

- न्या. शरद बोबडे यांचा जन्म वकील कुटुंबात २४ एप्रिल १९५३ रोजी नागपूर येथे झाला.
- न्या. बोबडे यांचे वडील अरविंद बोबडे दोनवेळा (१९८०, १९८५) महाराष्ट्र राज्याचे महाधिवक्ता (ॲडव्होकेट जनरल) होते. न्या. बोबडे यांचे मोठे बंधू सर्वोच्च न्यायालयात वरिष्ठ वकील आहेत.

- न्या. बोबडे यांनी नागपूर विद्यापीठातून (डॉ. आंबेडकर विधी महाविद्यालय) कायद्याचे शिक्षण घेतले.
- १९७८ मध्ये मुंबई उच्च न्यायालयाच्या नागपूर खंडपीठातून त्यांनी वकिलीस प्रारंभ केला. १९९८ मध्ये ते वरिष्ठ वकील (Senior Advocate) बनले.
- २००० मध्ये ते मुंबई उच्च न्यायालयाचे अतिरिक्त न्यायाधीश बनले, तर २०१२ मध्ये त्यांची मध्य प्रदेश उच्च न्यायालयाच्या मुख्य न्यायाधीशपदी नियुक्ती करण्यात आली.
- २०१३ मध्ये त्यांची सर्वोच्च न्यायालयात न्यायाधीशपदी नियुक्ती करण्यात आली.
- २०१६ मध्ये नागपूरच्या महाराष्ट्र राष्ट्रीय विधी विद्यापीठाचे (नॅशनल लॉ युनिव्हर्सिटी) चे कुलपती म्हणून त्यांची नेमणूक करण्यात आली.

न्या. शरद बोबडे यांनी दिलेले काही महत्त्वपूर्ण निर्णय :

१. आधार कार्ड - कुठल्याही भारतीय नागरिकाला आधारकार्डच्या अभावामुळे मूलभूत सुविधांपासून वंचित ठेवता येणार नाही.
२. पुस्तक बंदी - लेखिका महाश्वेता देवी यांच्या पुस्तकावरील कर्नाटक सरकारने घातलेली बंदी योग्य ठरवली.
३. फटाके विक्रीस बंदी - राष्ट्रीय राजधानी क्षेत्रामध्ये प्रदूषणाच्या कारणास्तव फटाके विक्रीस बंदी.
४. अयोध्या-रामजन्मभूमी विवाद.

भारताचे सरन्यायाधीश (Chief Justice of India) :

- भारतीय राज्यघटनेच्या कलम १२४(१) नुसार सर्वोच्च न्यायालयात एक सरन्यायाधीश आणि संसदीय कायद्यानुसार (३३) असतील इतके न्यायाधीश असतील.
- भारतीय राज्यघटनेनुसार सरन्यायाधीशांची नेमणूक राष्ट्रपतींमार्फत केली जाते.
- सरन्यायाधीश म्हणून सर्वांत दीर्घ कालावधी न्या. यशवंत चंद्रचूड (२६९६ दिवस), न्या. बी. पी. सिन्हा (१५८३ दिवस) यांना लाभला, सर्वांत कमी कालावधी न्या. कमल नारायण सिंह (१७ दिवस) यांना लाभला.
- अग्रक्रम यादीमध्ये (Order of Precedence) सरन्यायाधीशांचा क्रमांक सहावा आहे (लोकसभा अध्यक्षांच्या समकक्ष).
- २०१८ मध्ये भारताच्या सरन्यायाधीशांचे वेतन २.८ लाख इतके करण्यात आले (पूर्वी १ लाख).

(संदर्भ : sci.gov.in, pib.nic.in)

श्रीलंकेच्या राष्ट्रपतिपदी 'श्रीलंका पीपल्स फ्रंट पक्षाचे गोटाबाया राजपक्षे यांची निवड

दि. १९ नोव्हेंबर २०१९ रोजी 'श्रीलंका पीपल्स फ्रंट (SPF)' पक्षाचे गोटाबाया राजपक्षे (Gotabaya Rajapaksa) यांची श्रीलंकेच्या राष्ट्रपतिपदी निवड झाली.

- त्यांनी युनायटेड नॅशनल पार्टीचे उमेदवार साजित प्रेमदासा (Sajith Premdasa) यांचा पराभव केला.
- गोटाबाया राजपक्षे यांना ५२.२५%, तर साजित प्रेमदासा यांना ४१.९९% इतकी मते मिळाली.
- गोटाबाया राजपक्षे हे श्रीलंकेचे माजी अध्यक्ष महिंदा राजपक्षे यांचे थोरले बंधू आहेत.
- श्रीलंकेमध्ये १५ नोव्हेंबर २०१९ रोजी 'राष्ट्रपती पदासाठी' निवडणुका पार पडल्या होत्या.
- याआधी २०१५-१९ या कार्यकाळात मैत्रीपाला सिरिसेना हे श्रीलंकेचे राष्ट्रपती होते.

गोटाबाया राजपक्षे (Gotabaya Rajpaksha) :

- गोटाबाया राजपक्षे श्रीलंकेचे आठवे राष्ट्रपती आहेत. ते श्रीलंकेचे पंतप्रधान महिंदा राजपक्षे यांचे ज्येष्ठ बंधू आहेत.
- गोटाबाया राजपक्षे (नंदसेना गोटाबाया राजपक्षे) यांचा जन्म २० जून १९४९ रोजी झाला.
- त्यांनी कोलंबो विद्यापीठातून पदवीचे शिक्षण घेतले व १९७१ मध्ये श्रीलंकेच्या लष्करात प्रवेश केला. १९९२ मध्ये त्यांनी लष्करातून स्वेच्छानिवृत्ती पत्करली.
- २००५ ते २०१५ या कालावधीत ते संरक्षण व शहरी विभाग मंत्रालयाचे सचिव होते.
- ऑगस्ट २०१९ मध्ये त्यांना 'श्रीलंका पीपल्स पार्टी'तर्फे राष्ट्रपतिपदासाठी उमेदवार म्हणून घोषित करण्यात आले.

नवीन पंतप्रधानांची नियुक्ती :

- राष्ट्रपतिपदाच्या निवडणुकीनंतर आपल्या पक्षाला (युनायटेड नॅशनल पार्टी) उमेदवाराच्या पराभवाची जबाबदारी स्वीकारत पंतप्रधान रानिल विक्रमसिंघे यांनी राजीनामा दिला.
- राष्ट्रपती गोटाबाया राजपक्षे यांनी नवीन पंतप्रधान म्हणून महिंदा राजपक्षे यांची नियुक्ती केली आहे. महिंदा राजपक्षे यापूर्वी दोन वेळा (२००५, २०१०) श्रीलंकेचे राष्ट्राध्यक्ष राहिले आहेत.

(संदर्भ : president.gov.lk)

१००व्या अखिल भारतीय मराठी नाट्य संमेलनाच्या अध्यक्षपदी डॉ. जब्बार पटेल यांची निवड

दि. २० नोव्हेंबर २०१९ रोजी झालेल्या शंभराव्या अखिल भारतीय मराठी नाट्य संमेलनाच्या अध्यक्षपदी ज्येष्ठ दिग्दर्शक डॉ. जब्बार पटेल यांची निवड करण्यात आली.

- कार्यकारी समितीच्या बैठकीत डॉ. पटेल यांच्या नावावर

एकमताने शिक्कामोर्तब करण्यात आले.

- अध्यक्षपदासाठी डॉ. जब्बार पटेल व अभिनेते मोहन जोशी या दोघांचे अर्ज दाखल आले होते.

डॉ. जब्बार रझाक पटेल यांच्याविषयी :

- जन्म - २३ जून १९४२ (पंढरपूर)
- सोलापूरमधील नाट्यक्षेत्रातील मोठे नाव. श्रीराम पुजारी यांच्याकडे साहित्य, संगीत, नाटक क्षेत्रातील धडे गिरवले.
- पुण्यात बी. जे. वैद्यकीय विद्यालयातून शिक्षण घेताना ते ज्येष्ठ नाटककार विजय तेंडुलकर यांना भेटले त्यांनी तेंडुलकर यांच्या 'अशी पाखरे येती' या नाटकाचे राज्य नाट्यस्पर्धेत दिग्दर्शन केले.
- त्यांनी 'थिएटर अकादमी' नावाची संस्था प्रायोगिक नाटकांसाठी स्थापन केली, त्या संस्थेमार्फत विजय तेंडुलकर लिखित 'घाशीराम कोतवाल' (१९७३), 'तीन पैशांचा तमाशा' (१९७४) इ. नाटकांचे दिग्दर्शन केले.
- त्यांनी दिग्दर्शित केलेला 'जैत रे जैत' (१९७७) चित्रपट भारतीय संगीत चित्रपट संगीतातील मैलाचा दगड ठरला.
- १९९९ मध्ये प्रदर्शित झालेला राज्य शासनाची निर्मिती असलेला 'डॉ. बाबासाहेब आंबेडकर' हा चित्रपट त्यांनी दिग्दर्शित केला, पुढे तो अनेक भाषांमध्ये निर्मित झाला.
- १९९४ मध्ये प्रदर्शित झालेल्या त्यांच्या 'मुक्ता' या चित्रपटास राष्ट्रीय एकात्मतेसाठी देण्यात येणारा नर्गिस दत्त पुरस्कार देण्यात आला.
- त्यांच्या 'जैत रे जैत' (१९७७) व 'सिंहासन' (१९७९) दोन्ही चित्रपटांना राष्ट्रीय पुरस्काराने गौरविण्यात आले.

दिग्दर्शित केलेली महत्त्वाची नाटके :

- घाशीराम कोतवाल, तुझे आहे तुजपाशी, माणूस नावाचे बेट, वेड्याचे घर उन्हात, अशी पाखरे येती, तीन पैशांचा तमाशा

दिग्दर्शित केलेले चित्रपट :

- सामना (१९७४), जैत रे जैत (१९७७), सिंहासन (१९७९), उंबरठा (१९८२), मुक्ता (१९८४), मुसाफिर (१९८६), एक होता विदूषक (१९९२). डॉ. बाबासाहेब आंबेडकर (२०००), तिसरी आझादी (२००६), यशवंतराव चव्हाण - बखर एक वादळाची (२०१४)

पुरस्कार व सन्मान :

- अखिल महाराष्ट्र नाट्य विद्यामंदिर समितीतर्फे विष्णुदास भावे गौरव पुरस्कार
- पुणे विद्यापीठाचा जीवनसाधना पुरस्कार
- संगीत नाटक अकादमी पुरस्कार

अखिल भारतीय मराठी नाट्य संमेलनाविषयी :

- अखिल मराठी नाट्य परिषद या कार्यकारी संस्थेची स्थापना १९०५ मध्ये नाट्यलेखक अनंत वामन बर्वे यांनी राजापूरकर नाटक मंडळीचे बाजीराव राणे आणि किर्लोस्कर नाटक मंडळीचे शंकरराव मुजुमदार यांच्या मदतीने केली.
- अखिल भारतीय मराठी नाट्य परिषदेमार्फत दरवर्षी अखिल भारतीय मराठी नाट्य संमेलन आयोजित केले जाते.
- राजकीय व सामाजिक चळवळीचे नेते दादासाहेब खापर्डे यांच्या अध्यक्षतेखाली १९०५ मध्ये पहिले नाट्यसंमेलन मुंबई येथे भरविण्यात आले होते.
- २०१८ मध्ये अखिल भारतीय मराठी नाट्य परिषदेच्या पंचवार्षिक (२०१८-२०२२) नियामक मंडळाच्या निवडणुकीतून परिषदेच्या अध्यक्षपदी प्रसाद कांबळी तर उपाध्यक्षपदी डॉ. गिरीश ओक यांची निवड करण्यात आली.

मागील वर्षांतील अखिल भारतीय मराठी नाट्य संमेलनाविषयी :

संमेलन क्र.	वर्ष	संमेलनाचे ठिकाण	संमेलन अध्यक्ष	परिचय
९५	२०१५	बेळगाव	फय्याज शेख	रंगभूमीवरील हरहुन्नरी गायिका
९६	२०१६	ठाणे	गंगाराम गवाणकर	मालवणी नाटकांचे बादशाह
९७	२०१७	उस्मानाबाद	जयंत सावरकर	रंगभूमी व चित्रपटातील अभिनेते
९८	२०१८	मुलुंड	कीर्ती शिलेदार	संगीत रंगभूमीवरील उत्कृष्ट गायिका
९९	२०१९	नागपूर	प्रेमानंद गज्वी	ज्येष्ठ नाटककार, कवी व लेखक

(संदर्भ : natyaparishad.org)

सकाळ निधन

शिवाजीराव देशमुख (१९३५-२०१९)

दि. १४ जानेवारी २०१९ रोजी काँग्रेस पक्षाचे ज्येष्ठ नेते व विधान परिषदेचे माजी सभापती शिवाजीराव देशमुख यांचे वयाच्या ८४ व्या वर्षी निधन झाले.

शिवाजीराव देशमुख यांच्याविषयी :

- जन्म- १ सप्टेंबर १९३५ (सांगली)
- मृत्यू - १४ जानेवारी २०१९
- १९५६ ते १९६७ या काळात सांगली जिल्ह्यात विस्तार अधिकारी पदावर कार्यरत.
- १९६७ मध्ये बिळाशी जिल्हा परिषद गटातून सदस्य म्हणून सांगली जिल्हा परिषदेवर बिनविरोध निवड
- १९६७ मधील कोयना भूकंपामुळे विस्थापित शिराळा तालुक्यातील दुर्गम भागात सामाजिक कार्य
- १९७८ च्या विधानसभा निवडणुकीत अपक्ष म्हणून काँग्रेसच्या उमेदवाराचा पराभव, त्यानंतर काँग्रेस पक्षातर्फे १९८०, १९८५ आणि १९९० मधील विधानसभा निवडणुकांमध्ये विजय
- १९८३ मध्ये गृहराज्यमंत्री, १९८५ मध्ये स्वतंत्र कार्यभार, गृह, सामान्य प्रशासन, अन्न व नागरी पुरवठा, ऊर्जा, कृषी विभागांचे कॅबिनेट मंत्रिपद
- १९९६, २००२, २००८ च्या वरिष्ठ सभागृह असलेल्या विधानपरिषदेवर निवड
- २००४ ते २०१५ मध्ये विधानपरिषदेच्या सभापतिपदाची जबाबदारी,
- दोन वेळा बिनविरोध विधानपरिषद सभापती, २०१५ मध्ये अविश्वास ठराव संमत झाल्यामुळे पायउतार.
- चांदोली धरणामुळे निर्मित विस्थापितांचा प्रश्न मार्गी लावण्यामध्ये सहभाग

विधान परिषदेविषयी :

- भारतातील ६ राज्यांमधील विधान परिषदा : उत्तर प्रदेश (सदस्य संख्या १००), महाराष्ट्र (७८), बिहार (७५), कर्नाटक (७५), आंध्र प्रदेश (५०), तेलंगणा (४०)
- कलम १६९ अन्वये स्थायी वरिष्ठ सभागृह असलेल्या विधान परिषदेची तरतूद, मात्र विधान परिषदेचे एक तृतीयांश सदस्य दर दोन वर्षांनी निवृत्त.
- घटक राज्यांच्या विधानपरिषदांची सदस्य संख्या : किमान ४०
- **कमाल सदस्य संख्या :** संबंधित राज्याच्या सदस्यसंख्येच्या एक तृतीयांश
- एकूण सदस्यांपैकी पाच षष्ठांश (५/६) सदस्य अप्रत्यक्ष निवडणुकीद्वारे तर एक षष्ठांश (१/६) सदस्य राज्यपालांद्वारे नामनिर्देशित
- अप्रत्यक्ष निवडून येणाऱ्यापैकी एक तृतीयांश सदस्य (१/३) विधानसभा सदस्यांकडून, एक तृतीयांश सदस्य (१/३) स्थानिक स्वराज्य संस्थांकडून, एक बारांश सदस्य (१/१२) पदवीधर मतदारसंघातून व एक बारांश सदस्य (१/१२) शिक्षक मतदारसंघातून.

महाराष्ट्र विधान परिषद सभापती (स्थापना - जुलै १९३७)

क्र.	सभापती	कार्यकाळ
१	मंगलदास मच्छराम पक्वाना	१९३७-१९४७
२	रामचंद्र रमेश सोमण	१९४७-१९५२
३	रामराव श्रीनिवासराव हुक्केरीकर	१९५२-१९५६
४	भोगीलाल धीरजलाल लाला	१९५६-१९६०
५	विठ्ठल सखाराम पागे	१९६०-१९७८ (सर्वाधिक काळ)
६	राम मेघे (कार्यकारी सभापती)	१३/०६/१९७८-१५/०६/१९७८
७	रामकृष्ण सूर्यभानजी गवई	१९७८-१९८२
८	जयंत श्रीधर टिळक	१९८२-१९९८
९	भाऊराव तुळशीराम देशमुख (अस्थायी सभापती)	२०/०७/१९९६-२४/०७/१९९८
१०	प्रा. ना. स. फरांदे	१९९८-२००४
११	वसंत शंकर डावखरे	०९/०७/२००४-१३/०८/२००४
१२	शिवाजीराव बापूसाहेब देशमुख	२००४-२०१५
१३	रामराजे प्रतापसिंह नाईक निंबाळकर	२०/०३/२०१५ पासून कार्यरत

(संदर्भ : सकाळ वृत्तसेवा, mls.org.in)

कृष्णा सोबती (१९२५-२०१९)

■ दि. २५ जानेवारी २०१९ रोजी ज्ञानपीठ विजेत्या ज्येष्ठ हिंदी साहित्यिका कृष्णा सोबती यांचे वयाच्या ९३ व्या वर्षी निधन.

कृष्णा सोबती यांच्याविषयी :

- जन्म- १८ फेब्रुवारी १९२५ (गुजरात, सध्या पाकिस्तानमधील पंजाब प्रांतात)
- मृत्यू - २५ जानेवारी २०१९ (दिल्ली)
- फाळणीनंतर भारतात वास्तव्य
- १९४४ मध्ये प्रकाशित 'लामा' हा पहिला कथासंग्रह, फाळणीवर आधारित 'नफिसा' व 'सिक्का बदल गया' हे कथासंग्रह प्रकाशित
- १९७९ मधील 'जिंदगीनामा' या कादंबरीत १९ व्या शतकातील पंजाबची ग्रामीण संस्कृती, परंपरा, चालीरीती; तसेच राजकीय व सामाजिक स्थितीची ओळख. या कादंबरीसाठी १९८० चा साहित्य अकादमी पुरस्कार
- लिंगभेदाच्या प्रश्नांवर विशेषत्वाने लेखन व जागृती
- २०१० मध्ये पद्म भूषण पुरस्कार जाहीर, पण 'आपण खूप मोठ्या साहित्यिक नाही' असे सांगत स्वीकारण्यास नकार.
- २०१५ मध्ये गोविंद पानसरे व कलबुर्गी यांच्या हत्येच्या निषेधार्थ साहित्य अकादमी पुरस्कार परत
- २०१७ मध्ये साहित्य क्षेत्रातील बहुमोल योगदानासाठी ५३ वा ज्ञानपीठ पुरस्कार प्रदान

ग्रंथसंपदा :	
१) कादंबरी	
■ मित्रो मरजानी	■ तीन पहाड
■ जिंदगीनामा	■ दिलो-दानिश
■ यारों के यार	■ डार से बिछुंडी
■ समय सरगम	■ सुरजमुखी अंधेरे के
■ बादलों के घेरे	
२) कथासंग्रह	
■ दादी अम्मा	■ बादलों के घेरे
■ मेरी माँ कहाँ	■ सिक्का बदल गया
■ नफिसा	■ लामा

पुरस्कार व सन्मान :
■ शिरोमणी पुरस्कार (१९८१)
■ हिंदी अकादमी पुरस्कार (१९८२)
■ साहित्य अकादमी पुरस्कार (१९८०)
■ शलाका पुरस्कार (२०००)
■ साहित्य अकादमी फेलोशिप (१९९६)
■ ज्ञानपीठ पुरस्कार (२०१७)

(संदर्भ : सकाळ वृत्तसेवा)

जॉर्ज फर्नांडिस (१९३०-२०१९)

दिनांक २९ जानेवारी २०१९ रोजी ज्येष्ठ कामगार नेते व देशाचे माजी संरक्षणमंत्री जॉर्ज फर्नांडिस यांचे वयाच्या ८८ व्या वर्षी निधन झाले.

जॉर्ज फर्नांडिस यांच्याविषयी :

- जन्म - ३ जून १९३० (मंगळूर, कर्नाटक)
- मृत्यू - २९ जानेवारी २०१९ (नवी दिल्ली)
- कामगार नेते डिमेलो आणि समाजवादी विचारवंत राम मनोहर लोहिया यांच्या विचारांनी प्रभावित.
- जॉर्ज यांच्याकडून १९६७ मध्ये दक्षिण मुंबई लोकसभा मतदारसंघातून काँग्रेसचे ज्येष्ठ नेते स. का. पाटील यांचा पराभव.
- १९७४ मध्ये स्वतंत्र भारताच्या इतिहासातील पहिल्या रेल्वे कर्मचारी संपाचे नेतृत्व.
- १९७५ मध्ये आणीबाणीच्या काळात सरकारविरोधी भूमिकेमुळे तुरूंगवास.
- १९७७ मध्ये मोरारजी देसाई यांच्या नेतृत्वाखालील जनता पक्षाच्या सरकारमध्ये उद्योगमंत्री.
- १९८९ मध्ये बिहारमधील मुझफ्फरपूर मतदारसंघातून जनता दल पक्षाकडून निवडून आल्यावर विश्वनाथ प्रतापसिंह यांच्या नेतृत्वाखालील सरकारमध्ये रेल्वेमंत्री.
- १९९४ मध्ये नीतिशकुमार यांच्यासोबत जनता दलातून बाहेर पडून समता पक्षाची स्थापना.
- १९९८ व १९९९ लोकसभा निवडणूक नालंदा मतदारसंघातून विजयी.
- १९९९ मध्ये अटलबिहारी वाजपेयी यांच्या नेतृत्वाखाली राष्ट्रीय लोकशाही आघाडीच्या सरकारमध्ये संरक्षणमंत्री
- २००३ मध्ये शरद यादव यांचा जनता दल पक्ष रामकृष्ण हेगडे यांचा लोकशक्ती पक्ष व समता पक्ष यांच्या संयुक्त जनता दल (JDU) पक्षाच्या स्थापनेमध्ये पुढाकार
- १९४९ मध्ये कोकणीतील 'कोकणी युवक', इंग्रजीतील 'अदर साइड' (Other Side) आणि हिंदीतील 'प्रतिपक्ष' या मासिकांचे; तसेच कन्नड भाषेतील 'रैथवाणी' (Raithvani) साप्ताहिकाचे संपादक
- ॲम्नेस्टी इंटरनॅशनल (Amnesty International), पीपल्स युनियन फॉर सिव्हिल सोसायटी लिबर्टीज (People's Union for Civil Liberties) व भारतीय प्रेस परिषद (Press Council of India) चे सभासद.

ग्रंथसंपदा :

- What Ails the Socialists (१९७२)
- Socialist Communist Interaction in India (१९८१)
- In the Year of Disabled : India's disabled Government (१९८१)
- Dignity for all : Essays in Socialism & Democracy (१९९१)
- George Fernandes Speaks (१९९१) (आत्मचरित्र)

(संदर्भ : सकाळ वृत्तसेवा)

मनोहर पर्रीकर (१९५५-२०१९)

दि. १७ मार्च २०१९ रोजी भारताचे माजी संरक्षणमंत्री व गोवा राज्याचे मुख्यमंत्री मनोहर पर्रीकर यांचे स्वादुपिंडाच्या कर्करोगाने वयाच्या ६३ व्या वर्षी निधन झाले.

मनोहर पर्रीकर यांच्याविषयी :

- जन्म - १३ डिसेंबर १९५५ म्हापसा (गोवा)
- मृत्यू - १७ मार्च २०१९ गोवा
- मडगावच्या लोयोला हायस्कूलमधून मराठी भाषेतून माध्यमिक शिक्षण
- १९७८ मध्ये आयआयटी, मुंबई येथून धातुशास्त्र विषयात अभियांत्रिकीची (Metallurgical Engineering) पदवी
- तरुणपणात राष्ट्रीय स्वयंसेवक संघात दाखल होऊन मुख्य शिक्षकाची जबाबदारी
- पदवीनंतर उत्तर गोव्यात संघाचे काम, २६ व्या वर्षी ते संघचालक.
- रामजन्मभूमी चळवळीत संघटक म्हणून कार्य
- १९९४ मध्ये भारतीय जनता पक्षाच्या उमेदवारीवर गोवा विधानसभेत पहिल्यांदा आमदार
- जून ते नोव्हेंबर १९९९ दरम्यान गोवा विधानसभेचे विरोधी पक्षनेते

पर्रीकर यांनी भूषवलेले गोव्याचे मुख्यमंत्रिपद :

- पहिल्यांदा २४ ऑक्टोबर २००० ते २७ फेब्रुवारी २००२
- पुन्हा निवडून येऊन २ फेब्रुवारी २००५ पर्यंत
- नंतर ९ मार्च २०१२ ते ८ नोव्हेंबर २०१४ पर्यंत
- आणि अखेरीस २६ ऑगस्ट २०१७ पासून मृत्यूपर्यंत
- ९ नोव्हेंबर २०१४ रोजी देशाच्या संरक्षणमंत्रिपदी. संरक्षणमंत्री झाल्यावर ते उत्तर प्रदेशमधून राज्यसभेवर खासदारपदी.
- २०१७ च्या गोवा विधानसभेत भाजपा अल्पमतात असूनही सत्तेत आणण्यात सिंहाचा वाटा.
- संरक्षणमंत्रिपदी या नात्याने ऑगस्ट वेस्टलॅण्ड हेलिकॉप्टर चौकशी आणि २९ सप्टेंबर २०१६ रोजी झालेला पहिला सर्जिकल स्ट्राईक ही महत्त्वपूर्ण कामगिरी

पुरस्कार व सन्मान :

- २००१ - आयआयटी, मुंबई (Distinguished Alumnus Award) चे प्रतिष्ठित माजी विद्यार्थी
- २०१२ - CNN-IBN च्या राजकीय विभागातील 'इंडियन ऑफ द इयर'
- २०१८ - नॅशनल इन्स्टिट्यूट ऑफ टेक्नॉलॉजी, गोवा येथील मानद डॉक्टरेट

गोवा विधानसभेविषयी :

- सदस्य संख्या - ४०
- १९६१ मध्ये पोर्तुगीज सत्तेकडून स्वातंत्र्य मिळाल्यावर गोवा लेफ्टनंट जनरल कुनीरमन पलट कैंडेथ (Lieutenant General Kunhiraman Palat Candeth) यांच्या नेतृत्वाखाली लष्करी प्रशासनाखाली
- ८ जून १९६२ मध्ये लेफ्टनंट गव्हर्नरद्वारे २८ अनौपचारिक सल्लागार परिषदेची (Informal Consultative Council) नियुक्ती करून नागरी प्रशासनाची सुरुवात
- ९ जानेवारी १९६४ रोजी पहिली विधानसभा
- ९ जानेवारी हा दिवस गोव्यात 'विधानसभा दिवस' म्हणून साजरा
- १९८७ मध्ये गोवा भारताचे २५ वे राज्य म्हणून अस्तित्वात व विधानसभेच्या सदस्यसंख्येत ४० पर्यंत वाढ
- २०१७ च्या गोवा विधानसभा निवडणुकीत पक्षांचे संख्याबळ काँग्रेस (१७), भाजपा (१३), महाराष्ट्रवादी गोमंतक पार्टी (३), गोवा फॉरवर्ड पार्टी (३), अपक्ष (३), राष्ट्रवादी काँग्रेस (१).
- भाजपाचे प्रमोद सावंत यांची गोव्याचे १३वे मुख्यमंत्री म्हणून निवड झाली आहे.

(संदर्भ : goavidhansabha.gov.in)

डॉ. एन. आर. माधव मेनन (१९३५-२०१९)

दि. ७ मे २०१९ रोजी भारतीय कायदा शिक्षणाचे पितामह डॉ. एन. आर. माधव मेनन यांचे ७ मे २०१९ रोजी वयाच्या ८४ व्या वर्षी केरळमधील तिरुअनंतपुरम येथे निधन झाले.

डॉ. एन. आर. माधव मेनन यांच्याबाबत :

- एस. डी. महाविद्यालय अलाप्पुझा येथून १९५३ मध्ये प्राणिशास्त्र विषयात पदवी.
- पदवी शिक्षण सुरू असतानाच दक्षिण भारत हिंदी प्रचार सभेद्वारे आयोजित 'हिंदी विशारद अभ्यासक्रम' पूर्ण.
- १९५५ मध्ये त्यांनी शासकीय विधी महाविद्यालय, एर्नाकुलम येथून कायद्याची पदवी.

कारकिर्द :

- १९५६ मध्ये केरळ उच्च न्यायालयात वकील म्हणून नोंदणी.
- १९५७ मध्ये केंद्रीय लोकसेवा आयोगाची परीक्षा उत्तीर्ण होऊन दिल्ली येथील केंद्रीय सचिवालयात रुजू.
- १९६५ मध्ये ते अलिगड मुस्लीम विद्यापीठाचे प्रथम पीएच.डी. धारक
- १९६८ मध्ये ते अलिगड मुस्लिम विद्यापीठामध्येच अध्यापक.
- १९८७ मध्ये त्यांनी बंगळुरू येथील 'नॅशनल लॉ कॉलेज'च्या स्थापनेत पुढाकार व संचालकपदी काम.
- १९९८ मध्ये पश्चिम बंगाल राष्ट्रीय न्यायवैद्यक विद्यापीठाचे संस्थापक कुलगुरू

भूषविलेली पदे :

- राष्ट्रीय न्यायिक अकादमी, भोपाळ - संस्थापक संचालक
- भारतीय सांख्यिकी संस्था, कोलकाता - अध्यक्ष
- सेंटर फॉर डेव्हलपिंग स्टडिज - अध्यक्ष
- भारतीय कायदा आयोगावर सदस्य
- सरकारी जाहिरातीबाबत सर्वोच्च न्यायालयाने नेमलेल्या 'माधव मेनन' समितीचे अध्यक्ष.

पुरस्कार :

- १९९४ - आंतरराष्ट्रीय बार असोसिएशनचा लिविंग लिजंड ऑफ लॉ.
- २००१ - नॅशनल स्कूल लॉ ऑफ इंडिया विद्यापीठाची डॉक्टर ऑफ लॉ पदवी
- २००३ पद्म श्री पुरस्कार

(संदर्भ : nls.ac.in ,सकाळ संदर्भ सेवा)

म. सु. पाटील (१९३१- २०१९)

दि. ३१ मे २०१९ रोजी ज्येष्ठ साहित्यिक व समीक्षक मधुकर सु. पाटील यांचे मुंबई येथे निधन झाले.

- १९८० नंतरच्या मराठी साहित्यविश्वात समीक्षेचा स्वतंत्र ठसा
- जन्म १९३१ मध्ये अलिबाग जिल्हा रायगड येथे.
- व्हर्नाक्युलर फायनलच्या परीक्षेत ते तत्कालीन कुलाबा (रायगड) जिल्ह्यातून प्रथम.
- मुंबईला गिरणीत काम करून रात्रशाळेत शिक्षण घेतले.
- मनमाड महाविद्यालयात प्राध्यापक तर १९६९-८९ दरम्यान प्राचार्य.
- कवयित्री व लेखिका नीरजा या त्यांच्या कन्या.

प्रा. म. सु. पाटील यांनी लिहिलेली पुस्तके :

- तुकाराम-अंतर्बाह्य संघर्षाची अनुभवरूपे
- दलित कविता व दलित साहित्याचे सौंदर्यशास्त्र
- प्रभाकर पाध्ये : वाङ्मय दर्शन
- बदलते कविसंवेदन
- लांबा उगवे आगरी (आत्मकथन)
- सर्जनप्रेरणा आणि कवित्वशोध
- ज्ञानेश्वरीचा काव्यबंध
- ज्ञानेश्वरीचा तृष्णबंध

म. सु. पाटील यांना 'स्मृतीभ्रंशानंतर' या गणेश देवी लिखित After Amnesia' या इंग्लिश पुस्तकाच्या मराठी अनुवादाला २०१४ मध्ये तसेच 'सर्जनप्रेरणा' आणि 'कवित्वशोध' या समीक्षा ग्रंथाला २०१८ मधील साहित्य अकादमी पुरस्कार.

(संदर्भ : सकाळ संदर्भ सेवा)

ली आयकोका (१९२४-२०१९)

दि. २ जुलै २०१९ रोजी जागतिक मोटारविश्वातील अग्रणी उद्योगपती ली आयकोका (Lee Iacocca) यांचे वयाच्या ९४ व्या वर्षी निधन झाले.

- फोर्ड (Ford), क्रायस्लर (Chrysler) या जगप्रसिद्ध कंपन्यांचे माजी अध्यक्ष आणि जागतिक वाहन उद्योगातील द्रष्टे व्यक्तिमत्त्व म्हणून त्यांना ओळखले जाते.

ली आयकोका ह्यांच्याविषयी :

- जन्म - १५ ऑक्टोबर, १९२४ एलेनटाऊन, पेनसिल्व्हेनिया (अमेरिका)
- मृत्यू - २ जुलै, २०१९ लॉस एंजल्स, कॅलिफोर्निया (अमेरिका)
- शिक्षण - लेहाय विद्यापीठ (Lehigh University) येथून औद्योगिक अभियांत्रिकी पदवी.
- लिडो अँथनी आयकोका हे मूळ नाव.
- १९४६ मध्ये पदवीनंतर फोर्ड मोटार कंपनीत विक्री विभागात रुजू. पुढे १९७० मध्ये फोर्ड कंपनीचे अध्यक्ष
- फोर्ड कंपनीत असताना मिनीव्हॅन (Minivan), क्रायस्लर के कार (Chrysler K) आणि फोर्ड एस्कॉर्टचा (Ford Escort) मस्टॅग (Mustag) व फोर्ड पिंटो (Ford Pinto) या लोकप्रिय गाड्यांची निर्मिती त्यांनी केली
- यातूनच त्यांची मिस्टर मस्टॅग म्हणून उद्योगजगतात ओळख निर्माण झाली.
- १९७८ वाढत्या लोकप्रियतेमुळे फोर्ड कंपनीतून हकालपट्टी व ते दिवाळखोरीच्या अवस्थेतील अमेरिकेच्या मोटार विश्वातील क्रायस्लर कॉर्पोरेशन (Chysler Corporation) या कंपनीचे मुख्य कार्यकारी अधिकारी.

- व्यवस्थापनाच्या कौशल्याच्या जोरावर अमेरिकन सरकारकडून कर्ज (Federal Loan) घेऊन त्यांनी क्रायस्लर मोटार कंपनीला आर्थिक दुरवस्थेतून बाहेर काढले आणि कमी कालावधीत कर्जही फेडले.
- १९९२ मध्ये क्रायस्लरमधून निवृत्त होण्यापूर्वी त्यांनी अमेरिकन मोटर्स कॉर्पोरेशनवर ताबा मिळवून जीप ग्रँड चेरोकीची निर्मिती.
- १९८५मध्ये समाजकार्यासाठी त्यांना प्रायव्हेट सिटीझनतर्फे एस रॉजर हॉर्चोव्ह ॲवार्डने (S. Roger Horchow Award) गौरविले.
- त्याचसोबत आयकोका यांचा १८ महान अमेरिकी मुख्य कार्यकारी अधिकाऱ्यांच्या यादीमध्ये समावेश करण्यात आला.

ग्रंथसंपदा :

- १) आयकोका - ॲन ॲटोबायोग्रॉफी (Iacocca: An Autobiography) (१९८६)
- २) टॉकिंग स्ट्रेट (Talking Straight) (१९८८)
- ३) व्हेअर हॅव ऑल द लीडर्स गॉन (Where have all the leaders Gone) (२००७)

(संदर्भ : chrysler.com)

गिरीश कार्नाड (१९३८-२०१९)

प्रसिद्ध नाटककार, कवी, अभिनेते, दिग्दर्शक व ज्ञानपीठ पुरस्कार विजेते लेखक गिरीश कार्नाड यांचे दि. १० जून २०१९ रोजी बंगळुरू येथे आजाराने वयाच्या ८१ व्या वर्षी निधन झाले.

- ज्ञानपीठ पुरस्कार मिळवलेले ते पहिलेच नाटककार होते.

गिरीश कार्नाड यांच्याविषयी :

- जन्म - १९ मे १९३८ (माथेरान, महाराष्ट्र)
- १९५८ मध्ये त्यांनी कर्नाटक विद्यापीठातून पदवीपर्यंतचे शिक्षण पूर्ण केले.
- त्यानंतर त्यांनी ऑक्सफर्ड विद्यापीठातून (Oxford University) तत्त्वज्ञान (Philosophy), राज्यशास्त्र (Politics) आणि अर्थशास्त्र (Economics) चे उच्च शिक्षण घेत आपले पदव्युत्तर शिक्षण पूर्ण केले.
- १९६१ मध्ये 'ययाति' या पहिल्या नाटकाचे लेखन त्यांनी कन्नड तसेच इंग्रजी भाषेत केले.
- ययाति, हयवदन व नागमंडळ आणि तुघलक (१९६४) या नाटकांमुळे ते प्रसिद्ध झाले.
- कन्नड, मराठी, इंग्रजी, हिंदी इत्यादी भाषांमध्ये त्यांची नाटके रूपांतरित झाली.
- 'राक्षस तंगडी' हे त्यांचे अखेरचे नाटक ठरले.
- १९६२-६३ मध्ये ते ऑक्सफर्ड युनियनचे अध्यक्ष म्हणून निवडून आले होते.
- १९६३-७० या कार्यकाळात त्यांनी चेन्नईतील ऑक्सफर्ड युनिव्हर्सिटी प्रेससाठी कार्य केले.
- १९७० मध्ये यू. आर. अनंतमूर्ती यांच्या कादंबरीवर आधारित 'संस्कार (Sanskara)' या कन्नड चित्रपटातून अभिनय क्षेत्रात प्रवेश केला. या चित्रपटाला कन्नड भाषेकरिता पहिले राष्ट्रपती सुवर्णकमळ मिळाले होते.
- एक था टायगर, टायगर जिंदा है, चॉक ॲन्ड डस्टर, इक्बाल, डोर, पुकार आदी चित्रपटांत त्यांनी काम केले आहे.
- 'उंबरठा' या मराठी चित्रपटात गिरीश कार्नाड यांनी काम केले आहे.
- शिव कदम यांनी दिग्दर्शित केलेला मात्र प्रदर्शित न झालेला 'सरगम' हा मराठी चित्रपट कार्नाड यांचा शेवटचा मराठी चित्रपट ठरला.
- त्यांनी पु. ल. देशपांडे यांच्या 'तुज आहे तुजपाशी'चा कन्नडमध्ये अनुवाद केला होता.
- १९७१ मध्ये कार्नाड यांनी एस. एल. भैरप्पा यांच्या कन्नड कादंबरीवर आधारित 'वंशवृक्ष (Vamsha Vriksha)' या चित्रपटाद्वारे दिग्दर्शन क्षेत्रात पाऊल ठेवले.
- त्यांनी उत्सव, काडू या चित्रपटांचे दिग्दर्शन केले आहे.
- १९७४-७५ या काळात ते पुण्यातील 'भारतीय चित्रपट आणि दूरदर्शन संस्थे (एफटीआयआय)'चे संचालक होते. या संस्थेचे बिगर प्रशासकीय अधिकारी असलेले ते प्रथम संचालक होते.
- त्यांनी १९८६ ते ८७ मध्ये 'मालगुडी डेज' या दूरचित्रवाणी मालिकेत काम केले आहे. तसेच इंद्रधनुष्य, खानदान, अपना सपना इ. मालिकेतही त्यांनी अभिनय केला आहे.
- दूरदर्शनच्या 'टर्निंग पॉईंट' (Turning Point) या विज्ञानविषयक कार्यक्रमात त्यांनी निवेदकाची भूमिका पार पाडली आहे.
- १९७६ ते १९७८ या कार्यकाळात ते कर्नाटक साहित्य अकादमीचे अध्यक्ष होते.
- १९८८-९३ दरम्यान ते नाटक अकादमीचे अध्यक्ष होते.
- १९९९ मध्ये 'विंग्ज ऑफ फायर (Wings of Fire)' या दिवंगत राष्ट्रपती डॉ. एपीजे अब्दुल कलाम यांच्या मौखिक आत्मचरित्राला त्यांनी आवाज दिला होता.
- तसेच युनेस्कोतर्फे जागतिक रंगभूमीचे राजदूत म्हणून कार्नाड यांची निवड झाली होती.
- सत्यजित रे यांचे चित्रपट पाहून गिरीश कार्नाड प्रभावित झाले व त्यांनी चित्रपटाकडे वळण्याचा निर्णय घेतला.
- त्यांना चार फिल्मफेअर पुरस्कार मिळाले असून त्यापैकी तीन पुरस्कार कन्नड चित्रपट वंशवृक्ष (१९७२), काडू (Kaadu)> (१९७४), आणि ओन्दानुंडू कालाडल्ली (Ondanadu Kalladalli) या चित्रपटांच्या दिग्दर्शनासाठी तर गोधुली (Godhuli) या चित्रपटाच्या सर्वोत्कृष्ट पटकथेसाठी मिळाले आहेत.
- गिरीश कार्नाड यांच्या नावाचा उल्लेख नेहमी कर्नाड असा होत होता तेव्हा त्यांनी स्वतः एका कार्यक्रमात आपल्या नावाचा उल्लेख कार्नाड असा हवा असे सांगितले होते.

- देशातील वाढती असहिष्णुता व साहित्यिक, पत्रकारांवर होणाऱ्या हल्ल्यांविरोधात त्यांनी आवाज उठविला होता.
- पत्रकार गौरी लंकेश आणि कलबुर्गी यांच्या हत्येचा त्यांनी तीव्र शब्दांत निषेध नोंदवला होता.
- आडाडता आयुष्य (Aadaadtha Aayushya) हे त्यांचे कन्नड भाषेतील आत्मचरित्र असून त्याचा मराठी अनुवाद उमा कुलकर्णी यांनी केला असून त्याचे नाव 'खेळता खेळता आयुष्य' असे आहे.
- मराठीतील महत्त्वाचे नाटककार महेश एलकुंचवार यांच्या काही नाटकांचे त्यांनी कन्नड भाषेमध्ये अनुवाद केले आहेत.

कार्नाड यांची नाट्यसंपदा		
▪ ययाति	▪ तुघलक	▪ हयवदन
▪ नागमंडला	▪ तलेदंड	▪ राक्षस तंगडी
▪ अंजू मल्लिगे	▪ अग्नि मतु माले	
▪ अग्नि और बरखा	▪ Wedding Album	

प्राप्त पुरस्कार :

- पद्म श्री पुरस्कार १९७४
- पद्म भूषण पुरस्कार १९९२
- ज्ञानपीठ पुरस्कार १९९८
- साहित्य अकादमी पुरस्कार १९९४
- संगीत नाटक अकादमी पुरस्कार १९७२
- कर्नाटक नाटक अकादमी पुरस्कार १९८४
- कालीदास सन्मान पुरस्कार १९९८
- म्हैसूर राज्योत्सव पुरस्कार १९७०
- राष्ट्रपती सुवर्णपदक १९७०

(संदर्भ : britannica.com/ , agdc.ac.in/pdf/, सकाळ संदर्भ सेवा)

राजा ढाले (१९४०-२०१९)

दि. १६ जुलै २०१९ रोजी दलित पँथरचे संस्थापक, आंबेडकर चळवळीचे नेते, लेखक, कवी व चित्रकार राजा ढाले यांचे वयाच्या ७८ व्या वर्षी निधन झाले.

राजा ढाले (राजाराम पिराजी ढाले) यांच्याविषयी :

- जन्म - ३० सप्टेंबर १९४० (नांद्रे, सांगली)
- मृत्यू - १६ जुलै २०१९ (मुंबई)
- महाविद्यालयीन शिक्षणासाठी मुंबईत असतानाच लेखनाला सुरुवात.
- प्रबुद्ध भारत वृत्तपत्रामध्ये त्यांनी लिखाण केले.
- १९६० च्या दशकात भालचंद्र नेमाडे, अशोक शहाणे, वसंत गुर्जर यांच्यासह लिटल मॅगझिन चळवळीत सक्रिय.
- २९ मे, १९७२ रोजी दलित समाजहितासाठी व सामाजिक विचारांचे प्रबोधन करण्यासाठी अमेरिकेतील कृष्णवर्णीय नागरिकांच्या हक्कासाठी लढणाऱ्या ब्लॅक पँथर (१९६६) संघटनेवरून प्रेरणा घेऊन दलित पँथर संघटनेच्या स्थापनेत महत्त्वपूर्ण सहभाग.
- मास मुव्हमेंट, सम्यक क्रांती संघटना इत्यादी संघटनांचे सदस्य.
- मराठवाडा विद्यापीठ नामांतराच्या चळवळीत सहभाग.
- १९९९ मध्ये उत्तर-मध्य मुंबई मतदारसंघातून आणि २००४ मध्ये ईशान्य मुंबई मतदारसंघातून भारिप बहुजन महासंघ या पक्षातर्फे लोकसभा निवडणूक लढवली मात्र त्यात पराभव.
- प्रकाश आंबेडकरांच्या भारिप बहुजन महासंघ या पक्षाचे त्यांनी अध्यक्षपद सांभाळले.
- त्यांनी दलित साहित्याचा आंबेडकरवादी साहित्य असा शब्द प्रयोग सुरू केला.
- तापसी, येरू, चक्रवती, जातक, विद्रोह इ. लघु अनियतकालिकांमध्ये त्यांनी लेखन केले.
- साधना साप्ताहिकातील 'काळा स्वातंत्र्य दिन' हा भारतीय स्वातंत्र्याबाबतचा त्यांचा लेख विशेष चर्चिला गेला.
- ज. वि. पवार संपादित अस्तित्वाच्या रेषा या गौरवग्रंथात राजा ढाले यांच्या समग्र साहित्याचा आढावा घेण्यात आला आहे.

पुरस्कार सन्मान :

- पुणे महानगरपालिकेचा भारतरत्न डॉ. बाबासाहेब आंबेडकर पुरस्कार.
- औरंगाबादचा मिलिंद महाविद्यालयातर्फे मिलिंद समता पुरस्कार.

(संदर्भ : सकाळ वृत्त सेवा)

टोनी मॉरिसन (१९३१-२०१९)

दि. ५ ऑगस्ट, २०१९ रोजी नोबेल पुरस्कार विजेत्या व आधुनिक साहित्याचा जनक मानल्या गेलेल्या अमेरिकन लेखिका टोनी मॉरिसन यांचे वयाच्या ८८ व्या वर्षी निधन झाले.

टोनी मॉरिसन (Toni Morrison) यांच्याविषयी :

- जन्म - १८ फेब्रुवारी, १९३१ (ओहयो, अमेरिका)
- मृत्यू - ५ ऑगस्ट, २०१९ (न्यूयॉर्क, अमेरिका)
- शिक्षण - हॉर्वर्ड विद्यापीठातून इंग्रजी विषयात बी.ए.ची पदवी तर कॉर्नेल विद्यापीठातून एम.ए.ची पदवी.
- १९५५ पदव्युत्तर शिक्षणानंतर हॉस्टन येथील टेक्सास साउदर्न विद्यापीठात २ वर्षे व त्यानंतर हॉर्वर्ड विद्यापीठात ७ वर्षे इंग्रजीचे अध्यापन.
- १९६७ मध्ये न्यूयॉर्क येथील रँडम हाउस (Random House) प्रकाशनामधील कल्पनारम्य (साहित्य) विभागातील (Fiction Department) पहिल्या कृष्णवर्णीय महिला संपादक.

- १९७२ मध्ये त्यांनी Contemparary African Literature या पुस्तकाद्वारे नायजेरियन व दक्षिण आफ्रिकेतील लेखकांचे कार्य प्रकाशित केले.
- तसेच 'मोहम्मद अली, द ग्रेटेस्ट (Mohammad Ali, The Greatest)' हे बॉक्सर मोहम्मद अलींचे आत्मचरित्र प्रकाशित.
- १९७० मध्ये प्रकाशित झालेली The Bluest Eye ही त्यांनी लिहिलेली पहिली कादंबरी.
- १९७७ मध्ये प्रकाशित झालेली Song of Soloaman या कादंबरीमुळे त्यांना प्रसिद्धी मिळाली व त्यासाठी त्यांना National Book Critics Circle Award पुरस्काराने सन्मानित करण्यात आले.
- १९८७ मध्ये त्यांनी त्यांची सर्वाधिक लोकप्रिय Beloved कादंबरी प्रसिद्ध केली जी आफ्रिकन-अमेरिकन महिलेच्या जीवनावर आधारित आहे. या कादंबरीचा तिसरा भाग १९९८ मध्ये प्रकाशित.
- साहित्याचा नोबेल पुरस्कार मिळविणाऱ्या त्या पहिल्या कृष्णवर्णीय महिला लेखक.

ग्रंथसंपदा :

कादंबरी :

The Bluest Eye	A Mercy
Sula	Home
Song of Solomon	God Help the Child
Tar Baby	Beloved
Jazz	Paradise
Love	

नाटक :

Dreaming Emmett (१९८६)	Desdemona (२०११)

बालसाहित्य :

- The Big Box (१९९९)
- The Book of Mean People (२००२)
- Who's Got Game? The Ant or the Grasshopper?, The Lion or the Mouse?, Poppy or the Snake? (२००७)
- Peeny Butler Fudge (२००९)
- Please Louise (२०१४)

पुरस्कार व सन्मान :

- १९७७ - American Academy & Institute of Arts & Letter Award
- १९८८ - Pulitzer Prize for Fiction (पुलित्झर पुरस्कार)
- १९९३ - साहित्यासाठीचा नोबेल पुरस्कार
- १९९३ - Commander of Arts & Letters Paris
- २०१२ - Presidential Medal for Freedom

(संदर्भ : .tonimorrisonsociety.org)

सुषमा स्वराज (१९५२-२०१९)

दि. ६ ऑगस्ट, २०१९ रोजी भारतीय जनता पार्टीच्या ज्येष्ठ नेत्या व माजी केंद्रीय परराष्ट्रमंत्री सुषमा स्वराज यांचे वयाच्या ६७व्या वर्षी हृदयविकाराच्या झटक्याने निधन झाले.

सुषमा स्वराज यांच्याविषयी :

- जन्म - १४ फेब्रुवारी, १९५२ (अंबाला, हरियाणा)
- मृत्यू - ६ ऑगस्ट, २०१९ (नवी दिल्ली)
- १९७३ मध्ये सर्वोच्च न्यायालयात वकिलीस सुरुवात.
- १९७० च्या दशकात अखिल भारतीय विद्यार्थी परिषदेद्वारे राजकारणात प्रवेश.
- त्या व त्यांचे पती स्वराज कौशल हे समाजवादी नेते जॉर्ज फर्नांडिस यांचे निकटवर्ती. त्यांनी १९७५ मध्ये जॉर्ज फर्नांडिस यांची न्यायालयीन खटल्यात बाजू मांडली.
- १९७४ मध्ये जयप्रकाश नारायण यांनी बिहार येथून सुरू केलेल्या संपूर्ण क्रांती आंदोलना (Total Revolution Movement) मध्ये सहभाग.
- १९७७ ते १९८२ हरियाणा विधानसभेतील अंबाला कँटोन्मेंट मतदारसंघातून पहिल्यांदा आमदार तसेच दुसऱ्यांदा १९८७ ते १९९० दरम्यान.
- १९७७ ते १९७९ या काळात वयाच्या अवघ्या २५ व्या वर्षी हरियाणा विधानसभेत मुख्यमंत्री देवीलाल यांच्या जनता पक्षाच्या सरकारमध्ये कॅबिनेट मंत्री होण्याचा विक्रम.
- १९७९ मध्ये हरियाणाच्या जनता पार्टीच्या प्रदेशाध्यक्षा.
- ६ एप्रिल १९८० रोजी भारतीय जनता पार्टी (भाजपा) च्या स्थापनेपासून सदस्य.
- १९८७ ते १९९० दरम्यान भाजपा व लोकदल यांच्या हरियाणातील संयुक्त सरकारमध्ये शिक्षण मंत्री.
- १९९० मध्ये राज्यसभेच्या सदस्या म्हणून निवड.
- १९९६ मध्ये ११ व्या लोकसभा निवडणुकीत दक्षिण दिल्ली मतदारसंघातून विजयी.
- ऑक्टोबर ते डिसेंबर १९९८ मध्ये दिल्ली विधानसभेच्या पहिल्या महिला मुख्यमंत्री.
- एप्रिल २००० ते जानेवारी २००३ दरम्यान केंद्रीय माहिती आणि प्रसारणमंत्री व संसदीय कामकाज मंत्री.
- जानेवारी २००३ ते मे २००४ दरम्यान आरोग्य आणि कुटंब कल्याणमंत्री.
- २००९ मध्ये १५ व्या लोकसभा निवडणुकीत मध्य प्रदेशच्या विदिशा मतदारसंघातून ४ लाखांपेक्षा अधिक मताधिक्याने विजयी व २००९ ते २०१४ दरम्यान लोकसभेच्या विरोधी पक्षनेतापदी.

- २०१४ मध्ये १६ व्या लोकसभा निवडणुकीत विदिशा मतदारसंघातून पुन्हा एकदा विजयी व नरेंद्र मोदी यांच्या नेतृत्वाखालील सरकारमध्ये केंद्रीय परराष्ट्रमंत्रिपदी.
- भारतीय राजकारणात राष्ट्रीय पक्षासाठीच्या प्रवक्त्या म्हणून त्या पहिल्या महिला होत्या.
- भाजपच्या त्या पहिल्या महिला मुख्यमंत्री, केंद्रीय कॅबिनेट मंत्री, सरचिटणीस, लोकसभा विरोधी पक्षनेत्या होत्या.
- त्यांनी हरियाणा येथील हिंदी साहित्य संमेलनाचे चार वर्षं अध्यक्षपद भूषविले.
- १९९९ मधील १३ व्या लोकसभा निवडणुकीत कर्नाटक राज्यातील बेल्लारी मतदारसंघात काँग्रेसच्या अध्यक्षा सोनिया गांधी यांच्याविरुद्ध अपयशी लढत.

पुरस्कार व सन्मान :

- सर्वोत्कृष्ट संसदपटू पुरस्कार
- स्पेनचा ग्रॅण्ड क्रॉस ऑफ अॅवार्ड ऑफ सिव्हिल मेरीट पुरस्कार.

(संदर्भ : pib.nic.in ,सकाळ वृत्त सेवा)

अरुण जेटली (१९५२-२०१९)

दि. २४ ऑगस्ट, २०१९ रोजी माजी केंद्रीय अर्थमंत्री व भारतीय जनता पक्षाचे ज्येष्ठ नेते अरुण जेटली यांचे वयाच्या ६६व्या वर्षी निधन.

अरुण महाराज किशन जेटली यांच्याविषयी :

- जन्म - २८ डिसेंबर, १९५२ (दिल्ली)
- मृत्यू - २४ ऑगस्ट २०१९ (दिल्ली)
- शिक्षण - १९७३ मध्ये नवी दिल्ली श्रीराम महाविद्यालयातून वाणिज्य शाखेची पदवी.
- १९७७ मध्ये दिल्ली विद्यापीठातून कायद्याची पदवी.
- १९७३ ते १९७७ दरम्यान अखिल भारतीय विद्यार्थी परिषदेच्या माध्यमातून राजकारणात.
- १९७४ मध्ये दिल्ली विद्यापीठाच्या विद्यार्थी युनियनचे अध्यक्ष.
- १९७३ च्या जयप्रकाश नारायण यांच्या नेतृत्वाखालील भ्रष्टाचारविरोधी आंदोलनात सहभाग. जयप्रकाश नारायण यांद्वारे त्यांची राष्ट्रीय विद्यार्थी आणि युवा संघटना समितीच्या संयोजकपदी निवड.
- आणीबाणीच्या कार्यकाळात १९ महिन्यांचा तुरुंगवास आणि त्यानंतर जनसंघात प्रवेश.
- १९८० मध्ये भाजपात प्रवेश व भाजपाच्या दिल्ली युवा मोर्चाचे सचिव.
- १९८७ ते २००९ उच्च न्यायालय व सर्वोच्च न्यायालयांमध्ये वकिली.
- १९८९ मध्ये व्ही. पी. सिंग सरकारमध्ये अतिरिक्त सॉलिसिटर जनरल म्हणून कार्य.
- १९९१ मध्ये भाजपच्या राष्ट्रीय कार्यकारिणीचे सदस्य.
- २००२ मध्ये भाजपच्या सरचिटणीसपदी निवड.
- २००३ मध्ये पक्षाचे राष्ट्रीय प्रवक्ते.
- २००९ ते २०१४ राज्यसभेत विरोधी पक्षनेते.
- २०१४ लोकसभा निवडणुकीत अमृतसर मतदारसंघातून काँग्रेसचे अमरिंदर सिंग यांच्याकडून पराभव.
- २००० ते २०१८ पर्यंत गुजरात राज्यातून राज्यसभेवर खासदार तर एप्रिल २०१८ पासून उत्तर प्रदेश राज्यातून राज्यसभेवर खासदार म्हणून कार्यरत.
- श्री. अटल बिहारी वाजपेयी यांच्या नेतृत्वाखालील सरकारमध्ये माहिती व प्रसारण मंत्री (१९९९ ते २०००) व कायदा व न्यायमंत्री (२००३ ते २००४)
- श्री. नरेंद्र मोदी यांच्या नेतृत्वाखाली सरकारमध्ये माहिती व प्रसारण मंत्री (२०१४ ते २०१९) व अर्थमंत्री (२०१४ ते २०१९).
- केंद्रीय अर्थमंत्री असताना नोटाबंदी, जीएसटी (GST) ची अंमलबजावणी, रेल्वे अर्थसंकल्पाचे मुख्य अर्थसंकल्पात विलीनीकरण. अर्थसंकल्प १ फेब्रुवारीला मांडण्याची पद्धत, हे महत्त्वाचे निर्णय.
- १९९९ ते २०१३ दरम्यान दिल्ली आणि जिल्हा क्रिकेट मंडळ (Delhi & District Cricket Association) चे अध्यक्षपद.
- २८ ऑगस्ट, २०१९ रोजी दिल्लीचे प्रसिद्ध फिरोजशाह कोटला स्टेडियमला अरुण जेटली यांचे नाव देण्याचा DDCAचा निर्णय.

(संदर्भ : arunjaitley.com, pib.nic.in ,)

किरण नगरकर (१९४२-२०१९)

दि. ५ सप्टेंबर २०१९ रोजी मराठी आणि इंग्रजी या दोन्हीही भाषांतील सिद्धहस्त लेखक, कादंबरीकार, नाटककार किरण नगरकर यांचे प्रदीर्घ आजाराने बॉम्बे हॉस्पिटलमध्ये निधन झाले. ते ७७ वर्षांचे होते.

किरण नगरकर यांच्याविषयी :

- मुंबईतील एका मध्यमवर्गीय कुटुंबात १९४२ मध्ये किरण नगरकर यांचा जन्म झाला होता.
- पुण्याच्या फर्ग्युसन आणि मुंबईच्या एस.आय.ई.एस. (S.I.E.S) महाविद्यालयातून त्यांनी आपले महाविद्यालयीन शिक्षण पूर्ण केले होते.
- लिखाणात रस असलेल्या नगरकरांची पहिली कादंबरी १९६७-६८ मध्ये अभिरुचीमध्ये प्रसिद्ध झाली. त्यानंतर मौज प्रकाशनाने तीच कादंबरी 'सात सक्कं त्रेचाळीस' या नावाने प्रकाशित केली.
- त्यानंतर 'रावण आणि एडी' ही कादंबरी मराठी आणि इंग्रजी अशा दोन्हीही भाषांमध्ये प्रकाशित झाली.

- त्यानंतर इंग्रजीमध्ये 'गॉड्स लिटल सोल्जर' (God's Little Soldier) देखील प्रकाशित झाली.
- 'ककल्ड'साठी किरण नगरकर यांना साहित्य अकादमी पुरस्काराने गौरवण्यात आले होते.
- 'स्प्लिट वाइड ओपन (Split Wide Open)' या चित्रपटातून त्यांनी अभिनयही केलेला आहे.
- मराठी आणि भारतीय इंग्लिश अस्तित्ववादी साहित्यातील महत्त्वाचे लेखक म्हणून त्यांचे नाव घेतले जाते.

(संदर्भ : सकाळ संदर्भ सेवा)

रॉबर्ट मुगाबे (१९२४-२०१९)

दि. ६ सप्टेंबर २०१९ रोजी झिम्बाब्वेचे माजी राष्ट्रपती रॉबर्ट मुगाबे यांचे वयाच्या ९५ व्या वर्षी निधन झाले. मुगाबे गेल्या बऱ्याच दिवसांपासून आजारी होते.

- सिंगापूरमधील एका हॉस्पिटलमध्ये त्यांच्यावर उपचार सुरू होते. याच हॉस्पिटलमध्ये त्यांचे निधन झाल्याची माहिती झिम्बाब्वेचे राष्ट्रपती इमरसन मनांगाग्वा (Emmerson Mnangagwa) यांनी त्यांच्या अधिकृत ट्विटर हँडलवरून दिली.

रॉबर्ट मुगाबे यांच्याबद्दल :

- रॉबर्ट मुगाबे हे झिम्बाब्वेच्या स्वातंत्र्यापासून म्हणजे १९८० पासून झिम्बाब्वेचे सर्वेसर्वा होते.
- १९८० ते १९८७ अशी ७ वर्षे ते देशाचे पंतप्रधान होते, तर १९८७ मध्ये त्यांनी पंतप्रधानपद रद्दबातल करून स्वतःला देशाचा राष्ट्रपती घोषित केले. १९८७ पासून ते २०१७ पर्यंत ते राष्ट्रपती होते.
- २०१७ मध्ये सैन्याने त्यांच्याविरोधात केलेल्या बंडामुळे त्यांना आपल्या पदाचा राजीनामा द्यावा लागला होता.
- २१ फेब्रुवारी १९२४ रोजी रोडेशियामध्ये जन्मलेल्या मुगाबे यांचे झिम्बाब्वेच्या स्वातंत्र्यात महत्त्वपूर्ण योगदान होते.
- रोडेशिया त्यावेळी ब्रिटिश वसाहतीचा भाग होते. १९६४ मध्ये रोडेशिया सरकारवर केलेल्या टीकेमुळे मुगाबे यांना कुठल्याही सुनावणीशिवाय १० वर्षांचा तुरुंगवास भोगावा लागला होता.
- १९७३ मध्ये मुगाबे यांची तुरुंगात असतानाच 'झिम्बाब्वे आफ्रिकन नॅशनल युनियन-पेटीएट फ्रंट' या संस्थेच्या अध्यक्षपदी निवड करण्यात आली.
- तुरुंगातून सुटल्यानंतर मुगाबे मोजांबिकला गेले. तिथूनच त्यांनी रोडेशिया सरकार विरोधातील छापामार कारवाईचे नेतृत्व केले.
- यातूनच पुढे स्वतंत्र झिम्बाब्वेची स्थापना झाली. स्वातंत्र्यानंतरच्या निवडणुकीत त्यांनी विजय मिळवला आणि पुढची ३७ वर्षे त्यांनी झिम्बाब्वेची सूत्रे आपल्या हातात ठेवली.
- वसाहतवादाविरुद्ध लढा देऊन सत्तेवर आलेल्या मुगाबे यांनी सत्तेवर आल्यावर मात्र एकाधिकारशाही चालवायला सुरुवात केली.
- त्यांच्या सत्तेच्या काळात झिम्बाब्वेची अर्थव्यवस्था रयास गेली. ३७ वर्षांच्या सत्तेच्या काळात जेव्हा कधी लोकशाही पद्धतीने त्यांना पदावरून दूर करण्याचा प्रयत्न झाला तेव्हा त्यांनी तो चिरडून टाकला.
- 'केवळ ईश्वरच आपल्याला सत्तेपासून दूर करू शकतो' असे ते सांगायचे. अशा पद्धतीने झिम्बाब्वेच्या स्वातंत्र्याचा नायक ते बेबंद हुकूमशहा असा त्यांचा प्रवास राहिला.
- २०१७ मध्ये जेव्हा त्यांच्याविरुद्ध लष्करी उठाव झाला तेव्हा लष्कराने त्यांना हरारे येथील त्यांच्या निवासस्थानी स्थानबद्ध केले. पदाचा राजीनामा दिल्यावर सत्तेची सूत्रे आपल्याच हाती राहावीत यासाठी त्यांनी तत्कालीन उपराष्ट्रपती आणि सध्याचे राष्ट्रपती इमरसन मनांगाग्वा यांना पदच्युत केले होते.
- मात्र मुगाबे यांच्या या प्रयत्नांना यश आले नाही. आफ्रिकी संसदेने त्यांच्याविरोधात महाभियोगाची प्रक्रिया सुरू केली. ही प्रक्रिया पूर्ण होण्याआधीच मुगाबेंनी राजीनामा दिला.
- अशा प्रकारे झिम्बाब्वेवरील मुगाबे यांच्या ३७ वर्षांच्या शासनकाळाचा अंत झाला.

(संदर्भ : twitter.com/edmnangagwa ,ddnews.gov.in)

अब्दुल कादीर (१९५५-२०१९)

दि. ६ सप्टेंबर २०१९ रोजी पाकिस्तानचे माजी फिरकीपटू अब्दुल कादीर यांचे हृदयविकाराच्या झटक्याने निधन झाले. ते ६३ वर्षांचे होते.

अब्दुल कादीर यांच्याविषयी :

- पाकिस्तानच्या आणि एकूणच आंतरराष्ट्रीय क्रिकेटच्या इतिहासात एक उत्तम फिरकीपटू म्हणून अब्दुल कादीर प्रसिद्ध होते.
- अब्दुल कादीर यांनी आपल्या १६ वर्षांच्या कारकिर्दीत ६७ कसोटी सामन्यांमध्ये २३६ आणि १०४ एकदिवसीय सामन्यांमध्ये १३२ बळी घेतले. ५ एकदिवसीय सामन्यांमध्ये त्यांनी पाकिस्तान क्रिकेट संघाचे कर्णधारपददेखील भूषविले.
- आपल्या आगळ्यावेगळ्या गोलंदाजी शैलीसाठी कादीर सुप्रसिद्ध होते. या वेगळ्या शैलीमुळेच ते 'डान्सिंग बॉलर' म्हणून देखील ओळखले जात असत.
- १९८७ मधील इंग्लंड संघाचा पाकिस्तान दौरा कादीर यांच्यासाठी संस्मरणीय ठरला होता. या दौऱ्यातील ३ कसोटी सामन्यांमध्ये त्यांनी ३० बळी मिळवले होते.
- कुठल्याही एका दौऱ्यातील कादीर यांची ही सर्वोत्कृष्ट कामगिरी ठरली होती. शिवाय याच दौऱ्यातील लाहोर कसोटी सामन्यात त्यांनी मिळवलेले ५६ धावांमधील ९ बळी ही त्यांची सर्वोत्कृष्ट वैयक्तिक कामगिरी ठरली होती.
- पाकिस्तानी गोलंदाजाने नोंदवलेली त्यावेळची ही सर्वोत्कृष्ट कामगिरी ठरली होती.
- १९९३ मध्ये आंतरराष्ट्रीय क्रिकेटमधून निवृत्ती घेतल्यानंतर पुढे त्यांनी पाकिस्तानी संघाचे मुख्य निवडकर्ते म्हणून काम पाहिले. क्रिकेटपटू शेन वॉर्न याला गोलंदाजीचे धडे अब्दुल कादीर यांच्याकडूनच मिळाले होते.

(संदर्भ : pcb.com.pk, twitter.com/TheRealPCB)

सकाळ राम जेठमलानी (१९२३-२०१९)

दि. ८ सप्टेंबर २०१९ रोजी ज्येष्ठ विधिज्ञ आणि माजी कायदामंत्री राम जेठमलानी यांचे दिल्ली येथील त्यांच्या निवासस्थानी निधन झाले. ते ९६ वर्षांचे होते. गेल्या २ आठवड्यांपासून त्यांची तब्येत खालावल्याने त्यांच्यावर उपचार सुरू होते.

राम जेठमलानी यांच्याविषयी :

- राम जेठमलानी यांचा जन्म ब्रिटिश राजवटीतील सिंध प्रांतातील शिखारपूर येथे १४ सप्टेंबर १९२३ रोजी झाला
- राम जेठमलानी यांचे वडील आणि आजोबादेखील वकील होते आणि त्यांच्यानंतर त्यांचा मुलगा, मुलगी आणि पत्नी या सर्वांनी या व्यवसायात नाव कमावले.
- वकिली करण्यासाठी २१ वर्षे पूर्ण असणं बंधनकारक असण्याच्या काळात अतिशय कुशाग्र बुद्धिमत्तेच्या राम जेठमलानी यांनी अवघ्या १७ व्या वर्षीच वकिलीचे शिक्षण पूर्ण केले.
- १८ व्या वर्षांपासून वकिलीची प्रॅक्टिस करण्यासाठी त्यांना विशेष परवानगी देण्यात आली.
- आपली पहिली केस लढताना केवळ १ रुपया फी म्हणून घेतलेले राम जेठमलानी नंतरच्या काळाता देशातले सर्वांत जास्त फी मिळवणारे वकील ठरले.
- १९५९ मध्ये महाराष्ट्रात चालविण्यात आलेल्या नानावटी खटल्याने त्यांचे नाव सर्वप्रथम चर्चेत आले. इंदिरा गांधी आणि राजीव गांधींच्या मारेकऱ्यांची केस, शेअर बाजार घोटाळा प्रकरणातील हर्षद मेहता आणि केतन पारीख यांची केस त्यांनी लढविल्या.
- जेसिका लाल हत्याकांडातील आरोपी मनू शर्मा तसेच संसद हल्ल्यातील आरोपी अफजल गुरूची केसदेखील त्यांनी लढवली.
- देशाचे सध्याचे गृहमंत्री अमित शहांचे सोहराबुद्दीन प्रकरणातील तसेच हवाला प्रकरणी लालकृष्ण अडवाणी यांच्या बाजूने वकील म्हणून जेठमलानीच होते.
- १९७१ मध्ये त्यांनी आपली पहिली निवडणूक अपक्ष म्हणून लढविली. पण या निवडणुकीत त्यांचा पराभव झाला.
- आणीबाणीच्या दरम्यान इंदिरा गांधींविरोधातील टीकेमुळे त्यांच्याविरुद्ध वॉरंट काढण्यात आले. अटक टाळण्यासाठी ते कॅनडाला निघून गेले.
- आणीबाणी हटविण्यात आल्यानंतर ते भारतात परतले आणि १९७७ सालची लोकसभा निवडणूक लढवून खासदार बनले.
- त्यानंतरच्या १९८० सालच्या निवडणुकीतदेखील ते विजयी झाले; मात्र इंदिरा गांधींच्या हत्येनंतर १९८४ सालच्या निवडणुकीत त्यांना सुनील दत्त यांच्याकडून पराभव पत्करावा लागला.
- १९८८ मध्ये जेठमलानी राज्यसभेचे खासदार बनले. राज्यसभेत त्यांनी तत्कालीन पंतप्रधान राजीव गांधी यांच्याविरोधात बोफोर्सप्रकरणी मोहीम उघडली.
- राम जेठमलानी १९९६ मध्ये वाजपेयी सरकारच्या कार्यकाळात देशाचे कायदामंत्री बनले. त्यानंतर १९९९ मध्ये ते नगरविकास मंत्री आणि कायदामंत्रीदेखील झाले.

जेठमलानींची प्रसिद्ध पुस्तके :

- 'बिग इगोज, स्मॉल मेन' (Big Egos, Small Men), 'कॉन्फ्लीक्ट ऑफ लॉज' (Conflict of Laws) 'कॉन्सायन्स ऑफ ए मॅवरिक' (Conscience of a Maverick),'जस्टिस-सोव्हिएट स्टाईल' (Justice-Soviet Style),'मॅवरिक : अनचेंज्ड्, अन्‌रिपेन्टंट' (Maverick : Unchanged, Unrepentant)

(संदर्भ : सकाळ संदर्भसेवा)

सकाळ बी. जे. खताळ पाटील (१९१९- २०१९)

दि. १६ सप्टेंबर २०१९ रोजी काँग्रेसचे ज्येष्ठ नेते व माजी कॅबिनेट मंत्री बी. जे. खताळ पाटील यांचे वृद्धापकाळाने निधन झाले. ते १०० वर्षांचे होते.

- सलग चारदा संगमनेर विधानसभा क्षेत्राचे आमदार राहिलेले बी. जे. खताळ हे उत्तम राजकीय पुढारी, स्वातंत्र्यसैनिक, वकील, समाजकारणी व साहित्यिकही होते.
- अत्यंत अभ्यासू, सडेतोड वक्तृत्व असलेला नेता म्हणून म हाराष्ट्राच्या राजकारणात खताळ पाटील प्रसिद्ध होते.

बी. जे. खताळ पाटील यांच्याविषयी

- बी. जे. खताळ पाटील यांचा जन्म २३ मार्च १९१९ रोजी झाला.
- त्यांचे प्राथमिक शिक्षण धांदरफळ, माध्यमिक व पदवीपर्यंतचे शिक्षण संगमनेर येथे, तर कायद्याचे शिक्षण पुण्यात झाले.
- सन १९४३ ते १९६२ याकाळात नामांकित वकील म्हणून त्यांनी नावलौकिक मिळविला.
- अहमदनगर, औरंगाबाद, सोलापूर, वैजापूर व पुणे न्यायालयात त्यांनी वकिली केली. तसेच, धुळे येथे प्रथमवर्ग दंडाधिकारी म्हणूनही त्यांनी काम केले.
- स्वातंत्र्यपूर्व काळात त्यांनी स्वातंत्र्यचळवळीत भूमिगत राहून स्वातंत्र्यसैनिकांना मदत केली.
- बी. जे. खताळ पाटील यांचा गांधीजींच्या 'चले जाव' चळवळीतही सहभाग होता.
- वकिली करत असताना विडी कामगारांच्या चळवळीतही सहभाग घेऊन त्यांना न्याय देण्याचा प्रयत्न त्यांनी केला.

राजकिय कारकिर्द

- सन १९५२ मध्ये काँग्रेस पक्षाच्या वतीने संगमनेर विधानसभा मतदारसंघातून त्यांनी पहिली निवडणूक लढविली. या निवडणुकीत त्यांचा पराभव झाला.
- त्यानंतर १९६२ मध्ये काँग्रेसकडून त्यांना विधानसभेत उभं

राहण्याची पुन्हा संधी मिळाली. त्यात ते विजयी झाले.

- १९६२ ते ८० अशा चार विधानसभा निवडणुका त्यांनी काँग्रेस पक्षातर्फे संगमनेर मतदारसंघातून जिंकल्या. ते सलग २० वर्षे संगमनेरचे आमदार होते.
- काँग्रेसचे ज्येष्ठ नेते यशवंतराव चव्हाण, मारोतराव कन्नमवार, वसंतराव नाईक, शंकरराव चव्हाण व बॅरिस्टर ए. आर. अंतुले या पाच मुख्यमंत्र्यांच्या मंत्रिमंडळात त्यांनी सहकार, नियोजन, महसूल, कायदा व न्याय, अन्न व नागरी पुरवठा, सार्वजनिक बांधकाम, पाटबंधारे आदी खात्यांचा कारभार पाहिला.
- कोल्हापूरचे दूधगंगा-वेदगंगा, सांगलीचे चांदोली-नांदोली, साताऱ्याचे धोम, पुण्याचे चासकमान, वर्ध्याचे अप्पर वर्धा, नांदेडचे विष्पुरीही ही धरणे खताळ पाटील यांच्या मंत्रिपदाच्या काळातच झाली.
- १९८५ मध्ये वयाच्या ६५व्या वर्षी त्यांनी राजकारणातून निवृत्ती घेतली.

खताळ पाटील यांच्या साहित्यकृती

- महाराष्ट्राच्या राजकारणासोबतच साहित्य क्षेत्राच्या पटलावरील ऋषितुल्य व्यक्तिमत्व म्हणून बी. जे. खताळ परिचित होते.
- विशेष म्हणजे वयाच्या ९३ व्या वर्षी त्यांनी लिखाणाला सुरुवात केली आणि पुढील सात वर्षांत त्यांची सात पुस्तके प्रकाशित झाली.
- 'गुलामगिरी', 'धिंड लोकशाहीची', 'गांधीजी असते तर', 'अंतरीचे धावे', 'लष्करी विळख्यातील पाकिस्तान', 'माझे शिक्षक' व 'वाळ्याची शाळा' अशी एकूण सात पुस्तके त्यांनी लिहिली.
- वयाच्या १०१ व्या वर्षी 'वाळ्याचे शाळा' हे पुस्तक लिहून देशातील सर्वांत वयोवृद्ध लेखक म्हणून एक नवा विक्रम त्यांच्या नावे आहे.

(संदर्भ : सकाळ संदर्भ सेवा)

सकाळ विजू खोटे (१९४१-२०१९)

दि. ३० सप्टेंबर २०१९ रोजी हिंदी व मराठी चित्रपटसृष्टीतील ज्येष्ठ अभिनेते विजू खोटे यांचे वयाच्या ७७ व्या वर्षी निधन झाले.

विजू खोटे यांच्याविषयी :

- पूर्ण नाव - विठ्ठल बापूराव खोटे
- जन्म - १७ डिसेंबर १९४१
- मृत्यू - ३० सप्टेंबर २०१९
- १९६४ मध्ये विजू खोटे यांनी त्यांचे वडील नंदू खोटे दिग्दर्शित 'या मालक' या चित्रपटाद्वारे कारकिर्दीची सुरुवात केली.
- त्यानंतर त्यांनी पाच दशके हिंदी-मराठी चित्रपटांसह इंग्रजी नाटकांमधूनही काम केले. त्यांनी कारकिर्दीत ४४० हून अधिक चित्रपट केले.
- १९७५ मध्ये प्रदर्शित झालेल्या 'शोले' या चित्रपटातील त्यांची 'कालिया' ह्या भूमिकेने त्यांना ओळख मिळवून दिली.
- त्यांनी असंख्य छोट्या भूमिका केल्या; परंतु त्यांचे अभिनय कौशल्य आणि अप्रतिम संवादफेकीमुळे त्या स्मरणात राहिल्या.
- त्यांचे 'शोले' चित्रपटातील 'सरदार मैने आपका नमक खाया है' व 'अंदाज अपना अपना'च्या रॉबर्ट या भूमिकेतील 'गलतीसे मिस्टेक हो गया' हे संवाद प्रचंड लोकप्रिय झाले.
- २०१५ मध्ये त्यांना पी. सावळाराम पुरस्काराने सन्मानित करण्यात आले.

महत्त्वाचे चित्रपट :

- मराठी चित्रपट : अदलीबदली, अशी ही बनवाबनवी, आयत्या घरात घरोबा,एक उनाड दिवस, व्हेंटिलेटर, माझा नवरा तुझी बायको
- हिंदी चित्रपट : शोले, कयामत से कयामत तक, नगिना, कर्ज, हल्लाबोल, अतिथी तुम कब जाओगे

(संदर्भ - सकाळ वृत्त सेवा)

सकाळ डॉ. कोलातुर गोपालन (१९१८-२०१९)

दि. ३ ऑक्टोबर २०१९ रोजी भारतात पोषणविषयक संशोधन चळवळ उभारणारे भारतीय पोषण विशेषज्ञ डॉ. कोलातुर गोपालन यांचे वयाच्या १०० व्या वर्षी निधन झाले.

- बेरीबेरी आणि पेलाग्रा या रोगांचे उच्चाटन करण्यात त्यांचे योगदान महत्त्वाचे होते. हे कुपोषणजन्य रोग रोखण्यासाठी कोणती पोषणमूल्य घ्यावी यावर त्यांनी संशोधन केले.

डॉ. कोलातुर गोपालन (Coluthur Gopalan) यांच्याविषयी :

- जन्म - २९ नोव्हेंबर १९१८ (सालेम, तमिळनाडू)
- मृत्यू - ३ ऑक्टोबर २०१९
- शिक्षण - मद्रास विद्यापीठातून वैद्यकीय क्षेत्रातील एम. डी. पदवी पुढे लंडन विद्यापीठातून पीएचडी (Ph.D) व डी. एस्सी (D.Sc)
- ब्रिटिश काळात पोषण संशोधन प्रयोगशाळा (न्यूट्रिशन रिसर्च लॅबोरेटरी) येथे पोषण संशोधनात व्यावसायिक कारकिर्द सुरू केली.
- १९५८ मध्ये पोषण संशोधन प्रयोगशाळा स्वतंत्र संस्था म्हणून हैदराबादला स्थलांरित झाली व १९६९ मध्ये तिचे नाव राष्ट्रीय पोषण संस्था (नॅशनल इन्स्टिट्यूट ऑफ न्यूट्रिशन) मिळाले. तेव्हा संस्थेचे पहिले संचालक म्हणून गोपालन यांची नियुक्ती.
- १९७३ मध्ये त्यांनी इंडियन कौन्सिल ऑफ मेडिकल रिसर्च या संस्थेचे संचालकपद सांभाळले. ही संस्था वाढविताना त्यांनी हिवताप, कुष्ठरोग आणि प्राणिजन्य विकार यांसाठी स्वतंत्र संशोधन संस्था उभारली.
- त्यांनी भारतीय अन्नपदार्थाचा 'पोषण मूल्यांक तक्ता' तयार केला. यासाठी ५०० अन्नपदार्थांचे विश्लेषण केले.

- १९८० च्या दशकात त्यांनी पोषण संशोधकांसाठी 'न्यूट्रिशन फाउंडेशन ऑफ इंडिया' संघटनेची स्थापना केली. तसेच 'फ्रॅटर्निटी ऑफ एशियन न्यूट्रिशन सायंटिस्ट्स' स्थापून त्यांनी आशियात संघटनकार्य केले.
- त्यांना 'न्यूट्रिशन गोपालन' या नावाने ओळखले जात.
- त्यांच्या संशोधनाचा उपयोग बालविकास योजना जशा मध्यान्ह भोजन योजना, गोइटर प्रतिबंध योजना, एकात्मिक बाल विकास योजना (ICDS : Integrated Child Development Services) इ. मध्ये झाला.

पुरस्कार :

- पद्म श्री (१९७०)
- पद्म भूषण (२००३)
- लंडन रॉयल सोसायटीचे मानद सदस्य

लक्षात ठेवा

राष्ट्रीय पोषण संस्थे (National Institute of Nutrition) विषयी :

- स्थापना - १९१८ (तमिळनाडू)
- संस्थापक - सर रॉबर्ट मॅकरिसन (Sir Robert Mccarrison)
- - १९२८ पोषण संशोधन प्रयोगशाळा (Nutrition Research Laboratory)
- - १९५८ मध्ये हैदराबाद येथे स्थलांतर.
- - १९६९ मध्ये राष्ट्रीय पोषण संस्था हे नामांतरण.
- - केंद्रीय आरोग्य आणि कुटुंब कल्याण मंत्रालयातील आरोग्य संशोधन विभागांतर्गत स्वतंत्र संस्था.

(संदर्भ : nin.res.in, सकाळ वृत्तसेवा)

पंडित विजय सरदेशमुख (१९५२-२०१९)

दि. ६ ऑक्टोबर २०१९ रोजी ग्वाल्हेर घराण्याचे ज्येष्ठ हिंदुस्तानी गायक पंडित विजय सरदेशमुख यांचे वयाच्या ६७ व्या वर्षी निधन झाले.

पं. विजय सरदेशमुख यांच्याविषयी :

- - पंडित विजय सरदेशमुख यांना गायकीचा वारसा वडील विठ्ठलराव सरदेशमुख यांच्याकडून मिळाला. विठ्ठलराव हे संस्कृत पंडित, गायक व प्रसिद्ध हार्मोनियम वादक होते.
- - १९७१ पासून विजय सरदेशमुख यांना पंडित कुमार गंधर्व यांच्याकडे गायकी शिकण्यास सुरुवात केली.
- - १९७४ मध्ये त्यांनी स्वर साधना परिषदेतून गायकी मंचावर पदार्पण केले. त्यानंतर गायनक्षेत्रातील लोकप्रिय मंच सवाई गंधर्व महोत्सव, तानसेन समारोह यांवर गायनाचे कार्यक्रम केले.
- - त्यांना सुभदा कुलकर्णी, पुष्कर लेले, अजय पूरकर, स्वरदा गोडबोले, मंदार करंजकर आदींना गायनाचे शिक्षण दिले.
- - विजय सरदेशमुख यांनी काही काळ बँक ऑफ इंडियामध्ये नोकरी केली; तसेच ते आकाशवाणी आणि दूरदर्शनचे मान्यताप्राप्त कलाकार होते.
- - २०११ मध्ये त्यांना आर्य संगीत प्रसारक मंडळातर्फे वत्सलाबाई जोशी पुरस्काराने सन्मानित करण्यात आले.
- - पं. विजय सरदेशमुख यांनी कुमार गंधर्व यांची गायकी आत्मसात करून ती पुढे युवा पिढीपर्यंत पोहचविण्याचे कार्य केले.

(संदर्भ : सकाळ वृत्तसेवा)

अरुण काकडे (१९३०-२०१९)

दि. ९ ऑक्टोबर २०१९ रोजी ज्येष्ठ रंगकर्मी अरुण काकडे यांचे वयाच्या ८९ व्या वर्षी निधन.

- ते आविष्कार नाट्यसंस्थेचे आधारस्तंभ होते व त्यांना रंगभूमी जगतात काकडे काका म्हणून ओळखले जाई.

अरुण काकडे यांच्याविषयी :

- मूळचे सोलापूरचे असलेले अरुण काकडे पुण्यात वाडिया महाविद्यालयात शिकत असताना नाटकामध्ये काम करण्यास त्यांनी सुरुवात केली.
- ते पुण्यातील 'प्रोग्रेसिव्ह ड्रामॅटिक असोसिएशन ऑफ पुणे' या नाट्यसंस्थेचे सभासद होते.
- नोकरीनिमित्त मुंबईत आल्यानंतर ते 'रंगायन' नाट्यसंस्थेशी जोडले गेले. पुढे वाद निर्माण होऊन 'आविष्कार' या नव्या नाट्यसंस्थेची निर्मिती.
- १९७१ मध्ये विजय तेंडुलकर, अरविंद व सुलभा देशपांडे, अरुण काकडे यांच्या सहकार्यातून आविष्कार नाट्यसंस्थेची स्थापना झाली. संस्थेच्या व्यवस्थापनाची जबाबदारी त्यांच्यावर होती.
- आविष्कार माध्यमातून मराठी रंगभूमीवर प्रायोगिक नाटकांची 'छबिलदास नाट्यचळवळ' उभी झाली.
- त्यांना संगीत नाटक अकादमी, झी मराठी जीवनगौरव, ध्यास सन्मान या पुरस्कारांनी गौरविण्यात आले होते.
- आविष्कार माध्यमातून त्यांनी चंद्रशाला, दुर्गा झाली गौरी या बालनाट्यांना; वाडा चिरेबंदी, तुघलक, येथे पाहिजे जातीचे, गर्दीत गर्दीतला, भूमितीचा फार्स अशा विविध प्रायोगिक नाटकांना मराठी रंगभूमीवर स्थान दिले.

(संदर्भ : सकाळ वृत्तसेवा)

दादू चौगुले (१९४६-२०१९)

दि. २० ऑक्टोबर २०१९ रोजी भारत केसरी, रुस्तम-ए-हिंद ध्यानचंद पुरस्कार विजेते पै. दादू चौगुले यांचे वयाच्या ७३ व्या वर्षी निधन झाले.

दादू चौगुले यांच्याविषयी :

- जन्म - १९४६ (अर्जुनवाडा, ता. राधानगरी, कोल्हापूर)
- वस्ताद - बाळू बिरे, हिंद केसरी गणपतराव आंदळकर यांचे मार्गदर्शन
- वयाच्या दहा वर्षांपासून गावातील तालमीत कुस्तीचे धडे गिरवले. वस्ताद भाऊ यादव यांच्या मार्गदर्शनाखाली कुस्तीचे डावपेच आत्मसात.
- त्यांचे वडील व भाऊ दोघेही पैलवान म्हणून घराण्याची कुस्ती परंपरा राखण्यासाठी त्यांना मोतीबाग तालमीत घातले. तेथे बाळू बिरे या वस्तादांच्या मार्गदर्शनाखाली सराव.
- १९७० आणि १९७१ सलग दोन वर्षे महाराष्ट्र केसरी किताब पटकावला.
- ३ मार्च १९७३ रोजी मुंबईत झालेल्या कुस्तीत रुस्तम-ए-हिंद किताब.
- एप्रिल १९७३ रोजी दिल्ली येथे झालेल्या महान भारत केसरी स्पर्धेत प्रतिस्पर्धी मल्लावर मात करत विजेतेपद.
- १९७४ मध्ये न्यूझीलंड येथे झालेल्या राष्ट्रकुल स्पर्धेत मॅट कुस्ती स्पर्धेत रौप्यपदक.
- २८ डिसेंबर १९७६ रोजी बेळगाव येथे झालेल्या राष्ट्रीय कुस्ती स्पर्धेत सुवर्णपदक.
- त्यांनी आपला कुस्तीचा वारसा त्यांच्या पुढच्या पिढीस दिला. त्यांचा मुलगा विनोद यांनी हिंदकेसरी किताब पटकावला, तर दुसरा मुलगा महाराष्ट्र चॅम्पियन अमोल चौगुले म्हणून प्रसिद्ध.
- मोतीबाग तालमीत तयार झालेले दादू चौगुले पुढे याच तालमीचे वस्ताद झाले व त्यांनी कुराडे, ढेळे, संग्राम पाटील, विजय पाटील यांसारखे मल्ल घडवले.
- ते कोल्हापूर शहर व जिल्हा तालीम संघाचे विद्यमान अध्यक्ष होते.
- कुस्ती क्षेत्रात ते 'दादुमामा' या नावाने प्रसिद्ध होते.

पुरस्कार व सन्मान :

- १९७४ - राज्य शासनाचा शिवछत्रपती पुरस्कार
- २०१७ - मेजर ध्यानचंद जीवनगौरव राष्ट्रीय पुरस्कार

(संदर्भ : newsonair.com, सकाळ वृत्तसेवा)

सकाळ अरविंद इनामदार (१९४०-२०१९)

दि. ८ नोव्हेंबर २०१९ रोजी न्यायप्रिय, प्रामाणिक आणि कर्तव्यदक्ष अशी ख्याती असलेले महाराष्ट्र राज्याचे माजी पोलीस महासंचालक अरविंद इनामदार यांचे वयाच्या ७९ व्या वर्षी निधन झाले.

अरविंद सिद्धेश्वर इनामदार यांच्याविषयी :

- जन्म - ११ नोव्हेंबर १९४० (तडसर, सांगली)
- १९६४ मध्ये अर्थशास्त्र विषयात पदव्युत्तर शिक्षण घेत असताना भारतीय पोलीस सेवेसाठी निवड.
- १९७६ मध्ये नागपूर येथे गुन्हे विभागाचे पोलीस उपायुक्त असताना त्यांनी नक्षलवादी चळवळीचा म्होरक्या कोडापल्ली सीतारामैया याला अटक केली.
- ते काही काळ महाराष्ट्र पोलीस ॲकॅडमी प्रमुख (प्राचार्य) होते. त्यांच्या कार्यकाळात पोलीस प्रशिक्षण, मेस, ग्रंथालय यात सुधारणा केल्या. त्यांनी ॲकॅडमीत लष्करी पद्धतीचे खडतर प्रशिक्षण दिले.
- मुंबई माफियांचा बंदोबस्त करणाऱ्या १९८३ बॅचचे अधिकारी प्रदीप शर्मा, विजय साळस्कर, प्रफुल्ल भोसले, रवींद्रनाथ आंग्रे आदी एनकाऊंटर स्पेशालिस्ट त्यांचे विद्यार्थी होते.
- १९८७ मध्ये ते मुंबई गुन्हे अन्वेषण विभागात सह-पोलीस आयुक्त झाले, त्यादरम्यान त्यांनी 'टाडा' या कायद्याद्वारे संघटित गुन्हेगारी व माफियांना वेसन घातले.
- १९९१ मध्ये त्यांची नियुक्ती नागपूर शहराचे पोलीस आयुक्तपदी झाली, त्यावेळी बाबरी मशीद घटनेनंतर शहरात चोख कायदा सुव्यवस्था सांभाळली.
- १९९४ मध्ये जळगाव सेक्स स्कॅंडल प्रकरणाचा तपास त्यांनी केला.
- १ ऑक्टोबर १९९७ ते ५ जानेवारी २००० दरम्यान त्यांनी महाराष्ट्र राज्याचे पोलीस महासंचालकपद सांभाळले. त्यांनी राज्यात वरिष्ठ पोलीस अधिकाऱ्यांची २२ हजार पदे निर्माण केली.
- इनामदार यांनी महासंचालक गृहनिर्माण, महासंचालक लाचलुचपत विभाग ते महाराष्ट्र पोलीस महासंचालक अशी पदे सांभाळली.
- २००२ मध्ये उत्तर प्रदेशच्या राज्यपालांचे सुरक्षा सल्लागार हे अल्पमुदतीचे पद त्यांनी स्वीकारले.
- निवृत्तीनंतरही अरविंद इनामदार फाउंडेशनच्या माध्यमातून ते पोलीस कल्याणासाठी कार्यरत होते. या फाउंडेशनद्वारे कर्तव्यदक्ष पोलिसांना गौरविण्यासाठी पुरस्कार सुरू केले.
- त्यांना प्रामाणिक, उल्लेखनीय व विशेष सेवेबाबतची दोन राष्ट्रपती पदके प्रदान करण्यात आली होती.

(संदर्भ : newsonair.com, mahapolice.gov.in)

सकाळ टी. एन. शेषन (१९८२-२०१९)

दि. १० नोव्हेंबर २०१९ रोजी नियमांची काटेकोर अंमलबजावणी करीत निवडणूक प्रक्रियेत पारदर्शकता आणणारे माजी मुख्य निवडणूक आयुक्त टी. एन. शेषन यांचे वयाच्या ८७ व्या वर्षी निधन झाले.

- सन १९९० ते १९९६ या काळात त्यांनी भारताचे १० वे मुख्य निवडणूक आयुक्त म्हणून धुरा सांभाळली होती.

टी. एन. शेषन यांच्याविषयी :

- पूर्ण नाव -तिरुनेल्लाई नारायणा शेषन
- शिक्षण - लोक प्रशासनात पदव्युत्तर पदवी (हार्वर्ड विद्यापीठ)

- १९५० ते १९५२ मद्रास ख्रिस्तियन कॉलेजमध्ये प्राध्यापक म्हणून काम.
- १९५४ मध्ये भारतीय प्रशासकीय सेवेची परीक्षा पास होऊन १९५५ मध्ये तमिळनाडू केडरमध्ये रुजू.
- १९५८ ते १९६२ दरम्यान ग्रामीण विकास विभागात प्रकल्प संचालक व उपसचिव पद सांभाळताना स्थानिक स्वराज्य संस्थेच्या प्रशासकीय बाबींचे व्यवस्थापन केले.
- १९६२ मध्ये मद्रास राज्याच्या परिवहन विभागाच्या संचालकपदी.
- १९६४ मध्ये मदुराई जिल्ह्याच्या जिल्हाधिकारीपदी नेमणूक.
- १९६९ मध्ये अणुऊर्जा आयोग (Atomic Energy Commission) च्या सचिवपदी.
- १९७२ ते १९७६ दरम्यान केंद्रीय अवकाश विभागाच्या (Department of Space) संयुक्त सचिवपदी.
- १९७६ नंतर पुन्हा तमिळनाडूमध्ये राज्याच्या उद्योग आणि कृषी विभागाचे सचिव.
- १९८५ ते १९८८ दरम्यान केंद्रीय पर्यावरण आणि वन मंत्रालयाचे सचिव. या दरम्यान त्यांनी तेहरी धरण (भगीरथी नदी) आणि सरदार सरोवर धरण (नर्मदा नदी) प्रकल्पांना विरोध केला होता.
- १९८८ मध्ये त्यांनी १० महिने केंद्रीय संरक्षण मंत्रालयाचे सचिवपद सांभाळले.
- १९८९ भारतीय प्रशासनातील सर्वोच्चपद समजलेल्या कॅबिनेट सचिवपदी नेमणूक; त्यांनी योजना आयोगाचा सदस्य (Planning Commission) काम पाहिले.
- १२ डिसेंबर १९९० रोजी त्यांची निवड भारताचे १० वे मुख्य निवडणूक आयुक्तपदी.
- १९९० ते १९९६ या दरम्यान त्यांनी मुख्य निवडणूक आयुक्तपद सांभाळले.
- मुख्य निवडणूक आयुक्त असताना त्यांनी निवडणूक प्रक्रियेत आचारसंहितेची अंमलबजावणी, व्होटर आयडी (मतदार ओळखपत्र), उमेदवारांच्या निवडणूक खर्चावर मर्यादा, अशा विविध सुधारणा केल्या आणि आयोगाला प्रतिष्ठा प्राप्त करून दिली.
- १९९७ मध्ये त्यांनी राष्ट्रपतिपदाची निवडणूक लढवली होती, त्यात त्यांना के. आर. नारायणन यांच्याकडून पराभव पत्करावा लागला.
- त्यांनी मसुरी येथील लाल बहादूर शास्त्री ॲकॅडमी व चेन्नई येथील ग्रेट लेक इन्स्टिट्यूट ऑफ मॅनेजमेंट येथे प्रशासन व नेतृत्वगुण हे विषय शिकवले.
- २०१२ मध्ये मद्रास उच्च न्यायालयाने त्यांची नेमणूक पचैथप्पा ट्रस्टचे (Pachaiyappa Trust) अंतरिम प्रशासक म्हणून केली.
- ग्रंथसंपदा - The degeneration of India A heart full of burden (इंग्लिश)

पुरस्कार व सन्मान :

- १९९६ - रॅमन मॅगसेसे पुरस्कार

(संदर्भ : pib.gov.in, newsonair.com, eci.gov.in)

डॉ. श्रीराम लागू (१९२७-२०१९)

दिनांक १७ डिसेंबर २०१९ रोजी मराठी व हिंदी नाट्य-चित्रपटसृष्टीतील दिग्गज अभिनेते, दिग्दर्शक, ज्येष्ठ सामाजिक कार्यकर्ते व चिंतनशील विचारवंत डॉ. श्रीराम लागू यांचे वयाच्या ९२ व्या वर्षी निधन झाले.

श्रीराम लागू अल्पपरिचय

डॉ. श्रीराम बाळकृष्ण लागू यांचा जन्म १६ नोव्हेंबर १९२७ साली सातारा येथे झाला. त्यांच्या वडिलांचे नाव बाळकृष्ण, तर आईचे नाव सत्यभामा होते. पुण्यातीलच भावे हायस्कूलमध्ये शालेय शिक्षणाचे धडे गिरवल्यानंतर त्यांनी फर्ग्युसन कॉलेजमधून महाविद्यालयीन शिक्षण पूर्ण केले आणि नंतर बी. जे. वैद्यकीय महाविद्यालयात त्यांनी वैद्यकीय क्षेत्रातील उच्च शिक्षण घेतले.

रंगभूमीवर एंट्री

वैद्यकीय शिक्षण घेत असतानाच लागूंनी नाटकांमध्ये काम करायला सुरुवात केली. नंतर भालबा केळकर यांच्यासारख्या समविचारी वरिष्ठ स्नेह्यांसोबत त्यांनी पुरोगामी नाट्य संस्था सुरू केली. लागूंनी पन्नासच्या दशकामध्ये कान, नाक आणि घसा यांच्या शस्त्रक्रियांचे प्रशिक्षण घेतले आणि नंतर पुण्यामध्येच पाच वर्षे काम केले. कॅनडा आणि इंग्लंडमध्येही त्यांनी वैद्यकीय क्षेत्रातील उच्च शिक्षणाचे धडे गिरवले. पुरोगामी नाट्य संस्था-पुणे आणि रंगायन-मुंबई या दोन्ही संस्थांच्या माध्यमातून त्यांनी रंगभूमी व्यापून टाकली. वसंत कानेटकर लिखित 'इथे ओशाळला मृत्यू' या नाटकाच्या माध्यमातून १९६९ साली त्यांनी पूर्ण वेळ अभिनेता म्हणून काम करायला सुरुवात केली. कुसुमाग्रज लिखित 'नटसम्राट' या नाटकात त्यांनी साकारलेली गणपत ऊर्फ अप्पा बेलवलकर यांची भूमिका अजरामर झाली. 'सिंहासन', 'पिंजरा' आणि 'मुक्ता' या चित्रपटांतील त्यांच्या भूमिकांचेही विशेष कौतुक झाले.

सन्मान आणि पुरस्कार

फिल्मफेअर पुरस्कार... १९७८, कालिदास सन्मान... १९९७, दीनानाथ मंगेशकर जीवनगौरव... २००६, संगीत नाटक अकादमी फलोशिप... २०१०, राजश्री शाहू कला गौरव पुरस्कार... २०१२

पुस्तके

- झाकोळ (पटकथा),
- लमाण (आत्मचरित्र)

(संदर्भ : सकाळ संदर्भ सेवा)

डिसेंबर २०१९ मधील महत्त्वाच्या बातम्या

सकाळ केवळ ३४ व्या वर्षी साना मरिन ठरल्या जगातील सर्वांत तरुण पंतप्रधान : फिनलंडच्या पंतप्रधानपदी निवड

दिनांक ८ डिसेंबर २०१९ रोजी फिनलंडच्या पंतप्रधानपदी साना मरिन (sana marin) यांची निवड झाली आहे. त्या देशाच्या इतिहासातील व जगातीलही सर्वांत कमी वयाच्या पंतप्रधान ठरल्या आहेत. फिनलंडच्या सत्ताधारी सोशल डेमॉक्रॅटिक पक्षाने (एसडीपी) मरिन यांची पंतप्रधानपदी निवड झाल्याची घोषणा केली. या आधी त्या परिवहनमंत्री म्हणून कार्यरत होत्या. मरिन या फिनलंडच्या तिसऱ्या महिला पंतप्रधान आहेत. माजी पंतप्रधान ॲन्टी रिने यांनी ३ डिसेंबर रोजी पदाचा राजीनामा दिल्यानंतर काल नव्या पंतप्रधानांची निवड झाली. यासाठी 'एसडीपी'कडून साना मरिन आणि अँटी लिंडमन असे दोन उमेदवार होते. यात मरिन यांना ३२, तर लिंडमन यांना २९ मते मिळाली. 'सेंटर पार्टी' पक्षाचे नेते इस्को अहओ हे १९९१ फिनलंडच्या पंतप्रधानपदी विराजमान झाले होते. त्या वेळी ते ३६ वर्षांचे होते. मरिन या त्यांच्यापेक्षा दोन वर्षांनी लहान आहेत. जगातील सर्वांत कमी युक्रेनचे ३५ वर्षांचे पंतप्रधान ओलेस्की हाँचारुक हे जगातील सर्वांत कमी वयाचे पंतप्रधान आहेत. त्यांनी २१ ऑगस्ट २०१९ रोजी देशाचे नेतृत्व स्वीकारले होते. आता साना मरिन या जगातील सर्वांत कमी वयाच्या पंतप्रधान ठरल्या आहेत.

सर्वोच्च स्थान भूषविणारे जगातील सर्वांत तरुण नेते व त्यांचे वय (वयानुसार क्रमवारी)
१) साना मरिन (फिनलंड) : ३२ वर्षे २३ दिवस
२) ओलेस्की हाँचारुक (युक्रेन) : ३५ वर्षे १५५ दिवस
३) किम जोंग उन (उत्तर कोरिया) : ३६ वर्षे ३३५ दिवस

(संदर्भ : sdp.fi, सकाळ संदर्भ सेवा)

सकाळ ब्रिटनच्या पंतप्रधानपदी पुन्हा बोरिस जॉन्सन यांची निवड

दिनांक १३ डिसेंबर २०१९ रोजी ब्रिटनच्या पंतप्रधानपदी पुन्हा एकदा बोरिस जॉन्सन (ईेीळी गेहपीप)यांची निवड करण्यात आली. ब्रिटनमध्ये झालेल्या सार्वत्रिक निवडणुकीत जॉन्सन यांच्या हुजूर पक्षाने ६५० पैकी ३६४ जागा मिळवत स्पष्ट बहुमत मिळले. प्रमुख विरोधी पक्ष मजूर पक्षाला केवळ २०३ जागा मिळाल्या. या विजयामुळे ब्रिटनचा ब्रेक्झिटचा मार्ग मोकळा झाला अशी प्रतिक्रिया व्यक्त करण्यात आली. आपण भारताचे जावई आहोत, असे जॉन्सन यांनी आपल्या प्रचाराच्या दरम्यान एकदा म्हटले होते. जॉन्सन यांच्यापासून विभक्त झालेल्या त्यांच्या पत्नी मरिना व्हिलर यांची आई भारतीय नागरिक होती.

(संदर्भ : vote.conservatives.com,twitter.com/borisjohnson)

सकाळ साहित्य अकादमी पुरस्कार २०१९ : मराठी भाषेसाठी ज्येष्ठ कवयित्री अनुराधा पाटील यांच्या 'कदाचित अजूनही' या कवितासंग्रहाला तर इंग्रजी भाषेसाठी शशि थरूर यांच्या 'ॲन एरा ऑफ डार्कनेस' या पुस्तकाला कथेत्तर गद्य विभागासाठी यंदाचा साहित्य अकादमी पुरस्कार जाहीर.

दिनांक १८ डिसेंबर २०१९ रोजी मराठी साहित्यकार अनुराधा पाटील यांच्या 'कदाचित अजूनही' या कवितासंग्रहाला यंदाचा साहित्य अकादमी पुरस्कार जाहीर करण्यात आला. २३ भाषांमधील विविध साहित्यिकांना या वर्षी साहित्य अकादमी पुरस्कार प्रदान करण्यात येणार आहेत. ताम्रपट शाल आणि एक लाख रुपयांचा धनादेश असे या पुरस्काराचे स्वरूप आहे. डॉ. आसाराम लोमटे, लक्ष्मण माने आणि वासुदेव सावंत यांच्या पुरस्कार निवड समितीने अनुराधा पाटील यांच्या 'कदाचित अजूनही' या कवितासंग्रहाची निवड केली. शशी थरूर यांच्या 'अन इरा ऑफ़ डार्कनेस' या कथेत्तर गद्य विभागासाठी साहित्य अकादमी पुरस्कार मिळालेल्या पुस्तकाचा सकाळ प्रकाशनाने मराठी अनुवाद प्रसिद्ध केला असून हा अनुवाद आ. श्री. केतकर यांनी केला आहे.

इतर भाषेतील पुरस्कार विजेते साहित्यिक आणि विभाग

- हिंदी - नंदकिशोर आचार्य (कविता संग्रह), बोडो - फुकन चन्द्र (कविता संग्रह), कोंकणी - निलबा खांडेकर (कविता संग्रह), मैथिली - कुमार मनीष (कविता संग्रह), मल्याळम - मधुसूदन नायर (कविता संग्रह), संस्कृत - पेन्ना मधुसूदन (कविता संग्रह), आसामी - डॉ जयश्री गोस्वामी महंत (कादंबरी), मणिपुरी - बिरमंगल सिंह (कादंबरी), तमिळ - श्री. चो. धर्मन (कादंबरी), तेलुगु - बंदि नारायणा स्वामी (कादंबरी), राजस्थानी - रामस्वरूप किसान (कादंबरी) पंजाबी - किरपाल कज़ाक (कादंबरी), संताली - काली चरण (कादंबरी), सिंधी - ईश्वर मूरजाणी (कथा संग्रह), काश्मीरी - अब्दुल अहद हाज़िनी, ओड़िया - तरूण कांति (कथा संग्रह), डोगरी - ओम शर्मा (निबंध), गुजराती - रतिलाल बोरीसागर (निबंध), बंगाली - चिन्मय गुहा (निबंध), उर्दू- 'शाफ़े किदवई' 'सवनेह-ए-सर-सैयद - एक बाज़दीद' जीवनी (आत्मकथन), कन्नड़ - विजया (आत्मकथा)

- नेपाळी भाषेसाठी अद्याप पुरस्काराची घोषणा करण्यात आली नाही.

(संदर्भ : sahitya-akademi.gov.in)

भाजपचे प्रवीण दरेकर यांची विधान परिषदेच्या विरोधी पक्षनेतेपदी निवड

दिनांक १६ डिसेंबर २०१९ रोजी भाजप आमदार प्रवीण दरेकर यांची विधान परिषदेच्या विरोधी पक्षनेतेपदी निवड करण्यात आल्याची घोषणा सभापती रामराजे निंबाळकर यांनी केली.

- यापूर्वी धनंजय मुंडे विरोधी पक्षनेते होते. त्यांचा कालावधी २४ नोव्हेंबर रोजी संपुष्टात आलेला आहे.

(संदर्भ : maharashtra.gov.in)

भारतीय लष्कराचे उपप्रमुख लेफ्टनंट जनरल मनोज मुकुंद नरवणे यांची लष्करप्रमुखपदी नियुक्ती

दिनांक १७ डिसेंबर २०१९ रोजी भारतीय लष्कराचे उपप्रमुख लेफ्टनंट जनरल मनोज मुकुंद नरवणे यांची लष्करप्रमुखपदासाठी नियुक्ती करण्यात आली विद्यमान लष्करप्रमुख जनरल बिपीन रावत हे ३१ डिसेंबर २०१९ ला निवृत्त होत असून, त्यानंतर नरवणे पदाची सूत्रे स्वीकारतील. शीख लाइट इन्फन्ट्री रेजिमेंटचे जवान असलेल्या नरवणे यांची लष्करात ३७ वर्षे सेवा झाली आहे. लष्कराच्या उपप्रमुखपदाची जबाबदारी स्वीकारण्यापूर्वी लेफ्ट. जनरल नरवणे हे लष्कराच्या पूर्व विभागाचे प्रमुख होते.

लष्करप्रमुखपदाची धुरा

पुण्यातील 'ज्ञानप्रबोधिनी'त शालेय शिक्षण झालेल्या नरवणे यांनी खडकवासल्याच्या राष्ट्रीय संरक्षण अकादमी'तून लष्करात प्रवेश केला. त्यांनी संरक्षणशास्त्रात पदव्युत्तर पदवी, तसेच एम. फिल. पदवी मिळविली आहे. त्यांचे वडील हवाई दलातील निवृत्त अधिकारी असून, आकाशवाणीवरील प्रसिद्ध वृत्तनिवेदिका सुधा नरवणे या त्यांच्या आई आहेत. नरवणेंनी लष्करी सेवेत विविध प्रकारच्या जबाबदाऱ्या समर्थपणे पार पाडल्या आहेत. जम्मू-काश्मीनरमधील दहशतवाद, ईशान्य भारतातील घुसखोरी, फुटीरतावादी कारवाया अशा अनेक प्रश्नांलच्या संदर्भात नरवणे यांनी अनुभव घेतला आहे. यांपासून ते श्रीलंकेत शांतता प्रस्थापित करण्यापर्यंतच्या अनेक मोहिमांमध्ये नरवणे यांचा सक्रिय सहभाग होता. शीख लाइट इन्फंट्री रेजिमेंट, आसाम रायफल्स यासह विविध दलांतील कामगिरीने त्यांचे नेतृत्व उजळत गेले. त्यांच्या या कामगिरीची वेळोवेळी दखल घेत विविध पदकांनी त्यांचा सन्मान करण्यात आला.

जनरल अरुणकुमार वैद्य, जी. जी. बेवूर यांच्यानंतर महाराष्ट्राला मनोज नरवणे यांनी तिसऱ्यांदा लष्करप्रमुखपदाचा मान मिळवून दिला आहे. ते कार्यक्षम अधिकारी आहेत. पाकिस्तान आणि चीन सीमारेषेचे ते जाणकार आहेत. जनरल अरुणकुमार वैद्य, जी. जी. बेवूर यांच्यानंतर महाराष्ट्राला मनोज नरवणे यांनी तिसऱ्यांदा लष्करप्रमुखपदाचा मान मिळवून दिला आहे.

(संदर्भ : pib.gov.in, pib.gov.in)